AF761645

ഗ്രീൻ ബുക്സ്

ഒ.വി. വിജയൻ
വായന, പുനർവായന

എഡിറ്റർ : വിജയൻ കോടഞ്ചേരി

നോവലിസ്റ്റ്, നിരൂപകൻ. കോഴിക്കോട് ജില്ലയിൽ
വടകരയ്ക്കടുത്ത് കോടഞ്ചേരി സ്വദേശി.
എം.കെ. കൃഷ്ണൻ, പി.ആർ. ശാന്തകുമാരി
എന്നിവരാണ് മാതാപിതാക്കൾ.
കേരളീയ സാഹിത്യ ജീവിതത്തെ ഏറെ സ്വാധീനിച്ച
എഴുത്തുകാരനായ ശ്രീ. ഒ.വി. വിജയന്റെ
നോവൽ, കഥ, ലേഖനം, കാർട്ടൂൺ എന്നീ
മേഖലകളെക്കുറിച്ചുള്ള സമഗ്രമായ പഠനങ്ങളും
പഠനക്കുറിപ്പുകളുമാണ് വിജയൻ കോടഞ്ചേരി
ഈ ഗ്രന്ഥത്തിൽ ഉൾപ്പെടുത്തിയിട്ടുള്ളത്.
2006 ലെ അപ്പൻ തമ്പുരാൻ സാഹിത്യപുരസ്കാരം
ലഭിച്ചിട്ടുണ്ട്. സോദോംപാപത്തിന്റെ ശേഷപത്രം,
ജെറീന : ഒരു മലയാളി ഹിജഡയുടെ ആത്മകഥ,
അജപാലകർ, മലയാളത്തിലെ ആദ്യകാല
കഥകൾ (എഡിറ്റർ) എന്നിവയാണ് കൃതികൾ.

പഠനങ്ങൾ

ഒ.വി. വിജയൻ: വായന, പുനർവായന

എഡിറ്റർ

വിജയൻ കോടഞ്ചേരി

ഗ്രീൻ ബുക്സ്

green books private limited
little road, ayyanthole, thrissur- 680 003
ph: 0487-2361038
website: www.greenbooksindia.com
e-mail: info@greenbooksindia.com

(malayalam)
o.v. vijayan: vayana, punarvayana
(study)

edited by
vijayan kodencheri

first published september 2016

cover design : rajesh chalode

branches:
thrissur 0487-2422515
palakkad 0491-2546162
kannur 0497-2763038
thiruvananthapuram 9846670899

isbn : 978-93-86120-53-3

GBPL/823/2016

മുഖക്കുറി

ഓരോ മനുഷ്യനും ഓരോ പുസ്തകമാണ്.
അവ വായിക്കാൻ കഴിയുക വലിയ നേട്ടമാണ്.
ദാർശനികനും എഴുത്തുകാരനുമായ
വിജയനെ വായിക്കാൻ കഴിയുക എന്നത് തീരെ
എളുപ്പമല്ല. ചിന്തയിലും എഴുത്തിലും വ്യത്യസ്ത
കാത്തുസൂക്ഷിച്ചുകൊണ്ട് ഒരു വിസ്ഫോടനമാണ്
വിജയൻ നിർവ്വഹിച്ചത്. ഇതിന്റെ ന്യായാന്യായ
ങ്ങളിലേക്കുള്ള പ്രവേശികയാണ്
ഇതിലെ ലേഖനങ്ങൾ. ഒ.വി. വിജയനെക്കുറിച്ച്
മലയാളത്തിൽ പ്രസിദ്ധീകരിക്കപ്പെടുന്ന
സമഗ്രമായ പഠനഗ്രന്ഥമായിരിക്കും ഇത്.
എഴുത്തുകാരനും നിരൂപകനുമായ വിജയൻ
കോടഞ്ചേരിയുടെ എത്രയോ മാസങ്ങൾ നീണ്ടുനിന്ന
ഒരു പ്രവർത്തനമാണ് ഈ പുസ്തകമെന്നത്
വിസ്മരിക്കാനാകില്ല. ഈ സംരംഭത്തിൽ
ഭാഗഭാക്കായ എല്ലാ എഴുത്തുകാർക്കും
ഗ്രീൻബുക്സിന്റെ കൃതജ്ഞത രേഖപ്പെടുത്തുന്നു.

കൃഷ്ണദാസ്
മാനേജിങ് എഡിറ്റർ

ഒ.വി. വിജയൻ

നോവലിസ്റ്റ്, ചെറുകഥാകൃത്ത്, കാർട്ടൂണിസ്റ്റ്, രാഷ്ട്രീയ ചിന്തകൻ, പത്രപ്രവർത്തകൻ എന്നീ നിലകളിൽ പ്രശസ്തൻ. എം.എസ്.പി കമാൻഡന്റായ ഊട്ടുപുലായ്ക്കൽ വേലുക്കുട്ടിയുടെ മകനായി 1930 ജൂലൈ 2ന് പാലക്കാട്ട് ജില്ലയിലെ വിളയൻ ചാത്തന്നൂരിൽ ജനിച്ചു. ഏഴാം മാസത്തിൽ ജനിച്ച കുട്ടിയായതുകൊണ്ട് വിജയന് ബാലാരിഷ്ടതകൾ ഏറെയുണ്ടായി. അതുകൊണ്ട് തന്നെ ഏറെ വൈകിയാണ് ഔപചാരിക വിദ്യാഭ്യാസം ആരംഭിച്ചത്. അരിയക്കോട്ടെ മാപ്പിള സ്കൂളിൽ പേര് ചേർത്തുവെങ്കിലും വല്ലപ്പോഴുമേ അവിടെ പോകാറുണ്ടായിരുന്നുള്ളൂ. 12-ാം വയസ്സിൽ കോട്ടയ്ക്കൽ രാജാസ് ഹൈസ്കൂളിൽ സിക്സ്ത് ഫോമിൽ ചേർന്നുകൊണ്ടാണ് യഥാർത്ഥത്തിൽ സ്കൂൾ വിദ്യാഭ്യാസം ആരംഭിച്ചത്. വേലുക്കുട്ടിക്ക് സ്ഥലം മാറ്റമായപ്പോൾ വിജയന്റെ തുടർന്നുള്ള വിദ്യാഭ്യാസം കൊടുവായൂർ ഹൈസ്കൂളിലായി. കോളേജ് വിദ്യാഭ്യാസത്തിന്റെ ആരംഭം പാലക്കാട് വിക്ടോറിയ കോളേജിലായിരുന്നു. ഇക്കാലത്ത് തന്നെ അദ്ദേഹം മലയാളത്തിലും ഇംഗ്ലീഷിലും എഴുതിയിരുന്നു. ആദ്യത്തെ കഥയായ 'പരാജിതൻ' തിരുവനന്തപുരത്തെ കലാനിധി മാസികയിലും ആദ്യത്തെ ഇംഗ്ലീഷ് കഥ വിക്ടോറിയ കോളേജ് മാഗസിനി (1952)ലും വന്നത് ഇക്കാലത്താണ്. ചെന്നൈയിലെ സുപ്രസിദ്ധമായ പ്രസിഡൻസി കോളേജിലായിരുന്നു വിജയൻ എം.എ.ക്ക് ചേർന്നത്. ഇംഗ്ലീഷ് സാഹിത്യമായിരുന്നു വിഷയം. പാലക്കാട് വിക്ടോറിയ കോളജ്, കോഴിക്കോട് മലബാർ ക്രിസ്ത്യൻ കോളജ്, മധുരയിലെ ഒരു സ്വകാര്യ കോളജ് എന്നിവിടങ്ങളിലായി കുറച്ചുകാലം അധ്യാപനജീവിതം നയിച്ചു. 1955ൽ മലബാർ ക്രിസ്ത്യൻ കോളജിൽ അധ്യാപകനായി ചേർന്ന ഒ.വി. വിജയനെ ഉച്ചത്തിൽ ക്ലാസ് എടുക്കാൻ കഴിയുന്നില്ല എന്ന് ചൂണ്ടിക്കാട്ടി ആ വർഷത്തെ വേനലവധിക്കാലത്ത് പിരിച്ചുവിട്ടു. അധ്യാപക കോഴ്സിന് പഠിക്കാൻ സീറ്റ് ലഭിക്കുന്നതിനുള്ള യോഗ്യതയ്ക്കായി പാലക്കാട്ടെ ഒരു ഉൾനാടൻ ഗ്രാമമായ തസറാക്കിലെ

ഏകാധ്യാപക വിദ്യാലയത്തിൽ പഠിപ്പിക്കുകയായിരുന്നു സഹോദരി ഒ.വി. ശാന്ത അക്കാലത്ത്. പിതാവും രണ്ടാനമ്മയും ശാന്തയോടൊപ്പം തസറാക്കിൽ തന്നെയായിരുന്നു താമസം. ജോലിയിൽ നിന്ന് പിരിച്ചുവിട്ടതിന്റെയും ആയിടെ മാതൃഭൂമി ആഴ്ചപ്പതിപ്പിനയച്ച ഒരു കഥ പത്രാധിപരായ എം.വി. കൃഷ്ണവാരിയരുടെ അഭാവത്തിൽ പ്രമുഖ എഴുത്തുകാരൻ കൂടിയായ സഹപത്രാധിപർ നിരസിച്ചതിന്റെയും മനോവിഷമങ്ങളുമായി തസറാക്കിലെത്തിയ സമയത്താണ് മലയാള നോവൽ സാഹിത്യത്തിലെ നാഴികക്കല്ലായ ഖസാക്കിന്റെ ഇതിഹാസത്തിന്റെ ബീജം വിജയന്റെ മനസ്സിൽ മുളപൊട്ടിയത്. ഏറെ വൈകാതെ മധുരയിലെ മറ്റൊരു കോളജിൽ ജോലി ലഭിച്ചെങ്കിലും മാനേജ്മെന്റുമായി ഒത്തുപോകാൻ തന്നിലെ കമ്മ്യൂണിസ്റ്റ് ആശയങ്ങൾ വഴങ്ങാത്തതിനാൽ വിജയൻ ഏറെ വൈകാതെ തന്നെ അവിടെ നിന്നും രാജി വെച്ചു.

കാർട്ടൂൺ വരയും മാധ്യമപ്രവർത്തനവുമാണ് തന്റെ മേഖലയെന്ന് ഇക്കാലത്താണ് വിജയൻ തിരിച്ചറിയുന്നത്. പിന്നെ വൈകിയില്ല; ഡൽഹിയിലേക്ക് വണ്ടി കയറി. ശങ്കേഴ്സ് വീക്കിലിയിലായിരുന്നു തുടക്കം. വൈകാതെ 'പേട്രിയറ്റി'(Patriot)ലെ ആസ്ഥാന വരക്കാരനായി. രാഷ്ട്രീയ വിമർശനങ്ങളും സാമൂഹിക നിരീക്ഷണങ്ങളും തത്ത്വശാസ്ത്രങ്ങളും ഉൾച്ചേർന്ന വിജയന്റെ കാർട്ടൂണുകൾ 'ഹിന്ദു'വിലും 'സ്റ്റേറ്റ്സ്മാനി'ലും നിറഞ്ഞപ്പോൾ അദ്ദേഹത്തിന്റെ ഖ്യാതി കടൽ കടന്നു. തുടർന്ന് ലോകപ്രശസ്തങ്ങളായ 'ദ ന്യൂയോർക്ക് ടൈംസി'ലും 'ഫാർ ഈസ്റ്റേൺ ഇക്കണോമിക് റിവ്യൂ'വിലും നിത്യസാന്നിധ്യമായി. കാർട്ടൂണിസ്റ്റ് എന്ന നിലയിൽ ലോകപ്രശസ്തനായിരിക്കെ തന്നെ വിജയൻ മാതൃഭാഷയേയും മുറുകെ പിടിച്ചു. കാമ്പുള്ള നോവലുകളും കഥകളും രാഷ്ട്രീയ ലേഖനങ്ങളും കാർട്ടൂണുകളുമായി അദ്ദേഹം മലയാളത്തിലും നിറസാന്നിധ്യമായി.

ഖസാക്കിന്റെ ഇതിഹാസം (1969), ധർമ്മപുരാണം (1985), ഗുരുസാഗരം (1987), മധുരംഗായതി (1990), പ്രവാചകന്റെ വഴി (1992), തലമുറകൾ (1997) എന്നിങ്ങനെ ആറുനോവലുകൾ. വിജയന്റെ കഥകൾ (1978), ഒരു നീണ്ടരാത്രിയുടെ ഓർമ്മയ്ക്കായി (1979), അശാന്തി (1985), ബാലബോധിനി (1985), കടൽത്തീരത്ത് (1988), കാറ്റ് പറഞ്ഞ കഥ (1989), പൂതപ്രബന്ധവും മറ്റ് കഥകളും (1993), കുറേ കഥാബീജങ്ങൾ (1996), ഒ.വി. വിജയന്റെ കഥകൾ, എന്റെ പ്രിയപ്പെട്ട കഥകൾ, അരക്ഷിതാവസ്ഥ എന്നിങ്ങനെ പതിനൊന്ന് കഥാസമാഹാരങ്ങൾ. ഒമ്പത് ലേഖനസമാഹാരങ്ങളുമുണ്ട് വിജയന്റേതായി. ഘോഷയാത്രയിൽ തനിയെ (1987), ഒരു സിന്ദൂര

പ്പൊട്ടിന്റെ ഓർമ്മ (1987), സന്ദേഹിയുടെ സംവാദം (1988), വർഗ്ഗ സമരം സ്വത്വം (1988), കുറിപ്പുകൾ (1988), ഇതിഹാസത്തിന്റെ ഇതിഹാസം (1989), ഹൈന്ദവനും അതിഹൈന്ദവനും (1995), അന്ധനും അകലങ്ങൾ കാണുന്നവനും, ഒ.വി. വിജയന്റെ ലേഖ നങ്ങൾ എന്നിവയാണവ. രണ്ട് കാർട്ടൂൺ സമാഹാരങ്ങളുണ്ട്. ഇത്തിരി നേരമ്പോക്ക് ഇത്തിരി ദർശനം (1999), A cartoonist remmembers (2002) എന്നിവ. 'സമുദ്രത്തിലേക്ക് വഴിതെറ്റി വന്ന പരൽമീൻ' (1999) എന്ന സ്മരണയും 'എന്റെ ചരിത്രാന്വേഷണ പരീക്ഷകൾ' (1989-ആക്ഷേപഹാസ്യം) എന്നിവയാണ് ഇതര കൃതികൾ. വിജയന്റെ ഏതാനും കൃതികൾ ഇംഗ്ലീഷിലേക്ക് മൊഴി മാറ്റം ചെയ്യപ്പെട്ടിട്ടുണ്ട്.

രാഷ്ട്രീയ, സാഹിത്യ മണ്ഡലങ്ങളിൽ നിന്നുള്ള നിരന്തരമായ ആക്രമണങ്ങളെ അതിജീവിച്ച്, മലയാള നോവലിൽ ഒരു നാഴിക ക്കല്ലായി ഇന്നും നിറഞ്ഞുനിൽക്കുന്ന ഖസാക്കിന്റെ ഇതിഹാസ ത്തിനോ, ഏറെ ചർച്ച ചെയ്യപ്പെട്ട ധർമ്മപുരാണത്തിനോ ശ്രദ്ധേയമായ പുരസ്കാരങ്ങളൊന്നും തന്നെ ലഭിച്ചിട്ടില്ല. (ഖസാ ക്കിന്റെ ഇതിഹാസത്തിന് 1970ലെ ഓടക്കുഴൽ പുരസ്കാരം ലഭി ച്ചത് വിസ്മരിക്കുന്നില്ല.) എന്നാൽ 1987ൽ പുറത്തിറങ്ങിയ മൂന്നാ മത്തെ നോവലായ ഗുരുസാഗരത്തിന് കേന്ദ്ര-കേരള സാഹിത്യ അക്കാദമി അവാർഡും വയലാർ അവാർഡും ലഭിച്ചിട്ടുണ്ട്. 2001ൽ കേരള ഗവൺമെന്റ് അദ്ദേഹത്തിന് എഴുത്തച്ഛൻ പുരസ്കാരവും 2003ൽ രാജ്യം പത്മഭൂഷൺ നൽകി ആദരിച്ചു.

ജീവിതത്തിലുടനീളം പലതരം രോഗങ്ങളുടെയും ഫോബിയകളു ടെയും പിടിയിലായിരുന്നു വിജയന്റെ ജീവിതം. അരക്ഷിതമായ ജീവിതബോധത്തിന് സുരക്ഷയുടെ ശീതളിമയും ശമനതാളവും നൽകിയവരായിരുന്നു ഭാര്യ തെരേസ, സഹോദരി ഉഷ, സുഹൃത്തും പത്രപ്രവർത്തകനുമായ മാധവൻകുട്ടി തുടങ്ങിയ വർ. ഡൽഹിയിൽ നിന്നും ഹൈദരാബാദിലേക്കുള്ള താമസ മാറ്റത്തിന് ശേഷം വിജയൻ കൂടുതൽ അരക്ഷിതാവസ്ഥ നേരിട്ടു എന്നു വേണം കരുതാൻ. ഇരുപതു വർഷത്തോളം ശല്യപ്പെടു ത്തിയ പാർക്കിൻസൺ രോഗം വിജയന്റെ എഴുത്തിനേയും ജീവിതത്തേയും പല രീതിയിലും ബാധിച്ചു. 2005 മാർച്ച് 30ന് വിജയൻ ഈ ലോകത്തോട് വിട പറഞ്ഞു. ■

മുഖവുര

തീവ്രധ്യാനിയുടെ ഉൾക്കാതുകളോടെ ജീവിതത്തിന്റെ സ്പന്ദനങ്ങൾക്ക് കാതോർത്ത പ്രവാചകനായ എഴുത്തുകാരനായിരുന്നു ഒ.വി. വിജയൻ. മനുഷ്യനിലെ തമോ,രജ, സാത്വിക ഭാവങ്ങളെ ആവിഷ്കരിക്കുക വഴി തന്നിലെതന്നെ ഇരുളിടങ്ങളെ അതിജീവിച്ച് സസ്യസൗമ്യതകളുടെ വനിമയിലേക്ക് എത്തിപ്പെടാനുള്ള ആത്മവിമലീകരണത്തിന്റെ പാത കണ്ടെത്തുകയായിരുന്നു അദ്ദേഹം. ഒരു ചെറിയ വിഭാഗത്തിന്റെ അധികാരതൃഷ്ണകളും ആസക്തികളുമാണ് ബഹുഭൂരിപക്ഷത്തിന്റെ ജീവിതദുരന്തങ്ങൾക്കും മഹാപീഡകൾക്കും ഹേതുവാകുന്നത് എന്ന അറിവ് അധികാരത്തെ കൊടിയ അശ്ലീലമായി കാണാൻ വിജയനെ പ്രേരിപ്പിച്ചു. അതുകൊണ്ടുതന്നെ അധികാരത്തിനും ആസക്തികൾക്കും എതിരായ പോരാട്ടമായും വിജയന്റെ സർഗ്ഗപ്രവർത്തനങ്ങളെ കാണാവുന്നതാണ്. ജീവിതത്തിലുടനീളം പലവിധ രോഗങ്ങൾക്കും അകാരണമായ ഭയങ്ങൾക്കും അടിമയായിരുന്ന ദുർബല ശരീരനായ വിജയൻ ഇന്ദ്രപ്രസ്ഥത്തിലിരുന്ന് എഴുതിയും വരച്ചും അധികാരവൃന്ദത്തെ വിറപ്പിച്ചു.

ഭാഷയിലും ദർശനത്തിലുമെല്ലാം തന്റെ പൂർവ്വസൂരികളെ സമർത്ഥമായി സ്വാംശീകരിച്ചിട്ടുണ്ട്; വിജയൻ. എഴുത്തച്ഛനും കുമാരനാശാനും ചങ്ങമ്പുഴയും തകഴിയുമെല്ലാം വിജയനിലുണ്ട്. കഥനസ്വഭാവമില്ലാത്ത മനുഷ്യഭാവങ്ങളെ ഒപ്പിയെടുക്കാൻ പുതിയൊരു ഭാഷതന്നെ വിജയൻ സൃഷ്ടിച്ചെടുത്തു.

മലയാളത്തിൽ ഏറ്റവുമധികം ചർച്ച ചെയ്യപ്പെട്ടതാണ് വിജയന്റെ സർഗ്ഗാത്മകലോകം. അവയുടെ വിശകലനങ്ങളിൽ നിന്നും തിരഞ്ഞെടുത്ത ഏറ്റവും മികച്ച ലേഖനങ്ങളുടെ സമാഹാരമാണ് ഒ.വി. വിജയൻ: വായന, പുനർവായന എന്ന ഈ കൃതി. കോപ്പിറൈറ്റിന്റെ പ്രശ്നം ഉള്ളതുകൊണ്ട് ഏറെ ആഗ്രഹിച്ച ചില ലേഖനങ്ങളെങ്കിലും ഇതിലുൾപ്പെടുത്താൻ

കഴിഞ്ഞിട്ടില്ല. വിജയന്റെ സർഗ്ഗാത്മകലോകത്തെ സൂക്ഷ്മമായി സമീപിക്കാൻ ലേഖനങ്ങൾ ഉപകാരപ്രദമാവും എന്ന ഉത്തമ വിശ്വാസമുണ്ട്. ഇതിലെ ലേഖനങ്ങൾ സമാഹരിക്കാൻ സഹായിച്ച സുഹൃത്തുക്കളോടുള്ള നന്ദി വാക്കുകളിൽ ഒതുക്കാവുന്നതല്ല; വിശേഷിച്ചും പ്രവാസിശബ്ദം മാസികയുടെ എഡിറ്ററും പ്രിയ സുഹൃത്തുമായ എം.ജി. രാധാകൃഷ്ണനോടുള്ളത്. ഈ ലേഖനങ്ങളെ അവ കൈകാര്യം ചെയ്യുന്ന സാഹിത്യശാഖകളെ അടിസ്ഥാനമാക്കി നോവൽ, ചെറുകഥ, ജനറൽ, ലേഖനം, കാർട്ടൂൺ, അഭിമുഖം എന്ന ക്രമത്തിലാണ് ഈ ഗ്രന്ഥത്തിൽ വിന്യസിച്ചിരിക്കുന്നത്. ഈ കൃതി പ്രസിദ്ധീകരിക്കാൻ സന്നദ്ധനായ ഗ്രീൻ ബുക്സിന്റെ മാനേജിങ് ഡയറക്ടറും എഴുത്തുകാരനുമായ ശ്രീ. കൃഷ്ണദാസിനോടും ഗ്രീൻ ബുക്സിലെ എന്റെ പ്രിയ സുഹൃത്തുക്കളായ സ്നേഹലത, വി.ബി. ജ്യോതിരാജ്, ഡോ. വി. ശോഭ തുടങ്ങിയവരോടുമുള്ള സ്നേഹവും കടപ്പാടും ഓർത്തുകൊണ്ട് ഈ ഗ്രന്ഥം വായനക്കാർക്ക് സമർപ്പിക്കുന്നു.

വിജയൻ കോടഞ്ചേരി

ഉള്ളടക്കം

ഭാഗം ഒന്ന് - നോവൽ

ഭാഗം ഒന്ന്

നോവൽ

ഖസാക്കിലെ സമ്പദ്‌വ്യവസ്ഥ

എൻ.എസ്. മാധവൻ

ഒന്ന്

മലമ്പുഴത്തോടിന്റെ തീരത്ത്, ചെതലിമലയുടെ ഛായയിൽ, പാലക്കാട് ജില്ലയിൽ, കോയമ്പത്തൂരിൽനിന്ന് മുപ്പതു നാഴിക ദൂരെയായി സ്ഥിതി ചെയ്യുന്ന ഒരു ഗ്രാമമാണല്ലോ ഖസാക്ക്.

ഖസാക്കിൽ എത്തിപ്പറ്റണമെങ്കിൽ നിങ്ങൾക്ക് കൂമൻകാവിൽ ബസ്സിറങ്ങാതെ തരമില്ല. പിന്നെ കണ്ടങ്ങളെ മുറിച്ച് നടക്കുകതന്നെ.

രവി അവിടെയെത്തുന്നത് ഒരു ഏകാദ്ധ്യാപക വിദ്യാലയം സ്ഥാപിക്കുവാനാണ്-ജില്ലാ ബോർഡിന്റെ ഒരു പുതിയ പദ്ധതി.

അക്ഷരവിപണിയിൽ രവിക്കു പുറമെ രണ്ടുപേർകൂടിയുണ്ട്: ഗോപാലുപണിക്കരും, അള്ളാപ്പിച്ചാമൊല്ലാക്കയും. പണിക്കരുടെ എഴുത്തുപള്ളിയിൽ നാലഞ്ചു സനാതനികൾ തറയെഴുത്തു പഠിക്കുന്നു. ഖസാക്കിലെ ഓത്തുപള്ളിയിൽ റാവുത്തർ കിടാങ്ങൾ അള്ളാപ്പിച്ചയ്ക്ക് ശിഷ്യപ്പെട്ട് ഖുർ-ആൻ പഠിക്കുന്നു.

ഗുരു ചമയുന്ന നേരം ഒഴിച്ചാൽ അള്ളാപ്പിച്ച ഖസാക്കിലെ ആദ്ധ്യാത്മിക ജീവിതത്തിൽ തനതു പ്രഭാവം പ്രസരിപ്പിക്കുന്നു.

ഖസാക്കിലെ പതിമ്മൂന്ന് പള്ളികളിലൊന്നിൽ, ഇടിഞ്ഞുപൊളിഞ്ഞ രാജാവിന്റെ പള്ളിയിൽ, വസിക്കുന്ന നൈജാമലി മൺമറഞ്ഞ പുണ്യാത്മാവ് സെയ്യദ് മിയാൻ ഷെയ്ഖിന്റെ നവഖാലിയാരാണ്.

വെഷത്താന്മാരുടെയും ഊട്ടുദൈവങ്ങളുടെയും മദ്ധ്യത്തിലിരുന്ന് പ്രശ്നം വയ്ക്കുന്ന കുട്ടാടൻ പൂശാരി ഖസാക്കിലെ ഹിന്ദുദൈവജ്ഞനാണ്.

ആത്മീയ രംഗത്ത് പിന്നെ അവശേഷിക്കുന്നത് ഒരു രണ്ടാം തലമുറ ദൈവദൂതനാണ്-പണക്കാർ കൊങ്ങന്മാരുടെ മനോവ്യാധി തീർത്ത് പണം സമ്പാദിക്കുവാൻ തുടങ്ങുന്ന ഗോപാലുപണിക്കരും, പ്രിയ ശിഷ്യൻ രാമച്ചാരെന്ന രാമാനന്ദനും.

മായൻ കള്ളവാറ്റ് വില്ക്കുന്നു.

ഏതാണ്ട് ഇത്രയും പേരാണ് ഖസാക്കിലെ സാംസ്കാരിക ചരിത്രത്തിലെ വേഷക്കാർ. സംസ്കാരം എന്ന ശബ്ദത്തിന് ഇവിടെ വിവക്ഷ ഉത്പാദന പ്രക്രിയയ്ക്കുശേഷം മിച്ചം വരുന്നതെന്തും ഉപയോഗിക്കുന്നവർ എന്ന് മാത്രമാണ്.

പക്ഷേ, ഖസാക്കിൽ ഉത്പാദകർ വളരെ കുറച്ചേയുള്ളൂ.

തേവാരത്ത് ശിവരാമൻനായരാണ് ഖസാക്കിലെ ജന്മി. അയാൾ രവിക്കായി വിദ്യാലയം തുടങ്ങുവാൻ തന്റെ ഞാറ്റുപുര ഒഴിഞ്ഞുകൊടുത്തു.

ഇത്തരുണത്തിൽ അയാളുടെ ഭാര്യ അതിപ്രസക്തമായൊരു ചോദ്യം ചോദിച്ചു:

"ഞാറെവടെയിടും?" നാരായണിയമ്മ ചോദിച്ചു.

"ഞാറ് പോയി തൊലയട്ടെ," ശിവരാമൻനായർ പറഞ്ഞു.

ഞാറ്റുപുര നിറയ്ക്കുവാൻ ശിവരാമൻനായർക്ക് അധികം കോപ്പും ഇല്ലല്ലോ. "കടം കൊണ്ട ഇരുപത്തിയഞ്ചുപറ ഒരുപ്പുകിൽ വസ്തുവാണ് തേവാരത്ത് തറവാടിന്റെ സ്വത്ത്."

ശിവരാമൻനായർ കഴിഞ്ഞാൽ ഖസാക്കിൽ പ്രതിപാദിക്കപ്പെടുന്ന ഉത്പാദന പ്രക്രിയയിൽ നേരിട്ട് പങ്കെടുക്കുന്നവരുടെ കനേഷുമാരി അനായാസമാണ്-കാരണം, അവരുടെ സംഖ്യ അംഗുലീപരിമിതമാണ്.

കിണറ് മുങ്ങിത്തപ്പുന്ന 'മുങ്ങാങ്കോഴി' എന്നു പേരുള്ള ചുക്രുറാവുത്തർ.

അറബിക്കുളത്തിൽ കുളിക്കുന്നതിനിടയിൽ മൈമുന ഒളിമിന്നിക്കണ്ട ഞാറ് നട്ടുതൂർത്തുകൊണ്ടിരിക്കുന്ന ചെറുമികളുടെ ഗൂഢസാരം ഖസാക്കിന്റെ ഇതിഹാസകാരൻ പറഞ്ഞുതരുന്നതുമില്ല.

പിന്നെ പനകേറ്റുകാരൻ കുപ്പു. അയാൾക്കധികം അദ്ധ്വാനിക്കേണ്ടിവന്നില്ല. മദ്യനിരോധനം വന്ന കാരണം ജോലി വേഗം പോയി കിട്ടിയല്ലോ.

രവിയുടെ വിദ്യാർത്ഥികളായ ചാത്തന്റെയും പെരയ്ക്കാടന്റെയും മാതാപിതാക്കന്മാർ പനമ്പുനെയ്യുന്ന കവറകളാണ്. അവർ കവറഭാഷ സംസാരിക്കുന്നു. ഇവരെ ഖസാക്കിന്റെ മുഖ്യധാരയിൽ കൂട്ടണമെന്നില്ല.

തുന്നൽക്കാരൻ മാധവൻനായരും അദ്ധ്വാനിച്ചുതന്നെ ജീവിക്കുന്നുവെന്ന് തോന്നിപ്പിക്കുന്നു.

മനോരഞ്ജനത്തിനായി കുരങ്ങുകളിപ്പിക്കുന്ന പണ്ടാരങ്ങളെ അദ്ധ്വാനികളുടെ കൂട്ടത്തിൽ കൂട്ടണമെന്നില്ല. അവർ തീർച്ചയായും ഉത്പാദനപ്രക്രിയയിൽ ബാക്കിവരുന്നത് തിന്ന് ജീവിക്കുന്നവരാണ്.

രവിയുടെ വീട്ടിലെ വേലക്കാരികളായിരുന്ന ആബിദയും ചാന്തുമ്മയും സേവനം വില്ക്കുന്നവരാണ്.

ഖസാക്കിലെ സമ്പദ്വ്യവസ്ഥയിൽ പണ്ടാരന്മാരുടെ ഭൂമിക അതിപ്രധാനമാണ്; അവർക്ക് വേരുകൾ കഷ്ടിയാണെങ്കിലും തമിഴ്നാട്ടിൽനിന്ന്

കാടാറുമാസം സമ്പാദിച്ച പണം അവർ ഖസാക്കിലെ സമ്പദ്വ്യവസ്ഥ യിലേക്ക് ഇറക്കിവിടുന്നു.

ഉപഭോക്താക്കളുടെയും ഉത്പാദകരുടെയും ഇടനിലക്കാരിയായി മൈമുന മാത്രമേ ഉള്ളൂ. അവൾ കട നടത്തുന്നു.

രാമച്ചാരും തരക് പറയുമായിരുന്നു. പക്ഷേ, അത് ദൂരെയുള്ള ചന്ത കളിൽ മാത്രം.

രണ്ട്

അങ്ങനെ ഖസാക്കിലെ സാമ്പത്തികചരിത്രം അല്പം കോടിയിരിക്കു ന്നതായി തോന്നുന്നില്ലേ?

അദ്ധ്വാനം കുറവ്, ആനന്ദം-ദൈവത്തുണയായി, കള്ളവാറ്റായി, കുര ങ്ങുകളിയായി, ഏകാദ്ധ്യാപകൻ ദ്വാരേ വിദ്യാഭ്യാസമായി-ധാരാളം.

പൗരാണിക സമൂഹങ്ങളിലെ കലാസാംസ്കാരിക പ്രവർത്തനങ്ങൾ മിച്ചം വരുന്ന ചോറിന്റെ പരിവർത്തനമായി ചില ചരിത്രകാരന്മാർ[1] കാണുന്നു.

ഇതിനായി തിട്ടമായി കണക്കുചട്ടങ്ങൾ ചില സമൂഹങ്ങൾ സൂക്ഷി ച്ചിരുന്നു.

ഉദാഹരണമായി പഴയ കിഴക്കൻ മൈസൂരിൽ ക്രി.വ. 1800-ൽ സഞ്ച രിച്ച ഈസ്റ്റ് ഇന്ത്യാ കമ്പനിയിലെ ഒരു ഡോക്ടറായിരുന്ന ബുക്കാനൻ സായ്വ് കൃഷിവിഭവം എങ്ങനെയാണ് വിഭജിച്ചിരുന്നതെന്ന് രേഖപ്പെടു ത്തിയിട്ടുണ്ട്.

---

1. ഡി.ഡി. കൊസാംബി: The Culture and Civilization of Ancient India in Historical Outline (ന്യൂഡെൽഹി, 1981 എഡിഷൻ) പേജ് 11.

"മനുഷ്യൻ അപ്പം (bread) കൊണ്ടുമാത്രം ജീവിക്കുന്നില്ല. പക്ഷേ, അപ്പമി ല്ലാതെ, അല്ലെങ്കിൽ എന്തെങ്കിലും രീതിയിലുള്ള അപ്പമില്ലാതെ ജീവിക്കാൻ കഴിയുന്ന ഒരിനം മനുഷ്യരെ നാമിതുവരെയും വികസിപ്പിച്ചെടുത്തിട്ടില്ല. കണിശ മായി പറഞ്ഞാൽ, മാവു പുളിപ്പിക്കാതെ ഉണ്ടാക്കുന്ന അപ്പം (unleavened bread) നവശിലായുഗത്തിന്റെ അന്തിമഘട്ടത്തിലെ (late neolithic) ഒരു കണ്ടുപിടിത്ത മാണ് - ഭക്ഷണപദാർത്ഥങ്ങൾ നിർമ്മിക്കുന്നതിലും സൂക്ഷിച്ചുവയ്ക്കുന്നതി ലുമുണ്ടായ ഒരു ഗണ്യമായ പുരോഗതി. 'ഞങ്ങൾക്കീ അപ്പം നിത്യം നൽകേ ണമേ' എന്നത് ഇന്നും ക്രിസ്ത്യാനികളുടെ ദിവസേനയുള്ള പ്രാർത്ഥനയുടെ ഭാഗമാണ് - ക്രിസ്തീയ ദൈവശാസ്ത്രം പ്രതിഷ്ഠിക്കുന്നുണ്ടെങ്കിലും. യഥാർത്ഥ ഉത്പാദകന് നിലനിൽക്കാനാവശ്യമായ അധികം ഭക്ഷണം ഉണ്ടാവുകയെന്ന താണ് ഏതൊരു ഔപചാരികസംസ്കാര (formal culture)ത്തിന്റെയും അടി സ്ഥാനമായി വർത്തിക്കുന്നത്. മെസപ്പൊട്ടാമിയയിലെ ഗംഭീരമായ സിഗുറാദ് ക്ഷേത്രങ്ങളും, ചൈനയിലെ വൻമതിലും ഈജിപ്തിലെ പിരമിഡുകളും, അല്ലെ ങ്കിൽ, ആധുനികമായ അംബരചുംബികളും നിർമ്മിക്കാൻ ആ കാലഘട്ടങ്ങളിൽ തത്തുല്യമായ വമ്പിച്ച ഭക്ഷണമിച്ചം ഉണ്ടായിരുന്നിരിക്കണം."

2400 സേറ് ധാന്യം വിളയിപ്പിച്ച് ഒരു ഗ്രാമം അതിനെ ഇപ്രകാരം പങ്കിട്ടെടുത്തു:

പൂജാരി	–	5 സേറ്
ധർമ്മം	–	5 സേറ്
കണിയാൻ	–	1 സേറ്
ബ്രാഹ്മണൻ	–	1 സേറ്
അമ്പട്ടൻ	–	2 സേറ്
കുശവൻ	–	2 സേറ്
കൊല്ലൻ	–	2 സേറ്
വെളുത്തേടൻ	–	2 സേറ്
അളവുകാരൻ	–	4 സേറ്
വെളിച്ചപ്പാട്	–	7 സേറ്
ഗ്രാമത്തലവൻ	–	53 സേറ്
കണക്കൻ	–	10 സേറ്
പാറാവ്	–	10 സേറ്
ജലവാഹകൻ	–	20 സേറ്
മൊത്തം	–	124 സേറ്

അതായത് ആകെ വിളവിന്റെ 5 $^{1}/_{6}$ ശതമാനം. ബാക്കിയിൽനിന്ന് പത്ത് ശതമാനം ജന്മിക്കുള്ളതാണ്. മിച്ചം വരുന്നത് പപ്പാതി സർക്കാരും കർഷകരും വിഭജിച്ചെടുക്കുന്നു. കർഷകത്തൊഴിലാളിയുടെ വേതനം കിഴിച്ചതിനുശേഷമാണ് ഈ പങ്കിടൽ.[1]

എന്നാൽ ഖസാക്കിലൊ? രണ്ടു നൂറ്റാണ്ടുമുമ്പ്, ടിപ്പുവിന്റെ കാലത്തിനു തൊട്ട് പിന്നീടുള്ള മൈസൂറിൽനിന്ന് എത്ര ഭിന്നമാണവിടം. നേരിട്ടുള്ള ഉത്പാദനപ്രക്രിയയ്ക്ക് പുറത്തുനിൽക്കുന്ന ഇത്രയുമധികം പേരെ പോറ്റുവാനുള്ള കെല്പ് ഖസാക്കിന് എവിടെനിന്നു കിട്ടി?

ഖസാക്കിൽ ഇത്രയധികം ചോറ് എങ്ങനെ മിച്ചംവന്നു? രവി കുറച്ചു പേരെ തീറ്റിക്കുന്നുണ്ട്. അള്ളാപ്പിച്ചയ്ക്ക് മസാൽച്ചിയുടെ പണിചെയ്യാതെ തന്നെ രവി മാസപ്പടിയായി അഞ്ചുരൂപ കൊടുക്കുന്നു. ആബിദയും ചാന്തുമ്മയും രവിയുടെ ശമ്പളക്കാരികളാണ്. ശിവരാമൻനായർ രവിയുടെ അടുത്തുനിന്ന് വാടകപറ്റുന്നു.

ഇടയ്ക്കിടെ മാധവൻനായർ ഉടുപ്പുകൾ തുന്നിക്കൊടുത്ത് അല്പം പണം സമ്പാദിക്കുന്നുണ്ട്.

പണ്ടാരങ്ങളും ഗോപാലുപണിക്കരും പാണ്ടികളെ പറ്റിച്ചുണ്ടാക്കിയ പണമാണോ ഖസാക്കിലെ സമൃദ്ധമായ സാംസ്കാരിക പ്രവർത്തനങ്ങൾക്ക് കാരണമൂലം? ആണെന്ന് തോന്നുന്നില്ല; കാരണം, ഇവരെല്ലാം 'ഖസാക്കിന്റെ ഇതിഹാസ'ത്തിലെ മർമ്മികളായ കഥാപാത്രങ്ങളല്ലല്ലോ.

---

1. ബുക്കാനന്റെ "മദിരാശിയിൽനിന്നുള്ള സവാരി" (ലണ്ടൻ, 1807) ഒന്നാം വാല്യം.

ഈ പരിതഃസ്ഥിതിയിൽ ഖാലിയാരുടെ അടുത്തേക്ക് മനഃസുഖംതേടി പോകുവാൻ വരുമാനം ഖസാക്കുകാർക്ക് എവിടന്ന് കിട്ടി?

കുട്ടാടൻ പൂശാരിയുടെ ഭരദേവത നല്ലമ്മയ്ക്ക് നേർച്ചപ്പണം കൊടുക്കുവാൻ ഖസാക്കുകൾക്ക് എങ്ങനെ സാധിച്ചു?

മായന്റെ കടയിൽ കള്ളവാറ്റ് കുടിക്കുവാൻ മിച്ചം വന്നതോ കടം വാങ്ങിയതോ ആയ വരുമാനത്തിന്റെ ഉറവിടം?

മൈമുനയുടെ കടയിൽ എരന്നുചെന്ന അവളുടെ ബാപ്പ ചോദിച്ചത് അരിയല്ല - പഞ്ഞം ഇല്ലാത്തതു കൊണ്ടല്ലേ - പിന്നെയോ, ഉമ്മയുടെ തൊലിയിൽ പുരട്ടുവാൻ മെഴുക്കാണ്. അതേ, ബാപ്പ ആലിൻചുവട്ടിൽ ഇരുന്ന് കാലിൽ എണ്ണ പെരട്ടി സുഖിക്കുന്നുമുണ്ട്.

"അങ്ങനെ കാലം ചെല്ലുമ്പോളൊരിക്കൽ ഖസാക്കുകാർ" ഊട്ടാറുള്ള പിതൃശ്രാദ്ധത്തിന്റെ സാമ്പത്തികാധിഷ്ഠാനം? കാവിൽ വേലയുടെയും?

ചുരുക്കിപ്പറഞ്ഞാൽ ഖസാക്കിൽ മിച്ചംവന്ന ചോറ് സമൃദ്ധമാണെന്ന് തോന്നുന്നു.

ഇവിടെയാണ് ഖസാക്കിന്റെ ഘടന ശ്ലഥമാകുന്നത്. ആന്തരികമായ വിരോധാഭാസങ്ങളുടെ ബദ്ധപ്പാടിൽനിന്ന് രക്ഷപ്പെടുവാൻ എഴുത്തുകാരന് ഒരേയൊരു വഴിയെ ഉള്ളു:

ജന്മി തേവാരത്ത് ശിവരാമൻനായരെ ഊതി വീർപ്പിക്കുക.

മുമ്പു പറഞ്ഞതുപോലെ, ശിവരാമൻനായർ കടം തീണ്ടിയ ജന്മിയാണ്. സഹതാപാർഹൻ. പക്ഷേ, ഇത്രയും പെരുത്ത് അവശേഷാന്നഭോജികളെ ആരെങ്കിലും തീറ്റിക്കണ്ടേ?

ഞാറ്റുപുര, അതിപ്രധാനമായ ഒരു സാമ്പത്തിക പുനരുത്പാദന യന്ത്രം, ഒഴിഞ്ഞുകൊടുത്ത ജന്മി, കഥയുടെ അവസാനഭാഗങ്ങളിൽ എതിർവായില്ലാത്ത ജമീന്ദാരാകുന്നു.

"അവിടെ ആൽത്തറയ്ക്കൽ രണ്ടു പക്ഷമുണ്ടായിരുന്നു. അപ്പു റാവുത്തരായി തുടരണമെന്നും തിരിച്ച് കിളിയാകണമെന്നും. കാലിൽ തൈലം പുരട്ടി മൊല്ലാക്കയും ആൽത്തറയ്ക്കലിരുന്നു. ആദ്യത്തെ അഭിപ്രായമായിരുന്നു മൊല്ലാക്കയുടേത്. "ആഹാ, ന്നാൽ നമ്മക്കതൊന്ന് കാണണമല്ലോ" എന്ന് ശഠിച്ച് ശിവരാമൻനായരുമിരുന്നു. മൊല്ലാക്കയെ തറഞ്ഞു നോക്കീട്ട് ഖാലിയാർ പറഞ്ഞു. "പൂരിപച്ചം." പെട്ടെന്ന് സംസാരം നിന്നു. ജന്മിയായ ശിവരാമൻനായരെ പിണക്കുക എന്നത് മര്യാദകേടുമാണ്."

ശിവരാമൻനായർ പിന്നെയും വളർന്നുകൊഴുത്തു. മുസ്ലീം മതനേതാവ്, അള്ളാപ്പിച്ചപോലും തന്റെ വയറ്റത്തടിച്ച രവിയുടെ ഏകാദ്ധ്യാപക വിദ്യാലയത്തിനോട് ഒത്തുതീർപ്പായപ്പോൾ അയാൾ മാത്രം സംഗ്രാമം പ്രഖ്യാപിച്ചുകൊണ്ട് ഒറ്റയ്ക്കുനിന്നു.

കൊഴണിശ്ശേരിയിലെ കമ്മ്യൂണിസ്റ്റുകാർ ഖസാക്കിൽ എത്തുന്നത് കുലനാശം സംഭവിക്കുന്ന വന്യമൃഗങ്ങളെ തേടിപ്പിടിക്കുവാൻ

വേവലാതിപ്പെടുന്ന ജന്തുസംരക്ഷണകുതുകികളെപ്പോലെയാണ്. ഖസാക്കിന്റെ ഭൂമിശാസ്ത്രം മുഴുവൻ അവർ നാഷണൽ ബൂർഷ്വാസിയേയും, ഫ്യൂഡൽ മൂരാച്ചിയേയും, ഉദ്യോഗസ്ഥ ദുഷ്പ്രഭുവിനെയും തേടി.

യാന്ത്രികമായ വർഗ്ഗവിശ്ലേഷണ പ്രവണതകളെ പരിഹസിക്കുന്ന അവരുടെ സംഭാഷണങ്ങൾക്കിടയിൽ സത്യമോ അത്യുക്തിയോ, രണ്ടിൽ ഏതുമോ ആകാം എന്ന മട്ടിൽ ശിവരാമൻനായരെ പറ്റി തട്ടിവിടുന്ന നിരൂപണങ്ങൾ:

("ശിവരാമന്നായര് മൂരാച്ചി ഫ്യൂഡലിസ്റ്റാണ്." കണ്ണി മൂത്താൻ പറഞ്ഞു.

....

"ഉദാഹരണത്തിന്, ഈ ശിവരാമൻ നായര്ടെ പാടത്ത് കൊയ്യാമ്പോണ ചെറ്മികള് റൗക്കയിടാമ്പാടില്ലാന്നാ ചട്ടം...")

ശിവരാമൻനായരെ പിന്നെയും വളർത്തുന്നു.

ഖസാക്കുകാർക്ക് സാംസ്കാരിക പ്രവർത്തനങ്ങൾ നടത്തുവാനുള്ള വരുമാനം ഖസാക്കിന്റെ അടഞ്ഞ സമ്പദ് വ്യവസ്ഥയ്ക്കുള്ളിൽനിന്നു തന്നെ കിട്ടുന്നു എന്ന മട്ടിലാണ് കഥ പുരോഗമിക്കുന്നത്. "പൊതുവെ ഖസാക്കുകാർ സഞ്ചാരികളല്ല"ല്ലോ.

അല്ലെ? ഈ മഹത്തായ ഉപഭോക്തൃസമുദായത്തിൽ വലിയ ഉത്പാദനപ്രവർത്തനങ്ങൾ ഒന്നും നമുക്കു ദൃഷ്ടിഗോചരമാകാത്ത സ്ഥിതിയിൽ കഥയുടെ മറ്റൊരു ഭാഗത്തിൽ ഖസാക്കുകാരെ സഞ്ചാരികളാക്കിയതിൽ തെറ്റില്ല.

അത്തരും കേലനും ഖസാക്ക് വിട്ടുപോയി പണക്കാരായവരാണെങ്കിലും, അവരുടെ വരായ്ക പ്രവാസ സ്ഥാനങ്ങളിൽ ചെലവിടുന്നു.

കാളിയും പാച്ചിയുടെ കെട്ടിയവനും കൊട്ടേക്കാടൻ മലയിൽ പുന്നപ്പാറ അണയ്ക്ക് വേണ്ടി പാറപൊളിക്കുവാൻ പോയി.

ചെറുപ്പകാലത്ത് നൈജാമലിയും കൂമൻകാവിലെ ബീഡിക്കമ്പനിയിൽ ചേരുവാൻവേണ്ടി ഖസാക്ക് വിട്ടുപോയല്ലോ.

കവറകളും തങ്ങളുടെ ഖസാക്ക് വിട്ടുപോയി.

എഴുത്തുപള്ളിക്കാരൻ ഗോപാലുപണിക്കരുടെ രൂപാന്തരം പരദേശത്തു വച്ചാണ് സംഭവിച്ചത്.

ഇതെല്ലാം കാണുമ്പോൾ ഖസാക്കുകാർ സഞ്ചാരപ്രിയരാണെന്നു തന്നെ തോന്നിപ്പോകും.

ഈ വിരോധാഭാസങ്ങൾ 'ഖസാക്കിന്റെ ഇതിഹാസ'ത്തിനെ മനസ്സിലാക്കാനുള്ള അഭിജ്ഞാനങ്ങളാണ്.

മാർക്സ് ഒരിടത്ത് പറഞ്ഞപോലെ 'ആദംസ്മിത്തിന്റെ വിരോധാഭാസങ്ങൾ പ്രസക്തമാണ്; അവയിൽ അദ്ദേഹത്തിനുതന്നെ ഉത്തരം

കണ്ടെത്തുവാൻ പറ്റാത്ത പ്രശ്നങ്ങൾ അടങ്ങിയിരിക്കുന്നു എന്നത് സത്യവും ആണ്. പക്ഷേ, ഇങ്ങനെ തിരിച്ചും മാറ്റിയും പറഞ്ഞുകൊണ്ട് അദ്ദേഹം നമ്മുടെ മുമ്പിൽ സ്വയം നഗ്നനാകുന്നു."[1]

മൂന്ന്

ഖസാക്കിൽ രണ്ടേരണ്ട് തക്നികി മാറ്റങ്ങളേ ഉണ്ടാകുന്നുള്ളു. രണ്ടിന്റെയും കാരണഭൂതൻ സർക്കാർതന്നെ. രണ്ടിടത്തും പൗരാണിക ഉത്പാദനപ്രക്രിയകളെ മുതലാളിത്ത മട്ടിലുള്ള നിർമ്മാണപ്രക്രിയകൾ മറികടക്കുന്നത് വിവരിക്കപ്പെടുന്നു. ഹസ്തകലയെ യന്ത്രയുഗം ഗ്രസിക്കുന്ന കഥ.

ആദ്യത്തെ മാറ്റം അക്ഷരങ്ങൾ നിർമ്മിക്കുന്ന രീതിയിലാണ്. അതിന് നിമിത്തം രവിതന്നെ. വിജയന്റെ വാക്കുകളിൽ:

"... എഴുത്തുപള്ളിയിൽ അക്ഷരങ്ങളല്ലാതെ മറ്റൊന്നുമുണ്ടായിരുന്നില്ല. കേയാ-ഖേയാ-കീയാ-ഖീയാ എന്നിങ്ങനെ മഞ്ചൽക്കാരുടെ മൂളലുപോലെ വായ്ത്താരി മുഴങ്ങി. വിരൽത്തുമ്പു തേയുവോളം പൂഴിയിലെഴുതി.

"ആറും ഏഴും കൊല്ലം അങ്ങനെ പൂഴിയിലെഴുതണം. അത്രയും തപസ്യയ്ക്കുശേഷം അക്ഷരമാല വശമായിക്കഴിഞ്ഞാൽ പിന്നെ മറക്കണമെങ്കിൽ തല വെട്ടണം. ഇന്നാകട്ടെ ഏകാദ്ധ്യാപക വിദ്യാലയത്തിൽ അതൊക്കെ ഏതാനും മാസങ്ങളുടെ ജോലിയാണ്."

അടുത്ത സാങ്കേതിക വ്യതിയാനം മദ്യനിർമ്മാണത്തിലാണ് സംഭവിച്ചത്. പണ്ട് കുപ്പു ഒറ്റയ്ക്ക് പനകേറുമായിരുന്നു. പാരമ്പര്യത്തൊഴിലുകാരന്റെ എല്ലാവിധ വേവലാതികളും പേറി. യന്ത്രബോട്ടുകൾ വരുംമുമ്പ് കടലിലേക്കു പോകുന്ന ഒറ്റവള്ളക്കാരനെപ്പോലെ ഈ ചെത്തുകാരന്റെയും ജീവൻ പനപ്പുറത്ത് ഭാര്യയുടെ പാതിവ്രത്യത്തിൽ നിർഭരമാണ്.

എന്നാൽ സർക്കാർ മദ്യനിരോധനം ഘോഷിച്ചപ്പോൾ മദ്യനിർമ്മാണത്തിലും മൂലധനത്തിന്റെ പ്രഭാവം പരന്നു. വൻതോതിലുള്ള നിർമ്മാണത്തിന്റെ കോലാഹലങ്ങൾ.

"ഖസാക്കുകാരൻ മായാണ്ടി ഏറെ താമസിയാതെ എസെൻസ് വില്പന തുടങ്ങി. ചിലർക്കൊഴിച്ചാൽ ഖസാക്കുകാർക്ക് പൊതുവെ അവണീര് ഇഷ്ടപ്പെട്ടില്ല. മണവും നിറവും ശരിയല്ല... ശർക്കരവെള്ളം നുരപ്പിച്ചു കള്ളാക്കുന്നത് പഴയൊരു സമ്പ്രദായമായിരുന്നു. നുരപ്പന് ഏതാണ്ട് വെള്ളക്കള്ളിന്റെ സ്വാദുണ്ട്. ലഹരി കുറയുമെന്നേയുള്ളു. തേരട്ടയും മിന്നാമിനുങ്ങും അരച്ചുചേർത്തപ്പോൾ നുരയ്ക്ക് വീര്യം കൂടി.

കള്ളുകാരുടെ കുട്ടികൾ നാടാകെ തേരട്ട നായാട്ടിനിറങ്ങി. പാലക്കാട്ടിലെ പ്രാഥമിക വിദ്യാലയങ്ങളിൽ ഹാജരു കുറഞ്ഞു. നാലു

1. കാൾ മാർക്സ്. Theories of Surplus Value (മോസ്കോ, 1963)

ദിവസമായി ചാമുണ്ണിയോ നാകേലനോ വരാത്തതെന്തെന്ന് രവി ചോദിച്ചാൽ മറ്റു കുട്ടികൾ പറയും, "ചേരട്ട പിടിക്കാമ്പോയി, സാർ" വെള്ളക്കള്ളിന്റെ സ്ഥാനം ഏറെക്കുറെ നുരപ്പൻ പിടിച്ചുപറ്റി. നുരപ്പൻ വാറ്റിയാലാകട്ടെ പണ്ടേപ്പോലെ ശുദ്ധിയുള്ള ചാരായവും കിട്ടാനുണ്ടായിരുന്നു."

ഫലസ്വരൂപമോ, "കുടിലിന്റെ മൺചുമരിൽ ആണിയറഞ്ഞ് മാറുതാലിയും ചേറ്റുകുത്തിയും കുപ്പുവച്ചൻ അവിടെ തൂക്കിയിട്ടു. ഏറെത്താമസിയാതെ വലിയ കറുത്ത ചിലന്തികൾ അതിനടിയിൽ പറ്റിയിരിപ്പായി. രണ്ടും മൂന്നും ദിവസമടുപ്പിച്ച് അവിടെ അടുപ്പു പുകയില്ല."

പക്ഷേ കുപ്പുവച്ചൻ രാജിയാകുവാൻ കൂട്ടാക്കിയില്ല.

അക്ഷരവിപണിയിലെ യാന്ത്രികയുഗപ്പിറവിക്കെതിരായി അള്ളാപ്പിച്ചാ ആദ്യമാദ്യം മുറുമുറുത്തെങ്കിലും, പിന്നീട് രവിയോടയാൾ ഒത്തുതീർപ്പ് പ്രഖ്യാപിച്ചു.

ഫ്യൂഡലിസം-അതായത് കൊഴണിശ്ശേരിയിലെ കമ്മ്യൂണിസ്റ്റുകാരുടെ ഭാഷയിൽ-തുടക്കത്തിൽ രവിയുടെ കൂടെയായിരുന്നു. അതിസങ്കീർണ്ണമായ മനോവ്യാപാരങ്ങളാണ് ശിവരാമൻനായരെ ഇതിന് പ്രേരിപ്പിച്ചത്: ഞാറ്റുപുരയിലേക്കുള്ള ഭാര്യയുടെ പുംശ്ചലനം നിർത്തുക, കേലനെപ്പോലെ, സ്കൂൾ തുടങ്ങി പണക്കാരനാകുക, ഇത്യാദി. പക്ഷേ, കഥാന്ത്യത്തിൽ ശിവരാമൻനായർ സ്കൂളിന്റെ ബദ്ധശത്രുവാകുന്നു.

ഖസാക്കിന്റെ സമ്പദ്‌വ്യവസ്ഥ ഏതാണ്ടിതാണ്, ഈ അടിത്തറയ്ക്ക് മേലിലെ ഉപരിഘടന-പ്രത്യയശാസ്ത്രം[1]-യും പഠനാർഹമാണ്.

പ്രത്യയശാസ്ത്രവും സമ്പദ്‌വ്യവസ്ഥയും തമ്മിലുള്ള ബന്ധത്തെക്കുറിച്ച് പലരും എഴുതിയിട്ടുണ്ട്. ഇതിനെ ക്ഷേത്ര ക്ഷേത്രജ്ഞബന്ധമായി കണ്ടവരുണ്ട്. ഈ ഉപരിഘടനയെ സമ്പദ്‌വ്യവസ്ഥയിലെ യാഥാർത്ഥ്യങ്ങളെ വളച്ചൊടിക്കുന്ന കപടബോധമായി ചിത്രീകരിച്ചവരുമുണ്ട്.

അടിത്തട്ടും, മേൽത്തട്ടും തമ്മിലുള്ള ഈ പോര് അവസാനിപ്പിക്കുവാനുള്ള മാർക്സിന്റെ ശ്രമം സുവിദിതമാണല്ലോ. ഈ ഉദ്ഗ്രഥനത്തിനെ മാർക്സ് ഒരിടത്ത് ഉദ്ഘോഷിക്കുന്നത് ഇപ്രകാരമാണ്:

"ഭൗതികജീവിതത്തിലെ ഉത്പാദനരീതികളാണ് സാമൂഹിക, രാഷ്ട്രീയ, ബൗദ്ധിക ജൈവപ്രവർത്തനങ്ങളെ ക്രമീകരിക്കുന്നത്. ലോകരുടെ ബോധമല്ല അവരുടെ നിലനില്പിനെ നിശ്ചയിക്കുന്നത്, മറിച്ച് അവരുടെ സമൂഹാസ്തിത്വം അവരുടെ ബോധത്തിനെ നിശ്ചയിക്കുന്നു."[2]

1. ഉപരിഘടന(super structure)യും പ്രത്യയശാസ്ത്ര(ideology)വും പര്യായപദങ്ങളായി ഉപയോഗിച്ചിരിക്കുന്നു. അതുപോലെതന്നെ സമ്പദ്ഘടനയും, അടിത്തറ(base)യും.
2. കാൾ മാർക്സ്, Contribution to the Critique of Political Economy, മാർക്സ് ഏംഗൽസ് Selected Works (മോസ്കോ, 1973) വാല്യം 1.

ബോധത്തിനെ ഭൗതികാസ്തിത്വത്തിന്റെ പ്രതിബിംബമായി[1] കണക്കാക്കാമെങ്കിൽ എഴുത്തുകാരന്റെ മുമ്പിൽ രണ്ട് വഴികൾ തുറന്നുകിടക്കുന്നു. ഒന്നാമതായി, കേരളത്തിന്റെ സാമൂഹികചരിത്രത്തെ ഖസാക്കിന്റേമേൽ പിടിപ്പിക്കുക, അല്ലെങ്കിൽ ഖസാക്കിന്റെ 'സമ്പദ്ഘടന'യ്ക്ക് ഒത്ത ഒരു ഉപരിഘടന നിർമ്മിക്കുക.

ഒന്നാമത്തതിൽ, വിചാരിക്കുന്നപോലെ, ഖസാക്കിന്റെ ഘടന ശ്ലഥമാകുകയില്ല. കാരണം, അടിത്തട്ടിലെ എല്ലാ മൂലകങ്ങൾക്കും, ഉപരിഘടനയിൽ ഒന്നിനോടൊന്ന് എന്നപോലെ മൂലകങ്ങൾ ഉണ്ടാകണമെന്ന് ആരും ശഠിച്ചിട്ടില്ലല്ലോ. മാത്രമല്ല, സത്യമായ ഉപരിഘടനയുടെ പഠനത്തിൽനിന്നു തന്നെ സമ്പദ്വ്യവസ്ഥയെപ്പറ്റി ഇതുവരെ നമ്മെ കുഴക്കിയ പല പ്രശ്നങ്ങൾക്കും ഉത്തരം കണ്ടെത്തിയെന്നുവരാം.

മറിച്ച് ഖസാക്കിന്റെ സമ്പദ്ഘടനയ്ക്കുമേൽ അതിന്റേതായ ഒരു ഉപരിഘടനനിർമ്മിക്കുവാനായിരുന്നു എഴുത്തുകാരന്റെ തീരുമാനം. ഈ ഉപരിഘടനയുടെ ചരിത്രപരമായ ഉള്ളടക്കം പരിശോധിക്കേണ്ടിയിരിക്കുന്നു.

കേരളത്തിലെ സാമൂഹികചരിത്രവും ഖസാക്കിലെ ജനതതികളുടെ ജീവിത രീതികളും ഇടതും വലതും വച്ച് നമുക്ക് പരിശോധിക്കാം.

മുസ്ലീങ്ങളുടെ കഥ എടുക്കാം. വിദ്യാഭ്യാസത്തിൽ അവർ പണ്ടു തൊട്ടേ പുറകിലായിരുന്നു. 1872 ലാണ് എല്ലാപള്ളികളോടും അനുബന്ധമായ ഖുർ-ആൻ സ്കൂളുകൾ തുടങ്ങുവാനുള്ള പദ്ധതിയുടെ തുടക്കം- അവിടെ മലയാളവും പഠിപ്പിക്കപ്പെടും. പക്ഷേ, ഇത് ശരിക്കും നടന്നില്ല. 1894ൽ വിദ്യാഭ്യാസപ്രസ്ഥാനം പള്ളികളിൽ നിന്ന് വേറെയാക്കി.

സാംസ്കാരിക ബന്ധങ്ങളിൽ മുസ്ലീങ്ങളുടെ ഈ പശ്ചാത്സ്ഥിതി മനസ്സിലാക്കണമെങ്കിൽ മലബാറിലെ, പ്രത്യേകിച്ച് ഇന്നത്തെ പാലക്കാട് ജില്ലയിലെ, ഉത്പാദന ബന്ധങ്ങളെപ്പറ്റി അന്വേഷിക്കേണ്ടിയിരിക്കുന്നു. തീരപ്രദേശങ്ങളിലെ മുസ്ലീങ്ങൾ കച്ചവടക്കാരോ, മീൻപിടുത്തക്കാരോ ആയിരുന്നെങ്കിൽ ഉൾപ്രദേശത്ത്-ഖസാക്ക് അവിടെയാണല്ലോ സ്ഥിതി ചെയ്യുന്നത്-അവർ കർഷകരായിരുന്നു. അതായത് നമ്പൂതിരിമാരുടെയും നായന്മാരുടെയും ജന്മിത്തത്തിന്റെ കീഴിൽ.

ടിപ്പുവിന്റെ മലബാർ ആക്രമണത്തിനിടയിൽ നമ്പൂതിരിമാരും നായന്മാരും പലായനം ചെയ്ത കഥ പ്രസിദ്ധമാണല്ലോ. സർക്കാറിനും

1. ലെനിന്റെ ഫിലസോഫിക്കൽ നോട്ട്ബുക്സിൽ, ഹെഗലിന്റെ സയൻസ് ഓഫ് ലോജിക്-ന്റെ മാർജിനിൽ കുറിച്ച കുറിപ്പിൽ ഈ ആശയം ഇങ്ങനെ അവതരിപ്പിക്കപ്പെടുന്നു: "ജീവൻ മസ്തിഷ്കത്തിന് ജന്മം നൽകുന്നു. മനുഷ്യമസ്തിഷ്കത്തിൽ പ്രകൃതി പ്രതിഫലിക്കുന്നു. തന്റെ പ്രയോഗത്തിൽ സാങ്കേതിവിദ്യ (technique)യിലും ഈ പ്രതിഫലനങ്ങൾ ഉപയോഗിക്കുകയും അവ എത്രത്തോളം ശരിയാണെന്ന് പരിശോധിക്കയും ചെയ്യുന്നതിലൂടെ മനുഷ്യൻ വസ്തുനിഷ്ഠ സത്യ(objective truth)ത്തിൽ എത്തുന്നു." ലെനിൻ. collected Works (മോസ്കോ, 1976 എഡിഷൻ) വാല്യം 38, പേജ് 201

(സുൽത്താന്റെ) കർഷകനായ മുസ്ലീമിനും ഇടയ്ക്കുള്ള മദ്ധ്യവർത്തികൾ ഒഴിഞ്ഞുകിട്ടി. കൃഷിഭൂമി കർഷകന് എന്ന സ്ഥിതി.

ഈ ഇടവേള ഇരുപത്തിയഞ്ച് കൊല്ലം മാത്രമാണ് നീണ്ടുനിന്നത്. ബ്രിട്ടീഷുകാർ 1798-ൽ, യുദ്ധത്തിൽ തോറ്റ ടിപ്പുവിന്റെമേൽ ശ്രീരംഗപട്ടണം ഉടമ്പടി അടിച്ചേല്പിച്ചു. ബ്രിട്ടീഷുകാരുടെ ഭൂഭരണനയത്തിന് ഇടനിലക്കാർ ആവശ്യമായിരുന്നു. ജന്മികൾ തിരിച്ചെത്തി. അവർ മുസ്ലീങ്ങളോട് രൂക്ഷമായ ഒരു നിലപാടാണ് സ്വീകരിച്ചത്. പ്രത്യേകിച്ചും മതം മാറിയ പുതുമാപ്പിളമാരോട്. പള്ളിക്ക്-എന്തിന് മയ്യത്തുപറമ്പിനുപോലും-ഭൂമി വിട്ടുകൊടുക്കുവാൻ അവർ തയ്യാറായില്ല. അങ്ങനെ വർഗ്ഗപരമായ ഒരു നിലപാട് സ്വീകരിക്കുവാൻ രണ്ട് കൂട്ടരും നിർബന്ധിതരായി.[1]

ഖസാക്കിലെ മുസ്ലീങ്ങളുടെ ഭൂമിയുമായുള്ള ബന്ധം അവ്യക്തമാണ്. (അവരുടെ ഉപജീവനമാർഗ്ഗം തന്നെ ഗവേഷണ വിധേയമാണല്ലോ). സാംസ്കാരിക മഞ്ചത്തിൽ അവർ ഹിന്ദുക്കളുടെ സമശീർഷരായി നിൽക്കുന്നു. പിതൃശ്രാദ്ധത്തിന്റെ തീയതി കുറിക്കുന്നത് അള്ളാപ്പിച്ച. തിരിച്ച് നൈജാമലിയെ ഹിന്ദുക്കളും ആരാധിക്കുന്നു. മൺമറഞ്ഞ ദിവ്യൻ ഷെയ്ഖ് ഖസാക്കിന്റെ പൊതുസ്വത്താണ്. പുളിയിലെ 'പോതി' യെ അള്ളാപിച്ചയും ഉള്ളുകൊണ്ട് പേടിക്കുന്നു. പൊതുവേ ശാശ്വത സഹവർത്തിത്വത്തിൽ ഖസാക്കിലെ മിനാരങ്ങളും കുട്ടാടൻ പൂശാരിയുടെ ദൈവപ്പുരയും കുളിച്ചു നിൽക്കുന്നു.

മതപരമായ അടിത്തറയെ തകർക്കുന്നത് ബ്രിട്ടീഷ് കൊളോണിയൽ ഭരണമാണ്. ഈ അടിത്തറയുടെ നാരായവേരിൽ ബ്രിട്ടീഷ്ഭരണം കത്തിവച്ചത് രണ്ട് രീതിയിലാണ്. ആദ്യമായി സാമ്പത്തികമായി ഇതിനെ തകർക്കുക. പിന്നെ ആശയപരമായി സാമ്പത്തികമായി ഇതിനെ തകർക്കുന്നത് ഭൂസ്വത്തിൽ കരം ഏർപ്പെടുത്തിക്കൊണ്ടായിരുന്നു. ഇതിലൂടെ ഭൗതികബന്ധങ്ങൾക്ക് ഉലച്ചിൽ തട്ടി. ഫ്യൂഡൽ ബന്ധങ്ങൾ, കരാറു ബന്ധങ്ങളായി മാറി. കുടിയാൻ-അടിമകൾ സ്വതന്ത്രരായി. ഇത് മൂലധനത്തിന്റെ പ്രഭാവമുള്ള ഉല്പാദന രീതികളിലേക്ക് തൊളിലാളികളുടെ ആവശ്യം നേരിട്ടതുകൊണ്ടാണ്. ഖനികളിലേക്ക് തീവണ്ടിപ്പാത നിർമ്മിക്കുവാൻ. തേയില/കാപ്പി തോട്ടങ്ങളിൽ പണിക്കാർക്കുവേണ്ടി[2] ബുദ്ധിയുടെ തലത്തിൽ, ഇംഗ്ലീഷ് വിദ്യാഭ്യാസവും മിഷനറിമാരും ഈ വ്യവസ്ഥയെ തകർക്കുവാൻ ഉതകി.

മുതലാളിത്ത രീതിയിലുള്ള ഉത്പാദനക്രമത്തിലേക്കുള്ള കേരള പ്രയാണം ഇവിടത്തെ മതത്തലവൻമാരെ സ്വാഭാവികമായും വിഷമിപ്പിച്ചു: കാരണം, ഈ മാറ്റം മതബന്ധങ്ങളുടെ തകർച്ചയെ കുറിച്ചു. ജാതിയിൽനിന്നു വർഗ്ഗത്തിലേക്കുള്ള പ്രയാണം.

1. വില്യം ലോഗൻ, Malabara Manual (മദിരാശി, 1951 എഡിഷൻ)

2. ഈ ഭാഗങ്ങൾ എഴുതുവാൻ ഫാങ്കോ ഫുറ്റാർട്ടിന്റെയും ഗനിവീവ് ലെമർ സീനിയറിന്റെയും "കേരളത്തിലെ സാമൂഹിക-മത പ്രസ്ഥാനങ്ങൾ മുതലാളിത്ത രീതിയിലുള്ള ഉത്പാദനത്തിന് പ്രതിക്രിയയായി" എന്ന ലേഖനം (Social Scientist തിരുവനന്തപുരം, 1978 ജൂലായ് ലക്കം നോക്കുക) സഹായിച്ചിട്ടുണ്ട്.

ഭൂമിയുമായി സുദൃഢമായ ബന്ധം വിവരിക്കാത്തതിന്റെ ധ്വനി, ഖസാക്കിൽ സ്വതന്ത്രമായി വിഹരിക്കാവുന്ന ഒരു തൊഴിലാളിക്കൂട്ടമുണ്ടെന്നാണോ? എങ്കിൽ ഖസാക്കിനെ ഒരു അടഞ്ഞ സമ്പദ് വ്യവസ്ഥയായി എന്തിന് ചിത്രീകരിച്ചു? അതുതന്നെ നിഷേധിച്ചുകൊണ്ട് കച്ചവടക്കാരെയും പുന്നപ്പാറ അണ പണിയുവാൻ തൊഴിലാളികളെയും എന്തിന് പുറത്തേക്കയച്ചു? മുൻപു പറഞ്ഞ സാങ്കേതിക മാറ്റങ്ങൾ സാമൂഹിക ബന്ധങ്ങളെ പിന്നെയും യഥാപൂർവ്വവത്തായി വിട്ടുകളഞ്ഞതെന്തെ?

ഈ വിഭ്രാന്തിക്ക് ഒരു കാരണം കാണും. അടിത്തറയും മേൽത്തട്ടും പുസ്തകത്തിന്റെ താളുകളുടെ സീമയ്ക്കുള്ളിലല്ലല്ലോ തേടേണ്ടത്. കലാപ്രവർത്തനങ്ങളും സാമൂഹികബന്ധങ്ങളുടെ ഉപരിഘടനയുടെ ഭാഗമാകുന്നു.

വക്രിച്ച സമ്പദ്‌വ്യവസ്ഥയും, സ്വപ്നസമാനമായ സാംസ്കാരിക ബന്ധങ്ങളും ഒരു സന്ദേശത്തിന്റെ ഭാഗമാകാം. ഈ സന്ദേശത്തിനെ മനസ്സിലാക്കണമെങ്കിൽ, ഇനിയും ഖസാക്കിന്റെ തട്ടിൻപുറം തപ്പേണ്ടിയിരിക്കുന്നു. ഭാഷ, മിത്തുകൾ, ഘടന, ഭരണകൂടത്തിനോടുള്ള സമീപനം തുടങ്ങിയവ.

നാല്

ഭരണകൂടം ഖസാക്കിന്റെ അച്ഛനായിരുന്നു. അച്ഛനായതുകൊണ്ടുതന്നെ അറിവും കൂടും. ജ്ഞാനിയായ ഭരണകൂടം, ലോകവിവരങ്ങൾ ഖസാക്ക് പൈതങ്ങളെ അറിയിക്കുന്നു. ഖസാക്കുകാർ ഇരുളിൽ ഒളിച്ചിരിക്കുന്ന ദുർഭൂതങ്ങളെ കണ്ട് പേടിക്കുമ്പോൾ എത്തിപ്പിടിക്കുന്നത് ഭരണകൂടത്തിന്റെ കൈവിരലുകൾ തന്നെ.

ഭരണകൂടത്തിനെ നാം ആദ്യമായി ശരിക്കും അടുത്ത് (അകലം ആണല്ലോ പൈതൃകമായ അധികാരത്തിന്റെ ഒരു പൗരാണിക ലക്ഷണം) കാണുന്നത് നൈജാമലിയെ പൊലീസ് സ്റ്റേഷനിൽ തല്ലിച്ചതയ്ക്കുമ്പോഴാണ്.

“ജയിൽ മുറിയിൽ തല്ലുകൊണ്ട് അവശനായി നൈസാമലി കിടന്നു. കനപ്പെട്ട കുറ്റങ്ങളാണ്... ബോധം മങ്ങുകയും തെളിയുകയും ചെയ്തു. ആ വ്യതിയാനങ്ങളിലൂടെ അയാൾ ഒരു ചോദ്യത്തിന് വ്യർത്ഥമായി ഉത്തരം തേടി. അള്ളാപ്പിച്ചാമൊല്ലാക്കയും താനുമായുള്ള യുദ്ധത്തിൽ പോലീസിന് എന്തു കാര്യം?”

നൈസാമലി കുമ്പസാരക്കടലാസിൽ തുടർന്ന് ഒപ്പു വയ്ക്കുന്നു. ഭരണകൂടം പിന്നെയും പുത്രവത്സലനാകുന്നു. ഇൻസ്പെക്ടർ:

“ഒക്കെ ശരിപ്പെടുത്താം. അലി ഇപ്പോ ലോക്കപ്പിലിലേക്ക് പോവൂട്ടോ, സുഖമായി ഒറങ്ങു. കേസൊക്കെ പിൻവലിക്കും, പോട്ടോ, രാമന്നായരേ, ചായ്യോ കാപ്പ്യോ എന്താ ആലിക്ക് വേണ്ടത്ച്ചാൽ കൊടുക്കൂ. പിന്നെ ഇത്തിരി തണ്ത്തതെന്തെങ്കലും, നീലിഭൃംഗാദിയോ റ്റൊ, തേപ്പിച്ച് ധാരാളം തണ്ത്ത വെള്ളത്തില് കുളിപ്പിക്കൂ”

ദണ്ഡത്തിന് ശേഷം ദാനം, കുട്ടികളുടെ കിടമത്സരത്തിൽ ("അള്ളാപ്പിച്ചാ മൊല്ലാക്കയും താനുമായുള്ള യുദ്ധത്തിൽ പൊലീസിനെന്ത് കാര്യം?") ഇടപെടുന്ന അച്ഛൻ...

രവിയുടെ സ്കൂൾ പരിശോധിക്കുവാൻ എത്തുന്ന ഭരണകൂടം, നിസ്സംശയം പിതാവ് തന്നെ. 'ഖസാക്കിന്റെ പതിമ്മൂന്നാം അദ്ധ്യായത്തിലാണ്' ("അച്ഛൻ") ഇത് വിവരിക്കപ്പെടുന്നത്:

(കാൽപടങ്ങൾ തമ്മിലുരസി പൊടി തട്ടി കാലുകൾ കസേരയിലേക്ക് കേറ്റിവെച്ച് ഇൻസ്പെക്ടർ ഇരുന്നു. താടി വടിച്ചിട്ടില്ലാത്ത ആ മുഖവും അഴിവിന്റെ ഗന്ധവും രവി പിന്നീട് പലവുരു ഓർക്കുകയുണ്ടായി..."

വെള്ളിനിറത്തിലുള്ള കുറ്റിരോമങ്ങളിൽ വെയിലേറു വീണു.

"മോൻ എന്നെ താങ്ങിയിരുത്തൂ," രവി ഓർത്തുപോയി

അച്ഛൻ തന്റെ മാറിൽ ചാരി ഇരിക്കുന്നു...)

പിന്നീട്, അച്ഛൻ... ഇൻസ്പെക്ടർ... പൂർവ്വകാലം... അങ്ങനെ ഊടും പാവും ആയി കഥ നീങ്ങുന്നു.

അറിവിന്റെ ഉറവിടവും-ബാല്യകാലത്തെ പുത്രന് പിതാവ് എന്ന പോലെ-ഭരണകൂടം തന്നെ. ജ്ഞാനത്തിനുവേണ്ടിയുള്ള ജ്ഞാനം രവിയിലൂടെ ഭരണകൂടം ഖസാക്കിന് നൽകുന്നു. നുണുങ്ങു വിവരങ്ങൾ അംശം കോൽക്കാരനും, തപ്പാൽക്കാരനും നൽകുന്നു.

പക്ഷേ, ഇടയ്ക്കിടെ അംശം അധികാരി പിതൃശാസനങ്ങൾ ഖസാക്കിനെ അറിയിക്കുന്നു.

'മദ്യനിരോധനം വന്നു, കൊഴണിശ്ശേരിയധികാരി പറഞ്ഞയച്ച ഒരു തോൽക്കൊല്ലൻ അവിടെ വന്ന് കൊട്ടിയറിയിച്ചു.'

കുപ്പു പനകയറ്റം നിർത്തി. അച്ഛനെ പേടിക്കണമല്ലോ.

ഭരണകൂടം പിതാവിനെപ്പോലെ ഭയമോചകനും കൂടി ആണല്ലോ.

'കുട്ടാപ്പുനരി പാലക്കാട്ടേയ്ക്കു വെച്ചടിച്ചു. സർക്കാർ നിരത്താണ്. ഇവിടെവച്ച് പ്രേതം പിടിയ്ക്കുകയാണെങ്കിൽ അതൊന്നു കാണട്ടെ.'

പിതൃഭാഷയിൽ കുട്ടികൾക്കുള്ള നിഷ്കളങ്കമായ വിശ്വാസം.

പക്ഷേ, ഭരണകൂടം, ഒരു മാതൃകാപിതാവിനെപ്പോലെ, മുഴുവൻ സമയം കുട്ടികളിൽനിന്ന് വേറിട്ടുനിൽക്കുന്നില്ല. ചിലപ്പോൾ അവരുടെ കളികളിൽ പങ്കെടുത്ത്, അവരുടെ പേച്ചുകൾ തെറ്റാണെന്നറിഞ്ഞിട്ടും, അറിയാത്ത ഭാവം നടിച്ച്, തലകുലുക്കുന്നു.

രവിയുടെ വിദ്യാലയം ഖസാക്കിനെ സംബന്ധിച്ചിടത്തോളം പുരോഗതിയിലേക്കുള്ള ഒരു കാൽവെപ്പായിരുന്നു. എന്നിട്ടും ആശയങ്ങളുടെ ലോകത്തിൽ രവി, ഭരണകൂടത്തിന്റെ പ്രതിനിധി, സംഘർഷങ്ങൾ ഒഴിവാക്കുവാൻ ശ്രമിച്ചു. അയാളെ അവിടെയെത്തിച്ച സമ്പദ് സാമൂഹിക വ്യവസ്ഥകളെയെല്ലാം മറന്ന് അയാളും അവിടത്തെ അന്ധവിശ്വാസങ്ങളിലൂടെ കുട്ടികളെ നയിച്ചു.

പള്ളിയുടെ കൊത്തളംപോലെ വലിയ എട്ടുകാലികൾ... നമുക്ക് ആത്മാവുണ്ടെങ്കിൽ പേനുകൾക്കും ആത്മാവുണ്ട്... പിക്നികിന് പോകുമ്പോൾ ജലഭൂതത്തിന്റെയടുത്ത് പോകരുത് എന്ന വിലക്ക്...

ജന്തുശാസ്ത്രവും കണക്കും പഠിപ്പിക്കുന്നതിന്റെ ഇടയ്ക്ക് ഖസാക്കിലെ ഏകാദ്ധ്യാപകൻ സംഘർഷങ്ങൾ ഒഴിവാക്കി, തെളിച്ച വഴിയിലൂടെ നടക്കുവാൻ ശ്രദ്ധകാട്ടി.

അഞ്ച്

സമ്പദ് വ്യവസ്ഥയെ നിമ്നോന്നതമായി ചിത്രീകരിക്കുക

ഉത്പാദന ബന്ധങ്ങളുടെ നേരേ കണ്ണടയ്ക്കുക

സാംസ്കാരിക പ്രവർത്തനങ്ങൾക്കു പിന്നിലെ സാമൂഹികാവസ്ഥയെപ്പറ്റി ശ്രദ്ധിക്കാതിരിക്കുക

സാങ്കേതിക മാറ്റങ്ങൾ സർക്കാർ മുഖാന്തരം സംഭവിപ്പിക്കുക

ഭരണകൂടം പിതൃരൂപത്തിൽ സ്ഥിതിചെയ്യുക

സംസ്കൃതി വളർത്തുന്നതിൽ സർക്കാർ ദത്തശ്രദ്ധരായിരിക്കുക

പക്ഷേ, ഇടയ്ക്കിടെ തന്റെ തീവ്രമായ ശക്തിയെ ഭരണകൂടം, ഓർമ്മിപ്പിക്കുക.

ഇതെല്ലാം എന്തോ ഓർമ്മിപ്പിക്കുന്നു. ഒന്ന് കണ്ട് മറന്നതുപോലെ കൊളോണിയൽ ബുദ്ധിജീവികൾ തങ്ങളുടെ സാമ്രാജ്യത്തെക്കുറിച്ചെഴുതിയാൽ ഒരുപക്ഷേ ഇങ്ങനെ ഇരിക്കും. മക്കാളെസായ്‌വ് ഖസാക്കിന്റെ ഇതിഹാസം എഴുതിയാൽ ഈ ബിന്ദുക്കളിലായിരിക്കും ശ്രദ്ധ ഊന്നുക.

മാർക്സ് ഭരണകൂടത്തിനെ ഒരു കപട സാർവജനീനത (false universality) ആയി കണ്ടു. എന്തെന്നാൽ ഭരിക്കുന്ന വർഗ്ഗം സ്വതാത്പര്യങ്ങൾ സമസ്ത ജനങ്ങളുടെയും പേരിൽ ആണയിട്ട് നടപ്പിലാക്കുന്നു. ഇത്തരം ഒരു കപട സാർവജനീനത കൊളോണിയലിസ്റ്റ് ഭരണാധികാരികൾക്കും ആവശ്യമായിരുന്നു. അതിനുവേണ്ടി അവർ ഭരണകൂടത്തിനെ അച്ഛനാക്കുന്നു. ജനങ്ങൾക്ക് നന്മ പ്രക്രിയയിലേക്ക് നെറ്റിയിലെ വിയർപ്പുതുള്ളികൾ വീഴ്ത്താതെ സംസ്കാര ജീവിതത്തിൽ മദിച്ചിരിക്കുക. എല്ലാവരും ഒരേ പിതൃഛത്രത്തിന്റെ ഛായയിൽ ആനന്ദിച്ചിരിക്കുന്നു. ജീവിതതരംഗത്തിലെ സംഭവങ്ങൾ - മരണം, ജനനം, സുരതം, ഋതുവാകൽ - മാത്രമേ അവരെ പിടിച്ചു കുലുക്കുന്നുള്ളൂ.

പിതൃത്വവാദത്തിന് പുറമേ, കൊളോണിയലിസ്റ്റുകൾ പ്രജകളുടെ അന്ധവിശ്വാസങ്ങളും മതവികാരങ്ങളും സ്പർശിക്കുവാൻ മടിച്ചിരുന്നു എന്നതാണ് മറ്റൊരു പ്രത്യേകത. 1857-ലെ ലഹളയ്ക്കുശേഷം റാണി വിക്ടോറിയ തന്റെ ഇന്ത്യൻ പ്രജകൾക്ക് വാഗ്ദാനം ചെയ്തതും ഇതു തന്നെയാണല്ലോ.

സ്ഥിതി (preservation) ആണ് കൊളോണിയലിസ്റ്റ് ബുദ്ധിജീവികളുടെ മുഖ്യ ജീവിതസിദ്ധാന്തം. ഇത് തെളിയിക്കുവാനായി ഇവരുടെ

ചരിത്രകാരന്മാർ ഇന്ത്യയിൽനിന്നും, ആഫ്രിക്കയിൽനിന്നും (പ്രത്യേകിച്ച് കെനിയ, നൈജീരിയ, എന്നിവിടങ്ങളിൽനിന്ന്) കൊളോണിയൽ ഭരണ കാലത്തെ പുകഴ്ത്തുന്ന പഴഞ്ചന്മാരുടെ രേഖകൾ കണ്ടെത്തിയിട്ടുണ്ട്.

പക്ഷേ, കൊളോണിയൽ സമാധാനം വെറും മിഥ്യയായിരുന്നു. സാമൂഹികതലത്തിൽ, അക്ഷൗഹിണികൾ അപ്പുറത്തും ഇപ്പുറത്തുമായി നില കൊള്ളുവാൻ തുടങ്ങി. മുതലാളിത്ത-പൂർവ്വ ചൂഷണോപാധികളെ പുനഃസംഘടിപ്പിക്കുക എന്നതു തന്നെയായിരുന്നു ഭരണകൂടത്തിന്റെ ലക്ഷ്യം.

കൊളോണിയലിസം ഇന്ത്യയിൽ എത്തുന്നതിനുമുമ്പ് ഭൂമി കീഴടക്കി സൂക്ഷിക്കുവാനുള്ള ഒരു വസ്തു മാത്രമായിരുന്നു. തൊഴിൽശക്തിയുടെ മേൽ ആധിപത്യം സ്ഥാപിക്കുവാനുള്ള ഒരു ഉപകരണം.[1]

കാലം മാറിയപ്പോൾ ഭൂമി ക്രയവിക്രയം ചെയ്യാവുന്ന ഒരു വസ്തുവായി മാറി. തൊഴിലാളിയുടെമേൽ നേരിട്ട് ഭരണകൂടത്തിന് ആധിപത്യം സ്ഥാപിക്കേണ്ട ആവശ്യം തോന്നിയില്ല. ഇടനിലക്കാർ, മിച്ചം സംഭരിച്ച സർക്കാറിനെത്തിച്ചു.

മലബാറിൽ 1830-ന്റെ അടുത്താണ് ഭൂമിവില്പന നിയമങ്ങൾ നടപ്പിലാക്കിയത്. മുതലാളിത്തപൂർവ്വ ഉത്പാദനരീതികളുടെ അന്ത്യംകുറിച്ച ഈ നിയമങ്ങൾ ഭൂബന്ധങ്ങളെ ആകെ ഉലച്ചു.

ഭൂമിയിൽനിന്ന് കരം ചുമത്തി മിച്ചം പിടിച്ചെടുക്കുക എന്നതായിരുന്നു കൊളോണിയൽ സാമ്പത്തിക ശാസ്ത്രത്തിന്റെ കാതൽ. വാസ്തവത്തിൽ കൊളോണിയൽ ഭരണമെന്ന് പറഞ്ഞാൽ, മൂലധനത്തിന്റെ ചൂഴ്ന്നിറങ്ങൽ മൂടിവയ്ക്കുവാനുള്ള ഒരു പുകമറ മാത്രമായിരുന്നു. അതുകൊണ്ട് ഈ കാലഘട്ടത്തിലെ "പതുക്കെയുള്ള മാറ്റങ്ങളും" സ്ഥിതിപ്രകാരവും വെറും ചിലരുടെ കപോലകല്പിതം മാത്രമായിരുന്നു.

ഇതിനെക്കുറിച്ച് ഒരുപക്ഷേ കൊളോണിയൽ ബുദ്ധിജീവികൾ ബോധവാന്മാരായിരിക്കും. പക്ഷേ, കോലായിലെ ചാരുകസേരയിൽ അവർ കൊളോണിയൽ ഭരണകൂടത്തിനെ കിടത്തി - ഒരു കാരണവപ്പാടിനെപ്പോലെ പിതൃബിംബമായി.[2]

ഇത്തരത്തിലുള്ള ചിത്രീകരണം വാസ്തവമല്ലെങ്കിൽ, വാസ്തവം എന്താണെന്നതു നിർവ്വചിക്കേണ്ടിയിരിക്കുന്നു. വാസ്തവം എന്നത് കൈയിൽ എണ്ണാവുന്നതും, ഇന്ദ്രിയാനുഭൂതവും ആണോ?

ഖസാക്കിൽ രണ്ടുതരത്തിലുള്ള വാസ്തവങ്ങളുണ്ട്. ഒന്ന് കാണാവുന്നതും കേൾക്കാവുന്നതും (ഈ നോവലിലെ ഭാഷയോടുള്ള സമീപനത്തെക്കുറിച്ച് മറ്റൊരിടത്ത് പ്രതിപാദിക്കപ്പെടുന്നു). ആയ സംഭവങ്ങൾ -

1. എച്ച് അലവിയുടെ "ഭാരതവും കൊളോണിയൽ രീതിയിലുള്ള ഉത്പാദനവും" എന്ന ലേഖനം നോക്കുക (Social Register, 1975)

2. എസ്.എഫ്. സെയ്ൽ-ന്റെ "മാപ്പിള ലഹളകൾ: പ്രത്യയശാസ്ത്രവും സാമൂഹികമാറ്റങ്ങളും" (Journal of Asian studies, 1975) എന്ന ലേഖനം ഇതിന് അവലംബമാണ്.

ഇവ വളരെ ചിട്ടയായി ഒരുക്കിയിരിക്കുന്നു. ഇതിനപ്പുറമുള്ള സത്യത്തിനെ ഖസാക്കുകാർ മായയായി കണക്കാക്കുന്നു.

നൈജാമലി പോലീസ് സ്റ്റേഷനിൽവച്ച് കമ്മ്യൂണിസ്റ്റ് അല്ലാതെ ആകുന്നത് ഒരു ജിന്ന് കാരണമാണല്ലോ.

"മഴയെപ്പറ്റിയാണ് സംസാരം. ഒന്നു മൂളിക്കൊടുത്താൽ മതി, കാരണവർ ഉത്സാഹത്തോടെ പറഞ്ഞു കൊള്ളും. മഴ മനുഷ്യനെ കറക്കാതിരുന്ന കാലമുണ്ടായിട്ടില്ല."

"അതല്ലേ കുട്ടീ ഈ മായ?"

വാസ്തവത്തോടുള്ള ഖസാക്കുകാരുടെ ഈ സമീപനത്തിൽ വലിയ പുതുമയൊന്നും ഇല്ല. ബേക്കണും, കാന്റും ഇതുതന്നെയാണ് അവരുടെ ആശയശാസ്ത്രമാക്കിയത്.

ദൃശ്യഗോചരമായതോ, അനുഭവപ്പെടുവാൻ പറ്റിയതോ (empirical) ആയ എന്തും അടക്കി തിട്ടപ്പെടുത്തുക. ഇതായിരുന്നു അവരുടെ യാഥാർഥ്യം.

തൊടാൻ പറ്റാത്തതെന്തിനെക്കുറിച്ചും ഭൗതികാതീതമായ ഒരു നിലപാട് സ്വീകരിക്കുക അനുഭവിക്കാൻ പറ്റാത്തതെന്തും നിരപേക്ഷകങ്ങളായ ഉന്നത സത്യങ്ങൾ.

പ്രത്യയശാസ്ത്രം സിദ്ധാന്തങ്ങളുടെ ഒരു താഴിക അല്ല. മനുഷ്യൻ സമുദായത്തിൽ എങ്ങനെ തന്റെ വേഷം ആടുന്നു എന്ന് അത് കാണിക്കുന്നു. അയാളുടെ സാമൂഹികബന്ധങ്ങളിൽ ബന്ധിതമായ അയാളുടെ ആശയങ്ങൾ, ഇമേജുകൾ, മൂല്യങ്ങൾ എന്നിവ സമൂഹത്തെക്കുറിച്ചുള്ള അസ്സൽ ജ്ഞാനം അയാൾക്ക് നിഷേധിക്കുന്നു.

കലയും പ്രത്യയശാസ്ത്രവും ആയി ഉള്ള ബന്ധം സങ്കീർണ്ണമാണ്. സാമ്പത്തിക, രാഷ്ട്രീയ, നൈതികശാസ്ത്രങ്ങളെപ്പോലെ അതും ഉപരിതലഘടനയുടെ ഭാഗമാണ്. പക്ഷേ, കല, രാഷ്ട്രീയ-സാമ്പത്തിക ശാസ്ത്രങ്ങളെ അപേക്ഷിച്ച് അത്യധികം ധന്യവും അതാര്യവും ആണ്. (ഏംഗൽസ്)[1]

നിയമസംഹിതകളിലും രാഷ്ട്രീയമായ നിലപാടുകളിലും വർഗ്ഗതാത്പര്യങ്ങൾ ഏതാണ്ട് നഗ്നമായിത്തന്നെ പ്രകടിപ്പിക്കപ്പെടുന്നു. കല ഇതിൽനിന്ന് വ്യത്യസ്തമാണ് എന്ന് ഏംഗൽസ് പറയുന്നത് അതിന്റെ അനാര്യതയും പ്രകടതയുടെ അഭാവവും കൊണ്ടാണ്.

'ഖസാക്കിന്റെ ഇതിഹാസ'ത്തിൽ ആശയപരമായി കൊളോണിയലിസ്റ്റ് ബുദ്ധിജീവികളുടെ നിലപാടും, ചരിത്രപരമായ ഉള്ളടക്കവും വാസ്തവത്തിൽ നിന്ന് അതിദൂരെ സ്ഥിതിചെയ്യുവാനും ഉള്ള കാരണം എന്താണ്?

പ്രാഥമികമായി ഇതിനെ ഒരു നോവൽ എന്നു മാത്രം കണക്കാക്കുക. അതായത് ഇതൊന്നും തന്റെ പ്രത്യയശാസ്ത്രപരമായ നിലപാട്

1. ഏംഗൽസ്, Ludwing Feurback and the end of Classical German Philosophy.

വെളിവാക്കുവാൻവേണ്ടി വിജയൻ ചെയ്തതല്ല എന്നും, ഇതിനകത്ത് പ്രയോഗിച്ചിരിക്കുന്ന എല്ലാ വിദ്യകളും കലാനുഭൂതി പരിപുഷ്ടിപ്പെടുത്തുവാൻ (optimize) വേണ്ടി മാത്രമുള്ള ഉപായങ്ങളാണെന്നും വയ്ക്കുക.

എങ്കിൽ ഈ പരിപുഷ്ടിപ്പെടുത്തൽ പ്രക്രിയയിൽ എന്തുകൊണ്ട് ചില മൂലകങ്ങൾ സ്വീകരിക്കപ്പെട്ടു? മറ്റുചില മൂലകങ്ങളുടെ ത്യാഗം എങ്ങനെ വിശദീകരിക്കും?

സംഖ്യക ശാസ്ത്രത്തിന്റെ ഭാഷയിൽ ഓരോ വാക്കിനും, ഓരോ ഇമേജിനും ഒരു കലാസൃഷ്ടിയിൽ പ്രത്യക്ഷപ്പെടുവാനുള്ള സാദ്ധ്യത (probability) സമമാണോ?

അങ്ങനെയെങ്കിൽ നമുക്ക് പേനകൾ ഒറാങ് ഉട്ടാന്മാരെ ഏല്പിക്കാം. ഒരു ദശലക്ഷക്കാലം അനവരതം ടൈപ്പ് കൊട്ടുവാൻ ആൾക്കുരങ്ങുകളെ അനുവദിച്ചാൽ ഷേക്സ്പിയറിന്റെ ഒരു ഗീതി ഉണ്ടാകും എന്നാണ് ശാസ്ത്രജ്ഞനായ അലക്സീസ് കാറെലിന്റെ മതം.

അതായത് ഓരോ വാക്കിന്റെയും ഓരോ ഇമേജിന്റെയും പിറകിൽ ഒരു തിരഞ്ഞെടുപ്പ് ഉണ്ട്.

ഈ തിരഞ്ഞെടുപ്പ് കലാകാരന്റെ ഭൗതിക സാഹചര്യങ്ങൾക്ക് കൃത്യമായ അനുപാതത്തിലാണ് എന്നു പറയുക പ്രയാസം. കാരണം, ഉപരിഘടനയുടെ ഭാഗമെന്ന നിലയിൽ കലയുടെ സ്ഥിതിവൈചിത്ര്യം തന്നെ.

പക്ഷേ, വാസ്തവാതീതമായ ഒരു കാഴ്ചപ്പാടിൽനിന്ന് കലയെ വിലയിരുത്തുന്നതും ശരിയായിരിക്കുകയില്ല. കലാസൃഷ്ടിയെ അതിന്റെ ഉള്ളിന്റെ ഉള്ളിലെ വികാസനിയമങ്ങൾകൊണ്ടുമാത്രം മനസ്സിലാക്കുക എന്നതും ബുദ്ധിശൂന്യം. അതുകൊണ്ട്, കലാകാരനെക്കൊണ്ട് മുൻപറഞ്ഞ തിരഞ്ഞെടുപ്പ് നടത്തിക്കുന്ന ശക്തികളെ മനസ്സിലാക്കുവാൻ ശ്രമിക്കുക.

"മനുഷ്യർ അവരുടേതായ ചരിത്രം നിർമ്മിക്കുന്നു. പക്ഷേ, അവർക്ക് തോന്നുംപോലെ അത് ഉണ്ടാക്കുവാൻ പറ്റുകയില്ല; അവർ തിരഞ്ഞെടുത്ത സാഹചര്യങ്ങളിലും അത് നിർമ്മിക്കപ്പെടുന്നില്ല. പിന്നെയോ, നേരിട്ട് ഏറ്റുമുട്ടിയ, നേരിട്ട് ലഭിച്ച, ഭൂതകാലത്തിൽനിന്ന് കൈമറിഞ്ഞുകിട്ടിയ സാഹചര്യങ്ങളിൽവെച്ച് അതു നിർമ്മിക്കപ്പെടുന്നു.[1]

1. മാർക്സ് The Eighteenth Brumaire of Louis Bonapart: Marx Engels Collected Works (മോസ്കോ, 1978, വാല്യം 11 പേജ് 103)

ആരും കൂടണയാത്ത മൂവന്തികളുടെ താഴ്വരയിൽ

ഡോ. വി. രാജകൃഷ്ണൻ

ഒ.വി. വിജയന്റെ 'ഖസാക്കിന്റെ ഇതിഹാസ'ത്തെക്കുറിച്ച്, ഇന്ന് എഴുതാനിരിക്കുന്ന ഒരാളുടെ മുമ്പിൽ കടന്നുവരുന്ന ഒരു ചോദ്യം, ഈ കൃതിയിൽ കൊച്ചുകൊച്ചു പരിഷ്കാരങ്ങൾ വരുത്താനും, തനിക്കു പില്ക്കാലത്തു സംഭവിച്ച ആത്മീയപരിണാമത്തിന്റെ വെളിച്ചത്തിൽ ഇതിനെ വ്യാഖ്യാനിക്കുവാനും തന്റെ സൃഷ്ടിയുടെ പിന്നിലുണ്ടായിരുന്ന പ്രേരണകൾ വിശദീകരിക്കുവാനും നോവലിസ്റ്റ് നടത്തിയിട്ടുള്ള ശ്രമങ്ങളെ മറക്കാൻ കഴിയുമോ എന്നതാണ്. പുസ്തകത്തിന്റെ രണ്ടാം പതിപ്പുതൊട്ട് വിജയൻ തന്റെ കന്നിനോവലിന്റെ ഉള്ളടക്കത്തിലും ഭാഷയിലും ചില്ലറ മിനുക്കുപണികൾ ചെയ്യാനാരംഭിച്ചു. പാഠത്തിന്റെനേർക്കുള്ള ചെറുതെങ്കിലും സൂക്ഷ്മമായ ഈ ഹിംസ അതിന്റെ അന്തിമരൂപത്തിലെത്തിയത് 1994-ൽ പുറത്തുവന്ന പുസ്തകത്തിന്റെ ഇംഗ്ലീഷ് പതിപ്പിലായിരുന്നു ('The Legends of Khasak'- Penguin Books). വിജയൻതന്നെ നിർവ്വഹിച്ച നോവലിന്റെ ഇംഗ്ലീഷ് പരിഭാഷ പുസ്തകത്തിന്റെ അന്തർഭാഗത്തെ സ്പർശിക്കുന്ന പല മാറ്റങ്ങളും അടങ്ങിയ ഒന്നായിരുന്നു. നോവൽ മൊഴിമാറ്റം നടത്തിയപ്പോൾ തന്റെ കഥാനായകന്റെ അന്വേഷണത്തിലെ നിഷേധാത്മകവും അരാജകത്വം മുറ്റിയതുമായ അംശങ്ങൾ പലതും നോവലിസ്റ്റ് ചോർത്തിക്കളഞ്ഞതുപോലെ തോന്നി. തന്റെ മനസ്സിന്റെ അതിലോലമായ ആഴങ്ങളിൽ പതിഞ്ഞിട്ടുള്ള മുറിവുകൾ മൂടിവയ്ക്കാനുള്ള രക്ഷാകവചമെന്ന മട്ടിൽ കേന്ദ്രകഥാപാത്രം കൈയാളുന്ന വിരുദ്ധോക്തിയും നിന്ദയും പരിഭാഷയിൽ ശാന്തസ്വഭാവംപൂണ്ട അദ്ധ്യാത്മികതയ്ക്കു വഴിമാറിക്കൊടുത്തു. 'ഖസാക്കിന്റെ ഇതിഹാസ'ത്തിന്റെ ഉത്പത്തിയെ സംബന്ധിച്ച് നീണ്ട വർഷങ്ങളുടെ ഇടവേളയ്ക്കുശേഷം വിജയൻ പറഞ്ഞ കാര്യങ്ങളും ചില അഭിമുഖസംഭാഷണങ്ങളിലും ലേഖനങ്ങളിലും അദ്ദേഹം നടത്തിയിട്ടുള്ള നിരീക്ഷണങ്ങളും വിരൽചൂണ്ടുന്നത് ഒറ്റ ദിശയിലേക്കാണ്. സ്വന്തം കാഴ്ചപ്പാടിലും മൂല്യസങ്കല്പത്തിലും പയ്യെപ്പയ്യെ സംഭവിച്ച ഊന്നൽവ്യത്യാസത്തിനും പുനർവിന്യാസത്തിനുമനുസരണമായി നോവലിസ്റ്റ് തന്റെ ആദ്യരചനയെ വായിച്ചെടുക്കാൻ

ശ്രമിക്കുകയായിരുന്നു. തന്റെ സർഗ്ഗജീവിതത്തിന്റെ രണ്ടാംപകുതിയിൽവെച്ച് വിജയൻ ആരംഭിച്ച ഈ തിരുത്തൽപ്രക്രിയയെ ഏതു രീതിയിൽ നോക്കിക്കാണണം, അല്ലെങ്കിൽ അതിന് എത്രമാത്രം സാധുത കല്പിക്കണം എന്നൊരു ചോദ്യം ഈ കൃതിയുടെ മുമ്പിൽ എത്തിപ്പെടുന്ന ഒരു വായനക്കാരന്റെ/വിമർശകന്റെ മുമ്പിൽ ഇന്ന് ഉയർന്നുനില്പാണ്. ഈ നോവൽ ആദ്യം വെളിച്ചം കണ്ടപ്പോൾ സാഹിത്യാന്തരീക്ഷത്തിലുണ്ടായ വിസ്ഫോടനത്തിന്റെ ഓർമ്മ നിലനിർത്തുകയും മലയാളിയുടെ സംവേദനക്രമത്തിൽ അത് ഉളവാക്കിയ ആഘാതം ഏറ്റുവാങ്ങുകയും ചെയ്ത—മറ്റൊരുതരത്തിൽ പറഞ്ഞാൽ, തന്റെ ബുദ്ധിപരമായ മുതിർച്ചയുമായി ബന്ധപ്പെട്ട ഒരു സാഹിത്യസംഭവമായി 'ഖസാക്കിന്റെ ഇതിഹാസ'ത്തെ മനസ്സിൽ കാത്തുസൂക്ഷിക്കുന്ന—ഒരു വായനക്കാരനെ സംബന്ധിച്ചിടത്തോളം വേഗം തീർപ്പുകല്പിക്കേണ്ട ഒരു കുസൃതിച്ചോദ്യംകൂടിയാണിത്.

ആധുനികത എന്ന പേരിലറിയപ്പെടുന്ന സാഹിത്യരംഗത്തിന്റെ ആവിർഭാവവുമായി ബന്ധപ്പെടുത്തിക്കൊണ്ടാണ് 'ഖസാക്കിന്റെ ഇതിഹാസ' ത്തെ തുടക്കംതൊട്ട് പലരും വിലയിരുത്തിപ്പോന്നിട്ടുള്ളത്. ഈ നോവൽ ഒരു യുഗപ്പകർച്ചയ്ക്ക് വഴിയൊരുക്കി. ഭാഷയുടെ മറഞ്ഞുകിടക്കുന്ന സാദ്ധ്യതകളെ—ഉച്ചരിക്കപ്പെടാത്ത ഏതൊക്കെയോ നിനവുകളെയും അതോടൊപ്പം വാക്കുകൾക്കും പ്രതീകങ്ങൾക്കുമപ്പുറം പടർന്നേറുന്ന ചില ഭാവങ്ങളെയും — സാക്ഷാത്കരിക്കുന്നതിൽ ഏറെ മുമ്പോട്ടുപോയ ഈ കൃതി മുഴുപ്പൊത്ത ഒരു സൗന്ദര്യവിപ്ലവത്തിന്റെ സത്തയുൾക്കൊണ്ടു. ആയിരത്തിതൊള്ളായിരത്തി അറുപതുകളുടെ ആദ്യപകുതിയിൽ നമ്മുടെ ചെറുകഥാ-നോവൽ സാഹിത്യത്തിൽ സ്പന്ദിച്ചു തുടങ്ങിയ ചില സന്ദേഹശീലങ്ങളും കലാപപ്രേരണകളും 'ഖസാക്കിന്റെ ഇതിഹാസ'ത്തിൽ വ്യക്തതയും വ്യാപ്തിയും കൈവരിച്ചു. ഒരുപക്ഷേ, ഇത്രതന്നെ പ്രാധാന്യമർഹിക്കുന്ന വേറൊരു വസ്തുത 'ഖസാക്കിന്റെ ഇതിഹാസം' യൗവനത്തെ ചൂഴ്ന്നുനില്ക്കുന്ന പ്രത്യേകതരം വൈകാരിക കാലാവസ്ഥയിൽ പിറവികൊണ്ട ഒരു രചനയാണ് എന്നതാണ്. വിഷാദത്തെക്കൂടി മധുരീകരിക്കുന്ന ഇതിലെ ശീലുകൾ യുവത്വത്തിന്റെ ഉൾക്കാമ്പിൽനിന്നു കിനിഞ്ഞിറങ്ങിയവയാണ്. മരണത്തെ ഓമനക്കൗതുകത്തോടെ വീക്ഷിക്കുന്ന ഒരു പ്രായത്തിന്റെ സാഹസികതയാണ് ഈ കൃതിയിലെ നിഷേധവ്യഗ്രമായ ജീവിതസങ്കല്പത്തിനു പിന്നിൽ കുടികൊള്ളുന്നത്. സ്വപ്നങ്ങൾ ജീർണ്ണിക്കുന്നതും പ്രത്യയശാസ്ത്രങ്ങൾ മനുഷ്യനു ചുറ്റും മുൾവേലികളും തടവുപാളയങ്ങളും തീർത്തുകൊണ്ട് വിജയമാഘോഷിക്കുന്നതും നോക്കി പകച്ചുനില്ക്കുന്ന ഒരു യുവഹൃദയത്തിന്റെ നിലയ്ക്കാത്ത സന്ദേഹങ്ങളാണ് ഈ നോവലിൽ ആവർത്തിച്ചു കടന്നുവരുന്ന ചോദ്യങ്ങളും അപൂർണ്ണവിരാമങ്ങളുമായി പരിണമിച്ചത്. മനഃശാസ്ത്രജ്ഞന്മാർ പറഞ്ഞുവച്ചിട്ടുള്ളതരത്തിൽ, ജീവിതത്തിലെ പ്രധാനപ്പെട്ട വഴിത്തിരിവുകളിലൊന്നായ യൗവനകാലഘട്ടത്തിൽ ഒരു വ്യക്തി കടന്നുപോകുന്ന സ്വത്വപ്രതിസന്ധിയുടെ തീക്ഷ്ണമായ

രൂപമാണ് ഈ നോവലിലെ അനുഭവബോധത്തെ നിർവ്വചിക്കുന്നത്. മധ്യവയസ്സിൽ, അല്ലെങ്കിൽ വാർദ്ധക്യത്തിൽ, കൈവന്ന പക്വതപൂണ്ട തിരിച്ചറിവിന്റെ പിൻബലത്തിൽ നോവലിസ്റ്റ് തന്റെ നഷ്ടഭൂതകാലത്തിന്റെ ഭാഗമായ ഒരു കലാസൃഷ്ടിയിൽ ഭേദഗതി വരുത്താനും അതിനെ തിരുത്തി വായിക്കാനും ശ്രമിക്കുന്നത് നാം സഹാനുഭൂതിയോടെ നോക്കിക്കാണേണ്ട ഒരു ചെറുവിനോദത്തിൽ കവിഞ്ഞെന്തെങ്കിലുമാണോ?

അങ്ങനെ 'ഖസാക്കിന്റെ ഇതിഹാസം' ഒരെഴുത്തുകാരന് ജീവിതത്തിൽ ഒരിക്കൽമാത്രം നടത്താൻ സാധിക്കുന്ന ഒരു സൃഷ്ടിയാണെന്ന തോന്നൽ മുൻനിർത്തിക്കൊണ്ട് 'തിരുത്തൽവാദി'യായ വിജയന്റെ കൈകളിൽനിന്ന് അദ്ദേഹത്തിന്റെ ആദ്യരചനയെ രക്ഷപ്പെടുത്തേണ്ടത് ആവശ്യമാണെന്ന ഉത്തമ വിശ്വാസത്തിന്റെ അടിസ്ഥാനത്തിൽ, ഞാൻ ഇവിടെ നടത്തുന്ന പഠനത്തിൽ 1969-ൽ വെളിച്ചംകണ്ട പുസ്തകത്തിന്റെ ഒന്നാംപതിപ്പിനെ പ്രമാണമായി കൈക്കൊള്ളുകയാണ്.[1] സാഹിത്യഗവേഷണത്തിലെ അംഗീകൃത മാനദണ്ഡങ്ങൾക്കു വിരുദ്ധമായ ഒരു രീതിയാണിത് എന്നറിഞ്ഞുകൊണ്ടാണു ഞാനിങ്ങനെ ചെയ്യുന്നത്.

രണ്ട്

തന്റെ നോവലിന്റെ നിർമ്മാണപശ്ചാത്തലത്തിലേക്കും രചനാവേളയിലുള്ള തന്റെ മാനസികാവസ്ഥയിലേക്കും നടത്തിയ തിരിഞ്ഞുനോട്ടത്തിനിടയിൽ വിജയൻ 'ഖസാക്കിന്റെ ഇതിഹാസം' പ്രയാണത്തിന്റെ കഥയാണ് എന്നു പറഞ്ഞുവെച്ചിട്ടുണ്ട്. നോവലിൽ ഏറ്റവുമധികം ആവർത്തിക്കപ്പെടുന്ന സൂചകപദങ്ങളിലൊന്നാണ് യാത്ര. യാത്രാബിംബങ്ങളെ കേന്ദ്രമാക്കിയാണ് നോവലിന്റെ ആഖ്യാനഘടനയാകെ ചിട്ടപ്പെടുത്തിയിട്ടുള്ളത്. പ്രധാനകഥാപാത്രമായ രവി അഗമ്യഗമനത്തിൽനിന്നുടലെടുത്ത പാപഭീതിയിൽ നിന്നു രക്ഷനേടാൻ, ജീവിതം തന്റെ മുമ്പിൽ വെച്ചുനീട്ടുന്ന വാഗ്ദാനങ്ങളെയെല്ലാം പിന്നിൽ തള്ളിക്കൊണ്ട് ഏറ്റെടുക്കുന്ന നിർലക്ഷ്യമായ യാത്രയിൽ നിന്നാണ് നോവലിലെ കഥ വികാസംകൊള്ളുന്നത്. ഈ യാത്രയുടെ ഗതിയെയും ഉള്ളടക്കത്തെയുംകുറിച്ചുള്ള വിചാരത്തിലേക്കു പ്രവേശിക്കുന്നതിനുമുമ്പായി അത് സ്ഥലരാശിയിൽ എങ്ങനെ രൂപംകൊള്ളുന്നു എന്നു നോക്കുന്നത് നന്നായിരിക്കും. രവിയുടെ യാത്രയുടെ സ്ഥലസംബന്ധമായ മാനത്തെ (spatial dimension)ക്കുറിച്ചുള്ള പരിഗണനകൾ അയാളുടെ വാഴ്വിനു വന്നുപെടുന്ന വിച്ഛിത്തിയുമായും വ്യക്തിത്വത്തിനു സംഭവിക്കുന്ന പരിവർത്തനവുമായും കെട്ടുപിണഞ്ഞു കിടക്കുന്നതായി കാണാൻ കഴിയും.

ഊട്ടിയിൽ കുന്നിൻചെരിവിലുള്ള തന്റെ വീട്ടിൽനിന്നാണ് രവിയുടെ ഓർമ്മകൾ ആരംഭിക്കുന്നത്. കുന്നുകളിൽ വസന്തം വരുമ്പോൾ തെളിയുന്ന പൂത്തിട്ടകളും നിലാവുനിറഞ്ഞ താഴ്വരയിൽ പൂത്തുനില്ക്കുന്ന

1. ഒ.വി.വിജയൻ — 'ഖസാക്കിന്റെ ഇതിഹാസം.' തൃശൂർ: കറന്റ് ബുക്സ്, 1969. എല്ലാ ഉദ്ധരണികളും ഈ പതിപ്പിൽനിന്ന്.

കാപ്പിച്ചെടികളും അയാളുടെ കുട്ടിക്കാലത്തിന്റെയും കൗമാരത്തിന്റെയും സ്മൃതിചിത്രങ്ങളിൽ പതിഞ്ഞുകിടക്കുന്നു. രവിയുടെ തിരിഞ്ഞുനോട്ടത്തിനിടയിൽ തെളിഞ്ഞുവരുന്ന വശ്യമായ ഒരു മുഹൂർത്തം, നഗരത്തിന്റെ പ്രസരംതട്ടി മങ്ങിയ എയ്ത്തുനക്ഷത്രങ്ങളെപ്പോലെ തിളങ്ങുന്ന രാപ്പക്ഷികൾ മുകളിലൂടെ പറന്നു പോകുന്നതുനോക്കി മദിരാശിയിലെ മെരീനാ കടൽപ്പുറത്ത് പത്മയുമൊന്നിച്ചു കിടന്ന രംഗമാണ്. അന്തിവെളിച്ചത്തിലെ കടലോരത്തിന്റെ ദൃശ്യം കഥയിൽ ഒരു തവണ മാത്രമേ കടന്നുവരുന്നുള്ളൂവെങ്കിലും അതിന്റെ അജ്ഞാതഭീതി കലർന്ന സൗന്ദര്യം രവിക്കു വിഹ്വലത പകരുന്നതായി കാണാൻ കഴിയും. അടുത്തതായി നാം കാണുന്നത് റെയിലുകൾ പതിഞ്ഞസ്വരത്തിൽ താളം കൊട്ടുന്നതു കേട്ടുകൊണ്ട് തീവണ്ടിമുറികളിൽ കിടന്നുറങ്ങുന്ന രവിയെയാണ്. ഈ പലായനത്തിനിടയിൽ രവി കടന്നുപോകുന്ന പ്രദേശങ്ങളെക്കുറിച്ച് നോവലിസ്റ്റ് സൂചനകൾ നല്കുന്നുണ്ട്:

> ....ബസ്സുകളിൽ കുന്നുകളുടെ ഓരംചുറ്റിപ്പോകുന്ന ചുവന്ന ചരൽപ്പാതകളിലൂടെ ആ യാത്ര പിന്നെയും നീണ്ടു. കമ്പം പിടിച്ച, വെളുത്തുകൊഴുത്ത, അന്തേവാസിനികളുള്ള ആശ്രമങ്ങൾ. ചെവിടിമണ്ണുനിറഞ്ഞ ഗ്രാമങ്ങൾ. സംഘർഷവും ആശയും നിലച്ച കുഷ്ഠരോഗാലയങ്ങൾ. ഉമിത്തീപോലെ സിഫിലിസ്സു നീറിപ്പിടിച്ച നനഞ്ഞ തെരുവുകൾ. അങ്ങനെ എത്രകാലം കഴിഞ്ഞു? എവിടെ പോകുന്നു? എന്തിന്?
> (പുറം 140–41)

ഒടുവിൽ രവി എത്തിപ്പെടുന്നത് മൊട്ടക്കുന്നുകൾ കാവൽനില്ക്കുന്ന ഒരു പരന്ന താഴ്വരയിലാണ്. ജീർണ്ണിച്ച പള്ളിയും മിനാരങ്ങളും ചതുപ്പുനിലങ്ങളുമടങ്ങിയ ഖസാക്ക് സത്യത്തിൽ അനാകർഷകമായ ഒരിടമാണ്. നമ്മുടെ ദൃശ്യബോധത്തിന് ഉന്മേഷം പകരുന്ന യാതൊന്നും ഖസാക്കിലില്ല. നോവലിലെ പ്രകൃതിബിംബങ്ങളിൽ വിജയൻ ആവാഹിക്കുന്ന അഴക് ഒന്നു മാത്രമാണ് ഭൂമിശാസ്ത്രപരമായ ഒരു യാഥാർത്ഥ്യമെന്നനിലയിൽ ഈ പാലക്കാടൻ ഗ്രാമത്തിനുള്ള വിരസത പൊതിഞ്ഞുവയ്ക്കുന്നത്.

രവിയുടെ ഈ സഞ്ചാരപഥത്തിൽ അയാളുടെ സൂക്ഷ്മജീവിതത്തെയും ഒപ്പംതന്നെ ഇതിഹാസകാരന്റെ പ്രപഞ്ചാവബോധത്തെയും കുറിച്ചുള്ള ചില ദിശാസൂചനകൾ അടങ്ങിയിരിപ്പുള്ളതായി എനിക്കു തോന്നുന്നു. സാഹിത്യത്തിൽ സ്ഥലം വഹിക്കുന്ന പങ്കിനെക്കുറിച്ച് അന്വേഷണം നടത്തിയിട്ടുള്ള ചില വിമർശകന്മാർ, നിരപ്പായ സ്ഥലങ്ങളെ ദുരന്താനുഭവവുമായി ബന്ധപ്പെടുത്തിക്കൊണ്ടുള്ള ചില നിഗമനങ്ങളിൽ ചെന്നണഞ്ഞ കാര്യം ഈ സന്ദർഭത്തിൽ മനസ്സിൽ കടന്നുവരുന്നു. യുദ്ധങ്ങൾ അരങ്ങേറാറുള്ളത് പലപ്പോഴും പരന്ന പ്രദേശങ്ങളിലാണ് (ഹോമറുടെ 'ഇലിയഡ്' ഓർമ്മിക്കുക. ഹെമിംഗ്‌വെയുടെ 'ഫോർ ഹും ദ ബെൽ ടോൾസ്' എന്ന നോവലും). സാഹിത്യത്തിൽ നിരപ്പായ സ്ഥലങ്ങൾ

പലപ്പോഴും ജീർണ്ണതയുമായും പഴയയുള്ള ആത്മീയമരണവുമായും ദുരന്തവുമായും ബന്ധപ്പെട്ടു നിലകൊള്ളുന്നു. തിരശ്ചീനതയും (horizontality) ദുരന്താനുഭവവുമായി ഒരുതരം സൂക്ഷ്മബന്ധമുള്ളതായി ചില സാഹിത്യനിരൂപകന്മാർ കണ്ടെത്തിയിട്ടുണ്ട്. ഉദാഹരണത്തിന് സാമുവെൽ ബെക്കറ്റിന്റെ പ്രശസ്തമായ നോവൽത്രിതയത്തിലുടനീളം തിരശ്ചീനത ശപ്തമായ മനുഷ്യാവസ്ഥയുടെ ഏകമാനമായി വർത്തിക്കുന്നു.

ആൽബർ കമ്യുവിന്റെ രചനകളുടെ കൂട്ടത്തിൽ ഏറ്റവും പ്രസാദശൂന്യവും നൈരാശ്യം നിറഞ്ഞതുമായ ഒന്നാണ് അദ്ദേഹത്തിന്റെ അവസാനത്തെ നോവലായ 'പതനം' ('The Fall',1957). സ്വയം ശിക്ഷയ്ക്കു വിധിച്ച്, താൻ ഒരിക്കൽ ഗർവ്വോടെ പരിലസിച്ചിരുന്ന പാരീസിലെ പരിഷ്കൃതസമൂഹത്തിൽനിന്ന് ഓടിയകന്ന്, കുറ്റബോധത്താൽ പിടയുന്ന മനസ്സുമായി വൈരൂപ്യം മുറ്റിയ ആംസ്റ്റർഡാംനഗരത്തിൽ എത്തിപ്പെടുന്ന ഷാൻ-ബാപ്റ്റിസ്റ്റ് ക്ലമൻസ് എന്ന ന്യായാധിപനാണ് ഈ നോവലിലെ പ്രധാന കഥാപാത്രം. ദാന്തെയുടെ നരകത്തിലെ വലയങ്ങളുടെ ഓർമ്മയുണർത്തുന്ന കനാലുകളുള്ള ആംസ്റ്റർഡാംനഗരം അയാൾ ഏറ്റുവാങ്ങിയിട്ടുള്ള ആത്മീയദുരന്തത്തിന് ഉചിതമായ പശ്ചാത്തലമൊരുക്കുന്നു. ക്ലമൻസ് ഒരിടത്ത് ഈ പട്ടണത്തെ ഇങ്ങനെ വിവരിക്കുന്നു:

> A soggy hell,indeed! Everything horizontal, no relief; space is colourless and life is dead. Is it not universal obliterature, everlasting nothingness, made visible?

രവിയുടെ മനസ്സിൽ ഊട്ടിയിൽ കുന്നിൻചെരിവിലുള്ള തന്റെ വീട് പറുദീസാനഷ്ടത്തിന്റെ ആർദ്രസ്മൃതികൾ ഉണർത്തുന്ന ഒരിടമായി അവശേഷിക്കുന്നുവെങ്കിൽ, സാന്ധ്യപ്രഭയിൽ മുങ്ങിനില്ക്കുന്ന കടലോരം, കാത്തിരിപ്പിന്റെയും വിരഹത്തിന്റെയും മനുഷ്യാവസ്ഥയുടെ ആത്യന്തികമായ ദുരന്തത്തിന്റെയും ഗംഭീരധ്വനികൾ ആവാഹിക്കുന്നുവെങ്കിൽ, കരിമ്പനകളുടെ നീണ്ടനിര അതിരുകുറിക്കുന്ന മുഷിപ്പൻരൂപത്തിലുള്ള പാലക്കാടൻഗ്രാമം ജീർണ്ണതയുടെയും ആത്മീയാർത്ഥത്തിലുള്ള മരണത്തിന്റെയും സങ്കേതമായി പരിണമിക്കുന്നു.

മൂന്ന്

ഖസാക്കും അവിടത്തെ അപരിഷ്കൃതരായ ആളുകളും ബാഹ്യപ്രകൃതിയും രവിയുടെ വ്യക്തിത്വത്തിലും സമീപനങ്ങളിലും ഉണ്ടാക്കുന്ന ആഘാതത്തെപ്പറ്റി ചിന്തിക്കുന്നതിനുമുമ്പ് സ്ഥലത്തിലുള്ള തന്റെ പുതിയ അനുഭവത്തെ രവി ഏതു രീതിയിൽ ഉൾക്കൊള്ളുന്നു എന്നാരായേണ്ടിയിരിക്കുന്നു.

എഴുത്തച്ഛന്റെ രാമായണത്തിൽനിന്നും കടംകൊണ്ട ഒരലങ്കാരം ഉപയോഗിച്ചുകൊണ്ട് ഖസാക്കിനെ 'വഴിയമ്പല'മായി നോവലിസ്റ്റ് വിശേഷിപ്പിച്ചിരിക്കുന്നു. രവിയെ സംബന്ധിച്ചിടത്തോളം ഖസാക്ക് ഒരിടത്താവളമാണ്. മാപ്പർഹിക്കാത്ത ഏതോ കുറ്റത്തിനുള്ള ശിക്ഷയുംപേറി

താൻ നടത്തുന്ന നിത്യമായ മറവി തേടിയുള്ള പ്രയാണത്തിനിടയിൽ എത്തിപ്പെടുന്ന ഒരു വിശ്രമസ്ഥാനം. ഖസാക്കിൽ രവി താമസിക്കുന്ന ഞാറ്റുപുരയെക്കുറിച്ച് നോവലിൽ പല ഭാഗത്തും പരാമർശങ്ങളുണ്ട്. ഞാറ്റുപുരയിലിരുന്നുകൊണ്ട് അയാൾ അസ്തമയത്തിന്റെ സുഖജ്വരം ഏറ്റുവാങ്ങുന്നതും ഇരുട്ടിന്റെ സാന്ത്വനം സ്വീകരിക്കുന്നതും നാം കാണുന്നു. ഈ ചെറുവസതി അയാളെ സംബന്ധിച്ചിടത്തോളം അന്തർമുഖമായ പിൻവാങ്ങലുമായും ഏകാന്തതയുമായും ആത്മരതിയുമായും ബന്ധപ്പെട്ട ഗാഢമായ ചില മാനസികാവസ്ഥകൾക്കു പ്രാതിനിധ്യം വഹിക്കുന്നതായി കാണാൻ കഴിയും. നോവലിന്റെ ആദ്യഭാഗത്തിൽ തന്റെ വാസസ്ഥലത്ത് രാത്രിനേരത്ത് തനിച്ചിരിക്കുമ്പോൾ ഞാറ്റുപുര ഒരു തീവണ്ടിമുറിയാണെന്നു രവിക്കു തോന്നുന്നു (പുറം 69). ഇതിനെത്തുടർന്ന് ഇരുട്ടിൽ പാഞ്ഞടുക്കുകയും അകന്നുപോവുകയും ചെയ്യുന്ന റെയിൽപ്പാളങ്ങളുടെയും അവയ്ക്കുമീതെയുള്ള എങ്ങോട്ടെന്നില്ലാത്ത സഞ്ചാരത്തിന്റെയും ദൃശ്യങ്ങൾ അയാളുടെ ഓർമ്മയിൽ ഉഴറിക്കൂടുന്നു.

ഇടുങ്ങിയ സ്ഥലങ്ങളോടു രവിക്കനുഭവപ്പെടുന്ന ഈ ആകർഷണത്തെ ഏതു രീതിയിലാണു വ്യാഖ്യാനിക്കേണ്ടത്? കെട്ടിയടച്ച ചെറിയ അഭയസങ്കേതങ്ങളുടെ (tiny enclosures) നേർക്ക് അയാൾക്കു തോന്നുന്ന ആഭിമുഖ്യം മനശ്ശാസ്ത്രപരമായ തലത്തിൽ വിശദീകരണമർഹിക്കുന്ന ഒന്നല്ലേ? സ്ഥലത്തിന്റെ കാര്യത്തിലുള്ള ഈ സങ്കോചം രവി നടത്തുന്ന പലായനത്തിന്റെ പൊരുൾ ഉൾക്കൊള്ളുന്ന ഒന്നാണെന്നെനിക്കു തോന്നുന്നു.

നോവലിന്റെ പതിനെട്ടാം അദ്ധ്യായത്തിൽ രവി മാധവൻനായരുമൊത്ത് ദൈവപ്പുര സന്ദർശിക്കുന്ന ഒരു രംഗമുണ്ട്. ഖസാക്കിന്റെ പുള്ളിവെയിലിൽ വിശ്രമിച്ച താൻ പെട്ടെന്ന് ദൈവപ്പുരയിലേക്കു തിരിയാൻ കാരണമെന്താണെന്ന് രവി സ്വയം ചോദിക്കുന്നു. അതിനയാൾക്കു ലഭിക്കുന്ന ഉത്തരമിതാണ്:

> അവിടത്തെ ദേവതയോടു സാഹോദര്യം തോന്നിയിട്ട്. അവളും തന്നെപ്പോലെ ഒരഭയാർത്ഥിയാണെന്നറിഞ്ഞിട്ട്. സൃഷ്ടിസ്ഥിതിലയങ്ങളുടെ ദുരൂഹതയെ ഭയന്നാണ് പൂശാരിയുടെ നൈവേദ്യമുണ്ടുകൊണ്ട് അവൾ ആ പുരയിൽ കുടിപാർത്തത്. യാഥാർത്ഥ്യത്തിന്റെയും മിഥ്യയുടെയും അപാരതകളിൽനിന്ന് ഓടിയകന്ന താനും ഈ ഗ്രാമത്തിലെ ദൈവപ്പുരയിൽ അഭയം തേടുകയായിരുന്നു.അതിന്റെ ഗർഭത്തിൽ അവളുടെകൂടെ ചുരുണ്ടുറങ്ങാൻ അയാൾ കൊതിച്ചു. ആ സായുജ്യത്തിലാകട്ടെ, അയാൾ അവളുമായി ദുഃഖം പങ്കിടുകയായി.
>
> (പുറം 193)

നോവലിന്റെ തുടക്കംതൊട്ട് രവിക്കു പ്രലോഭനമണച്ച ഗർഭപാത്രത്തിന്റെ ശാന്തിയിലേക്ക് മടങ്ങിച്ചെല്ലാനുള്ള പ്രേരണ (womb motif) ഈ ഭാഗത്ത് പുതിയൊരു വാങ്മയം കണ്ടെത്തിയിരിക്കുകയാണ്. താൻ മാറി

മാറി കയറിക്കൂടിയ തീവണ്ടിമുറികളും ഖസാക്കും ഞാറ്റുപുരയും നല്ലമ്മ യുടെ അമ്പലവും അയാളെ സംബന്ധിച്ചിടത്തോളം ശവകുടീരത്തിന്റെ വ്യത്യസ്ത രൂപങ്ങളായിരുന്നു. ഒപ്പം ഇവയെല്ലാം ഗർഭപാത്രത്തിന്റെ വടിവ് കൈക്കൊള്ളുന്നു. സ്ഥലരാശിയിൽ അയാൾ സ്വയം കൈവരിക്കുന്ന തടവ്, അയാളെ ആഴത്തിൽ വേട്ടയാടുന്ന മരണാഭിലാഷവുമായും അമ്മ യുടെ ഗർഭപാത്രം സമ്മാനിക്കുന്ന വിസ്മൃതിയിലേക്കു തിരിച്ചുപോകാ നുള്ള കൊതിയുമായും ബന്ധപ്പെട്ട ഒരു യാഥാർത്ഥ്യമായി മാറുന്നു.

നാല്

നോവലിന്റെ ആദ്യഭാഗത്ത് ജലയാത്രയുമായി ബന്ധപ്പെട്ട രണ്ടു ബിംബ ങ്ങളിലൂടെ, തന്റെ നായകൻ സംസ്കൃതിയുടെ പുറമ്പോക്കിൽ നില കൊള്ളുന്ന പാലക്കാടൻഗ്രാമത്തിലേക്കു നടത്തുന്ന പര്യടനത്തിന്റെ പ്രതിരൂപാത്മകസ്വഭാവത്തെക്കുറിച്ച് നോവലിസ്റ്റ് സൂചന നല്കുന്നതായി കാണാം.

ഞാറ്റുപുരയിൽ താമസമാക്കിയതിനുശേഷം രവി തോട്ടിൽ കുളിക്കാൻ പോകുന്നതിന്റെ ചെറിയൊരു വർണ്ണന ഒന്നാമദ്ധ്യായത്തിലുണ്ട്. ആ വിവരണത്തിന്റെ സ്വഭാവമൊന്നുകൊണ്ട് അതു വിചിത്രവും വിജാതീ യവുമായ ഒരു ഭൂപ്രദേശത്തിൽ അയാൾ ആമഗ്നനായിത്തീരുന്നതിനെ ക്കുറിച്ച് വായനക്കാരനു മുന്നറിയിപ്പു നല്കുന്നു:

> നീരൊഴുക്കിന്റെ സുഖാശ്ലേഷത്തിൽ രവി ഒന്നു തിരിഞ്ഞി രുന്നു. അയാൾ സ്കൂളിലേക്കും ഖസാക്കിലേക്കും നോക്കി. ഖസാക്കിനു പുറകിൽ ചെതലിമല ഇരുണ്ടുകഴിഞ്ഞിരുന്നു. രവി ഒരുപാടുനേരം വെള്ളത്തിൽ ആഴ്ന്നുകിടന്നു.
>
> (പുറം 17)

ഇതോടൊപ്പം വായിക്കേണ്ട ഒന്നാണു മുങ്ങാങ്കോഴി എന്ന കഥാ പാത്രത്തിന്റെ വെള്ളത്തിനടിയിലുള്ള ജീവിതത്തിന്റെ വർണ്ണന. കിണ റ്റിൽവീണ കുടങ്ങളും കോരികകളും തപ്പിയെടുക്കുന്നതു തൊഴിലാക്കിയ ചക്രുരാവുത്തനെന്ന മുങ്ങാങ്കോഴിയെ ആദ്യം പരിചയപ്പെടുമ്പോൾ നമുക്കു തോന്നുക, ദുർബ്ബലനും വിരൂപിയുമായ ഈ മനുഷ്യൻ താൻ അമ്പതാം വയസ്സിൽ വേട്ട പതിനാറുകാരിയും മാദകത്തിടമ്പുമായ മൈമുനയ്ക്കു പരഭാഗശോഭ പകരുന്ന ഒരപ്രധാന കഥാപാത്രമാണ് എന്നാണ്. എന്നാൽ അയാൾ ഗന്ധകവാതമൂറുന്ന നെല്ലിപ്പടികളിലൂടെ ഊർന്നിറങ്ങുന്ന കാഴ്ച വിവരിക്കുമ്പോൾ എങ്ങുനിന്നോ വന്നണഞ്ഞ വിസ്മയഭാവം നോവലിസ്റ്റിന്റെ വാക്കുകളിൽ മിന്നിപ്പൊലിയുന്നു. മുങ്ങാ ങ്കോഴിയുടെ അവസാനത്തെ ജലയാത്രയ്ക്ക് നോവലിസ്റ്റ് ഒരുതരം രഹസ്യസൗന്ദര്യം പകരുന്നു:

> അയാൾ കിണറ്റിലേക്കു കൂപ്പുകുത്തി. കിണറുകടന്ന് ഉൾക്കിണറ്റിലേക്ക്. വെള്ളത്തിന്റെ വില്ലീസുപടുതകളിലൂടെ അയാൾ നീങ്ങി. ചില്ലുവാതിലുകൾ കടന്ന്, സ്വപ്നത്തിലൂടെ,

> സാന്ധ്യപ്രജ്ഞയിലൂടെ, തന്നെ കൈനീട്ടി വിളിച്ച പൊരുളിന്റെ നേർക്ക് അയാൾ യാത്രയായി. അയാൾക്കു പിന്നിൽ ചില്ലുവാതിലുകൾ ഒന്നൊന്നായി അടഞ്ഞു.
>
> (പുറം 107)

ഒരു യുംഗിയൻ ആദിരൂപത്തിന്റെ ഛായ വഹിക്കുന്ന സ്വപ്നസമാനമായ ഈ 'സ്ലോമോഷൻ' ദൃശ്യത്തിലൂടെ വിജയൻ ഈ നോവലിലെ അടിസ്ഥാന പ്രമേയം തെളിച്ചുകാട്ടിയിരിക്കുകയല്ലേ? 'ഖസാക്കിന്റെ ഇതിഹാസം' പ്രധാനമായും അന്തർഭാഗത്തേക്കുള്ള യാത്രയുടെ കഥയാണ്. താവളങ്ങൾ മാറിമാറി സഞ്ചരിക്കുന്ന അസംതൃപ്തമായ മനുഷ്യാത്മാവ് സാന്ധ്യപ്രജ്ഞയുടെയും ഇരുട്ടിന്റെയും വിസ്മൃതിയുടെയും ലോകത്തിലേക്കു നടത്തുന്ന അന്ധവേഗത്തിലുള്ള പ്രയാണത്തിന്റെ ചിത്രത്തിൽനിന്നാണ് വിജയൻ തന്റെ ആഴക്കാഴ്ചകൾ രൂപപ്പെടുത്തിയെടുത്തിട്ടുള്ളത്.

അഞ്ച്

ഫ്രഞ്ചിൽ 'ഡെഷാവു' (deja vu_ I have been here before) എന്നു പറയുന്ന വൈകാരികാനുഭവം സാർവ്വജനീനമായ ഒന്നാണ്. ചില സ്ഥലങ്ങൾ കാണുമ്പോൾ, പുതിയ ചില പരിസരങ്ങളിൽ എത്തിപ്പെടുമ്പോൾ, മുമ്പ് എന്നോ നാമിവിടം സന്ദർശിച്ചതാണ് എന്ന തോന്നൽ നമ്മുടെ അടിമനസ്സിൽ തലനീട്ടുന്നു. യുക്തികൊണ്ടു വ്യാഖ്യാനിക്കാൻ കഴിയാത്ത, കേവലമായ വാസ്തവബോധത്തിനു പുറത്തു നിലകൊള്ളുന്ന ഒരതീന്ദ്രിയാനുഭവമാണിത്. തോമസ് മനെയും മാഴ്സൽ പ്രൂസ്റ്റിനെയുംപോലെ കാലംകൊണ്ട് പരീക്ഷണം നടത്തിയിട്ടുള്ള, ഓർമ്മയുടെ വ്യത്യസ്തതലങ്ങൾ സാക്ഷാത്കരിക്കാൻ ശ്രമിച്ചിട്ടുള്ള നോവലിസ്റ്റുകൾ കൈകാര്യം ചെയ്തിട്ടുള്ള ഒരവസ്ഥയാണിത്. 'ഖസാക്കിന്റെ ഇതിഹാസം' ആരംഭിക്കുന്നത് ഈയൊരു ഭാവം ആവാഹിച്ചുകൊണ്ടാണ്. കൂമൻകാവിൽ കാലുകുത്തുമ്പോൾ രവിക്ക് അനുഭവപ്പെടുന്ന വിചിത്രമായ ഗൃഹാതുരത്വം, നോവലിന്റെ ഭാവാന്തരീക്ഷത്തെ മൊത്തത്തിൽ നിയന്ത്രിക്കുന്ന സമയസങ്കല്പത്തിനും ഓർമ്മയുടെ ഘടനയ്ക്കും മുന്നോടി കുറിക്കുന്ന ഒന്നായിത്തീരുന്നു:

> കൂമൻകാവിൽ ബസ്സു ചെന്നുനിന്നപ്പോൾ ആ സ്ഥലം രവിക്ക് അപരിചിതമായി തോന്നിയില്ല. അങ്ങനെ പടർന്നു പന്തലിച്ച മാവുകൾക്കിടയിൽ നാലഞ്ച് ഏറുമാടങ്ങളുടെ നടുവിൽ താൻ വന്നെത്തുമെന്ന് പണ്ടേ കരുതിക്കാണണം. വരുംവരായകളുടെ ഓർമ്മകളിലെവിടെയോ ആ മാവുകളുടെ ജരയും ദീനതയും കണ്ടുകണ്ട് ഹൃദിസ്ഥമായിത്തീർന്നതാണ്. കനിവുനിറഞ്ഞ വാർദ്ധക്യം, കുഷ്ഠം പറ്റിയ വേരുകൾ, എല്ലാമതുതന്നെ.
>
> (പുറം 5)

ഖസാക്കിലെ വാസം രവിക്കു സമ്മാനിക്കുന്ന ഏററവും ഊഷ്മളവും അയുക്തികവുമായ അനുഭൂതികളിലൊന്നാണിത്. പൂർവ്വനിശ്ചിതമായ ഒരു നിയോഗമനുസരിച്ചാണ് താൻ ഖസാക്കിൽ എത്തിപ്പെട്ടത് എന്ന തോന്നൽ അയാളെ തുടക്കംതൊട്ടു പിടികൂടുന്നതായിക്കാണാം. ഒരു മാന്ത്രിക രഹസ്യം തുറന്നുതരുന്നതുപോലെ ഖസാക്കിലെ ചരാചരങ്ങൾ പ്രാചീന മായ ഒരു പൊരുളുമായി അയാളെ അടുപ്പിക്കുന്നു. നിശ്ചലതയിലാണ്ടു കിടക്കുന്ന ഈ ഗ്രാമത്തിലെ അജ്ഞരും ദരിദ്രരുമായ മനുഷ്യർ വർത്ത മാനനിമിഷത്തിൽ ജീവിക്കുമ്പോൾത്തന്നെ തങ്ങളുടെ പൂർവ്വജന്മസ്മര ണകൾ എത്തിപ്പിടിക്കുന്നതു രവി കാണുന്നു. മരിച്ചവരുടെ ആത്മാക്കൾ തുമ്പികളായി പറന്നു നടക്കുകയും, തൊട്ടിലിൽ കിടക്കുന്ന ശിശുപോലും പൂർവ്വജന്മസ്മരണയാൽ ചിരിക്കുകയും, തലയിൽ തട്ടമിടാത്ത സുന്ദരി കളെ മോഹിക്കുന്ന മലക്കുകൾ അന്തരീക്ഷത്തിൽ ചുററിയലയുകയും, അശാന്തരായ ഇഫിരീത്തുകൾ ഒളിച്ചുനടക്കുകയുമൊക്കെ ചെയ്യുന്ന ഇതി ഹാസഭൂമിയിൽ വിദൂരഭൂതകാലം എത്ര സമ്പന്നമായൊരു സാന്നിദ്ധ്യ മാണെന്ന് രവി മനസ്സിലാക്കുന്നു. ഖസാക്കുകാർ തങ്ങളുടെ ദുരിത പൂർണ്ണവും ആശയററതുമായ ജീവിതം ജീവിച്ചുതീർക്കുമ്പോൾത്തന്നെ പുനർജ്ജന്മം സംബന്ധിച്ച നിനവുകൾ അവരെ തേടിയെത്തുന്നത് അയാൾ കൗതുകത്തോടെ നോക്കിക്കാണുന്നു. ഇതിഹാസകഥയിലെ പ്രധാനനടീനടന്മാരുടെയെല്ലാം ചുററും ഒരു പരിവേഷം തങ്ങിനില്ക്കുന്നു. അവരുടെ സ്വത്വത്തിനു പിന്നിൽ ഒരു 'നിഴൽ' പതിയിരിപ്പുണ്ട്. ജന്മാന്തര ങ്ങളിലൂടെ അവസാനമില്ലാതെ നീളുന്ന ഒരു മഹാനാടകത്തിലെ പങ്കാളി കളാണു തങ്ങൾ എന്ന തോന്നൽ സ്വപ്നത്തിലും ഉണർവ്വിലും അവരെ പിന്തുടരുന്നതുകാണാം. കർമ്മബന്ധങ്ങളുടെ ചാക്രികപരമ്പരയെ സംബ ന്ധിച്ച ബുദ്ധിസ്റ്റ്സങ്കല്പത്തെ തന്റെ നോവലിന്റെ ചട്ടക്കൂടായി (framing image) സ്വീകരിച്ചതിലൂടെ വിജയൻ സമയത്തിന്റെ വ്യത്യസ്തഘട നകൾ സൃഷ്ടിച്ചിരിക്കുന്നു. വളർച്ച മുരടിച്ച ഒരു കുഗ്രാമത്തിൽ പിന്നോ ക്കാവസ്ഥയുടെയും അല്പവികസനത്തിന്റെയും വിതാനങ്ങളിൽ നില കൊള്ളുന്ന ഖസാക്കുനിവാസികളെ സംബന്ധിച്ചിടത്തോളം തങ്ങളുടെ ദൈനംദിനജീവിതത്തിൽ അവർ അനുഭവിച്ചറിയുന്നത് സമയത്തിന്റെ കോടിപ്പോയ രൂപങ്ങളാണെങ്കിൽ, അവരുടെ വാഴ്വിനുമീതെ മറ്റൊരു കാലം—മഹാകാലം—ഇരമ്പിപ്പായുന്നു.

കൂമൻകാവിൽ എത്തിപ്പെടുന്ന രവി ആദ്യം കാണുന്നത് അയാളുടെ വിദൂരപൂർവ്വജന്മസ്മരണകളിൽ ഇടം കണ്ടെത്തിയിട്ടുള്ള ജരയും ദീനതയും ബാധിച്ച മാവുകളുടെ 'കനിവുനിറഞ്ഞ വാർദ്ധക്യ'മാണ്. മാവു കളുടെ 'കുഷ്ഠംപററിയ വേരുകൾ' പരിചിതച്ഛായ വഹിക്കുന്നതായി അയാൾക്കു തോന്നുന്നു. ഈ വേരുകൾ നോവലിന്റെ ഉൾഭാഗത്തേക്കു നീണ്ടുചെല്ലുന്നതായി കാണാം. ഉദാഹരണത്തിന്, നോവലിന്റെ ഏഴാ മദ്ധ്യായത്തിൽ ആബിദയുടെ കുഷ്ഠരോഗിയായ അമ്മാവനെക്കുറിച്ചു പരാമർശമുണ്ട്. കാറില്ലാത്ത സന്ധ്യകളിൽ, അസ്തമയത്തിന്റെ ചൂടുൾക്കൊള്ളാൻ, വിരലുകൾ തേഞ്ഞ കൈപ്പടങ്ങളുമായി അമ്മാവൻ തന്റെ കുടിലിനുമുമ്പിലുള്ള പാറക്കെട്ടുകളിലിരിക്കുന്ന കാഴ്ച നാം

കാണുന്നു. 'കനിവുനിറഞ്ഞ വാർദ്ധക്യം' സംബന്ധിച്ചാണെങ്കിൽ അതിന്റെ പല രൂപഭേദങ്ങളും ആവർത്തനങ്ങളും നോവലിലുടനീളം പതിഞ്ഞുകിടക്കുന്നു. രവിയെ ഏറ്റവുമധികം മഥിക്കുന്ന യാഥാർത്ഥ്യങ്ങളിലൊന്നാണ് വേദനയിലും നിസ്സഹായതയിലും കുടുങ്ങിക്കിടക്കുന്ന വാർദ്ധക്യം. നോവലിന്റെ ആരംഭത്തിൽ മൊല്ലാക്കയുടെ ക്ഷീണംപൂണ്ട വാർദ്ധക്യത്തിന്റെ വിവരണത്തിലൂടെ നോവലിന്റെ കേന്ദ്രഭാഗത്തു നിലകൊള്ളുന്ന ഈ ധ്വനിചിഹ്നത്തിനു (master motif) വിജയൻ പ്രതിഷ്ഠ നല്കിയിരിക്കുന്നു. മൊല്ലാക്കയുടെ രൂപം മങ്ങിമങ്ങി രവിയുടെ അവശനും രോഗിയുമായ അച്ഛന്റെ സ്മൃതിബിംബത്തിൽ ചെന്നുമുട്ടുന്നു. പതിമ്മൂന്നാമദ്ധ്യായത്തിൽ സ്കൂൾ പരിശോധനയ്ക്കെത്തുന്ന ഇൻസ്പെക്ടറുടെ താടിവടിച്ചിട്ടില്ലാത്ത മുഖം ഊട്ടിയിലുള്ള തന്റെ അച്ഛന്റെ ദൈന്യംനിറഞ്ഞ അവസ്ഥയുടെ ഓർമ്മയിലേക്ക് രവിയെ തള്ളിവിടുന്നു. (ചലച്ചിത്രത്തിലെ 'ഡിസ്സോൾവ്' എന്ന സങ്കേതത്തിനു തുല്യമായ വിവരണരീതിയിലൂടെയാണ് ഇൻസ്പെക്ടറുടെയും അച്ഛന്റെയും രൂപങ്ങൾ കൂടിപ്പിണയുന്നതു നോവലിസ്റ്റ് കാണിച്ചുതരുന്നത്). ഇരുപത്തിനാലാമദ്ധ്യായത്തിൽ കിഴവന്റെ വേറൊരു മുഖം നാം കാണുന്നു. പീളനിറഞ്ഞ ചോരക്കുഴികൾകൊണ്ട് ചിമ്മിനിവെളിച്ചത്തിൽ തപ്പുന്ന കുപ്പുവച്ചന്റെ മുഖം കാണുമ്പോൾ രവിയുടെ മനസ്സിന്റെ വെള്ളിത്തിരയിൽ അച്ഛന്റേതുൾപ്പെടെ ഒരുപാടു മുഖങ്ങൾ വന്നുനിരക്കുന്നു. ഒരു വള്ളുവനാടൻ ഗ്രാമത്തിൽ ഉന്മാദത്തിന്റെ അരികുകളിലൂടെ തെന്നിനീങ്ങുന്ന തന്റെ മുത്തച്ഛനെക്കാണാൻ പോയ രംഗം അയാളുടെ മുമ്പിൽ തെളിയുന്നു. തിമിരത്തിന്റെ വെള്ളപ്പാടുകൾ മൂടിയ കണ്ണുകൾ പതുക്കെ വിടർത്തിക്കൊണ്ട് കിഴവൻ ബുദ്ധിശൂന്യമായ ഒരു ചിരിയോടെ തന്നെ എതിരേറ്റ ദൃശ്യം ഓർമ്മയുടെ അകലങ്ങളിൽനിന്നാവാഹിക്കുമ്പോൾ അയാൾ എന്തിനെന്നില്ലാതെ അസ്വസ്ഥനായിത്തീരുന്നു. ഈ വൃദ്ധന്മാരുടെയെല്ലാം മുഖച്ഛായകൾ ഇടകലരുകയും കെട്ടുപിണയുകയും ചെയ്യുന്നു. ഈ കഥാപാത്രങ്ങൾ 'കനിവുമുറ്റിയ, പരാധീനതയും വേദനയും ഏറ്റുവാങ്ങിയ വാർദ്ധക്യം' എന്ന ആശയത്തിന്റെ ആവർത്തിതരൂപങ്ങളായിത്തീരുന്നു. നോവലിലെ കേന്ദ്രബിംബങ്ങളിലൊന്നായ സഞ്ചാരിയെയും നോവലിസ്റ്റ് പലർക്കായി പകുത്തുകൊടുത്തതായി കാണാൻ കഴിയും. തീരാത്ത ആത്മനിന്ദയിൽ തന്നെ തളച്ചിട്ട ഒരു കൈത്തെറ്റിന്റെ ഓർമ്മയിൽനിന്ന് അകലാനായി അവധൂതനെപ്പോലെ നടന്നുനീങ്ങുന്ന ഒരാളായാണ് തന്റെ കഥാനായകനെ നോവലിസ്റ്റ് സങ്കല്പിച്ചിട്ടുള്ളതെങ്കിൽ, ഈ പഥികന്റെ അംശങ്ങൾ മൊല്ലാക്കയിലുമുണ്ട്. നോവുനിറഞ്ഞ ഒരോർമ്മയിൽനിന്നു രക്ഷനേടാൻവേണ്ടിയുള്ള അശരണമായ യാത്ര എന്ന ധ്വനിചിഹ്നം രവിയുടെയും മൊല്ലാക്കയുടെയും അവസ്ഥകളെ ബന്ധപ്പെടുത്തുന്നു. കണ്ണിൽ സുറുമയും കാതിൽ തണ്ടയുമിട്ട കുഞ്ഞാമിന ശൈശവത്തിന്റെ നിഷ്കളങ്കതയുടെ പ്രതിരൂപമെന്നോണം നോവലിന്റെ തുടക്കത്തിൽത്തന്നെ വായനക്കാരന്റെ ആർദ്രവികാരങ്ങളെ വിരുന്നൂട്ടുന്നു. അവൾ ഓർക്കാപ്പുറത്ത് സസ്യപ്രകൃതിയിലേക്കു കൂടുമാറ്റം നടത്തി നമ്മെ ചെറുതായി അത്ഭുതപ്പെടുത്തുന്ന ഒരു മുഹൂർത്തമുണ്ട്. ഒമ്പതാമദ്ധ്യായത്തിൽ

രവി കുട്ടികൾക്ക് ഓന്തുകളുടെ ചരിത്രം പറഞ്ഞുകൊടുക്കുന്നതിനിടയിൽ പണ്ടുപണ്ട് ഒരു സായാഹ്നത്തിൽ രണ്ടു ജീവബിന്ദുക്കൾ നടക്കാനിറങ്ങിയ കഥ വിവരിക്കുന്നുണ്ട്. ഈ കഥയിൽ അസ്തമയത്തിന്റെ താഴ്‌വരയിൽ തനിച്ചുനില്ക്കുന്ന ഏട്ടത്തി വളർന്നു വലുതായി ചമ്പകമായി മാറിയപ്പോൾ കണ്ണിൽ സുറുമയും കാലിൽ തണ്ടയുമിട്ട ഒരു പെൺകുട്ടി (അവളുടെ അനുജത്തി) പൂവിറുക്കാൻ വരുന്നത് നാം കണുന്നു. ഇവൾക്ക് കുഞ്ഞാമിനയുടെ ഛായയാണുള്ളതെന്ന് നാം പെട്ടെന്നു തിരിച്ചറിയുന്നു. നോവലിസ്റ്റ് ബോധപൂർവ്വം ഒരുക്കൂട്ടിയ ഒരു സാദൃശ്യപ്രതീതിയാവണം ഇതെന്നില്ല. മറിച്ച് ഇതു വിരൽചൂണ്ടുന്നത് വിജയന്റെ സൗന്ദര്യഭാവനയുടെ പ്രവർത്തനരീതിയുടെ പ്രധാന സവിശേഷതയിലേക്കാണ്. ഖസാക്കിന്റെ ലോകം സമാന്തരങ്ങൾ നിറഞ്ഞ ഒന്നാണ്.

പരസ്പരം പ്രതിഫലിക്കുന്ന കണ്ണാടിക്കീറുകൾ പതിച്ച മുറിയെ ഓർമ്മിപ്പിക്കുന്ന സംഘടനാശില്പമാണ് ഈ നോവലിനുള്ളത്. പ്രമേയകല്പനയിലും ബിംബസ്വീകരണത്തിലും വിജയനെ ചെറിയൊരളവിൽ സ്വാധീനിച്ച ലോറൻസ് ഡ്യുറലിന്റെ 'അലെക്സാൻഡ്രിയ ക്വാർറ്ററ്റിൽ' (Lawrence Durrell_ 'Alexandria Quartet',1960) വിദഗ്ദ്ധമായി പരീക്ഷിക്കപ്പെട്ട ഒരു രൂപനിർമ്മാണരീതിയാണിത്.

നോവലിലെ മാനുഷികരംഗം സമാന്തരങ്ങൾ നിറഞ്ഞ ഒന്നാണെങ്കിൽ പ്രകൃതിപ്രപഞ്ചത്തിലുടനീളം നാം കാണുന്നത് നിത്യമായ ആവർത്തനത്തിന്റെ പ്രതിഭാസമാണ്. കരിമ്പനപ്പട്ടകളിൽ കാറ്റുപിടിക്കുന്നതിന്റെയും പനങ്കാട്ടിൽ മഞ്ഞുതിരുന്നതിന്റെയും ദൃശ്യങ്ങൾ പലതവണ പകർത്തിയിട്ടും നോവലിസ്റ്റിനു തൃപ്തിവരുന്നില്ല. ചെതലിയുടെ താഴ്‌വരയിലെ ചുവന്ന സന്ധ്യകളുടെ തീവ്രതയെപ്പറ്റി ഇതിഹാസകാരൻ വായനക്കാരനെ വിടാതെ ഓർമ്മിപ്പിക്കുന്നു. ചൂടു നഷ്ടപ്പെട്ട വെയിലും, തിളങ്ങുന്ന മൃഗതൃഷ്ണയും നഷ്ടപ്പെട്ട ആസക്തിയുടെയും മാടിവിളിക്കുന്ന മരണത്തിന്റെയും അടയാളങ്ങളായി ഖസാക്കിന്റെ ദൃശ്യപരിസരത്തിൽ തെന്നിക്കളിക്കുന്നു. ദാരിദ്ര്യവും രോഗവും കഷ്ടപ്പാടും നിറഞ്ഞ മാനുഷികപ്രപഞ്ചത്തിലെ വൈരൂപ്യത്തിനും, ക്രമഭംഗത്തിനുമപ്പുറത്തായി മാറ്റമില്ലാതെ നിലകൊള്ളുന്ന പ്രകൃതിയുടെ സാന്നിദ്ധ്യം നാമറിയുന്നു. വിജയന്റെ വാക്കുകളിൽ, "പുറത്ത് വേനലും മഞ്ഞും പുല്ലും കരിമ്പനയും ആവർത്തിക്കുന്നു. പുനർജ്ജനിക്കുന്നു. ഖേദമില്ലാതെ, ആസക്തിയില്ലാതെ വീണ്ടും വീണ്ടും ആവർത്തിക്കുന്നു." പ്രകൃതിദൃശ്യങ്ങളുടെ അനന്താവർത്തനത്തിലൂടെ രൂപംകൊള്ളുന്ന ഒരുതരം ലയമില്ലേ, അതാണ് ഈ നോവലിന്റെ താളമായിത്തീരുന്നത്. 'ഖസാക്കിന്റെ ഇതിഹാസ'ത്തിന് ഒരു സംഗീതശില്പത്തിന്റെ സ്വഭാവം സമ്മാനിക്കുന്നത് പ്രകൃതിയുടെ ലോകത്തിൽനിന്നു ചിട്ടപ്പെടുത്തിയെടുത്ത ഇന്ദ്രിയബിംബങ്ങളുടെ തുടർച്ചയൊപ്പിച്ച ഘടനയുടെ അഴകുനിറഞ്ഞ ഏകതാനതയാവാം.

അസ്തമിച്ചുകൊണ്ടിരിക്കുന്ന സൂര്യന്റെയും കടുംചുവപ്പാർന്ന മേഘങ്ങളുടെയും പശ്ചാത്തലത്തിൽ ഒരു തടാകത്തിനു മുകളിലുള്ള പാലത്തിൽ ഒറ്റയ്ക്കുനില്ക്കുന്ന ഒരു മനുഷ്യന്റെ കാതിൽ മുഴങ്ങിക്കേൾക്കുന്ന നിലവിളി പ്രമേയമാക്കിക്കൊണ്ട് നോർവീജിയൻ ചിത്രകാരനായ

എഡ്വാഡ് മങ്കിന്റെ പ്രശസ്തമായൊരു രചനയുണ്ട് (Edward Munch_ 'The Scream',1893). 'ഖസാക്കിന്റെ ഇതിഹാസ'ത്തെക്കുറിച്ച് ചിന്തിക്കുമ്പോൾ ഈ പെയിന്റിങ് എന്റെ മനസ്സിൽ കടന്നുവരാറുണ്ട്. മനുഷ്യനോട് ഉദാസീനത പുലർത്തിക്കൊണ്ട്, ആവർത്തിക്കുകയും സ്വയം പുതുക്കുകയും ചെയ്ത് അനന്തഗാംഭീര്യത്തോടെ വർത്തിക്കുന്ന പ്രകൃതിയുടെ ചിത്രം, വേർപാടും അകൽച്ചയും മുഖ്യഭാവമായുള്ള മനുഷ്യാവസ്ഥയെ സംബന്ധിക്കുന്ന നോവലിസ്റ്റിന്റെ ഉൾക്കാഴ്ചകൾക്കിവിടെ വേറിട്ടൊരു മാനം നല്കുന്നു. പ്രകൃതിയിലെ നൈരന്തര്യത്തിന് അടിവര ചേർക്കുന്ന ആവർത്തനത്തിന്റെ തത്ത്വം നോവലിൽ മനുഷ്യാനുഭവത്തിന്റെ വിരസതയെക്കുറിച്ചുള്ള വിചാരത്തിലേക്കുകൂടി നീണ്ടുചെല്ലുന്നതായി കാണാം. ഉദാഹരണത്തിന് നോവൽ അവസാനിക്കുന്നതിനുമുമ്പ്, രവിയുമായി യാത്രപറഞ്ഞു പിരിഞ്ഞതിനുശേഷമുള്ള മാധവൻനായരുടെ ചിന്തകൾ ശ്രദ്ധിക്കുക:

> മേടു കേറുമ്പോൾ ഒന്നു തിരിച്ചു ചെന്നെങ്കിലെന്തെന്ന് അയാളോർത്തു. അയാൾ നടുപ്പറമ്പെത്തി. ഇനിയും വേണമെങ്കിൽ തിരിച്ചുചെല്ലാം. ആ രാത്രി രവി ഞാറ്റുപുരയിലുറങ്ങിക്കിടക്കും. രാത്രിയിൽ എപ്പോൾ വേണമെങ്കിലും ചെന്നു വിളിച്ചുണർത്താം. ഇത്തിരി നേരംകൂടി വർത്തമാനം പറഞ്ഞിരിക്കാം. പിന്നെ യാത്ര പറയാം. പിന്നെയും വേണമെങ്കിൽ തിരിച്ചുച്ചെല്ലാം.....
>
> (പുറം 297)

നോവലിന്റെ ഒടുവിൽ രവി അപ്പുക്കിളിക്കു പറഞ്ഞുകൊടുക്കുന്ന കഥ 'നിരർത്ഥമായി, പരിണാമമില്ലാതെ' അവസാനിക്കുന്നു. മനുഷ്യാനുഭവത്തിന്റെ അടിസ്ഥാനപരമായ യുക്തിരാഹിത്യവും വ്യർത്ഥതയും കേന്ദ്രഭാവമായുള്ള തന്റെ നോവലിന്റെ കഥയ്ക്ക് കൃത്യമായ പരിണാമമില്ലെന്ന്, അത് എത്ര വേണമെങ്കിലും നീട്ടിക്കൊണ്ടുപോകാമെന്നു നോവലിസ്റ്റിനറിയാം. ജീവിതമെന്നത് പൊള്ളയായ ആചാരങ്ങളും അച്ചിൽ വാർത്തതുപോലുള്ള സംഭാഷണങ്ങളും പതിവുതെറ്റാത്ത ശീലങ്ങളുമടങ്ങിയ മുഷിപ്പൻ ഏർപ്പാടല്ലേ? അതിനെ സത്യസന്ധമായി വ്യാഖ്യാനിക്കാൻ ശ്രമിക്കുന്ന ഒരു കലാസൃഷ്ടിക്ക് നിയതമായ ഒരന്ത്യം വിധിച്ചിട്ടുള്ളതല്ല...

ഒരു നോവലിസ്റ്റിന്റെ ദർശനം മനസ്സിലാക്കുന്നതിനുമുമ്പായി അയാളുടെ ആവിഷ്കരണസമ്പ്രദായം മനസ്സിലാക്കണമെന്നു പറഞ്ഞത് ഷാൻ-പോൾ സാർത്രായിരുന്നു (അമേരിക്കൻ നോവലിസ്റ്റായ വില്യം ഫോക്നറുടെ 'ദ സൗണ്ട് ആന്റ് ദ ഫ്യൂറി' എന്ന നോവലിനെക്കുറിച്ചുള്ള സാർത്രിന്റെ പഠനം ഓർമ്മിക്കുക). ഇതിഹാസകാരന്റെ ജീവിതസങ്കല്പത്തെക്കുറിച്ചുള്ള ചിന്തകളിലേക്കു കടക്കുന്നതിനുമുമ്പായി ഈ നോവലിന്റെ ദർപ്പണഘടനയെയും (mirror construction) ഒപ്പം ആഖ്യാനരീതിയിലും ബിംബഘടനയിലും നൂലോടിനില്ക്കുന്ന ആവർത്തനത്തിന്റെ തത്ത്വത്തെയും (principle of repetition) കുറിച്ചു മനസ്സിലാക്കേണ്ടിയിരിക്കുന്നു.

ആറ്

നോവലിലെ കഥ നടക്കുന്നത് രണ്ടാം ലോകമഹായുദ്ധത്തിന്റെ വർഷങ്ങളിലാണ്. കാലം മരവിച്ചുനില്ക്കുന്ന വിജയന്റെ പാലക്കാടൻ ഗ്രാമത്തിൽ ചരിത്രത്തിന്റെ അലയൊച്ചകൾ കടന്നുവരുന്നതേയില്ല. നോവലിൽ ആദ്യഭാഗത്തുള്ള ഹിറ്റ്ലറുടെ പടയോട്ടത്തെയും നാട്ടിലെ സ്വാതന്ത്ര്യസമര പ്രസ്ഥാനത്തെയുംകുറിച്ചുള്ള പരാമർശം ഒഴിച്ചുനിർത്തിയാൽ ദേശീയവും അന്തർദ്ദേശീയവുമായ സംഭവങ്ങളെക്കുറിച്ചുള്ള സൂചനകൾ നോവലിൽ ഇല്ലെന്നുതന്നെ പറയാം. അതേസമയം, വാത്സല്യത്തിന്റെയും ഹാസ്യത്തിന്റെയും മഷിയിൽ ചാലിച്ചെടുത്ത നോവലിലെ സാമൂഹിക ഭൂമികയുടെ ചിത്രീകരണം വിജയന്റെ നിരീക്ഷണസാമർത്ഥ്യത്തെ ഉദാഹരിക്കുന്നു. ഫ്യൂഡലിസം അതിന്റെ അവസാനനാളുകളിൽ എത്തിനില്ക്കുന്ന, കർഷക-തൊഴിലാളിപ്രസ്ഥാനങ്ങൾ തിരിച്ചടികളെ അതിജീവിച്ച് പതുക്കെ ശക്തിയാർജ്ജിച്ചുകൊണ്ടിരിക്കുന്ന ഒരു സാമൂഹിക പരിസരം കഥയിൽ അങ്ങിങ്ങ് അതിന്റെ സാന്നിദ്ധ്യം വിളിച്ചറിയിക്കുന്നുണ്ട്. പ്രധാനമായും ഈഴവരും രാവുത്തന്മാരുമടങ്ങിയതാണു ഖസാക്കിലെ ജനസംഖ്യ. അജ്ഞതയിലും ദാരിദ്ര്യത്തിലും അന്ധവിശ്വാസത്തിലും ഒരേമട്ടിൽ ആഴ്ന്നുകഴിയുന്ന ഈ രണ്ടു വിഭാഗങ്ങൾ തമ്മിലുള്ള ബന്ധങ്ങളിൽ പ്രകടമായിക്കാണുന്ന സൗന്ദര്യപ്പിണക്കങ്ങളും ചില്ലറ മൈത്രിയും, ഖസാക്കിലെ സാമൂഹികഘടന ശിഥിലമായിക്കൊണ്ടിരിക്കുകയാണ് എന്ന സൂചനയ്ക്കിടയിലും വായനക്കാരനു കൗതുകം പകരുന്നു.

പഴങ്കഥകളുടെയും ഐതിഹ്യങ്ങളുടെയും ഐന്ദ്രജാലികഭംഗി നോവലിലെ മുസ്ലീംജനതയുടെ ചിത്രീകരണത്തിന് അകമ്പടിയരുളുന്നതായി കാണാം. പ്രതാപശാലികളായ പൂർവ്വികന്മാരുടെ അദ്ഭുതാപദാനങ്ങൾ ഖസാക്കിലെ രാവുത്തന്മാരുടെ സംഘസ്മൃതിയിൽ തുടികൊട്ടിനില്ക്കുന്നു. മറ്റൊരു ലോകത്തിൽനിന്നെത്തിയ വിചിത്രരൂപികളായ സന്ദർശകർ (ജിന്നുകൾ, ഇഫിരീത്തുകൾ, ഷെയ്ഖ്തമ്പുരാന്റെപ്രേതം) ദുഃഖത്തിലും സന്തോഷത്തിലും അവരോടൊന്നിച്ചുണ്ട്. നോവലിലെ മുസ്ലീംകഥാപാത്രങ്ങളുടെ കൂട്ടത്തിൽ ഖസാക്കിലെ യാഗാശ്വമായ മൈമുനയെ ശ്രദ്ധിച്ചില്ലേ? അവളെ എത്ര വർണ്ണിച്ചിട്ടും നോവലിസ്റ്റിനു തൃപ്തി വരുന്നില്ല. അവളുടെ നീലഞരമ്പോടിയ ശരീരത്തെ എഴുതുമ്പോൾ വിജയൻ കാണിക്കുന്ന ആവേശം, നോവലിലെ രതിസങ്കല്പത്തിന്റെ അന്തിമസാഫല്യം കുറിക്കുന്നതായി കരുതാം. മൈമുനയുടെ ചിത്രീകരണം ഹിന്ദുക്കളും മുസ്ലീങ്ങളും ഇടതിങ്ങിപ്പാർക്കുന്ന സാമൂഹികപരിസരത്തെ വലംവച്ചു രചന നടത്തിയ ഉറൂബും എം.ടി. വാസുദേവൻനായരുമുൾപ്പെടെയുള്ള എഴുത്തുകാരുടെ നോവലുകളിൽ രൂപംപൂണ്ടുനില്ക്കുന്ന ഒരു ഘടനയെക്കുറിച്ചു ചിന്തിക്കാൻ എനിക്കു പ്രേരണയൊരുക്കി. നേർത്ത ഭീതിയുടെ അംശം കലർന്ന അപൂർവ്വമായ വശ്യതയ്ക്കുടമയായ ഒരു മുസ്ലീം പെൺകുട്ടി ഉറൂബിന്റെയും എം.ടി. യുടെയും നോവലുകളിൽ സ്വന്തം സമുദായത്തിൽപ്പെട്ടവർക്കു മാത്രമല്ല മറ്റു മതങ്ങളിലുള്ളവർക്കുകൂടി പ്രലോഭനമണച്ചുകൊണ്ടു നിലകൊള്ളുന്നതു കാണാം.

ഹിന്ദുവായ ഒരെഴുത്തുകാരന്റെ ഭാവന പൊലിമ പകർന്ന അഴകും അതിൽനിന്ന് ഉറകൂടിയ പ്രലോഭനവുമാണിത് എന്നുകൂടി തിരിച്ചറിയേണ്ടിയിരിക്കുന്നു. എം.ടി.യുടെ 'അസുരവിത്തി'ൽ കഥാനായകൻ അനുഭവിക്കുന്ന സ്വത്വസംഘർഷത്തിന് ഈ പ്രലോഭനം പുതിയൊരു ആയം നല്കുന്നു. 'അസുരവിത്തി'ൽ ഇസ്ലാംമതം സ്വീകരിക്കാൻ ഗോവിന്ദൻകുട്ടിക്കുള്ള അബോധപ്രേരണകളിലൊന്ന്, നബീസുവിനോട് അയാൾക്കു തോന്നുന്ന കൗതുകമാണെന്ന കാര്യം ഏതാണ്ടു വ്യക്തമാണ്. 'ഖസാക്കിന്റെ ഇതിഹാസ'ത്തിൽ മൈമുനയുടെ നനവാർന്ന ചുണ്ടുകളുടെ ദൈർഘ്യം നോവലിസ്റ്റിന്റെ അടങ്ങിത്തെളിയാത്ത കാമഭാവനയ്ക്കു പുതിയ തീരങ്ങൾ തീർക്കുന്നു.

'ഖസാക്കിന്റെ ഇതിഹാസ'ത്തിലെ പാത്രരചനാരീതിയെക്കുറിച്ച് ഉയർന്നുകേട്ടിട്ടുള്ള ഒരാക്ഷേപം, വിജയനിലുള്ള ഹാസ്യചിത്രകാരന്റെ വിരലടയാളം പല കഥാപാത്രങ്ങളിലും പതിഞ്ഞുകിടപ്പുണ്ട് എന്നതാണ്. നോവലിലെ പല കഥാപാത്രങ്ങളുടെയും ആകൃതിയിലും ചലനങ്ങളിലും പെരുമാറ്റരീതിയിലും തെളിഞ്ഞുകാണുന്നത് ഒരു കാർട്ടൂണിസ്റ്റിന്റെ വരകളും കുറികളുമാണ് എന്നു ചിലർ ചൂണ്ടിക്കാണിച്ചിട്ടുണ്ട്. ഈ നിരീക്ഷണം തീരെ തെറ്റാണെന്നു പറയാനാവില്ല. വർണ്ണങ്ങളുടെ ഉപയോഗത്തിൽ, തലങ്ങൾ ഇടകലർത്തുന്നതിൽ, ധ്വനിചിഹ്നങ്ങളുടെ വിന്യാസരീതിയിൽ, ചിത്രകാരന്റെ മുന്തിയ കരവിരുത് പ്രദർശിപ്പിക്കുന്ന വിജയൻ, നോവൽരചനയുടെ വേറെ ചില അംശങ്ങളിൽ തന്റെ ഉള്ളിലുള്ള കാർട്ടൂണിസ്റ്റിന്റെ വികടത്തത്തിനു സ്വൈരവിഹാരമനുവദിച്ച മട്ടുണ്ട്. ഒരു പക്ഷേ, നോവലിസ്റ്റ് പൂർണ്ണമായും ഒരു കാർട്ടൂൺ മാതൃക മുമ്പിൽ കണ്ടുകൊണ്ട് നിർമ്മിച്ചത് എന്നു പറയാവുന്ന ഒറ്റ കഥാപാത്രമേയുള്ളു—ജന്മിയായ ശിവരാമൻനായർ. ശിവരാമൻനായരുടെ രക്തസമ്മർദ്ദത്തെപ്പറ്റി അടിക്കടിയുള്ള പരാമർശവും അയാളുടെ ക്ഷോഭപ്രകടനവുമെല്ലാം ചേർന്ന് അയാളെ കോമാളിത്തം മുറ്റിയ ഒരു കാർട്ടൂൺകോലമാക്കി മാറ്റിയിരിക്കുന്നു. ശിവരാമൻനായരെ നോവൽവിമർശനത്തിലെ ഒരു പഴയ സംജ്ഞ ഉപയോഗിച്ചു പറഞ്ഞാൽ ഒരു 'പരന്ന' (flat) കഥാപാത്രമാക്കിയതിനുപിന്നിൽ പാലക്കാടൻ സാമൂഹികയാഥാർത്ഥ്യങ്ങളിൽനിന്ന് ഊറിക്കൂടിയ ചില പ്രേരണകൾകൂടി കുടികൊണ്ടിരുന്നതായി അനുമാനിക്കുന്നതു തെറ്റാവില്ല. പാലക്കാട്ടുഭാഗത്ത് നായന്മാർക്കും ഈഴവർക്കുമിടയിൽ നൂറ്റാണ്ടുകളായി നിലവിലുണ്ടായിരുന്ന വൈകാരികമായ അകൽച്ചയും സ്പർദ്ധയും സമ്മാനിച്ച കാചത്തിലൂടെ നോവലിസ്റ്റ് നോക്കിക്കണ്ട ഒരു ഫ്യൂഡൽ പ്രതിനിധിയാണു തേവാരത്ത് ശിവരാമൻനായർ.

'ഖസാക്കിന്റെ ഇതിഹാസ'ത്തെ അതിലളിതമായ രീതിയിൽ ഒരു പ്രാദേശികേതിഹാസമായി വായിക്കുകയാണെങ്കിൽ, അതിൽ മുന്തിനില്ക്കുന്ന അംശം പാലക്കാട്ടുള്ള ഈഴവരുടെ സാമൂഹികാസ്തിത്വത്തെ വ്യാഖ്യാനിക്കുന്നതിലും വംശാവലി തേടിച്ചെല്ലുന്നതിലും നോവലിസ്റ്റ് കാണിച്ചിട്ടുള്ള സജീവതാത്പര്യമാണ്. വിജയന്റെ അവസാനത്തെ നോവലായ 'തലമുറകളി'ൽ എത്തുമ്പോൾ ഈ താത്പര്യം ഊറിത്തെളിഞ്ഞ് വിധ്വംസകമായ മാനങ്ങൾ കൈക്കൊള്ളുന്നു. 'തലമുറകളി'ൽ

വിജയൻ തെക്കേമലബാറിലെ ഈഴവസമുദായം അനുഭവിച്ചുപോന്ന സ്വത്വനഷ്ടത്തെ ദേശീയതയെയും ഇന്ത്യൻസ്വാതന്ത്ര്യസമരത്തെയും സംബന്ധിച്ച മുഖ്യധാരാവ്യവഹാരത്തെ മുഴുവൻ അപനിർമ്മിക്കാനുള്ള ഉപകരണമായി മാറ്റിയെടുക്കുന്നു. 'ഖസാക്കിന്റെ ഇതിഹാസ'ത്തിലെ ഈഴവ കഥാപാത്രങ്ങളെക്കുറിച്ചു പറയുകയാണെങ്കിൽ, രാവുത്തന്മാർക്കുള്ളപോലത്തെ വർണ്ണശബളമായ ആത്മീയഭൂതകാലം അവർക്കില്ല. അവരുടെ ഭാവനാജീവിതത്തിൽ അലൗകികഘടകം ഏറിയ തോതിൽ കടന്നുവരുന്നില്ല. തലമുറകളായി പകർന്നുകിട്ടിയ കർമ്മഫല വിശ്വാസവും ബീഭത്സച്ഛായ കലർന്ന ചില മതാചാരങ്ങളുമാണ്, അതീന്ദ്രിയതലത്തിൽ അവർക്ക് അവലംബമായുള്ളത്. കള്ളിൽ നുരയുന്ന, കെട്ടഴിച്ചുവിട്ട കാമത്തിന്റെ ക്ഷീണിച്ചതും വികൃതവുമായ രൂപങ്ങളിൽ താഴ്ന്നു പൊങ്ങുന്ന, അവരുടെ വാഴ്‌വിന്റെ താളഗതികളെ നോവലിസ്റ്റ് വളരെ അടുത്തുനിന്നു പകർത്തുന്നു. നോവലിലെ ഈഴവസമുദായത്തിന്റെ ചിത്രീകരണം അപഗ്രഥിച്ചാൽ, നരവംശശാസ്ത്രപരമായ ഒരു തലം അതിൽ അടങ്ങിയിട്ടുള്ളതായി കാണാം. ഓന്തുകളുടെയും തുമ്പികളുടെയും പേനുകളുടെയും പൂർവ്വാശ്രമത്തെക്കുറിച്ച് തന്റെ കഥാപാത്രങ്ങളെ ഉപയോഗിച്ച് അഭ്യൂഹങ്ങളിൽ ഏർപ്പെടുന്നതുവഴി പരിണാമചക്രം പിന്നോട്ടുതിരിക്കുന്ന നോവലിസ്റ്റ്, താൻ അംഗമായുള്ള സമുദായത്തിന്റെ ആദിമ യാഥാർത്ഥ്യംകൂടി തിരഞ്ഞുചെല്ലുന്നു. ഈ വിധത്തിൽ മടങ്ങിപ്പോക്കിന്റെ (regression) ഒരു ചാക്രികപരമ്പര നോവലിന്റെ ഉള്ളിൽ കുടികൊള്ളുന്നതായി കാണാൻ കഴിയും. "കാലത്തിന്റെ പടവുകളിലൂടെ രവി പിന്നോട്ടു നടന്നു" എന്ന് നോവലിസ്റ്റ് ഒരിടത്തു പറയുന്നുണ്ട്. ഒരാൾ സ്ഥലത്തിലൂടെ പിന്നോട്ടു നടക്കുമ്പോൾ അത് കാലത്തിലൂടെയുള്ള മടക്കയാത്രയായി മാറുന്നതു സ്വാഭാവികമാണ്. രവിയുടെ കാര്യത്തിൽ സംഭവിക്കുന്നതിതാണ്. 'ഖസാക്കിന്റെ ഇതിഹാസ'ത്തിൽ നോവലിസ്റ്റിന്റെ കാലത്തിലൂടെയുള്ള പിൻനടത്തത്തെക്കുറിച്ചു പറയുകയാണെങ്കിൽ, അത് ദാർശനികവും സാമൂഹികവും നരവംശശാസ്ത്രപരവുമായ വ്യത്യസ്തതലങ്ങളിൽ സാക്ഷാത്കാരം കണ്ടെത്തുന്ന ഒന്നാണ്.

ഏഴ്

ഖസാക്കിന്റെ ചക്രവാളത്തിന് അതിരു കുറിക്കുന്ന വിരാട്‌രൂപിയായ കരിമ്പനക്കൂട്ടത്തെ ഒന്നുകൂടി സൂക്ഷിച്ചുനോക്കൂ. കാറ്റിൽ ചൂളം വിളിക്കുന്ന പനക്കൂട്ടത്തിനെതിരെവച്ചാണു വിജയന്റെ ഈഴവകഥാപാത്രങ്ങൾ സ്വയം നിർവ്വചിക്കുന്നത്. പനകയറ്റം എന്ന ഈഴവരുടെ പരമ്പരാഗതമായ തൊഴിലിനു ചുറ്റും നോവലിസ്റ്റ് ഏതാണ്ടൊരു ഐതിഹ്യപരിവേഷം നിർമ്മിച്ചെടുക്കുന്നു. 'ചെമ്മീനിൽ' തകഴി കടലുമായി മല്ലടിച്ചുകഴിയുന്ന മുക്കുവന്മാരുടെ അവസ്ഥ കേന്ദ്രമാക്കി ഭയത്തിന്റെയും ആരാധനയുടെയും അന്ധവിശ്വാസത്തിന്റെയും അംശങ്ങൾ കലർന്ന ഒരു മിത്ത് മെനഞ്ഞെടുത്തിട്ടുള്ളതുപോലെ, വിജയനിവിടെ പനയിൽനിന്നു ജീവന്റെ അമൃത് ചുരണ്ടിയെടുക്കുന്ന ഒരു അധഃസ്ഥിതവിഭാഗത്തിന്റെ സാഹസികതയുടെ അംശമടങ്ങിയ തൊഴിലിന് ഒരർത്ഥം ചാർത്തിക്കൊടുക്കുന്നു.

'അവശിഷ്ടങ്ങൾ' എന്ന തലക്കെട്ടോടുകൂടിയ പതിനഞ്ചാമദ്ധ്യായത്തിൽ നോവലിസ്റ്റ് കുപ്പുവച്ചന്റെ ജീവിതത്തിലെ ഭാഗ്യവിപര്യയങ്ങൾ വിവരിക്കുന്നതിനിടയിൽ, ഖസാക്കിലെ പനകയറ്റക്കാരന്റെ ഇതിഹാസത്തിലേക്കു തിരിഞ്ഞുനോക്കുന്നുണ്ട്. പണ്ട് പറന്നുപറന്ന് ചിറകുകുടയുന്ന നാഗത്താന്മാർ പനങ്കുരലിൽ മാണിക്യമിറക്കിവച്ചു ക്ഷീണം തീർക്കാറുണ്ടായിരുന്നു.നാഗത്താന്മാർക്ക് കള്ളുനേർന്നുവെച്ച്, ദൈവങ്ങളെയും പിതൃക്കളെയും സ്മരിച്ചതിനുശേഷം മാത്രമേ പനകയറ്റക്കാരൻ തന്റെ പണിതുടങ്ങുകയുള്ളു. ശൂന്യാകാശത്തേക്കു നോക്കിക്കൊണ്ട് മരത്തിൽ അള്ളിപ്പിടിച്ച് കയറിപ്പോകുന്ന പനകയറ്റക്കാരന്റെ സുരക്ഷിതത്വത്തെ അവന്റെ ഭാര്യയുടെ പാതിവ്രത്യവുമായി ബന്ധപ്പെടുത്തിക്കൊണ്ടുള്ള ഒരു ഐതിഹ്യം ഖസാക്കിൽ നൂറ്റാണ്ടുകളായി നിലവിലുണ്ടായിരുന്നു. ചെത്തുകാരനുവേണ്ടി കരിമ്പന കുനിഞ്ഞുകൊടുത്തിരുന്ന ഒരു കാലമുണ്ടായിരുന്നു എന്നും ഖസാക്കുകാർ വിശ്വസിക്കുന്നു. ചെത്തുകാരന്റെ പെണ്ണു പിഴച്ചതിനു ശേഷമാണത്രേ കരിമ്പന കുനിയാതെയായത്. ഇനി കള്ളുഷാപ്പുനടത്തുന്ന കുപ്പുവച്ചന്റെ ഭാര്യ തന്റെ ഉപഭോക്താക്കളെയോർത്ത് മാതൃവാത്സല്യം ചുരത്തുന്ന ഭാഗം ശ്രദ്ധിക്കുക:

> "കല്യാണി വീണ്ടും ആശിച്ചു. മുട്ടിപ്പാനികളിൽ കള്ളും ചക്കരപ്പാവും നിറയുമ്പോൾ എന്തെങ്കിലും മിച്ചം വരും. പക്ഷേ, മിച്ചം വന്നില്ല. എങ്കിലും കാലംചെല്ലുന്തോറും അവൾ മുട്ടിപ്പാനികളെ സ്നേഹിച്ചു. അവിടെ കുടിക്കാൻ വരുന്നവർ അവളുടെ മുലക്കുഞ്ഞുങ്ങളാണെന്നു തോന്നി."[1]
>
> (പുറം 161)

നിറംമങ്ങിയ ദൈനംദിന യാഥാർത്ഥ്യങ്ങൾക്കുകൂടി പൊലിമയണച്ച് കെട്ടുകഥകൾ ചമയ്ക്കുന്ന കലാകാരന്റെ (fabulator) രീതിയിലാണ് വിജയൻ ഈഴവരുടെ പരമ്പരാഗതമായ തൊഴിലിനെ നോവലിൽ കൈകാര്യം ചെയ്തിരിക്കുന്നത്. ഇതാണെങ്കിൽ ഖസാക്കുകാരുടെ അല്പവികസിതമായ ജീവിതയാഥാർത്ഥ്യത്തിനു നടുവിൽ നോവലിസ്റ്റ് ഒരുക്കുന്ന ഉത്സവാന്തരീക്ഷത്തിന്റെ (carnival atmosphere) ഭാഗമാണുതാനും.

'വിളയാട്ടം' എന്ന ശീർഷകത്തോടുകുടിയ ഇരുപതാമദ്ധ്യായത്തിൽ ഈ ഉത്സാവാന്തരീക്ഷം ഭക്തിയും ആസക്തിയും രോഗവുമിടകലർന്ന വിചിത്രമായ സംവേദനതലങ്ങളിലേക്ക് വളർന്നുമാറുന്നു. വസൂരിരോഗത്തെ ഭഗവതികോപവുമായി ബന്ധപ്പെടുത്തിക്കൊണ്ടുള്ള അന്ധ

---

1. സർക്കാർ മദ്യനിരോധനം പ്രഖ്യാപിച്ചതിനെത്തുടർന്ന് ഖസാക്കിലുടനീളം കള്ളവാറ്റ് പ്രചരിച്ചതോടുകുടി ഈ സ്ഥിതിയിൽ മാറ്റം വന്നു എന്നതു നേരാണ്. മദ്യനിർമ്മാണത്തിന്റെ സാങ്കേതികവിദ്യ പരിണമിച്ചതോടുകൂടി ചെത്തുകാരന്റെ ധർമ്മത്തിനും ക്ഷയം സംഭവിച്ചു. നോവലാരംഭിക്കുമ്പോൾ ഖസാക്കുകാർ വ്യാജമദ്യത്തിന്റെ അപകടകരമായ സുഖം നുണഞ്ഞു തുടങ്ങിയിരിക്കുന്നു. എന്നാൽ ഈ അവസ്ഥയിലും പഴയ പനകയറ്റക്കാരന്റെ ഇതിഹാസത്തിന്റെ ഓർമ്മ അവരോടൊപ്പമുണ്ട്.

വിശ്വാസം നമ്മുടെ ഗോത്രസമൂഹത്തിൽ പണ്ടുതൊട്ടുതന്നെ നില വിലുള്ള ഒന്നാണ്. നോവലിസ്റ്റിവിടെ ഈ അന്ധവിശ്വാസത്തെ ദേവീസ ങ്കല്പത്തിനടിയിൽ വർത്തിക്കുന്ന കാമഭാവവുമായി ചേർത്തിണക്കി അതിനു പുതിയൊരു തീവ്രത സമ്മാനിക്കുന്നു:

> പ്രദർശനത്തിനൊരുങ്ങിയ വലിയൊരു പൂന്തോട്ടംപോലെ ഖസാക്കുകാർ കിടന്നു. ചലത്തിന്റെ മഞ്ഞപ്പൂക്കൾകൊണ്ട് പൂക്കുടിലുകൾ പണിഞ്ഞു. പൂവിറുത്തു മുടിയിൽച്ചൂടി നല്ലമ്മ നടമാടി. സന്നിയിൽ, മയക്കത്തിൽ, ഖസാക്കുകാർ അവളെ കണ്ടു. അവളെ കാമിച്ചു. സുരതക്രിയപോലെ രോഗം ആനന്ദമൂർച്ഛയായി. അങ്ങനെ അവർ മരിച്ചു.
>
> (പുറം 215)

രവിയുടെ ശരീരത്തിൽനിന്നു പൊട്ടിയൊഴുകുന്ന വസൂരിച്ചലം നല്ല മ്മയുടെ പ്രസാദമായി വാഴ്ത്തപ്പെടുന്നു. അതിൽനിന്നുയരുന്ന മാദകമായ ഗന്ധം പാതിരയിൽ, കുളിർമഞ്ഞിൽ വിടർന്ന ജമന്തിയുടെ മണത്തെ ഓർമ്മിപ്പിക്കുന്നു.

യാഥാർത്ഥ്യത്തിന്റെ വിലക്ഷണതമുറ്റിയ അംശങ്ങളെ മടികൂടാതെ കൈക്കൊള്ളുക, ജീർണ്ണമെന്നു വിവരിക്കപ്പെടുന്ന ഇന്ദ്രിയാനുഭവങ്ങളെ കൗതുകത്തോടെ നുകരുക—ഒ.വി. വിജയന്റെ ലാവണ്യഭാവനയുടെ പ്രവർത്തനത്തിലേക്കു വെളിച്ചംവീശുന്ന രീതികളിലൊന്നാണിത്. ഒരു നാടോടിസംസ്കാരത്തിന്റെ പശ്ചാത്തലത്തിൽ, പഴങ്കഥകളെയും പുരാ വൃത്തങ്ങളെയും ഉപജീവിച്ചുകൊണ്ട് ഉത്സവച്ഛായ കലർന്ന മന്ത്രവാദം പ്രസരിപ്പിക്കുന്ന ഒരു നോവലെഴുത്തുകാരന് ഉദാത്തമായ വിതാനത്തി ലുള്ള ഭാവങ്ങളെയും കീഴ്ത്തലത്തിലുള്ള അനുഭവശകലങ്ങളെയും ഒരുപോലെ കൈകാര്യം ചെയ്യേണ്ടിവരും. നോവലിലെ പാലക്കാടൻഗ്രാമ ത്തിന്റെ ബിംബനിർമ്മിതിക്ക് അടിവര ചേർക്കുന്ന തത്ത്വമിതാണ്. ഉപ നിഷത്തുകളിൽനിന്നും ആൽബർ കമ്യുവിന്റെ നോവലിൽ ('ദി ഔട്ട്സൈ ഡർ') നിന്നും അനുരണനങ്ങൾ ഏറ്റുവാങ്ങിയ വിജയന്റെ സർഗ്ഗപ്രേരണ ഒരുഭാഗത്ത് നിലനില്പിന്റെ ആത്യന്തികപ്രശ്നങ്ങളെ തൊട്ടുഴിഞ്ഞു കൊണ്ട് കാവ്യാത്മകമായ ഒരു ദിശയിലൂടെ നീങ്ങുമ്പോൾ, അദ്ദേഹ ത്തിന്റെ ഹാസ്യഭാവന വേറൊരിടത്തു ക്ഷുദ്രവും ലാഘവം നിറഞ്ഞതു മായ ഉള്ളടക്കത്തോടുകൂടിയ ഉപാഖ്യാനങ്ങൾക്ക് ഊർജ്ജം പകർന്നു വിനോദിക്കുന്നു. സൽഫേറ്റു ചേർത്ത നുരപ്പൻ അകത്താക്കിയതിന്റെ ഫല മായി കുട്ടാടൻപൂശാരിക്കു പിണഞ്ഞ അമളിയുടെ കഥയുൾപ്പെടെ നുര പ്പൻ നർമ്മം ഒലിച്ചിറങ്ങുന്ന പല സംഭവങ്ങളും ഇതിഹാസത്തിൽ സ്ഥാനം പിടിച്ചതിങ്ങനെയാണ്. വിസർജ്ജനകല്പനകളോട് വിജയനുള്ള പ്രിയം ഈ നോവലിൽനിന്നാരംഭിക്കുന്നു. പിന്നീട് 'ധർമ്മപുരാണ' ത്തിൽ (1985) ഒരു ജനത എന്ന നിലയിൽ ഇന്ത്യക്കാർ വളർത്തിയെടുത്തിട്ടുള്ള പാദ സേവയുടെ സംസ്കാരം പിന്നിലവശേഷിപ്പിച്ച നാണക്കേടിന്റെ ആഴം കുറിക്കാനായി വിജയൻ ഉപയോഗിച്ച വിസർജ്ജനബിംബങ്ങൾക്കു മുന്നോടികുറിച്ചുകൊണ്ട് വിരേചനം സംബന്ധിച്ച പരാമർശങ്ങൾ

നോവലിൽ തുടക്കംതൊട്ട് അവസാനംവരെ തലനീട്ടുന്നതുകാണാം. ഒരുതരം ആഘോഷസ്വരം കലർന്നവയാണീ പരാമർശങ്ങൾ (നുരപ്പൻ അകത്തു ചെന്നതിനെത്തുടർന്ന് കുട്ടാടൻ വിഭ്രാന്തിപൂണ്ട് പ്രകൃതിയുടെ വിളി അനുസരിക്കുന്നവേളയിൽ നോവലിസ്റ്റിന്റെ വിശേഷണം ശ്രദ്ധിക്കുക: 'സഫലതയുടെ സുഖപ്രവാഹം').

ഉത്സവപ്രതീതികലർന്ന അന്തരീക്ഷസൃഷ്ടിയും ബഹുസ്വരതയുമാണ് നോവലിലെ ഗ്രാമീണയാഥാർത്ഥ്യത്തെ നിർവ്വചിക്കുന്ന രണ്ടു ഘടകങ്ങൾ.

എട്ട്

കലണ്ടർ സമയമനുസരിച്ച് ഒന്നരവർഷക്കാലം നീണ്ടുനില്ക്കുന്ന ഒന്നാണ് ഖസാക്കിലുള്ള രവിയുടെ പ്രവാസജീവിതം. ഖസാക്ക് രവിയെ സംബന്ധിച്ചിടത്തോളം എന്തൊക്കെ അർത്ഥമാക്കുന്നു എന്നു ചോദിച്ചാൽ ഉത്തരം പലതാണ്. സംസ്കാരത്തിന്റെ വിദൂരാതിർത്തിയിൽ നിലകൊള്ളുന്ന ഈ മലമ്പ്രദേശത്തുള്ള ആളുകളും അവരുടെ അനുഷ്ഠാനങ്ങളും അയാളെ മാനുഷികയാഥാർത്ഥ്യത്തിന്റെ ആദിമസത്തയുമായി അടുപ്പിക്കുന്നു. ഖസാക്കിലെ താമസത്തിനിടയിൽ രവിയുടെ ആത്മനശീകരണവാസന രൂക്ഷമായരൂപങ്ങൾ കൈക്കൊള്ളുന്നു. ഇരുട്ടിലേക്കും ശൂന്യതയിലേക്കുമുള്ള അയാളുടെ പ്രയാണത്തിനിടയിലുള്ള അവസാനത്തെ താവളമായി മാറുന്നു ഖസാക്ക്....

രവിയുടെ നാഗരികസ്വത്വത്തിനു സംഭവിക്കുന്ന ശൈഥില്യം കണ്ടറിയാൻ അയാളുടെ രണ്ടു ചിത്രങ്ങൾ ചേർത്തുവെച്ചുനോക്കിയാൽ മതി. ഒന്ന് നഗരത്തിന്റെ പ്രസരം തട്ടി മങ്ങിയ എയ്ത്തുനക്ഷത്രങ്ങളെപ്പോലെ തിളങ്ങുന്ന രാപ്പക്ഷികൾ മുകളിലൂടെ പറന്നുപോകുന്നതു നോക്കി പത്മയുമൊത്ത് കടലോരത്തിലെ തണുത്ത മണലിൽ കിടക്കുന്ന രവി. അടുത്തതായി, കോടച്ചി എന്ന വേശ്യയുടെ കുടിലിൽ, അവളുടെ ഉടലിലെ വിയർപ്പ് ഒപ്പിയെടുത്തുകൊണ്ട് ജമന്തിയുടെ മണം വഹിക്കുന്ന വസൂരിച്ചലം പുരണ്ട പായിൽ കിടക്കുന്ന രവി. രവി കടന്നുപോകുന്ന വ്യക്തിത്വപരിണാമത്തിന്റെ ആഴം അയാളുടെ രണ്ടവസ്ഥകൾ തമ്മിലുള്ള ഈ വൈരുദ്ധ്യത്തിൽ അടങ്ങിയിരിക്കുന്നു. ആദ്യമാദ്യം ഒരു സന്ദർശകന്റെ കൗതുകത്തോടുകുടി പുതിയ സ്ഥലത്തുള്ള ജനങ്ങളെയും അവരുടെ വിശ്വാസാചാരങ്ങളെയും നോക്കിക്കാണുന്ന രവി വളരെപ്പെട്ടെന്ന് ഖസാക്കിന്റെ പ്രാചീനമായ പൊരുളിൽ മുഴുകുന്നതായാണ് നാം കാണുന്നത്. ഖസാക്കിൽ അയാൾ നയിക്കുന്ന നിശാജീവിതം തന്റെ വ്യക്തിത്വത്തിലെ പരിഷ്കൃതമായ പാളികളുടെ പടിപടിയായുള്ള തകർച്ചയ്ക്കു വഴിയൊരുക്കുന്നു.

ഖസാക്ക് രവിക്കു പുതിയ അറിവുകൾ പകർന്നുകൊടുക്കുന്നതോടൊപ്പം അയാളിലെ ചില പഴയ ദുഃഖങ്ങളെയും സന്ദേഹങ്ങളെയും തട്ടിയുണർത്തുന്നു. ഒഴിയാബാധപോലെ തന്നെ പിന്തുടരുന്ന സമസ്യകൾ ഖസാക്കിന്റെ അന്തരീക്ഷത്തിൽ മാറ്റൊലിക്കൊള്ളുന്നതായി അയാൾക്ക്

അനുഭവപ്പെടുന്നു. ഖസാക്കിൽ രവി അഭിമുഖീകരിക്കുന്ന ഓർമ്മയുടെ ഘടനയെക്കുറിച്ച് മുമ്പു സൂചിപ്പിച്ചു. പിതൃരൂപത്തിന്റെ ഛായ വഹിക്കുന്ന വ്യക്തികളെ ഖസാക്കിൽ അയാൾ കണ്ടുമുട്ടുന്നു. അകലെ തന്നെ യോർത്തു കഴിയുന്ന അച്ഛന്റെ നിരാലംബതയും അച്ഛനോടു താൻ ചെയ്ത തെറ്റിന്റെ വലിപ്പവും മനസ്സിലിട്ടു കടയാൻ ഈ കൂടിക്കാഴ്ച കാരണ മായിത്തീരുന്നു. സ്ത്രീയുടെ വിശുദ്ധിയിലുള്ള വിശ്വാസത്തിനു സംഭ വിച്ച തകർച്ചയെത്തുടർന്നു ക്ഷണശയനങ്ങളുടെ മേച്ചിൽപ്പുറങ്ങളിൽ അലയുന്ന രവിയുടെ മുമ്പിൽ കുഞ്ഞാമിന നിഷ്കളങ്കതയുടെ പ്രതി രൂപമായി അവതരിക്കുന്നു. അവൾ ഋതുമതിയായി, അറിവിന്റെയും തിന്മ യുടെയും ലോകത്തിൽ കാലുകുത്തുന്നതോടെ അയാൾ അവളെ വിട്ടു പിരിയുകയും ചെയ്യുന്നു.

രവിയുടെ പാത്രസൃഷ്ടിക്കു പിന്നിൽ മറഞ്ഞുകിടക്കുന്ന വിശ്വ സാഹിത്യത്തിലെ ഒരാദിരൂപത്തെക്കുറിച്ച് ഈ സന്ദർഭത്തിൽ പറയേണ്ടി യിരിക്കുന്നു. ഷേക്സ്പിയറുടെ 'ഹാംലെറ്റ്' നാടകം 'ഖസാക്കിന്റെ ഇതി ഹാസ'ത്തെ കുറഞ്ഞൊരളവിൽ സ്വാധീനിച്ചതായി കാണാം. ഹാംലെറ്റ് രാജകുമാരന്റെയും രവിയുടെയും വിഷമാവസ്ഥകൾ തമ്മിൽ സാദൃശ്യ മുണ്ട്. സ്ത്രീയുടെ വിശ്വസ്തതയെയും നന്മയെയും കേന്ദ്രമാക്കിയുള്ള ഒരടിസ്ഥാനാദർശം പൊടുന്നനേ വീണുടഞ്ഞതുകണ്ട് ചകിതരായി ത്തീർന്ന്, കലുഷമായ പരിഹാസത്തിന്റെ മറപറ്റി, എല്ലാത്തരം മൂല്യങ്ങ ളുടെയും കീഴ്മേൽമറിച്ചിൽ കണ്ടാനന്ദിച്ച്, നിഷേധത്തിന്റെ ഉടലാർന്ന രൂപങ്ങളായി പരിണമിച്ച രണ്ട് 'അന്യ'രാണ് ഹാംലെറ്റും രവിയും. ഷേക്സ്പിയറുടെ നാടകത്തിൽ നിന്നുള്ള വാചികമായ ചില പ്രതിദ്ധ്വനി കൾകൂടി 'ഖസാക്കിന്റെ ഇതിഹാസ'ത്തിൽ കടന്നുകൂടിയിട്ടുണ്ട്. (ഉദാ: "അറിയാം. അറിഞ്ഞുകൂടാ. ആ പൊരുളിലേക്കു നോക്കിക്കൊണ്ട് രവി ഇരുന്നു."). ഹാംലെറ്റിന്റെ സന്തതസഹചാരിയായ അതേസമയം ഹാംലെറ്റിനേക്കാൾ യാഥാർത്ഥ്യബോധവും സമചിത്തതയും പ്രദർശി പ്പിക്കുന്ന ഒരാളാണ് ഹൊറേഷ്യോ. ഹാംലെറ്റും ഹൊറേഷ്യോയും തമ്മി ലുള്ള ബന്ധം രവിയും മാധവൻനായരും തമ്മിലുള്ള ചങ്ങാത്തത്തിനു വിദൂരമാതൃകയായി വർത്തിച്ചതായി തോന്നുന്നു. ഏകാന്തതയുടെ ചില നിമിഷങ്ങളിൽ, തന്റെ ചിന്തകൾ തനിക്കുതന്നെ ഭാരമായിത്തീരുന്ന വേള കളിൽ, രവി മാധവൻനായരുടെ നേർക്കു തിരിയുന്നു. മനുഷ്യർ കണ്ടുമുട്ടു കയും വേർപിരിയുകയും ചെയ്യുന്ന ജീവിതത്തിന്റെ വഴിയമ്പലത്തിൽ തന്നെ പിന്തുടരുന്ന ചുരുക്കം ചില കെട്ടുപാടുകളിലൊന്നായി രവിയെ സംബന്ധിച്ചിടത്തോളം ഈ സൗഹൃദം വളർച്ചകൊള്ളുന്നു.

രവി കോടച്ചിയോടൊപ്പം കിടക്കുന്ന രംഗത്തിൽ ആസക്തി ജുഗുപ്സ യുടെ സ്വഭാവമാവാഹിക്കുന്നതു നാം കണ്ടു. ഇതിനെത്തുടർന്നുവരുന്ന രണ്ടു കൈയിലും പറ്റിനിന്ന തണുത്ത വൈരക്കല്ലുകൾ പൊട്ടി ഒഴുകി പ്പരന്ന ചലത്തിലാണ് രവി കിടക്കുന്നതിന്റെ വർണ്ണന അനുഭവത്തിന്റെ ഏറ്റവും വിലോമവും നിഷിദ്ധവുമായ അംശങ്ങളെക്കൂടി സൗന്ദര്യ സാൽക്കരിക്കാൻ വിജയനുള്ള വാസനയ്ക്കുദാഹരണമാണ്. ഏതാനും

ദിവസംമാത്രം നീണ്ടു നില്ക്കുന്ന ഒന്നാണ് രവിയുടെ സുഖക്കേട്. ഈ സമയത്തുള്ള ശാരീരികാസ്വാസ്ഥ്യം അയാളെ പരീക്ഷിക്കുന്ന രൂപത്തിലുള്ള ഒന്നല്ല. ഇവിടെ നമ്മുടെ ശ്രദ്ധയാകർഷിക്കുന്നത്, രവിയുടെ അവബോധത്തിന്റെ മങ്ങിയ തലങ്ങൾ പരതാനായി നോവലിസ്റ്റ് രോഗാനുഭവത്തെ ഉപയോഗിച്ചിരിക്കുന്ന രീതിയാണ്. രോഗത്തിന്റെ മൂർദ്ധന്യാവസ്ഥയിലുള്ള അർദ്ധവിസ്മൃതിയിലാണ് രവി ചിറ്റമ്മയുമായുള്ള അഗമ്യഗമനത്തിന്റെ ഓർമ്മ എത്തിപ്പിടിക്കുന്നത്. ഈയൊരു തീവ്രമുഹൂർത്തത്തിലാണ് അയാളുടെ പാപബോധം അതിന്റെ മുഴുവൻ ശക്തിയോടുംകൂടി അടിമനസ്സിൽ ഇളകിത്തുടിക്കുന്നത്. രോഗവുമായുള്ള വിജയന്റെ ഭാവബദ്ധത—ജീവിതത്തിന്റെ രാത്രിഭാഗമായി രോഗത്തെ നോക്കിക്കാണാനുള്ള വാസന—ഇവിടെനിന്നാരംഭിക്കുന്നു. രോഗത്തെയും സ്വാസ്ഥ്യപ്രാപ്തിയെയും (convalescence) ഒരു വ്യക്തിയുടെ അന്തർലോകത്തിലെ ഇരുണ്ട രഹസ്യങ്ങളിലേക്കു പാളിനോക്കാനുള്ള സന്ദർഭമായി മാറ്റുന്ന ഈ രീതി 'അരിമ്പാറ' എന്ന നീണ്ടകഥയിൽ (1977) കുറെക്കൂടി സ്ഫുടത കൈവരിക്കുന്നു.

ഒമ്പത്

'ഖസാക്കിന്റെ ഇതിഹാസ'ത്തിൽ നാം ഏതെങ്കിലും തരത്തിലുള്ള ഒരു കഥാഗതിയോ ഇതിവൃത്തമോ അരിച്ചെടുക്കുകയാണെങ്കിൽ അത് രവി മാസ്റ്ററായി വരുന്ന ഏകാദ്ധ്യാപകവിദ്യാലയത്തെ കേന്ദ്രമാക്കിയുള്ള ഒന്നായിരിക്കും. നോവലിലെ ക്രിയാംശം (അങ്ങനെയൊന്നുണ്ടെങ്കിൽ) വളർച്ചകൊള്ളുന്നത് ഈ സ്കൂളിനെ ചുറ്റിപ്പറ്റിയാണ്. രവി നടത്തുന്ന സ്കൂൾ ഖസാക്കിലെ ജീവിതത്തിന്റെ ശാന്തിയെ ഭഞ്ജിക്കുന്ന ഒരു സ്ഥാപനമായി മാറുന്നുണ്ട്. രവി ഖസാക്കിൽ കാലുകുത്തുന്ന നാൾതൊട്ട് ഏകാദ്ധ്യാപക വിദ്യാലയത്തോടുള്ള എതിർപ്പും അതിന് എതിരായ പ്രചാരണവുമാരംഭിക്കുന്നു. ആദ്യംതൊട്ട് ഒരുതരം അനിശ്ചിതത്വം ഈ സ്കൂളിന്റെ നിലനില്പിന് അകമ്പടിയരുളുന്നതായി കാണാം. കൊച്ചു കൊച്ചു പ്രയാസങ്ങളെ അതിജീവിച്ചും, വെല്ലുവിളികളെ നേരിട്ടും, നിനച്ചിരിക്കാത്ത ഭാഗത്തുനിന്നു ലഭിക്കുന്ന ഒത്താശകൾ സ്വീകരിച്ചും രവി സ്കൂളിന്റെ പ്രവർത്തനവുമായി മുമ്പോട്ടുപോകുന്നു. സ്കൂളിനെ ചുറ്റിപ്പറ്റിയുള്ള തർക്കങ്ങളും സ്കൂളിന്റെ ഭാവിയെക്കുറിച്ചുള്ള ആശങ്കകളും ആഖ്യായികയിൽ തീരെ ചെറുതല്ലാത്ത ഒരു സ്ഥാനം പിടിച്ചുപറ്റുന്നുണ്ട്. ഒടുവിൽ സ്കൂൾ നഷ്ടപ്പെടുന്നതോടുകൂടി രവി ക്ഷീണം കലർന്ന ഉദാസീനതയുടെയും മടുപ്പിന്റെയും പുതിയൊരു വിതാനത്തിൽ എത്തിപ്പെടുകയായി.

സ്കൂൾ വരുന്നതിനുമുമ്പ് ഖസാക്കിൽ രണ്ടു വിദ്യാലയങ്ങൾ നിലവിലുണ്ടായിരുന്നതായി നോവലിസ്റ്റ് സാക്ഷ്യപ്പെടുത്തുന്നു. രാവുത്താന്മാർക്കായുള്ള മൊല്ലാക്കയുടെ ഓത്തുപള്ളി. പിന്നെ ഹിന്ദുക്കൾക്കായി ഗോപാലുപണിക്കർ നടത്തുന്ന എഴുത്തുപള്ളി (ഇതിനുംപുറമേ ആറു നാഴികയകലെ കൂമൻകാവിൽ കോണെഴുത്തും കണക്കും പഠിപ്പിക്കുന്ന

ഒരു പ്രാഥമികവിദ്യാലയമുണ്ട്). ചരിത്രവും ഐതിഹ്യവും പരിണാമ കഥയും ഇടകലർന്നുകിടക്കുന്ന, ഒട്ടും നിയതമല്ലാത്ത ഒരു പാഠ്യപദ്ധതി യുമായി രവിയുടെ സ്കൂൾ ഖസാക്കിലെ വിദ്യാഭ്യാസമേഖലയിൽ പ്രവേശിക്കുന്നു. തീരെ പൊരുത്തപ്പെടാത്ത, ഒരർത്ഥത്തിൽ തമ്മിൽ ത്തമ്മിൽ മത്സരിക്കുന്ന ജ്ഞാനസങ്കല്പവും ശിക്ഷണരീതിയുമാണ് ഈ മൂന്നു സ്ഥാപനങ്ങളും കാഴ്ചവയ്ക്കുന്നതെന്ന് സൂക്ഷ്മപരിശോധനയിൽ കണ്ടെത്താൻ കഴിയും.

വിദ്യ അഭ്യസിക്കുന്ന ക്രിയയും അതുമായി ബന്ധപ്പെട്ട നിഷ്കളങ്ക തയുടെയും ജ്ഞാനസമ്പാദനത്തിന്റെയും പ്രശ്നവും 'ഖസാക്കിന്റെ ഇതി ഹാസത്തിന്റെ പ്രമേയഘടനയിൽ പ്രധാനപ്പെട്ട ഒരു സ്ഥാനം കൈയാളു ന്നതായി തോന്നുന്നില്ലേ?

നോവലിലെ ഒരദ്ധ്യായത്തിന്റെ തലക്കെട്ട് 'ശ്ലഥാക്ഷരങ്ങൾ'എന്നാണ്. ഇതിൽ കുട്ടാടൻപൂശാരി താൻ വർഷങ്ങൾക്കുമുമ്പ് 'അപ്രാപ്യമായ അക്ഷരമാലയുടെ' മുമ്പിൽ ഇരുന്ന രംഗം പുനഃസൃഷ്ടിക്കുന്നു. എത്ര ശ്രമിച്ചിട്ടും 'മാൻ' എന്നു കൂട്ടിവായിക്കാൻ കുട്ടാടനു കഴിയാതെവന്ന പ്പോൾ രാമപ്പണിക്കരുടെ മകൾ ലക്ഷ്മി അവന്റെ തുടയിലും കവിളിലും നുള്ളിയതിന്റെ ഓർമ്മ അവനിപ്പോഴും കൊണ്ടുനടക്കുകയാണ്. അങ്ങനെ അവന്റെ മനസ്സിൽ അക്ഷരം പഠിക്കുന്നതിന്റെ നോവ് ചുവന്ന ചന്ദ്രക്കല പോലുള്ള നഖക്ഷതങ്ങൾ പകർന്ന സുരതാനന്ദവുമായി ബന്ധപ്പെട്ടിരി ക്കുന്നു. പൊട്ടനായ അപ്പുക്കിളിയെ വിദ്യ അഭ്യസിപ്പിക്കുന്ന വിഷമകൃത്യം രവി ഏറ്റെടുക്കുന്നു. കിളിയാണെങ്കിൽ ഒരുനാൾ മാസ്റ്ററെ അദ്ഭുത പ്പെടുത്തിക്കൊണ്ട് ബോർഡിലും നിലത്തും ചുമരിലും കളർച്ചോക്കു കൊണ്ട് വലിയ 'ഠ'കാരങ്ങൾ എഴുതിവയ്ക്കുന്നു. അവനറിയുന്ന ഒരേ യൊരു അക്ഷരമാണിത്. പത്തുകൊല്ലംമുമ്പ് മാധവൻനായർ പഠിപ്പിച്ചു കൊടുത്തത്. ഈ വിധത്തിൽ അക്ഷരമാലയുടെയും അതുമായി മല്ലടി ക്കുന്ന മൂഢന്റെയും മന്ദബുദ്ധിയുടെയും കഥകൾ ഒരുഭാഗത്തു ചുരുളഴി യുമ്പോൾ വേറൊരിടത്ത് പനമ്പുനെയ്യുന്ന കവറകളുടെ മക്കൾ രവിയുടെ സ്കൂളിൽനിന്ന് ഒഴിഞ്ഞുപോകുന്നത് നാം കാണുന്നു. കുട്ടികളുടെ പഠിപ്പു മുടക്കുന്നതിന്റെ കാരണം ചോദിച്ചപ്പോൾ കവറകൾ പഠിക്കേണ്ടതില്ല എന്നായിരുന്നു അപ്പനമ്മമാർ പറഞ്ഞ മറുപടി. കാരണം കവറപ്പേച്ച് എല്ലാ ഭാഷകളിലും മുന്തിയതാണ്. അതിൽ ലിപികളില്ല. അതിൽ പാട്ടുകളില്ല, മലമ്പരുവകളിൽ കുടുങ്ങിനിന്ന മനുഷ്യാത്മാക്കളുടെ കഥകൾ മാത്രമേ യുള്ളു.[1]

അവിദ്യയുടെയും അറിവിന്റെയും ദുരന്വയങ്ങൾ, അവയുടെ വിഭിന്ന രൂപങ്ങളിൽ, കഥാനായകനെ വേട്ടയാടുന്നതായി കാണാം. ചിറ്റമ്മയുമൊ ത്തുള്ള അഗമ്യഗമനത്തെക്കുറിച്ച് ഓർമ്മിക്കുമ്പോൾ രവിയുടെ മനസ്സിൽ

1. നോവലിലെ പ്രധാന വ്യവഹാരത്തിൽ ഭാഷയ്ക്കപ്പുറമുള്ള ദാർശനികമായ നിശ്ശബ്ദതയിലേക്ക് നീളുന്ന ഒരു തലം ഉൾച്ചേർന്നിട്ടുണ്ട്. വിജയന്റെ മൗനത്തിന്റെ സൗന്ദര്യശാസ്ത്രത്തെക്കുറിച്ച് ഞാൻ മുമ്പൊരിടത്ത് ചർച്ചചെയ്തിട്ടുണ്ട് ('ശൈലി യുടെ പ്രകാശതീരങ്ങളിൽ'—മൗനം തേടുന്ന വാക്ക്)

തെളിയുന്നത് വേദപുസ്തകത്തിൽ ആദവും ഹവ്വയും തമ്മിലുള്ള ആദ്യത്തെ ഇണചേരൽ വിവരിക്കാൻ ഉപയോഗിച്ചിട്ടുള്ള അതേ പദമാണ്:

> ....വീട്ടിനകത്ത് അകലെക്കിടന്ന മഞ്ഞപ്പുൽത്തട്ടുകളിലേക്കു നോക്കിയ കിടപ്പറയുണ്ട്. അവിടെയാണ് താൻ 'ചിറ്റമ്മയെ *അറിഞ്ഞത്*.'
>
> (പുറം 137)

പാളിപ്പോയ ഈ അറിവ് രവിയെ ഒടുങ്ങാത്ത അപരാധബോധത്തിലും ആത്മനിന്ദയിലും കൊണ്ടെത്തിക്കുന്നു. അസ്ട്രോഫിസിക്സിൽ ഗവേഷണം നടത്താനായി അമേരിക്കൻ യൂണിവേഴ്സിറ്റിയിൽ പോകാനിരുന്ന അയാൾ ജീവിതത്തിന്റെ പുറമ്പോക്കുഭൂമിയിൽ അലയാനിടവന്നത് ഇങ്ങനെയാണ്. ഉപനിഷത്തുകളുടെയും അസ്ട്രോഫിസിക്സിന്റെയും രസാവഹമായ കലർപ്പടങ്ങിയ പ്രബന്ധം രചിച്ച ഭൗതികശാസ്ത്രവിദ്യാർത്ഥിയായ രവിയെ ആകാശവും സന്ധ്യയുടെ നക്ഷത്രങ്ങളും വിസ്മയം കൊള്ളിച്ചിരുന്നു. ആകാശത്തിന്റെ അപാരതയിൽ വ്യാമുഗ്ദ്ധനായിത്തീരുന്ന ഒരുവന് ഭൂമി ക്രമേണ അപരിചിതവും നിസ്സാരവുമായ ഒരിടമായി മാറുന്ന അനുഭവത്തെക്കുറിച്ചെഴുതിയ വൈമാനികനും ഫ്രഞ്ച് നോവലിസ്റ്റുമായ സാങ് എഗ്സുപെറിയെപ്പറ്റി കേട്ടിട്ടില്ലേ? (Antoine de Saint- Exupery) ദുരുഹമായ സ്ഥലരാശിയെ ചൊല്ലി സംത്രാസം അനുഭവിച്ച ഒരാൾക്ക്, സ്വന്തം മനസ്സിന്റെ പരിമിതമായ വൃത്തത്തിനകത്ത് തന്റെ പാപത്തിന്റെ കയറിൽ ഉറ്റുനോക്കിക്കൊണ്ട് ചുറ്റിത്തിരിയേണ്ടിവന്നു എന്നത് രവിയുടെ ധർമ്മസങ്കടത്തിന്റെ ഒരംശത്തെ വ്യാഖ്യാനിക്കുന്നു. നോവലിന്റെ ഒടുവിൽ രവിയെ തേടിയെത്തുന്ന പത്മ തന്നോടൊപ്പം പ്രിൻസ്റ്റൺ യൂണിവേഴ്സിറ്റിയിൽപ്പോയി പഠിപ്പും ഗവേഷണവും തുടരാൻ പ്രേരിപ്പിക്കുമ്പോൾ, വിരക്തിയുടെ അടിയറ്റമെത്തിനില്ക്കുന്ന അയാൾ പരിഹാസസ്പർശംകലർന്ന സ്വരത്തിൽ ചോദിക്കുന്നു: "എന്തു ഗവേഷണം?" (പുറം 284). ഖസാക്കിലെ അഭയാർത്ഥിജീവിതത്തിനിടയിൽ, തന്റെ ദുഃഖത്തിന്റെ സൂക്ഷ്മസ്വഭാവം തിരിച്ചറിയുന്നതിന്റെ ഭാഗമായി രവി 'അറിവാരാഞ്ഞവന്റെ വ്യർത്ഥത' യെക്കുറിച്ച് ചിന്തിക്കുന്നുണ്ട്. തന്റെ ഒളിച്ചോട്ടത്തിന്റെ അർത്ഥം തനിക്കുതന്നെ അജ്ഞേയമായി മാറുമ്പോൾ, അയാളുടെ ക്ഷീണംപൂണ്ട ചേതന അറിവു സമ്മാനിക്കുന്ന സംഘർഷങ്ങളിൽനിന്നുള്ള മോചനത്തിനു കൊതിക്കുന്നു: "ഈശ്വരാ, ഒന്നുമറിയരുത്." മനുഷ്യനിർമ്മിതമായ ബോധത്തിനപ്പുറം നിലകൊള്ളുന്ന മഹാന്ധകാരത്തിൽ വിലയംകൊള്ളാൻ, സംസ്കാരത്തിന്റെ നിർമ്മിതികൾക്കു പുറത്തു നിലകൊള്ളുന്ന ആദിപ്രകൃതിലേക്കു തിരിച്ചു ചെല്ലാൻ, അയാൾ ആഗ്രഹിക്കുന്നു:

> ഉറങ്ങിയാൽ മതി, ജന്മത്തിൽനിന്നു ജന്മത്തിലേക്ക് തലചായ്ക്കാം. കാടായി, നിഴലായി, മണ്ണായി, ആകാശമായി വിശ്രമം കൊള്ളുക.
>
> (പുറം 238)

അപ്പുക്കിളിയുടെ തനതായ അക്ഷരജ്ഞാനത്തെ അഭിനന്ദിച്ചുകൊണ്ട് മാധവൻനായർ രവിയോടു പറയുന്നു: "ഒരക്ഷരം പടിച്ചാമതി." ഇതിനെ ത്തുടർന്ന് തന്റെ ഗുരുഭൂതർ പറഞ്ഞുകൊടുത്ത ഒരുകാര്യം അയാൾ അനു സ്മരിക്കുന്നു. കുറച്ചുകാലംമുമ്പ് മണ്ണൂരിനടുത്ത് ഒരു കൊല്ലനു കണ്ണു കാണാതെയായി. നിരക്ഷരനായ ആ കൊല്ലൻ വേദങ്ങളെക്കുറിച്ചും ശാസ്ത്രങ്ങളെക്കുറിച്ചും സംസാരിച്ചുതുടങ്ങി. ഒരു ചാണക്കല്ലിന്റെ ശബ്ദം ചെകിടോർത്തുകൊണ്ട് അയാൾ തിണ്ണയിലിരിക്കും. ആളുകൾ അയാ ളുടെ മുമ്പിൽ തൊഴുതുനിന്നു. ഞങ്ങൾക്കു വഴികാണിച്ചുതരിക, അവർ പറഞ്ഞു... ഈ ദൃഷ്ടാന്തകഥ അറിവിന്റെ ക്രൂരമായ വൈരുദ്ധ്യങ്ങളെ ക്കുറിച്ച് നോവലിൽ അടങ്ങിയിട്ടുള്ള പലതരം അനുധ്യാനങ്ങളുടെ ഭാഗ മായിത്തീരുന്നു.

ഈ കണ്ണുപൊട്ടന്റെ ശാന്തിയോർത്ത് മാധവൻനായർ അസൂയ കൊള്ളുന്ന ഒരുനിമിഷം നോവലിലുണ്ട്. തനിക്കാണെങ്കിൽ ദൃശ്യങ്ങളുടെ മടുപ്പാർന്ന ആവർത്തനത്തിൽനിന്ന് മോചനമില്ല:

> താനാകട്ടെ, കാണുന്നു. വാറ്റുചാരായത്തിന്റെ കുപ്പികൾ കാലിയാവുന്നത്, കൃഷ്ണകാന്തികൾ വിരിയുന്നത്, കാനൽത്തുള്ളികൾ വീഴുന്നത്, പാപ്പാത്തികൾ ഇണചേരു ന്നത്, തുടയുടെ സന്ധിയിലെ കുരു പൊട്ടി ചലം വാർന്നു പോകുന്നത്. ഓരോ കാഴ്ചയും കാണലിന്റെ സാരാംശം ചോർത്തിക്കളഞ്ഞു.
>
> (പുറം 253)

ദൈവത്തിന്റെ അസ്തിത്വം നിഷേധിക്കാൻ ദസ്തയേവസ്കിയുടെ ഒരു കഥാപാത്രം കണ്ടെത്തുന്ന പ്രധാന ന്യായം പിഞ്ചുകുഞ്ഞുങ്ങളുടെ കഷ്ടപ്പാടിനെ അവലംബിച്ചുള്ളതാണ്. യതൊരു തെറ്റും ചെയ്യാത്ത, പൂർണ്ണമായ അർത്ഥത്തിൽ നിഷ്കളങ്കരായ ശിശുക്കൾക്കു വേദനയും ദുരിതവും വിധിക്കുന്ന ഒരു സൃഷ്ടികർത്താവിനെ സങ്കല്പിക്കാൻ പ്രയാ സമാണ്. അത്തരമൊരു ഈശ്വരൻ ഉണ്ടെങ്കിൽ, ആ ഈശ്വരന്റെ നീതി ബോധം എത്രമാത്രം വഴിപിഴച്ച ഒന്നാണ്! 'ദ ബ്രദേഴ്സ് കരമസോവി'ൽ ദസ്തയേവ്സ്കി അവതരിപ്പിക്കുന്ന ഈ സമസ്യയുടെ അലയൊച്ചകൾ 'ഖസാക്കിന്റെ ഇതിഹാസ' ത്തിൽ കടന്നുകൂടിയിട്ടുണ്ട്. പതിന്നാലാമദ്ധ്യാ യത്തിൽ രവിയും ചാന്തുമ്മയും തമ്മിലുള്ള സംഭാഷണത്തിലാണ് ഈ പ്രമേയത്തിന് ഊന്നൽ ലഭിക്കുന്നത്:

> "ഉങ്കള്ക്ക് തെരിയാത്." ചാന്തുമ്മ പറഞ്ഞു.
> "എന്ത്?" രവി ചോദിച്ചു.
> "ചിന്ന കൊളന്തകളുടെ നോവ്."
>
> (പുറം 154-55)

'അനാഥശിശുവിന്റെ ഉരുകുന്ന മനസ്സി'നെക്കുറിച്ച് രവി ഒരിടത്ത് വേവ ലാതിപ്പെടുന്നുണ്ട്. ചാന്തുമ്മയുടെ മകൻ കുഞ്ഞുനൂറു ഗ്രാമത്തിൽ പടർന്നുപിടിക്കുന്ന വസൂരിക്കിരയായിത്തീരുന്നു. നല്ലമ്മയുടെ വിളയാട്ടം

വരുത്തിക്കൂട്ടുന്ന കെടുതികളുടെ കൂട്ടത്തിൽ നമ്മുടെ മനസ്സിനെ ഏറ്റവുമധികം സ്പർശിക്കുന്നത് കുഞ്ഞുനൂറുവിന്റെ മരണമാണ്. പിഞ്ചുകുഞ്ഞുങ്ങൾ അനുഭവിക്കുന്ന പീഡയെക്കുറിച്ച് നോവലിൽ വേറെയും പരാമർശങ്ങൾ കാണാം. രവിയുടെ ഉള്ളിൽത്തന്നെ ഒരു അനാഥശിശു കുടികൊള്ളുന്നുണ്ട്. തന്റെ അനുജത്തിയെ ഗർഭംധരിച്ചിരുന്ന അമ്മയുടെ മൃതദേഹം കാപ്പിത്തോട്ടവും കുന്നും കടന്ന് അപ്പുറത്തേക്ക് ചുമന്നുകൊണ്ടുപോകുമ്പോൾ ആരോ തന്നെ പിടിച്ചുമാറ്റിയ സംഭവം മായാതെ കിടക്കുന്ന രവിയുടെ മനസ്സിൽ നിസ്സഹായനായ ഒരു കുട്ടിയുടെ തേങ്ങൽ അടിക്കടി ഈണമിട്ടുയരുന്നുണ്ട്.

അറിവാരാഞ്ഞവന്റെ വ്യർത്ഥത, കാഴ്ചയുടെ അശാന്തി, അനാഥശിശുവിന്റെ നൊമ്പരം: ഈ മൂന്നു വസ്തുതകളെ കേന്ദ്രമാക്കിക്കൊണ്ടാണ് തന്റെ കഥാനായകന്റെ സ്വകാര്യലോകത്തിലെ ആത്മനിഷ്ഠമായ യാഥാർത്ഥ്യത്തെ നോവലിസ്റ്റ് ചിട്ടപ്പെടുത്തിയിട്ടുള്ളത്.

പത്ത്

നോവലിന്റെ അവസാനത്തിൽ പെയ്യുന്ന 'കാലവർഷത്തിന്റെ വെളുത്ത മഴ'യെക്കുറിച്ച് എന്തു തോന്നുന്നു? തവിട്ടുനിറമാർന്ന, ചുവപ്പു സിന്ദൂരം ചാർത്തിയ ചെതലിയുടെ താഴ്വരയിൽ വെളുപ്പിന്റെ ഒരു പംക്തി പെട്ടെന്ന് രൂപംകൊള്ളുകയാണ്. നോവലിലുടനീളം ചുവപ്പിനെ പ്രധാന വർണ്ണധ്വനി ചിഹ്നമായി ഉപയോഗിച്ച വിജയൻ അവസാനരംഗത്തിൽ വെള്ള കടത്തിവിട്ടത് ആകസ്മികമായിട്ടായിരിക്കുമോ? ഇതോടൊപ്പം, ഫ്രഞ്ചു കവി അപലിനിയർ ഒരു കവിതയിൽ അക്ഷരങ്ങളുടെ പ്രത്യേകരീതിയിലുള്ള വിന്യാസത്തിലൂടെ മഴയുടെ പ്രതീതി സൃഷ്ടിച്ചെടുത്തതുപോലെ, വിജയൻ വാക്കുകളുടെ ധ്വനിതാരള്യത്തിലൂടെ പ്രളയത്തിന്റെ ചിത്രം സൃഷ്ടിക്കുന്നു. പാമ്പുകടിയേറ്റ് മഴവെള്ളത്തിൽ ചാഞ്ഞുകിടന്ന് ചിരിക്കുന്ന രവി, പെരുവിരൽ കുടിച്ചുകൊണ്ട് പ്രളയജലധിയിൽ അരയാലിലയിൽ പാറിക്കിടക്കുന്ന ശ്രീകൃഷ്ണന്റെ ഛായ കൈക്കൊള്ളുന്നു.

സിദ്ധാർത്ഥരാജകുമാരന്റെയും ഹാംലെറ്റിന്റെയും നിഴലുകൾ രവിയുടെ പാത്രസൃഷ്ടിയിൽ പതിയുകയുണ്ടായി. ഇപ്പോൾ അയാൾ സ്വർഗ്ഗാരോഹണത്തിനു തയ്യാറായിരിക്കുന്ന—പ്രളയത്തെ ജയിക്കുന്ന സ്വർഗ്ഗത്തിന്റെ പ്രതിനിധിയായ— യദുകുലനാഥന്റെ ആകൃതി കൈക്കൊണ്ടത് തീർത്തും യാദൃച്ഛികമാണോ? നോവലിന്റെ അവസാനഭാഗത്ത് വർണ്ണതലത്തിലും ആദിരൂപകല്പനയിലും സംഭവിക്കുന്ന മാറ്റങ്ങൾ ചേർത്തുവെച്ചുനോക്കുമ്പോൾ, നോവലിസ്റ്റിന്റെ സൂചന എന്താവാം? ജന്മപരമ്പരയുടെ ലീലയിൽനിന്നുള്ള മോചനം—മോക്ഷപ്രാപ്തി—കുറിക്കുന്ന ഒരന്ത്യം തന്റെ കഥാനായകന് ഒരുക്കൂട്ടാൻ നോവലിസ്റ്റ് ആഗ്രഹിച്ചിരുന്നതായി തോന്നുന്നുണ്ടോ?

ഇതിനു തൊട്ടുമുമ്പുള്ള ഖണ്ഡികയിലുള്ള രവിയുടെ ആത്മഹത്യയുടെ വിവരണം, പക്ഷേ, ഇത്തരത്തിലുള്ള പ്രതീക്ഷയിലേക്ക് നയിക്കുന്ന ഒന്നല്ല:

> നീലനിറത്തിലുള്ള മുഖമുയർത്തി അവൻ മേല്പോട്ടു നോക്കി. ഇണർപ്പു പൊട്ടിയ കറുത്ത നാക്കു പുറത്തേക്കു വെട്ടിച്ചു. പാമ്പിന്റെ പത്തി വിടരുന്നത് രവിയും കൗതുകത്തോടെ നോക്കി. വാത്സല്യത്തോടെ, കാല്പടത്തിൽ അവ വീണ്ടും വീണ്ടും പതിഞ്ഞു. കൗതുകത്തോടെ, വാത്സല്യത്തോടെ, രവിയെ നോക്കിയിട്ട് അവൻ വീണ്ടും മൺകട്ടകൾക്കിടയിലേക്കു നുഴഞ്ഞുപോയി.
>
> (പുറം 299)

ഇവിടെ രണ്ടുവട്ടം ആവർത്തിച്ചിരിക്കുന്ന നാമപദങ്ങളാണ് 'കൗതുക'വും 'വാത്സല്യ'വും. മുമ്പ് ജമന്തിപ്പൂക്കളുടെ ഓർമ്മയുണർത്തുന്ന വസൂരിച്ചലത്തിന്റെ മണം നുകർന്നപ്പോൾ കാണിച്ച അതേ രോഗാതുരമായ വിഷയാസക്തിയോടെ രവി ഇവിടെ സ്വന്തം മരണം ആസ്വദിക്കുകയാണ്. ആത്മഹത്യ നിസ്സംഗതയോടെ അനുഷ്ഠിക്കുന്ന, ചിട്ടപ്പെടുത്തിയ, ഒരു ലാവണ്യക്രിയയായിത്തീരുന്നു.

ഖസാക്കിലെ ജീവിതചിത്രീകരണത്തിന്റെയും കഥാനായകന്റെ അന്വേഷണത്തിന്റെയും ചട്ടക്കൂടായി നോവലിസ്റ്റ് സ്വീകരിച്ചിട്ടുള്ള കർമ്മപരമ്പരയുടെ ചാക്രികഗതിയിൽനിന്ന് പുറത്തുകടക്കുക രവിയെ സംബന്ധിച്ചിടത്തോളം പ്രയാസമാണെന്നർത്ഥം. കർമ്മബന്ധങ്ങളുടെ അടഞ്ഞ ലോകത്തിൽനിന്ന് രണ്ടുപേർക്കു മാത്രമേ വിമുക്തി സാദ്ധ്യമായുള്ളു: പ്രപഞ്ച സുഖങ്ങൾ പരിത്യജിച്ച യോഗിക്കും സർഗ്ഗപ്രക്രിയയിൽ വ്യാപൃതനായ കലാകാരനും. കലാകാരനായ ഒ.വി. വിജയനെ സംബന്ധിച്ചിടത്തോളം ഈ നോവലിന്റെ പിന്നിലുള്ള പന്ത്രണ്ടു കൊല്ലക്കാലത്തെ നിർമ്മാണതപസ്യയുടെ ഫലമായി തന്റെ അബോധമനസ്സിലെ എല്ലാത്തരം ഇരുണ്ട വാസനകളുടെയുംമേൽ കൈവരിച്ച വിജയത്തിലൂടെ നശ്വരതയെ മറികടക്കാൻ അദ്ദേഹത്തിനു കഴിഞ്ഞതായി തോന്നുന്നു.

അദൃശ്യരേഖകൾ

വി.സി. ശ്രീജൻ

ഇപ്പോൾ കുറച്ചുകൂടി വ്യക്തമായി കാര്യങ്ങൾ കാണാൻ കഴിയുന്നുണ്ട്. ഇരുപത്തിയഞ്ചുകൊല്ലം കഴിഞ്ഞിരിക്കുന്നു. ഇന്ന് *ഖസാക്കിന്റെ ഇതിഹാസം*[1] ഇത്രയും കാലത്തെ വായനാചരിത്രത്തിന്റെ ഭാഗംകൂടിയാണ്. ഇനി നമുക്കീ നോവലിനെ ഇതിന്റെ സ്വീകാരചരിത്രത്തിൽനിന്നു അടർത്തി മാറ്റി പഠിക്കാനാവില്ല. മലയാളത്തിൽ ഇതിഹാസം ശില്പഭദ്രമായ കലാവസ്തു മാത്രമല്ല. അതൊരു സ്ഥാപനം കൂടിയായി മാറിയിരിക്കുന്നു. *ഇതിഹാസ*മെന്ന ഈ സ്ഥാപനത്തെ നിർമ്മിച്ച വായനകളുടെയും ആസ്വാദനങ്ങളുടെയും സ്വീകാരത്തിന്റെയും ചരിത്രത്തിന്റെ രൂപത്തിൽ മാത്രമേ അതിന്റെ അർത്ഥം ഇനി വായനക്കാർക്കു മുന്നിൽ പ്രത്യക്ഷപ്പെടുകയുള്ളൂ.

ചില വിമർശകരെങ്കിലും തിരിച്ചറിഞ്ഞിട്ടുള്ളതുപോലെ *ഇതിഹാസം* ഏകാത്മകമായ ഒരൊറ്റ നോവലല്ല, മറിച്ച് അനേകം നോവലുകളുടെ സമ്മിശ്രമാണ്. വ്യത്യസ്തരായ വക്താക്കളുടെ ഭിന്നസ്വരങ്ങളും വ്യത്യസ്തരായ ശ്രോതാക്കൾക്കു വേണ്ടിയുള്ള ഭിന്നസ്വരങ്ങളും ഇതിലുണ്ട്. രവി കയറിച്ചെന്ന ഞാറ്റുപുരയിൽ മുമ്പേ ഉണ്ടായിരുന്ന ഗാന്ധിജിയുടെയും ഹനുമൽപാദരുടെയും ഹിറ്റ്ലരുടെയും ചിത്രങ്ങളിലും രവി കൂടെ കൊണ്ടുപോയ *ഭഗവദ്ഗീത*, പ്രിൻസ് തിരുവങ്കുളം, റിൽക്കെ, മുട്ടത്തുവർക്കി, ബോദലേർ എന്നീ പുസ്തകങ്ങളിലും പ്രകടമാവുന്ന ഭിന്നസ്വരം *ഇതിഹാസ*ത്തിന്റെ ബഹുരൂപത്തിന്റെ മുന്നോടിയാണ്. ഖസാക്കിലേക്കു രവി കൂടെ കൊണ്ടുപോയ ഓർമ്മകളും തത്ത്വങ്ങളും വിശ്വാസങ്ങളും പുസ്തകങ്ങളും നെയ്തുചേർത്ത പാഠാന്തരബന്ധങ്ങളുടെ വിലയ്ക്ക് ഒരു വിവിധ ദർശകത്തിന്റെ സ്വഭാവമുണ്ട്. അതിലൂടെ വായനക്കാർ വ്യത്യസ്തമായ അർത്ഥങ്ങൾ ഉത്പാദിപ്പിക്കുന്നു. കൃതിക്ക് നിഗൂഢമായ ഒരു പരമാർത്ഥമുണ്ടായിരിക്കും എന്ന അന്ധവിശ്വാസവും കൃതി ഉല്പാദിപ്പിക്കുന്ന ഭിന്നാർത്ഥങ്ങളും ചേർന്ന് ഒരു വൈരുധ്യം ഉണ്ടാവുന്നു. അതിനെ മറികടക്കാൻ *ഇതിഹാസം* വിമർശനത്തിന് അതീതമാണെന്നു നാം പ്രഖ്യാപിക്കുന്നു. വിമർശകർ ഇന്നുവരെ *ഇതിഹാസ*ത്തിനു

1. ഒ.വി. വിജയൻ, ഖസാക്കിന്റെ ഇതിഹാസം (കോട്ടയം ഡി.സി. 1990).

കൊടുത്ത വ്യാഖ്യാനങ്ങളൊന്നും നമ്മെ തൃപ്തിപ്പെടുത്തുന്നില്ല. അതേ സമയം അതിനു നിഗൂഢമായ ഒരർത്ഥം ഉണ്ടായിരിക്കണമല്ലോ എന്ന ആധി നമ്മെ കീഴ്പ്പെടുത്തുകയും ചെയ്യുന്നു.

ഈ വൈരുധ്യം പരിഹരിക്കാനുള്ള ഒരു വഴി *ഇതിഹാസ*ത്തിനു ഇന്നേവരെ നല്കപ്പെട്ട വ്യാഖ്യാനങ്ങൾക്കു പൊതുവെ എന്തെങ്കിലുമുണ്ടോ എന്നു നോക്കുകയാണ്. ഖസാക്കിന്റെ ഇതിഹാസത്തിന്റെ അനുപമമായ ലാവണ്യത്തിനു നിദാനമായി ഒരു നിഗൂഢസത്തയോ പരമാർത്ഥമോ നിലനിൽക്കുന്നുണ്ടെന്ന ധാരണ മിക്ക വ്യാഖ്യാനങ്ങളിലും കാണാം. കലാത്മകമായ സൗന്ദര്യത്തിന്റെ ആദിമനിർവ്വചനത്തിൽ ഒളിഞ്ഞിരിക്കുന്ന വിശ്വാസം കൂടിയാണത്. അസ്തിത്വത്തിന്റെ സങ്കീർണ്ണമായ സമസ്യകളോടുള്ള കലാത്മകമായ പ്രതികരണമാണ് ഖസാക്കിന്റെ ഇതിഹാസമെന്ന വിശ്വാസം മുമ്പത്തെ വിമർശനങ്ങളിലെല്ലാം പ്രകടമാണ്. ഈയിടെ പി.കെ. രാജശേഖരൻ നടത്തിയ പഠനത്തിലും ഇതേ ആശയം മറ്റൊരു രീതിയിലും കാണാം. യുക്തിക്കും അയുക്തിക്കും ജീവിതത്തിനും മരണത്തിനുമിടയ്ക്ക് അകപ്പെട്ട മനുഷ്യന്റെ ധർമ്മസങ്കടത്തിൽനിന്നാണ് വിപരീതാത്മകമായ ദുരന്തദർശനത്തിന്റെ പിറവി എന്നു പറയുന്ന രാജശേഖരൻ, എന്നാൽ തുടർച്ചയറ്റുപോയ ആ അടഞ്ഞ സമൂഹത്തിൽ (ഖസാക്കിലെ സമൂഹം) അകപ്പെട്ട രവി എന്ന ആധുനിക മനുഷ്യൻ തന്റെ അസ്തിത്വത്തിന്റെ സമസ്യകളാൽ യുക്തിയുടെയും അയുക്തിയുടെയും സന്ദേഹങ്ങളാൽ വേട്ടയാടപ്പെടുന്നു എന്നു കണ്ടെത്തുന്നു ജീവിതം നിരർത്ഥകമാണ് എന്നു തിരിച്ചറിഞ്ഞ ഒരാധുനിക കഥാപാത്രമാണ് രവി എന്ന പഴയ ധാരണ തന്നെയാണ് പോസ്റ്റ് - കൊളോണിയൽ സാഹചര്യത്തിന്റെ ഡിസ്കോഴ്സ് വായനയിലും പ്രത്യക്ഷപ്പെടുന്നത്. അതേസമയം താൻ അത്തരം വ്യർത്ഥതാവാദമൊന്നും ഉദ്ദേശിച്ചിട്ടില്ലെന്നു വിജയൻ എപ്പോഴും ആവർത്തിക്കാറുണ്ട്. അടുത്ത കാലത്തെ ഒരഭിമുഖത്തിൽ രവിയെക്കുറിച്ചു വിജയൻ, പാപമോ വ്യർത്ഥമോ എന്നൊന്നും ഒന്നിനെക്കുറിച്ചും അയാൾ ചിന്തിക്കുന്നില്ല എന്നു പറയുകയുണ്ടായി. ഇതേ കാര്യം *ഇതിഹാസ*ത്തിന്റെ *ഇതിഹാസ*ത്തിലും കാണാം. എന്നാൽ മോഡേണിസ്റ്റ് വായനയും പോസ്റ്റ് കൊളോണിയൽ വായനയും ഒരുപോലെ വിജയന്റെ വായനയെ അവഗണിക്കുകയായിരുന്നു.

യൂറോപ്പിലെ അസ്തിത്വവാദവുമായി ബന്ധമുള്ളതോ അല്ലാത്തതോ ആയ ഒരു അസ്തിത്വസമസ്യയും *ഖസാക്കിന്റെ ഇതിഹാസ*ത്തിൽ പ്രത്യക്ഷപ്പെടുന്നില്ല എന്നതാണു യാഥാർത്ഥ്യം. നോവലിൽ ഒരിടത്ത് രവി താൻ അനുഭവിക്കുന്ന നിരർത്ഥകമായ ദുഃഖത്തെക്കുറിച്ചും യാഥാർത്ഥ്യത്തിന്റെ മിഥ്യയുടെയും അപാരതകളെക്കുറിച്ചും ഓർമ്മിക്കുന്നുണ്ട് (119). പക്ഷെ ഇതൊന്നും വ്യക്തിയുടെ ആത്മസ്വത്വത്തിന്റെ യാഥാർത്ഥ്യത്തെയോ മിഥ്യയെയോ സംബന്ധിച്ച ദാർശനികപ്രശ്നമല്ല. യാഥാർത്ഥ്യത്തിന്റെയും മിഥ്യയുടെയും അപാരത ആത്മസ്വത്വ (Dasein) ത്തിന്റേതല്ല അസ്തിത്വസ്വത്വ(existential self)ത്തിന്റേതുമല്ല, മറിച്ചു വസ്തുസ്വത്വ(being)ത്തിന്റേതാണ്; യാഥാർത്ഥ്യത്തിന്റെയും പദാർത്ഥത്തിന്റേതുമാണ്; സ്ഥലകാലങ്ങളുടെതാണ്. ദുരൂഹമായ സ്ഥലകാലങ്ങളെ

ക്കുറിച്ചുള്ള *ഇതിഹാസ*ത്തിലെ തത്ത്വചിന്ത കർമ്മബന്ധം, പരിണാമം, ഉപനിഷത്തുക്കൾ, താരഭൗതികം തുടങ്ങിയവയെല്ലാം ആശ്ലേഷിച്ചു കൊണ്ട് ഊഹാത്മകവും അതിഭൗതികവുമായ ഒരു ദാർശനിക വ്യൂഹ മായി സംഘടിച്ചു നിൽക്കുന്നു. മനുഷ്യനും പ്രപഞ്ചവും തമ്മിൽ പൂർവ്വ നിശ്ചിതമായ ബന്ധമുണ്ടെന്നാണ് ഇതിഹാസം സൂചിപ്പിക്കുന്നത്. ഇത്തര മൊരു വിശ്വാസം കീർക്കെഗാദിന്റേതുപോലുള്ള അസ്തിത്വവാദത്തിനു കടകവിരുദ്ധമത്രെ. മനുഷ്യനെ ആത്മജ്ഞാനം നേടുന്നതിൽനിന്നും തട യുന്ന മയക്കുമരുന്നുകളാണ് ഇത്തരം ഊഹാത്മകദർശനങ്ങൾ എന്നു കീർക്കെഗാദ് പറയുന്നു. വ്യർത്ഥതാബോധത്തിനു കാരണമായി, അല്ലെ ങ്കിൽ അതിന്റെ പ്രത്യക്ഷീഭാവമായി അസ്തിത്വവാദികൾ ചൂണ്ടികാണി ക്കുന്ന ഒന്നാണ് മനുഷ്യനും പ്രപഞ്ചവും തമ്മിലുള്ള അന്യത്വം. തന്റെ *സിസിഫസ് പുരാണ*ത്തിൽ കാമു ഇക്കാര്യം പറഞ്ഞിട്ടുണ്ട്. പക്ഷേ ഖസാക്കിന്റെ ഇതിഹാസത്തിൽ മനുഷ്യനും പ്രപഞ്ചവും തമ്മിലുള്ള അന്യത്വമല്ല, ഏകത്വം തന്നെയാണു കാണുക. പ്രകൃതിയുമായി രമിച്ചും അനന്തസ്ഥലകാലങ്ങളുമായി ബന്ധം പുലർത്തിയും ആത്മാവുമായി ബന്ധം പുലർത്തിയുമാണ് ഖസാക്കിൽ രവി ജീവിച്ചിരുന്നത് എന്നാണ് വിജയൻ പില്ക്കാലത്ത് പറഞ്ഞത്. ഇത്തരത്തിലുള്ള ഗാഢബന്ധം അസ്തിത്വവാദത്തിലെ അന്യഭാവമല്ലതന്നെ. ഇതൊന്നും ഓർക്കാതെ യാണ് അസ്തിത്വത്തിന്റെ സമസ്യകൾ വിമർശകർ രവിയിൽ ആരോ പിച്ചത്.

കഥാപാഠത്തിനു വെളിയിലുള്ള ഏതെങ്കിലുമൊരു ദർശനംകൊണ്ട് *ഇതിഹാസ*ത്തെ വ്യാഖ്യാനിക്കാൻ വേറെയും വഴികൾ കണ്ടേക്കാം. അത്തരം വ്യാഖ്യാനങ്ങൾ ഒരുതരം ന്യൂനീകരണമായിത്തീരും എന്നു മാത്രം. ഇതിനുപകരം *ഇതിഹാസ*മെന്ന പൂർണ്ണംകൊണ്ടും വ്യാഖ്യാനി ച്ചാൽ എന്തുണ്ടാവും? *ഇതിഹാസ*മെന്ന പൂർണ്ണത്തെ വ്യാഖ്യാനിക്കാൻ പറ്റിയ ചില അംശങ്ങൾ അതിൽ തന്നെ അടങ്ങിയിട്ടുണ്ട്. അതിലൊ ന്നാണ് ഒരു സംസ്കാരത്തെ മറ്റൊരു സംസ്കാരംകൊണ്ടു വ്യാഖ്യാനി ക്കുന്ന രീതി. വേണമെങ്കിൽ നമുക്കിതിനെ ലെഫ്യോക് (Lefyocq) വായന യെന്നു വിളിക്കാം.

ഒരു ദിവസം രവി ചായപ്പീടികയിൽ വന്നപ്പോൾ അലിയാർ പഴയൊരു പത്രത്തിന്റെ താളു കൈയിൽ കൊടുത്തു. കാര്യമായി ഉടുപുടയില്ലാ ത്തൊരു പെണ്ണിന്റെ ചിത്രമുണ്ടായിരുന്നു അതിൽ.

"ഇന്ത പൊണ്ണ് ആരാക്കും മേഷ്ടരെ?" അലിയാർ ചോദിച്ചു.

"ഇപ്പടി കോണകമുട്ത്ത് ന്ക്കറതിന്റെ സത്തിയം എന്നാ? ഒന്ന് പടിച്ച് അർത്തം പറയീ."

രവി പത്രമെടുത്തു നോക്കി. ഒരു ജർമ്മൻ പത്രത്തിന്റെ ഏടാണ്.

"ഇത് ഇംഗ്ലീഷല്ലല്ലൊ." രവി പറഞ്ഞു.

അലിയാർ രവിയെ കിണഞ്ഞുനോക്കി, "അല്ലേ?"

"അല്ല"

അലിയാർ അമർത്തിയൊന്നു മൂളി.

രവി പോയപ്പോൾ അപ്പാമുത്തിനെ വരുത്തി അലിയാർ കടലാസ്സു കയ്യിൽ കൊടുത്തു.

"പടിയടാ അപ്പാമുത്തേ!"

കേലൻമാസ്റ്ററുടെ സ്കൂളിൽനിന്ന് എട്ടാംതരം തോറ്റവനാണ് അപ്പാമുത്ത്. അപ്പാമുത്ത് മിനക്കെട്ടു. പത്രം കണ്ണോടടുപ്പിച്ചു പിടിച്ചു. എന്നിട്ട് നിർഭയനായി വായന തുടങ്ങി.

എല്ല് - ശീ - ഈ - പി

മൂലയിൽനിന്ന് ആരോ ചോദിച്ചു. "എന്നാ? എന്നാ?"

"പീീീ!"

ആളുകൾ ചിരിച്ചു.

അപ്പാ മുത്ത് വായന തുടർന്നു. "എല്ല് - ഈ - എപ്പ്"

ഓ- ഇദെന്താണ്ടപ്പാ ഓ വിന്റെ മൊകിളി രണ്ട് കുത്ത്.

തപ്പാ അച്ചടിച്ചതാക്കും. ശീ- കുയുവു. (50)

ജർമ്മൻഭാഷ, അത് ഇംഗ്ലീഷാണെന്നു കരുതി മലയാളംപോലെ വായിക്കുന്ന അപ്പാമുത്തിന്റെ വ്യാഖ്യാനമാണ് ലെഫ്യോക് വായന. നമുക്കറിയാത്ത ഒന്നിനെ, നമുക്കറിയാവുന്ന മറ്റൊന്നിന്റെ ഭാഷയിൽ വിവരിക്കുകയോ, അതിന്റെ മാതൃകയിൽ മനസ്സിലാക്കുകയോ ചെയ്യുന്ന സാദൃശ്യാത്മക വിചിന്തനത്തിന്റെ ഒരു രൂപം തന്നെ. പക്ഷേ സാദൃശ്യാത്മകവിചിന്തനത്തിൽ യാഥാർത്ഥ്യം നമുക്കധീനമാവുന്നതായി തോന്നിക്കുമെങ്കിലും ലെഫ്യോക് വായനയിൽ യാഥാർത്ഥ്യം അജ്ഞേയമായിരിക്കും. ഭാഷയെന്ന പാത്രത്തിൽ കൊള്ളാതെ കവിഞ്ഞൊഴുകുന്ന യാഥാർത്ഥ്യത്തിന്റെ ആധിക്യവും ധാരാളിത്തവുമാണ് ലെഫ്യോക് വായന പുറത്തു കൊണ്ടുവരുന്നത്. ലക്കാനിയൻ യഥാർത്ഥത്തെപ്പോലെ, കാന്റിയൻ സാക്ഷാദ്വസ്തുവെപ്പോലെ അഗ്രാഹ്യമായ യാഥാർത്ഥ്യത്തെ അത് ലക്ഷ്യംവെക്കുന്നു. യാഥാർത്ഥ്യം എപ്പോഴും അജ്ഞാതമായി ത്തന്നെ ഇരിക്കുമെന്നു അറിഞ്ഞുകൊണ്ട് പരിമിതമായ സൂചകങ്ങളെ നാം അതിനുനേരെ തിരിച്ചു നിർത്തുകയാണ്. അലിയാരുടെ പത്രക്കടലാസ് റോസെറ്റാശിലപോലെ രണ്ടു ഭാഷയിലുള്ള എഴുത്താണ്. തുണിയുടുക്കാതെ നിൽക്കുന്ന പെണ്ണിന്റെ ചിത്രം അജ്ഞാത യാഥാർത്ഥ്യത്തിന്റെ ചിത്രലിപിയിലുള്ള വ്യഞ്ജനം തന്നെ. എഴുത്തിന്റെ അർത്ഥം പെണ്ണിന്റെ ചിത്രമല്ല, അവൾ തുണിയുടുക്കാതെ നിൽക്കുന്നതിന്റെ സത്തിയമാണ്. അതാണതിന്റെ അർത്ഥം. കാലംതെറ്റി ഭാവികാലത്തിൽനിന്നു കഥയുടെ വർത്തമാനത്തിലെക്കെത്തിയ ആധുനികാനന്തരബിംബമാണ് ആ ചിത്രം. യഥാർത്ഥസ്ത്രീക്കുപകരം സ്ത്രീയുടെ ചിഹ്നം വിഭാവമായി പ്രവർത്തിക്കുന്ന ആധുനികാനന്തര ലൈംഗികതയുടെ സൂചകം.

വായനയുടെ അർത്ഥം, സാംസ്കാരിക ലൈംഗികതയ്ക്കപ്പുറമുള്ള പ്രാകൃതവും ശുദ്ധവും സരളവുമായ ലൈംഗികതയുമായി ബന്ധപ്പെടുന്ന

രംഗമാണ് ലെഫ്യോക് വായന. ഇത്തരമൊരു രംഗം അപ്രാപ്യമായ അക്ഷരമാലയുടെ മുമ്പിലിരിക്കുന്ന കുട്ടാടന്റെ ഓർമ്മയിലുണ്ട്.

മാ

പിന്നെ?

എൻ

ൻ എന്ന ചില്ലാണ്.

കൂട്ടിവായിയ്ക്ക്.

മായൻ

പണിയ്ക്കരച്ചൻ ചെകിടത്തു തല്ലി. തിരുത്തിവായിച്ചുകൊടുത്തു. മാൻ(115)

കുട്ടാടന്റെ മാൻ - മായൻ വായന ലക്ഷ്മിയുടെ സാമീപ്യത്തിൽ ലൈംഗികതയെ സ്പർശിക്കുന്നു. അവന് അവളോടുള്ള അനുഭാവം തെറ്റു വായനയായി മാറുന്നു. എന്തോ പറയണമെന്നുണ്ട് കുട്ടാടന്. പക്ഷെ ആ ഉദ്വേഗത്തിന്റെ അക്ഷരങ്ങളെ കൂട്ടിവായിയ്ക്കാനറിഞ്ഞുകൂടായിരുന്നു (116). അപ്പാമുത്തിന്റെ ലെഫ്യോക് വായനയും കുട്ടാടന്റെ മായൻ വായനയും അസംസ്കൃതമാണെങ്കിൽ എഴുത്തിന്റെയും വായനയുടെയും കൈവല്യമാണ് അപ്പുക്കിളിയുടെ ഉച്ചാരണമോ സ്വനിമോ ഇല്ലാത്ത എഴുത്ത്.

വിദ്യ അഭ്യസിയ്ക്ക്ണു മാധവന്നായരേ, രവി അറിയിച്ചു.

ബോർഡിലും നിലത്തും ചുമരിലും വാതിലിലുമൊക്കെ കളർച്ചോക്കുകൊണ്ടു വലിയ 'ഠ' കാരങ്ങൾ എഴുതിവെച്ചിരുന്നു.

പച്ചയും നീലയും ചുവപ്പുമായി 'ഠ' കാരങ്ങൾ അവിടമാസകലം വിതറിക്കിടന്നു..

ഒരക്ഷരം പടിച്ചാ മതി. മാധവൻനായർ പറഞ്ഞു.

നേരാ, രവി പറഞ്ഞു. രവി നേരമ്പോക്കു പറയുകയായിരുന്നില്ല.

നേരമ്പോക്കല്ല ഞാന് പറഞ്ഞത്. മാധവൻനായർ പറഞ്ഞു, നൊമ്പടെ ഗുരുപൂതര് പറഞ്ഞ് തന്നതാ മാഷേഷ... (80)

എല്ലാറ്റിനും നിയാമകമായി ഒരു കേന്ദ്രസ്ഥാനമുണ്ട്. എല്ലാറ്റിനെയും നിലനിർത്തുന്ന ആധാരം. എല്ലാ എഴുത്തുകളെയും തന്നിലാവാഹിക്കുന്ന ഒരെഴുത്ത്; എല്ലാ അക്ഷരങ്ങളെയും ഉൾക്കൊള്ളുന്ന 'ഠ' കാരം. അപ്പുക്കിളിയുടെ 'ഠ' കാരം ഏതു യാഥാർത്ഥ്യത്തെയാണ് ലക്ഷ്യമാക്കിയത്? അത് ഏതിന്റെ വ്യഞ്ജകമായിരുന്നു? സൂചിതമായി ഒരു യാഥാർത്ഥ്യവുമില്ലാത്ത എഴുത്തുകളാണ് 'ഠ' കാരവും അപ്പാമുത്തു ധീരമായി വായിച്ചു പോകുന്ന ജർമ്മൻ പത്രവും *ഖസാക്കിന്റെ ഇതിഹാസ*ത്തിന്റെ അടിസ്ഥാനങ്ങളിലൊന്നായ വ്യാഖ്യാനമാതൃക കൂടിയാണ്.

*ഇതിഹാസ*ത്തിലെ ദുരൂഹതയുടെ ആദികാരണം പ്രപഞ്ചം തന്നെ. ദുരൂഹമായ സ്ഥലരാശി (86). അനാദിയായ സ്ഥലരാശി (150)

പ്രപഞ്ചത്തിന്റെ ഭൗതികതയാണ്. പ്രപഞ്ചമെന്ന ഭൂതസാകല്യം ആത്മാവിനെപോലെയും മരണവും വ്യർത്ഥതയും ചുമന്നുകൊണ്ട് ഗ്രഹങ്ങളിൽ കപ്പലണയ്ക്കുന്ന ബഹിരാകാശസഞ്ചാരിയും (150) കാലത്തിന്റെ ഗംഗാ തടവും (86) ദുരൂഹതയുടെ ദുഃഖവും (86) കൈതപ്പൊന്തകളിലേക്ക് ഇറങ്ങിവന്ന് ഖസാക്കിലെ മിന്നാമിനുങ്ങുകളാവുന്ന ബഹിരാകാശവും അതിന്റെ അനന്തരാശിയിൽ നിന്നു മനുഷ്യന്റെ നിദ്രയിലേക്കിറ്റു വീഴുന്ന സാന്ദ്രതയുടെ കിനിവുകളും (146) ഭൗതിക പ്രപഞ്ചത്തിനു ഒരാത്മാവുണ്ടാക്കുകയും അതിനെ ഒരു മഹാപ്രേതമായി മാറ്റുകയും ചെയ്യുന്നു. മരിച്ചുപോയ കാലം കട്ടപിടിച്ചുകിടക്കുന്ന പ്രേതഗൃഹമാണ് ഖസാക്ക്. ദുരൂഹമായ സ്ഥലകാലരാശിയെ നോവൽ എങ്ങനെ വ്യാഖ്യാനിക്കുന്നു? ഇത്തവണ രവി തന്നെ നിർവ്വഹിക്കുന്ന ഒരു ലെഫ്യോക്വായനയിലാണീ വ്യാഖ്യാനം.

നിങ്ങളുടെ ആ പ്രബന്ധം വിചിത്രമായിരിക്കുന്നു

(അമേരിക്കൻ) പ്രഫസർ പറഞ്ഞു: ഉപനിഷത്തുകളുടെയും ആസ്ട്രോഫിസിക്സിന്റെയും രസാവഹമായ കലർപ്പ്.

രണ്ടുപേരുമിരുന്നു സംസാരിച്ചു.... ദുരൂഹമായ സ്ഥലരാശി. കാലത്തിന്റെ ഗംഗാതടം. ദുരൂഹതയുടെ ദുഃഖം (86).

ഉപനിഷത്തിനെയും താരഭൗതികത്തെയും കലർത്തിയത്. ഉപനിഷത്തിനെ താരഭൗതികം കൊണ്ടും താരഭൗതികത്തെ ഉപനിഷത്തുകൊണ്ടും വ്യാഖ്യാനിക്കുന്നത്, സംസ്കാരങ്ങൾക്കു കുറുകെ നടക്കുന്ന ലെഫ്യോക് അഭിമുഖമാണ്. ജർമ്മൻഭാഷയെ ഇംഗ്ലീഷാണെന്നു തെറ്റിദ്ധരിച്ച് അതിനെ മലയാളംപോലെ വായിക്കുന്നതും താരഭൗതികത്തിൽ ഉപനിഷാൽതത്ത്വങ്ങൾ വായിക്കുന്നതും ഒരുപോലെ. ഇത്തരമൊരു വായനയിൽ ഭൂതാത്മകമായ പ്രപഞ്ചത്തിന് ഒരാത്മാവുണ്ടാകുന്നു. ആത്മരൂപമായ, ആത്മാവ് ആവേശിച്ച, പ്രേതനിർമ്മിതമായ ഭൗതികപ്രപഞ്ചത്തിലെ സംഭവങ്ങളെ പരസ്പരം ബന്ധിയ്ക്കുന്നത് കർമ്മനിയമമാണ്. കർമ്മം, കർമ്മഫലം, കർമ്മപരമ്പര എന്നീ വാക്കുകൾ ഇതിഹാസത്തിൽ ആവർത്തിക്കുന്നുണ്ടെങ്കിലും ഈ വാക്കുകൾക്ക് ഹൈന്ദവാത്മീയത്തിലെ അർത്ഥമൊന്നും കാണുകയില്ല. മനുഷ്യജീവിതത്തിന്റെ ആദിമാതൃകയായി കരുതാവുന്ന ജീവബിന്ദുക്കളുടെ കഥയിൽ ഏട്ടത്തി അനിയത്തിയോടു പറയുന്നു: മറക്കും. ഇതു കർമ്മപരമ്പരയുടെ സ്നേഹരഹിതമായ കഥയാണ്. ഇതിൽ അകൽച്ചയും ദുഃഖവും മാത്രമേയുള്ളൂ (61). ജന്മാന്തരങ്ങളിലൂടെ നീണ്ടുപോകുന്ന കർമ്മപരമ്പരയിലെ കണ്ണികൾ ഓരോന്നും അതാതുജന്മങ്ങളിലെ സോദ്ദേശ്യകമായ പ്രവൃത്തികൾ ആയിരുന്നു. സോദ്ദേശ്യകമായ ഓരോ പ്രവൃത്തിക്കും ആഖ്യാനകത്തിന്റെ സ്വരൂപമുണ്ട്. ആഖ്യാനത്തിനു സ്ഥലത്തിന്റെ രൂപവും. നോവലിൽ ഒരിടത്ത് പ്രേതഭൂമിയുടെ കഥാന്തരങ്ങളിലെവിടെയോ (117) എന്ന പ്രയോഗമുണ്ട്. ഇതിഹാസത്തിന്റെ മലയോരങ്ങളെന്ന (22) പ്രയോഗവും. ഇത് സൗന്ദര്യവർധകമായ അലങ്കാരം മാത്രമല്ല. പ്രേതഭൂമിയായ ചുടലപ്പറമ്പിൽ മരിച്ചവരുടെ കർമ്മങ്ങൾ എഴുതപ്പെട്ടിരിക്കുന്നു. ചുടലപ്പറമ്പ് ചിത്രഗുപ്തന്റെ,

അല്ലെങ്കിൽ മരണദേവതയുടെ അഗ്രസന്ധാനിയാണ്. ഓരോരുത്തരുടെയും കർമ്മങ്ങൾ എഴുതപ്പെടുന്നത് തുമ്പികളിലാണ്. തുമ്പികൾ മരിച്ചവരുടെ ഓർമ്മ(60)കളാണ്. ഭൂമിക്ക് (പ്രപഞ്ചത്തിന്) പ്രേതത്തിന്റെയും പ്രേതത്തിനു ഓർമ്മയുടെയും ഓർമ്മയ്ക്ക് കഥ (ആഖ്യാനകം)യുടെയും സ്വഭാവം കൈവന്നുകൊണ്ടിരിക്കുന്നതരം ആവർത്തനങ്ങളും ചാക്രികതകളും *ഇതിഹാസ*ത്തിലെങ്ങും വായിക്കാം. ഓർമ്മയുടെയും മരണത്തിന്റെയും സങ്കരമാണ് പ്രേതം. സ്ഥലകാലങ്ങളുടെ അനന്തരാശിയിലെ പ്രേതങ്ങളുടെ ആവർത്തനം പുരാവൃത്തങ്ങളുടെ ആഖ്യാനത്തിൽനിന്നു വ്യത്യസ്തമല്ല. ആവർത്തനവും ആഖ്യാനവും ഒന്നുതന്നെ. പ്രേതഭൂമിയിലെ ആവൃത്തികൾ പുരാവൃത്തങ്ങളുടെ ആഖ്യാനത്തിനു സമാനമാണ്; അത്, അതുകൊണ്ട് ജീവിതത്തിനും സമാനമായിരിക്കുന്നു. ജീവിതം അന്തിമമായി ഒരാഖ്യാതമായി ചുരുങ്ങുകയാണ്. ഇത് ആഖ്യാനകമോ ആഖ്യാനക്ഷമതയോ ആഖ്യേയത്വമോ ആയി മാറുകയാണ്.

ഓർമ്മകളുടെയും പുരാവൃത്തങ്ങളുടെയും ആഖ്യാനത്തിന് *ഇതിഹാസ*ത്തിൽ സവിശേഷമായ അർത്ഥമുണ്ട്. ചിലപ്പോൾ കഥനസ്വഭാവമില്ലാതെ ഒരു വലിയ മൂടൽമഞ്ഞുപോലെ ഓർമ്മകൾ പ്രത്യക്ഷപ്പെടാം(10). ഓത്തുപള്ളിയിൽ ഇരുന്ന് അള്ളാപ്പിച്ചാമൊല്ലാക്ക കുട്ടികൾക്കു പറഞ്ഞു കൊടുക്കുന്ന സെയ്യദ്മിയാൻ ഷെയ്ഖിന്റെ കഥ ഖസാക്കിലെ സമൂഹത്തെ ഏകീകരിക്കുക മാത്രമല്ല; അപ്പോൾത്തന്നെ അത് മൊല്ലാക്കയുടെ ജീവിതകഥയായി മാറുന്നു. താൻ ഷെയ്ഖിന്റെ കിഴവൻ കുതിരയാണെന്നു മൊല്ലാക്ക അറിയുന്നു. ബദർപാട്ടിന്റെ ഇതിഹാസകാരനും മൊല്ലാക്കതന്നെ.

മങ്കുസ്ഥാൻ പാടി. ബദർയുദ്ധത്തിന്റെ കഥ. വാറുപൊട്ടിയ ചെരിപ്പുമായി ഇതിഹാസകാരൻ യുദ്ധഭൂമിയിലൂടെ ഇടറിത്തടഞ്ഞു നടന്നു. ആ ഗാഥയുടെ വികല്പങ്ങൾ മരപ്പടർപ്പുകൾ കടന്ന് ഖസാക്കിലെത്തുകയായി. ഖസാക്കിലെ പനങ്കാടുകളിൽ ബദരീങ്ങൾ പടവെട്ടി (164).

മതത്തിന്റെ അതിരുകൾ കടന്ന് പ്രേതങ്ങൾ അങ്ങോട്ടുമിങ്ങോട്ടും സഞ്ചരിക്കുന്നു. പല പുരാവൃത്തങ്ങളും കഥാപാത്രങ്ങളുടെ ജീവിതത്തിനായുള്ള മാതൃകയായി അവതരിപ്പിക്കുന്നു. രവിയുടെ അഗമ്യഗമനത്തെ ഈഡിപ്പസ് മാതൃകയിലാണ് സാധാരണ വ്യാഖ്യാനിക്കാറ്. പക്ഷേ *ഇതിഹാസ*ത്തിൽ അതിലും പ്രാചീനമായ മറ്റൊരു പുരാവൃത്തം രവിയുടെ കഥയ്ക്ക് ആദിമാതൃകയായി കിടക്കുന്നു. വസൂരിരോഗബാധ മാരിയമ്മയുമായുള്ള സംയോഗമാണെന്ന പുരാവൃത്തം (132) ചില വിശേഷസന്ദർഭങ്ങളിൽ മാതൃസംഭോഗമാകാം എന്ന അതിപ്രാചീനമായ ഗോത്രനിയമത്തിനു നിദർശനമാണ്. വസൂരിയുടെ ഭ്രാന്തമായ ബോധത്തിൽ രവിയുടെ നിഷിദ്ധയോഗസ്മൃതി തെളിയുന്നു. ഇതുപോലെ മാധവൻ നായരുടെ ഓർമ്മയിലും മാതൃരതി നിഴലിക്കുന്നു (155). മാരിയമ്മയുടെ സങ്കല്പത്തിലും രവിയുടെ കഥയിലും മാധവൻനായരുടെ അനുഭവത്തിലുമെല്ലാം മകനു അമ്മയോടല്ല, അമ്മയ്ക്ക് മകനോടാണ് രതി. ഇന്ന് ഇത് പാപമാണെങ്കിലും ആദിദേവിയുടെ പുത്രരതിയെന്ന പുരാവൃത്തത്തിന്റെ ആവർത്തനമായി രവിയുടെ കഥയെ കാണാവുന്നതേയുള്ളൂ.

രവി ചെയ്തത് പാപമല്ലേ എന്നു പിന്നേയും പിന്നേയും ചോദിക്കുന്നത് ദമിതമായ ആധികൊണ്ടാണെന്നു കരുതിയാൽ മതി. അതിനെക്കാൾ പ്രധാനം എങ്ങനെ ജീവിതം പുരാവൃത്തം അനുകരിച്ചുകൊണ്ട് അതിനെ ആഖ്യാനകമായി മാറ്റുന്നു എന്നതാണ്.

മനുഷ്യന്റെ ജീവിതം പുരാവൃത്തത്തിന്റെ പുനർജനിയാവുന്നു. ആബിദയുടെ ദീനമായ കഥയിൽ, അരശുകളുടെ തണലിൽ ഒരു തുമ്പിയാണവൾ. അവൾ ആരുടെ ഓർമ്മയാണ്? അവളുടെ തന്നെ മുൻജന്മത്തിന്റെ, ഖേദം നിറഞ്ഞ പുനർജ്ജനിയുടെ, ഓർമ്മ (67). ആബിദ അവളുടെ തന്നെ പകർപ്പാവുന്നതരം പ്രത്യാവർത്തനം. പുനർജനി ദാർശനികമായ ഒരാശയമായിരിക്കാം. എന്നാൽ നോവലിലതിനു ഒരേ കഥാനകത്തിന്റെയോ പ്രമേയത്തിന്റെയോ ആവർത്തനമെന്നർത്ഥം. ആഖ്യാനകത്തിന്റെ ആവർത്തനക്ഷമതയാണ് *ഇതിഹാസ*ത്തിലെ പുനർജനി. പുനർജനി എന്ന അർത്ഥത്തിൽ തന്നെ വിജയൻ ആവർത്തനം എന്ന വാക്ക് ഉപയോഗിക്കുന്നു: പുറത്ത്, വേനലും മഞ്ഞും പുല്ലും കരിമ്പനയും ആവർത്തിക്കുന്നു. പുനർജനിയ്ക്കുന്നു. ഖേദമില്ലാതെ, ആസക്തിയില്ലാതെ, വീണ്ടും വീണ്ടും ആവർത്തിക്കുന്നു (140). സദൃശങ്ങളുടെ ലോകത്തിൽ കൂട്ടം ചേർന്നു മറ്റു തലകൾ അന്വേഷിക്കുന്ന പേനുകൾ ആര്യൻമാരുടെ വരവിന്റെ പുനർജനിയാവുന്നു (140). ഖസാക്കുകാരുടെ പൂർവ്വികൻ സെയ്യദ് മിയാൻഷെയ്ഖ് തങ്ങൾ ഇന്ത്യയിലേക്കു വന്നപോലെ ഇന്ത്യയിലേക്കു മുഗളൻമാർ വന്നെത്തുന്നു (51). രവി ഷെയ്ഖിന്റെ ചിത്രം വരയുമ്പോഴതിൽ മൊല്ലാക്കയുടെ രൂപം പതിയുന്നു (51). ചിത്രത്തിൽ ആഖ്യാനവിഷയമായ മൊല്ലാക്ക കുഞ്ഞാമിനയുടെ കഥയിൽ വിഷയമായിത്തീരുന്നു (51-52). തീവണ്ടികളിൽ മാണിക്യം ചൂടിയ സർപ്പങ്ങൾ പുനർജനിക്കുന്നു (68). ആഖ്യാനകത്തിന്റെ തലത്തിൽ സംഭവത്തിന്റെ ആവർത്തനമാണ് പുനർജനിയെങ്കിൽ അലങ്കാരവാക്യങ്ങളുടെ തലത്തിൽ രൂപകമാണ് പുനർജനി. വർണ്യത്തിൽ അവർണ്യം പുനർജനിക്കുന്നു; അല്ലെങ്കിൽ ഉപമേയത്തിൽ ഉപമാനം. താനിരിക്കുന്ന ഞാറ്റുപുര തീവണ്ടി മുറിയാണെന്നു രവിക്കു തോന്നുമ്പോൾ (47) തന്റെ ജീവിതമെന്ന പ്രയാണംകൂടി ആ അലങ്കാരത്തിൽ പുനർജനിക്കുകയാണ്. യുഗാന്തരസ്മരണകളുടെ കർക്കിടകങ്ങളിൽ (43) ഓർമ്മകൾ ജലപ്രവാഹമായി പുനർജനിക്കുന്നു.

ജന്മാന്തരങ്ങളിലൂടെയുള്ള ആവർത്തനത്തിൽനിന്നു വ്യത്യസ്തമായി പാഠത്തിന്റെ ആദിമധ്യാന്ത ജന്മങ്ങളിലൂടെ ആവർത്തിക്കുന്ന മറ്റൊരു പുനർജനിയുണ്ട്. സംഭവങ്ങളുടെയോ സംഭവഘടകങ്ങളുടെയോ ആവർത്തനം. അതിന്റെ കാലം വരുമ്പോൾ പച്ചിലക്കൊത്തിയും മൂർഖനാവുമെന്നു നൈസാമലി മൊല്ലാക്കയോട് പറയുന്നു (24). പിന്നീടൊരിക്കൽ, എവിടെയാണു പാമ്പില്ലാത്തത്? എല്ലായിടത്തും പാമ്പുണ്ട്. നമ്മുടെ വിരലിന്റെ നഖംകൂടി പാമ്പിന്റെ പല്ലായ്ത്തീരാമെന്നും അയാൾ പറയുന്നു (149). *ഇതിഹാസ*ത്തിൽ നിറയെ പാമ്പുകളാണ്. രവി ഖസാക്കിലെത്തിയപ്പോൾ തന്നെ ഒരു ദേവിയാൻ പാമ്പ് വഴി മുറിച്ച് കാരപ്പൊന്തയിലേക്കു കയറുന്നതുകണ്ടു(14). ഖസാക്ക് വിട്ടുപോകുന്ന രവിയെ

കൂമൻകാവിൽവെച്ചു ഒരു മൂർഖൻ യാത്രയാക്കുകയും ചെയ്തു (182). ദേവിയാനും മൂർഖനും ഇടയിൽ ജലസർപ്പങ്ങളും പാമ്പിനെപ്പോലുള്ള മുല്ലവള്ളികളും മാണിക്യം ചൂടിയ നാഗത്താൻമാരും പിണയുന്ന സർപ്പങ്ങളുമെല്ലാം വ്യത്യാസത്തോടെ ആവർത്തിക്കുന്നു. അലങ്കാരങ്ങളിലും കഥാനകങ്ങളിലും സദൃശരൂപങ്ങൾ ആവർത്തിക്കുന്നു എന്നതിനർത്ഥം കഥാപാഠം ഏകാത്മകമായ യാഥാർത്ഥ്യത്തെ, അല്ലെങ്കിൽ സത്യത്തെ ആവിഷ്കരിക്കാൻ ഉദ്ദേശിക്കുന്നു എന്നതാണ്. ലെഫ്യോക് വായന ലക്ഷ്യമാക്കുന്ന അജ്ഞേയമായ യാഥാർത്ഥ്യം തന്നെയാണത്. യാഥാർത്ഥ്യത്തെ അറിയാനായി ആശ്രയിക്കുന്ന തത്ത്വങ്ങൾ ഏതൊക്കെയാവും? ഇതിഹാസത്തിൽ അവയെ 'സത്യം' എന്ന വ്യഞ്ജകം സംഗ്രഹിക്കുന്നു.

ശെയ്ഖ് തമ്പിരാനോടെ സത്തിയം, അവർ പറഞ്ഞു.

അപ്പടിയാനാൽ മൊല്ലാക്ക പൊയ്യാ? അവർ വീണ്ടും ചോദിച്ചു.

മൊല്ലാക്കയം സത്തിയം താൻ, അവർ പറഞ്ഞു.

അതെപ്പ്ടി?

സത്തിയം പലത്!

അവർ അസ്വസ്ഥരായി (38)

സത്യത്തിന്റെ നാനാത്വത്തെ അംഗീകരിക്കുന്ന വിശാലമനസ്കതയല്ല ഇത്. നാനാത്വത്തെ അവർ അംഗീകരിക്കുന്നില്ലെന്നതിനു സൂചനയാണ് ഈ അസ്വാസ്ഥ്യം. മാത്രവുമല്ല, ഖസാക്കുകാരുടെ സത്തിയ ത്തെ സങ്കീർണ യാഥാർത്ഥ്യങ്ങളുടെ ദാർശനികരൂപകമായി കാണാനും വയ്യ. വ്യത്യസ്തമായ അർത്ഥങ്ങളാണ് സത്യം എന്ന വാക്കിന്.

1) ഇപ്പടി കോണകമുടുത്ത് ന്ക്കറതിന്റെ സത്തിയം എന്നാ? (50)
2) കുട്ടാപ്പുനരി പ്രേതത്തെ വെല്ലുവിളിച്ചുകൊണ്ട് തന്റെ മുണ്ടുതെരുത്തുയർത്തി ഊര കാട്ടിയതിനെപ്പറ്റി വണ്ടിക്കാരൻ റാവുത്തർ തിരക്കുന്നു: എന്നാ അന്ത ഊര കാട്ടിയതിനോടേ സത്തിയം? (74)
3) അന്ത വിളി വരറതിനോടെ സത്തിയം എന്നാ? അള്ളാപ്പിച്ചാ മൊല്ലാക്ക ചോദിച്ചു(109)
4) അലിയാർ പറഞ്ഞു: കര്‍മാണ്ടി പണ്ടാരത്ത്ക്ക് പറ്റ് വെയ്ക്കലാമാര്‍ന്താല്‍ ആട്ട്ക്കം വെയ്ക്കലാം.
   അതിനോടെ സത്തിയം എന്നാ? (158)

സത്യം, കാരണം, യുക്തി, ഉദ്ദേശ്യം, നിദാനം എന്നിങ്ങനെ വിഭിന്നമായ അർത്ഥത്തിലാണ് 'സത്തിയം' എന്ന വാക്ക് ഖസാക്കുകാർ പ്രയോഗിച്ചത്. സാദൃശ്യാത്മകതക്കപ്പുറം പോകാത്ത പ്രാകൃതചിന്തയാണവരുടേത്. ലഹരി ഒരു തരം കറന്റാണെന്നു ഒരു കൂമൻകാവുകാരൻ സമർത്ഥിച്ചതാണല്ലോ(101). പ്രപഞ്ചത്തിന്റെ സത്യമറിയാനായി രവി ഭഗവത്ഗീത, ഉപനിഷത്തുക്കൾ, ഖസാക്കിലെ പ്രാകൃതപുരാവൃത്തങ്ങൾ തുടങ്ങിയവയിലേക്കു തിരിഞ്ഞു. അതായത്, അജ്ഞേയമായ യഥാർത്ഥത്തെ അറിയാൻ അയാൾ പഴയ ആത്മീയതത്ത്വങ്ങളെയും ജനകീയ ശാസ്ത്രങ്ങളെയും ആശ്രയിച്ചു. അപ്പാമുത്ത് ജർമ്മൻപത്രം വായിച്ചതുപോലെ തന്നെ രവിയുടെ ശ്രമവും.

രവി ബുദ്ധിജീവിയായിരുന്നു. പ്രപഞ്ചത്തിന്റെയും ജീവിതത്തിന്റെയും രഹസ്യം അയാൾക്കു അറിയണമെന്നുണ്ടായിരുന്നുവെങ്കിൽ അതിന് ബുദ്ധികൊണ്ടും വസ്തുതകൾകൊണ്ടും അയാൾ കഠിനമായി അധ്വാനിക്കേണ്ടിയിരിക്കുന്നു. പകരം ലെഫേ്യാക് വായനയിലൂടെ അതിഭൗതികത്തെ വികാരവത്കരിക്കയാണ് അയാൾ. വെറുതെ അലഞ്ഞു നടന്ന് വികാരം കൊണ്ടാൽ ഒരു ദിവസം ബോധോദയത്തിലേക്ക് എടുത്തെറിയപ്പെടുന്നു കരുതിയതുപോലെ. രവി എന്ന ബുദ്ധിജീവി ആഴത്തിൽ വേരുകൾ ഉള്ള പ്രത്യയശാസ്ത്രബിംബമാണ്. കഷ്ടപ്പെടാതെയും മിനക്കെടാതെയും ജ്ഞാനിയാവാൻ ആഗ്രഹിക്കുന്ന മാതൃകാബുദ്ധിജീവിയാണ് രവി. ഇന്ത്യയിലെ ബൂർഷ്വാ ബുദ്ധിജീവിയുടെ പിന്നോക്കാവസ്ഥയെയും സാങ്കേതികവിദ്യയോ അധ്വാനമോ കൂടാതെ ലാഭംകൊയ്യാനാഗ്രഹിക്കുന്ന നമ്മുടെ മുതലാളിവർഗ്ഗത്തെയും കൊസാംബി താരതമ്യപ്പെടുത്തിയത് ഓർമ്മിക്കാം. ഈ അർത്ഥത്തിൽ മുതലാളിയോടു മാത്രമല്ല ബുദ്ധിജീവിക്കു സാദൃശ്യം. അധ്വാനിക്കാതെ കൂലി വാങ്ങാൻ ആഗ്രഹിക്കുന്ന തൊഴിലാളിയോടും സാദൃശ്യമുണ്ട്. രവി സത്യാന്വേഷിയാണെന്നത് സത്യമാണ്. പക്ഷേ സത്യത്തെ അറിയാനായി ചെറുവിരൽപോലും അനക്കാൻ അയാൾ തയ്യാറല്ലെന്നു മാത്രം. അറിഞ്ഞുകൊണ്ടു അയാൾ ഇരുട്ടിനെ പുൽകുകയായിരുന്നില്ല. സത്യം അറിയണമെന്നുണ്ട്. അയാൾ; പക്ഷേ സത്യം ആരെങ്കിലും അയാൾക്ക് കൊണ്ടുചെന്നു കൊടുക്കണം.

ഇങ്ങനെ ചുളുവിൽ എല്ലാമറിയാനുള്ള ഒരു കൊതി നമ്മുടെ വംശീയ സ്വത്വത്തിൽ എഴുതിച്ചേർത്തിരിക്കുന്നു. പണ്ടേ നാം അപരാവിദ്യയെ പരാവിദ്യയിൽനിന്നു വേർതിരിച്ചിരുന്നു. ഋഗ്വേദം, യജുർവേദം, സാമവേദം, അഥർവവേദം, ശിക്ഷാ, കല്പം, വ്യാകരണം, നിരുക്തം, ഛന്ദസ്, ജ്യോതിഷം ഇവയെല്ലാമാണ് അപരാവിദ്യ. ഇതിൽനിന്നു വിഭിന്നവും ബ്രഹ്മത്തെ സാക്ഷാത്കരിക്കാനുതകുന്നതുമാണ് പരാവിദ്യ (മുണ്ഡകം 1-15). പരാവിദ്യയെ അപേക്ഷിച്ച് അപരാവിദ്യ അപ്രധാനമാണ്, എല്ലാ വിദ്യക്കും അധിഷ്ഠാനമായ ഒരു പരാവിദ്യയുണ്ടെങ്കിൽ പിന്നെ കഷ്ടപ്പെട്ട് വേദവും വ്യാകരണവുമൊക്കെ പഠിക്കുന്നതെന്തിന്? യാതൊന്നിനെക്കുറിച്ച് അറിഞ്ഞാൽ മറ്റെല്ലാറ്റിനെക്കുറിച്ചുമുള്ള അറിവു താനേ കിട്ടുമോ, അതാണ് ആത്മവിദ്യ. അധ്വാനിക്കാതെ ജ്ഞാനിയാവാൻ ആഗ്രഹിക്കുന്ന ബുദ്ധിജീവിക്ക് ആത്മവിദ്യയെക്കാൾ കാമ്യമായി മറ്റെന്തുണ്ട്? ഇങ്ങനെ പിന്നോക്കബുദ്ധിജീവി അധ്വാനമാവശ്യമില്ലാത്ത പരാവിദ്യയുമായി ഒരൊത്തുതീർപ്പിലെത്തുന്നത് *ഇതിഹാസ*ത്തിൽ കാണാം. 'അധ്വാനം വയ്യ, കൂലിമാത്രം' എന്ന ഈ മുദ്രാവാക്യം *ഇതിഹാസ*ത്തിൽ നടപ്പിലായ ഒന്നാണ്. അള്ളാപ്പിച്ചാമൊല്ലാക്ക രവിയുടെ സ്കൂളിലെ മസാൽജിയാണ്. മാസം അഞ്ചുരൂപ ശമ്പളം. പക്ഷേ പണി അയാൾ എടുക്കില്ല. അടിച്ചുവാരാൻ ഓത്തുപള്ളിയിലെ കുട്ടികളെ പറഞ്ഞുവിടും. പിന്നെപ്പിന്നെ അതും നിന്നു. രവിയുടെ ബൗദ്ധികതയുടെ അതേ ആവർത്തനം.

എന്തുകൊണ്ടാണ് *ഖസാക്കിന്റെ ഇതിഹാസം* എല്ലാവരെയും ഒരുപോലെ ആകർഷിച്ചത്? എങ്ങനെയാണ് അത് മലയാളത്തിലെ ഏറ്റവും നല്ല നോവലായിത്തീർന്നത്? ഉത്തരം ഇപ്പോൾ സ്പഷ്ടമാണ്. നമ്മുടെ

സമകാലിക സംസ്കാരത്തിന്റെ ശക്തിദൗർബല്യങ്ങളെ അത്രയ്ക്ക് സത്യസന്ധമായി വ്യഞ്ജിപ്പിക്കുന്നതുകൊണ്ടാണ് *ഖസാക്കിന്റെ ഇതിഹാസം* ഏറ്റവും നല്ല മലയാള നോവലായിത്തീർന്നത്. ഖസാക്കിന്റെ രാഷ്ട്രീയം ഇക്കഴിഞ്ഞ ദശകങ്ങളിൽ കേരളത്തിൽ ശക്തി നേടിയ രണ്ടുവിഭാഗത്തെ എടുത്തുകാട്ടുന്നു. ഇന്തു സമസ്കാരംന്നൊന്ന്ണ്ട്. അദ്ങ്ങനെ ചെരച്ചാ പോണതല്ല (145) എന്നു പറയുകയും ഹിറ്റ്ലരുടെ പടം തൂക്കുകയും ചെയ്ത ശിവരാമൻനായർ ഒരു വർഗ്ഗീയതയുടെ ഏകാകിയായ പ്രതിനിധിയായി അനുയായികളെ കാത്തിരിക്കുമ്പോൾ നൈസാമലിയല്ലാത്ത മറ്റൊരു മതനേതാവ് വന്നാലുടൻ മറ്റൊരുതരം വർഗ്ഗീയവാദികളാവാൻ തയ്യാറായി ഖസാക്കിലെ രാവുത്തർമാർ നേതാവിനെയും കാത്തിരിക്കുന്നു. മറ്റൊരു രാഷ്ട്രീയശക്തി കമ്മ്യൂണിസ്റ്റുകാരാണ്. കൊഴണശ്ശേരിയിൽനിന്നു വന്ന കമ്മ്യൂണിസ്റ്റുകാരെ രവിയും വിജയനും ചേർന്നു സംഘടിതമായി ആക്രമിക്കുകയും പരിഹസിക്കുകയും ചെയ്യുന്നുണ്ടെങ്കിലും അവരുടെ സാന്നിധ്യത്തെ അങ്ങനെ വെട്ടിത്തള്ളാനാവില്ല. ഒര നീതി ഒരിടത്തു നടന്നു എന്നു കേൾക്കുമ്പോൾ സംഘമായി അവിടെ എത്തുക എന്ന ശക്തി ഇതിലെ കമ്മ്യൂണിസ്റ്റുകാർ കാണിക്കുന്നുണ്ടെങ്കിലും കൂടെത്തന്നെ അവരുടെ ദൗർബല്യവും പുറത്തുകാണുന്നു. സഖാവ് രവിയെ നേരിടുന്നതു കാണുക.

"മാഷ്ക്ക് ബടത്തെ കാര്യം മുഴ്മനും മനസ്സിലായ്ട്ട്ല്ല,"

ചെല്ലിച്ച സഖാവു പറഞ്ഞു, "പിന്തിരിപ്പൻ ശക്തികളിന്റെ കോട്ടയാണ്. നേഷനൽ ബൂർഷ്വാസീന്ന് പറയാൻ ആര്ം കാര്യായിട്ട് ഇല്ല താന്ം"

"അതെന്താത്?" രവി ചോദിച്ചു.

ചോദിച്ചപ്പോൾ സഖാവു പിൻമടങ്ങി (179)

വർഗ്ഗവിശകലനത്തിൽ വന്ന നേഷനൽ ബൂർഷ്വാസി എന്ന ആംഗല പദത്തിനു ഇംഗ്ലീഷറിയാവുന്ന രവി വിശദീകരണം ചോദിച്ചപ്പോൾ ചെല്ലിച്ച സഖാവ് വിരണ്ടതാണ് അയാളുടെ ആദ്യത്തെ ദൗർബല്യം. സ്വന്തം രാഷ്ട്രീയാനുഭവത്തിലൂടെ നാഷനൽ ബൂർഷ്വാസിയെപ്പറ്റി താൻ മനസ്സിലാക്കിയിട്ടുള്ള കാര്യങ്ങളുടെ പത്തിലൊന്നുപോലും രവിക്ക് അറിയില്ലെന്നു അറിയാത്തതാണ് സഖാവിന്റെ രണ്ടാമത്തെ ദൗർബല്യം. വിദ്യാഭ്യാസമില്ലാത്തവരെ ഇംഗ്ലീഷ് ഉപയോഗിച്ചു വകവരുത്തുന്ന അധിനിവേശ തന്ത്രമാണ് രവി ചെല്ലിച്ച സഖാവിനോട് പ്രയോഗിച്ചത്. അയാൾ അതു വിളിച്ചുവരുത്തിയതാണെങ്കിലും.

ഖസാക്കിലെ സമ്പദ്വ്യവസ്ഥയെപ്പറ്റി എൻ.എസ്. മാധവൻ നടത്തിയ അപൂർണമായ പഠനത്തെയും ഇവിടെ ഓർമ്മിക്കാം. ഖസാക്കിന്റേത് അടഞ്ഞ സമ്പദ്വ്യവസ്ഥയാണെന്നു തുടങ്ങി തെറ്റായ അനേകം സങ്കല്പങ്ങൾ മാധവൻ ഉയർത്തിക്കൊണ്ടു വന്നിട്ടുണ്ടെങ്കിലും ഖസാക്കിൽ ഉൽപാദകർ കുറവും ആനന്ദം കൂടുതലുമാണ് എന്ന അർത്ഥവത്തായ ഒരു നിരീക്ഷണം അദ്ദേഹം നമുക്കു തന്നിരിക്കുന്നു. അതിനാൽ ഖസാക്ക് കേരളത്തിന്റെ ഉപാദാനമാവുന്നു. കേരളത്തിലും ഉത്പാദനം കുറവും ആനന്ദം കൂടുതലുമാണല്ലോ. ഖസാക്കിൽനിന്നു

അപ്പാമുത്തും രാമൻകുട്ടിയും ആദവുമൊക്കെ ദുബായിലേക്കു പോയാൽ പിന്നെ അതിനെ മറ്റു കേരളീയ ഗ്രാമങ്ങളിൽനിന്നു തിരിച്ചറിയാനാവുമോ എന്തോ! ഉത്പാദനം കുറയുകയും ക്ഷേമപ്രവർത്തനങ്ങൾ കൂടുകയും ചെയ്യുന്ന കേരളത്തിന്റെ പാതയിൽതന്നെയാണ് ഖസാക്കും. ക്ഷേമ പ്രവർത്തനങ്ങളുടെ തുടക്കമാണ് രവിയുടെ വിദ്യാലയം.

ഖസാക്കിൽ അദ്ധ്വാനം കുറവ്, ആനന്ദം - ദൈവത്തുണയായി, കള്ള വാറ്റായി, കുരങ്ങുകളിയായി, ഏകാദ്ധ്യാപകൻ ദ്വാരേ വിദ്യാഭ്യാസമായി- ധാരാളം എന്നു മാധവൻ പറയുന്നതിൽ ചെറിയ ഒരു മാറ്റമായി ഭോഗവും ഉൾപ്പെടുത്താം. *ഖസാക്കിന്റെ ഇതിഹാസ*ത്തിന്റെ ആകർഷണങ്ങളി ലൊന്നു അതിലെ ഭോഗസാധ്യതയാണ്; ഭോഗത്തിന്റെ ആനന്ദാതിരേക മാണ്. ഖസാക്കിലെത്തിയ രവി ആദ്യം കേൾക്കുന്നത് ഖദീസോ എന്ന ഒരു പെൺപേരും കാണുന്നത് സ്കൂളിൽ വരാൻ പോകുന്ന കുട്ടികളുടെ അമ്മമാരെയുമാണ്. യാത്രാക്ഷീണമകറ്റാനായി കുളിക്കുമ്പോഴും രണ്ടു സ്ത്രീകളുടെ ഭാഗികമായ നഗ്നത അയാളുടെ ശ്രദ്ധയിൽപ്പെടുന്നു. അലി യാരുടെ ജർമ്മൻപത്രത്തിലെ തുണിയുടുക്കാത്ത പെണ്ണിന്റേതുപോലുള്ള നഗ്നരൂപങ്ങൾ *ഇതിഹാസ*ത്തിലുടനീളം എഴുന്നുനില്പുണ്ട്. വിലക്കു കളൊന്നുമില്ലാതെ ലൈംഗികസുഖം നേടുന്നവരാണ് ഇതിഹാസത്തിലെ മിക്ക സ്ത്രീകളും. പെട്ടെന്നു നാമൊരു പക്ഷേ മൈമൂനയെ മാത്രമേ ഓർക്കൂ. എന്നാൽ അവൾ മാത്രമല്ല, നാരായണിയമ്മ, കല്യാണി, കേശി, നീലി തുടങ്ങിയവരുമുണ്ട്. ചപ്പലിനകത്തെ വിഷത്താൻമാർ ചാരിത്രവതി കളെ കൊത്തില്ല, അഥവാ, എന്നെങ്കിലുമൊന്നു പിഴച്ചുപോയെങ്കിൽ ഖസാക്കിലെ സർപ്പശിലകളിൽ ആരുമറിയാതെ ഒരു തുളസിയില വെച്ചേ അവർ ചപ്പലടിക്കാൻ ചെന്നുള്ളൂ. ഒറ്റപ്പനകളുടെ ചോട്ടിലും അവർ തെറ്റു വെച്ചു. കാരണം, കരിമ്പനയ്ക്ക് കാണാൻ വയ്യാത്തതൊന്നുമില്ല (99) - ഇത്രയേ ഉള്ളൂ വിലക്കുകളുടെ ആക്കം. ഖസാക്കിലെ അയവുള്ള സൻമാർഗ്ഗനിയമങ്ങൾ ആകർഷകമായ ഒരു സാധ്യലോകചിത്രം വരയു കയാണ്. നോവലിലെ നിയമലംഘനവും നിയമരാഹിത്യം ചേർന്ന് അതിനെ ഒരു ലൈംഗികവസ്തു (sexual object) വാക്കുന്നു. നിയന്ത്രണ മില്ലാത്ത കാമപൂർത്തിക്കുള്ള സാധ്യതകൾതന്നെ അരൂപമായ ലൈംഗിക ചോദകങ്ങളായി പ്രവർത്തിക്കുന്നു.

ഖസാക്കിലെ പ്രാകൃതജനതയ്ക്ക് വിദ്യാഭ്യാസം നല്കാൻ അവിടെ യെത്തുന്ന ഏകാധ്യാപകനായ രവി, ആഫ്രിക്കയെയും ഇന്ത്യയെയും സംസ്കാരസമ്പന്ന മാക്കാനായി ഇങ്ങോട്ടുവന്ന വെള്ളക്കാരനെപ്പോ ലുണ്ട്. നോവലിലുടനീളം രവിയും ഖസാക്കുകാരും തമ്മിൽ ഒരുതരം മേലാള/ കീഴാള ബന്ധവുമുണ്ട്. അമേരിക്കയിൽ പോയി പഠിക്കാനും അവിടെ താമസിച്ചു ഗവേഷണം തുടരാനും ആഗ്രഹിക്കുന്ന അധിനി വേശാനന്തര ബുദ്ധിജീവി (post- colonial intellectual) പ്രച്ഛന്നവേഷ മാണ് രവി. അസ്ട്രോഫിസിക്സ്, പ്രിൻസ്റ്റൺ, അമേരിക്കയിൽ താമസി ക്കുന്ന സഹോദരിമാർ തുടങ്ങിയവയാണ് അധിനിവേശകരെപ്പറ്റി ചിന്തി ക്കാൻ നമ്മെ പ്രേരിപ്പിക്കുന്നത്. താരഭൗതികവും ഉപനിഷത്തും കൂട്ടി ക്കലർത്തുകയെന്നാൽ ഉപനിഷത്തിന് ഒരധിനിവേശകസാക്ഷ്യം

നല്കുകയെന്നും അർത്ഥംവരെ. അമേരിക്കയിലേക്കു പോയിരുന്നുവെങ്കിൽ അവിടെ കീഴാളനാകുമായിരുന്ന രവി ഖസാക്കിൽ മേലാളന്റെ പദവിയിലാണ്. അമേരിക്കൻ പ്രൊഫസർ അയാളുടെ പ്രബന്ധത്തിനു കൊടുത്ത സാക്ഷ്യം, അമേരിക്കയുമായി അയാൾക്കുള്ള പരോക്ഷ ബന്ധം, അയാൾക്ക് അമേരിക്കയിലേക്കു പോകാൻ കിട്ടിയ അവസരം. ഇതൊക്കെയും നാടൻ ബുദ്ധിജീവികളെ ബഹുദൂരം പിന്നിലാക്കുന്നു. അതിനും എത്രയോ പിന്നിലാണ് ഖസാക്കിലെ പ്രാകൃതജനങ്ങളുടെ സ്ഥാനം. ഖസാക്കിലെ ജനതയെ സംസ്കരിക്കുന്നതിനുപകരം അവരുടെ നിലയിലേക്ക് അധഃപതിക്കുകയായിരുന്നു രവി എന്നു ഒറ്റനോട്ടത്തിൽ തോന്നാം. അതു ശരിയല്ല. കാരണം ബൗദ്ധികസംപ്രത്യയങ്ങളെ വൈകാരികമായി സമീപിക്കുന്ന രവി വാസ്തവത്തിൽ ബുദ്ധിജീവിയല്ല; ബൗദ്ധികമായ യാതൊരു പ്രവർത്തനത്തിലും ഇടപെടാതെ താനൊരു ബുദ്ധിജീവിയാണ് എന്നു മറ്റുള്ളവരെയും തന്നെത്തന്നെയും തെറ്റിദ്ധരിപ്പിച്ചുകൊണ്ട് ബുദ്ധിജീവി നടിക്കുന്ന ഒരാധുനികസാഹിത്യനായകനാണ്. ആധുനികസാഹിത്യത്തിന്റെ പ്രഭാവകാലത്ത് അനുകർത്താക്കളായ ഇത്തരം വ്യക്തികൾ യഥാർത്ഥ ജീവിതത്തിലും ഉണ്ടായിരുന്നു. ഏതെങ്കിലുമൊരു വിഷയം പഠിച്ചിട്ടായിരുന്നില്ല ഇവരുടെയൊക്കെ ബുദ്ധിജീവി നാട്യം; മറിച്ച്, തനിക്കു പഠിക്കാൻ മാത്രം സാരവത്തായി ഈ ലോകത്തിൽ ഒരു വിഷയവുമില്ല എന്ന സർവ്വപുച്ഛത്തിലൂടെയായിരുന്നു. എല്ലാറ്റിനും ദോഷം കാണുകയും എല്ലാറ്റിനെയും കുറ്റം പറയുകയും എല്ലാറ്റിനെയും പുച്ഛിക്കുകയും ചെയ്യുന്നതിലൂടെ മാത്രം ബുദ്ധിജീവികളായി ത്തീർന്ന ഒരു വിഭാഗത്തിന്റെ പ്രതിനിധിയാണ് രവി. തീവ്രധ്യാനിയുടെ ഉൾക്കാതുകൊണ്ടു വാങ്കുവിളി കേൾക്കുന്ന രവി (151) മദ്യലഹരിയിൽ വാങ്കുവിളിച്ച് കലുഷമായ പരിഹാസത്തിൽ ഉറക്കെ ചിരിക്കുന്നത് (156) അയാളുടെ സ്ഥായിഭാവം സർവ്വപുച്ഛമാണെന്നു കാണിക്കുന്നു. സൃഷ്ടിസ്ഥിതിലയങ്ങളുടെ ദുരൂഹതയെ ഭയന്നോടിയ ദേവിയും യാഥാർത്ഥ്യത്തിന്റെയും മിഥ്യയുടെയും അപാരതകളിൽനിന്നു ഓടിയകന്ന താനും ഒരുപോലെയാണെന്ന തോന്നലിൽ തന്റെ ശൂന്യമായ അഹം വീർത്തു വരുന്നു. തുടർന്ന്,

> അതിന്റെ (ദൈവപ്പുര) ഗർഭത്തിൽ അവളുടെ കൂടെ ചുരുണ്ടുറങ്ങാൻ അയാൾ കൊതിച്ചു. ആ സായുജ്യത്തിലാകട്ടെ, അയാൾ അവളുമായി ദുഃഖം പങ്കിടുകയായി. അതോടെ അതു നിരർത്ഥമല്ലെന്നു അയാളറിഞ്ഞു. മറിച്ച് അർത്ഥങ്ങൾക്കതീതമായി, പ്രതീകങ്ങൾക്കതീതമായി, അതു പടർന്നുപൊങ്ങി. അതിന്റെ പടർപ്പിൽ എല്ലാമെല്ലാ മടങ്ങി. അതു പാപിയുടെ കറയായിരുന്നു. അനാഥശിശുവിന്റെ ഉരുകുന്ന മനസ്സായിരുന്നു. അറിവാരാഞ്ഞവന്റെ വ്യർത്ഥതയായിരുന്നു. അതിന്റെ വേരുകളൂന്നിയ മൂർദ്ധാവ് ഇതിനായി തപം ചെയ്തു. സ്നിഗ്ധമായ വാൾമുന, ഇത്തിരി വേദന (119).

എന്നു ആലോചിക്കുന്ന ഘട്ടമാവുമ്പോൾ ആത്മാർത്ഥമല്ലാത്ത, വ്യാജവും പൊള്ളയുമായ വാക്കുകൾ രവിയുടെ ജിഹ്വാഗ്രത്തിൽ നൃത്തമാടുന്നു. ഇവിടെ അയാൾ രവിയും അവൾ നല്ലമ്മയുമാണെങ്കിലും അതിന്റെ, അതു, അതിന്റെ, എല്ലാം, ഇതിനായി തുടങ്ങിയ വാക്കുകളുടെ അസ്പഷ്ടാർത്ഥത്തിലൂടെ വക്താവ് അതിവിദഗ്ധമായി ഒഴിഞ്ഞുമാറുകയും ഇല്ലാത്തതുണ്ടെന്നുള്ള, നടക്കാത്തതു നടന്നെന്ന മിഥ്യാവാദത്തെ സ്ഥാപിക്കുകയുമാണ്. തന്റെ ദുഃഖം നിർത്ഥകമല്ലെന്ന് അറിയുന്ന രവിക്ക്, തന്റെ ദുഃഖം അർത്ഥങ്ങൾക്കും പ്രതീകങ്ങൾക്കും അപ്പുറം പടർന്നുപൊങ്ങുന്നതായും അഴൽപ്പടർപ്പിൽ മറ്റെല്ലാമെല്ലാം അടങ്ങുന്നതായും തോന്നുന്നു. അയാൾ തന്റെ ദുഃഖത്തെ സാർവ്വത്രികവും പദാർത്ഥതുല്യവുമായ ഒരാവരണമായി സങ്കല്പിക്കുകയാണ്. അതുതന്നെ പാപത്തിന്റെ കറയും അനാഥന്റെ ദുഃഖവും അറിവാരാഞ്ഞവന്റെ വ്യർത്ഥതയുമാവുന്നു. പാപത്തിന്റെയും അനാഥത്വത്തിന്റെയും വ്യർത്ഥതയുമാവുന്നു. പാപത്തിന്റെയും അനാഥത്വത്തിന്റെയും വ്യർത്ഥതയുടെയും ദുഃഖം അർത്ഥങ്ങൾക്കും പ്രതീകങ്ങൾക്കുമപ്പുറം പടർന്നുപൊങ്ങുന്നു എന്നും എല്ലാമെല്ലാം - അർത്ഥങ്ങളും പ്രതീകങ്ങളും അവ സൂചിപ്പിക്കുന്ന ആത്മീയ, ഭൗതികയാഥാർത്ഥ്യങ്ങളുമെല്ലാം - അഴൽപ്പടർപ്പിൽ അടങ്ങുന്നു എന്നും പറയുമ്പോൾ രവി, 'ദുഃഖം വാക്കിലൊതുങ്ങില്ല' എന്ന സത്യത്തിൽനിന്ന് ദുഃഖത്തെ പ്രപഞ്ചനിർമ്മാണത്തിനായുള്ള മേദസ്സാക്കി മാറ്റുകയാണ്. അഹത്തിന്റെ മഹാവിജൃംഭണം. എന്നാൽ രവിയുടെ ചരിത്രത്തിൽ ഒരിടത്തും അയാൾ അറിവാരാഞ്ഞിരുന്നു എന്നതിന്റെ സൂചനയില്ല. ദുഃഖത്തിന്റെ വേരൂന്നിയ മൂർദ്ധാവ് വാൾകൊണ്ടു വെട്ടേറ്റ് പീഡിതമാവാൻ പ്രാർത്ഥിക്കുന്നു എന്നാണ് രവിയുടെ മഹാവിലാപം. അസ്തിത്വത്തിന്റെ വ്യർത്ഥതകൊണ്ടുള്ള ദുഃഖം ആഴ്ന്നിറങ്ങിയ തലയിൽ വാൾകൊണ്ടുള്ള വെട്ടേറ്റാൽ ദുഃഖപരിഹാരം! ആത്മീയവും ദാർശനികവുമായ വ്യഥക്ക് ഔഷധം ശാരീരികമായ വേദന. ആത്മാർത്ഥതയില്ലാത്ത വാക്പ്രയോഗങ്ങളുടെ അനന്തരഫലമാണ് ഈ വികലവീക്ഷണം, ഈ വൈകല്യത്തിൽനിന്ന് രവി ആത്മീയമായ ഒരു വ്യഥയും അനുഭവിച്ചിരുന്നില്ലെന്നു മനസ്സിലാവുന്നു. തനിക്കു സമകാലികരായ ബുദ്ധിജീവികളെപ്പോലെ ഇല്ലാത്ത വ്യഥ ഉണ്ടെന്നു നടിക്കുകയായിരുന്നു രവിയും. ഈ അഭിനയം, ഈ കാപട്യം നമ്മുടെ സംസ്കാരത്തിന്റെ ബലഹീനതകളിലൊന്നാണ്. അത് രവിക്കുമാത്രം ബാധകമാവുന്ന ഒന്നല്ല; നമുക്കെല്ലാം ബാധകവുമാണ്.

രവിയുടെ മരണരംഗത്തിന്റെ വിശകലനത്തിൽ വി. രാജകൃഷ്ണൻ മരണാഭിമുഖമായി ചരിക്കുന്ന സത്ത (Being towards death) യാണ് മനുഷ്യൻ എന്ന ഹൈഡഗറിന്റെ ദർശനത്തെ മുൻനിർത്തി രവിയുടെ മരണത്തിനു സാർവ്വലൗകികമായ ദാർശനിക പരിവേഷമുണ്ടെന്നു സൂചിപ്പിച്ചിരുന്നു. പക്ഷെ ഹൈഡഗറിന്റേതിൽനിന്നും വളരെ വ്യത്യസ്തമായ മരണസങ്കല്പമാണ് രവിയുടേത്. *ഇതിഹാസം* അവസാനിക്കുകയാണ്.

> മഴപെയ്യുന്നു. മഴ മാത്രമേയുള്ളൂ. കാലവർഷത്തിന്റെ വെളുത്ത മഴ. മഴ ഉറങ്ങി. മഴ ചെറുതായി. രവി ചാഞ്ഞു കിടന്നു. അയാൾ ചിരിച്ചു. അനാദിയായ മഴവെള്ളത്തിന്റെ സ്പർശം. ചുറ്റും പുൽക്കൊടികൾ മുളപ്പൊട്ടി. രോമകൂമങ്ങളിലൂടെ പുൽക്കൊടികൾ വളർന്നു. മുകളിൽ, വെളുത്ത കാലവർഷം പെരുവിരലോളം ചുരുങ്ങി.
>
> ബസ്സുവരാനായി രവി കാത്തുകിടന്നു (182).

കല്പാന്തത്തിലെ പ്രളയത്തിൽ രാക്ഷസന്റെ മൃതദേഹംപോലെ രവിയുടെ ശരീരം കിടക്കുന്നു. മഴ പെരുവിരലോളം ചെറുതാവുമ്പോൾ രവിയുടെ ശരീരം അത്ര കണ്ട് വലുതും രാക്ഷസാകാരവുമാകണം. ചുറ്റും പുൽക്കൊടികൾ മുളപൊട്ടുന്നത് രാക്ഷസന്റെ മേദസ്സുകൊണ്ട് ഉണ്ടായ മേദിനിയിലെ ആദ്യത്തെ സസ്യാങ്കുരങ്ങളെന്നപോലെയാണ്. ശരീരത്തിന്റെ രോമകൂമങ്ങളിലൂടെ പുൽക്കൊടികൾ വളരുന്നത് പുതിയ ഭൂമിയിലെന്നപോലെ തന്നെ. ഇനി അവിടെ പുതിയ ഒരു പരിണാമശൃംഖല തന്നെ തുടങ്ങാനിരിക്കുകയാണ്. അടുത്ത ജന്മത്തിലേക്ക് തന്റെ ആത്മാവിനെ കൊണ്ടുപോകാനുള്ള ബസ്സു വരികയേ വേണ്ടൂ. പുനർജന്മ സങ്കല്പത്തിൽ അധിഷ്ഠിതമായ മരണസങ്കല്പമല്ല ഹൈഡഗറുടെത്. മാനവസത്ത(Dasein)യുടെ സാകല്യത്തിന്റെ അനാവരണം അതിന്റെ മരണാഭിമുഖമായ സത്തയിൽ മാത്രമേ സംഭവിക്കൂ എന്നു ഹൈഡഗർ പറയുന്നത്, മാനവവ്യക്തിത്വം അതിന്റെ അന്ത്യനിമിഷം വരെ മാറിയും വികസിച്ചും കൊണ്ടിരിക്കും എന്നതിനാലാണ്. ഇങ്ങനെ മാറികൊണ്ടിരിക്കുന്ന മാനവസത്തയെ അതിന്റെ സാകല്യത്തിൽ സാക്ഷാത്കരിക്കാൻ മരണത്തിലേ സാധ്യമാവൂ. മരണത്തോട് അടുക്കുകയും മരണത്തെ ലക്ഷ്യം വെക്കുകയും ചെയ്യുന്നു എന്ന വസ്തുതയാൽ നിർണ്ണയിക്കപ്പെട്ട സാധ്യതകൾ മാനവസത്തയെ അനുനിർവ്വചിച്ചുകൊണ്ടിരിക്കുന്ന ഒരനുഭവതലത്തിലാണ് ഹൈഡഗേറിയൻ മൃത്യുബോധം സ്വീകരിക്കപ്പെടുന്നത്. എന്നാൽ സങ്കീർണ്ണമായ ഈ വശങ്ങളൊന്നും രവിയുടെ പ്രാകൃതമായ മൃത്യു/ പുനർജനി സങ്കല്പത്തിലില്ല. ചില വിമർശകർ കുറ്റപ്പെടുത്തിയ മട്ടിൽ മരണത്തെ പൂജിക്കുകയല്ല രവി, നേരെ മറിച്ച് മരണത്തെ കീഴ്പ്പെടുത്തുക തന്നെയാണ്. പഴയ ആത്മീയവാദസങ്കല്പങ്ങളെ ആശ്രയിച്ചുകൊണ്ടാണ് അയാൾ മരണത്തിൽനിന്നു പുനർജനി വഴി അമരത്വത്തിലേക്കു രക്ഷപ്പെട്ടത്. മരണത്തിന്റെ യാഥാർത്ഥ്യത്തെയും ഭൗതികതയെയും അംഗീകരിക്കാൻ നമ്മുടെ ആത്മീയ പ്രത്യയശാസ്ത്രം ഒരിക്കലും തയ്യാറായിരുന്നില്ല. ഇക്കാര്യത്തിൽ രവിയെപ്പോലെതന്നെ കുറ്റക്കാരാണ്. മൃത്യുവാഞ്ഛ ആരോപിച്ച് അയാളെ കുറ്റപ്പെടുത്തിയ വിമർശകരും. മരണത്തെ അതിന്റെ വാസ്തവികതയിൽ അംഗീകരിക്കാൻ നമ്മുടെ സംസ്കാരം ഇതുവരെ തയ്യാറായിട്ടില്ല എന്ന പരിമിതിയാണ് ഇതിഹാസത്തിലെ മരണരംഗം.

ഇതെല്ലാമാണ് *ഇതിഹാസ*ത്തിൽ പ്രതിഫലിക്കുന്ന നമ്മുടെ സംസ്കാരത്തിന്റെ ദൗർബല്യങ്ങൾ. സംസ്കാരത്തിന്റെ ശക്തികളായി

ചൂണ്ടിക്കാട്ടാവുന്ന രണ്ടു ഘടകങ്ങളും ഇതിൽ കാണുന്നു. അതിലൊന്നു ഭാഷയും രണ്ടാമത്തേത് പ്രാകൃതാവസ്ഥയിലുള്ള സമൂഹവുമാണ്. ഇതിഹാസത്തിലെ ഭാഷ മലയാളഭാഷയുടെയും ഖസാക്കിലെ സമൂഹം കേരളീയ സംസ്കാരത്തിന്റെയും ശക്തിയെ അനാവരണം ചെയ്യുന്നു. ഇതിഹാസത്തിലെ ഭാഷയുടെ ലാവണ്യത്തെപ്പറ്റി നമ്മുടെ സാഹിത്യചരിത്രം അഭിപ്രായൈക്യത്തിലെത്തിയിട്ടുണ്ട്. ഇനിയും അതിലെ ബിംബങ്ങൾ എടുത്തു കാട്ടി രോമാഞ്ചമണിയേണ്ട കാര്യമില്ല. അലങ്കാരങ്ങളുടെ വിനിവേശവും യഥാതഥഗദ്യത്തിന്റെ കൃത്യതയുമാണ് ഇതിഹാസ ഭാഷയുടെ സൗന്ദര്യത്തിന് നിദാനം. ഈ ഭാഷയുടെ ആലങ്കാരിക സൗന്ദര്യം നേരത്തെ ചൂണ്ടിക്കാട്ടിയ സാംസ്കാരിക ദൗർബല്യങ്ങളിൽനിന്നാണ് പിറക്കുക. മനോഹരമായ രൂപകങ്ങൾ പലതും ദൗർബല്യങ്ങളിൽനിന്നാണ് പിറക്കുക. മനോഹരമായ രൂപകങ്ങൾ പലതും ദൗർബല്യങ്ങളുടെ ഉപാദാനങ്ങളാൽ സൃഷ്ടിക്കപ്പെട്ടിരിക്കുന്നു. പരിമിതികളാണ് അലങ്കാരങ്ങളുടെ സൗന്ദര്യത്തിനു കാരണം. അസാധാരണമായ വർണാവർണ്യങ്ങൾ ഉപയോഗിക്കുന്ന ഏതാനും നവീനരൂപകങ്ങളും ഉപമകളുംകൊണ്ട് ഇക്കാര്യം വ്യക്തമാക്കാം. വെയിലിന്റെ സ്ഫടികമാനം (14), സ്ഥലത്തിന്റെ ശൂന്യശിഖരം (12), ആലിൻകൊമ്പിലെ തല തല്ലിക്കൊണ്ട് മൃഗതൃഷ്ണ (30) എന്നീ രൂപകങ്ങളിൽ ശൂന്യമായ സുതാര്യതയായി സ്ഥലം പ്രത്യക്ഷപ്പെടുന്നതു നോക്കുക. കർമ്മത്തിന്റെ വേദി എന്ന നിലയിൽ ശൂന്യമായിരിക്കയാണ് സ്ഥലം. ഇവിടെ അത് നിഷ്ക്രിയത്വത്തിന്റെ വർണരഹിതലാവണ്യമാണ്. ഗർഭവതിയെപ്പോലെ കിടന്ന വെയില് (12), കല്പകവൃക്ഷത്തൊണ്ട് (12) പള്ളിത്തണുവിന്റെ ആലില (134). വേനലുപോലെ സ്വച്ഛമായ വാറ്റുചാരായം (133), മോഹാലസ്യംപോലെ കാറ്റ് (129), സുഖാലസ്യത്തിന്റെ ചുഴി (10), വിയർത്തടങ്ങുന്ന പനിപോലെ ഓർമ്മകൾ (89), പനന്തത്തകളുടെ ധനുസ്സുകൾ (81), തുടങ്ങിയ രൂപകങ്ങളിലും ആലസ്യത്തിന്റെയോ നിഷ്ക്രിയത്വത്തിന്റെയോ വിശ്രമത്തിന്റേയോ മുദ്രകളും അവയോടൊപ്പം യത്നമില്ലാതെ കിട്ടുന്ന കാമ്യഫലങ്ങളും ചേർന്നുവരുന്നു. ജമന്തി (128), പുതുമഴയുടെ സുരതാവേഗം (49), സുരതക്രിയപോലെ രോഗം (132), ഉമിത്തീപോലെ സിഫിലിസ്സ് (49), ഖസാക്കിലെ യാഗാശ്വം (29), ഉടലിന്റെ ധാരാളിത്തം (29), വെളുത്തുകൊഴുത്ത അന്തേവാസിനികൾ (88), സമൃദ്ധമായ പിൻപുറം (134). തുടങ്ങിയ അലങ്കാരങ്ങളും ബിംബങ്ങളും ലൈംഗികമായ ആനന്ദാധിക്യത്തിന്റെ വ്യഞ്ജകങ്ങളാണ്. ഈ അലങ്കാരങ്ങളിലെ കാമം വക്താവിനെയും വായനക്കാരനേയും കഥാപാത്രത്തെയും ഒരേപോലെ ഊതിവീർപ്പിച്ച് വിജൃംഭിതമായ അഹത്തെ സൃഷ്ടിക്കുന്ന ചരിത്രാതീതവും കാലാതീതവുമായ അമൂർത്ത രൂപകങ്ങൾ ഇതിഹാസലാവണ്യത്തിന്റെ മറ്റൊരു പ്രഭവമാണ്. കാലത്തിന്റെ ഗംഗാതടം (86), അസ്തമയത്തിന്റെ താഴ്വര (61), പുനർജനിയുടെ കൂട്, അപാരനായൊരു പടുകിഴവൻ (150), അഭയാർത്ഥിയായ ദേവി, അപാരമായ ഉത്തരത്തിന്റെ സന്നിധി (124) തുടങ്ങിയ രൂപകങ്ങളിലെ വർണ്യാവർണ്യാങ്ങളെ തിരിച്ചറിയാൻ ബൃഹത്തായ അഹംബോധം വേണം അല്ലെങ്കിൽ

ചരിത്രത്തിനപ്പുറത്തേക്കു മഹാദൃഷ്ടിവേണം, ഭാവിയിലേക്കു നോക്കാനുള്ള ജ്ഞാനദൃഷ്ടിവേണം, ദൈവത്തിന്റെ മനസ്സുപോലും വായിക്കാൻ കഴിയണം. ഈ രൂപകങ്ങളുടെ ആസ്വാദനം വായനക്കാരനെയും ലോകാതീതപ്രജ്ഞയായി വികസിപ്പിച്ചെടുക്കും.

അധിനിവേശകരായിരുന്ന മുൻമേലാളൻമാരോട് കാണിക്കുന്ന ഭയഭക്തി ബഹുമാനങ്ങൾ നമ്മുടെ അധിനിവേശാനന്തര സാഹചര്യത്തിന്റെ മായാമുദ്രയാണ്. എഴുത്തുകാരന്റെ ഉപരിവർഗ്ഗവ്യവസ്ഥയോടുള്ള മതിപ്പും അധഃസ്ഥിതത്വത്തെക്കുറിച്ചുള്ള നിന്ദാമനോഭാവവും *ഇതിഹാസ*ത്തിന്റെ രാഷ്ട്രീയമാണെന്ന് എസ്. സുധീഷ് എടുത്തുകാട്ടിയിട്ടുണ്ട്. സ്വന്തം വർഗ്ഗത്തിൽനിന്നു ഉപരിവർഗ്ഗത്തിലേക്കു പോകാനുള്ള അഭിലാഷം രവിയിലുണ്ടെന്നു സുധീഷ് കാണിക്കുന്നു. ഖസാക്കിനെ ആസ്വദിച്ചു കൊണ്ടേയിരിക്കുന്ന വിമർശകരാരും സുധീഷിന്റെ വാദമുഖങ്ങളെ ഖണ്ഡിച്ചതായി അറിവില്ല. ഖണ്ഡിക്കാൻ ആർക്കും സാധിക്കുകയുമില്ല. എഴുത്തുകാരന്റെ ഫലിതബോധത്തിനും കാർട്ടൂൺ വാസനക്കുമെല്ലാം മാതൃകയായി *ഇതിഹാസ*ത്തിൽനിന്നു ഉദ്ധരിച്ചുചേർക്കാറുള്ള ഹാസ്യങ്ങൾ ഒന്നൊഴിയാതെ എല്ലാംതന്നെ ഖസാക്കിലെ കീഴാളരുടെ ചെലവിലാണ്. കീഴാളരെ പരിഹസിക്കുകയും നിന്ദിക്കുകയും ചെയ്യുന്നതിൽനിന്നു പതഞ്ഞുയരുന്ന ഹാസ്യമാണത്. ഇത് അധഃസ്ഥിതരോടുള്ള പരിഹാസമല്ല എന്നു കാണിക്കാൻ ചില ഹാസ്യരംഗങ്ങളുടെ അന്ത്യത്തിൽ ഒരു വീണ്ടുവിചാരത്തിൽ അല്പം വല്ലായ്മയും ദുഃഖവും ചേർത്ത് ചിരി മായ്ച്ചുകളയാൻ നിഷ്ഫലമായി ശ്രമിക്കുന്നതുകാണാം (122-123). നൊരപ്പൻ ചേർത്ത ചാരായം കുടിച്ച് മലാഭിഷേകം (121), രാമച്ചാരുടെ മന്ത്രസാധന (112-113), കുട്ടാപ്പുനരിയുടെ അന്ത്യം (73-74), ജർമ്മൻപത്രം വായന (50), കൂമൻകാവുസമരം (33) തുടങ്ങിയ ഉപാഖ്യാനങ്ങളില്ലാം അധഃസ്ഥിതരാണ് പരിഹസിക്കപ്പെടുന്നത്. അവയുടെ ഹാസ്യത്തിന്റെ ഉറവിടം പരിഹാസം മാത്രമാണ്. ജന്മിയായ ശിവരാമൻനായരുടെ ഹൈന്ദവബോധവും പരിഹസിക്കപ്പെടുന്നു. പക്ഷെ അധിനിവേശകസ്പർശമുള്ളതൊന്നും പരിഹസിക്കപ്പെടുന്നില്ല.

അധിനിവേശകപ്രേമമുള്ള ബുദ്ധിജീവിമേലാവാണ് *ഇതിഹാസ*ത്തിൽ സൂചിതമാവുന്ന മാതൃകാവായനക്കാരനും. റെററോഡക്റൈലു (14, 16) കളെക്കുറിച്ചും ദിനോസറു(61) കളെക്കുറിച്ചും ജീവബിന്ദുക്കളുടെ പരിണാമത്തെക്കുറിച്ചും (61) സംസാരിക്കുന്ന *ഇതിഹാസം* ജുറാസിക ജ്ഞാനമുള്ള വായനക്കാരനെയാണു സങ്കല്പിക്കുന്നത്. എഴുത്തുപള്ളിയിലെ അക്ഷരപഠനം, കേയാ-ഖേയാ-കീയ-ഖീയ- എന്നിങ്ങനെ മഞ്ചൽക്കാരുടെ മൂളലുപോലെ (108) നീങ്ങുന്നതിലെ നിഷ്ഫലമായ യത്നം ആംഗലപഠനത്തിനെതിരെ ദുർവ്വാരമായ വൈവശ്യമായ മാറുന്നതിൽ സാമന്തയുക്തികളുണ്ട്. ആംഗലത്തിന്റെ മേൻമ തിരിച്ചറിഞ്ഞുകൊണ്ട് ലക്ഷ്മിപ്പണിയ്ക്കത്ത്യാർ പോലും തന്റെ മകന് ഇംഗ്ലീഷ് പഠിപ്പിച്ചുകൊടക്കണം (109) എന്നു രവിയോട് അപേക്ഷിക്കുന്നു.

അതിഭാവുകമായ അലങ്കാരങ്ങളിലൂടെ വിനിമയം ചെയ്യപ്പെടുന്ന ദുഃഖമാണ് *ഇതിഹാസ*ത്തിൽ. ദുരൂഹതയുടെ ദുഃഖം (86). നിരർത്ഥകമായ

ദുഃഖത്തിന്റെ ധാരാളിത്തം (119), ജന്മാന്തരങ്ങളുടെ കൃതജ്ഞതകൾ തുടങ്ങിയ അലങ്കാരങ്ങളിലെ രൂപരഹിതമായ ആധിക്യം, ഇതൊന്നും സത്യമല്ലെന്ന് ധ്വനിപ്പിക്കുന്നു. അലങ്കാരങ്ങളുടെ സാമാന്യാർത്ഥങ്ങളിലൊന്നായ അതിശയോക്തിയിൽ കെട്ടിപ്പൊക്കിയ കപടദുഃഖങ്ങളാണിവയെന്നും ഈ കപടദുഃഖത്തിൽനിന്നാണ് അലങ്കാരലാവണ്യം പുറപ്പെടുന്നതെന്നും വ്യക്തം. കാരണം ആസ്വദിക്കാനുള്ള മറ്റൊരു വിഭവമെന്നപോലെയാണ് ദുഃഖകഥകൾ *ഇതിഹാസ*ത്തിൽ ഇഴുകിച്ചേരുന്നത്. കർമ്മഫലം കൊണ്ടാണ് ഖസാക്കിലെ അധഃസ്ഥിതരായ മനുഷ്യർ ദുഃഖമനുഭവിക്കുന്നതെന്നും ഈ സമൂഹത്തിലെ പീഡനങ്ങളെല്ലാം പൂർവ്വജൻമങ്ങളിലെ വിടെയോ തുടങ്ങുകയായിരുന്നു എന്നും ഇതിഹാസം നമ്മെ ബോധ്യപ്പെടുത്താൻ യത്നിക്കുന്നു. യാതൊരു കാരണവുമില്ലാതെ, ആരും പീഡിപ്പിക്കാനില്ലാതെ, മർദ്ദിക്കാൻ ആരുമില്ലാതെ ഒരു സമൂഹം അനുഭവിക്കുന്ന ദുരിതമാണ് *ഇതിഹാസം*. പക്ഷെ കാരണമില്ലാതെ ദുഃഖങ്ങൾക്കും കാരണമുണ്ടാകുമെന്നും ജന്മാനന്തരവിധിവാദം വെറുമൊരു മറമാത്രമാണെന്നും *ഇതിഹാസം* തന്നെ വ്യക്തമാക്കുകയും ചെയ്യും. ആബിദയുടെ ദുഃഖകഥയിൽ മൈമുനക്കുള്ള പ്രതിനായികാസ്വഭാവം നോക്കുക. തനിക്കു മുകളിൽ ഉള്ളവരോട് വിധേയത്വം, താഴെ ഉള്ളവരോട് ക്രൗര്യം, ജാതീയമായ ഉച്ചനീചത്വത്തിൽ സാധാരണമായ ഈ പെരുമാറ്റ മാതൃകയാണ് വൈയക്തികദുഃഖങ്ങൾക്കുള്ള സാമൂഹികകാരണമായിത്തീരുന്നത്. തന്നെക്കാൾ ഉയർന്ന വർഗ്ഗത്തെ ദൈവമായും തന്നെക്കാൾ താഴ്ന്ന വർഗ്ഗത്തെ വസ്തുവായും കാണുന്ന ജാതീയമായ വികൃതശീലമാണ് കുടുംബതലത്തിൽ മൈമൂന ആബിദയോടു കാട്ടുന്ന ക്രൗര്യത്തിനു അടിസ്ഥാനം. ആസ്ട്രോഫിസിക്സിനെ മാനിക്കുകയും ഖസാക്കുകാരെ അവമാനിക്കുകയും ചെയ്യുന്ന രവിയുടെ പ്രവൃത്തിയും മറ്റൊന്നല്ല.

*ഇതിഹാസ*ത്തിൽ വിശ്വസ്തമായി പകർത്തി പുനഃസംവിധാനം ചെയ്ത വാമൊഴിയാണ് ഭാഷയുടെയും സംസ്കാരത്തിന്റെയും ശക്തി. സംസാരത്തിന്റെ താളത്തിനുപുറമെ വാക്കുകളുടെ ദാർഢ്യവും പ്രസക്തമാണിവിടെ. അള്ളാപ്പിച്ചമൊല്ലാക്ക, അപ്പുക്കിളി, മൂങ്ങാങ്കോഴി തുടങ്ങിയ വാക്കുകൾ വാമൊഴിയിൽനിന്നു വിജയൻ എടുത്തുചേർത്തവയാണ്. മൊല്ലാക്ക എഴുതിയ പഴയ സന്മാർഗ്ഗഗീതം(31), മൂങ്ങാങ്കോഴിയുടെ താരാട്ട് (69), കുട്ടാപ്പുനരിയുടെ ആലാപം - പൂതമേ വാടാ, തരനനനാ (74), ഇവയ്ക്കെല്ലാം ജീവിതവുമായി ദൃഢബന്ധമുണ്ട്. നൈസാമലി, മൊല്ലാക്ക, കുപ്പുവച്ചൻ, കുട്ടാടൻപൂശാരി, അപ്പുക്കിളി തുടങ്ങിയവരുടെ കഥകളിലെ യഥാതഥഭാഷ വ്യഞ്ജനത്തിന്റെ ഉദാത്തമാതൃകയാണ്. ഈ കഥാപാത്രങ്ങൾ നമ്മുടെ സമൂഹത്തിന്റെ ശക്തിയുമാണ്. പക്ഷേ എഴുത്തുകാരൻ അവരെ ബുദ്ധിജീവിയുടെ സ്വപ്നമാക്കി മാറ്റിയിരിക്കുന്നു. പ്രകൃതിയെ നിരീക്ഷിച്ചുകൊണ്ട് നമ്മുടെ ഒറ്റപ്പെട്ട ജൈവസ്വരൂപത്തിന് ജീവന്റെ മൗലികങ്ങളുമായുള്ള ഗാഢബന്ധങ്ങൾ നമുക്കു വെളിപ്പെടാവുന്നതേയുള്ളൂ എന്നു പറയുമ്പോൾ യോഗാത്മകതയുടെ പേരിൽ അജ്ഞതയെ ഉയർത്തിപ്പിടിക്കുകയാണു വിജയൻ. കുപ്പുവച്ചനും മറ്റും കഥയിലേതുപോലെ തുടർന്നും ജീവിക്കുന്നതാണ് പ്രകൃതിയുടെ ജൈവ

താളത്തിന് യോജിക്കുകയെന്നാവും. ആധുനികമെന്നു വിളിക്കാവുന്ന പരിഷ്കാരങ്ങളുടെ സൗകര്യമെല്ലാം അനുഭവിച്ചുകൊണ്ട്, അതിലൊന്നു പോലും പരിത്യജിക്കാതെ പ്രാകൃതരെ ആരാധനയോടെ നോക്കുകയും നിങ്ങൾക്കിതാണ് മോക്ഷം എന്നു ഉപദേശിക്കുകയും ചെയ്യുന്ന കാപട്യം വിജയന്റെ ഇത്തരം നിഗമനങ്ങളിൽ കാണാം. എങ്കിലും സംസ്കാരത്തിന്റെ ജീവിക്കുന്ന വശം മൊല്ലാക്കയെപോലുള്ള സാധാരണക്കാരാണെന്നും രവി എന്നേന്നേക്കുമായി മരിച്ചുകഴിഞ്ഞു എന്നും നാം അറിയുന്നു. രവി തന്റെ ബുദ്ധിയുടെ ആന്ധ്യത്തിൽ ദേഹം വെടിഞ്ഞ് ഒരു പ്രേതത്തെപ്പോലും അവശേഷിപ്പിക്കാതെ പഞ്ചഭൂതങ്ങളിൽ ലയിച്ചു കഴിഞ്ഞിരിക്കെ വിജയൻ കളിയാക്കിവിട്ട ഒരു മുദ്രാവാക്യം ചെതലിയുടെ താഴ്വരകളിൽനിന്ന് വീണ്ടും ഉയരാൻ തുടങ്ങുകയാണ്.

ആങ്കളോ അമേരിക്കൻ ചൊരണ്ടൽ - നസിക്കട്ടെ! (33)

‘ഇദം പ്രവർത്തയതേ ചക്രം’ ഖസാക്കിന്റെ രാഷ്ട്രീയ അബോധം*

ഡോ. സുനിൽ. പി. ഇളയിടം

ചില എഴുത്തുകൾ മാമരങ്ങളെപ്പോലെയാണ്. കാലത്തിന്റെ ചക്രവാതങ്ങൾക്ക് കീഴടക്കാനാകാത്ത അധൃഷ്യത അവയ്ക്ക് കൈമുതലായുണ്ടാവും. അഭിരുചിഭേദങ്ങളുടെ കൊടുങ്കാറ്റുകൾ അവയുടെ അടിയുലയ്ക്കില്ല. അഭയദായകവും ഫലദായകവുമായ ഗോത്രവൃക്ഷങ്ങളെ

---

* പ്രമുഖ അമേരിക്കൻ സൈദ്ധാന്തികനായ ഫ്രെഡറിക് ജയിംസൺ ആവിഷ്കരിച്ച ‘രാഷ്ട്രീയ അബോധം’ (Political Unconscious) എന്ന സങ്കല്പനമാണ് ഈ പഠനത്തിൽ ഉപയോഗപ്പെടുത്തിയിരിക്കുന്നത്. ആഖ്യാനങ്ങളുടെ അബോധത്തിൽ, അതിന്റെ ഘടനയേയും ആഖ്യാനം ലക്ഷ്യമാക്കുന്ന അനുഭൂതിപ്രപഞ്ചത്തേയും നിർണ്ണയിച്ചുകൊണ്ടു വർത്തിക്കുന്ന ചരിത്രബന്ധങ്ങളുടെ വിപുലശൃംഖലയെയാണ് ‘രാഷ്ട്രീയാബോധം’ എന്ന് ജയിംസൺ വിവരിക്കുന്നത്. രാഷ്ട്രീയചരിത്രം (political history), സാമൂഹികചരിത്രം (social history), ചരിത്രം (history) എന്നിങ്ങനെ മൂന്നു തലങ്ങളിലായി ഓരോ ആഖ്യാനവും ഈ ബന്ധശൃംഖലയെ ഉൾക്കൊണ്ടിരിക്കുന്നതായി ജയിംസൺ കരുതുന്നു. ചരിത്രത്തിന്റെ ഈ അടരുകൾ പാഠത്തിൽനിന്ന് നിർദ്ധാരണം ചെയ്തെടുക്കുന്നതിന് ഉതകുന്ന ഒരു വിശകലനരീതിയും അദ്ദേഹം ആവിഷ്കരിച്ചു. ഇതിന് പാഠത്തെ നിർണ്ണയിക്കുന്ന ബന്ധശൃംഖലകളുടെ അടരുകളിൽനിന്ന് മൂന്നു ഘടകങ്ങളെ കണ്ടെടുക്കേണ്ടതുണ്ട്. ‘യഥാർത്ഥ സാമൂഹികവൈരുദ്ധ്യങ്ങളുടെ ഭാവനാത്മകപരിഹാരം എന്ന നിലയിൽ ആഖ്യാനത്തിന് കൈവരുന്ന പ്രതീകാത്മകവൃത്തി’ (symbolic act) എന്ന പദവി, ‘വ്യത്യസ്ത സാമൂഹികവർഗ്ഗങ്ങൾ ഉൽപാദിപ്പിക്കുന്ന, അടിസ്ഥാനതലത്തിൽ ശത്രുതാപരവും സംഘടിതവുമായ വ്യവഹാരങ്ങളുടെ സുഗ്രാഹ്യമായ പ്രാഥമികഘടകം’ എന്ന നിലയിൽ പാഠത്തിൽ സന്നിഹിതമായിരിക്കുന്ന പ്രത്യയശാസ്ത്ര ഏകകം (ideologeme), ‘ഉത്പാദനരീതികളുടെ അടയാളങ്ങളോ പൂർവ്വദർശനങ്ങളോ ആയ വ്യത്യസ്ത ചിഹ്നവ്യവസ്ഥകളുടെ സഹവർത്തനത്തിലൂടെ സംപ്രേഷണംചെയ്യപ്പെടുന്ന പ്രതീകാത്മക സന്ദേശങ്ങൾ’ പാഠത്തിൽ അടയാളപ്പെടുത്തുന്ന രൂപത്തിന്റെ പ്രത്യയശാസ്ത്രം (Ideology of form) എന്നിവയാണവ. ഈ മൂന്ന് അടിസ്ഥാനഘടകങ്ങൾ പാഠത്തിൽനിന്ന് നിർധാരണം ചെയ്തെടുക്കുക എന്നതാണ് ഈ പഠനം പിൻപറ്റുന്ന രീതിശാസ്ത്രസമീപനം.

(ഈ പ്രബന്ധത്തിൽ ചരിഞ്ഞ അക്ഷരങ്ങളിൽ (italics) കാണുന്ന ഖസാക്ക് *ഖസാക്കിന്റെ ഇതിഹാസം* എന്ന നോവലിനെയും അല്ലാതുള്ളവ നോവലിലെ അതേ പേരിലുള്ള സ്ഥലത്തെയും സൂചിപ്പിക്കുന്നു.)

പ്പോലെ, കാലത്തിനു കുറുകെ തലയുയർത്തിനിന്ന്, പിന്നെയും പിന്നെയും വായിക്കപ്പെടുന്ന ഒരു നിത്യജീവിതം അവ സ്വായത്തമാക്കുന്നു. മഹാ വൃക്ഷങ്ങളെപ്പോലെ മർമ്മരമുതിർത്ത്, അവ തല മുറകളോട് സംവദിച്ചുകൊണ്ടേയിരിക്കുന്നു.

ഈയൊരു വിശദീകരണത്തിനപ്പുറം മറ്റൊരു അർത്ഥസാദ്ധ്യതയും ഈ സാദൃശ്യകല്പനയിൽനിന്ന് കണ്ടെടുക്കാമെന്നു തോന്നുന്നു. അങ്ങനെ ആലോചിച്ചാൽ (ബാർഥിന്റ പഴയൊരു ആശയത്തെ പിൻപറ്റിക്കൊണ്ട്) വലിയ എഴുത്തുകൾ മാമരച്ചുവടുകൾകൂടി യാണെന്നും പറയാം. എവിടെനിന്നും വന്നുചേരാവുന്ന, എവിടേക്കും പുറപ്പെടാവുന്ന, ഒരിടം. പടിപ്പുരകളും നടവഴികളും നൽകുന്ന സുനിശ്ചിതത്വം അവിടെയില്ല. നാനാതരം വഴികളും പഥികരും ജീവിതങ്ങളും വന്നുകൂടുന്ന താവളം. "പക്ഷികളൊക്കെപ്പലവഴി വന്നൊരു/വൃക്ഷത്തെയാശ്രയിച്ചൊട്ടുനേരം വസി/ച്ചൊക്കെയോരോവഴി പിന്നെപ്പറന്നുപോം" എന്ന് എഴുത്തച്ഛൻ ഭാവനചെയ്ത പെരുവഴിയമ്പല ത്തിന് ഇങ്ങനെയും ഒരർത്ഥം സാദ്ധ്യമാണ്. അദ്ധ്യാത്മത്തിന്റെ മുറുക്കങ്ങളില്ലാതെ, ചരിത്രപ്രവാഹങ്ങളും ജീവിതത്തിന്റെ ദൈനം ദിനത്വവും കൈകോർത്തു നിൽക്കുന്ന ഇടമായി അപ്പോൾ അതിനെ മനസ്സിലാക്കാം. പുറമേയ്ക്ക് എത്രയും സ്വാഭാവികം; സ്വച്ഛശാന്തം. അകമേയ്ക്കോ? ഇരമ്പിയാർക്കുന്ന കാലവേഗങ്ങൾ; മാനുഷവ്യൂഹങ്ങൾ.

ഖസാക്കിന്റെ ഇതിഹാസവും ഇങ്ങനെയൊരു രചനയാണ്. മലയാള ഭാവനയുടെ ചരിത്രത്തിൽ ചുരുക്കം രചനകളേ ഇത്രയും ഭാവസാന്ദ്രമായി നിലനിന്നിട്ടുള്ളൂ. ആശാനോ ബഷീറോപോലെ ചുരുക്കം ചിലരുടെ എഴുത്തുകൾ. ഭാഷയുടെ വിമോഹകത്വത്തിനുള്ളിലും അവ കാലത്തിന്റെ ഇടർച്ചകളേയും പോർവിളികളേയും ഏറ്റുവാങ്ങി. മുന്നോട്ടും പിന്നോട്ടുമായുന്ന മനുഷ്യചരിത്രത്തിന്റെ സന്ദിഗ്ദ്ധതകളിൽ ചുവടുറപ്പിച്ചു. സ്വന്തം നിലനില്പിന്റെ ആധാരമായ എല്ലാത്തരം സങ്കീർണ്ണതകളോടും സംവദിച്ചു. അവയെ അപ്പാടെ പാഠത്തിന്റെ ആന്തരികതയിലും അബോധത്തിലും സംഗ്രഹിച്ചു. അങ്ങനെ, പാഠത്തെ ഏകമാനവും ഏക രൂപവുമാകാൻ അനുവദിക്കാത്ത, കാലബന്ധങ്ങളി ലേക്ക് തുറന്നു കിടക്കുന്ന വാതിലുകളായി ആ എഴുത്തുകൾ മാറി. ചരിത്രബന്ധങ്ങളുടെ ഗാഢതയെക്കുറിച്ച് പുറമേയ്ക്ക് ഒന്നും പറയാതിരുന്നപ്പോഴും അവ ആ ബന്ധങ്ങളാൽത്തന്നെ പൂരിതമായി.

1969-ൽ *ഖസാക്ക്* പ്രകാശിതമാവുമ്പോൾ ഉദാരമാനവികതയുടെ പ്രതിസന്ധികളിൽ വേരോടിപ്പടർന്ന പുതിയ ഒരു ഭാവുകത്വം മലയാളത്തിൽ പ്രബലമായിക്കഴിഞ്ഞിരുന്നു. മുകുന്ദന്റെ ഡൽഹിയും കാക്കനാടന്റെ ഉഷ്ണമേഖലയും വി.കെ.എൻ.-ന്റെ ആരോഹണവും വെളിച്ചം കണ്ടത് അക്കൊല്ലമാണ്. ആനന്ദിന്റെ ആൾക്കൂട്ടം തൊട്ടടുത്ത വർഷവും. അനുഭൂതിപരമായി പുതിയൊരു ലോകം പിറവിയെടുത്ത തിന്റെ പ്രഖ്യാപനങ്ങളായിരുന്നു ഈ രചനകളൊക്കെയും. സുവ്യ ക്തമായ ലോക യാഥാർത്ഥ്യങ്ങളിൽ ചുവടുറപ്പിച്ചുനിന്നുകൊണ്ട്, ഭാവിസമുദായത്തെക്കുറിച്ചുള്ള ദൃഢ ബോദ്ധ്യങ്ങളോടെ എഴുതിപ്പോന്ന നവോത്ഥാനഭാവന

അപ്പോഴേക്കും പ്രക്ഷീണമായിക്കഴിഞ്ഞിരുന്നു. ദേശീയാധുനികതയ്ക്ക് അസ്തിവാരമൊരുക്കിയ വികസനക്രമവും രാഷ്ട്രസങ്കല്പവും വെല്ലുവിളിക്കപ്പെട്ടുതുടങ്ങി. ഗാന്ധിയൻ ആദർശാത്മകതയും ജീവിതസങ്കല്പവും പൊതുജീവിതത്തിൽനിന്ന് ഒട്ടുമിക്കവാറും പിൻവാങ്ങി. ഉദാരമാനവികതയിൽ അധിഷ്ഠിതമായ നെഹ്റുവിയൻ രാഷ്ട്രസങ്കല്പം ഏറക്കുറെ സ്വപ്നപദ്ധതി മാത്രമായി. ഇന്തോ—പാക് യുദ്ധവും, പരാജയ മടഞ്ഞ 'പഞ്ചശീല'ത്തിന്റെ ഓർമ്മകൾ മാത്രം ബാക്കിവച്ച ചൈനയുമായുള്ള യുദ്ധത്തിലെ പരാജയവും ഇതിന് ആക്കംകൂട്ടുകയും ചെയ്തു. നെഹ്റുവിന്റെ മരണവും പിന്നാലെ കോൺഗ്രസ്സ് നേരിട്ട ആഭ്യന്തര കലഹങ്ങളും 1969-ലെ പിളർപ്പും ദേശീയപ്രസ്ഥാനം ആദർശാത്മക പാരമ്പര്യത്തോട് വിട പറയുന്നതിന്റെ അടയാളങ്ങൾ കൂടിയായിരുന്നു. ഇതിനിടയിൽ കമ്മ്യൂണിസ്റ്റ് പാർട്ടി 1964-ൽ പിളർന്ന് രണ്ടായി. 1968-ൽ 'വസന്തത്തിന്റെ ഇടിമുഴക്കം' പ്രഖ്യാപിക്കപ്പെടുകയും പാർട്ടി വീണ്ടുമൊരു പിളർപ്പിനെക്കൂടി നേരിടുകയും ചെയ്തു. ഇങ്ങനെ 60-കളുടെ അന്ത്യത്തിൽ ദേശീയജീവിതം പുകമൂടി നില്ക്കുകയായിരുന്നു. പിൻവാങ്ങുന്ന പഴയൊരു അനുഭവലോകവും ജീവിത ദർശനവുമായി നവോത്ഥാന മാനവികതയുടെ ഭാവനാലോകം അവിടെ ക്ഷീണിച്ചുനിന്നു. ദേശീയാധുനികതയുടെ ചരിത്രത്തിലെ ഗുരുതരമായ ഒരു പ്രതിസന്ധി മുഹൂർത്തം.

*ഖസാക്കി*ലേയും ആധുനികതാവാദസാഹിത്യത്തിലേയും ഭാവരാശികളെ ആഴത്തിൽ നിർണ്ണയിച്ച ഈ പ്രമേയങ്ങൾ ആ നോവലുകളിൽ പ്രത്യക്ഷത്തിൽ ഇടം കണ്ടെത്തിയില്ല. സാഹിത്യത്തിലെ ചരിത്രബന്ധങ്ങളെ പ്രമേയലോകത്തിലെ പ്രത്യക്ഷസൂചനകളായി വായിച്ചെടുക്കാൻ ശ്രമിച്ച അക്കാലത്തെ സാമൂഹിക ശാസ്ത്ര നിരൂപണത്തിന് പൊതുവേ ആധുനികതാവാദസാഹിത്യത്തിന്റെ രാഷ്ട്രീയവിവക്ഷകൾ അഭിഗമ്യമായതുമില്ല. ആധുനികതാവാദത്തിന്റെ പ്രവാചകന്മാരായി രംഗത്തു വന്നവരാകട്ടെ അതിനെ അപ്പാടെ അസ്തിത്വവിഷാദത്തിന്റെ സമസ്യകളായി മാറ്റിയെഴുതുകയാണ് ചെയ്തത്. അതീത പ്രത്യക്ഷത്തിന്റെ വാങ്മയമായി എഴുത്തിനെ അടയാള പ്പെടുത്താനായിരുന്നു നവനിരൂപണത്തിന് താൽപര്യം. അതുകൊണ്ട്, ചെതലിമലയുടെ താഴ്വാരത്തിൽ കാലം തളംകെട്ടി ക്കിടന്ന ഖസാക്കിലെ ജീവിതം ചരിത്രപരമായ വാസ്തവികതയാൽ കളങ്കപ്പെടാത്ത ആദിമ വിശുദ്ധിയുടെ അപരലോകമായി വായിക്കപ്പെട്ടു. അപ്പുക്കിളിയും കുഞ്ഞാമിനയും മൈമുനയും മൊല്ലാക്കയുമൊക്കെ അതിഭൗതികമായ ആദിമസാരള്യത്തിന്റെ അടയാളങ്ങളായി. ഖസാക്ക്, ചരിത്രബന്ധങ്ങളും കാല വേഗങ്ങളും കടന്നു കയറാത്ത അതീതത്തിന്റെ പാർപ്പിടമായി. ഓന്തുകൾക്കും ദിനോസറുകൾക്കും മുമ്പേ നടക്കാനിറങ്ങിയ ജീവബിന്ദുക്കളുടെ കഥയായിരുന്നു ആധുനികതാവാദ നിരൂപണത്തെ സംബന്ധിച്ചിടത്തോളം *ഖസാക്കി*ന്റെ കാതൽ. ജന്മാന്തരസ്മരണകളിൽ തിടംവച്ചു തെഴുക്കുന്ന ഖേദത്തിന്റെ കഥകൾ. *ഖസാക്കി*ലെ ഭാഷയുടെ അനന്യചാരുതയും ഇതിന് തുണയായി. യോഗാത്മകധ്വനികളിൽ ഊയലാടി

ക്കൊണ്ട് നിരനിരയായി അണിനിരക്കുന്ന ബിംബപരമ്പരയും അതിനെ ചൂഴ്ന്നുനില്ക്കുന്ന മായികവും ശോകനിർഭരവുമായ ഏകാന്തതയും *ഖസാക്കി*ന്റെ ഹൃദയമായി വ്യാഖ്യാനിക്കപ്പെട്ടു. ഈ ഏകാന്തശോകത്തേയും മേല്പറഞ്ഞ അസ്തിത്വവിഷാദത്തേയും എളുപ്പം ചേർത്തിണക്കാനും കഴിയുമായിരുന്നു. കഥാഗതിയിൽ വന്നുകൂടുന്ന രവിയുടെ പാപബോധം ഇതിനൊക്കെ ഭദ്രമായ അടിത്തറയുമായി. അങ്ങനെ പാപബോധത്താൽ പീഡിതനായി അസ്തിത്വത്തിന്റെ പൊരുൾ തിരഞ്ഞലയുന്ന, അന്തിമമായി മരണത്തിൽ സാഫല്യമടയുന്ന, രവിയുടെ—ആധുനികന്റെ—മൃത്യുദർശനത്തിന്റെ കഥയായി *ഖസാക്ക്* വകയിരുത്തപ്പെട്ടു. ഒരർത്ഥത്തിൽ *ഖസാക്കി*നെ ഇങ്ങനെ അവതരിപ്പിച്ചു കൊണ്ടാണ് ആധുനികതാവാദനിരൂപണം മലയാളത്തിൽ സ്വന്തം ഇടം ഉറപ്പിച്ചെടുത്തതെന്നുപോലും പറയാം.

ആധുനികതാവാദനിരൂപണം *ഖസാക്കി*നുമേൽ ചാർത്തി ക്കൊടുത്ത ഇത്തരം അതീതധ്വനികൾക്കപ്പുറം അതിന്റെ സാമൂഹികവും രാഷ്ട്രീയവുമായ പൊരുൾ തിരഞ്ഞുപോവാനുള്ള ശ്രമങ്ങൾ ആദ്യകാലത്ത് ഏറെയൊന്നും ഉണ്ടായില്ല. സംസ്കാരവിമർശനത്തിന്റേയും ഘടനാവാദാനന്തരചിന്തയുടേയും മറ്റും തെളിച്ചങ്ങൾ ഉപയോഗപ്പെടുത്തുന്ന *ഖസാക്ക്* വായനകൾ 90-കൾക്കുശേഷമാണ് കാര്യമായി ഉണ്ടായിത്തുടങ്ങുന്നത്. *ഖസാക്കിലെ* ജീവിതലോകത്തേയും അതുളവാക്കുന്ന അനുഭൂതിമേഖലയേയും ചരിത്രബന്ധങ്ങളുടെ വെളിച്ചത്തിൽ വിശദീകരിക്കാനുള്ള ശ്രമങ്ങൾ. ഒരു സാംസ്കാരികപാഠം എന്ന നിലയിൽ *ഖസാക്കിൽ* അടങ്ങിയിരിക്കുന്നതെന്ത്? കേരളീയ വായനാമണ്ഡലത്തിൽ അത് പ്രക്ഷേപിക്കാൻ ശ്രമിക്കുന്നതെന്ത്? ഇങ്ങനെ ചില ചോദ്യങ്ങൾ ഈ പുതിയ വായനകളിൽ ഉന്നയിക്കപ്പെട്ടു തുടങ്ങി.

ഒരു യഥാർത്ഥവൈരുദ്ധ്യത്തിന്റെ ഭാവനാത്മകപരിഹാരം എന്ന നിലയിലാണ് സാംസ്കാരികപാഠങ്ങൾ പ്രതീകാത്മകവൃത്തി (symbolic act)കളായി ഇടം പിടിക്കുക. ഓരോ സാംസ്കാരികപാഠവും ഇത്തരമൊരു പ്രതീക വൃത്തിയാണ്. ഈ പ്രതീകവൃത്തിയുടെ ആദ്യപടവിൽ പാഠം രാഷ്ട്രീയചരിത്രത്തിന്റെ പ്രവൃത്തിമേഖലയായി നിലകൊള്ളുന്നു. പൊതുവായ രാഷ്ട്രീയചരിത്രത്തിലെ ഒരു സവിശേഷസന്ദർഭത്തിന്റെ പ്രതിനിധാനമെന്ന നിലയിൽ, ആ സന്ദർഭത്തിന്റെ വൈരുദ്ധ്യങ്ങളെ ഭാവനാപരമായി പരിഹരിക്കുകയാണ് പാഠം ഇവിടെ ചെയ്യുന്നത്. ഈ പരിഹാരത്തിന്റെ ഫലപ്രാപ്തിയാണ്, അഥവാ മേൽപ്പറഞ്ഞ വൈരുദ്ധ്യത്തെ ആഖ്യാനഘടനയിൽ അമർച്ചചെയ്യുന്നതിൽ കൈവരിക്കുന്ന വിജയമാണ്, ഏത് സാംസ്കാരികപാഠത്തിന്റേയും ആസന്നവിജയത്തിന്റേയും സ്വീകാര്യതയുടേയും ഹേതു. *ഖസാക്കി*ന്റെ ജീവിതചരിത്രവും ഇതിൽനിന്ന് ഭിന്നമല്ല.

ഒന്ന്: രാഷ്ട്രീയചരിത്രം

ആദ്യവായനയിൽ കാര്യമായി ശ്രദ്ധിക്കപ്പെട്ടില്ലെങ്കിലും *ഖസാക്കിൽ* രാഷ്ട്രീയചരിത്രത്തിന്റെ പ്രബലമായ ഒരടരുണ്ട്. സമകാലിക

ചരിത്രത്തിന്റെ പ്രവൃത്തി മണ്ഡലം എന്ന നിലയിൽ പരിഗണിക്കപ്പെടേണ്ട ഒരു തലം ആഖ്യാനത്തിൽ പ്രവർത്തനക്ഷമമമാണ്. രവി ഖസാക്കിൽ വന്ന് മടങ്ങുന്നത് വർത്തമാനരാഷ്ട്രീയചരിത്രത്തിന്റെ പ്രവർത്തന പദ്ധതികളുമായി ബന്ധപ്പെട്ടതാണെന്ന് പറയാം. രാഷ്ട്രത്തിന്റെ ആധുനികീകരണപ്രക്രിയയുടെ നടത്തിപ്പുകാരനായി, ജില്ലാബോർഡ് പദ്ധതിയായ ഏകാദ്ധ്യാപക വിദ്യാലയത്തിലെ അദ്ധ്യാപകനായാണ് രവി ഖസാക്കിലേക്കെത്തുന്നത്. 'വഴിയമ്പലം തേടി' എന്ന ഒന്നാമദ്ധ്യായത്തിൽത്തന്നെ രവിയുടെ ഈ ആധുനികീകരണ ദൗത്യം സൂചിപ്പിക്കപ്പെടുന്നു. ആധുനികീകരണത്തിന്റെ വിവിധ രൂപങ്ങളിൽ ഏറ്റവും പ്രധാനമായ ഒന്ന് നാടോടി വഴക്കങ്ങളുടേയും നാട്ടുപാരമ്പര്യങ്ങളുടേയും പുരാവൃത്ത ബന്ധങ്ങളുടേയും ലോകത്തു കഴിയുന്ന വിവിധ ജനവിഭാഗങ്ങളെ സാക്ഷരവും നിയതമായ അതിരുകളുള്ളതുമായ ആധുനിക ദേശ-രാഷ്ട്രത്തിലേക്ക് ഉദ്ഗ്രഥിക്കുക എന്നതായിരുന്നു. ഈ ഉദ്ഗ്രഥന പ്രക്രിയയുടെ ആവിഷ്കാരപ്രകാരം (objectification) ആണ് രവി നായകനായുള്ള ഏകാദ്ധ്യാപകവിദ്യാലയം. സാക്ഷരതയുടേയും സയുക്തികതയുടേയും സാംസ്കാരിക ഭൂപടത്തിലേക്ക് ഖസാക്കിലെ നാട്ടുപാരമ്പര്യങ്ങളെ വിളക്കിച്ചേർക്കുന്ന ഇടക്കണ്ണിയാണ് രവി. നോവലിലെ രാഷ്ട്രീയ ചരിത്രത്തിൽ അയാൾ ഇടം കണ്ടെത്തുന്നതും അങ്ങനെയാണ്.

ആധുനികീകരണത്തിന്റെ രാഷ്ട്രീയചരിത്രത്തെ അടയാളപ്പെടുത്തുന്ന മറ്റൊരു സൂചകവും *ഖസാക്കി*ന്റെ ഒന്നാമദ്ധ്യായത്തിൽ കാണാം. മലമ്പുഴയിൽ പുതുതായി പണിതീർക്കാനൊരുങ്ങുന്ന അണക്കെട്ടിനെക്കുറിച്ചുള്ള പരാമർശം. ആധുനികരാഷ്ട്രത്തിലെ 'ദേവാലയ'ങ്ങളായ അണക്കെട്ടുകൾ മനുഷ്യനും പ്രകൃതിയും തമ്മിലുള്ള ബന്ധവ്യവസ്ഥയിൽ വന്ന പരിവർത്തനത്തിന്റെ സൂചകമാണ്. ആധുനികമായ കർത്തൃസന്ദർഭത്തിൽ രൂപപ്പെടുന്ന അപരങ്ങളിലൊന്നാണ് 'പ്രകൃതി' എന്ന കേവലത. മനുഷ്യൻ/പ്രകൃതി എന്ന വിപരീതദ്വന്ദ്വം (binary opposite) ജന്മം നല്കിയ ഒന്ന്. ആധുനികമായ ലോകബോധത്തിന്റെ അടിപ്പടവുകളിലൊന്ന് ഇതാണുതാനും. വ്യവസായവത്കരണവും അതിലൂടെ കൈവന്ന സാങ്കേതികവിദ്യയും ഉപയോഗപ്പെടുത്തി, പ്രകൃതിക്കുമേൽ ആധിപത്യം സ്ഥാപിക്കാനുള്ള മാനുഷികശ്രമങ്ങൾ ആധുനികമായ ഈ കർത്തൃപദവിയെക്കൂടി ഉൾക്കൊണ്ടിരിക്കുന്നു. എന്നാൽ ഈ കർത്തൃപദവിക്കു പുറത്ത്, ആധുനികപൂർവ്വമായ വ്യവസ്ഥാരാഹിത്യത്തിലാണ് ഖസാക്ക് കുടികൊള്ളുന്നത്. അതുകൊണ്ട് പ്രകൃതിയെ കീഴടക്കുന്ന പുതിയ യുക്തിശാസ്ത്രത്തിന് അവിടെ സന്ദിഗ്ദ്ധ സ്വഭാവമാണ്. നോവലിന്റെ ഒന്നാമദ്ധ്യായത്തിൽ രവിയോടൊപ്പം ഖസാക്കിലേക്ക് നടക്കുന്ന ചുമട്ടുകാരന്റെ വാക്കുകളിൽ അത് പ്രകടമാണ്:

"മലമ്പൊഷ അണ കെട്ടി വെള്ളം തിരിയ്ക്കംന്നൊക്കെ പറയിണ്ണ്ടു. ഇല്ലാത്തമഷനെ പെയ്യിക്കാനോ പെയ്ണ മഷനെ തടക്കാനോ മൻക്ഷൻ കൂട്ട്യാ കൂടോന്നും, കുട്ടീ?"

കൂട്ടിയാൽ കൂടുന്ന പുതിയൊരു ലോകം പുറത്ത് പ്രാബല്യത്തിൽ വന്നു കഴിഞ്ഞു. ഈ പുതിയ ലോകവുമായുള്ള സംഘർഷമാണ്

ഖസാക്കിലെ അനുഭവരാശിയെ രൂപപ്പെടുത്തുന്നത്. പുതിയ വിജ്ഞാനത്തിന്റെ വിതരണക്കാരനായ രവി, അയാൾ വന്നുചേരുന്ന വിദ്യാലയം, അണക്കെട്ട്, സ്കൂളായിമാറിയ ശിവരാമൻനായരുടെ ഞാറ്റുപുര എന്നിങ്ങനെ ആധുനികീകരണത്തിന്റെ പ്രതീക/പ്രയോഗസാമഗ്രികൾ ഒന്നൊന്നായി ഖസാക്കിലേക്ക് എത്തിപ്പെടുന്നുണ്ട്. ഖസാക്കിൽ നിന്നും മടങ്ങുമ്പോൾ ആധുനികീകരണത്തിന്റെ യുക്തിശാസ്ത്രത്തെ കൈയൊഴിയുന്നുണ്ടെങ്കിലും, രവി അവിടേ ക്കെത്തുന്നത് ഏറിയകൂറും ഈ യുക്തിബോധത്തെ പിൻപറ്റിക്കൊണ്ടാണ്. "അണകെട്ട്യാപ്പിന്നെ മഴേത്ര പേടിയ്ക്കണ്ടാലോ" എന്ന് പ്രകൃതിക്കുമേൽ മനുഷ്യൻ നേടുന്ന വിജയത്തെ, ചുമട്ടുകാരനുമായുള്ള സംഭാഷണത്തിനിടയിൽ രവി സാധൂകരിക്കുന്നത് അതുകൊണ്ടാണ്. ആ നിലയിൽ നോവലിലെ പരസ്പരവിരുദ്ധങ്ങളായ രണ്ടു ലോകാവബോധങ്ങൾ തമ്മിലുള്ള ഇടഞ്ഞുനില്പിന്റെ ആദ്യപ്രകാശന മാണത്.

ഖസാക്കിലെ ഉഭയലോകങ്ങൾ

കൂമൻകാവിൽനിന്ന് ആറു നാഴികയോളം അകലെയാണ് ഖസാക്ക്. കൂമൻ കാവിൽ ബസ്സ്റൂട്ട് അവസാനിക്കുന്നു. പിന്നെ ഖസാക്കിലേക്ക് നടക്കാനേ കഴിയൂ. നാഗരികമായ ജീവിതബന്ധങ്ങളിൽ നിന്നുള്ള ഭാഗികമായ വിച്ഛേദത്തിന്റെ അടയാളം കൂടിയായി ഈ ഇടദൂരത്തെ കണക്കാക്കാം. ഖസാക്കുകാർ പൊതുവേ സഞ്ചാരികളല്ല എന്ന് നോവലിന്റെ പതിനാറാം അദ്ധ്യായത്തിന്റെ തുടക്കത്തിൽ നമുക്ക് വായിക്കാം. ഇങ്ങനെ താത്കാലികമായെങ്കിലും നാഗരികമായ ബന്ധവ്യവസ്ഥകൾക്ക് പുറത്തുനില്ക്കാൻ ഖസാക്കിന് കഴിയുന്നുണ്ട്. നശിച്ചുപോയ പന്ത്രണ്ടു പള്ളികളും അവയിൽ തളംകെട്ടിക്കിടക്കുന്ന അനന്തമായ കാലവും ഈ വിച്ഛേദത്തിന്റെ ഉത്പന്നങ്ങളാണ്. ഖസാക്കിലെ ഈ പ്രാചീനതനിയതമായ ഒരു ഉത്പാദന വ്യവസ്ഥയോടോ പ്രത്യയശാസ്ത്രത്തോടോ ബന്ധമുള്ള ഒന്നല്ല. അപ്പോൾത്തന്നെ ഫ്യൂഡൽ എന്നു വിളിക്കാവുന്ന ലോകാവബോധത്തിന്റെ അവശിഷ്ടരൂപങ്ങൾ അവിടെയുണ്ട്. അവബോധതലത്തിൽ അവിടെ നിലനില്ക്കുന്ന ആധുനികപൂർവ്വ ലോകം നിയതമായ ഭൗതികാസ്പദങ്ങളുമായി ബന്ധപ്പെടുന്നില്ല എന്നർത്ഥം. വിശ്വാസവ്യവസ്ഥകൾ നിയതമായ ഭൗതികാടിത്തറകളിൽനിന്ന് ഇളകിമാറി, അവയുടെ അവശിഷ്ടങ്ങൾ തമ്മിൽക്കലരുന്ന വിശ്ലഥസ്ഥാനമായി ഖസാക്ക് മാറിയിരിക്കുന്നു. പുതിയ സ്കൂളിൽ പോകില്ലെന്ന് ഷെയ്ഖ് തങ്ങളേയും മാരിയമ്മനേയും പിടിച്ച് ആണയിടാനാണ് മൊല്ലാക്ക ആവശ്യപ്പെടുന്നത്. കുഞ്ഞാമിന ആണയിടുന്നതും അങ്ങനെയാണ്. ഗോപാലുപ്പണിക്കരുടെ ശിഷ്യനായിത്തീർന്ന രാമച്ചാർ, ഷെയ്ഖിനെ മനസ്സിൽ വിചാരിച്ചാണ് മന്ത്രമുരുവിടുന്നത്. ഇതുപോലെ മൂന്നോ നാലോ കൊല്ലം കൂടുമ്പോൾ, മൊല്ലാക്ക നിശ്ചയിക്കുന്ന ഒരു ദിവസം ഖസാക്കിലെ ഈഴവന്മാരും രാവുത്തന്മാരും പള്ളിക്കാട്ടിൽ ഒത്തുകൂടി പിതൃക്കളെ ശ്രാദ്ധമൂട്ടുന്നു. മതം മാറിയതിനുശേഷം അപ്പുക്കിളിക്ക് രണ്ടു മതങ്ങളിലും ഒരുമിച്ചു ജീവിക്കാമെന്ന് ഖസാക്കിൽ ഒത്തുതീർപ്പ്

ഉണ്ടാകുന്നുമുണ്ട്. ഖസാക്കിന്റെ പ്രാചീന സാരള്യമായോ, ഖസാക്കിലെ ബഹുസ്വരാത്മലോകത്തിന്റെ അടയാളമായോ പരിഗണിക്കപ്പെടാവുന്ന ഇവയത്രയും, വാസ്തവത്തിൽ, മേല്പറഞ്ഞ ഉഭയലോകത്തിന്റെ സംഭാവനകളാണ്. ഉൽപാദനപരമായി അടിയുറപ്പില്ലാത്ത വിശ്വാസ വ്യവസ്ഥകളുടെ കലർപ്പിൽനിന്നു മുളപൊട്ടിവളർന്ന ഒരു ഉഭയലോകം. "തെയ്വങ്ങ തമ്മി കടി പെണയാമ്പഷ്തില്ല" എന്ന് തീർപ്പുപറഞ്ഞ് കുട്ടാപ്പുനരിയും ഖാലിയാരുമായുള്ള യുദ്ധത്തിൽനിന്ന് കുട്ടാടൻപൂശാരി ഒഴിയുന്നതും ഈ ഉഭയ ഭാവനയുടെ ബലംകൊണ്ടാണ്. രവി വന്നെത്തി പ്പെടുന്ന ഏകാദ്ധ്യാപകവിദ്യാലയത്തിന് ഈ ഉഭയാവസ്ഥകളുടെ പ്രതീകസംഗ്രഹമെന്ന പദവി അവകാശപ്പെടാനാവും. ഒരുഭാഗത്ത് ഖസാക്കിലെ ഓത്തുപള്ളി- എഴുത്തുപള്ളികളുടെ മിത്തിക്കൽ ഘടന യ്ക്കും മറുഭാഗത്ത് കൂമൻകാവിലെ പ്രാഥമിക വിദ്യാലയത്തിന്റെ ആധുനികഘടനയ്ക്കും ഇടയിലാണ് അത് നിലനില്ക്കുന്നത്. പ്രതീകപരമായി ഇവയ്ക്കിടയിലെ സന്ദിഗ്ദ്ധസ്ഥാനമാണത്.

ഖസാക്കിന്റെ ഈ ഉഭയാവസ്ഥയ്ക്ക് നോവലിൽ വേറെയും ചില അടയാളങ്ങളുണ്ട്. 'സർക്കാർനിരത്തിൽ പ്രേതംപിടിക്കില്ല' എന്ന ഉറപ്പോടെ പാലക്കാട്ടേക്കുള്ള റോഡിലൂടെ നടക്കുന്ന കുട്ടാപ്പുനരിയുടെ ബോദ്ധ്യങ്ങളിൽ ആധുനികതയുമായുള്ള വിനിമയബന്ധങ്ങൾ പ്രബല മാണ്. (അപ്പോൾത്തന്നെ കിസാൻ സംഘത്തിന്റെ യോഗത്തിൽ പറ യുന്ന കൂലിയുടേയും പതമ്പിന്റേയും കാര്യം താൽപര്യ മില്ലാതെയാണ് അയാൾ കേൾക്കുന്നത്.) നിശ്ചയമായും ആധുനികമായ ഈ വിനിമയ ങ്ങൾ ഖസാക്കിൽ വിജയം നേടുന്നില്ല. ഖസാക്കിൽ മടങ്ങിയെത്തിയ തോടെ പ്രേതഭീതി നരിയെ വീണ്ടും പിടികൂടുന്നു. ഖസാക്കിൽനിന്നു പുറത്തുപോകുന്ന പണ്ടാരന്മാരുടെ പേരുമാറ്റം ഈ സന്ദർഭത്തിൽ പ്രാധാന്യമർഹിക്കുന്നു. രണ്ടു പേരുകളിൽ, രണ്ടു ലോകങ്ങളിൽ, ജീവിക്കുന്നവരാണ് വേലായിപണ്ടാരവും കരുമാണ്ടി പണ്ടാരവും. പുറത്ത് അവർ വടിവേൽച്ചാമിയും കരുമപ്പെരുമാളുമാണ്. കാലം തളംകെട്ടി ക്കിടക്കുന്ന ഖസാക്കിന്റെ അകംലോകത്ത് ഒളിത്താവളം തീർക്കുന്ന പുറംലോകമാണത്. ഈ പുറംലോകത്തിന്റെ ബലങ്ങൾ ഖസാക്കിലേക്ക് പല രൂപത്തിൽ കടന്നുവരുന്നുണ്ട്. മൊല്ലാക്കയേയും കൊണ്ട് പാലക്കാട്ടെ ആശുപത്രിയിലേക്കു പോകുന്ന ഖാലിയാരിൽ അത് പ്രവർത്തന ക്ഷമമാണ്. അതു പോലെ അപ്പുക്കിളിക്ക് മരുന്നു വാങ്ങുവാൻ കൊഴണ ശ്ശേരിയിലെ ഡോക്ടറെ തേടിപ്പോവുന്ന രവിയിലും. ഇവയൊന്നും ഖസാക്കിൽ വിജയിക്കുന്നില്ല. കുട്ടാടൻ പൂശാരിയുടെ ബാധയൊഴിപ്പിക്ക ലാണ് അപ്പുക്കിളിയിൽ ഫലിക്കുന്നത്. പക്ഷേ, ഖസാക്കിന്റെ പ്രചീനത യുടെ അടിയിളക്കിക്കൊണ്ട് ഈ ശ്രമങ്ങൾ അവിടെ ഇടം നേടിത്തുട ങ്ങുന്നു. സ്കൂളിൽനിന്നുള്ള വിനോദയാത്ര, കുഞ്ഞാമിനയുടെ ആഗ്രഹ പ്രകാരം, ചെതലിയിലേക്കെന്ന് തീരുമാനിക്കപ്പെടുന്നെങ്കിലും കുട്ടികൾ പാലക്കാട്ടേക്ക് എന്ന ആവശ്യമാണ് ഉന്നയിക്കുന്നത്. പാലക്കാട്ട് കാണാ നെന്താണുള്ളത് എന്ന രവിയുടെ ചോദ്യത്തിന് കോട്ട, കോടതി, ആശുപത്രി, അഞ്ചുവിളക്ക് എന്ന് കുട്ടികൾ ഉത്തരം പറയുന്നു.

ആധുനികതയുടെ സ്ഥാപനരൂപങ്ങൾ ഖസാക്കിലെ കുട്ടികളുടെ അറിവും ആഗ്രഹവുമായി മാറിക്കഴി ഞ്ഞിരിക്കുന്നു. വിനോദയാത്ര എന്ന ആശയംതന്നെ പുതിയ ഒരു ജ്ഞാനവിതരണസമ്പ്രദായത്തെ അടയാളപ്പെടുത്തുന്ന ഒന്നാണ്. ഇവിടെയാകട്ടെ, വിനോദയാത്ര പോകാൻ തീരുമാനിക്കുകയും അത് പാലക്കാടിനു പകരം ചെതലിയിലേക്കായിത്തീരുകയുമാണ് ചെയ്യുന്നത്.

ആധുനികമായ അവബോധരൂപമെന്ന നിലയിൽ ഖസാക്കിൽ സജീവമായിരിക്കുന്ന മറ്റൊരു ഘടകം ശിവരാമൻനായരുടെ മതതാൽപര്യങ്ങളാണ്. ഖസാക്കുകാരുടെ മതാവബോധത്തിൽ പൊതുവേ കാണുന്ന കലക്കം അയാളിലില്ല. കൊഴണശ്ശേരിയിൽ നിന്നെത്തുന്ന സഖാവ് കണ്ണിമൂത്താൻ "ശിവരാമന്നായര് മൂരാച്ചി ഫ്യൂഡലിസ്റ്റാണ്" എന്ന് ഉറപ്പിച്ച് പറയുന്നുണ്ടെങ്കിലും ശിവരാമൻ നായരുടെ മതബോധം ഏറിയകൂറും ആധുനികമാണ്. ഖസാക്കിൽ ഇസ്ലാമിനോട് മതപരമായ വിദ്വേഷവും ശത്രുതയും വച്ചുപുലർത്തുന്ന ഒരേയൊരാൾ അയാളാണ്. ഷെയ്ഖിന്റെ പ്രേതത്തെ ഖസാക്കിലെ രാവുത്തന്മാരും ഈഴവരും ഒരുപോലെ ഉപാസിക്കുമ്പോൾ ശിവരാമൻനായർക്ക് അത് 'ബൗദ്ധന്റെ പ്രേത'മാണ്. 'മ്ലേച്ഛപ്പെട്ട ആത്മാവ്' എന്ന് അയാൾ അതിനെ വിവരിക്കുന്നു. മുതുകൊളത്തിയമ്മയുടെ കാവിലെ കതന പൊട്ടിയാൽ അവസാനിക്കാവുന്ന വീര്യമേ ഷെയ്ഖിന്റെ പ്രേതത്തിനുള്ളൂ എന്ന് ശിവരാമൻനായർ ഉറപ്പിക്കുന്നു. തന്റെ മകൾ പഠിപ്പിച്ചുതന്നതായി പറയുന്ന ഒരു ശ്ലോകം അയാൾ അഭിമാനപൂർവ്വം രവിയെ ചൊല്ലിക്കേൾപ്പിക്കുന്നുണ്ട്:

"മൊട്ടപ്പാഴ്ത്തലയല്ല വേണ്ടൂ
ഭാരതക്ഷോണി കിരികിടം ചൂടാൻ."

ഇസ്ലാമിനേയും മുസ്ലിമിനേയും അപരവത്കരിക്കുന്ന ദേശീയാധുനികതയുടെ മതാത്മകയുക്തിയാണ് ശിവരാമൻനായരുടെ വീക്ഷണഗതിയെ നിർണ്ണയിക്കുന്നത്. ഏകാദ്ധ്യാപകവിദ്യാലയം നടത്തുന്നതിനായി ശിവരാമൻനായർ നല്കുന്ന ഞാറ്റുപുരയിൽ തൂങ്ങിക്കിടക്കുന്ന വർണ്ണപടങ്ങൾ ഗാന്ധിജി, ഹിറ്റ്ലർ, ഹനുമൽപാദർ എന്നിങ്ങനെയായിരിക്കുന്നതും യാദൃച്ഛികമല്ല. ഖസാക്കിലെ ബഹുസ്വരത യുടെ അടയാളമല്ല ഈ ചിത്രസങ്കരം. ദേശീയാധുനികതയുടെ മതാത്മകയുക്തിയാൽ നിർണ്ണയിക്കപ്പെട്ട ചിത്രവിന്യാസമാണത്. നോവലിന്റെ ആഖ്യാനഘടനയിൽ ശിവരാമൻനായരെ ചൂഴ്ന്ന് അമർത്തിവയ്ക്കപ്പെട്ട പരിഹാസത്തിന്റേതായ ഒരു അടരുണ്ടെന്നു കാണാം. അതുകൊണ്ടുതന്നെ അയാളുടെ പ്രവൃത്തികൾക്ക് ആധികാരികത കുറഞ്ഞിരിക്കുകയും ചെയ്യുന്നു. എന്നാലും ശിവരാമൻനായരുടെ മതവൈരം ഖസാക്കിലെ നിരന്തരസാന്നിദ്ധ്യമാണ്. നോവലിന്റെ അവസാന ഘട്ടംവരെ അത് തുടരുന്നു. 'മതം മാറിയ' അപ്പുക്കിളിയെക്കണ്ട് ശിവരാമൻനായർ ക്ഷോഭിച്ച് രവിയോടു പറയുന്ന വാക്കുകളിൽ ഇത് പ്രകടമാണ്:

"മേഷ്ഷേ......... ഇദ് നന്നായിലാ. ഇന്തുസമസ്കാരംന്നൊന്ന്ണ്ട്. അദ്ങ്ങനെ ചെരച്ചാ പോണതല്ല."

തീർത്തും ആധുനികമായ ഒരു മതസ്വത്വത്തിന്റെ പ്രകാശന മാണിത്. ദേശീയാധുനികത രാഷ്ട്രപൗരത്വത്തിന്റെ ആധാരമായി മതത്തെ ഉപ യോഗപ്പെടുത്താൻ തുടങ്ങിയതുമുതലാണ് ഹിന്ദുമതം ഇന്ത്യൻജീവിത ത്തിൽ ഒരു അടിസ്ഥാന യാഥാർത്ഥ്യമാകുന്നത്. അതുവരെയും ജാതി യായിരുന്നു ഇന്ത്യൻയാഥാർത്ഥ്യം. ഇതിനെ മറികടക്കുകയെന്ന രാഷ്ട്രപൗരത്വത്തിന്റെ താൽപര്യംകൂടി ഉൾക്കൊണ്ട സങ്കല്പമാണ് 'ഹിന്ദുസംസ്കാരം'. 'ഹിന്ദു ദൈവങ്ങൾ'ക്കുവേണ്ടി ശിവരാമൻ നായർ മിയാൻ ഷെയ്ഖിനെതിരെ നടത്തിയ 'സമരങ്ങളും', രവിയുടെ 'ബൗദ്ധ' ബന്ധത്തിനെതിരെ അയാൾക്കുള്ള ക്ഷോഭവും, രവി ഖസാക്കിൽ വർഗ്ഗീയകലാപം സൃഷ്ടിക്കുന്നു എന്ന് പരാതിപ്പെട്ട് സ്കൂൾ ഇൻസ്പെ ക്ടർക്ക് ശിവരാമൻനായർ അയയ്ക്കുന്ന പരാതിയുമെല്ലാം ഖസാക്കിന്റെ പൊതുഘടനയിൽനിന്നു വേറിട്ടു നില്ക്കുന്നവയാണ്. ഖസാക്കിലെ ജീവിതക്രമത്തിൽ അയാളുടെ പ്രവൃത്തികൾ ഏറെയൊന്നും ഫല മുളവാക്കുന്നില്ല എന്നതു ശരിതന്നെ. പക്ഷേ, ഖസാക്കിനെ ചൂഴ്ന്നു നില്ക്കുന്ന പ്രാചീനപ്രതീതിയെ ഭഞ്ജിക്കുന്ന, ആധുനികമായ മതസ്വത്വത്തിന്റെ ദുർബ്ബലാവിഷ്കാരമായി അയാളവിടെയുണ്ട്. ഖസാക്കിൽ വിജയം വരിക്കാതെപോയ ആധുനികീകരണത്തിന്റേയും മതാത്മകദേശീയതയുടേയും പ്രതിനിധിയാണയാൾ.

എന്നാൽ ഇതോടൊപ്പംതന്നെ ശിവരാമൻനായർക്ക് ഒരു മറുവശ മുള്ളത് കാണാതിരുന്നുകൂടാ. ഉൽപാദനപരമായ അടിസ്ഥാന മില്ലാത്ത തിനാൽ ഖസാക്കിന് കൈവരുന്ന ഉഭയഭാവം ശിവരാമൻ നായരിലുമുണ്ട്. 'മൂരാച്ചി ഫ്യൂഡലിസ്റ്റ്' എന്ന് കൊഴണശ്ശേരിയിൽനിന്ന് എത്തിയ സഖാവ് കണ്ണിമൂത്താൻ വിശേഷിപ്പിക്കുന്നു ണ്ടെങ്കിലും ഫ്യൂഡൽ ഉൽപാദന ബന്ധങ്ങൾ ഖസാക്കിൽ പ്രബലമല്ല. നോവലിന്റെ അവസാനത്തിൽ ശിവരാമൻനായർ കൂടുതൽ കൂടുതൽ അവശനും സഹതാപാർഹനുമായ ഒരാളായി മാറുന്നു. ഖസാക്കിലെ റാവുത്തർമാരെ അയാൾ 'യവനൻ', 'ബൗദ്ധൻ' എന്നൊക്കെ വിശേഷിപ്പിക്കുന്നതിനു പിന്നിലും ചരിത്രപര മായ ഒരു കുഴമറിച്ചിലുണ്ടെന്നു കാണാം. ഇന്ത്യാചരിത്രത്തിന്റെ പ്രാചീന-മദ്ധ്യഘട്ടങ്ങളിൽ പുറമേനിന്നു വന്നവരാണ് 'യവനർ' എന്ന് വിശേഷിപ്പിക്കപ്പെട്ടിരുന്നത്. മതപരമായ അർത്ഥവിവക്ഷകളല്ല ആ പദത്തിന് അപ്പോൾ ഉണ്ടായിരുന്നത്. തുരുഷ്കൻ, മ്ലേച്ഛൻ തുടങ്ങിയ പദങ്ങളും ഇത്തരത്തിൽ ഉപയോഗിക്ക പ്പെട്ടിരുന്നു. ശിവരാമൻ നായരുടെ യവന-ബൗദ്ധപ്രയോഗങ്ങളിൽ ഖസാക്കിൽ പ്രബലമായി നിലനില്ക്കുന്ന ആധുനികപൂർവ്വാവ ബോധത്തിന്റെ അടയാളങ്ങളാണുള്ളത്. അതേ സമയം ആധുനികമായ മതസ്വത്വത്തിന്റെ പ്രാതിനിധ്യവും അയാൾ കൈയാളുന്നു. ഈ വൈരുദ്ധ്യം ശിവരാമൻനായരുടെ വ്യക്തിഘടനയെ ഉലയ്ക്കുന്നുണ്ട്. ഉൽപാദനപരമായ അടിത്തറയില്ലാത്ത തിനാൽ അയാളുടെ 'ഫ്യൂഡൽ പ്രമാണിത്തം' ആഖ്യാനത്തിനുള്ളിൽ പരിഹാസ ജനകമായി പരിണമിക്കുന്നു. ഖസാക്കിൽ ചിതറിപ്പോവുന്ന ആധുനി കതയുടെ സാന്നിദ്ധ്യമാണയാൾ. ആധുനികമെന്ന പ്രതീതി പോലും ജനിപ്പിക്കാതെ, ആധുനികീകരണത്തിന്റെ മതാത്മകസ്വത്വത്തെ ഖസാക്കിൽ സ്ഥാനപ്പെടുത്താൻ ശ്രമിച്ച് അയാൾ പരാജയമടയുന്നു.

ആധുനികതയുടെ പ്രതിനിധിയും ആധുനികീകരണത്തിന്റെ ഉപാധിയുമായി ഖസാക്കിലെത്തുന്ന ആളാണ് രവി. മുകളിൽ സൂചിപ്പിച്ചതുപോലെ ജില്ലാബോർഡിന്റെ ഏകാദ്ധ്യാപക വിദ്യാലയപദ്ധതിയിലൂടെ, രാഷ്ട്ര സംവിധാനത്തിന്റെ നടത്തിപ്പുകാരനായാണ് രവി അവിടെയെത്തുന്നത്. രവിയുടെ വ്യക്തിഘടനയിലും ആധുനികമായ ഒരു തലം പ്രവർത്തനസജ്ജമായിരിക്കുന്നുണ്ട്. *ഖസാക്കി*ലെ കഥാപാത്രങ്ങളിൽ സവിശേഷമായ ആത്മാവബോധത്തിന്റെ ഉടമയായിരിക്കുന്ന ചുരുക്കം പേരിലൊരാൾ രവിയാണ്. അഖണ്ഡവും സ്വയംപര്യാപ്തവുമായ കർത്തൃപദവി കൈയാളിക്കൊണ്ട്, തന്റെ ജീവിതത്തിന്റേയും സ്വത്വ പരിണാമങ്ങളുടേയും കാരണമായി തന്നെത്തന്നെ തിരിച്ചറിയുന്ന ഒരാൾ. ആധുനികമായ ഈ കർത്തൃസങ്കല്പത്തിന്റെ ഉപോൽപന്നമാണ് രവിയുടെ പാപബോധം. ആധുനികമായ ആത്മത്തിന്റെ ആവിഷ്കാര പ്രകാരം.

കൊളോണിയൽ കാർഷികക്രമത്തെ പ്രതിനിധാനം ചെയ്യുന്ന കാപ്പിത്തോട്ടത്തിലെ ഡോക്ടറാണ് രവിയുടെ അച്ഛൻ. (കാപ്പിത്തോട്ടങ്ങളുടെ വ്യാപനത്തിന്റേയും ദക്ഷിണേന്ത്യയിലെ കാപ്പികുടിശീലത്തിന്റെ പ്രചാരത്തിന്റേയും ചരിത്രമാരായുമ്പോൾ ഈ തൊഴിൽപദവിയുടെ കൊളോണിയൽബന്ധം എത്രയും വ്യക്തമാകും.) ഊട്ടിയിൽ അവർക്കൊരു വീടുണ്ട്. രവിയുടെ സഹോദരിമാർ ഇരുവരും അമേരിക്കയിലാണ്. രവിക്ക് ഉപരിപഠനത്തിന് പ്രിൻസ്റ്റണിലേക്ക് ക്ഷണമുണ്ട്. ഇവയത്രയും രവിയുടെ വ്യക്തിഘടനയിൽ ഇടം കണ്ടെത്തിയ കൊളോണിയൽ പ്രത്യയശാസ്ത്രത്തെ അടയാള പ്പെടുത്തുന്നവയാണ്. ബാല്യത്തിന്റെ ഓർമ്മകളായി അയാളിൽ നിറയുന്ന സിൻഡെറല്ല കഥകളിലും ഈ പ്രത്യയശാസ്ത്രബന്ധങ്ങൾ നിലീനമായിരിക്കുന്നു. തദ്ദേശീയതയെക്കുറിച്ചുള്ള കൊളോണിയൽ കാഴ്ചപ്പാടുകളുടെ ഉപോൽപന്നമായി നിലവിൽവന്ന ജ്ഞാനവ്യവഹാരത്തെയാണ് രവി തന്റെ ആദർശപദ്ധതിയായി കരുതുന്നത്. താംബരം ക്രിസ്ത്യൻകോളേജിലെ അയാളുടെ പഠനവും പ്രിൻസ്റ്റണിലേക്കു ലഭിക്കുന്ന ക്ഷണവുമെല്ലാം പാരമ്പര്യത്തിന്റെ തുടർച്ച അഭിലഷിക്കുന്ന ദേശീയാധുനികതയ്ക്ക് രവിയുടെ സ്വത്വനിർമ്മിതിയിലുള്ള പങ്കിന്റെ അടയാളങ്ങളാണ്. സുദൃഢമായ ഈ സ്വത്വഘടനയുടെ ശിഥിലീകരണ ത്തിന്റെ സ്ഥലരാശിയാണ് ഖസാക്ക്. അവിടെയെത്തുന്നതോടെ ഖസാക്കിന്റെ ഉഭയഭാവം രവിയുടെ വ്യക്തിത്വഘടനയുടേതു കൂടിയായിത്തീരുന്നു. ഒരേസമയം ഇരുലോകങ്ങളിൽ പാർക്കുന്ന ഒരാളായി അയാൾ മാറിത്തീരുന്നു. അപ്പുക്കിളിക്ക് പനി വരുമ്പോൾ മരുന്നു വാങ്ങാൻ കൊഴണശ്ശേരിക്കു പോകാൻ രവി തയ്യാറാകുന്നു. എന്നാൽ ഇതോടൊപ്പം കുട്ടാടൻ പൂശാരിയുടെ കല്പന കേൾക്കാൻ പോകാനും ബാങ്ക് വിളിക്കാനും അയാൾക്കു കഴിയുന്നു. നോവലിന്റെ തുടക്കത്തിൽ കാക്കകൾ 'റ്റെറോഡാക്റ്റൈലുകളെ പ്പോലെ' ആകാശത്തിലേക്കുയരുന്ന താണ് അയാൾ കാണുന്നത്. ഇത്തരമൊരു ഉഭയാവസ്ഥയിലേക്കാണ് രവിയുടെ വ്യക്തിത്വഘടന ഖസാക്കിൽവച്ച് പരിണമിക്കുന്നത്. രവിയും പത്മയും തമ്മിലുള്ള

അനുരാഗം നിലനില്ക്കുന്നതും ഇതേ ഭാവമണ്ഡലത്തിലാണ്. അതുകൊണ്ടുതന്നെ അന്തിമമായി അത് പരാജയമടയുന്നു. ആധുനികമായ ഏകാത്മകസ്വത്വങ്ങളെ മുൻനിർത്തി പണിതെടുക്കപ്പെട്ടതാണ് പ്രണയം എന്ന അനുഭവ ലോകം. ആധുനികമായ വൈകാരികലോകം സാമൂഹികതയുടെ പൊതുസ്ഥലമല്ല, വൈയക്തികതയുടെ സ്വകാര്യ സ്ഥലമാണ്. ആധുനികമായ പ്രണയത്തിന്റെ ലോകവും ഇതുതന്നെയാണ്. സാമൂഹികം/വൈയക്തികം എന്ന ദ്വന്ദ്വഭാവനയുടെ തുടർച്ചയായി അവിടെ വിചാരം/വികാരം എന്ന ദ്വന്ദ്വം നിലനില്ക്കുന്നു. ഇത്തരം ദ്വന്ദ്വകല്പനകളെ ഖസാക്ക് ഏറ്റെടുക്കുന്നില്ല. ആധുനികമായ ആത്മതത്ത്വത്താൽ നിർണ്ണയിക്കപ്പെട്ട പ്രണയജീവിതങ്ങൾ ഖസാക്കിൽ അരങ്ങേറുന്നുമില്ല. രവിയുടെ ഖസാക്ക് ജീവിതത്തിന്റെ അന്ത്യഘട്ടത്തിൽ മലമ്പുഴ ഗസ്റ്റ് ഹൗസിൽ വച്ച് സ്കോച്ച് കഴിച്ച് പത്മയുമായി ഇണചേരുന്നതിന് സമാന്തരമായി ഖസാക്കിലെ പള്ളിത്തളത്തിൽ വച്ച് വാറ്റു ചാരായം കുടിച്ച് അയാൾ മൈമുനയോടും ഇണചേരുന്നുണ്ട്. (ഖസാക്കിലെ സാമൂഹ്യവൈരുദ്ധ്യങ്ങളേയും ഭാവബന്ധങ്ങളേയും അടയാളപ്പെടുത്തുന്ന സ്ഥല- കാലസംയുക്തങ്ങൾ (chronotopes) എന്ന നിലയിൽ, നിർണ്ണായകപ്രാധാന്യ മുള്ളവ യാണ് ഗസ്റ്റ്ഹൗസ്, പള്ളിത്തളം എന്നീ സൂചകങ്ങൾ). ആധുനികമായ ആത്മതത്ത്വ (ego)ത്തിന്റെ അഭാവത്താൽ നിർണ്ണയിക്കപ്പെട്ട ഒരാളായിട്ടാണ് രവിയെ ഈ ഒത്തുചേരലുകളിൽ കാണാനാവുന്നത്. അതുകൊണ്ടുതന്നെ പത്മയുടെ പ്രണയപൂർവ്വമായ ക്ഷണങ്ങൾ അവിടെ വിഫലമായിത്തീരുന്നു. തന്നെ അറിയുമോ എന്നു ചോദിക്കുന്ന പത്മയ്ക്ക് 'ഇല്ല' എന്ന ഉത്തരമാണ് രവി തീവണ്ടിയാപ്പീസിൽവച്ച് നല്കുന്നത്. ഗസ്റ്റ്ഹൗസിലെ സമാഗമത്തിനു ശേഷം 'എന്റെ കൂടെ വരില്ലേ?' എന്ന ചോദ്യത്തിന് 'അറിയില്ല' എന്നും. അടിയുറപ്പുള്ളതും അഖണ്ഡവുമായ വ്യക്തിഭാവത്തിന്റെ തിരോധാനത്തിൽനിന്ന് ഉടലെടുക്കുന്നതാണ് ഈ പ്രണയനഷ്ടം. രതിയെ അതിനപ്പുറത്തേക്കു കൊണ്ടുപോകുന്ന, രതിയെ പ്രണയമാക്കുന്ന വൈയക്തികതയുടേയും ആത്മഭാവത്തിന്റേയും ഗാഢലോകം ഇവിടെ പിൻവാങ്ങി നില്ക്കുന്നു. ഖസാക്കിൽ നിർവ്വീര്യമായിത്തീരുന്ന, അഥവാ ഖസാക്കിൽ പരാജയമടഞ്ഞ, ആധുനികീകരണത്തിന്റെ യുക്തി ശാസ്ത്രമാണ് രവിയുടെ പ്രണയനഷ്ടമായി നോവലിൽ ഇടം കണ്ടെത്തുന്നത്.

നോവലിന്റെ അവസാനത്തിൽ തനിക്കുതന്നെ അപരിചിതവും അനാവശ്യവുമായി തോന്നുന്ന കൈയൊപ്പിനെക്കുറിച്ച് രവി ആലോചിക്കുന്നുണ്ട്. ആധുനികമായ സ്വത്വസ്ഥാപനത്തിന്റെ അടയാളമാണ് കൈയൊപ്പ്. ഏകാന്തഭദ്രമായ ആത്മത്തിന്റെ ബാഹ്യപ്രത്യക്ഷം. രവിക്ക് അത് ഉപയോഗശൂന്യമായിത്തീരുന്നു:

"കയ്യൊപ്പിന്റെ ഉപയോഗം അങ്ങനെ കുറഞ്ഞുകുറഞ്ഞു വരികയാണ്. കുറെക്കഴിയുമ്പോൾ പ്രയോഗഹീനമായ അവയവത്തെ പ്പോലെ അത് ഓർമ്മയിൽ നിന്നു മായും. പിന്നെ അവശേഷിക്കുന്നത് പെരുവിരലിന്റെ ചുഴികൾ മാത്രമാവും. ഞാനെന്ന ഭാവം അവയിൽ കുടികൊള്ളും. കാലം ചെല്ലുമ്പോൾ അവയും തേഞ്ഞുപോകും."

ഇത് ആദ്ധ്യാത്മികമായ അഹങ്കാരശമനത്തിന്റേയോ അതിലൂടെ കൈവരുന്ന ബ്രഹ്മസായുജ്യത്തിന്റേയോ സൂചനയല്ല. മറിച്ച് ആധുനികനായ 'ഞാൻ' അഴിഞ്ഞുതീരുന്ന ഭാവനാവ്യവഹാരത്തിന്റെ അടയാളമാണ്. ആധുനികമായ കർത്തൃപദവിയുടെ അഴിഞ്ഞൊഴിയൽ. ആധുനികമായ ജ്ഞാനവ്യവഹാരത്തിന്റേയും കർത്തൃബോധത്തിന്റേയും ഭാരങ്ങളിൽനിന്നുള്ള ഈ വിടുതിയാണ് രവിയുടെ 'മുക്തിപഥം'. അന്തിമമായി ഖസാക്ക് രവിയെ നയിക്കാൻ ശ്രമിക്കുന്നത് ഈ 'മുക്തിപഥ'-ത്തിലേക്കാണ്.

എന്നാൽ ഈ 'മുക്തിപഥ'ത്തിലും രവിയുടെമേലുള്ള ആധുനികതയുടെ പിടി പൂർണ്ണമായി അഴിഞ്ഞുപോകുന്നില്ല. ആധുനികമായ പുരുഷസ്വത്വം അടിസ്ഥാനപരമായി മൂന്നു ഭാവരാശികൾക്കുള്ളിൽ ഊയലാടിക്കൊണ്ടിരിക്കുകയാണെന്ന് ഫ്രഞ്ച് ഫെമിനിസ്റ്റ് ചിന്തകയായ ഇറിഗറി പറയുന്നുണ്ട്. അമ്മയോടും ഗർഭപാത്രത്തോടുമുള്ള ഗൃഹാതുരത്വം, അച്ഛനിലൂടെയുള്ള ദൈവാന്വേഷണം, സ്വത്വത്തിലെ സവിശേഷ മണ്ഡലങ്ങളിലൊന്നിനോടുള്ള—രത്യാത്മകമണ്ഡലത്തോടുള്ള—അഭിനിവേശം എന്നിവയാണവ. ഖസാക്കിലെ രവിയുടെ സ്വത്വഘടനയിലും ഈ മൂന്നു ഘടകങ്ങൾ തലയുയർത്തിനില്ക്കുന്നതു കാണാം. അച്ഛനെക്കുറിച്ചുള്ള ഓർമ്മകളിലും, അമ്മയുടെ വയറു ചാരിക്കിടക്കുന്ന 'നക്ഷത്രക്കുട്ട'നായി അയാൾ എണ്ണുന്ന കല്പകവൃക്ഷത്തിന്റെ തൊണ്ടുകളിലും, ഖസാക്കിലെ പ്രാചീനമായികതയിലും രവി നിലനിർത്തുന്ന രതിസഞ്ചാരങ്ങളിലും (മൈമുന, കോടച്ചി, നീലി, കേശി, ചാന്തുമ്മ.....) മിഴിവാർന്നുനില്ക്കുന്നത് മേല്പറഞ്ഞ ആധുനികമായ പുരുഷസ്വത്വകല്പനയുടെ അടിസ്ഥാനമൂലകങ്ങളാണ്. അതുകൊണ്ട് ഉപയോഗരഹിതമായ കൈയൊപ്പുകളിൽ രവിയുടെ ആധുനികകർത്തൃപദവി അഴിഞ്ഞുപോകുമ്പോഴും അഴിയാത്തതായി ചിലത് അയാളിൽ തുടരുന്നുണ്ടെന്ന് നമുക്കു കാണാൻ കഴിയും. ഓന്തുകളുടേയും ദിനോസറുകളുടേയും കഥയുടെ തുടക്കത്തിൽ, പൊടുന്നനെ, 'റ്റെറാഡാക്റ്റൈലുകൾ' പറന്നുയരുന്നത് ആധുനികതയുടെ ഈ അവശിഷ്ടലോകത്തിൽനിന്നുമാണ്. ഇരുലോകങ്ങളുടെയും ലോകാവബോധങ്ങളുടെയും കലർപ്പായി, സന്ദിഗ്ദ്ധമായ ഒരു ഉഭയസ്ഥാനമായി, രവിയുടെ വ്യക്തിഘടന ഖസാക്കിൽവച്ച് പരിണമിക്കുന്നതിന്റെ അടയാളമാണത്.

ഈ നിലയിൽ *ഖസാക്കി*ലെ രാഷ്ട്രീയചരിത്രം ആധുനികീകരണത്തിന്റെ സാമൂഹികബലങ്ങളും ആധുനികപൂർവ്വമായ സാമൂഹികബന്ധങ്ങളുടെ അവശിഷ്ടരൂപങ്ങളും തമ്മിലുള്ള സംഘർഷത്തിന്റേതു കൂടിയായി നില നില്ക്കുന്നു. പ്രമേയത്തിന്റെ പ്രത്യക്ഷതയിൽ ഈ സംഘർഷാത്മകത ഒട്ടുംതന്നെ പ്രകടമല്ലെങ്കിലും *ഖസാക്കി*ലെ അനുഭവരാശിയെ രൂപപ്പെടുത്തുന്നത് ഈ സംഘർഷമാണ്. പരാജയപ്പെടുന്ന ആധുനികീകരണത്തിന്റെ കഥയായി ഖസാക്കിലെ ജീവിതത്തെ എഴുതിച്ചേർത്തുകൊണ്ടാണ് നോവൽ ഈ സംഘർഷാത്മകതയ്ക്ക് ഭാവനാത്മക പരിഹാരം നിർദ്ദേശിക്കുന്നത്. ഒരു പ്രതീകവൃത്തി എന്ന നിലയിൽ *ഖസാക്ക്* നിറവേറ്റുന്ന ദൗത്യവും ഇതുതന്നെ. ആധുനികീകരണത്തിന്റെ

സാമൂഹികബലങ്ങൾക്കുമേൽ ആധുനിക പൂർവ്വവും അവ്യവസ്ഥവുമായ ഒരു അവശിഷ്ട ലോകം നേടുന്ന വിജയം. ഭൗതികാസ്പദങ്ങളിൽ വേരോട്ടമില്ലാത്തതിനാൽ കൈവരുന്ന പ്രാചീനമായ മായികതയിലാണ് ഖസാക്ക് ഈ ഭാവനാത്മക പരിഹാരത്തെ സ്ഥാനപ്പെടുത്തുന്നത്. ഭൗതികബന്ധങ്ങളുടെ അതിർ വരമ്പുകളെ മറികടന്നു പോകുന്ന മായികതയായി ഈ അതീതലോകം എഴുന്നു നില്ക്കുന്നു. ഖസാക്കിലെ വാസ്തവങ്ങളെയത്രയും റദ്ദാക്കിക്കളയുന്ന അപരലോകമാണിത്. പടിപടിയായി അവിടേക്ക് കടന്നുകയറിക്കൊണ്ട് നോവൽ മേല്പറഞ്ഞ സംഘർഷാത്മകതയെ അതിവർത്തിക്കുന്നു.

'കേവലാനുഭൂതി'കളും ഉഭയവത്കരണവും

ഇത്തരമൊരു ഭാവനാത്മകപരിഹാരത്തിന്റെ ഉത്തമപ്രതിനിധി കളായി പരിഗണിക്കാവുന്ന രണ്ടു കഥാപാത്രങ്ങൾ *ഖസാക്കിന്റെ* കേന്ദ്ര ത്തിലുണ്ട്. അപ്പുക്കിളിയും കുഞ്ഞാമിനയും. സാമൂഹികമായ ഏതുതരം ബന്ധവ്യവസ്ഥയേയും അതിവർത്തിക്കുന്ന മായികതയുടെ അന്തരീക്ഷം ഇരുവരേയും ചൂഴ്ന്നുനില്ക്കുന്നു. നാഗരികപൂർവ്വമായ ലാളിത്യത്തിന്റെ പ്രതിനിധിയാണ് കുഞ്ഞാമിന. ആധുനികമായ സ്വത്വസ്ഥാപനത്തിന്റെ ബലങ്ങളിൽനിന്നു രവിയെ മോചിപ്പിക്കുന്നതിൽ കുഞ്ഞാമിനയ്ക്ക് വലിയ പങ്കുണ്ട്. എല്ലാവിധ സാമൂഹികക്രമങ്ങളിൽ നിന്നുമുള്ള വിടുതിയുടെ നിഷ്കളങ്കമായ സാന്നിദ്ധ്യം എന്ന് കുഞ്ഞാമിനയെ നിർവ്വചിക്കാം. മൊല്ലാക്കയ്ക്കായി കൊണ്ടുപോകുന്ന വെള്ളയപ്പം വഴിവക്കിൽ കണ്ട മയിലുകൾക്കു കൊടുക്കുന്ന കുട്ടിയായാണ് കുഞ്ഞാമിന നോവലിൽ ആദ്യം കടന്നുവരുന്നത്. സ്കൂളിൽവച്ച് രവിയോട് ആരും ചാകാത്ത കഥ പറയാൻ കുഞ്ഞാമിന ആവശ്യപ്പെടുന്നു. പാലക്കാട്ടേക്ക് വിനോദയാത്ര പോകുന്നതിനു പകരം ചെതലിയിലേക്കു പോകാമെന്ന് നിർദ്ദേശിക്കു ന്നതും കുഞ്ഞാമിനയാണ്. ഇങ്ങനെ ആദിമമായ ഒരു ലളിതസാരള്യം കൊണ്ട് ആധുനികമായ ലോകാവബോധത്തെ മറികടക്കുന്ന സാന്നിദ്ധ്യ മായാണ് ആഖ്യാനഘടനയിൽ കുഞ്ഞാമിന ഇടം തേടുന്നത്. കുഞ്ഞാമിന ഋതുവാകുന്നതോടെ നോവൽ അന്തിമദശയിലേക്കു നീങ്ങുന്നു എന്നതും ശ്രദ്ധേയമാണ്. *ഖസാക്ക്* നിർദ്ദേശിക്കുന്ന ഭാവനാത്മക പരിഹാരത്തിന്റെ പ്രതിസന്ധിയെക്കൂടി ഇത് ഉൾക്കൊള്ളുന്നുണ്ട്. വിജയൻതന്നെ ഈ പ്രതിസന്ധിയെക്കുറിച്ച് മറ്റൊരു രൂപത്തിൽ സൂചിപ്പിക്കുന്നുണ്ട്:

"ഇതിഹാസത്തിലെ കുഞ്ഞാമിന ഋതുമതിയായി. അവിടെ അവളുടെ ദൗത്യം അവസാനിക്കുന്നു. അതാണ് അവളുടെ ദുഃഖവും രവിയുടെ ദുഃഖവും. രവിയുടെ വനവാസവും അവിടെ അവസാനിച്ചേ പറ്റൂ. അവ ളുടെ പരിവർത്തനം പരുഷമായ മറ്റൊരു ലോകത്തേക്ക് അവളെ മടക്കി." (ഇതിഹാസത്തിന്റെ ഇതിഹാസം, പുറം 70.)

കുഞ്ഞാമിനയും രവിയും തമ്മിലുള്ള വേർപിരിയൽ അതീതച്ഛായ കലർന്ന ഖേദത്തിന്റെ പദാവലികളിലാണ് വിജയൻ വിവരിക്കുന്നത്:

"അവളോട് ചമ്പകമരം പറഞ്ഞത് ഓർത്തുപോകുന്നു. അകൽച്ചയും ദുഃഖവും മാത്രമുള്ള, കർമ്മപരമ്പരയുടെ സ്നേഹരഹിതമായ കഥ.

എന്നെങ്കിലും കാഥികന്റെ അസ്ഥിയിൽ ചവിട്ടി പൂവിറുക്കാനെ ത്തിയാൽ കാഥികൻ പറഞ്ഞെന്നുവരും, 'അനുജത്തീ നീയെന്നെ മറന്നുവല്ലോ'.

അന്തരാളഗതിയിൽ ഒന്നൊടൊന്നന്തരാപെടും അണുക്കൾ. ക്ഷണിക പാരസ്പര്യങ്ങൾ, ശിഷ്ടവിഷാദങ്ങൾ. ഇദം പ്രവർത്തയതേ ചക്രം."

ടാഗോറിന്റെ പഴയ പോസ്റ്റ്മാസ്റ്ററെ ഓർമ്മിപ്പിക്കുംവിധം 'പോയാ വരൂലേ?' എന്ന് തുളുമ്പുന്ന കണ്ണുകളോടെ ചോദിക്കുന്ന കുഞ്ഞാമിന യാണ് നോവലിന്റെ അവസാന അദ്ധ്യായത്തിലുള്ളത്. കുഞ്ഞാമിന പ്രതിനിധാനം ചെയ്യുന്ന ഭാവനാത്മകപരിഹാരത്തിന്റെ പ്രതിസന്ധി മുഹൂർത്തമാണത്. കാലം തളംകെട്ടിനില്ക്കുന്ന ആ ഭാവനാത്മക ലോകത്തിലേക്ക് ചരിത്ര-ജീവിത ബന്ധങ്ങൾ കടന്നു കയറുന്നതിന്റെ അടയാളംകൂടിയാണ് കുഞ്ഞാമിനയുടെ ഋതുവാകൽ. ഇതിനു പിന്നാലെ രവിയോട് അവൾ പ്രണയസദൃശമായ സ്നേഹത്തിൽ എത്തിപ്പെടുന്നു മുണ്ട്. കുഞ്ഞാമിനയുടെ തിരണ്ടുകല്യാണത്തിന് രവിയെ ക്ഷണിക്കാൻ വരുന്ന ചെലയുമ്മയുടെ വാക്കുകളിൽ അതിന്റെ അടയാളമുണ്ട്. "പെറത്തേക്കം വരണം. അവളോടെ കൽബിന് കുളിരാണ്." ഇങ്ങനെ നോവൽ അവസാനിക്കുമ്പോൾ ആദർശാത്മകവും ആദിമവുമായ ലളിതസാരള്യത്തിന്റെ ലോകത്തുനിന്ന് കുഞ്ഞിമിന പുറത്തുകടക്കുന്ന തായി കാണാം. നോവൽ നിർദ്ദേശിക്കുന്ന ഭാവനാത്മകപരിഹാരത്തിന്റെ ഉത്തമ പ്രാതിനിധ്യം അതോടെ കുഞ്ഞാമിനയ്ക്ക് നഷ്ടമാകുന്നു. പിന്നാലെ നോവൽ അന്ത്യഘട്ട ത്തിലേക്ക് നീങ്ങുകയും ചെയ്യുന്നു.

അപ്പുക്കിളിയുടെ ലോകം ഇത്തരമൊരു സാരള്യത്തിന്റേതല്ല. കാലത്തിൽ സ്തംഭിച്ചുനില്ക്കുന്ന ഒരു വിപരീത ലോകമാണത്. ഖസാക്കിലെ പ്രയാണ സൂചനകളുടെ വിപരീതസ്ഥാനമാണ് അപ്പുക്കിളി. ആന്തരികമോ ബാഹ്യമോ ആയ വേഗങ്ങൾ അവിടെയില്ല. മറിച്ച് എല്ലാ പ്രയാണപഥങ്ങളും കലങ്ങിനില്ക്കുന്ന ഒരു വിശ്ലഥസ്ഥാനമായി അപ്പു ക്കിളി മാറിത്തീർന്നിരിക്കുന്നു. അപ്പുക്കിളിക്ക് മാധവൻനായർ തുന്നി ക്കൊടുത്തതായി പറയുന്ന ഉടുപ്പ് ഈ വിചിത്ര സംയോഗത്തെ സൂചിപ്പി ക്കുന്ന ഒന്നാണ്. മുൻവശത്ത് അരിവാളും ചുറ്റികയും ത്രിശൂലവും പിന്നിൽ മയിലും ഗാന്ധിയും. മതംമാറിയതിനുശേഷം അപ്പുക്കിളിയെ ച്ചൊല്ലി യുണ്ടാകുന്ന തർക്കം പരിഹരിക്കപ്പെടുന്നതും ഇതേ രീതിയിലാണ്. അപ്പുക്കിളിക്ക് ഇരുമതങ്ങളിലും പാറിനടക്കാം. അപ്പുക്കിളിയുടെ തല യിൽ പടർന്ന പേനിൽനിന്ന് ഇന്ത്യാചരിത്രത്തിലേക്കും അപ്പുക്കിളിയുടെ 'ഠ'കാരങ്ങളിൽ അറിവിന്റെ ആദിമസ്വരൂപ ത്തിലേക്കും തുറക്കുന്ന വഴികൾ നോവലിലുണ്ട്:

വൈകുന്നേരം സുഖവിവരമന്വേഷിക്കാൻ മാധവൻനായർ വീണ്ടുമവിടെ കേറി.

"വിദ്യ അഭ്യസിയ്ക്ക്ണൂ, മാധവന്നായരേ." രവി അറിയിച്ചു.

ബോർഡിലും നിലത്തും ചുമരിലും വാതിലിലുമൊക്കെ കളർച്ചോക്കു കൊണ്ട് വലിയ 'ഠ'കാരങ്ങൾ എഴുതി വച്ചിരിക്കുന്നു.

"ഖകമേ!" മാധവൻനായർ പറഞ്ഞു, "നീയ് നൊമ്പടെ ദേശത്തിന്റെ മാനം രക്ഷിച്ചു..... കിളിക്ക് പിത്തിയ്ണ്ടോ ഇല്യോ? നിങ്ങളെന്നെ പറയീ, മാഷ്ഷേ, പത്തുകൊല്ലം നുമ്പേ ഞാൻ പടിപ്പിച്ച്കൊട്ത്തതാണീ അക്ഷരം. ഇപ്പള്ം മറക്കാണ്ട് എഴ്തീലേ പുത്തിശാലീ!"

"നേരാ!" രവി പറഞ്ഞു.

മാധവൻനായർ ചാരുകസേലയിലേക്ക് കേറിക്കിടന്നു. ചുമരിൽ കുത്തി നിർത്തിയ തലയണയിൽ ചാരി ബെഞ്ചിൽ കാലുനീട്ടി രവിയുമിരുന്നു. പച്ചയും നീലയും ചുവപ്പുമായി 'ഠ'കാരങ്ങൾ അവിടമാസകലം വിതറിക്കിടന്നു.

"ഒരക്ഷരം പടിച്ചാ മതി." മാധവൻനായർ പറഞ്ഞു.

"നേരാ," രവി പറഞ്ഞു. രവി നേരമ്പോക്കു പറയുകയായിരുന്നില്ല.

"നേരമ്പോക്കല്ല ഞാന്ം പറഞ്ഞത്," മാധവൻനായർ പറഞ്ഞു. "നൊമ്പടെ ഗുരുപൂതര് പറഞ്ഞ് തന്നതാ മാഷ്ഷേ....."

....

കരിമ്പനകളുടെ ചക്രവാളത്തിൽ സന്ധ്യ കറുത്തുതുടങ്ങിയിരുന്നു. പച്ചക്കിളികൾ കൂട്ടംചേർന്ന് പറന്നുപോവുന്നതും നോക്കി അപ്പുക്കിളി പടിക്കൽ നിന്നു.

"ഈ കിളിക്ക് എന്നും അന്തിയാണ് മാഷ്ഷേ," മാധവൻനായർ പറഞ്ഞു "എന്നാലോ, കൂടൊട്ട് പറ്റൂമില്ല."

"ആരും കൂട് പറ്റാറില്ല മാധവന്നായരേ."

"നേരാ, മാഷ്ഷേ."

അപ്പോഴും അസ്തമയത്തിലൂടെ പനന്തത്തകളുടെ ധനുസ്സുകൾ പറന്നകന്നു കൊണ്ടിരുന്നു.

ഇങ്ങനെ 'നിത്യവും ആദിമവുമായ പരമതത്ത്വത്തെ' തന്റെ അസംബന്ധതയാൽ അടയാളപ്പെടുത്തുന്ന സാന്നിദ്ധ്യമാണ് അപ്പുക്കിളി. "ഭൗതികമായ വാർപ്പിൽനിന്ന് ഭൗതികേതരമായ വാർപ്പിലേക്കുള്ള ഇതിഹാസ സംക്രമണത്തിന്റെ സചിത്രത അപ്പുക്കിളിയിലാണ് ഏറ്റവുമധികം തെളിയുന്നത്" എന്ന് വിജയൻതന്നെ അപ്പു ക്കിളിയുടെ ആഖ്യാനപരമായ ദൗത്യത്തെക്കുറിച്ച് വിശദീകരിച്ചിട്ടുണ്ട്. ഒരേ സമയം ഒരു 'ഫലിതപാത്ര'വും 'മായികരൂപ'വുമാണ് അപ്പുക്കിളി. ഖസാക്കിലെ ദൈനംദിനജീവിതത്തിലെ ഫലിതസാന്നിദ്ധ്യമെന്ന പദവിയിൽനിന്ന് അതീത ചാരുതകളുടെ ആകരമെന്ന പദവിയിലേക്ക് അപ്പുക്കിളി എത്തിപ്പെടുന്നു. *ഖസാക്കി*ലെ യോഗാത്മക ധ്വനികളിൽ വിലയം പ്രാപിക്കുന്ന നാട്ടുജീവിതത്തിന്റേയും നാട്ടുപാരമ്പര്യത്തിന്റേയും ഉത്തമ പ്രതിനിധിയായി അപ്പുക്കിളിയെ പരിഗണിക്കാം. ആ നിലയിൽ ചരിത്രബന്ധങ്ങളേയും ജീവിതവാസ്തവങ്ങളേയും ചേറ്റിക്കൊഴിച്ച് അതീതത്തിന്റെ അപരലോകം പണിയുന്ന ആഖ്യാനപദ്ധതിയുടെ മാതൃകാരൂപം കൂടിയാണ് ഈ കഥാപാത്രം. സയുക്തികമായ എല്ലാ

അറിവുകളും അസംബന്ധമായി പരിണമിക്കുന്ന ഒരു വിപരീത ലോകത്തെ ഈ 'ഖഗം' സാക്ഷാത്കരിക്കുന്നു. സ്വന്തമായ ഒരു അകം ലോകമോ അവിടെ അരങ്ങേറുന്ന പരിവർത്തനങ്ങളോ ഇല്ലാത്തതിനാൽ അപ്പുക്കിളിക്ക് അവസാനമില്ല. നോവൽ അവസാനിക്കുന്നിടത്തും മാറ്റ മില്ലാതെ തുടരുമെന്ന് ഉറപ്പിക്കാവുന്ന ഒന്ന് അപ്പുക്കിളിയുടെ ലോകമാണ്. കുഞ്ഞാമിനയുടെ ആദിമസാരള്യം ഇവിടെ നിത്യമായ അസംബന്ധത യ്ക്ക് വഴിമാറുന്നു. ലോകബന്ധപരിണാമങ്ങൾ കടന്നുകയറാത്ത ഒരിടമായി നിലക്കൊള്ളുകവഴി അപ്പുക്കിളി ഖസാക്കിലരങ്ങേറുന്ന ആധുനികീകരണത്തിന്റെ രാഷ്ട്രീയസമസ്യകൾ ക്കുള്ള ഭാവനാത്മക പരിഹാരത്തിന്റെ ഉത്തമപ്രതീകമായിത്തീരുന്നു.

ഇതേ അളവിലും അനുപാതത്തിലുമല്ലെങ്കിലും 'ഖസാക്കിലെ യാഗാശ്വ' മായി തുടരുന്ന മൈമുനയിലും ഇത്തരമൊരു കേവലതയുണ്ട്. ബന്ധപരിണാമങ്ങളുടെയും ആന്തരികാനുഭവങ്ങളുടെയും സ്വത്വ സംഘർഷങ്ങളുടെയും ലോകം മൈമുനയിൽ കാണാനാവില്ല. സ്ത്രൈണമായ രത്യാത്മകതയുടെ കേവലഭംഗി യായാണ് മൈമുന ഖസാക്കിൽ ജീവിക്കുന്നത്. മുങ്ങാങ്കോഴിയുടെ പലായനമോ മൊല്ലാക്ക യുടെ മരണമോ ഖസാക്കിലെ ഇതരസംഭവങ്ങളോ മൈമുനയെ ബാധിക്കുന്നില്ല. ശരീരവേഗങ്ങളുടെയും രത്യാത്മകവാസനകളു ടെയും മായികതയും കേവലതയുമായി ഖസാക്കിനെ പൊതിയുന്ന ഉടലാണ് മൈമുന. വിജയൻതന്നെ ഇക്കാര്യം അടയാളപ്പെടുത്തി യിട്ടുണ്ട്:

"എനിക്ക് മൈമുന പൂർണ്ണിമയായിരുന്നു. അപസ്വരമോ വിഗന്ധമോ സ്പർശ ഭംഗമോ ഇല്ലാത്ത രതിനായിക. അങ്ങനെയൊരു സാലഭഞ്ജിക ഖസാക്കിന്റെ മൂലഗ്രാമത്തിലൂടെ അതിന്റെ ചതുപ്പിലും മുള്ളിലും ചവിട്ടി നടന്നിരിക്കാൻ വയ്യ. അവളുടെ കാലടി വീണത് ഇതിഹാസത്തിലാണ്, ഇതിഹാസത്തിൽ മാത്രം....

സ്ത്രീത്വത്തിന്റെ ഒരു പാൽനിറവുപോലെ മൈമുന ഓളംതല്ലി. ഭാര്യയായോ കാമുകിയായോ വഴങ്ങാൻ അവൾ വിധിക്കപ്പെട്ടിട്ടില്ലാ യിരുന്നു. അമ്മയ്ക്കും മകൾക്കും ഇടയിലൂടെയുള്ള വഴിത്താരകളിലൂടെ പിടിച്ചുകെട്ടാനാവാത്ത യാഗാശ്വ മായി അവൾ നടന്നു."

ഈ നിലയിൽ സ്ത്രൈണരതിയുടെ പൂർണ്ണിമയായി ആവിഷ്കൃത മാകുന്ന പാത്രസ്വരൂപമാണ് മൈമുന. വാസ്തവങ്ങളിൽ വേരോടി നില്ക്കുന്നതല്ല അവളുടെ ജീവിതം. കലർപ്പറ്റ കാമനാപ്രവാഹം. കുഞ്ഞാമിനയുടെ ബാല്യവിശുദ്ധിയോടും അപ്പുക്കിളിയുടെ അസംബന്ധതയോടും ഒപ്പംചേർന്ന് വർത്തമാനത്തിന്റെ സാമൂഹികബല ങ്ങളിൽനിന്ന് ഖസാക്കിനെ ഉയർത്തിയെടുക്കുന്ന കാമനാജീവിതം. കാലബന്ധങ്ങളില്ലാത്ത രതിയായി, അതിന്റെ വശ്യചാരുതയായി, ഖസാ ക്കിൽ അനുഭൂതമാകുന്ന സാന്നിദ്ധ്യമാണ് മൈമുനയുടേത്. രത്യാത്മ കതയുടെ കേവലാനുഭൂതിയിലേക്ക് ഖസാക്കിനെ വലിച്ചടുപ്പിക്കുന്ന സാന്നിദ്ധ്യം.

നൈസാമലി/ഖാലിയാർ

ഖസാക്കിലെ ഉഭയജീവിതത്തിന്റെ ഏറ്റവും സാന്ദ്രമായ പ്രാതിനിദ്ധ്യം കൈയാളുന്ന കഥാപാത്രമാണ് നൈസാമലി/ഖാലിയാർ. ആധുനികവും പ്രാചീനവുമായലോകങ്ങളിലൂടെ ഒരുപോലെ കടന്നുപോകുന്ന ഒരാൾ. നോവലിൽ അയാൾ ഇരട്ടജീവിതമാണ് നയിക്കുന്നത്. ഖസാക്കിൽ ഈ ഇരുജീവിതങ്ങളും തമ്മിൽ കലരുകയും അന്യോന്യം തിരുത്തുകയും ചെയ്യുന്നു. ഖസാക്കിന്റെ രാവുകളിലൂടെ മൂളിമൂളിപ്പോകുന്ന അയാളുടെ പ്രവാചകത്വം രവി എന്ന കേന്ദ്രകഥാപാത്രത്തിലേക്ക് ഒരു തുടർച്ച സൂക്ഷിക്കുന്നുണ്ട്. ഖസാക്കിന്റെ മായികതയിൽ ജീവിക്കുന്ന രവിയായി ഖാലിയാരെ മനസ്സിലാക്കാം. ഖസാക്കിന്റെ അതിരുകൾക്കുള്ളിൽ മാത്രം പ്രസക്തമായൊരു സ്വത്വത്തിലേക്കാണ് നൈസാമലി പുറത്തുനിന്നും മടങ്ങിയെത്തുന്നത്. അതേസമയം ഖസാക്കിലും അയാൾക്ക് ഒരപരിചിതത്വമുണ്ട്. ഖസാക്കിലെ മെരുക്കാനാവാത്ത പ്രാകൃതികതയുടെ പ്രതിനിധിയാണയാൾ. ഖസാക്കിലെ മറ്റു മനുഷ്യരൊക്കെയും, ആന്തരികമായി, ഏകലോകജീവികളാണ്. ഖസാക്കിന്റെ ഉഭയസ്വഭാവത്തെ അവരാരും സ്വാംശീകരിച്ചിട്ടില്ല. ഈ സ്വാംശീകരണത്തിന്റെ പ്രതീകങ്ങളായി നോവലിലുള്ളത് ഖാലിയാരും രവിയുമാണ്. കുറഞ്ഞൊരളവിൽ മാധവൻനായരും. ഖസാക്കിൽനിന്ന് പുറത്തേക്കും വീണ്ടും ഖസാക്കിലേക്കുമാണ് ഖാലിയാരുടെ ഗതി. പുറത്തുനിന്ന് ഖസാക്കിലേക്കും അവിടെനിന്ന് വീണ്ടും പുറത്തേക്കുമാണ് രവിയുടെ ഗതി. രവിയുടെ ഈ യാത്ര പക്ഷേ, കൂമൻകാവിൽ ഒടുങ്ങുന്നു. അന്തിമമായി രണ്ടുപേരും ഖസാക്ക് എന്ന ഉഭയലോകത്തിൽ അവസാനിക്കുന്നവരാണ്. ആ നിലയിൽ ഖസാക്കിന്റെ സമ്പൂർണ്ണാവിഷ്കാരം എന്നു വിളിക്കാവുന്ന കഥാപാത്രമായി നൈസാമലി/ഖാലിയാർ മാറിത്തീർന്നിരിക്കുന്നു.

മൊല്ലാക്കയുടെ പിൻഗാമിയാകാൻ തുടങ്ങി, പിന്നാലെ മൊല്ലാക്കയുടെ എതിരാളിയും കമ്മ്യൂണിസ്റ്റുമായി, ഒടുവിൽ ഷെയ്ഖിന്റെ ഖാലിയാരായാണ് നൈസാമലി ഖസാക്കിൽ ജീവിക്കുന്നത്. മൊല്ലാക്കയോടുള്ള വൈരം തുടരുന്നുവെങ്കിലും അന്തിമമായി അത് രഞ്ജിപ്പിന്റെ വഴിയിലേക്ക് നീങ്ങുന്നു. മൊല്ലാക്കയുമായുള്ള നൈസാമലിയുടെ ആദ്യകാലബന്ധത്തിൽ സ്വവർഗ്ഗരതിയുടേതായ ഒരന്തർദ്ധാരയുണ്ട്. പിന്നീട് മൊല്ലാക്കയുടെ മകളായ മൈമുനയുമായി അയാൾ ബന്ധപ്പെടുന്നുമുണ്ട്. ഇങ്ങനെയുള്ള രതിബന്ധങ്ങളിലൂടെ വ്യവസ്ഥാപരമായ ജീവിതത്തിന്റെ മറുപുറമായാണ് തുടക്കംമുതലേ നൈസാമലി നിലകൊള്ളുന്നത്. ഈ എതിർനില അയാളിലെപ്പോഴും പ്രവർത്തന സജ്ജമായിരിക്കുകയും ചെയ്യുന്നു.

മൊല്ലാക്കയും നൈസാമലിയും തമ്മിലുള്ള ഏറ്റുമുട്ടലിലൂടെയാണ് ഖസാക്കിന്റെ ഉഭയാവസ്ഥയെക്കുറിക്കുന്ന പ്രധാനപ്പെട്ട സൂചനകളിലൊന്ന് നോവലിൽ കടന്നുവരുന്നത്. ഷെയ്ഖിന്റെ ഖാലിയാരായി ഖസാക്കിലേക്കു മടങ്ങി യെത്തിയ നൈസാമലി രവിയുടെ സ്കൂളിനെ പിന്തുണയ്ക്കുന്നു. സ്കൂളിനെ എതിർക്കുന്ന മൊല്ലാക്കയുമായി അയാൾ ഏറ്റുമുട്ടുന്നു. ഖാലിയാരുടെ മന്ത്രശക്തി മൊല്ലാക്കയെ ജയിക്കുന്നു.

ഇതേച്ചൊല്ലി ഖസാക്കിൽ അരങ്ങേറുന്ന അന്വേഷണങ്ങൾ ഖസാക്കിന്റെ ആന്തരജീവിതത്തെക്കൂടി അടയാളപ്പെടുത്തുന്ന ഒന്നാണ്.

"അവനോടെ സത്തിയം എന്നാ?" അവർ അന്യോന്യം ചോദിച്ചു.

....

"ശെയ്ഖ് തമ്പിരാനോടെ സത്തിയം." അവർ പറഞ്ഞു

"അപ്പടിയാനാൽ മൊല്ലാക്ക പൊയ്യാ?" അവർ വീണ്ടും ചോദിച്ചു.

"മൊല്ലാക്കയും സത്തിയംതാൻ." അവർ പറഞ്ഞു.

"അതെപ്പ്ടി?"

"സത്തിയം പലത്!"

'സത്തിയം' എന്ന പദം ഖസാക്കിൽ പ്രത്യക്ഷപ്പെടുന്നത് ഏകഭാഷക (monoglot)മായ ഒന്നായല്ല. പല പല സന്ദർഭങ്ങളിൽ പല പല അർത്ഥ സൂചനകൾ സാദ്ധ്യമാകുന്ന ഒരു മിശ്രഭാഷക (hetroglot) സ്വഭാവം അത് പ്രകടിപ്പിക്കുന്നു. 'വിദ്യാലയങ്ങൾ' എന്ന ആറാം അദ്ധ്യായത്തിലേതു കൂടാതെ നാലഞ്ചു സന്ദർഭങ്ങളിൽക്കൂടി നോവലിൽ ഈ പദം കടന്നുവരുന്നു. രവിയുടെ ഇംഗ്ലീഷ് പരിജ്ഞാനം അളക്കുന്നതിനായി ചായക്കടക്കാരൻ അലിയാർ ജർമ്മൻ പത്രത്താളുകളിലൊന്ന് വായിപ്പിക്കാൻ ശ്രമിക്കുന്നതാണ് അതിലൊന്ന്. പത്രത്താളിലെ ഉടുപുടവയില്ലാത്ത പെണ്ണിന്റെ ചിത്രം കാണിച്ച് അയാൾ ചോദിക്കുന്നു:

"ഇന്ത പൊണ്ണ് ആരാക്കും, മേഷ്ടരെ?" അലിയാർ ചോദിച്ചു.

"ഇപ്പടി കോണകമുട്ത്ത് ന്ക്കറതിന്റെ സത്തിയം എന്നാ? ഒന്ന് പടിച്ച് അർത്തം പറയീ."

പതിനൊന്നാം അദ്ധ്യായത്തിൽ ('നരി') ഷെയ്ഖിനെ വെല്ലുവിളിച്ച് സർക്കാർ നിരത്തിലൂടെ നടക്കുന്ന കുട്ടാപ്പുനരി ഒരു പോർവിളിയുടെ ആവേശത്തിൽ ഉടുമുണ്ട് തെരുത്തുയർത്തുന്നുണ്ട്. കൂടെയുള്ള കാളവണ്ടിക്കാരൻ അപ്പോൾ ചോദിക്കുന്നു:

"എന്നാ അന്ത ഊര കാട്ടിയതിനോടേ സത്തിയം?"

പതിമ്മൂന്നാംഅദ്ധ്യായത്തിൽ ('അച്ഛൻ') സ്കൂൾ പരിശോധനയ്ക്കായി വരുന്ന ഇൻസ്പെക്ടറുടെ ആകാര പ്പെരുമയില്ലായ്മയെക്കുറിച്ച് ഖസാക്കുകാർ സംസാരിക്കുമ്പോഴും 'സത്തിയം' കടന്നുവരുന്നുണ്ട്:

"അന്ത വില്ല വെച്ച ശിപായിയെ പാര്", അലിയാർ മുത്തുപണ്ടാരത്തോടു പറഞ്ഞു. "അവനിയ്ക്കിരിക്കിറ ഫൗറിര്ക്കാ ഇസ്പേറ്ററ്ക്ക്?"

"മേഷ്ടര് മൂത്ത് ഇസ്പേറ്ററാനതാക്കും, എലവ്." മുത്തുപണ്ടാരം പറഞ്ഞു.

"ഉടുമ്പിനോടെ സത്തിയം പോലവാ?"

"അപ്പ്ടിതാ, ണ്ണ്."

പതിനാറാം അദ്ധ്യായത്തിൽ ('കിഴക്കോട്ടു പോകുന്നവർ') സഞ്ചാരിയായ മയിൽവാഹനപണ്ടാരത്തിന്റെ യാത്രയുടെ കഥയാരായുമ്പോൾ മൊല്ലാക്ക ചോദിക്കുന്നു:

"അന്ത വ്ളി വരറതിനോടെ സത്തിയം എന്നാ?"

ഇരുപത്തിയഞ്ചാം അദ്ധ്യായത്തിൽ ('ശ്രാദ്ധം') കരുമാണ്ടിപണ്ടാരത്തിന്റെ പേരിൽ പറ്റ് വയ്ക്കാനാവില്ലെന്ന് പറയുന്ന അലിയാരുമായുള്ള സംഭാഷണത്തിലും 'സത്തിയ'ത്തിന് ഇടമുണ്ട്:

"കര്മാണ്ടിപണ്ടാരത്ത്ക്ക് പറ്റ്വെയ്ക്കലാ മാര്ന്താൽ ആട്ട്ക്കം വെയ്ക്കലാം."

"അതിനോടെ സത്തിയം എന്നാ?"

'സത്തിയം' അഖണ്ഡവും ഏകവുമായ 'സത്യ'ത്തെക്കുറിക്കുന്ന പദമല്ല ഇവിടെ. 'സത്യ'മാകുന്നതോടൊപ്പം അതല്ലാത്ത മറ്റുപലതുമാകാനും—കാരണം, യുക്തി, ഉദ്ദേശ്യം, നിദാനം എന്നിങ്ങനെ--'സത്തിയ'ത്തിന് കഴിവുണ്ട്. മിശ്ര ഭാഷകത്വമെന്ന് ബഖ്തിൻ വിവരിക്കുന്ന ഭാഷാസ്വഭാവത്തിന്റെ തെളിവാണിത്. ഏകമായ ഒരർത്ഥത്തിലേക്ക്, അർത്ഥകേന്ദ്രത്തിലേക്ക് വാക്കിനെ വലിച്ചടുപ്പിക്കുന്ന കേന്ദ്രോന്മുഖശക്തികളും (centripetal forces) അന്തിമവും ശരിയുമായ ഒരർത്ഥത്തിൽനിന്ന് വാക്കിനെ പല പല അർത്ഥങ്ങളിലേക്ക് ചിതറിത്തെറിപ്പിക്കുന്ന കേന്ദ്ര പരാങ്മുഖശക്തികളും (centrifugal forces) ഭാഷയിൽ ഒരേസമയം പ്രവർത്തന ക്ഷമമായിരിക്കുമെന്ന് ബഖ്തിൻ നിരീക്ഷിക്കുന്നു. 'സത്തിയം പലത്!' എന്ന പ്രമാണവാക്യത്തിന്റെ ബലത്തിൽ ഖസാക്കിനെ അന്തിമമായി ഒരു ബഹുസ്വര ലോകമെന്ന് ഉറപ്പിക്കുന്നതിലെ പരിമിതികൾകൂടിയാണ് ഇവിടെ വ്യക്തമാകുന്നത്. *ഖസാക്കി*ലെ ജീവിത യാഥാർത്ഥ്യം എന്നതിലുപരി, അർത്ഥപരമായ ഏകീകരണത്തിനും ഭാഷയുടെ മാനകീകരണത്തിനുംവേണ്ടി ശ്രമിക്കുന്ന ആധുനികമായ വായനയുടെ പ്രകരണത്തിലാണ് 'സത്തിയം' 'സത്യ'മായിത്തീർന്ന് ഖസാക്കിനെ ഒരു ബഹുസ്വരലോകമാക്കുന്നത്. അർത്ഥപരമായ സുനിശ്ചിതത്വം എന്ന ആധുനികപ്രമാണമാണ് ഖസാക്കിൽ കണ്ടെടുക്കപ്പെടുന്ന ബഹുസ്വരലോകത്തിനു പിന്നിലെ പ്രേരണകളിലൊന്ന്. നിശ്ചയമായും ഖസാക്കിൽ ഒരു ബഹുസ്വര ലോകമുണ്ട്. പക്ഷേ, ഒപ്പംതന്നെ, അവിടേക്കു കടന്നുകയറുന്ന എതിർലോകവുമുണ്ട്. ഇവതമ്മിലുള്ള സംഘർഷത്തിൽനിന്നുളവാകുന്ന ഉഭയാവസ്ഥയാണ് ഖസാക്കിന്റെ യാഥാർത്ഥ്യം.

ഖസാക്കിൽ പ്രവർത്തനക്ഷമമായിരിക്കുന്ന ഈ 'ബഹുസ്വര ലോക'-ത്തിന്റെ സൂചകപദവി നൈസാമലിയുടെ ജീവിതത്തിന്റെ എല്ലാ തലങ്ങളിലുമുണ്ട്. മൊല്ലാക്കയുമൊത്തുള്ള ജീവിതത്തിന്റെ ആദ്യഘട്ടത്തിൽത്തന്നെ മുടിമുറിക്കാതെയും വാങ്കുവിളിക്കാതെയും അയാൾ ഇടഞ്ഞു നില്ക്കുന്നു. മൊല്ലാക്കയുമായി പിണങ്ങി നാടുവിട്ട് രണ്ടുകൊല്ലം കഴിഞ്ഞാണ് അയാൾ മടങ്ങിയെത്തുന്നത്; അത്തരുടെ ബീഡിക്കമ്പനിയിൽ പണിക്കാരനായി. പിന്നാലെ അയാൾ സ്വന്തമായി ബീഡിക്കമ്പനി തുടങ്ങുന്നു. 'കടവുൾ സഹായം എം. അത്തരു ഫോട്ടോ ബീഡി'ക്കെതിരെ 'സെയ്യ്ദ് ശെയ്ഖ് തുണൈ നൈജാം ഫോട്ടോ പതിനൊന്നാം നമ്പർ ബീഡി' ഖസാക്കിലെത്തുന്നു. ട്രേഡ് മാർക്കുകൾ തമ്മിലുള്ള

വ്യാപാരസമരമാണിത്. ആധുനികമായ വിപണിമത്സരം. അതോടെ നൈസാമലി, 'നൈസാമലി മുതലാളി'യാകുന്നു. അത്തരുടെ ഭാര്യയുമായും മൈമുനയുമായുള്ള രതിബന്ധങ്ങളുടെ ഒരു സജീവലോകം നൈസാമലിയെച്ചുറ്റി അപ്പോൾ നിലനില്ക്കുന്നുണ്ട്. വലിയ ഒരളവോളം ആധുനികമായ ഒരു ജീവിതക്രമത്തിലേക്ക് പരിവർത്തനപ്പെട്ട നിലയിലാണ് അയാളപ്പോൾ നിലകൊള്ളുന്നത്. എന്നാൽ, മുങ്ങാങ്കോഴിയുമായുള്ള മൈമുനയുടെ വിവാഹം നൈസാമലിയുടെ ഈ പരിവർത്തനത്തെ പരാജയപ്പെടുത്തുന്നു.

മൈമുനയുടെ വിവാഹത്തെത്തുടർന്ന് നാടുവിട്ട നൈസാമലി മടങ്ങിയെത്തുന്നത് 'തൊഴിലാളി'യായാണ്, 'കൂമൻകാവ് ബീഡിത്തൊഴിലാളി യൂണിയൻ' നേതാവായി. ഖസാക്കിലെ ഉഭയജീവിതത്തിനിണങ്ങും മട്ടിൽ സ്റ്റാലിന്റെ പടവും ഖുർആനുമായി അയാൾ പ്രകടനം നടത്തുന്നു. പാലക്കാട്ടുനിന്നു വന്ന സഖാക്കൾ തൊഴിലാളികൾക്ക് ക്ലാസ്സുകൾ എടുത്തു. കൂമൻകാവ് ബീഡിത്തൊഴിലാളി യൂണിയൻ ലെനിൻ ദിനം ആചരിക്കുകയും ചെയ്തു. ഇതിന്റെയെല്ലാം നേതാവായി ജാഥ നയിക്കുകയും മൈക്കിൽ പ്രസംഗിക്കുകയും ചെയ്യുന്ന നൈസാമലി ആധുനികീകരണത്തിന്റെ കീഴാളമാതൃകകളുമായി ബന്ധപ്പെട്ടു നില്ക്കുന്ന കഥാപാത്രമാണ്. എന്നാൽ അപ്പോൾത്തന്നെ അയാളിൽ ഖസാക്കിലെ പൂർവ്വബന്ധങ്ങളുടെ ബലങ്ങളും കുടികൊള്ളുന്നുണ്ട്. പണിമുടക്കിൽ അറസ്റ്റ് ചെയ്യപ്പെട്ട് ജയിലിലായ അയാൾ അവിടെവച്ച് 'മൊല്ലാക്കയും താനുമായുള്ള യുദ്ധത്തിൽ പോലീസിനെന്തു കാര്യം?' എന്ന ചോദ്യത്തിനാണ് ഉത്തരം തിരയുന്നത്. പിന്നാലെ ഖസാക്കിലെ ആധുനിക പൂർവ്വബന്ധങ്ങളുടെ മായികലോകത്തേക്ക് അയാൾ മടങ്ങുന്നു; ഷെയ്ഖിന്റെ ഖാലിയാരായി.

"ഒരു പോലീസുകാരൻ വാതിൽക്കലെത്തിയപ്പോൾ നൈസാമലി അപേക്ഷിച്ചു, "ഇൻസ്പേറ്ററെജമാനോട് ഒന്ന് ശംശാരിക്കാന്ണ്ട്."

അങ്ങനെ അസ്ഥിരമായ കാലുകളിൽ നൈസാമലി ഇൻസ്പെക്ടറുടെ മുമ്പിൽ നിന്നു.

"ഏജമാ നമ്മള് ഇതീന്നൊക്കെ വ്ടാണ്."

ഇൻസ്പെക്ടർ തടവുകാരന്റെ മുഖത്ത് സൂക്ഷിച്ചുനോക്കി.

"ഈ ബുദ്ധി നേർത്തേ തോന്നായിർന്നിലേ?" അയാൾ ചോദിച്ചു.

"ഒക്കെ മായയാക്കം എജമാ!"

ഇത്തിരി പുതുമയുള്ള രാഷ്ട്രീയത്തടവുകാരനാണ്. ഇൻസ്പെക്ടർ ചോദിച്ചു, "മായയോ?"

"ഇന്നലെ രാത്രി ഞമ്മണ്ട്ട്ത്ത് മൂപ്പര് വന്നു എജമാ!"

"മൂപ്പരോ? ലോക്കപ്പിലോ!"

"സെയ്യദ് മിയാൻ ശെയ്ഖ് തങ്ങള്."

ഇൻസ്പെക്ടർ ഹെഡ്കോൺസ്റ്റബിളിനെ നോക്കി, "ആരാണ് രാമന്നായരേ, ഇതിനകത്ത് കേറീത്?"

"എജമാ," നൈസാമലി ഇടപെട്ടു, "അതൊരു ജിന്നാക്കം, ഫ്രേതം."

....

അള്ളാപ്പിച്ച മൊല്ലാക്ക പള്ളിയിലായിരുന്നു. അപ്പോഴാണ് ഖസാക്കുകാർ അത് കേട്ടത്. രാത്രിയിലൂടെ മൂളിമൂളിപ്പോകുന്ന അലൗകിക സ്വരം. ഷെയ്ഖു തമ്പുരാന്റെ മന്ത്രങ്ങളാണ്. അവയുരുവിട്ടുകൊണ്ട് നൈസാമലി പാടംകേറി. നടുപ്പറമ്പു കടന്ന് അകലത്തെ ചതുപ്പിലേക്കു നടന്നു. ഇരുളടഞ്ഞ രാജാവിന്റെ പള്ളിയിലേക്ക് അയാൾ നുഴഞ്ഞു കേറുന്നത് ഖസാക്കിലെ കാരണവന്മാർ കണ്ടു.

"നിശോകം!" അവർ പരസ്പരം മന്ത്രിച്ചു.

....

അഞ്ചാംദിവസം കാലത്താണ് നൈസാമലി ആൽത്തറയ്ക്കൽ നിലപാടു കൊള്ളാനെത്തിയത്. നടുപ്പറമ്പിന്റെ ഒരറ്റത്തുനിന്നുകൊണ്ട് നൈസാമലി അറിയിച്ചു: "ഹോജരാജാവായ തമ്പുരാന്റെ ഉടയവനായ ഷെയ്ഖ്തങ്ങളുടെ ഉപാസകനായി, ഖാലിയാരായി, താൻ ഖസാക്കിലേക്ക് തിരിച്ചുവന്നിരിക്കുന്നു."

'പുതുമയുള്ള രാഷ്ട്രീയത്തടവുകാരനി'ൽനിന്നും 'പ്രേതോപാസകനായ മാന്ത്രികനി'ലേക്കുള്ള ഈ പരിവർത്തനം ഖസാക്കിന്റെ തന്നെ ആന്തരികമൂല്യമാണ്. ഖാലിയാരായുള്ള ഈ പുതുപ്പിറവിക്കു ശേഷം ആൽത്തറയ്ക്കൽ നില പാടുകൊള്ളാനെത്തുന്ന നൈസാമലി, മൊല്ലാക്കയുടെ നിലപാടിനെതിരെ ഏകാദ്ധ്യാപകവിദ്യാലയത്തെ അനുകൂലിച്ചാണ് ഖസാക്കുകാരോട് ആദ്യമായി സംസാരിക്കുന്നത്. 'തൊഴിലാളി നേതാവാ'യിരുന്നപ്പോൾ അയാളിലുണ്ടായിരുന്ന ഉഭയഭാവം ഖാലിയാരായപ്പോഴും തുടരുന്നു എന്നർത്ഥം. ആധുനികതയുടെ സ്ഥാപന രൂപമായ വിദ്യാലയത്തെ തുണയ്ക്കാൻ അയാളുടെ പുതിയ 'പ്രവാചകത്വം' തടസ്സമാകുന്നില്ല. എന്നാൽ അപ്പോൾത്തന്നെ ആധുനികതയുടെ വ്യവഹാര ഘടനയിൽ ഇഴുകിയിണങ്ങിനില്ക്കാൻ അയാൾ സന്നദ്ധനുമല്ല. ആധുനിക രാഷ്ട്രത്തിന്റെ അധികാരവ്യവസ്ഥയിൽ താനൊരു ക്രിമിനൽപുള്ളി മാത്രമായേ പരിഗണിക്കപ്പെടൂ എന്ന തിരിച്ചറിവ് അയാൾക്കുണ്ട്. ആദ്യത്തെ 'മുതലാളി' രൂപത്തിലും പിന്നാലെയുള്ള 'തൊഴിലാളി' രൂപത്തിലും നൈസാമലിയിൽ വേരോടി നിൽക്കുന്ന ഉഭയാവസ്ഥ ഷെയ്ഖിന്റെ ഖാലിയാരായി ഖസാക്കിൽ വാഴുമ്പോഴും അയാളിൽ തുടരുന്നു.

ഇങ്ങനെ മനസ്സിലാക്കിയാൽ ഒരേസമയം സ്വത്വപരിണാമത്തിന്റെ വിവിധ പടവുകളിലൂടെ നീങ്ങുകയും അപ്പോഴൊക്കെ അതിന്റെ എതിർനിലകളെക്കൂടി സാക്ഷാത്കരിക്കുകയും ചെയ്യുന്ന ഉഭയാവസ്ഥയെയാണ് നൈസാമലി/ഖാലിയാർ പ്രതിനിധാനംചെയ്യുന്നത് എന്ന് വ്യക്തമാവും. നൈസാമലി/ഖാലിയാരുടെ എന്നതുപോലെ ഖസാക്കിന്റേയും ആന്തരപ്രകൃതിയാണത്. ഇതേ അളവിലും അനുപാതത്തിലും ഈ ഉഭയാവസ്ഥയെ പ്രതിനിധീകരിക്കുന്ന മറ്റൊരു കഥാപാത്രവും *ഖസാക്കി*ലില്ല.

സ്ഥലകാലസംയുക്തം

നൈസാമലിയിൽ പൂർണ്ണപ്രാതിനിദ്ധ്യം കൈവരുന്ന ഈ ഉഭയസ്വഭാവം ഖസാക്ക് എന്ന സ്ഥലകാല സംയുക്തത്തിൽ (chronotope) ത്തന്നെ നിലീനമായിരിക്കുന്ന ഒന്നാണ്. നോവലിന്റെ അനുഭൂതി ലോകത്തിന്റെ നിർമ്മിതിയിൽ ഇത് കേന്ദ്രപദവി കൈയാളുന്നുണ്ട്. ഒരു സ്ഥലരാശി ആയിരിക്കുന്നതിനോടൊപ്പം സവിശേഷമായ കാല ബന്ധത്തെക്കൂടി ഉൾക്കൊള്ളുന്നതാണ് ഓരോ സ്ഥലകാല സംയുക്തവും. ഖസാക്കിൽ ഇടകലർന്നു നില്ക്കുന്ന സ്ഥലകാലങ്ങൾ നോവലിലെ അനുഭൂതി നിർമ്മാണത്തിന്റെയും അടിസ്ഥാനമായിരിക്കുന്നു.

നവീനപരിഷ്കൃതിയുടെ പൊതുവഴി അവസാനിക്കുന്ന കൂമൻ കാവിൽനിന്ന് ആറുനാഴിക അകലെയാണ് ഖസാക്ക്. ചെതലിയുടെ താഴ്വാരത്തിൽ അത് മയങ്ങിക്കിടക്കുന്നു. ഈ സ്ഥലവിന്യാസത്തിന് പ്രതീകപരമായി ഏറെ പ്രാധാന്യമുണ്ട്. നാഗരികതയ്ക്കും പ്രാകൃതികത്വത്തിനും ഇടയിലെ ഒരു ആവാസസ്ഥാനമായി അത് ഖസാക്കിനെ മാറ്റിത്തീർക്കുന്നു. ഖസാക്കിലെ പള്ളിയെക്കുറിച്ചുള്ള വിവരണത്തിലും ഈ സ്ഥലവിന്യാസക്രമത്തിന്റെ തുടർച്ച കാണാം. തോടിനും സ്കൂളിനുമിടയിലാണ് പള്ളി. ഖസാക്കിലെ ജീവിതബന്ധങ്ങളുടേയും അനുഭവലോകത്തിന്റേയും കേന്ദ്രമായ പള്ളി ഈ ഇരുലോകങ്ങൾ ക്കിടയിൽ, നാഗരികവും പ്രാകൃതികവുമായ സ്ഥാപന/സ്ഥല രൂപങ്ങൾക്കിടയിൽ, നിലകൊള്ളുന്നു. ഇരു പുറങ്ങളിലായി ഇരുലോകങ്ങളെ നിലനിർത്തിക്കൊണ്ട്, അവയിലേക്ക് ചാഞ്ഞും അവയിൽനിന്ന് പിൻവാങ്ങിയും നിലകൊള്ളുന്ന ഒരിടമായി ഇത് ഖസാക്കിനെ മാറ്റിത്തീർക്കുന്നു. ഖസാക്കിനെക്കുറിച്ചുള്ള നോവലിലെ വിവരണങ്ങളിലും ഈയൊരു അതീതത്തിന്റെ സാന്നിദ്ധ്യമുണ്ട്. ഖസാക്കിലേക്കുള്ള യാത്രയുടെ തുടക്കത്തിൽ 'കഥനസ്വഭാവമില്ലാത്ത ഓർമ്മകളുടെ വലിയൊരു മൂടൽ മഞ്ഞ്' തന്നെ സ്പർശിച്ചതായി രവിക്ക് തോന്നുന്നു. പിന്നാലെ 'പ്രേത ഭൂമിയുടെ കഥാന്തരങ്ങൾ' എന്നും 'ഇതി ഹാസത്തിന്റെ മലയോരങ്ങൾ' എന്നുമൊക്കെ അത് വിവരിക്കപ്പെടുന്നു. മരിച്ചവരുടെ ഓർമ്മകളായ തുമ്പികൾ അവിടെ പാറിക്കളിക്കുന്നു. ഇങ്ങനെ ഖസാക്ക് എന്ന സ്ഥലരാശിയുടെ വാസ്തവികതയ്ക്കുമേൽ അതീതത്തിന്റെ ധ്വനികൾ വന്നുനിറയുന്നത് നമുക്ക് നോവലിലുടനീളം വായിക്കാം. മേല്പറഞ്ഞ ഇരുലോകങ്ങൾക്കിടയിൽ ഊയലാടുന്ന അതീതത്തിന്റെ പ്രതീതി മണ്ഡലത്തിലാണ് ഖസാക്കിലെ ഉഭയജീവിതം അരങ്ങേറുന്നത്.

സ്ഥലപരമായ ഈ ഉഭയാവസ്ഥയെ കാലപരമായും ഖസാക്ക് സ്വാംശീകരിച്ചിട്ടുണ്ട്. കാലം തളംകെട്ടിക്കിടക്കുന്ന സ്ഥലരാശിയായി നോവലിൽ ഖസാക്ക് വിവരിക്കപ്പെടുന്നു. നോവലിലെ വിവരണങ്ങൾ കൊണ്ട് എന്നതിനേക്കാൾ നോവലിലെ ആന്തരയുക്തികൊണ്ടുതന്നെ ഖസാക്ക് എന്ന കാലബിംബത്തെ നമുക്ക് കണ്ടെത്താനാവും. വർത്തമാനത്തിന്റെ പ്രത്യക്ഷലോകത്തെ ഉൾക്കൊള്ളുന്ന ഒരടര് ഖസാക്കിലുണ്ട്. രവി *ഖസാക്കിൽ* വന്ന് മടങ്ങുന്നത് വർത്തമാനത്തിന്റെ ഈ കാലഖണ്ഡത്തിലാണ്. പത്മയും സ്കൂൾ ഇൻസ്പെക്ടറും കൊഴണശ്ശേരിയിലെ

സഖാക്കളും മറ്റും രേഖീയമായ കാലബന്ധത്തിന്റെ സൂചകങ്ങളായി ആഖ്യാനത്തിൽ ഇടം നേടുന്നു. എന്നാൽ അതോടൊപ്പം ഖസാക്കിൽ അതീതകാലത്തിന്റേതായ ഒരടരുമുണ്ട്. അപ്പുക്കിളിയും കുഞ്ഞാമിനയും മൈമുനയും മുങ്ങാങ്കോഴിയും ഈ ലോകത്തിലെ പാർപ്പുകാരാണ്. സെയ്യദ് മിയാൻഷെയ്ഖും തങ്ങൻമാരും ആയിര ത്തൊന്നു കുതിരകളുടെ പടയുമായി വന്നിറങ്ങിയ ഖസാക്കിൽ കാലം സ്തംഭിച്ചുനില്ക്കുന്നു. വ്യക്തിഗതമായ അനുഭവങ്ങളാൽ നിർണ്ണയി ക്കപ്പെടുന്ന കാലത്തിനു മേൽ അനുഷ്ഠാനപരമായ കാലം, കൂട്ടായ്മയുടെ കാലം, നേടുന്ന മേൽക്കൈ ആധുനിക പൂർവ്വസമൂഹങ്ങളുടെ പൊതുസ്വഭാവമായി പരിഗണിക്കപ്പെട്ടുവരുന്നുണ്ട്. ഇത്തരത്തിലുള്ള വ്യക്തിനിരപേക്ഷമായ കാലബോധവും വ്യക്തിഗതമായ അനുഭവങ്ങളിലൂടെ കൈവന്ന രേഖീയകാലവും ഖസാക്കിൽ ഒരുമിച്ചു നിലനില്ക്കുന്നു. അങ്ങനെ വർത്തമാനത്തിന്റെ കാലബന്ധങ്ങളും അതീത ത്തിന്റെ കാലമുദ്രകളും അവിടെ സന്ധിക്കുന്നു. ഈ ഒത്തുചേരലിൽ അതീതത്തിന്റെ ലോകം വർത്തമാനത്തിന്റെ കാലബന്ധങ്ങളെ അതിവർത്തിക്കുകയും ചെയ്യുന്നു. വാസ്തവസ്ഥലത്തിന്റേയും വർത്തമാനത്തിന്റേയും അടരിനുമേൽ നിലകൊള്ളുന്ന അതീതത്തിന്റെയും അതിഭൗതികത്തിന്റെയും ലോകം കൂടിയാണ് ഖസാക്ക്. ആധുനികീകരണത്തിന്റേയും ദേശരാഷ്ട്രപരമായ യുക്തിബോധത്തിന്റേയും പ്രതിനിധിയായി ഖസാക്ക് എന്ന യഥാർത്ഥ സ്ഥലത്തിൽ, വർത്തമാനകാലത്ത്, എത്തിപ്പെടുന്നയാളാണ് രവി. എന്നാൽ ഖസാക്ക് എന്ന അതിഭൗതികരാശിയിൽ അയാളുടെ ദൗത്യ ങ്ങളത്രയും പരാജയപ്പെടുന്നു. പരാജിതമായി പിൻവാങ്ങി മറയുന്ന ഈ ലോകത്തോടൊപ്പം രവിയിലെ ആധുനികീകരണത്തിന്റെ മുദ്രകളും ഒന്നൊന്നായി അഴിഞ്ഞുതീരുന്നു. സ്ഥല-കാലങ്ങളുടെ ഉഭയഭാവം വഴി, നോവലിന്റെ അനുഭൂതി മണ്ഡലത്തെ നിർണ്ണയിക്കുന്ന ആഖ്യാനഘടക മായി ഖസാക്ക് എന്ന സ്ഥല-കാലസംയുക്തം മാറിത്തീരുന്നു.

ഇങ്ങനെ, ആധുനികീകരണത്തിന്റെ ആധാരപ്രമാണങ്ങളൊക്കെയും — യുക്തി, വ്യക്തി, രാഷ്ട്രം, പൗരത്വം എന്നിങ്ങനെ —റദ്ദായിപ്പോകുന്ന ഒരിടമായാണ് ഖസാക്ക് നോവലിൽ വർത്തിക്കുന്നത്. ആധുനികതയുടെ ഈ പ്രമാണസാമഗ്രികളെല്ലാം ഖസാക്കിലേക്ക് കടന്നുവരുന്നുണ്ട്. പക്ഷേ, അവ ഖസാക്കിന്റെ അതി ഭൗതികതയിൽ വിലയം പ്രാപിക്കുന്നു. ആധുനികമായ സാമൂഹികസ്ഥാപനങ്ങൾക്ക് അവിടെ ചില തുടർച്ചകൾ ഉണ്ട്. വർത്തമാനത്തിന്റെ കാലബന്ധങ്ങൾ അവിടെ നിലനില്ക്കുന്നു മുണ്ട്. പക്ഷേ, ഖസാക്ക് എന്ന സ്ഥല-കാല സംയുക്തത്തിന്റെ ഉഭയഭാവം നിമിത്തം നോവലിന്റെ അനുഭൂതിമണ്ഡലത്തിൽ അവ ദുർബ്ബലമാവു കയും പതിയെപ്പതിയെ പിൻവാങ്ങുകയും ചെയ്യുന്നു. വർത്തമാന ത്തേയും വാസ്തവങ്ങളേയും അസന്നിഹിതമാക്കുന്ന ലോകസ്ഥാനമെന്ന പദവിയാണ് ഖസാക്ക് എന്ന സ്ഥല-കാല സംയുക്തത്തിന് ഉള്ളത്. രാഷ്ട്രീയചരിത്രത്തേയും അതിനെ നിർണ്ണയിക്കുന്ന സാമൂഹിക ബലങ്ങളേയും ആഖ്യാനത്തിന്റെ അബോധത്തിലാഴ്ത്തുന്നതിൽ ഏറ്റവും വലിയ പങ്കു വഹിക്കുന്ന ഘടകങ്ങളിലൊന്നും ഇതുതന്നെയാണ്.

ഈനിലയിൽ സവിശേഷമായൊരു രാഷ്ട്രീയചരിത്രത്തിന്റെ പ്രവൃത്തി മേഖലയും ആ രാഷ്ട്രീയചരിത്രത്തിലുൾച്ചേർന്ന സംഘർഷങ്ങൾക്കുള്ള ഭാവനാത്മകപരിഹാരവുമാണ് *ഖസാക്കിന്റെ ഇതിഹാസം* എന്ന നോവൽ. ആധുനികീകരണത്തിന്റെ രാഷ്ട്രീയ പ്രയോഗങ്ങൾ കടന്നുകയറി അടിയുലയുന്ന ഒരു പ്രാചീനത ഖസാക്കിലുണ്ട്. ഈ പ്രാചീനതയാകട്ടെ നിയതമായ ഭൗതിക/ഉൽപാദന ബന്ധങ്ങളാൽ നിർണ്ണയിക്കപ്പെട്ട ഒന്നല്ലതാനും. ആധുനികപൂർവ്വമായ ഒരു അവശിഷ്ടലോകമാണത്. ഈ അവശിഷ്ടലോകത്തിൽ ഇടം കണ്ടെത്താൻ ശ്രമിക്കുന്ന, ഈ അവശിഷ്ടലോകത്തെ ആധുനികമായ ഉത്പാദന-സാമൂഹികഘടനയിലേക്ക് പരാവർത്തനംചെയ്യാൻ ശ്രമിക്കുന്ന രാഷ്ട്രാധികാരം ഖസാക്കിലേക്ക് കടന്നുവരുന്നു. ദേശീയമായ ആധുനികീകരണത്തിന്റെ ഈ രാഷ്ട്രീയപ്രയോഗമാണ് *ഖസാക്കിൽ* ഉള്ളടങ്ങിയിരിക്കുന്ന രാഷ്ട്രീയചരിത്രം. ഈ രാഷ്ട്രീയ പ്രയോഗം ഖസാക്കിലെ ജീവിതത്തിലുളവാക്കുന്ന സംഘർഷങ്ങളെ ആഖ്യാനം പണിതെടുക്കുന്ന അപരലോകത്തിൽവച്ച് നോവൽ പരിഹരിക്കുകയും ചെയ്യുന്നു. അതോടെ രാഷ്ട്രീയപ്രയോഗങ്ങളും അവയെ നിർണ്ണയിക്കുന്ന സാമൂഹികബലങ്ങളും, അപ്പുക്കിളിയുടെ ജീവിതലോകമെന്നതുപോലെ, കേവലമായ അസംബന്ധതയിൽ ചെന്നുചേരുന്നു. രാഷ്ട്രീയചരിത്രത്തിന്റെ യഥാർത്ഥലോകം *ഖസാക്കിൽ* കെട്ടടങ്ങുന്നു. പകരം കുഞ്ഞാമിനയുടേയും മൈമുനയുടേയും ലോകങ്ങൾ അവിടെ ഉണർന്നിരിക്കുന്നു. രാഷ്ട്രീയമോ സാമൂഹികമോ ആയ ബലങ്ങളാൽ കളങ്കപ്പെടാത്ത ആദിമമായ വശ്യചാരുതകളുടെ ലോകത്തെയാണ്, വിരുദ്ധധ്രുവങ്ങളിൽ നിലയുറപ്പിച്ചുകൊണ്ട്, കുഞ്ഞാമിനയും മൈമുനയും നോവലിൽ പ്രതിനിധീകരിക്കുന്നത്. ഈ അപരലോകമാണ് *ഖസാക്ക്* നല്കുന്ന ഭാവനാത്മക പരിഹാരം. അന്തിമമായി രവി ചെന്നണയാൻ ശ്രമിക്കുന്നതും ഈ ലോകത്തിലേക്കാണ്. രവിയുടെ കാല്പടങ്ങൾക്കു ചുറ്റും മുളപൊട്ടി വളരുന്ന പുല്ലുകൾ പുതിയ ഒരു ലോകത്തിന്റെ സൂചകങ്ങൾ കൂടിയാണെന്ന് പറയാം. പ്രകൃതി/സംസ്കൃതി എന്ന ദ്വന്ദ്വകല്പന അന്തിമമായി റദ്ദായിപ്പോവുന്നതിന്റെ അടയാളംകൂടിയാണത്. ആധുനികീകരണത്തിന്റെ യുക്തിശാസ്ത്രം പരാജയപ്പെടുകയും സാകല്യത്തിന്റെ ജീവിതദർശനം അതിന്റെ സ്ഥാനം കൈയാളുകയും ചെയ്യുന്നതിന്റെ സൂചകം. നിശ്ചയമായും ദേശീയാധുനികതയിൽ മറഞ്ഞുകിടക്കുന്ന ഓറിയന്റൽ ധ്വനികളുടെ ഒരു ധാര ഇവിടെയുണ്ട്. ആധുനികീകരണത്തിന്റെ വ്യവഹാര മണ്ഡലത്തിൽ പിറവിയെടുത്ത അദ്ധ്യാത്മവിചാരത്തിന്റെ ഊർജ്ജം *ഖസാക്കിലെ* അനുഭവലോകത്തും പ്രസരിക്കുന്നു. അപ്പോൾത്തന്നെ ആധുനികീകരണപ്രക്രിയയുടെ പരാജയത്തിന്മേലാണ് ഇത് ഉയർന്നുവരുന്നതെന്ന് കാണാതിരി ക്കാനാവില്ല. ഈ പരാജയങ്ങൾക്കുള്ള പരിഹാരമാണ് *ഖസാക്ക്* വാഗ്ദാനം ചെയ്യുന്ന അനുഭൂതിമണ്ഡലം. ഒരു പ്രതീകവൃത്തി എന്ന നിലയിൽ ഖസാക്ക് മേല്പറഞ്ഞ പ്രതിസന്ധികളേയും ആന്തരസംഘർഷങ്ങളേയും ഈ പുതിയ അനുഭൂതിലോകത്തിൽ ദമനം ചെയ്യുന്നു. *ഖസാക്കിന്റെ*

രാഷ്ട്രീയദൗത്യം ഈ ദമനക്രിയയാണ്. ആധുനികീകരണത്തിന്റെ രാഷ്ട്രീയപ്രതിസന്ധി യുൾപ്പെടെയുള്ള സമസ്ത പ്രമേയങ്ങളേയും അതീതത്തിന്റെ വാങ്മയങ്ങളിൽ നിമജ്ജനം ചെയ്തുകൊണ്ട്, അത്, രാഷ്ട്രീയചരിത്രത്തെ ആഖ്യാനത്തിന്റെ അബോധത്തിലാഴ്ത്തി യിരിക്കുന്നു.

രണ്ട്: ജ്ഞാനം, ജ്ഞാനവിനിമയം, പ്രത്യയശാസ്ത്രം

രാഷ്ട്രീയചരിത്രത്തിന്റെ ആർത്ഥികചക്രവാളത്തിനുള്ളിൽ യഥാർത്ഥ സാമൂഹികവൈരുദ്ധ്യങ്ങൾക്ക് നിർദ്ദേശിക്കപ്പെടുന്ന ഭാവനാത്മകപരിഹാരങ്ങൾ പാഠത്തെ അന്തിമമായി വൈരുദ്ധ്യങ്ങളിൽ നിന്ന് മുക്തമാക്കുന്നില്ല. ഈ വിധത്തിലുള്ള ഭാവനാത്മകപരിഹാരത്തിനു ശേഷവും, യഥാർത്ഥ സാമൂഹികസംഘർഷങ്ങളുടെ ബീജരൂപം, പിൻവാങ്ങിയ നിലയിലെങ്കിലും, ആഖ്യാനത്തിൽ തുടരുന്നുണ്ടാകും. സവിശേഷമായ ചില കേന്ദ്രരൂപകങ്ങളായി അവ ആഖ്യാനത്തിൽ ഇടം കണ്ടെത്തുകയും ചെയ്യും. പ്രത്യയശാസ്ത്ര ഏകകം (ideologeme) എന്ന ജെയിംസന്റെ പരികല്പനയെ, ഇത്തരത്തിൽ, അടിസ്ഥാന സ്വഭാവമുള്ള ഒരു കേന്ദ്രരൂപകമായും മനസ്സിലാക്കാം. പ്രതീകവൃത്തി എന്ന നിലയിൽ ആഖ്യാനം ഭാവനാത്മകമായി പരിഹരിക്കാൻ ശ്രമിക്കുന്ന വൈരുദ്ധ്യങ്ങളെ ആന്തരികമായി സംഗ്രഹിക്കുന്ന ഒന്നായാണ് ഇത് നിലനില്ക്കുക. ഫ്രഡറിക് ജയിംസന്റെ ഭാഷയിൽ വ്യത്യസ്ത സാമൂഹികവർഗ്ഗങ്ങൾ ഉൽപാദിപ്പിക്കുന്ന അടിസ്ഥാനതലത്തിൽ ശത്രുതാപരവും സംഘടിതവുമായ വ്യവഹാരങ്ങളുടെ സുഗ്രാഹ്യമായ പ്രാഥമിക ഘടകം ആണ് പ്രത്യയശാസ്ത്ര ഏകകം. വർഗ്ഗവ്യവഹാരത്തിന്റെ സംവാദാത്മകമേഖലയായാണ് ഇത് പാഠത്തിൽ നിലനില്ക്കുക. പരസ്പരം പങ്കുവയ്ക്കുന്ന ഒരു പൊതുചട്ടക്കൂട്ടിനകത്ത് വിരുദ്ധങ്ങളായ വർഗ്ഗനിലപാടുകൾ ഏറ്റുമുട്ടുകയാണിവിടെ ചെയ്യുന്നത്. ഇതാകട്ടെ ഒത്തുതീർപ്പുകൾ അസാദ്ധ്യമായ ഒന്നാണുതാനും. പ്രത്യയശാസ്ത്ര ഏകകം എന്ന ഈ പ്രാഥമിക സൂക്ഷ്മഘടകത്തെ കേന്ദ്രമാക്കിക്കൊണ്ടാണ് വർഗ്ഗവ്യവഹാരത്തിന്റെ ബൃഹദ്ഘടനയായി ആഖ്യാനം വികസിച്ചു വരുന്നത്. ആ നിലയിൽ ആഖ്യാനത്തിലുടനീളം പരക്കുന്ന അനുഭൂതിലോകത്തിന്റെ ആധാരസ്വരൂപമായി പ്രത്യയശാസ്ത്ര ഏകകത്തെ നോക്കിക്കാണാൻ കഴിയും.

ഇത്തരത്തിലൊരു പ്രത്യയശാസ്ത്ര ഏകകത്തിന്റെ പദവി *ഖസാക്കിൽ* കൈയാളുന്നത് ജ്ഞാനം/ജ്ഞാനവിനിമയം എന്ന രൂപക/പ്രമേയമാണ്. രാഷ്ട്രീയ ചരിത്രത്തിന്റെ ആർത്ഥികചക്രവാളത്തിൽവച്ച് ആഖ്യാനം പരിഹരിക്കാൻ ശ്രമിച്ച വൈരുദ്ധ്യങ്ങളുടെ ബീജരൂപം ഈ രൂപക/പ്രമേയത്തിൽ നമുക്ക് കണ്ടെടുക്കാനാവും. *ഖസാക്കിൽ* വേരോടിപ്പടർന്നതും പരിഹരിക്കപ്പെടാതെ തുടരുന്നതുമായ വർഗ്ഗവൈരുദ്ധ്യങ്ങളെ ഉൾക്കൊള്ളുന്ന ഒന്നാണ് ഈ രൂപകം/പ്രമേയം. വിശാലാർത്ഥത്തിൽ *ഖസാക്കിന്റെ* അനുഭൂതിലോകത്തെ സാദ്ധ്യമാക്കുന്നതുതന്നെ ഇതാണ്.

പ്രത്യയശാസ്ത്ര ഏകകം എന്ന പരികല്പനയെക്കുറിച്ച് വിവരിക്കുമ്പോൾ ജയിംസൺ സൂചിപ്പിക്കുന്ന പ്രധാന വസ്തുതകളിലൊന്ന് അത് കൈയാളുന്ന ഇരട്ടജീവിതമാണ്. ഒരേസമയം സങ്കല്പനപരമായ വിവരണമായും ആഖ്യാനപരമായ പ്രകാശനമായും നിലനില്ക്കാൻ അതിന് കെല്പുണ്ട്. *ഖസാക്കി*ന്റെ ആഖ്യാനപദ്ധതിയിൽ ജ്ഞാനം/ജ്ഞാനവിനിമയം എന്നത് ഒരേസമയം രൂപകവും പ്രമേയവുമാണ്. ഖസാക്കിന്റെ ആഖ്യാനപദ്ധതിയിൽ ഇതിന് കേന്ദ്രപദവി തന്നെയുണ്ടെന്ന് പറയാം. രവിയുടെ ഏകാദ്ധ്യാപകവിദ്യാലയവും അതിനെ ചുറ്റിപ്പറ്റിയുള്ള സംഭവ പരമ്പരകളും നോവലിന്റെ തുടക്കം മുതൽ ഒടുക്കംവരെ തുടരുന്ന ഒരു പ്രമേയബന്ധമാണ്. അതേസമയം തന്നെ ഈ പ്രമേയത്തിനപ്പാടെ ഒരു രൂപകാത്മകപദവിയുമുണ്ട്. *ഖസാക്കിൽ* പ്രവർത്തനക്ഷമമായിരിക്കുന്ന സാമൂഹികസംഘർഷങ്ങളുടെ ബീജരൂപമാണ് ജ്ഞാനവും ജ്ഞാനവിനിമയവും. ആഖ്യാനഘടനയിൽ പ്രമേയപരമായി ഉൾപ്പെട്ടിരിക്കുമ്പോൾത്തന്നെ സങ്കല്പനപരമായ ഒരു തലത്തിൽ അത് വർഗ്ഗ വൈരുദ്ധ്യങ്ങളെ സംഗ്രഹിക്കുകയും ചെയ്യുന്നു. പ്രമേയപരിണാമത്തിൽ പങ്കാളിയായിക്കൊണ്ടുതന്നെ ആഖ്യാനത്തിന്റെ അബോധ ഘടനയെ അത് ബീജരൂപത്തിൽ ഉൾക്കൊള്ളുന്നു. ഈ ഇരട്ട സ്വഭാവമാണ് പ്രത്യയശാസ്ത്ര ഏകകത്തിന്റെ അധോതലജീവിതത്തിന് കാരണം. ആഖ്യാനത്തിൽ പ്രമേയപരമായി പ്രത്യക്ഷപ്പെട്ടുകൊണ്ട് വർഗ്ഗവ്യവഹാരങ്ങളുടെ സംഘർഷാത്മകതയെ പാഠത്തിന്റെ അബോധത്തിൽ ദമനം ചെയ്യാൻ അതിനു കഴിയുന്നു. പാഠത്തിൽ ദമനംചെയ്യപ്പെട്ട ഈ വ്യവഹാര ലോകത്തെ വീണ്ടെടുക്കുകയാണ് രാഷ്ട്രീയാബോധവിശകലനത്തിന്റെ രണ്ടാമത്തെ ദൗത്യം.

ജ്ഞാനം എന്ന സങ്കല്പനം സാമാന്യമായ അർത്ഥത്തിൽ നിഷ്പക്ഷവും നിസ്സംഗവുമായി അനുഭവപ്പെടാമെങ്കിലും വാസ്തവത്തിൽ അത് സാമൂഹിക- രാഷ്ട്രീയ-അധികാര ബന്ധങ്ങളുടെ ഏറ്റവും സങ്കീർണ്ണമായ ആവിഷ്കാരങ്ങളിലൊന്നാണ്. സാമൂഹിക/രാഷ്ട്രീയ അധികാരത്തെച്ചൊല്ലിയുള്ള എല്ലാ സംഘർഷങ്ങളും കയറിക്കൂടുന്ന വ്യവഹാര മണ്ഡലമെന്ന പദവി ഇപ്പോൾ ജ്ഞാന/ജ്ഞാനവിനിമയ മേഖലകൾക്കുണ്ട്. സവിശേഷമായ ഓരോ അറിവു രൂപവും വിപുലമായ ഒരു വിചാര മാതൃക(paradigm)യ്ക്കുള്ളിലാണ്, അഥവാ ഈ വിചാരമാതൃകയാൽ നിർണ്ണയിക്കപ്പെട്ട നിലയിലാണ് നിലകൊള്ളുന്നത്. ഒരു സവിശേഷ ജ്ഞാനത്തിന്റെ സാധുത അതുൾപ്പെട്ടിരിക്കുന്ന വിചാര മാതൃകയ്ക്കു കൈവന്ന ആധികാരികതയുമായി ബന്ധപ്പെട്ടിരിക്കുന്നു. സാമൂഹിക-രാഷ്ട്രീയ-അധികാര ബന്ധങ്ങളുടെ ആകത്തുകയിലാണ് ഈ വിചാരമാതൃക നിലനില്ക്കുന്നത് എന്നതിനാൽ ജ്ഞാനരൂപങ്ങൾ വിശാലാർത്ഥത്തിൽ സാമൂഹികപ്രത്യയശാസ്ത്രങ്ങളുടെ സൂക്ഷ്മ സംഗ്രഹങ്ങളായിത്തന്നെയാണ് പ്രവർത്തിക്കുക. സാമൂഹികാധികാരത്തിനുവേണ്ടിയുള്ള പരിശ്രമങ്ങളുടെ കേന്ദ്രത്തിൽ വൈജ്ഞാനികാധികാരത്തിനും മേൽക്കോയ്മയ്ക്കും വേണ്ടിയുള്ള ശ്രമങ്ങൾ കടന്നുവരുന്നതിന്റെ കാരണവും മറ്റൊന്നല്ല.

ജ്ഞാനരൂപങ്ങളും അവയെ നിർണ്ണയിക്കുന്ന വിചാരമാതൃകകളും എന്നതുപോലെ ജ്ഞാനവിനിമയ വ്യവസ്ഥകളും സാമൂഹികാധികാരത്തിന്റെ സ്ഥാപനങ്ങൾ തന്നെയാണ്. അറിവിന്റെ വിതരണവ്യവസ്ഥ, എന്താണ് അറിവ് എന്ന ചോദ്യത്തോട് ഗാഢബന്ധം പുലർത്തുന്നു. അറിവിന്റെ ഉള്ളടക്കത്തെക്കുറിച്ചുള്ള മാറിവരുന്ന ധാരണകൾ ജ്ഞാനവിനിമയരൂപങ്ങളെ മാറ്റിപ്പണിയുന്നുണ്ട്. പുതുതായി നിലവിൽ വരുന്ന ഒരു സാമൂഹികവ്യവസ്ഥ പുതിയ ജ്ഞാനരൂപങ്ങളോടൊപ്പം പുതിയ ജ്ഞാനവിനിമയസമ്പ്രദായങ്ങൾക്കും ജന്മംനല്കും. അങ്ങനെ വരുമ്പോൾ ജ്ഞാനവിനിമയത്തിന്റെ ലോകം ജ്ഞാനസങ്കല്പങ്ങളുടെ ആവിഷ്കാരപ്രകാരം (objectification) തന്നെയാണെന്നു വരുന്നു. പഴയ ഗുരുകുലവും പുതിയ നാട്ടുപള്ളിക്കൂടവും രണ്ട് സാമൂഹികവ്യവസ്ഥകളെ അടയാളപ്പെടുത്തുന്ന ജ്ഞാന വിനിമയക്രമങ്ങൾ കൂടിയാണല്ലോ. ജ്ഞാനവിനിമയത്തിന്റെ സ്ഥൂല സന്ദർഭമെന്നപോലെ ബോധന രീതിയുടെ സൂക്ഷ്മസന്ദർഭവും രാഷ്ട്രീയ- പ്രത്യയശാസ്ത്ര താൽപര്യങ്ങളെ സ്വാംശീകരിച്ചുകൊണ്ടാണ് നിലനില്ക്കുക. ജ്ഞാന വിനിമയത്തിന്റെ സ്ഥൂലവും സൂക്ഷ്മവുമായ സന്ദർഭങ്ങൾ ഒരുപോലെ പ്രത്യയശാസ്ത്രപരവും അധികാര ബദ്ധവുമാണ് എന്നർത്ഥം. ജ്ഞാനം, ജ്ഞാനവിനിമയ സ്ഥാപനങ്ങൾ, ജ്ഞാനവിനിമയസമ്പ്രദായങ്ങൾ എന്നിങ്ങനെ സർവ്വ തലങ്ങളിലും പടർന്നുനില്ക്കുന്ന ഒന്നാണ് ഈ പ്രത്യയശാസ്ത്രബദ്ധത. വിചാരമാതൃകാപരമായ അടിസ്ഥാന ഘടനയിലുണ്ടാകുന്ന പരിവർത്തനങ്ങളുടെ പ്രകാശനവും, അതേസമയംതന്നെ ആ പരിവർത്തന പ്രക്രിയയുടെ സംസ്ഥാപനവുമാണ് അവ.

ആധുനികീകരണത്തിന്റെ സന്ദർഭത്തിൽ ഇൻഡ്യയിൽ ഉയർന്നു വന്ന നിർണ്ണായകപ്രശ്നങ്ങളിലൊന്ന് പരമ്പരാഗതവും തദ്ദേശീയവുമായ ജ്ഞാന/ജ്ഞാനവിനിമയസമ്പ്രദായങ്ങൾക്കുമേൽ ആധുനികമായ ജ്ഞാനരൂപങ്ങളേയും ജ്ഞാനവിനിമയ പദ്ധതികളേയും എങ്ങനെ പ്രതിഷ്ഠിക്കാം എന്നതായിരുന്നു. പുതിയ ജ്ഞാനവ്യവസ്ഥയുടെ അധിനിവേശാത്മകമായ ദൗത്യത്തെക്കുറിച്ചുള്ള ഉത്തമ ബോദ്ധ്യത്തോടെയാണ് കൊളോണിയൽ അധികാരികൾ ഇന്ത്യയിൽ അവരുടെ പാഠ്യക്രമവും പഠനപദ്ധതിയും നടപ്പിലാക്കിയത്. മെക്കാളെ മിനുറ്റ്സ് മുതലുള്ള വിദ്യാഭ്യാസ ആസൂത്രണത്തിൽ ഇത് എത്രയും പ്രകടമാണ്. കോളനീകരണത്തിന്റേയും ആധുനികീകരണത്തിന്റേയും ഇരട്ടക്കെട്ടായാണ് ആധുനികമായ ജ്ഞാനവ്യവസ്ഥയും വിനിമയസമ്പ്രദായങ്ങളും ഇൻഡ്യയിൽ നിലവിൽവന്നത്.

കോളനീകരണത്തിന്റെ ഈ ജ്ഞാനവ്യവഹാരത്തോട് ഇൻഡ്യയിൽ പലതരം പ്രതികരണങ്ങൾ ഉണ്ടായി. ഒരുഭാഗത്ത് ആധുനികമായ അറിവുകളുടെ ലോകം പൊതുവേ സ്വാഗതംചെയ്യപ്പെടുകയും പുതിയ ലോകത്തിലേക്കുള്ള വഴിത്താരയായി അത് വിവരിക്കപ്പെടുകയും ചെയ്തു. ജാതിവ്യവസ്ഥയുടേയും അതിലധിഷ്ഠിതമായ സാമൂഹിക മർദ്ദനങ്ങളുടേയും ലോകത്തുനിന്നുള്ള വിടുതിയെന്ന നിലയിലും പുതിയ ജ്ഞാനവ്യവസ്ഥ സ്വാഗതം ചെയ്യപ്പെട്ടു. മറ്റൊരുഭാഗത്ത് നാടു വാഴിത്ത

പരമായ പാരമ്പര്യജ്ഞാനവ്യവഹാരത്തിൽ അടിയുറച്ചുനിന്നു കൊണ്ടുള്ള ചുരുങ്ങിയനിലയിലുള്ള എതിർപ്പുകളും ഇതിനെതിരെ ഉയർന്നുവന്നു. നിരാകരണത്തിന്റേയും സ്വീകരണത്തി ന്റേയുമായ ഈ ഇരുസമീപനങ്ങളിലും പുതിയ വിദ്യാഭ്യാസപദ്ധതിയുടെ രാഷ്ട്രീയ ഉള്ളടക്കത്തെക്കുറിച്ച് ഏകമുഖ ബോദ്ധ്യമാണ് ഉണ്ടായിരുന്ന തെന്നു പറയാം. ഇതിൽനിന്ന് വ്യത്യസ്തമായി പുതിയ ജ്ഞാനവ്യവഹാര ത്തിന്റെ അധിനിവേശാത്മകദൗത്യത്തെ തിരിച്ചറിഞ്ഞുകൊണ്ടുള്ള വിമർശനസമീപനങ്ങളും ഒപ്പമുള്ള സ്വാംശീകരണ ശ്രമങ്ങളും ഇവിടെ ഉയർന്നുവന്നിരുന്നു. ദേശീയപ്രസ്ഥാനത്തിന്റെ വിദ്യാഭ്യാസസമീപനം മുന്നോട്ടു വച്ചത് ഇത്തരത്തിലൊരു സമന്വയ-സ്വാംശീകരണ പദ്ധതി യാണ്. പാരമ്പര്യത്തിന്റെ മികവുകളേയും ആധുനിക വിജ്ഞാന ത്തേയും ഇണക്കിനിർത്താനുള്ള ശ്രമങ്ങളാണ് സ്വതന്ത്രഭാരതത്തിലെ വിദ്യാഭ്യാസ സമീപനത്തിന്റെ ആധാരമായി വിഭാവനം ചെയ്യപ്പെട്ടത്.

എന്നാൽ ആധുനികജ്ഞാനത്തിന്റെ അധിനിവേശാത്മകസ്വഭാവം ബ്രിട്ടന്റെ രാഷ്ട്രീയാധിപത്യത്തോടു മാത്രം ബന്ധപ്പെട്ട ഒന്നല്ലെന്ന തിരിച്ചറിവോടെ അതിനെ വിമർശനവിധേയമാക്കാനുള്ള ശ്രമങ്ങളും ദേശീയപ്രസ്ഥാനത്തിനുള്ളിൽത്തന്നെ നിലനിന്നിരുന്നു. ആധുനിക ജ്ഞാനത്തിന്റെ പ്രയോഗത്തെയല്ല, മറിച്ച്, അതിന്റെ ആധാര സ്വരൂപ ത്തെത്തന്നെ ഈ നിലപാട് വിമർശനവിധേയമാക്കി. മുഖ്യമായും ഗാന്ധി യൻ വിദ്യാഭ്യാസ സമീപനങ്ങളിലൂടെയാണ് ഈ വിമർശനധാര നിലവിൽവന്നത്. ആധുനികമായ യുക്തിവിചാരവും പ്രപഞ്ച ദർശനവും ഭാഷാ സമീപനവും എങ്ങനെയെല്ലാം അധിനിവേശപരമായ താൽപര്യ ങ്ങളെ സംഗ്രഹിക്കുന്നു എന്നതിനെക്കുറിച്ച് പല ചോദ്യങ്ങളും അത് ഉന്നയിച്ചു. ആധുനികീകരണത്തെ ഏകമുഖമായ ഒരു സ്വീകരണ-നിരാകരണപ്രക്രിയയായി കാണാതെ അതിലെ ആന്തരവൈരുദ്ധ്യങ്ങളെ വെളിപ്പെടുത്തുന്നതിൽ ഈ ഇടപെടലുകൾക്ക് കഴിഞ്ഞിട്ടുണ്ട്.

ഖസാക്കിലെ ജ്ഞാനവിനിമയങ്ങൾ

ആധുനികീകരണവും ജ്ഞാനവ്യവഹാരങ്ങളും തമ്മിലുള്ള ഇത്തരം സംഘർഷാത്മകവിനിമയങ്ങളുടെ അടിത്തറയിൽക്കൂടിയാണ് *ഖസാക്കിന്റെ ഇതിഹാസം* നിലനില്ക്കുന്നത്. *ഖസാക്കിന്റെ* അനുഭൂതി ലോകത്തെ സാദ്ധ്യമാക്കുന്ന ആധുനികീകരണത്തിന്റെ ആന്തരവൈരു ദ്ധ്യങ്ങൾ ബീജരൂപത്തിൽ സംഗ്രഹിക്കപ്പെട്ടിട്ടുള്ളത് ജ്ഞാനവ്യവഹാര ത്തിന്റെ തലത്തിലാണ്. ഇങ്ങനെ പറയുന്നതിനർത്ഥം *ഖസാക്ക്* ആധു നികവും ആധുനികപൂർവ്വവുമായ വിദ്യാഭ്യാസ വ്യവസ്ഥകൾ തമ്മിലുള്ള സംഘർഷത്തിന്റെ കഥയാണെന്നല്ല. ('ബൻഗർവാടി'യുടെ അനുകരണ മാണ് *ഖസാക്ക്* എന്ന പഴയ ബാലിശമായ വാദത്തിന്റെ തുടർച്ചയ്ക്ക പ്പുറം. അതിലൊന്നുമുണ്ടാകില്ല.) പ്രമേയത്തിന്റെ ബീജരൂപമോ കഥാസംഗ്രഹമോ അല്ല പ്രത്യയശാസ്ത്ര ഏകകം. മറിച്ച് പ്രമേയവും പ്രമേയ പരിചരണവും ഉൾപ്പെടെയുള്ള ആഖ്യാനഘടകങ്ങളെ ഭൗതികമായൊരു ചരിത്ര-സാമൂഹികബന്ധത്തിൽ ഉൾപ്പെടുത്തിക്കൊണ്ട്,

ആഖ്യാനത്തിന്റെ ആന്തരികഘടനയായി വർത്തിക്കുകയാണ് അത് ചെയ്യുന്നത്. ഈ അടിസ്ഥാനതലത്തിൽവച്ച് പരിഹരിക്കാനാവാത്ത യഥാർത്ഥവൈരുദ്ധ്യങ്ങൾക്ക്, സ്ഥാനാദേശത്തിലൂടെ, രാഷ്ട്രീയചരിത്രത്തിന്റെ മേഖലയിൽ ഭാവനാത്മകപരിഹാരം നിർദ്ദേശിക്കുകയാണ് ആഖ്യാനംചെയ്യുന്നത്. ഈ നിലയിൽ അപരിഹാര്യമായ വർഗ്ഗസംഘർഷങ്ങളെ അടയാളപ്പെടുത്തിക്കൊണ്ട് *ഖസാക്കിന്റെ* ആന്തരഘടനയെ നിർണ്ണയിക്കുന്നത് ജ്ഞാനം ജ്ഞാന വിനിമയം എന്ന പ്രമേയം/രൂപകമാണ്.

ഖസാക്കിലെ ജ്ഞാനവിനിമയത്തിന്റെ പൂർവ്വരൂപങ്ങൾ രണ്ടും പുതിയ ഏകാദ്ധ്യാപകവിദ്യാലയത്തിന്റെ വിപരീതങ്ങളാണ്. മൊല്ലാക്കയുടെ ഓത്തുപള്ളിയും ഗോപാലുപണിക്കരുടെ എഴുത്തു പള്ളിയും. ഓത്തുപള്ളിയിൽ റാവുത്തർ കുട്ടികളും എഴുത്തുപള്ളിയിൽ സനാതനികളും പഠിക്കുന്ന പാഠങ്ങൾ ആധുനികമായ ജ്ഞാന വ്യവസ്ഥയിൽ വേരുള്ളവയല്ല. ഷെയ്ഖ് തങ്ങളുംകൂടെ ആയിരം തങ്ങന്മാരും താവളമടിച്ച പനങ്കാടിന്റെ കഥയാണ് മൊല്ലാക്ക കുട്ടികളെ പഠിപ്പിച്ചത്. എഴുത്തുപള്ളിയിലാകട്ടെ സനാതനികളായ കുട്ടികൾ പൂഴിയിലെഴുതിപ്പഠിച്ചു. നിയതമായ അർത്ഥത്തിൽ ഇവ രണ്ടും നാടുവാഴിത്തപരമായ ജ്ഞാന വ്യവസ്ഥയിലേക്കുള്ള വഴികളാണ്. ആധുനികമായ നോട്ടത്തിൽ യുക്ത്യതീതമായി അനുഭവപ്പെടുമെങ്കിലും ഓത്തുപള്ളിയും എഴുത്തുപള്ളിയും ചരിത്രമുക്തമായ സ്ഥാപനങ്ങളല്ല. ഫ്യൂഡൽ അധികാരബന്ധങ്ങളുടേയും ലോകാവബോധത്തിന്റേയും, സമകാലികമായി ഒട്ടും പ്രയോഗക്ഷമതയില്ലാത്ത, അവശിഷ്ട രൂപങ്ങളായി അവയെ കാണാം. ഭൗതികാവസ്ഥയിൽ ഇവയുടെ തുടർച്ചപോലെയാണെങ്കിലും രവി എത്തിപ്പെടുന്ന ഏകാദ്ധ്യാപക വിദ്യാലയം അവബോധപരമായി ഈ സ്ഥാപനങ്ങൾക്കെതിരാണ്. മറുഭാഗത്ത് ലോകബോധപരമായി ഏകാദ്ധ്യാപക വിദ്യാലയത്തിന്റെ തുടർച്ചയായിരിക്കുമ്പോൾത്തന്നെ, പ്രായോഗികമായി അതിനെതിരു നില്ക്കുന്ന കേലൻമാസ്റ്ററുടെ പ്രാഥമിക വിദ്യാലയം ഖസാക്കിനു പുറത്ത് കൂമൻകാവിൽ നിലകൊള്ളുന്നുണ്ട്. ഖസാക്കിൽനിന്ന് കുറച്ചെങ്കിലും കുട്ടികൾ അവിടേക്കു പോകുന്നുമുണ്ട്. ഇങ്ങനെ ഖസാക്കിലെ ജ്ഞാനവിനിമയം സങ്കീർണ്ണമായ ഒരു പരസ്പരബന്ധത്തിനുള്ളിൽ വർത്തിക്കുന്നതായി കാണാം. രവിയുടെ ഏകാദ്ധ്യാപകവിദ്യാലയത്തിൽ നിന്ന് കേലന്റെ സ്കൂളിലേക്ക് കുട്ടികളെ പറഞ്ഞു വിടാൻ മൊല്ലാക്ക പണം പറ്റുന്നതായി മാധവൻനായർ പറയുന്നുണ്ട്. മൊല്ലാക്കയ്ക്ക് ഏകാധ്യാപകവിദ്യാലയത്തോടുള്ള എതിർപ്പിനോടൊപ്പം, പുതിയ മൂല ധനത്തിന്റേയും മൂലധനാധിഷ്ഠിതമായ ജ്ഞാനവിതരണത്തിന്റേയും ലോകം ഖസാക്കിലേക്ക് കടന്നുകയറുന്നതിന്റെകൂടി അടയാളമാണത്. മലമ്പുഴച്ചാല് വെട്ടുന്നതിനായി വന്ന പണമാണ് കേലൻമാസ്റ്ററുടെ സ്കൂളിനെ പച്ചപിടിപ്പിച്ചത്. പത്തു കൊല്ലത്തെ സ്കൂൾ കച്ചവടത്തിൽ നിന്ന് നൂറുപറ നിലവും ഒരു പത്തായപ്പുരയും കേലൻ സ്വന്തമാക്കി. ആധുനികീകരണത്തിന്റെ ഉപകരണ വിധാനങ്ങൾക്കൊപ്പം അതിന്റെ ജ്ഞാനവ്യവസ്ഥയും കൂമൻകാവിൽ

വളരുകയായിരുന്നു. കൂമൻ കാവിൽനിന്ന് ആറുനാഴിക അകലെയുള്ള ഖസാക്കിലേക്ക് ഈ രാഷ്ട്ര പദ്ധതികൾ പതിയെപ്പതിയെ കടന്നുകയറി ക്കൊണ്ടിരുന്നു. ഈ കടന്നുകയറ്റം ഉളവാക്കുന്ന സംഘർഷങ്ങളാണ് ഒരുഭാഗത്ത് ഓത്തുപള്ളിയും ഏകാദ്ധ്യാപക വിദ്യാലയവും തമ്മിലും, മറുഭാഗത്ത് ഏകാദ്ധ്യാപകവിദ്യാലയവും കേലൻ മാസ്റ്ററുടെ പ്രാഥമിക വിദ്യാലയവും തമ്മിലും വികസിച്ചുവരുന്നത്. വിശാലാർത്ഥത്തിൽ രവി യുടെ ഏകാദ്ധ്യാപകവിദ്യാലയം ഒരു ഇടനിലയാണ്. ഖസാക്കിലെ ഓത്തുപള്ളിക്കും കൂമൻകാവിലെ പ്രാഥമികവിദ്യാലയത്തിനുമിടയിൽ, ഫ്യൂഡൽ അവശിഷ്ടങ്ങളുടേയും ആധുനികരാഷ്ട്രപദ്ധതികളുടേയും നടുക്ക്, അവയോട് ഇണങ്ങിയും ഇടഞ്ഞും നിലകൊള്ളുന്ന പ്രവൃത്തി ലോകം.

ഏകാദ്ധ്യാപകവിദ്യാലയത്തിലെ പഠനപദ്ധതിയിലും പാഠ്യ ക്രമത്തിലും ഈ ഇടനില തുടരുന്നത് കാണാം. അവിടെ രവി ഇന്ത്യാ ചരിത്രം പഠിപ്പിക്കുന്നു. മുഗളന്മാർ ഇന്ത്യയിലേക്കു വന്നതിനെക്കുറിച്ച് പറയുന്ന വേളയിൽ മീർ അലം ഖാൻ നടത്തുന്ന സാദൃശ്യകല്പനയ്ക്ക് ഈ പ്രകരണത്തിൽ പ്രാധാന്യമുണ്ട്. തങ്ങളുടെ പൂർവ്വികനായ സെയ്യ്ദ് മിയാൻ ഷെയ്ഖ്തങ്ങൾ ഇന്ത്യയിലേക്കു വന്നതുപോലെയാണ് മുഗളന്മാർ ഇന്ത്യയിലെത്തിയതെന്ന് അലംഖാൻ പറയുന്നു. ചരിത്രം എന്ന ആധുനികജ്ഞാനരൂപം മിത്തുകളുടെ മായികലോകത്ത് വിലയം പ്രാപിക്കുന്നു. വിദ്യാലയത്തിൽ ചരിത്രപുസ്തകങ്ങൾ ഇല്ലായിരുന്നു വെന്ന് നോവൽ എടുത്തു പറയുന്നുണ്ട്. ഭൂതകാലത്തെ വ്യവസ്ഥാ പിതമായ ക്രമങ്ങളിലേക്കും സയുക്തികമായ പൂർവ്വാപരബന്ധങ്ങളി ലേക്കും മാറ്റിയെഴുതുന്ന ആധുനിക ജ്ഞാനവിനിമയമാണ് ചരിത്രം. ഖസാക്കിൽ ആധുനികമായ ഈ ജ്ഞാനവ്യവഹാരത്തിന്റെ പദവി ചരിത്രത്തിന് നഷ്ടമാകുന്നു. പ്രാചീനമായ മായികതയുടെ ലോകമായി ആധുനികചരിത്രം അവിടെ രൂപംമാറുന്നു. മുഗളരാജാവിന്റെ ചിത്ര ത്തോടൊപ്പം രവി ഷെയ്ഖിന്റെ ചിത്രവും വരയ്ക്കുന്നു. ഷെയ്ഖിന്റെ ചിത്രം മൊല്ലാക്കയുടേതായി പരിണമിക്കുകയും ചെയ്യുന്നു. ഇങ്ങനെ ചരിത്രവും മിത്തും വർത്ത മാനവും അവിടെ കൂടിക്കുഴയുന്നു.

ചരിത്രം വർത്തമാനവുമായി ഇടകലർന്ന് ഉപഹാസഭരിതമായ 'കഥ'യായിത്തീരുന്ന മറ്റൊരു സന്ദർഭം അപ്പുക്കിളിയുടെ ജടയിൽ പേൻ വളരുന്നതിന്റേതാണ്. അജ്ഞാതവാസം കഴിഞ്ഞ് സ്കൂളിൽ മടങ്ങി യെത്തിയ അപ്പുക്കിളിയുടെ തലയിൽ പേൻപടർന്നതിനെ ആര്യന്മാരുടെ ഇൻഡ്യയിലേക്കുള്ള വ്യാപനത്തിന്റെ ചരിത്രവുമായി രവി ചേർത്തു വയ്ക്കുന്നു. കുഞ്ഞാമിന ചൊലയുമ്മയ്ക്ക് 'ആര്യാഗമന' ത്തിന്റെ ഈ കഥ പറഞ്ഞുകൊടുക്കുന്നുമുണ്ട്. ഇവിടേയും ആധുനികമായ അഭി ജ്ഞാനവ്യവസ്ഥയുടെ പിൻമടങ്ങലിന്റെ സൂചനയാണുള്ളത്. ചരിത്ര ത്തിന്റെ 'യാഥാർത്ഥ്യങ്ങൾ' ഖസാക്കിൽ എത്രയും നിരർത്ഥകമായി ത്തീരുന്നു. നിത്യജീവിതത്തിന്റെ ലളിതസാധാരണതകളിൽ ചരിത്ര ത്തിന്റെ ഗഹനഗൗരവങ്ങൾ വിലയംപ്രാപിക്കുന്നു.

ഇതേ അനുഭവത്തിന്റെ മറ്റൊരു തലമാണ് കുട്ടാടൻപൂശാരി യുടേയും അപ്പുക്കിളിയുടേയും പഠനത്തെക്കുറിച്ചുള്ള വിവരണങ്ങളിൽ തെളിയുന്നത്. രാമപ്പണിക്കരച്ചന്റെ എഴുത്തുപള്ളിയിൽ മാ+എൻ = മായൻ എന്ന് കൂട്ടിവായിച്ച് 'അപ്രാപ്യമായ അക്ഷരമാലയുടെ' മുന്നിലിരുന്ന കുട്ടാടനാണ് പിന്നീട് ഖസാക്കിലെ വെളിപാടുകാരനാവുന്നത്. കുട്ടാടന് കീഴടക്കാൻ കഴിയാതെപോയ 'അനിവാര്യത' വാസ്തവത്തിൽ ഖസാക്കിൽ കീഴടങ്ങിയ ആധുനികതയാണ്. സയുക്തികവും ഭദ്രവുമായ ആധുനിക ജ്ഞാനം. ഏകാദ്ധ്യാപകവിദ്യാലയത്തിന്റെ ചുവരിൽ അപ്പുക്കിളി എഴുതി നിറയ്ക്കുന്ന 'ഠ'കാരങ്ങളുടെ സൂചനയും ഇതു തന്നെയാണ്. പത്തുകൊല്ലം മുൻപ് മാധവൻനായർ പഠിപ്പിച്ച 'ഠ'കാര മാണ് അപ്പുക്കിളി ആവർത്തിക്കുന്നത്. കാലത്തിൽ വളരാത്തതും തളരാത്തതുമായ കേവലതയുടെ ലോകമാണത്. ഒപ്പം ആ കേവലതയുടെ അക്ഷരവടിവും. കണ്ണുകാണാതായ കടച്ചിക്കൊല്ലൻ വേദം പറഞ്ഞുതുടങ്ങിയ പൂർവ്വ കഥകൊണ്ട് മാധവൻ നായർ ഇതിന് ന്യായവാദമൊരുക്കുകയും ചെയ്യുന്നു. പ്രാചീനവും അതീതവുമായ ഒരഭിജ്ഞാന വ്യവസ്ഥയുടെ വ്യാകരണംപോലെയായിത്തീരുന്ന അപ്പുക്കിളിയുടെ 'ഠ'കാരങ്ങൾ, ഖസാക്കിൽ റദ്ദായിപ്പോകുന്ന ആധുനിക ജ്ഞാനത്തിന്റെ അടയാളമാണ്. ജർമ്മൻപത്രത്തിലെ അക്ഷരങ്ങൾ ഇംഗ്ലീഷായി വായിച്ചെടുത്ത് രവിയുടെ അനഭിജ്ഞത ഉറപ്പുവരുത്തുന്ന അപ്പാമുത്തുവും അലിയാരും ഇതിന്റെ തുടർച്ചയാണ്. കവറപ്പേച്ചിന്റെ പെരുമയെക്കുറിച്ചുള്ള അവരുടെ വിശ്വാസം ഖസാക്കിലെ ആദിമജ്ഞാനവ്യവസ്ഥയുടെ വ്യാഖ്യാനം കൂടിയാണ്. ലിപികളില്ലാത്ത കവറപ്പേച്ച് മലമ്പരുവകളിൽ കുടുങ്ങിനിന്ന മനുഷ്യാത്മാക്കളുടെ കഥമാത്രം പറയുന്നു. അക്ഷരവ്യവസ്ഥകളുടേയും ലിപിവിന്യാസത്തിന്റേയും ലോകത്തിനു പുറത്ത് ആദിമമായൊരു ഗൂഢ വ്യവഹാരത്തിന്റെ ഭാഷയായി അത് നിലകൊള്ളുന്നു. ഖസാക്കിലെ ജ്ഞാനവിനിമയത്തിന്റെ ലോകവും ഇത്തരത്തി ലൊന്നാണ്.

ആധുനികമായ ജ്ഞാനത്തിന്റേയും ജ്ഞാനവ്യവഹാരങ്ങളുടേയും പരാജയം ഖസാക്കിൽ ഔപചാരികമായ അദ്ധ്യാത്മജ്ഞാനത്തിന്റെ വിജയമായി പരിണമിക്കുന്നില്ല എന്നതും ശ്രദ്ധേയമാണ്. നോവലിന്റെ തുടക്കം മുതൽതന്നെ ആധുനികവും ഔപചാരികവുമായ അദ്ധ്യാത്മ ജ്ഞാനം പരിഹാസവിഷയമായിത്തീരുന്നതു കാണാം. ബോധാനന്ദന്റെ ആശ്രമവും അവിടത്തെ അന്തേവാസിനികളുമായുള്ള രവിയുടെ ബന്ധവും മാറിയുടുത്ത കാവിക്കച്ചയുമൊക്കെ ഇതിന്റെ സൂചകങ്ങളാണ്. എന്നാൽ ഇതിനുമപ്പുറം ഔപചാരികമായ അദ്ധ്യാത്മജ്ഞാനത്തിന്റെ പരാജയത്തിന്റെ പ്രതിനിധിയായി നോവലിൽ പ്രത്യക്ഷപ്പെടുന്ന കഥാ പാത്രമാണ് മാധവൻനായർ. അമ്മയ്ക്ക് തന്നോടു തോന്നുന്ന രതിതാൽപര്യങ്ങളിൽ വിഷണ്ണനായി സന്ന്യാസത്തിന് പുറപ്പെടുന്നയാളാണ് അയാൾ. ആ വഴിയുപേക്ഷിച്ച് ഖസാക്കിൽ മടങ്ങിയെത്തുമ്പോൾ അയാളുടെ വീട് 'പലരും വന്നുപോകുന്ന' ഇടമായിക്കഴിഞ്ഞിരുന്നു. മാധവൻനായരുടെ അദ്ധ്യാത്മ പ്രയാണം അയാളുടെ അമ്മയുടെ രതിവേഗങ്ങളുടെ ഉപാധിയായിത്തീരുന്നു. തുടർന്ന് ഖസാക്കിൽ അയാൾ

ജീവിക്കുന്ന ജീവിതവും പഴയ അദ്ധ്യാത്മത്തിന്റെ വിപരീതമാണ്. വാസ്തവത്തിൽ രവിയുമായി ആത്മീയസാഹോദര്യം പങ്കിടുന്ന ഒരു കഥാപാത്രമാണയാൾ. രവി അസ്ട്രോഫിസിക്സിൽ നിന്നാണെങ്കിൽ മാധവൻ നായർ അദ്ധ്യാത്മജ്ഞാനത്തിൽനിന്നാണ് ഖസാക്കിലേക്ക് എത്തുന്നത്. ആധുനികമായ ജ്ഞാനവ്യവഹാരത്തിന്റെ പരാജയസ്ഥാനമെന്ന പദവി തന്നെയാണ് അയാളും ഖസാക്കിൽ കൈയാളുന്നത്. രവിയുടെ ആലോചനകളിലും ആഖ്യാനത്തിന്റെ പദാവലികളിലും അവിടവിടെയായി വന്നുപോകുന്ന യോഗാത്മകപദാവലികൾ ആത്മീയതയുടെ കേവല മാർഗ്ഗത്തിൽ ചെന്ന് ചേക്കേറുന്നതിനെ തടയുന്ന ഊർജ്ജകേന്ദ്രമാണ് മാധവൻനായർ എന്ന കഥാപാത്രം. പില്ക്കാലത്ത് വിജയൻ, മാധവൻ നായരുടെ ആദിരൂപമായ കേളനിൽ ('ദൈവജ്ഞനായ ക്ഷുരകൻ', ഇതിഹാസത്തിന്റെ ഇതിഹാസം) അദ്വൈതബോധം ഉറപ്പിച്ചെടുക്കുന്നുവെങ്കിലും ഈ അദ്വൈതം നോവലിൽ ഫലപ്രാപ്തിയിലെത്തുന്നില്ല. വിജയന്റെ പില്ക്കാല അദ്ധ്യാത്മമോഹങ്ങളെ തകർക്കാൻപോന്ന വിധ്വംസകമായ ഊർജ്ജം മാധവൻനായർ നോവലിൽ നിലനിർത്തുന്നുണ്ട്. ആദ്ധ്യാത്മികതയുടെ പ്രശാന്തതയിൽ കൂടണയാനനുവദിക്കാതെ ഖസാക്കിനെ അയാൾ അസ്വസ്ഥമാക്കുന്നു.

ഖസാക്കിലെ ജ്ഞാനവ്യവഹാരത്തിന്റെ മികച്ച സാക്ഷ്യങ്ങളിലൊന്നാണ് രവി കുട്ടികൾക്ക് പറഞ്ഞുകൊടുക്കുന്ന പരിണാമത്തിന്റെ കഥ. ഓന്തുകൾക്കും ദിനോസോറുകൾക്കും മുൻപ് നടക്കാനിറങ്ങിയ ജീവബിന്ദുക്കളുടെ കഥ. നോവലിന്റെ ഒന്നാമദ്ധ്യായത്തിൽ കാക്കകൾ 'റ്ററാഡാക്റ്റൈലുകളെപ്പോലെ' പറന്നുയരുന്നത് തിരിച്ചറിയുന്ന രവിയാണ് പരിണാമത്തിന്റെ ഈ കഥയും പറയുന്നത്. അതീതാനുഭൂതികളുടെ ലോകത്തിലേക്ക് ആധുനികശാസ്ത്രത്തിന്റെ വ്യാഖ്യാന പദ്ധതിയെ കൂട്ടിയിണക്കിക്കൊണ്ടാണ് ഈ കഥ മുന്നേറുന്നത്. ഒടുവിലത് ആദിമമായ ഒരു വഴിപിരിയലിന്റെ കഥയായി, കർമ്മപരമ്പരകളുടെ സ്നേഹരാഹിത്യമായി, അകൽച്ചയും ദുഃഖവും മാത്രമുള്ള കഥയായി ത്തീരുന്നു. ഇതിനു തൊട്ടുമുൻപ് പുനർജ്ജന്മത്തിന്റെ പടവുകൾ പിന്നിടുന്ന മനുഷ്യാവസ്ഥയെക്കുറിച്ച് കുഞ്ഞാമിനയും കരുവും മറ്റും പലതും കണ്ടെത്തുന്നുമുണ്ട്. 'മൊല്ലാക്ക ഊറാമ്പുലിയാകും' എന്ന് ഉറപ്പിക്കുന്ന കുഞ്ഞാമിനയിൽനിന്നാണ് രവി പരിണാമത്തിന്റെ കഥയിലേക്കു വരുന്നത്. കുഞ്ഞാമിനയുടേയും കരുവിന്റേയും മറ്റും മിത്തിക്കൽ ബോധഘടനയിലേക്കും പരിണാമകല്പനകളിലേക്കും രവിയുടെ ശാസ്ത്രജ്ഞാനം പടിപടിയായി പരിണമിച്ചെത്തുകയാണിവിടെ. പിന്നാലെ അയാളുടെ ഓർമ്മയിൽ ഗീതഗോവിന്ദത്തിലെ ദശാവതാരവർണ്ണന വന്ന് നിറയുകയും ചെയ്യുന്നു. ശാസ്ത്രവും ചരിത്രവും മിത്തുകളും വർത്തമാനവും ഇടകലർന്നുനില്ക്കുന്ന ഖസാക്ക് എന്ന ഉഭയലോകത്തിന്റെ തുടർച്ചയാണ് ഇത്. ജീവിവർഗ്ഗങ്ങളുടെ പരിണാമചരിത്രവും, ഖസാക്കിലെ നിത്യജീവിതവും, മതാത്മകമായ പൗരാണികധ്വനികളും കൂടിക്കലരുന്ന ഒരു അപരലോകം. ആധുനികീകരണത്തിന്റെ സാമൂഹികബലങ്ങളും അതുളവാക്കുന്ന സംഘർഷങ്ങളും ഈ ഉഭയലോകത്തിന്റെ മേലടരിൽ

റദ്ദായിപ്പോകുന്നു. പകരം സ്ഥല-കാലബന്ധങ്ങളിൽ നിന്നു വിടുതി നേടിയ കേവലതയുടെ പ്രാചീനലോകം അവിടെ ഉയർന്നു വരുന്നു. അപ്പോഴും 'റ്റെറാഡാക്റ്റൈലുകൾ' ഉയർന്നുപറക്കുന്ന ആധുനികതയുടെ ജ്ഞാനപദ്ധതികളും ജീവിതബന്ധങ്ങളും ഖസാക്കിന്റെ അടിയടരിൽ സന്നിഹിതമായിരിക്കുകയും ചെയ്യുന്നു.

രവി ഖസാക്കിലേക്ക് കൊണ്ടുവരുന്ന പുസ്തകങ്ങളുടെ ഒരു പട്ടിക നോവലിന്റെ തുടക്കത്തിൽ അവതരിപ്പിക്കപ്പെട്ടിട്ടുണ്ട്. *ഖസാക്കിലെ* ജ്ഞാന വ്യവസ്ഥയിലെ കുഴമറിച്ചിലുകളുടെ ആദ്യ അടയാളമാണത്. 'ഭഗവദ്ഗീത, പ്രിൻസ് തിരുവങ്കുളം, റിൽക്കെ, മുട്ടത്തുവർക്കി, ബോദ്ലേർ' എന്നിങ്ങനെ ഒന്ന്. *ഖസാക്കിലെ* ബഹുസ്വരാത്മക ലോകത്തിന്റെ സൂചകം എന്നതോടൊപ്പം നോവൽ ലക്ഷ്യമാക്കുന്ന ഭാവനാത്മകപരിഹാരത്തിന്റെ സൂചകമായും ഈ പട്ടികയെ പരിഗണിക്കാം. നിയതമായ ഒരു അർത്ഥ വ്യവസ്ഥയേയും ലക്ഷ്യമാക്കാത്ത ഒരു കലക്കമായി, അർത്ഥശൂന്യതയോ അസംബന്ധമോ ആയി, പരിണമിക്കുന്ന ജ്ഞാന വ്യവഹാരത്തെയാണ് ഈ പട്ടിക അടയാളപ്പെടുത്തുന്നത്. ആധുനികമായ ആത്മീയജ്ഞാനവും ജനപ്രിയാഭിരുചികളും ഗഹനസാഹിത്യവും ഒരുപോലെ അർത്ഥരഹിതമോ നിരാധാരമോ ആയിത്തീരുന്ന ഒരനുഭവലോകമായി ഖസാക്ക് മാറിത്തീരുന്നു. എന്നാൽ ജുറാസികജ്ഞാനവും താരഭൗതികസമസ്യകളും ഏകാദ്ധ്യാപകവിദ്യാലയത്തിൽനിന്നുള്ള പഠന-വിനോദയാത്രയും ഇംഗ്ലീഷ് പഠനവും മറ്റുമായി ആധുനികജ്ഞാനവ്യവഹാരത്തിന്റെ ഒരു കീഴടരും ഖസാക്കിൽ നിലനില്ക്കുന്നുണ്ട്. ഈ ഇരുലോകങ്ങൾ തമ്മിലുള്ള വൈരുദ്ധ്യം, വാസ്തവത്തിൽ, *ഖസാക്കിൽ* പരിഹൃത മാവുന്നില്ല. രാഷ്ട്രീയചരിത്രത്തിന്റെ മേഖലയിൽ ഭാവനാത്മകമായി പരിഹാരം നിർദ്ദേശിക്കപ്പെട്ട സാമൂഹികസംഘർഷങ്ങൾ ആഖ്യാനത്തിൽ തുടരുന്നതിന്റെ പ്രതീകസംഗ്രഹമാണിത്.

ഇങ്ങനെ, രാഷ്ട്രീയചരിത്രത്തിന്റെ ആർത്ഥികചക്രവാളത്തിൽ ഭാവനാത്മക പരിഹാരം നിർദ്ദേശിക്കപ്പെട്ട സാമൂഹികവൈരുദ്ധ്യങ്ങളുടെ ബീജരൂപമായി ജ്ഞാനം/ജ്ഞാനവിനിയമം എന്ന രൂപകം/പ്രമേയം ആഖ്യാനത്തിൽ വർത്തിക്കുന്നു. ഖസാക്കിന്റെ മായികത ആ വൈരുദ്ധ്യങ്ങളെ ഇല്ലാതാക്കുന്നില്ല. രാഷ്ട്രീയചരിത്രത്തിന്റെ ആർത്ഥികചക്രവാളത്തിൽനിന്നും പിൻവാങ്ങിയ സംഘർഷങ്ങളുടേയും വൈരുദ്ധ്യങ്ങളുടേയും ലോകം കനൽമൂടിക്കിടക്കുന്ന മേഖലയാണത്. പാഠത്തിന്റേയും പാരായണത്തിന്റേയും പ്രത്യക്ഷതയിൽനിന്നു പിൻവലിഞ്ഞ് ആഖ്യാനത്തിന്റെ അബോധമായി അതു വർത്തിക്കുന്നു. ഖസാക്കിൽ ബാക്കി നിൽക്കുന്ന സാമൂഹികവൈരുദ്ധ്യങ്ങളെ അത് ആഖ്യാനത്തിന്റെ അബോധത്തിൽ സംഗ്രഹിക്കുകയും ചെയ്യുന്നു.

മൂന്ന്: രൂപവും പ്രത്യയശാസ്ത്രവും

സാംസ്കാരികപാഠങ്ങളിൽ സന്നിഹിതമായിരിക്കുന്ന പ്രത്യയശാസ്ത്രത്തിന്റെ അഗാധമേഖലയാണ് രൂപം (form). ചരിത്രത്തിന്റെ അടിസ്ഥാന യാഥാർത്ഥ്യം—ഉൽപാദനവ്യവസ്ഥകളുടെ ചരിത്രം—

പാഠത്തിൽ ഇടം കണ്ടെത്തുന്നത് അവിടെയാണെന്ന് ജയിംസൺ പറയുന്നുണ്ട്. രാഷ്ട്രീയചരിത്രത്തിന്റേയും സാമൂഹികചരിത്രത്തിന്റേയും ആർത്ഥികചക്രവാളങ്ങളിൽ തെളിഞ്ഞുവരാത്ത സൂചനാവ്യവഹാര മാണത്. 'ഉൽപാദനരീതികളുടെ അടയാളങ്ങളായി പരിഗണിക്കാവുന്ന വ്യത്യസ്ത ചിഹ്നവ്യവസ്ഥകളുടെ സഹവർത്തനത്തിലൂടെ സംപ്രേ ഷണം ചെയ്യപ്പെടുന്ന പ്രതീകാത്മകസന്ദേശങ്ങൾ' പാഠത്തിൽനിന്നു കണ്ടെടുക്കലാണ് രാഷ്ട്രീയാബോധവിശകലനത്തിന്റെ അന്തിമലക്ഷ്യം. പാഠത്തിലെ ചിഹ്നവ്യവസ്ഥകളെ ഉൽപാദനരീതികളുമായി ചേർത്തുവച്ച് ചരിത്രത്തിന്റെ അടിസ്ഥാനബലങ്ങൾ പാഠത്തിൽ സന്നിഹിതമായിരി ക്കുന്ന തെങ്ങനെ എന്നാരായുക. ഇവിടെ രൂപം ഉള്ളടക്കംതന്നെയായി ത്തീരുന്നു. രൂപപരമായ പ്രക്രിയകളെ 'ഊറിക്കൂടിയ ഉള്ളടക്ക'മായി പരിഗണിച്ചുകൊണ്ട് അവയിലുൾ ച്ചേർന്ന പ്രത്യയശാസ്ത്ര വിവക്ഷകൾ കണ്ടെടുക്കുന്നതിലൂടെ പാഠത്തിലെ ചരിത്രബന്ധങ്ങളുടെ അഗാധ തലവും തെളിഞ്ഞുകിട്ടും.

നോവൽ എന്ന സാഹിത്യരൂപം വർഗ്ഗപരമായ ഉള്ളടക്കമുള്ള ഒന്നാണെന്ന വസ്തുത ഇതിനകം പല തലങ്ങളിൽ ചൂണ്ടിക്കാണിക്ക പ്പെട്ടിട്ടുണ്ട്. ബൂർഷ്വാ സമുദായത്തിന്റെ സാഹിത്യരൂപമായി നോവലിനെ വിശദീകരിക്കുവാനുള്ള ശ്രമങ്ങളും ഏറെ നടന്നിട്ടുണ്ട്. നാടുവാഴിത്ത സാമൂഹികഘടനയിൽനിന്നും ലോകാവബോധത്തിൽനിന്നും വിടുതി നേടിക്കൊണ്ട് പുതുതായി ഉയർന്നുവന്ന സമൂഹത്തിന്റെ ഭാവനാ വ്യവഹാരമായാണ് നോവൽ മനസ്സിലാക്കപ്പെട്ടുപോരുന്നത്. 'ദൈവം നഷ്ടപ്പെട്ട ലോകത്തിന്റെ ഇതിഹാസ'മെന്ന കേൾവികേട്ട വിവരണം ഈ വിശദീകരണത്തിന്റെ സംഗ്രഹമാണ്. ആധുനികമായ പൊതുമണ്ഡല ത്തിന്റെ (public sphere) സംവാദാത്മകതയെ ആന്തരികമായി സ്വാംശീ കരിക്കുവാൻ കെല്പുള്ള സാഹിത്യഗണമായും നോവൽ മനസ്സിലാക്ക പ്പെട്ടുവരുന്നു.

നോവലിന്റെ ഈ പൊതുചരിത്രത്തോടൊപ്പം ഓരോരോ ഭാഷ യിലെയും നോവലിന്റെ സവിശേഷചരിത്രത്തോടും ഭാഷയിലെ തന്നെ ഇതര ഭാവനാ വ്യവഹാരങ്ങളുടെ ചരിത്രത്തോടും ബന്ധപ്പെട്ടു കൊണ്ടാണ് പുതിയ നോവലുകൾ പിറവിയെടുക്കുന്നത്. അങ്ങനെ വരു മ്പോൾ ചരിത്രബന്ധങ്ങളുടെ സങ്കീർണ്ണമായ ഒരടിപ്പടവ് എല്ലാ നോവലു കളിലും നിലീനമായിരിക്കുന്നു എന്നു കാണാം. നോവലിലെ പ്രമേയ ത്തിൽ ഇടപെടാതെതന്നെ, പാഠരൂപങ്ങളുടെ അതിർവരമ്പുക ളേയും ഭാവനാപരിധികളേയും നിർണ്ണയിക്കാൻ അവയ്ക്കു കഴിയും. ഒരു നോവലിന്റെയും രൂപശില്പത്തിന്, അതു മാത്രമായി നിലനിൽക്കാ നാവില്ല എന്നർത്ഥം.

ഖസാക്കിന്റെ രൂപശില്പത്തിന്റെ അയഞ്ഞ സ്വഭാവം ഏറെ മുൻപേ തന്നെ നിരൂപകശ്രദ്ധയിലുണ്ട്. നോവലിന്റെ ശീർഷകത്തിൽത്തന്നെ യുള്ള 'ഇതിഹാസം' എന്ന പ്രയോഗം, ഖസാക്കിന്റെ രൂപപരമായ സവിശേഷതകളിലേക്ക് തുറന്നു കിടക്കുന്നതായി വിശദീകരിക്കപ്പെട്ടിട്ടു മുണ്ട്. 'ഇതിഹാസ'മെന്ന ഈ സൂചകം നോവലിന്റെ ചരിത്രത്തിലെ

നിർണ്ണായകസമസ്യകളിലൊന്നിലേക്കെന്നപോലെ, ഖസാക്കിന്റെ അടിസ്ഥാനയാഥാർത്ഥ്യങ്ങളിലേക്കും തുറന്നുകിടക്കുന്നു. ഭാരതീയ പാരമ്പര്യത്തിൽ ഈ പദം പൊതുവേ ചരിത്രസൂചകമായ ഒന്നാണ്. ഇത് ഇപ്രകാരം സംഭവിച്ചു' (thus it happend) എന്ന് അർത്ഥം കല്പിക്കാവുന്ന പദമാണ് ഇതിഹാസം. പല ഇന്ത്യൻഭാഷകളിലും ചരിത്രം എന്ന ആധുനികജ്ഞാനവിഷയത്തെ സൂചിപ്പിക്കുന്ന പദമായി അത് നിലനിന്നു പോരുന്നു. അതേസമയംതന്നെ മിത്തിക്കൽ ഭൂതകാലത്തിന്റെ മഹാ വിസ്തൃതികളെ ഉള്ളിലൊതുക്കുന്ന ആഖ്യാനരൂപമായും ഇതിഹാസം പരിഗണിക്കപ്പെടുന്നു. ഇങ്ങനെ അന്യോന്യം അതിവർത്തിക്കുന്ന അർത്ഥ സൂചനകൾക്ക് ഒരുമിച്ചുനില്ക്കാനാകുന്ന ഒരു ഉഭയസ്വഭാവം ഈ വാക്കിനുണ്ട്. ചരിത്രബന്ധങ്ങളും പുരാവൃത്തവും തമ്മിലിണങ്ങുന്ന ഒരിടം. നിയതമായ ഒരു കേന്ദ്രമില്ലാതെ, ഉയർന്നും താഴ്ന്നും നീങ്ങുന്ന ഉപകഥകളിലൂടെ തുടരുന്ന ഒരാഖ്യാനപദ്ധതിയാണ് ഇതിഹാസ ങ്ങളുടേത്. അന്തിമമായി ഒന്നിലേക്ക് മുനകൂർത്തുചെല്ലുന്ന സംഭവ പരമ്പരകളുടെ ക്രമീകൃതവിന്യാസമല്ല അത്. പകരം, അഴിഞ്ഞു ചിതറി യതും പലപ്പോഴും വിദൂരബന്ധങ്ങളെമാത്രം ദ്യോതിപ്പിക്കുന്നതും ഒറ്റ യൊറ്റയായി നിലനില്ക്കാൻ കെല്പുള്ളതുമായ ആഖ്യാനഭാഗങ്ങളാണ് ഇതിഹാസത്തിലുള്ളത്. ഇതിഹാസത്തിന്റെ ആന്തരഘടനയിൽ ഉൾച്ചേർ ന്നിരിക്കുന്ന ഈ അപകേന്ദ്രീകരണസ്വഭാവത്താൽ, അഴിഞ്ഞു ചിതറുന്ന ഒരു ലോകാനുഭവത്തിന്റെ വാങ്മയമാവാൻ ഇതിഹാസത്തോളം കെല്പുള്ള മാതൃകാരൂപങ്ങൾ ഇല്ലെന്നുതന്നെ പറയാം. ഇതിഹാസ ങ്ങളുടെ കഥനപാരമ്പര്യത്തിൽനിന്ന് നോവൽ ഏറ്റെടുത്തതും ഇതു തന്നെയാണ്. ഇതിഹാസം എന്ന രൂപത്തിന്റെ മതാത്മക സ്വഭാവത്തെ മറികടന്നുകൊണ്ട്, അതിന്റെ ആന്തരികവ്യാപ്തിയെ സ്വാംശീകരിക്കുക യാണ് നോവൽ ചെയ്തത്. വിശാലവിസ്തൃതികളേയും ബഹുവിധ സമൂഹങ്ങളേയും ഏറ്റുവാങ്ങാൻപോന്ന ആഭ്യന്തരശേഷി നോവലിനു കൈവന്നതും ഇതിലൂടെയാണ്. അങ്ങനെ, നോവൽ പുതിയ ലോക ത്തിന്റെ ബഹുസ്വരതയുടെ വാഹകമായി.

പത്തൊമ്പതാംശതകത്തിൽ ഒരുകൂട്ടം നോവലുകൾ നോവലിനെ ആദിമദ്ധ്യാന്തപ്പൊരുത്തമുള്ള കഥയാക്കാൻ ശ്രമിച്ചുവെങ്കിലും ഏറെ വൈകാതെ തന്നെ നോവൽ ഈ സുനിശ്ചിതഘടനയെ മറികടന്നു. ക്ലാസ്സിക്കൽ -റിയലിസ്റ്റ് നോവലുകളുടെ കാലത്തുതന്നെ കുറുകി നില്ക്കുന്ന കേന്ദ്രീകൃതഘടനയിൽ നിന്നു വിടുതി നേടിയ, അഴിഞ്ഞു ചിതറിയ ലോകങ്ങൾ നോവലിൽ ഇടം കണ്ടെത്തി. ആധുനികമായ ലോകാവബോധത്തിന്റെ സയുക്തികതയെ നോവൽ ആന്തരികമായി പ്രശ്നവൽക്കരിക്കുകയായിരുന്നു. ഇതിന്റെ മികവാർന്ന ഉദാഹരണ മായാണ് ദസ്തയേവ്സ്കിയുടെ നോവലിലെ ബഹുസ്വരതയെ ബക്തിൻ ചൂണ്ടിക്കാണിച്ചത്. ആഖ്യാതാവിന്റേയോ മറ്റേതെങ്കിലുമൊരു കഥാ പാത്രത്തിന്റേയോ ലോകവീക്ഷണം ഇതര കഥാപാത്രങ്ങളുടെ ലോക വീക്ഷണത്തിനുമേൽ സർവ്വാധിപത്യം പുലർത്താത്ത ഒരു തുറന്ന ലോകം അവിടെ നിലകൊള്ളുന്നതായി ബക്തിൻ ചൂണ്ടിക്കാട്ടി. അന്തിമ

സന്ദേശമായി അവ ഒന്നും പറഞ്ഞുവയ്ക്കുന്നില്ല. ഒരു നിലപാടും അവിടെ ആധിപത്യം കൈയാളുന്നില്ല. വിവിധലോകങ്ങൾ, ലോക വീക്ഷണങ്ങൾ, തമ്മിൽത്തമ്മിൽ ഇടഞ്ഞും ഇണങ്ങിയും നിലനില്ക്കുന്ന ഒരു അനുഭൂതി മേഖലയാണ് ബഹു സ്വരാത്മക നോവലിന്റേത്.

സന്ദിഗ്ദ്ധമായ ബഹുസ്വരാത്മകത

ബഹുസ്വരാത്മകനോവലിന്റെ മികച്ച മലയാളമാതൃകയാണ് *ഖസാക്ക്* എന്ന് ഇപ്പോൾ പൊതുസമ്മതമുണ്ട്. ഈ ബഹുസ്വരാത്മകത യ്ക്ക് പ്രകടമായ പല തെളിവുകളും നോവലിൽനിന്നും ലഭിക്കുകയും ചെയ്യും. നോവലിന്റെ ഒന്നാമദ്ധ്യായത്തിൽ രവി അടുക്കിവയ്ക്കുന്ന പുസ്തകങ്ങൾ മുതൽ 'സത്തിയം പലത്' എന്ന പ്രമാണവാക്യംവരെ പലതും. ഏതെങ്കിലുമൊരു കഥാപാത്രത്തിന്റെ ലോക വീക്ഷണം ഇതര കഥാപാത്രങ്ങളുടെ ലോകവീക്ഷണത്തിനുമേൽ ആധിപത്യം പുലർ ത്തുന്നതും *ഖസാക്കിൽ* കാണാനാവില്ല. സുദൃഢവും അന്തിമവുമായ ലോകാവബോധം കൈയാളുന്ന ഒരു കഥാപാത്രവും *ഖസാക്കിലി*ല്ലെന്ന് പറയാം. ഖസാക്കിലെ പ്രാചീനബന്ധങ്ങളുടെ പ്രതിനിധിയായി പരിഗണി ക്കാവുന്ന മൊല്ലാക്കയിൽപ്പോലും സന്ദിഗ്ദ്ധമായ ഒരു നില രൂപപ്പെട്ടു വരുന്നുണ്ട്. നൈസാമലിയും രവിയുമായുള്ള മൊല്ലാക്കയുടെ ബന്ധ ങ്ങളിൽ അത് വ്യക്തമാണ്. ഏകാദ്ധ്യാപകവിദ്യാലയത്തിലെ അടിച്ചു തളിക്കാരന്റെ പണി ഏറ്റെടുത്തുകൊണ്ട് മൊല്ലാക്ക തന്റെതന്നെ ബോദ്ധ്യ ങ്ങളെ ഒരളവോളം നിരസിക്കുകയും ചെയ്യുന്നുണ്ട്. ഈ നിലയിൽ, സുനി ശ്ചിതമായ ലോകവീക്ഷണത്തിന്റെ അഭാവത്താൽ, ബഹുസ്വരാത്മക ജീവിതം നിലനിർത്തുന്ന ഇടമായി ഖസാക്കിനെ എളുപ്പം തിരിച്ചറി യാനാകും.

എന്നാൽ ബഹുസ്വരാത്മകതയുടെ ഈ പ്രത്യക്ഷലോകത്തെ നിലനിർത്തു മ്പോൾത്തന്നെ അതിനെ സന്ദിഗ്ദ്ധമാക്കുന്ന ഒരു ഘടകവും *ഖസാക്കി*ലുണ്ട്. *ഖസാക്കിലെ* ഭാഷയുടെ സവിശേഷമായ ചേരുവ യാണത്. ഖസാക്കിലെ പ്രാചീനതയ്ക്ക് അതീതപദവി നല്കുകയും പ്രാകൃതികമായ പ്രാദേശിക ജീവിതത്തിന്റെ ചിത്രീകരണമെന്നതിൽ നിന്ന് അതിനെ ഉയർത്തിനിർത്തുകയും ചെയ്യുന്നത് ഈ ചേരുവയാണ്. പരുക്കനായ പാലക്കാടൻ ജീവിതത്തിന്റെ ഒന്നാംതരം ചിത്രീകരണമായി *ഖസാക്കി*നെ തന്റെ ഒരു സുഹൃത്ത് വിവരിച്ചതിനെക്കുറിച്ച് പിന്നീടൊരി ക്കൽ വിജയൻ ഖേദപൂർവ്വം അനുസ്മരിക്കുന്നുണ്ട്. *ഖസാക്കിലെ* ആന്തരികധ്വനികളെ മനസ്സിലാക്കുന്നതിൽ പിണഞ്ഞ പരാജയമായാണ് വിജയൻ അതിനെ പരിഗണിക്കുന്നത്. ഖസാക്കിലെ ബഹുസ്വരാത്മക ലോകത്തിന്റെ പ്രത്യക്ഷതകൾ ആഖ്യാനത്തിന്റെ ആന്തരതലത്തിൽവച്ച് ഭാഷയുടെ സവിശേഷമായ ചേരുവയാൽ നിർവ്വീര്യമാക്കപ്പെടുന്നു എന്ന വസ്തുതയിലേക്കാണ് വിജയൻ ഇവിടെ, പരോക്ഷമായി, വിരൽ ചൂണ്ടുന്നത്. *ഖസാക്ക്* പകർന്നു നൽകുന്ന സവിശേഷമായ അനുഭൂതി ലോകത്തിന്റെ ആധാരവും ഇതുതന്നെയാണ്.

പ്രകടമായും വിപരീതലോകങ്ങളിലൂടെ ചരിക്കുന്ന ഒന്നാണ് *ഖസാക്കിലെ* വാങ്മയം. *ഖസാക്കിന്റെ* ആദ്യ വായനയിൽത്തന്നെ ഇത് തെളിഞ്ഞുകിട്ടും. ഒരുഭാഗത്ത് ആധുനികപൂർവ്വമായ ജീവിതബന്ധങ്ങളിൽ ആണ്ടു മുഴുകിയ ഒരു പ്രാദേശികസമൂഹത്തിന്റെ നാട്ടുമൊഴി. മറുഭാഗത്ത് യോഗാത്മകമെന്ന് വിശേഷിപ്പിക്കപ്പെട്ട, അതിഭൗതിക ധ്വനികളാൽ സമ്പന്നമായ, ബിംബപരമ്പര. ഇതോടൊപ്പം പ്രമേയ വികാസത്തിനും പശ്ചാത്തലവർണ്ണനയ്ക്കും വേണ്ട ഏറ്റവും കുറഞ്ഞ അളവിലുള്ള വിവരണഭാഷ. ഇങ്ങനെ പ്രകടമായ മൂന്ന് അടരുകൾ *ഖസാക്കിലെ* ഭാഷയിൽ തെളിഞ്ഞുകാണാം. ഇതോടൊപ്പം പ്രമേയപരമായി, കെട്ടഴിഞ്ഞ ഒരു നിലയും *ഖസാക്കി*നുണ്ട്. ഗാഢമായ പരസ്പര ബന്ധം പുലർത്താത്ത ഇരുപത്തിയെട്ട് അദ്ധ്യായങ്ങളായാണ് *ഖസാക്ക്* സംവിധാനം ചെയ്യപ്പെട്ടിരിക്കുന്നത്. പ്രമേയത്തിന്റെ സയുക്തികമായ തുടർച്ചകൊണ്ട് എന്നതിലധികം സവിശേഷമായ ഭാഷാപ്രയോഗത്തിന്റെ നൈരന്തര്യത്താലാണ് അവ തമ്മിലിണങ്ങി നില്ക്കുന്നത്. അതുകൊണ്ടു തന്നെ *ഖസാക്കി*ന്റെ രൂപശില്പത്തിന്റെ കേന്ദ്രമായി ഈ ഭാഷാ സംയോഗം മാറിത്തീർന്നിരിക്കുന്നു.

*ഖസാക്കി*ലെ ഭാഷാവിതരണത്തിന്റെ മറ്റൊരു തലംകൂടി ഇവിടെ പരിഗണ നാർഹമാണ്. രവി ഉത്തമപുരുഷനായിവരുന്ന കഥനരീതിയല്ല *ഖസാക്ക്* പൊതുവേ പിൻതുടരുന്നത്; ഇടയ്ക്ക് അങ്ങനെയുണ്ടെങ്കിലും. എന്നാൽ പ്രഥമ പുരുഷാഖ്യാനത്തിന്റെ വഴിയും നോവൽ പൂർണ്ണമായി കൈക്കൊണ്ടിട്ടില്ല. നോവലിന്റെ ആദ്യത്തെ അദ്ധ്യായങ്ങൾ ഖസാക്കിന്റെ ചരിത്രം പറയുന്നവയാണ്. ഇവിടെ ഭാഷയ്ക്ക് ലളിതമായ വിവരണാത്മക സ്വഭാവമാണുള്ളത്.

"ഖസാക്കിൽ രണ്ടു വിദ്യാലയങ്ങളുണ്ട്. അള്ളാപ്പിച്ചമൊല്ലാക്കയുടെ ഓത്തു പള്ളി, റാവുത്തന്മാർക്ക്. പിന്നെ ഹിന്ദുക്കൾക്കായുള്ള എഴുത്തു പള്ളി. മൂന്നു തലമുറകളായി പണിക്കന്മാരാണ് എഴുത്തുപള്ളി നടത്തിപ്പോന്നത്. ഇതിനും പുറമേ ആറു നാഴിക അകലെ കൂമൻകാവിലെ പ്രാഥമികവിദ്യാലയത്തിൽ ചെന്നാൽ കോണെഴുത്തും കണക്കും പഠിക്കാം. ഖസാക്കിൽനിന്ന് കുട്ടികൾ അങ്ങോട്ടു പോകാതെയല്ല. ആ വഴിയത്രയും ചെല്ലാൻ അധികം പേർ മുതിർന്നില്ലെന്നു മാത്രം."

നേർവരയിലൂടെ നീങ്ങുന്ന വിവരണാത്മകസ്വരം ഈ ഭാഗത്ത് മുന്നിട്ടു നിൽക്കുന്നു. എന്നാൽ തുടർന്നങ്ങോട്ട് രവിയുടെ ആത്മഭാഷണങ്ങളും ആഖ്യാതാവിന്റെ യോഗാത്മകഭാഷയും പ്രാധാന്യം നേടുന്നു. ഈ രണ്ടു ഭാഷണരീതികളോടും ഇടകലർന്നുവരുന്ന നിലയിലാണ് ഖസാക്കിലെ നാട്ടുമൊഴി നോവലിൽ ഉപയോഗപ്പെടുത്തിയിട്ടുള്ളത്. ഭാഷണപരമായ ഈ കലർപ്പ് *ഖസാക്ക്* ഉടനീളം നിലനിർത്തുന്നു. *ഖസാക്കിന്റെ* ബഹുസ്വരാത്മകതയെ സന്ദിഗ്ദ്ധമാക്കുന്നതിൽ ഈ ഭാഷാവിതരണം വലിയ പങ്ക് വഹിക്കുന്നുണ്ട്.

ഖസാക്കിലെ നാട്ടുമൊഴിക്കുമേൽ രവിയുടേയോ മറ്റേതെങ്കിലുമൊരു കഥാപാത്രത്തിന്റേയോ സ്വരം ആധിപത്യം ചെലുത്തുന്നതു കൊണ്ടല്ല

ഖസാക്കിലെ ബഹുസ്വരലോകം സന്ദിഗ്ദ്ധമായിത്തീരുന്നത്. നാട്ടുമൊഴികളെ സ്വാംശീകരിക്കുകയും അവയ്ക്ക് അതീതശോഭ പകരുകയും ചെയ്യുന്ന ബിംബപരമ്പരകളുടെ സമാന്തരലോകം അവയ്ക്ക് പിന്നിലും മുന്നിലുമായി അണി നിരക്കുന്നതാണ് ആഖ്യാനത്തിൽ നാം കാണുന്നത്. *ഖസാക്കിൽ* ഉടനീളം പ്രത്യക്ഷപ്പെടുന്ന ഈയൊരു ഭാഷാവിതരണരീതിയുടെ ഏറ്റവും മികവാർന്ന ഉദാഹരണങ്ങളിലൊന്ന് മുങ്ങാങ്കോഴിയുടെ ആത്മഹത്യയെക്കുറിച്ചുള്ള വിവരണമാണ്:

"സന്ധ്യമയങ്ങെ, നാഴികകളകലെ, ഇരുട്ടുകെട്ടിയ ഒരു നാലുകെട്ടിനകത്തെ കിണറ്റിന്റെ ആൾമറമേൽ മുങ്ങാങ്കോഴി ഇരുന്നു. ദുരൂഹമായ ആഴത്തിൽ മഷിനോട്ടക്കാരന്റെ വെറ്റിലയിലെ മഷിപോലെ ജലമുഖം തെളിഞ്ഞു. ഉമ്മയില്ലാതെ കിടന്നു നിലവിളിച്ച കൊച്ചുമകളെ ഉറക്കാനായി താൻ പണ്ടു പാടിയൊരു പാട്ടുണ്ടായിരുന്നു. ആൾമറമേലിരുന്നുകൊണ്ട്, തുരുപ്പിടിച്ച അപസ്വരത്തിൽ മുങ്ങാങ്കോഴി പാടി:

"തലമൂത്ത മീനേ
എന്റെ ചേറമ്മീനേ....
എന്റെ കുട്ടി മക്ക്ള്ക്കൊര്
മണി കൊണ്ട്വായോ...."

അയാൾ കിണറ്റിലേക്ക് കൂപ്പുകുത്തി. കിണറുകടന്ന് ഉൾക്കിണറിലേക്ക്. വെള്ളത്തിന്റെ വില്ലീസുപടുതകളിലൂടെ അയാൾ നീങ്ങി. ചില്ലുവാതിലുകൾ കടന്ന്, സ്വപ്നത്തിലൂടെ, സാന്ധ്യപ്രജ്ഞയിലൂടെ, തന്നെ കൈനീട്ടിവിളിച്ച പൊരുളിന്റെ നേർക്ക് അയാൾ യാത്രയായി. അയാൾക്കു പിന്നിൽ ചില്ലുവാതിലുകൾ ഒന്നൊന്നായി അടഞ്ഞു."

ഖസാക്കിലെ പ്രാചീനമായ നാട്ടുമൊഴികളെ അതിഭൗതികത്തിന്റെ ധ്വനി മൂല്യങ്ങളിലേക്ക് വിളക്കിച്ചേർക്കുന്ന ഭാഷാവിതരണമാണിത്. മുങ്ങാങ്കോഴിയുടെ പ്രാകൃതവാങ്മയം അതിനു മുന്നിലും പിന്നിലും അണിനിരക്കുന്ന യോഗാ ത്മകഭാഷയുടെ പ്രഭാവത്താൽ അതീതത്തിന്റെ ആവിഷ്കാരസ്വരൂപമായി വായന യിൽ ഇടം കണ്ടെത്തുന്നു. മൈമുനയും രവിയുമായുള്ള വേഴ്ചയുടെ വിവരണത്തിലും ഈ വിവരണകല ആവർത്തിക്കുന്നുണ്ട്:

"രണ്ടുപേരുമെഴുന്നേറ്റപ്പോൾ ഉച്ചതിരിയാൻ തുടങ്ങിയിരുന്നു. സ്ഫടിക ക്കുപ്പിയിൽ ഇത്തിരി ബാക്കിയുണ്ടായിരുന്നു.

"നെണക്ക് വേണോ, മൈമുനേ?"

"കൊടുങ്കോ."

അവൾ കുപ്പിയിൽനിന്ന് ഈമ്പിക്കുടിച്ചു.

"ഒടമ്പെ പാത്ത്ടങ്കോ." ഇറങ്ങുമ്പോൾ അവൾ പറഞ്ഞു. അവൾ നടന്നകന്നു. അവളുടെ സമൃദ്ധമായ പിൻപുറത്തേക്ക് അയാൾ നോക്കിയില്ല. അതിന്റെ ഓർമ്മ നുണഞ്ഞുകൊണ്ട് പള്ളിത്തൊണുവിന്റെ ആലിലയിൽ അയാൾ കിടന്നു.

ആലിലയെ മൂടിക്കൊണ്ട്, കറുത്ത കടലിനു മുകളിൽ അശാന്തിയുടെ മൂടൽ മഞ്ഞുയരുകയായിരുന്നു.''

ഇങ്ങനെ ഖസാക്കിലെ നാട്ടുമൊഴികളിൽ അടയാളപ്പെടുന്ന പ്രാദേശിക ജീവിതത്തിന്റെ ഭൗതികതയെ വിവരണഭാഷയിലെ യോഗാത്മക ധ്വനികളാൽ പാഠത്തിൽ ദമനംചെയ്തുകൊണ്ടാണ് ആഖ്യാനം വികസിക്കുന്നത്. രവിയുടെ ആത്മവിചാരമായും ആഖ്യാതാവിന്റെ സ്വരമായും യോഗാത്മകമായ ഈ ബിംബാവലി നിരന്തരം *ഖസാക്കി*ലുണ്ട്. 'വെയിലിന്റെ സ്ഫടികമാനം', 'സ്ഥലത്തിന്റെ ശൂന്യശിഖരം', 'ആലിൻ കൊമ്പിലെ മൃഗതൃഷ്ണ', 'കാലത്തിന്റെ ഗംഗാതടം', 'അസ്തമയത്തിന്റെ താഴ്വര', 'പള്ളിത്തണുവിന്റെ ആലില', 'പനന്തത്തകളുടെ ധനുസ്സുകൾ', 'പുനർജ്ജനിയുടെ കൂട്', 'ജന്മാന്തരങ്ങളുടെ കൃതജ്ഞതകൾ', 'യുഗാന്തരസ്മരണയുടെ കർക്കിടകങ്ങൾ', 'മൃതിയുടെ മുലപ്പാല്', 'വെള്ളത്തിന്റെ വില്ലീസുപടുത', 'ജന്മാന്തരങ്ങളുടെ ഇളവെയിൽ', 'പ്രേതഭൂമിയുടെ കഥാന്തരങ്ങൾ' എന്നിങ്ങനെ *ഖസാക്കി*ലെ എണ്ണമറ്റ രൂപകങ്ങൾ അതീതത്തിന്റെ അനുഭവലോകത്തിന് ജന്മംനൽകുന്നവയാണ്. അതിഭൗതികത്തിന്റെ ധ്വനിമൂല്യം കൊടിയേറിനില്ക്കുന്ന ഈ ഭാഷാവ്യവഹാരത്തെയാണ് ഖസാക്കിലെ നാട്ടുമൊഴി ആഖ്യാനത്തിലുട നീളം പിൻപറ്റുന്നത്. ഉൽപാദനപരമായ സുനിശ്ചിതത്വമുള്ള ഭൗതികാസ്പദങ്ങളിൽ വേരോട്ടമില്ലാ ത്തതിനാൽ ഖസാക്കിലെ നാട്ടുഭാഷയ്ക്ക് അമൂർത്തമായ മറ്റൊരു ഭാഷാവ്യവഹാരത്തിനുള്ളിൽ സന്നിഹിതമാകാനുള്ള ആഭ്യന്തരവഴക്കം ഉണ്ട്. അമൂർത്തവും യോഗാത്മകവുമായ ഈ ഭാഷാവ്യവഹാരത്തിന്റെ അർത്ഥോൽപാദനപ്രക്രിയയെ പിൻതുണയ്ക്കുകയും ദൃഢീകരിക്കുകയും ചെയ്യുന്ന ആന്തരഘടകമായി ഖസാക്കിലെ നാട്ടുമൊഴികൾ വർത്തിക്കുന്നു. അതേസമയം തന്നെ നാട്ടുമൊഴികളുടെ ഈ പ്രത്യക്ഷലോകം പാഠത്തിൽ തുടരുകയും ചെയ്യുന്നു. അങ്ങനെ പാഠത്തിന്റെ ബഹുസ്വരാത്മക ശേഷിയെ ശിഥിലീകരിക്കാൻ പോന്ന ആന്തരപ്രകൃതം ആഖ്യാനത്തിന് കൈവരുന്നു. നാട്ടുമൊഴിയെ അതീതത്തിന്റെ വാങ്മയമാക്കുന്ന ഈയൊരു പരിണാമപ്രക്രിയയാണ് *ഖസാക്കി*ലെ ഭാഷാസ്വരൂപത്തെ സവിശേഷമാക്കുന്നത്.

നിയതമായ ഭൗതികാസ്പദങ്ങളിൽ അടിയുറച്ചവയല്ല ഖസാക്കിൽ രൂപപ്പെട്ടു വരുന്ന പ്രതിസന്ധികളും ഖേദങ്ങളും എന്ന വസ്തുതയ്ക്ക് ഈ പ്രകരണത്തിൽ പ്രാധാന്യമുണ്ട്. മൊല്ലാക്കയോ മുങ്ങാങ്കോഴിയോ മാധവൻ നായരോ ശിവരാമൻ നായർപോലുമോ അനുഭവിക്കുന്ന ദുഃഖങ്ങൾ ഇത്തരത്തിലുള്ളവയല്ല. വ്യക്തിഗതമായ ഖേദങ്ങൾക്കും പ്രതിസന്ധികൾക്കും എപ്പോഴും ഭൗതികകാരണങ്ങൾ ഉണ്ടാകണം എന്നല്ല. പക്ഷേ, പ്രാദേശികമായ ഒരു ജീവിതചക്രത്തിലെവിടെയും അത് കടന്നുവരുന്നില്ല എന്നത് പ്രധാനപ്പെട്ട കാര്യമാണ്. വാസ്തവത്തിൽ ഖസാക്കിലെ ഉൽപാദനവ്യവസ്ഥ ഒട്ടൊക്കെമായികമായ ഒന്നാണ്. ഖസാക്ക് ഏറെ യൊന്നും ഉൽപാദിപ്പിക്കുന്നതായി ആഖ്യാനത്തിൽ സൂചനയില്ല. നിയതമായ ഭൗതികബന്ധങ്ങളിൽ വേരോടി നില്ക്കാത്ത ഒരു ജീവിതവ്യവസ്ഥയും അവിടെ മുളപൊട്ടുന്ന ഖേദങ്ങളുമാണ്

ഖസാക്കിലേത്. സവിശേഷമായ ഈയൊരു സ്ഥിതിവിശേഷത്താൽ ഖസാക്കിലെ ജീവിതഖേദങ്ങളെ അതീതത്തിലേക്ക് വലിച്ചടുപ്പിക്കുക എളുപ്പമായിത്തീരുന്നു. രവിയുടെ ആത്മാന്വേഷണങ്ങളിലും ആഖ്യാനത്തിലെ വിവരണസന്ദർഭങ്ങളിലും പലപ്പോഴും കടന്നുവരുന്ന 'യോഗാത്മകഭാഷ'യുടെ അനുഭൂതിമണ്ഡലവുമായി ഖസാക്കിലെ നാട്ടുമൊഴികൾ ഒത്തിണങ്ങി നില്ക്കുന്നത് ഇതിനാലാണ്. ആധുനികമായ സ്വത്വ-രാഷ്ട്ര-ജ്ഞാന വ്യവഹാരങ്ങളുടെ പ്രതിസന്ധിയിൽനിന്നു പിറവികൊള്ളുന്ന രവിയുടെ ജീവിതലോകത്തിലേക്കും അതിനെ അടയാളപ്പെടുത്തുന്ന ഭാഷാവിനിമയങ്ങളിലേക്കും അതീതത്തിന്റെ പദാവലികൾക്ക് എളുപ്പം കടന്നുവരാനാകും. ആധുനികമായ ഈ പ്രകരണത്തെയും അവിടത്തെ പ്രതിസന്ധികളെയും കാലാതീതമായ മാനുഷിക സമസ്യകളായി, മനുഷ്യാവസ്ഥയിലെ ശാശ്വതപ്രതിസന്ധികളായി, ആഖ്യാനത്തിൽ അടയാളപ്പെടുത്തുന്നത് ഖസാക്കിലെ ദ്രവരൂപമാർന്ന ജീവിതവ്യവസ്ഥയും അവിടത്തെ നാട്ടുമൊഴികളുമാണ്. രവി-നൈസാമലി, രവി-മാധവൻനായർ, മൊല്ലാക്ക-അച്ഛൻ, പത്മ-മൈമുന ഇങ്ങനെയുള്ള ചില തുടർച്ചകൾ ഈ ഇരുലോകങ്ങളെ ആഖ്യാനത്തിന്റെ അബോധതലത്തിൽ ബന്ധിപ്പിക്കുന്നുമുണ്ട്. അങ്ങനെ ചരിത്രമുക്തവും കേവലവുമായ പ്രാചീനതയിൽ വേരോടി നില്ക്കുന്ന ആദിമദുഃഖ ങ്ങളുടെ കഥയായി മാറിത്തീരാൻ *ഖസാക്കി*ന് കഴിയുന്നു. ആഖ്യാനത്തിന്റേയും അനുഭൂതിലോകത്തിന്റേയും പ്രത്യക്ഷതയിൽ നിന്ന് ചരിത്രബന്ധങ്ങളെ ചേറ്റിക്കൊഴിച്ചുകളയുന്ന ഈ സ്വാച്ഛന്ദ്യമാണ് *ഖസാക്കി*ന്റെ രൂപശില്പത്തിന്റെ അടിസ്ഥാനം. അന്തിമമായി, *ഖസാക്കി*ലെ ഭാഷയും അതിന്റെ വിതരണവ്യവസ്ഥയും ഈയൊരു താത്പര്യത്തിന്റെ പ്രകാശനോപാധികളാണ്.

ചരിത്രബന്ധങ്ങൾക്കും സാമൂഹികബലങ്ങൾക്കും അപ്പുറംപോകുന്ന കേവല ദുഃഖത്തിന്റെ, അസ്തിത്വവ്യഥയുടെ കഥയായി *ഖസാക്കി*നെ മാറ്റിത്തീർക്കുന്ന മറ്റൊരു ഘടകം പ്രമേയത്തിലെ പാപബോധമാണ്. ചിറ്റമ്മയുമായുള്ള ബന്ധത്തിന്റെ ഫലമായി രവിക്ക് അനുഭവിക്കേണ്ടി വരുന്ന ആന്തര സംഘർഷങ്ങളാണ് അവസാനമില്ലാത്ത അലച്ചിലിന്റെയും വഴിയമ്പലങ്ങൾ തേടിയുള്ള സഞ്ചാരങ്ങളുടെയും പ്രത്യക്ഷകാരണമായി പറയാറുള്ളത്. രതിയെയും രതിബന്ധങ്ങളെയും അതുളവാക്കുന്ന ഫലങ്ങളെയും പ്രമേയപരമായി മുൻനിർത്തുന്നത് മേല്പറഞ്ഞ ആഖ്യാന പദ്ധതിയോട് നന്നായി ഇണങ്ങിപ്പോകുന്നുണ്ട്. ഖസാക്കിന്റെ പ്രാക്തന ലോകത്തെയും രവിയുടെ ആധുനിക ലോകത്തെയും ആഖ്യാനത്തിനുള്ളിൽ ഇണക്കിനിർത്തുന്ന പ്രമേയ ഘടകമായി അത് മാറിത്തീർന്നിരി ക്കുന്നു. ഖസാക്കിലെ ജീവിതകാലത്തെ രവിയുടെ രതിബന്ധങ്ങളിൽ അവ്യവസ്ഥമായ ഒരു നിലയുണ്ട്. ചിറ്റമ്മയുമായുള്ള ബന്ധത്തിന്റെ ഭാവലോകത്തിന് ഖസാക്കിൽ കൈവരുന്ന തുടർച്ചയാണത്. അതേസമയംതന്നെ ചിറ്റമ്മയുമായുള്ള ബന്ധത്തെ ഓർമ്മിപ്പിക്കുംവിധം, നിയതവ്യവസ്ഥകൾക്കു കുറുകെ പായുന്ന രതിബന്ധങ്ങളുടെ ലോകം ഖസാക്കിലും രവിയെ ചൂഴ്ന്നുനിൽക്കുന്നുമുണ്ട്.

വ്യക്തികളുടെ കാമനാജീവിതത്തെ വെട്ടിയൊതുക്കുന്ന ആധുനിക പൗരത്വ കല്പനയുടെ നിരാകരണമാണ് ഖസാക്കിലെ രവിയിൽ പ്രകടമാകുന്നത്. പക്ഷേ, മുതലാളിത്ത ആധുനികതയുടെ ഭാവനാത്മകമണ്ഡലത്തിലെ സ്ഥലരാശിതന്നെയാണ് ഖസാക്ക് എന്നതിനാൽ കാമനകളുടെ സ്വച്ഛന്ദപ്രവാഹമായി മാറാൻ രവിക്ക് കഴിയുന്നുമില്ല. അതിനാൽ ഖസാക്കിലെ രതിബന്ധങ്ങൾ ഖേദവും മരണവും വന്നുനിറയുന്ന അനുഭവലോകങ്ങളായിത്തീരുന്നു. മൈമുന, കോടച്ചി, ചാന്തുമ്മ എന്നിങ്ങനെ രവി പുലർത്തുന്ന രതിബന്ധങ്ങളിലെല്ലാം ഈ 'രതിവിഷാദ'മുണ്ട്. കുഞ്ഞാമിനയുമായുള്ള അയാളുടെ ബന്ധത്തിലേക്കും, അവളുടെ ഋതുവാകലിനൊപ്പം, ഇത് നിഴൽ വീശി നില്ക്കുന്നു. എന്നാൽ ഇതോടൊപ്പം ഖസാക്ക് ഒഴുകുന്ന കാമനാജീവിതത്തിന്റെ ഭാവനാസ്ഥലവുമാണ്. രവിയുടെ സ്വത്വസംഘർഷങ്ങൾ ഈ പ്രവാഹത്തിൽ പൂർണ്ണമായി പങ്കുചേരുന്നതിൽ നിന്ന് അയാളെ തടയുന്നുവെന്നു മാത്രം. ഇങ്ങനെ ഇരുതലങ്ങളിൽ ഖസാക്കിനെയും രവി പ്രതിനിധാനംചെയ്യുന്ന ആധുനികലോകത്തെയും ഇണക്കിനിർത്താൻ നോവലിലെ രതിബന്ധങ്ങൾക്കു കഴിയുന്നു. രവിയുടെ സ്വത്വ പ്രതിസന്ധിയുടെയും ഖസാക്കിലെ അനിയതാവസ്ഥയുടെയും വാസ്തവങ്ങൾക്കു മേലെ വിരിച്ചിട്ട പ്രമേയപരമായ ആവരണമായി രതി ആഖ്യാനത്തിൽ സ്ഥാനം കണ്ടെത്തിയിരിക്കുന്നു. ഭാഷാപരമായ സവിശേഷസംയോഗങ്ങ ളിലൂടെ നോവൽ ലക്ഷ്യമാക്കുന്ന സ്വാംശീകരണപദ്ധതിക്ക് പ്രമേയപരമായി തുണനില്ക്കുന്ന ഒന്നാണിത്. ഖസാക്കിലെ യഥാർത്ഥ വൈരുദ്ധ്യങ്ങൾക്കുമേൽ ചാർത്തിക്കിട്ടിയ രത്യാത്മകസംഘർഷങ്ങളുടെ ഈ ഭൂമികയിലാണ് *ഖസാക്ക്* വായന പൊതുവേ മുന്നേറുക. അതുകൊണ്ടുതന്നെ കേവലതയുടെ ഒരു അപരലോകം ഖസാക്കിൽ എപ്പോഴും തലയുയർത്തിനില്ക്കുന്നു.

ഇങ്ങനെ പ്രമേയതലത്തിൽ രത്യാത്മകസംഘർഷത്തെ മുൻനിർത്തിക്കൊണ്ടും, ഭാഷാപരമായി ആഖ്യാനത്തിലെ യോഗാത്മക ഭാഷയിലേക്ക് നാട്ടുമൊഴിയെ സ്വാംശീകരിച്ചുകൊണ്ടും നിലനില്ക്കുന്നതി നാൽ *ഖസാക്കി*ലെ ബഹുസ്വരാത്മകലോകം, അതുളവാക്കുന്ന പ്രതീതികൾക്കപ്പുറം, പതിയെപ്പതിയെ ദുർബ്ബലമാവുന്നു. രവിയുടെ സ്വത്വപ്രതിസന്ധിയുടെ ചരിത്രപരമായ ഉള്ളടക്കം ആഖ്യാനത്തിൽ ദമനംചെയ്യപ്പെടുകയും, അതീതത്തിന്റേതായ ഒരു ഭാവമണ്ഡലം നോവലിൽ പ്രാബല്യം നേടുകയും ചെയ്യുന്നു. പാഠശരീരത്തിൽനിന്ന് മൊഴിഭേദങ്ങളേയും വിശ്വാസഭേദങ്ങളേയും തുടച്ചുമാറ്റിക്കൊണ്ടല്ല *ഖസാക്ക്* ഇതു ചെയ്യുന്നത്. മറിച്ച് ആഖ്യാനഘടകങ്ങളായി അവയെ നിലനിർത്തുമ്പോൾത്തന്നെ ഭൗതികാസ്പദങ്ങളിൽ വേരോട്ടമില്ലാത്ത അതീതത്തിന്റെ വാങ്മയമായി അവയെ മാറ്റിത്തീർത്തുകൊണ്ടാണ്. ചരിത്ര-സാമൂഹികബന്ധങ്ങളിൽനിന്നു വിടുതി നേടിയ, നാഗരികമായ കൗതുകത്തിന്റെ വിഷയമായിത്തീരാവുന്ന, ഒന്നായി ഖസാക്കിലെ നാട്ടുമൊഴി മാറിത്തീരുന്നു. ഭാവിയിലേക്ക് തുടരാനാവാത്ത ഒരു വ്യവസ്ഥയുടെ അവശിഷ്ടലോകമാണത്. ചരിത്രബന്ധങ്ങളിൽനിന്നുള്ള വിടുതി നല്കുന്ന സ്വാച്ഛന്ദ്യത്തിന്റെ മായികതയാണ് ഖസാക്കിലെ നാട്ടുമൊഴികളെ ആഖ്യാനത്തിലെ

യോഗാത്മകധ്വനികളുമായി ഇണക്കിനിർത്തുന്നത്. *ഖസാക്ക്* നല്കുന്ന അനുഭൂതിലോകം ഈ കലർപ്പിൽനിന്നുമാണ് പിറവിയെടുക്കുന്നത്.

ഇപ്രകാരം ആലോചിക്കുമ്പോൾ, ആധുനികപൂർവ്വമെങ്കിലും നിയതമായ ഭൗതിക-ഉൽപാദനബന്ധങ്ങളിൽ വേരോട്ടമില്ലാത്തതു മൂലമുള്ള സ്വാച്ഛന്ദ്യം കൈമുതലായുള്ള നാട്ടുമൊഴിയും, ആധുനികമായ സ്വത്വ-രാഷ്ട്ര-ജ്ഞാന വ്യവഹാരങ്ങളുടെ പ്രതിസന്ധികൾക്കുമേൽ പടുത്തുയർത്തപ്പെട്ട യോഗാത്മക ഭാഷയും തമ്മിലിണങ്ങിനിന്ന് ദേശീയ ആധുനികതയുടെ ചരിത്രത്തിലെ ഒരു പ്രതിസന്ധിസന്ദർഭത്തെ അടയാളപ്പെടുത്തുന്ന ഒരു അടിപ്പടവ് *ഖസാക്കി*ലുണ്ടെന്ന് വ്യക്തമാവും. നാടുവാഴിത്തപരമായ ഉൽപാദനബന്ധങ്ങളുടെ അവശിഷ്ട ലോകമായ ഖസാക്കും ദേശീയ-ആധുനികതയിലെ പ്രതിസന്ധിയുടെ പ്രതിനിധിയായി അവിടെയെത്തുന്ന രവിയുടെ അനുഭവലോകവും തമ്മിലുള്ള ഇണക്കം യഥാർത്ഥത്തിൽ കൊളോണിയൽ ആധുനികതയുടെ സാമൂഹിക ബലതന്ത്രങ്ങളാൽ സംജാതമായ ഒന്നാണെന്ന് കാണാം. ചരിത്രപരമായി ഇവിടെ നിലനിന്ന ആധുനികപൂർവ്വവ്യവസ്ഥ നാടുവാഴിത്തമാണ്. നിയതവും വ്യവസ്ഥാപിതവുമായ ഘടനയും ഉള്ളടക്കവുമുള്ള ഈ പൂർവ്വവ്യവസ്ഥയിലേക്ക് പിൻവാങ്ങിനിന്നു കൊണ്ട് ദേശീയാധുനികത യുടെ പ്രതിസന്ധികളെ പ്രകാശിപ്പിക്കാനാവുകയില്ല. അത്തരമൊരു പിൻവാങ്ങൽ മതാത്മകമായ ഭൂതകാലാരാധനയ്ക്കപ്പുറം പോകില്ല. ജാതിബന്ധങ്ങളിലും വർണ്ണധർമ്മത്തിലും അടിയുറച്ച ഇന്ത്യൻ നാടുവാഴിത്തത്തിന് ആധുനികതാവിമർശനത്തിന്റെ ഭാവനാമേഖലയായി (imaginative terrain) നിലകൊള്ളാനാവില്ല. മൂർത്തവും ചരിത്രബദ്ധവുമായ അത്തരമൊരു സന്ദർഭവും അതിന്റെ സ്ഥലരാശിയും നോവൽ ലക്ഷ്യമാക്കുന്ന മായികതയുമായി ഒത്തുപോകില്ല. അതിന് അമൂർത്തതയുടെ ഒരു ഭാവമണ്ഡലമാണ് വേണ്ടത്. ആധുനിക പൂർവ്വമായ ഒരു അവശിഷ്ടലോകവും അതിന്റെ പദകോശവും ആഖ്യാനപദ്ധതിയിൽ ഇടം കണ്ടെത്തുന്നതിന്റെ കാരണമിതാണ്. ഖസാക്കിലെ ഉൽപാദന പ്രതിസന്ധിയുടെ അടിസ്ഥാനവും ഇതുതന്നെ. നിയതമായ ഒരു ഉൽപാദന വ്യവസ്ഥയുമായി ഇണങ്ങിനിന്നാൽ ഖസാക്കിന് ആഖ്യാനത്തിന്റെ ആധുനികതാവിമർശനപരമായ താൽപര്യങ്ങളുമായി ഒത്തുപോകാനാവില്ല. വർത്തമാനത്തിന്റെ പ്രതിസന്ധിയെ ഭാവനാപരമായി അടയാളപ്പെടുത്തുന്ന ഭൂതസ്ഥലകല്പനയല്ലാതെ ഭൂതകാലത്തിന്റെ ചരിത്രബന്ധങ്ങളിൽ അടിയുറപ്പുള്ള ഒരു യഥാർത്ഥസ്ഥലരാശി ആഖ്യാനത്തിന്റെ താൽപര്യങ്ങളുമായി ചേർന്നുപോകില്ല. അങ്ങനെവന്നാൽ ദേശീയാധുനികതയിലെ സ്വത്വ-രാഷ്ട്ര-ജ്ഞാനവ്യവഹാരങ്ങളിലെ പ്രതിസന്ധിയെ ആവിഷ്കരിക്കുന്ന, അതീതധ്വനികളുള്ള ഭാഷയ്ക്ക് ആഖ്യാനത്തിന്റെ ഭാഗമാവാനും കഴിയില്ല. ഇവിടെയാകട്ടെ ദേശീയാധുനികതയുടെ കേന്ദ്രത്തിലുണ്ടായിരുന്ന ബൂർഷ്വാപൗരത്വത്തിന്റേയും രാഷ്ട്രീയയുക്തി യുടേയും ശിഥിലീകരണത്തെ, അതീതധ്വനികൾ നിറയുന്ന പദാവലികളിൽ, അനിയതമായ പ്രാചീനതയുടെ സ്ഥലരാശിയോട് ചേർത്തുവയ്ക്കുകയാണ് *ഖസാക്ക്* ചെയ്യുന്നത്. രൂപശില്പത്തിന്റെ

തലത്തിൽ *ഖസാക്ക്* പുലർത്തുന്ന അയഞ്ഞ സ്വഭാവം ഈ സവിശേഷദൗത്യത്തിന്റെ നിർവ്വഹണത്തിന് ഏറ്റവും അനുയോജ്യമായിരിക്കുകയും ചെയ്യുന്നു.

അങ്ങനെ, വ്യത്യസ്ത ചിഹ്നവ്യവസ്ഥകളുടെ സഹവർത്തനത്തിലൂടെ സംപ്രേഷണംചെയ്യപ്പെടുന്ന ഒരു പ്രതീകാത്മകസന്ദേശം *ഖസാക്കിൽ* നിലീനമായിരിക്കുന്നതായി നമുക്ക് മനസ്സിലാക്കുവാൻ കഴിയുന്നു. ദേശീയാധുനികതയെ നിർണ്ണയിച്ച ഉൽപാദനബന്ധങ്ങളും അതിന്മേലുയർന്നുവന്ന സ്വത്വ-രാഷ്ട്ര- ജ്ഞാനവ്യവഹാരവും നേരിട്ട പ്രതിസന്ധിയാണ് ഭാഷാവ്യവഹാരത്തിന്റെ വിരുദ്ധലോകങ്ങളായും, അന്തിമമായി അവയെ ഇണക്കിനിർത്തുന്ന അതീതധ്വനിയായും *ഖസാക്കിൽ* തലയുയർത്തി നില്ക്കുന്നത്. ദേശീയാധുനികതയുടെ ഈ പ്രതി സന്ധിസന്ദർഭത്തെയും അതുളവാക്കിയ വിമർശനാനുഭവങ്ങളെയുമാണ് *ഖസാക്ക്* മലയാളഭാവനയുടെ ചരിത്രത്തിൽ ഏറ്റവും മഹത്ത്വപൂർണ്ണമായ നിലയിൽ അടയാളപ്പെടുത്തിയത്. *ഖസാക്കി*ന്റെ രാഷ്ട്രീയം കുടികൊള്ളുന്നതും മറ്റെങ്ങുമല്ല.

നാല്: ആധുനികതാവിമർശനത്തിലെ അധിനിവേശഭാരങ്ങൾ

ആധുനികതാവിമർശനത്തിന്റെ അനുഭൂതിസ്ഥാനമായി *ഖസാക്കിന്റെ ഇതിഹാസം* എന്ന നോവൽ നിലകൊള്ളുന്നതിന്റെ വ്യാകരണത്തെക്കുറിച്ചാണ് ഇതുവരെ നാം ചർച്ചചെയ്തത്. ഈ അനുഭൂതിസ്ഥാനത്തിന്റെ പിറവി നിർണ്ണയിച്ച സാമൂഹികബലതന്ത്രത്തെക്കുറിച്ച് ചില കാര്യങ്ങൾ കൂടി പറഞ്ഞുകൊണ്ട് ഈ ആലോചന അവസാനിപ്പിക്കാം.

അധിനിവേശത്തോടൊപ്പം അതിന്റെ കാരണവും ഫലവുമെന്ന നിലയിലാണല്ലോ ഇന്ത്യയിൽ ദേശീയ ആധുനികത പിറവികൊള്ളുന്നത്. കൊളോണിയൽ ആധുനികത എന്ന് വിശദീകരിക്കപ്പെട്ടുവരുന്ന ഈ സവിശേഷരൂപം ആധുനികതാ വിമർശനപരമായി നിലവിൽവന്ന ആശയാവലികളേയും അനുഭൂതി പ്രപഞ്ചത്തേയും നിർണ്ണയിക്കുന്നതിലും വലിയ പങ്കുവഹിക്കുകയുണ്ടായി. കൊളോണിയൽ ഭരണസംവിധാനങ്ങളുടെയും സാമ്രാജ്യത്വവിരുദ്ധസമരങ്ങളുടെയും ബ്രാഹ്മണികമായ ദേശീയഭാവനകളുടെയും കൂടിക്കലർപ്പിലൂടെയാണ് ദേശീയതയും അതിന്റെ ഭൗതികാസ്പദങ്ങളും ഇവിടെ വേരുപിടിച്ചത്. ഇതോടൊപ്പം പൗരസ്ത്യവാദവ്യവഹാരം ജന്മം നൽകിയ ഭാവനാ മണ്ഡലം മുഖ്യധാരാ ദേശീയതയുടെ സാംസ്കാരികമൂലധനമായി സ്ഥാനമേൽക്കുകയും ചെയ്തു. സാമ്രാജ്യ വിരുദ്ധമായ ജനകീയ-കീഴാളദേശീയതയ്ക്ക് ഇതിനെതിരായ ഒരു ബദൽ സാംസ്കാരികതയെ വികസിപ്പിച്ചെടുക്കാൻ കഴിഞ്ഞിരുന്നില്ല. അതുമൂലം ദേശീയാധുനികതയുടെ അബോധമണ്ഡലം ബ്രാഹ്മണിക/സവർണ്ണ പ്രത്യയശാസ്ത്ര ത്തിന്റേതായി ഉറച്ചുവരുകയും ചെയ്തു.

ദേശീയാധുനികതയുടെ ഈ സവിശേഷസ്വഭാവം പിൽക്കാലത്ത് ആധുനികതാവിമർശനം എന്ന നിലയിൽ വികസിച്ചുവന്ന ആധുനികതാ

വാദപ്രവണതകളെ, ഒരുവിധത്തിലല്ലെങ്കിൽ മറ്റൊരുവിധത്തിൽ ഗാഢമായി നിർണ്ണയിച്ചു പോന്നിട്ടുണ്ട്. ദേശീയാധുനികതയുടെ അബോധമായി നിലനിന്നിരുന്ന ബ്രാഹ്മണികവ്യവഹാരംതന്നെയാണ് ഇവിടെ ആധുനികതാവിമർശനത്തിനും അടിത്തറയൊരുക്കിയത്. ദേശീയാധുനികതയുടെ രാഷ്ട്രരൂപം ഒട്ടുമിക്കവാറും പാശ്ചാത്യ മാതൃകയെ പിൻപറ്റുന്നവിധത്തിലാണല്ലോ ഇവിടെ രൂപപ്പെടുന്നത്. അതുമൂലം, പുതിയ ദേശ-രാഷ്ട്ര സംവിധാനത്തിന്റേയും ഭരണകൂടസ്ഥാപനങ്ങളുടേയും വൈയവസായികതയുടേയും യന്ത്രവത്കരണത്തിന്റേയും മറ്റും അടിത്തറയിൽ രൂപപ്പെട്ട, നെഹ്റുവിയൻ ദേശരാഷ്ട്രത്തിന്റെ വിമർശനസ്ഥാനമായി ദേശീയാധുനികതയിലെ ബ്രാഹ്മണിക വ്യവഹാരത്തിന് തന്നെ നിലകൊള്ളാമെന്നുവന്നു. നെഹ്റുവിയൻ മതനിരപേക്ഷതയുടെ പാശ്ചാത്യ പരിവേഷം ഇതിന് ഫലപ്രദമായ അടിത്തറയൊരുക്കുകയും ചെയ്തു. ആധുനികതയുടെ സാമ്പത്തികയുക്തിയോടോ അധികാരഘടനയോടോ അല്പംപോലും ഇടയാതെതന്നെ ആധുനികതാ വിമർശനപരമായ ഒരു സ്ഥാനം കൈയാളാൻ ആധുനികതാവാദത്തിന് കഴിഞ്ഞു എന്നതാണ് ഇതിന്റെ അനന്തരഫലം. ഇതിനു മുമ്പേതന്നെ പാശ്ചാത്യാധുനികത യുടെ വിപരീതസ്ഥാനമായി 'ഭാരതീയാത്മീയത' എന്ന സങ്കല്പരാശിയെ പൗരസ്ത്യവാദവ്യവഹാരം നിർമ്മിച്ചെടുത്തിരുന്നു. പൗരസ്ത്യവാദവ്യവഹാരത്തിന്റെ ഈ ധാരയെ ദേശീയാധുനികതതന്നെ പലപ്പോഴും ഉപയോഗപ്പെടു ത്തുകയും ചെയ്തു. അതുകൊണ്ടുതന്നെ ദേശീയാധുനികതയ്ക്കുള്ളിലെ സവർണ്ണമൂല്യങ്ങളിലേക്കുള്ള പിൻവാങ്ങൽ ആധുനികതാവിമർശനത്തിന്റെ സുരക്ഷിത സ്ഥാനങ്ങളിലൊന്നായിത്തീർന്നു.

ഇങ്ങനെ പറയുന്നതിനർത്ഥം ഇന്ത്യയിലെ ആധുനികതാവാദം ഏകമുഖമായി സവർണ്ണമൂല്യങ്ങളിലേക്കുള്ള പിന്മടക്കമായിരുന്നു എന്നല്ല. നിശ്ചയമായും അത് അങ്ങനെയൊന്നായിരുന്നില്ല. ഈ മൂല്യമണ്ഡലം ആധുനികതാ വാദവിചാരങ്ങളുടെ അബോധമായി നിലനിന്നു എന്നല്ലാതെ പ്രത്യക്ഷതലത്തിൽ അത് ഏറെയൊന്നും പ്രകടമായിരുന്നതുപോലുമില്ല. ആധുനികതാവാദകലയുടെ ആവിഷ്കാര രീതികൾ ഇവിടെ പ്രകാശിതമായത് മുഖ്യമായും രണ്ടു രൂപങ്ങളിലാണ്. ഒരുഭാഗത്ത് അത് പ്രാദേശികപാരമ്പര്യങ്ങളിലേക്കും നാടോടിവഴക്കങ്ങളിലേക്കും പിൻമടങ്ങുകയും ദേശീയാധുനികതയുടെ വിമർശന സ്ഥാനമായി അതിനെ ഉപയോഗപ്പെടുത്തുകയും ചെയ്തു. ദേശീയാധുനികതയുടെ രാഷ്ട്ര സ്വരൂപത്തിന്റെയും മാനവസങ്കല്പത്തിന്റെയും വിമർശനസ്ഥാനമായി നാട്ടുപാരമ്പര്യങ്ങളെ ഉപയോഗപ്പെടുത്തുകയാണിവിടെ ചെയ്യുന്നത്. ഇതു കൂടാതെ സാർവ്വദേശീയതലത്തിൽ വികസിച്ചുവന്ന ആധുനികതാവാദപരമായ സങ്കേതങ്ങൾ ഉപയോഗപ്പെടുത്തുന്ന, ആധുനികതാവിമർശനത്തിന്റെ മറ്റൊരു ധാരയും പ്രബലമായി. ആധുനികതാവിമർശനത്തിന്റെ പാശ്ചാത്യസന്ദർഭത്തെയും പ്രവണതകളെയും ഭാരതീയ-കേരളീയ അനുഭവമാക്കാനുള്ള താൽപര്യം അവിടെ ഉണ്ടായിരുന്നു. സ്വകീയമായ ചരിത്രാനുഭവങ്ങളുടെ അതിരുകൾക്കുള്ളിൽ

പാശ്ചാത്യ ആധുനികതാവാദത്തിന്റെ അനുഭൂതിമണ്ഡലത്തെ പടുത്തുയർത്താനുള്ള ശ്രമമായിരുന്നു അത്.

ഇങ്ങനെ നാട്ടുപാരമ്പര്യങ്ങളുടേയും സാർവ്വദേശീയ ആധുനികതാവാദത്തിന്റേയും ആശയപ്രരൂപങ്ങളോട് സംവാദാത്മക ബന്ധം പുലർത്തിക്കൊണ്ടാണ് ആധുനികതാവാദത്തിന്റെ തദ്ദേശീയ പ്രകരണം ഇവിടെ രൂപപ്പെട്ടു വന്നതെങ്കിലും, ദേശീയാധുനികതയിൽ നിലീനമായ ബ്രാഹ്മണവ്യവഹാരം അതിൽനിന്നു പൂർണ്ണമായി ഒഴിഞ്ഞു പോയിരുന്നില്ല. നാട്ടുപാരമ്പര്യങ്ങളെ ദേശീയാധുനികതയിലേക്ക് വിളക്കിച്ചേർക്കുന്ന ഒരു ഉദ്ഗ്രഥനമൂല്യം ഈ ബ്രാഹ്മണിക വ്യവഹാരത്തിലെ നിരന്തരസാന്നിദ്ധ്യമായിരുന്നു. അതുമൂലം നാട്ടുപാരമ്പര്യത്തിന്റെ സൂചകങ്ങൾ പലപ്പോഴും മതാത്മകവും ആദ്ധ്യാത്മികവുമായ ധ്വനിമൂല്യം കൈവരിച്ച്, അവയുടെ ഭൗതികവും ജീവിതബദ്ധവുമായ അർത്ഥവിവക്ഷകൾക്കപ്പുറത്തേക്ക് പൊയ്ക്കൊണ്ടിരുന്നു. ആധുനികമായ ഒരു സാഹിത്യപാഠത്തിലേക്ക് സന്നിവേശിക്കപ്പെടുന്നതോടെ നാടോടിജീവിത സൂചകങ്ങൾക്ക് സ്ഥാനാന്തരണത്തോടൊപ്പം അർത്ഥാന്തരണവും സംഭവിക്കുന്നുണ്ടായിരുന്നു. ഈ അർത്ഥാന്തരണത്തെ നിർണ്ണയിച്ചതാകട്ടെ ദേശീയാധുനികതയുടെ അബോധ മണ്ഡലമായി നിലകൊണ്ട സവർണ്ണവ്യവഹാരമായിരുന്നുതാനും. അതുകൊണ്ട്, അനുഭൂതിപരമായി, ദേശീയാധുനികതയുടെ ചട്ടക്കൂടിനെ ഭേദിച്ച് പുറത്തുകടക്കാൻ അവയ്ക്ക് കഴിയാതാവുകയും ചെയ്തു. ഇതുമൂലം ആധുനികതാവാദത്തിന്റെ ഇന്ത്യൻപ്രകരണം ദേശീയാധുനികതയുടെ അടിസ്ഥാനഘടനയെ മറികടക്കാത്തതും, പലപ്പോഴും അതിന്റേതന്നെ മൂല്യങ്ങളെ പുനരുൽപാദിപ്പിക്കുന്നതുമായിത്തീർന്നു.

ആധുനികതാവിമർശനം ഖസാക്കിന്റെ ഇതിഹാസത്തിൽ

പ്രാദേശികപാരമ്പര്യത്തിന്റെയും നാട്ടുവഴക്കങ്ങളുടെയും ബലംകൊണ്ട് ആധുനികീകരണത്തിന്റെ രാഷ്ട്ര-വൈജ്ഞാനിക- വ്യക്തിസങ്കല്പങ്ങളെ മറി കടക്കുവാൻ ശ്രമിക്കുന്ന രചനയായാണ് *ഖസാക്കിന്റെ ഇതിഹാസം* പ്രത്യക്ഷത്തിൽ അനുഭവപ്പെടുക. *ഖസാക്ക്* ഉയർത്തുന്ന ആധുനികതാ വിമർശനത്തിന്റെ ഊർജ്ജകേന്ദ്രമായി പ്രവർ ത്തിക്കുന്നതും ഈ നാട്ടുപാരമ്പര്യമാണ്. ദേശീയാധുനികതയെ നിർണ്ണയിച്ച നവീനപരിഷ്കൃതിയുടേയും ബ്രാഹ്മണികപാരമ്പര്യത്തിന്റേയും വിമർശനസ്ഥാനം. ആധുനികവിദ്യാഭ്യാസം, ചികിത്സാ പദ്ധതികൾ, മതാത്മക സ്വത്വം, വ്യക്തിസങ്കല്പം, പ്രണയഭാവനകൾ എന്നിങ്ങനെ ഖസാക്കിൽ പരാജയമടയുന്ന ആധുനിക സ്ഥാപനങ്ങൾ എണ്ണമറ്റവയാണ്. ആധുനികമായ യുക്തിബോധത്തിന്റേയും വ്യക്തിപരതയുടേയും പ്രതിനിധിയായി ഖസാക്കിലെത്തിപ്പെടുന്ന രവിയുടെ വ്യക്തിഘടന അവിടെവച്ച് ശിഥിലീകരിക്കപ്പെടുന്നു. ഇവയ്ക്കെല്ലാം മുകളിൽ തലയുയർത്തി നില്ക്കുന്ന ഖസാക്കിന്റെ പ്രാചീനമായ അവ്യവസ്ഥയാണ് നോവലിന്റെ ഭാവകേന്ദ്രം.

പക്ഷേ, ഇതിനിടയിൽ *ഖസാക്ക്* ശരിവയ്ക്കുന്ന മറ്റൊരു മണ്ഡലമുണ്ട്. രവിയുടെ ആത്മവിചാരങ്ങളിലും ആഖ്യാനത്തിന്റെ ഭാഷാസ്വരൂപത്തിലും പലപ്പോഴും എഴുന്നുനില്ക്കുന്ന യോഗാത്മക ധ്വനികളോട് ഒത്തിണക്കമുള്ള ഒരു ജ്ഞാനമണ്ഡലം *ഖസാക്കിൽ* വിമർശനവിധേയമാവാതെ നിലകൊള്ളുന്നതു കാണാം. 'അസ്ട്രോ ഫിസിക്സിന്റേയും ഉപനിഷത്തിന്റേയും രസാവഹമായ കലർപ്പെ'ന്ന നിലയിൽ പ്രത്യക്ഷപ്പെട്ട രവിയുടെ പഠനപദ്ധതികളും, പ്രിൻസ്റ്റണിൽനിന്ന് അയാൾക്കു ലഭിക്കുന്ന ക്ഷണവും, പത്മയുടേയും രവിയുടെ സഹോദരിമാരുടേയും അമേരിക്കൻ വാസവും *ഖസാക്കിൽ* ആദരപൂർവ്വമാണ് വിവരിക്കപ്പെടുന്നത്. രവി പങ്കുചേർന്ന ഈ ജ്ഞാനവ്യവഹാരത്തിന്റെ പദാവലികൾ, അയാളുടെ അതിഭൗതിക ദുഃഖത്തെക്കുറിക്കുന്ന വാങ്മയവുമായി പാഠശരീരത്തിൽ ഒത്തിണങ്ങി നില്ക്കുന്നതും കാണാം. ആ നിലയിൽ *ഖസാക്ക്* ശരിവയ്ക്കുന്ന ഒരു അനുഭവലോകവും ജ്ഞാനപദ്ധതിയുമായി താരഭൗതിക-ഔപനിഷദിക ജ്ഞാന സംയോഗം ആഖ്യാനത്തിൽ ഇടം കണ്ടെത്തിയിരിക്കുന്നു.

ഈ നിഗമനത്തെ പ്രത്യക്ഷത്തിൽത്തന്നെ അസ്ഥിരപ്പെടുത്താൻ പോന്ന ഒരു ഘടകം *ഖസാക്കി*ലുണ്ട്. നോവലിലുടനീളം പരിഹാസവിഷയമായിത്തീർന്നിട്ടുള്ള സ്ഥാപനവത്കൃതമതവും ആത്മീയതയുമാണ് അത്. ബോധാനന്ദന്റെ ആശ്രമം, അവിടത്തെ അന്തേവാസിനികളുമായുള്ള രവിയുടെ വേഴ്ചകൾ, യാത്രപുറപ്പെടു മ്പോൾ മാറിയുടുക്കുന്ന കാവിക്കച്ച എന്നിങ്ങനെ നോവലിന്റെ തുടക്കത്തിൽത്തന്നെ സ്ഥാപനവത്കൃത ആത്മീയതയും മതവും നോവലിലെ പരിഹാസവിഷയങ്ങളായിത്തീരുന്നുണ്ട്. ഈ പരിഹാസ്യതയുടെ ഉച്ചസ്ഥാനമാണ് ശിവരാമൻനായർ. 'മൂരാച്ചി ഫ്യൂഡലിസ്റ്റ്' എന്ന് വിവരിക്കപ്പെടുന്നുണ്ടെങ്കിലും ആധുനികമായ മതസ്വത്വത്തിന്റെ അല്ലെങ്കിൽ വർഗ്ഗീയമായ വ്യക്തിഘടനയുടെ പ്രതിനിധിയാണ് അയാൾ. മാധവൻനായർ കൈയൊഴിഞ്ഞുപോരുന്ന സന്ന്യാസത്തിലും ഇങ്ങനെയൊരു ഘടകമുണ്ട്. ആ നിലയിൽ ബ്രാഹ്മണിക ആത്മീയതയുടെ അനുഭൂതിമണ്ഡലത്തെ *ഖസാക്ക്* ഏറ്റെടുക്കുന്നു എന്ന വാദത്തിൽ പ്രകടമായൊരു വൈരുദ്ധ്യമുണ്ട് എന്നു കാണാം.

ഇവിടെ നാം തിരിച്ചറിയേണ്ടത് *ഖസാക്ക്* കൈയൊഴിയുന്നത് ആധുനികമായ സ്ഥാപനരൂപം കൈയാളിയ മതത്തെയാണെന്ന വസ്തുതയാണ്. ദേശീയാധുനികതയുടെ ആദ്യഘട്ടംമുതലേ ഇത്തരമൊരു നിലപാട് ഇന്ത്യയിലുണ്ടായിരുന്നു. മതത്തെ ആചാരപരവും സ്ഥാപനപരവുമായ രൂപങ്ങളിൽനിന്നു മോചിപ്പിച്ച് സാർവ്വ ലൗകികവും സാർവ്വകാലികവുമായ അടിസ്ഥാനമൂല്യങ്ങളായി അതിനെ പുനർനിർവ്വചിക്കുവാനാണ് നവോത്ഥാന പ്രസ്ഥാനം മുഖ്യമായും ശ്രമിച്ചത്. ഈശ്വരീയതയെ മാനുഷികതയുടെ പൂർണ്ണതയായി പുനർനിർവ്വചിക്കുകയാണ് ആധുനികത ചെയ്ത ഒരു കാര്യം. മനുഷ്യകേന്ദ്രിതമായ പുതിയ ലോകാവബോധത്തിനുള്ളിൽ ദൈവം അടയാളപ്പെട്ടത് അങ്ങനെയാണ്. ഈ ഈശ്വരീയതയാകട്ടെ കൂടുതൽ കൂടുതൽ അമൂർത്തവും ആദർശാത്മകവുമാണ്. മനുഷ്യൻ എന്ന കേവലസങ്കല്പവും ആ കേവലസങ്കല്പത്തിന്റെ തുടർച്ചയിൽ

സ്ഥാനപ്പെടുത്താവുന്ന ഈശ്വരീയതയുമാണ് ദേശീയനവോത്ഥാനത്തിന്റെ ആദർശമണ്ഡലം. ഈ ആദർശാത്മകമതബോധം പലപ്പോഴും ആധുനികശാസ്ത്രത്തിന്റെ അറിവുകളുമായി ഒത്തിണങ്ങിപ്പോകുന്നതായും മനസ്സിലാക്കപ്പെട്ടു. അപരിമേയവും അനിർവ്വചനീയവുമായ പ്രപഞ്ചസത്താബോധമായി പുനർനിർവ്വചിക്കപ്പെടുന്ന മത- ആദ്ധ്യാത്മികത താരഭൗതികത്തിന്റെ സ്ഥൂലലോകത്തോടും കണികാഭൗതികത്തിന്റെ സൂക്ഷ്മലോകത്തോടും ഇണങ്ങിനില്ക്കാൻ കഴിവുള്ള ഒന്നാണ്. ഇരുപതാംനൂറ്റാണ്ടിന്റെ ആദ്യദശകത്തിൽ ന്യൂട്ടോണിയൻ പ്രപഞ്ചാവബോധത്തിനേറ്റ തിരിച്ചടിയും ആപേക്ഷികത, ക്വാണ്ടം ബലതന്ത്രം, കോപ്പൻ ഹേഗൻ വ്യാഖ്യാനം എന്നിങ്ങനെ ഒന്നിനുപിറകെ മറ്റൊന്നായി സൈദ്ധാന്തിക ഭൗതികത്തിൽ ഉയർന്നുവന്ന ആശയാവലികളും ഈ ഒത്തിണക്കത്തിന് കൂടുതൽ ചാരുതയണയ്ക്കാൻ പോന്നതായി. ഈ ഒത്തിണക്കമാണ് താരഭൗതിക-ഔപനിഷദിക സംയോഗമായി *ഖസാക്കിൽ* തലയുയർത്തി നില്ക്കുന്നത്. അതേസമയംതന്നെ ദേശീയോദ്ഗ്രഥനത്തിനും ദേശ-രാഷ്ട്രപരമായ ഏകതാബോധത്തിനും വിഘാതമായി നിലകൊള്ളുന്ന മതത്തെ, ആധുനികമായി സ്ഥാപനവൽക്കരിക്കപ്പെട്ട പരമ്പരാഗതമതത്തെ, *ഖസാക്ക്* നിരന്തരം പരിഹസിക്കുകയും ചെയ്യുന്നു.

ഈ പരിഹാസം സ്ഥാപനവത്കൃതമതത്തോടു മാത്രമല്ല *ഖസാക്ക്* പുലർത്തുന്നത് എന്ന കാര്യവും ശ്രദ്ധേയമാണ്. *ഖസാക്കിൽ* സന്നിഹിതമായിരിക്കുന്ന കീഴാളപാരമ്പര്യത്തിന്റെ ഇരുരൂപങ്ങളും ഇതേ പരിഹാസത്തിന് വിധേയമാകുന്നുണ്ട്. ഒന്ന് പ്രത്യക്ഷമായും മറ്റേത് പരോക്ഷമായും. പ്രത്യക്ഷപരിഹാസത്തിനും വിമർശനത്തിനും ഇരയായിത്തീരുന്നത് കീഴാള- ജനകീയതയുടെ പ്രതിനിധികളായി ഖസാക്കിലെത്തുന്ന കമ്മ്യൂണിസ്റ്റുകാരാണ്. ചെറുമികളെ റൗക്കയിടാൻ അനുവദിക്കാത്ത ശിവരാമൻനായരെ കൊഴണശ്ശേരിയിൽനിന്നെത്തിയ സഖാവ് ശങ്കരൻ വിമർശിക്കുമ്പോൾ 'നല്ലതല്ലേ?' എന്ന നസ്യംകൊണ്ട് അതിന്റെ മുനയൊടിക്കാനാണ് രവി ശ്രമിക്കുന്നത്. ഖസാക്കിൽ 'നേഷണൽ ബൂർഷ്വാസി' ഇല്ല എന്ന ശങ്കരന്റെ വിവരണത്തെ 'അതെന്താത്?' എന്ന തന്റെ ആധുനികപരിജ്ഞാനംകൊണ്ട് പരിഹസിച്ചു മടക്കാനും രവിക്ക് കഴിയുന്നു. ഇങ്ങനെ 1940-കളിലെ കേരളീയജീവിത ത്തിൽ കീഴാള-ജനകീയതയുടെ പ്രാതിനിധ്യം കൈയാളിയിരുന്ന കമ്മ്യൂണിസ്റ്റുകാർ *ഖസാക്കിന്റെ* ആഖ്യാനഘടനയിൽ കോമാളി രൂപങ്ങളും വിദൂഷക സാന്നിദ്ധ്യങ്ങളുമായി കെട്ടടങ്ങുന്നു.

ഇതുപോലെ ഖസാക്കിലെ നാട്ടുപാരമ്പര്യത്തിന്റെ ഒരടരും നോവലിൽ പരിഹാസവിഷയമായിത്തീരുന്നുണ്ട്. രവിയുടെ താര-ഭൗതിക ഔപനിഷദിക സംയോഗത്തിലേക്ക് ആവാഹിക്കാൻ കഴിയാത്ത നാട്ടുജീവിതമാണത്. ഖസാക്കിലെ കീഴാളജീവിതത്തിന്റെ ചെലവിൽ നോവലിൽ ഉയരുന്ന ചിരികൾ ആഖ്യാനത്തിൽ ഏറെയുണ്ട്. നൊരപ്പൻ ചേർത്ത ചാരായം കുടിച്ചുള്ള മലാഭിഷേകം, രാമച്ചാരുടെ മന്ത്രസാധന, കുട്ടാപ്പുനരിയുടെ മരണം, അപ്പാമുത്തുവിന്റെ ജർമ്മൻ പത്രംവായന,

കൂമൻകാവിലെ തൊഴിലാളിസമരം, നൈസാമലിയുടെ ജാഥ നയിക്കൽ, 'ആംഗ്ളോ-അമേരിക്കൻ ചൊരണ്ടൽ നസിക്കട്ടെ!' എന്ന മുദ്രാവാക്യം എന്നിങ്ങനെ എണ്ണമറ്റ സന്ദർഭങ്ങളിൽ നോവൽ *ഖസാക്കിലെ* കീഴാള ജീവിതത്തെ ചിരിയുടെ വിഷയമാക്കിത്തീർത്തിരിക്കുന്നു. "കാറൽ മാർക്സിനോളമില്ലെങ്കിലും സെയ്യദ് മിയാൻ ഷെയ്ഖ് കേരളത്തിൽ സാമാന്യം ജനസമ്മതി നേടിയ ഒരു കഥാപാത്രമാണിന്ന്" എന്ന വിജയന്റെ പില്ക്കാലപരിഹാസം വാസ്തവത്തിൽ *ഖസാക്കിന്റെ* ആന്തരയുക്തിയിലേക്ക് വിരൽചൂണ്ടുന്ന ഒരു പ്രസ്താവനയാണ്. കീഴാള-ജനകീയ പാരമ്പര്യങ്ങളും ഖസാക്കിലെ നാട്ടുജീവിതവും ആഖ്യാനത്തിലെ ഫലിതപരിഹാസങ്ങളായി കെട്ടടങ്ങുന്നുവെന്ന സൂചനയാണത് നല്കുന്നത്. അതേസമയം അതിഭൗതികതയുടെ ധ്വനിമൂല്യമുള്ള *ഖസാക്കിലെ* നാട്ടുജീവിതസന്ദർഭങ്ങളെ യോഗാത്മക പദാവലികളാൽ അതീതവത്കരിച്ച് താര ഭൗതിക-ഔപനിഷദിക സംയോഗത്തിന്റെ അനുഭവരാശിയിൽ ഉൾക്കൊള്ളിക്കുകയും ചെയ്തിരിക്കുന്നു. ഇങ്ങനെ ഖസാക്കിലെ അനുഭവലോകത്തെ രണ്ടായി പിളർന്ന് യോഗാത്മക ധ്വനികളുള്ള മേലടരിനെ ആധുനികതാവിമർശനപരമായ അതിഭൗതിക ഘടനയിൽ ഉൾക്കൊള്ളിച്ചും നിത്യജീവിതവൃത്തികളെ ആധുനികതാവിമർശനത്തിന്റെ കീഴാള-ജനകീയതയോടൊപ്പം ചേർത്തു പരിഹസിച്ച് പുറംതള്ളിയുമാണ് ആഖ്യാനം വികസിക്കുന്നത്. ഖസാക്കിനു പുറത്ത്, അതി ഭൗതികതയുടെ മഴയിൽ വിലയംപ്രാപിക്കുന്ന രവിയുടെ മോക്ഷമാർഗ്ഗം ഇങ്ങനെ ഉരുവായതാണ്.

ഈ നിലയിൽ മനസ്സിലാക്കിയാൽ *ഖസാക്ക്* ഉയർത്തുന്ന ആധുനികതാ വിമർശനം ദേശീയാധുനികതയുടെ പ്രതിസന്ധി സന്ദർഭത്തിൽ അതിന്റെ മേലാളധാരയിലുണ്ടായ വിഭ്രമങ്ങളേയും അടിയിളക്കങ്ങളേയുമാണ് അടയാളപ്പെടുത്തുന്നത് എന്ന് കാണാനാവും. അതോടൊപ്പം ഈ വിമർശനധാര അന്തിമമായി ആധുനികതാ വിമർശനപരമായ കീഴാള ധാരകളെ തള്ളിക്കളയുന്നു എന്നും വ്യക്തമാവും. പൗരസ്ത്യവാദ വ്യവഹാരത്തിന്റെ ആശയാ വലികളും ആധുനികഭൗതിക ത്തിന്റെ പ്രതിസന്ധികളും ഇണങ്ങിനില്ക്കുന്ന ഒരു വൈജ്ഞാനിക വ്യവഹാരത്തിൽ ദേശീയാധുനികതയുടെ രാഷ്ട്ര-വ്യക്തി- യുക്തിഘടനയിലെ പ്രതിസന്ധികളെ വിളക്കിച്ചേർക്കുകയാണ് *ഖസാക്കിന്റെ ഇതിഹാസം* ചെയ്തത്. ചരിത്രപരമായ ഒരു പ്രതിസന്ധിയെ ആഖ്യാനത്തിന്റെ അബോധത്തിൽ ദമനം ചെയ്തുകൊണ്ട് ചരിത്രേതരവും കാലനിരപേക്ഷവുമായ ശാശ്വതാനുഭവമായി, ജന്മാന്തരങ്ങളിലൂടെയും കർമ്മപരമ്പരകളിലൂടെയും ആവർത്തിക്കുന്ന കേവലദുഃഖമായി അതിനെ മാറ്റിയെഴുതാൻ *ഖസാക്കിന്റെ ഇതിഹാസ*ത്തിന് കഴിഞ്ഞിരിക്കുന്നു. അതിലൂടെ, ആധുനികതാവാദത്തിന്റെ ഏറ്റവും മികവുറ്റ ഇന്ത്യൻ ആവിഷ്കാരങ്ങളിലൊന്നായ *ഖസാക്ക്* അതിന്റെ ചരിത്രപരമായ അടിപ്പടവുകളേയും അതിർവരമ്പുകളേയും അടയാളപ്പെടുത്തുന്ന രചനയായും മാറിത്തീർന്നിരിക്കുന്നു.

ഖസാക്ക്:
ഒരു കൊളോണിയൽ പുനർജനി
ബാലചന്ദ്രൻ വടക്കേടത്ത്

അഗമ്യഗമനം, പാപബോധം, ലൈംഗികത, അസ്തിത്വം, വഴിയമ്പലം, പലായനം, യാത്ര, മരണം, പുനർജന്മം തുടങ്ങിയ വാക്കുകൾ മലയാള വായനക്കാർക്ക് പരിചിതമായത് 'ഖസാക്കിന്റെ ഇതിഹാസ' ത്തിനുണ്ടായ വായനാപാഠങ്ങളിലൂടെയാണ്. നമ്മുടെ നവനിരൂപകർ ധാരാളിത്തത്തോടെ ഉപയോഗിച്ചവയാണ് ആ വാക്കുകൾ. അല്ലെങ്കിൽ ഖസാക്കിനുണ്ടായ വായനകൾ മിക്കതും ആ വാക്കുകളുടെ വിശദീകരണങ്ങളോ അവയെ നിർവ്വചിക്കാനുള്ള പരിശ്രമങ്ങളോ ആയിരുന്നു. ഒരു കാലഘട്ടത്തിന്റെ സൗന്ദര്യവ്യവസ്ഥയുടെ പ്രതിനിധാനങ്ങൾ എന്ന നിലയിൽ അവയ്ക്കുള്ള പ്രാധാന്യം നിഷേധിക്കേണ്ടതുമല്ല. അതെന്തായാലും 'ഖസാക്കി'ലെ പ്രധാന കഥാപാത്രമായ രവിയുടെ സ്വഭാവഗണിതങ്ങളും ജീവിതാവബോധവും ക്രമപ്പെടുത്തിയ വായനാരീതികൾ നോവലിനെ ബഹുജനസമക്ഷം എത്തിച്ചുവെന്ന് പറയാം. അവർ രവിയെ അറിഞ്ഞു. പക്ഷേ നോവൽ എന്തെന്നറിയാൻ കഴിഞ്ഞില്ല. എങ്കിലും നോവലിന്റെ ചരിത്രം എഴുതുന്ന ഒരാൾക്ക് മറന്ന് കളയാനാവാത്തവണ്ണം ഖസാക്കിന്റെ ഇതിഹാസം നോവൽ ഭാവുകത്വത്തിന്റെ ഭാഗമായി മാറിക്കഴിഞ്ഞിരുന്നു. തൊട്ടുമുമ്പുള്ള ഭാവുകത്വം പായൽപിടിപ്പിച്ച വായനാസംസ്കാരത്തെ പരിഷ്കരിക്കാൻ വിജയന്റെ നോവലിന് കഴിഞ്ഞുവെന്ന് എല്ലാ പാഠനിർമ്മാതാക്കളും വിധിയെഴുതി. അനുകൂലവായനയുടെ പ്രവാഹം ഖസാക്കിന് ചുറ്റും പടുത്തുയർത്തിയ മതിൽക്കെട്ട് ആർക്കും ഭേദിക്കാനായില്ലെന്നാണ്, ഇപ്പോഴും 'ഖസാക്കി'ന് ഉണ്ടായിക്കൊണ്ടിരിക്കുന്ന പാഠങ്ങൾ തെളിയിക്കുന്നത്.

പൊതുവെ നോക്കിയാൽ രണ്ട് എതിർപാഠങ്ങൾ മാത്രമാണ് ഖസാക്കിന്റെ ഇതിഹാസത്തിന് നാളിതുവരെയായി പ്രത്യക്ഷപ്പെട്ടത്. അവയിൽ ശ്രദ്ധേയമെന്ന് പറയാവുന്നത്, ഖസാക്ക് ഒരു കാർട്ടൂൺ നോവലാണ്' എന്ന പരിശോധനയാണ്. ഒ.വി. വിജയൻ ഒരു ഹാസ്യചിത്രകാരൻ കൂടിയാണ് എന്ന യാഥാർത്ഥ്യത്തെ ആ വാദഗതിക്കാർ പ്രയോജനപ്പെടുത്തി

ക്കാണും. സ്ട്രിപ്പ് കാർട്ടൂൺ എന്നു വിളിക്കാവുന്നതും പരിഹാസ കൃതിയെന്ന് വിശേഷിപ്പിക്കാവുന്നതുമായ ആഖ്യാനമായി ഖസാക്കിന്റെ ഇതിഹാസത്തെ വിശദീകരിച്ചതിലൂടെ, ആ നോവൽ ഉന്നയിച്ച സൗന്ദര്യ വ്യവസ്ഥയിന്മേലാണ് ആദ്യത്തെ പ്രഹരം ചെന്നുകൊണ്ടത്. എന്നാൽ അതു വേണ്ടത്ര ഏൽക്കുകയുണ്ടായില്ല. 'കാർട്ടൂൺ നോവൽ' എന്ന വിളി 'ഖസാക്കി'ന്മേൽ ഏൽക്കാതെ പോയത് വായനയുടെ ഒരു യാഥാർത്ഥ്യത്തെ തുറന്നിടുന്നുണ്ട്. ഒരു നോവലിന്റെ പിറവിയുമായി ബന്ധപ്പെട്ട് ഒരു സൗന്ദര്യവ്യവസ്ഥ രൂപപ്പെട്ടു കഴിഞ്ഞാൽ, അത് ചരിത്രമായി മാറുകയാണ്. അത് ശിഥിലമാവണമെങ്കിൽ അതിനേക്കാൾ ശക്തമായി വേറൊരു സൗന്ദര്യവ്യവസ്ഥ രൂപപ്പെടുകയോ സ്വീകരിക്കപ്പെടുകയോ വേണം. രവിയിലെ നിസ്സംഗതയും പലായനവ്യഗ്രതയും പാപബോധവും ചിട്ടതെറ്റി പെരുമാറുന്നതിലൂടെ പങ്കുവയ്ക്കുന്ന അഗമ്യഗമന വാസനയും സൃഷ്ടിച്ച ഒരു വായനാരീതിയുണ്ട്. അത് നമുക്ക് പരിചിതമായിക്കഴിഞ്ഞു. എന്നാൽ ആ വായനാവലയത്തിൽ നിന്ന് ഖസാക്കിന്റെ വായനക്കാർ തീരെ സ്വതന്ത്രരായില്ലെന്ന് വാദിക്കാം. ആ വ്യവസ്ഥയ്ക്കപ്പുറം മറ്റൊന്ന് സ്വീകരിക്കാൻ 'ഇതിഹാസ'ത്തിന്റെ ചിരപുരാതന വായനക്കാർ സന്നദ്ധരായില്ലെന്നതാണ് ചരിത്രസത്യം. വായന നീങ്ങിയത് ഒരേ ദർശന സത്യങ്ങളിലേക്കാണ്. മരണാഭിമുഖമായ ഹസ്തചലനം, പാപത്തിന്റെ സാക്ഷാത്കാരം, യുക്തി ഹീനതയുടെ വേട്ട, അസ്തിത്വത്തിന്റെ സാധ്യതകൾ, സഹകരണ വ്യഭിചാരം, നിരാനന്ദത്തിന്റെയും നിസ്സംഗ വീരാത്മകതയുടെയും ചിരി എന്നിങ്ങനെ അനവധി പാഠസൂചനകൾ 'ഖസാക്കി'ന്റെ വായനകൾ ലഭ്യമാക്കിയിട്ടുണ്ട്. ഒ.വി. വിജയൻ രാകി മിനുക്കിയെടുത്ത ഭാഷയും പരതി നോക്കിയവരുണ്ട്. ഖസാക്കിലെ സമ്പദ്‌വ്യവസ്ഥയുടെ ചരിത്രം 'അല്പം കോടിയിരിക്കുന്നുവെന്ന' പാഠത്തെ ചരിത്രത്തിൽ നിന്ന് ഭ്രഷ്ടമാക്കിയത് ആ വായനാവ്യവസ്ഥകളാണ്. ഖസാക്കിനുണ്ടായ ഇത്തരം വായനാനിരാകരണങ്ങൾക്കു മുമ്പിൽ നമ്മുടെ നവനിരൂപകർ സ്വല്പം പരുങ്ങിപ്പോയെന്ന് സാഹിത്യചരിത്രം വിളിച്ചു പറയുന്നു. ആ നിരാകരണത്തിന്റെ പ്രതിസന്ധിയിൽ കടന്ന് ഉഴറുക തന്നെയാണ് മലയാളത്തിലെ ഖസാക്ക് നിരൂപണം. ഒരു വ്യവസ്ഥയൊരുക്കിയ സൗന്ദര്യാത്മകമോ, ദർശനപരമോ ആയ മൂല്യാധിപത്യത്തിൽ നിന്ന് സ്വതന്ത്രമാവാൻ നിരൂപകഭാവനകൾക്ക് കഴിയുന്നില്ലെങ്കിൽ അവരുടെ വായനകൾ കർത്രാധികാരത്തിലേക്കാവും നീങ്ങുകയെന്നു ബോധ്യപ്പെടാതിരിക്കില്ല. ഖസാക്കിന്റെ ദാർശനിക ഭാവങ്ങളെ നിഷേധിക്കുകയോ, ഖസാക്ക് ഒരു ദാർശനിക നോവലല്ല എന്ന് വാദിക്കുകയോ അല്ല ലക്ഷ്യം. 'ഖസാക്കിന്റെ ഇതിഹാസത്തി'നുണ്ടായ പാഠങ്ങളുടെ വഴികളും ആശയനിർദ്ധാരണങ്ങളുടെ സ്രോതസ്സുകളും മലയാള ഭാവുകത്വത്തിന്റെ മേഖലയിൽ നവീനമായ ഒരു 'ദശാസന്ധി' സൃഷ്ടിക്കുകയുണ്ടായി. ആ അവസ്ഥയെ മറികടക്കാൻ കഴിയുമോ എന്ന അന്വേഷണം വീണ്ടും ആയിക്കൂടെന്നില്ലല്ലോ.

'ഖസാക്കിന്റെ ഇതിഹാസ'ത്തെ ഒരു കാർട്ടൂൺ നോവലായി വ്യാഖ്യാനിച്ചവർ ചൂണ്ടിക്കാണിക്കുന്ന ഒരു വസ്തുതയുണ്ട്. സുഘടിതമായ ഒരു കഥയുടെ ഇല്ലായ്മയും പരിനിഷ്ടമായ തീമിന്റെ അഭാവവുമാണ് കാർട്ടൂണുകൾ പ്രത്യക്ഷപ്പെടുത്തുന്നത്. ആയർത്ഥത്തിൽ ഖസാക്ക് നോവലിൽ സുഘടിതമായ ഒരു കഥയില്ലെന്നാണ് സൂചന. സമീപഭൂതകാലത്തെ നോവലുകളുമായി ഖസാക്കിനെ താരതമ്യം ചെയ്യുമ്പോൾ, വിജയന്റെ കൃതിയിൽ ആദിമധ്യാന്തപ്പൊരുത്തമുള്ള അഥവാ പഴയ നിർവ്വചനങ്ങളെ സാധൂകരിക്കുന്ന പ്രമേയ സങ്കല്പങ്ങളോ ആഖ്യാന തന്ത്രങ്ങളോ കാണാൻ ഇടയില്ല. പക്ഷേ അത് നോവലിന്റെ ഒരു പോരായ്മയാണ് എന്ന് കരുതേണ്ടതില്ല. മനുഷ്യബന്ധങ്ങളുടെ കഥ തന്നെയാണ് വിജയനും പറയുന്നത്. മുമ്പില്ലാത്ത വിധത്തിലുള്ള വക്രത ആ ബന്ധങ്ങളിൽ നിരീക്ഷിച്ചറിയുന്നവരുണ്ടാകാം. എന്നാൽ തന്റേതായ കാഴ്ചപ്പാടിലൂടെ മനുഷ്യബന്ധങ്ങളെ നോക്കിക്കാണുന്ന നോവൽകാരൻ നോവലിൽ പ്രാധാന്യം കല്പിച്ചരുളിയത് ആ വക കാര്യങ്ങൾക്കായിരുന്നില്ല. അത് നോവലിന്റെ ഉപരിഘടനയെ ആകെ ശിഥിലമാക്കിയോ? ഖസാക്കിന്റെ ആഖ്യാനത്തെ മുൻനിർത്തി ആ മട്ടിൽ സംസാരിച്ചുകേട്ടിട്ടുണ്ട്. എന്നാൽ നോവലന്റെ അടുത്തവായന ഭാവോത്തേജകമായ ആന്തരികധർമ്മങ്ങളുടെ പ്രവർത്തനങ്ങളിൽ വായനക്കാരെ എത്തിക്കുമെന്ന് ഉറപ്പാണ്. അതൊന്നും കാണാതെ കാർട്ടൂണുകളുടെ സാമാന്യസ്വഭാവവുമായി ഖസാക്കിനെ താരതമ്യം ചെയ്യാനുള്ള വ്യഗ്രത, നോവലധികാരത്തിന്റെ പരിസരങ്ങളിലെത്താൻ സഹായിക്കുമെന്ന് ഉറപ്പില്ല. 'ദാർശനിക'മായ ചില തെറ്റിദ്ധാരണകളുടെ പേരിലാണ് ഇത്രയും കാലം ഖസാക്കിന്റെ ഇതിഹാസം വായിക്കപ്പെട്ടത്.

പോരായ്മകളിലൂടെ സഞ്ചരിച്ചുകൊണ്ടിരിക്കുന്ന ഖസാക്കിന്റെ വായന നോവലിലെ വിചിത്ര ഭാവനകളെയും അത് വായനക്കാരിലുളവാക്കാൻ ഇടയുള്ള സംഘർഷങ്ങളേയും അറിഞ്ഞില്ല. നോവലിന്റെ യഥാർത്ഥ അർത്ഥസൂചനകളിലേക്ക് പ്രവേശിക്കാൻ നിരൂപണകലയ്ക്ക് കഴിഞ്ഞതുമില്ല. വിജയന് ലഭിച്ച പരിവേഷം വായനയെ കീഴ്പ്പെടുത്തിക്കളഞ്ഞു. അതുകൊണ്ട് വിജയന്റെ പരസ്യജീവിതവും കഥാനായകനായ രവിയുടെ ലൈംഗികത്വരയും മാത്രമാണ് വായനയ്ക്കു വിഷയമായത്. ഖസാക്കിന്റെ മേച്ചിൽപുറങ്ങളിലൂടെ ചാരായക്കുപ്പിയുമായി ചുറ്റിയലയുന്ന രവിയുടെ അഗമ്യഗമനവാസനകൾ വായനകളിൽ മുഴച്ചു നിന്നു. അയാൾ അനുഭവിക്കുന്ന സംഘർഷങ്ങൾ ആ അമിത താൽപര്യങ്ങൾക്കിടയിൽ തമസ്കൃതമാവുകയും ചെയ്തു. മാത്രവുമല്ല ആ വായനകൾ നഷ്ടപ്പെടുത്തിയത് ഖസാക്ക് എന്ന ഗ്രാമത്തെയാണ്, വൈവിദ്ധ്യമുള്ള സങ്കല്പങ്ങളിലൂടെ രേഖീയമാകുന്ന ഖസാക്കിന്റെ സ്വത്വമാണ്, അതിന്റെ അനന്യതയാണ്. ഖസാക്ക് ഗ്രാമത്തിലെ കാഴ്ചകൾ പെറുക്കിയെടുക്കാൻ കഴിയാതെ പോയതിലും ആ നഷ്ടപ്പെടലിന്റെ തീവ്രതയുണ്ട്. പ്രസ്തുത ഗ്രാമത്തിന്റെ ആഴത്തിലെത്താൻ സഹായകമാകുന്ന

അനവധി സമൂഹചിത്രങ്ങൾ നോവലിൽ പ്രത്യക്ഷപ്പെടുന്നുണ്ട്. മതമത്സരങ്ങൾ, മന്ത്രവാദം, പള്ളികൾ, ഭഗവതിക്കാവുകൾ, തേവിടിശ്ശികൾ, മൊല്ലാക്ക, മഹാരോഗങ്ങൾ, കമ്മ്യൂണിസ്റ്റുകൾ, എന്നിങ്ങനെ അനവധി കാര്യങ്ങൾ ഖസാക്കിലുണ്ട്. അതെല്ലാം നമ്മുടെ നിരൂപകന്മാർ വേണ്ട പോലെ ശ്രദ്ധിച്ചിരുന്നെങ്കിൽ, 'ഖസാക്കിന്റെ ഇതിഹാസം' ഒരു റീജണലിസ്റ്റിക് കൃതിയായി വായിക്കപ്പെടുമായിരുന്നില്ലേ എന്ന് സംശയിക്കണം. അറിഞ്ഞോ അറിയാതെയോ ഒരു റീജണിലിസ്റ്റിക്ക് ഘടന ആഖ്യാനത്തിൽ വന്നുചേർന്നിട്ടുണ്ട്. പാപബോധത്തിലും ലൈംഗികതയിലും ഊന്നി രൂപപ്പെട്ട പാഠങ്ങളുടെ ഒഴിവാക്കലിലൂടെ ഖസാക്കിന് ഒരു പുതിയ പാഠം രൂപപ്പെടുത്താനുള്ള ശ്രമം പുതിയ ഒരനുഭവത്തിന്റെ സാക്ഷാത്കാരത്തിലാവും ചെന്നെത്തുക. ആ അനുഭവം ദാർശനികതയ്ക്കപ്പുറം ചെല്ലുന്ന ഒരു നിലപാടിന്റെ സൂചനയായിരിക്കയും ചെയ്യും.

ആധുനികതയുടെ പശ്ചാത്തലത്തിലാണ് ഖസാക്ക് പൊതുവെ വായിക്കപ്പെട്ടത്. ആധുനിക സങ്കല്പനങ്ങളും സാമൂഹ്യപ്രതിരോധഭാവവും ഒരു സംവാദത്തിന് തയ്യാറാവുന്ന തലം നോവലിലുണ്ട്. ആയർത്ഥത്തിൽ ഖസാക്കിലെ ആഖ്യാനകേന്ദ്രം രവിയല്ല ഖസാക്ക് എന്ന ദേശമാണ്. ഒരു രാഷ്ട്രീയ സമൂഹത്തെ അറിയാൻ താത്പര്യമെടുക്കുന്ന എഴുത്തുകാരൻ ദേശവ്യക്തിത്വത്തെ പ്രകടിപ്പിക്കുക സ്വാഭാവികമാണ്. അതേസമയം തന്നിലേക്ക് വന്നുചേരുന്ന സ്വത്വപരമായ സന്ദേഹങ്ങളെ ദേശവ്യക്തിത്വവുമായി ഇണക്കാനുള്ള സന്ദർഭവും കണ്ടെത്തുന്നു. രവിയുടെ സ്വത്വവികാസത്തിന്റെ ഭാഗമായി ദേശത്തിന്റെ അനന്യതാ ഭാവങ്ങൾ മാറുന്നുണ്ട്. അതുകൊണ്ട് ഖസാക്കിലെ വൈജാത്യങ്ങളും അവിടുത്തെ ജനതയുടെ അനുഭവകഥകളും ആവിഷ്കാരസന്ദർഭം കണ്ടെത്തുന്നതിൽ ചില സൂക്ഷ്മതകൾ പാലിക്കുന്നുണ്ട് എന്ന് പറയാം. രവി ആ വൈചിത്ര്യങ്ങളുമായി സംഘർഷത്തിലാണ്. ആ സംഘർഷത്തെ ജ്വലിപ്പിക്കുന്നതിനായി രവിയിലെ വിചിത്രഭാവങ്ങൾ തന്നെ ഒ.വി. വിജയൻ പ്രയോജനപ്പെടുത്തുകയും ചെയ്യുന്നു. തേവാരത്ത് ശിവരാമൻ നായരുടെ ഞാറ്റുപുരയിലെത്തുമ്പോൾ അവിടെ ഹനുമാന്റെയും ഗാന്ധിയുടെയും ഹിറ്റ്ലറുടെയും ചിത്രങ്ങൾ സഹവർത്തിത്വത്തോടെ വച്ചിരിക്കുന്നത് കാണുന്നു. രവിയുടെ പുസ്തകശേഖരത്തിൽ ഭഗവത്ഗീതയും മുട്ടത്തുവർക്കിയും റിൽക്കെയുമുണ്ട്. ഖസാക്കിന്റെ ജീവിതവും രവിയുടെ ജീവിതവും തമ്മിൽ സംഘർഷത്തിലാണ് എന്ന് വ്യഞ്ജിപ്പിക്കുന്ന ഒരു രൂപകമാണ് 'ഏകാധ്യാപകവിദ്യാലയം.' രവി ഖസാക്കിലെത്തിയതുമുതൽ 'ഏകാധ്യാപക വിദ്യാലയം' സമാരംഭിക്കുന്നതുവരെയുള്ള അദ്ധ്യായങ്ങൾ പ്രത്യേകം ശ്രദ്ധയർഹിക്കുന്നു. വിജയൻ ഘടിപ്പിച്ചുവെച്ചിരിക്കുന്ന വ്യത്യസ്ത ജീവിതരാശികൾ വ്യഞ്ജിപ്പിക്കുന്ന ഭാഗങ്ങൾ ആണ് ആ അധ്യായങ്ങൾ. ആസ്ട്രോഫിസിക്സും ഉപനിഷത്തും രസകരമായി കലർത്തിയ ബുദ്ധിജീവിയായ രവി ആർജ്ജിക്കാൻ ആഗ്രഹിക്കുന്ന സ്വത്വപ്രപഞ്ചവും ചരിത്രമുറങ്ങുന്ന ഖസാക്കിലെ അനന്യഭാവങ്ങളും തമ്മിലുള്ള കൊളുത്ത് ഒന്ന് വിടുവിച്ചെടുത്താൽ ഖസാക്കിന്റെ വായനയിൽ പ്രകടമായ വ്യതിയാനം

സംഭവിക്കുമോ എന്നറിയില്ല. എങ്കിലും പുതിയ ഒരന്വേഷണത്തിന് അത് വഴിമാറിക്കൊടുക്കുമെന്നാണ് ഞാൻ മനസ്സിലാക്കുന്നത്. ഒരുപക്ഷേ വിഭിന്നവും അപരിചിതവുമായ കാഴ്ചകളായിരിക്കും ലഭ്യമാവുക.

കൂമൻകാവിൽ ബസ്സിറങ്ങുമ്പോൾ ആ പ്രദേശം രവിക്ക് 'അപരിചിതമായി തോന്നിയില്ല' എന്നാണ് വിജയൻ എഴുതുന്നത്. ഖസാക്ക് വായനക്കാർക്ക് ഒരു അപരിചിത ഗ്രാമമാണ്. രവിക്ക് ആ ഗ്രാമം അപരിചിതമാണ്. എന്നാൽ ആഖ്യാനത്തിൽ പരിചിതവൽക്കരണത്തിന്റെ വ്യംഗ്യശ്രുതി നൽകാൻ വിജയൻ പ്രയത്നിച്ചുകാണുന്നു. ഗ്രാമത്തെ അപ്രധാനീകരിക്കുകയും രവിയെ പ്രധാനീകരിക്കുകയും ചെയ്യുന്ന ഒരു തന്ത്രം നോവൽകാരൻ ആഖ്യാനത്തിലുടനീളം ഉപയോഗിച്ചിട്ടുണ്ട്. തുടർന്ന് രവിയെ ഖസാക്ക് അപരിചിതമാണ് എന്ന് ധരിപ്പിക്കുകയും ചെയ്യുന്നു. അവിടം, തന്നെ കാത്തുകിടക്കുന്നതായി രവിക്ക് തോന്നി. രവിയുടെ ഭാവം നേരത്തെ അറിയുമായിരുന്നെങ്കിൽ ഈ ആഖ്യാനത്തിൽ ഒരു വൈരുദ്ധ്യം നമുക്ക് ദർശിക്കാൻ കഴിയുമായിരുന്നു. ഖസാക്കിനെ അറിയാൻ അയാൾ നന്നേ പ്രയാസപ്പെട്ടു എന്ന ഒരു വിപരീതധ്വനിയുടെ സാക്ഷാത്കാരം വിജയൻ ഖസാക്കിന്റെ രചനയിലുടനീളം പ്രതീക്ഷിക്കുന്നുണ്ട്. ഒരു വ്യക്തിസ്വത്വത്തെ നിഷേധാത്മകമായി നോക്കിക്കാണുന്നതിലെ സുഖം വിജയൻ തിരിച്ചറിയുകയാണ്. കൂമൻകാവും മറ്റും പരിചിതമായി തോന്നിയ രവി ഖസാക്കിലേക്കുള്ള യാത്രയ്ക്കിടയിൽ ചുമട്ടുകാരനോട് ചോദിച്ചുപോവുന്നു: "എത്ര വഴീണ്ട്?" പരിചിതാവസ്ഥയിൽ നിന്ന് ദൂരസന്ദേഹത്തിലുള്ള ഈ പരിണാമസൂചന, കഥാപാത്രം അനുഭവിക്കുന്ന സംഘർഷത്തിന്റെ വാക്കടയാളമായി മാറുകയല്ലേ? ആദ്യ വായനയിൽ തോന്നിപ്പോയില്ലെങ്കിലും പിന്നീട് ആ യാഥാർത്ഥ്യം അനുഭവപ്പെടാതെ വയ്യ. നഗരത്തിന്റെ പരിഷ്കാരങ്ങൾ ലവലേശം എത്തിനോക്കിയിട്ടില്ലാത്ത ഖസാക്കിലേക്കാണ് അയാൾ എത്തിച്ചേരുന്നത്. ആ ഗ്രാമത്തിന്റെ വർത്തമാനവും ജനതയുടെ വിഹ്വലതകളും അവർക്കിടയിൽ പ്രയോഗത്തിലുള്ള ഭാഷയുടെ പ്രരൂപഭാവങ്ങളും ശ്രദ്ധിച്ചുനോക്കിയാൽ, ഖസാക്ക് ഒരവശിഷ്ട ഗ്രാമമാണ് എന്ന് തോന്നാം. അവിടെ രണ്ടു വിദ്യാലയങ്ങളുണ്ട്. അള്ളാപ്പിച്ചാ മൊല്ലാക്കയുടെ ഓത്തുപള്ളിയും ഹിന്ദുക്കൾക്കുള്ള എഴുത്തുപള്ളിയും. ഇംഗ്ലീഷ് വിദ്യാഭ്യാസം കടന്ന് വരുന്നതേയുള്ളൂ. 'കോണെഴുത്ത്' പഠിപ്പിക്കാനാണല്ലോ രവി ഏകാധ്യാപക വിദ്യാലയത്തിലെ അദ്ധ്യാപകനായി എത്തുന്നതുതന്നെ! അതെല്ലാം വിവരിക്കുമ്പോൾ വിജയൻ അവിടത്തെ ജനങ്ങളുടെ പ്രത്യേകതകളെക്കുറിച്ച് വാചാലനാകാതെ ഇരിക്കുന്നുമില്ല. പള്ളിക്കഥകൾ കേട്ട് ഉറങ്ങുകയും ആ കഥകൾ കേൾക്കാൻ വേണ്ടി മാത്രം ഉണരുകയും ചെയ്യുന്ന ഒരു സമൂഹം ഖസാക്കിലുണ്ട്. പള്ളികൾ നശിച്ച കഥകൾ അവർ പറയുന്നു. ഭരണകൂടത്തിന്റെ ഇടപെടലുകളും ആ സമൂഹത്തിന് പറയാനുണ്ട്. അവിടെ മദ്യനിർമ്മാണമുണ്ട്. കമ്മ്യൂണിസവുമുണ്ട്.

ഖസാക്കിന് ബാഹ്യമായ എന്തൊക്കെ ആകർഷണീയത ഉണ്ടെങ്കിലും, ഖസാക്കിലേത് ഒരു കൊളോണിയൽ ആധിപത്യസമൂഹമാണ്.

'അംശം അധികാരിക'യെന്നും 'കോഷണിശ്ശേരി അധികാരി'യെന്നും ചില യിടത്ത് പ്രയോഗിക്കുന്നുണ്ട്. ഈ അടയാളങ്ങളും അവ പ്രദാനം ചെയ്യുന്ന ആശയസൂചനകളും അടങ്ങുന്ന ലോകം അനുഭവപ്പെടുത്തു ന്നത് അധിനിവേശത്തെയാണ്. ഒ.വി.വിജയൻ രവിയെ കൊണ്ടുചെന്നാ ക്കുന്നത് കൊളോണിയൽ വ്യവസ്ഥ പാലിച്ചുകൊണ്ടിരിക്കുന്ന ഒരു ഗ്രാമ ത്തിലാണെന്നതു യാദൃശ്ചികമല്ല. ഖസാക്കിന്റെ ഇതിഹാസത്തിന്റെ പ്രധാനപ്പെട്ട ആഖ്യാനപശ്ചാത്തലം ഈയൊരു ഖസാക്കാണ്. അതിലെ കാലം സ്വാതന്ത്ര്യത്തിന് മുമ്പുള്ളതാണ്. സംഭവകാലത്തെ കുറിച്ച് കൃത്യ മായ സൂചനകൾ ഇല്ലെങ്കിലും, നോവലിൽ ലഭ്യമായ വസ്തുതകളിലൂടെ ബ്രിട്ടീഷ് ഭരണകാലത്തെ സങ്കല്പിച്ചെടുക്കാനാവും. എന്നാൽ രവിയുടെ പാപബോധത്തിലേക്കു കൂപ്പുകുത്തി വീണ ഖസാക്ക് വായനകൾ വിജ യൻ ആഖ്യാനം ചെയ്യുന്ന വസ്തുതകൾക്ക് ഈ രാഷ്ട്രീയപശ്ചാത്തല വുമായുള്ള ഇഴയടുപ്പം കാണാതെപോയി. ഖസാക്കിന്റെ സ്വത്വം എന്ന പ്രധാനപ്പെട്ട പ്രശ്നം അവഗണിക്കപ്പെട്ടു. മിക്ക പാഠവ്യക്താക്കളും പാപ -ലൈംഗിക, ദർശനബോധ്യങ്ങളിലാണ് ചെന്ന് വിശ്രമിക്കുന്നത്.

'നിരാനന്ദത്തിന്റെ ചിരി'യിൽ കെ.പി. അപ്പൻ: 'ഖസാക്കിന്റെ ഇതി ഹാസത്തിലെ അന്തരീക്ഷവും കഥാപാത്രങ്ങളും പ്രതീകങ്ങളും ബിംബ ങ്ങളും കാലവുമെല്ലാം തന്നെ ഈ നിരാനന്ദത്തിന്റെ ചിരിയിൽ ലയിച്ചു കിടക്കുകയാണ്. വിജയന്റെ ദർശനബോധത്തിന്റെ ജീവിതലഹരിയായ ഈ ചിരി ഉൾക്കൊള്ളാൻ കഴിയാത്ത ഒരാൾക്ക് 'ഖസാക്കിന്റെ ഇതി ഹാസം' ഒരടഞ്ഞ പുസ്തകമായിരിക്കും'

ഖസാക്കിലെ സംഗീതം തെരഞ്ഞുപോയ ആഷാമേനോൻ: "മര ണവും രതിയുമായുള്ള അസാധാരണബന്ധത്തെക്കുറിച്ച് സാഡ്ഗർ (sadgar) സ്റ്റിക്കൽ (Stychal)തുടങ്ങിയവർ തങ്ങളുടെ പഠനങ്ങളിൽ എടുത്തുപറയുന്നുണ്ട്. എങ്കിലും മരണവും അതിന്റെ നേർവിപരീതമായ രതിയും (ജീവിച്ചാലല്ലേ രതിസുഖം അനുഭവിപ്പാൻ പറ്റൂ) ഇങ്ങനെ കുഴഞ്ഞു കിടക്കുന്നതിന്റെ രഹസ്യം ഇന്നും പൂർണ്ണമായി മനഃശാസ്ത്ര ജ്ഞർക്ക് പിടികിട്ടിയിട്ടില്ല. എത്ര ആസ്വാദ്യതയോടെയാണ് വീണ്ടും വീണ്ടും പാമ്പിന്റെ കൊത്ത് രവി ഏല്ക്കുന്നത്?'

വായനയിൽ നിന്ന് 'ഖസാക്ക്' ഒഴിഞ്ഞുപോവുകയും രതിയും മര ണവും കൂടിക്കലർന്ന ഒരു ഭാവദർശനത്തിലേക്ക് വായന മാറുകയും ചെയ്യുന്നതാണ് നാം കാണുന്നത്. ഖസാക്കിന്റെ ഇതിഹാസത്തിൽ ഉട നീളം ഒരു ചിരിയുണ്ട് എന്ന് തറപ്പിച്ചു പറയുന്ന പാഠനിർമ്മാതാവ് പക്ഷേ രണ്ട് സ്വത്വങ്ങൾ തമ്മിൽ നടക്കുന്ന സംഘർഷം ഉളവാക്കുന്ന ദുരന്ത ഘടന ശ്രദ്ധിക്കാതെ പോവുന്നു. ആ പോര് അതീവ രഹസ്യമായിട്ടാണ് ആഖ്യാനത്തിൽ ഒളിച്ചുവെച്ചിരിക്കുന്നത്. അതുപോലെ പേൾഫോറിയയെ അവളുടെ അഴിഞ്ഞുലഞ്ഞ ചികുരഭാരം കൊണ്ട് അവധാനതയോടെ ഞെരിച്ചുകൊല്ലുന്ന സാഡിസ്റ്റ് കാമുകനും പാമ്പിന്റെ കൂട്ടിലേക്ക് കൈനീട്ടുന്ന ക്ലിയോപാട്രയുമാണ് പാമ്പിന്റെ കൊത്ത് ഏൽക്കുന്ന

രവിയെ സംവീക്ഷിക്കാൻ മറ്റൊരു പാഠനിർമ്മാതാവിന് സഹായകമായത്. രവിയിലൂടെ സ്പഷ്ടമാക്കുന്ന പ്രാപഞ്ചിക സ്വത്വത്തെ ആകൃതിപ്പെടുത്തിയെടുക്കാൻ വിജയന് സഹായകമായത് ഖസാക്കിന്റെ അനന്യത തുളുമ്പുന്ന ഘടനയാണ്. പക്ഷേ അതാരും കണ്ടില്ല. നോവലിന്റെ ആദ്യ ഭാഗങ്ങളിൽ കോരിയിടുന്ന അനുഭവങ്ങളെ തമസ്കരിച്ചുകൊണ്ടാണ് എല്ലാവായനകളും ഖസാക്കിൽ പൂർണ്ണമായത്.

'ഇതിഹാസത്തിന്റെ ഇതിഹാസ'ത്തിൽ ഒ.വി.വിജയനെഴുതി:

"ഖസാക്ക് ബെൻഗർവാടിയാണെന്നും ഡോഗ്പാച്ചാണെന്നും വിശ്വസിക്കുന്ന സുഹൃത്തുക്കളുടെ ആത്മാർത്ഥതയെ ചോദ്യം ചെയ്യാൻ എനിക്കാവില്ല. പാലക്കാട് കിണാശ്ശേരിക്ക് സമീപമുള്ള മൂലഗ്രാമത്തിലോളം ചെല്ലാനുള്ള സന്മനസ്സ് അവർക്കുണ്ടാകട്ടെ എന്ന് ആശിക്കാൻ മാത്രമേ എനിക്ക് കഴിയൂ.' അവിടെച്ചെന്നാൽ അവർക്ക് അള്ളാപ്പിച്ച മൊല്ലാക്കയുടെ ശവകുടീരം കാണാം. ആ ഗ്രാമത്തിലൂടെ ചുറ്റിനടന്നാൽ അവർക്ക് ഏകാധ്യാപക വിദ്യാലയം കുടികൊണ്ടിരുന്ന പീടികപ്പുര കാണാം. രാഘവൻനായരെന്ന ശിവരാമൻ നായരുടെ കളപ്പുര നിന്നിരുന്ന സ്ഥാനം കാണാം. പള്ളിയും കുളങ്ങളും കാണാം."

ഒരു താരതമ്യത്തിന് വേണ്ടിയിട്ടല്ല ഈ വരികൾ ഉദ്ധരിച്ചത്. ഖസാക്ക് എന്ന ഗ്രാമം എത്രത്തോളം വിജയൻ എന്ന നോവലിസ്റ്റിനെ സ്വാധീനിച്ചിരുന്നു എന്ന് ആ വരികൾ സൂചിപ്പിക്കുന്നു. യാന്ത്രികമായ ഒരു എഴുത്തിന്റെ ഭാഗമായിരുന്നില്ല ഖസാക്കിന്റെ അനന്യത തേടിയുള്ള വിജയന്റെ അന്വേഷണം. കോണെഴുത്തും ജന്മിയായ ശിവരാമൻ നായരും മൂലഗ്രാമവും ഏകാധ്യാപക വിദ്യാലയവും നിഷേധാത്മകമായ ഒരന്വേഷണത്തിന്റെ സൂചകനകളായി മാറുകയാണ്. ആ പ്രദേശത്തെ റാവുത്തന്മാരിൽ ചിലർ ഈ വിദ്യാലയം വന്നതിനെ ആത്മാർത്ഥമായി സ്വാഗതം ചെയ്യുന്നില്ല. ജില്ലാ ബോർഡ് പദ്ധതിയുടെ ഭാഗമായിട്ടാണ് ഏകാധ്യാപക വിദ്യാലയം വരുന്നത്. മൊല്ലാക്കയും മറ്റും 'ഇങ്ങനെയൊരു സ്കൂളിന്റെ' ആവശ്യമില്ലെന്ന് പഞ്ചായത്ത് ചേർന്ന് തീരുമാനിക്കുന്നു. 'കാക്കായ്ക്ക് ചേക്കയിടം കൊടുക്കരുത് മൊല്ലാക്ക. 'ഞമ്മ ബോണ്ടാന്ന് ശൊന്നാ ഇന്ത ഇഷ്ടക്കോള് നിക്കപ്പോറതുണ്ടോ?' എന്ന് കാസിം. വിദ്യാലയത്തെ ചൊല്ലിയുള്ള തർക്കത്തിലൂടെ നാം പതുക്കെ ചെല്ലുന്നത്" കൊളോണിയൽ താത്പര്യമുള്ള ഖസാക്കുകാരുടെ സാംസ്കാരികവും ചരിത്രപരവുമായ സാന്നിധ്യങ്ങളിലാണ്. കൊളോണിയലിസത്തിന്റെ ഗർവ്വുകൾ അവർ അനുഭവിക്കാൻ തുടങ്ങിയതേ ഉള്ളൂ. ശിവരാമൻ നായരും നൈസാമലിയും വിദ്യാലയം വരട്ടെയെന്ന് നിശ്ചയദാർഢ്യം കൊള്ളുന്നു. ബൗദ്ധന്മാരായ റാവുത്താന്മാരും മറ്റു ഖസാക്കുകാരും തമ്മിൽ നേരിയ അകൽച്ച സൃഷ്ടിക്കാൻ കാരണമാവുന്നതും ഈ വിദ്യാലയമാണ്. അല്ലെങ്കിൽ 'കോണെഴുത്തി'ന്റെ ആഗമനമാണ് എന്നു പറയാം. ഏകാധ്യാപകവിദ്യാലയം ഖസാക്കിൽ തുടങ്ങുന്നതിനെ ഏറ്റവുമധികം എതിർക്കുന്നത് ബൗദ്ധന്മാരാണ്. ഓത്തുപള്ളിയിൽ ചെന്ന്

മൊല്ലാക്ക 'നീയാ കാഫറിന്റെ ഷ്കോളി പുഗ്വോ?' എന്ന് കുഞ്ഞാമിനയെ വിലക്കുന്നുണ്ട്. അയാൾ ഭയക്കുന്നത് ഇംഗ്ലീഷിനെയാണ്, നാല്പതു കൊല്ലമായി, അറുപതു പിറന്ന നാളുകൾ തികയുവോളം കയറിയിരുന്ന ഇതിഹാസ കഥനത്തിന്റെ പീഠം നഷ്ടപ്പെടുമോയെന്ന് മൊല്ലാക്ക ഭയന്ന് കാണും. അദ്ദേഹമടങ്ങുന്ന ബൗദ്ധസമൂഹം യഥാർത്ഥത്തിൽ ഖസാക്കുകാരല്ല, പുറംനാട്ടിൽ നിന്ന് വന്നവരാണ്. വളരെ പണ്ട് ഒരു പൗർണ്ണമി രാത്രിയിൽ ആകാശം കുതിരകളെയും പൂട്ടി റബ്ബുൽ ആലമീനായ തമ്പുരാൻ ഖസാക്കിലേക്ക് വന്ന കഥ 'തിരിച്ചുവരവ്' എന്ന അദ്ധ്യായത്തിൽ മൊല്ലാക്ക ഓർക്കുന്നുണ്ട്. അവരുടെ ഭാഷ തമിഴ് കലർന്ന മലയാളമാണ്. ആരു വന്നാലും അവരുടെ ഭാഷ എന്തുതന്നെയായാലും അവരെ സർവ്വാത്മനാ സ്വീകരിക്കുന്ന ഒരു സംസ്കാരം ഇന്ത്യയ്ക്കു ചിരപുരാതനമായി ഉണ്ടെന്ന് ഖസാക്കിന്റെ ചരിത്രവും വെളിപ്പെടുത്തുന്നു. ആ ചരിത്രമറിയാവുന്ന ബൗദ്ധന്മാർ ഇംഗ്ലീഷ് വിദ്യാഭ്യാസത്തിന്റെ പ്രവേശം തങ്ങളുടെ നിലനിൽപ്പിനെ ബാധിക്കുമോ എന്ന് സംശയിക്കുന്നു. 'ചേക്കയിടം' എന്ന പ്രയോഗത്തിൽ ആ സന്ദേഹത്തിന്റെ സമസ്ത പൊരുളുകളും അടങ്ങിയിട്ടുണ്ട്.

ഖസാക്കിൽ പുതിയൊരു സംഘർഷം രൂപപ്പെടുന്ന ഘട്ടത്തിലാണ് രവി അവിടെ എത്തുന്നത്. ആ സംഘർഷവുമായി ഇടപെടാൻ സാധ്യതയില്ലാത്ത മാനസികാവസ്ഥയുള്ള ഒരു കഥാപാത്രത്തെ വിജയൻ തേടിപ്പിടിച്ച് കൊണ്ടുവന്നതാണോ എന്ന് സംശയിക്കാം. പക്ഷേ അതുവരെ ചിട്ടയില്ലാത്ത ജീവിതം ശീലിച്ചുപോന്ന രവി ഖസാക്കിൽ വെച്ചാണ് 'ചിട്ടകൾ കണ്ടെത്തുന്നത്' എന്ന് വിജയൻ തന്നെ എഴുതുന്നുണ്ട്.

ഖസാക്ക് രവിയുടെ ജീവിതത്തെ അപ്പാടെ മാറ്റിമറിച്ച രൂപകമായി മാറുകയാണ്. റാവുത്താന്മാരും മറ്റുള്ളവരും തമ്മിലുള്ള തർക്കം അവർക്കിടയിലെ വലിയൊരു വിടവായി വളരുന്നു. അത് വാസ്തവത്തിൽ കൊളോണിയലിസത്തിന്റെ സൃഷ്ടിയാണ്. ഏകാധ്യാപകവിദ്യാലയം കൊളോണിയൽ ബിംബമാണ്. ബ്രിട്ടീഷ് അധിനിവേശം സാധാരണ മനുഷ്യർക്കിടയിൽ ചേക്കേറിയത് സംസ്കാരത്തിലൂടെയും വിദ്യാഭ്യാസത്തിലൂടെയുമാണ്. അത് അവന്റെ സ്വത്വത്തെ തകർത്തു. അനന്യതയെ ചോദ്യം ചെയ്തു. കൊളോണിയലിസം നഷ്ടപ്പെടുത്തിയ ഖസാക്ക് ഗ്രാമത്തിന്റെ അനന്യതയേയാണ് വിജയൻ ഖസാക്കിന്റെ ഇതിഹാസത്തിലൂടെ അന്വേഷിച്ചത് എന്ന് നോവലിന്റെ ആദ്യഭാഗങ്ങൾ വെളിപ്പെടുത്തുന്നുണ്ട്. രവിയുടെ സ്വത്വനിരീക്ഷണത്തേക്കാൾ പ്രാമുഖ്യം കൊടുത്തത് ഖസാക്കിന്റെ സ്വത്വനിരീക്ഷണത്തിനാണ് എന്ന് സാരം. മറ്റുപ്രദേശങ്ങളുമായി താരതമ്യം ചെയ്താൽ, നഗരവത്കരണത്തിന്റെ യാതൊരു ധർമ്മങ്ങളും എത്തിനോക്കിയിട്ടില്ലാത്ത ഒരു അവശിഷ്ടഗ്രാമമായിട്ടാണ് ഖസാക്കിനെ വിജയൻ വിശദീകരിക്കുന്നത് എന്ന് മനസ്സിലാവും. പാലക്കാട് നഗരത്തിന്റെ അരിക് ഗ്രാമമാണ് ഖസാക്ക്. പരിഷ്കാരങ്ങൾ അവിടെ പ്രവേശിച്ചിട്ടില്ലെന്ന് മാത്രമല്ല, ദേശീയ രാഷ്ട്രീയത്തിന്റെ വെളിച്ചം പോലും

അവിടെയെത്തിയിട്ടില്ല. എങ്കിലും ആ പ്രദേശത്തിന് ഒരു ജ്ഞാനമണ്ഡലമുണ്ട് എന്ന് ധ്വനിപ്പിക്കുന്ന രീതിയിലാണ് ആഖ്യാനം നിർവ്വഹിക്കപ്പെട്ടിരിക്കുന്നത്. സർവ്വത്തുകടക്കാരൻ രവിയുടെ കാവിക്കച്ചയിൽ ആകൃഷ്ടനായി 'ഞാനെനച്ചു കോൺഗ്രസ്സാണ്' എന്നു പറയുന്നുണ്ട്. കൊളോണിയലിസത്തിനെതിരെ പൊരുതുന്ന ദേശീയ കക്ഷിയിൽ വിശ്വാസമുള്ള ആളായിരിക്കണമെന്ന ധാരണയാകാം അത്. രാഷ്ട്രത്തിനെതിരെ യുദ്ധം പ്രഖ്യാപിച്ചതിനാലും ഹിംസാത്മകമായ മാർഗ്ഗത്തിലൂടെ ഭരണത്തെ അട്ടിമറിക്കാൻ ശ്രമിച്ചതിനാലും നൈസാമലി ജയിലിൽ അടയ്ക്കപ്പെടുന്നതായുള്ള സൂചന ശ്രദ്ധേയമാണ്. മൊല്ലാക്കയും താനുമായുള്ള യുദ്ധത്തിൽ പൊലീസ് ഇടപെടുന്നതിനാലാണ് നൈസാമലിക്ക് പരാതി. ഖസാക്കുകാർ അവരവരുടെതായ ശൈലിയിൽ തത്ത്വശാസ്ത്രവും കൈകാര്യം ചെയ്യുന്നുണ്ട്. ഐതിഹ്യങ്ങളും സമൂഹാനുഭവങ്ങളും പങ്കുവെക്കുന്നതിലൂടെ ഖസാക്കുകാർ തെരയുന്നത് അവരുടെ സ്വത്വമാണ്. വർഷങ്ങൾക്കു മുമ്പെ ഖസാക്കിലെത്തിയവരാണ് എന്ന പഴയ ബോധം ബൗദ്ധരിൽ നിന്നു മാഞ്ഞുപോയിട്ടില്ല. അവരുടെതായ ഒരു അധിനിവേശം അവിടെ നിലനിൽക്കുന്നുണ്ട്. അത് പുതിയതായി വരുന്ന അധിനിവേശത്തെ പ്രതിരോധിക്കാൻ പാടുപെടുന്നതാണ് ഏകാധ്യാപക വിദ്യാലയത്തിനെതിരെയുള്ള പ്രതിരോധ വാസനയിലൂടെ തെളിയുന്നത്. ഖസാക്കിന്റെ ജ്ഞാനമണ്ഡലത്തിലെ ഈ പുതിയ സംഘർഷം നടക്കുന്നതിനിടയിലാണ്, അത്തറു മുതലാളിയുടെ ഭീഷണി മതധ്വംസനമാണെന്നാണ് മുസ്ലീം ലേബർ യൂണിയൻ ബോധിപ്പിക്കുന്നത്. അതിനെ അട്ടിമറിയും വിദേശ നുഴഞ്ഞുകയറ്റവുമാണെന്ന് കോൺഗ്രസ്സുകാർ പറഞ്ഞുവത്രെ. ബീഡി തൊഴിലാളികൾ സംഘടിച്ചതോടെ പൊട്ടിപ്പുറപ്പെടാൻ തുടങ്ങിയ മുതലാളി-തൊഴിലാളി യുദ്ധം ഖസാക്കിൽ രാഷ്ട്രീയ വെളിച്ചം വരാൻ തുടങ്ങിയതിന്റെ സൂചനയാണ്. 'സ്റ്റാലിന്റെ വർണ്ണപടവും ഖുറാനും' പേറിക്കൊണ്ടാണ് നൈസാമലി അവിടെ തിരിച്ചെത്തുന്നത്. അമേരിക്കൻ 'ചൊരണ്ടൽ (ചൂഷണം) ഉണ്ടെന്ന് ഖസാക്കുകാർ അറിയാൻ തുടങ്ങി. ഖസാക്കിലെത്തിയ രാഷ്ട്രീയമായ വെളിച്ചങ്ങൾ രവിയും ഖസാക്കും തമ്മിലുള്ള ബന്ധത്തെ നിയന്ത്രിച്ചുവോ? അല്ലെങ്കിൽ ഖസാക്കിലെ ചരിത്രത്തിനും ഐതിഹ്യങ്ങൾക്കുമപ്പുറം ആ കഥാപാത്രം സൂക്ഷിച്ചുവയ്ക്കാൻ താത്പര്യമെടുത്ത നിഗൂഢതകളെ അത് സർഗ്ഗാത്മകമാക്കിയോ? രവിയുടെ പുസ്തകജ്ഞാനവും ഖസാക്കിലെ സമൂഹയാഥാർത്ഥ്യങ്ങൾ നിർമ്മിച്ച ജ്ഞാനവും തമ്മിൽ ഇടയുന്നതിന്റെ രേഖകൾ ഖസാക്കിലുണ്ട്. പ്രാദേശികാനുഭവങ്ങളിലുള്ള പ്രതികരണം ദേശബോധമായി നോവലിൽ വികസിച്ചു നിൽക്കുകയാണ്.

കൊളോണിയൽ അധികാര വ്യവസ്ഥയിലേക്ക് കടന്ന് ചെല്ലാവുന്ന സൂക്ഷ്മമായ പഴുതുകൾ നോവലിൽ വേറെയുമുണ്ട്. ബ്രിട്ടീഷ് ഭരണകൂടം കൊളോണിയൽ ബുദ്ധിജീവികളെ സൃഷ്ടിക്കുന്നതിൽ പ്രത്യേകമായ ശ്രദ്ധപതിപ്പിച്ചിരുന്നു. അന്ധവിശ്വാസങ്ങളേയും മതോൽബോധന

ചരിത്രത്തേയും കൊളോണിയൽ ഭരണകൂടം ഒരിക്കലും താഴ്ത്തി കെട്ടിയിട്ടില്ല. ഇന്ത്യയിലാകട്ടെ ബ്രിട്ടീഷുകാർ ഹൈന്ദവ പൗരോഹിത്യവുമായി സന്ധിചെയ്യുകയോ ഇണങ്ങുകയോ ചെയ്തതിന് ശേഷമാണ്, സംസ്കാരത്തേയും വിദ്യാഭ്യാസത്തേയും അവരുടെ നിലപാടുറപ്പിച്ചെടുക്കാൻ പ്രയോജനപ്പെടുത്തിത്തുടങ്ങിയത്. ഏകാധ്യാപകവിദ്യാലയം കൊളോണിയൽ ഭരണകൂടത്തിന്റെ ഉൽപ്പന്നമാണ്. സംസ്കാരത്തിന്റെ പുതിയ വെളിച്ചം ജനങ്ങളിലെത്തിക്കുകയാണ് ആദ്യലക്ഷ്യം. പുതിയൊരു ചരിത്രം ഖസാക്കിൽ നിർമ്മിച്ചെടുക്കാമെന്ന് ഭരണാധികാരികൾ കരുതിക്കാണും. എന്നാൽ ഭൂതകാലം സമ്പാദിച്ചു നൽകിയിട്ടുള്ള അനുഭവങ്ങളും സന്ദർഭങ്ങളും പ്രയോജനപ്പെടുത്തി വേറെ ചിലർ അതിനെ തകർക്കാൻ ശ്രമിക്കുന്നു. കോണെഴുത്ത് പഠിപ്പിക്കാൻ എത്തിയ രവിക്ക് ഇംഗ്ലീഷ് അറിയില്ലെന്ന് വരുത്താൻ അലിയാർ പഴയൊരു പത്രത്തിന്റെ താളെടുത്ത് പ്രകടിപ്പിക്കുന്ന രസകരമായൊരു അനുഭവം നോവലിന്റെ എട്ടാമധ്യായത്തിൽ വിജയൻ പങ്കുവെയ്ക്കുന്നുണ്ട്. 'ഇത് ഇംഗ്ലീഷല്ലല്ലോ' എന്ന് രവി പറഞ്ഞുവെങ്കിലും വലിയൊരു കള്ളത്തരം കണ്ടെത്തി എന്ന ആഹ്ലാദത്തോടെ കേലൻ മാസ്റ്ററുടെ സ്കൂളിൽ നിന്ന് എട്ടാംതരം തോറ്റ അപ്പാമുത്തുവിനെ കൊണ്ട് അലിയാർ അത് വായിപ്പിക്കുന്നു. അപ്പാമുത്തു മിനക്കെട്ടു. പത്രം കണ്ണോടടുപ്പിച്ച് പിടിച്ചു. എന്നിട്ട് നിർഭയനായി വായന തുടങ്ങി.

"എല്ല്-ശീ-ഈ-പി"

മൂലയിൽ നിന്ന് ആരോ ചോദിച്ചു. 'എന്നാ? എന്നാ?'

"പീീീ!"

ആളുകൾ ചിരിച്ചു.

അപ്പാമുത്തു വായന തുടർന്നു, "എല്ല്-ഈ-എപ്പ്-ഓ-ഇടെന്താണ്ടപ്പാ 'ഒ'വിന്റെ മൊകളില് രണ്ട് കുത്ത്. തപ്പാ അച്ചടിച്ചതാക്ക്. ശീ-കുയുവു"-

അധിനിവേശം ഭാഷയെ തകർക്കുമെന്നാണോ വിജയൻ സൂചിപ്പിക്കുന്നത്?

കൊളോണിയൽ അധികാരം സത്യങ്ങളെ സംശയിച്ചുകൊണ്ട് മുന്നിലുണ്ട് എന്നും അത് വ്യക്തമാക്കുന്നു. പൗരോഹിത്യത്തിന് ഇരിപ്പിടം ഉണ്ടാക്കികൊടുത്തത് ഈ ആധിപത്യവ്യവസ്ഥ തന്നെയാണോ? അപ്പുക്കിളിക്ക് ജട വളർത്തുന്നതിനെപ്പറ്റിയും പേൻ നിറഞ്ഞതിനെപ്പറ്റിയും ഒരു പരാമർശം:

"അപ്പുക്കിളിയുടെ അജ്ഞാതവാസത്തിനിടയ്ക്ക് അവന്റെ തലമുടി വളർന്ന് ജടകെട്ടിയിരുന്നു. ജടയിൽ പേനുകൾ പെരുകി. പേനുകൾ മുടിച്ചാർത്തിൽ മേഞ്ഞുനടന്നു. ചിലപ്പോൾ കൂട്ടം ചേർന്ന് താഴെയിറങ്ങി മറ്റു തലകളന്വേഷിച്ചു"

"ഇങ്ങന്യാ ആര്യന്മാര് ഇന്ത്യേലിക്ക് കടന്നത്."

ചരിത്രപാഠമെടുത്തുകൊണ്ടിരുന്ന രവിയുടെ ഈ വാക്കുകൾ പൊടുന്നനെ ചിരിയുണ്ടാക്കുമെങ്കിലും, അത് വ്യക്തമായ ചില അർത്ഥ ധാരണകളിലേക്ക് നീളുന്നു. അത് വ്യഞ്ജിപ്പിക്കുന്നത് ഇന്ത്യൻ ചരിത്ര ത്തെയാണ്. സമൂഹത്തിന്റെ ചില സാധ്യതകളും പഴുതുകളുമാണ് ആര്യ ന്മാരെ ഇന്ത്യയിലെത്തിച്ചത്. അത് പൗരോഹിത്യത്തിന്റെ ഉണർവ്വിനും കാരണമായി. നമ്മുടെ സംസ്കാരം കുടുമവെയ്ക്കാൻ തുടങ്ങി. അപ്പു ക്കിളിയുടെ ജടവെട്ടി കുടുമയാക്കി നിർത്തിയതായി പുറകെ നാം വായി ക്കുന്നു. കൊളോണിയൽ അധികാരത്തിന്റെ ചലനങ്ങൾ ഖസാക്കിൽ സംഭവിച്ചുതുടങ്ങിയെന്നും, അത് ഖസാക്കുകാർക്കിടയിലുണ്ടാക്കുന്ന പിളർപ്പിലൂടെ പൗരോഹിത്യം പ്രവേശിക്കാമെന്നും ഉള്ള സൂചനയാണ് വിജയൻ നൽകുന്നത്– 'ഒരു ഖസാക്കുകാരൻ മറ്റൊരു ഖസാക്കുകാര നെതിരെ പോരാടാൻ തുടങ്ങിയതായി വിജയൻ അഞ്ചാമധ്യായത്തിൽ പറയുന്നു. സ്റ്റാലിന്റെ വർണ്ണപടവും ഖുറാനും പേറിക്കൊണ്ടുള്ള ഘോഷ യാത്രകളും മുദ്രാവാക്യങ്ങളും പുതിയ പിളർപ്പുണ്ടാക്കി. ആ പിളർപ്പിന്റെ സാധ്യതകളെക്കുറിച്ചുള്ള അറിവാണ് രവിയെ ആകെ മാറ്റിയെടുത്തത് എന്ന് പറയാനാവുമോ?

ചരിത്രവും കണക്കും ജന്തുശാസ്ത്രവും പഠിപ്പിക്കാൻ ഖസാക്കിലെ ത്തിയ അധ്യാപകൻ സ്വകാര്യമായ സംഘർഷങ്ങൾ അനുഭവിച്ചിരുന്നു. ചിറ്റമ്മയിൽ നിന്നു വ്യഭിചാരത്തിന്റെ സഹകരവ്യാകരണം പഠിച്ചതു മുതൽ ഖസാക്കിൽ വെച്ച് ബീഭത്സമായ ലൈംഗിക കാഴ്ചകളിലേക്ക് സ്വയം വീണു കൊടുക്കുന്നതുവരെയുള്ള കഥകൾ രവിക്ക് പറയാനുണ്ട്. എന്നാൽ രവിയുടെ അന്തഃസംഘർഷം കൊളോണിയൽ അധികാര ശക്തിയുമായിട്ടായിരുന്നില്ലേ? ഭരണകൂടത്തിന് തന്റെ നിയമത്തിലുള്ള പങ്ക് അറിയാവുന്ന രവി ഖസാക്കുകാർ തമ്മിലുള്ള തർക്കങ്ങളിലൂടെ, ചരിത്ര ത്തിലൂടെ, അവരുടെ വിശ്വാസങ്ങളിലൂടെ ഖസാക്കിന്റെ ജ്ഞാനമണ്ഡ ലത്തിലേക്ക് കടക്കാനുള്ള വഴിയാണ് നിശ്ശബ്ദമായി ആരാഞ്ഞത്. ആ ഇടപെടലുകളാണ് തന്റെ കർമ്മബന്ധങ്ങളെക്കുറിച്ച് സംവാദത്തിന് തയ്യാ റാവാൻ രവിയെ പ്രാപ്തമാക്കുന്നത്. ഖസാക്കുകാരെപ്പോലെ കൊളോ ണിയൽ അധികാരത്തിന്റെ ഇരയാണ് താനുമെന്ന സത്യം രവി തിരിച്ചറി യുന്നു. ആ അറിവിനെ മറികടക്കാനാണ് നവനാഗരിക സ്വത്വത്തെ അയാൾ പ്രയോജനപ്പെടുത്തുന്നത്. അതിന്റെ അനുഭവമാതൃകകളാണ് നോവ ലിന്റെ ആഖ്യാനതലത്തിൽ ഉള്ളത്. എന്നാൽ ആ തിരിച്ചറിവിന്റെ ഒരു പ്രതിരോധമെന്ന നിലയിൽ തന്റെ പ്രാകൃതസ്വത്വത്തിലേക്ക് നിശ്ശബ്ദമായി പിന്മടങ്ങാനുള്ള ആഗ്രഹം രവി പ്രകടിപ്പിക്കുന്നതായി തോന്നുന്നു. തന്റെ യഥാർത്ഥ അനന്യത എന്നത് ദ്രാവിഡന്റേതാണ് എന്ന് രവി മനസ്സിലാ ക്കിയതായി വായനക്കാർ അറിയുന്നത് നോവലിന്റെ ഒടുവിൽ മാത്ര മാണ്.

എല്ലാം ശമിച്ചിരുന്നു. ഒറ്റയ്ക്ക് രവി അവിടെ നിന്നു.... ബസ്സുവരാൻ ഇനിയും നേരമുണ്ട്. രവി കട്ടകളെ പതുക്കെ കാലുകൊണ്ടുലർത്തി.

നീലനിറമുള്ള മുഖമുയർത്തി അവൻ മേല്പോട്ട് നോക്കി. ഇണർപ്പു പൊട്ടിയ കറുത്ത നാക്ക് പുറത്തേക്ക് വെട്ടിച്ചു. പാമ്പിന്റെ പത്തിവിടരുന്നത് രവിയും കൗതുകത്തോടെ നോക്കി. വാത്സല്യത്തോടെ, കാൽപ്പടത്തിൽ പല്ലുകൾ അമർന്നു. പല്ലു മുളയ്ക്കുന്ന ഉണ്ണിക്കുട്ടന്റെ വികൃതിയാണ്. കാൽപ്പടത്തിൽ വീണ്ടും വീണ്ടും പതിഞ്ഞു. പത്തി ചുരുക്കി കൗതുകത്തോടെ, വാത്സല്യത്തോടെ രവിയെ നോക്കീട്ട് അവൻ വീണ്ടും മൺകട്ടകൾക്കിടയിലേക്ക് നുഴഞ്ഞ് പോയി."

മരണത്തെ രവി സ്വമേധയാ സ്വീകരിക്കുകയാണ് എന്ന് ഈ സന്ദർഭത്തെ വ്യാഖ്യാനിച്ച നിരൂപകരുണ്ട്. രവിയുടെ മരണത്തിൽ പ്രതികാരാത്മകമായ ആത്മഹത്യയും വധവും അടങ്ങിയിരിക്കുന്നുവെന്നാണ് മറ്റൊരു നിരൂപകമതം. വാസ്തവത്തിൽ ഈ ലയം സ്വാതന്ത്ര്യമാണ്. തന്നിലേക്ക് ചുരുങ്ങുകയാണ് ഈ ലയനത്തിലൂടെ രവി ചെയ്തതെന്ന് പറയാമോ? അതു കർമ്മത്തിന്റെ ഒരു പ്രതിസന്ധിയാണ് എന്ന് പറയാം. ഒരു സംസ്കാരത്തെ അഴിച്ചെടുക്കുകയാണ് വിജയൻ രവിയിലൂടെ ചെയ്തത് എന്നാണ് എനിക്ക് തോന്നിയത്. ഒരു സംസ്കാരത്തെ വലിച്ചെറിഞ്ഞുകൊണ്ട് മറ്റൊരു സംസ്കാരത്തിലേക്കുള്ള യാത്രയ്ക്കിടയിലാണ് രവി ഖസാക്കിലെത്തുന്നത്. 'വഴിയമ്പലം' എന്നാണ് ഖസാക്കിനെ നോവൽകാരൻ വിശേഷിപ്പിച്ചത്. യാത്രയിൽ ക്ഷീണം തീർക്കാൻ, ഒന്ന് തങ്ങാൻ ഉപയോഗിക്കുന്ന സ്ഥലമാണ് വഴിയമ്പലം. ദ്രാവിഡ സംസ്കാരത്തിന്റെ പ്രതിനിധിയായ രവി ലൈംഗികതയും പാപബോധവും നിർമ്മിച്ച ആധുനിക സംസ്കാരത്തിലേക്കുള്ള സഞ്ചാരത്തിനിടയിൽ ഭരണകൂടം കൊടുത്ത ഒരു ഭാരവുമായി ഖസാക്കിലെത്തുന്നു. അവിടെയെത്തുമ്പോൾ ക്ഷയിച്ച മനസ്സും ശരീരവുമായിരുന്നു രവിയുടേത്. പെട്ടി ഒറ്റയ്ക്ക് പൊക്കി നടക്കാൻ പോലും അയാൾക്ക് കഴിയുമായിരുന്നില്ല. എന്നാൽ ഖസാക്ക് വിടുമ്പോൾ അയാൾ ഊർജ്ജസ്വലനായി കാണപ്പെടുന്നു. തീരുമാനമെടുക്കാൻ പാകമായ മനസ്സും രവിക്ക് ആർജ്ജിക്കാൻ കഴിഞ്ഞിരുന്നു. 'പുനർജ്ജനിയുടെ കൂട് വിട്ടു' എന്ന് വിജയനെഴുതുന്നു. സംസ്കാരത്തിന്റെ പുനർജന്മം നടന്നുവെന്നാണ് ആ പ്രയോഗം സൂചിപ്പിക്കുന്നത്. ഖസാക്കിലെ മതഘടനയിൽ നിന്ന് മോചിതനായി അദ്ദേഹം യഥാർത്ഥ സ്വത്വത്തെ തിരിച്ചെടുക്കുന്ന രൂപകമാണ് നോവലിന്റെ ഒടുവിൽ നാം കണ്ടത്. പാമ്പ് ഒരു ദ്രാവിഡ ചിഹ്നമാണ്. പാമ്പിന് കാൽവെച്ചു കൊടുക്കുകയും തന്റെ കാൽപ്പാദത്തിൽ ഉത്സാഹത്തോടെ വീണ്ടും വീണ്ടും കൊത്തുന്ന പാമ്പിനെ വാത്സല്യത്തോടെ നോക്കുകയും ചെയ്യുന്ന രവി, മരണത്തെ ജയിക്കുക മാത്രമല്ല, മരണതുല്യമായ പൗരോഹിത്യത്തെ ജയിച്ച ദ്രാവിഡബോധത്തെ വാത്സല്യപൂർവ്വം സ്വീകരിക്കുക കൂടിയാണ്. ഈ പൗരോഹിത്യവും കൊളോണിയലിസവും ഉറക്കിക്കിടത്തിയ സംസ്കാരമാണ് ദ്രാവിഡന്റേത്. 'മഴ ഉറങ്ങി'യെന്നും രവി 'ചാഞ്ഞു കിടന്നു'വെന്നും വിജയൻ പ്രയോഗിക്കുന്നുണ്ട്. ഇച്ഛാശക്തിയുടെ ഉറക്കമാണത്. അല്ലെങ്കിൽ മയക്കമെന്നും പറയാം. ഇച്ഛാശക്തിയെ ഉറക്കി

ക്കിടത്തിക്കൊണ്ടാണ് കൊളോണിയലിസം സംസ്കാരത്തെ അധീനപ്പെടുത്തിയത്. ബ്രിട്ടീഷ് ഭരണത്തിന്റെ കീഴിൽ സംഘർഷമനുഭവിക്കുന്ന ഒരു ദേശത്തിന്റെ സ്പർശമേറ്റ് രവി തന്റെ നിഷേധവാസനകളിൽ നിന്ന് സ്വതന്ത്രമാവുകയാണ്. കൊളോണിയൽ ഭരണവ്യവസ്ഥയുടെ സംഘർഷങ്ങളിൽ രവിയെ ഭാഗഭാക്കാക്കുകയാണ് വിജയൻ ചെയ്യുന്നത്. എന്നാൽ രവിയുടെ ആ അനുഭവസംഘർഷങ്ങൾക്ക് നോവലിൽ പ്രാബല്യം ലഭിക്കുന്നില്ല. അത് അമർത്തിവച്ചുകൊണ്ടാണ് വിജയൻ രവിയുടെ സ്വത്വപരിശോധന നടത്തുന്നത്.

ഖസാക്കിലെ ഭാഷയിലും ദ്രാവിഡസ്പർശമുണ്ട്. ഖസാക്കിലെ രാഷ്ട്രീയം ഒരു കൊളോണിയൽ വിരുദ്ധരാഷ്ട്രീയമാണ്. വിജയൻ ചിരിക്കുന്നത് ആ ആധിപത്യ വ്യവസ്ഥയുടെ നേർക്കാണ്. ഖസാക്കിന്റെ ജ്ഞാനമണ്ഡലം സമ്മാനിക്കുന്ന രാഷ്ട്രീയമാണ് ധർമ്മപുരാണത്തെപ്പോലെ വിധ്വംസകമായ രാഷ്ട്രീയനോവലെഴുതാൻ ഒ.വി. വിജയനെ പ്രേരിപ്പിച്ചത് എന്ന് തോന്നിപ്പോകുന്നു. ചുരുക്കത്തിൽ കൊളോണിയൽ സംഘർഷത്തിൽപെട്ടുപോയ രവിയുടെ വംശീയ തിരിച്ചറിവാണ് ഖസാക്കിന്റെ ഇതിഹാസത്തിലെ പ്രമേയം. ദ്രാവിഡന്റെ പുനർജന്മം ആ കാലഘട്ടം ആവശ്യപ്പെട്ടിരുന്നു. ഖസാക്ക് ഉന്നയിച്ച അതേ ആവശ്യം ഇന്നും നിലനിൽക്കുക തന്നെയാണ്. വിജയൻ ഈ പ്രതിസന്ധി മുമ്പേ മനസ്സിലാക്കിയെന്നു മാത്രം.

ഖസാക്കിന്റെ ഭാഷ

ഡോ. സി. രാജേന്ദ്രൻ

ചെതലിമലയും അറബിക്കുളവും ഇടിഞ്ഞുപൊളിഞ്ഞ ആരാധനാലയങ്ങളും സ്കൂളായി പ്രവർത്തിക്കുന്ന ഞാറ്റുപുരയുമടങ്ങുന്ന ഒരു ചെറിയ ലോകമാണ് ഖസാക്ക്. അത് ഇതിഹാസഭൂമിയായി രൂപാന്തരപ്പെടുന്നത് കഥാപാത്രങ്ങളിലൂടെയാണ്. രവിയും പദ്മയും അള്ളാപ്പിച്ച മൊല്ലാക്കയും നൈസാമലിയും മാധവൻനായരും ശിവരാമൻനായരും മൈമുനയും കുഞ്ഞാമിനയും അപ്പുക്കിളിയുമെല്ലാം അരങ്ങേറുമ്പോൾ ഖസാക്കിന്റെ പാഴ്മണ്ണ് ഒരു മാന്ത്രികലോകമായി മാറുന്നു. അവരൊന്നും സംസാരിക്കുന്നത് ഒരേ വായ്മൊഴിയല്ല. ഒരേ ഭാഷപോലും അല്ല. പൂർവ്വചരിത്രത്തിന്റെ നിഗൂഢതകൾ അടക്കം ചെയ്ത പല പശ്ചാത്തലത്തിലുള്ള കഥാപാത്രങ്ങളത്രേ അവർ. ചിലരുടെ മൊഴി തമിഴാണ്. ചിലരുടേത് ചില സാമൂഹിക ശ്രേണികളെ അടയാളപ്പെടുത്തുന്ന വാമൊഴികളാണ്. എന്നാൽ ആരും യന്ത്രംപോലെ പൂർവ്വനിശ്ചിത മാതൃകയിലല്ല സംസാരിക്കുന്നത്. അവരുടെ ഓരോ വ്യാക്ഷേപത്തിലും അർത്ഥധ്വനികളുണ്ട്. പശ്ചാത്തലമേതായാലും അവർ സംവദിക്കുന്നു. സംസാരത്തിലൂടെയാണ് അവരുടെ വ്യക്തിത്വം വെളിപ്പെടുന്നത്.

ഖസാക്കിലെ കഥാപാത്രങ്ങളുടെ വ്യക്തിസത്തയിൽ അനേകം ദേശങ്ങളും കാലങ്ങളും പുരാവൃത്തങ്ങളും ജീവിതദർശനങ്ങളും അന്തർലീനമാണ്. അവരുടെ മൊഴികളെ നിർണ്ണയിക്കുന്നത് ഈ സങ്കീർണ്ണമായ വ്യക്തിസത്തതന്നെ. ഈ ബഹുസ്വരത ഖസാക്കിന് ഒരു വിചിത്രാന്തരീക്ഷം നല്കിയിരിക്കുന്നു. ആരും കിനാവിൽപോലും സങ്കല്പിക്കാത്ത ഒരു അസാധാരണഗ്രാമം ഇവിടെ ജീവനെടുക്കുന്നു. വർത്തമാനലോകത്തിനുള്ളിൽ അടക്കം ചെയ്ത കാലാതീതമായൊരു സങ്കല്പലോകം.

ഖസാക്കിലെ ഒരു കഥാപാത്രത്തേയും നമുക്ക് മുഖദാവിൽ പരിചയപ്പെടേണ്ടതില്ല. ഏതാൾത്തിരക്കിലും നമുക്കവരെ തിരിച്ചറിയാം. അവരുടെ സംസാരത്തിൽനിന്ന് അവരുടെ മുഖഭാവങ്ങൾ വായിച്ചെടുക്കാം. വ്യക്തിബന്ധങ്ങളുടെ രേഖാഭൂപടം തെളിയിച്ചെടുക്കാം. അവർക്കോരോരുത്തർക്കും സ്വന്തം നിഘണ്ടുവും വ്യാകരണവുമുണ്ട്. അതവർ തെറ്റിക്കാറില്ല. കുതിരത്തലയനായ അപ്പുക്കിളിയാവട്ടെ, മൊല്ലാക്കയാവട്ടെ,

മൈമൂനയാവട്ടെ, മാധവൻനായരാവട്ടെ, തങ്ങളുടേതായൊരു വാങ്മയത്തിനെത്തന്നെ അവർ പുനഃസൃഷ്ടിച്ചുകൊണ്ടിരിക്കുന്നു. തികഞ്ഞ ആധികാരികതയോടെത്തന്നെ.

ഖസാക്കിലെ കഥാപാത്രങ്ങൾ അന്യോന്യം അഭിസംബോധന ചെയ്യുന്നത് കണിശമായും സ്വന്തം വ്യക്തിത്വത്തിന്റെ വ്യാകരണനിയമങ്ങൾ അനുസരിച്ചുകൊണ്ടാണ്. അങ്ങനെയല്ലാതെ സംസാരിക്കാൻ അവർക്കറിഞ്ഞുകൂട. അപ്പുക്കിളിക്ക് എല്ലാവരും ഏത്തന്മാരാണ്. അതുവിചാരിച്ച് അവർ 'എടോ' ബന്ധത്തിലല്ലാതാവുന്നില്ല. എത്രവലിയവനോടും അപ്പുക്കിളിക്ക് 'പോതാ' 'വാതാ' എന്നല്ലാതെ സംസാരിക്കുവാനാവില്ല. 'എന്നീം കൊന്തു പോതാ' എന്നാണ് കിളി രക്ഷാകർത്താവായ മാധവൻ നായരോടാവശ്യപ്പെടുന്നത്. 'നോക്കെതാ മാതവേത്തോ' എന്നാണ് കുടുമമുറിച്ച തന്നെ നോക്കാൻ അഭ്യർത്ഥിക്കുന്നത്. ടവർഗ്ഗം മാത്രമല്ല, പൂജകബഹുവചനവും മധ്യമപുരുഷ ബഹുവചനവും ഒന്നുമില്ലാത്ത ശൈശവത്തിന്റേതായ വർഗ്ഗരഹിത ഭാഷയിലൂടെയാണ് അപ്പുക്കിളി ലോകം കാണുന്നത്.

ഖസാക്കിലെ കഥാപാത്രങ്ങൾക്ക് സ്വന്തം പേരിന്റെ ആടയാഭരണങ്ങളെക്കുറിച്ച് തികഞ്ഞ അഭിമാനമാണ്. ആ പേർ നിലനിർത്താൻ അവർ മരിക്കാനും തയ്യാറാണ്. നൈസാമലി തിരിച്ചുവരവിനുശേഷം എല്ലാവരോടും സ്വയം പരിചയപ്പെടുത്തുന്നത് ഷെയ്ക്കിന്റെ കാലിയാരായാണ്. അതാരുതെറ്റിച്ചുപറഞ്ഞാലും അയാൾ തിരുത്തും. അത്തരുമുതലാളിക്കെതിരെ സമരം നയിച്ചതിനു ജയിലിലായി അടികൊണ്ടവശനായ നൈസാമലിക്ക് അതിലൊന്നും പരാതിയില്ല. സെയ്യദ് മിയാൻ ശെയ്ഖ് തങ്ങളുടെ ഖാലിയാരായി തന്നെ അംഗീകരിക്കണമെന്നു മാത്രമേ അയാൾക്ക് ഇൻസ്പെക്ടറോടു അപേക്ഷിക്കാനുള്ളൂ. ഇത്ര നിർമ്മല ഹൃദയനായ ഒരു തടവുപുള്ളിയെ നേരിൽക്കണ്ടപ്പോൾ ഇൻസ്പെക്ടർക്ക് ആശ്വാസവും ആഹ്ലാദവും തോന്നിയിരിക്കണം.

അലൗകിക സംഭവങ്ങൾ അരങ്ങേറുമ്പോൾ അവയെ വിവരിക്കാൻ ഖസാക്കുകാർക്ക് അവരുടേതായ പദാവലിയുണ്ട്. നൈസാമലി രാജാവിന്റെ പള്ളിയിലേക്കു കയറുമ്പോൾ അതിനെ അവർ വിവരിക്കുന്നത് 'നിശോകം' എന്നാണ്. ചതുപ്പുഭൂമിയിൽ ഇരവിന്റെ ഭീകരതയിൽ അലൗകികദൃശ്യങ്ങൾ അരങ്ങേറുമ്പോൾ അവർക്ക് പറയാനുള്ളത് 'തൃഴ്ട്ടാന്തം' എന്നു മാത്രമാണ്. 'പരിഖാതം' എന്നു പറഞ്ഞു വാൾവെട്ടി ചോര ഒലിപ്പിച്ചുകൊണ്ടാണ് കുട്ടാടൻ തന്നെ പരിഹസിച്ചതിനു രവിയുടെ കണ്ണിൽ മണ്ണേറിയുന്നത്.

ഖസാക്കിലെ കലാകാരന്മാർ പദസമ്പത്തിന്റെ കാര്യത്തിൽ ധൂർത്തന്മാർ തന്നെയായിരുന്നു. സഹൃദയനായ മാധവൻനായർ അപ്പുക്കിളിയെ ഒരിക്കലും പേരെടുത്തല്ല വിളിക്കുന്നത്. ഒരുതവണ വിളിക്കുന്ന പേരിലല്ല പിന്നീട് വിളിക്കുന്നതും. അതുകൊണ്ട് ആഖ്യാനം മുന്നോട്ടുപോവുമ്പോൾ അപ്പുക്കിളി സഹസ്രനാമനായിത്തീരുന്നു. 'ഖകമേ, പച്ചക്കിളിത്തത്തേ' എന്ന രീതിയിൽ പടരുന്നു ആ പര്യായസഞ്ചയം.

നിർമ്മമതയുടേതായ ഒരു ദാർശനിക ഭൂമിയിലാണ് ഖസാക്കിലെ വഴിയമ്പലം തേടിവരുന്ന രവി നിലയുറപ്പിച്ചു നില്ക്കുന്നത്. ജീവിതത്തിന്റെ പ്രക്ഷുബ്ധവീചികളിൽ ഒരു പൊങ്ങുതടിപോലെ രവി അക്ഷോഭ്യനായി നിലകൊള്ളുന്നു. രവിക്ക് സുഖവും ദുഃഖവും ഒരുപോലെ. പകയും സ്നേഹവും സൃഷ്ടിക്കുന്ന ദ്വന്ദ്വ പ്രപഞ്ചത്തിനപ്പുറത്താണയാളുടെ മാനസികതലം. വിജയനെന്ന കാർട്ടൂണിസ്റ്റ് ആളുകളെ നോക്കിക്കണ്ടപോലെ നർമ്മബോധത്തോടെ, അലിവു കലർന്ന നിർമ്മമതയോടെയാണോ രവി തനിക്കുചുറ്റും ജീവിച്ചിരുന്ന ആളുകളെ കണ്ടത്? ജീവിതയാത്രപോലും അവസാനിപ്പിക്കുമ്പോൾ അയാൾ നിശ്ചിന്തനായിരുന്നു. 'വാക്കുകൾ, വാക്കുകൾ, വാക്കുകൾ' എന്നു ഷേക്സ്പിയർ പറഞ്ഞു. ഖസാക്കിലെത്തിയ രവിയും കേട്ടുകൊണ്ടിരുന്നത് വാക്കുകൾ തന്നെ. ആവാഹനം ചെയ്യുന്ന വാക്കുകൾ. താൻ വാക്കുകളുടെ ഉടയോനാണെന്ന് വിജയൻ ഖസാക്കിന്റെ ഇതിഹാസത്തിലൂടെ തെളിയിച്ചിരിക്കുന്നു. മലയാളികൾ അത് ഏറ്റുപറഞ്ഞുകൊണ്ടേ ഇരിക്കുന്നു.

ഖസാക്കിന്റെ മേൽവിലാസമെഴുതുമ്പോൾ

ഡോ. എം.എ. സിദ്ദീഖ്

One becomes sharply aware, but without regret, of the limits of mutual understanding and consonance with other people. No doubt, such a person loses some of his innocence and unconcern; on the other hand, he is largely independent of the opinion, habits, and judgements of his fellows and avoids the temptation to build his inner equalibrium upon such insecure foundations.

Albert Einstein

(The world as I see it, 1931)

പാലക്കാട്ടുനിന്നു പുറപ്പെട്ടാൽ ഇടതടവില്ലാതെ എത്തിച്ചേരാൻ കഴിയുന്ന സമീപപ്രദേശമാണ് തസറാക്ക്. മഹാഖ്യാനങ്ങൾക്കു പാകമായ കഥാപാത്രമനുഷ്യരോ ഫ്യൂഡൽ സാംസ്കാരികാവശിഷ്ടങ്ങളോ ദീർഘമായ ഭാഷണസൗന്ദര്യവൃക്ഷങ്ങളോ അന്നും ഇന്നും തസറാക്കിലില്ല. ഭൂവിജ്ഞാനീയ രേഖയിലാണെങ്കിൽ പ്രകാശം, വായു, ജലം എന്നത് 1-1-1 അനുപാതത്തിൽ സമൃദ്ധമായി ലഭിക്കുന്ന സ്ഥലമെന്ന് വരച്ചുചേർക്കാം. നെൽക്കൃഷി സജ്ജമാക്കിയ വലിയൊരു ഞാറ്റുപുരയാണ് തസറാക്ക് എന്ന് സഞ്ചാരികൾ ഡയറിയിൽ കുറിയ്ക്കും. കരിമ്പനകളാണ് ഉയർന്ന മിനാരങ്ങൾ. ഈഴവരും റാവുത്തർമാരുമാണ് ജനഗണജാതികൾ. തുറസ്സിലെ മദ്യപാനം രഹസ്യമെങ്കിലും പരസ്യമായ വിനോദമാണ്.

ഭൂമിശാസ്ത്രത്തിന്റെ അനുഭൂതികളിൽനിന്നും വിച്ഛേദനം നേടി നിർവികാരമായ വിനീതമായ സ്വാർത്ഥത്തിലേക്ക് യാത്ര ചെയ്യുന്ന മനുഷ്യരെയാണ് തസറാക്കിൽനിന്ന് ഒ.വി. വിജയൻ സൃഷ്ടിച്ചത്. കണ്ടെത്തിയത് എന്ന പ്രയോഗത്തിന് ഒരിക്കലും സാധൂകരണമില്ല. വിജയന്റെ കഥാപാത്രങ്ങളെ അന്വേഷിച്ച്, അവരുടെ സഞ്ചാര പാതകളെ അളന്നെടുത്ത് തസറാക്കിലേക്കു ചെന്നവർ എന്നും പരാജയപ്പെട്ടു. *ഖസാക്കിന്റെ ഇതിഹാസം* തസറാക്ക് മാത്രമായിരുന്നില്ല. ചെതലിയിലേക്കും കൂമൻകാവിലേക്കും മലമ്പുഴയിലേക്കും പ്രയാഗയിലേക്കും മധ്യപ്രദേശിലേക്കും

ക്രോക്കർ സെന്ററിലേക്കും പ്രിസ്റ്റണിലേക്കുമെല്ലാം ഏകമാനമായ (one dimensional) പ്രവേഗത്തിൽ അതു പടരുന്നു. തസറാക്ക് വിജയന്റെ ക്യാൻവാസായിരുന്നു. നോവലിന്റെ പ്രതീകാത്മതകതയിൽ നിശ്ശബ്ദമായി പ്രവർത്തിച്ച ഇന്ത്യൻ ആധുനികതയുടെ പിൻബലവും കൂടിയായപ്പോൾ മലയാളത്തിലെ ഏറ്റവും വലിയ ദാർശനികകൃതിയായി അതു മാറി. മലയാളിയുടെ വായനാഭാവുകത്വം ആധുനികതാവാദ (modern-ism) ത്തെ ഗൗരവമായി സ്വാംശീകരിച്ചത് *ഖസാക്കിന്റെ ഇതിഹാസ*ത്തിലാണ്. ആയിരത്തിത്തൊള്ളായിരത്തി എഴുപതിൽത്തന്നെ മാർക്കേസിന്റെ ഏകാന്തകതയെ വായിച്ചെഴുതിയ എം. കൃഷ്ണൻനായരാണ് അതിൽ ആദ്യ ശ്രദ്ധേയൻ. 1968 ജനുവരി 28-ന്റെ റിപ്പബ്ലിക്ക് ദിനപ്പതിപ്പിലാരംഭിച്ച് 1968 ആഗസ്റ്റ് 4 ന്റെ ഇരുപതാം ലക്കം മാതൃഭൂമി ആഴ്ചപതിപ്പ് വരെയ്ക്കും ഖണ്ഡശ്ശയെ ആദ്യമാദ്യം വായനക്കാർ ഗൗനിച്ചതേയില്ല. മലയാള നോവലിന്റെ ചരിത്രത്തിൽ ഖസാക്ക് നേടിയെടുക്കാൻ പോകുന്ന ചരിത്രപരമായ നവീനക്ലാസികതയുടെ ഘനങ്ങളൊന്നും ആദ്യവായനക്കാർ തിരിച്ചറിഞ്ഞതുമില്ല. അതിനു തെളിവായി ഉദ്ധരിക്കാവുന്ന മൂന്നു കത്തുകളുണ്ട്.

ഖസാക്കിനെപ്പറ്റി ഒരു പുസ്തകമെഴുതാൻ, 2005 ൽ നടത്തിയ ഒരു ചെറിയൊരു ഗവേഷണത്തിനിടയിലാണ് ആ മൂന്നു കത്തുകളും ഞാൻ ശ്രദ്ധിക്കുന്നത്. *'ഖസാക്കിന്റെ മേൽവിലാസം'* എന്ന പ്രസ്തുത ഗ്രന്ഥത്തിലത് ഉൾപ്പെടുത്തുകയുമുണ്ടായി. കത്തുകളെല്ലാം സമാനത പുലർത്തുന്നത് നോവലിന്റെ പാലക്കാടൻ ദേശഭാവങ്ങളോടുള്ള കൂറ് പ്രഖ്യാപിക്കുന്നു എന്നതിലാണ്. എന്നാൽ. പുസ്തകരൂപത്തിൽ എത്തിയപ്പോഴേക്കും വായനയുടെ സ്വഭാവം തന്നെ മാറിപ്പോയി. സംസ്കൃതിയുടെ പ്രാദേശികതയിൽ നിന്ന്, വ്യക്തിയുടെ സംഘർഷത്തിലേക്കും ആധുനികതയുടെ സാമൂഹിക പരിസരങ്ങളിലേക്കും ആത്മീയതയുടെ രാഷ്ട്രീയത്തിലേക്കുമെല്ലാം പലപല വിതാനങ്ങളിൽ അതു പടർന്നു കയറി. രവി, ഖാലിയാർ, അപ്പുക്കിളി, അള്ളാപ്പിച്ചമൊല്ലാക്ക, ആബിദ, പത്മ, മാധവൻനായർ... മുതലായ കഥാപാത്രങ്ങൾ വിമോചന സമരാനന്തര കേരളത്തിലെ സൂപ്പർ സ്റ്റാറുകളായി. അന്ന് പാലക്കാടൻ നിരത്തുകളിലെ ചക്രവർത്തിമാരായിരുന്ന പ്രേംനസീറും സത്യനും എം.ജി.ആറുമെല്ലാം മ്യൂസിയങ്ങളിലേക്ക് പ്രവേശിച്ചപ്പോഴും സന്ദേഹിയായ രവിയുടെ യൗവനം നശിച്ചിട്ടില്ല. ഏതാണ്ട് അഞ്ചുദശകം നീണ്ടുനിൽക്കുന്ന ആ വായനകൾ അനുകൂലമോ പ്രതികൂലമോ ആവട്ടെ, ആദരപ്രധാനകാര്യം ഒ.വി.വിജയന്റെ പ്രതിഭയാണ്. അതൊരു അഗാധ ജൈവിക ഭാരതീയ പ്രതിഭയായിരുന്നു. ജൈവികമാണെന്നത് അതിന്റെ പാരമ്പര്യബദ്ധതയും ഭാരതീയമെന്നത് നവീനത (novelty) യുമായിരുന്നു. പൂർണ്ണമായി യോജിച്ചുകൊണ്ടല്ലെങ്കിലും എലിയറ്റിന്റെ പാരമ്പര്യബോധകല്പനയുടെ ഏതാണ്ട് എല്ലാ സാത്വികാംശങ്ങളും വിജയനിലുണ്ടായിരുന്നു.

പാരമ്പര്യ ആവിഷ്കരണത്തിന്റെ കാര്യത്തിലല്ല, ഭാവനയുടെ കാര്യത്തിലാണ് അദ്ദേഹത്തിൽ തീക്ഷ്ണമായി പ്രവർത്തിച്ചത്. നേടേണ്ടതെല്ലാം

നേടിക്കഴിയുമ്പോൾ അധികാരത്തിനു നേരിടേണ്ടിവരുന്ന നിസ്സഹായാവസ്ഥയിൽ നിന്നുടലെടുക്കുന്ന ദോഷാനുദർശന (pessimistic) പര്യവസ്ഥയിലായിത്തീരുന്ന ഇതിഹാസങ്ങൾ. ഇതേ രീതിശാസ്ത്രത്തെ പിന്തുടരുകയല്ല *ഖസാക്കിന്റെ ഇതിഹാസം* ചെയ്യുന്നത്. അത്, കൃത്യന്തർഗതമായി ഒരു ഇതിഹാസസ്മരണയെ വിവരിക്കുകയും അതിന്റെ മാതൃകകളെ കണ്ടെത്തുകയാണ് ചെയ്യുന്നത് എന്ന നിരീക്ഷണമാണ് *ഖസാക്കിന്റെ മേൽവിലാസ*മെഴുതുമ്പോൾ പാരമ്പര്യബദ്ധതയെ വായിച്ചെടുത്തത് എന്നാൽ, ഇപ്പോൾ, ഇന്ത്യൻ ആധുനികതയെ സംബന്ധിച്ച കാഴ്ചപ്പാട് വ്യക്തമായി വരുമ്പോൾ ആഖ്യാനത്തിൽപോലും വിജയൻ രൂപപ്പെടുത്തിയ ക്ലാസിക് രൂപകദർശനം നല്ലതുപോലെ ബോധ്യമാവുന്നു. ദാർശനികാധുനികതാവാദം (Philosophic modernism) എന്നു വിളിക്കാവുന്ന അസ്തിത്വാധുനികതാഭാവുകത്വത്തിന്റെ ശിഥിലവും ഉപരിപ്ലവവുമായ ചരിഞ്ഞ പ്രതലത്തിൽ നിന്നല്ല ഖസാക്ക് ആധുനികതയുടെ ഭാഗമായി രൂപാന്തരം നേടിയത്. സ്വാതന്ത്ര്യാനന്തര ഭാരതത്തിന്റെ ദാർശനിക മാനസികാവസ്ഥയിൽ ഉറഞ്ഞുകൂടിയ അസ്വതന്ത്രതയുടെ തീക്ഷ്ണമായ ബന്ധനത്തെ കൊളോണിയൽ പരിസരത്തു നിന്നല്ലാതെ ആവിഷ്കരിക്കുന്നതിലാണ് ഇന്ത്യൻ ആധുനികതയുടെ അംശങ്ങൾ ഖസാക്കിൽ സ്വാംശീകരിക്കപ്പെട്ടിരിക്കുന്നത്.

നോവൽ വിവരണാത്മകതയുടെ ഉറച്ച ശിലാഫലകമായിത്തീർന്ന ഇന്ന്, ഖസാക്കിലെ സംഭാഷണ പ്രളയം അദ്ഭുതമായിത്തോന്നിയേക്കാം. വളരെ നിസ്സാരമായൊരു നാവുകുഴയ(lisping) ലാണ് അപ്പുക്കിളിയുടെ രേഖീയമായ വൈകല്യം. എന്നാൽ അതുപയോഗിച്ചും അവൻ ധാരാളമായി സംസാരിക്കുന്നു. ഇത്തരം സംഭാഷണങ്ങളൊന്നും നോവലിസ്റ്റിന്റെ അധികാരത്തിനകത്തു നിൽക്കുന്നില്ല. ഒരുപക്ഷേ, അങ്ങനെ തുറന്ന വിധേയത്വം രവിയുടെ ഭാഷണത്തിലുണ്ടാവാം. അത്, രവിയുടെ പ്രഗല്ഭമായ അക്കാദമിക ചരിത്രകാലത്തിന്റെ വക്രീകരിച്ച ഭാവവുമാകാം. കൊളോണിയൽ ചരിത്രത്തിന്റെ ബോധപൂർവ്വമായ അഭാവം സൃഷ്ടിക്കുന്ന ഒരുതരം ചിരി എപ്പോഴും രവിയിലുണ്ട്. 'നിരാനന്ദത്തിന്റെ ചിരി' എന്ന് ഇന്നതിനെ പറയാനാവില്ല. കോളനിയനന്തരപഠനങ്ങൾ അത്രത്തോളം വിസ്താരം നേടിക്കഴിഞ്ഞിട്ടുള്ള കാലവുമാണ്.

രവിയുടേതായാലും പത്മയുടേതായാലും ഗവേഷണ വ്യവസായത്തിന്റെ വേര് അമേരിക്കയിലാണെന്നത് വ്യക്തമായ അന്തർദേശീയതയുടെ സൂചനയായിരിക്കുമ്പോഴും അതിന്റെ ബ്രിട്ടീഷ് അഭാവം മറക്കാൻ പാടില്ലാത്തതാണ്. ഇത്, സാമ്പത്തികശാസ്ത്രത്തിന്റെ കാഴ്ചയിൽ കൊളോണിയൽ ആധിപത്യത്തിന്റെ അഭാവമാണ്. ഈ അഭാവം, വിച്ഛേദനം എന്ന തലത്തിൽ വായിച്ചെടുക്കാം. എന്നാൽ ഈ വിച്ഛേദനം/അഭാവം പ്രബലമായ സ്വാതന്ത്ര്യവും വ്യക്തിദാർശനികതയുടെ ശാക്തീകരണവുമാണ്. അതിന്റെ രാഷ്ട്രീയപ്രായപൂർത്തിയാണ് വിജയൻ ധർമ്മപുരാണത്തിൽ പ്രദർശിപ്പിച്ചത്. നമ്മുടെ മറ്റൊരു ആധുനിക നോവലിസ്റ്റിനും വിജയന് സാധ്യമായത്ര രാഷ്ട്രീയബലം കൈവന്നില്ലെന്നത്

ദാർശനികാധുനികതയുടെ പരിമിതിയിലായിവേണം കാണാൻ. മേല്പറഞ്ഞ പരിചിന്തനം മാർകേസുമായി വിജയനെ താരതമ്യപ്പെടുത്താൻ തോന്നിക്കുന്നു. ഏതാണ്ട് ഒരേകാലത്താണ് 'ഖസാക്കും' 'ഏകാന്തതയും' അവയുടെ മാതൃഭാഷകളിൽ പുറത്തുവരുന്നത്. തസറാക്കിലേക്കുള്ള യൗവനാദ്യത്തിലെ യാത്രയാണ് വിജയന്റെ കാവ്യധിഷണയിൽ ഇതിഹാസത്തിന്റെ വരമ്പുകൾ കോറുന്നത്. അരാക്കറ്റക്ക എന്ന ബാല്യകാലഗ്രാമീണതയിലേക്കുള്ള ഇരുപത്തിരണ്ടാം വയസ്സിലെ പുനർയാത്രയാണ് മാർകേസിലെ പ്രതിഭയെ ഉത്തേജിപ്പിച്ചത്. ആദ്യം leaf storm ന്റെ രചനയ്ക്കാണതു പ്രേരകമായതെങ്കിലും വിജയന്റെ ഖസാക്ക് രചനയുടെ പുതുക്കെഴുത്തുഘട്ടത്തിൽ ഏകാന്തതയും എഴുതപ്പെടുകയായിരുന്നു. ഈ നോവലിസ്റ്റുകൾ, തങ്ങളുടെ ഉച്ചസ്തംഭ (masterpiece) ങ്ങൾ എന്നു പറയാവുന്ന രചനകളുടെ എഴുത്തിനുശേഷം ഏർപ്പെട്ട രചനകൾ അവയുടെ രാഷ്ട്രീയ തീവ്രതകൊണ്ടാണ് ശ്രദ്ധേയമാവുന്നത്. പ്രത്യേകിച്ചും മാർകേസിന്റെ Clandestine in Chileയും The Autumn of the Patriarchഉം. രണ്ടും ഏകാധിപത്യത്തിനെതിരെയുള്ള ധീരമായ പരീക്ഷണങ്ങൾ. പ്രതിഭയുടെ ജൈവികമായ തദ്ദേശീയത എന്ന ആന്തരവ്യക്തിത്വം രണ്ടുപേരും നന്നായി വിനിയോഗിച്ചതുകൊണ്ടുമാണങ്ങനെ.

കാല്പനികതയോടെ ലോകസാഹിത്യത്തിൽ ദൃശ്യമായ അന്ധമായ അനുകരണഭ്രമം പ്രതിഭയെ കീഴ്പ്പെടുത്തുകയും തമസ്കരിക്കുകയും ചെയ്തതിന്റെ വലിയ ദുരന്തങ്ങൾ ആധുനികതയോടെ ഇവിടെ പുഷ്ടിപ്രാപിക്കുകയായിരുന്നു. നോവലിന്റെ ഘടന, കഥാപാത്രമാതൃകകൾ, സംഭാഷണശൈലി, മാനസികാപഗ്രഥനം, വിവരണാത്മകത, ദൃശ്യകോണും ചലനങ്ങളും, യാത്ര, ബന്ധങ്ങൾ, സാങ്കേതികവിദ്യ ആദിയായ ഉള്ളടക്കങ്ങളിലെല്ലാം യൂറോപ്യൻ നോവലിനോട് സാമ്യം പുലർത്തുന്ന അനേകം കൃതികൾ ഇവിടെയും രൂപം കൊണ്ടുവല്ലോ.

പൂതപ്രബന്ധം

('ഖസാക്കിന്റെ ഇതിഹാസത്തിലെ' അതീതലോകങ്ങൾ)

ഡോ. രാധാകൃഷ്ണൻ ഇളയിടത്ത്

പാരമ്പര്യത്തെ സംബന്ധിച്ച അന്വേഷണങ്ങളുടെയും ആധുനികതാ വിമർശനത്തിന്റെയും ഭാഗമായാണ് ഖസാക്കിന്റെ ഇതിഹാസത്തിൽ അതീതലോകം (Transcendental world) സ്ഥാനം പിടിക്കുന്നത്. ആധുനികതയുടെ സന്ദർഭത്തിൽ ഖസാക്ക് ഉയർത്തിക്കൊണ്ടുവരുന്ന സാംസ്കാരിക അന്വേഷണങ്ങളുടെ കേന്ദ്രമാവുന്നു അതീതലോകം. അധിനിവേശഭാരങ്ങൾ തടസ്സമായതിനാൽ മലയാളവിമർശനം പരിമിതമായി മാത്രം ഈ സാംസ്കാരിക സവിശേഷതകളെ ശ്രദ്ധിച്ചു. ഈ പ്രബന്ധം ഖസാക്കിലെ സാംസ്കാരികക്രമങ്ങളുടെയും അതീതസങ്കല്പങ്ങളുടെയും ആപേക്ഷികതയും ചലനനിയമങ്ങളും വിശദീകരിക്കുന്നു. വ്യവഹാരം (Discourse) സാങ്കല്പിക സമൂഹനിർമിതി (Imagined Community) രാഷ്ട്രീയവൃത്തി (Political Act) എന്നീ നിലകളിൽ ഖാസാക്കിന്റെ സാംസ്കാരികപരിസരങ്ങളെ നോക്കിക്കാണാനുള്ള ശ്രമം. മലയാളിയുടെ ആഖ്യാനങ്ങൾ പാരമ്പര്യത്തെ മുൻനിർത്തി ആധുനികതക്കെതിരെ വികസിപ്പിച്ച പ്രതിരോധങ്ങളുടെ സാധ്യതകളും പരിമിതികളും പരിശോധിക്കുന്നു. ഒപ്പം കേരളീയത, മലയാണ്മ എന്നിങ്ങനെ സ്വത്വത്തെയോ പാരമ്പര്യത്തെയോ സംബന്ധിച്ച അന്വേഷണങ്ങൾക്ക് സമകാലത്ത് ഉണ്ടാകേണ്ടുന്ന ദിശാബോധത്തെ ക്രമീകരിക്കുകയും ചെയ്യുന്നു.

പൂതങ്ങളുടെ വരവുകൾ

മൂപ്പർ, ദേവത, രക്ഷസ്സ്, ഭുവനേശ്വരി, തേരുവാഴ്ചയിലെ മുല്ലപ്പൂമണക്കാരിയായ യക്ഷി, പൊട്ടിച്ചൂട്ട്, പൊട്ടി പിശാച്... തന്നെ പൂതഭാവനയിലേക്ക് നയിച്ച നിരവധിയായ പൂതങ്ങളെ പൂതപ്പാട്ടിന്റെ (1953) ആമുഖത്തിൽ ഇടശ്ശേരി നന്ദിപൂർവ്വം ഓർമിക്കുന്നുണ്ട്. വിവിധങ്ങളായ പൂതങ്ങളെ പശ്ചാത്തലമാക്കി രൂപപ്പെട്ടെങ്കിലും ഇടശ്ശേരിയുടെ പൂതം വന്യതകളെല്ലാം ഉപേക്ഷിക്കുന്നു. പൂതത്തിന്റെ മഹാസങ്കടത്തിന്റെ വിശദീകരണമായി മാറുന്നു പൂതപ്പാട്ട്. പൂതത്തിന്റെ മഹാവ്യസനം കവിതയുടെ ഒടുക്കം തോറ്റുമടങ്ങിയടങ്ങലിലേക്കും തലമുറകളിലേക്ക് നീളുന്ന പരിഹാസങ്ങളിലേക്കും ദയനീയമായി പരിണമിക്കുകയും ചെയ്യുന്നു.

ഇടശ്ശേരിയുടെ പൂതത്തിന്റെ ജനകീയ വിചാരണയായിരുന്നു ഒ. വി. വിജയന്റെ പൂതപ്രബന്ധം (1993) എന്ന ചെറുകഥ. പൂതം ഉൾക്കൊള്ളുന്ന ജനകീയതയും പുരോഗമനപരതയും കഥ സാമൂഹിക സന്ദർഭത്തോട് ചേർത്ത് സംശയിച്ചു. പൊതുസമൂഹവും രാഷ്ട്രീയപ്രസ്ഥാനങ്ങളും കലാ -സാഹിത്യആവിഷ്കാരങ്ങളും നേരിട്ട പുതിയ പ്രതിസന്ധികളെ മുൻനിർത്തിയായിരുന്നു വിജയന്റെ വിചാരണ. മാറിയ സന്ദർഭത്തിൽ സംസ്കാരവും പാരമ്പര്യവും എങ്ങനെ നിർവചിക്കപ്പെടണമെന്നും വിശ കലനം ചെയ്യപ്പെടണമെന്നും ഉള്ള ആലോചനകളായിരുന്നു വിചാരണ യുടെ അടിസ്ഥാനം. ഭരണകൂടവും ഇടതുപക്ഷപ്രസ്ഥാനങ്ങളും സന്നദ്ധ സാമൂഹികസംഘടനകളും ജനകീയവിചാരണയിൽ പൂതത്തിന്റെ പ്രതി സ്ഥാനത്തായി. പൂതത്തിന്റെ വേഷവും ഭാഷയും ആവാസസ്ഥാനവും ആക്രമിക്കപ്പെട്ടു. വിചാരണയുടെ ഒടുക്കമാകട്ടെ പൂതത്തിന്റെ ജനകീ യത ഒരിക്കൽകൂടി അംഗീകരിക്കപ്പെട്ടു. പൂതം ഉൾക്കൊള്ളുന്ന പാരമ്പര്യ ത്തിന്റെ ഗുണങ്ങളെ സംബന്ധിച്ച് എളുപ്പം തീർപ്പുകളിൽ എത്തിയെ ങ്കിലും വിചാരണ ചില പ്രശ്നങ്ങൾ അവശേഷിപ്പിച്ചിരുന്നു. വിചാര ണയ്ക്കും വിധിപ്രസ്താവത്തിനും ഇടയിൽ ന്യായാധിപരെ കുഴക്കിയത് പൂതം സൂക്ഷിച്ച പൊന്നും മണികളായിരുന്നെന്ന് കഥയിൽ വിജയൻ അഭിപ്രായപ്പെടുന്നുണ്ട്. പൂതങ്ങളുടെ കരുതൽധനത്തെ സംബന്ധിച്ച് ആക്ഷേപഹാസ്യത്തിൽ ചിലത് പറഞ്ഞുവെച്ചുവെങ്കിലും സംസ്കാരവും പാരമ്പര്യവും സംബന്ധിച്ച നിശിതവിചാരണകളില്ലാതെ കഥയിൽ പൂതം ന്യായീകരിക്കപ്പെട്ടു. ഇടശ്ശേരിയുടെ പൂതത്തെ വിമർശിക്കാൻ ആഗ്രഹിച്ച് അതേ പൂതത്തിന് വിധേയപ്പെടുകയായിരുന്നു പൂതപ്രബന്ധം എന്ന ചെറു കഥ!

ഇങ്ങനെയെങ്കിലും പാരമ്പര്യം സംബന്ധിച്ച നിലപാടുകളോടുള്ള വിജയന്റെ വിധേയപ്പെടലുകൾ അനിവാര്യമായ നിരവധി സമരങ്ങൾക്ക് ശേഷം സംഭവിച്ച ഒന്നായിരുന്നു. പൂതങ്ങൾ സൂക്ഷിച്ച പൊന്നുംമണി കൾക്ക് വിശദീകരണങ്ങളും വിമർശനങ്ങളും തുടർച്ചകളും കണ്ടെത്താൻ വിജയന്റെ രചനാലോകം മുൻപുതന്നെ പണിപ്പെട്ടിരുന്നു. 'ഖസാക്കിന്റെ ഇതിഹാസ'(1969)ത്തിന്റെ രചനാപശ്ചാത്തലത്തെ വിശദീകരിച്ചുകൊണ്ടെ ഴുതിയ ഇതിഹാസത്തിന്റെ ഇതിഹാസത്തിൽ (1989) പൂതപ്പാട്ടിനെ വിജ യൻ ആവർത്തിച്ച് ഓർമ്മിക്കുന്നതുകാണാം. വിജയന്റെ ഭാഷയിൽ ഓരോ നാടിന്റെയും സാംസ്കാരികമൂലധനങ്ങളാണ് പൂതങ്ങൾ സൂക്ഷിച്ച പൊന്നും മണികൾ. കുന്നിന്റെ മേൽമൂടിപാറ നീക്കി അമ്മയ്ക്ക് മുന്നിൽ പൂതം അനാവരണം ചെയ്ത പൊന്നും മണികളിൽ ഓരോ നാടിന്റെയും കഥകളും പുരാവൃത്തങ്ങളും ഐതിഹ്യങ്ങളും ഭാഷാവൈവിധ്യങ്ങളു മെല്ലാം ഉള്ളടങ്ങിയിട്ടുണ്ട്. അധിനിവേശവും ആധുനികതയും വൈവിധ്യ പൂർണമായ ഈ സാംസ്കാരികമൂലധനങ്ങളെ മറവിയിലാഴ്ത്തി. ആധു നികതയുടെ മാനദണ്ഡങ്ങളിൽ ദേശീയവും അന്തർദേശീയവുമായ മരീചികകളെത്തേടി ജനത നടത്തിയ യാത്രകളിൽ തുടുകണ്ണീർ ചൊരിഞ്ഞ് പൂതങ്ങൾ വെച്ചുനീട്ടിയ പൊന്നുംമണികളുടെ ലോകം

പരിഗണിക്കപ്പെട്ടേയില്ല. ആംഗലത്തിന്റെയും അന്തരാഷ്ട്രപ്രശസ്തികളുടെയും മരീചികകളായിരുന്നു നമുക്കുമുന്നിൽ. ദീർഘകാലം വേണ്ടിവന്നു പ്രയാണങ്ങളുടെ അസംബന്ധങ്ങൾ തിരിച്ചറിയാൻ. ആധുനികതയുടെ ആവേഗങ്ങളിൽ അപകർഷമാക്കപ്പെട്ട ഈ അപരലോകത്തെ അതിന്റെ എല്ലാ സങ്കീർണതകളിലും വീണ്ടെടുക്കാനുള്ള പരിശ്രമമായി വിജയൻ ഖസാക്കിന്റെ ഇതിഹാസത്തെ അടയാളപ്പെടുത്തുന്നു. ഖസാക്കിന്റെ ഇതിഹാസത്തിൽ ആധുനികതയ്ക്ക് പകരവും പ്രതിരോധവുമായി പൂതങ്ങൾ വെച്ചുനീട്ടിയ പൊന്നുംമണികൾ. പാരമ്പര്യവും സ്വത്വവും തന്മയും സംബന്ധിച്ച ഖസാക്കിന്റെ അന്വേഷണങ്ങളിലേക്ക് അതീതലോകവും പൂതഭാവനകളും കണ്ണിചേർക്കപ്പെട്ടത് ഇങ്ങനെയാണ്. നോവൽ ലക്ഷ്യംവെക്കുന്ന ആധുനികതാവിമർശനത്തിന്റേയും സാംസ്കാരികാന്വേഷണങ്ങളുടെയും കേന്ദ്രസ്ഥാനത്ത് അതീതലോകവും പൂതങ്ങളും അവരോധിക്കപ്പെട്ടതും ഇങ്ങനെതന്നെ.

ചില ഉച്ചാടനശ്രമങ്ങൾ

സാംസ്കാരികമൂലധനത്തെ പ്രതിരോധമായി അടയാളപ്പെടുത്താനുള്ള നോവലിന്റെ പരിശ്രമങ്ങൾ ഗുണങ്ങൾക്കൊപ്പം അനിവാര്യമായ പ്രതിസന്ധികളെയും അഭിമുഖീകരിച്ചിരുന്നു. വിജയൻ തന്നെ ചൂണ്ടിക്കാണിച്ച മലയാളനിരൂപണത്തിലെ അധിനിവേശഭാരങ്ങൾക്ക് പലപ്പോഴും അവ ഫലപ്രദമായി വിശദീകരിക്കാൻ കഴിഞ്ഞില്ല. ഖസാക്കിനെ വിശദീകരിച്ചുകൊണ്ടായിരുന്നു മലയാളത്തിലെ ആധുനികവിമർശനം അതിന്റെ അസ്തിത്വത്തെ ഉറപ്പിച്ചെടുത്തത്. ആധുനികമലയാള വിമർശനത്തിൽ മേൽക്കൈനേടിയ സൗന്ദര്യവീക്ഷണങ്ങൾ ഖസാക്കിന് കല്പിച്ച അസ്തിത്വവാദത്തിന്റെയും പാപബോധത്തിന്റെയും മോക്ഷത്തിന്റെയും നിയതമായ അർത്ഥങ്ങളിൽ വിജയൻ ആവിഷ്കരിക്കാൻ ശ്രമിച്ച പൊന്നും മണികളുടെ ലോകം ആദിമനിഷ്കളങ്കതയുടെയും അതിമായികതയുടെയും പദവികൾ കൈയാളി. ഖസാക്കിൽ അയുക്തികളോടും സദാചാര വിരുദ്ധതയോടും ഇടംപിടിച്ച അതീതധ്വനികളാവട്ടെ സാമൂഹിക നിരൂപണങ്ങളുടെ മാനദണ്ഡങ്ങൾക്ക് അഭികാമ്യമായതുമില്ല.

തൊണ്ണൂറുകളോടെ വികസിച്ചുവന്ന വൈവിധ്യപൂർണമായ നിരൂപണപദ്ധതികൾ ഖസാക്കിന്റെ ഘടനയിലും അവയുൽപാദിപ്പിച്ച അർത്ഥപദവികളിലും ഊന്നുകയുണ്ടായി. അതീതലോകമടക്കം സാംസ്കാരികമൂലധനത്തിന്റെ ചേരുവകളെല്ലാം യഥാതഥവും യുക്തിഭദ്രവും ആയി വിശദീകരിക്കാൻ പരിശ്രമങ്ങൾ ഉണ്ടായി. സമാന്തരമായി ഖസാക്കിനെ കേന്ദ്രീകരിച്ചുണ്ടായ സാമൂഹിക-രാഷ്ട്രീയ നിരൂപണത്തിന്റെ അടുത്തഘട്ടം പ്രധാനമായും നോവലിലെ സമ്പദ്വ്യവസ്ഥയിലാണ് ഊന്നിയത്. ഈ വായനകളിൽ ആധുനികയുക്തികളെ നിരാകരിച്ചെത്തുന്ന പകരങ്ങളായിരുന്നു അതീതലോകങ്ങൾ. 'ഖസാക്കിലെ സമ്പദ്വ്യവസ്ഥ' എന്ന എൻ.എസ്.മാധവന്റെ പ്രബന്ധം ഖസാക്കിലെ കോടിയ സാമ്പത്തിക അവതരണങ്ങളെ ചൂണ്ടിക്കാണിക്കുന്നതിനൊപ്പം അതീതലോകങ്ങൾ

പുലർത്തുന്ന അയഥാർത്ഥതയും വിശദീകരിക്കുന്നു. അതീതലോകത്തിന്റെ അവതരണത്തിൽ പ്രവർത്തിച്ച കൊളോണിയൽ താത്പര്യങ്ങളും ആനുഷംഗികമായി പ്രബന്ധം അന്വേഷിക്കുന്നുണ്ട്. പ്രതിലോമ ആശയങ്ങൾ കലാസുന്ദരമായി ആവിഷ്കരിച്ച പിന്തിരിപ്പൻ കൃതിയാണ് ഖസാക്ക് എന്ന സാമ്പ്രദായിക ഇടതുപക്ഷനിരൂപണത്തിന്റെ വീക്ഷണത്തെ പുനഃപരിശോധിക്കുകയായിരുന്നു ബി. രാജീവൻ. ഉള്ളടക്കം, മാധ്യമം എന്ന വേർതിരിവുകൾക്കുപകരം ഖസാക്കിന് ഉൾക്കൊള്ളാൻ കഴിഞ്ഞ യുഗത്തിന്റെ ധർമ്മസങ്കടങ്ങൾ ബി.രാജീവൻ വിശദീകരിച്ചു. കാലത്തിന്റെ പ്രതിസന്ധികളെ അതിജീവിച്ച് അപരലോകങ്ങൾ/അതീതലോകങ്ങൾ നിർമിക്കാൻ കഴിഞ്ഞതുവഴി അധിനിവേശാനന്തര ഇന്ത്യൻ സാഹിത്യത്തിലെ ഏറ്റവും വിപ്ലവകരമായ കൃതിയായി ഖസാക്ക് മാറി. ആധുനികതയുടെ രേഖീയയുക്തികളെയും സാക്ഷരതാത്പര്യങ്ങളെയും നിരാകരിച്ച് വികസിക്കുന്ന ഖസാക്കിലെ ബഹുസ്വരമായ സാംസ്കാരികക്രമത്തെ ഇ.വി. രാമകൃഷ്ണൻ എടുത്തുകാണിക്കുന്നുണ്ട്. പ്രമേയത്തിനും അവതരണത്തിനും കുറകേ നിലനിൽക്കുന്ന വിരുദ്ധസ്വരങ്ങളാണ് നോവലിൽ ബഹുസ്വരതയെ നിർണയിക്കുന്നത്. അതീതലോകത്തിന്റെ മുഖമുദ്രകൂടിയാവുന്നു ബഹുസ്വരത. എങ്കിലും യഥാർത്ഥ പ്രശ്നങ്ങളിൽ നിന്നുമാറി നോവലും നായകനും അതീതലോകങ്ങളിൽ കണ്ടെത്തുന്ന അഭയങ്ങൾ പരിഹാരങ്ങളല്ലെന്നും ഇ.വി. രാമകൃഷ്ണൻ ഓർമപ്പെടുത്തുന്നുണ്ട്. ചരിത്രയാഥാർത്ഥ്യങ്ങളെ ദമനം ചെയ്യുന്ന അപരലോകമായി അതീതലോകം ഖസാക്കിൽ മാറിത്തീരുന്നുണ്ടെന്ന് സുനിൽ പി. ഇളയിടം വാദിക്കുന്നു. ദേശീയാധുനികതയുടെ പ്രതിസന്ധി സന്ദർഭങ്ങൾ വിവിധമാനങ്ങളിൽ ഉൾക്കൊള്ളാൻ നോവലിന് കഴിഞ്ഞു. ഖസാക്കിൽ ആധുനികത പരാജയപ്പെടുകയും അതീതലോകം വിജയം കൈയാളുകയും ചെയ്തു. ഖസാക്കിലെ വാസ്തവങ്ങളത്രയും റദ്ദാക്കിക്കളയുന്ന അനുഭവലോകമായി അതീതലോകം വർത്തിച്ചു. അതിലേക്ക് പടിപടിയായി കടന്നുകയറിയാണ് നോവലിൽ സംഘർഷങ്ങൾ എല്ലാം പരിഹരിക്കപ്പെട്ടത്. ആധുനികതക്കെതിരെ വിജയൻ ആവിഷ്കരിക്കാൻ ശ്രമിച്ച ലോകങ്ങൾ മലയാണ്മയുടെ മാന്ത്രികയാഥാർത്ഥ്യമായിത്തീരുകയായിരുന്നുവെന്നാണ് പി.കെ.രാജശേഖരന്റെ പക്ഷം. അപരലോകങ്ങളെ മുൻനിർത്തി ആവിഷ്കരിച്ച കേരളീയതയിലൂടെ മലയാളനോവൽ ഭാവനയ്ക്ക് കൈവരിക്കാനായ മഹത്തായ വിജയമായി ഖസാക്ക് മാറിത്തീർന്നു.

പൂതങ്ങൾ വെച്ചുനീട്ടിയ സാംസ്കാരികമൂലധനങ്ങളുടെ ലോകത്തിന് തുടർച്ചകൾ കണ്ടെത്താനും അവയെ പ്രതിരോധത്തിനുള്ള ആയുധമാക്കാനുമുള്ള വിജയന്റെ ശ്രമങ്ങളോട് വന്ന പ്രതികരണങ്ങളായിരുന്നു ഇവയത്രയും. പാരമ്പര്യം സംബന്ധിച്ച് മലയാളനോവൽ ഭാവനയ്ക്ക് കൈവരിക്കാനായ മഹത്തായ വിച്ഛേദത്തിന് വിവിധ സന്ദർഭങ്ങളിലുണ്ടായ വിശദീകരണവും വിമർശനവും. സദാചാരവിരുദ്ധത, ബഹുസ്വരത, ദമനം ചെയ്യപ്പെട്ട ചരിത്രം, മലയാണ്മ, കേരളീയത.... വിശദീകരണങ്ങൾ/

ഉച്ചാടനങ്ങൾക്കൊടുവിലും അതീതലോകത്തിന് പിറകിലെ ദുരൂഹതകളും അമൂർത്തതയും അതിഭൗതികതയും വേണ്ടുംവിധം കൈയൊഴിയപ്പെട്ടിട്ടില്ല.

പൂതം = പരിശുദ്ധം (?)

തന്മയെയും സ്വത്വത്തെയും സംബന്ധിച്ചുള്ള ജനതയുടെ അബോധങ്ങളിൽ നിന്നുമാണ് യഥാർത്ഥത്തിൽ പൂതങ്ങളുടെ വരവ്. തന്മയെ മൗലികമോ ശുദ്ധമോ ആയി മനസ്സിലാക്കി പോന്നതിൽ വ്യത്യസ്ത അധിനിവേശസന്ദർഭങ്ങൾ അതാതിന്റെ പങ്ക് വഹിച്ചിട്ടുണ്ട്. അധിനിവേശത്തിന്റെ വിവിധഘട്ടങ്ങൾ നിർമിച്ചെടുത്ത തീർത്തും ആധുനികമായ പരികല്പനയായിരുന്നെങ്കിലും 'കേരളീയത' പോലുള്ളവ പ്രാചീനമോ പൗരാണികമോ ആയാണ് മനസ്സിലാക്കപ്പെട്ടുപോന്നത്. അധിനിവേശത്തിന്റെ സന്ദർഭത്തിൽ വ്യത്യസ്തഘടകങ്ങളുടെ ചേരുവകളിലൂടെ നിർമിക്കപ്പെട്ട സാങ്കല്പിക അനുഭവമായിരുന്നു അത്. അധിനിവേശം ചേർക്കപ്പെട്ട ഘടകങ്ങൾക്ക് മറ്റൊരു അർത്ഥപദവികൂടി നൽകി. കേരളീയത സംബന്ധിച്ച ആലോചനകളും അതിന്റെ തുടക്കത്തിൽ ഇതേ മൗലികയുക്തികളുമായി ബന്ധപ്പെട്ടാണ് നിലനിന്നത്. കേരളീയം/അകേരളീയം എന്ന ദ്വന്ദ്വം മുൻനിർത്തി നടന്ന കുറ്റാന്വേഷണങ്ങളും ശരിതെറ്റുകളെ വേർതിരിക്കലും പട്ടികപെടലുകളും എല്ലാം ഈ മണ്ഡലത്തിൽ നിലനിന്നത് അതുകൊണ്ടാണ്. അധിനിവേശത്തിന്റെ തുടർഘട്ടങ്ങൾ ഉയർത്തിയ പ്രതിസന്ധികൾ കേരളീയത സംബന്ധിച്ച അന്വേഷണങ്ങളെ അനിവാര്യമാംവിധം മാറ്റിയെഴുതാൻ നമ്മെ നിർബന്ധിച്ചിട്ടുണ്ട്. തന്മയുടെ ചരിത്രം, അതിനെ നിർണയിച്ച സാമൂഹിക-സാംസ്കാരിക സാഹചര്യങ്ങൾ, തന്മയിലെ കൂടിക്കലരുകൾ, അവയുടെ ബലതന്ത്രങ്ങൾ, ഘടനാപരമായ സവിശേഷതകൾ ഇവയെല്ലാം സമകാലത്ത് ഇതുമായി ബന്ധപ്പെട്ട അന്വേഷണങ്ങളിലേക്ക് കടന്നുവരുന്നുണ്ട്.

തന്മയെ സംബന്ധിച്ച പ്രതിനിധാനങ്ങളുടെയും വിശകലനങ്ങളുടെയും ചരിത്രപരത (Historicity) പ്രധാനമാവുന്നു. (ചരിത്രപരത വിശദീകരിക്കുമ്പോൾ മാനകമാവേണ്ടുന്ന വൈരുദ്ധ്യാത്മകതയും) വ്യത്യസ്ത സാംസ്കാരികഘടകങ്ങളുടെ ചേരുവകളിലൂടെ ആപേക്ഷികമായും സന്ദർഭനിഷ്ഠമായും രൂപപ്പെടുന്നതാണ് തന്മ. സ്ഥിതം എന്നതിനേക്കാൾ നിരന്തരപരിണാമിയാണത്. പരിണാമങ്ങൾക്ക് പിറകിലെ നിയമങ്ങളും അവയുടെ താത്പര്യങ്ങളും വിശദീകരിക്കാവുന്നതേ ഉള്ളൂ. ശുദ്ധമോ മൂല്യനിരപേക്ഷമോ അമൂർത്തമോ ആയി തിരിച്ചറിയപ്പെടുന്നതിന് പകരം സവിശേഷമായ വ്യവഹാരനിർമിതിയായി തന്മകൾ ഇന്ന് തിരിച്ചറിയപ്പെടുന്നു. വ്യവഹാര നിർമിതിക്കു പിറകിലെ താത്പര്യങ്ങളെ വ്യവഹാര വിശകലനം വെളിപ്പെടുത്താൻ ആഗ്രഹിക്കുന്നുണ്ട്. ഖസാക്കിന്റെ ഇതിഹാസത്തിൽ സ്വത്വാന്വേഷണത്തിന്റെ ഭാഗവും പരിശുദ്ധിയുടെ പ്രതീകവുമായി രൂപം കൊള്ളുന്ന അതീതലോകത്തെയും വ്യവഹാരരൂപീകരണവും സാങ്കല്പികസമൂഹനിർമിതിയുമായി വിശദീകരിക്കപ്പെടേണ്ടത്

ചരിത്രദൗത്യമായിത്തീരുന്നത് ഇങ്ങനെയാണ്. പാരമ്പര്യം സംബന്ധിച്ച മുൻകാല അവതരണങ്ങളെ വിമർശിച്ചുകൊണ്ട് ഖസാക്കിന്റെ ഇതിഹാസത്തിൽ വിജയൻ ആവിഷ്കരിക്കാൻ ശ്രമിച്ച അതീതലോകത്തിന്റെ സാധ്യതകളും പരിമിതികളും വിശകലനം ചെയ്യപ്പെടേണ്ടതാണ്. ഒരു സന്ദർഭത്തിലെ ഈ നിലയിലുള്ള സാധ്യതകളുടെയും പരിമിതികളുടെയും വിശകലനമായിരുന്നു വിജയന്റെ പൂതപ്രബന്ധം. വർത്തമാന സന്ദർഭം ഈ ജനകീയ വിചാരണയുടെ അടുത്തഘട്ടം സാധ്യമാക്കുന്നു. മുൻ അവതരണങ്ങളെ വിമർശിച്ച് വിജയൻ ആവിഷ്കരിച്ച സാംസ്കാരികചിന്തയുടെ കേന്ദ്രം എന്ന നിലയിൽ ഖസാക്കിന്റെ ഇതിഹാസത്തിലെ അതീതലോകവും പൂതഭാവനകളും പ്രസ്തുത വിചാരണയ്ക്ക് ആധാരമാകുന്നതും ഇങ്ങനെ തന്നെ.

തെച്ചിക്കോലുകൊണ്ട് നിർമ്മിച്ച ലോകങ്ങൾ

തെച്ചിക്കോലുപറിച്ച് ഖസാക്കിലെ പൂതങ്ങൾ നിർമിച്ച സാംസ്കാരികലോകങ്ങളും ആപേക്ഷികമായ നിർമിതികളായിരുന്നു. അതീതലോകത്തിന്റെ നിർവചനം, സ്ഥലം, കാലം, കഥാപാത്രങ്ങൾ, പുരാവൃത്തങ്ങൾ, മറ്റു നിർമ്മാണസാമഗ്രികൾ ഇവയിലെല്ലാം ഖസാക്ക് ആപേക്ഷികതയുടെ മുദ്രകൾ അവശേഷിപ്പിച്ചിരുന്നു. ഖസാക്കുകാർ എന്ന് ആവർത്തിച്ച് അഭിസംബോധന ചെയ്യുന്നുണ്ടെങ്കിലും നോവൽ ഈഴവരുടെയും റാവുത്തൻമാരുടെയും കഥയായിത്തീരുന്നതിന് രണ്ട് ഉദാഹരണങ്ങൾ ഇവയാണ്.

ഒന്ന്: "പാണ്ടൻ കുതിരയുടെ പനങ്കാട്ടിൽ തങ്ങന്മാർ പാളയമടിച്ചു. ആ പാളയത്തിന്റെ സന്തതികളത്രെ ഖസാക്കുകാർ. ചെതലിമലയിൽ ഇന്നും ഷെയ്ഖ് തങ്ങളുടെ കല്ലറകാണാം. അവിടെ പാർത്തുപോന്ന ഷെയ്ഖിന്റെ പ്രേതത്തെ ഖസാക്കിലെ റാവുത്തന്മാരും ഈഴവരും ഉപാസിച്ചുപോന്നു" (2013:16) (ഖസാക്കുകാരുടെ ഉൽപത്തിയെക്കുറിച്ച് അള്ളാപ്പിച്ച മൊല്ലാക്ക കുട്ടികൾക്കു പറഞ്ഞുകൊടുത്ത കഥയിൽ നിന്നും).

രണ്ട്: "താമരക്കുളത്തിന്റെ മേട്ടിലൂടെ ഒരു സംഘം കുട്ടികൾ ചെതലിയുടെ നേർക്ക് നടന്നു പോവുകയാണ്. ഈഴവരുടെയും റാവുത്തന്മാരുടെയും കുട്ടികളുണ്ട്. ഓണപ്പൂക്കൾ തേടിപ്പോവുകയാണ്" (2013: 51) (ഓണക്കാലത്തെക്കുറിച്ചുള്ള വിവരണം)

ഖസാക്കുകാർ എന്ന പൊതുഗണത്തിൽ ഈഴവരും റാവുത്തന്മാരും പ്രധാനമാവുകയാണ്. ആഖ്യാനം അവരെ കേന്ദ്രീകരിച്ച് വികസിക്കുന്നു. ഖസാക്കുകാരെ ഇങ്ങനെ നിർവചിച്ച് സാംസ്കാരികക്രമങ്ങളെ ഇവരുമായി കണ്ണിചേർക്കുന്നു. തലമുറകളായി കൈമാറിവന്ന ഒന്നായി ആഖ്യാനം അവകാശപ്പെടുന്ന ഈ കഥയും സ്വത്വസ്ഥാപനവും ഒരു സവിശേഷ സാമൂഹികസന്ദർഭത്തിന്റെ കണ്ടെടുപ്പുമാത്രമായിരുന്നു. കണ്ടെടുക്കലിനുശേഷം ഖസാക്കിന്റെ പില്ക്കാലനോട്ടങ്ങളിലേക്കെല്ലാം ഈ സ്വത്വസ്ഥാപനത്തിന്റെ യുക്തികൾ ശ്രദ്ധവെക്കുകയും ചെയ്യുന്നു.

കൂമൻകാവ്-ചെതലിമല-ഖസാക്ക് എന്നിങ്ങനെയുള്ള സ്ഥലഭാവനകൾ ദുരൂഹമായ അതീത ലോകങ്ങളിലേക്കുള്ള പരിണാമങ്ങളെ ഉൾക്കൊള്ളുന്നു. ഖസാക്കിൽ നശിച്ച പന്ത്രണ്ടുപള്ളികളും അറബിക്കുളവും പള്ളിത്തളവും അതീതധ്വനികളുമായി സ്ഥലപദവികളിലേക്ക് ഒന്നുചേരുന്നു. തസ്രാക്ക് ഖസാക്കായതും കനാൽസ്റ്റോപ്പ് കൂമൻകാവങ്ങാടിയായതും ചെതലിയും മിനാരങ്ങളും മറ്റൊരിടത്തുനിന്ന് ഖസാക്കിലേക്ക് പറിച്ചുനട്ടതും മുതൽ ഇങ്ങേയറ്റം സ്ഥലപദവികളിലെ ചേരുവകളെല്ലാം രാഷ്ട്രീയ വൃത്തിയായി മാറുന്ന ഖസാക്കിന്റെ തുടക്കങ്ങൾ തന്നെയായിരുന്നു. യഥാതഥവും ഭാവനാപരവുമായ അംശങ്ങൾ ഇടപെട്ട് രൂപപ്പെട്ട സങ്കീർണമായ രാഷ്ട്രീയവൃത്തി ആയിരുന്നു അത്.

1960-70 കളിലെ മൂർത്തമായ സാമൂഹിക പശ്ചാത്തലത്തെ ദാർശനികവ്യഥകളായി പരിണാമപ്പെടുത്തിക്കൊണ്ടായിരുന്നു ഖസാക്കിന്റെ നിർമാണം. ഇങ്ങനെയെങ്കിലും കാലപരമായി ഫ്യൂഡൽ അവശിഷ്ടലോകത്തിന്റെ പ്രതീതിയുണർത്തി, ഒപ്പം പ്രാചീനമോ പരമ്പരാഗതമോ ആയ കാലപരിഗണനകളെ പൂർണമായി നിരാകരിക്കാതെ ഖസാക്ക് നിലനിൽക്കുന്നു. കാലവുമായി ബന്ധപ്പെട്ട യഥാതഥ സങ്കല്പം നിരാകരിച്ച് മിശ്രകാലസങ്കല്പം ഖസാക്കിൽ വേരുറയ്ക്കുന്നത് ഇങ്ങനെയാണ്. കോടിയ ഈ കാലപരിചരണങ്ങൾക്കു മുകളിൽ 'മഹാകാല'ത്തെ ഖസാക്ക് പ്രതിഷ്ഠിക്കുകയും ചെയ്യുന്നു. ശുദ്ധമോ നിഷ്പക്ഷമോ ആയി വികസിച്ചുവന്നതല്ല ഖസാക്കിന്റെ ഈ കാലപരിഗണനകൾ.

അപ്പുക്കിളി, കുഞ്ഞാമിന, മൈമുന, നൈസാമലി, അള്ളാപ്പിച്ച മൊല്ലാക്ക, ചുക്രുറാവുത്തർ... അതീതലോകത്തിലെ സജീവപാത്രങ്ങളും അയഥാർത്ഥതയെയും അതുവഴി രാഷ്ട്രീയതാത്പര്യങ്ങളെയും കൈയൊ-ഴിഞ്ഞിരുന്നില്ല. ഖസാക്കിന്റെ ഭൂതകാലത്തിൽനിന്ന് കണ്ടെത്തിയവരും വർത്തമാനകാലത്തിലെ നേർപകർപ്പുകളും മറ്റിടങ്ങളിൽ നിന്ന് പറിച്ചുനട്ടവരും ആയിരുന്നു കഥാപാത്രങ്ങൾ. വിജയന്റെ നേരനുഭവമായിരുന്നില്ല ഖസാക്കിൽ രതിഭാവനകളുടെ പൂർണതയും യാഗാശ്വവുമായി കല്പിക്കപ്പെട്ട മൈമുന. വിജയന്റെയോ രവിയുടെ തന്നെയോ അപരമാവുകയായിരുന്നു നൈസാമലി. മുസ്ലീം പശ്ചാത്തലമുള്ള അപ്പുക്കിളി ഹൈന്ദവമായ പശ്ചാത്തലത്തിലേക്ക് നോവലിൽ വഴിമാറുകയായിരുന്നു. മൊല്ലാക്കയും മൈമുനയും മുങ്ങാങ്കോഴിയും ആഖ്യാനത്തിന്റെ രാഷ്ട്രീയതാത്പര്യങ്ങൾ ഉൾക്കൊണ്ട് വികസിക്കുകയായിരുന്നു. പാണ്ടൻകുതിരപ്പുറത്തെത്തിയ ഷെയ്ഖ് തങ്ങളുടെ കഥയും പുളിങ്കൊമ്പത്തെ പോതിയും അതീതലോകത്തിന്റെ അന്തർധാരയായതിന് പിന്നിൽ മേൽപ്പറഞ്ഞ ഈഴവരുടെയും റാവുത്തന്മാരുടെയും കേന്ദ്രീകരണം നിർണായകമാവുകയായിരുന്നു. തസ്രാക്കിലെ യാഥാർഥ്യമല്ലാത്ത ചിലന്തികളെയും ദിനോസറുകളെയും ഓന്തുകളെയും അതീതലോകത്തിൽ കണ്ണിചേർത്ത് നോവൽ അതിന്റെ രാഷ്ട്രീയം കണ്ടെടുക്കുകയായിരുന്നു. നോവൽ ഉന്നം വെയ്ക്കുന്ന ദർശനത്തിന്റെ സാക്ഷാത്കാരത്തിനായി തീർത്തും ആപേക്ഷികമായ അതീതലോകക്രമങ്ങൾ ഖസാക്കിൽ സൂക്ഷ്മാർത്ഥത്തിൽ നിർമിക്കപ്പെടുകയായിരുന്നു.

നരിയായും പുലിയായും ചെന്നൂ പൂതം

ആപേക്ഷികമെങ്കിലും യഥാതഥ ലോകങ്ങളെയെല്ലാം തിരസ്കരിച്ച് നോവലിൽ ആധിപത്യം നേടുന്നു അതീതലോകം. പാരമ്പര്യത്തെ സംബന്ധിച്ച അന്വേഷണങ്ങൾക്ക് ആധുനികതയോടെ കൈവന്ന അനവധിയായ മാനങ്ങളിൽ നിന്നായിരുന്നു അതീതലോകങ്ങളുടെ പിറവി. ആധുനികപൂർവകാലങ്ങളിലെ അതിഭൗതികചിന്തകളിൽ നിന്ന് വ്യത്യാസപ്പെട്ടും ഒപ്പം സമകാലത്ത് ഭൗതികലോകവുമായുള്ള പുതിയ സംവാദങ്ങളെ അഭിമുഖീകരിച്ചും അതീതലോകം വികസിച്ചു. ഒരർത്ഥത്തിൽ ആധുനികതയുടെ സന്ദർഭത്തിൽ നരിയായും പുലിയായും ഉള്ള പൂതങ്ങളുടെ വേഷപ്രച്ഛന്നതയായിരുന്നു അത്. എക്കാലത്തുമെന്നതുപോലെ പാരമ്പര്യം എന്നത് ചില ബിംബാവലികളിലൂടെ സ്ഥിതപദവിയോടെ ഇവിടെയും നിർവചിക്കപ്പെട്ടു. എന്നാൽ ആധുനികത ഇടപെട്ട് നിർവചിച്ചതിനാൽ ആധുനികതയെപോലെ തീർത്തും വൈരുദ്ധ്യാത്മകമായ ലോകക്രമമായിരുന്നു അത്. പലനിലകളിൽ അതിനകത്തുവെച്ചുതന്നെ ചലിക്കപ്പെടുകയും നിരന്തരപരിണാമങ്ങൾക്ക് വിധേയമാകുകയും ചെയ്ത സാമൂഹികക്രമം. സന്ദർഭം നൽകിയ സംഘർഷത്തിൽ നിന്നായിരുന്നു അതീതലോകത്തിലെ ചലനങ്ങളും രൂപപ്പെട്ടത്. അവയുടെ സഞ്ചാരമാകട്ടെ പുതിയ രാഷ്ട്രീയവൃത്തികൾ ലക്ഷ്യം വെക്കുന്നവയും ആയിരുന്നു.

കോടതി, കോട്ട, അഞ്ചുവിളക്ക്, ഏകാധ്യാപകവിദ്യാലയം, റ്റെറാഡാക്റ്റൈലുകൾ, പോലീസ് സ്റ്റേഷൻ, ഗസ്റ്റ്ഹൗസ്, സർക്കാർ ആശുപത്രി, സിണ്ടറെല്ലാകഥകൾ..... എന്നിങ്ങനെ പ്രത്യക്ഷചിഹ്നങ്ങളിലൂടെ മാത്രമല്ല ആധുനികത എന്ന സാമൂഹികാനുഭവം ഖസാക്കിൽ പ്രവർത്തനക്ഷമമാകുന്നത്. രേഖീയയുക്തികൾക്കപ്പുറത്ത് തീർത്തും വൈരുദ്ധ്യാത്മകമായി നോവലിൽ ഇടം പിടിക്കുന്ന സവിശേഷ പ്രമേയങ്ങളോ പരികല്പനകളോ ആഖ്യാനത്തെ ചൂഴുന്ന സർവ്വാശ്ലേഷിയായ അനുഭവപ്രപഞ്ചമോ ആണത്. ഖസാക്കിൽ ആഴത്തിൽ വേരോടുന്ന ആധുനികതയുടെ അബോധങ്ങളെ നിർദ്ധാരണം ചെയ്യുന്നതിനായി–

1. വ്യക്തിബോധം
2. യാത്രാനുഭവങ്ങൾ
3. വിജ്ഞാനദർശനം

എന്നിങ്ങനെയുള്ള ഘടകങ്ങളെ മാതൃകാപരമായി വിശകലനത്തിനെടുക്കാവുന്നതാണ്. പരസ്പരബന്ധിതമായ ഈ അനുഭവരാശികളിൽ അവസാനിക്കുന്നതല്ല ഖസാക്കിലെ ആധുനികതയുടെ അബോധങ്ങൾ. എങ്കിലും അതീതലോകത്തിന്റെ നിർമിതിയിലും രാഷ്ട്രീയവൃത്തിയിലുമെല്ലാം ആധുനികത കടന്നുകയറിയതിന്റെ വിശദാംശങ്ങൾ വെളിപ്പെടുന്നതിന് ഈ ഘടകങ്ങളുടെ നിർദ്ധാരണം സഹായകമാവും.

സാലഭഞ്ജികകൾ പറഞ്ഞ ജീവിതകഥകൾ

"ഇതു കർമ്മപരമ്പരയുടെ സ്നേഹരഹിതമായ കഥയാണ്. ഇതിൽ അകൽച്ചയും ദുഃഖവും മാത്രമേയുള്ളൂ" (56) (രവി കുട്ടികൾക്കു പറഞ്ഞു കൊടുക്കുന്ന കഥയുടെ സന്ദർഭം)

ഖസാക്ക് ആവിഷ്കരിക്കുന്ന ജീവിതദർശനത്തിന്റെ സൂചകമായി സ്വീകരിക്കാവുന്ന ഒരു വാക്യമാണിത്. പരമ്പരാഗതസമൂഹങ്ങളിലെ പ്രസാദാത്മക ജീവിതവീക്ഷണങ്ങളെ മുഴുവൻ കൈയൊഴിയുന്ന വാക്യം. നോവലിന്റെ അബോധത്തിൽ ഉടനീളം വേരോടുന്ന ആധുനികമായ മനുഷ്യകേന്ദ്രിത വീക്ഷണത്തിന്റെ പ്രതിനിധാനം. മനുഷ്യജീവിതത്തിന്റെ വിവിധഘട്ടങ്ങളും അതിൽ തിടം വയ്ക്കുന്ന സാംസ്കാരികജീവിതവും നോവൽ വിഭാവനം ചെയ്യുന്നത് ഈ വ്യക്തിദർശനത്തിന്റെ തണലിലാണ്. നോവലിലെ ബാല്യ-വാർദ്ധക്യ-രോഗ-മരണഭാവനകൾ ഇതിനെ ചുറ്റിപ്പറ്റുന്നു. നോവലിലെ പരിസ്ഥിതിബോധം ഈ വീക്ഷണത്തോട് സമീകരിക്കപ്പെടുന്നു. സംസ്കാരവും പാരമ്പര്യവും ഈ നിലയിൽ നിർവചിക്കപ്പെടുമ്പോൾ ഉണ്ടാകുന്ന സംഘർഷങ്ങൾ ഖസാക്കിന്റെ അന്തർധാരയാവുന്നു. നോവൽ നിർമ്മിക്കുന്ന അതീതലോകങ്ങളിലേക്ക് തികഞ്ഞ ബലത്തോടെ ഈ സംഘർഷങ്ങൾ കടന്നുകയറുകയും ചെയ്യുന്നു.

കുട്ടികൾ കൈയാളുന്ന നിഷ്കളങ്കതയുടെയും നിസ്സഹായതയുടെയും പ്രതീകമായി നോവലിലേക്ക് കടന്നുവരുന്ന പ്രധാന കഥാപാത്രമാണ് ചാന്തുമ്മയുടെ മകൾ ചാന്തുമുത്ത്. തങ്ങളുപക്കീരിയുടെ അടിക്കടിയുള്ള തിരോധാനങ്ങൾക്കിടയിൽ ഏറെ പ്രയാസപ്പെട്ടാണ് ചാന്തുമ്മ കുഞ്ഞുങ്ങളെ വളർത്തിക്കൊണ്ടുവന്നത്. മൂത്തവൻ കുഞ്ഞുനൂറ് വലുതാകാൻ അക്ഷമയോടെ കാത്തുനിൽക്കുന്ന അനുജത്തി ചാന്തുമുത്തിന്റെയും ചാന്തുമ്മയുടെയും പ്രതീക്ഷകളെ വ്യർത്ഥമാക്കി കൊടിയ വസൂരിബാധയാൽ കുഞ്ഞൂനൂറ് മരണപ്പെടുന്നു. വറുതികളുടെ പാരമ്യമായി ചാന്തുമുത്തുവും വസൂരിബാധയാൽ മരണപ്പെടുന്നു. പേരമകളുടെ ജഡം ഏറ്റുവാങ്ങാൻ തങ്ങളുപക്കീരി ഒരിക്കൽക്കൂടി ഖസാക്കിൽ പ്രത്യക്ഷപ്പെടുന്നു. ചാന്തുമ്മയുടെ അപേക്ഷകളും നിലവിളികളും പരിഗണിക്കാതെ ചാന്തുമുത്തുവിന്റെ ജഡം പള്ളിക്കാട്ടിലേക്ക് കൊണ്ടുപോകുന്നു തങ്ങളുപക്കീരി. തങ്ങളുപക്കീരിയുടെ കല്ലേറുകളാണ് പിറകേവന്ന ഖസാക്കുകാരെ നേരിടുന്നത്. ദിവസങ്ങൾ നീളുന്ന തങ്ങളുപക്കീരിയുടെ കാവലിനൊടുവിൽ പള്ളിക്കാട്ടിൽ ഷെയ്ഖിന്റെ ഖബറിനു മുകളിൽ ചീഞ്ഞുപൊട്ടി അഴുകിക്കിടക്കുന്നു ചാന്തുമുത്തുവിന്റെ ജഡം.

നോവലിൽ നഷ്ടബാല്യത്തിന്റെ പ്രതീകമാവുന്നു കുഞ്ഞാമിന. അതീതലോകത്തിലെ ആദിമനിഷ്കളങ്കത. അള്ളാപ്പിച്ച മൊല്ലാക്കയ്ക്കുള്ള പതിവുഭക്ഷണം വഴിയിലെ മയിലുകൾക്ക് നൽകുന്നവളായി കുഞ്ഞാമിന നോവലിൽ ആദ്യം പ്രത്യക്ഷപ്പെടുന്നു. പിറകെവന്ന മയിൽ തന്നെ കാൽവണ്ണയിൽ കൊത്തി ചോരവരുത്തിയതിന് അവൾ സന്തോഷിക്കുന്നു. മൊല്ലാക്കയുടെ തല്ലുപേടിച്ച് രവിയുടെ സ്കൂളിൽ പോകില്ലെന്ന്

അവൾ മൊല്ലാക്കയോട് ആണയിടുന്നു. പിന്നീട് രവിയുടെ സ്കൂളിൽ ചേരുന്ന കുഞ്ഞാമിന ആരും ചാകാത്ത കഥപറയാനാണ് രവിയോട് ആവശ്യപ്പെടുന്നത്. ജന്തുശാസ്ത്രക്ലാസിലേക്ക് കൊണ്ടുവന്ന ഓന്തിനെ ചൊല്ലി രവി ദേഷ്യപ്പെടുമ്പോഴും തന്റെ കാരണത്താൽ കുടുമയെചൊല്ലി മറ്റുകുട്ടികൾ അപ്പുക്കിളിയെ പരിഹസിക്കുമ്പോഴും കുഞ്ഞാമിന ഏറെ സങ്കടപ്പെടുന്നു. വിനോദയാത്രയ്ക്കായി പാലക്കാടിനെ ഉപേക്ഷിച്ച് ചെതലിമല തെരഞ്ഞെടുക്കുന്നത് കുഞ്ഞാമിനയാണ്. വിനോദയാത്രക്കിടയിൽ ഋതുവാകുന്നതോടെ നോവലിൽ നിഷ്കളങ്കതയുടെ ദൗത്യം അവസാനിപ്പിച്ച് കുഞ്ഞാമിന പിൻമടങ്ങുന്നു. ഋതുവാകലുമായി ബന്ധപ്പെട്ട ചടങ്ങിന് ചൊലയുമ്മ രവിയെ വീട്ടിലേക്ക് പ്രത്യേകം ക്ഷണിക്കുന്നുണ്ട്. രവി വരുന്നത് കുഞ്ഞാമിനയുടെ 'കൽബിന് കുളിരാണ്' എന്ന ചൊലയുമ്മ അറിയിക്കുന്നു. പ്രണയത്തോളം എത്തിനിൽക്കുന്ന ബന്ധത്തിൽ അവസാനയാത്രപറച്ചിലിനെത്തുന്ന കുഞ്ഞാമിന 'ഇനി പോയാ വരൂലേ' എന്ന് നിറകണ്ണുകളോടെ രവിയോട് ചോദിക്കുകയും ചെയ്യുന്നു.

കുട്ടികളുടെ പ്രായത്തിനപ്പുറമെങ്കിലും ബാല്യകാമനകളുടെ വൈവിധ്യങ്ങളോടെ പ്രത്യക്ഷപ്പെടുന്ന കഥാപാത്രമാണ് അപ്പുക്കിളി. അപ്പുക്കിളിയുടെ ബാല്യത്തിൽ അഞ്ച് അമ്മമാർ നടത്തിയ ശുകശിക്ഷണത്തിന്റെ വിശദാംശങ്ങൾ നോവൽ വിവരിക്കുന്നു. തുമ്പിപിടിത്തം, മതം മാറ്റം, കുടുമ വെയ്ക്കൽ, നീലിയുടെ മരണം, ശ്മശാനവാസം, മാധവൻ നായർ തുന്നിനൽകിയ വിചിത്രക്കുപ്പായം, പഠനത്തിന്റെ ഭാഗമായ 'ഠ' കാരമെഴുത്ത്, തൊട്ടിലിലെ വാസം ഇവയെല്ലാം വൈവിധ്യങ്ങളോടെ പാത്രപരിണാമസന്ദർഭങ്ങളായി നോവലിൽ ഇടംപിടിക്കുന്നു.

അതീതലോകത്തിന് ആദിമനിഷ്കളങ്കത പ്രദാനം ചെയ്യുന്ന ഇത്തരം ബാല്യഭാവനകളെ ഒരർത്ഥത്തിൽ ചില നിർണായക പാത്രങ്ങളിലേക്ക് ചുരുക്കാവുന്നതല്ല. നോവലിനെ അടിമുടി ചൂഴുന്ന അദൃശ്യസാന്നിധ്യങ്ങളുടെ തുടർച്ചയാണത്. രവിയുടെ ബാല്യകാല സ്മരണകളിലാരംഭിച്ച് (നക്ഷത്രക്കുട്ടൻ, പെരുവിരലിൽനിന്ന് അമ്മയുടെ വയറ്റിലേക്ക് കയറിവന്ന അനുജത്തി, കളിപ്പാട്ടങ്ങൾക്കുനടുവിലെ ഏകാകിയായ കുട്ടി) അതീതലോകങ്ങളിൽ പൂർണതകൈവരിക്കുന്ന അനുഭവരാശി. നൂർജിഹാൻ, തങ്കമാതവി, എസ്. കരുവ്, ഉണ്ണിപൊറതി, ഖൊലുസ്, ചൈറുണ്ണീസാബീഗം, നാകേലൻ, കൊച്ചുസൊഹറ, മങ്കുസ്ഖാൻ..... കഥ പറയുന്ന സാലഭഞ്ജികകൾ. ഖസാക്കിലെ അനവധിയായ കുഞ്ഞുങ്ങളിലൂടെ അവരുടെ വറുതികളിലൂടെ, ഉത്കണ്ഠകളിലൂടെ ബാല്യഭാവന തെഴുക്കുന്നു. വസൂരിബാധയിൽ മരണപ്പെട്ടെങ്കിലും അപ്പുക്കിളിയുടെ തലയിലെ പേനുകളായി പുനർജനിച്ച് സ്കൂളിലെ ഹാജർപുസ്തകത്തിൽനിന്ന് രവിക്ക് പേരുവെട്ടാനാകാത്ത മരണാനന്തര സാന്നിദ്ധ്യങ്ങൾ. ഇടയ്ക്ക് കുഞ്ഞാമിനയുടെ ഋതുവാകലിലൂടെ ബാല്യം നഷ്ടസ്വർഗമായി തീരുന്നു. ഇതാകട്ടെ രവിയിൽ ഖസാക്കിന്റെ തന്നെ നഷ്ടമായാണ് മാറുന്നത്. എങ്കിലും നോവലിനൊടുക്കം രവിയുടെ മരണസന്ദർഭത്തിൽ "വാത്സല്യത്തോടെ കാല്പടത്തിൽ പല്ലുകൾ അമർന്നു. പല്ലുമുളയ്ക്കുന്ന ഉണ്ണിക്കുട്ടന്റെ വികൃതിയാണ്. കാല്പടത്തിൽ വീണ്ടും വീണ്ടും അവ

പതിഞ്ഞു" (2013:163) എന്നിങ്ങനെ ബാല്യം എന്ന നഷ്ടസ്വർഗം വീണ്ടെടുക്കപ്പെടുകയും ചെയ്യുന്നു.

ശുദ്ധമോ നിഷ്കളങ്കമോ ആയിരുന്നില്ല ഖസാക്കിലെ ബാല്യഭാവനകൾ. മറ്റേതുലോകത്തെയുംപോലെ രാഷ്ട്രീയവൃത്തിയുടെ ലോകമായി അതും മാറിത്തീരുന്നു. നോവലിൽ കുട്ടികളുടെ ഉത്കണ്ഠകളും തെരഞ്ഞെടുപ്പുകളും അവർക്ക് ചിരപരിചിതമായ ലോകത്തിൽനിന്നും പിറവികൊണ്ടതായിരുന്നില്ല. മുജ്ജന്മ-പുനർജന്മങ്ങളെയും കർമഫലത്തെയും സംബന്ധിച്ച് ഖസാക്കിലെ കുഞ്ഞുങ്ങൾ ഉത്കണ്ഠാകുലരാവുമ്പോൾ അവർക്കുചുറ്റും വേരുറച്ച ഒരു ഭൗതികലോകം നിഷേധിക്കപ്പെടുകയും പകരം മറ്റൊരുലോകം അവർക്കുമുകളിൽ പ്രതിഷ്ഠിക്കപ്പെടുകയും ചെയ്യുന്നു. ഖസാക്കിൽ നിറഞ്ഞു നിൽക്കുന്ന ഓരോ കുട്ടിയിലുമുണ്ട് ഈ പരിണാമങ്ങൾ. നോവലിന്റെ തുടക്കത്തിൽ രവിക്കുമുന്നിലേക്ക് കൊഞ്ഞനും കുള്ളനും കുതിരത്തലയനും എട്ടുകാലി പ്രാന്തനുമായാണ് അപ്പുക്കിളി കടന്നുവരുന്നത്. മറ്റൊരു ഘട്ടത്തിൽ കൂടെക്കൂട്ടിയാൽ അപ്പുക്കിളി ദ്രോഹിക്കുമോ എന്ന് രവി ആശങ്കപ്പെടുന്നു. വേദാന്തദർശനത്തിന്റെ തണലിൽ പതുക്കെ പതുക്കെ ഉത്കണ്ഠകൾ നീങ്ങി അപ്പുക്കിളി ചുവരിൽ വരച്ചിട്ട 'o' കാരങ്ങൾ അറിവിന്റെ ആദിമസ്വരൂപങ്ങളായും സന്ധ്യക്ക് കൂടണഞ്ഞ് തീരാത്തപക്ഷിഭാവനകളിലൂടെ, ശാശ്വതജീവിതസത്യങ്ങളുമായെല്ലാം പരിണമിക്കുന്നു.

ഖസാക്കിൽ നിലനിൽക്കുന്ന ദർശനവൈവിധ്യങ്ങളിൽ ഒന്ന് എന്ന നിലയ്ക്കല്ല വേദാന്തദർശനം ഇവിടെ പ്രത്യക്ഷമാകുന്നത്. വേദാന്തദർശനമാകട്ടെ വിജയൻ കരുതുംപോലെ എല്ലാറ്റിനെയും ഉൾക്കൊള്ളുന്ന മഴയുടെ ദർശനവുമായല്ല[8] ഖസാക്കിൽ വേരുപിടിക്കുന്നത്. സ്വീകാരവും തിരസ്കാരവും പുരക്ഷേപണവും പ്രാന്തവൽക്കരണവും ഉൾക്കൊള്ളുന്ന രാഷ്ട്രീയമണ്ഡലമാണത്. ഖസാക്കിലെ ഏറ്റവും പഴയപള്ളി കോഴികൂവും മുൻപ് പുതിക്കിപ്പണിയാൻ ഋഷിദേവാദികളോട് പുളിങ്കൊമ്പത്തെ പോതി ആവശ്യപ്പെടുകയും ദുർദേവതകൾ പാതിരാനേരത്ത് കൂവി ഋഷിദേവാദികളെ പറ്റിക്കുകയും ചെയ്ത കഥയുണ്ടായിരുന്നു ഖസാക്കിൽ. എന്നാൽ ഋഷിദേവാദികളുടെ ലോകം പതുക്കെ ഖസാക്കിലേക്ക് തിരിച്ചെത്തിയിരിക്കുന്നു! ഇങ്ങനെയെങ്കിലും പ്രപഞ്ചത്തെയും ചരാചരങ്ങളെയും ഒന്നിച്ചുകാണുന്ന ഉപനിഷദ് ദർശനത്തിന് പ്രതിരോധത്തിനായി മറ്റൊരു ലോകത്തെ നോവലിൽ നിർമ്മിക്കേണ്ടിവരുന്നു. ഇവിടെ പനമ്പുനെയ്യുന്ന കവറക്കുഞ്ഞുങ്ങളെയും മലയകുഞ്ഞുങ്ങളെയും കുരങ്ങുകളിക്കാരായ ശെന്തിയാവുതൊട്ടിയന്റെ മക്കളെയും സംബന്ധിച്ച് മറ്റൊരു വീക്ഷണം രൂപപ്പെടുന്നു. നോവലിലെ ത്രിതലമായ വിദ്യാഭ്യാസ സംസ്കാരത്തിൽ നിന്ന് പുറത്താക്കപ്പെടുന്നവരാണ് ഇവർ. പഠനം ആവശ്യമില്ലാത്തവരും പഠനത്തിന് പുറത്തുനിൽക്കുന്നവരും തേരട്ടനായാട്ടിനിറങ്ങി പഠനം മുടങ്ങുകയും ചെയ്യുന്നവർ. ഈഴവരുടെയും റാവുത്തന്മാരുടെയും കുട്ടികൾ ഓണപ്പൂവുതേടി ഉല്ലസിക്കുമ്പോൾ പറയച്ചേരിയിലെ കുട്ടികൾ സ്കൂൾ ഇൻസ്പെക്ടരെ അച്ചുകുത്തുകാരനായി കണ്ടുപേടിച്ച് വയ്ക്കോൽ കുണ്ടുകളുടെ പിറകിൽ ഓടിഒളിക്കുന്നു.

കുപ്പുവച്ചന്റെ കുഴിഞ്ഞ കണ്ണുകൾ

വാർദ്ധക്യത്തിന്റെ നിരാലംബതയും നിസ്സഹായതയും ബോധ്യപ്പെടുത്തുന്ന നിരവധി മുഖങ്ങൾ ഖസാക്കിലുണ്ട്. അള്ളാപ്പിച്ച മൊല്ലാക്ക, അച്ഛൻ, മുത്തച്ഛൻ, സ്കൂൾ ഇൻസ്പെക്ടർ, കുപ്പുവച്ചൻ, കുപ്പുവച്ചന്റെ കുഴിഞ്ഞ കണ്ണുകൾ കാണുമ്പോൾ ഓർമയിലേക്ക് വരുന്ന നിരവധി മുഖങ്ങൾ.... ചിറ്റമ്മയുമായുള്ള വേഴ്ചയിൽ അച്ഛനോടുള്ള പാപഭാരവുംപേറി രവി നടത്തുന്ന നിരന്തരപലായനങ്ങൾക്കിടയിൽ രവിയുടെ പാപബോധത്തിന് അഭിമുഖീകരിക്കേണ്ടിവരുന്നവയാണ് പിതൃബിംബത്തിന്റെ നിസ്സഹായതയുമായി സമീകരിക്കാവുന്ന ഈ മുഖങ്ങൾ.

ഷെയ്ഖിന്റെ ഖാലിയാരായുള്ള നൈസാമലിയുടെ തിരിച്ചുവരവും ഏകാധ്യാപക വിദ്യാലയത്തിലേക്കുള്ള രവിയുടെ വരവും ഒരുപോലെ പ്രതിസന്ധിയിലാഴ്ത്തുന്ന വ്യക്തിത്വമാണ് അള്ളാപ്പിച്ച മൊല്ലാക്കയുടേത്. രണ്ടിനോടും ഉള്ള മൊല്ലാക്കയുടെ എതിർപ്പുകൾ തീർത്തും ദുർബലവും ഒപ്പം ഖസാക്കിൽ തുടർച്ചകൾ കണ്ടെത്താൻ കഴിയാതെ പോകുന്നതുമാണ്. ഓത്തുപള്ളിയിൽ കുട്ടികൾ കുറഞ്ഞുകുറഞ്ഞ് നിവൃത്തിയില്ലാതെ രവിയുടെ വിദ്യാലയത്തിൽ മസാൽജി പണിചെയ്യാൻ തയ്യാറാവുകയാണ് മൊല്ലാക്ക. അഞ്ചുറപ്പിക വേതനം വാങ്ങി മൊല്ലാക്ക ചെയ്യുന്ന മസാൽജിപണിയിൽ അതൃപ്തനാണ് രവി. ജോലിയിൽ നിസ്സംഗനായ മൊല്ലാക്ക സ്കൂൾ ഇൻസ്പെക്ടർ പരിശോധനയ്ക്ക് വരുന്ന സന്ദർഭത്തിൽ പോലും സ്കൂളിലെത്തുന്നില്ല. രവിയുടെ ശമ്പളവും വാങ്ങി സ്കൂളിന് വിരുദ്ധമായ പ്രവർത്തനങ്ങളിൽ മൊല്ലാക്ക ഏർപ്പെടുന്നുണ്ടോ എന്ന സംശയവും ഖസാക്കുകാർക്കിടയിൽ ഉയരുന്നുണ്ട്. കാലിൽ ചെരുപ്പു കടിച്ച വ്രണവുമായി മൊല്ലാക്ക നടത്തുന്ന പ്രയാണങ്ങൾ ഒടുക്കം പാലക്കാട്ടെ സർക്കാർ ആശുപത്രിയിലാണ് അദ്ദേഹത്തെ എത്തിക്കുന്നത്. അർബുദം തിരിച്ചറിഞ്ഞ് ആശുപത്രിയിൽ തന്നെകാണാൻ വരുന്ന രവിയോടും നൈസാമലിയോടും സ്കൂളിലെ മസാൽജി പണിയെകുറിച്ച് വേവലാതിയോടെ അന്വേഷിക്കുകയും വേണ്ട നിർദേശങ്ങൾ നൽകാൻ തിടുക്കപ്പെടുകയും ചെയ്യുന്നു മൊല്ലാക്ക. പാലക്കാട്ടെ സർക്കാർ ആശുപത്രിയിൽവെച്ച് മരണമടഞ്ഞ് ഒരു ശ്രാദ്ധതിരുനാളിൽ ഖസാക്കിലെ പുരോഹിതൻ ഖബറടക്കപ്പെടുന്നു. മൊല്ലാക്കയുടെ ദയനീയമായ അവസാന നാളുകളിൽ സമരങ്ങളെല്ലാം മറന്ന് പുത്രപദവിയിൽ നിന്നുകൊണ്ട് നൈസാമലി ചെയ്യുന്ന പ്രവർത്തനങ്ങൾ മൊല്ലാക്കയുടെ ജീവിതത്തിലെ നിസ്സഹായതകളുടെ പാരമ്യത്തെ പുറത്തുകൊണ്ടുവരുന്നുണ്ട്.

വൃദ്ധരുടെ നിരാലംബതയുടെയും നിസ്സഹായതയുടെയും സൂചകമാവുന്നു നോവലിൽ കുപ്പവച്ചന്റെ അത്താണിപ്പുറം. സമ്പന്നമായ ഭൂതകാലത്തിൽ നിന്നും കുപ്പുവച്ചൻ എത്തിച്ചേർന്ന നിരാലംബതയുടെ ഇടം. ഖസാക്കിലേക്കെത്തിയ മദ്യനിരോധനത്തിന്റെ ഇരയായിരുന്നു കുപ്പുവച്ചൻ. അത്താണിപ്പുറത്തെ ജീവിത നിസ്സംഗതയ്ക്ക് ഏഷണിയിലും മീൻവേട്ടയിലും വാറ്റുചാരായത്തിലും പരിഹാരങ്ങൾ കണ്ടെത്താൻ ശ്രമിക്കുകയാണ് കുപ്പുവച്ചൻ. ഓരോ പ്രവൃത്തിയിലും നിരർത്ഥകത അയാളെ

വിട്ടൊഴിയുന്നില്ല. വസൂരിബാധയിൽ കണ്ണുകൾ നഷ്ടപ്പെട്ട് പീളനിറഞ്ഞ കൺകുഴികളുമായി ഒടുക്കം ഇരുട്ടിൽ തപ്പുന്നു കുപ്പുവച്ചൻ. പീളയടിഞ്ഞ കൺകുഴികളുമായി കുപ്പുവച്ചൻ നടത്തുന്ന ധ്യാനങ്ങളിലേക്ക് പോയ കാലത്തിലെ ഓർമകളും തൃഷ്ണകളും വേവലാതിയോടെ കടന്നു വരുന്നു. അനാസക്തമായി മാത്രം ഇപ്പോൾ അയാൾക്ക് ശിഷ്ടജീവിതത്തെയും തൃഷ്ണകളെയും നേരിടാനാവുന്നുണ്ട്. പിതൃപദവിയോട് ചേർന്ന ഇത്തരം പ്രതിനിധാനങ്ങൾ പോലെതന്നെയാണ് മുത്തച്ഛന്റെയും സ്കൂൾ ഇൻസ്പെക്ടറുടെയും അവതരണം. ആധുനികതയുടെ വ്യക്തിബോധത്തിൽനിന്നും അനുബന്ധമായ പാപബോധത്തിൽനിന്നും ഉരുത്തിരിയുന്നവ. പരമ്പരാഗതമെന്ന തോന്നലിൽ നോവലിൽ ഇടം തേടുന്ന ആധുനികതയുടെ അപായകരമായ ജീവിതദർശനങ്ങൾ.

രോഗത്തിന്റെ പൂന്തോട്ടവും ബഹുരൂപിയായ മരണവും

മേല്പറഞ്ഞ ദാർശനിക പരിസരങ്ങളുടെ തുടർച്ചയിലാണ് ഖസാക്ക് അതിന്റെ രോഗഭാവനകളെയും വികസിപ്പിക്കുന്നത്.

"പ്രദർശനത്തിനൊരുക്കിയ വലിയൊരു പൂന്തോട്ടം പോലെ ഖസാക്കുകാർ കിടന്നു. ചലത്തിന്റെ മഞ്ഞപ്പൂക്കൾകൊണ്ട് പൂക്കുടിലുകൾ പണിഞ്ഞു. പൂവിറുത്തു മുടിയിൽചൂടി നല്ലമ്മ നടമാടി. സന്നിയിൽ, മയക്കത്തിൽ, ഖസാക്കുകാർ അവളെ കണ്ടു. അവളെ കാമിച്ചു. സുരതക്രിയ പോലെ രോഗം ആനന്ദമൂർച്ഛയായി. അങ്ങിനെ അവർ മരിച്ചു" (2013:120)

ഖസാക്കിൽ ഉഗ്രവസൂരിയായി നല്ലമ്മ വിളയാടിയ സന്ദർഭമാകട്ടെ ജീവിതത്തിന്റെ അരികുകളിലേക്കും വ്യാപ്തിയിലേക്കും ആഴങ്ങളിലേക്കും ഒരുപോലെ പടർന്നുകയറുന്ന രോഗം എന്ന യാഥാർത്ഥ്യത്തെ ചൂണ്ടികാണിക്കുന്നു. മനുഷ്യജീവിതത്തിൽനിന്ന് അടർത്തിമാറ്റാനാവാത്ത യാഥാർത്ഥ്യമായി ഖസാക്ക് രോഗത്തെ തിരിച്ചറിയുന്നു. വാഴ്വിന്റെ മറുപാതി. കാലിൽ ചെരിപ്പുകടിച്ച വ്രണവുമായി ജീവിതത്തിലുടനീളം യാത്രചെയ്യേണ്ടിവരുന്ന ഖസാക്കിലെ പുരോഹിതന്റെ ചിത്രം ഈ അഭേദ്യതയെ വരച്ചിടുന്നു.

ശരീരം/രോഗം എന്ന ആധുനിക ദ്വന്ദ്വങ്ങളിൽ നിന്ന് ഭിന്നമായി രോഗത്തെ തിരിച്ചറിയാനായിരുന്നു ഖസാക്കിന്റെ പരിശ്രമം. ഖസാക്കിലെ ആബാലവൃദ്ധം ജനങ്ങളെയും ബാധിച്ച വസൂരിയെസംബന്ധിച്ച് മറ്റൊരു ദർശനത്തിലേക്ക് എത്തിച്ചേരുന്നുണ്ട് രവി. വസൂരിബാധയിൽ രവി പള്ളിയിൽ വിശ്രമിക്കുന്നതാണ് സന്ദർഭം. ആരോഗ്യശാസ്ത്രദർശനത്തെയും രോഗ/ആരോഗ്യ ദ്വന്ദ്വങ്ങളെയും വിമർശനനിഷ്ഠമാക്കുന്നതാണ് രവിയുടെ തിരിച്ചറിവ്. നോവൽ പുലർത്തുന്ന ഈ തിരിച്ചറിവിന്റെ ബലത്തിലാണ് അപ്പുക്കിളിയുടെ പനിയിൽ കുട്ടാടൻപൂശാരിയുടെ ചികിത്സ ഫലിക്കുന്നത്. ജനൽപ്പടിയിലെ മരുന്നുകുപ്പികൾ വെറുതെയാവുന്നത്. അള്ളാപ്പിച്ച മൊല്ലാക്ക പാലക്കാട്ടെ സർക്കാർ ആശുപത്രിയിൽ

നിന്ന് ഗത്യന്തരമില്ലാതെ മടക്കി അയയ്ക്കപ്പെടുന്നത്. രോഗത്തെ സംബന്ധിച്ച് ഇത്തരം ദർശനങ്ങളുടെ തണലിൽതന്നെയാണ് ഖസാക്ക് രോഗത്തിന്റെ പൂന്തോട്ടമായി വിഭാവനം ചെയ്യപ്പെടുന്നത്. ഖസാക്ക് വികസിപ്പിക്കുന്ന ഈ ആധുനിക വിരുദ്ധഭാവന കൂടുതൽ അയുക്തികളോടെ ശ്ലീലാശ്ലീല വിമർശനങ്ങളോടെ വിജയന്റെ പിൽക്കാല രചനാജീവിതത്തിലേക്ക് കുടിയേറുകയും ചെയ്യുന്നു.

രോഗം പോലെ ഖസാക്കിൽ പടർന്നേറി നിൽക്കുന്ന യാഥാർത്ഥ്യമാണ് മരണം. ആത്മഹത്യകൾ, ദുർമരണങ്ങൾ, ബാലമരണങ്ങൾ, മാരകരോഗം മൂലമുള്ള മരണങ്ങൾ... എന്നിങ്ങനെ ഖസാക്കിൽ മരണത്തിന്റെ സാന്നിദ്ധ്യം ബഹുരൂപിയാണ്. ബഹുരൂപിയായ മരണത്തിന്റെ ഉത്സവം. മരണഗന്ധിയാണെങ്കിലും ഖസാക്ക് അന്തിമമായി മരണപര്യവസായിയല്ല എന്ന വിജയൻ എഴുതുന്നുണ്ട്. ഇങ്ങനെയെങ്കിലും മരണത്തിന്റെ ബഹുരൂപവും അപ്രതീക്ഷിതത്വവും ഖസാക്കുകാരെ ഭയാനകമായ നിസ്സംഗതയിലേക്കും നിസ്സഹായതയിലേക്കും തള്ളിവിടുന്നു. ആഴക്കിണറിന്റെ പടിയിലിരുന്ന് മകൾക്കുവേണ്ടി അവസാനത്തെ പാട്ടുംപാടി ജലത്തിന്റെ വില്ലീസ് പടുതകളിലേക്ക് മുങ്ങാംകുഴിയിടുന്ന ചുക്രുറാവുത്തർ പിറ്റേന്ന് തീർത്തും സ്വാഭാവികമായാണ് ഖസാക്കിൽ അടക്കം ചെയ്യപ്പെടുന്നത്. ഖസാക്കിന്റെ സാംസ്കാരികബോധത്തെ വെല്ലുവിളിക്കുന്ന ധീരനായ കുട്ടാപ്പുനരി പെരുമ്പനി പിടിച്ച് മരണമടയുന്നു. നല്ലമ്മയുടെ ഉപാസകനായ കുട്ടാടൻ പൂശാരിയാകട്ടെ പുളയൻ എന്ന ഉഗ്രവസൂരിയാൽ തന്നെ മരണമടയുന്നു. വസൂരിയെ തുടർന്ന് ചാന്തുമുത്ത് അടക്കം ഉള്ള കുട്ടികളുടെ അതിദാരുണമരണങ്ങൾ, മൊല്ലാക്കയുടെ അർബുദബാധിത മരണം, രവിയുടെ ആത്മഹത്യ നോവലിലെ വിഷാദാത്മക ജീവിതവീക്ഷണത്തോട് അഭേദ്യമാംവിധം കണ്ണിചേർക്കപ്പെടുന്നവയാണ് ഈ മരണവൈവിധ്യങ്ങൾ.

പുളിങ്കൊമ്പത്തെ പോതി

വിഷാദാത്മകമായ ഈ ജീവിതവീക്ഷണത്തിന് അനുപൂരകമായ സാംസ്കാരികക്രമം ഖസാക്കിൽ നിലവിൽ വരുന്നു. ഓത്തുപള്ളിയിലിരുന്നുകൊണ്ട് അള്ളാപ്പിച്ചമൊല്ലാക്ക രാവുത്തന്മാരുടെ കുട്ടികൾക്ക് പറഞ്ഞുകൊടുത്ത മിയാൻ ഷെയ്ഖിന്റെയും കുതിരയുടെയും കഥ, ഖസാക്കിൽ നശിച്ച പന്ത്രണ്ട് പള്ളികളുടെ കഥ, ചാന്തുമ്മ രവിക്ക് പറഞ്ഞുകൊടുക്കുന്ന പുളിങ്കൊമ്പത്തെ പോതിയുടെ കഥ, പനകയറ്റവുമായി ബന്ധപ്പെട്ട ഐതിഹ്യങ്ങൾ, പുരാവൃത്തങ്ങൾ, ഇതിവൃത്തത്തിന് അനുഗുണമായി ആഖ്യാനത്തിലേക്ക് കയറിവരുന്ന ഉപകഥകൾ.... ഖസാക്കിലെ സാംസ്കാരികലോകത്തിന്റെ നിർമാണസാമഗ്രികളാണ് ഇവയെല്ലാം. കുട്ടാടൻ പൂശാരിയുടെ നല്ലമ്മയുടെ കാവ്, ഗോപാലുപണിക്കരുടെയും ശിഷ്യൻ രാമച്ചാരുടെയും മന്ത്രസാധന ഇങ്ങനെ സമാന്തരമായ മറ്റു പലതും ഖസാക്കിന്റെ സാംസ്കാരികജീവിതത്തോട് കണ്ണിചേരുകയും ചെയ്യുന്നു.

ഭദ്രമായ അടിത്തറയിൽ തെരഞ്ഞെടുക്കപ്പെട്ട സമൂഹങ്ങളുടെ പരസ്പരസഹവർത്തിത്വത്തോടെ മതാതീതമായി ഖസാക്കിന്റെ സാംസ്കാരികലോകം വികസിക്കുന്നു. മലകയറുമ്പോൾ കാലുകുഴയുന്ന ഷൺമുഖാനന്ദന്മാർക്ക് ഷെയ്ഖ് തങ്ങളുടെ കുതിര തുണയാകുന്നു. മാരിയമ്മനേയും പുളിങ്കൊമ്പത്തെ പോതിയേയും വെഷത്താന്മാരേയും പിടിച്ച് ആണയിട്ടുകൊണ്ടാണ് രവിയുടെ സ്കൂളിൽ ചേരില്ലെന്ന് കുഞ്ഞാമിന മൊല്ലാക്കയ്ക്ക് വാക്കുകൊടുക്കുന്നത്. കുട്ടാപ്പുനരിയും നൈസാമലിയും തമ്മിലുള്ള തർക്കത്തിൽ മതങ്ങളും ദൈവങ്ങളും തമ്മിൽ കടിപിടികൂടാൻ പാടില്ല എന്ന് കുട്ടാടൻപൂശാരി വിധി പറയുന്നു. അപ്പുക്കിളിയുടെ മതംമാറ്റവിഷയത്തിൽ ചർച്ചകൾക്കൊടുവിൽ ഖസാക്കുകാരുടെ തീരുമാനം അപ്പുക്കിളിക്ക് തോന്നുംപോലെ ഏതു മതത്തിലും ജീവിക്കാം എന്നായിരുന്നു. ഗോപാലുപ്പണിക്കരുടെ ശിഷ്യനായിത്തീർന്ന രാമച്ചാർ ഷെയ്ഖിനെ മനസ്സിൽ ധ്യാനിച്ച് മന്ത്രമുരുവിടുന്നു. കാവിലെ ഉത്സവത്തിന് രാജാവിന്റെ പള്ളിയിലും തോരണങ്ങൾ തൂങ്ങുന്നുണ്ട്. പൂജയെ അനുഗ്രഹിക്കാൻ ചന്ദനത്തിരിക്കെട്ടുമായി ഖാലിയാർ എത്തുന്നുണ്ട്. വസൂരി ബാധിതനായ രവിക്ക് രാജാവിന്റെ പള്ളിയിൽ ചികിത്സ ലഭിക്കുന്നുണ്ട്. മൊല്ലാക്കയും നൈസാമലിയും കുറിക്കുന്ന നാളിൽ വർഷത്തിലൊരിക്കൽ ഈഴവരും റാവുത്താന്മാരും പിതൃക്കൾക്ക് സംയുക്തമായി ശ്രാദ്ധമൂട്ടുന്നുണ്ട്. മൈമുനയും രവിയും തമ്മിൽ പള്ളിത്തളത്തിൽ വെച്ചുള്ള സംയോഗത്തിന് തൊട്ടുമുൻപ് വസൂരിസമയത്ത് നല്ലമ്മയേയെ കാമിക്കാവൂ എന്ന് അവൾ രവിയോട് പറയുന്നുണ്ട്. സുദൃഢമായ സാംസ്കാരികജീവിതവും വിശ്വസനീയമായ പരസ്പര സഹവർത്തിത്വവും നിലനിൽക്കുന്ന ഖസാക്കിൽ ശിവരാമൻ നായരുടെ മതയുക്തികളും മാധവൻനായരുടെ വേദാന്തദർശനവും പരാജയമടയുന്നതായി നോവൽ വിഭാവനം ചെയ്യുന്നു. വർഗീയവാദിയായി മുദ്രകുത്തപ്പെട്ട് രാജിവയ്ക്കാൻ തയ്യാറാവുന്ന രവിയെ സർവ്വാത്മനാ ഏറ്റെടുക്കാൻ ഖസാക്കുകാർ തയ്യാറാവുന്നു.

ഇങ്ങനെയെങ്കിലും ആധുനിക മനുഷ്യകേന്ദ്രിത വീക്ഷണത്തിന്റെ തുടർച്ച എന്ന നിലയിൽ ഖസാക്കിലെ സാംസ്കാരിക ജീവിതം നേരിടുന്ന പ്രതിസന്ധികളും ആഭ്യന്തര വൈരുദ്ധ്യങ്ങളും കാണാതിരുന്നുകൂടാ. ഖസാക്കിലെ സാംസ്കാരിക ജീവിതത്തിന്റെ അടിസ്ഥാന ധാരകളിലൊന്ന് ലൈംഗിക സദാചാരങ്ങളുമായി ബന്ധപ്പെട്ട അബോധങ്ങളായിരുന്നു. പുളിങ്കൊമ്പത്തെ പോതിയും പനകയറ്റവുമായി ബന്ധപ്പെട്ട ഐതിഹ്യവും അനുഷ്ഠിക്കുന്ന ധർമ്മവും ഇതുതന്നെ. സദാചാരത്തെ ഉറപ്പിക്കുന്ന ഇത്തരം അബോധങ്ങൾക്കിടയിലും ഖസാക്കിൽ സ്വവർഗ ലൈംഗികതയും (അള്ളാപ്പിച്ച മൊല്ലാക്ക-നൈസാമലി) വ്യഭിചാരവും (മാധവൻ നായരുടെ അമ്മ, കോടച്ചി, നാല്പതുകാരിയായ വേശ്യ) പരസ്ത്രീ സംസർഗങ്ങളും (നൈസാമലി-അത്തരിന്റെ ഭാര്യ, നൈസാമലി - മൈമുന, നൈസാമലി - കുട്ടാപ്പുനരിയുടെ ഭാര്യ, രവി-മൈമുന) നിർബാധം അരങ്ങേറുന്നുണ്ട്. ലൈംഗികതയെ മുൻനിർത്തിയുള്ള പാപ

ബോധത്തിൽ ഖസാക്കിൽ എത്തുന്ന രവിയിലാകട്ടെ രതി ആഘോഷവും ചിലപ്പോഴെങ്കിലും നിർബന്ധിതവും അധികാരപരവുമാകുന്നു. കല്യാണി ക്കുട്ടിയെ തനിക്ക് തരുമോ എന്നും ചാത്തേലന്റെ പെണ്ണിനെ തരമാവുമോ എന്നും രവി മാധവൻനായരോട് ആവേശത്തോടെ ചോദിക്കുന്നു. പുളി ങ്കൊമ്പത്തെ പോതിയുടെ കഥ ചാന്തുമ്മയെ കൊണ്ട് പറയിച്ചതിൽ രവി ഗൂഢമായ ആനന്ദം അനുഭവിക്കുന്നു. ചാന്തുമ്മയുമായുള്ള സംഭോഗാന ന്തരം രവി പുളിങ്കൊമ്പത്തെ പോതിയോടും അവളുടെ പാമ്പെറുമ്പു കളോടും കൃതാർത്ഥനാവുന്നു. സ്ത്രൈണതയുടെ പ്രതീകമായി ആവി ഷ്കരിക്കപ്പെടുന്ന മൈമൂനയിൽ ഉടനീളം നിർലോഭമായ രതികാമനകൾ ചേർത്തുവയ്ക്കാൻ വിജയൻ ശ്രദ്ധിക്കുന്നു. പുളിങ്കൊമ്പത്തെ പോതി യുടെ കഥയിലെ അബോധത്തെ അതിജീവിക്കുന്ന കാമനകളും പാപ ബോധത്തിനപ്പുറത്തെ സ്വാതന്ത്ര്യവും ആയി ഖസാക്കിൽ രതിബന്ധ ങ്ങൾ വികസിക്കുന്നു. അതീതലോകത്തിന്റെ അബോധങ്ങൾക്ക് കുറുകേ സഞ്ചരിക്കാൻ ഖസാക്ക് പരിശ്രമിക്കുന്നത് ഇങ്ങനെയാണ്. കാരുണ്യ ത്തിന്റെ പാരമ്യത്തെ വിശദീകരിക്കുന്ന ഷെയ്ഖ് തങ്ങളുടെ ചത്ത കുതിര യുടെ കഥയ്ക്കൊപ്പം മറവിയുടെയും ചതിയുടെയും കഥയായി, ആധു നികമായ വിഷാദാത്മക ദർശനത്തിൽ ഖസാക്ക് വിഭാവന ചെയ്യപ്പെടു ന്നതും ഇങ്ങനെതന്നെ.

കിഴക്കുപോകുന്നവർ

ഇന്ദുലേഖയിലെ 18-ാം അദ്ധ്യായം പോലെ പ്രസക്തമാണ് ഖസാ ക്കിന്റെ ഇതിഹാസത്തിലെ 'കിഴക്കുപോകുന്നവർ' എന്ന 16-ാം അദ്ധ്യായം. ഖസാക്കുകാർ പൊതുവെ സഞ്ചാരപ്രിയരല്ല എന്ന പ്രസ്താവത്തിൽ അദ്ധ്യായം ആരംഭിക്കുന്നു. എന്നാൽ പ്രയാണത്തിന്റെ കഥയാണ് ഖസാക്ക് എന്നതിനെ ഉറപ്പിക്കുംപോലെ ഖസാക്കിനകത്തേക്കും പുറ ത്തേക്കും ഉള്ള നിരന്തരസഞ്ചാര സൂചനകളാൽ അദ്ധ്യായം വ്യത്യസ്ത മാവുകയും ചെയ്യുന്നു. ഖസാക്കിലെ അതീതലോകങ്ങളെ നിരന്തരപരി ണാമങ്ങൾക്ക് വിധേയമാക്കുന്ന ഘടകമായിത്തീരുന്നു ഈ നിരന്തര യാത്രകൾ.

ഖസാക്കിൽ നിന്ന് അപ്രതീക്ഷിതമായി തിരോഭവിച്ച് ദീർഘനാളിനു ശേഷം വിപുലമായ യാത്രാനുഭവങ്ങളോടെ മടങ്ങിവന്ന് അതീതലോക ങ്ങളുടെ ചലനങ്ങളെ നിർണയിക്കുന്ന നിരവധി കഥാപാത്രങ്ങൾ ഖസാ ക്കിലുണ്ട്. കുട്ടാപ്പുനരിയും തങ്ങളുപക്കീരിയും ഉദാഹരണമാണ്. ഖസാ ക്കിനപ്പുറത്ത് വേലായിപണ്ടാരം വടിവേൽചാമിയും കരുമാണ്ടിപണ്ടാരം കരുമ പെരുമാളുമാണ്. ഖസാക്കിലെ പ്രതിസന്ധികളിൽ നിലനിൽക്കാ നാവതെ ചിതറിത്തെറിച്ച് ഖസാക്കിന് പുറത്തേക്ക് പഞ്ചഭൂതങ്ങൾ അഴിയും പോലെ ഒഴിഞ്ഞുപോകുകയാണ് നീലിയുടെ കുടുംബം. പാല ക്കാടും പൊള്ളാച്ചിയും പുതിയ തൊഴിലുകളും (മൂരിയറവ്, കൈവണ്ടി വലിക്കൽ, തരകുപറയൽ, പാറപൊട്ടിക്കൽ, കള്ളക്കാച്ചുവ്യവസായം....) ജീവിതപദവികളും ആയി അവരെ ക്ഷണിക്കുന്നു. ഖസാക്ക് വിട്ട് പിന്നീട്

ഖസാക്കിലേക്ക് തിരിച്ചുവന്നതിന് ശേഷം ഗോപാലുപണിക്കരുടെയും ശിഷ്യൻ രാമച്ചാരുടെയും മന്ത്രസാധന തെഴുക്കുന്നു. ഖസാക്കിലെ പ്രതിസന്ധികളിൽ പുറം ലോകത്തിന്റെ വിളി ഒരു ഘട്ടത്തിൽ ആശ്വാസമായി ത്തീർന്നവരായിരുന്നു ഇവർ. ഖസാക്കിന്റെ സാംസ്കാരിക ക്രമങ്ങളെ ആധുനികതയുടെ വ്യക്തിതാൽപര്യങ്ങളിലേക്കും വ്യാപാരതാത്പര്യങ്ങളിലേക്കും ഇവർ പരിണമിപ്പിക്കുന്നു. കിഴക്കോട്ടുപോയി തിരിച്ചുവന്നവരിലൂടെ ഖസാക്കിൽ വിജയിക്കുന്ന യുക്തികൾ ഖസാക്കിന്റെ സാംസ്കാരിക ജീവിതത്തെ മറ്റൊന്നാക്കിത്തീർക്കുന്നു. കിഴക്കോട്ടുള്ള യാത്രകൾ സ്വന്തം സംസ്കാരത്തെ സംബന്ധിച്ച് വ്യതിരിക്തമായ നോട്ടങ്ങളും ഒപ്പം നാടിന് മറ്റ് നാടുകളുമായുള്ള താരതമ്യങ്ങളും ഒപ്പം നാടിന് പുതിയ ഭൂപടങ്ങളും സാധ്യമാക്കുന്നു. ഉദാഹരണങ്ങൾ ഇവയാണ്:

> ഒന്ന് : "കിഴക്കുപോയി തിരിച്ചുവന്ന മയിൽവാഹനപണ്ടാരം അത്ര ഗൗനിച്ചില്ല. ഈ നാടുമുടിഞ്ഞാൽത്തന്നെ അതു തന്നെ ബാധിക്കുന്ന കാര്യമല്ല" (2013:98) (ഗോപാലുപണിക്കർ നാടുമുട്ടിഞ്ഞു എന്ന്പറയുന്ന സന്ദർഭം)
>
> രണ്ട്: "മുറിക്കകത്ത് ചെരാത് വറ്റിയണഞ്ഞു. ആ രാത്രിക്കപ്പുറത്ത്, ദൂരെ ദൂരെ ഖസാക്കു കിടന്നു. അവരുടെ മക്കളും പെണ്ണുങ്ങളും കീറക്കമ്പിളികളിൽ വിശ്രമംകൊണ്ട അപ്പനമ്മമാരും" (2013: 101) (രാമച്ചാരും ഗോപാലുപണിക്കരും പുറത്തുനിന്ന് ഖസാക്കിലേക്കിനെ നോക്കുന്ന സന്ദർഭം)
>
> മൂന്ന്: "ചോറുവിളമ്പുന്ന ലക്ഷ്മിപ്പണിയ്ക്കത്യാരുടെ കൈകളിലേയ്ക്ക് പ്രേതബാധിതൻ നോക്കിപ്പോയി. മലയാളത്തിലെ മന്ത്രത്തെപ്പോലെ തന്നെ മലയാളത്തിലെ സുന്ദരിമാരെക്കുറിച്ചും ഒട്ടേറെ കേട്ടിട്ടുണ്ട്. വാഴയിലയുടെ പച്ചയ്ക്കെതിരെ പച്ചമഞ്ഞളുപോലെ വിളറിയ കൈകൾ കളമച്ചോറും പുളിങ്കറിയും കണ്ണിമാങ്ങയും വിളമ്പി" (2013:105) (ഗോപാലുപണിക്കരുടെ ഭാര്യ കൊങ്ങന് ചോറ് വിളമ്പുന്ന സന്ദർഭം)

ഖസാക്കിൽ യാത്രയുടെ ബലതന്ത്രങ്ങൾ വൈവിധ്യപൂർണമായിരുന്നു. നിർണായകമായ പാത്രങ്ങളിലൂടെയും സന്ദർഭങ്ങളിലൂടെയും തിടം വെയ്ക്കുന്ന സാംസ്കാരികാനുഭവം. അനന്തമായ യാത്രകളിൽ ഖസാക്ക് രവിക്ക് വഴിയമ്പലം മാത്രമായിരുന്നു. എഴുത്തച്ഛന്റെ കാവ്യകല്പന പറയുംപോലെ ഇനിയും വഴിപിരിയാനുള്ള ഇടം. ബോധാനന്ദന്റെ ആശ്രമത്തിൽ നിന്നാണ് ഖസാക്കിന്റെ പുതിയ ദൗത്യത്തിലേക്ക് രവി വരുന്നത്. ചിറ്റമ്മയുമായുള്ള വേഴ്ചയുടെ പാപഭാരത്തിൽ രവി നടത്തുന്ന നിരന്തരമായ അലച്ചിലുകളുടെ ഭാഗമായിരുന്നു ബോധാനന്ദന്റെ ആശ്രമവും ഖസാക്കും. രവിയെ തേടിയെത്തുന്ന പത്മ താൻ അന്വേഷിച്ച ഇടങ്ങളെപറ്റി പറയുമ്പോഴും രവിയുടെ തന്നെ ഓർമകളിലും വായനക്കാരന് അലച്ചിലിന്റെ വ്യാപ്തി മനസ്സിലാവുന്നു.

പുറത്തുനിന്നെത്തിയ അതിഥിയെ ഖസാക്ക് മായികമായാണ് സ്വീകരിക്കുന്നത്. രവിയുടെ ആസക്തികളെയും സന്ദേഹങ്ങളെയും പാപബോധത്തെയും ഖസാക്ക് പാരമ്യത്തിലെത്തിക്കുന്നു. ഖസാക്കിലെത്തുന്നതോടെ രവി മറ്റൊരാളായിത്തീരുന്നു. ഖസാക്കിലെത്തുമ്പോഴുള്ള രവിയെ സംബന്ധിച്ച വിവരണങ്ങൾ രവിയുടെ വിദ്യാഭ്യാസത്തിലും വ്യക്തിത്വത്തിലും ഉള്ള ആധുനികതയുടെ താത്പര്യങ്ങൾ വരച്ചിടുന്നുണ്ട്. ഖസാക്കിലേക്കുള്ള വഴിയിൽ മഴയേയും അണക്കെട്ടിനെയും സംബന്ധിച്ച് ചുമട്ടുകാരോട് പുലർത്തുന്ന അഭിപ്രായപ്രകടനങ്ങളിൽ രവി ആധുനികനായി തന്നെ തുടരുന്നു. എന്നാൽ ഖസാക്കിലെ തുടർജീവിതത്തിൽ രവിയിൽ ആധുനികതയുടെ കർത്തൃപദവികൾ ഒന്നൊന്നായി അഴിഞ്ഞുതീരുന്നു. രവിയുടെ വാങ്കുവിളിയും കുട്ടാടൻപൂശാരിയുടെ കാവിലേക്കുള്ള യാത്രയും കൈയൊപ്പിനെ സംബന്ധിച്ച പരാമർശങ്ങളും എല്ലാം ഇത് വ്യക്തമാക്കുന്നുണ്ട്. ആധുനികത നിർമിച്ച കർത്തൃപദവികളുമായി ഖസാക്കിന്റെ സാംസ്കാരികജീവിതത്തിൽ ഇടപെടാൻ രവിക്ക് കഴിയുന്നില്ല. രവിയുടെ ദൗത്യങ്ങൾ ഖസാക്കിൽ പരാജയമടയുന്നു. രവിയുടെ നിരന്തരമായ ജീവിതപ്രയാണങ്ങൾ ഖസാക്കിൽ അടയുന്നു. ഒരിക്കലും വരാത്ത ബസ്സിനായുള്ള കാത്തുനില്പായി രവി ഖസാക്കിൽ അവസാനിക്കുന്നു.

രവിയുടെ സഞ്ചാരവഴികളിൽ നിന്ന് മാറിനടക്കുന്നു നൈസാമലി. ഖസാക്കിൽ തുടങ്ങി പിന്നീട് ഖസാക്ക് വിട്ട് വിപുലമായ ജീവിതാനുഭവങ്ങളോടെ ഷെയ്ഖിന്റെ ഖാലിയാരായി തിരിച്ചെത്തി ഖസാക്കിൽ വേരുറപ്പിക്കുന്നു നൈസാമലി. തിരിച്ചുവന്ന നൈസാമലിയെ കാണുമ്പോൾ മൊല്ലാക്കായോ നൈസാമലിയോ സത്യം എന്ന തോന്നൽ ഖസാക്കുകാർക്ക് ഉണ്ടാവുന്നു. പതുക്കെ നൈസാമലിയെ ഖസാക്കുകാർ സർവ്വാത്മനാ അംഗീകരിക്കുന്നു. രവിയെക്കാൾ ഖസാക്കിന്റെ സാംസ്കാരിക ജീവിതത്തിൽ അർത്ഥവത്തായി ഇടപെടാൻ നൈസാമലിക്ക് കഴിയുന്നു. സഞ്ചാരവഴിയിലെ വ്യത്യാസമായിരുന്നു അതിന് കാരണം. ഖസാക്കിലെ വൈവിധ്യപൂർണമായ സാംസ്കാരികക്രമങ്ങളെ വിവേചനബുദ്ധിയോടും ഔചിത്യബോധത്തോടും നിസ്സംഗതയോടും നൈസാമലി നേരിടുന്നു. നോവലിന്റെ ഒടുക്കം രവിയും നൈസാമലിയും തമ്മിലുണ്ടാവുന്ന പ്രത്യക്ഷ സംഘർഷത്തോളം വേരുള്ളതാണ് സഞ്ചാരവഴികളിലെ ഈ വ്യത്യാസങ്ങൾ. ഖസാക്കിലെ അതീതലോകത്തിൽ തിരുത്തൽ ശക്തിയായിത്തീരാൻ നൈസാമലിയെ പ്രാപ്തനാക്കുന്നതും സഞ്ചാരവഴിയിലെ ഈ വ്യത്യാസം തന്നെ.

യാത്രാനുഭവങ്ങളിലൂടെ പുറംലോകയുക്തികൾ ഖസാക്കിൽ ഇടപെടുന്നതിന് സമാന്തരമായി ഭരണകൂടത്തിന്റെ ഇടപെടലുകളും അവിടേക്ക് കടന്നുവരുന്നു. ആധുനികതയുടെ ഭാഗമായ ഭരണകൂടസ്ഥാനങ്ങൾ തീർത്തും പ്രത്യയശാസ്ത്രപരമായാണ് ഖസാക്കിൽ ഇടപെടുന്നത്. ഭരണകൂടം ഖസാക്കിനോട് പിതാവ് പുത്രരോടെന്നപോലെ വാത്സല്യപൂർവം പെരുമാറുന്നു. കമ്മ്യൂണിസ്റ്റ് പ്രവർത്തനം ആരോപിച്ച് നൈസാമലി പോലീസ് സ്റ്റേഷനിൽ പീഡിപ്പിക്കപ്പെടുമ്പോഴും ഏകാധ്യാപക

വിദ്യാലയത്തിലേക്കുള്ള സ്കൂൾ ഇൻസ്പെക്ടറുടെ വരവിലും രവിക്കെതിരെ കടുകട്ടി റിപ്പോർട്ടുമായുള്ള ശിപായിയുടെ വരവിലുമെല്ലാം വാത്സല്യഭാവം നിഴലിക്കുന്നു. പ്രശ്നങ്ങളെല്ലാം പരിഹരിക്കാമെന്ന് നൈസാമലിയോട് സബ്ബ്ഇൻസ്പെക്ടറും മകനോട് പെരുമാറുംപോലെ രവിയോട് സ്കൂൾ ഇൻസ്പെക്ടറും പുതിയ ഇൻസ്പെക്ടറെ ചെന്നുകണ്ട് പ്രശ്നങ്ങൾ അവസാനിപ്പിക്കാമെന്ന് രവിക്ക് ശിപായിയും ഉറപ്പു നൽകുന്നു. ഭരണകൂടം ജനങ്ങൾക്ക് മുകളിൽ നടത്തുന്ന പ്രത്യയശാസ്ത്ര ഇടപെടലുകളും ഒപ്പം ആ വഴിക്കുള്ള ജനതയുടെ പരിണാമങ്ങളും ഇത് സൂചിപ്പിക്കുന്നുണ്ട്.

കണ്ണുകാണാത്ത കടച്ചിക്കൊല്ലൻ

ആധുനികതയുടെ യുക്തികൾ ഖസാക്കിന്റെ വിജ്ഞാനപ്രവർത്തനങ്ങളിൽ തീർത്തും വൈരുദ്ധ്യാത്മകമായാണ് സ്വാധീനം ചെലുത്തുന്നത്. ആധുനികതയുടെ താത്പര്യങ്ങളെ സ്വീകരിച്ചും ഒരുപോലെ തിരസ്കരിച്ചും അതീതലോകത്തെ ചലിപ്പിച്ചും ഖസാക്കിൽ വിജ്ഞാന പ്രവർത്തനങ്ങൾ വികസിക്കുന്നു. ചരിത്രവും കണക്കും ജന്തുശാസ്ത്രവും പഠിപ്പിക്കാനുള്ള രവിയുടെ നിസ്സംഗമായ ശ്രമങ്ങൾ ഖസാക്കിന്റെ പ്രാദേശിക പാരമ്പര്യങ്ങളിലേക്കും പുരാവൃത്തങ്ങളിലേക്കും മുജ്ജ-പുനർജന്മ കഥകളിലേക്കും എളുപ്പം വഴിപിരിയുന്നുണ്ട്. രവി ജൈവരാശിയുടെ കഥകൾ മാത്രം പഠിപ്പിക്കുന്നു എന്ന് വിജയൻ ഇതിനെ വിശദീകരിച്ചിട്ടുണ്ട്. ക്ലാസിൽ മുഗളരാജാവ് അള്ളാപ്പിച്ച മൊല്ലാക്കയായി മാറുന്നു. ആര്യന്മാരുടെ വരവ് അപ്പുക്കിളിയുടെ തലയിലെ പേനുകളുടെ വരവിന് സമാനമാവുന്നു. ഓന്തുകളുടെയും ദിനോസറുകളുടെയും എട്ടുകാലികളുടെയും പരിണാമകഥകൾ ജീവിതത്തിന്റെ നിരർത്ഥകതയും കർമ്മപരമ്പരകളെ സംബന്ധിച്ച വിശ്വാസവുമായി പരിണാമപ്പെടുന്നു. രവി പഠിപ്പിക്കാൻ ശ്രമിക്കുന്ന ചരിത്രപാഠങ്ങൾ കുട്ടികളും ഖസാക്കുകാരും നിസ്സംഗതയോടെ മാത്രം ഏറ്റെടുക്കുന്നു. ആമിന പറയുന്ന ആര്യന്മാരുടെ കഥ ചൊലയുമ്മ താത്പര്യമില്ലാതെ നിരസിക്കുന്നു. പുസ്തകങ്ങൾക്കെല്ലാം മുമ്പുള്ള ലോകം ഖസാക്കിൽ സ്ഥാപിക്കപ്പെടുന്നു. ഖസാക്കിലെ കുട്ടികളുടെ സന്ദേഹങ്ങൾ ആധുനികജ്ഞാനങ്ങളെ ഉപേക്ഷിച്ച് ഖസാക്കിന്റെ പ്രാദേശികമായ അബോധങ്ങളിൽ നിന്ന് ഉയരുന്നു. സ്കൂളിന് അകത്തും പുറത്തും ഈ അബോധം അവരെ വേട്ടയാടുന്നു.

ഏകാധ്യാപകവിദ്യാലയത്തിലെ പഠനപ്രവർത്തനങ്ങൾ വിലയിരുത്താനെത്തുന്ന ഇൻസ്പെക്ടർ അതിനോട് താത്പര്യം പ്രകടിപ്പിക്കുന്നില്ല. അനാവശ്യമായ ഫയലുകളോട് അയാൾ അതൃപ്തനാവുന്നു. ഇൻസ്പെക്ടറിൽ രവിക്ക് കണ്ടെത്താനാവുന്ന പിതൃപദവിയോടെ ഏകാധ്യാപക വിദ്യാലയത്തിലെ അയാളുടെ ദൗത്യം പൂർണമായി പരാജയമടയുകയും ചെയ്യുന്നു.

ആധുനികജ്ഞാനങ്ങളുടെ അബോധങ്ങളെ ഖസാക്ക് ആഴത്തിൽ പിൻപറ്റുന്നതിനും നിരവധി ഉദാഹരണങ്ങൾ ഉണ്ട്. ഖസാക്കിൽ

നിലനിൽക്കുന്ന ആസ്ട്രോഫിസിക്സിന്റെയും ഉപനിഷത്തിന്റെയും താരതമ്യം ഉദാഹരണമാണ്. ഉള്ളടക്കത്തിലും രീതിശാസ്ത്രത്തിലും വിഭിന്നമായിരുന്നെങ്കിലും വിജ്ഞാനങ്ങളെല്ലാം ഉൾക്കൊള്ളുന്ന ശാശ്വത സത്യത്തെ സംബന്ധിച്ച യുക്തികളാണ് ഖസാക്കിൽ ഈ താരതമ്യത്തെ സാധ്യമാക്കിയത്. വൈജ്ഞാനികമായി പ്രാദേശികപാരമ്പര്യങ്ങളിലെ രീതിശാസ്ത്ര ഭിന്നതകളെയും അവ ഉൽപാദിപ്പിച്ച അറിവുകളുടെ വൈവിധ്യങ്ങളെയും തിരസ്കരിക്കുന്ന പ്രക്രിയ കൂടിയാണിത്. ആധുനികതയുടെ സന്ദർഭത്തിൽ പരിഷ്കരിക്കപ്പെട്ട മതയുക്തികളോ ഓറിയന്റൽ യുക്തികളോ ആണ് യഥാർത്ഥത്തിൽ ഈ താരതമ്യം സാധ്യമാക്കുന്നത്. ആസ്ട്രോഫിസിക്സും ഉപനിഷത്തും തമ്മിലുള്ള സാമ്യത്തെ സംബന്ധിച്ച രവിയുടെ പ്രബന്ധം പ്രൊഫസർ അംഗീകരിക്കുകയും അതുവഴി രവിക്ക് അമേരിക്കയിൽ ഉപരിപഠനസാധ്യത ഉണ്ടാവുകയും ചെയ്യുന്നു. കണ്ണുകാണാത്ത കടച്ചിക്കൊല്ലന്റെ കഥയും അപ്പുക്കിളി ചുവരിൽ വരച്ചിട്ട 'ഠ' കാരത്തിൽ നിന്ന് അറിവിന്റെ ആദിമസ്വരൂപത്തിലേക്കുള്ള വഴിയും 'മാൻ' എന്ന് കൂട്ടിവായിക്കാനാവാതെ കുട്ടാടൻ പൂശാരി എത്തിച്ചേരുന്ന അധ്യയന പ്രതിസന്ധിയുമെല്ലാം അതിഭൗതികമായ ഇതേ വിജ്ഞാനദർശനത്തെ പിൻപറ്റി രൂപപ്പെടുന്നതാണ്.

പലതരം വിജ്ഞാനസംരംഭങ്ങൾ ഉണ്ടെങ്കിലും ഈ ബീജതത്ത്വം ഉൾക്കൊണ്ടാണ് അവയെല്ലാം ഖസാക്കിൽ വികസിച്ചുവരുന്നത്. മധ്യകാല മതവിജ്ഞാനങ്ങളുടെ തണലിൽ അള്ളാപ്പിച്ചയുടെ ഓത്തുപള്ളിയും ഗോപാലുപണിക്കരുടെ സനാതനികളുടെ പള്ളിക്കൂടവും നിലനിൽക്കുന്നു. കോണെഴുത്തിനും കണക്കിനും ഉള്ള സാധ്യതകളാൽ ഈ വിജ്ഞാനവഴികളിൽ നിന്ന് പുറത്തുകടക്കാൻ കേലന്റെ പ്രാഥമിക വിദ്യാലയവും രവിയുടെ ഏകാധ്യാപകവിദ്യാലയവും പരിശ്രമിക്കുന്നുണ്ട്. എന്നാൽ ഖസാക്കിൽ നിലനിന്ന വിജ്ഞാനപ്രവർത്തനങ്ങളുടെ ഏകതാനത ഏറ്റെടുക്കുന്നതുകൊണ്ടുകൂടിയാണ് രവിയുടെ ഏകാധ്യാപക വിദ്യാലയം കാര്യമായ വിമർശനങ്ങൾ ഇല്ലാതെ അവിടെ സ്ഥാപിക്കപ്പെടുന്നത് എന്നുകാണാം. ശിവരാമൻനായരുടെ ഞാറ്റുപുരയിൽ ഗാന്ധിജിയും ഹിറ്റ്ലറും ഹനുമൽപാദരും സാക്ഷിയായി അധ്യയനം ആരംഭിക്കുന്നു. ദേശീയാധുനികതയും അതിലെ സവർണമതതാത്പര്യങ്ങളും സാധ്യമാക്കുന്ന ചിത്രസങ്കരമാണിത്. ഞാറ്റുപുര അനുവദിക്കുന്നതിന് പിന്നിൽ വിജ്ഞാനതാത്പര്യങ്ങൾക്കപ്പുറത്ത് ശിവരാമൻനായരുടെ വ്യക്തിപരവും മതപരവുമായ താത്പര്യങ്ങളാണ് പ്രേരണയായിത്തീരുന്നത്. കേലനോടും സ്വന്തം ഭാര്യയോടും ഉള്ള അസൂയയും വിദ്വേഷവും ശിവരാമൻനായരെ നയിക്കുന്നു. ഇവ നടക്കാതെ വരുമ്പോൾ മറ്റ് നിരവധി കാരണങ്ങൾക്കൊപ്പം ശിവരാമൻനായർ രവിയുടെ ശത്രുവായിത്തീരുന്നു. ആധുനികതയുടെ സന്ദർഭത്തിൽ പരിഷ്കരിക്കപ്പെട്ട മതതാത്പര്യങ്ങളും അതിഭൗതികവീക്ഷണവും തന്നെയാണ് ഇവിടെ ശിവരാമൻനായരുടെ അബോധമായി വർത്തിക്കുന്നത്.

വിജ്ഞാനം സംബന്ധിച്ച ആധുനികയുക്തികൾ ഖസാക്കിൽ പല മട്ടിൽ പ്രതിസന്ധിയിലകപ്പെടുന്നതും കാണാം. അറിവാരായുന്നവന്റെ വ്യഥയും ക്ലാസ്റൂമിലെ നിസ്സംഗതയും ഒന്നുമറിയരുതേ എന്ന പ്രാർത്ഥന യായുമെല്ലാം ഖസാക്കിൽ ഇത് വേഷം മാറുന്നു. ദേശരാഷ്ട്രയുക്തികളി ലേക്ക് ഖസാക്കിനെ പരിവർത്തിപ്പിക്കാനുള്ള ആധുനികതയുടെ പരിശ്രമ ങ്ങളിലെ പരാജയമുഹൂർത്തമല്ല ഇത്; മറിച്ച് ആധുനികതയോടെ പരി ഷ്കരിക്കപ്പെട്ട മതത്തിന്റെ സ്ഥാപനം കൂടിയാണ്. പ്രാദേശികതയുടെ മായികതയ്ക്കൊപ്പം സവർണപരമായ പരിണാമവും ഉൾക്കൊള്ളുന്ന വിജ്ഞാനചരിത്രസന്ദർഭം. അറിവ് ഫ്യൂഡൽ സവർണയുക്തികളെ പരി ഷ്കരികരിച്ച് അധികാരപരമായി മറ്റ് ചില സമുദായങ്ങളിൽ കേന്ദ്രീകരി ക്കപ്പെടുന്ന തലവും ഇതിനുണ്ട്. വിജ്ഞാനമണ്ഡലത്തിന്റെ ഈ സങ്കീർണതയിലാണ് അറിവ് ഈഴവരെയും റാവുത്തന്മാരെയും കേന്ദ്രീ കരിക്കുകയും കവറകളെയും മലയരെയും മറ്റും ആദർശവത്കരിച്ച് പുറത്ത് നിർത്തുകയും ചെയ്തത്.

ഒരു ദേവതയുടെ പതനകഥ

വ്യക്തിവീക്ഷണം, യാത്രാനുഭവങ്ങൾ, വൈജ്ഞാനികത എന്നി ങ്ങനെ വിവിധങ്ങളായ ഘടകങ്ങളിലൂടെ ആധുനികത വൈരുദ്ധ്യാത്മക മായി ഖസാക്കിന്റെ സാംസ്കാരിക ജീവിതത്തിലും അതീതലോക ത്തിലും ഇടപെടുന്നതിന്റെ ചിത്രങ്ങളായിരുന്നു ഇവ. സ്ഥിതമായി മുൻകാലത്ത് സംസ്കാരം എന്ന് വിലയിരുത്തപ്പെട്ട ഒന്നിനെ ആധുനി കത പുനഃപ്രതിഷ്ഠിക്കുന്ന സന്ദർഭം കൂടിയായി ഇതിനെ പരിഗണിക്കാം.

പുനഃപ്രതിഷ്ഠയെ തുടർന്ന് ഖസാക്കിലെ സാംസ്കാരികക്രമങ്ങൾ മറ്റൊരുതരത്തിൽ രൂപീകരിക്കപ്പെടുന്നതിന്റെ നിർണായകപ്രതീക ങ്ങളാണ് നൈസാമലിയും ഗോപാലുപണിക്കരും. ഖസാക്കിൽ നിലനിന്നു കൊണ്ട് അവിടത്തെ സാംസ്കാരികക്രമങ്ങളെ വലിയ രീതിയിൽ മാറ്റി ത്തീർക്കുന്നു നൈസാമലി. അള്ളാപ്പിച്ച എടുത്തുവളർത്തിയ നൈസാ മലി മുതിരുമ്പോൾ മുടിവളർത്തി വാങ്കുവിളിക്കാതെ അള്ളാപ്പിച്ചയെ നിഷേധിക്കുന്നു. പുതുസാംസ്കാരിക പ്രവണതകളെ സ്വാഗതം ചെയ്യുന്ന ഒരു കൂട്ടം കഥാപാത്രങ്ങളുടെ പ്രതിനിധിയാണയാൾ. അള്ളാപ്പിച്ചയെ എതിർത്ത് അത്തരുടെ ബീഡിക്കമ്പനിയിലെത്തുന്ന നൈസാമലി പിന്നീട് അത്തരെ എതിർത്ത് സ്വന്തം ബീഡിക്കമ്പനി ആരംഭിക്കുന്നു. തുടർന്ന് ഖസാക്കിലെ കമ്മ്യൂണിസ്റ്റ് പാർട്ടിയുടെ നേതാവാകുന്ന നൈസാമലി പോലീസ് പീഡനത്തിനുശേഷം ഖസാക്കിൽ തിരിച്ചെത്തുന്നത് ഷെയ്ഖിന്റെ ഖാലിയാരായാണ്. പുതുമയുള്ള രാഷ്ട്രീയത്തടവുകാരനിൽ നിന്ന് പ്രേതോപാസകനായ മാന്ത്രികനിലേക്കുള്ള പരിണാമം. നിരന്തര മായ ബോധപരിണാമങ്ങളുടെയും വിശാലമായ ജീവിതാനുഭവങ്ങളു ടെയും പ്രാദേശികതവിട്ടുയരുന്ന ദേശീയാനുഭവങ്ങളുടെയും പ്രതിനിധി യാണ് നൈസാമലി. നൈസാമലി ഖസാക്കിൽ തിരിച്ചെത്തുമ്പോൾ അവി ടുത്തുകാർക്ക് മൊല്ലാക്കയോ നൈസാമലിയോ സത്യം എന്ന സന്ദേഹം

ഉയരുന്നു. മൊല്ലാക്കയുടെ സംസ്കാരത്തെ ത്യജിച്ച് നൈസാമലിയിലൂടെയുള്ള മറ്റൊരു സംസ്കാരത്തിന്റെ പ്രതിഷ്ഠാപനം പില്ക്കാലത്ത് സന്ദേഹങ്ങളില്ലാതെ ഖസാക്കുകാർ ഏറ്റെടുക്കുന്നു.

സംസ്കാരത്തെ സംബന്ധിച്ച സന്ദേഹത്തെ 'സത്യം പലത്' എന്ന യുക്തിയിലാണ് ഖസാക്കുകാർ നേരിടാൻ തുടങ്ങുന്നത്. എന്നാൽ പിന്നീടങ്ങോട്ട് മൊല്ലാക്കയെ അടിപതറിക്കാനും വിധേയത്വത്തിലേക്ക് തള്ളിയിടാനും പറ്റുന്ന ഉറപ്പിക്കപ്പെടുന്ന സത്യമായും ഈ സാംസ്കാരികമാറ്റം ഖസാക്കിൽ യാഥാർത്ഥ്യമാവുന്നു. രവിയെ തേടിവരുന്ന കൊഴണശ്ശേരിയിലെ കമ്മ്യൂണിസ്റ്റുകാർ നൈസാമലി തിരിച്ച് പാർട്ടിപ്രവർത്തനത്തിലേക്ക് മടങ്ങിവരണമെന്ന് അഭ്യർത്ഥിക്കുന്നുണ്ട്. പ്രാർത്ഥനാവാചകത്തോടെ നൈസാമലി അഭ്യർത്ഥനയെ നിരസിക്കുന്നു. മൊല്ലാക്കയ്ക്കുവേണ്ടി മരണസന്ദർഭത്തിൽ നൈസാമലി വാങ്കുവിളിക്കുന്നു. ജീവിതത്തിലുടനീളം അപ്രതീക്ഷിതമായ പരിണാമങ്ങളിലൂടെ നൈസാമലി കടന്നുവന്ന വഴികളോരോന്നും മൊല്ലാക്കയിൽ നിന്ന് തീർത്തും ഭിന്നവും ഖസാക്കിൽ വേരോടിയ മറ്റൊരു സംസ്കാരത്തിന്റെ സൂചനകളുമാണ്.

ഖസാക്കിന് പുറത്തുകടന്ന് വിപുലമായ ജീവിതാനുഭവങ്ങളോടെ ഖസാക്കിൽ തിരിച്ചെത്തുന്നു ഗോപാലുപണിക്കരും ശിഷ്യൻ രാമച്ചാരും. ഖസാക്കിലെ രണ്ടാം തലമുറ ദൈവദൂതന്മാർ. ഖസാക്കിൽ നിലനിന്നിരുന്ന വിജ്ഞാനപ്രവർത്തനങ്ങൾ നേരിട്ട പ്രതിസന്ധിയെ മുൻനിർത്തിയാണ് ഗോപാലുപണിക്കർ ഖസാക്കിന് പുറത്തു കടക്കുന്നതും മറ്റു ജോലികളിൽ ഏർപ്പെടുന്നതും. തിരിച്ചുവന്ന ഗോപാലുപണിക്കരുടെയും ശിഷ്യന്റെയും മന്ത്രസാധന ഖസാക്കിൽ തെഴുക്കുന്നു. മാറിയ സന്ദർഭത്തിൽ സ്വാർത്ഥ-വ്യക്തി താൽപര്യങ്ങളെയും വാണിജ്യതാത്പര്യങ്ങളെയും പൂരിപ്പിച്ചുകൊണ്ടാണ് ഖസാക്കിലെ ഇപ്പോഴത്തെ മന്ത്രസാധന. പുറത്തുനിന്നടക്കം ഒരുപാട് ആവശ്യക്കാർ ഈ മന്ത്രസാധനയെ അന്വേഷിച്ചെത്തുന്നു. പ്രേതബാധിതൻ അരിമില്ലിന്റെയും മോട്ടോർ വണ്ടിയുടെയും ഉടമയായ കൊങ്ങനും ഭർത്താവിന് വശ്യം ചെയ്യാനെത്തുന്ന ചെട്ടിച്ചിയും ഉദാഹരണമാണ്. ഖസാക്കിലെ മാറിയ ഈ വിശ്വാസപ്രമാണങ്ങൾ കാരണം കുട്ടാടൻപൂശാരിയുടെ വെളിച്ചപ്പെടലുകൾ ക്ഷയിക്കുന്നു. കൊങ്ങന്റെ പ്രേതബാധയകറ്റാൻ പണിക്കൻപൊറ്റയിൽ വെച്ച് ഗോപാലുപണിക്കർ നടത്തിയ ക്രിയകളെ കുട്ടാടൻ മാറിനിന്നു കാണുന്നുണ്ട്. ക്രിയകൾക്കൊടുവിൽ ബാക്കിയായ പരകായപ്രവേശം ചെയ്ത ഓന്തിനെ കുട്ടാടൻ സത്യത്തെപ്പോലെ ഉയർന്നുവന്ന് കഴുത്തുഞെരിച്ചുകൊല്ലുന്നു. ഓന്തിന്റെ ജഡവുമായി കൊങ്ങനുപിന്നാലെ പോവാനുള്ള കുട്ടാടന്റെ ആഗ്രഹം ഭൂതകാലത്തിലെ ഓർമകൾ തടസ്സപ്പെടുത്തുന്നു. കുട്ടിക്കാലം തൊട്ട് ഇന്നോളം അനുഭവിച്ചുപോന്ന അപകർഷതകൾ എല്ലാം ഉൾക്കൊണ്ട് നെറ്റിയിലെ ഇറച്ചിത്തുണ്ടുകൾ വെട്ടിത്തെറിപ്പിച്ച് ഉറഞ്ഞുതുള്ളിയിട്ടും കുട്ടാടൻ രക്ഷപ്പെടുന്നില്ല. കുട്ടാടന്റെ കാവിലെ ഉത്സവം നൊരപ്പൻ ചേർത്ത വാറ്റുചാരായത്തിന്റെ സേവയാലും മലാഭിഷേകത്താലും അപഹാസ്യമായിത്തീരുന്നു. രവി കുട്ടാടന്റെ

അടുത്തെത്താൻ ആഗ്രഹിക്കുമ്പോഴേക്കും ഖസാക്കുകാർക്ക് കുട്ടാടൻ പൂശാരിയുടെ ദൈവത്തിലുള്ള വിശ്വാസം നഷ്ടപ്പെട്ടിരുന്നു. കുട്ടാടന്റെ നല്ലമ്മയെ ഖസാക്കുകാർ കൈയൊഴിഞ്ഞുതുടങ്ങുകയായിരുന്നു. ഒടുക്കം നല്ലമ്മയുടെ തന്നെ വസൂരിയാൽ കുട്ടാടൻ മരണപ്പെടുന്നു. കുട്ടാടനൊപ്പം ഖസാക്കിലെ ദേവതകളുടെ പതനത്തിന്റെ കഥകൂടിയാണിത്.

ഖസാക്കിലെ പൂർവകാല സാംസ്കാരികക്രമങ്ങളോട് ആഴത്തിൽ ബന്ധപ്പെട്ട അബോധമുള്ള കഥാപാത്രമാണ് കുട്ടാപ്പുനരി. നൈസാമലി തന്റെ കുടുംബത്തിനകത്ത് നടത്തുന്ന ഇടപെടലുകളെ സദാചാരം മാനദണ്ഡമാക്കി ചോദ്യം ചെയ്യുന്നു കുട്ടാപ്പുനരി. ഇതുവഴി കുട്ടാപ്പുനരി പെരുമ്പനി പിടിച്ച് മരിക്കുന്നു. പൊതുവെ കരുത്തനായി അവതരിപ്പിക്കപ്പെടുന്ന കുട്ടാപ്പുനരി സ്വന്തം അബോധത്തിനെതിരായി നടത്തുന്ന ആത്മസമരങ്ങൾ ദയനീയമായി പരാജയപ്പെടുന്നു. നരിയെയും അബോധത്തെയും സംരക്ഷിക്കാനുള്ള ഉറ്റവരുടെ ശ്രമങ്ങളും പരാജയമടയുന്നു. 'സർക്കാർ നിരത്തിൽ പ്രേതം പിടിക്കില്ല' എന്ന് ഉപരിപ്ലവമായി നരിയെത്തുന്ന പരിഷ്കാരചിന്തയും പ്രതിസന്ധിസന്ദർഭത്തിൽ നരിയെ പിന്തുണയ്ക്കാനെത്തുന്നില്ല.

രവി ഖസാക്കിനെ വിട്ടുപോരുമ്പോഴേക്ക് മാറിയ ഈ സാംസ്കാരികക്രമങ്ങൾ തർക്കങ്ങളേതുമില്ലാതെ ഖസാക്കിൽ സ്ഥാപിക്കപ്പെട്ടിരുന്നു. സംസ്കാരത്തിന്റെ ആപേക്ഷികതയും ചലനാത്മകതയും വേണ്ടുംവിധം തിരിച്ചറിയപ്പെടാത്തിടത്തുവെച്ചാണ് ചുക്രുറാവുത്തർ, കുട്ടാപ്പുനരി, രവി തുടങ്ങിയവരുടെ അപായമരണങ്ങൾ ഖസാക്കിൽ അരങ്ങേറുന്നത്. ഖസാക്ക് ഒരുകാലത്ത് പുലർത്തിപോന്ന സുദൃഢമായ സദാചാരസംഹിതകളുടെ ലംഘനങ്ങൾ മുങ്ങാങ്കോഴിയുടെയും കുട്ടാപ്പുനരിയുടെയും മരണങ്ങൾക്ക് കാരണമായിത്തീരുന്നു. സാംസ്കാരികമാറ്റത്തിന്റെ ഖേദങ്ങൾ മുഴുവൻ തിടംവെച്ചു നിൽക്കുന്ന സന്ദർഭത്തിൽ ആഴക്കിണറിന്റെ വില്ലീസുപടുതകളിലേക്ക് മുങ്ങാങ്കോഴി ഊളിയിടുന്നു. സാംസ്കാരികമാറ്റത്തിന്റെ സംഘർഷങ്ങളാകട്ടെ കുട്ടാപ്പുനരിയിൽ പെരുമ്പനിയായിത്തീരുകയും ചെയ്യുന്നു.

ഒരർത്ഥത്തിൽ ഖസാക്കിന്റെ സാംസ്കാരിക അബോധത്തിൽ നിന്നുള്ള വ്യതിചലനങ്ങൾ തന്നെയാണ് രവിയേയും മൊല്ലാക്കയെയും മരണത്തിലേക്ക് നയിക്കുന്നത്. ഖസാക്കിന്റെ സാംസ്കാരികജീവിതത്തിൽ തനിക്കുണ്ടായിരുന്ന പദവികളുടെ നഷ്ടം മൊല്ലാക്കയുടെ ജീവിതത്തെ അടിക്കടി ദയനീയമാക്കുന്നതിനൊപ്പം മരണത്തിലേക്ക് അടുപ്പിക്കുകയും ചെയ്യുന്നു. രവിയിലാകട്ടെ ഖസാക്കിൽ നിന്നുള്ള വിടുതി ജീവിതത്തിലുടനീളം അലഞ്ഞുനടന്ന വഴിയമ്പലങ്ങളിൽ നിന്നുള്ള ശാശ്വതവിടുതിയും മരണവും ആയി പരിണമിക്കുന്നു.

കവറപ്പേച്ചും ഈരച്ചൂട്ടും

സാംസ്കാരികക്രമങ്ങളുടെ ആപേക്ഷികതയും ചലനാത്മകതയും അധികാരപരതയും ഉൾക്കൊണ്ട് രൂപപ്പെട്ടതാണ് നോവലിലെ ഭാഷയും

ബിംബപരമ്പരകളും. വിജയൻ തന്റെ ഭാഷാദർശനത്തെ സംബന്ധിച്ച നിർണായക നിരീക്ഷണങ്ങൾ ഇതിഹാസത്തിന്റെ ഇതിഹാസത്തിൽ പറഞ്ഞുവയ്ക്കുന്നുണ്ട്. ആധുനികതയോടെ സാംസ്കാരികരംഗത്തുണ്ടായ അപകർഷതപോലെ പ്രധാനമാവുന്നു ഭാഷാരംഗത്തുണ്ടായ അപകർഷതയും. ഭാഷാരംഗത്തെ യൂറോപ്യൻ - സവർണതാത്പര്യങ്ങളെ അതിജീവിക്കുന്നതിനുള്ള ബദലായി വിജയനിൽ പ്രാദേശിക ഭാഷകളുടെ വൈവിധ്യവും സൗന്ദര്യവും വികസിക്കുന്നു. ഇതിനെ നോവലിലേക്ക് ആവാഹിക്കുന്നതിനായി നടത്തിയ പദധ്യാനങ്ങളെ വിജയൻ ഓർമിക്കുന്നുണ്ട്.

ഇത്തരം ഒരു ദൗത്യത്തിൽ ഖസാക്കിന്റെ ഭാഷ കൈവരിക്കുന്ന സാധ്യതകളും പരിമിതികളും വിലയിരുത്തുന്നതിനും ഈ പരിശ്രമത്തിൽ ഖസാക്ക് അനുഭവിക്കുന്ന സംഘർഷങ്ങൾ വിശദീകരിക്കുന്നതിനും പകരം മലയാളഭാഷയ്ക്കു കൈവരിക്കാനായ മഹാനേട്ടമായി ഖസാക്കിലെ ഭാഷയെ അവതരിപ്പിക്കുകയായിരുന്നു ആധുനികമലയാളനിരൂപണം. ഖസാക്കിന്റെ ഭാഷയ്ക്കു പിറകിലെ സാംസ്കാരിക-അധികാര താത്പര്യങ്ങളാണ് ഇവിടെ വിലയിരുത്തപ്പെടാതെ പോയത്. പില്ക്കാലങ്ങളിലുണ്ടായ ഖസാക്ക് പഠനങ്ങളിലാകട്ടെ ഖസാക്കിലെ ഭാഷ ശുദ്ധമോ നിഷ്പക്ഷമോ അല്ലെന്ന് വിലയിരുത്തികൊണ്ട് നോവലിലെ ഭാഷയുടെ ഘടനയും ഘടനയെ സാധ്യമാക്കുന്ന ചേരുവകളും ഒപ്പം ഭാഷയിലെ സ്വീകാരനിരാസങ്ങളുമെല്ലാം[9] സൂചിപ്പിക്കപ്പെട്ടിട്ടുണ്ട്.

ഖസാക്കിലെ അതീതലോകനിർമിതിയിൽ ഭാഷ അനുഷ്ഠിച്ച പങ്ക് പ്രധാനമാണ്. ആശയങ്ങളെ വിശദീകരിക്കുന്നതിൽ ഉപയോഗിക്കുന്ന വളരെ കുറഞ്ഞ വിവരണഭാഷ, സവിശേഷമായ പദകൊരുക്കലുകളും ബിംബാവലികളും, സ്വീകരിച്ച ഭാഷാചേരുവകളിലൂടെ നടത്തുന്ന ദർശനത്തിന്റെ അധ്യാരോപം എന്നിങ്ങനെ ഖസാക്കിന്റെ ഭാഷാദർശനത്തിന്റെ തലങ്ങൾ അതീതലോകവുമായി കണ്ണിചേരുന്നത് വ്യത്യസ്തമായ രീതികളിലാണ്. അതീതലോകം ഒരു ഭാഷാ നിർമിതിയായിത്തീരുകയും ഒപ്പം അതിനുപിറകിലെ ചരിത്ര-സാംസ്കാരികബലതന്ത്രങ്ങൾ പ്രധാനമായിത്തീരുകയും ചെയ്യുന്നു. വാമൊഴിയിൽ നിന്ന് വരമൊഴിയിലേക്കുള്ള മാറ്റത്തിനെതിരായി സ്ഥലപ്പേരുകൾ, മനുഷ്യനാമങ്ങൾ ഇവയിലൂടെ വിജയൻ നിർമ്മിക്കുന്ന ഉപസംസ്കാരത്തിന്റെ ഭൂപടമാണിത്. വാക്കുകൾക്ക് യാന്ത്രികയുഗത്തിൽ നഷ്ടപ്പെട്ട ജീവന്റെ തിരിച്ചെടുപ്പ്. മലയാളവും തമിഴും ഏറ്റുമുട്ടുന്ന അതിർത്തിപ്രദേശത്തിൽനിന്നും ദേശ്യഭാഷകളുടെ വൈവിധ്യങ്ങളെ ആവിഷ്കരിക്കുകയും അതുവഴി ജീവിതബോധത്തിന്റെ വൈവിധ്യത്തെ തിരിച്ചെടുക്കാനും ഖസാക്ക് പരിശ്രമിക്കുന്നു. ഭാഷാന്വേഷണങ്ങളുടെ വിപുലമായ കൈവഴികളോട് ചേർത്ത് വിലയിരുത്തപ്പെടേണ്ട രാഷ്ട്രീയവൃത്തിയാണത്. ഏതു നിലയിലും സ്വീകാരവും തിരസ്കാരവും പുരക്ഷേപണവും തമസ്കരണവും എല്ലാം നിലനിൽക്കുന്ന ഭാഷാരാഷ്ട്രീയത്തിന്റെ മണ്ഡലം.

“ചാത്തനും പെരയ്ക്കാടനും പഠിപ്പുനിർത്തി. അവരുടെ അപ്പനു മമ്മയും ഗുരുനാഥനോടു വിടവാങ്ങാൻ സ്കൂളിലേയ്ക്കു വന്നു. പനമ്പു നെയ്യുന്ന കവറകളാണ് അവർ. എന്തിനാണ് കുട്ടികളുടെ പഠിപ്പുമുടക്കു ന്നതെന്നു ചോദിച്ചപ്പോൾ കവറകൾ പഠിയ്ക്കേണ്ടതില്ലെന്ന് അവർ പറഞ്ഞു. കാരണം കവറപ്പേച്ച് എല്ലാ ഭാഷകളിലും മുന്തിയതാണ്. അതിന് ലിപികളില്ല. അതിൽ പാട്ടുകളുമില്ല. മലമ്പരുവകളിൽ കുടുങ്ങി നിന്ന മനുഷ്യാത്മാക്കളുടെ കഥകൾ മാത്രമേയുള്ളൂ” (2013:44) ലിപി കളില്ലാത്ത കവറഭാഷ എല്ലാഭാഷകളിലും മുന്തിയതാണെന്ന് പറയുന്ന ഭാഷാദർശനംതന്നെ അതിന്റെ വിജ്ഞാനപ്രവർത്തനങ്ങളിൽ നിന്ന് കവറകളെ ഒഴിവാക്കുന്നു. ആധുനികതയ്ക്കെതിരെ പുസ്തകങ്ങളും ലിപികളും ഇല്ലാത്ത ഒരു ലോകത്തെ ആവിഷ്കരിക്കാനുള്ള ശ്രമത്തിൽ ലിപികളില്ലാത്ത ഒരുഭാഷ ഒഴിവാക്കപ്പെടുകയും ചെയ്യുന്നു. ആദർശവത്ക രണവും തമസ്കരണവും ഒരുമിക്കുന്ന ഭാഷാരാഷ്ട്രീയത്തിന്റെ മേഖല യാണിത്. പ്രാദേശികഭാഷയുടെ തെരഞ്ഞെടുപ്പും ഒപ്പം തമസ്കരണ ത്തിന്റെ മറ്റൊരുതലവും ഖസാക്കിന്റെ ഭാഷാദർശനത്തോട് കണ്ണി ചേരുന്നു. ഭാഷാരംഗത്തെ ഈ രാഷ്ട്രീയവൃത്തിയെ മറച്ചുപിടിക്കും വിധം സവർണപരമോ സംസ്കൃത കേന്ദ്രീകൃതമോ ആയ മറ്റൊരു ഭാഷാദർശ നത്തിന്റെ അധ്യാരോപവും നോവലിൽ അരങ്ങേറുന്നുണ്ട്.

ജന്തുജീവ ജാലങ്ങളെയും ചരാചരപ്രകൃതിയേയും സംബന്ധിച്ച നോവലിന്റെ നോട്ടങ്ങളിൽ മനുഷ്യകേന്ദ്രിത വീക്ഷണത്തിന്റെ കലര ലുകൾ ഉണ്ടെന്നുകണ്ടു. ബഹിരാകാശക്കപ്പലുകൾ, ഈരച്ചൂട്ട്, കാറ്റ്, മഴ, സന്ധ്യ എന്നിങ്ങനെ ബിംബപരമ്പരകൾ നോവലിലെ ദാർശനികപശ്ചാ ത്തലത്തിലേക്ക് കടന്നുചെല്ലാവുന്ന താക്കോൽപഴുതുകൾ ആണ്. നോവൽ ഉൾക്കൊള്ളുന്ന ജീവിതപ്രയാണവും പാപബോധവും മോക്ഷ സങ്കല്പവുമെല്ലാം ‘എൻകോഡ്’ ചെയ്യപ്പെട്ട പദസൂചകങ്ങൾ. തുമ്പികൾ, മിന്നാമിനുങ്ങുകൾ, മത്സ്യങ്ങൾ, പേനുകൾ, ചിലന്തികൾ, ഓന്തുകൾ, ദിനോസറുകൾ, സർപ്പങ്ങൾ തുടങ്ങിയ ജീവിപരമ്പരകളിലൂടെ ജീവിത ത്തിന്റെ വിഷാദാത്മകതയും ഒപ്പം മുജ്ജന്മ/പുനർജന്മ സങ്കൽപങ്ങളി ലേക്ക് വികസിക്കുന്ന പ്രസാദാത്മകതയും നോവലിൽ വികസിക്കുന്നു. ബിംബങ്ങളുടെയും ജീവിപരമ്പരകളുടെയും പ്രതിനിധാനംവഴി പരിണാമ ചക്രത്തിന്റെ തിരിച്ചിടലിന് ഖസാക്ക് തുനിയുന്നു.

ഖസാക്കിലെ പൂതങ്ങൾ

പൂതങ്ങൾ, മലിക്കുകൾ, ഇഫിരീത്തുകൾ, ഇബിലീസുകൾ, ജിന്ന്, പ്രേതം, യക്ഷികൾ, ആത്മാക്കൾ, പിശാചുക്കൾ, ഒടിയൻ..... ഖസാക്കിൽ പൂതങ്ങളും പുതങ്ങൾക്ക് സമാനമായ ധർമങ്ങൾ നിർവഹിക്കുന്ന മറ്റു സങ്കല്പനങ്ങളും നിരവധിയാണ്. കണ്ണിനൂതൽ, രക്ഷയടച്ചുകെട്ടൽ, മണ്ണ് വാരി ജപിക്കൽ, കോഴിക്കുരുതി, ആടുവെട്ടികളിയാട്ടുകഴിക്കൽ, ബാധ യൊഴിപ്പിക്കൽ, യന്ത്രം കെട്ടൽ.... ഇങ്ങനെ പ്രതിക്രിയകളും അനവധി യാണ്. ചാന്ത്, കാന്താരിമൊളകിന്റെ പൊടി, എരപ്പെണ്ണ, നല്ലെണ്ണ,

കൊട്ടെണ്ണ, പൊകല, ആടലോടകം, ചെന്നിനായകം, മുത്താറി, നന്നാറി, കൊമൂത്തരം, ചെറുതേൻ, കൺമഷി, മഞ്ഞൾപ്പൊടി, കണ്ണുചൂഴ്ന്നെടുത്ത പെരുച്ചാഴിത്തല, വെടിമരുന്ന് കത്തിക്കരിഞ്ഞ ചതുപ്പുമണ്ണ്, മൺചെരാത്, തലയോട്, ശംഖ്, മുൻമുള്ള്, ആടിന്റെ കുരുതികെട്ടിയ തെച്ചിമാലകൾ, വാഴപ്പോളകൾ.... ഇങ്ങനെ പ്രതിക്രിയകളുടെ സാമഗ്രികൾ പലതാണ്. നോവൽ ശരീരത്തിലേക്ക് പ്രത്യക്ഷത്തിൽ ഇവ കടന്നുവരുന്ന പ്രധാന സന്ദർഭങ്ങൾ ഇവയാണ്.

ഒന്ന് : ഷെയ്ഖിന്റെ ഖാലിയാരായി നൈസാമലി ഖസാക്കിൽ തിരിച്ചെത്തിയപ്പോൾ മൊല്ലാക്ക പറയുന്നു. “പൊയ് നീ ശെയ്ക്കൊടെ ആൽമാവല്ലെ, നീ പൂത മാക്കം!”

രണ്ട് : ലോക്കപ്പിൽ പീഡിപ്പിക്കപ്പെടുന്ന നൈസാമലി ഇൻസ്പെക്ടറോട് മായയുടെയും ജിന്നിന്റെയും സ്വാധീനത്തിൽ ചെയ്തുപോയ കുറ്റങ്ങളെ കുറിച്ച് ഏറ്റുപറയുന്നു. ലോക്കപ്പുമുറിയിൽ മിയാൻ ഷെയ്ഖിന്റെ പ്രേതം വന്നെന്ന് പറയുന്നു. സ്റ്റേഷനിൽ നിന്ന് മോചിതനായി തിരിച്ച് ഖസാക്കിലേക്കുള്ള വഴിയിൽ മിനാരത്തിലും കമാനത്തിലും മലയുടെ മാറ്റൊലിയിലും മിയാൻ ഷെയ്ഖിന്റെ പ്രേതസാന്നിദ്ധ്യത്തെ തിരിച്ചറിയുന്നു.

മൂന്ന് : മിയാൻ ഷെയ്ഖ് എന്ന ബൗദ്ധന്റെ പ്രേതം മ്ലേച്ഛപ്പെട്ട ആത്മാവാണെന്ന ശിവരാമൻനായരുടെ വീക്ഷണം.

നാല് : മനുഷ്യരുടെ മേൽ കുടിപാർക്കാറുള്ള പ്രേതങ്ങളെ പായിക്കാൻ ഓന്തുകളെ വിടാറുണ്ടെന്നും ഓന്തുകൾ പൂതങ്ങളാണെന്നും ഉള്ള കുട്ടികളുടെ പരാമർശം.

അഞ്ച് : അപ്പുക്കിളിയുടെ ശരീരത്തിൽ നിറയെ അപാരമായ പൂതങ്ങളാണെന്നും അതിന് ഊതിക്കളയണമെന്നും അപ്പുക്കിളിയുടെ കുടുംബത്തോട് നൈസാമലി പറയുന്ന സന്ദർഭം.

ആറ് : നൈസാമലിയുടെ കൈവശമുള്ളത് ഷെയ്ഖിന്റെ പ്രേതമാണെന്ന നിരന്തരസൂചനകൾ. കോമൺടാക്കീസ് ഓട്ടുകമ്പനിക്ക് സമീപം ശരിയായ രൂപത്തിൽ പിശാചിനെ കണ്ടെന്നും തന്റെ ഊത്തിൽ അവന്റെ സാമർത്ഥ്യങ്ങൾ തീർന്നെന്നും അവന്റെ അപ്പൂപ്പന്മാരുടെ കുടുമ തന്റെ കൈയിലാണെന്നും ഉള്ള നൈസാമലിയുടെ വിധി പ്രസ്താവം.

ഏഴ് : നീലിയുടെ പ്രേതത്തെ ഒഴിപ്പിക്കാൻ കൂട്ടാടൻപൂശാരി നടത്തുന്ന ശ്രമങ്ങളും പ്രേതത്തിന് നൽകുന്ന വാഗ്ദാനങ്ങളും. അതൃപ്തയായ നീലിയുടെ പ്രേതം.

എട്ട് : പുളിങ്കൊമ്പിൽ കുടിപ്പാർത്ത പണിക്കത്ത്യാരുടെ പ്രേതത്തെക്കുറിച്ചുള്ള വിശദീകരണങ്ങൾ.

ഒൻപത് : അറബിക്കുളത്തിലേക്ക് പോവരുത് അവിടെ നിറയെ പൂതങ്ങളുണ്ടെന്ന് കുപ്പുവച്ചനോട് അലിയാർ. അറബിക്കുളത്തിൽ ജിന്നുണ്ടെന്നും ഉമിനീരിറക്കാതെ നിൽക്കണമെന്നും ഇരുവരോടും നൈസാമലി.

പത്ത് : അരിമില്ലുടമയായ കൊങ്ങന്റെ ശരീരത്തിൽ കുടിയേറിയ പ്രേതം ഗോപാലുപണിക്കരുടെ സിദ്ധിയിൽ തീയിൽ കത്തിയെരിഞ്ഞ് പാഞ്ഞകലുന്ന സന്ദർഭം.

പതിനൊന്ന് : കുട്ടാടന്റെ കാവിലേക്ക് പോവുമ്പോൾ അപ്പുക്കിളിയോട് കൂടെ വരേണ്ടെന്നും അവിടെ പൂതങ്ങൾ ഉണ്ടെന്നും മാധവൻനായരുടെയും രവിയുടെയും ശാസനം. സ്കൂൾ ഇൻസ്പെക്ടരെ കാണുമ്പോൾ പൂതമാണെന്ന അപ്പുക്കിളിയുടെ തോന്നൽ.

പന്ത്രണ്ട് : കുട്ടികളുടെ വിനോദയാത്രയ്ക്കിടയിൽ പൂതവൈവിധ്യങ്ങളെ കുറിച്ചുണ്ടാകുന്ന ചർച്ച. (വെള്ളപ്പൂതം, പാമ്പുപൂതം...) പൂതങ്ങളോട് കലശൽ കൂടരുതെന്ന് കുട്ടികളോട് രവി. പൂതത്തെ കാണേണ്ടെന്ന് മൈമുന.

ഖസാക്കിലെ വൈവിധ്യപൂർണമായ പൂതഭാവനകളും പ്രതിക്രിയകളും ആകത്തുകയിൽ എന്താണ് പറഞ്ഞുവയ്ക്കുന്നത്. മുൻകാല മലയാള ഭാവനകളിൽനിന്ന് വ്യത്യസ്തമായി ഒറ്റനോട്ടത്തിൽ ഇവിടെ പലപ്പോഴും പ്രതിസ്ഥാനത്താണ് പൂതങ്ങൾ. പുളിങ്കൊമ്പിൽ കുടിപാർത്ത പണിക്കത്ത്യാരുടെ പ്രേതംപോലെ (8) ആഴത്തിലും ചരിത്രത്തിലും ആണ് അതിന്റെ അബോധങ്ങൾ. അള്ളാപ്പിച്ച മൊല്ലാക്ക, നൈസാമലി, ഖസാക്കിലെ കുട്ടികൾ എന്നിങ്ങനെ തലമുറകളിൽ നിന്ന് തലമുറകളിലേക്ക് പകർന്നാടിയും വേഷംമാറിയും അവ പ്രത്യക്ഷപ്പെടുന്നു.(12) ഷെയ്ഖിന്റെ പ്രേതത്തെ കൈക്കുള്ളിലാക്കി മറ്റ് പൂതങ്ങളെ വരുതിയിലാക്കാൻ ശ്രമിക്കുന്ന നൈസാമലി (5, 6, 9) ഒരു പ്രേതത്തിന് മുകളിൽ മറ്റൊരു പ്രേതത്തിന്റെയും പാരമ്പര്യത്തിന് മുകളിൽ മറ്റൊരു പാരമ്പര്യത്തിന്റെയും അധീശത്വത്തെ ഉറപ്പിക്കുന്നു. നൈസാമലി ഷെയ്ഖിന്റെ ആത്മാവല്ലെന്ന് പറയുന്ന മൊല്ലാക്കയിലും(1) ബൗദ്ധന്റെ പ്രേതം മ്ലേച്ഛപ്പെട്ട ആത്മാവാണെന്നുകരുതുന്ന ശിവരാമൻനായരിലും (3) പാരമ്പര്യത്തിന്റെ ഇതേ അധീശയുക്തികൾ തന്നെ പ്രവർത്തിക്കുന്നു. പ്രാദേശിക പാരമ്പര്യങ്ങളെ മറ്റുദേശങ്ങളും ഭരണകൂടവും സ്വാംശീകരിക്കുന്നതിന്റെ സവിശേഷതകളും ശ്രദ്ധാർഹമാണ് (2, 10). സംസ്കാരം സംബന്ധിച്ച മേൽക്കീഴ് ദ്വന്ദ്വങ്ങളിൽ നിന്നും സംസ്കാരം അധികാരത്തിനുള്ള ഉപാധിയാണെന്ന ഭരണകൂട വീക്ഷണങ്ങളിൽ നിന്നും ഉയരുന്ന കാഴ്ച. ജനതക്കുമുകളിൽ ഈ രാഷ്ട്രീയവൃത്തി എത്ര ശുദ്ധതയോടെയാണ്

തിരിച്ചറിയപ്പെടുന്നത്. (11) ഏതു പരിചരണങ്ങളിലും പരിഗണനകളിലും തൃപ്തമാവാതെ നിൽക്കുന്ന അബോധമാകുന്നു സംസ്കാരവും പാരമ്പര്യവും. (7)

സാംസ്കാരിക ക്രമങ്ങളെ ഇങ്ങനെ ഉൾക്കൊള്ളാനായി എന്നത് ഖസാക്കിന്റെ മഹാഔന്നത്യമായി മാറുന്നു. പൂതഭാവനയുടെ വിമർശനത്തിന്റെയും വിശദീകരണത്തിന്റെയും നിർണായകഘട്ടങ്ങളിലൊന്നായി ഖസാക്കിന്റെ ഇതിഹാസത്തെ മനസ്സിലാക്കുകയാണെങ്കിൽ നോവലിൽ അണിനിരക്കുന്ന നിരവധിയായ പൂതങ്ങൾ ആധുനികതയുടെ സന്ദർഭത്തിൽ മറ്റുചില ദൗത്യങ്ങൾ അനുഷ്ഠിക്കാൻ നിയോഗിക്കപ്പെട്ട ഉപകരണങ്ങളായി വർത്തിക്കുന്നത് കാണാം. ആധുനികതയിൽ വന്നുപെട്ട പരിമിതികൾ ഈ ഉപകരണങ്ങളുടെ പ്രവർത്തനത്തിലും നിലനിന്നിരുന്നു. ആധുനികതയുടെ കീഴാള-സ്ത്രീ-പരിസ്ഥിതി സമീപനങ്ങളിലെ പരിമിതികൾ ഖസാക്കും പിന്തുടർന്നു. മൂർത്തമായ കേരളീയസന്ദർഭങ്ങളിൽ നിന്നും അനവധിയായ തിരുത്തിയെഴുത്തുകളിൽനിന്നും ഉരുവംകൊണ്ട സാഹിത്യപാഠം സാധ്യതകളും പരിമിതികളും ഒരുപോലെ അവശേഷിപ്പിച്ചു. ഖസാക്കിലെ പൂതങ്ങൾ വെച്ചുനീട്ടിയ പൊന്നുംമണികളുടെ ആപേക്ഷികതയും സന്ദർഭനിഷ്ഠതയും ഈ വിശകലനവും തിരിച്ചറിയുന്നു. പൊന്നുംമണികൾക്കെതിരെ പൂതപ്പാട്ടിലെ അമ്മ ചൂഴ്ന്നെടുത്ത കണ്ണുകൾ പകരം നൽകുന്നു. മലയാളവിമർശനത്തിന് ഇതു സംബന്ധിച്ച വിശദീകരണങ്ങളിൽ കൈമോശം വന്നതും ചൂഴ്ന്നെടുത്ത കണ്ണുകളുടെ പ്രതിരോധതലവും ജാഗ്രതയും തന്നെ.

നോവലടക്കമുള്ള ആഖ്യാനങ്ങൾ നിർമിച്ചെടുത്ത ആധുനികതാവിമർശനങ്ങളും പാരമ്പര്യം, കേരളീയത, മലയാണ്മ, ബഹുസ്വരത എന്നിങ്ങനെ മലയാളവിമർശനവിചാരങ്ങളുടെ കണ്ടെടുക്കലുകളും ഒരുപോലെ പ്രതിസന്ധിയിലാകുന്ന സന്ദർഭം കൂടിയാണിത്. വ്യക്തിപരവും സാങ്കേതികവും സൗന്ദര്യപരവും ആയി ആധുനികതയുടെ മാനദണ്ഡങ്ങളിൽതന്നെ വിലയിരുത്തപ്പെട്ട തന്മകളെ വ്യവഹാരരൂപീകരണമായി മനസ്സിലാക്കുകയും അവയുടെ സാധ്യതകളും പരിമിതികളും രാഷ്ട്രീയവും ആഴത്തിൽ തിരിച്ചറിയപ്പെടുകയും ചെയ്യുന്നിടത്തുവെച്ച് പ്രതിസന്ധികൾ നീങ്ങിക്കിട്ടും. ആധുനികതാവിമർശനം കുറേക്കൂടി ഭദ്രമാവും. പാരമ്പര്യവും സംസ്കാരവും സംബന്ധിച്ച അന്വേഷണങ്ങൾ സമകാലികവത്കരിക്കപ്പെടുകയും മലയാളഭാഷയെയും കേരളീയതയേയും സംബന്ധിച്ച അന്വേഷണങ്ങൾക്കുണ്ടാകേണ്ടുന്ന ദിശാബോധം ഇവിടെ വച്ച് തീർപ്പാക്കപ്പെടുകയും ചെയ്യും.

തുടങ്ങും മുൻപ്...... പൂതങ്ങൾക്ക് ഇങ്ങനെയൊക്കയേ പിറവികൊള്ളാനാവൂ.... സഞ്ചരിക്കാനാവൂ.....

"കേട്ടിട്ടില്ലേ തുടികൊട്ടും കലർന്ന് ഓട്ടുചിലമ്പിൻകലമ്പലുകൾ...."

സഹായകഗ്രന്ഥങ്ങൾ

- ആനന്ദിരാമചന്ദ്രൻ, 2011, വിജയന്റെ കത്തുകൾ, ഡി.സി. ബുക്സ്, കോട്ടയം.
- ഇടശ്ശേരി ഗോവിന്ദൻ നായർ, 2012, പുത്തൻകലവും അരിവാളും പൂതപ്പാട്ടും, പൂർണപബ്ലിക്കേഷൻസ്, കോഴിക്കോട്.
- മാധവൻ എൻ. എസ്, 2011, പുറം, മറുപുറം, മാതൃഭൂമി ബുക്സ്, കോഴിക്കോട്.
- രാജശേഖരൻ പി. കെ.(എഡി.), 2006, ഒ. വി. വിജയൻ ഓർമ പുസ്തകം, ഡി.സി. ബുക്സ്, കോട്ടയം.
- രാജീവൻ ബി. 2011 വാക്കുകളും വസ്തുക്കളും, ഡി.സി.ബുക്സ്, കോട്ടയം.
- ലീലാവതി എം. 2011 മലയാളകവിതാസാഹിത്യ ചരിത്രം, കേരള സാഹിത്യ അക്കാദമി, തൃശൂർ.
- വിജയൻ ഒ. വി. 2013 ഖസാക്കിന്റെ ഇതിഹാസം, ഡി.സി.ബുക്സ്, കോട്ടയം.
- വിജയൻ ഒ. വി. 1989 ഇതിഹാസത്തിന്റെ ഇതിഹാസം, ഡി.സി. ബുക്സ്, കോട്ടയം.
- ഷാജി ജേക്കബ് (എഡി.) 2010 മലയാളനോവൽ ദേശഭാവനകളും രാഷ്ട്രീയഭൂപടങ്ങളും, സാഹിത്യ അക്കാദമി, ന്യൂഡൽഹി.
- സുനിൽ പി. ഇളയിടം 2011 *അജ്ഞാതവുമായുള്ള അഭിമുഖങ്ങൾ,* എൻ. ബി. എസ്. കോട്ടയം.
- Terry Eagleton 1984 *The Functions of Literary Criticism,* Seagull Books, New Delhi.
- 1976 *Critisism and Ideology - A Study in Marxist Literary Theory,* Rawat Publications, New Delhi.
- Tony Schirato (Ed.) 2012 *Understanding Foucault - A Critical Introduction,* Sage New Delhi.
- Trask R. L. & Bill Mayblin 2006 *Linguistics A Graphic Guide,* Icon Book, UK.
- Vincent B. Leitch 2010 *The Norton Anthology of Theory and Criticism,* Norton and Company, Londan.

കോസ്മിക് അനുഭൂതികളുടെ ഖസാക്ക്

വിജയൻ കോടഞ്ചേരി

> ആന്തരമായ വിഷാദത്തെ പ്രകൃതിദൃശ്യങ്ങളിലൂടെ സമൂർത്തവൽക്കരിക്കുന്ന പെതറ്റിക് ഫാലസി എന്ന അലങ്കാരരൂപംകൊണ്ട് വിശേഷിപ്പിക്കാവുന്നതായിരുന്നു എന്റെ മനോനില. എന്റെ ചെറിയ നിരാശകൾ എന്നിൽനിന്ന് പടർന്നുപൊങ്ങി ചരിത്രപരമായ ദുഃഖങ്ങളിൽ കുതിർന്നു പിടിച്ചു.
>
> (ഒ.വി. വിജയൻ - ഇതിഹാസത്തിന്റെ ഇതിഹാസം)

വ്യക്തിജീവിതത്തിലും എഴുത്തുജീവിതത്തിലും വല്ലാത്ത പ്രതിസന്ധി നേരിട്ട 1956-ന്റെ ആദ്യപകുതിയിലാണ് ഒ.വി. വിജയൻ ഖസാക്കിന്റെ മൂലഗ്രാമമായ തസറാക്കിൽ എത്തുന്നത്. അക്കാലത്ത് ഏറെ പ്രതീക്ഷയോടെ മാതൃഭൂമി വാരികയ്ക്ക് അയച്ചുകൊടുത്ത 'നിദ്രയുടെ താഴ്‌വര' എന്ന കഥ പത്രാധിപരായ എൻ.വി. കൃഷ്ണവാരിയരുടെ താൽക്കാലികമായ അഭാവത്തിൽ സഹപത്രാധിപരായ പ്രശസ്ത എഴുത്തുകാരൻ തിരസ്കരിച്ചത് ലോലമനസ്കനായ വിജയനെ വിഷാദവാനാക്കി. വിജയൻ മലബാർ ക്രിസ്ത്യൻ കോളേജിൽ ഇംഗ്ലീഷ് അധ്യാപകനായി ജോലി ചെയ്യുകയായിരുന്നു അപ്പോൾ; വേണ്ടത്ര ഒച്ചയിൽ ക്ലാസ് എടുക്കാൻ കഴിയാതിരുന്നതിനാൽ ആ വർഷത്തെ സ്കൂൾ വെക്കേഷൻ തുടങ്ങുമ്പോൾത്തന്നെ മാനേജ്മെന്റ് അദ്ദേഹത്തെ പിരിച്ചുവിടുകയും ചെയ്തു. കുടുംബത്തിലെ സാമ്പത്തികനിലയും അക്കാലത്ത് പരുങ്ങലിലായിരുന്നു. മലബാർ സ്പെഷ്യൽ പോലീസിൽ നിന്നും പിരിഞ്ഞ പിതാവ് വേലുക്കുട്ടി 1950-ൽ പേരാമംഗലം അണക്കെട്ടിന്റെ നിർമ്മിതിയുടെ ഒരു ഭാഗം കരാറെടുത്തു. കരാർ നഷ്ടത്തിലാവുകയും ഒരു വർഷംകൊണ്ട് കുടുംബത്തിന്റെ ആസ്തിയത്രയും അന്യാധീനപ്പെടുകയും ചെയ്തു.

വിത്തം നഷ്ടമായവരുടെ ദൈന്യം ബന്ധുക്കളറിയാതിരിക്കാൻ 1951-ൽ മണലി എന്ന അവികസിതമായ അതിർത്തിഗ്രാമത്തിലെ ശാപഗ്രസ്തമായ വീട്ടിലേക്ക് താമസം മാറ്റിയതോടെ കാര്യങ്ങൾ അങ്ങേയറ്റം ശോചനീയമായി. 1955-ൽ അധ്യാപക ട്രെയിനിങ് കോളേജിൽ പ്രവേശനം ലഭിക്കുന്നതിനായി വിജയന്റെ സഹോദരി ശാന്തയ്ക്ക് തസറാക്കിലെ

ഏകാധ്യാപക വിദ്യാലയത്തിൽ ജോലി ചെയ്യേണ്ടി വന്നപ്പോൾ അവിടെയുള്ള ഒരു കളപ്പുര വാടകയ്ക്കെടുത്ത് കുടുംബം അങ്ങോട്ടു മാറി. ഇതിനിടയിൽ അനുഗ്രഹംപോലെ ലഭിച്ച കോളേജധ്യാപക ജോലിയാണ് വിജയന് നഷ്ടമായത്. ഏഴാംമാസത്തിൽ ജനിച്ചതുകൊണ്ട് ജന്മനായുള്ള ശാരീരിക-മാനസിക അസ്വാസ്ഥ്യങ്ങളും അരക്ഷിതത്വബോധവും യുക്ത്യതീത ഭയങ്ങളും ഉള്ള വിജയനിൽ കുടുംബത്തിന്റെ ദൈന്യാവസ്ഥയും തൊഴിൽ നഷ്ടവും സർഗാത്മകജീവിതത്തിലുണ്ടായ തിരിച്ചടിയും കനത്ത മാനസികാഘാതം സൃഷ്ടിച്ച് അസ്തിത്വക്ഷീണത്തിലേക്കാഴ്ത്തിയെന്നു വേണം കരുതാൻ.

വിപ്ലവവീര്യത്തിന്റെ ഭൗതികതയിൽ നിന്ന്, അസ്തിത്വക്ഷീണത്തിന്റെയും ജൈവദൃശ്യങ്ങളുടെയും പരിണാമസ്മൃതികളുടെയും ബഹുരൂപിയായ മരണത്തിന്റെയും ഉൽസവങ്ങളുടെയും, ആദ്ധ്യാത്മികത്തിലേയ്ക്ക് ഖസാക്കിന്റെ ഇതിഹാസം ഉയർന്നത് രചനയുടെയും വിടവുതീർക്കലിന്റെയും കാലത്തെ, ആത്മക്ഷീണത്താൽ സ്വാസ്ഥ്യം തേടുന്ന, മനസ്സിന്റെ സഞ്ചാരഗതികൊണ്ടാവാം. 1958–1969 കാലഘട്ടത്തിലെ തിരുത്തുകളു(വിജയന്റെ ഭാഷയിൽ വിടവുതീർക്കൽ)ടെ കാലത്തും വിജയൻ ശാരീരികമായും മാനസികമായും ഏറെ പ്രയാസങ്ങളിലൂടെ കടന്നുപോയതും കൃതിയുടെ ദാർശനികതലത്തിലേക്കുള്ള വ്യതിയാനത്തെ കാര്യമായി സ്വാധീനിച്ചു. ജന്മനായുള്ള ശാരീരികാസ്വാസ്ഥ്യങ്ങൾക്കും യുക്ത്യതീതമായ ഉൾഭയങ്ങൾക്കും പുറമെ അമീബിയാസിസ് പോലുള്ള രോഗങ്ങൾ വിജയനെ നിരന്തരം ശല്യം ചെയ്തു. തൊഴിലിടങ്ങളിലെ (കാർട്ടൂണിസ്റ്റ് എന്ന നിലയിലുള്ള ഡൽഹി ജീവിതം) ആത്മസംഘർഷങ്ങളും നാട്ടിലുള്ള പിതാവിന്റെ വാർദ്ധക്യവും രോഗപീഡകളും സാമ്പത്തിക പ്രയാസങ്ങളും ഓർത്തുള്ള ദുഃഖവും ആത്മക്ഷീണത്തിന്റെ വിഷാദസ്ഥലികളിലേക്ക് വിജയനെ നയിച്ചു. ദാരിദ്ര്യം, രോഗം, വാർദ്ധക്യം, നിരാസം, നിരാർദ്രത, ഭയം, മരണം എന്നിവയാലുള്ള അഴിയലുകളും അതിലൂടെ ഉയിർക്കൊള്ളുന്ന വിഷാദവും ഏറ്റവും തീവ്രമായി അനുഭവിപ്പിക്കാൻ വിജയന് കഴിയുന്നത് അവ അദ്ദേഹത്തിന്റെ ആത്മഭൂമികയിൽ ഉരുവം കൊണ്ട മൗലികപദസമുച്ചയങ്ങളുടെ അതീന്ദ്രിയസംവേദനശേഷികളാലാവണം. പറഞ്ഞു വരുന്നത്, ഖസാക്കിലെ വിഷാദികളുടെ ആത്മലോകങ്ങളാണ് വായനക്കാരനോട് ഏറ്റവും തീവ്രമായും സൂക്ഷ്മമായും സംവദിക്കുന്നതെന്നാണ്. ഇതിന് എളുപ്പം സാധ്യമാക്കുന്നത് കഥാവിഷ്കാരത്തിലെ അന്തരീക്ഷ ചിത്രീകരണം വഴിയാണ്. കഥാപാത്രത്തിന്റെ ആന്തരികനോവുകളുടെ, കലുഷതകളുടെ ദൃശ്യാവിഷ്കാരം പോലെയാണ് കഥാന്തരീക്ഷം കടന്നുവരുന്നത്. അതായത് ഖസാക്കിന്റെ മൂലഗ്രാമത്തെ ചൂഴ്ന്നു നിന്ന പ്രകൃതിയും ജീവജാലങ്ങളുമെല്ലാം വിജയനിലെ സ്ഥായിയായ ആന്തരികഭാവങ്ങളുടെ ദൃശ്യാവിഷ്കാരമായും അതുപോലെ വിജയനിലെ ആന്തരികഭാവങ്ങൾ ഈ ഗ്രാമത്തിലെ പ്രകൃതിയുടെയും ജീവജാലങ്ങളുടെയും ഭാവാവിഷ്കാരമായും പാരസ്പര്യം പുലർത്തുന്നു. നഷ്ടോർവ്വരതയുടെ മൃതാവശിഷ്ടംപോലെ നില

കൊള്ളുന്ന ഗ്രാമ്യദൃശ്യങ്ങൾ വിജയനിലെ അസ്തിത്വക്ഷീണത്തിന്റെ പരമകാഷ്ഠയേയും പച്ചപ്പും ജലിമയും ചേർന്ന സസ്യസൗമ്യതയുടെ വനിമയാർന്ന ഇതരഭാഗങ്ങൾ, മാതൃഗർഭത്തിൽ ശിശുവിന്റേതുപോലെ, ജീവൻ മുക്തിതേടുന്ന, സ്വസ്ഥതയുടെ സാന്ദ്രസ്ഥലികളെയും പ്രതിനിധാനം ചെയ്യുന്നു. രവിയുടെ (നോവലിസ്റ്റിന്റെ തന്നെയും) ആത്മഭാവത്തിന് ചേർന്ന ചില പ്രകൃതിദൃശ്യങ്ങൾ മൂലഗ്രാമത്തിൽ ഇല്ലായ്കയാൽ അവയെ മറ്റിടങ്ങളിൽ നിന്നും കൊണ്ടുവന്ന് ഖസാക്കിൽ പ്രതിഷ്ഠിക്കുകയായിരുന്നു വിജയൻ. ഖസാക്കിന്റെ മൂലഗ്രാമത്തിലും തന്നിലുമായി നിലകൊള്ളുന്ന ഈ ദൃശ്യ-ഭാവങ്ങളുടെ രാഗസങ്കലനത്തെ ഖസാക്കിന്റെ പ്രകൃതിയിലേക്കും അവിടത്തെ ആളുകളിലേക്കും സന്നിവേശിപ്പിച്ചാണ് പാശ്ചാത്യമായൊരു അലങ്കാരരൂപത്തെ (പതറ്റിക് ഫാലസിയെ) തന്റെ നോവലിൽ വിജയൻ സമർത്ഥമായി പ്രയോഗിച്ചത്.

18-ാം നൂറ്റാണ്ടിന്റെ രണ്ടാംപകുതിയിൽ വന്ന ആംഗല കവിതകളുടെ പൊതുസവിശേഷതയായ അമിതമായ വൈകാരിക പ്രകടനത്തെ ആക്രമിക്കാനായി സ്കോട്ടിഷ് നിരൂപകനായ റസ്കിൻ ജോൺ ഉപയോഗിച്ച 'പതറ്റിക് ഫാലസി' (Pathetic Fallacy) എന്ന പ്രയോഗം പില്ക്കാലത്ത് അർത്ഥഭേദം സംഭവിച്ച് ഒരു അലങ്കാരരൂപമായി മാറുകയായിരുന്നു. മാനുഷിക വികാരങ്ങളെയും സ്വഭാവ വിശേഷങ്ങളെയും പ്രകൃതിയിലും അജീവീയ വസ്തുക്കളിലും ആരോപിച്ച് അവയെ മനുഷ്യവൽക്കരിക്കുന്ന ഒരു രീതിയെ തന്റെ കാലത്തെ കവികൾ ഒരു ആചാരംപോലെ പിന്തുടർന്നതിനെതിരെയുള്ള ആക്ഷേപമായിരുന്നു റസ്കിന്റേത്. കവിതയിൽ ഉൾച്ചേർന്ന വികാരങ്ങൾ സത്യസന്ധമായിരിക്കുന്നേടത്തോളം കാലം ഇത്തരം അലങ്കാരങ്ങൾ ക്ഷമിക്കാവുന്നതും ആസ്വദിക്കാവുന്നതുമാണ് എന്ന പക്ഷക്കാരൻ തന്നെയാണ് റസ്കിൻ; മറിച്ചുള്ളതിനെതിരെയാണ് അദ്ദേഹം 'വൈകാരിക ശൂന്യത' അഥവാ കൃത്രിമ വൈകാരികത എന്ന അർത്ഥത്തിൽ വാളോങ്ങിയത്. 'വന്യമോ തീവ്രമോ ആയ വികാരങ്ങളാൽ ഭരിക്കപ്പെടുന്ന വേളയിൽ ഒരാളുടെ കാഴ്ചയ്ക്ക് സംഭവിക്കുന്ന ആത്മനിഷ്ഠമായ വ്യതിയാനം, വൈകാരികതയാൽ തോന്നുന്ന കൃത്രിമത്വം' എന്ന രീതിയിൽ ഗണ്യമായ മാറ്റത്തോടെയാണ് പില്ക്കാലത്ത് പതറ്റിക് ഫാലസി നിർവ്വചിക്കപ്പെട്ടത്. കാണുന്നവന്റെ മനോനിലയ്ക്ക് അനുസൃതമായി ഒരു വസ്തു അതിന്റെ സ്ഥിതത്വത്തെ അപ്രസക്തമാക്കിക്കൊണ്ട് വ്യതിരിക്തവും വൈയക്തികവുമായ ഒരു കാഴ്ച പ്രദാനം ചെയ്യുന്ന അവസ്ഥയാണത്. വിഷാദഭരിതനായിരിക്കുന്ന ഒരാൾക്ക് അയാൾ കാണുന്ന മേഘങ്ങൾക്ക് യഥാർത്ഥത്തിൽ ഉള്ളതിനേക്കാൾ ഇരുളിമ അനുഭവപ്പെടാം. പാറകൾ നിർവ്വികാരമായി നിൽക്കുന്നതായി തോന്നാം, മറിച്ച്, സന്തോഷാവസ്ഥയിലാകട്ടെ ഇലകൾ നൃത്തം ചെയ്യുന്നതായും നായ്ക്കൾ ചിരിക്കുന്നതായും തോന്നിയേക്കാം.

പതറ്റിക് ഫാലസിയുടെ നിർവ്വചനങ്ങൾക്കുള്ളിൽ നിന്നുകൊണ്ടും ശ്രദ്ധേയവും ഭാരതീയവുമായ രീതിയിൽ അതിനെ പുതുക്കിപ്പണിതുകൊണ്ടും ഖസാക്കിലെ പ്രകൃതിയേയും മനുഷ്യരേയും ദൃശ്യ-ഭാവ

സമന്വയത്തിലൂടെ നോവലിൽ ഉടനീളം ഇണക്കിച്ചേർക്കുന്നുണ്ട് വിജയൻ. ഏതാനും ചിലതു മാത്രം ഇവിടെ എടുത്തുകാട്ടാം.

നോവലിൽ രവിയുടെ മരണത്തെ ചിത്രീകരിക്കുന്നത് കോരിച്ചൊരിയുന്ന മഴയുടെ സാന്നിധ്യത്തിലൂടെയാണ്. രവിയെ സംബന്ധിച്ച് മരണം ഭയാനകമായൊരു അനുഭവമല്ല, മറിച്ച് അസ്തിത്വക്ഷീണത്താൽ ജീവന്റെ മുക്തിയെ കൊതിക്കുന്ന ഒരാളുടെ അഭയസ്ഥലിയാണ്. അതുകൊണ്ട് തന്നെ കാലവർഷത്തിന്റെ കനത്ത മഴയെ രവി കാണുന്നത് 'വെളുത്ത' നിറത്തിലാണ്. വെളുപ്പ് പ്രകാശത്തിന്റെയും പ്രഭാതത്തിന്റെയും നിറമാണ്. വെളുത്ത കാലവർഷം പെരുവിരലോളം ചുരുങ്ങുമ്പോൾ ആലിലയിൽ സ്വസ്ഥനായി കിടക്കുന്ന ഉണ്ണിക്കൃഷ്ണന്റെ രൂപം ഉണരുകയാവണം രവിയിൽ. ആസക്തിയുടെ നാളുകളിൽ തന്റെ മനസ്സാകുന്ന ആലിലയെ മൂടിക്കൊണ്ട്, കറുത്ത കടലിന് മുകളിൽ ഉയർന്ന അശാന്തിയുടെ മൂടൽമഞ്ഞെല്ലാം പെയ്തൊഴിഞ്ഞ് വിമലീകൃതമായതിന്റെ, രതിയെ അതിജീവിച്ചതിന്റെ പുനർജ്ജനി തന്നെയാണത്. അതുകൊണ്ടുതന്നെ ഖസാക്കിൽ സംഭവിക്കുന്നത് രവിയുടെ മരണമല്ല, പുനർജ്ജനിയാണ്.

വസൂരി പിടിപെട്ട് ബോധാബോധങ്ങൾ മാറിമറിയുമ്പോൾ ചാന്തുമുത്തു മരണപ്പെട്ടുപോയ തന്റെ സഹോദരനായ കുഞ്ഞുനൂറുവിനെയും കൂടെയൊരു നായയേയും കാണുമ്പോൾ ആസന്നമായ മരണത്തിന്റെ സാന്നിധ്യം നാമറിയുകയാണ്. അതായത് മരണത്തെ സമീപിക്കുന്ന ഒരാളുടെ മുന്നിൽ മാത്രം ദൃശ്യമാവുന്നതാണ് ഇത്തരം മായക്കാഴ്ചകൾ. അതുകൊണ്ടുതന്നെ ചാന്തുമുത്തുവിന് മുന്നിലുള്ള ദൃശ്യം തികച്ചും ആത്മനിഷ്ഠമായ ഒന്നാണ്.

നീലിയുമായി അവിഹിതബന്ധം പുലർത്തിയതാണ് അടിസ്ഥാന കാരണമെങ്കിലും അപ്പുക്കിളിയെ ജപിച്ചൂതിയതിന്റെ കാരണം പറഞ്ഞ് ഖാലിയാറുമായി കുട്ടാപ്പുനരി ഇടയുന്നു. ചെതലിയിൽ കുടികൊള്ളുന്ന ഷെയ്ഖിന്റെ പ്രേതം ഖാലിയാറുടെ ആളാണ് എന്ന ഉൾഭയം കുട്ടാപ്പുനരിയെ സദാ അസ്വസ്ഥനാക്കുന്നു. ഷെയ്ഖിന്റെ പ്രേതത്തെ പേടിച്ച് പാലക്കാട്ടെത്തിയ നരി, കഴിച്ച മദ്യം നൽകിയ ധൈര്യത്തിൽ കൂമൻകാവിൽ തിരിച്ചെത്തുന്നു.

'ഒരു കരിലോറി നരിയെ കൂമൻകാവിനു സമീപം ഇറക്കിവിട്ടു... ചന്ദ്രൻ മങ്ങി പ്രകാശിച്ചു. ചെതലിയുടെ കൊടുമുടി അകലെ പ്രത്യക്ഷപ്പെട്ടു. കുല്ലത്തൊപ്പിയിട്ട ഒരു പടുകൂറ്റൻ രാവുത്തനാണതെന്ന് കുട്ടാപ്പുനരിയ്ക്കു തോന്നി. പെട്ടെന്ന് വീണ്ടും വിയർപ്പു പൊടിയാൻ തുടങ്ങി. ഷെയ്ഖും ജിന്നുകളും തന്റെ പുറകെ വരുകയാണ്. കുട്ടാപ്പുനരി ഉറക്കെ നിലവിളിയ്ക്കാൻ ശ്രമിച്ചു. ശബ്ദം പൊന്തിയില്ല. കുതിരക്കുളമ്പടികൾ പുറകെ വരുന്നു.'

ഷെയ്ഖും ജിന്നുകളുമെല്ലാം ഭയഗ്രസ്തനായ കുട്ടാപ്പുനരിയുടെ തോന്നലുകൾ മാത്രമായിരുന്നു. ഭയം എന്ന തീവ്രവികാരത്തിന് അടിപ്പെട്ടൊരാളുടെ കാഴ്ചയിൽ വന്നുകയറിയ തോന്നലുകൾ മാത്രം! മങ്ങിയ

നിലാവിൽ കുളിച്ചുനിന്ന ചെതലിമലയിലെ നിഴലും നിലാവും കുട്ടാപ്പു നരിയിൽ പുതിയ കാഴ്ചകൾ നിർമ്മിക്കുകയായിരുന്നു. ആന്തരഭാവങ്ങളുടെ സ്വാധീനത്തിൽ നിർമ്മിതമാവുന്നതും അവയെ - ആന്തരഭാവങ്ങളെ - തീവ്രമാക്കുന്നതുമായ തോന്നലുകളോ വ്യക്തിനിഷ്ഠമായ കാഴ്ചകളോ ആണ് ഇവയെല്ലാം. വികാരകലുഷിതമായ മനസ്സുമായി കഴിയുന്ന ഖസാക്കുകാരാണ് ഇത്തരം 'ഇല്ലാക്കാഴ്ചകൾ' കാണുന്നത്. ചില ഉദാഹരണങ്ങൾ കൂടി ചൂണ്ടിക്കാട്ടാം.

1. "ശെയ്ഖ്തങ്ങളേ," അന്നൊരു ദിവസം അവൾ (ആബിദ) ചോദിച്ചു, "നിങ്ങ എയ്ക്കി തൊണയിണ്ടാ?"

തോട്ടിലെ വെള്ളം പെട്ടെന്നു നീലച്ചെന്നു തോന്നി. പെട്ടെന്ന്, മഴപോലെ വളർത്തുകാട്ടിൽ അരശിൻ പൂക്കൾ കൊഴിഞ്ഞു.

"യാ റഹ്മാൻ!" അവൾ പറഞ്ഞു. ഷെയ്ഖ് തമ്പുരാൻ അവളോടു സംസാരിയ്ക്കുകയാണ്. അവളുടെ ഉൾക്കാത് ആ മർമ്മരങ്ങൾക്കായി വട്ടം പിടിച്ചു. അതിന്റെ കോരിത്തരിപ്പിൽ അവൾ വീണ്ടുമൊരു കുട്ടിയായി.'

2. 'ആബിദ അരശുമരങ്ങളുടെ തണലിലേയ്ക്കു നടന്നു. അവിടെ ആരുമില്ല. വേനലാകുമ്പോൾമാത്രം ചിലപ്പോഴവിടെ പാമ്പുകൾ പിണഞ്ഞാടാനെത്തും. അരശുകളുടെ തണലിൽ അവൾ പതുക്കെ നടന്നു. അരശുകളുടെ തണലിൽ അവളൊരു തുമ്പിയായി. അവൾ ആരുടെ ഓർമ്മയാണ്? അവളുടെതന്നെ മുൻജന്മത്തിന്റെ, ഖേദം നിറഞ്ഞ പുനർജ്ജനിയുടെ ഓർമ്മ.'

3. 'നേരിയ ചുകന്ന വെയിലുണ്ട്. പതഞ്ഞൊഴുകുന്ന തോട്ടുവെള്ളത്തിൽ ചമ്പകത്തിന്റെ ഇതളുകൾ ഒഴുകിപ്പോയത് അവൾക്കോർമ്മ വന്നു.

ഒറ്റയടിപ്പാലം കടന്ന് അവൾ മറുകര പറ്റി. പാടങ്ങൾ മുറിച്ചുപോവുന്ന നെടുവരമ്പിലൂടെ അവൾ നടന്നു. ഇരുളുന്ന ചുകപ്പിൽ കരിമ്പനകൾ നഷ്ടപ്പെടാൻ തുടങ്ങി. ദൂരെ, നെറുകയിൽ മാണിക്യവുമായി കിഴക്കൻവണ്ടി പാഞ്ഞകലുകയായിരുന്നു. ഇനിയും നടക്കണം കാളികാവെത്താൻ.'

ഖസാക്കിലെ സുന്ദരി മൈമൂന, മുങ്ങാങ്കോഴിയുടെ രണ്ടാംഭാര്യയായി വന്നതോടെ മകളായ ആബിദ പിതാവിന്റെ ജീവിതത്തിലെ തിരസ്കൃത കഥാപാത്രമായി മാറുന്നു. ആബിദയുടെ തിരസ്കൃതത്വവും ഏകാന്തതയും വിഷാദവും വേർപാടും പ്രകൃതിയുടെ സാന്നിധ്യത്തിലൂടെ ദ്യോതിപ്പിക്കുകയാണ് മേല്പറഞ്ഞ സന്ദർഭങ്ങളിൽ. പൂക്കൾ പരവതാനിപോലെ കിടക്കുന്ന വിജനമായ അരശിൻതോട്ടം വിഷാദച്ഛവിയുള്ള ഏകാന്തതയ്ക്കും തോട്ടിലെ ഒഴുകുന്ന ജലം ബാല്യത്തിന്റെ ദീപ്തമായ സ്മരണകൾക്കും തോട്ടിലെ വെള്ളത്തിന്റെ നിറംമാറ്റം അദൃശ്യമായ ദൈവിക സാന്നിധ്യത്തിനും നേരിയ ചുകന്ന വെയിലും സന്ധ്യയുടെ ഇരുളുന്ന ചുകപ്പും വിഷാദാർദ്രമായ വേർപിരിയലിനും പകരമായി നിലകൊണ്ട് ഒരു പാരസ്പര്യം തീർക്കുകയാണ് ഇവിടങ്ങളിൽ. ആബിദയുടെ ചിത്ത

സഞ്ചാരങ്ങളും അവൾ കാണുന്ന കാഴ്ചകളും തമ്മിൽ അഭേദമായൊരു ഭാവ-ദൃശ്യതലമുണ്ട്.

'സന്ധ്യമയങ്ങെ, നാഴികകളകലെ, ഇരുട്ടുകെട്ടിയ ഒരു നാലുകെട്ടിനകത്തെ കിണറ്റിന്റെ ആൾമറമേൽ മുങ്ങാങ്കോഴി ഇരുന്നു. ദുരൂഹമായ ആഴത്തിൽ മഷിനോട്ടക്കാരന്റെ വെറ്റിലയിലെ മഷിപോലെ ജലമുഖം തെളിഞ്ഞു. ഉമ്മയില്ലാതെ കിടന്നു നിലവിളിച്ച കൊച്ചുമകളെ ഉറക്കാനായി താൻ പണ്ടുപാടിയൊരു പാട്ടുണ്ടായിരുന്നു. ആൾമറമേലിരുന്നുകൊണ്ട്, തുരുപ്പിടിച്ച അപസ്വരത്തിൽ മുങ്ങാങ്കോഴി പാടി:

"തലമൂത്ത മീനേ
എന്റെ ചേറമ്മീനേ-
എന്റെ കുട്ടിമക്ള്ക്കൊര്
മണി കൊണ്ട്വായോ-"

അയാൾ കിണറ്റിലേയ്ക്കു കൂപ്പുകുത്തി. കിണറു കടന്ന് ഉൾക്കിണറ്റിലേയ്ക്ക്. വെള്ളത്തിന്റെ വില്ലീസുപടുതകളിലൂടെ അയാൾ നീങ്ങി. ചില്ലുവാതിലുകൾ കടന്ന്, സ്വപ്നത്തിലൂടെ, സാന്ധ്യപ്രജ്ഞയിലൂടെ, തന്നെ കൈനീട്ടി വിളിച്ച പൊരുളിന്റെ നേർക്ക് അയാൾ യാത്രയായി. അയാൾക്കു പിന്നിൽ ചില്ലുവാതിലുകൾ ഒന്നൊന്നായടഞ്ഞു.'

ആബിദയുടെ വേർപാട് ചുക്രുറാവുത്ത (മുങ്ങാങ്കോഴി) നെ വല്ലാതെ ഉലച്ചുകളഞ്ഞു. ഭൂതകാലത്തിന്റെ ആർദ്രസ്മൃതികൾ അയാളെ തീക്ഷ്ണ വിഷാദത്തിന്റെ അപാരമായ ഗദ്ഗദസ്ഥലികളിലേക്ക് പതിപ്പിച്ചു. മുങ്ങാങ്കോഴിക്ക് മുന്നിൽ വ്യത്യസ്തമായി കാണപ്പെടുന്ന ജലമുഖവും വെള്ളത്തിന്റെ വില്ലീസുപടുതകളും ജലത്തിന്റെ ചില്ലുവാതിലുകളുമെല്ലാം ദുഃഖനീരിനാൽ ആർദ്രമായ മനസ്സിന്റെ ദൃശ്യാവിഷ്കാരങ്ങൾ തന്നെ! ആസന്നമായ മരണത്തിന്റെ സാന്നിധ്യമായി 'സാന്ധ്യപ്രജ്ഞ'യും നിലകൊള്ളുന്നു.

വിജനമായ ചുവന്ന പാതകളും, ഉദിയ്ക്കാത്തതുമസ്തമിക്കാത്തതുമായ സന്ധ്യപോലെ കാണപ്പെടുന്ന ആകാശവും അസ്തമയത്തിന്റെ ഇരുണ്ടചുകപ്പുള്ള മേഘങ്ങളും മരണത്തിന്റേയും രോഗത്തിന്റേയും വാർദ്ധക്യത്തിന്റേയും വേർപാടിന്റേയും അപരസാന്നിധ്യമായി ഖസാക്കിൽ നിറഞ്ഞുനിൽക്കുന്നു. കഥാപാത്രങ്ങളിലെ യുക്ത്യതീതമായ ഭയങ്ങളെയും ആശങ്കകളെയും ചെതലിയുടെ ദുരൂഹത നിറഞ്ഞ താഴ്വരകളും പാമ്പുകൾ മേയുന്ന ഇരുൾപിടിച്ച കാരപ്പൊന്തകളും സ്ഥൂലവും ജീർണ്ണവുമായ പള്ളിയും പള്ളിക്കുളവും പോതിയുടെ പുളിമരവും ഒക്കെ പ്രതിനിധാനം ചെയ്യുമ്പോൾ സ്ഥായിയായ വിഷാദത്തേയും ഒറ്റപ്പെടലിനേയും അരക്ഷിതത്വത്തേയും പ്രതിഫലിപ്പിക്കുന്നത് കടുംചുവപ്പു കലർന്ന സാന്ധ്യമേഘങ്ങളും നഷ്ടോർവ്വരതയുടെ വിഷാദസ്മൃതികൾ പേറുന്ന ഉണങ്ങിവരണ്ട് വിണ്ടുകീറിയ വയലുകളും ഒറ്റപ്പനകളും കാപ്പിത്തോട്ടത്തിലെ സന്ധ്യകളും ആണ്.

ഖസാക്കിലെ പ്രകൃതിയിൽ ഉള്ളത് അസ്തിത്വക്ഷീണത്തെ ഓർമ്മിപ്പിക്കുന്ന വിഷാദമയദൃശ്യങ്ങൾ മാത്രമല്ലെന്നും ജീവൻ മുക്തിതേടുന്ന സ്വപ്നസ്ഥലികൂടിയാണെന്നും നേരത്തെ പറഞ്ഞുവല്ലോ. അതുകൊണ്ടാണ് അവിടം രവിക്ക് അഭയസ്ഥലിയാവുന്നത്. പുതുമഴയുടെ ചവർപ്പും സ്ഫടികനിറവുമുള്ള ഖസാക്കിലെ ജലം, തൃത്താറാവിന്റെ (കാട്ടുതുളസി) മണമുള്ള നാട്ടുവഴികൾ, മാവുകളും അരയാലുകളും വാഴക്കൂട്ടങ്ങളും തുവരക്കാടുകളും നിറഞ്ഞ പച്ചപ്പ്, തെളിനീരൊഴുകുന്ന തോടുകളും താമരക്കുളവുമുള്ള ജലരാശി, യൗവനത്തിന്റെ തീക്ഷ്ണതയെ ഓർമ്മിപ്പിക്കുന്നു ഗ്രീഷ്മകാലത്തിന്റെ മഞ്ഞവെയിൽ എന്നിവയെല്ലാം ജീവിതത്തിന്റെ കരുത്തും സുഗന്ധവും നിറഞ്ഞ കൗമാരത്തേയും യൗവനത്തേയും ഓർമ്മിപ്പിച്ച് സ്വപ്നസന്നിഭമായൊരു അനുഭൂതിയിലേക്ക് നയിക്കുന്നു.

സെല്ലുകളുടെ അദ്വൈതപാഠങ്ങൾ

പ്രകൃതിക്കും അചേതനങ്ങൾക്കും മാനുഷിക ഭാവങ്ങൾ നല്കുന്നതുപോലെത്തന്നെ ഖസാക്കിലെ ചില മനുഷ്യരെ ആദിമ ചോദനകളുടെ അസംസ്കൃതമായ പ്രാഗ്രൂപങ്ങളിലേക്ക് പരിവർത്തിപ്പിച്ച് പ്രകൃതിയും തിര്യക്കുകളും ആക്കി പാരസ്പര്യത്തിന്റെ കൊടുക്കൽ വാങ്ങൽ ധർമ്മം നിർവ്വഹിച്ചുകൊണ്ട് പതറ്റിക് ഫാലസിയെ പുതുക്കിപ്പണിയുകയും ചെയ്യുന്നുണ്ട് വിജയൻ. വന്യജീവികളും മരങ്ങളുമൊക്കെ മഞ്ഞും മഴയും വെയിലും ഏല്ക്കുന്ന നിസ്സംഗതയോടെയും നിർമ്മമതയോടെയും ഈ മനുഷ്യർ നിയതിയുടെ ആവിഷ്കാരങ്ങളെ ഏറ്റുവാങ്ങുന്നു. അപ്പുക്കിളിയും തങ്ങളു പക്കീരിയുമൊക്കെ ഇങ്ങനെയുള്ള മനുഷ്യേതര ഗണത്തിൽപെടുത്തേണ്ടവരാണ്.

ഖസാക്കിൽ, മനുഷ്യകേന്ദ്രിത (Anthropo Centric) വ്യവസ്ഥകളിൽനിന്നും ഏറ്റവും അകന്നും പ്രകൃതി കേന്ദ്രിതമായ (Eco Centric) വ്യവസ്ഥയോട് ഏറ്റവും അടുത്തുമായി ജീവിക്കുന്ന രണ്ടുപേർ അപ്പുക്കിളിയും തങ്ങളുപക്കീരിയും ആണ്. പ്രകൃതിയുമായി അതീന്ദ്രിയ സംവേദനം നടത്തുന്നവരാണ് ഇരുവരും. ആസന്നഭാവിയിൽ പ്രകൃതിയിൽ ഉണ്ടാകുന്ന മാറ്റങ്ങളെക്കുറിച്ച് ഏറ്റവും ആദ്യം അറിയുക അതിന്റെ നിയതമായ താളത്തിനനുസൃതമായി ജീവിക്കുന്ന ജീവജാലങ്ങളാണ്. തീമഴപോലെ, ചുഴലിക്കാറ്റുപോലെ, ഭൂകമ്പംപോലെ മരണത്തിന്റെ അപാരമായ വരവറിഞ്ഞ് അള്ളാപ്പിച്ച മൊല്ലാക്കയുടെ ശരീരത്തിൽനിന്നും പേനുകൾ ഇറങ്ങിപ്പോയതുപോലെ, ചെതലിയിലെ കാട്ടുചോലയിൽ കല്പടവിന്റെ അഗാധമായ വിള്ളലുകളിൽ ഉറക്കിക്കിടക്കുന്ന, ചുവന്ന പുള്ളിയും നെറുകയിൽ ചൂട്ടുമുള്ള പരൽമീൻ, തീമഴ പെയ്യുമ്പോൾ, പുറത്തിറങ്ങി തോട്ടിലേക്ക് തുഴഞ്ഞു വരുന്നതുപോലെ, മഴ വരുന്നതിന് മുമ്പ് മാണിയൻ ചൂളമിടുന്നതുപോലെ ആസന്നമായ ദുരന്തങ്ങളെ തങ്ങളുടെ തീവ്രധ്യാനത്തിലൂടെ ലഭ്യമായ അതീന്ദ്രിയസ്പർശിനികളിൽ അറിയുന്നവരാണ്, തീവ്രധ്യാനികളുടെ ഉൾക്കാതുള്ളവരാണ് അപ്പുക്കിളിയും തങ്ങളു പക്കീരിയും.

കുള്ളനും കുതിരത്തലയനുമായ അപ്പുക്കിളി രൂപംകൊണ്ടും മനുഷ്യേതര ഗണത്തിൽപ്പെടുന്നു. പരിത്യക്തതയുടെ തീവ്രവിഷാദത്തിൽ തോട്ടുവക്കിലേക്ക് നടന്ന ആബിദയിൽ ഉറങ്ങിക്കിടന്ന മൃത്യുവാഞ്ഛ അപ്പുക്കിളി, നേരത്തെ അറിഞ്ഞിരുന്നു. വരുംവരായകളെ തിരിച്ചറിഞ്ഞ അപ്പുക്കിളി തോട്ടുവക്കിൽ അവളെ കാത്തുനിന്നു!

"അച്യേ", അവൻ വിളിച്ചു. "നീയ് വന്നോ!"

(ഇവിടെ 'നീ വന്നോ' എന്ന് ചോദിക്കുമ്പോൾ ഞാൻ നിന്റെ വരവ് പ്രതീക്ഷിക്കുകയായിരുന്നു എന്നും അർത്ഥമുണ്ടല്ലോ!)

"എന്റെ ക്ളിനെ കാണാമ്പന്നതല്ലേ നാന്" ആബിദ പറഞ്ഞു. അതു പറയുമ്പോൾ, അവൾക്കെന്തോ ഉള്ളിൽ കുളിരു വീണപോലെ തോന്നി. 'നീയെന്റെ തുമ്പി നോക്ക്തീ', അപ്പുക്കിളി കാണിച്ചുകൊടുത്തു. പളുങ്കുകണ്ണുകളുള്ള വലിയൊരു പച്ചത്തുമ്പി. മങ്ങിയ ഓർമ്മയെപ്പോലെ കണ്ണുകൾ മിനുങ്ങി. ആരുടെയോ പൂർവ്വജന്മസ്മരണയാണത്. അവളുടെ ഉമ്മയുടെതാവാം. ആ കണ്ണുകൾ അവളുടെ മേൽ വീണു. അവളുടെ ദുഃഖമുൾക്കൊണ്ടു. തുമ്പിയിലൂടെ ആബിദയുടെ ദുഃഖത്തിന്റെ തീവ്രത കുറച്ച (മാതൃസ്മരണയേയും മാതൃസാമീപ്യത്തേയും ഉണർത്തിക്കൊണ്ട്) അപ്പുക്കിളി അവൾക്ക് ചമ്പകപ്പൂക്കൾ നല്കി സന്തോഷിപ്പിച്ചു. വീട്ടിലേക്ക് പോയ ആബിദയെ ചക്കരക്കാരി തങ്കയുടെ മുന്നിൽവെച്ച് മൈമൂന 'എല്മ്പ്ക്കൂടെ' എന്ന വിളിച്ച് അപമാനിച്ചു. മൈമൂനയ്ക്ക് ആബിദയോടുള്ള മനോഭാവം പോലെ തന്നെയായിരുന്നു ആബിദയ്ക്കായി മാറ്റിവെച്ച തണുത്തുപാട കെട്ടിയ രുചിയില്ലാത്ത കഞ്ഞിക്കും. പൂർവ്വാധികം വിഷാദകലുഷിതമായ മനസ്സോടെ ആബിദ വീണ്ടും തോട്ടുവക്കിലേക്ക് എത്തിയപ്പോഴും അപ്പുക്കിളി യാദൃച്ഛികമെന്നോണം അവിടെയുണ്ടായിരുന്നു!

തെയ്നാകൻ കൊടുത്ത സൾഫേറ്റ് കൂടിയ നൊരപ്പൻ കഴിച്ച് ദൈവപ്പുരയെ മലാഭിഷേകത്തിൽ മുക്കിയശേഷം ദൈവിക പരിവേഷം നഷ്ടപ്പെട്ട് ഖിന്നനായി കഴിയുന്ന കുട്ടാടൻ പൂശാരിയെ കാണാൻ വേണ്ടി രവിയും മാധവൻ നായരും പോകുമ്പോൾ അപ്പുക്കിളി ഏതോ ദുരന്തം മുൻകൂട്ടി കാണുന്നുണ്ടായിരുന്നു എന്നു ഊഹിക്കാവുന്നതാണ്. അവരോടൊപ്പം ചെല്ലാൻ കിളിയും പതിവില്ലാതെ വാശിപിടിച്ചു. താൻ കൂടെ ചെല്ലാൻ ശ്രമിച്ചാൽ അവരും യാത്ര നിർത്തിവെയ്ക്കും എന്ന ചിന്ത കൊണ്ടായിരിക്കാം അപ്പുക്കിളി വാശിപിടിക്കുന്നത്! അല്ലാതെ ദൈവപ്പുരയിലേക്ക് പോകാൻ അപ്പുക്കിളിക്ക് യാതൊരു താത്പര്യവും ഉണ്ടായിരുന്നില്ലെന്ന് കാണാം.

"പഞ്ചവർണ്ണമേ", മാധവൻ നായർ ഗുണദോഷിച്ചു. "നീയ് പറഞ്ഞാ ക്കേക്ക്ലാ? കാരിടെ പ്രേതവാണ് നീ വെറ്തെ പിന്നാലെ വരാൻ?"

'കിളി പതിവുപോലെ ചിരിച്ചില്ല. അവൻ അകലെ ദൈവപ്പുരയിലേക്ക് നോക്കി നെറ്റിചുളിച്ചുകൊണ്ടു നിന്നു.'

ദൈവപ്പുരയിലെത്തിയശേഷവും കുട്ടാടൻ പൂശാരിയെ കാണുംമുമ്പ് തന്നെ രവിയുടെ ചെറുവിരൽ പിടിച്ച് 'പുഗ്ഗ്വാ' എന്ന് പറഞ്ഞ് തിരികെ പ്പോകാൻ അപ്പുക്കിളി പ്രേരിപ്പിക്കുന്നുണ്ട്. രവിയേയും മാധവൻ നായ രേയും കണ്ടപ്പോൾ, എന്നും തന്നെ ഗ്രസിച്ചിരുന്ന പരാജയങ്ങളെയും നഷ്ടമായ ദൈവിക പരിവേഷത്തെയും ഓർത്തുള്ള ദുഃഖം പാരമ്യത യിലായ കുട്ടാടൻ പൂശാരി അപമാനത്തിന്റെ വിഷാദോന്മാദത്താലുള്ള ആത്മബലിയിൽ വാളുകൊണ്ട് നെറ്റിമേൽ ആഞ്ഞാഞ്ഞു വെട്ടി. ഇറച്ചി ചുറ്റുപാടും തെറിച്ചു. തന്നെ പരിഹസിക്കുന്നവരുടെ കൂട്ടത്തിൽ രവിയും ഉണ്ടാകും എന്ന തോന്നലിൽ ഒരു പിടി തിരുനൂറെടുത്ത് നിർദ്ദോഷിയായ രവിയുടെ മുഖത്തേക്ക് ശാപതുല്യമായെറിഞ്ഞു. അന്നാണ് രവിയിൽ വസൂരിയുടെ വിത്തുകൾ തണുത്ത ചരൽക്കല്ലുകൾപോലെ പതിഞ്ഞത്. (കോടച്ചി ഒരു നിമിത്തം മാത്രമായിരുന്നു!) ഒരു നിരപരാധിയെ ശപിച്ച, ജീവിതത്തിലുടനീളം ദുർവിധികൾ മാത്രം ഏറ്റുവാങ്ങിയ, കുട്ടാടൻ പൂശാരിയുടെ ദൗർഭാഗ്യജന്മം 'പുളയൻ' എന്ന ഉഗ്രവസൂരിയുടെ പിടി യിൽ അവസാനിച്ചു. കുട്ടാടൻ പൂശാരിയുമായുള്ള സംഘർഷം ഒഴിവാ ക്കാനായിരിക്കുമോ അപ്പുക്കിളിയുടെ വൃഥാശ്രമങ്ങൾ?!

ഖസാക്കിൽ നല്ലമ്മയുടെ വിളയാട്ടത്തിൽ ഒരുപാടു പേർ വസൂരിയാൽ മരണമടയുകയും ചിലർക്ക് കാഴ്ച നഷ്ടപ്പെടുകയും ഒക്കെ ചെയ്ത ദിവസങ്ങളിൽ ചെതലിയുടെ ഏതോ ഭാഗത്ത് ഒരു വല്മീകമായി അപ്പു ക്കിളി ധ്യാനനിശ്ചലനായി. എല്ലാം ഒന്നടങ്ങി അപ്പുക്കിളി ചെതലിയിൽ നിന്നും താഴോട്ടിറങ്ങുമ്പോൾ ജടപിടിച്ചിരുന്നു, കുപ്പായത്തിന്റെ അവശി ഷ്ടങ്ങളിൽ ചിതലുണ്ടായിരുന്നു. അതേ ദിവസങ്ങളിൽ ചെതലിയുടെ മുകളിൽ തന്റെ പേരക്കുഞ്ഞിന്റെ ജഡത്തിന് കാവലിരുന്ന തങ്ങള് പക്കീരി ഒരു മനുഷ്യജീവിയെപ്പോലും ചെതലിയുടെ ഓരത്തെങ്ങും അടുപ്പിച്ചിരുന്നില്ല. എല്ലാവരെയും എറിഞ്ഞോടിച്ച തങ്ങള് പക്കീരി അപ്പു ക്കിളിയെ മാത്രം ഒന്നും ചെയ്തില്ലെന്നതും ശ്രദ്ധേയമാണ്. ചെതലിയിലെ മരങ്ങളെയും ചെടികളെയും നിരുപദ്രവകാരികളായ ജീവജാലങ്ങളേയും പോലെ ഒന്നായി അപ്പുക്കിളിയേയും തങ്ങളുപക്കീരി കരുതിക്കാണണം. ആണ്ടുബലിക്ക് അറവിനായി കൊണ്ടുവന്ന ആടുകൾക്ക് തീറ്റ കൊടു ക്കുകയും അവയുടെ തലയെടുത്ത് തന്റെ മടിയിൽവെച്ച് അരുമയായി തലോടുകയും ചെയ്യുന്ന അപ്പുക്കിളിയിൽ ഒരു ക്രിസ്തുരൂപം കണ്ടെത്താം; സ്നേഹകാരുണ്യങ്ങളുടെ മനുഷ്യാതീത രൂപം.

അപ്പുക്കിളിയെപ്പോലെത്തന്നെ പ്രകൃതിയോടിണങ്ങി ജീവിച്ച തങ്ങളു പക്കീരിയിലും അതീന്ദ്രിയസംവേദനശേഷികൾ നിക്ഷിപ്തമായിരുന്നു. മുട്ടോളമെത്തുന്ന വെള്ളത്താടി. വിണ്ടുകീറിയ കാലുകളിൽ സഞ്ചാര ത്തിന്റെ പൊടിച്ചാർത്ത്. ഒരു തിര്യക്കിൽനിന്നും പക്കീരിയെ വ്യതിരിക്ത നാക്കുന്നത് നഗ്നത മറയ്ക്കാൻ അയാൾ ധരിക്കുന്ന ചാക്കുമറ മാത്ര മാണ്. ഒരു ഭാണ്ഡവുമായി അയാൾ എങ്ങോട്ടെന്നില്ലാതെ സഞ്ചരിച്ചു കൊണ്ടിരുന്നു. നിഷ്കളങ്കയായ തന്റെ പേരക്കുഞ്ഞ് ചാന്തുമുത്തുവിന്റെ മരണം മുൻകൂട്ടി തിരിച്ചറിഞ്ഞ തങ്ങളുപക്കീരി അകലെ എവിടെയോ

നിന്നും പാതിരാത്രിയിൽ കൂമൻകാവിലെത്തി. (നടുപറമ്പ്, ഏറുമാടങ്ങൾ, പീടികകൾ എന്നിവയെക്കുറിച്ചുള്ള സൂചനകളിൽനിന്നും മനസ്സിലാകുന്നത് അദ്ദേഹം നിൽക്കുന്നത് കൂമൻകാവിൽ ആണെന്നാണ്.)

"ഞാൻ നിന്നെ കൈയിലെടുക്കാൻ വരുന്നു-
ഞാൻ നിന്നെ കബറടക്കിയ്ക്കില്ല."

എന്ന് തങ്ങളുപക്കീരി അവിടെ നിന്ന് വിളിച്ചുപറഞ്ഞത് ആറു നാഴിക അകലെ ഖസാക്കിലുള്ളവർ കേട്ടു! ആ പാതിരാത്രിയിൽ കൂമൻകാവിൽ നിന്നുകൊണ്ട് ഖസാക്കിലുള്ള തന്റെ മകളുടെ (ചാന്തുമ്മ) വീടിനുനേരെ നോക്കിയ തങ്ങളുപക്കീരി നാട്ടുവെളിച്ചത്തിൽ ആ മേൽക്കൂരയിലെ പട്ടകൾ ഊർദ്ധ്വൻ വലിക്കുന്നത് (ചാന്തുമുത്തുവിന്റെ ആസന്നമായ മരണത്തിന്റെ സൂചന) കണ്ടു. ചാന്തുമുത്തുവിന്റെ മയ്യത്ത് ഖബറടക്കാൻ സമ്മതിക്കാതെ അതുമായി ചെതലിയുടെ മുകളിൽ ഷെയ്ക്കിന്റെ മിനാരങ്ങളിൽ കയറിയ തങ്ങളുപക്കീരി അഞ്ചുനാൾ തനിക്ക് പ്രിയങ്കരിയായ ഈ പിഞ്ചുബാലികയുടെ ജഡം മടിയിൽക്കിടത്തി അതിന് കാവലിരുന്നു. അഞ്ചാം നാൾ ഷെയ്ഖ് തങ്ങളുടെ കല്ലറയ്ക്കരികെ അഴുകിപ്പൊട്ടിയ നിലയിലാണ് ചാന്തുമുത്തുവിന്റെ ജഡത്തെ ഖസാക്കുകാർ കണ്ടത്. മനുഷ്യനിർമ്മിതമല്ലാത്ത, ആചാരാനുഷ്ഠാനബന്ധിതമല്ലാത്ത ഒരു പര്യവസാനം തന്റെ പേരക്കുഞ്ഞിന് ലഭിക്കണം എന്ന വിചാരത്തിലാവാം വിചിത്രമായൊരു ശവസംസ്കാരരീതി ഈ ജൈനപാതക്കാരൻ തെരഞ്ഞെടുത്തിരിക്കുക.

പ്രകൃതിയേയും അചേതനങ്ങളേയും മനുഷ്യവൽക്കരണം നടത്തുന്നതിനുള്ള ഒരു ബദൽ എന്ന നിലയിലായിരിക്കണം മനുഷ്യരായ ചിലരെ പ്രകൃതിയുമായി സന്നിവേശിപ്പിച്ച് ഒരു പാരസ്പര്യം സൃഷ്ടിക്കാൻ വിജയൻ ശ്രമിക്കുന്നത്.

നോവലിന്റെ ആവിഷ്കാരത്തിൽ, ചിലയിടങ്ങളിൽ, പാശ്ചാത്യമായ ഒരു അലങ്കാരരൂപത്തെ അതേപടി എടുത്തു ചേർക്കുന്നതിന് പകരം തന്നിൽ അന്തർലീനമായിരിക്കുന്ന ചില ദർശനങ്ങളെ (ഭാരതീയം?) അതിലേക്ക് സമ്മോഹനമാംവിധം ഉൾച്ചേർത്ത് ദാർശനിക ഗരിമ വരുത്താൻ വിജയൻ ശ്രമിച്ചു. പ്രപഞ്ചത്തിലെ ഓരോ അണുവും അന്യോന്യം ബന്ധിതമാണ് എന്നുള്ള ഒരുതരം അദ്വൈത ദർശനമാണ് ഖസാക്കിലെ പാരമ്പര്യത്തിന്റെ കാതൽ. കുഞ്ചുവെള്ളമാർ ദേവകിമാരായി ജനിക്കുന്ന ഖസാക്കിന്റെ ഭൂമിക. മാരിയമ്മയുടെ വിളയാട്ടത്തിൽ വസൂരി പിടിപെട്ട് മരണമടഞ്ഞ വാവരും നൂർജിഹാനും ഉണിപ്പാറതിയും കിന്നരിയും കരുവുമൊക്കെ വീണ്ടും ചോരക്കുട്ടികളായി പെറ്റുവീഴാൻ കാത്തിരിക്കുന്നവരുടെ ഖസാക്ക്. മനുഷ്യരും തുമ്പികളും എട്ടുകാലികളും പേനുകളും ഓന്തുകളുമായി നീളുന്ന ജന്മപരമ്പരകൾ. സൃഷ്ടിയുടെ അനശ്വരത. ജന്മാന്തരങ്ങളിലൂടെ നീളുന്ന കർമ്മ നൈരന്തര്യം. സചേതന- അചേതന സങ്കല്പനങ്ങളെ അപ്രസക്തമാക്കുന്ന അഭിന്നതയുടെ പാരമ്യതയിൽ നിന്നുളവാകുന്ന ഇന്ദ്രിയാതീത സംവേദനങ്ങൾ. സചേതനങ്ങളായ

തുമ്പികളും എട്ടുകാലികളും ഓന്തുകളും ചെതലിയുടെ താഴ്വാരത്തിലെ കാട്ടുചോലയിലെ പരൽമീനും ചൊലയുമ്മയുടെ നപുംസകമായ ആടും കാറ്റു പിടിക്കുന്ന കരിമ്പനകളും പുളിമരവും ജടപിടിച്ച മാവും, അജൈവങ്ങളായ ഞാറ്റുപുരയും പള്ളിത്തളവും അറബിക്കുളവും ചെതലിമലയും ദൈവപ്പുരയും ഉൾക്കിണറും തോടുകളും മഞ്ഞപ്പുല്ലു വളർന്ന നില്ക്കുന്ന കുന്നിന്റെ മുകൾഭാഗവും, എല്ലാം ഖസാക്കിലെ ജനതകളോട് പല രൂപങ്ങളിലും പല ഭാവങ്ങളിലും സജീവമായി സംവദിക്കുകയും അവരുടെ ജീവിതത്തിന്റെ ഭാഗധേയങ്ങളെ നിർണ്ണയിക്കുന്നതിൽ സജീവസാന്നിധ്യമാവുകയും ചെയ്തുകൊണ്ട് മറ്റേതൊരു കഥാപാത്രത്തേയും പോലെ നിറഞ്ഞു നിൽക്കുന്നു ഖസാക്കിൽ. അതിനുള്ള ഹേതു സർവ്വ ജൈവാജൈവങ്ങളിലുമുള്ളത് ഒരേ സെല്ലുകളാണ് എന്ന് തിരിച്ചറിഞ്ഞ ഒരു വേദാന്തിയുടെ തൂലികയാൽ അത് രചിക്കപ്പെട്ടതുകൊണ്ടാണ്. സർവ്വചരാചരങ്ങളുടെയും ഭൗതികമായ ഉണ്മയുടെ അടിസ്ഥാനം സെല്ലുകളാണെന്നും തങ്ങളുടെ നിലനിൽപ്പിന്റെ ഭദ്രതയ്ക്കുവേണ്ടി, ഇര തേടാൻവേണ്ടി ഏകകോശങ്ങൾ ഒന്നിച്ചുചേർന്ന് കർത്തവ്യങ്ങൾ പങ്കുവെച്ച് സെൽകോളനികളായതാണന്നും ശുക്ലബീജങ്ങളെപ്പോലെ ഹൃദയത്തിലേയും തലച്ചോറിലേയും കോശങ്ങളെപ്പോലെ, ശരീരമെന്ന നഗരിയുടെ സൃഷ്ടിയിലും സ്ഥിതിയിലും തലനാരിലെ കോശങ്ങളും തുല്യ പങ്കുകാരാണെന്നുമുള്ള അറിവ് വിജയന് പകർന്നുനൽകിയത് സുഹൃത്തും ക്ഷുരകനുമായ കേളനായിരുന്നു. ഈയൊരു അദ്വൈത ബോധത്തിനുമേൽ പുനർജ്ജനിയുടേയും ജന്മാന്തരബന്ധങ്ങളുടേയും കർമ്മപാരസ്പര്യങ്ങളെ കോർത്തിണക്കുന്ന ഒരു ദർശനത്തെയാണ്, ഭാവമണ്ഡലത്തെയാണ് നോവലിലെ പ്രഥമദൃശ്യത്തിൽത്തന്നെ വിജയൻ ആവിഷ്കരിക്കുന്നത്.

'കൂമൻകാവിൽ ബസ്സുചെന്നു നിന്നപ്പോൾ ആ സ്ഥലം രവിയ്ക്ക് അപരിചിതമായിത്തോന്നിയില്ല. അങ്ങിനെ പടർന്നു പന്തലിച്ച മാവുകൾക്കടിയിൽ നാലഞ്ച് ഏറുമാടങ്ങളുടെ നടുവിൽ താൻ വന്നെത്തുമെന്ന് പണ്ടേ കരുതിക്കാണണം. വരുംവരായകളുടെ ഓർമ്മകളിലെവിടെയോ ആ മാവുകളുടെ ജരയും ദീനതയും കണ്ടുകണ്ടു ഹൃദിസ്ഥമായിത്തീർന്നതാണ്. കനിവു നിറഞ്ഞ വാർദ്ധക്യം, കുഷ്ഠം പറ്റിയ വേരുകൾ എല്ലാമതുതന്നെ.'

എന്താവാം ഇതെഴുതുമ്പോൾ വിജയന്റെ സർഗാത്മക പ്രജ്ഞയിലൂടെ കടന്നുപോയിട്ടുണ്ടാവുക? പൂർവ്വ ജന്മത്തിലോ, വർത്തമാന കാലത്തിലോ, പുനർജന്മത്തിലോ മറ്റോ ആ മാവും താനുമായി ബന്ധപ്പെട്ടുള്ളതിന്റെ എന്തൊക്കെയോ സംവേദനങ്ങൾ തങ്ങൾക്കിടയിൽ നടക്കുന്നതായി വിജയൻ എന്ന തീവ്രധ്യാനിയുടെ അതീന്ദ്രിയസ്പർശിനികൾ അനുഭവിച്ചുവോ? രവിയും വാർദ്ധക്യത്തിന്റെ കനിവ് നിറഞ്ഞ, ജടപിടിച്ച ആ മാവും പരസ്പരം തിരിച്ചറിഞ്ഞിരിക്കുന്നു?! അത് കർമ്മപരമ്പരകൾക്കിടയിൽ വേർപിരിഞ്ഞുപോയ സെല്ലുകളുടെ പുനഃസമാഗമത്തിന്റെ ആഹ്ലാദമാകുമോ?! രവിയിലൂടെ വിജയൻ എന്താവാം ഈ

മരത്തിൽ കണ്ടത്? താനുമായി ബന്ധമുള്ള എന്തെങ്കിലും ഒന്നിനെ? ശൈശവത്തിൽ; ഓർമ്മയും മറവിയും ഭേദമില്ലാത്ത ദൂരത്തിന്റെ മൃഗതൃഷ്ണയിൽ ലയിച്ചുനിൽക്കുന്ന; തന്റെ നാവിൽ പൊൻമോതിരം കൊണ്ട് ഹരിശ്രീയെഴുതിയ കരുണാമയമായ മുഖമുള്ള വൃദ്ധഗുരുവിനെ? അതോ കാലപ്രയാണത്തിന്റെ വരുംവരായകളിൽ ഒരു വേള, താൻ തന്നെ എത്തിപ്പെടാവുന്ന ഒരു അവസ്ഥയുടെ ദൃഷ്ടാന്തം? അതേ, ആ ജടപിടിച്ച മാവിൽ, വിജയൻ (രവിയിലൂടെ) കണ്ടത് ഒരുവേള തന്റെ തന്നെ കനിവാർന്ന വാർദ്ധക്യമാവുമോ?

എഴുത്തുകാരനുതന്നെ വേർതിരിച്ച് പറയാൻ കഴിയാത്ത ഏതോ നിഗൂഢമായ അനുഭൂതിയിൽ രചിക്കപ്പെട്ട ആ വരികൾ അതിന്റെ വായനക്കാരനേയും അമേയവും അവ്യക്തവുമായ ഗൂഢാനന്ദത്തിലേക്ക് നയിക്കുന്നു. പ്രമേയ വികാസത്തിന് ഊന്നി നിൽക്കാനുള്ള സ്ഥലരാശിക്കുമപ്പുറം ഖസാക്ക് ഒരു കോസ്മിക് അനുഭൂതിയായി വായനക്കാരിലേക്ക് കടന്നു ചെല്ലുന്നത് അതുകൊണ്ടാണ്.

ഗ്രാമവിശുദ്ധിയുടെ നാട്ടുപാതകൾ

സതീശൻ എടക്കുടി

സുദൃഢമായ നീതിശാസ്ത്ര സദാചാരവ്യവസ്ഥകളിൽനിന്നും അന്യമായ പ്രകൃതിയുടെ അകം മൊഴികളിൽ നിബിഡമാകുന്ന ഒരു മനസ്സിന്റെയും സ്ഥലികളുടെയും ലോകമാണ് ഖസാക്കിന്റെ ഇതിഹാസം എന്ന നോവൽ വായനക്കാരനുമുമ്പിൽ സാക്ഷ്യപ്പെടുത്തുന്നത്. ജൈവമനുഷ്യന്റെ ആദിമമായ ഒരു ഉൾവിളിപോലെയാണ് രവി ഖസാക്കിലെത്തുന്നത്. രവിക്കുതന്നെ തോന്നുന്നത്, ഈ പ്രകൃതിയും ഗ്രാമവുംതന്നെ കാത്തുകിടക്കുകയായിരുന്നുവെന്നാണ്. അഭയിയുടെ നിരുപമമായ ആശ്വാസം കുടികൊള്ളുന്ന അന്വേഷണസാഫല്യംപോലെ അത് നമുക്കനുഭവപ്പെടുന്നു. നോവലിസ്റ്റുതന്നെ ആ ചിത്രങ്ങൾ വ്യക്തമാക്കുന്നത് ശ്രദ്ധിക്കുക.

"കൂമൻകാവിൽ ബസ്സ് ചെന്നുനിന്നപ്പോൾ ആ സ്ഥലം രവിയ്ക്ക് അപരിചിതമായി തോന്നിയില്ല. അങ്ങനെ പടർന്നു പന്തലിച്ച മാവുകൾക്കിടയിൽ നാലഞ്ച് ഏറുമാടങ്ങളുടെ നടുവിൽ താൻ വന്നെത്തുമെന്ന് പണ്ടേ കരുതിക്കാണണം. വരുംവരായകളുടെ ഓർമ്മകളിലെവിടെയോ ആ മാവുകളുടെ ജരയും ദീനതയും കണ്ടുകണ്ടു ഹൃദിസ്ഥമായി തീർന്നതാണ്."

"നരകപടത്തിൽ വീണ്ടും രവിയുടെ ശ്രദ്ധപതിയുകയായി. വളരെ പഴക്കംചെന്ന പടമാണെന്ന് തോന്നി. അത്രയും കാലം തന്നെ കാത്ത് അത് പീടികയിൽ കിടന്നിരിക്കണം."

"എന്തൊക്കെയോ ഓർമ്മിച്ചു. ഒന്നോ രണ്ടോ ഓർമ്മകളല്ല. കഥനസ്വഭാവമില്ലാത്ത ഓർമ്മകളുടെ ഒരു വലിയ മൂടൽമഞ്ഞ് തന്നെ സ്പർശിച്ചെന്ന് തോന്നി."

ജീവിതത്തിന്റെ താരുണ്യംപറ്റി എല്ലാം തൊട്ടറിഞ്ഞ് വികസിതമാകുന്ന, അതിന്റെ സമഗ്ര താപത്തിൽ ഉരുകി ലയിക്കാൻ വെമ്പൽ കൊള്ളുന്ന ഒരു മനസ്സ്, കർമ്മ ബന്ധങ്ങളുടെ ഏതോ ഒരു അജ്ഞാതമായ അയഥാർത്ഥ തലത്തിൽ പ്രാകൃതമായ ചൈതന്യത്തെ കാത്തുകിടക്കുന്ന ഗർഭസ്ഥശിശു രവിയുടെ മനസ്സിൽ കുടികൊണ്ടിരുന്നു. ആ

ഗർഭസ്ഥശിശുവിന് ജനിച്ചുവളരാൻ ഇടംതേടി നടക്കുന്ന ഒരു ജീവന്റെ പൊരുൾ സഹജപ്രകൃതിയായ ലോകത്തോട് കലഹിക്കാതെ അതിന്റെ ഉൺമയെ സ്വീകരിക്കുന്നു.

അപ്പുക്കിളി, കുട്ടാടൻ പൂശാരി, നൈസാമലി.... ഇങ്ങനെ പ്രകൃതി പാഠസ്പർശമുള്ള ജീവനുള്ള കഥാപാത്രങ്ങളെക്കൊണ്ട് നിറഞ്ഞ ഖസാക്ക് രവിക്ക് സംസ്കൃതലോകത്തിന്റെ അധാർമ്മികതയെ മറികടക്കുന്ന പ്രകൃതിചിത്രങ്ങളാണ്. പ്രകൃതിയിൽനിന്നും അന്യമായതിനെതിരെ കലാപംകൊള്ളുന്ന ജൈവരാഷ്ട്രീയം ഈ നോവൽ മുമ്പോട്ടു വെക്കുന്നുണ്ട്.

പ്രിൻസ്റ്റണിലേക്കുള്ള പത്മയുടെ ക്ഷണം നിരസിക്കുന്ന രവി ആശ്വാസത്തിന്റെ വഴിയമ്പലങ്ങൾ തേടുന്ന പഥികന്റെ ജിജ്ഞാസയോടെയാണ് ഖസാക്കിനെ കാണുന്നത്. ആധുനിക വിദ്യാഭ്യാസം, കുടുംബം, രാഷ്ട്രീയ പ്രസ്ഥാനം ഒന്നിനോടും രവി മമത കാണിക്കുന്നില്ല. രോഗക്കിടക്കയിലെ അവസാന നിമിഷങ്ങളിൽ രവിയുടെ പരിചരണം അച്ഛനു ശാന്തി നൽകുമെന്ന പത്മയുടെ ഉപദേശങ്ങളെ രവി മൗനം കൊണ്ട് മൂടുന്നു.

"അച്ഛനെക്കുറിച്ച് രവിക്കറിയേണ്ടേ?"

"രവിയുടെ മനസ്സ് അലിഞ്ഞ് പോകാറില്ലേ...."

"രവി പുറത്തു തനിച്ചാണോ എന്നു ചോദിച്ചു.

രവിയുടെ കളിപ്പാട്ടങ്ങൾ അരികത്ത് കൊണ്ടുവെക്കാൻ പറഞ്ഞു." പത്മയുടെ വാക്കുകളെ രവി നിർമമതയോടെ കാണുന്നു.

"രവി ആരിൽനിന്നാണ് ഒഴിഞ്ഞോടാൻ ശ്രമിക്കുന്നത്?" പത്മ ചോദിക്കുന്നു.

നോവലിസ്റ്റ് തന്നെ അകം നിറഞ്ഞു പറയുന്നു.

"ആ പൊരുളിലേയ്ക്കു നോക്കികൊണ്ട് രവി നിന്നു.

നോക്കി നോക്കി കണ്ണു കടഞ്ഞു. കൺതടം ചുവന്നു.

താനെ അഴിഞ്ഞു ലയനം പ്രാപിച്ചു."

രവിയുടെ ആത്മസഞ്ചയനം എന്നു പറയാവുന്ന അവസാനഭാവം നീലിമയുള്ള രതിയുടെ നിഴൽ ചിത്രമായി മാറുന്നു. ആത്മഹത്യയുടെ സുരതം കറുത്ത മഴയായല്ല ഇവിടെ കാണുന്നത്. വെളുത്ത മഴയാണ്. ഉർവ്വരതയുടെ താപം നൽകി രോമകൂപങ്ങളിലൂടെ പുൽക്കൊടികൾപോലെ വളരുന്നു. ഇവിടെ മരണം സ്നേഹരാശിയിൽ പൂർണ്ണത തേടുന്ന ഒരു സംയോഗമായി മാറുന്നു.

"നീലനിറത്തിലുള്ള മുഖമുയർത്തി അവൻ മേല്പോട്ടു നോക്കി. ഇണർപ്പുപൊട്ടിയ കറുത്ത നാക്ക് പുറത്തേക്ക് വെട്ടിച്ചു. പാമ്പിന്റെ പത്തി വിടർന്നതു രവി കൗതുകത്തോടെ നോക്കി, വാത്സല്യത്തോടെ. കാല്പടത്തിൽ പല്ലുകൾ അമർന്നു. പല്ലു മുളയ്ക്കുന്ന ഉണ്ണിക്കുട്ടന്റെ വികൃതിയാണ്. കാല്പടത്തിൽ വീണ്ടും വീണ്ടും അവ പതിഞ്ഞു. പത്തി ചുരുക്കി

കൗതുകത്തോടെ, വാത്സല്യത്തോടെ, രവിയെ നോക്കീട്ട് അവൻ വീണ്ടും മൺകട്ടകൾക്കിടയിലേക്കു നുഴഞ്ഞുപോയി."

സുരതാവേഗംകൊണ്ട് വീർപ്പുമുട്ടുന്ന ഭാഷയുടെ ഏറ്റവും സുകൃതമായ ഫണം വിടർത്തുന്ന ഈ പത്തി രതിസർപ്പത്തിന്റേതു തന്നെയാണ്. ആദ്യരാത്രിയും ആദ്യാനുരാഗവും രാഗവിവശമാകുന്ന മരണത്തിന്റെ മുഹൂർത്തത്തെ ലജ്ജയിൽ പൊതിഞ്ഞ ഒരു ലാസ്യംകൊണ്ട് ഒ.വി. വിജയൻ വിവരിക്കുമ്പോൾ മലയാള നോവൽസാഹിത്യത്തിലെ രചനാഭാഷയിലെ ആദ്യ കന്യാഛേദമായി മാറുന്നു.

ഇവിടെ പൂർത്തീകരിക്കപ്പെടുന്ന രതിക്ക് പുരുഷ സ്ത്രീ സംയോഗത്തിന്റെ തലമുണ്ട്. നിവരുന്ന പത്തി, കാമത്തിന്റെ പത്തിയെ ആകർഷിക്കുന്ന ഇണർപ്പുപൊട്ടിയ കറുത്തനാക്ക് പുറത്തേക്ക് വെട്ടിച്ചു അവൾ ഉൾകൊള്ളുന്നു. മരണം ഇവിടെ അവസാന വാക്കാകുന്നില്ല; രതിയും. ഹൈന്ദവപുരാണങ്ങളിൽ മരണം ഒരിക്കലും അവസാനവാക്കല്ല. പ്രണയമുഹൂർത്തത്തിലെന്നപോൽ മരണവും രാഗമായി മാറുന്നു.

നോവലിലെ സഹവർത്തികൾ എന്ന 8-ാം ഭാഗത്തിൽ നോവലിസ്റ്റ് ഓർമ്മിപ്പിക്കുന്നത് ശ്രദ്ധിക്കുക. "പുതുമഴയുടെ സുരതാവേഗമൊടുങ്ങി. ആരോഹണമില്ലാതെ, അവരോഹണമില്ലാതെ കാലവർഷം ഖസാക്കിന് മുമ്പിൽ സമാധികൊണ്ടു." "കഥാന്തരം" എന്ന ഭാഗത്തിലും ഈ മഴയുണ്ട്. കാലവർഷം രണ്ടു ഭാഗത്തും കടന്നുവരുന്നു. "മഴ പെയ്യുന്നു, മഴ മാത്രമേയുള്ളൂ, ആരോഹണമില്ലാതെ, അവരോഹണില്ലാതെ, കാലവർഷത്തിന്റെ വെളുത്ത മഴ. മഴ രതിയുമായി ബന്ധപ്പെട്ടു കിടക്കുന്ന ഒരു ബിംബം തന്നെയാണ്. ജീവിതരതിയുടെ അന്ത്യം മരണംതന്നെയാണ്. വിപരീത ദിശകളിൽ രതിയും മരണവും പാരസ്പര്യപ്പെടുന്നു. അനാദിയായ കാലമായി.

കാമജനിതകം ഒരു ജീവനബിന്ദുവായി ഖസാക്കിലുണ്ട്. സദാചാരവിരുദ്ധമായി ഇതിനെ കൊട്ടിഘോഷിച്ച കമ്മ്യൂണിസ്റ്റുകാരും പാരമ്പര്യവാദികളും കാലക്രമത്തിൽ, ഖസാക്കിന്റെ ഇതിസാഹത്തിനുമുമ്പിൽ പരാജയപ്പെട്ടു. ഈ വായനയുടെ പരാജയം ജീവൽസാഹിത്യത്തിനു കനത്ത തിരിച്ചടി നൽകി. ആധുനിക സാഹിത്യത്തിന്റെ പാതയെ സുഗമമാക്കി. കമ്മ്യൂണിസ്റ്റ് ശാഠ്യങ്ങളെ നോവലിസ്റ്റ് കളിയാക്കുന്നുണ്ട്, ഖസാക്കിന്റെ ഇതിഹാസത്തിൽ. നോവലിലെ തന്നെ ഒരു സംഭാഷണശകലം അതിന് തെളിവാകുന്നു.

ചെല്ലിച്ച സഖാവ് പറഞ്ഞു "പിന്തിരിപ്പൻ ശക്തികളിന്റെ കോട്ടയാണ് നേഷണൽ ബൂർഷ്വാസീന്ന് പറയാൻ കാര്യായിട്ട് ഇല്ലതാനും."

"അതെന്താ" രവി ചോദിച്ചു.

"പൊതുവെ പറഞ്ഞത്" സഖാവ് പറഞ്ഞു.

"ഉദാഹരണത്തിന് ഈ ശിവരാമൻനായരുടെ പാടത്ത് കൊയ്യാമ്പോണ ചെറ്മികള് റൗക്കയിടാമ്പാടില്ലെന്നാ ചട്ടം. എങ്ങനെ! മാറ് മറയ്ക്കാണ്ട് കുമ്പിട്ട് നിന്ന് കൊയ്യണംന്ന്".

"നല്ലതല്ലേ" രവി ചോദിച്ചു.

ഇവിടെ രവി ഫ്യൂഡലിസ്റ്റല്ല.

സൗന്ദര്യാരാധകനായ, പ്രകൃതിയുടെ ആദിമ രൂപങ്ങൾക്ക് ആവരണങ്ങൾ പണിയുന്ന പുത്തൻ വസ്ത്രങ്ങളോട് അറിയാതെ കലഹിച്ചു പോവുന്ന, സ്ത്രീയും പുരുഷനും സമമാകുന്ന വേളയിൽ അധികാരം ഒന്നും കൊയ്യാൻ വരില്ലായെന്ന നോവലിസ്റ്റിന്റെ മിതമായ സന്ദേശം ഇതിലുണ്ട്.

ഓർമ്മകളും ഭാവനകളും ഇഴപിരിയുന്ന മിസ്റ്റിക് തലങ്ങളോട് സ്വാഭാവികമായും ഐക്യപ്പെടുന്ന ഒരു കേന്ദ്രമനസ്സ് രവിയെ പിടികൂടുന്നുണ്ട്. ഏറ്റവും പ്രാകൃതമായ ഗ്രാമരീതികളെ കൗതുകപൂർവ്വം വീക്ഷിക്കുന്ന തിനപ്പുറം ആത്മചേതനയുടെ ഭാഗമായി ഖസാക്ക് എന്ന ഭൂമികയെ രവി പരിണയിക്കുന്നു. ഖസാക്കിലെ സുന്ദരികളെയും കാരുണ്യസ്പർശത്തോടെ പരിണയിക്കുന്നു.

അകാലത്തിൽ അമ്മ നഷ്ടപ്പെട്ട രവിയുടെ ബാല്യം ഏകാന്തപഥികമാണ്. ഒ.വി. വിജയന്റെ ബാല്യവും അതുപോലെതന്നെ. അതുകൊണ്ട് സൂക്ഷ്മതലങ്ങളിൽ പ്രകൃതിയെ കാണുന്ന, അഭയമന്വേഷിക്കുന്ന ഒരു വ്യക്തിത്വം രവിയിൽ പ്രകടമാകുന്നുണ്ട്. പിന്നീട് ആദിപാഠങ്ങൾ പഠിച്ചു വരുന്ന ഒരു കുട്ടിയുടെ കേന്ദ്രിമയിൽ രൂപപ്പെടുന്ന അകക്കണ്ണ് രവിയുടെ അബോധതലമായി മാറുന്നു.

അന്തേവാസിയായ സ്വാമിനിയുടെ കാവിക്കച്ചയും, പിന്നീടുവന്ന ഖസാക്കിലെ സുന്ദരികളും രവിക്ക് പാർവതീരൂപം പൂണ്ട് പ്രകൃതിതന്നെയായിരിക്കണം. ആധുനികത വളർത്തിയ നിഷേധിയുടെ നീരസം നിറഞ്ഞ മനസ്സായിരുന്നില്ല രവിയുടേത്. ആത്മാനുകമ്പമുള്ള, ജൈവരാശിയുടെ പച്ചപ്പിനോട് അഗാധമായ സ്നേഹം പ്രകടിപ്പിച്ച ഒരു യാത്രികന്റെ കൗതുകം നിറഞ്ഞ കണ്ണായിരുന്നു. ആത്മസംഘർഷങ്ങളുടെ ആധുനിക ഭൂമികയിൽ രവി തേടിയത് പ്രത്യയശാസ്ത്ര നിർബന്ധങ്ങളല്ലെന്നും എല്ലാം കൈവെടിഞ്ഞ് സമാധി തേടുന്ന ഒരു കാരുണ്യവുമാണെന്ന് നാം തിരിച്ചറിയുന്നു. വ്യാവസായിക വിപ്ലവത്തിന്റെയും യുദ്ധങ്ങളുടെയും കെടുതിയിൽ പ്രകൃതിയിലേക്ക് തുറക്കുന്ന അകക്കണ്ണിൽ കൂടി അതിന്റെ രാസലീലകൾ തേടിയുള്ള പഥികന്റെ നിതാന്തമായ അന്വേഷണമായും ഈ നോവലിന്റെ ഇതിവൃത്തരഹസ്യം നമ്മെ ഓർമ്മിപ്പിക്കുന്നു.

ചരിത്രത്തിന്റെ രാഷ്ട്രീയം

ഷാജി ജേക്കബ്

വ്യവസായവിപ്ലവാനന്തര സമൂഹത്തിന്റെ ഏറ്റവും ആധുനികമായ മുഖം പ്രത്യയശാസ്ത്രങ്ങളെ അപ്രസക്തമാക്കുന്ന സാങ്കേതിക ശാസ്ത്രത്തിന്റേതാണ്. അതുകൊണ്ടുതന്നെ പുതിയൊരു സാമൂഹിക മൂല്യബോധം എഴുത്തുകാരന്റെ ദർശനത്തിൽ പ്രസക്തമാകുന്നുണ്ട്. മിക്ക അധികാര കേന്ദ്രങ്ങളും ഏകാധിപത്യ സ്വഭാവം പ്രകടിപ്പിക്കുകയാൽ സ്വേച്ഛാധിപത്യങ്ങൾക്കെതിരായ പ്രതിരോധങ്ങൾ ഇരുപതാം നൂറ്റാണ്ടിന്റെ ആദ്യ പകുതി തൊട്ടുതന്നെ ലോകത്തെങ്ങും ഉടലെടുക്കുകയും ചെയ്തു. പ്രത്യയശാസ്ത്രങ്ങളുടേതായാലും സാങ്കേതികശാസ്ത്രങ്ങളുടേതായാലും ആധിപത്യം എപ്പോഴും മനുഷ്യത്വരഹിതമായിരുന്നു. ഈ സ്വഭാവത്തിനെതിരെയാണ് ആൽഡസ് ഹക്സിലിയും ജോർജ്ജ് ഓർവെല്ലും ചെയ്തതുപോലെ, ആക്ഷേപഹാസ്യത്തിന്റെ ചട്ടക്കൂടിൽ രാഷ്ട്രീയകഥകളും നോവലും രചിക്കാൻ ഒ.വി. വിജയനും തയ്യാറായത്. മൂല്യരഹിതമായ ആധിപത്യങ്ങൾക്കെതിരെ മൂല്യവത്തായ ജനകീയതയും, വ്യക്തിയുടെ ദുരിതങ്ങൾക്കും സ്വാതന്ത്ര്യനഷ്ടങ്ങൾക്കുമെതിരെ ശുഭപ്രതീക്ഷയും സ്വാതന്ത്ര്യദാഹവും സ്വപ്നം കണ്ട് തന്റെ കാലത്തെയും സമൂഹത്തെയും അഭേദ്യമായി ബന്ധപ്പെടുത്തിയ എഴുത്തുകാരുടെ നിരയിൽ വിജയനും സ്ഥാനം നേടുകയാണ്. ധർമ്മപുരാണത്തിലൂടെ.

ധർമ്മപുരാണത്തിൽ സംഘടിതമായ ഒരു ഇതിവൃത്തം കാണാനില്ല. എങ്കിലും പ്രജാപതിയെ ആധാരമാക്കി മുന്നേറുന്ന ധർമ്മപുരിയുടെ ഭരണതന്ത്രങ്ങളും അവയ്ക്കെതിരെ സിദ്ധാർത്ഥനെ ആധാരമാക്കി നിറവേറ്റപ്പെടുന്ന പ്രതിരോധത്തിന്റെ സാത്വിക വിപ്ലവങ്ങളും പരാശരന്റെ പരാജയപ്പെടുന്ന സായുധകലാപവും ചിത്രീകരിക്കുന്ന ധർമ്മപുരാണം ഈ മൂന്നു ധാരകളോടും ബന്ധപ്പെടുന്ന കഥാപാത്രങ്ങളെയും അവരുടെ ജീവിതത്തെയും ഉൾക്കൊള്ളുന്നുണ്ട്.

ഒരു സിറിയൽ ഫാന്റസിയുടെ സ്വഭാവമാണ് ധർമ്മപുരാണത്തിന്റെ കഥാഗതിക്കുള്ളത്. അന്യാപദേശപരവും പ്രതീകാത്മകവുമായി ഇന്ത്യൻ രാഷ്ട്രീയവും ഭരണകൂടവും അധികാരവും പ്രജാപതിയെന്ന ബിംബത്തിൽ കേന്ദ്രീകരിച്ചിരിക്കുന്നു. ധർമ്മപുരിയിൽ പ്രജാപതിയുടെ അസമയത്തെ

തൂറ്റലുണർത്തുന്ന സംഘർഷങ്ങളിൽ നിന്നാണ് ധർമ്മപുരാണം തുടങ്ങുന്നത്. താർത്താരിക്കുടിയരശിന്റെ സഹായത്തോടെ പ്രജാപതി ധർമ്മപുരി ഭരിക്കുന്നു. ശാന്തിഗ്രാമമെന്നത് തലസ്ഥാനം. സംയുക്ത വെള്ള നാടുകളോട് നിഗൂഢമായ വിധേയത്വം ധർമ്മപുരിക്കുണ്ട്. പ്രജാപതിയുടെ തീട്ടമാണ് ധർമ്മപുരിക്കാരുടെ വിശിഷ്ടഭോജ്യം. പ്രജാപതിയാകട്ടെ താർത്താടിക്കുടിയരശിന്റെയും വെള്ളനാടിന്റെയും തീട്ടം ഇരന്നുവാങ്ങി. കാരണങ്ങളില്ലാതെ തന്നെ പ്രതിസന്ധി പ്രഖ്യാപിച്ചതോടെ പ്രജാപതിക്കു ഭരണം എളുപ്പമായി. ഈയവസ്ഥയിലാണ് സിദ്ധാർത്ഥൻ ധർമ്മപുരിയിലെത്തുന്നത്. പരാശരൻ എന്ന സർവ്വസൈന്യാധിപൻ യുദ്ധത്തിൽ വിരക്തനായി സൈന്യത്തിൽ നിന്നൊളിച്ചോടി.

ധർമ്മപുരി ശവം കയറ്റുമതി തുടങ്ങുന്നു. സ്ത്രീകൾ കൂട്ടബലാത്സംഗത്തിനിരയാകുന്നു. കുട്ടികളെ ശവസംസ്കരണത്തിനുള്ള അസംസ്കൃത വസ്തുവാക്കുന്നു. സൈനികർ ലിംഗമറ്റ് പടക്കളത്തിൽ നിന്ന് മടങ്ങിയെത്തി. തങ്ങളുടെ ജനനേന്ദ്രിയങ്ങളുടെ ദാഹം കൊണ്ട് ധർമ്മപുരിയെ ശപിച്ചു, സൈനികരുടെ ഭാര്യമാർ. ശകുന്തളയെന്ന പെൺകുട്ടിയെ പൊലീസുകാരും തൊഴിലാളികളും ബലാത്സംഗം ചെയ്തു. ഗോസായിയമ്മാവൻ തടവറയിൽ കിടന്നുകൊണ്ട് ധർമ്മപുരിയുടെ ദുരന്തജാതകം കുറിച്ചു. പരാശരൻ ആയുധമണിയുന്നു. മനുഷ്യമാംസം കഴിച്ച് യുവത്വം വീണ്ടെടുക്കാൻ ഒരുങ്ങിയ പ്രജാപതി പരാശരനെയും അയാളുടെ സൈന്യത്തെയും ഭയന്നു. പടയോട്ടങ്ങളുടെ ഒടുവിൽ യുദ്ധങ്ങളുടെ പൊരുൾ തേടിയ സിദ്ധാർത്ഥന് അതിന്റെ നിരർത്ഥകത ബോധ്യമായി. സിദ്ധാർത്ഥൻ ജാഹ്നവി തീരത്ത് പരാശരന്റെ പ്രതീക്ഷയും തണലുമായി, ഒരാൽമരമായി പരിണമിച്ചു.

ഇന്ത്യൻ രാഷ്ട്രീയത്തിൽ സംഭവിക്കേണ്ട ഒരവതാരമായി വിജയൻ സ്വപ്നം കാണുന്ന സിദ്ധാർത്ഥന്റെ സ്വത്വം, ഗൗതമബുദ്ധൻ മുതൽ ജയപ്രകാശ് നാരായണൻ വരെയുള്ള ഭാരതീയ വ്യക്തിത്വങ്ങളുടെ സാത്വികതയാണ്. ചരിത്രത്തിന്റെ മാലിന്യമായി മാത്രമവശേഷിച്ച അധികാരത്തിന്റെയും നേതൃത്വങ്ങളുടെയും വൈകല്യങ്ങളെ മനുഷ്യത്വത്തിന്റെ മാത്രം മാനദണ്ഡത്തിൽ നോക്കിക്കാണുകയാണ് വിജയൻ. എം.എൻ. റോയി പറഞ്ഞതുപോലെ, നമ്മുടെ കാലത്തെ സംഘർഷം ഏകാധിപത്യവും ജനാധിപത്യവും തമ്മിലാണ് രാഷ്ട്രത്തിന്റെയോ വർഗത്തിന്റെയോ സർവ്വസംഹാരകത്വവും സ്വാതന്ത്ര്യത്തിനുവേണ്ടി പൊരുതുന്ന വ്യക്തിയും തമ്മിലാണ്. (New Humanism A Manifesto p.33) എന്ന് വിജയനും സൂചിപ്പിക്കുന്നു.

ധർമ്മവും നീതിയും മറന്നു കളയുന്ന ഭരണകൂടങ്ങൾ, കാലം ചെല്ലുമ്പോൾ വഴി തെറ്റുന്ന പ്രത്യയശാസ്ത്രങ്ങൾ, ഏകാധിപത്യത്തിലേക്കു വഴുതിമാറുന്ന നേതൃത്വങ്ങൾ - ഇരുപതാം നൂറ്റാണ്ടിലെ രാഷ്ട്രീയം കാഴ്ചവച്ച അസംബന്ധങ്ങളുടെ നീണ്ടനിരയിൽ ഇന്ത്യൻ രാഷ്ട്രീയത്തെയും ഉൾപ്പെടുത്തുകയാണ് ധർമ്മപുരാണകാരൻ.

അനിമൽ ഫാം എന്ന നോവൽ രചിക്കാൻ തന്നെ പ്രേരിപ്പിച്ച ഏറ്റവും പ്രധാന വസ്തുത റഷ്യയിൽ നടപ്പായ സോഷ്യലിസത്തിന്റെ വ്യാജമാണ് എന്ന് ജോർജ്ജ് ഓർവെൽ രേഖപ്പെടുത്തിയിട്ടുണ്ട്. (Yasoda Bhatt Alxous Hudley and George Orwell p.78, 79). ഇന്ത്യൻ ജനാധിപത്യത്തിന്റെ വ്യാജമാണ് ധർമ്മപുരാണം രചിക്കാൻ തനിക്കു പ്രചോദകമായതെന്ന് വിജയനും സാക്ഷ്യപ്പെടുത്തുന്നു. (ധർമ്മപുരാണം പുറം.17) സമകാലിക രാഷ്ട്രീയത്തിന്റെ വാഗർഥങ്ങൾക്കിടയിൽ കൗടില്യ മീമാംസയുടെ വൻകട ലാണ് എന്ന് ഇന്ദിരാഗാന്ധിയുടെ ഭരണത്തെക്കുറിച്ച് വിജയയൻ രേഖ പ്പെടുത്തുന്നുണ്ട്. (ഇന്ദ്രപ്രസ്ഥം പുറം.45) ധർമ്മപുരാണത്തിന്റെ പ്രമേയം ഇതുതന്നെയാണ്. റഷ്യൻ വിപ്ലവത്തോടു ബന്ധപ്പെട്ട എല്ലാവരെയും മൃഗാവസ്ഥയിൽ കല്പിച്ചു പരിഹസിച്ചു, ഓർവെൽ. പന്നികൾ മനുഷ്യ രൂപമാർജ്ജിക്കുന്ന കഥാന്ത്യത്തിലൂടെ മൃഗതുല്യമായ മനുഷ്യാവസ്ഥ യിലാണ് വിപ്ലവങ്ങൾക്ക് വികലീകരണം സംഭവിച്ചത് എന്നദ്ദേഹം സൂചി പ്പിക്കുകയാണ്. വിജയനാകട്ടെ അസംബന്ധം മാത്രം നിറഞ്ഞ യുദ്ധ ങ്ങൾക്കും അധികാരങ്ങൾക്കും പരമസ്ഥാനമായി കാണിച്ചുതരുന്നത് സ്ഥിരബുദ്ധിയില്ലാത്ത ഒരു മൊച്ചക്കുരങ്ങനെയാണ്. ബൈബിളിലെ കഥാ പാത്രങ്ങൾക്കും കമ്മ്യൂണിസ്റ്റ് പ്രത്യയശാസ്ത്രത്തിലെ പ്രയോഗ ങ്ങൾക്കും പാരഡികൾ നിർമ്മിച്ചു ഓർവെൽ. വിജയൻ ഭാരതീയ പുരാ ണങ്ങളിലെയും കോൺഗ്രസുൾപ്പെടെയുള്ള ഇന്ത്യൻ രാഷ്ട്രീയത്തി ലെയും വ്യക്തികൾക്കും പ്രയോഗങ്ങൾക്കും പാരഡികൾ നിർമ്മിച്ചു. അങ്ങനെ ആക്ഷേപഹാസ്യം എന്ന നിലയിൽ മാത്രമല്ല, അന്യാപദേശം എന്ന നിലയിലും ധർമ്മപുരാണം പ്രസക്തി നേടുന്നു. വിജയകരമായ ഒരു സോഷ്യൽ സറ്റയറുമാണ് അനിമൽ ഫാം എന്ന് എലൻ ഡഗ്ലസ് പറഞ്ഞത് (Yasoda Bhatt, p.82) ധർമ്മപുരാണത്തിനും ഇണങ്ങുന്നു.

രാഷ്ട്രീയ ആക്ഷേപഹാസ്യത്തിനു പുറമെ, വ്യവസായ വിപ്ലവാനന്തര കാലത്തെ ശാസ്ത്രപുരോഗതി സൃഷ്ടിച്ച പ്രകൃതിപരമല്ലാത്ത സ്വഭാവ ങ്ങളുടെ വിമർശനവും അനിമൽ ഫാം നിർവഹിച്ചു. ധർമ്മപുരാണത്തിനും ഈ സ്വഭാവമുണ്ട്. യുദ്ധങ്ങളും ആയുധങ്ങളും വ്യവസായശാലകളും സൃഷ്ടിക്കുന്ന ജൈവ പ്രതിസന്ധി ധർമ്മപുരാണത്തിന്റെ ഖേദമായി നിറ യുന്നു. ആ അർത്ഥത്തിൽ നൂറ്റാണ്ടിൽ സംഭവിക്കാവുന്ന ശാസ്ത്രവിപ ത്തുകളെക്കുറിച്ചുള്ള മുന്നറിയിപ്പുകളെ, ഭാവിയെക്കുറിച്ചുള്ള ദുഃസ്വപ്ന ങ്ങൾ പോലെ, ആൽഡസ് ഹക്സിലി പകർന്നുവച്ച ദ ബ്രേവ് ന്യൂ വേൾഡുമായി ധർമ്മപുരാണം ബന്ധം സ്ഥാപിക്കുന്നു. തന്റെ കൃതിക്ക് 1964-ൽ തയ്യാറാക്കിയ. പരിഷ്കരിച്ച പതിപ്പിനെഴുതിയ ആമുഖത്തിൽ ഹക്സലി പറയുന്നു. ശാസ്ത്രത്തിന്റെ പുരോഗതിയല്ല, പുരോഗമിച്ച ശാസ്ത്രം മനുഷ്യനെ ബാധിക്കുന്ന രീതിയാണ് ധീരനൂതനലോകത്തിന്റെ പ്രമേയം. (Brave New World p.9). സാങ്കേതിക ശാസ്ത്രമാണ് ആധു നിക ലോകത്തിന്റെ ഏറ്റവും ക്രൂരമായ അപകടം എന്നദ്ദേഹം തിരിച്ചറി യുകയായിരുന്നു, ഈ നോവലിലൂടെ. തന്റെ ഒട്ടേറെ രചനകളിൽ ഈ ദർശനം പിൻപറ്റുന്നതിലൂടെയാണ് സാഹിത്യം ഭാഷയെ മാധ്യമമാക്കുന്ന ഒരു സാമൂഹികസ്ഥാപനമാണെന്നും എഴുത്തുകാരൻ സമൂഹത്താൽ

സ്വാധീനിക്കപ്പെടുന്നതുപോലെ സമൂഹത്തെ സ്വാധീനിക്കുകയും ചെയ്യുന്നുവെന്നും വിജയൻ തെളിയിക്കുന്നത്.

ഓർവെല്ലിന്റെ തന്നെ 1984 എന്ന നോവൽ ആക്ഷേപഹാസ്യത്തിന്റെ ലഘിമ ഒഴിവാക്കി പ്രത്യയശാസ്ത്രങ്ങളുടെയും അധികാരത്തിന്റെയും നേതൃത്വങ്ങളുടെയും മനുഷ്യത്വരഹിതമായ ഏകാധിപത്യ സ്വഭാവങ്ങളെ തീക്ഷ്ണമായി വിചാരണ ചെയ്യുന്ന രചനയാണ്. ഓഷ്യാനിയ എന്ന രാജ്യത്തെ ബിഗ്ബ്രദർ എന്ന ഭരണാധിപന്റെ കീഴിൽ ന്യൂ സ്പീക്ക് എന്ന ഭാഷയ്ക്കും പ്രത്യയശാസ്ത്രത്തിനും കീഴടങ്ങി ജീവിക്കുകയും പീഡനമേറ്റുവാങ്ങേണ്ടിവരികയും ചെയ്യേണ്ടിവരുന്ന വിൻസ്റ്റൺ സ്മിത്തിലൂടെ ഒരു പ്രവാചകൻ വന്നെത്താതെ അനാഥമാകുന്ന ജനതയുടെ കഥ പറയുന്നു, ഓർവെൽ. സിദ്ധാർത്ഥന്റെ നിതാന്തസാന്നിധ്യത്തിലും യുക്തിഹീനമാംവിധം പീഡനത്തിന്റെ രാവണൻ കോട്ടയിലകപ്പെടുന്ന ജനതയുടെ കഥ പറയുന്നു ധർമ്മപുരാണം. ഈ കൃതിയിലെ ധർമ്മപുരി, പ്രജാപതി, ശാകുന്തളം എന്നീ കല്പനകളെ 1984-ലെ മേൽപറഞ്ഞ കല്പനകളുമായി തുലനം ചെയ്യുന്നതു യുക്തമായിരിക്കും. ഭാവിയെക്കുറിച്ചുള്ള ഭീതിദമായ ഒരു പ്രവചനമായിരുന്നു ഓർവെല്ലിന്റേതെങ്കിൽ വർത്തമാനകാലത്തെക്കുറിച്ചുള്ള നടുക്കുന്ന സൂചനകൾ തന്നെയാണ് വിജയന്റേത്. അധികാരത്തിന്റെ ശാസ്ത്രമായ രാഷ്ട്രീയം രാക്ഷസീയവും അമാനുഷികവുമായ ഒരു ശക്തിയായി മാറിയ സാർവലൗകികാവസ്ഥകളെക്കുറിച്ചുള്ള പ്രതിബോധമാണ് ഓർവെല്ലിനും വിജയനുമുള്ളത്. ഓർവെല്ലിന്റെ നോവലുമായി പ്രത്യക്ഷത്തിൽ ബന്ധമില്ലാത്ത ധർമ്മപുരാണത്തിന്റെ രചന താനനുഭവിച്ച രാഷ്ട്രീയ സമ്മർദ്ദങ്ങളുടെ കഥാർസിസ് ആയിരുന്നുവെന്ന് വിജയൻ രേഖപ്പെടുത്തുന്നുണ്ട്. ഏറെ ദുഃഖിച്ചെഴുതിയ ഒരു പുസ്തകമാണത്. അതിലേറെ ശങ്കിച്ച്. ഓർവെല്ലിന്റെ ഇതിവൃത്തം ഭാവിയിൽ സ്ഥാപിതമാകാനിരിക്കുന്നതും ഐതിഹാസിക പരിവേഷങ്ങളുള്ളതുമായ ഭീകരഭരണമാണ്. ധർമ്മപുരാണത്തിന്റെ ഇതിവൃത്തമാകട്ടെ, വർത്തമാനകാല സംബന്ധിയും ക്ഷുദ്രവുമായ ഒരു ഭരണാഭാസവും. ഓർവെൽ സങ്കല്പിക്കുകയായിരുന്നു, ഞാൻ അനുഭവിക്കുകയും (കുറിപ്പുകൾ പുറം. 90, 91).

അടിയന്തരാവസ്ഥയാണ് ഇവിടെ സവിശേഷാർത്ഥം നല്കുന്ന ഈ രാഷ്ട്രീയ ക്ഷുദ്രത. സമാനമായ അനുഭവമായി അടിയന്തരാവസ്ഥയെ കണ്ടുകൊണ്ട് അതേപ്പറ്റി പ്രതീകാത്മകമായ കഥകൾ രചിച്ച ആനന്ദ് പറയുന്നതു നോക്കുക: ഇന്ത്യയിൽ ബ്രിട്ടീഷുകാരുടെ കാലത്തുപോലും അനുഭവപ്പെടാത്ത ഒന്നായിരുന്നു അടിയന്തരാവസ്ഥ. അതിന്റെ പിന്നിലുള്ള സംഗതികളായിരുന്നു പ്രധാനം. ഇറ്റ് വാസ് സംതിങ് വി കുഡ്നോട്ട് ഡൈജസ്റ്റ്. അത്രമാത്രം ആർട്ടിഫിഷ്യലായിരുന്നു അത്. സോൾഷെനിസ്റ്റൻ ആവർത്തിച്ചു പറഞ്ഞില്ലേ, ഫോൾസ്ഹുഡ്, ഫോൾസ്ഹുഡ് എന്ന്. അതുപോലെ ഒന്നായിരുന്നു അടിയന്തരാവസ്ഥ. (കലാകൗമുദി, 950 പുറം36).

അധികാരികൾ സ്വന്തം കാഷ്ഠം കൊണ്ട് അടക്കിഭരിക്കുന്ന ഒരു പൈശാചിക സാമ്രാജ്യമാണ് ധർമ്മപുരി (സക്കറിയ). പ്രജാപതിയാകട്ടെ

ഒരു വ്യക്തിയെന്നതിലുപരി ഒരവസ്ഥയുടെ പ്രതീകവുമാണ്. ഇരുപതാം നൂറ്റാണ്ടിലെ ഏകാധിപതികൾ സൃഷ്ടിച്ച ചരിത്രത്തിന്റെ വൈരുദ്ധ്യാത്മകതകൾ ലോകരാഷ്ട്രീയത്തിൽ ഒരു നിഷ്ഠുര യാഥാർത്ഥ്യം തന്നെയായിരുന്നു. ഓരോ കുലപതിയും നരഭോജിയായ രാക്ഷസനെന്നപോലെ ജനതയ്ക്ക് ഭീതിദമായ സ്വപ്നങ്ങളും സാന്നിധ്യങ്ങളും നൽകി, സ്വയം ചരിത്രത്തിന്റെ തമഃശക്തികളായി പ്രതിഷ്ഠ നേടി.

ഗബ്രിയേൽ ഗാർസ്യാ മാർക്കേസിന്റെ Autumn of the Patriarch എന്ന നോവലിലെ ഏകാധിപതിയായ ലാറ്റിനമേരിക്കൻ ഭരണാധികാരിയെപ്പോലെ പടവുകൾ കയറിത്തളർന്നവനാണ് പ്രജാപതിയും. ഒട്ടധികം വരുന്ന മക്കളിലൂടെ, അറപ്പുളവാക്കുന്ന കാമകേളികളിലൂടെ, നരമാംസഭോജനത്തിന്റെ ബീഭത്സതയിലൂടെ തന്റെ അധികാര കാമന തിളച്ചൊഴുക്കിയ കുലപതിയുടെ സ്വഭാവം തന്നെയാണ് പ്രജാപതിക്കുമുള്ളത്. ബലാത്സംഗവും നരനായാട്ടും രണ്ടുപേർക്കും ഇഷ്ടവിനോദങ്ങളാണ്. യുദ്ധങ്ങൾ കറുത്ത ഫലിതമായി രണ്ടുപേരുമാസ്വദിച്ചു. അമേരിക്ക, കുലപതിയുടെ വാഴ്ചയ്ക്കു സർവ്വപിന്തുണയും നൽകുന്നതുപോലെ താർത്താരിക്കുടിയരശ് (പഴയ സോവിയറ്റ് യൂണിയൻ) പ്രജാപതിക്കു പ്രതിസന്ധി പ്രഖ്യാപിക്കാനും നടപ്പിലാക്കാനും പിന്തുണ നല്കുന്നു. ചുരുക്കത്തിൽ ചരിത്രത്തിന്റെ ഒരു ഛേദം തന്നെയാണ് മാർക്കേസിനെപ്പോലെ, വിജയനും ചിത്രീകരിക്കുന്നത്. പട്ടാളഭരണത്തിൽ അസുരശക്തിയായി പരണമിക്കുന്ന ഏകാധിപതിയാണ് മാർക്കേസിന്റെ കഥാപാത്രം. ജനാധിപത്യത്തിന്റെ വികലീകരണത്തിലൂടെ സേച്ഛാധിപതിയായി മാറിയ അധികാരിയാണ് വിജയന്റെ കഥാപാത്രം.

അധികാരത്തിന്റെ ഈ അധർമ്മപുരാണത്തിൽ പ്രജാപതിയുടെ വാഴ്ചക്കു വിഘ്നം വരുത്തുന്ന പ്രവാചകനായ സിദ്ധാർത്ഥനും പരാശരനെന്ന സൈന്യാധിപനും പ്രതിരോധത്തിന്റെ വിഫലയത്നങ്ങളുയർത്തുന്ന ഗോസായി അമ്മാവനും മറ്റ് ശ്മശ്രുക്കളുമൊഴികെയുള്ള കഥാപാത്രങ്ങളെല്ലാം ചരിത്രത്തിന്റെ മലീമസമായ വിഴുപ്പിലടിഞ്ഞു കിടക്കുകയാണ്. രുമണ്വാൻ, ഹയവദൻ, പുരീഷാനന്ദൻ, ശകുനി എന്നിങ്ങനെ. അവർക്കെല്ലാം പ്രജാപതിയുടെ വിസർജ്ജ്യത്തിന്റെ ഓജസ്സാണുള്ളത്. ധർമ്മപുരിയിൽ എന്തെങ്കിലുമായിത്തീർന്നിട്ടുള്ളവരൊക്കെ - വ്യവസായങ്ങളിലാകട്ടെ, രാഷ്ട്രീയത്തിലാകട്ടെ, ആ തീട്ടം തിന്നാണ് അവിടങ്ങളിലൊക്കെ പിടിച്ചുകയറിയത്. സ്വാതന്ത്ര്യപ്രാപ്തിയോടെ അധികാരത്തിന്റെ മുഖമുദ്ര അമ്പേ മാറി. ധർമ്മപുരിയുടെ പ്രാചീനതപസ്വികളുടെ സംസ്കൃതിയെ മാനിക്കുവാൻ പുതിയ ഭരണകൂടം പ്രതിജ്ഞാബദ്ധമായിരുന്നു. അങ്ങനെ ലോകത്തിലെ രാഷ്ട്രങ്ങളത്രയും ഭൗതികാസക്തിയിൽ മുങ്ങിക്കഴിഞ്ഞപ്പോൾ ധർമ്മത്തിന്റെയും സത്യത്തിന്റെയും പാതയിൽ ധർമ്മപുരി തനിച്ചാവുകയും കിടമത്സരമില്ലാതെ ലോകത്തിന്റെ ആത്മീയനേതൃത്വം ധർമ്മപുരിക്ക് കൈവരുകയും ചെയ്തു. സത്യവും ധർമ്മവും, രാഷ്ട്രമീമാംസയായി മാറിയപ്പോൾ ഭരണകൂടവും പരിവർത്തനം പ്രാപിച്ചു. തങ്ങളുടെ സൈന്യങ്ങളെ യുദ്ധത്തിനിറക്കുകയില്ലെന്നും മറിച്ച് ലോകരാഷ്ട്രങ്ങളെ തമസ്സിന്റെ മാർഗ്ഗത്തിൽ നിന്നു

പിൻതിരിപ്പിക്കാൻ ഉപയോഗിക്കുകയേ ഉള്ളൂ എന്നും ധർമ്മപുരി നിശ്ച യിച്ചു. പറങ്കികളിൽ നിന്ന് കൊല്ലും കൊലയും കൂട്ടബലാത്സംഗവും മറ്റേതു സൈന്യത്തെയും പോലെ അഭ്യസിച്ച ധർമ്മപുരിയുടെ സൈന്യം സ്വാത ന്ത്ര്യാനന്തരം ഉപദേഷ്ടാക്കളുടെ സുവിശേഷസംഘങ്ങളായി മാറി.

വിരുദ്ധാർത്ഥപ്രയോഗങ്ങളുടെ പരമ്പരയിലൂടെ സ്വാതന്ത്ര്യാനന്തര ഇന്ത്യൻ രാഷ്ട്രീയത്തിന്റെ ഭരണകൂടങ്ങളുടെ, വിദേശനയങ്ങളുടെ, യുദ്ധ ങ്ങളിലൂടെ സംരക്ഷിക്കപ്പെടുന്ന ദേശീയതയുടെ ജനാധിപത്യത്തിന്റെ ഒക്കെ ധർമ്മസങ്കടങ്ങൾ അവതരിപ്പിക്കുന്നു വിജയൻ. ധർമ്മപുരിയെ ന്നാണ് അധർമ്മത്തിന്റെ പ്രഹേളികകൾ നിറഞ്ഞ ഇന്ത്യയ്ക്ക് നല്കുന്ന പേര്. അശാന്തിയുടെ മന്ത്രങ്ങൾ മാത്രം മുഴക്കിയ തലസ്ഥാനം ശാന്തി ഗ്രാമവും. ജനശത്രുവായി പ്രജാപതിയും. എല്ലാ അധാർമ്മികതകൾക്കും ചുക്കാൻ പിടിക്കുന്ന ഭരണകക്ഷി അധ്യാത്മികകക്ഷി. സൈന്യത്തിന് സുവിശേഷസംഘമെന്നും പട്ടാളക്കാർക്ക് ഉപദേഷ്ടാക്കളെന്നും കൂടി പേരിടുമ്പോൾ ഈ വിരുദ്ധാർത്ഥപ്രയോഗം സാർത്ഥകമാകുന്നു.

ധർമ്മപുരാണത്തിന്റെ ആഖ്യാനത്തിന് ഭാരതീയ പുരാണങ്ങളുമായി സാങ്കേതികതലത്തിൽ സമാനത കൈവരുത്താൻ വിജയൻ ശ്രമിക്കു ന്നുണ്ട്. ധർമ്മപുരിയുടെ ഭരണഘടനയ്ക്ക് പേർ ശാകുന്തളം എന്നാണ്. ശകുന്തളയെന്ന പെൺകുട്ടി കഥയിൽ പലപ്പോഴും കടന്നുവരികയും കാളി ദാസനോടും ബന്ധപ്പെടുത്തി പറയുന്ന പ്രസിദ്ധമായ കാത്വം ബാലേ? കാഞ്ചനമാലാ.... എന്ന ശ്ലോകം ആവർത്തിക്കപ്പെടുകയും ചെയ്യുന്നു ണ്ട്. ഗൗതമബുദ്ധന്റെ മാതൃക സ്വീകരിച്ചു രൂപപ്പെടുത്തിയിരിക്കുന്ന കഥാ പാത്രമാണ് ഇതിലെ സിദ്ധാർത്ഥൻ, പ്രജാപതി, പരാശരൻ, രുമണ്വാൻ, സുനന്ദൻ, വാതസേനൻ, ഘ്യൃണി, ആര്യദത്തൻ, മന്ദാകിനി, പ്രിയംവദ, കശ്യപൻ, കുംഭാണ്ഡൻ, ശകുനി, ദേവവ്രതൻ, ചിത്രാംഗദ.... എന്നിങ്ങ നെയുള്ള കഥാപാത്രസംജ്ഞകൾ ഭാരതീയപുരാണങ്ങളിലുള്ളവയോ അവയോടുസമാനതയുള്ളവയോ ആണ്. ശൂദ്രകന്റെയും ഭാര്യയുടെയും കഥ, ജരൽക്കാരുവിന്റെ കഥ എന്നിവ പഞ്ചതന്ത്രം കഥകളുടെ ശൈലി യിൽ പറഞ്ഞുപോകുന്നു.

ധർമ്മപുരാണത്തിലെ ഏറ്റവും വ്യക്തമായ ഇന്ത്യൻ സൂചകം പ്രജാ പതി തന്നെയാണ്. പ്രതിസന്ധി പ്രഖ്യാപനത്തിൽ ആ സൂചകം സാർത്ഥ കമാകുകയും ചെയ്യുന്നു. സ്വാതന്ത്ര്യാനന്തര ഇന്ത്യൻ രാഷ്ട്രീയത്തിലെ കറുത്ത അധ്യായമായി വിളികൊണ്ട 1975–77 കാലത്തെ ആഭ്യന്തര - അടിയന്തരാവസ്ഥയുടെ പശ്ചാത്തലത്തിൽ രചിച്ചു എന്നതിനാൽ സാർവ ലൗകികമായ അധികാരത്തിന്റെ താമസരൂപങ്ങൾക്കു നേരെയുള്ള വിജ യന്റെ പ്രതിരോധം സവിശേഷാർത്ഥത്തിൽ ഇന്ത്യയിലേക്കും ഇന്ദിരാ ഗാന്ധിയിലേക്കും വ്യാപിക്കുകയും ചെയ്യുന്നു.

തെരഞ്ഞെടുപ്പിൽ അധ്യാത്മ കക്ഷി തോറ്റുപോയാൽ എന്തുസംഭ വിക്കും എന്ന ചോദ്യത്തിന് സചിവന്മാർ നല്കിയ ഉത്തരം പ്രജാപതിയെ വിറളി പിടിപ്പിച്ചു. ആ വിറളിയിൽ നിന്നാണ് പ്രതിസന്ധി പിറക്കുന്നത്. സംയുക്തനാടൻ പാണ്ടികശാലയുടമകൾ കൊച്ചുതിരുമേനിമാരുടെ യന്ത്ര

വാഹനങ്ങൾ കണ്ടുകെട്ടുകയും മധുരപലഹാരങ്ങൾ അവർക്കു കൊടുക്കാതിരിക്കുകയും വെളുത്ത പെണ്ണുങ്ങളെ തിരിച്ചുവിളിക്കുകയും ചെയ്യുമെന്ന് സചിവന്മാർ പ്രജാപതിയെ ധരിപ്പിച്ചു. കാമാതുരരും തീറ്റക്കൊതിയന്മാരുമായ പ്രജാപതിക്കുഞ്ഞുങ്ങളുടെ സൗഖ്യം നിലനിർത്തണമെങ്കിൽ രാജ്യം പ്രതിസന്ധി പ്രഖ്യാപിക്കണമെന്നുവന്നു. അതുകൊണ്ട് വ്യാജമായ ഭീഷണികളിലൂടെ ദേശസ്നേഹത്തിന്റെ കപടമുഖങ്ങളിലൂടെ പ്രജാപതി പ്രതിസന്ധി പ്രഖ്യാപിച്ചു. പാർലമെന്റിൽ സി.പി.എം. നേതാവായിരുന്ന എ.കെ. ഗോപാലൻ പറഞ്ഞതുപോലെ ആഭ്യന്തരസുരക്ഷിതത്വത്തിന് യഥാർത്ഥമായ ഭീഷണിയുണ്ടായതുകൊണ്ടല്ല, അലഹബാദ് ഹൈക്കോടതി വിധിയും ഗുജറാത്ത് തെരഞ്ഞെടുപ്പിൽ കോൺഗ്രസിനെതിരായ ജനവിധിയും ഉണ്ടായതുകൊണ്ടാണ് ഇന്ദിരാഗാന്ധി അടിയന്തരാവസ്ഥ പ്രഖ്യാപിച്ചത് (കുൽദീപ് നയ്യാർ, ദ ജഡ്ജ്മെന്റ്, പുറം. 83). സ്വതന്ത്രഭാരതത്തിന്റെ പരമാധികാരവും ജനാധിപത്യവും മതേതരത്വവും സമത്വവാദവും പൗരസ്വാതന്ത്ര്യവും കാറ്റിൽ പറത്തി സ്വാർത്ഥത്തിന്റെയും അധികാരത്തിന്റെയും മുഷ്ക്കിൽ അറുപതുകോടി ജനങ്ങളെ തളച്ചിട്ട ഈ ഭരണാധികാരിയുടെ പ്രതീകമായി ഇവിടെ പ്രജാപതി മാറുന്നു. പ്രതിസന്ധി മഞ്ഞുപോലെ മനുഷ്യന്റെ ഓർമ്മകളിലും സഹനങ്ങളിലും കിനിഞ്ഞിറങ്ങുകയും കുഞ്ഞുങ്ങളുടെ ഒരു മുഴുവൻ തലമുറയും പ്രതിസന്ധിയിൽ വളരുകയും ചെയ്തു.

ഇന്ദിരാഗാന്ധിയുടെ മകൻ സഞ്ജയ് ഗാന്ധി കൈയടക്കിയ അനാശാസ്യമായ അധികാരത്തിനു കീഴിൽ നടന്ന പ്രതിപക്ഷനേതാക്കളുടെ അറസ്റ്റും നിരപരാധികളായ ജനസഹസ്രങ്ങളുടെ പീഡാനുഭവവും നിർബന്ധിതവന്ധ്യംകരണവും മാധ്യമങ്ങളുടെ നാവരിയലും മറ്റും പ്രത്യക്ഷമായി തന്നെ ധർമ്മപുരാണത്തിൽ വിവരിക്കപ്പെടുന്നു. ഈ കൗടില്യശാസ്ത്രത്തിന്റെ വൈഭവത്തിൽ പ്രജാപതി സ്വയം അഹങ്കരിക്കുകയും പിന്നീട് പ്രതിസന്ധിയുടെ രണ്ടാം ഘട്ടമായി യുദ്ധപ്രഖ്യാപനം നടത്തുകയും ചെയ്തു. ഭരണം തുടരാൻ തനിക്കൊരു ശത്രു ആവശ്യമാണെന്നും കാര്യങ്ങൾ മനസ്സിലാക്കി സഹകരിക്കുന്ന ഒരു ശത്രുവാകണം അതെന്നും പ്രജാപതി കരുതി. അരമനയുടെ മൂകമായ പാതിയിരുട്ടിൽ തോടിനകത്ത് തന്റെ മജ്ജകളെ ഒളിപ്പിച്ചുവച്ച ഒരു കൂറ്റൻ ശംഖിനേപ്പോലെ പ്രജാപതിയിരുന്നു. പുറത്ത് അശാന്തമായ ഒരു വൻ കടൽ തല്ലിത്തിമിർത്തു. ശബ്ദായമാനമായ അസംബന്ധങ്ങളുടെ കഴിഞ്ഞ കാലങ്ങൾ തെണ്ടിയുടെ അലച്ചിൽ കൂട്ടിക്കൊടുപ്പുകാരന്റെ അധമത്വം പ്രസംഗത്തിന്റെ തെരുക്കൂത്തുകൾ, ഭീകരപ്രവർത്തനം സർവ്വോപരി ഭക്ഷണത്തിന്റെ പിറകെയുള്ള പരക്കം പാച്ചിൽ പാരാവാരത്തിന്റെ തിലമാലകൾ തന്റെ സന്തതികളുടെ മേൽ ചിന്നിച്ചിതറുന്നതും അവരൊന്നൊന്നായി അതിന്റെ നുരച്ചാർത്തിനിടയിൽ മറഞ്ഞുപോകുന്നതും പ്രജാപതി കണ്ടു. (പുറം 52).

വ്യഭിചാരത്തിന്റെയും കൂട്ടിക്കൊടുപ്പിന്റേയും പാപങ്ങളിലൂടെ തങ്ങളുടെ അധികാരത്തെ വ്യഭിചരിച്ച ഭരണകർത്താക്കളെക്കുറിച്ചുള്ള

വിജയന്റെ വാക്കുകൾ അടിയന്തരാവസ്ഥയുടെ നീണ്ട രാത്രികൾ മറ പിടിച്ച ഇന്ത്യൻ രാഷ്ട്രീയത്തിന്റെ തനിനിറമാണ് വ്യക്തമാക്കുന്നത്. സനാതനമായ മരണത്തിന്റെ നാറ്റം വമിപ്പിച്ചുകൊണ്ട് മന്ത്രിയായ രുമണ്വാൻ ലാവണ്യയോട് പറഞ്ഞു. രാഷ്ട്രമില്ലെങ്കിൽ രാഷ്ട്രീയമുണ്ടോ? രാഷ്ട്രീയമില്ലെങ്കിൽ അധികാരമുണ്ടോ? അധികാരമില്ലെങ്കിൽ- അവൾ പൂരിപ്പിച്ചു. അധികാരമില്ലെങ്കിൽ സ്വന്തം പെണ്ണിനെ കൂട്ടിക്കൊടുക്കാൻ പറ്റുമോ. (പുറം 66) ലൈംഗികമായ സാഡിസത്തെക്കുറിച്ചുള്ള പഠനത്തിൽ എറിക് ഫ്രോം, തന്റെ സെനറ്റർമാരുടെ ഭാര്യമാരുമായി പുലർത്തുന്ന ലൈംഗിക വിക്രിയകളിലൂടെ സെനറ്റർമാരെ കീഴടക്കിയാനന്ദിക്കുന്ന കലിഗുലയെ അൽബർ കാമു അവതരിപ്പിക്കുന്നതിനെ വിശകലനം ചെയ്യുന്നുണ്ട്. (The Anatomy of Human Destructiveness p.385) പ്രജാപതിയുടെ ക്രിയകളും കലിഗുലയുടേതിൽ നിന്നു ഭിന്നമല്ല. സഹമന്ത്രിയായ ഹയവദനന്റെ ഭാര്യയെ പ്രാപിച്ച പ്രജാപതി അവളുടെ ഇംഗിതപ്രകാരം രുമണ്വാനെ മാറ്റി തൽസ്ഥാനത്ത് ഹയവദനനെ ആഭ്യന്തര മന്ത്രിയാക്കുന്നു. തന്റെ ചവിട്ടടിയിൽ മന്ത്രിമാർ കിടന്നിഴയണമെന്ന് പ്രജാപതി കരുതി. അങ്ങനെ അയാൾ തന്റെ ഷണ്ഡതയെ സർവ്വാധിപത്യമാക്കി സ്വയം പ്രതിഷ്ഠിച്ചു. പരപീഡനത്തിന്റെ ഈ നിന്ദ്യമായ നിർവൃതിയിൽ നഗ്നനായി വാപൊളിച്ച് നാറുന്ന വായിലൂടെ കൂർക്കം വലിച്ച് തളർന്ന ലിംഗവുമായി ധർമ്മപുരിയുടെ പ്രജാപതി ഉറങ്ങിക്കിടക്കുന്നു. ആ ഉറക്കത്തെയും വായനാറ്റത്തെയും ശത്രുക്കളിൽ നിന്നു രക്ഷിക്കാനായി കാവൽഭടന്മാർ കട്ടിലിനു ചുറ്റും നിന്നു. മുറിക്കു ചുറ്റും പിന്നെ കൊട്ടാരത്തിനു ചുറ്റും പിന്നെ കൊട്ടാരം സ്ഥിതി ചെയ്യുന്ന ശാന്തിഗ്രാമത്തിനു ചുറ്റും, പിന്നെ ധർമ്മപുരിയെ ചുറ്റിയ അതിരുകളുടെ ആയിരം കാതം ഉടനീളവും പട്ടാളക്കാർ കാവൽനിന്നു. ഭീഷണമായ ആ സൈനികവലയങ്ങളുടെ കേന്ദ്രസാരമായി ഇത്തിരി വായനാറ്റവും സ്ഖലനദാരിദ്ര്യവും മാത്രം കിടന്നു (പുറം. 130) സ്വേച്ഛാധിപത്യങ്ങളുടെ ബാക്കി പത്രമാണിത്.

കാലത്തിന്റെ ജീർണ്ണതയെ സംസ്കാരത്തിന്റെ ജീർണ്ണതയിലൂടെ സർഗാത്മകമായി പ്രതിഫലിപ്പിക്കുകയാണ് വിജയൻ ധർമ്മപുരാണത്തിൽ. സുരതത്തിന്റെയും ഗർഭത്തിന്റെയും പിറവിയുടെയും ചിതയുടെയും പൊലിമകളെ വെടിഞ്ഞ് മനുഷ്യൻ സമ്പത്തു ശേഖരിക്കുകയും രാഷ്ട്രങ്ങളെ ഭരിക്കുകയും ചെയ്യുന്നതെന്തുകൊണ്ട്? എന്ന വിജയന്റെ ചോദ്യം ധർമ്മപുരാണത്തിന്റെ ആശയകേന്ദ്രമായി നിറയുന്നുണ്ട്. ഈ ദർശനം തന്റെ ചേതനയിൽ ഉൾക്കൊള്ളുന്നതിനാലാണ് വാതസേനൻ എന്ന പട്ടാളക്കാരൻ ഒരു നീരാളിയുടെ അദമ്യതയോടെ ധർമ്മപുരിയെ ഇങ്ങനെ ശപിക്കുന്നത്.

ഞാൻ ഈ നഗരത്തെ ശപിക്കുന്നു. ഞാൻ ഈ രാഷ്ട്രത്തെ ശപിക്കുന്നു. അതിരുകളെന്ന മിഥ്യയിൽ നീണ്ട വർഷങ്ങളിലൂടെ എന്നെ കാവൽ നിർത്തി എന്റെ ഉടലും ഉള്ളും തകർത്ത ഈ രാഷ്ട്രവും മറ്റ് രാഷ്ട്രങ്ങളും എന്റെ ശാപത്തിന്റെ വ്യാധിയിൽ ചീഞ്ഞഴുകട്ടെ (പുറം. 148).

ദൈവവിരുദ്ധവും മനുഷ്യവിരുദ്ധവുമായ സ്വാർത്ഥങ്ങളിൽ കുടുങ്ങി ഭരണം നടത്തുന്ന വ്യക്തികളെക്കുറിച്ചുള്ള സിദ്ധാർത്ഥന്റെ ഖേദം ഇന്ത്യൻ രാഷ്ട്രീയത്തിൽ നടമാടുന്ന അവ്യവസ്ഥകളെക്കുറിച്ചുള്ള വിജയന്റെ ഖേദം തന്നെയാകുന്നു. ഈ ഖേദങ്ങളുടെ ധർമ്മസങ്കടം പൂർണ്ണമാകുന്നത് വിജയൻ ഗാന്ധിയെ ധർമ്മപുരാണത്തിന്റെ വിഷമഖണ്ഡങ്ങളിൽ പ്രവേശിപ്പിക്കുമ്പോഴാണ്. ഗോസായിയമ്മാവന്റെ ചിതാഭസ്മം പ്രജാപതി കടലിൽ കലക്കി ശമിപ്പിച്ചിട്ടു കാലമേറെയായി. എങ്കിലും ആളുകൾ പറയുന്നു ഗോസായിയമ്മാവൻ തിരിച്ചുവരുമെന്ന്. അങ്ങനെ പറയുന്നത് രാജ്യദ്രോഹമാണെങ്കിലും താൻ നയിച്ച സമരത്തിന്റെ പരിണതി ആത്മാവുനഷ്ടപ്പെട്ട മൃഗീയതകളിലേക്ക് വഴിതെറ്റിയതറിഞ്ഞ് ഗോസായിയമ്മാവൻ തടവറയുടെ ഇരുട്ടിൽ ഉറങ്ങുകയാണ്. ആദികാലം മുതൽ അധികാരത്തിന്റെ അസുരവാഴ്ചകൾ സഹിച്ച പീഡിതന്റെ പ്രതീകമാകുന്നു ഇവിടെ ഗാന്ധി. ധർമ്മത്തിന്റെ കരവിട്ടു കപ്പലോടിച്ചകന്ന ഒരു സംസ്കൃതിയെയാണ് അദ്ദേഹം കരയ്ക്കടുപ്പിക്കാൻ ശ്രമിച്ചത്. ആഴക്കടലിലേക്ക് പാറിപ്പോയ കപ്പൽപ്പായയാണ് ഇന്ത്യൻ രാഷ്ട്രീയത്തിന്റെ ധാർമ്മികബോധം. കടലിൽ നിന്നുയരുന്ന നിലവിളിപോലെ ഗാന്ധിയുടെ സ്വപ്നം ഇന്ത്യയുടെ ആത്മാവിൽ അപാരമായി മുഴങ്ങുകയാണ്.

അടിയന്തരാവസ്ഥയെ പിന്തുണച്ച റഷ്യൻ കമ്യൂണിസ്റ്റുപാർട്ടിയെയും ഇന്ത്യൻ കമ്മ്യൂണിസ്റ്റ് പാർട്ടിയെയും വിജയൻ രൂക്ഷമായി വിമർശിക്കുന്നുണ്ട്. പ്രജാപതിയുടെ പ്രതിസന്ധിപ്രഖ്യാപനത്തെ സ്വാഗതം ചെയ്തുകൊണ്ട് താർത്താരിക്കുടിയരശിന്റെ സത്യംവദയെന്ന പത്രം മുഖപ്രസംഗമെഴുതി മനുഷ്യവർഗത്തിന്റെ വിമോചനത്തിന്റെ പാതയിൽ ഒരു നാഴികകല്ലുകൂടി ആധ്യാത്മികന്മാരെക്കൂടി അമ്പരപ്പിച്ചുകൊണ്ട് ധർമ്മപുരിയിലെ സമഷ്ടിവാദികൾ ഭേദഗതി ചെയ്യപ്പെട്ട നിയമത്തെ തീവ്രമായ ആവേശത്തോടെ ന്യായീകരിക്കുകയും ചിലപ്പോഴൊക്കെ സ്വയം സ്വീകരിക്കേണ്ടിവന്ന കാരാഗൃഹവാസത്തിൽ സന്തുഷ്ടരാകുകയും ചെയ്തു.

ചുരുക്കത്തിൽ, നുണകളുടെയും വക്രോക്തികളുടെയും വിഡ്ഢിത്തങ്ങളുടെയും വിദ്വേഷങ്ങളുടെയും മനോരോഗങ്ങളുടെയും സമാഹാരമായ രാഷ്ട്രീയ (Murray Sperber, Literature and Politics, p.181)ത്തിന്റെ സ്വാതന്ത്ര്യാനന്തര ഇന്ത്യൻ ചരിത്രം തന്നെയാണ് ധർമ്മപുരാണം.

അധികാരത്തിന്റെ പ്രതിരോധപാഠങ്ങൾ

ഡോ. മുഞ്ഞിനാട് പത്മകുമാർ

"പ്രിയംവദ പറഞ്ഞു:

'പ്രഭോ, പ്രാധാന്യമില്ലാത്ത ഒരു വകുപ്പിലെ വെറുമൊരു ഉപമന്ത്രിയാണ് തടിച്ച ചുണ്ടുള്ള എന്റെ ഭർത്താവ്. അദ്ദേഹത്തെ രാജ്യരക്ഷാമന്ത്രിയാക്കണം.'

സ്ഖലനാനന്തര വിഹ്വലതയിൽ പ്രജാപതി പറഞ്ഞു:

'ശരി. രാജ്യരക്ഷാവകുപ്പ്.'

അതും പറഞ്ഞ് പ്രജാപതി ഉറക്കമായി. നഗ്നനായി, വാ പൊളിച്ച്, നാറുന്ന വായിലൂടെ കൂർക്കംവലിച്ച് തളർന്ന ലിംഗവുമായി ധർമ്മപുരിയുടെ പരമാധികാരി ഉറങ്ങിക്കിടന്നു. ആ ഉറക്കത്തെയും വായനാറ്റത്തെയും ശത്രുക്കളിൽനിന്നു സംരക്ഷിക്കാനായി കാവൽഭടന്മാർ കട്ടിലിനു ചുറ്റും നിന്നു. മുറിക്കു ചുറ്റും, പിന്നെ കൊട്ടാരത്തിനു ചുറ്റും, പിന്നെ കൊട്ടാരം സ്ഥിതി ചെയ്ത ശാന്തിഗ്രാമത്തിനു ചുറ്റും, പിന്നെ ധർമ്മപുരിയെച്ചുറ്റിയ അതിരുകളുടെ ആയിരം കാതം ഉടനീളവും പട്ടാളക്കാർ കാവൽനിന്നു. ഭീഷണമായ ആ സൈനികവലയങ്ങളുടെ കേന്ദ്രസാരമായി ഇത്തിരി വായനാറ്റവും സ്ഖലനദാരിദ്ര്യവും മാത്രം കിടന്നു. "

—ധർമ്മപുരാണം

തീ പിടിച്ച കാലത്തിന്റെ വിലാപങ്ങളിൽ നിന്നാണ് ധർമ്മപുരാണം സമാരംഭിക്കുന്നത്. നമ്മുടെ ഭാഷയിൽ ലഭ്യമായ ആദ്യത്തെയും അവസാനത്തെയും ജ്ഞാനദർശനമായിരുന്നു അത്. സുസ്വരതയാർന്നതും എന്നാൽ വിധ്വംസകവുമായ ചരിത്രത്തെ ധർമ്മപുരാണത്തിലൂടെ വിജയൻ നവചരിത്രവാദത്തിന്റെയും ലൈംഗിക അരാജകത്വത്തിന്റെയും അനുഭവങ്ങളിലേക്ക് കൂട്ടിക്കൊണ്ടുവന്നു. അപ്പോൾ സംഭവിച്ചതാകട്ടെ, ആദർശത്തിന്റെയും നവസംസ്കാരിക നിർവ്വചനത്തിന്റെയും അതിർത്തികൾ ഭേദിച്ചുകൊണ്ട് പുതിയൊരു അരാഷ്ട്രീയം ഉയർത്തെഴുന്നേറ്റുവന്നു. ഇത് തികച്ചും അപ്രതീക്ഷിതമായൊരു ആക്രമണമായിരുന്നു. ഇത് വളരെ മുൻപേ വിജയൻ ചിന്തിച്ചുറപ്പിച്ചിരുന്ന ഒരു സൗന്ദര്യപദ്ധതിയായിരുന്നു.

എന്നാൽ അപ്രതീക്ഷിതമായ ഈ ആക്രമണം നമ്മുടെ അഭിരുചികളെ അപ്പാടെ തകർത്തുകളഞ്ഞു. അതുകൊണ്ടാണ് ധർമ്മപുരാണം വായിക്കുമ്പോഴെല്ലാം പ്രബലമായ ചില ചോദ്യങ്ങളെ നമുക്ക് നേരിടേണ്ടിവരുന്നത്. ചോദ്യങ്ങളിലൊന്ന്, അധികാരത്തിനും ഏകാധിപത്യത്തിനും ഇടയ്ക്കുള്ള കാലത്തെ ഒരു പൗരസമൂഹത്തിന് എങ്ങനെ മറികടക്കുവാൻ കഴിഞ്ഞു എന്നുള്ളതാണ്. മറ്റുള്ളവ ഭയവും സദാചാരസംബന്ധിയുമായ ആലോചനകളാണ്. ഇതിലാദ്യത്തെ ചോദ്യത്തിന് ഏലിയാസ് കനേറ്റി (Crowds and power) മറുപടി പറയുന്നുണ്ട്. ചരിത്രത്തിലെ ആൾക്കൂട്ടത്തെ സംബന്ധിച്ച് സ്ഫോടനാത്മകമായ വെളിപ്പെടുത്തൽ നടത്തിക്കൊണ്ട് കനേറ്റി പറഞ്ഞത് ചരിത്രത്തിലെ ആൾക്കൂട്ടം അധികാരത്തിന്റെ സൃഷ്ടിയെന്നാണ്. അധികാരത്തിനുചുറ്റും ഒരാൾക്കൂട്ടമുണ്ടാകും. ആൾക്കൂട്ടം ചലനാത്മകമാണ്. പക്ഷേ, അവർ പാവകളെപ്പോലെ നിശ്ശബ്ദമാണ്. എന്നാൽ ആൾക്കൂട്ടത്തിന്റെ കേന്ദ്രബിന്ദുവായി നിൽക്കുന്ന അധികാരം (power) ചലിക്കുന്നില്ല. സ്വയം ചലിക്കാതെ മറ്റുള്ളവരെ ചലിപ്പിക്കുക എന്ന അധീശത്വം (Hegemony) അവർ ഭംഗിയായി നടപ്പിൽ വരുത്തുന്നു. ധർമ്മപുരിയിലെ പ്രജാപതി സ്വയം ചലിക്കാതെ മറ്റുള്ളവരെ ചലിപ്പിക്കാൻ സമർത്ഥനായ ഒരാളാണ്. അയാൾക്ക് ചുറ്റും കാലം തളം കെട്ടിക്കിടക്കുന്നു. ജനങ്ങൾ പുഴുക്കളെപ്പോലെ അരിച്ചു നീങ്ങുന്നു. അവർക്ക് പരുഷമായ ശബ്ദമോ, ആയുധങ്ങളോ, മൂർച്ചയേറിയ ശരീരഭാഗങ്ങളോ ഇല്ല. അതുകൊണ്ട് തന്നെ അവർ പ്രത്യക്ഷത്തിൽ ആക്രമണകാരികളുമല്ല. പക്ഷേ, ഇവരുടെ പ്രത്യാശാരഹിതമായ ജീവിതത്തിൽ നിന്നൊരു ഉയിർപ്പ് ക്രമേണ രൂപപ്പെട്ടുവരുന്നുണ്ട്. അതിൽ നിന്നൊരു സാമൂഹ്യവത്കൃത സ്വത്വരൂപീകരണം (Social formation of entity) സാദ്ധ്യമാകുന്നുണ്ട്. അതാണ് അപകടകരവും അരാജകത്വം നിറഞ്ഞതുമായ അവസ്ഥയെ മറികടക്കാൻ അവരെ പ്രാപ്തരാക്കുന്നത്. ഇതിൽ ധൈര്യപ്പെടലുകളൊന്നുമില്ല. വിവേകത്തെ തലച്ചോറിൽനിന്ന് അടർത്തിമാറ്റിയതിനാൽ അവർക്ക് ചിന്തയെ തീ പിടിപ്പിക്കാൻ കഴിയുന്നില്ല. എന്നാൽ പാതിവെന്ത ഹൃദയം ആയുസ്സിനെ ഉപേക്ഷിക്കുന്നുമില്ല. ഇത്തരമൊരവസ്ഥയിൽനിന്ന് രൂപപ്പെട്ടുവരുന്ന ആർജ്ജിതവും അഭിജാതവുമായ ആത്മാന്വേഷണമാണ് അവരെ മുന്നോട്ടു നയിക്കുന്നത്. ഈ ഉയിർപ്പിന്റെ വ്രതശുദ്ധിയിൽനിന്നാണ് നോവൽ അതിന്റെ അന്തസ്സിനെ ഉയർത്തിപ്പിടിക്കുന്നത്.

ഇത്തരമൊരവസ്ഥ അസ്തൂറിയാസിന്റെ 'പ്രസിഡന്റി'(The President) ലില്ല. അവിടെ നഗരം ഒരു കാലപുരുഷനെപ്പോലെ പെരുമാറുന്നു. ജനങ്ങൾ ചിന്തിക്കരുതെന്ന കടുത്ത നിയമം നിലവിൽ വരുന്നു. ചിന്തിക്കുന്നവർ വധശിക്ഷയ്ക്ക് വിധേയരാവും എന്ന മുന്നറിയിപ്പ് പ്രചരിക്കുന്നു. ജനങ്ങൾക്ക് തടവുപുള്ളികളായി കഴിയേണ്ടിവരുന്നു. പ്രത്യാശാരഹിതമായ ഒരു ജനസഞ്ചയത്തിന്റെ എരിഞ്ഞടങ്ങൽ മാത്രമാണ് അവിടെ സംഭവിക്കുന്നത്. അപ്പോഴും പ്രസിഡന്റ് നഗരശിരസ്സുകൾക്ക് മീതെ ജീർണ്ണിച്ച തന്റെ ശിരസ്സുയർത്തിപ്പിടിച്ചുകൊണ്ട് കയർക്കുകയാണ്. ജനങ്ങൾക്ക് വിലപിക്കാനോ അത്മാഹൂതി ചെയ്യാനോ ആകാത്തവിധം നിസംഗരായിപ്പോയിരിക്കുന്നു. വെളിച്ചം കടന്നുവരാനാകാത്തവിധം ഇരുട്ട് വാതിലുകൾ

കൊട്ടിയടച്ചിരിക്കുന്നു. ഇതേ അവസ്ഥയുടെ തുടർച്ചകളാണ് യോസയുടെ 'ആടുവിരുന്നും' (Goat Feast) മാർക്വേസിന്റെ 'കുലപതിയുടെ സായാഹ്ന' (The Autum of the Patriarch)വും. എന്നാൽ ഭരണകൂടോപകരണങ്ങളായ ധർമ്മപുരിയിലെ ജനങ്ങൾക്ക് പ്രത്യാശയുണ്ട്. അവരുടെ ആത്മാനന്യത (Selfidentity)കാലത്തിന്റെ തകിടം മറിച്ചിലുകൾക്കിടയിലും ശിരസ്സു യർത്തിപ്പിടിച്ചു നില്ക്കുന്നു. ഒരു വെളിച്ചത്തിന്റെ കനൽക്കഷ്ണം തങ്ങളെ തേടിയെത്തുമെന്നുതന്നെ അവർ കരുതുന്നു. ഇത്തരം ധൈര്യ പ്പെടലുകൾക്കു പിന്നിൽ ഭാരതീയ സംസ്കൃതിയുടേതായ ഒരാന്തരിക സമുത്കൃഷ്ടത (Internal greatness) കൂടിയുണ്ട്. അതിനു പകരം വയ്ക്കാൻ മറ്റൊന്നില്ല എന്നു വരുന്നു. അതാണ് ഇന്ത്യനവസ്ഥയിൽ നാളിതുവരെ നാം കണ്ടിട്ടുള്ള കരുത്തും ഉയിർപ്പും. ഈ ഉയിർപ്പാണ് ധർമ്മപുരാണത്തിന്റെ ആന്തരികസൗന്ദര്യം.

വിജയനിലെ എഴുത്തുകാരൻ വൈയക്തികമായും രാഷ്ട്രീയമായും നേരിട്ട സംഘർഷങ്ങളിൽ ഒന്നുമാത്രമാണിത്. ഇത്തരമൊരനുഭവ ത്തിലെത്തിച്ചേരാൻ തുഴഞ്ഞദൂരങ്ങളെക്കുറിച്ച് പില്ക്കാലത്ത് വിജയൻ തുറന്നെഴുതിയിട്ടുണ്ട്. സ്വേച്ഛാധിപത്യം കയർത്തുനില്ക്കുമ്പോൾ അതിനെ മറികടക്കുക എന്നത് അപകടകരമായ ഒരവസ്ഥയാണ്. എറിക് ഹോബ്സ്ബോം 'സാമ്രാജ്യത്തിന്റെ യുഗ'(The age of Empire)ത്തിൽ പറയുംപോലെ അദ്ഭുതകരമായ അതിജീവനം സാദ്ധ്യമല്ലെങ്കിൽക്കൂടി സമരസജ്ജമായ മാനസികോർജ്ജംകൊണ്ട് അത് സാദ്ധ്യമാക്കിയെടു ക്കാൻ കഴിയും എന്നാണ്. ഈ അർത്ഥത്തിൽ ധർമ്മപുരിയിലെ വീണ്ടെടു പ്പിന് പ്രബലമായൊരു വഴിത്താരയുണ്ട്. അത് സിദ്ധാർത്ഥനിലൂടെ രൂപപ്പെട്ടു വരുന്ന സത്താപരമായ ഒരന്വേഷണമാണ്. ഈ അന്വേഷണം ധർമ്മപുരിയുടെ ചീഞ്ഞളിഞ്ഞ കോട്ട കൊത്തളങ്ങളിലൂടെ മനുഷ്യ വിമോചനത്തിന്റെ മഹാപഥങ്ങളിലേക്ക് കടക്കുന്നു. അത് പ്രജാപതി യുടെ വിസർജ്ജ്യം സൃഷ്ടിച്ച ചരിത്രമാലിന്യത്തിൽനിന്നുള്ള മുക്തികൂടി യാണ്. സിദ്ധാർത്ഥനിലൂടെ രൂപം കൊള്ളുന്ന ഗുരുസാന്നിദ്ധ്യം അതിന്റെ ആത്മജ്ഞാനസാന്നിദ്ധ്യംകൊണ്ട് ജഡപൂജാവത്കൃത സമൂഹത്തെ (Fecishifed society)സമുദ്ധരിക്കുകയും പവിത്രീകരിക്കുകയും ചെയ്യുന്നു. ഇങ്ങനെ നഷ്ടസ്മൃതികൾക്കിടയിൽ ആണ്ടുപോയ ഒരാദർശരാഷ്ട്രം ഉയിർത്തെഴുന്നേറ്റുവരുന്നു.

ഗോസായി അമ്മാവനിൽനിന്ന് സിദ്ധാർത്ഥനിലേക്കുള്ള ദൂരത്തിൽ നിന്നാണ് ഇത് സമുദ്ധരിക്കപ്പെടുന്നത്. ഇത്തരമൊരനുഭവത്തിൽ എത്തു ന്നതിനു പിന്നിൽ ഗോസായി അമ്മാവന്റെ ജ്ഞാന പ്രവചനം കാരണ മാവുന്നുണ്ട്. മരണപ്പെട്ടുവെന്ന് ഗോസായി അമ്മാവനെക്കുറിച്ച് പത്രങ്ങൾ തുടരെത്തുടരെ എഴുതുമ്പോഴും അമ്മാവൻ തടവറയിൽ കഴിഞ്ഞു കൊണ്ട് ധർമ്മപുരിയുടെ പ്രശ്നസങ്കീർണ്ണമായ ദുരന്തജാതകമെഴുതുക യായിരുന്നു. അധികാരത്തിനും മരണത്തിനുമിടയിൽ അനുവദിച്ചുകിട്ടിയ കാലപരിധിക്കുള്ളിലിരുന്നുകൊണ്ടാണ് ഗോസായി അമ്മാവൻ ഇത് പ്രവചിക്കുന്നത്. ഈ അനുഭവത്തിന്റെ തന്നെ രണ്ടു വ്യത്യസ്ത ജീർണ്ണതകൾക്കിടയിലൂടെയാണ് സിദ്ധാർത്ഥൻ ധർമ്മപുരിയിലേക്ക്

വരുന്നത്. നരകങ്ങളുടെ നരകമായ ധർമ്മപുരി വാഴുന്ന പ്രജാപതിക്കും വിപ്ലവത്തിന്റെ പ്രബലവും എന്നാൽ ദുർബ്ബലവുമായ വഴി കണ്ടെത്തിയ പരാശരനുമായിരുന്നു ഈ ധാരകൾ. ഇരുവരും സിദ്ധാർത്ഥന് തലങ്ങും വിലങ്ങും സഞ്ചരിക്കുന്നു. 'നിങ്ങൾ സ്വാതന്ത്ര്യം എന്നിൽ അർപ്പിക്കുക. ഇന്നു മുതൽ ഞാനാണ് സ്വാതന്ത്ര്യം' എന്നു വിളിച്ചു പറയുകയും പാരതന്ത്ര്യംകൊണ്ട് ജനങ്ങളെ വീർപ്പുമുട്ടിക്കുകയും ചെയ്യുന്ന പ്രജാപതിയെ നോക്കി മന്ദഹസിച്ചുകൊണ്ടാണ് സിദ്ധാർത്ഥൻ യാത്ര തുടരുന്നത്. അരാജകത്വത്തിൽനിന്ന് അരാജകത്വത്തിലേക്ക് കൂപ്പുകുത്തിയ ഒരു നാട്ടിൽ പുഞ്ചിരികൊണ്ട് എന്തു പ്രയോജനം എന്നു ചോദിച്ചേക്കാം. എന്നാൽ സിദ്ധാർത്ഥന്റെ മന്ദസ്മിതത്തിനുള്ളിൽ അനന്തകോടി പ്രകാശവർഷങ്ങളിൽനിന്നു രൂപപ്പെട്ടൊരു കാരുണ്യധാവള്യമുണ്ട്. ഇതാദ്യം ധർമ്മപുരിവാസികളെയാകെ ഭയപ്പെടുത്തുന്നു. അവരാദ്യമായാണ് പുഞ്ചിരിക്കുന്ന ഒരു മുഖം കാണുന്നത്. ഇതൊരു ദുരന്തസൂചനയാണെന്ന് ജനങ്ങൾ തെറ്റിദ്ധരിക്കുന്നു. എന്നാൽ നാളുകൾക്കുള്ളിൽ അവന്റെ മന്ദസ്മിതത്തിൽ എല്ലാവരെയും കീഴടങ്ങുന്നു. മധുശാലയിൽവച്ചു ആക്രമിക്കപ്പെടുമ്പോഴും ജനങ്ങളുടെ പാപപരിഹാരത്തിന് ഇറങ്ങിപ്പുറപ്പെടുമ്പോഴും അതിർത്തികൾ ഇല്ലാതാക്കുക എന്ന് ഉദ്ഘോഷിക്കുമ്പോഴും സിദ്ധാർത്ഥൻ ചിരിയ്ക്കുകമാത്രമാണ് ചെയ്യുന്നത്. അങ്ങനെ സനാതനമൂല്യങ്ങളുടെ സന്ദേശവാഹകനായി സിദ്ധാർത്ഥൻ മാറുന്നു. ഈ മാറ്റം ധർമ്മപുരിയിലെ ഭീകരസൗന്ദര്യത്തെ സാത്വികസൗന്ദര്യമാക്കിത്തീർക്കുന്നു. സിദ്ധാർത്ഥന്റെ ചരിത്രപരമായ സാംസ്കാരികദൗത്യത്തിന്റെ ആദ്യഘട്ട വിജയം കൂടിയായിരുന്നു ഇത്.

രണ്ടാംഘട്ടത്തിൽ പ്രജാപതിയുടെ ആനന്ദാനുഭവങ്ങളെ ഒന്നൊന്നായി പിഴുതെടുത്തുകൊണ്ടുള്ള മുന്നേറ്റമാണ് സിദ്ധാർത്ഥൻ നടപ്പിലാക്കുന്നത്. പ്രജാപതിയുടെ അകവും പുറവും നടക്കുന്ന സംഘട്ടനങ്ങളെ പ്രതിരോധിച്ചുകൊണ്ട് അയാളെ മൃത്യുത്തേജന(Death Instinct)ത്തിലേക്ക് കൊണ്ടുപോവുകയായിരുന്നു സിദ്ധാർത്ഥൻ. ജനിക്കും മുൻപേയുള്ള സ്ഥിതിയിലേക്ക് ഒരാളെ തിരിച്ചു കൊണ്ടുപോവുക എന്നത് അത്യന്തം അപകടകരമായ ഒരവസ്ഥയാണ്. പ്രത്യേകിച്ച് അയാൾ 'അധികാരം' തന്നെയായി മാറിക്കഴിഞ്ഞിരിക്കുന്ന ഘട്ടത്തിൽ. എന്നാൽ പ്രജാപതിയുടെ വളർച്ച മുറ്റിയ മനസ്സിലൂടെയാണ് സിദ്ധാർത്ഥൻ അതു സാദ്ധ്യമാക്കിയെടുക്കുന്നത്. മനസ്സിൽ പടർന്നുപിടിച്ച വൃത്തികെട്ട ആനന്ദാനുഭവങ്ങളിൽനിന്നു തുടങ്ങി ആർത്തിപിടിച്ച യുദ്ധക്കൊതിവരെ നീണ്ട പ്രജാപതിയുടെ തൃഷ്ണകളെയും ആസക്തികളെയും സിദ്ധാർത്ഥൻ ശുദ്ധീകരിക്കുന്നു. ഈ ശുദ്ധീകരണം പ്രജാപതിയിലൂടെ അധികാരത്തിനൊപ്പം ചേരാൻ തീട്ടം തിന്നാൻപോലും സന്നദ്ധരായ ഹയവദനിലേക്കും രുമണ്വാനിലേക്കും ശകുനിയിലേക്കും പുരീഷാനന്ദനിലേക്കും വ്യാപിക്കുന്നുണ്ട്. അങ്ങനെ ധർമ്മപുരിയിൽ ജനാധിപത്യം എന്ന പേരിൽ നടപ്പിലാക്കിക്കൊണ്ടിരിക്കുന്ന ഫാസിസത്തെയും നിയോ കൊളോണിയസത്തെയും സാത്വികമായ പ്രതിരോധത്തിലൂടെ അമർച്ച ചെയ്യുകയായിരുന്നു സിദ്ധാർത്ഥൻ. ഇതിലൂടെ ഏകാധിപത്യത്തിന്റെ ചിറകുകൾ

അരിഞ്ഞുവീഴ്ത്തിക്കൊണ്ട് വ്യവസ്ഥാപിത ജനാധിപത്യത്തിന് അരങ്ങൊരുക്കുകകൂടിയായിരുന്നു വിജയൻ. ഈ പരിണാമത്തിനു പിന്നിൽപ്പോലും സൂക്ഷ്മമായൊരു അധികാര ലക്ഷ്യമുണ്ട്. അതാകട്ടെ, പൗരസ്വാതന്ത്ര്യത്തെ ഹനിക്കാതെ പുതിയൊരു സാംസ്കാരികരാഷ്ട്രീയ (Cultural Politics)ത്തിന് അസ്തിവാരമിടുകകൂടിയാണ് ചെയ്യുന്നത്.

അധികാരവും പ്രതിരോധവും മാറിമാറി ഭരിക്കപ്പെടുന്ന ധർമ്മപുരിയിൽ തളം കെട്ടിക്കിടക്കുന്ന കാലത്തിനൊപ്പം ഭയത്തിന്റെ അദൃശ്യസാന്നിദ്ധ്യം കൂടിയുണ്ട്. അത് അധികാരത്തിന്റെ ഇടനാഴികളിൽ പതുങ്ങിപ്പതുങ്ങിനിന്ന് രതിവൈകൃതങ്ങൾക്ക് നേതൃത്വം കൊടുക്കുകയും ജനങ്ങളെ യന്ത്രങ്ങളാക്കാൻ ഉത്സാഹിക്കുകയും ചെയ്യുന്നു. ഭയം ഇവിടെ അധികാരത്തിന്റെ ആദിരൂപപരമായ ഒരവസ്ഥയായി മാറുന്നു. ആൾക്കൂട്ടവും അധികാരവുമാണ് മനുഷ്യനെ ഒരേകാലം ഭയപ്പെടുത്തുന്നതും വ്യാമോഹിപ്പിക്കുന്നതും. ഭയത്തിന്റെ ആലോചനകളിൽ നിന്നാണ് പ്രജാപതിമാരുണ്ടാകുന്നത്. ഭയപ്പെടുന്നവർ അധികാരത്തിലെത്താൻ അദമ്യമായി ആഗ്രഹിക്കുമെന്ന് ഫ്രോയ്ഡ് പറയുന്നുണ്ട്. പ്രജാപതിയിൽ ഭയം ആദ്യം പ്രത്യക്ഷപ്പെടുന്നത് വിസർജ്ജനശങ്കയിലൂടെയാണ്. അത് അധികാരത്തെക്കുറിച്ചുള്ള ആശങ്കകൂടിയാണ്. ഡേവിഡ് സെൽബോൺ (David selbon) അധിനിവേശാവസ്ഥയെയും അധികാരത്തെയും വിസർജ്ജ്യവുമായി ചേർത്തുവച്ചുകൊണ്ട് ആലോചിക്കുന്നുണ്ട്. ആശങ്ക ആനന്ദമായി പരിണമിക്കുകയാണിവിടെ. അസത്യം പറയുന്ന രുമണ്വാനിലും ആയുധമുപേക്ഷിച്ചുകൊണ്ട് നാട്ടിലേക്ക് ഒളിച്ചോടാൻ തയ്യാറാക്കുന്ന വാതസേനനിലും ആൺവേശ്യയായ ഹയവദനനിലും ഇതുണ്ട്. ഇവരുടെ ഭയങ്ങളുടെ മൂർച്ഛയിലാണ് പ്രജാപതി തന്റെ പീഠം വലിച്ചിട്ടിരിക്കുന്നത്. പ്രജാപതിയുടെ മർദ്ദനമുറകളെ ഇവർ ഭയത്തോടെ സ്വീകരിക്കുകയും ആനന്ദത്തോടെ ആസ്വദിക്കുകയും ചെയ്യുന്നു. പ്രജാപതി മന്ത്രിപത്നിമാരെയും മന്ത്രിമാർ കീഴുദ്യോഗസ്ഥന്മാരുടെ ഭാര്യമാരെയും പ്രാപിക്കുന്നതിനു പിന്നിൽ ഭയത്തിൽനിന്നുള്ള രക്ഷപ്പെടൽ കൂടിയുണ്ട്. ഇവരെല്ലാം അധികാരത്തിന്റെയൊപ്പം നില്ക്കാൻ മനുഷ്യവിസർജ്ജ്യം തിന്നുന്നവരാണ്. എന്നാൽ ധർമ്മപുരിയിലെ ഒരു സ്ത്രീയിൽപോലും ഭയത്തിന്റെ നേരിയ ചലനംപോലുമില്ല എന്നത് ശ്രദ്ധിക്കേണ്ട ഒന്നാണ്. നിർവ്വികാരതയാണ് അവരുടെ അടയാളം. അതുകൊണ്ടുതന്നെ അവർ ഒന്നിനെയും ഭയപ്പെടുത്തുന്നില്ല. രുമണ്വാൻ ലാവണ്യയെ കീഴ്പ്പെടുത്തു ന്നതിനു മുമ്പും പിൻപും ഭയം അവിടേക്ക് കടന്നുവരുന്നില്ല. അവർക്ക് രതി എല്ലാത്തിനുമുപരിയായുള്ള എരിഞ്ഞടങ്ങലായിരുന്നു. പുരുഷ ലിംഗ പീഡനം അധികാരത്തിന്റെ ഭാഗമാണ്. അധികാരം ഇവിടെ അവർക്കു മുന്നിൽ തോറ്റു പിന്മാറുന്നു. അതിനു കാരണം അധികാരവുമായി ബന്ധപ്പെട്ട ആനന്ദങ്ങളൊന്നും ഇവരുടെ പരിധിയിൽ വരുന്നില്ല എന്നതുകൊണ്ടാണ്. പ്രതിരോധമുക്തിയുടെ സാദ്ധ്യതകളെ ഇവർ നിർവ്വികാരതയോടെ സ്വീകരിക്കുന്നതു കൊണ്ടാണ് ധർമ്മപുരിയിലെ ഓരോ സ്ത്രീയും എന്നെ ഭോഗിക്കൂ എന്നു വിളിച്ചുപറയാൻ ധൈര്യപ്പെടുന്നത്. ഇതും അധികാരത്തിന്റെ മറുപുറത്തുനിന്ന് വളർച്ച പ്രാപിക്കുന്ന ശക്തമായൊരു

പ്രതിരോധ നിരയാണ്. ഈ പ്രതിരോധം അദൃശ്യമായൊരു അധികാര (Invisible power)ത്തിന്റെ സൂചനയാണ്. സ്ത്രീകേന്ദ്രീകൃത അധികാര വ്യവസ്ഥയുടെ പുതിയ മുഖം ജാഗ്രതയോടെ നോവലിൽ ഒഴുകിപ്പരക്കുന്നുണ്ട്. പ്രത്യക്ഷത്തിൽ ഇത് പുരുഷാധിപത്യ സമൂഹത്തിനെതിരെ കലഹിക്കാതെതന്നെ കലഹത്തിലേർപ്പെടുന്നു. നിസ്സംഗതയും നിർവ്വികാരതയുമാണ് ഇവരുടെ ആയുധങ്ങൾ. അധികാരത്തെ കാൽച്ചുവട്ടിലാക്കുക എന്നതിനപ്പുറത്തേക്ക് സ്വാതന്ത്ര്യത്തിന്റെയും സമാദരവിന്റെയും അനുഭവങ്ങളിലേക്ക് കൂട്ടിക്കൊണ്ടുപോകുക എന്നതാണ് ഇവിടെ ഉദാത്തമായ ലക്ഷ്യത്തെ സാധൂകരിക്കുന്നത്.

സ്വന്തം ജഡത്തിന്റെ കാര്യത്തിൽപ്പോലും അവകാശമില്ലാത്ത ജനങ്ങളുടെ വിമോചനമായിരുന്നു സിദ്ധാർത്ഥൻ പ്രധാനമായും ലക്ഷ്യം വച്ചത്. അത് അപകടകരമായൊരു വഴിയായിരുന്നു. സിദ്ധാർത്ഥനെ സംബന്ധിച്ചിടത്തോളം ഇത് ശാരീരികവും മാനസികവുമായ ഉണർവ്വിന്റെ ശാന്തതയുടെയും കാലം കൂടിയായിരുന്നു. ഇതിനിടയിൽ ഒരിക്കൽ പോലും വികാരവിഭ്രാന്തിയിൽപ്പെട്ട് സിദ്ധാർത്ഥൻ ഉഴലുന്നില്ല. ധർമ്മപുരിയിലെ വികാര വിമോചനത്തിനുശേഷം അയാൾ ഒരു തിരിച്ചുപോക്ക് (Regression) ലക്ഷ്യം വയ്ക്കുന്നുണ്ട്. പകയും കോപവും ഹിംസയും നിറഞ്ഞ ധർമ്മപുരിയെ സിദ്ധാർത്ഥൻ മഹാകാരുണ്യം കൊണ്ടാണ് മറികടക്കുന്നത്. അതുകൊണ്ടാണ് പ്രജാപതിയും സിദ്ധാർത്ഥനും നേർക്കുനേർ കണ്ടുമുട്ടുമ്പോഴെല്ലാം പ്രജാപതിയിലെ 'ഖലനായക'നെ വിട്ട് സിദ്ധാർത്ഥന്റെ മഹാകാരുണ്യത്തിൽ അഭയം തേടാൻ നാം ആഗ്രഹിക്കുന്നത്. ഇതാണ് അധികാരത്തിന് സംഭവിച്ച ദുരന്തപര്യവസാനം. സാത്വിക പ്രതിരോധത്തിലൂടെ അധികാരത്തെ കീഴ്മേൽ മറിക്കാൻ സിദ്ധാർത്ഥൻ ധൈര്യപ്പെടുന്നിടത്തുനിന്ന് അധികാരത്തിന്റെ മറ്റൊരു മുഖം ദൃശ്യമായിത്തുടങ്ങുന്നുണ്ട്. അതാകട്ടെ ജ്ഞാനമീമാംസയിൽ അധിഷ്ഠിതമായ നവസാംസ്കാരിക വാദത്തിന്റെയും രാഷ്ട്രീയത്തിന്റെയും സമാരംഭംകൂടിയാണ്. ചിന്താദാരിദ്ര്യത്തെയും മൊച്ചക്കുരങ്ങുകളെയും ചരിത്രത്തിന് പുറത്തേക്ക് വലിച്ചെറിഞ്ഞുകൊണ്ടുള്ള ശുദ്ധീകരണം കാലത്തിന്റെ അനുഗ്രഹ സ്പർശത്താലുള്ള ശുശ്രൂഷ കൂടിയായിരുന്നു. വിജയന്റെ എഴുത്തു ജീവിതത്തിലെ നിർണ്ണായകഘട്ടമായിരുന്നു ധർമ്മപുരാണത്തിന്റെ രചനാകാലം. ഇത് 'ഗുരുസാഗര'ത്തിലെത്തുമ്പോൾ അധികാരം പ്രാർത്ഥനയായി മാറുന്നു. എന്നാൽ ഈ പ്രാർത്ഥനയ്ക്കുള്ളിൽ അഭയം തേടുമ്പോഴും വിജയന്റെ വാക്കുകൾ നമ്മെ ഭയപ്പെടുത്തുന്നുണ്ട്. 'നാം അനുഭവിക്കുന്ന സമാധാനം ശാന്തിയല്ല, നീണ്ട യുദ്ധവിരാമങ്ങൾ മാത്രമാണ്' എന്നാണ് വിജയന്റെ പ്രവചനം.

ചിഹ്നം - പ്രതിസന്ധി - വായന

വി.സി. ഹാരിസ്

പാശ്ചാത്യ സാഹിത്യ വിമർശനരംഗത്ത് - മാനവിക പഠന രംഗങ്ങളിൽ മൊത്തത്തിലും - അടിക്കടിയുണ്ടാകുന്ന മാറ്റങ്ങളും വികാസങ്ങളും നമ്മെ അന്ധാളിപ്പിക്കുന്നതോടൊപ്പം നമ്മുടെതായ സാഹിത്യ സങ്കല്പങ്ങളും സിദ്ധാന്തങ്ങളും ഒരു പുനരാലോചനയ്ക്ക് വിധേയമാക്കേണ്ടതിന്റെ ആവശ്യകതയെക്കുറിച്ച് ഓർമ്മിപ്പിക്കുകയും ചെയ്യുന്നു. 'ചിഹ്ന'ത്തെയും 'പാഠ'ത്തെയും 'വായന'യെക്കുറിച്ചും മറ്റുമുള്ള സമകാലീന പാശ്ചാത്യ സിദ്ധാന്തവൽക്കരണങ്ങൾ നാം കണ്ടില്ലെന്നു നടിച്ചിട്ടു കാര്യമില്ല. സോസ്യൂർ- യക്കോബ്സൻ-ബാർത്ത്-ഫൂക്കോ- ലകാൻ-ക്രിസ്തീവ ദെറീദമാരുടെ ആശയങ്ങളും രീതികളും അതേപടി പകർത്തിയെഴുതിയിട്ടും കാര്യമില്ല. ഇത്തരം പകർത്തിയെഴുത്തിന്റെ പ്രത്യയശാസ്ത്രപരമായ വിവക്ഷകൾ നമ്മുടെ 'ഉത്തര സാമ്രാജ്യത്വ' (Post Colonial) വ്യവസ്ഥയിൽ സൃഷ്ടിക്കുന്ന പ്രത്യാഘാതങ്ങളെക്കുറിച്ചും നാം അറിഞ്ഞിരിക്കേണ്ടതുണ്ട്. പാശ്ചാത്യ സിദ്ധാന്തങ്ങളുടെ തള്ളിച്ച സവിശേഷ പ്രാധാന്യമർഹിക്കുന്ന ഒരു പ്രതിസന്ധി തന്നെ സൃഷ്ടിച്ചിട്ടുണ്ട്. എന്താണ് ഈ പ്രതിസന്ധി?

സിമിയോട്ടിക്സ് (Semiotics) അല്ലെങ്കിൽ 'സിമിയോളജി' (Semiology) എന്ന പേരിലറിയപ്പെടുന്ന, അനേകം ഉപശാഖകളും കൈവഴികളുമുള്ള രീതിയുടെയും സിദ്ധാന്തത്തിന്റെയും വിവക്ഷകൾ എന്തൊക്കെയാണെന്നു പരിശോധിച്ചുകൊണ്ട് ഈ പ്രതിസന്ധിയെക്കുറിച്ച് ആലോചിക്കാം. 'ചിഹ്നവാദം', 'ചിഹ്നവിജ്ഞാനീയം', 'ചിഹ്നശാസ്ത്രം' എന്നിങ്ങനെ പലതരം മൊഴിമാറ്റങ്ങളിലൂടെ മലയാളിയുടെ മുമ്പിൽ അവതരിപ്പിക്കപ്പെടുന്ന ഈ സിദ്ധാന്തത്തിന്റെ, പാശ്ചാത്യലോകത്തെ ആദ്യകാല വക്താവായ ഫെർഡിനന്റ് ഡി സോസ്യൂർ ഘടനാവാദ ഭാഷാശാസ്ത്രത്തിന്റെ പ്രോദ്ഘാടകനാണ്. 'ചിഹ്ന' (sign) ത്തെക്കുറിച്ചും അതിന്റെ രണ്ടു വശങ്ങളായ 'ചിഹ്നകം' (Signifier), ചിഹ്നിതം (signfied) എന്നിവയെക്കുറിച്ചുമുള്ള തന്റെ കണ്ടെത്തലുകൾ 'ചിഹ്ന' ശാസ്ത്രത്തിന്റെ വികാസത്തിന് വഴിയൊരുക്കുമെന്ന സോസ്യൂറിന്റെ ആത്മവിശ്വാസത്തെ അന്വർത്ഥമാക്കുന്ന രീതിയിലാണ് പിന്നീട് റൊമാൻ

യാക്കോബ്സനെപ്പോലുള്ള പ്രാഗ് സ്കൂൾ ഭാഷാ ശാസ്ത്രജ്ഞരും റൊളാങ് ബാർത്തിനെപ്പോലുള്ള ഫ്രഞ്ച് ചിന്തകന്മാരും സോസ്യൂറിന്റെ അടിസ്ഥാനതത്വങ്ങളെ വികസിപ്പിച്ചെടുത്തത്. അറുപതുകളിലെത്തുമ്പോഴേക്ക് 'ചിഹ്നം' ശാസ്ത്രം സാഹിത്യ വിമർശന രംഗത്തും മറ്റനേകം വ്യവഹാര മണ്ഡലങ്ങളിലും പ്രബലമായൊരു സ്ഥാനം നേടിയെടുക്കുന്നതു കാണുന്നു. ബാർത്തിന്റെ മിത്തോളജീസ്, എലിമെന്റ്സ് ഓഫ് സിമിയോളജി (1964) എന്നീ ഗ്രന്ഥങ്ങൾ സുപ്രധാന നാഴികക്കല്ലുകളാണ്. അതുപോലെ മൈക്ക്ൾ റിഫറ്റേർ, ഉംബെർട്ടോ ഈകോ തുടങ്ങിയവരുടെ നിരവധി കൃതികളും പ്രാധാന്യമർഹിക്കുന്നു.

'ചിഹ്നകം' (ചിഹ്നിതം) എന്ന അടിസ്ഥാനപരമായ ദ്വൈത വിപരീതത്തിലൂന്നികൊണ്ടാണ് 'ചിഹ്ന' ശാസ്ത്രം വളർന്നത്. ഇവ തമ്മിലുള്ള സന്ധി, അല്ലെങ്കിൽ ബാന്ധവം (associative bond) സൊസ്യൂറിനെ സംബന്ധിച്ചിടത്തോളം അതിപ്രധാനമാണുതാനും. 'യാഥാർത്ഥ്യ'വുമായി നേരിട്ടു സംവദിക്കാത്ത, കാര്യകാരണബന്ധമില്ലാത്ത, ദ്വിമുഖിയായ ഒരു മനോസത്ത ആയാണ് സോസ്യൂർ 'ചിഹ്ന'ത്തെ വിഭാവനം ചെയ്യുന്നത്. ചരിത്രപരമല്ലാത്ത, ഏകകാലികമായ (synchronic) ഭാഷാപഠനത്തിന്റെ ചട്ടക്കൂട്ടിനകത്ത് വികസിതമാവുന്ന ഇത്തരത്തിലുള്ള 'സിമിയോട്ടിക്' മാതൃകകൾ ഒരു പരിധിവരെ വായനയെ പുഷ്ടിപ്പെടുത്തുന്നുണ്ട് എന്ന കാര്യത്തിൽ സംശയമില്ല. എങ്കിലും അറുപതുകളുടെ ഉത്തരാർദ്ധത്തിൽ 'ചിഹ്ന'ത്തെക്കുറിച്ചുള്ള സിദ്ധാന്തവൽക്കരണങ്ങൾ ഒരു പ്രതിസന്ധിയിലേക്കു നീങ്ങുകയാണ് ചെയ്യുന്നത്. ഈ പ്രശ്നത്തിലേക്ക് കടക്കുന്നതിനുമുമ്പ് ഒ.വി. വിജയന്റെ 'ഗുരുസാഗരം' എന്ന നോവലിൽ പ്രകടമാകുന്ന ഘടനാപരവും ചിഹ്നശാസ്ത്രപരവുമായ ചില സവിശേഷതകൾ വിശകലനം ചെയ്യാൻ ശ്രമിക്കാം.

രണ്ട്

അതിവിപുലമായ ഒരു അന്താരാഷ്ട്ര കാൻവാസിൽ വരച്ചിട്ട, ആധുനിക മനുഷ്യന്റെ ദാർശനിക സമസ്യകളുടെ തുടിക്കുന്ന ചിത്രം എന്ന നിലയിൽ ഒ.വി. വിജയന്റെ 'ഗുരുസാഗരം' അനിതരസാധാരണമായ ഒരു കൃതിയാണ്. ശ്ലാഘനീയമായ നിരവധി അംശങ്ങൾ ഉൾക്കൊള്ളുന്ന ഈ നോവലിന്റെ നേട്ടങ്ങളെക്കുറിച്ചു സംസാരിക്കാതെ മൊത്തത്തിലുള്ള 'ഒരാസ്വാദന'ത്തിൽ ഉന്നം വെയ്ക്കാതെ, ഗുരുസാഗരം കാഴ്ച വെയ്ക്കുന്ന പ്രശ്ന പരിസരത്തിനകത്തു പ്രകടമാകുന്ന ഒരു സവിശേഷ പ്രക്രിയയെ കുറിച്ചു പ്രതിപാദിക്കുക മാത്രമാണിവിടെ ചെയ്യുന്നത്.

"തന്റെ തറവാട്ടുവീട്, മേലേക്കാട്ട് തറവാടിന്റെ ആസ്ഥാനം, മുറ്റത്തെ നിഴലുകളും നോക്കി കുഞ്ഞുണ്ണിക്കുവേണ്ടി ആ കുന്നിൻചരിവിൽ കാത്തിരുന്നു. വർഷങ്ങളുടെ നീണ്ട യാത്രകൾക്കുശേഷം അവിടെ തിരിച്ചെത്തിയ കുഞ്ഞുണ്ണി പൊലിഞ്ഞുപോയ തലമുറകളുടെ അവശിഷ്ടങ്ങൾക്കിടയിൽ സ്ഥലം പിടിച്ചു." 'ഗുരുസാഗരം' ആരംഭിക്കുന്നത്

ഇപ്രകാരമാണ്. കഥ അവസാനിക്കുന്നിടത്തു വച്ചുള്ള ഈ തുടക്കം നോവലിന്റെ പ്രത്യക്ഷ ലക്ഷ്യങ്ങളിലേക്ക്, അതിന്റെ 'വാച്യാർത്ഥ'ത്തിലേക്ക് വെളിച്ചം വീശുന്നു. 'ഗുരുസാഗരം' നീണ്ട യാത്രകളുടെ പര്യവസാനത്തിന്റെ കഥയാണ്. ഒരു പ്രയാണത്തിന്റെ കഥ. പച്ചയായ യാഥാർത്ഥ്യത്തിൽനിന്ന് ആത്മീയതയുടെ വൈയക്തിയിലേക്കുള്ള പ്രയാണം. യാഥാർത്ഥ്യത്തിന്റെ ലോകത്തുനിന്ന് ആധ്യാത്മികതയുടെ മാന്ത്രിക ലോകത്തിലേക്കുള്ള പ്രയാണം. ചരിത്രത്തിൽനിന്ന് മിത്തിലേക്കുള്ള പ്രയാസം. ഈ മിത്തിന്റെ മൂർത്തീകരണമാണ് കുഞ്ഞുണ്ണി ഉൾക്കാതറിയുന്ന ശാന്തിമന്ത്രം: 'ഓം സഹനാവവതു....' ചരിത്രത്തിൽ നിന്ന് മിത്തിലേക്കുള്ള ഈ പ്രയാണം, പക്ഷേ, ഒരു ഋജുരേഖയിലൂടെ സഞ്ചരിക്കുന്നില്ല. ഭൗതികത്തിൽ നിന്ന് അതിഭൗതികത്തിലേക്കുള്ള ഈ യാത്ര നോവലിന്റെ അനിവാര്യമായ ഭൗതിക ഘടനയുടെയും 'ചിഹ്ന' വ്യവസ്ഥയുടെയും സവിശേഷതകൾമൂലം പ്രശ്ന സങ്കീർണ്ണമായ ഒരു പ്രക്രിയയായി മാറുന്നു.

ചരിത്രത്തിൽനിന്ന് മിത്തിലേക്കുള്ള പ്രയാണം എന്നു പറഞ്ഞുവല്ലോ. നോവലിന്റെ പശ്ചാത്തലമായി നിലകൊള്ളുന്ന 'ബാഹ്യയാഥാർത്ഥ്യ'ത്തെ, അഥവാ ഭൗതിക സാഹചര്യങ്ങളെയാണ് ഇവിടെ ചരിത്രം എന്നു വിളിക്കുന്നത്. ഇതിൽ ഏറ്റവും പ്രധാനം 1971-ലെ ബംഗ്ലാദേശ് യുദ്ധം തന്നെ. ഉപഘടകങ്ങളായി ചെക്കൊസ്ളൊവാക്യയുടെയും പോളണ്ടിന്റെയും മറ്റും ആധുനിക ചരിത്രവും, കേരളത്തിലെയും ബംഗാളിലെയും വിപ്ലവ പ്രസ്ഥാനങ്ങളും നിലകൊള്ളുന്നു. മിത്ത് എന്നു വിളിക്കുന്നത് കുഞ്ഞുണ്ണി ഉൾക്കാതറിയുന്ന ശാന്തിമന്ത്രവും അതുമായി ബന്ധപ്പെട്ടുകിടക്കുന്ന പ്രാചീന ചിന്താപദ്ധതികളും പുരാണങ്ങളുമടങ്ങുന്ന ഒരു ബൃഹത്തായ ദർശനത്തെയുമാണ്. മിത്തും ചരിത്രവും അങ്ങനെ നോവലിന്റെ രണ്ടു പ്രധാന 'കോഡു' (Code) കളായി മാറുന്നു. ഈ 'കോഡു'കൾ തമ്മിലുള്ള സംഘർഷവും ഒന്ന് മറ്റൊന്നിലേക്കു നയിക്കുന്ന പ്രക്രിയയുടെ സങ്കീർണ്ണതയും സവിശേഷ ശ്രദ്ധയർഹിക്കുന്നു. ഈ പ്രക്രിയയെക്കുറിച്ചുള്ള വിചിത്രമായ ഒരു സൂചന നോവലിൽ ത്തന്നെയുണ്ട്. കുഞ്ഞുണ്ണി കുട്ടിക്കാലത്ത് ഗുരുതുല്യനായ തന്റെ അച്ഛനുമൊത്ത് നടക്കാനിറങ്ങിയതാണ്.

"തിരിഞ്ഞു നോക്യാൽ ന്താ പറ്റ്ന്ന് നിശ്ചണ്ടോ ഉണ്ണിക്ക്?"

അച്ഛൻ ചോദിച്ചു.

"തടഞ്ഞുവീഴും." കുഞ്ഞുണ്ണി പറഞ്ഞു.

"വീണാൽ ന്താ ണ്ടാവ്വാ?"

"ബന്ധുക്കൾ ചിരിക്കുംന്നല്ലെ അച്ഛൻ പറഞ്ഞു തന്ന പഴഞ്ചൊല്ല്?"

"കുട്ടി മറന്നില്ല്യാ, വ്വോ?" (പുറം 17)

"തിരിഞ്ഞു നോക്കിയാൽ തടഞ്ഞുവീഴും" എന്ന ഈ പഴഞ്ചൊല്ല് നോവൽ ഘടനയെ സംബന്ധിച്ചിടത്തോളം അർത്ഥപൂർണ്ണമായി മാറുന്നു. ഇതെങ്ങനെ സംഭവിക്കുന്നുവെന്നു പരിശോധിക്കാം.

നോവലിന്റെ ചരിത്ര പശ്ചാത്തലമായി നിലകൊള്ളുന്ന രാഷ്ട്രീയ സംഭവവികാസങ്ങളുടെ ദുരന്ത സ്വഭാവത്തെക്കുറിച്ച് നായകനായ കുഞ്ഞുണ്ണിയും, കുഞ്ഞുണ്ണിയിൽനിന്ന് വ്യതിരിക്തമായി കാണാവുന്ന നോവലിലെ ആഖ്യാതാവും (narrator) തികച്ചും ബോധവാന്മാരാണ്. അവർ ഇതേക്കുറിച്ച് സംസാരിക്കുകയും ചെയ്യുന്നു. ഈ ദുരന്തത്തിന്റെ അനിവാര്യത കുഞ്ഞുണ്ണിയെ ചരിത്രത്തിന്റെ നിഷ്ഠുരമായ ആവർത്തനത്തെക്കുറിച്ചു ചിന്തിച്ചു വ്യാകുലപ്പെടുവാൻ പ്രേരിപ്പിക്കുന്നു. അന്താരാഷ്ട്ര ബന്ധങ്ങളെക്കുറിച്ചും കിരാതമായ യുദ്ധത്തെക്കുറിച്ചും നിഷ്ഫലങ്ങളായ വിപ്ലവപ്രസ്ഥാനങ്ങളെക്കുറിച്ചുമുള്ള കുഞ്ഞുണ്ണിയുടെ ചിന്തകൾ ഈ ദുരന്ത ബോധത്തിൽച്ചെന്നു വഴിമുട്ടി നില്ക്കുന്നു. ഇതിൽനിന്നുള്ള ഏക രക്ഷാമാർഗമായി അയാൾ കണ്ടെത്തുന്ന വഴിയാണ് മിത്ത്. അങ്ങനെ ചരിത്രം മിത്തിനു വഴിമാറിക്കൊടുക്കുന്നു. ഇവിടെ മിത്ത്, ചരിത്രം എന്ന ദ്വിഭാഗീകരണം പോസിറ്റീവ് നെഗറ്റീവ് ഗുണങ്ങൾ കൈവരിക്കുന്നു. നെഗറ്റീവിൽനിന്ന് പോസിറ്റീവിലേക്ക് ഒരു ചലനമായിട്ടാണ് ചരിത്രത്തിൽനിന്ന് മിത്തിലേക്കുള്ള പ്രയാണത്തെ ആഖ്യാതാവും കുഞ്ഞുണ്ണിതന്നെയും അവതരിപ്പിക്കുന്നത്. ഇവിടെയാണ് പ്രശ്നങ്ങൾ പൊങ്ങിവരുന്നത്.

ചരിത്രത്തെ നിഷേധാത്മകമായി ചിത്രീകരിക്കുവാൻ ആഖ്യാതാവിനെ സഹായിക്കുന്ന ദുരന്തബോധം ഊർന്നിറങ്ങിവരുന്നത് വ്യക്തികളുടെയും ഗോത്രങ്ങളുടെയും നഷ്ട സ്മൃതികളിലൂടെയാണ്. നോവലിലെ മൂന്ന് ഉപകഥകൾ- ഓൾഗയുടെയും ചിന്നേട്ടന്റെയും താപസ ചന്ദ്രന്റെയും കഥകൾ- ഇതിന് ഉത്തമോദാഹരണങ്ങളാണ്. ഇവ പ്രത്യേകം പ്രത്യേകം വിശകലനം ചെയ്യപ്പെടേണ്ടതുണ്ട്. നോവലിലെ രണ്ടു പ്രധാന 'കോഡു'കൾ തമ്മിലുള്ള സംഘർഷംമൂലം നോവൽ ഘടനയിലുണ്ടാവുന്ന 'വിള്ളലു'കളെക്കുറിച്ച് ഇതുവഴി സൂചിപ്പിക്കാവുന്നതാണ്. ഈ വിള്ളലുകളാണ് അർത്ഥ ഭേദങ്ങൾക്കു വഴിയൊരുക്കുന്നത്.

നാല്പതുകളിൽ കേരളത്തിൽ അലയടിച്ചുയർന്ന കമ്മ്യൂണിസ്റ്റ് വിപ്ലവത്തിൽനിന്നുള്ള ഒരു ചീളായിട്ടാണ് കുഞ്ഞുണ്ണിയുടെ മൂത്ത സഹോദരനായ ചിന്നേട്ടന്റെ കഥ അവതരിപ്പിച്ചിരിക്കുന്നത്. ഒളിവിൽ കഴിയുന്ന കാലത്ത് ചിന്നൻ നീലമ്മയെന്ന തോട്ടിത്തൊഴിലാളിയെ വിവാഹം കഴിച്ചു. പിന്നീട് അയാൾ രക്തസാക്ഷിയായി. നീലമ്മ ഒരു പാർട്ടി അനുഭാവിയുടെ വെപ്പാട്ടിയും തൊഴിലാളിപ്രവർത്തകയുമായി ജീവിതം തുടർന്നു. പാർട്ടി നിയമവിധേയമായതിനുശേഷം അവൾ ചിന്നന്റെ തറവാടോളം ചെന്ന് സ്വത്തിലവകാശം പറഞ്ഞു. ചിന്നന്റെ അമ്മ ഒരു കണ്ടം നെൽപ്പാടവും കുറെ പറമ്പും അവൾക്കു തീറു കൊടുത്തു. ഒരു രക്തസാക്ഷിയുടെ അമ്മയുടെ നൊമ്പരമായി, ഒരു വൈയക്തിക ദുരന്തമായി, അങ്ങനെ, കേരളത്തിലെ വിപ്ലവപ്രസ്ഥാനം താഴുന്നു. ഈ കഥ പലപ്പോഴും കുഞ്ഞുണ്ണിക്ക് തികട്ടിത്തികട്ടി വരുന്നതു കാണാം. മദ്യത്തിന്റെ ചൂടിൽ ഒരു റഷ്യൻ പത്രപ്രവർത്തകനുമായി നടന്ന വാക്തർക്കം ഇവിടെ പ്രസക്തമാണ്. കുഞ്ഞുണ്ണി പറയുന്നു.

"നോക്കൂ, ചൈനയും ഞങ്ങളുമായുള്ള തർക്കത്തിൽ നിങ്ങൾ ഞങ്ങളെ സഹായിക്കുന്നതും കിഴക്കൻ പാക്കിസ്ഥാനിലെ കലാപത്തെ ഞങ്ങൾ സഹായിക്കുന്നതും ഏതെങ്കിലും വിശ്വാസപ്രമാണങ്ങൾക്കു വേണ്ടിയല്ല. പ്രത്യയശാസ്ത്രങ്ങൾ ഇന്നു ജീവിക്കുന്നത് ഭരണകൂടങ്ങൾക്കകത്തല്ല, അവയ്ക്കു പുറത്താണ്."

"ഈ പറയുന്നത് അറിവുകേടാണ്."

"സത്യമാണ് ഞാൻ പറയുന്നത്. നിങ്ങൾക്ക് അതു വിഴുങ്ങാൻ വിഷമമായിരിക്കും. കമ്യൂണിസമെന്തെന്ന് റഷ്യക്കാരായ നിങ്ങൾക്ക് എന്തറിയാം? നിശ്ചയമായും മലയാളികളായ ഞങ്ങളെ പഠിപ്പിക്കാൻ നിങ്ങൾക്കവകാശമില്ല."

"അസംബന്ധം."

"നിങ്ങളുടെ വിപ്ലവം എന്നോ നടന്ന ഒരു നാടോടിക്കഥയാണ്. ഞങ്ങളുടെ വിപ്ലവമാകട്ടെ ഇന്നു നടക്കുന്ന സഹനമാണ്."

"നിങ്ങൾ ആരാണ് ഇതു പറയാൻ?"

"ചിന്നേട്ടന്റെ അനുജൻ". (പുറം 78)

താത്ത്വികമായ ഒരു ചർച്ച പെട്ടെന്ന് വൈയക്തികതയിലേക്കൂറി വീഴുന്നത് ഇവിടെ വ്യക്തമായി കാണാം. "ചിന്നേട്ടന്റെ അനുജൻ" എന്ന പദവി കുഞ്ഞുണ്ണിക്ക് നല്കുന്ന ധാർഷ്ട്യം ശ്രദ്ധേയമാണ്. കമ്യൂണിസത്തെ കുറിച്ചുള്ള എല്ലാ അറിവും ഈയൊരനുഭവത്തിൽ നിന്നുണ്ടാവുകയും ഇതിൽത്തന്നെ ഒതുങ്ങി നില്ക്കുകയും ചെയ്യുന്നു. ഇതിന്റെ തീക്ഷ്ണത കുഞ്ഞുണ്ണിയെ അക്ഷമനും അവിവേകിയുമാക്കി മാറ്റുക മാത്രമല്ല ചെയ്യുന്നത്. അത് നോവൽ ഘടനയിൽത്തന്നെ വിള്ളലുകൾ സൃഷ്ടിക്കുന്നു. റഷ്യൻ പത്രപ്രവർത്തകനുമായുള്ള സംവാദം കൈയാങ്കളിയിലേക്കു മാറുമെന്ന ഘട്ടമാകുന്നതോടെ നോവലിന്റെ മുന്നോട്ടുള്ള ഗതിക്ക് പൊടുന്നനെ ഒരു "ബ്രേക്ക്" വരുന്നു. ഈ "ബ്രേക്ക്" ആഖ്യാനത്തെ തടഞ്ഞു നിറുത്തുകയും 'കോഡു'കളുടെ സംഘർഷത്തിന്റെ അടിത്തട്ട് പ്രകടമാക്കുകയും ചെയ്യുന്നു. ചരിത്രപരമായ 'കോഡി'നു വിലങ്ങിടാനുള്ള ഇത്തരം ശ്രമങ്ങൾ വൈയക്തികതയിൽ നിന്നോ ഗോത്രസ്മൃതികളിൽ നിന്നോ ഊർജ്ജം വലിച്ചെടുക്കുന്നു. ചിന്നേട്ടന്റെ കഥ പിന്നീട് കൽക്കത്തയിൽവെച്ച് ഒരു യുവവിപ്ലവകാരിയുമായി സംസാരിക്കുന്നതിനിടയ്ക്കും പൊങ്ങി വരുന്നുണ്ട്.

ഓൾഗയുടെ കഥയ്ക്കും നോവലിൽ ഇപ്രകാരമൊരു ധർമ്മമാണുള്ളത്. ചെക്കുകാരിയായ ഓൾഗയുടെ ജിപ്സി പാരമ്പര്യം പ്രാഗ് വസന്തത്തിന്റെ ദുരന്തത്തെ ആവാഹിച്ചെടുക്കുവാനുള്ള ഒരുപാധിയായി ഉപയോഗിക്കപ്പെടുന്നു. ഇവിടെ വ്യക്തിഗതാനുഭവങ്ങൾ മാത്രമല്ല ഗോത്രസ്മൃതികളും ചരിത്രത്തിന്റെ നിഷേധഭാവത്തെ ഉൾക്കൊള്ളുവാൻ വെമ്പുന്നു. ഓൾഗയുടെ വാക്കുകൾ ശ്രദ്ധിക്കുക.

"എന്റെ ദുഃഖം ചെക്കുകാരുടെ ദുഃഖത്തേക്കാൾ പ്രാചീനമാണ്. കാളവണ്ടികളിലും കൂടാരങ്ങളിലും വീഞ്ഞും സംഗീതവും സ്നേഹവും

മാത്രമറിഞ്ഞ് ലോകത്തിലൊന്നിനെയും ചൂഷണം ചെയ്യാതെ നൂറ്റാണ്ടുകൾ കഴിച്ചുപോന്ന ഞങ്ങളെ വിപ്ലവവും പ്രതിവിപ്ലവവും ഒരുപോലെ മർദ്ദിക്കുന്നു. പാട്ടു നിർത്തി, ഞങ്ങളുടെ ദൈവമൂർത്തികളെ ഒളിപ്പിച്ചുവെച്ച്, ഞങ്ങൾക്ക് ശാസ്ത്രജ്ഞരും സൈനികന്മാരും ചാരന്മാരും ഒക്കെ ആകേണ്ടിവന്നു. വെളുത്ത മനുഷ്യന്റെ ബീജപ്രളയത്തിൽ അവഹേളിക്കപ്പെട്ട് എന്റെ വർഗ്ഗം ഗാഢമായ നിരാനന്ദത്തിൽ മുഴുകുന്നു. എങ്കിലും ഈ ജിപ്സിയുടെ വീഞ്ഞ് കുടിക്കുമ്പോൾ എന്റെ ഗോത്രത്തിന്റെ ചുവപ്പും തവിട്ടുമായ നിറങ്ങൾ എന്നിലേക്ക് തരിച്ചു വരുന്നു.'' (പുറം 45).

ഈ ഗോത്ര സ്മരണ ചെക്ക് രാഷ്ട്രീയത്തിന്റെ ദുരന്തത്തിന്റെ ചിത്രമായി മാറുന്നു. ഓൾഗയും ചിന്നേട്ടന്റെയും കുഞ്ഞുണ്ണിയുടെ അമ്മയും കൂടപ്പിറപ്പുകളാവുന്നു. ഇത് നോവലിൽ വ്യക്തമായിത്തന്നെ അവതരിപ്പിക്കുന്നുണ്ട്. മുകളിൽ ഉദ്ധരിച്ച സംഭാഷണത്തിനുശേഷം ''ഓൾഗ തന്റെ ഉറക്ക കുപ്പായം മോലോട്ടുരിഞ്ഞു വലിച്ചെറിഞ്ഞു. ചുമലിലും മുലയിലും നാഭിയിലും തുടയിലും അവളുടെ ഗോത്രത്തിന്റെ സാത്വിക പ്രതിരോധം തവിട്ടും ചുവപ്പും നിറങ്ങളായി എഴുന്നു. കാമത്തിന്റെ സീമകൾക്കപ്പുറത്തുള്ള മറ്റേതോ വികാരത്തിൽ കുഞ്ഞുണ്ണിയെ കെട്ടിപ്പിടിച്ചുകൊണ്ട് അവൾ പറഞ്ഞു: 'കറുത്ത മനുഷ്യാ, അങ്ങെന്റെ കൂടപ്പിറപ്പാണ്.' (പുറം 45).

ഇപ്രകാരം വൈയക്തികതയിലും പ്രാചീനമായ ഗോത്രസ്മൃതികളിലും കുരുങ്ങിക്കിടക്കുന്ന നോവലിന്റെ ബോധമണ്ഡലം ചരിത്രത്തിന്റെ ഉണ്മയെ അവഗണിക്കുവാൻ കുഞ്ഞുണ്ണിയെ പ്രേരിപ്പിക്കുന്നു. കുഞ്ഞുണ്ണി ചരിത്രത്തെ നോക്കിക്കാണുന്നത് അശ്ലീലമായ ഒരു ഫലിതമെന്ന നിലയ്ക്കാണ്. ചരിത്ര വികാസങ്ങളുടെ കേവല സത്യങ്ങളിൽനിന്ന് അയാൾ തിരിഞ്ഞോടുന്നു. വിപ്ലവ പ്രസ്ഥാനങ്ങളിൽ പങ്കാളികളാവുന്നവരുടെ സാത്വിക ഗുണങ്ങൾ വിപ്ലവത്തിനെതിരായുള്ള മിത്തിന്റെ നേട്ടത്തിനുവേണ്ടി അയാൾ ചൂഷണം ചെയ്യുന്നു. ചരിത്രത്തിന്റെ കനിവ് മിത്തിന്റെ ഗാംഭീര്യമാക്കി മാറ്റിയെടുക്കുന്നതിനുള്ള ഒരു നല്ല ഉദാഹരണമാണ് താപസ ചന്ദ്രന്റെ കഥ.

ആഢ്യയായ നിഹാരികാദീദിയുടെ മകൻ താപസചന്ദ്രൻ വിപ്ലവകാരിയായി മാറുന്നു. വർഗശത്രുവായ ജോലേദാർ നിമായി സാന്യാലിനെ വധിച്ചശേഷം ആ ചെറുപ്പക്കാരൻ കുമർട്ടുലിയിലുള്ള ജൂഗലിന്റെ രണ്ടു മുറിയും താഴ്വാരവും മാത്രമുള്ള കൊച്ചു വീട്ടിൽ അഭയം തേടുന്നു. ഒരു മുറിയിൽ നിറയെ പണിസാമഗ്രികളും ദുർഗാവിഗ്രഹങ്ങളും. മറ്റേ മുറിയിൽ ജൂഗലും അയാളുടെ മകൾ ബുലുവും താപസചന്ദ്രനും ഉറങ്ങാൻ കിടക്കുന്നു. പായ തനിക്കുതന്ന് മൺതറയിൽ കിടന്നുറങ്ങുന്ന ബുലുവിനെ കണ്ടു താപസചന്ദ്രന്റെ മനസ്സലിയുന്നു. വിപ്ലവകാരിയുടെ ഈ മുഖം. പക്ഷേ, ചരിത്രത്തിന്റെ 'കോഡി'ൽ ഒതുക്കി നിർത്തുവാൻ നോവലിനു കഴിയുന്നില്ല. ചരിത്രം മാലിന്യമാണല്ലോ. അവിടെ കനിവിന്

എന്തു സ്ഥാനം? ഇതുകാരണം താപസചന്ദ്രനെ ചരിത്രത്തിന്റെ ഉള്ളറയിൽ നിന്നു വലിച്ചുമാറ്റി മിത്തിന്റെ മൂശയിൽ കൊണ്ടിടുന്നു. ഇത് നോവലിലെ ഒരു സുപ്രധാന സന്ദർഭമാണ്. ഇവിടെ എന്തു സംഭവിക്കുന്നുവെന്ന് കാണുക:

പൊടുന്നനെ താപസചന്ദ്രൻ ജൂഗലിന്റെ പായയ്ക്കപ്പുറം നോക്കി. അവിടെ തണുത്ത തറയിൽ നേരിയ പഴയ ചേല മാത്രം ചുറ്റി ബുലു കിടന്നുറങ്ങുന്നു. പഴന്തുണിക്കിടയിൽ മുഴച്ചുനിന്ന കന്യകയുടെ മുലകൾ കണ്ട് ഋശ്യശൃംഗൻ ഒരു നിമിഷം അന്ധാളിച്ചു. മാറിൽ രണ്ടു വലിയ നമസ്കാര കിണങ്ങളുള്ള ഈ ബ്രഹ്മചാരി ആര്? (പുറം 95). വിപ്ലവകാരി പൊടുന്നനെ ഋശ്യശൃംഗനെന്ന മിത്തിക് കഥാപാത്രമായി മാറുന്ന ഈ അവസ്ഥ നോവൽ ഘടനയിൽ വരുത്തുന്ന പ്രകമ്പനം ചില്ലറയല്ല. താപസചന്ദ്രൻ ദുഃഖം സഹിക്ക വയ്യാഞ്ഞ് മുറിക്കു പുറത്തുപോയി കിടക്കുന്നു. ഇവിടെ മിത്തിലേക്കുള്ള ഈ കഥാപാത്രത്തിന്റെ രൂപാന്തരീകരണം പൂർണ്ണമാകുന്നു.

"പുറത്ത് താപസചന്ദ്രന്റെ ഉറക്കം ഹൂഗ്ലിയുടെ കലുഷപ്രവാഹമായി-കാശിമിത്രഘട്ടത്തിലെ വിഭൂതിയും അസ്ഥിമാലയുമായി- വിപ്ലവകാരിയുടെ ഉറക്കത്തിന്നടിയിലെ ആഴങ്ങളിൽ, വിപ്ലവത്തിന്റെ അതീന്ദ്രിയ വികാരങ്ങളെ നിഹാരികാ ദീദിയുടെ പിഞ്ചുമകൻ സ്പർശിച്ചു.

"ശ്രീമദ് സിംഹാസനേശ്വരീ,
ചിദഗ്നികുണ്ഡ സംഭൂതാ,
ദേവകാര്യ സമുദ്യതാ." (പുറം 96)

ഇവിടെ എന്താണ് സംഭവിച്ചതെന്നു പരിശോധിക്കാം. ചരിത്രത്തിന്റെ 'കോഡി'ലൂടെ മുന്നോട്ടു നീങ്ങിയ ഒരു കഥാബിന്ദു, ആഖ്യാതാവിന്റെ ചരിത്രത്തെക്കുറിച്ചുള്ള മുൻധാരണകൾക്ക് പൊരുത്തപ്പെടാത്തവിധം പരിണമിച്ചുയർന്നപ്പോൾ, അതിനു കാരണമായ കഥാപാത്രത്തെ ചരിത്രത്തിന്റെ ധാരയിൽനിന്നു അടർത്തിമാറ്റി മിത്തിലേക്കു സന്നിവേശിപ്പിച്ചു. ഈ സന്നിവേശം ചരിത്രത്തിന്റെ കോഡിൽ സൃഷ്ടിക്കുന്ന വിള്ളൽ നോവലിന്റെ അർത്ഥതലങ്ങൾക്ക് പുതിയൊരു മാനം നല്കുന്നു. ചരിത്രത്തിന്റെ പ്രയാണത്തിൽ കാൽ തട്ടിത്തടഞ്ഞു വീഴുന്ന ആഖ്യാതാവിന്റെ സ്വയം രക്ഷാപ്രവർത്തനമായി ഇതിനെ കാണാം. ഈ സ്വയംരക്ഷ ആഖ്യാതാവ് കൈവരിക്കുന്നത് പുരാണങ്ങളിലേക്കുള്ള ഒരു തിരിഞ്ഞോട്ടത്തിലൂടെയാണ്. ഈ തിരിഞ്ഞോട്ടമാണ്, കുഞ്ഞുണ്ണിയുടെ അച്ഛന് നേരത്തേ സൂചിപ്പിച്ചതുപോലുള്ള ഒരു വീഴ്ചയ്ക്കു കാരണമാകുന്നത്. പാഠത്തിലുണ്ടാകുന്ന ഇത്തരം 'വീഴ്ചകൾ', ശിഥിലീകരണങ്ങൾ 'കർമ്മത്തിന്റെ കെട്ടുപാടോള്' (പുറം 76) ആണെന്ന് കുഞ്ഞുണ്ണിയുടെ അച്ഛൻ പറയും. ഇവ യഥാർത്ഥത്തിൽ പാഠകർമ്മത്തിന്റെ കെട്ടുപാടുകളാണ്. ഇവയുടെ വിജയമാണ് നോവലിൽ മിത്തിന്റെ വിജയമായി മാറുന്നതെന്ന കാര്യം അത്യധികം ചിന്തനീയമാണ്.

ചരിത്രം മിത്തായി രൂപാന്തരം പ്രാപിക്കുന്നത് ഒരു ഡയഗ്രം ഉപയോഗിച്ചു വ്യക്തമാക്കാം.

'പാഠ'ത്തിന്റെ പരിണാമ പ്രക്രിയയിൽ കേന്ദ്രബിന്ദുവായി പ്രവർത്തിക്കുന്നത് 'മുല'കളാണെന്ന് ഇതിൽനിന്ന് വ്യക്തമാണ്. 'മുല'കൾ എന്ന ഈ കേന്ദ്രചിഹ്നകത്തിന് സാധാരണ വ്യവഹാരത്തിൽ കൈവരുന്ന 'ചിഹ്നിത'ങ്ങൾ എന്തുതന്നെയായാലും, 'ഗുരുസാഗര'ത്തിന്റെ ഈ പ്രത്യേക മുഹൂർത്തത്തിൽ തികച്ചും വ്യത്യസ്തവും അപ്രതീക്ഷിതവുമായ ഒരു 'ചിഹ്നിത'മാണ് നമുക്ക് ലഭിക്കുന്നത്. അതാണ് "നമസ്കാര കിണങ്ങൾ". (ഇതു സ്വയം മറ്റൊരു 'ചിഹ്നക'മായി വർത്തിക്കുന്നുവെന്ന കാര്യം തൽക്കാലം വിടുക.) ഇപ്രകാരം ചിഹ്നവ്യവസ്ഥയിൽ സംഭവ്യമാകുന്ന ഒരു 'തെന്നിമാറലി'ലൂടെയാണ് പാഠം ഭൗതികത്തിൽനിന്ന് അതിഭൗതികത്തിലേക്കുള്ള ചാട്ടം സാധ്യമാക്കുന്നത്. ഇത്, പക്ഷേ, ഭാഷയുടെ അർത്ഥ വ്യവസ്ഥയുടെ നേരെയുള്ള ഒരു കൈയേറ്റത്തിലൂടെ, അല്ലെങ്കിൽ ബലാൽക്കാരത്തിലൂടെയാണ് 'പാഠ'ത്തിൽ സ്ഫുടീകരിച്ചെടുത്തിരിക്കുന്നത്. വിജയന്റെ മറ്റു ചില രചനകളിൽ (ഉദാ: ധർമ്മപുരാണം, എട്ടുകാലി, ആൽമരം) പ്രകടമാകുന്ന ലൈംഗികതയുടെ അക്രമ സ്വഭാവം ഇവിടെ രതി ചിഹ്നകങ്ങളിലേക്ക് തിരിച്ചടിക്കുന്നു. നോവൽ 'പാഠ'ത്തിന്റെ ഈ അക്രമ സ്വഭാവം ഒരു വിപ്ലവകാരിയെ മിത്തിന്റെ കോഡിലേക്ക് തളച്ചിടുവാനുള്ള ഒരു തന്ത്രമായി പരിണമിക്കുന്നു എന്നുള്ളത് സവിശേഷ ശ്രദ്ധയർഹിക്കുന്ന കാര്യമാണ്. 'ഗുരുസാഗരം' ഉയർത്തിപ്പിടിക്കുന്ന ശാന്തിയുടെ സന്ദേശം യഥാർത്ഥത്തിൽ പാഠത്തിന്റെ 'ഹിംസാത്മക'തയുടെ ഉത്പന്നമാണെന്ന വിരോധാഭാസവും നിലനിൽക്കുന്നു.

താപസചന്ദ്രനു സംഭവിക്കുന്നതുതന്നെ ഇത്തിരി നേരത്തെ മറ്റൊരു കഥാപാത്രത്തിനു സംഭവിക്കുന്നുണ്ട്. ജോലേദാർ, നിമായി സാന്യാലിന്റെ വധത്തിന് ഇറങ്ങിത്തിരിച്ച റായി ചരൺ എന്ന കർഷകത്തൊഴിലാളി "പൊടുന്നനെ തന്റെ പ്രാചീന പിതാമഹനായ ഉപമന്യുവായി മാറി" (പുറം 87). അയാൾ കൃത്യം നിർവ്വഹിക്കാതെ തിരിഞ്ഞു വരുന്നു. സഖാക്കൾ കാരണമാരാഞ്ഞപ്പോൾ അയാൾ പറയുന്നത് ഇതാണ്: "നിമായി സാന്യാലിന്റെ തൊഴുത്തിൽ രണ്ടു പൈക്കൾ. അവരുടെ അകിട്ടിൽ ഇടിക്കുന്ന രണ്ടു പൈക്കുട്ടികൾ. നിങ്ങൾ ഇതു വിശ്വസിക്കണം. സഖാക്കളേ, പൈക്കുട്ടികളുടെ ചുണ്ടിലെ പാൽനുര കണ്ടപ്പോൾ എന്റെ കൈകാലുകൾ തളർന്നു." (പുറം 90). ഇതിനെത്തുടർന്നു ആഖ്യാതാവിന്റെ ഒരു

സാമാന്യവൽക്കരണവും: "ആയിരത്തിത്തൊള്ളായിരത്തി അറുപത്തി ഒമ്പതിലെ പ്രക്ഷുബ്ധമായ ബംഗാളിന്റെ ഗ്രാമങ്ങളിൽ റായി ചരൺമാർ ഈ പാൽനുര കണ്ടു വിമോചിതരായി". (പുറം 90). ഇവിടെയും 'ചിഹ്നക'ങ്ങൾ അകിടും പാൽനുരയും തന്നെ. കഥാപാത്രങ്ങളെ ചരിത്രത്തിൽനിന്നു 'വിമോചിത'രാക്കുന്ന ഈ പ്രക്രിയ നേരത്തേ സൂചിപ്പിച്ചതുപോലെ അക്രമസ്വഭാവം വെച്ചു പുലർത്തുന്ന ചിഹ്നീകരണത്തിന്റെ സൃഷ്ടിയാണ്. ഈ പ്രക്രിയയിൽ വേണ്ടത്ര വിശ്വാസം പോരാഞ്ഞിട്ടെന്നോണം റായി ചരൺ ഉപമന്യുവായി മാറി എന്നു പറഞ്ഞയുടൻ ഉപമന്യുവെ സംബന്ധിക്കുന്ന കഥ സാമാന്യം വിശദമായിത്തന്നെ പറഞ്ഞുവെക്കുന്നു ആഖ്യാതാവ്. ഇത് ആഖ്യായികയുടെ മുന്നോട്ടുള്ള ചലനത്തിന് തൽക്കാലം വിഘാതം സൃഷ്ടിക്കുന്നു. ഇവ രണ്ടും ചേർത്തുവെച്ചാൽ അതായത്, ആഖ്യായികയിലുള്ള "ബ്രേക്കും" 'ചിഹ്ന'വ്യവസ്ഥയുടെ സവിശേഷതയും 'പാഠ'ത്തിൽ സൃഷ്ടിക്കപ്പെടുന്ന വിള്ളലുകളെക്കുറിച്ചു മനസ്സിലാക്കുവാൻ സാധിക്കും.

ഈ പ്രക്രിയയ്ക്ക് വേറെയും ഒട്ടേറെ ഉദാഹരണങ്ങൾ നിരത്തുവാൻ കഴിയും. അല്പസ്വല്പം വ്യത്യാസത്തോടെ അവതരിപ്പിക്കപ്പെടുന്ന മറ്റൊരു സന്ദർഭം കുഞ്ഞുണ്ണിയും മകൾ കല്യാണിയും ചേർന്നുള്ള സവാരിയാണ്. "യാത്രയ്ക്കിടയിൽ ഏതോ ബസ്തിയിലെ കടയിൽ നിന്നു വാങ്ങിയ അരിപ്പൊടി കൊറിച്ചുകൊണ്ട് അച്ഛനും മകളും നിന്നു. പൊടുന്നനെ മേഘങ്ങളുടെ കറുത്ത പടർപ്പിനെതിരെ ഒരു പറ്റം വെള്ളക്കൊറ്റികൾ പറന്നുപോയി. കുഞ്ഞുണ്ണി ഭജിച്ചു. ഗദാധരാ, ഗുരുനാഥാ, നിന്റെ കൊറ്റികളിതാ പറന്നുപോകുന്നു." (പുറം 107). ശ്രീരാമകൃഷ്ണ പരമഹംസന്റെ ആദ്യത്തെ അതീന്ദ്രിയമായ അനുഭവത്തെ ഇപ്രകാരം നോവലിൽ ഉൾപ്പെടുത്തിക്കൊണ്ട് ഒരു epiphany സാധ്യമാക്കുകയാണിവിടെ. "തേടാതെ തെളിച്ചുതന്ന ഈ ഗുരു പൂർണിമയുടെ അർത്ഥമെന്ത്" എന്നു കുഞ്ഞുണ്ണി വിസ്മയപ്പെടുന്നു. ഇതിനുത്തരം ലഭിക്കുന്നത് കല്യാണിയുടെ മരണത്തോടെയാണ്. ഗുരുപ്രസാദം നിറഞ്ഞു നിൽക്കുന്ന കടലിനു മുകളിൽ കേൾക്കുന്ന കല്യാണിയുടെ ശബ്ദം കുഞ്ഞുണ്ണിക്ക് തന്റെ ജീവിതവും മിത്തിലേക്ക് സന്നിവേശിപ്പിക്കാനുതകുന്ന ഒരു അനുഭവം ലഭ്യമാക്കുന്നു: "ഈ ജന്മത്തിലല്ലേ ഞാൻ അച്ഛന്റെ മകളല്ലാതായിരുന്നിട്ടുള്ളൂ? പിറകോട്ടു തിരിഞ്ഞു നോക്കൂ. അച്ഛന് ഓർമ്മയില്ലേ, ഞാൻ ശുകനും അച്ഛൻ വ്യാസനുമായിരുന്നത്?" (പുറം 160). ഈ അഭിജ്ഞാനത്തോടെയാണ് നോവൽ അവസാനിക്കുന്നത്. മിത്തിലേക്കുള്ള യാത്ര ഇവിടെ പൂർണമാകുന്നു. ഈ യാത്ര, പക്ഷേ, ലളിതമായ ഒരു പ്രക്രിയ അല്ലെന്നും പാഠത്തിൽ ഇതു സാധ്യമാകുന്നത് ചിഹ്നവ്യവസ്ഥയുടെ തലത്തിലുള്ള ഒരു ബലാൽക്കാരത്തിലൂടെയാണെന്നും കണ്ടു. ഇതുയർത്തുന്ന ഘടനാപരമായ പ്രശ്നങ്ങൾ ഭിന്നാർത്ഥങ്ങൾ ഉത്പാദിപ്പിക്കുകയും, അങ്ങനെ ഇത് പാഠഭേദങ്ങളുടെ, അർത്ഥതലങ്ങളുടെ, പ്രശ്നസങ്കീർണ്ണമായ ഒരു കർമ്മ മണ്ഡലത്തിൽ കൊണ്ടെത്തിക്കുകയും ചെയ്യുന്നു. പാഠത്തിലുണ്ടാകുന്ന വിള്ളലുകളും അവ മൂലമുണ്ടാകുന്ന

"വീഴ്ചയും" നോവലിന്റെ "വാച്യാർത്ഥ"ത്തെ, പ്രഖ്യാപിത ലക്ഷ്യങ്ങളെ, ഒരു വിധത്തിലല്ലെങ്കിൽ മറ്റൊരു വിധത്തിൽ തകിടം മറിക്കുന്നു. നോവൽ അവതരിപ്പിക്കുന്ന ചരിത്രത്തിന്റെയും മിത്തിന്റെയും 'കോഡു'കൾക്ക് അങ്ങനെ നിറപകർച്ച സംഭവിക്കുന്നു. ഏതാണ് പോസിറ്റീവ്? ഏതാണ് നെഗറ്റീവ്? ഈ ചോദ്യം നോവൽ ഘടനയ്ക്കകത്തുതന്നെ മുഴങ്ങി ക്കേൾക്കാം.

മൂന്ന്

'ഗുരുസാഗര'ത്തിന്റെ ഭാഗികമായ ഒരു വായന മാത്രമാണിത്. എങ്കിലും, 'ചിഹ്നക'വും 'ചിഹ്നിത'വും തമ്മിലുള്ള ബാന്ധവം അഥവാ സന്ധി ചോദ്യം ചെയ്യപ്പെടുന്നിടത്താണ്, അല്ലെങ്കിൽ തകിടം മറിക്കപ്പെടുന്നിട ത്താണ്, നോവലിന്റെ സവിശേഷമായ അർത്ഥോത്പാദന പ്രക്രിയ പ്രവർത്തനക്ഷമമാകുന്നതെന്ന കണ്ടെത്തലിലേക്ക് ഇതു നമ്മെ നയി ക്കുന്നു. ഇപ്രകാരം 'ചിഹ്നകം' / 'ചിഹ്നിതം' എന്ന സന്ധിയെ ഇളക്കി മറിച്ചുകൊണ്ട്, 'ചിഹ്നക'ത്തിൽനിന്നും മറ്റു 'ചിഹ്നക'ങ്ങളിലേക്കുള്ള നിരന്തരമായ ഒരു തെന്നിമാറൽ സാധ്യമാക്കിക്കൊണ്ട്, ഒരു 'പ്രതിസന്ധി' സൃഷ്ടിക്കുകയാണ് പാഠം ചെയ്യുന്നത്. സന്ധിയിൽനിന്നു പ്രതിസന്ധി യിലേക്കുള്ള ഈ നീക്കം സാമ്പ്രദായിക 'ചിഹ്ന'ശാസ്ത്രത്തിൽ നിന്നു 'ഘടനാവാദാനന്തര പാഠ' ചർച്ചകളിലേക്കുള്ള മാറ്റത്തെ പ്രതിഫലിപ്പി ക്കുന്നു. ലകാൻ, ക്രിസ്തീവ, ദെറിദ തുടങ്ങിയവർ 'ചിഹ്നം' എന്ന കാറ്റ ഗറിയെ സ്വയം വിമർശനപാത്രമാക്കിയതിന്റെ വെളിച്ചത്തിലാണ് ഈയൊരു മാറ്റം സംഭവിക്കുന്നത്. ദ്വൈത വിപരീതങ്ങളുടെ അടച്ചു മൂടപ്പെട്ട ഒരു യൂണിറ്റ് എന്ന നിലയിൽനിന്ന് സ്വയം ഭിന്നത വെച്ചു പുലർത്തുന്നതും തന്നിൽ നിന്നുതന്നെ അകന്നുപോകുന്നതുമായ ഒരു കാറ്റഗറി എന്ന നിലയിലേക്ക് 'ചിഹ്ന'ത്തെ പ്രശ്നവൽക്കരിക്കുന്നതിൽ ലകാന്റെ മനോവിശ്ലേഷണ സമ്പ്രദായവും അപോദ്ഗ്രഥനവായനയുടെ വക്താവായ ദെറിദയുടെ "വ്യത്യാസത്വം" (Difference) പോലുള്ള കണ്ടെ ത്തലുകളും സഹായിച്ചിട്ടുണ്ട്. ഇവയുടെയൊക്കെ ഫലമായി 'ചിഹ്നം' അക്ഷരാർത്ഥത്തിൽത്തന്നെ 'ഛിന്നഭിന്ന'മാകുന്ന കാഴ്ചയാണ് നാം കാണുന്നത്.

വർഗ്ഗീകരണം അടിസ്ഥാന സ്വഭാവമായുള്ള ഘടനാവാദപരവും ചിഹ്നശാസ്ത്രപരവുമായ മാതൃകകളും അപഗ്രഥന സമ്പ്രദായങ്ങളും സോസ്യൂറിയൻ ഭാഷാശാസ്ത്രത്തിന്റെ ഏറെക്കുറെ അടഞ്ഞ വ്യവസ്ഥ യ്ക്കകത്തു രൂപപ്പെട്ടുവന്ന വിമർശന പദ്ധതികളാണ്. ഇൻഡക്സ്. ഐക്കൺ, സിംബൽ എന്നിങ്ങനെയുള്ള ചിഹ്നങ്ങളുടെ ആദ്യകാല തരംതിരിവായാലും ട്രാഫിക് സിഗ്നലിംഗ് സിസ്റ്റമായാലും കഥകളി മുദ്ര കളായാലും ഈ വ്യവസ്ഥകളുടെ ചിഹ്നവൽക്കരണ പ്രക്രിയകൾ കെട്ടുറപ്പിന്റെയും ഉദ്ഗ്രഥനത്തിന്റെയും ഭദ്രമായ അടിസ്ഥാനത്തിൽനിന്ന് നിയതമായ രീതികളിലൂടെ സുഘടിതവും നിയന്ത്രിതവുമായ അർത്ഥ

തലങ്ങളിലേക്ക് വ്യാപിക്കുന്ന മാതൃകകളാണ് നമ്മുടെ മുന്നിലവതരിപ്പിക്കുന്നത്. ഈ സുഘടിതത്വം തന്നെയാണ് 'ചിഹ്ന'ത്തിന്റെ പ്രതിസന്ധിയിലൂടെ വിഘടിക്കപ്പെടുന്നത്. ഇതോടൊപ്പം, ഒരു കേന്ദ്രബിന്ദുവിലൂന്നികൊണ്ടുള്ള "സുരക്ഷിതമായ" വായനരീതിയും പ്രശ്നവല്ക്കരിക്കപ്പെടുന്നു. 'ഗുരുസാഗര'ത്തിൽ നാം കണ്ടതുപോലുള്ള പാഠപ്രക്രിയകൾ ഒരുവിധത്തിലല്ലെങ്കിൽ മറ്റൊരു വിധത്തിൽ എല്ലാ പാഠങ്ങളുടെയും അടിസ്ഥാന സ്വഭാവമാണ്. ഈയൊരു തിരിച്ചറിവിലൂടെയാണ് അതു സാധ്യമാകുന്ന അനിശ്ചിതത്വത്തിന്റെയും അനിർവചനീയതയുടെയും ഭൂമികയിലൂടെയാണ് നാം ഘടനാവാദാനന്തര ചിഹ്നശാസ്ത്രത്തിലേക്കു കടക്കുന്നത്.

ചിഹ്നകങ്ങൾക്കു നിയതമായ ചിഹ്നിതങ്ങളില്ലാത്ത, ചിഹ്നകങ്ങൾ മറ്റു ചിഹ്നകങ്ങളിലേക്കു വഴുതിവീഴുന്ന കേന്ദ്രരഹിത ഘടനയ്ക്കുള്ളിൽ ചിഹ്നകങ്ങൾ സ്വതന്ത്രമായ കേളീവിഹാരം (free play) നടത്തുന്ന, പാഠവും പാഠ്യത (textuality) യുമായുള്ള സർഗാത്മകമായ പ്രതിപ്രവർത്തനം വായനക്കാരനെ ആനന്ദ മൂർച്ഛ(ബാർത്തിന്റെ Jouissance) യിലെത്തിക്കുന്ന ധ്വനിസാന്ദ്രവും അനിയന്ത്രിതവും അപകടകരവുമായ ഒരു ലോകം. പതിവ് വായനാശീലങ്ങളിൽ നിന്നും വ്യാഖ്യാനങ്ങളിൽ നിന്നും നമ്മെ ആട്ടിയോടിക്കുകയും ദിവ്യമെന്നു നാം കരുതിപ്പോരുന്ന ക്ലാസിക് കൃതികൾ കാണാപാഠം പഠിച്ചു നൂറ്റൊന്നാവൃത്തി ഉരുവിടുന്ന ശീലം വിട്ടു പാഠങ്ങളുടെ കാണാപ്പാഠം വായിച്ചെടുത്ത് അതിലൂടെ അവയുടെ അപോദ്ഗ്രഥനം സാധ്യമാക്കുവാൻ നമ്മെ നിർബന്ധിക്കുകയും ചെയ്യുന്ന ഈ പുത്തൻ ലോകത്തിലേക്കു കടന്നു ചെല്ലുക എളുപ്പമാണോ? അല്ല. പക്ഷേ പാശ്ചാത്യ സാഹിത്യ സിദ്ധാന്തങ്ങൾ ആധുനികോത്തര (post modern) ഘട്ടത്തിലേക്കു നീങ്ങിയിരിക്കുന്ന ഈ അവസരത്തിൽ വിജയന്റെയും മുകുന്ദന്റെയും മാധവിക്കുട്ടിയുടെയും മറ്റും ചില കഥകളിലേക്കും, അയ്യപ്പപ്പണിക്കരുടെയും കുഞ്ഞുണ്ണിയുടെയും അയ്യപ്പന്റെയും വിനയചന്ദ്രന്റെയും മറ്റും ചില കവിതകളിലേക്കും തിരിഞ്ഞു നോക്കുക.

ഉദാഹരണത്തിന്, വിജയന്റെ 'അഭയം' എന്ന ചെറിയ കഥ നോക്കുക. പഴക്കടയിൽ കേറി മുന്തിരിങ്ങയ്ക്കു വില ചോദിച്ച കുറുക്കൻ അവസാനം 'ഛീ! മുന്തിരിങ്ങ പുളിക്കും' എന്നു പറഞ്ഞു തിരിഞ്ഞു നടന്നപ്പോൾ പഴക്കടക്കാരൻ കുറുക്കനെതിരെ വ്യാപാരനഷ്ടത്തിന് കേസുകൊടുക്കുമെന്നു പറയുന്നു. 'നില്ക്കകള്ളിയില്ലാതായപ്പോൾ കുറുക്കൻ ഒരു പഞ്ചതന്ത്ര കഥയിൽ അഭയം പ്രാപിച്ചു. ഇവിടെ യഥാർത്ഥ ലോകവും പാഠവും തമ്മിലുള്ള അതിർ വരമ്പുകൾ നഷ്ടമാകുന്നു. ബാഹ്യലോകത്തിലെന്നു നാം കരുതുന്ന കുറുക്കൻ പഞ്ചതന്ത്ര പാഠത്തിനകത്തേക്ക് ഉൾവലിഞ്ഞു രക്ഷപ്പെടുന്നത് വെറും തമാശയല്ല. മറിച്ച്, എല്ലാ പാഠ്യതയുടെയും അടിസ്ഥാന സ്വഭാവത്തിലേക്കു വെളിച്ചം വീശുന്ന ഒരു 'ചിഹ്ന' വല്ക്കരണ പ്രക്രിയയാണ്. മൈക്കിൾ റിഫറേറ്റർ പറയുന്നതു പോലുള്ള ഒരു

റെപ്രസന്റേഷണൽ ഫാലസിയെക്കുറിച്ചു നമ്മെ ബോധവാന്മാരാക്കുന്ന ഒരു 'പാഠപ്രക്രിയ' എന്ന നിലയിൽ ഇത് സവിശേഷ ശ്രദ്ധയർഹിക്കുന്നുമുണ്ട്. ഇതുപോലുള്ള അനേകം ആധുനികോത്തര രചനകൾ മലയാളത്തിലുണ്ടായിട്ടുണ്ടെങ്കിലും അവയെ അർഹിക്കുന്ന പ്രാധാന്യത്തോടെ കാണുവാനോ ക്രിയാത്മകമായി വായിക്കാനോ നാമിനിയും ശ്രമിച്ചിട്ടില്ല.

'അഭയം' പോലുള്ള കഥകളിലും കുഞ്ഞുണ്ണിക്കവിതകളിലും മാത്രമല്ല, ശൈലീവൽക്കരണം അടിസ്ഥാന സ്വഭാവമായുള്ള ഏതു രചനാരീതിയിലും ചിഹ്നകങ്ങളുടെ ഈ സ്വതന്ത്ര കേളീവിഹാരം - ലീല-ക്രീഡ എന്നുതന്നെ പറയാം - കാണാം. സംസ്കൃത നാടകത്തിലെ സൂത്രധാരന്റെ 'സൂത്ര'വും വാത്സ്യായന 'മഹർഷി'യുടെ കാമ 'സൂത്ര'വും മേളിക്കുന്നിടത്ത് - രാസ ലീലയ്ക്കായി പതിനായിരത്തിയെട്ടു ചിഹ്നകങ്ങൾ അണിനിരത്തുന്ന പുരാണ പാഠത്തിനകത്ത് - സ്വതന്ത്ര'ചിഹ്നക'ങ്ങൾ നീണ്ടനിരയായി പ്രത്യക്ഷപ്പെടുന്ന മന്ത്രോച്ചാരണങ്ങളിലും നാടൻപാട്ടുകളിലും- 'ഉപ്പൂപ്പായുടെ ആന കുയ്യാന'യായി മാറുന്ന ബഷീർക്കഥയിൽ - കകകക കംസൻ, കികികികി കൃഷ്ണൻ പുപുപുപു പൂതന'യെന്നിവരെക്കുറിച്ചു പാടുന്ന കുഞ്ചൻ നമ്പ്യാരിൽ - ആഭിചാര ക്രിയകളിൽ- വെള്ളരിനാടകത്തിൽ - ഓണക്കഥയിൽ- പരശുരാമൻ മഴുവെറിഞ്ഞുണ്ടാക്കിയ ഈ നാടിന്റെ ഉത്പത്തിയിൽ: ഇവിടെയൊക്കെ നാം കാണുന്നത്. 'ചിഹ്ന'ത്തിന്റെ പ്രതിസന്ധിതന്നെ. ഈ പ്രതിസന്ധിയെക്കുറിച്ചുള്ള ഉത്കണ്ഠ നിറഞ്ഞ ബോധം- അറിവ്- ഹാരൾഡ് ബ്ളൂം അവതരിപ്പിക്കുന്ന 'സ്വാധീനതയുടെ ഉത്കണ്ഠ' (anxiety of influence) യെക്കുറിച്ചുള്ള അറിവുമായി കോർത്തിണക്കുമ്പോഴാണ്, മലയാളികളായ നാം ഇന്ന് വായനയെ ഏതു രീതിയിൽ സമീപിക്കണമെന്ന ചോദ്യം തികച്ചും ഭീഷണമായ രീതിയിൽ പൊങ്ങിവരുന്നത്. വായനയുടെ 'നിഷ്കളങ്കത' നഷ്ടമായിരിക്കുന്നു. എന്നേന്നേക്കുമായി ഇനി 'കളങ്ക'മാണ്. അതു നാം വായിച്ചെടുക്കുന്നത് എപ്രകാരമായിരിക്കും?

അറിവിലെ ഗുരു

സി. ഗണേഷ്

ദാർശനികതയുടെ വെളിച്ചത്തിൽ നോവലുകൾ സാധ്യമാണെന്ന് മലയാളത്തെ ബോധ്യപ്പെടുത്തിയ എഴുത്തുകാരനാണ് ഒ.വി. വിജയൻ. പ്രമേയനിഷ്ഠമായിരുന്ന മലയാള നോവലിനെ ദാർശനികതയിലേക്ക് വഴി നടത്തുകയായിരുന്നു അദ്ദേഹം. ആസ്വാദനഭാവുകത്വത്തെ രാഷ്ട്രീയ ഭാവുകത്വത്തിലേക്ക് പരിവർത്തിപ്പിക്കുവാനാണ് വിജയന്റെ നോവലുകൾ ശ്രമിച്ചത്. ഈ ഇടപെടലിന്റെ സക്രിയമായ നോവൽ ഭാഷ്യമാണ് 'ഗുരു സാഗരം'. ഗുരുസാഗരത്തിന്റെ ഉൾക്കാമ്പിലേക്കിറങ്ങുവാൻ സഹായിക്കുന്ന അറിവ്, ഗുരു എന്നീ സങ്കല്പനങ്ങളുടെ മേൽവായനയാണ് ഇവിടെ സംഗ്രഹിക്കുന്നത്.

അറിവിന്റെ വ്യത്യസ്തത

മുത്തച്ഛനെ ഓർമിച്ചുകൊണ്ട് കുഞ്ഞുണ്ണി പറയുന്നത് അങ്ങ് പകർന്നു തന്ന പൊരുളിൽ എന്റെ അകങ്ങളെ നിറച്ചെങ്കിലും അത് എന്നെ കവിഞ്ഞ് ഒഴുകി പരന്ന് എങ്ങോ ലയിച്ചുവെന്നാണ്. ഭൗതികതയുടെ ഒഴുകലാണത്. ഒഴുകി തീർന്ന് ലഭിക്കുന്ന നിശ്ശൂന്യതയുടെ പരംപൊരുളിൽനിന്നാണ് യഥാർത്ഥ അറിവ് ജനിക്കുന്നത്.

ഇവിടെ അറിവിനെക്കുറിച്ചുള്ള ശങ്കരദർശനവുമായി പൂർണ്ണമായല്ലെങ്കിലും വിജയൻ ചേരുന്നുണ്ട്. ശങ്കരൻ പറയുന്ന അറിവന്വേഷണമാണ് മനുഷ്യബന്ധങ്ങളിൽ നിന്നും മോചനം നേടാനുള്ള മാർഗം. അറിവിനെ സത്തയായി സ്വാംശീകരിക്കുക. ജന്മത്തിന്റെ പരംപൊരുളിൽ വിശ്വസിച്ച് ജീവിക്കുക. ഭാരതീയ ശാസ്ത്രങ്ങൾക്കല്ലാതെ മറ്റൊരിടത്തെ താപസൻമാർക്കും ജീവിതത്തിന്റെ ശാസ്ത്രവ്യാഖ്യാനം നടത്താനായിട്ടില്ല. അത് നമ്മുടെ മണ്ണിന്റെ മാത്രം പ്രത്യേകതയാണ്.

(വി.എസ്. വാരിയർ പുറം 248)

ജന്മം ഒരു പിറവിയല്ലെന്നും കർമബന്ധിതമായ തുടർച്ചയാണെന്നും ശങ്കരൻ പറഞ്ഞിട്ടുണ്ട്. ജന്മവിമുക്തമായ മോക്ഷത്തിലേക്കാണ് നമ്മൾ എത്തുന്നതെന്ന ശങ്കരവചനം വിജയൻ ഉൾക്കൊള്ളുന്നുണ്ടോ എന്നറിയില്ല.

കടലിൽ ലയിച്ചു തീരുന്ന മനുഷ്യനെക്കുറിച്ചാണ്, മനുഷ്യദുഃഖത്തെക്കുറിച്ചാണ് വിജയന്റെ ഉത്കണ്ഠ. എന്നാൽ ബുദ്ധനിൽനിന്നും സമുദ്ദേശപരമായ കൃത്യമായൊരകലം അദ്ദേഹം പാലിക്കുന്നുണ്ട്.

മേലേക്കാട്ട് തറവാട്ടിൽ കുഞ്ഞുണ്ണി തിരിച്ചെത്തുന്നതോടെയാണ് ഗുരുസാഗരം ആരംഭിക്കുന്നത്. അറിവിന്റെ തെളിമയിൽ കുഞ്ഞുണ്ണിക്ക് അവിടം ജ്ഞാനലോകമായി അനുഭവപ്പെടുന്നു. ബാല്യദുഃഖങ്ങളോ ഗൃഹാതുരതയോ അല്ല ജ്ഞാനബോധ്യത്തിന്റെ സുനിശ്ചിതത്വത്തിലാണ് കുഞ്ഞുണ്ണി ഇനി തിരിച്ചുപോകില്ല എന്ന് മറുപടി കൊടുക്കുന്നത്.

ബാലകൃഷ്ണൻ അനുസ്മരിക്കുന്ന പ്രധാന വാചകം 'കണ്ടുമുട്ടിയവരാരും തന്നെ എന്തെങ്കിലും അറിവ് പകർന്നു തരാതെ കടന്നുകളഞ്ഞിട്ടില്ല' എന്നാണ്. കുഞ്ഞുണ്ണിയെ അറിവുബോധത്തിലേക്ക് ഉയർത്തുന്നത് പുല്ലിന്റെ ജന്മികളായ ജൈവാംശം ഉദാഹരിച്ചുകൊണ്ടാണെന്നൊക്കെ വായിച്ചെടുക്കുന്നത് ഗുരുസങ്കല്പത്തിന്റെ പൗരസ്ത്യമായ വലിയ ദർശനങ്ങളെ കൈയിലെടുക്കാനാവാത്തതുകൊണ്ടാവാം. എം.കെ. ഹരികുമാർ സുവ്യക്തമായല്ലെങ്കിലും നോവലിനെ അടുത്തുനിന്നും സത്യസന്ധമായി കാണാൻ ശ്രമിക്കുന്നു. ഗുരുസാഗരം നവീനമായ പ്രവാസത്തിന്റെ വേദാന്തമാണ്. ഗുരു അറിവുകൊണ്ട് മഹാസാഗരമായിരിക്കുന്നതിലുപരി, എല്ലാം അറിഞ്ഞുകൊണ്ടുള്ള ദുഃഖസാഗരമായതാണ് ഈ വേദാന്തം. മനുഷ്യനെന്ന ജൈവാവസ്ഥയുടെ ഏറ്റവും ദരിദ്രമായ രാജപാതകൾ അറിയുക. എല്ലാം ഉണ്ടെങ്കിലും എല്ലാ അർത്ഥത്തിലും ഭിക്ഷാംദേഹിയായ മനുഷ്യന്റെ ദുഃഖമാണ് വിജയൻ ഈ നോവലിൽ തിരയുന്നത്. തല ചായ്ക്കാനും വിശ്രമിക്കാനുമാണ് മനുഷ്യൻ പാടുപെടുന്നത്. ലൗകികവും ലൗകികാതീതവുമായ തലങ്ങളിൽ വച്ചും.

(എം.കെ. ഹരികുമാർ പുറം 158)

ബന്ധങ്ങളുടെ സരളത പലയിടത്തായി അടയാളപ്പെടുത്തുന്നുണ്ട്, വിജയൻ. ശിശുസഹജമെന്നതിനേക്കാൾ ദൈവനിഷ്കളങ്കതയായി വിലയിരുത്താവുന്ന അനുഭവമാണിത്. നിഷ്കളങ്കത ജനിക്കുന്നതാവട്ടെ, പരിശുദ്ധമായ അറിവില്ലായ്മയിൽ നിന്നാണ്. നിറഞ്ഞ അറിവില്ലായ്മ എന്നു പറയാം. അറിവിന്റെ അപാരതയിലെത്തുകയാണ് അഥവാ നിറഞ്ഞ അറിവില്ലായ്മയിലേക്ക് ഉയരുകയാണ് കുഞ്ഞുണ്ണി. ഈശാവാസ്യമായ ഈ പ്രപഞ്ചത്തിലാകമാനം എന്റെ അറിവ് പടരുകയാൽ ഞാൻ വീണ്ടും ഒന്നുമറിയാത്തവനായിത്തീരുന്നു എന്ന തിരിച്ചറിവാണത്. പ്രപഞ്ചത്തെ താൻ ഉൾക്കൊള്ളുന്നതായുള്ള വലിയ അറിവിനെക്കുറിച്ച് ധർമപുരാണത്തിൽ പരാശരനും സൂചിപ്പിക്കുന്നുണ്ട്. വിജയദർശനത്തിലെ അറിവും ജ്ഞാനവുമായുള്ള പാരസ്പര്യത്തെക്കുറിച്ച് കെ.പി. രമേഷ് എഴുതുന്നു: അറിവ് ബാഹ്യവും ജ്ഞാനം ആന്തരികവുമാണെന്ന് പൗരസ്ത്യതത്വശാസ്ത്രം പറയുന്നതിൽ ഒരു സൗഖ്യമുണ്ട്. അറിവ് ഒരിക്കലും ജീവിതത്തിൽ ശരിപ്പകർപ്പല്ല. അറിവ് അനുഭവത്തിലൂടെ കടന്നുപോകുമ്പോൾ അത്

മറ്റൊന്നായിത്തീരുന്നു. ജ്ഞാനം, തിരിച്ചറിവ് (പുറം 68) ചരിത്രത്തെ നോക്കിക്കാണുവാൻ ജ്ഞാനമാണ് വിജയന് കൂട്ടുനിൽക്കുന്നത്.

അച്ഛനോടൊത്ത് നടക്കുമ്പോൾ പോത്തുകളെ കെട്ടിയ കാളവണ്ടിയിൽ വണ്ടിക്കാരൻ പോത്തിനെ എപ്പോഴും കൂടുതൽ മർദിക്കുന്നതിനെക്കുറിച്ചുള്ള ബാല്യകാലചോദ്യം കുഞ്ഞുണ്ണി ഓർക്കുന്നുണ്ട്. പോത്തുകൾ മരണത്തിന്റെ ശബ്ദം കേൾപ്പിക്കുന്നു. ആഖ്യാനഗതിയിൽ നിർണായകമായ മരണം കടന്നു വരാനുണ്ടെന്ന് വായനക്കാരന് അറിയാൻ പറ്റുന്നതിവിടെയാണ്. കുഞ്ഞുണ്ണിയുടെ മകൾ കല്യാണിയെ മരണം പിടികൂടുന്നത്, എപ്പോഴും തല്ലുകൊള്ളുന്ന പോത്തിൻ പുറത്തുവന്നെത്തിയാതാവാം. ജന്മപരമ്പരയുടെ സങ്കീർണതയാണത്.

ഗുരു

'സമർപ്പണം' ചരിത്രവായനയായിത്തീർന്ന പരിണതി ഗുരുസാഗര പാരായണങ്ങൾക്ക് സംഭവിച്ചു. കരുണാകരഗുരുവിനെ ഏതാനും വർഷങ്ങൾക്കുമുമ്പ് ഞാൻ സന്ദർശിക്കാനിടയായി. പരിചയവും സ്നേഹിച്ചും മാത്രം. എന്നാൽ ആ സമ്പർക്കം എന്റെ അറിവിന്റെ സൂക്ഷ്മതലങ്ങളിലെവിടെയോ പരിണാമങ്ങളുണ്ടാക്കി. ഈ കഥയുടെ രൂപത്തിനുപിന്നിൽ ഒട്ടേറെ ആ പരിണതികളാണ്. ഒ.വി. വിജയൻ ഈ സമർപ്പണവാക്യങ്ങളിലാണ് ഗുരുസാഗരത്തിന്റെ ഒട്ടുമിക്ക വായനകളും ഒടുങ്ങിയത്. വിജയൻ ബോധപൂർവ്വം ഉപയോഗിച്ച കഥയുടെ രൂപത്തിനുപിന്നിൽ വാചകം ശ്രദ്ധിച്ചിരുന്നെങ്കിൽ ഏകപക്ഷീയവായനകൾ രക്ഷപ്പെടുമായിരുന്നു.

മറ്റൊന്ന് ആമുഖത്തിലെ 'എങ്ങും നിറഞ്ഞ ഗുരുവിന്റെ കരുണയിൽ എല്ലാം തെളിയുകയും വിളങ്ങുകയും ചെയ്തു' എന്ന പ്രസ്താവമാണ്. ഇവ രണ്ടിനേയും ചേർത്തുകൊണ്ട് അതീവ ഗുരുതരമായ വ്യക്തിഗുരുവിലേക്ക് വിജയന്റെ ഗുരുസങ്കല്പത്തെ ചുരുക്കിവായിക്കുകയാണ് മലയാള നിരൂപണം ചെയ്തത്.

ഒരു കാലത്ത് കേണലായിരുന്നു നിർമലാനന്ദൻ സന്ന്യാസിയായതിനു കാരണം പറയുന്ന ശ്യാംനന്ദൻസിംഗ്. അത് ജ്വാലാമുഖി അനുഗ്രഹിച്ചതാണെന്നാണ് പറയുന്നത്. ശ്യാംനന്ദൻ സിംഗിന്റെ ചിന്താപരമായ കേവലത്വമാണത്. അഥവാ ഗുരുവെന്നത് ഒറ്റവ്യക്തി സങ്കല്പമല്ലെന്നും അതൊരു പരമ്പരയാണെന്നും സർവരും ഗുരുത്വമുള്ളവരുമാണെന്ന വലിയ തിരിച്ചറിവും'. വിജയന്റെ ഗുരുവിനെയും രാജഭരണത്തിന്റെ ഒന്നാമൻ, രണ്ടാമൻ രീതിയിൽ ഏകശിലാത്മകമായി നിർമിക്കുകയാണ് മലയാളവായന ചെയ്തത്.

ആശ്രമപരിസരത്തിൽ മദ്യപിക്കാൻ സ്വാതന്ത്ര്യമുള്ള വിരുന്നുകാരനായിരുന്നു കുഞ്ഞുണ്ണി. അത് കുഞ്ഞുണ്ണിയുടെ ബാല്യകാലസുഹൃത്തായതുകൊണ്ടല്ല എന്നോർക്കണം. അപ്രകാരമാണ് ആഖ്യാതാവിന്റെ വിശദീകരണമെങ്കിലും കുഞ്ഞുണ്ണിയെ അവന്റെ ഭൗതികചിന്തകളോടുകൂടി

ഉൾക്കൊള്ളുകയായിരുന്നു നിർമലാനന്ദൻ. വഴികാട്ടി. അതൊരിക്കലും വഴിയായിരുന്നില്ല എന്ന സൂചന നോവലിന്റെ ആരംഭത്തിൽ തെളിഞ്ഞു കിട്ടുന്നുണ്ട്.

നോവലിലെ മറ്റൊരു ഭാഗത്ത് ഓൾഗയുടെ ദുഃഖം ഏറ്റുവാങ്ങാൻ ശ്രമിക്കുന്ന കുഞ്ഞുണ്ണി കൃഷ്ണനുമായി സംവദിക്കുന്നു. വിജയന്റെ പല നോവലുകളിലും ശ്രീകൃഷ്ണനുമായുള്ള സംവാദം കാണാം. സ്വാഭാവികമായും ഗുരുസാഗരത്തിലും കൃഷ്ണനെത്തുന്നു. കണ്ണന്റെ പൈക്കിടാങ്ങളുടെ കുടമണികൾ കന്നുമേക്കാരന്റെ വംശീയനാദമാണ് കുഞ്ഞുണ്ണിയെ കേൾപ്പിക്കുന്നത് എന്ന് വിജയൻ എഴുതുന്നുണ്ട്. കൃഷ്ണൻ ഇവിടെ വ്യക്തിയല്ല. ദേശവും കാലവും ദർശനവും സമന്വയിക്കുന്ന അമൂർത്താനുഭവമാണ്. 'ഗോപാല' എന്നാണ് കുഞ്ഞുണ്ണി ശ്രീകൃഷ്ണനെ സംബോധന ചെയ്യുന്നത്. അറിവിന്റെ ഒരു തലത്തെ ആവിഷ്കരിക്കാനാണ് വിജയൻ കൃഷ്ണബിംബത്തെ ഉപയോഗിക്കുന്നത്. ജനവർഗത്തോട് ഒട്ടിച്ചേർന്ന ജനപതിയാണ് വിജയന്റെ കൃഷ്ണൻ. നാട്ടുവൈദ്യത്തിന്റെ ഛായയയാണ് അതിനുള്ളത്. ഗോപാലന്റെ മേച്ചിൽ സ്ഥലത്തേക്കാണ് അങ്ങ് വിളിക്കുന്നത് എന്ന് കുഞ്ഞുണ്ണി തിരിച്ചറിയുന്നുമുണ്ട്. കുഞ്ഞുണ്ണിയുടെ ഒരു ചോദ്യത്തിനു മുന്നിൽ ഗോപാലൻ നിശ്ശബ്ദനാവുന്നു. 'സേനയൊരുഭയോർമദ്ധ്യേ' തെളിച്ചു നിർത്തിയ തേരിന്റെ ഇരിപ്പിടത്തിൽനിന്ന് അങ്ങ് എന്താണു പറഞ്ഞത് എന്നായിരുന്നു ആ ചോദ്യം. വിജയന്റെ ഗുരുസങ്കല്പത്തിൽ കൃഷ്ണന്റെ കാളിമയും അടിസ്ഥാന ജീവിതദുഃഖത്തിന്റെ കറുപ്പുമല്ലാതെ മറ്റൊന്നുമല്ല ഉള്ളത്. എന്നാൽ വിജയന്റെ ആത്മീയത ഹൈന്ദവമാണെന്നാണ് സക്കറിയ ആരോപിച്ചത്. വിശദമായി മറുപടി പറയേണ്ടിടത്ത് വിജയൻ പറഞ്ഞത് ഇതുമാത്രം: 'എനിക്ക് ഒരുപാട് വേദനകളുണ്ട്. അവയെ നേരിടാൻ എനിക്കു പ്രയാസമാണ്. ഈശ്വരസഹായം തേടുകയാണ് ഞാൻ. എന്റെ തിരച്ചിൽ പരുക്കനും പൊട്ടത്തരങ്ങൾ നിറഞ്ഞതും ആണെന്നു തന്നെയിരിക്കട്ടെ. മറുപുറത്ത് എന്റെ പ്രതിയോഗി മരണമാണ്. കാലത്തിന്റെയും സ്ഥലത്തിന്റെയും പിടികിട്ടാത്ത, പിടികിട്ടാത്ത, പിടികിട്ടാത്ത കടങ്കഥയാണ്.' ജീവിതദുഃഖത്തിന്റെ സങ്കീർണതയത്രയും പിടികിട്ടാത്ത എന്ന പ്രയോഗത്തിൽ നിക്ഷേപിച്ചിരിക്കുന്നു. മതാതീതമായ ദുഃഖത്തിന്റെ മതാതീതമായ അലച്ചിലാണ് വിജയന്റെ എഴുത്ത്.

നിർമലാനന്ദൻ തന്റെ ഗുരു ആരെന്ന് സ്മരിക്കുന്ന രംഗം ആറാം അധ്യായത്തിലുണ്ട്. നചികേതസ്സിന്റെ ആദിസങ്കേതങ്ങൾ തനിക്കുതന്ന ജീവിതത്തെ അതിന്റെ സമസ്ത വെല്ലുവിളികളോടുമൊപ്പം അനുഭവിച്ച പട്ടാളക്കാരനാണ് തന്റെ ഗുരുവെന്ന് നിർമലാനന്ദൻ പറയുന്നു. ഒരു കാര്യം അദ്ദേഹം അർത്ഥസാന്ദ്രമായി കൂട്ടിച്ചേർക്കുന്നു. 'അതെങ്ങിനെയെന്ന് വിവരിച്ചുതരാൻ എനിക്ക് കഴിവില്ല.' നമുക്കുവേണ്ടി യുദ്ധമൊരുക്കാൻ അവനെ മാത്രം കഷ്ടപ്പെട്ടിരിക്കാമെന്ന പരമകാരുണികമായ സിപാഹിയുടെ മറുമൊഴി കൂടി വിജയൻ പകർത്തുന്നുണ്ട്.

ബാലകൃഷ്ണൻ നിർമലാനന്ദനായി മാറുന്ന സന്ദർഭത്തെ നോവലിന്റെ ദർശനവുമായി ചേർത്തുവായിക്കാൻ വിമർശകർക്ക് കഴിഞ്ഞിട്ടില്ല. 'പർവ്വതസരിത്തിന്റെ പ്രവാഹത്തിനുമുകളിൽ സൂക്ഷ്മരൂപികളായ ഗുരുപരമ്പരകൾ കൺപാർത്തുനിന്നു, അദൃശ്യങ്ങളായ വിഹാരങ്ങളിൽ നിന്നുള്ള അധ്യയനസ്വരങ്ങൾകൊണ്ട് പുഴക്കാറ്റു നിറഞ്ഞു. ബാലകൃഷ്ണൻ നന്നായി കുളിച്ചു നിന്നു, ബാലകൃഷ്ണൻ നഗ്നനായി പിറവികൊണ്ടു. താൻ ചുറ്റിയ തുണി അറ്റുപോയ നാഭീബന്ധത്തെപ്പോലെ പുഴയൊഴുക്കിൽ അകന്നകന്ന് അപ്രത്യക്ഷമായി.' ഈ രംഗം വച്ചുകൊണ്ട് ഒറ്റ ഗുരുവിൽനിന്ന് ജ്ഞാനം നേടുന്നതാണ് ഗുരുസാഗരത്തിന്റെ ദർശനമെന്ന് വിവക്ഷിക്കുന്നതിൽപരം അശ്രദ്ധ വേറെയില്ല.

പി.കെ. രാജശേഖരൻ എഴുതുന്നു: 'അറിവന്വേഷിക്കുന്നവന്റെ അനിവാര്യതയാണ് ഗുരു. ജ്ഞാനത്തിനും മനുഷ്യനും ഇടയ്ക്കുള്ള സംവേദനമാധ്യമമാണ് ഗുരുസാഗരത്തിൽ ഗുരു' (പുറം 51). ഗുരു പ്രത്യക്ഷബിംബമാവുകയല്ല ഗുരുസാഗരത്തിൽ. 'ഞാനല്ല നിന്റെ ഗുരു, നിന്റെയും എന്റെയും അറിവന്വേഷണമാണ് യഥാർത്ഥ ഗുരു' എന്ന് ആദ്യ ശിഷ്യനായി സ്വീകരിക്കണമെന്നഭ്യർത്ഥിച്ച സഹന്ദനോട് ശങ്കരൻ പറഞ്ഞതോർക്കുക. ഗുരു സംവേദന മാധ്യമമല്ല. മാധ്യമവുമല്ല. അന്വേഷണം തന്നെയാണ് ഗുരു എന്ന് മനസ്സിലാക്കിയില്ലെങ്കിൽ അതിഹൈന്ദവതയിലും ആധുനിക ആധ്യാത്മികതയുടെ രീതിശാസ്ത്രത്തിലും പ്രതിഷ്ഠിക്കാവുന്ന ദർശനമായി ഗുരുസാഗരം മാറും. മകൾ കല്യാണിയും കുഞ്ഞുണ്ണിയും തമ്മിൽ നടക്കുന്ന വലിയ ദാർശനികസംവാദം കടലിനു സമീപമാണെന്നോർക്കുക. നിർമലാനന്ദൻ പുതുബോധത്തിലേക്ക് ഉണരുന്നത് നദീതടത്തിലാണ്. ജലകണികയിൽ നിന്നു തുടങ്ങി, മഹാസാഗരത്തിൽ അവസാനിക്കുന്ന, ഒരുപക്ഷേ അവസാനിക്കാത്ത ബോധമാണ് ഗുരു. സ്ഥൂലസന്ദർഭങ്ങൾ വച്ചുകൊണ്ട് ജ്ഞാനിതനായ കുഞ്ഞുണ്ണിയെ സങ്കല്പിക്കുന്നത് ഒറ്റവാർപ്പിന്റെ എടുപ്പായ ഗുരുവിനെയായിരിക്കും കാണിച്ചു തരിക. അത് വിജയൻ സങ്കല്പിച്ച ഗുരുവിൽ നിന്ന് അകലെയാണ്.

അറിവിന്റെ അന്ത്യം

ഓൾഗ കുഞ്ഞുണ്ണിയെ ആലിംഗനം ചെയ്യുന്ന രംഗത്ത് കാമത്തിനപ്പുറത്തെ ശാന്തതയാണുള്ളത്. സ്വത്വനഷ്ടത്തിന്റെ ആദിമദുഃഖം വഹിക്കുന്ന ഓൾഗ കുഞ്ഞുണ്ണിയെ എത്തിക്കുന്ന അറിവും നിർമലാനന്ദൻ പുൽക്കൊടിയിൽ കാണിച്ചുകൊടുക്കുന്ന അറിവിനും ദൂരമില്ലെന്ന തിരിച്ചറിവിലേക്ക്, കുഞ്ഞുണ്ണി സ്വയം എത്തുന്നതായാണ് നോവൽ ഭാവന ചെയ്യുന്നത്. കേവലതയിൽനിന്ന് അറിവുകൾക്കപ്പുറത്തെ നിശ്ശൂന്യതയിലെത്താൻ കുഞ്ഞുണ്ണിക്ക് കഴിയുന്നത് ഗുരുവിന്റെ സഹായത്താലാണെന്ന് യാതൊരു സൂചനയും നോവലിലില്ല. ഗുരു അനുഭവമായി കുഞ്ഞുണ്ണിയുടെ ഒരു ജീവിതഘട്ടത്തിൽ കയറുകയും ഇറങ്ങിപ്പോവുകയുമാണ്

യഥാർത്ഥത്തിൽ സംഭവിക്കുന്നത്. കുഞ്ഞുണ്ണി തിരികെ മാറാല തൂങ്ങിയ വീട്ടിലാണ് തിരിച്ചെത്തുന്നത്, ഗുരുവിന്റെ ആശ്രമത്തിലല്ല.

ലളിതയിലൂടെയും അന്വേഷണം തുടരേണ്ടിവരുന്നുണ്ട്, കുഞ്ഞുണ്ണിയ്ക്ക്. സാമീപ്യത്തിന്റെ നിമിഷത്തിൽ 'പെൺകുട്ടിയുടെ ഉൾത്തലമ മെന്നാണ് വിജയന്റെ പ്രയോഗം. വിളക്ക് കൊളുത്താമെന്ന ലളിതയുടെ സമ്മതം കുഞ്ഞുണ്ണിക്ക് വെളിച്ചമാണ്. അനുഭവാത്മകമായ ജ്ഞാനോദയം തന്നെ ഇത്. നോവലിലെ ഒരു രംഗം പ്രമേയത്തിന്റെ പൂർണമല്ല, നോവൽ മുന്നോട്ടു വെക്കുന്ന ദർശനത്തിന്റെ ഭാഗമായി വായിക്കുമ്പോഴാണ് ഇത്തരം 'ലളിതസന്ദർഭങ്ങൾ' ഗൗരവാവഹമായി പരിണമിക്കുക.

മേലേക്കാട്ട് തറവാട്ടിൽ തിരിച്ചെത്തുന്ന കുഞ്ഞുണ്ണി വ്യക്തിദുരന്തത്തിന്റെ ആഴക്കാഴ്ചകളും ഔദ്യോഗികജീവിതത്തിലൂടെ യുദ്ധം മനുഷ്യമുഖത്തു പരത്തുന്ന ഇരുളിച്ചയും അന്നുവരേക്ക് അനുഭവിച്ച സമസ്താനുഭവങ്ങളിൽ നിന്നുമാർജ്ജിച്ച 'നോട്ടം' കൊണ്ട് നിസ്വനും നിർമമനുമായി ലോകത്തെ കണ്ടു തുടങ്ങുന്നതാണ് ഗുരുസാഗരത്തിന്റെ ആഖ്യാനപ്പൊരുൾ. ഗുരു കല്പിച്ചു കൊടുത്ത അനുഭവമല്ല, കുഞ്ഞുണ്ണിയുടെ ആർജിതമായ ചവിട്ടടി തന്നെയാണ് അയാളെ മുന്നോട്ടു നയിക്കുന്നത്. ഭൗതികവിപ്ലവത്തിന്റെ നിശ്ശൂന്യതയെക്കുറിച്ച് കഥാപാത്രം നടത്തുന്ന അഭിപ്രായങ്ങളെ ഒരു തരത്തിൽ വ്യവകലനം ചെയ്യുംവിധം ഭൗതിക സമസ്യയാണ് ഗുരുസാഗരത്തിന്റെ കാതൽ. തുരുമ്പും ചിതലും മാറാലയും പടർന്നു പിടിച്ച ഇടത്തിൽനിന്നും വിശ്വപ്രകൃതി വിളികേൾക്കുന്ന തുറവയിലേക്കാണ് ആഖ്യാനം അവസാനിക്കുന്നത്. കുഞ്ഞുണ്ണി വിശ്വപ്രകൃതിയിൽ ലയിക്കുന്നത് യഥാർത്ഥത്തിൽ ഗുരുവിനും അതീതമായ സങ്കല്പമാണ്.

ഗ്രന്ഥസൂചി

- പാറക്കടവ് പി.കെ. (എഡി) വിജയൻ എന്ന പ്രവാചകൻ - മൾബറി 2002
- രാജശേഖരൻ. പി.കെ - പിതൃഘടികാരം - ഡി.സി. 1998
- വാരിയർ - വി.എസ് - ജഗദ്ഗുരു ശങ്കരാചാര്യർ - സാഹിതി 2009.
- വിജയൻ - ഒ.വി. ഗുരുസാഗരം - ഡി.സി. 1987.
- ഹരികുമാർ - എം.കെ. നവാദ്വൈതം - കറന്റ് - 2010

പരാഗകോശങ്ങൾ

ആഷാമേനോൻ

രണ്ടു കല്ലുരസിയാൽ തീയുണ്ടാവുമെന്ന് കണ്ടെത്തിയ പ്രാചീന മനുഷ്യൻ, ഈ സംസ്കൃതിയുടെ വിദൂരമായ നിർണായകത്വങ്ങളിൽ ഒന്നായിരുന്നെന്ന് നാം ധരിച്ചിട്ടുണ്ട്. പക്ഷേ, ഇതിന് സമം പ്രഭാവപൂർണ മായിരുന്നു പ്രാചീന സസ്യങ്ങൾ പ്രകാശസംശ്ലേഷണം ആരംഭിച്ചത് നാം പലപ്പോഴും ഓർക്കാറില്ല. അന്നുവരെ നിലവിലുണ്ടായിരുന്ന ഭൂമിയുടെ ജൈവമണ്ഡലം, കൂടുതൽ വൈവിധ്യമാർന്ന ഉരുവങ്ങൾക്കായി പരുവ പ്പെട്ടത് ആ സംശ്ലേഷണത്തോടെയാണ്. സസ്യങ്ങളുടെ ഉച്ഛ്വാസത്തിൽനി ന്നാണ് പില്ക്കാലം ജീവരൂപങ്ങളേവയും തങ്ങൾക്കായുള്ള ഊർജ്ജം സ്വരൂപിച്ചതെന്ന യാഥാർത്ഥ്യം നമുക്കപരിചിതമാണ്. അതുകൊണ്ടു തന്നെയാവണം, സസ്യചേതന (plant consciousness) യെന്ന പദം ഗൗരവ പൂർവ്വം അവർ സ്വീകരിക്കാതിരിക്കുന്നത്. സസ്യമായാലും വൃക്ഷ മായാലും ന്യൂക്ലിക് അമ്ലങ്ങളെ സ്വാംശീകരിച്ചാണ് വളരുക, ഏതൊരു മൃഗത്തെയും മനുഷ്യനെയുംപോലെ മൃഗത്തിന്റെയോ മനുഷ്യന്റെയോ ഇരതേടലുകളിൽനിന്ന് അടിസ്ഥാനപരമായി ഭിന്നമല്ല. സ്വയം പടരാ നല്ലാതെ, ഇന്നും മനുഷ്യന്റെ ഗൃഹാതുരത്വങ്ങളെ വേരുകളായാണല്ലോ, നാം താരതമ്യം ചെയ്യാറ്. മുഖരിതമല്ലാത്ത ഒരു സംഗീതം, സദാ സസ്യ ത്തിൽ സന്നിഹിതമാണെന്ന് പറയുന്നതിൽ അലങ്കാരമല്ല ഉള്ളത്. വേരി ലൂടെ അഗ്രശാഖവരേയും പ്രവഹിച്ചു കൊണ്ടിരിക്കുന്ന ജീവരസം (Sap) ഇതിന്റെ അദൃശ്യമായ ആരോഹക്രമമാണ്. അതുപോലെ ഹരിതകം, പൂമൊട്ടുകൾ - എത്രമാത്രം ജീവത്തായ ഒരു പ്രക്രിയയാണ് അവയുടെ നിശ്ശബ്ദതയിൽ സംഭവിച്ചുകൊണ്ടിരിക്കുന്നതെന്ന് നാം ചിന്തിക്കാറേയില്ല. ഈ ജീവരസത്തിന്റെ ആരോഹത്തെക്കുറിച്ച് ജഗദീശ് ചന്ദ്രബോസിന്റെ ഗ്രന്ഥം വായിച്ചു കഴിഞ്ഞപ്പോൾ ഹെന്റി ബർഗ്സൺ പറയുകയുണ്ടായി. നാളിതുവരെ വിമൂകരായി കഴിഞ്ഞിരുന്ന സസ്യങ്ങൾ അവയുടെ ചരിത്രം പറയാൻ തുടങ്ങുന്നു. പ്രകൃതിയിൽ ഏറ്റം ഗോപ്യമായി കിടന്നിരുന്ന പ്രതിഭാസങ്ങളിലൊന്നാണല്ലോ ഇത്. ഗെഥേയാവട്ടെ, സസ്യങ്ങളുടെ രൂപ വർണഗന്ധപ്പൊലിമകൾക്കു പിറകിൽ ആധ്യാത്മികമായ ഒരു സത്തയു ണ്ടെന്ന് ഉന്നയിച്ചു. ഗെഥെയുടെ ആശയങ്ങളാൽ പ്രചോദിതനായ

ഡാർവിൻ മരിക്കുന്നതിന് തൊട്ടുമുൻപ് പ്രസിദ്ധപ്പെടുത്തിയ സസ്യങ്ങളുടെ ചലനവേഗം എന്ന പ്രബന്ധത്തിൽ, മൃഗചേതനയുമായി സസ്യചേതനയ്ക്കുള്ള ആശ്ചര്യകരമായ സമാനത സൂചിപ്പിക്കയുണ്ടായി. അവയ്ക്ക് ഒരു സിരാവ്യൂഹമുണ്ടെന്ന് അദ്ദേഹം പ്രസ്താവിച്ചില്ല. അതിന്റെ വക്കുവരെ എത്തിയെങ്കിലും. തായ്‌വേർ കിളിർക്കുന്ന സസ്യാണ്ഡത്തിന്റെ ധർമ്മം, അടിപ്പടവിലുള്ള മൃഗങ്ങളുടെ തലച്ചോറിന്റേതിന് തുല്യമാണെന്ന് ഡാർവിൻ ഉപസംഹരിച്ചു. സസ്യങ്ങളുടെ ശരീരശാസ്ത്രത്തെക്കുറിച്ച് അന്വേഷിക്കാൻ ഒരുമ്പെടുകയല്ല, നാമിവിടെ. സസ്യപ്രജ്ഞയെക്കുറിച്ച് ശബളമായ പരാമർശങ്ങളുടെ ഒരു കൃതി കൃത്യമായി ഉൾക്കൊള്ളാനുള്ള പ്രാരംഭം ഒരുക്കുക മാത്രമാണ്. ഒരു നാടോടിഗീതത്തിന്റെ സരളമായ തച്ചാണ് മധുരം ഗായതിക്കുള്ളത്. പക്ഷേ, അതിൽ സംഗ്രഹിക്കപ്പെട്ടിരിക്കുന്നത്, ആധുനിക മനുഷ്യന്റെ ഒട്ടനേകം വൈരുദ്ധ്യങ്ങളാണ്. ദേശീയതകളെയും അന്തർദേശീയതകളെയും അതിവർത്തിച്ചുകൊണ്ട് ഭൂമിയുടെ സ്വസ്തിക്കായി, വിജയൻ വാക്കുകളുടെ ചമത തീർക്കുകയാണ്. ഒരേ ധാതുവിൽനിന്ന് പൊട്ടിമുളച്ച സസ്യവും മൃഗവും മനുഷ്യനും ഇവ്വിധം വേറിട്ടുപോയതെന്തേ? ഹൈഡ്രജന്റെ തന്മാത്രകളിൽനിന്നാണ് നീലപ്പായൽ സസ്യങ്ങളുണ്ടായത്; അവയിൽനിന്നാണ് രൂപവർണ്ണങ്ങളുടെ ആദ്യത്തെ വിസ്ഫോടനം എന്ന് വിശേഷിപ്പിക്കപ്പെടുന്ന cambric explosion നു ശേഷം, പച്ചയുടെയും തുടുപ്പിന്റെയും പൂവിന്റെയും ഫലത്തിന്റെയും സാന്നിധ്യം ഭൂമി അറിഞ്ഞത്. പിന്നീട് ഏകകോശജീവികൾ, ഉഭയജീവികൾ, ഉരഗരൂപികളിൽനിന്ന്, പറക്കാൻ ഞെരുങ്ങിയ കൂറ്റൻ ഖഗരൂപികൾ, പിന്നീട് പറവകളും സസ്തനികളും - അവസാനം, തീയും ജലവും സംഗീതവും ശില്പവും കുഞ്ഞുങ്ങളുടെ തലയോടുകൊണ്ട് കൗതുക വസ്തുക്കളും സൃഷ്ടിക്കാൻ സമർത്ഥനായ മാനവനും. ജീവഗതിയുടെ താളഭംഗമാണോ ഇതർത്ഥമാക്കുന്നത്? അദ്ഭുതകരമായ ഉർവരതകളിൽനിന്ന് തുടങ്ങി ദീനമായ വന്ധ്യതകളിൽ കലാശം കൊട്ടാനായിരുന്നോ, ഈ ചമൽക്കാരങ്ങളത്രയും? ഭൂമിയിൽ സംഗീതമായിരുന്നു.... *മധുരം ഗായതി* ആരംഭിക്കുന്നതും സമാപിക്കുന്നതും സംഗീതത്തിന്റെ അഭിജ്ഞതയിലാണ്. അതിലെ വിന്യാസങ്ങൾ താളാത്മകവുമാണ്. എന്നിട്ടും, ഈ സംഗീതിക നമ്മെ ആഹ്ളാദിപ്പിക്കുകയല്ല. മാനവകുലം പരിഹാരങ്ങളില്ലാത്ത ഒരു ശോകപർവത്തിലേക്ക് നീങ്ങിക്കൊണ്ടിരിക്കുകയാണെന്ന യാഥാർത്ഥ്യം പകർന്നുതരുന്നതിനാലാണത്. സൗരയൂഥത്തിലെ മറ്റെല്ലാ ഗ്രഹങ്ങളെക്കാളും അനുഗൃഹീതയായ ഭൂമിയിൽ, ജീവന്റെ ഈ സംഗീതം വ്രണപ്പെട്ടുപോയതെന്തേ? മനുഷ്യന്റെ അഹന്ത? അഭേദത്വത്തെക്കുറിച്ചുള്ള വിസ്മൃതി? ഈ ഗ്രഹം തന്റെ മാതൃവക്ഷസ്സാണെന്നും അതിൽനിന്ന് വേറിട്ടൊരു ശ്രേയസ്സ് തനിക്ക് മാരകമാവുകയേയുള്ളൂവെന്നും ഉത്തരവാദപ്പെട്ട മനുഷ്യർ തിരിച്ചറിഞ്ഞെങ്കിലേ, ഇത് നിവർത്തിക്കാനാവൂ. തികച്ചും മാനവീയമായ എന്തോ ഒന്ന് മനുഷ്യന് കൈമോശം വന്നത്, അവന്റെ സഹജാവബോധം ഗ്രഹണത്തിൽ പെട്ടുപോയതിനാലാവണം. അവൻ പടുത്തുവന്ന യുക്തിയുടെ ഭീഷണ

ഗോപുരത്തിൽ പതുക്കെപ്പതുക്കെ വിള്ളലുകൾ പ്രത്യക്ഷപ്പെടുമ്പോൾ, ചേതന അസഹായമാവുക മാത്രം. രണ്ടു ലോകയുദ്ധങ്ങൾ അത്തരത്തിലുള്ള തീക്ഷ്ണാഘാതങ്ങളായിരുന്നു. സഹസ്രാബ്ദങ്ങളുടെ സംസ്കൃതി വെറും തരിശായിത്തീരാൻ ഏതാനും ബട്ടണുകളമർത്തുകയേ വേണ്ടൂ എന്ന അവസ്ഥ ഇരുണ്ട നടുക്കങ്ങളാണ് ഉളവാക്കുക. പൗരസ്ത്യം, പാശ്ചാത്യം എന്നീ വിഭജനങ്ങൾ, അവ തമ്മിലുള്ള ഉൾപ്പോരുകൾ, ഇവയത്രയും ഈ ജൈവമണ്ഡലത്തിന്റെ വിലോലതയിൽ ഏല്പിക്കുന്ന ആഘാതങ്ങൾ - പാരിസ്ഥിതികാവബോധം മറ്റൊരു ദർശനമെന്നതിൽ കവിഞ്ഞ്, അവസാനത്തെ ജീവനോപായമാണെന്നു മനുഷ്യരിൽ ചിലരെങ്കിലും തിരിച്ചറിഞ്ഞുതുടങ്ങിയത് ഏറെ മുൻപല്ല. സാകല്യവീക്ഷണത്തിൽ പ്രസക്തി, മനുഷ്യനിൽ തറഞ്ഞുകയറാൻ, ഹിരോഷിമയിലെ പരമ്പരകളുടെ ദുർഭഗത ആവശ്യമായിവന്നല്ലോ. നഗരങ്ങളുടെ നിലവിളി എന്ന അധ്യായത്തിൽ, വിജയൻ എഴുതുന്നു:

> ...യന്ത്രം മനുഷ്യന്റെ പ്രജ്ഞയിൽനിന്ന് പിറന്നുവീണ കുഞ്ഞാണ്. മനുഷ്യപ്രജ്ഞയുടെ അപൂർണതകളെ മറികടക്കാൻ യന്ത്രങ്ങളെ മനുഷ്യൻ തന്നെ സഹായിച്ചു. എന്നാൽ, സൃഷ്ടിപരമ്പരകളിലേക്ക് എത്തിനോക്കാൻ ആവശ്യമായ പഴുതുകളായിരുന്നു, ആ അപൂർണതകൾ. ഈ പഴുതുകളടഞ്ഞതോടെ, ശരീരത്തിൽനിന്ന് ആത്മാവ് അന്യമായി...

ജൈവഗണിതശാസ്ത്രത്തിൽ പിഴവുകളായിത്തീരുന്ന ഈ അപൂർണതകൾ ആദിമസത്തകൾക്ക് ഒരു വിനിമയോപാധിയാണ്. പിതൃക്കളുടെ സ്വരം ഒഴുകിവരേണ്ട വ്യോമരന്ധ്രങ്ങളാണവ. പ്രകൃതിയിൽ സമ്പൂർണ്ണതയിറ്റിയ ഒരു സൃഷ്ടിയും നാം കാണുന്നില്ല; അതിലേക്കുള്ള നിരന്തരമായ അന്വേഷണങ്ങളേയുള്ളൂ. മനുഷ്യന്റെതന്നെ സൃഷ്ടിയായ യന്ത്രവും, അഖണ്ഡമായ പ്രഭവത്തിൽനിന്ന് അന്യമാവുന്നില്ല. യന്ത്രിമ, ഘനിമ എന്നീ പദങ്ങൾ വിജയൻ ഉപയോഗിക്കുന്നത് നിറഞ്ഞ കൗതുകത്തോടെയാണ്. അഷ്ടസിദ്ധികളെന്ന് പ്രകീർത്തിതമായ അണിമ, മഹിമ എന്നീ സംജ്ഞകൾക്ക് സദൃശമായാണ് അവ സങ്കല്പിക്കപ്പെടുന്നത്. ഗുണപരമായ വ്യത്യാസം ഓർമ്മിച്ചുതന്നെ. ധ്യാനത്തിന്റെയും അധ്വാനത്തിന്റെയും തലങ്ങൾ വിജാതീയങ്ങളാണ്. യന്ത്രോന്മുഖമായ ഒരു സംസ്കൃതിയെ, അദ്ദേഹം നന്മയുടെ ലവണങ്ങൾ തിരയുക മാത്രം. ഉത്തരാർദ്ധഗോളത്തിലെ ക്ഷോഭങ്ങളിൽ, മഹായന്ത്രം പെട്ടെന്ന് തനിക്കകത്തെ അപരിചിതമായ ഒരു ഊന്നലിനെക്കുറിച്ച് ബോധവാനാവുന്നു. കമ്പിച്ചുരുളുകളിലെവിടെയോ കണമായി ശേഷിച്ച സ്രഷ്ടാവിന്റെ വെമ്പലുകളും കണ്ണീരും? ഏതോ ക്ഷാരാവശിഷ്ടങ്ങളുടെ കാഴ്ചയാണ്, ആ അപരിചിതഗ്രന്ഥികളെ ത്വരിപ്പിച്ചത്. വികാരജീവിയായ മനുഷ്യന് മാത്രം വിധിക്കപ്പെട്ട കണ്ണീരും പ്രായശ്ചിത്തവും ഈ യന്ത്രത്തിൽ നിക്ഷേപിക്കപ്പെട്ടതെങ്ങനെ? ഈ യാന്ത്രിക സൗഖ്യങ്ങളത്രയും തിരിച്ചെടുത്തുകൊണ്ട്, എനിക്കെന്റെ വ്യഥകളും അശ്രുക്കളും മടക്കിത്തരിക; എനിക്ക്

സ്വയം വീണ്ടെടുക്കാൻ കഴിയുക അവയിലൂടെ മാത്രമാണല്ലോ. ഹക്സ്‌ലിയുടെ നായകന്റെ ഉൾത്തൃഷ മനസ്സിലിരമ്പിവരുന്നു. കറ തീർത്ത് താൻ പണികഴിപ്പിച്ചെന്ന് വ്യാമോഹിച്ചുപോയ വൃദ്ധശാസ്ത്രജ്ഞൻ, യന്ത്രത്തിന്റെ ആർദ്രത കാൺകെ, ക്രുദ്ധനാവുകയാണ്. മനുഷ്യനെപ്പോലെ സ്വപ്നത്തിലും സംഗീതത്തിലും ഒഴുക്കിക്കളയാനുള്ളതാണോ, യന്ത്രത്തിന്റെ ക്രിയാത്മകത? സ്രഷ്ടാവായ തന്റെ അബോധത്തിലെ ഗദ്ഗദങ്ങളാണ് അശ്രുക്കളുടെ കല്ലുപ്പുകളായി യന്ത്രത്തിൽ നിക്ഷേപിക്കപ്പെട്ടതെന്ന് അയാൾ മറന്നുപോകയാണ്. ഒരു വൈപരീത്യമെന്ന നിലയിൽ, ഹൃദ്യതയാർന്ന വൈപരീത്യമെന്ന നിലയിൽ കാൾ സഗാന്റെ ഒരനുഭവം ഇവിടെ സൂചിപ്പിക്കട്ടെ. തന്റെ ജൈവ രസതന്ത്രശാലയിൽ, ജീവൻ ഉദ്ഭവിക്കുന്നതിന് മുൻപുള്ള പ്രാചീനാന്തരീക്ഷത്തിൽ ഘനീഭൂതമായിരുന്ന വാതകങ്ങൾ. ഹൈഡ്രജൻ, അമോണിയ, മീഥേൻ- സജ്ജീകരിച്ച് അവയിലൂടെ വിദ്യുത്തരംഗങ്ങൾ കടത്തിവിട്ട് അപൂർവ്വമായ ഒരു പരീക്ഷണം അദ്ദേഹം നടത്തുകയുണ്ടായി. (Corner University, Laboratary for planetary, Studies, Synthesis of organic matter) ജൂപ്പീറ്റർ ഗ്രഹത്തിൽ ഇപ്പോൾ നിലവിലുള്ളത് ഇതേ ജൈവമണ്ഡലമാണ്, അഥവാ ഈ സൗരയൂഥത്തിൽ പലേടത്തും വിദ്യുത്തരംഗങ്ങൾ, വ്യോമാന്തരങ്ങളിലെ ഇടിമിന്നലുകൾക്ക് പകരമാണ്. അദ്ദേഹവും ഉപയോഗിക്കുന്നത് ജീവന്റെ സംഗീതമെന്ന പദമാണ്! കുറച്ചു നിമിഷങ്ങൾക്കുള്ളിൽ ഒരു അവക്ഷിപ്തം ആ പാത്രത്തിൽ ഉറകൂടുകയാണ്. സങ്കീർണ്ണതയാർന്ന ജൈവയാത്രകളുടെ സമ്പന്നമായൊരു ശേഖരമാണത്. മാംസ്യത്തിന്റെയും ന്യൂക്ലിക് അമ്ലങ്ങളുടെയും അംശങ്ങൾ അതിൽ ഉൾച്ചേർന്നിരിക്കുന്നു. പക്ഷേ, ജീവന്റെ ഈ ആദിപ്പൊടിപ്പുകൾക്കപ്പുറം, ഒരു അലംഘ്യതയാണ്. മുറിഞ്ഞുപോയ ജീവന്റെ ഈ സംഗീതധ്വനികൾ ഒരു സ്വരജതിയായി പരിണമിക്കുന്നതേയില്ല, കാൾ സഗാൻ ഇച്ഛാഭംഗത്തോടെയല്ല, തന്റെ പരീക്ഷണങ്ങൾ അവസാനിപ്പിക്കുന്നത്. വിനീതമായ കൃതാർത്ഥതയോടെയാണ്. മനുഷ്യന് ജീവൻ, കൃത്രിമമായി സൃഷ്ടിക്കുവാൻ കഴിയുകയില്ലെന്നുള്ളതിന്റെ യോഗാത്മകമായ സ്ഥിരീകരണം കൂടിയായിരുന്നല്ലോ, അത്.

കണ്ണീർ സ്രവിക്കുക നിമിത്തം താരള്യമെന്തെന്നറിഞ്ഞ യന്ത്രത്തിൽനിന്ന്, അകം കാളുന്ന ഒരു വ്യാധിയുടെ ആഖ്യാനത്തിലേക്കാണ് നാം വരുന്നത്. ഈ സർറിയൽദൃശ്യം, അതിന്റെ സംഭാവ്യതകൊണ്ട് സ്നായുക്കളെ തളർത്തുകയാണ്. മഹദ്ഗ്രന്ഥങ്ങളിലെ അക്ഷരങ്ങൾക്ക് നേരിട്ട പുഴുക്കുത്താണത്. അഥവാ, അവയുടെ ദൃശ്യവിലാപം (visual mourning) വിലാപമെന്നു കൂടിയല്ല വിളിക്കേണ്ടത്. അക്ഷരങ്ങൾ അവയുടെ ആദി രേഖകളിലേക്ക് പിൻമടങ്ങുകയാണ്. പിന്നീട് അവയ്ക്ക് നിശ്ചിതമായ അർത്ഥങ്ങളില്ല. അവയവങ്ങൾ വിലയിച്ച് മണ്ണാവുന്നതിന് സമമാണത്. ഈ പുഴുക്കുത്തിനു കാരണമെന്താണെന്ന് ദക്ഷിണാർദ്ധഗോളത്തിലെ തപസ്വി, ഉത്തരാർദ്ധഗോളത്തിലെ ഉദ്ധതരായ ശാസ്ത്രജ്ഞർക്ക് പറഞ്ഞു കൊടുക്കുന്നത് ശ്രദ്ധിക്കുക.

> ....കുട്ടി അസംഖ്യം കളിപ്പാട്ടങ്ങളുടെ പിറകെ, നടന്നു. നിരന്തരം. ഉദയവും അസ്തമയവും കാണാതെ, കാറ്റും മഴയും സുഗന്ധങ്ങളും കായ് കനികളുടെ മാധുര്യവും അറിയാതെ കുട്ടി തിരിഞ്ഞു നോക്കി. ഗർഭപാത്രവും മാതൃശരീരവും അപ്രാപ്യമായ ദൂരത്തിൽ നഷ്ടപ്പെട്ടു കിടന്നു....

മനുഷ്യന്റെ സംസ്കൃതിക്ക് സമാന്തരമായി യന്ത്രങ്ങളുടെ സംസ്കൃതി നിലകൊള്ളുന്ന ദുരവസ്ഥ മാത്രമല്ല, ഇവിടെ. അത്തരമൊരു സംസ്കൃതിക്ക് മനുഷ്യൻ കീഴ്പ്പെട്ടുപോവുന്നതുകൂടിയാണ്. ഏതോ ഭദ്രതയ്ക്കായുള്ള വ്യാമോഹങ്ങളിൽ അവന്റെ അന്തർദൃഷ്ടികളുടെ സ്പൃശ്യമല്ലാത്ത അറിവു വിസ്മരിക്കപ്പെടുന്നു. സഹജാവബോധം നഷ്ടപ്പെട്ട ഒരു സംസ്കൃതിക്ക് അഖണ്ഡവുമായി സംവേദനം നടത്താൻ ടെർമിനലുകൾ (terminals) ഇല്ലാതാകുകയാണ്. ഗ്രന്ഥങ്ങളിലെ അക്ഷരങ്ങൾ വ്യാധിഗ്രസ്തമാവുന്നത് ആകാശത്തിലെ അണുക്കൾമൂലമാണെന്ന് വൃദ്ധതാപസൻ നിർണയിക്കുമ്പോൾ, അവർ ഉൾക്കൊള്ളുകയില്ല. ഉപഭോഗങ്ങളുടെ മിഥ്യയിലകപ്പെട്ടുപോയ അവർക്ക് പഞ്ചഭൂതങ്ങളിലൊന്നായ ആകാശം തങ്ങളുടെ നിർമ്മിതികളിൽ പോറലുകൾ വീഴ്ത്തുമെന്ന് അംഗീകരിക്കാൻ വയ്യല്ലോ. സസ്യചേതനയിൽനിന്ന് മൃഗചേതനയും മൃഗചേതനയിൽനിന്ന് മനുഷ്യചേതനയും ഉരുവായത് സഹസ്രാബ്ദങ്ങളുടെ അതിജീവന സംഘർഷങ്ങളിലൂടെയാണ്. പക്ഷേ, മനുഷ്യനിൽനിന്ന് യന്ത്രചേതന രൂപംകൊണ്ടത് അങ്ങനെയല്ല. ലോഹത്തിന്റെയും വാതകത്തിന്റെയും അഗ്നിയുടെയും സമ്മിശ്രങ്ങൾ മനുഷ്യൻ നിർമ്മിക്കയാണ് ചെയ്തത്. എന്നിരിക്കെ, അവൻ സ്വന്തം വിവേകം, അവന്റെ നിർമ്മിതികൾക്ക് അടിയറവെച്ചുകൂടാ. സ്വപ്നവും ധ്യാനവും നഷ്ടപ്രായമായ മനുഷ്യൻ തന്നെ ചൂഴുന്ന ജൈവസങ്കീർണതകൾ ഗ്രഹിക്കുവാൻ ശക്യനാവുകയില്ല. അവയുടെ അഭാവത്തിൽ, മനുഷ്യന് ലബ്ധമാവുന്ന അറിവുകൾ ഏറെനാൾ കാത്തുസൂക്ഷിക്കുവാനുള്ള ഇന്ദ്രിയശേഷി അവന് കൈമോശം വരുന്നു എന്ന സൂചനയും, ഈ മാഞ്ഞുപോവുന്ന അക്ഷരങ്ങളിൽ വായിക്കാം. കാട്ടാറുകളുടെയും മലങ്കാറ്റുകളുടെയും സ്വരം അവന് ഒരു ദുഗ്ദ്ധപൂർണിമതന്നെയാണ്. ജ്ഞാനത്തിന്റെ പയസ്സ്, ഒരു യന്ത്രത്തിനു പകരം നിൽക്കാവുന്നതല്ല, പുഴയും പൂവും കാറ്റും മഞ്ഞും. ദക്ഷിണാർദ്ധഗോളത്തിലെ നൈസർഗികതയെ അമ്ലമഴകൊണ്ട് നിർജ്ജീവമാക്കാനൊരുങ്ങുന്ന ഉത്തരാർദ്ധഗോളത്തിലെ മഹായന്ത്രം, വീണ്ടുമൊരിക്കൽ അലിഞ്ഞുപോവുന്നത് ഈ നാദപ്രഭവങ്ങൾക്ക് മുന്നിലാണല്ലോ. ഏത് മഹാശ്വത്ഥത്തിന്റെ ശീർഷത്തിലാണോ നീറ്റുന്ന അമ്ലങ്ങൾ അത് വിസർജ്ജിച്ചത്, അതേ വൃക്ഷത്തിൽനിന്ന് പ്രസരിച്ച കാരുണ്യത്തിൽ, യന്ത്രം അതിന്റെ സൗമ്യതകൾ കണ്ടെത്തുന്നു.

യോഗീതുല്യനായ ആൽമരത്തിന്റെയും ഇളംകൊടിയായ സുകന്യയുടെയും വ്യോമരഥ്യകളിലൂടെയാണല്ലോ *മധുരം ഗായതി* അതിന്റെ ചരണങ്ങൾ തേടുന്നത്. വെറും പൗരാണികതയ്ക്കുപരി, ഈ ഗാന്ധർവത്തിനു സുഗന്ധിയായ വേരുകളുണ്ട്. *ഖസാക്കിന്റെ ഇതിഹാസ*ത്തിലെ

രണ്ടു ജീവബിന്ദുക്കളുടെ അകൽച്ചയും ദുഃഖവും നിങ്ങളോർമ്മിക്കുന്നോ എന്ന് നിശ്ചയമില്ല. സസ്യാത്മാവ്, ജീവാത്മാവ് എന്ന് വേർതിരിക്കപ്പെട്ട ശക്തികളുടെ ആവിഷ്കാരങ്ങളെക്കുറിച്ച് ഈ എഴുത്തുകാരൻ അന്നേ ബോധവാനായിരുന്നു. സസ്യങ്ങളുടെ സമൂഹമനസ്സ് എന്ന് നാം, ഈ കൃതിയിൽ ഒരിടത്ത് വായിക്കുമ്പോൾ, ഖസാക്കിലെ ഉറവകളും നീരൊഴുക്കുകളും ഒഴുകിപ്പോവുന്ന പൂവിതളുകളും അരയാലിലകളുടെ മന്ത്രണങ്ങളും എത്രയോ പിറകിൽനിന്ന് അവയുടെ സാന്നിധ്യം ഓർമ്മിപ്പിക്കയാണ്. ജൈവവൈവിധ്യമെന്ന് (Bio-diversity) ഇന്ന് നാം തിരിച്ചറിയുന്ന വസ്തുത മറ്റേതെങ്കിലും കൃതിയിൽ ഇത്രയ്ക്ക് ദൃഢീകൃതമായിട്ടില്ല. അനുജത്തീ നീയെന്നെ മറന്നുവല്ലോ, എന്നാണ് ചെമ്പകത്തിന്റെ പൂ നുള്ളാൻ വരുമ്പോൾ പറയുന്നത്. പ്രാചീനമായ ആ മറവിയുടെ ഉദാരമായ ആ പ്രായശ്ചിത്തമാവണം, വൃക്ഷത്തിന്റെയും സുകന്യയുടെയും പ്രയാണങ്ങളിൽ സ്ഫുരിക്കുന്നത്. വീണ്ടും *ധർമ്മപുരാണ*ത്തിലെ ദയാവാരിധിയായ വൃക്ഷത്തെ സ്ഫുരിച്ചു നോക്കുക. ഒട്ടേറെ വിസർജ്ജ്യങ്ങളുടെ കാലുഷ്യത്തിനുശേഷം സിദ്ധാർത്ഥനു ലഭിക്കുന്ന ആർദ്ര സന്ദേശം അതിന്റെ ശാഖകളിൽനിന്നാണല്ലോ. സാക്ഷരങ്ങളായി ത്തീരുന്ന ജലധാരകളെക്കുറിച്ച്, ശിഖരസ്പന്ദങ്ങളെക്കുറിച്ച് *ഗുരുസാഗര*ത്തിലും ഒട്ടേറെ സൂചനകളുണ്ട്. പൗരാണികമായ പ്രകൃതിയുടെ അനുഗ്രഹങ്ങൾക്ക് സ്വയം സമർപ്പിക്കാൻ കഴിയാഞ്ഞ്, സ്ഥൂലമായൊരു വാഴ്‌വിൽ തടഞ്ഞുപോകുന്ന മനുഷ്യന്റെ പരിതോവസ്ഥയാണല്ലോ ഒരർത്ഥത്തിൽ കുഞ്ഞുണ്ണി ധ്വനിപ്പിക്കുന്നത്. ആ സങ്കല്പങ്ങളുടെ കൃതാർത്ഥതയാണ് *മധുരം ഗായതി*; അതിലെ പുതിയ പരാഗകോശങ്ങൾ. അല്ലാതെ, പൗരാണികതയുടെ പ്രതിബിംബങ്ങളോ പുനരാഖ്യാനങ്ങളോ അല്ല. കാലാന്തരങ്ങളിൽനിന്ന് തന്നെ തേടിവരുന്ന അലംഘ്യമായ അമ്പിന്റെ മുനയിലേക്ക് നിസ്സംഗം പാദം ചേർക്കുന്ന ശിശുവിന്റെ കഥനത്തിൽ മാത്രമേ, പൗരാണികതയുടെ മിഴിവുള്ളൂ. വേദനയും മുക്തിയും (pain and deliverance) അവിഭാജ്യങ്ങളെന്ന പ്രമാണത്തിന്റെ കാഠിന്യം മനസ്സിനെ പൊടുന്നനെ ഏകാഗ്രമാക്കുന്നു. ജീവന്റെയും ധാർമ്മികതയുടെയും ഗുരുത്വമെന്തെന്ന്, നമുക്ക്, ആ ഞൊടിയിൽ, ബോധ്യപ്പെടുന്നു.

മഹായന്ത്രത്തിന്റെ പരിണാമത്തെക്കുറിച്ചാണല്ലോ പറഞ്ഞു തുടങ്ങിയത്. ഉറവകളുടെയും മുലപ്പാലിന്റെയും ശാന്തി ഏറ്റുവാങ്ങിയ യന്ത്രത്തിന്റെ ഹിംസാത്മകമായ ചോദനകൾ അടങ്ങുകയാണ്. കടലിൽനിന്ന് പുതിയ നീരാവികൾ ഉദ്ഗമിക്കുന്നതിന് തുല്യമാണത്. മനുഷ്യന്റെ ആധ്യാത്മികമായ ഉണർവ്വ് കാറ്റിനോടോ മഴയോടോ മഞ്ഞിനോടോ മാത്രമേ താരതമ്യം ചെയ്യാൻ പറ്റുകയുള്ളൂ. ധാതുക്കളുടെ സൂക്ഷ്മമായ ആരോഹം, ഈ പ്രതിഭാസങ്ങളിലേ മുഖരിതമാവുകയുള്ളൂ. സമുദ്രഗർഭത്തിൽനിന്ന് ഫലധന്യമയേക്കാവുന്ന ഒരു വൻമഴ, ഭൂതലത്തെ ഉണർത്താനൊരുമ്പെടുകയാണ്. ദമ്യത, ദത്ത, ദയത്വം എന്നീ ഇടിമുഴക്കങ്ങളിൽ ജീവചേതന അതിന്റെ നൈർമല്യങ്ങൾ വീണ്ടെടുക്കയാണ്. ഈ

വീണ്ടെടുപ്പിനുശേഷം, ഭൂമി അതിന്റെ പ്രാചീനമായ സംഗീതം എതിർ പാർത്തു തുടങ്ങുന്നു. എല്ലാ തപസ്സും യജ്ഞവും ഈ സംഗീതത്തിന് വേണ്ടിയാണെന്ന് മന്ത്രിക്കുന്ന അദൃശ്യരൂപികൾ, മനുഷ്യചേതനയുടെ ധന്യമായ സാക്ഷാത്കാരങ്ങളത്രെ. തപസ്സിൽനിന്ന്, സസ്യങ്ങളുടെ സമൂഹമനസ്സിന്റെ സ്വരം കേട്ടുണർന്ന വൈരാഗി കാണുന്നത്, തന്റെ ജടയുടെ ഇഴകൾ വൃക്ഷത്തിന്റെ വേരുകളായും കൈകാലുകൾ പച്ച വള്ളികളായും പരിണമിച്ചിരിക്കുന്നതാണ്. ഇതുപോലെ, പക്ഷികൾ, ഫല ങ്ങളായി വൃക്ഷത്തിലേക്ക് പിൻമടങ്ങുന്ന ഒരു അവസ്ഥാന്തരം *മധുരം ഗായതി*യിൽ വേറൊരിടത്ത് നാം വായിക്കുന്നുണ്ട്. സമന്വയത്തിന്റെ ആദി പർവ്വമെന്ന്, അതിനെ മഹാശ്വത്ഥം നാമകരണം ചെയ്യുന്നു. പക്ഷികളി ല്ലാതാവുന്നത് തരളശ്രുതികളുടെ അഭാവം മാത്രമല്ല. പിന്നീട് സംഭവി ക്കേണ്ട പരിണാമകളുടെ ശ്രേണീസ്തംഭനംകൂടിയാണ്. ഇതേക്കാൾ അർത്ഥവത്തായിത്തോന്നിയ ഒരു ആദിദർശനം ഈ കൃതിയുടെ ആദ്യ ഭാഗത്ത് വായിച്ചതോർക്കുന്നു. വെറും പരാഗവിതരണം കൊണ്ടുമാത്രം തൃപ്തിപ്പെടാതെ സസ്യം, ഒരിക്കൽ, മൃഗത്തിന്റെ ഉടലിനായി ദാഹിച്ചു വെന്ന ആശയമാണത്. മൃഗിമയുടെ രത്യാനന്ദം വരിച്ച സസ്യത്തിന് അതിന്റെ തനിമ പൊയ്പോയി. ഇണയുടെ മൃദുസ്പർശനത്തിനായുള്ള വന്യമായ വെമ്പലിൽ ഒട്ടേറെ, മൃദുലതകൾ വിസ്മൃതങ്ങളായി. ഇണ യുടെയോ രതിയുടെയോ സാന്ത്വനങ്ങളെ നിഷേധിക്കുകയല്ല, ഇത്തര മൊരു ദർശനം. അതിന് പുതിയൊരു സൗമ്യത സമ്മാനിക്കുകയാണ്. ഈ നാടോടിഗീതത്തിന് അവസാനം സുകന്യയുടെ വിലോലമായ ഗർഭ പാത്രത്തിൽ എന്ത് സൗമ്യമായാണ് ആൽമരത്തിന്റെ ബീജം കരുപ്പിടി ക്കുന്നതെന്ന് കാണുക. ഖേദങ്ങളകന്ന ഭൂഗർഭത്തിൽ സ്നേഹത്തിന്റെ പരാഗകോശങ്ങൾ സാകാരമണിയാൻ തുടങ്ങുകയാണ്.

> ....ഇരുളും നിലാവും ആൽമരം ഉണർന്നു. വള്ളിയുടെ വേരുകൾ മരത്തിന്റെ വേരുകളെ പിന്നിപ്പുണർന്നു. വള്ളി യുടെ തുമ്പുകൾ മരത്തിന്റെ കൂമ്പുകളിൽ ചുംബന ത്തിന്റെ നനവായി. ആൽമരത്തിൽനിന്ന് സഫലതയുടെ വനമോഹങ്ങളുണർന്നു.

തേൻനിറഞ്ഞ ആ ഗർഭപാത്രത്തിൽനിന്ന് പിറവികൊള്ളുന്ന ശിശു, പരസ്പരം വേർപെട്ടുപോയ ജൈവരൂപങ്ങളുടെ അഹന്തയും വൈരു ദ്ധ്യവും പരിഹരിക്കാൻ ശക്തനായ ഉരുവമാണ്. മധുരം ഗായതിയിലെ ശ്രുതിഭരമായ അംശം നമുക്കു മുന്നിൽ നിവരുന്നത് ഇവിടെയാണ്. ലത യുടെ പിളർപ്പിൽനിന്ന് ബഹിർഗമിക്കുന്ന അനാദിയായ ശ്യാമവർണ്ണൻ. താമസിയാതെ, ശരം ശിശുവെത്തേടി വരികയാണല്ലോ, വേദനയുടെയും മുക്തിയുടെയും സൗഭ്രാത്രത്തെ സ്ഥിരീകരിക്കുവാൻ. ശിശുവിന്റെ തിരോധാനത്തോടെ ആദ്യ വിലാപവും പിന്നീട് അസംഖ്യം മുളന്തണ്ടു കളിലെ സംഗീതവും വ്യാപിക്കുകയാണ്. അനന്തമായ ആ സംഗീത ഭേരിയിൽ, ഭൂമിയിലെ ദ്വന്ദ്വങ്ങൾ അവസാനിച്ചിരിക്കുമോ? സസ്യത്തി ന്റെയും മൃഗത്തിന്റെയും ധാതുക്കളിൽനിന്ന്, ഇനിമേൽ അഹന്തയാർന്ന

മനുഷ്യനാവില്ല ഉയിർക്കൊള്ളുക. സമാർദ്രമായ ഈ പ്രത്യാശയുടെ സ്ഥായിയിലാണ് മധുരം ഗായതി അതിന്റെ ചരണങ്ങൾ ഉപസംഹരിക്കുന്നത്. ഒരു മണ്ഡലത്തിൽനിന്ന് മറ്റൊരു മണ്ഡലത്തിലേക്ക്, ഒരു കർമ ഗതിയിൽനിന്ന് മറ്റൊരു കർമഗതിയിലേക്ക്, ഒരു ജന്മത്തിൽനിന്ന് മറ്റൊരു ജന്മത്തിലേക്ക് പ്രയാണം ചെയ്തുകൊണ്ടിരിക്കുന്ന മനുഷ്യനെ അലട്ടുന്ന വാസന ആസക്തിയാണ്. അതിനെ അതിജീവിക്കുന്നെങ്കിലേ മനുഷ്യന്റെ ദർപ്പങ്ങൾ നിശ്ശേഷമാവൂ. നേടലിനേക്കാൾ നല്കലിനുള്ള വിശുദ്ധി, ആക്രമിക്കുന്നതിനേക്കാൾ കീഴ്വഴങ്ങുന്നതിലെ വിശുദ്ധി, ക്രൂരതയേക്കാൾ അക്രൂരതയുടെ വിശുദ്ധി- ആ ഇടിമുഴക്കങ്ങളുടെ സംഗ്രഹം, ഒരു വിധത്തിൽ yin തത്വത്തിന്റെ സംഗ്രഹം തന്നെയാണ്. ഒരേസമയം ആസക്തി നിറയുകയും എന്നാൽ, അത് പൂർത്തീകരിക്കാൻ ഉടലില്ലാതെ ഉഴലുകയും ചെയ്യുന്ന ഒരു ചിലന്തിയുടെ ലൈംഗികമായ പൊറുതികേടിലൂടെ - പിന്നീട് അത് പൊറുതിയായി കലാശിക്കുന്നുണ്ട്. മറ്റൊരു അവസ്ഥ ആവിഷ്കരിക്കപ്പെടുന്നു. ആധുനിക മനുഷ്യന് സ്വീകരിക്കാവുന്ന സാത്വികശീലങ്ങളിലൊന്നാണത്. ചിറകുകളിൽ സർപ്പമുദ്രയുള്ള ഒരു ശലഭത്തിനു മുന്നിൽ അശരണനായിത്തീരുന്ന ചിലന്തി - ആ അശരണത്വത്തിൽ ചിലന്തി ഒരു വെളിപാടുപോലെ, ശലഭത്തെ ഒരു ഇരയല്ലാതെ കാണുകയാണ്. തന്റെ വലകളിൽ മുറുക്കിക്കൊല്ലാവുന്ന ഒരു പാവം സത്തയല്ല, അതിപ്പോൾ. അന്യോന്യം വച്ചുമാറിയ ജൈവാവസ്ഥകളിൽ ശലഭത്തിന്റെ അഥവാ, ഇരയുടെ സൗന്ദര്യം തിരിച്ചറിയുകയാണ് ചിലന്തി. പീഡിതനായ മനുഷ്യന്റെ സത്ത ഉൾക്കൊള്ളാൻ കഴിഞ്ഞാൽ, പിന്നീട് കാരുണ്യത്തിലേക്കും പ്രായശ്ചിത്തങ്ങളിലേക്കുമുള്ള വഴി തെളിയുകയായി. ഇരപിടിയന്റെയും ഇരയുടെയും സംഘട്ടനങ്ങൾ അതോടെ ഇല്ലാതാവും. തിന്നാനല്ലാതെ, ഇരകളെ സൃഷ്ടിക്കുകയും കൊന്നൊടുക്കുകയും ചെയ്യുന്ന ജന്തു മനുഷ്യൻ തന്നെയാണല്ലോ, ഈ ഭൂമുഖത്തിൽ. കോൺസെൻട്രേഷൻ ക്യാമ്പുകളിൽവെച്ച് വിഷവാതകം മൂലം ശ്വാസം മുട്ടിച്ചുകൊന്ന തടവുകാരുടെ ഞരക്കങ്ങൾ സ്വനഗ്രാഹിയന്ത്രംമൂലം പിടിച്ചെടുത്ത നിഷ്ഠുരമായ സൈന്യാധിപകർക്ക് പിൻഗാമികൾ ആരെന്നോ? കീഴ്പ്പെടുത്തപ്പെട്ട കുർദിഷ് പടയാളികളുടെ നഗ്നശരീരങ്ങളിൽ അമ്ലം വീഴ്ത്തി അവർ പിടയുന്നത് കണ്ടുരസിച്ച്, അവസാനം അവരെ വെടിവെച്ച് നിശ്ശബ്ദരാക്കുന്ന സദാംഹുസൈന്റെ ഇറാഖികൾ. അന്ധമായ പീഡനാസക്തിക്ക് വഴിപെട്ടുപോവുന്ന ഇവർ ജീവിതത്തിന്റെ സൗമ്യതല്പങ്ങളിൽ ഒരിക്കലും എത്തിച്ചേരാത്തവരാണ്. ദേവദത്തന് സംഭവിക്കുന്ന, സ്ഥൂലത്തിൽനിന്ന് സൂക്ഷ്മത്തിലേക്കുള്ള, രൂപഭേദം അവർക്കും സംഭവിക്കണമെങ്കിൽ, എത്ര പ്രാർത്ഥനകൾ, എത്ര വാങ്ക് വിളികൾ, എത്ര കഅബകല്ലുകൾ? വന്യമായ ത്വരകളിൽ സുതാര്യമായ ഒരു കോശത്തിലേക്കുള്ള ഭാവാന്തരമാണത്. രതിയുടെ പരാഗം ആ കോശങ്ങൾക്ക് നിഷിദ്ധമല്ല. വൈരുദ്ധ്യത്തിന്റെ ജലചക്രങ്ങൾ അവസാനിക്കാൻ മനുഷ്യൻ അത്തരമൊരു മാർദ്ദവം അനുശീലിച്ചേ പറ്റൂ, എന്ന് വൃഥാവിൽ, ആവർത്തിക്കുകമാത്രം.

ഏതാണ്ട് മുപ്പത്താറു ലക്ഷം വർഷങ്ങൾക്ക് മുൻപ്, ഇന്ന് ടാൻസാനിയ എന്നറിയപ്പെടുന്ന ദക്ഷിണാർദ്ധഗോളത്തിലെ ഭൂപ്രദേശത്ത്, ഭീതിദമായ ഒരഗ്നിപർവ്വതസ്ഫോടനം ഉളവായി. അതിൽനിന്ന് മേല്പോട്ട് പൊന്തിയ ചാരത്തിന്റെ ഘോരപടലം സമീപത്തുണ്ടായിരുന്ന പുൽമേടുകളെ ജീവരഹിതമാക്കി. നരവംശശാസ്ത്രജ്ഞർ, ആ ഊഷരതയിൽ നിന്ന് അപൂർവ്വമായ ഒരവശിഷ്ടം കണ്ടെത്തുകയുണ്ടായി. അവശിഷ്ടങ്ങളെ ആസ്പദമാക്കി മനുഷ്യന്റെ ഉൽപത്തി നിർണയിക്കുന്ന ഇവർ (paleoanthropologists) കണ്ടെത്തിയത് ചാരത്തിൽ ശിലീഭൂതമായ ഒരു കാല്പാടാണ്. മനുഷ്യവർഗത്തിന്റെ ഒട്ടാകെയുള്ള ഒരു പൂർവ്വികനായിരിക്കാവുന്ന hominid ന്റെ പാദമുദ്രയാണതെന്ന് അവർ അനുമാനിക്കുന്നു. ഇന്ന്, ഭൂഗോളത്തിനുമേൽ മറ്റൊരു ഘോരപടം രൂപംകൊണ്ടുവരികയാണ്. ഈ ന്യൂക്ലിയാർപടലം പൊട്ടിപ്പടർന്നാൽ, എല്ലാ സംഗീതവാഹിനികളും എന്നേക്കുമായി നിഷ്പന്ദമാവും. ജന്മാന്തരങ്ങളിലൂടെ ഒരു കാല്പാട് ഏതെല്ലാം സംസ്കൃതികളായി വളർന്ന് തഴച്ചുവെന്ന് നാമറിയുന്നു. അതുകൊണ്ടുതന്നെ, നമ്മുടെ വിധേയത്വങ്ങൾ ഈ ഭൂമിയോടും അതിലെ അലാതവലയംപോലത്തെ വംശാവലിയോടുമുള്ളതായിത്തീരുന്നു. അബോധപരമായെങ്കിലും ആരുടെയൊക്കെയോ തലച്ചോറിന്റെ മൂന്നാം അടരിൽ, വിവേകത്തിന്റെ ശിശു പിറന്നിരിക്കുകയാണ്. അതിന്റെ ചെമന്ന പാദങ്ങളിൽ ശരമേൽക്കാൻ അനുവദിച്ചുകൂടാ. ആലില പാറാത്ത പ്രളയമാണ്, അതിന്റെ പരിണതിയെന്നതിനാൽ, ഒട്ടേറെ സൗഗന്ധ്യമുള്ള, ഈ കൃതിയുടെ ബിംബകേസരങ്ങൾ നല്കുന്ന സാർവഭൗമികസന്ദേശം മറ്റൊന്നല്ല.

ദർശനങ്ങളുടെ മഹാവിപിനം
രഘുനാഥൻ പറളി

'ആക്രമണമായിത്തുടങ്ങിയത് തീർഥാടനമായിത്തീരുന്നു' എന്നത് 'മധുരംഗായതി'യിലെ ഒരു വാചകമാണ്. പ്രസ്തുത വാചകത്തിന് പക്ഷേ, 'മധുരംഗായതി'യുടെയും ഒരളവുവരെ വിജയന്റെ രചനകളുടെ ഒക്കെത്തന്നെയും തലക്കുറിയായി മാറാൻ കഴിയുന്നുണ്ട്. 'ഖസാക്കി'ൽ തുടങ്ങി 'മധുരംഗായതി'യിലെത്തുന്ന എഴുത്തുകാരന്റെ രചനാജീവിതത്തിന്റെ ആന്തരികാർഥവും അനുഭവസഞ്ചയവും സ്വാംശീകരിക്കാൻ ഒരുങ്ങുന്ന ഒരു സൂക്ഷ്മ ലോകമായി അത്, വികസിക്കുന്നുണ്ട്. ഒ.വി. വിജയനിലെ എഴുത്തുകാരന് വിജയനിൽത്തന്നെയുള്ള പ്രവാചകന്റെ ആതിഥേയത്വം ലഭിച്ചത് 'മധുരംഗായതി' യിലാണെന്നു ഞാൻ വിശ്വസിക്കുന്നു. അഥവാ 'പ്രവാചകന്റെ വഴി'ക്കും മുൻപ് പ്രവാചകസാന്നിധ്യമുണ്ടായത് മധുരംഗായതിയിലാണെന്നു സാരം. മാത്രമല്ല എല്ലാ മികച്ച എഴുത്തുകാരനിലും ഒരു പ്രവാചകനുണ്ടെന്ന് സൗമ്യമായി സാക്ഷ്യപ്പെടുത്താനും ഈ കൃതിക്ക് കഴിയുന്നുണ്ട്. ഒരു എഴുത്തുകാരൻ അറിയപ്പെട്ടതുതന്നെ 'ലെബനണിലെ പ്രവാചകൻ' എന്നായിരുന്നുവല്ലോ. മധുരംഗായതിയുടെ ആദ്യാന്തങ്ങൾ ഓരോ പുരാണങ്ങളാണ്. വിജയൻ പ്രസ്തുത പുരാണങ്ങൾ സൃഷ്ടിക്കുമ്പോൾ യഥാർഥത്തിൽ, കൃതി അനന്തതയിൽത്തുടങ്ങി അനന്തതയിൽത്തന്നെ അവസാനിക്കുകയാണ്. അല്ലെങ്കിലും പ്രതിഭാധനനായ ഒരാളുടെ ചിന്ത അനന്തതയുമായി സന്ധിയിലാകുമ്പോഴാണല്ലോ ഒരു പ്രവാചകൻ ജനിക്കാറുള്ളതും! പ്രകൃതിയുടെയും ശാസ്ത്രത്തിന്റെയും നാഗരികതയുടെയും സമസ്യകളാൽ നിരന്തരം പുഷ്ടി പ്രാപിക്കുന്ന ആധുനിക മനുഷ്യന്റെ ആകുലതകളിൽനിന്ന് 'മധുരംഗായതി' പോലൊരു കൃതി ബീജാവാപം ചെയ്യുമ്പോൾ, വർത്തമാനഭാവികളുടെ ഉത്കണ്ഠകൾക്ക് സ്വന്തം ഹൃദയം കൊടുത്ത ഒരു എഴുത്തുകാരനെയാണ് നാം കാണുന്നത്.

'മധുരംഗായതി' ഒരു പരിസ്ഥിതി നോവലാണോ? 'ധർമപുരാണ'ത്തെ ഒരു 'പുരീഷപുരാണ'മെന്നു വിളിക്കുന്നത്രയും സങ്കുചിതത്വം ഒരുപക്ഷേ' 'മധുരംഗായതി'യെ പരിസ്ഥിതി നോവലെന്നു വിളിക്കുമ്പോഴുമുണ്ടാകും. പ്രകൃതിദർശനമായി വികസിക്കുന്ന ഒരു പരിസ്ഥിതി ദർശനം ആദ്യന്തം

കൃതിയുടെ ഭൂമിക നിർണയിക്കുന്നുണ്ടെങ്കിലും, 'മധുരംഗായതി' അത് മാത്രമായി ഒതുങ്ങുന്നില്ലെന്നതാണ് ലളിതമായ കാരണം. അനുബന്ധ മായി ഇവിടെ ആനന്ദിന്റെയും സി. രാധാകൃഷ്ണന്റെയും രചനകളായി രിക്കും നമ്മുടെ ബോധത്തിലേക്ക് പാഞ്ഞുകയറുക. എം. സുകുമാര ന്റെയും സി.ആർ. പരമേശ്വരന്റെയും രചനകളും ആഷാമേനോന്റെ ഭാഷ യിലെ ഹരിതകവും വിസ്മരിക്കുന്നില്ല. പക്ഷേ, മലയാള നോവലിനേ ക്കാൾ പ്രകൃതിയെക്കുറിച്ചുള്ള വേവലാതികൾ, മലയാള കവിതയി ലാണുണ്ടായിട്ടുള്ളതെന്നു തോന്നുന്നു. പി.യും ഇടശ്ശേരിയും വൈലോ പ്പിള്ളിയും തൊട്ട് സച്ചിദാനന്ദനും കെ.ജി. ശങ്കരപ്പിള്ളയും എ. അയ്യപ്പനും മേതിലും വരെയുള്ളവരുടെ പല കവിതകൾക്കും, പുതിയൊരു ദാർശ നിക ഗാംഭീര്യം നൽകിയിട്ടുള്ളത് 'ഇക്കോളജി' (Ecology) ആണ്. പുതിയ എഴുത്തുകാരുടെ പല രചനകളിലൂടെയും അത് തുടരുന്നുമുണ്ട്. അങ്ങനെ എല്ലാ അർഥത്തിലും ഒരു 'പരിസ്ഥിതി സൗന്ദര്യശാസ്ത്രം' രൂപപ്പെട്ടുവരുന്ന പുതിയ സാഹചര്യത്തിൽ, പ്രസ്തുത സംജ്ഞയുടെ ചുവടുപിടിച്ച് 'മധുരംഗായതി' വായിക്കാൻ തുനിഞ്ഞാൽ, പക്ഷേ, കൃതി യിലെ നമ്മുടെ വളർച്ച അകാലത്തിൽ മുരടിച്ചുപോകാനാണ് സാധ്യത. പരിസ്ഥിതി സൗന്ദര്യശാസ്ത്രത്തിന്റെ കുഴപ്പമോ പരിമിതിയോ അല്ല ഇവിടെ വിവക്ഷിക്കപ്പെടുന്നത്. മറിച്ച് 'മധുരംഗായതി'യുടെ സവിശേഷത യാണ്. ഈ കൃതി ദർശനങ്ങളുടെ ഒരു മഹാവിപിനമാണെന്നതുകൊണ്ടു തന്നെ, നിയതമായ തരംതിരിവുകൾ, ഈ കൃതിക്കുമുന്നിൽ ഏറെ ലോപിച്ചുപോകുന്നു. അനുവാചകന്റെ സംവേദനക്ഷമത 'മധുരംഗാ യതി'യിൽ ഒരേസമയം സ്വച്ഛമായ ഒരു മഹാധ്യാനവും അക്ഷീണമായ ഒരു നായാട്ടും ('നായാട്ട്' പരിസ്ഥിതി ദർശനത്തിനും, കൃതിയുടെ ഭാവ ത്തിനുതന്നെയും എതിരെ പോകുന്ന ഒരു പദമാണെങ്കിലും അങ്ങനെ ത്തന്നെ പ്രയോഗിക്കട്ടെ.) ശീലിച്ചാലേ, വായനാനിമിഷങ്ങളിൽ നിരന്തരം അതിരുകൾ വികസിക്കാനിടയുള്ള ഈ കൃതിയെ ഒരു 'വാമനനാ' യെങ്കിലും സമീപിക്കാനാകൂ! 'മധുരംഗായതി'യിൽ വാസ്തവത്തിൽ, പ്രകൃതിയും മനുഷ്യനും തമ്മിൽ, മനുഷ്യനും യന്ത്രവും തമ്മിൽ, പ്രകൃ തിയും ശാസ്ത്രവും തമ്മിൽ ഗ്രാമീണതയും നാഗരികതയും തമ്മിൽ ആത്മീയതയും ഭൗതികതയും തമ്മിൽ എല്ലാറ്റിനുമുപരി മനുഷ്യനും മനു ഷ്യനും തമ്മിൽ നടക്കുന്ന രൂക്ഷമായ ആന്തര സംഗ്രാമത്തിന്റെ ഒരി ക്കലും തിരശ്ശീലവീഴാത്ത ദൃശ്യങ്ങളാണ് അരങ്ങേറുന്നത്.

യുക്തിഭംഗങ്ങളിൽ രൂപപ്പെടുന്ന യന്ത്ര ചേതസ്സ്

നമ്മുടെ ജീവിതത്തെയാകെ ഇന്ന് പ്രത്യക്ഷമായും പരോക്ഷമായും നിയന്ത്രിച്ചു കഴിഞ്ഞ യന്ത്രങ്ങളെക്കുറിച്ച്- അവയുടെ നീരാളി പ്പിടിത്തത്തെക്കുറിച്ച്-നാമെല്ലാം പൂർണബോധവാന്മാരാണെന്നു പറഞ്ഞു കൂടാ. ഈ യന്ത്രസംസ്കൃതിയിൽ ഒട്ടാകെ ഏവരും മയങ്ങിക്കഴിഞ്ഞി രിക്കുന്നു. അങ്ങനെ വലിയൊരളവ് അപഭ്രംശം സംഭവിച്ചുകഴിഞ്ഞ

ആധുനിക മനസ്സിന്, ജീവിതത്തിന്റെ താളം എന്നത് ഇന്ന് യന്ത്രചലനങ്ങൾതന്നെയായി തീർന്നിരിക്കുന്നു. യന്ത്രങ്ങളോടുള്ള തികഞ്ഞ നിഷേധാത്മക സമീപനത്തിൽ നിന്നല്ല ഈ വരികൾ ഉടലെടുക്കുന്നത്. മറിച്ച് മനുഷ്യനും യന്ത്രവും തമ്മിലുള്ള ബന്ധത്തിന്റെ പാരസ്പര്യം ഇന്ന് അഭിലഷണീയമായ അനുപാതത്തിലാണോ എന്ന ആശങ്കയിൽനിന്നാണ്. ഒരു വിധത്തിൽ, 'യന്ത്രങ്ങളുടെ നീരാളിപ്പിടുത്തം' എന്ന് പ്രയോഗിക്കുമ്പോൾതന്നെ ഗുരുതരമായ ഒരു പാപമാണ് ചെയ്യുന്നത്. കാരണം പുതിയ സാഹചര്യത്തിൽ, മനുഷ്യസ്നേഹിയായ ഒരാൾ ഒരേ സമയം യന്ത്രസ്നേഹികൂടി ആകേണ്ടതുണ്ടെന്ന് തിരിച്ചറിയാൻ അസാമാന്യ ബുദ്ധി വേണ്ട. 'മധുരംഗായതി'യിൽ ഒരിടത്ത് (പേജ് 73) നന്ദിനി എന്ന പശു 'മകളേ ജീവന്റെ മണ്ഡലങ്ങൾ പലതാണ്. യന്ത്രത്തിനുപോലും മോചനത്തിന്റെ മണ്ഡലങ്ങളുണ്ട്. യന്ത്രംപോലും നശ്വരമല്ല' എന്ന് സുകന്യയോട് പറയുന്നത് യന്ത്രത്തെ മനുഷ്യന്റെ ഒരു ഭാഗമായിത്തന്നെ കാണുന്നതിനാലാണ്. ഈ തിരിച്ചറിവിൽ യന്ത്രം സചേതനമായ ഒരു ജൈവവസ്തുവായിത്തീരുകയാണ്. അതുകൊണ്ടാണ് ബാഹ്യദൃഷ്ടിക്കു വഴങ്ങുന്നതല്ലെങ്കിലും, അനശ്വരതാസങ്കല്പം യന്ത്രങ്ങൾക്കും അന്യമാകാതിരിക്കുന്നത്. റോബർട്ട് എം. പിർസിഗിന്റെ 'Zen and the Art of Motorcycle Maintenance' എന്ന ശ്രദ്ധേയമായ കൃതിയുടെ ജീവൻതന്നെ യന്ത്രത്തെക്കുറിച്ചുള്ള ഈ ദർശനത്തിൽ ഉടക്കിനിൽക്കുന്നു. ഒരു മോട്ടോർസൈക്കിൾ ഭംഗിയായി പ്രവർത്തിപ്പിക്കുന്നതും ഒരു സെൻ സൂക്തം മനനം ചെയ്യുന്നതും, വ്യത്യസ്തമല്ലാതാകുന്ന ഒരു തലം പിർസിഗിന്റെ ഉൾക്കാഴ്ചയിലുണ്ട്. യന്ത്രത്തിന്റെ അസ്തിത്വത്തെക്കുറിച്ച് അദ്ദേഹം എഴുതിയതും അതിനോടനുബന്ധിച്ചാണ് (Each machine has its own, unique personality which probably could be defined as the intuitive sum total of everything you know and feel about it. This personality constantly changes, usually for the worse, but sometimes suprisingly for the better) 'തനുമാനസി' എന്ന കൃതിയിലെ ഒരു ലേഖനത്തിൽ (പതിനൊന്നാമത്തെ കല്പന) ആഷാമേനോൻ പിർസിഗിന്റെ ഈ കൃതിയെക്കുറിച്ച് ചിന്തിച്ചിട്ടുള്ളത് ഓർക്കുന്നു. എന്നാൽ മനുഷ്യനും യന്ത്രവും തമ്മിലുള്ള ഉദാത്തമായ ഈ പാരസ്പര്യം പിളർക്കപ്പെട്ട അവസ്ഥയിലാണ്. 'മധുരംഗായതി' തുടങ്ങുന്നത്. അതേത്തുടർന്നുണ്ടാകുന്ന അപ്രതിരോധ്യമായ നിയോഗങ്ങൾ കൃതിയെ പ്രക്ഷുബ്ധമാക്കുന്നുമുണ്ട്. അങ്ങനെ, ഭീതിദമായ ഒരു ഭാവിയുടെ പ്രവചനാത്മകമായ ചിത്രീകരണമായി 'മധുരംഗായതി' മാറുന്നു. എങ്കിലും ശുഭാപ്തിവിശ്വാസത്തിന്റെ വെട്ടം വിജയനെ എപ്പോഴും അനുഗ്രഹിക്കുന്നുണ്ട്. യന്ത്രത്തിന്റെ ആദിരൂപം പൊടിഞ്ഞ് സുകന്യയുടെ ഗർഭപേടകത്തിൽ ഒരു പുതിയ അവതാരമായി വളർച്ച പ്രാപിച്ചുകൊണ്ടിരിക്കുമ്പോൾ, അവനെത്തേടിയെത്തുന്ന വഴികാട്ടികളുടെ സൂക്ഷ്മസമൂഹത്തോട് ആൽമരം, അവൻ യന്ത്രത്തിന്റെ പുനരവതാരമാണോ എന്നു ചോദിക്കുന്നുണ്ട്. 'അവൻ യന്ത്രവും മനുഷ്യനും മൃഗവും സസ്യവും ആകാശവുമാണ്' എന്നാണ്

അവർ മറുപടി പറയുന്നത്. നേരത്തെ സൂചിപ്പിച്ചതുപോലെ യന്ത്രവും മനുഷ്യനും മാത്രമല്ല ഇവിടെ പ്രകൃതികൂടി ചേർന്ന ഒരു ഏകത്വമാണ് സൂചിതമാകുന്നത്. ഇത് എഴുത്തുകാരന്റെ അന്തശ്ചോദനയിൽ ഉരുവപ്പെടുന്ന തീവ്രാഭിലാഷമാണെന്നും കരുതാം. യന്ത്രങ്ങൾ നാടുവാഴുന്ന ഉത്തരാർധഗോളവും പച്ചപ്പിന്റെ പ്രതിരൂപമായ ദക്ഷിണാർധഗോളവും ഒരു മഹാസ്ഫോടനത്തിന്റെ - ഭയാനകമായ ഒരു പിളർപ്പിന്റെ- ശേഷരൂപങ്ങളാണ്. വൈരുധ്യത്തിന്റെ അർധഗോളങ്ങളായി അവ എതിർക്കോണുകളിലേക്ക് അകന്നു നീങ്ങുമ്പോൾ, 'ഭൂമിയില്ലാത്ത' അഥവാ 'ഭൂമിയല്ലാത്ത' ഒരു രൂക്ഷ സന്ദർഭം സംജാതമാകുന്നുണ്ട്. ഇതിലെ ഉത്തരാർധഗോളം യന്ത്രങ്ങളുടെ മണ്ഡലമാകുന്നതിനോടൊപ്പംതന്നെ, അത് പുതിയ ശാസ്ത്രഭാവനകളുടെയും വരാനിരിക്കുന്ന മഹായുദ്ധങ്ങളുടെയും നിരാർദ്രമായ ഭൗതികതയുടെയും ചടച്ച നാഗരികതയുടെയും സഞ്ചയം കൂടിയാണ്. അവിടെയിപ്പോൾ മനുഷ്യരില്ലെന്നും അവന്റെ സൃഷ്ടിയായ യന്ത്രങ്ങളേയുള്ളുവെന്നതും ശ്രദ്ധേയമാണ്. ഇതിന്റെ നേർവിപരീതങ്ങളാണ് ദക്ഷിണാർധത്തിൽ സമ്മിളിതമാകുന്നത്. പ്രകൃതിയുടെ ഭാഗമായി ജീവിക്കുന്ന മനുഷ്യനുൾപ്പെടെയുള്ള ജീവരാശിയുടെ നിത്യഹരിത സ്വപ്നങ്ങളും ഗ്രാമീണതയുടെ ഹൃദ്യതയും ആത്മീയതയുടെ വിശുദ്ധ ശീതളിമയും ചേർന്ന ധ്യാനനിമഗ്നമായ ഒരു സംഗീതം ദക്ഷിണാർധഗോളത്തിൽ നിറഞ്ഞിരിക്കുന്നു.

മനുഷ്യസഹായികളായ യന്ത്രങ്ങളിൽ നിന്ന് വ്യത്യസ്തമായി ശാസ്ത്രം, യന്ത്രസഹായികളായ മനുഷ്യരെ സൃഷ്ടിച്ചുതുടങ്ങിയോ എന്ന ചിന്ത വിജയനെ അലട്ടുന്നുണ്ട്. സ്വയമറിയാതെ മനുഷ്യൻ ഇപ്പോൾ യന്ത്രങ്ങളാൽ ഭരിക്കപ്പെടുകയാണെന്ന, എഴുത്തുകാരന്റെ അവബോധം 'മധുരംഗായതി'യുടെ ഘടനയെത്തന്നെ സ്വാധീനിച്ചിട്ടുണ്ട്. കൃതിയുടെ ആദ്യത്തിലുള്ള പുരാണത്തിന്റെ, അവസാനഭാഗത്ത് 'പുതിയ മനുഷ്യൻ, സന്ദേഹമില്ലാതെ യന്ത്രങ്ങളെ ഭരിക്കുകയാണെന്ന് വ്യാമോഹിച്ചു. അങ്ങനെ വ്യാമോഹിക്കാൻവേണ്ടി സൃഷ്ടിക്കപ്പെട്ട കളിപ്പാട്ടമായിരുന്നു അവൻ. യന്ത്രങ്ങൾ ഈ കളിപ്പാട്ടത്തിൽ തൃപ്തികൊണ്ടു' എന്നെഴുതിയിട്ടുള്ളതിൽ വിജയന്റെ കാഴ്ചപ്പാട് സ്പഷ്ടമാണ്. അതുപോലെത്തന്നെ വികാരങ്ങൾക്കതീതനായ, മനുഷ്യാതീതനായ ഒരു മഹായന്ത്രത്തെ സൃഷ്ടിച്ചതിനുശേഷം, ശാസ്ത്രജ്ഞൻ ഭാവിയിലേക്ക് കൗതുകത്തോടെ ഉറ്റുനോക്കിയിട്ട് 'സ്പർധയും സ്നേഹവും രതിയും ദുർബലമാക്കിയ മനുഷ്യന്റെ തലമുറകളെ അവരുടെ ഉപകരണങ്ങളെന്നു നടിച്ചുകൊണ്ട്, മഹായന്ത്രം ഭരിക്കും' എന്നു പറയുന്നത് (പേജ് 38) ഇതിനോടു ചേർത്ത് വായിക്കുമ്പോൾ ഏറെ പ്രസക്തമാകുന്നു. ഇതിനെല്ലാമുപരി, കൃതിയിൽ, ശാസ്ത്രം എങ്ങനെ പ്രകൃതിക്കു വിരുദ്ധമായി ചരിക്കുന്നുവെന്ന ഒരന്വേഷണം എഴുത്തുകാരൻ നടത്തുകയാണ്. വൃക്ഷശ്രേഷ്ഠനും സുകന്യയും കൂടി ദക്ഷിണാർധഗോളത്തിൽനിന്ന് ഉത്തരാർധഗോളത്തിലേക്ക് നടത്തുന്ന യാത്രയിൽ അത്തരമൊരു അന്വേഷണംകൂടി ഉൾച്ചേർന്നിട്ടുണ്ട്. പുതിയ കാലഘട്ടത്തിൽ നമ്മുടെ ചിന്തകളും പ്രവൃത്തികളുമെല്ലാം യന്ത്ര

ബന്ധിതമായിരിക്കുമെന്നതുകൊണ്ടുതന്നെ ഇനി നമ്മുടെ കലയ്ക്കും സാഹിത്യത്തിനുമെല്ലാം യന്ത്രത്തോടായിരിക്കും കൂടുതൽ അടുപ്പം എന്നു കണ്ടെത്താൻ ഏറെ ബുദ്ധിമുട്ടേണ്ടതില്ല. പുസ്തകം ഡിസ്കകമാകുന്ന കാഴ്ച നമുക്കിന്ന് അപരിചിതമല്ലാതാകുന്നത് ഒരു പ്രാരംഭം മാത്രമാണ്. 'മധുരംഗായതി'യിലെ പന്ത്രണ്ടാമധ്യായത്തിൽ, അക്ഷരങ്ങൾക്കുണ്ടായ പുഴുക്കുത്തിന്റെ കഥ-അക്ഷരങ്ങൾ കൈയും കാലും പൊടിഞ്ഞ് അപ്രത്യക്ഷരാകാൻ തുടങ്ങിയ മഹാമാരിയുടെ കഥ-ശാസ്ത്രജ്ഞൻ മഹായന്ത്രത്തിന് പറഞ്ഞുകൊടുക്കുന്നുണ്ട്. ആ രോഗത്തിനു കാരണം ദക്ഷിണാർധഗോളത്തിൽ നിന്നുള്ള ധ്യാനത്തിന്റെ അണുക്കളാണെന്ന് യന്ത്രലോകം തിരിച്ചറിയുകയും, തങ്ങളുടെ വിജ്ഞാന ഭണ്ഡാഗാരമത്രയും കൃത്രിമ ചേതസ്സിലേക്ക് പകർത്താൻ പണിപ്പെടുകയും ചെയ്യുന്നു. യന്ത്രങ്ങളില്ലാത്ത ഒരു ലോകത്തിൽ, വിജ്ഞാനദാഹിയായ മനസ്സ് ഏകാഗ്രമായ തപസ്യയിലൂടെ ആർജിച്ച ദിവ്യജ്ഞാനത്തിനു മുന്നിൽ യന്ത്രലോകത്തിന്റെ വിജ്ഞാനം പൊടിഞ്ഞുപോകുന്ന കാഴ്ച വളരെ നിസ്സാരമായ ഒന്നല്ല. ഈ കാലഘട്ടത്തിൽ നമ്മുടെ ഒരു കവി:

'ഇപ്പോൾ പിക്കാസ്സോ
ഉണ്ടായിരുന്നെങ്കിൽ
കമ്പ്യൂട്ടർകൊണ്ട് അദ്ദേഹം
എന്തെല്ലാം ചെയ്യുമായിരുന്നു?'

എന്നിങ്ങനെ ഒരു കവിത തുടങ്ങുമ്പോഴും (സച്ചിദാന്ദൻ 'ഇപ്പോൾ പിക്കാസ്സോ' എന്ന കവിതയിൽ) നമ്മുടെ ഒരു പ്രമുഖ നിരൂപകൻ 'യന്ത്രസരസ്വതി നമ്മെ സംഭ്രമിപ്പിക്കുമോ' എന്നു ചോദിച്ചുകൊണ്ട് (കെ.പി. അപ്പൻ 'മലയാള ഭാവന മൂല്യങ്ങളും സംഘർഷങ്ങളും' എന്ന കൃതിയിൽ) യന്ത്രം വിപ്ലവകരമായ രീതിയിൽ നമ്മുടെ സെൻസിബിലിറ്റിയെ രൂപപ്പെടുത്തുന്നതെങ്ങനെയെന്ന് പട്ടത്തുവിളയുടെയും കോവിലന്റെയും എം.പി. നാരായണപ്പിള്ളയുടെയും രചനകൾവെച്ച് വിശകലനം ചെയ്യുമ്പോഴും 'പരിണാമ'ത്തിന് യന്ത്രത്തിന്റെ സ്വഭാവമുണ്ടെന്ന് സധൈര്യം നിരീക്ഷിക്കുമ്പോഴും നാം അദ്ഭുതപ്പെടുന്നില്ല.

മനുഷ്യചിന്തയുടെയും വികാരത്തിന്റെ ദൗർബല്യത്തിന്റെയും മൂർത്തീരൂപമായ ഒരു ശാസ്ത്രജ്ഞൻ, മഹായന്ത്രത്തിന്റെ നിർമ്മാണപ്രക്രിയയിൽ ഏർപ്പെട്ടിരിക്കുന്നത്, യന്ത്രത്തിന്റെ ഓർമ്മയിലൂടെത്തന്നെ ഒരു ഘട്ടത്തിൽ തെളിയുന്നുണ്ട്. തന്റെ അംശത്തിന്റെ പരിമിതികൾക്ക് വിപരീതമായി, വികാരത്തിന്റെ വിടവുകളില്ലാത്ത ഒരു മഹായന്ത്രമായിരുന്നു ആ ശാസ്ത്രജ്ഞന്റെ സ്വപ്നവും ആത്യന്തികലക്ഷ്യവും. മനുഷ്യനിലെ പിഴവുകൾ, ആദിപിതാക്കൾക്ക് തങ്ങളെ സ്പർശിക്കാനുള്ള പഴുതുകളാണെന്നും, ആദിമ പ്രജ്ഞകൾക്ക് ഒഴുകിയെത്താനുള്ള രന്ധ്രങ്ങളാണെന്നും രത്നഖചിതമായ തടവറയ്ക്കുള്ളിൽ ഇരുന്ന് മൃത്യുഞ്ജയൻ നേരത്തെതന്നെ സുമംഗലയ്ക്ക് വിശദീകരിച്ചുകൊടുക്കുന്നുണ്ട്. താൻ സൃഷ്ടിക്കുന്ന യുക്തിയുടെ ഉരുക്കുരൂപത്തിന്, അയുക്തികതയുടെ ആകത്തുകയായ മനുഷ്യജീവിതം തികച്ചും അന്യമായിരിക്കണമെന്നും

ശാസ്ത്രജ്ഞന് ശാഠ്യമുണ്ടായിരുന്നു. പക്ഷേ ആദ്യതവണ നിർമ്മാണം പൂർത്തിയാക്കിയപ്പോൾ, നവശിശുവായ സമ്പൂർണ്ണയന്ത്രം 'ഞാൻ അങ്ങയെ സ്നേഹിക്കുന്നു'വെന്ന് ശാസ്ത്രജ്ഞനോട് പറയുകയും, തന്റെ പിതാവായ ശാസ്ത്രജ്ഞൻ മരിക്കുമ്പോൾ, പുണ്യതീർത്ഥങ്ങളിൽ അസ്ഥിയൊഴുക്കി ശ്രാദ്ധം ചെയ്യാൻ തനിക്ക് കൈകാലുകൾ നിർമ്മിക്കണമെന്ന് അഭ്യർത്ഥിക്കുകയും ചെയ്യുകയാണ്. നിഷിദ്ധമായ ആ വികാര ദൗർബല്യങ്ങളുടെ ചൂടിൽ യന്ത്രത്തിന്റെ മസ്തിഷ്കത്തിലെ കമ്പിച്ചുരുളുകൾ കത്തിപ്പോവുന്നു. പരാജയബോധത്തിന്റെയും പുത്രവാത്സല്യത്തിന്റെയും സമ്മിശ്രവികാരത്തിൽ ശാസ്ത്രജ്ഞൻ യന്ത്രത്തിന്റെ നെറുകയിൽ മുഖമമർത്തി കരയുന്നതും, അയാളുടെ കണ്ണുനീര് ലോഹസന്ധികളുടെ വിടവിലൂടെ യന്ത്രത്തിന്റെ ഉള്ളിലേക്കിറങ്ങുന്നതും അപ്പോഴാണ്. കമ്പിച്ചുരുളുകളിൽ അവശേഷിക്കുന്ന ഉപ്പുകരടുകളുടെ ഈ സൂക്ഷ്മമായ അപൂർണ്ണത, പക്ഷേ യന്ത്രം ഒരു രഹസ്യപ്രണയത്തെപ്പോലെയും, ഗോപ്യവും സ്വാദിഷ്ഠവുമായ പാപത്തെപ്പോലെയും മറച്ചുവെക്കുന്നത് തുടർന്ന് നാമറിയുന്നുണ്ട്. യന്ത്രിമയുടെ അധിനിവേശം കൃതിയുടെ ആദ്യംമുതൽ തന്നെ അനുഭവവേദ്യമാകുമ്പോഴും, മഹായന്ത്രം സ്വന്തം മസ്തിഷ്കത്തിനകത്ത് മറ്റൊരു സിരാവ്യൂഹം സൃഷ്ടിച്ച് തന്റെ തന്നെ ഉരുവപ്പെടലിനെക്കുറിച്ച് ചിന്തിക്കുമ്പോഴേ, 'എനിക്കും ഒരു മാനസികരോഗിയാകണം' എന്ന യന്ത്രത്തിന്റെ അഭിലാഷത്തിന്റെ പൊരുൾ നമുക്ക് മനസ്സിലാകുന്നുള്ളൂ. യന്ത്രം ഉൾക്കൊള്ളുന്ന സൂക്ഷ്മാപൂർണ്ണതയുടെ തുടർച്ചയായിത്തന്നെയാണ് മഹായന്ത്രം വെള്ളപ്പശുവിന്റെ പാൽ കുടിക്കാൻ അതിയായ താൽപര്യം പ്രകടിപ്പിക്കുന്നതും. ഇവിടെ, മനുഷ്യരിൽനിന്നോ, പ്രകൃതിയിൽനിന്നോ വിട്ടുപോകാനാകാത്ത യന്ത്രത്തിന്റെ പരിമിതിതന്നെയാണ് എഴുത്തുകാരൻ ആവിഷ്കരിക്കുന്നത്. മാതൃവാത്സല്യത്തിനായി കൊതിക്കുന്ന ഒരു ഉപബോധമനസ്സ് ഈ യന്ത്രതാൽപര്യത്തിലുണ്ട്. അതുകൊണ്ട് അത് യാന്ത്രികമായ ഒരു താൽപര്യമാകുന്നില്ലതാനും. മറ്റൊരിടത്ത് എനിക്ക് ഒരു മുലക്കുഞ്ഞാകണം എന്ന് യന്ത്രം പറയുന്നുണ്ട്. അവസാനത്തിൽ, സുകന്യയുടെ മുല ചുരത്തുന്നത് കാണുമ്പോൾ യന്ത്രത്തിന്റെ കമ്പിച്ചുരുൾ തണുക്കുന്നതും, യന്ത്രം പതുക്കെ ഒരു ശിശുവായി രൂപാന്തരം പ്രാപിക്കുന്നതും കൃതിയുടെ മർമ്മപ്രധാനമായ ഒരു ഭാഗവുമാണല്ലോ. മനുഷ്യനും യന്ത്രത്തിനും (ശാസ്ത്രത്തിനും) ഇടയ്ക്ക് പുതിയൊരു അദ്വൈതം എഴുത്തുകാരൻ വികസിപ്പിക്കുകയാണ്. അതിലൂടെമാത്രമേ വിജയന്, തടർന്നുള്ള മനുഷ്യാസ്തിത്വത്തിന്റെ അർത്ഥവത്തായ വശം സങ്കല്പിക്കാനാവൂ. നന്ദിനിയുടെ പാൽ അമൃതാകുന്നത് അതിൽ പ്രകൃതിയുടെ വിശുദ്ധിയും ധവളിമയും ഉള്ളതുകൊണ്ടാണ്. തന്റെ വിദ്യുൽപ്രസരങ്ങൾ ഈ പശുവിൻപാലിന്റെ പ്രാകൃതമാന്ത്രികതയ്ക്കു മുന്നിൽ വഴിമുട്ടി നിൽക്കുന്നുവെന്ന് യന്ത്രം പറയുന്നത് മറ്റൊന്നുംകൊണ്ടല്ല. പശുവിൻപാൽ യന്ത്രത്തിന്റെ പരമാധികാരത്തിന് ചവിട്ടികടക്കാനുള്ള അവസാനത്തെ ചവിട്ടുപടിയാകുന്നത് അങ്ങനെയാണ്. പ്രകൃതിയും സാങ്കേതികശാസ്ത്രവും തമ്മിലുള്ള

സംഘട്ടനത്തിന്റെ ഏറ്റവും മിതമായ ആവിഷ്കാരമാണിതെന്നു പറഞ്ഞാൽ തെറ്റാകില്ല. അല്ലെങ്കിലും തന്റെ അച്ഛനേയും അമ്മയേയും യന്ത്രങ്ങൾ പിടിച്ചുകൊണ്ടുപോയി എന്നും, നന്ദിനിയെ അവർ നേരത്തെ കൊണ്ടുപോയിരിക്കുന്നുവെന്നും സുകന്യ ആൽമരത്തിൽ നിന്നറിയുമ്പോൾതന്നെ, യന്ത്രിമയുടെ എല്ലാ ദുരന്തങ്ങളും നമ്മളിലാളുന്നുണ്ട്.

യുക്തിയുടെ ഭദ്രസംസ്കൃതിയെ ഒരു പശു തകർത്തിരിക്കുന്നുവെന്ന മഹായന്ത്രത്തിന്റെ തിരിച്ചറിവിന്റെ തുടർച്ചയായാണ്, അവരുടെ അക്ഷരങ്ങൾ പുഴുക്കുത്തേറ്റ് പൊടിഞ്ഞുപോയ മാരകമായ അവസ്ഥയെക്കുറിച്ച് വൃദ്ധശാസ്ത്രജ്ഞൻ യന്ത്രത്തിനു പറഞ്ഞുകൊടുക്കുന്നത്. ദക്ഷിണാർദ്ധഗോളത്തിൽ നിന്ന് തങ്ങളെ നശിപ്പിക്കാൻ ഇനിയും ധ്യാനത്തിന്റെ അണുക്കൾ വരുമെന്ന ഭീതിയിൽ യന്ത്രലോകം ദക്ഷിണാർദ്ധത്തിന്റെ നിബിഡവനാന്തരങ്ങൾക്കുനേരെ ആസുരമായ ഒരാക്രമണം അഴിച്ചുവിടുകയും തൽഫലമായി ഭൂമി രണ്ടായി പിളരുകയുമാണുണ്ടായത്. ഇത് കൃതിയുടെ ഭൂതകാലത്തിൽ നടന്ന ഒരു സംഭവമാണ്. എന്നാൽ, ഇതേക്കുറിച്ചു പറയുമ്പോൾ, എഴുത്തുകാരന്റെ ചിന്തയിലെ അഗ്നി, അനുവാചകരനുഭവിക്കും. മനുഷ്യകുലം ഇതുവരെ അഭിമുഖീകരിച്ചിട്ടുള്ള യുദ്ധങ്ങളൊക്കെത്തന്നെ, മനുഷ്യർ തമ്മിലായിരുന്നുവെന്ന് ഉപരിപ്ലവമായി പറയാമെങ്കിലും, അടിസ്ഥാനപരമായി അത് ശാസ്ത്രവും പ്രകൃതിയും തമ്മിലായിരുന്നുവെന്ന് തിരിച്ചറിയാൻ ചിന്തയുടെ ഉന്നതശൃംഗങ്ങളിലെത്തേണ്ടതില്ല. വരാനിരിക്കുന്ന അനുഭവങ്ങളുമായി താരതമ്യം ചെയ്യുമ്പോൾ, ഹിരോഷിമയിലേയും നാഗസാക്കിയിലേയും മറ്റും അനുഭവങ്ങൾ കൊച്ചുതമാശകൾ മാത്രമായിരുന്നുവെന്ന് ഇന്ന് ശാസ്ത്രം മുന്നറിയിപ്പ് നൽകുന്നുണ്ട്. ഭൗതികതയും ആത്മീയതയും തമ്മിലുള്ള ഒരു സംഘർഷമായി ഇതിനെ കാണാനാകുന്നതും അതുകൊണ്ടാണ്.

അക്ഷരങ്ങൾക്ക് സംഭവിച്ച മാരകരോഗത്തെ ചെറുക്കാൻ, യന്ത്രലോകം നടത്തിയ പോരാട്ടത്തിന്റെ തീക്ഷ്ണതയിൽ ഭൂമി രണ്ടായി പിളർന്നതിനുശേഷം, വീണ്ടും ഇന്നൊരു പശുവാണ് യന്ത്രലോകത്തിന് നേരെ കഠിനമായ വെല്ലുവിളിയുയർത്തിയിരിക്കുന്നത്. പല പ്രലോഭനങ്ങൾക്കുശേഷവും നന്ദിനി പാൽ ചുരത്താതിരിക്കുമ്പോൾ യന്ത്രങ്ങൾക്ക് അക്ഷരാർത്ഥത്തിൽ ഭ്രാന്തു പിടിക്കുകയാണ്. പശുവിന്റെ പാല് ഭുജിക്കുന്നതിലൂടെ- അതിന്റെ നിത്യതയും സമൃദ്ധിയും സ്വായത്തമാക്കുന്നതിലൂടെ, പ്രകൃതിക്കും മനുഷ്യനും മുകളിലായി തങ്ങളുടെ ലോകം സ്ഥാപിക്കാൻ മഹായന്ത്രം അതിയായി കാംക്ഷിക്കുന്നു. ഒടുവിൽ, ഒരു വിധത്തിലും വഴങ്ങാത്ത നന്ദിനിയുടെ പേശികളും നാഡികളും കിങ്കരയന്ത്രങ്ങൾ അഴിച്ചെടുക്കുകയാണ്. മഹായന്ത്രത്തെ സമാധാനിപ്പിക്കാൻ അവർ ഒരു കൃത്രിമപശുവിനെ പരീക്ഷണശാലയിൽ സൃഷ്ടിക്കുകയും, അതിന്റെ പാൽ മഹായന്ത്രത്തിനു മുന്നിൽ സമർപ്പിക്കുകയും ചെയ്യുന്നു. ഇന്ന് ഏറെ ആശങ്കകളോടെ ചർച്ച ചെയ്യപ്പെട്ടു കൊണ്ടിരിക്കുന്ന ക്ലോണിംഗിന് സമാനമായ ഒരു പ്രക്രിയ തന്നെയാണിതും. പാൽ ചുരത്താൻ, പശുവിനോട് ആവശ്യപ്പെടുന്നതിന് മൃത്യുഞ്ജയനിലും സുമംഗലിയിലും

നിരന്തര സമ്മർദ്ദം ചെലുത്തുന്ന മേലദ്ധ്യക്ഷനായ യന്ത്രത്തോട്, 'സഹോദരാ', ഞങ്ങളുടെ കാട്ടിൽ മാതൃത്വം ഇപ്പോഴും യുക്തിയല്ല വേദനയാണ് എന്ന് മൃത്യുഞ്ജയൻ പറയുന്നത്, ഇതിനു തുടർച്ചയായി വായിക്കുമ്പോൾ കൂടുതൽ അർത്ഥവത്താകുന്നുണ്ട്. കൃത്രിമപശുവിന്റെ പാൽ കാണുന്ന മഹായന്ത്രം പാൽ നിറയെ യുക്തിചിന്തയാണെന്നു പ്രഖ്യാപിക്കുകയും അതിൽ പ്രജ്ഞയുടെ വിടവെവിടെ എന്ന് ചോദിക്കുകയും ചെയ്യുന്നതിൽ കൃതിയുടെ ജനിതകാംശമുണ്ട്. കൃപാർദ്രമായ യുക്തിഭംഗമോ, ദൈവത്തിന്റെ അപൂർണതയോ ആ പാലിലില്ലെന്ന യന്ത്രത്തിന്റെ അന്തർജ്ഞാനം ഏറെ പ്രസക്തമാകുന്നത്, കൃത്രിമ പ്രജനനത്തിന്റെ നിഷിദ്ധഭൂമികൾ തേടുന്ന പുതിയ കാലഘട്ടത്തിൽ തന്നെയാണ്.

ഒടുവിൽ എല്ലാ അർഥത്തിലും യന്ത്രത്തിന് മോഹഭംഗം സംഭവിക്കുകയാണ്. ഇവിടെ പക്ഷേ, പശു യന്ത്രത്തിന്റെ പരാജയത്തിന് ഒരു നിമിത്തം മാത്രമാണ്. ഈ നിർണായക ഘട്ടത്തിൽ, വീണ്ടും ശാസ്ത്രജ്ഞന്റെ ശബ്ദം മഹായന്ത്രത്തിൽ പുതിയൊരു വെളിപാടായി നിറയുമ്പോൾ, മനുഷ്യൻ അവന്റെ തന്നെ സംഹാരത്തിന്റെ ഉറവിടമാകുന്നത് നാം കാണുന്നു. ആകാശങ്ങളിലൂടെ ചുഴറ്റുന്ന ഒരു ചുറ്റികയായി-തീപ്പിന്നൽപ്പിടിയും, ലോഹവും പാറയും ഘനസാന്ദ്രമാക്കിയ അർധഗോളത്തിന്റെ തലയുമായി, ഉത്തരാർധഗോളം ദക്ഷിണാർധഗോളത്തിനു നേരെ ഉന്നം പിടിക്കുമ്പോൾ, ശാസ്ത്രം, ലോകത്തിന്റെ ഏറ്റവും അപകടകാരിയായ ശത്രുവായും മാറുകയാണ്. ഒരർത്ഥത്തിൽ 'മധുരംഗായതി'യിൽ നിറഞ്ഞിരിക്കുന്നത്, വരാനിരിക്കുന്ന സമസ്ത സംഹാരങ്ങളുടെയും ആദിരൂപങ്ങളാണ്. അത് മനുഷ്യനെ മാത്രമല്ല ജീവമണ്ഡലത്തെ മൊത്തത്തിൽ ബാധിക്കുന്നുവത്രേ. ഭൂമിയുടെ പിളർപ്പിന്നു ശേഷം ജീവന്റെ ബീജങ്ങൾ, ദക്ഷിണാർധഗോളത്തിൽ ഏറെക്കാലം മരവിച്ചു കിടക്കുന്നതിനെക്കുറിച്ച് ആദിപുരാണത്തിൽ നേരത്തെതന്നെ പറഞ്ഞിട്ടുണ്ടല്ലോ.

കൃഷ്ണസങ്കല്പത്തിലെ (സു)ദർശനം

'മധുരംഗായതി'യിൽ ഒരു പുതിയ കൃഷ്ണസങ്കല്പം ഉരുത്തിരിഞ്ഞു വരുന്നുണ്ട്. നമ്മുടെ ചിന്തയ്ക്കോ വിശ്വാസത്തിനോ എളുപ്പം ഇടം ലഭിക്കാത്ത ഒരു മേഖലയിൽവെച്ച്, മഹായന്ത്രത്തിനു സംഭവിക്കുന്ന പരിണാമങ്ങളിലൂടെയാണ് എഴുത്തുകാരന്റെ പുതിയ കൃഷ്ണസങ്കല്പം അവതരിക്കുന്നത്. യന്ത്രം, മസ്തിഷ്കത്തിലെ കത്തിയെരിയുന്ന കമ്പിച്ചുരുളുമായി ഉഴലുന്നതിനിടയ്ക്ക്, ആദ്യം മുട്ടിലിഴയുന്ന ഒരു യന്ത്രശിശുവായി മാറുകയാണ്. നവകന്യകയായ സുകന്യയുടെ കൈകളിൽ യന്ത്രശിശു കിടക്കുന്നത് ഏറ്റവും സുന്ദരമായ ഒരു കല്പനയാണ്; അതിനേക്കാൾ വലിയ ഒരു ദർശനവുമാണ്. തുടർന്ന് മറ്റൊരു ഘട്ടത്തിൽ യന്ത്രശിശുവിന്റെ രൂപം പഞ്ചഭൂതങ്ങളായി അഴിഞ്ഞ് പ്രകാശരൂപിയായ ഒരു ചക്രമായി ഉയർന്നു പൊങ്ങുന്നുണ്ട്. അത് സുദർശനചക്രമാണ്. വിജയനെ സംബന്ധിച്ചിടത്തോളം സുദർശനചക്രം യന്ത്രങ്ങളുടെ ആദിമരൂപമത്രേ.

യന്ത്രത്തിൽ ഈശ്വര ചൈതന്യം ചാർത്തപ്പെടുന്ന ഒരു വിശിഷ്ട വേളയാണിത്. അഥവാ ശാസ്ത്രത്തിന്റെ നന്മയ്ക്ക് ഈശ്വരനോളം പ്രസക്തിയുണ്ടെന്ന് എഴുത്തുകാരനിവിടെ സൂചിപ്പിക്കുകയാണ്. 'ഉപകരണങ്ങൾക്ക് പിറവികൊടുക്കുന്ന യന്ത്രിമ മുക്തിമാർഗ്ഗത്തിൽ ഒരു വഴികാട്ടിയാകാൻ പോകുന്നു. പ്രപഞ്ച മനസ്സിന്റെ ഒരംശവും വൃഥാവിലാവില്ല' എന്ന് മത്സ്യം ഗാംഗേയനോട് പറഞ്ഞതും വ്യത്യസ്തമായ അർത്ഥത്തിലല്ല. പ്രത്യക്ഷത്തിൽ ഇത് വലിയൊരു വൈരുദ്ധ്യമാണ്. എന്നാൽ, എഴുത്തുകാരന്റെ സന്ദേഹങ്ങളുടെ ഏറ്റുമുട്ടലാണ് 'മധുരംഗായതി'യിൽ നിറഞ്ഞിരിക്കുന്നതെന്നോർക്കുമ്പോൾ, ഈ വൈരുധ്യം കൃതിയിൽ അന്തർലീനമായത് സ്വാഭാവികമാണെന്ന് വ്യക്തമാകും. സുകന്യ 'ശിശുവായ പാർഥസാരഥി തേരുതെളിക്കുക' എന്ന് യന്ത്രശിശുവിനോട് പറയുന്നത് ശ്രദ്ധേയമാണ്. ഈ വരികളിലൂടെ ഈശ്വരൻ തന്നെയായി മാറുന്നത്, യന്ത്രമല്ല മറിച്ച് യന്ത്രം വീണ്ടെടുക്കുന്ന അതിന്റെ നിഷ്കളങ്കതയാണ്. 'പരിണാമങ്ങളുടെ ഗോളമേ ദുഃഖവും വേർപാടും നിറഞ്ഞ നിന്റെ കലി അവസാനിക്കട്ടെ. ഒന്നുചേരലിന്റെ പ്രചണ്ഡമായ ആഹ്ലാദം നിദ്രാധീനരായ എന്റെ മാതാപിതാക്കളിൽ സൗമ്യതാളങ്ങളാകട്ടെ' എന്ന് ആൽമരത്തിന്റെ നെറുകയിൽ ആരുഢനായി ചക്രം നേരുന്നുണ്ട്. സുദർശനചക്രം ഒരു പുനരുജ്ജീവനത്തിന്റെ നിയാമകശക്തിയാകുകയും അതിന്റെ നൃത്തം രതിയുടെ ലാസ്യമായി വൃക്ഷത്തിലും ലതയിലും സൃഷ്ടിധ്രുവങ്ങളെ തൊട്ടുണർത്തുകയും ചെയ്യുമ്പോൾ, വിജയനിലെ മനുഷ്യനും പ്രകൃതിസ്നേഹിയും ശാസ്ത്രകുതുകിയും, ദൈവസമാനമായ ഒരു നന്മയ്ക്കുവേണ്ടി സമ്മേളിക്കുകയാണ്. അതിന്റെ ഭാഗമായിത്തന്നെയാണ് കൃതിയിൽ, ഉത്തരാർധഗോളവും ദക്ഷിണാർധഗോളവും സംയോജിക്കുന്നതും. ആത്മീയതയുടെയും ഭൗതികയുടെയും തലങ്ങൾ രണ്ടല്ലാതാകുന്ന ഈ ദീപ്തമുഹൂർത്തം, പലയിടത്തും ആവർത്തിക്കപ്പെടുന്നുണ്ട്. സുദർശനചക്രം ക്രമേണ ആൽമരത്തിന്റെ ഇലച്ചാർത്തിലേക്ക് കടന്ന് അതിന്റെ അഗ്രസ്ഥകോശങ്ങളുടെ മേൽ തങ്ങിനില്ക്കുകയും, മൃദുലമായ സ്വർണപടലമായി പൊടിഞ്ഞ് സൂക്ഷ്മകോശങ്ങളിലേക്ക് കുതിർന്നിറങ്ങി, അതിന്റെ പരാഗമായി മാറുകയും ചെയ്യുമ്പോൾ, നാം അയുക്തികതയുടെ അപാരമേഖലകളിൽ എത്തിപ്പെടുന്നു. വൃക്ഷത്തിന്റെയും സുകന്യയുടെയും പച്ചപ്പുനിറഞ്ഞ സംയോഗത്തിൽ, ആ പരാഗങ്ങൾ അവളുടെ ഗർഭപേടകം നിറയ്ക്കുന്നുണ്ട്. അർധഗോളങ്ങളുടെ സംയോജനം പകർന്ന സാന്ത്വനത്തിൽ നേരത്തെതന്നെ ഒരു ലതയായിത്തീർന്നിരുന്ന സുകന്യയുടെ ഗർഭപേടകം, പൂവിടരുന്നതുപോലെ തുറക്കുമ്പോൾ, മയിൽപ്പീലി ചൂടി മേഘവർണനായ ഒരു ശിശു പുറത്തുവരുന്നതങ്ങനെയാണ്. ഈ കൃഷ്ണസങ്കല്പത്തിന്, പ്രപഞ്ചസങ്കല്പത്തോളം വ്യാപ്തി കൈവരിക്കാനാകുന്നുണ്ട്. ഒരർത്ഥത്തിൽ ഇവിടെ എഴുത്തുകാരൻ, പ്രകൃതിയുടെയും മനുഷ്യന്റെയും അർഥപൂർണമായ കൂടിച്ചേരലിൽ ശാസ്ത്രത്തിന്റെ തിളക്കമുള്ള പരാഗങ്ങൾ നിക്ഷേപിക്കുകയാണ്. അങ്ങനെ പ്രകൃതിയുടേയും മനുഷ്യന്റെയും ലാളനയേൽക്കുന്ന ഒരു കുഞ്ഞായി, ഈ

എഴുത്തുകാരൻ, യന്ത്രത്തെ അഥവാ ശാസ്ത്രത്തെ വിഭാവനം ചെയ്യുമ്പോൾ, വിജയന്റെ നിലപാട് നമുക്ക് വ്യക്തമാകുന്നു. ശിശു ജനിക്കുന്നതിന് മുൻപായി, അവൻ യന്ത്രത്തിന്റെ പുനരവതാരമാണോ എന്ന ആൽമരത്തിന്റെ ചോദ്യത്തിന്, അവൻ യന്ത്രവും മനുഷ്യനും മൃഗവും സസ്യവും ആകാശവുമാണെന്ന് വഴികാട്ടികൾ മറുപടി പറഞ്ഞത് ആദ്യമേ സൂചിപ്പിച്ചിട്ടുണ്ട്. വിജയന്റെ കൃഷ്ണസങ്കല്പം ഇത്തരമൊരു വിശാലമായ കാഴ്ചപ്പാടിലാണ് അഭിരമിക്കുന്നത്. അനാദിയായ കൃഷ്ണസങ്കല്പം ഒരളവുവരെ ഇവിടെ കാലികമാകുന്നുണ്ട്. കാരണം, വ്യത്യസ്തമായ ഒരർഥത്തിൽ ആത്മീയതയുടെയും ഭൗതികതയുടെയും സംയോഗത്തിലൂടെ ജാതനാകുന്ന സന്തതിയത്രേ ഈ ശിശു! 'ഒരു വേടൻ എന്നോ എയ്ത അമ്പ് എന്നെത്തേടി ഇവിടെ വരുമെന്നും, കാലിലെ പെരുവിരൽ അതേറ്റുവാങ്ങുമ്പോൾ നിങ്ങൾ ദുഃഖിക്കരുതെന്നും ശിശു പറയുന്നത് ശ്രദ്ധിക്കുക. കൃഷ്ണകഥയ്ക്കുപരിയായി, വേടൻ എന്ന ബിംബം പോലും പ്രകൃതിയിൽനിന്നും ഉടലെടുക്കുന്നതാണ്. പ്രകൃതി, ശാസ്ത്രത്തെ ജീവലോകത്തിനു ഹിതകരമായ വിധത്തിൽ, ഉടച്ചുവാർക്കുന്ന ഒരു നിമിഷം എഴുത്തുകാരന്റെ മനസ്സിലുണ്ട്. അമ്പ് ദുഃഖത്തോടെ സമീപിക്കുമ്പോഴാണ് വേദനയും മുക്തിയും സഹോദരങ്ങളാണെന്നും ഇതുവഴി താൻ പുനരാവിർഭവിക്കുകയാണെന്നും ശിശു വെളിപ്പെടുത്തുന്നത്. ശിശു അപ്രത്യക്ഷമായ വേദനയിൽ, വൃക്ഷവും ലതയും സസ്യവും മൃഗവും കരയുമ്പോൾ, ഭൂമിയെപ്പൊതിഞ്ഞ ആകാശപാളികളിൽ ഓടക്കുഴലുകൾ നിറഞ്ഞുവെന്ന് വിജയനെഴുതുന്നു. എന്നാൽ എണ്ണിയാലൊടുങ്ങാത്ത ആ ഓടക്കുഴൽ അദൃശ്യമാണെന്ന് നാം വായിക്കുമ്പോൾ, അവ എഴുത്തുകാരന്റെ മനസ്സിലാണ് നിറയുന്നതെന്ന് തിരിച്ചറിയാനാകുന്നു. ആ ഓടക്കുഴലുകളിലൂടെ പ്രപഞ്ചത്തിന്റെ സംഗീതവും താളവും തന്നെയാണ് പുനഃസൃഷ്ടമാകുന്നത്. മറ്റൊരു രീതിയിൽ പറഞ്ഞാൽ എഴുത്തുകാരന്റെ എല്ലാ ആധിയും ഭീതിയും ഒടുവിൽ ഇത്തരമൊരു സംഗീതത്തിൽ അഭയം തേടുകയാണ്. അതുകൊണ്ടുതന്നെ ഇത് വിജയന്റെ ശുഭാപ്തിവിശ്വാസത്തിന്റെയും പ്രത്യാശയുടെയും സംഗീതമാണെന്നും പറയാം.

സഹസ്രദളങ്ങളായി വിടരുന്ന നാന്മുഖസ്മൃതി

യന്ത്രലോകത്ത് എത്തുമ്പോൾ, വൃക്ഷശ്രേഷ്ഠനോടൊപ്പം സുകന്യ ആദ്യം നന്ദിനിയെ കാണുന്നുണ്ട്. തുടർന്ന് നന്ദിനി പകരുന്ന അറിവിന്റെ ധൈര്യത്തിൽ, അവൾ തന്റെ മാതാപിതാക്കൾ അകപ്പെട്ടിട്ടുള്ള തടവറയുടെ വാതിൽ തള്ളിത്തുറക്കുന്നു. മൃത്യുഞ്ജയനേയും സുമംഗലയേയും ദർശിക്കുന്ന സുകന്യയോട് നന്ദിനി, സുമംഗല അവളുടെ തെറ്റിന്റെ അടിത്തട്ടു സ്പർശിച്ചുവെന്ന് പറയുമ്പോൾ, വിവക്ഷിക്കപ്പെടുന്നത് സുമംഗലയുടെ ഭൗതിക മോഹങ്ങൾ തന്നെയാണ്. ആ പാപ പരീക്ഷകളുടെ അടയാളമായി അവരുടെ കഴുത്തിൽ കിടക്കുന്ന പൊന്മാലകൾ എടുത്തു

മാറ്റാൻ നന്ദിനി വൃക്ഷത്തോടാണ് ആവശ്യപ്പെടുന്നത്. യന്ത്രത്തിന്റെ പ്രാചീന പ്രലോഭനമായ സ്വർണത്തിന്റെ മലിനസ്പർശം, അവരുടെ ഉടലിൽനിന്ന് നീക്കം ചെയ്യപ്പെടുന്ന മാത്രയിൽ, വിശുദ്ധമായ അവരുടെ മൂർധാവ് പ്രകാശമയമാവുകയും അവ ശാന്തമായി പിളർന്ന് ഓരോ പൂമൊട്ട് പുറത്തുവരികയും ചെയ്യുന്നു. തുടർന്ന് ആ പൂമൊട്ടുകൾ സഹസ്രദളങ്ങളുള്ള പളുങ്കുതാമരകളായി വിടർന്ന് നിത്യതയുടെ അഥവാ സുഷുപ്തിയുടെ സൂക്ഷ്മലോകത്തിലേക്ക്, നന്ദിനിയുടെ ആത്മചൈതന്യത്തോടൊപ്പം ഒഴുകിപ്പോകുകയാണ്. ഹൈന്ദവ സങ്കല്പപ്രകാരം സ്രഷ്ടാവ് പത്മാസനനായ നാന്മുഖനാണ്. വിജയൻ, മൃത്യുഞ്ജയന്റേയും സുമംഗലയുടെയും മുക്തി പത്മരൂപത്തിൽ കല്പിക്കുമ്പോൾ, സൃഷ്ടിയുടെ ഉറവിടത്തിലേക്കു തിരിച്ചു പോകാനുള്ള എഴുത്തുകാരന്റെ അഭിനിവേശം പ്രകടമാണ്. അല്ലെങ്കിലും വിജയൻ സൃഷ്ടിയുടെ ചാക്രികതയിൽ അഥവാ പുനഃചംക്രമണത്തിൽ (Re-Cycling) വിശ്വസിക്കുന്നുണ്ടെന്ന് ഞാൻ മനസ്സിലാക്കുന്നു. കെട്ടുപോയ ദീപനാളത്തിന്റെ ആത്മാക്കളെ ഒരു സന്ദർഭത്തിൽ സുകന്യ കണ്ടുമുട്ടുമ്പോഴും ദേവദത്തൻ, പരിണാമങ്ങൾക്കുശേഷം നാന്മുഖനിൽ വിലയിക്കുമ്പോഴും ഈ സങ്കല്പനമാണ് അനശ്വരമാകുന്നത്. സുകന്യയുടെയും വൃക്ഷത്തിന്റേയും സ്വപ്നദർശനങ്ങൾ സൃഷ്ടിയുടെ ആദിമൂലത്തെക്കുറിച്ചുള്ള അന്വേഷണമാകുന്നത് ഇതിന് അനുബന്ധമായാണ്. ദൈവം ദൈവത്തെ സൃഷ്ടിക്കുന്നതുപോലും സുകന്യ സ്വപ്നത്തിൽ ദർശിക്കുന്നുണ്ട്. ദൈവസൃഷ്ടിക്കും പിറകിൽ ഒരു പ്രഭാവസ്ഥാനമുണ്ടോ എന്ന സുകന്യയുടെ ചോദ്യത്തിന് 'ഉണ്ട്'. അത് ദൈവംപോലും എത്തിനോക്കാൻ ഭയപ്പെടുന്ന ആദിമതയാണെന്നാണ് വൃക്ഷം പറയുന്നത്. വിപ്ലവത്തിൽനിന്ന് ആധ്യാത്മികതയിലേക്കുള്ള വിജയന്റെ പ്രയാണത്തിന് സമാന്തരമായ ഒരു വിചാരധാര തന്നെയാണിത്. പിന്നീട് സൂക്ഷ്മലോകത്തിൽ സുമംഗലയുടെ അച്ഛനുമമ്മയുമായ ഗാംഗേയനേയും സതിയേയും മറ്റു രണ്ടു താമരകളായി കാണാനാകുന്നുണ്ടെന്ന വസ്തുതയും ഇവിടെയോർക്കാം.

ഭൗതികതയുടെ ജ്വരവും പുതിയ ശാകുന്തളവും

മനുഷ്യന്റെ ഭൗതികമോഹങ്ങളോടുള്ള അടങ്ങാത്ത ജ്വരത്തെക്കുറിച്ച് വിജയൻ ഈ താമരകളുടെ ആത്മവിചാരണയിലൂടെ നോവലിൽ സജീവമായി സംസാരിക്കുന്നുണ്ട്. സതിയുടെയും സുമംഗലയുടെയും സുകന്യയുടെയും സ്വർണത്തോടുള്ള പ്രേമത്തെക്കുറിച്ച് വായിക്കുമ്പോൾ അത് എളുപ്പം അറിയാനാകും. അതുപോലെത്തന്നെ മനുഷ്യൻ ഹിംസയുടെ വഴിയിലേക്ക് വഴുതി വീഴുന്നതും ഇവിടെ പരാമൃഷ്ടമാകുന്നു. തങ്ങൾ മത്സ്യബന്ധനത്തിന്റെ ഹിംസയിൽ മുഴുകിയ ഒരു കാലത്തെക്കുറിച്ചും സ്വർണത്തോട് തങ്ങൾക്കുണ്ടായിരുന്ന ആഭിമുഖ്യത്തെക്കുറിച്ചും, പുഷ്പരൂപിയായ ഗാംഗേയൻ, മൃത്യുഞ്ജയനോടും സുംഗലയോടും പറയുന്നുണ്ട്. തുടർന്ന് തങ്ങളെ ഒരു തിമിംഗലം വിഴുങ്ങിയതിനെക്കുറിച്ചും

ആ തിമിംഗലത്തിന്റെ ഉദരത്തിൽ-ജഠരദ്രവങ്ങളുടെ ചോലയിൽ-മറ്റൊരു മഹാമത്സ്യത്തെ കണ്ടുമുട്ടിയതിനെക്കുറിച്ചും ഗാംഗേയൻ പറയുമ്പോൾ, സ്വർണത്തോടുള്ള മോഹം ആ മത്സ്യത്തെപ്പോലും ബാധിച്ചിരുന്നുവെന്ന് വെളിപ്പെടുന്നു. എന്നാൽ സ്വർണമോതിരം ആ മത്സ്യത്തിന്റെ വേദനയായി ത്തീർന്നത് സ്വാഭാവികമാണ്. മറ്റേതോ കാലത്തിൽനിന്നും കൊത്തിയെടുത്ത മോതിരം, വയറ്റിൽ കിടക്കുമ്പോഴെങ്ങനെ ആഭരണമാകുമെന്ന് ഗാംഗേയൻ സംശയിക്കുമ്പോൾ, മഹാമത്സ്യം വേദനയ്ക്കിടയിലും ചിരിക്കുകയാണ്. 'സ്വർണം എവിടെയും ആഭരണമല്ല, അകത്താകട്ടെ പുറത്താകട്ടെ. പുറത്തണിയുമ്പോഴും, വാസ്തവത്തിൽ അതിന്റെ സ്ഥാനം ഭൗതികമോഹങ്ങളുടെ ജഠരത്തിനകത്താണ്- സ്വർണമണിയുന്നതുപോലെത്തന്നെ ഒരു കാലത്ത് മനുഷ്യൻ ശാസ്ത്രത്തിന്റെ ഉപകരണങ്ങളണിഞ്ഞു, ബാഹ്യമായ എന്തൊക്കെയോ ഉപഭോഗവസ്തുക്കളണിഞ്ഞു. എന്നാൽ എല്ലാംതന്നെ ദുരാശയുടെ ജഠരത്തിനകത്ത്, എന്ന് മത്സ്യം പറയുമ്പോൾ വാസ്തവത്തിൽ, വിജയൻ നമ്മുടെ ഭൗതിക മോഹങ്ങൾക്കു നേരെയാണ് ചൂണ്ടയെറിയുന്നത്. താൻ വിഴുങ്ങിയിട്ടുള്ളത് ദുഷ്യന്തൻ ശകുന്തളയ്ക്കു നല്കിയിട്ടുള്ള മോതിരമാണെന്നും, ഇത് വീണ്ടും ശകുന്തളയ്ക്കു തിരിച്ചു നല്കിയാൽ മാത്രമേ രാജാവിന്റെയും വനകന്യകയുടെയും സംയോഗം നടക്കൂ എന്നും മത്സ്യം ഗാംഗേയനെ അറിയിക്കുന്നു. ദുഷ്യന്തന്റെ ബീജം ശകുന്തളയിൽ മുളപൊട്ടാനും, തന്റെ വയറു പിളർന്ന് അതിലെ മോതിരമെടുത്ത് മറ്റൊരുകാലത്തിലുള്ള ശകുന്തളയ്ക്കു നല്കാൻ മത്സ്യം ഗാംഗേയനോട് അഭ്യർത്ഥിക്കുകയാണ്. അപ്രകാരം ചെയ്യുമ്പോൾ അത് ഗാംഗേയന്റെയും സതിയുടെയും മുക്തിയുടെ രഥ്യകൂടിയാകുന്നു. ധ്യാനനിമഗ്നരായി നില്ക്കുന്ന അവരുടെ കൈകളിൽനിന്ന് മോതിരം അപ്രത്യക്ഷമാകുമ്പോൾ, അവർ തിമിംഗിലത്തിന്റെ ജഠരദ്രവത്തിൽനിന്നും പുറത്തേക്കൊഴുകുന്ന രണ്ടു പത്മങ്ങളായി മാറുന്നു. അതേ സമയം അതിനു തുടർച്ചയായി 'മധുരം ഗായതി'യിൽ പുതിയൊരു ശാകുന്തളം രചിക്കപ്പെടുന്നുണ്ട്. സുഷുപ്തിയുടെ മണ്ഡലത്തിൽ പലപ്പോഴായി കേൾക്കുന്ന സംഗീതത്തിന്റെ പൊരുൾ ഗാംഗേയൻ സുകന്യയ്ക്ക് വിശദീകരിച്ചു കൊടുക്കുന്നതിൽ, ഈ വസ്തുത തെളിഞ്ഞു നില്ക്കുന്നു. ആ സംഗീതമെന്താണെന്ന് തങ്ങൾക്കുതന്നെ അറിയില്ലെങ്കിലും അതിന്റെ സന്ദേശം കഴിഞ്ഞ കാലങ്ങളിൽ ശകുന്തളയുടെ ദുഃഖം അവസാനിപ്പിച്ചിരിക്കുന്നുവെന്നാണെന്നും അത് രാജാവിന്റെ നഗരവും ആശ്രമപുത്രിയുടെ കാടും ഒന്നുചേർന്നതുകൊണ്ടാണെന്നും ഗാംഗേയൻ വിശദീകരിക്കുന്നു. ആ സമന്വയം കാലങ്ങളിലെ തെറ്റിനെ തിരുത്തുകയാണത്രേ. സുകന്യയും വടവൃക്ഷവും അവസാന തെറ്റിന്റെ അധികാരികളാണെന്നതുകൊണ്ടുതന്നെ അവരുടെ മുന്നിൽ കിടക്കുന്ന യന്ത്രശിശു തിരുത്തിന്റെ ഉപകരണമാണെന്നുകൂടി സുകന്യയുടെ പിതാമഹൻ വെളിപ്പെടുത്തുകയാണ്. ഇത് യാഥാർത്ഥ്യമാകുന്നത് ക്രമേണ നാം കാണുന്നുമുണ്ട്. ചുരുക്കിപ്പറഞ്ഞാൽ തികച്ചും ഭൗതികമായ മോഹാവേശങ്ങളുടെ ആക്രമണവും അതിൽനിന്നുള്ള

അതിജീവനവും ഗാംഗേയന്റെയും സതിയുടെയും കഥയിലുണ്ട് പക്ഷേ, അവരുടെ ദൗർബല്യങ്ങളുടെ തുടർച്ച സുമംഗലയിലും സുകന്യയിലും പ്രത്യക്ഷമാകുമ്പോൾ– 'എന്റെ കഴുത്തിൽ ഒരു സ്വർണമാലയണിയാൻ ഞാൻ ചിലപ്പോൾ കൊതിച്ചുപോകുന്നു' വെന്ന് സുകന്യ പറയുമ്പോൾ മനുഷ്യദുഃഖത്തിന് അറുതിയുണ്ടാകില്ലെന്ന് വിജയൻ ധ്വനിപ്പിക്കുകയാണ്. ഒരു ബുദ്ധചേതസ്സ് ഈ കൃതിയെ വലംവെക്കുന്നുണ്ടെന്ന് പറയാതിരിക്കാനാകില്ല. ആഗ്രഹങ്ങളിൽ നിന്നകന്നുപോകാൻ, അത് നിരന്തരം നമ്മെ ഉദ്ബോധിപ്പിക്കുന്നു.

പരീക്ഷണങ്ങളുടെ ചിലന്തിവല

ഒ.വി. വിജയൻ ഏറെ ഭയപ്പെടുന്നതും വെറുക്കുന്നതുമായ ഒരു ജീവിയാണ് ചിലന്തി. ഇതേക്കുറിച്ച് 'ഇതിഹാസത്തിന്റെ ഇതിഹാസ'ത്തിൽ വിജയൻ എഴുതിയിട്ടുള്ളത് സ്മരണീയമാണ്. അതുകൊണ്ടുതന്നെ 'മധുരംഗായതി'യിലും ചിലന്തിയുടെ സാന്നിധ്യമുണ്ടാകുമ്പോൾ, അതിന് സവിശേഷ പ്രാധാന്യമുണ്ടെന്നുവേണം കരുതാൻ. ഈ കൃതിയിൽ ആദ്യം ചിലന്തി പ്രത്യക്ഷപ്പെടുന്നത്, ജ്ഞാനസിദ്ധനായ ദേവദത്തനു പരിണാമമുണ്ടാകുമ്പോഴാണ്, ദേവദത്തൻ അറിവിന്റെ അന്ധത കൊണ്ടും അഹന്തകൊണ്ടും, ഒരു വടവൃക്ഷത്തിനു നേരെ വെണ്മഴുവോങ്ങുമ്പോൾ മൃത്യുഞ്ജയൻ ആ മഴു പിടിച്ചുവാങ്ങി സിദ്ധന്റെ കൈകാലുകൾ ഛേദിക്കുകയാണ്. തുടർന്ന് ക്രമേണ അയാൾ ഒരു ചിലന്തിയായി രൂപാന്തപ്പെടുമ്പോൾ, എഴുത്തുകാരനെ സംബന്ധിച്ചിടത്തോളം, പ്രകൃതിക്ക് എതിരെ പോകുന്നവർ എത്രമാത്രം നികൃഷ്ടരാണെന്ന്, നമുക്ക് മനസ്സിലാകുന്നു. ദേവദത്തിന്റെ ചിലന്തിരൂപം വീണ്ടും ഭീതിദമായ പരീക്ഷണങ്ങൾ നേരിട്ട് ഒടുവിൽ സുതാര്യമായ ഒരു സൂക്ഷ്മകോശമായി എത്തുന്നത് നമ്മുടെ സമക്ഷത്തിലാണ്. 'വൈരുദ്ധ്യത്തിന്റെ ഒരു മഹാചക്രം ഇപ്പോൾ അവസാനിക്കുന്നു. ദേവദത്താ, വരിക എന്നിലേക്കു വരിക' എന്ന് അപ്പോൾ ദേവൻ പറയുന്നുണ്ട്. മുക്തിയിലേക്കുള്ള ദേവദത്തന്റെ ഈ യാത്രയും അങ്ങനെ, സൃഷ്ടിയെക്കുറിച്ചുള്ള വിജയന്റെ ചാക്രികസങ്കല്പത്തിലേക്കു നീണ്ടുപോകുന്നു. സുകന്യയുടെ സ്വപ്നത്തിൽ, ദൈവം തന്റെ തന്നെ അപൂർണതയെ, മാലിന്യത്തെ, ഭയത്തെ സൃഷ്ടിക്കുന്നതും ചിലന്തിയുടെ രൂപത്തിലാണ്. പക്ഷേ, ഈ ചിലന്തിക്കും ദേവദത്തന്റെ മുഖമായിരുന്നുവെന്നു പറയുമ്പോൾ, അത് ദേവദത്തന്റെ പ്രയാണത്തിലെ ഒരു നിമിഷം കൂടിയാകുന്നു.

ആൽമരത്തിന്റെ ഇലച്ചാർത്ത്

നമ്മുടെ നോവൽ ശീലത്തെ കഠിനമായി പ്രതിരോധിക്കുംവിധം 'മധുരംഗായതി'യിൽ ഒരു ആൽമരം നിറഞ്ഞുനില്ക്കുമ്പോൾ, അത് ഈ കൃതി പ്രകൃതിയോട് എത്രമാത്രം ആഭിമുഖ്യം പുലർത്തുന്നുവെന്നതിന്റെ തെളിവുകൂടിയാകുന്നു. ഭിന്നരീതിയിലാണെങ്കിലും, 'ആരണ്യകി'ലേതുപോലെ 'മധുരംഗായതി'യിലും പ്രകൃതി ഒരു കഥാപാത്രമാകുന്നു. 'ധർമ

പുരാണ'ത്തിന്റെ അന്ത്യത്തിൽ സിദ്ധാർത്ഥൻ ജാഹ്നവി തീരത്ത് ഒരു വടവൃക്ഷമായി പരിണമിച്ചതിന്റെ സ്മൃതി, 'മധുരംഗയതി'യിലെ ആൽമര ത്തിലൂടെ അനുവാചകരിൽ നിറയാതിരിക്കില്ല. അഥവാ ഇങ്ങനെയൊരു കഥാപാത്രം രൂപപ്പെട്ടത് ധർമപുരാണത്തിലാണെന്നും പറയാം. മാത്ര മല്ല ധർമപുരാണത്തിലെ 'കാടുകളുടെ കലി' പോലൊരു അധ്യായംതന്നെ 'മധുരംഗായതി'യുടെ ആദിസൂചനയാണെന്നു കരുതാവുന്നതാണ്. ഭൂമി യുടെ പിളർപ്പിന്നുശേഷം, മരവിച്ചുകിടക്കുന്ന ബീജങ്ങളുടെ ഉയിർത്തെ ഴുന്നേല്പ് വാസ്തവത്തിൽ കൃതിയിലെ ആഘോഷിക്കപ്പെടേണ്ട ഒരു സന്ദർഭമാകുന്നുണ്ട്. സസ്യങ്ങളുടെ ഉയിർത്തെഴുന്നേല്പ് ആസന്നമായി രിക്കുന്നുവെന്നും അതുവരെ സസ്യങ്ങളുടെ സമൂഹമനസ്സായ കാടിന്റെ ഹരിതകം അർധചേതനങ്ങളായ തന്റെ സഹോദരങ്ങൾക്ക് അറിവു കൊടുക്കുമെന്നും വൃക്ഷം സുകന്യയോട് ആദ്യത്തിൽ പറയുന്നത് ശ്രദ്ധി ക്കേണ്ടതാണ്. അതുപോലെതന്നെ നമുക്ക്, വീണ്ടുകിട്ടിയതുപോലെ സുനിശ്ചിതമായ ഒരു ഭ്രമണപഥം യന്ത്രലോകത്തിനില്ല എന്ന് വൃക്ഷം പറയുന്നതിൽ, പ്രകൃതിയിൽനിന്നും അകന്നുപോകുമ്പോഴുണ്ടാകാനിട യുള്ള അനിശ്ചിതത്വം മുഴുവനും ഉണ്ട്. ഉത്തരാർധഗോളത്തിലെ യന്ത്ര പ്രസരങ്ങളെ തന്റെ ഇലകളിലെ നീരാവികൊണ്ട് ആൽമരം തടുക്കു മ്പോൾ പ്രകൃതിയുടെ കരുത്താണ് പ്രകടമാകുന്നത്. അതേസമയം യന്ത്ര ലോകത്തിന്റെ സാന്നിദ്ധ്യം തന്നെ അലട്ടുന്നുണ്ടെന്ന് മഹാവൃക്ഷം പറ യുന്നുണ്ട്. മനുഷ്യനും അവന്റെ കൃത്രിമലോകവും ചേർന്ന് ഇവിടെ അസ ന്തുലിതമായ ഒരു മണ്ഡലം സൃഷ്ടിക്കുന്നതിന്റെയും പ്രകൃതിയുമായുള്ള പാരസ്പര്യം അറ്റുപോകുന്നതിന്റെയും ആപൽക്കരമായ അടയാളങ്ങൾ മധുരംഗായതിയിൽ നിരക്കെ കാണാം. എന്നെ മനുഷ്യനാക്കുക എന്ന് ആൽമരം പറയുമ്പോൾ, എന്നെ ഒരു സസ്യമാക്കുക എന്നാണ് സുകന്യ പറയുന്നത്. ഇത്തരമൊരു തീവ്രബന്ധമാണ് ഇപ്പോൾ അന്യമായിക്കഴി ഞ്ഞിരിക്കുന്നതും, എന്നാൽ, പരാഗസങ്കലനത്തിൽ തൃപ്തിപ്പെടാതെ സസ്യം സംഭോഗത്തിന്റെ ചൂടു കൊതിക്കുമ്പോൾ. അത് സസ്യത്തിന്റെ ഭൗതികമോഹമാവുകയാണ്. സസ്യവും മനുഷ്യനും പരസ്പരം കൊതി ക്കുന്ന ഒരു ലോകമാണ്, എഴുത്തുകാരൻ നാമറിയാതെ നമ്മുടെ മന സ്സിൽ സൃഷ്ടിക്കുന്നത്. അത് പ്രകൃതിയിലേക്കു മടങ്ങാനുള്ള എഴുത്തു കാരന്റെ വാഞ്ഛയുടെ ആദ്യചുവടുമാണ്. ചിത്രകൂടപർവതത്തിന്റെ തുറസ്സുകളിലൊന്നിൽ തപസ്സു ചെയ്യുന്ന വൈരാഗിയുടെ ജടയുടെ ഇഴ കൾ ഒരു വൃക്ഷത്തിന്റെ വേരുകളായിത്തീരുന്നതും കൈകാലുകൾക്ക് പച്ചനിറം കൈവരുന്നതും, മനുഷ്യൻ പ്രകൃതിയിൽ വിലയിക്കുന്നതിന്റെ ഉദാത്തമായ ഭാവമായാണ് കൃതിയിൽ പ്രത്യക്ഷപ്പെടുന്നത്. അതുപോലെ സുകന്യയുടെ കൈകാലുകളിൽ പച്ചപടരുന്നതും, മുടിത്തുമ്പുകളിൽ ലതാഗ്രങ്ങളുടെ സജീവത നിറയുന്നതും നാം കാണുന്നുണ്ട്. അങ്ങനെ അവൾ അന്ത്യത്തിൽ വൃക്ഷത്തെ ചുറ്റിനില്ക്കുന്ന ഒരു ലതയായിത്തന്നെ മാറുന്നുണ്ടല്ലോ. സുകന്യയുടെ ഈ മാറ്റത്തിനു മുൻപ്, പക്ഷികൾ വൃക്ഷ ങ്ങളിലേക്കു പറന്നുവന്ന് കായ്കളാകുന്ന വിചിത്രമായ കാഴ്ച അവൾ

(സ്വപ്നത്തിൽ) കാണുന്നുണ്ട്. അത് സമന്വയത്തിന്റെ ആദിപർവമാണെന്ന് അപ്പോൾ വൃക്ഷശ്രേഷ്ഠൻ വിശദീകരിക്കുന്നതു തന്നെയാണ്, കൃതിയുടെ അന്ത്യത്തിൽ നമ്മളും ഗ്രഹിക്കേണ്ടത്. 'മയിലിന്റേയും ഇലയുടേയും നിറങ്ങൾ ഇണചേരുന്ന' സുന്ദരമുഹൂർത്തം അപ്പോൾ നമ്മളിൽ നിറയുന്നു. യന്ത്രംപോലും ഒടുവിൽ ഒരു ശിശുവായി വൃക്ഷത്തിന്റെ-പ്രകൃതിയുടെ കാല്ക്കൽ കിടക്കുമ്പോൾ, പ്രകൃതിയുടെയും ജീവരാശിയുടെയും ശാസ്ത്രത്തിന്റെയും ഏറ്റവും ആശാവഹമായ ആ സമന്വയമാണ് വിജയന്റെ സ്വപ്നമാകുന്നത്.

'ഞാനുമെ വളർന്നിട്ടുണ്ടെൻ മനസ്സാറ്റത്തിന്റെ കൂണുകൾ കടന്നതിൻ കുളിർവാടികൾ കാണ്മൂ' എന്ന് വൈലോപ്പിള്ളി പാടിയത്, ആറ്റംബോംബുകൾ സൃഷ്ടിക്കുന്ന ധൂമവലയങ്ങൾക്കപ്പുറം തന്റെ പ്രത്യാശയെ പ്രതിഷ്ഠിക്കാനായിരുന്നു. അതുപോലെ വിജയൻ ഇവിടെ, ഒരു വലിയ സമന്വയത്തിന്റെ സംഗീതാത്മകമായ സങ്കല്പത്തിൽ ഉപവിഷ്ടനായാണ്, തന്റെ പ്രക്ഷുബ്ധമായ കാലത്തെ മറികടക്കുന്നത്.

മധുരം ഗായതി:
ചില വഴിയടയാളങ്ങൾ

രാജീവ് വേങ്ങോളി

MAN AND MACHINE MERGE

A life in silicon: If some futurists are right, then it could be possible to transfer human intellect to machines, by using detailed scans and models to produce a digital copy of a brain. Obsolescence: Once we create artificial intelligence that s cleverer than us, who knows what could happen? Machine intelligence could mean that humans become obsolete.

(BBC Knowledge - February, 2014)

ശാസ്ത്രത്തിന്റെ യുക്തിയനുസരിച്ച മനുഷ്യനാണ്, മൃത്യുഞ്ജയൻ പറഞ്ഞു. യന്ത്രങ്ങൾ അവരുടെ പരീക്ഷണ ശാലകളിൽ വിളയിച്ച പുതിയ ജൈവപരമ്പരയിലെ ഏറ്റവും ശ്രേഷ്ഠരായ മനുഷ്യരിൽ ഒരാൾ. ഓരോ കോശവും ജൈവഗണിതശാസ്ത്രത്തിന്റെ യുക്തിക്ക് അനുസൃതമായി പണിതീർത്തെടുത്ത പിഴയില്ലാത്ത ജീവി.

വർത്തമാനകാല ജീവിത പരിസരങ്ങളോട് കലഹിക്കുകയോ ഐക്യപ്പെടുകയോ ചെയ്യുമ്പോൾത്തന്നെ ഭാവിയെക്കുറിച്ച് വ്യാകുലപ്പെടുന്നു എന്നതുതന്നെയാവണം മനുഷ്യരാശിയെ മറ്റ് ജീവജാലങ്ങളിൽനിന്ന് വ്യത്യസ്തമാക്കുന്ന പ്രധാന ഘടകങ്ങളിൽ ഒന്ന്. അനുഭവം-ഓർമ്മ-ചിന്ത എന്നീ ത്രിത്വങ്ങളിലൂടെ വർത്തമാനം, ഭൂതം, ഭാവി എന്നിവയിലൂടെ ജീവിക്കുന്നതും മനുഷ്യൻ മാത്രമായിരിക്കും. പ്രാകൃത ജൈവാവസ്ഥയിൽനിന്ന് സ്വത്വബോധത്തിലേക്കുള്ള പരിണാമമാണ് കാലവുമായി സംവദിക്കാനുള്ള മനുഷ്യന്റെ ബൗദ്ധികതലങ്ങളെ രൂപപ്പെടുത്തിയത്. ഈ ബൗദ്ധിക രഥ്യയിലൂടെയുള്ള പ്രയാണത്തിലൂടെ മനുഷ്യൻ മറ്റെല്ലാ

ജീവികളേയും ബഹുദൂരം പിറകിലാക്കുകയായിരുന്നു. ഈ യാത്രയുടെ തുടക്കത്തിൽ സംഭവിച്ചത് മനുഷ്യൻ തന്റെ സഹജീവികളിൽനിന്നും വഴിപിരിഞ്ഞുപോയി എന്നതാണെങ്കിൽ, പിന്നീട് സംഭവിച്ചത് മനുഷ്യൻ അവന്റെതന്നെ സഹജാവബോധത്തിൽനിന്ന് വേർപിരിഞ്ഞുപോയി എന്നതാണ്; ഈ വേർപിരിയലിന്റെ വേരുകൾതേടിയുള്ള യാത്രയാണ് ഒ.വി. വിജയന്റെ മധുരംഗായതി എന്ന നോവലിന്റെ കഥാപരിസരം.

വെള്ളത്തിലെ മത്സ്യവും മണ്ണിലെ ഇഴജീവിയും ആകാശത്തിലെ പറവയുമായി ജീവികൾ ഇനം പിരിയേണ്ടതില്ലായിരുന്നു. ഇനംപിരിഞ്ഞ് അവർ വേട്ടയാടി, തങ്ങളെത്തന്നെ വേട്ടയാടി. എന്നാൽ, അതിലും വലിയ തെറ്റാണ് സസ്യവും മൃഗവും തമ്മിൽ ഇനം പിരിഞ്ഞത്. ഈ തെറ്റിന്റെ പൂർണ്ണതയിൽ സസ്യത്തിന്റെ മനസ്സ് ഒരു സ്ഥാവരബോധമായി. മനുഷ്യന്റേത് അവനിൽനിന്ന് അന്യമായി യന്ത്രമാവുകയും ചെയ്തു. ആ വേർപാട് കാണാനാണ് നാം യാത്രതിരിക്കുന്നത് - പഴയ ഭൂമി രണ്ടായിപ്പിളർന്നതിന്റെ മുറിവായ കാണാൻ.

ഇരതേടിനടന്ന മനുഷ്യൻ സ്വന്തമായി ഭക്ഷ്യോത്പാദനം തുടങ്ങിയ ചരിത്രമുഹൂർത്തത്തിൽത്തന്നെയാണ് മറ്റ് ജീവികളിൽനിന്ന് വേർപ്പെട്ട് മറ്റൊരു സഞ്ചാരപഥം അവൻ സ്വീകരിക്കുന്നത്. ഭക്ഷണം തേടിയുള്ള യാത്രകൾ, ഭക്ഷ്യോൽപാദനത്തിന്റെ കാത്തിരിപ്പിലേക്ക് ചുരുക്കപ്പെട്ടപ്പോളാവണം സ്ഥലകാലങ്ങളുടെ പരിമിതിയിൽ മനുഷ്യശരീരം ബന്ധിക്കപ്പെട്ടത്. അല്ലെങ്കിൽ, തന്റെ സ്ഥൂലശരീരത്തിന്റെ പരിമിതിയെക്കുറിച്ച് അവൻ ബോധവാനാകുന്നത്. ഈ പരിമിതിയെ മനുഷ്യൻ മറികടക്കുന്നത്, തന്റെ ചിന്താശേഷിയെ പരിപോഷിപ്പിച്ചുകൊണ്ടും തന്റെ ഏകാന്തവാസം വെടിഞ്ഞ് ഒരു സാമൂഹികജീവിയായി സ്വയം പരിവർത്തനപ്പെടുത്തിക്കൊണ്ടുമാണ്. പിന്നീടെപ്പോഴോ, പച്ചിലച്ചാർത്തുമായുള്ള പൊക്കിൾക്കൊടിബന്ധം മുറിച്ചുമാറ്റി വനാതിർത്തികൾക്ക് പുറത്ത് തന്റേതായ ഒരു ജൈവമണ്ഡലം തീർത്ത് മനുഷ്യൻ തന്റെ പ്രയാണം തുടർന്നു.

ഒരു പിൻവിളിക്ക് ചെവിയോർത്തുകൊണ്ടാണ് ഓരോ മഹായാനവും സമാരംഭിക്കുന്നത്. ഗൃഹാതുരത്വത്തിന്റെ ഈ പിൻവിളിയിൽനിന്നുള്ള ഊർജ്ജം തന്നെയാണ് മനുഷ്യന്റെ മുന്നോട്ടുള്ള പ്രയാണത്തെ സാധ്യമാക്കുന്നത്. മറ്റൊരർത്ഥത്തിൽ, ഈ പിൻവിളി തേടിയുള്ള യാത്രതന്നെയാവണം എല്ലാ ജീവിതങ്ങളും ലക്ഷ്യംവെയ്ക്കുന്നത്. മാതാപിതാക്കളെയും ഒപ്പം നന്ദിനി എന്ന പശുവിനെയും തേടി ആൽമരത്തോടൊപ്പം യാത്രചെയ്യുന്ന സുകന്യയെന്ന വനകന്യകയുടെ ലക്ഷ്യവും മറ്റൊന്നല്ല.

സുമംഗലയും നന്ദിനിയും സുകന്യയ്ക്കുവേണ്ടി മുലചുരത്തി. അമ്മയുടെ പാല് വറ്റിയപ്പോഴും പശുവിന്റെ പാല് സമൃദ്ധമായി ചുരന്നു. ഈ വർഷങ്ങളത്രയും നന്ദിനി സുകന്യയെ പാലൂട്ടി.

മനുഷ്യപരിണാമത്തിന്റെ ശൈശവാവസ്ഥയിൽ പ്രകൃതിയുടെ മടിത്തട്ടിൽ കിടന്നിരുന്ന ആദിമ മനുഷ്യനും മാതാവിന്റെ മടിയിൽ കിടക്കുന്ന

കുഞ്ഞും പങ്കുവെയ്ക്കുന്നത് സുരക്ഷിതത്വത്തിന്റെ ഏകഭാവമാണ്. കുഞ്ഞിനെ പാലൂട്ടുന്നതിലൂടെ മാതാവ് അനുഭവിക്കുന്ന അതേ ആത്മ സംതൃപ്തിതന്നെയാണ് തന്റെ കായ്കനികൾ പ്രാകൃത മനുഷ്യന് നല്കിയപ്പോൾ പ്രകൃതിയും അനുഭവിച്ചത്. പിന്നീട്, വനാന്തരങ്ങളിൽനിന്ന് പുറത്തുകടന്ന ആദിമ മനുഷ്യനും, മാതാവിന്റെ മടിത്തട്ടിൽനിന്ന് പുറത്തു കടന്ന കുഞ്ഞും തേടിയലഞ്ഞത് ഒരേ രുചിഭേദങ്ങൾതന്നെയാണ്. പക്ഷേ, എത്രതന്നെ രുചിഭേദങ്ങളറിഞ്ഞാലും അവയൊന്നും ആദ്യരുചിയുടെ മാധുര്യത്തിന്/ആദ്യരുചിയുടെ ആർദ്രമായ ഓർമ്മകൾക്ക് പകരമാകില്ല. ഗതകാലസ്മരണകളുടെ പാലൂട്ടൽ അഭംഗുരം തുടർന്നുകൊണ്ടേയിരിക്കും.

മഹായന്ത്രത്തിന്റെ തടവറയിൽ കഴിയുന്ന മൃത്യുഞ്ജയനെയും സുമംഗലയേയും അനുനയിപ്പിക്കാനെത്തുന്ന തടവറയുടെ പരമാധികാരിയായ മേലദ്ധ്യക്ഷനോട് തങ്ങൾക്ക് തിരിച്ചുപോകണമെന്ന് സുമംഗല ആവശ്യപ്പെടുമ്പോൾ അയാൾ നല്കുന്ന മറുപടി ഇപ്രകാരമാണ്:

ഈസമൃദ്ധിയെല്ലാമുപേക്ഷിച്ച് വീണ്ടും കാട്ടിലേയ്ക്ക്, അല്ലേ?

സുമംഗലയുടേയും മൃത്യുഞ്ജയന്റെയും മനസ്സ് മാറുന്നതുവരെ കാത്തിരിക്കാൻ തയ്യാറാണെന്നും അവരുടെ ഓരോ ഇംഗിതവും നിറവേറ്റാൻ ആവശ്യമായ പരിചാരകരെ നിർത്തിയിട്ടുണ്ടെന്നും മേലദ്ധ്യക്ഷൻ അവരെ അറിയിക്കുമ്പോൾ മൃത്യുഞ്ജയൻ പറയുന്നു:

....ഞങ്ങളെ മനസ്സിലാക്കുക. ഞങ്ങൾ കാടന്മാരാണ്. ഫലമൂലങ്ങൾകൊണ്ട് തൃപ്തിപ്പെടുന്നവർ. ഇവിടുത്തെ വിശിഷ്ടഭോജ്യങ്ങൾ ആസ്വദിക്കാനുള്ള രുചി ഞങ്ങൾ പരിചയിച്ചിട്ടില്ല.

അതിനുള്ള മേലദ്ധ്യക്ഷന്റെ മറുപടി:

പതുക്കെപ്പതുക്കെ പരിചയമാകും. ഞങ്ങൾ അതുവരെ ക്ഷമിയ്ക്കാം. എന്നതാണ്.

ഇരയെ കീഴ്പ്പെടുത്താൻ ക്ഷമയോടെ കാത്തിരിക്കുക എന്നത് കാലങ്ങളായി വേട്ടക്കാരൻ പ്രയോഗിച്ചുവരുന്ന ഒരു തന്ത്രമാണ്. പ്രലോഭനങ്ങളുടെ വലവീശിയാണ് ഈ കാത്തിരിപ്പ്. തിരിച്ചറിവിന്റേയും പ്രലോഭനങ്ങളുടേയും ഇടയിലുള്ള വേലിക്കെട്ട് പൊളിച്ചുമാറ്റി, പ്രലോഭനങ്ങളുടെ ഇടനാഴിയിലൂടെ സഞ്ചരിച്ച് മനുഷ്യൻ സ്വയം തീർത്ത തടവറയിൽ എത്തിച്ചേരാം എന്നത് എപ്പോഴും സംഭവ്യമാണ്. പക്ഷേ, തടവറയിൽനിന്നുള്ള മോചനമാകട്ടെ പലപ്പോഴും അസംഭവ്യവും അതുകൊണ്ടുതന്നെ മനുഷ്യൻ തന്റെ ജീവിതലക്ഷ്യങ്ങളിലുള്ള വിശ്വാസത്തിലൂടെ ഈ വേലിക്കെട്ടിനെ ബലപ്പെടുത്തുകയോ, പൂർവ്വാനുഭങ്ങളുടെ തരളിതമായ ഓർമ്മകളിലൂടെ ഒരു പിൻമടക്കത്തിനുള്ള കരുത്താർജ്ജിക്കുകയോ ചെയ്യേണ്ടതുണ്ട്.

മാതാപിതാക്കളെ തേടിയുള്ള യാത്രയ്ക്കിടെ സുകന്യയ്ക്ക് ഒരു സ്വപ്നദർശനമുണ്ടാകുന്നു. തന്റെ ഉള്ളിലും നിഷിദ്ധങ്ങളായ ജന്മവാസനകൾ ചിലപ്പോൾ തികട്ടിവരാറുണ്ടെന്നും, സ്വർണ്ണമാലയണിയാൻ താൻ

ചിലപ്പോൾ കൊതിച്ചുപോകാറുണ്ടെന്നും പറയുന്ന സുമംഗലയോട്, സ്വർണ്ണത്തിനോടുള്ള കൊതി ദുരയാണെന്നും, ഖനനം പ്രകൃതിഹിംസയാണെന്നും, അവളുടെ ആഗ്രഹം അവളെ യന്ത്രങ്ങൾക്ക് വിധേയയാക്കിയെന്നുവരാമെന്നും മൃത്യുഞ്ജയൻ മറുപടി പറയുന്നതുമാണ് സുകന്യ സ്വപ്നം കണ്ടത്. ആഭരണങ്ങളോടുള്ള കൊതി മനുഷ്യമനസ്സിനെ അടിമത്തത്തിലേക്ക് നയിക്കുമെന്നത്, വർത്തമാനകാല മനുഷ്യജീവിതങ്ങളെ നിരീക്ഷിക്കുന്ന ഏതൊരാൾക്കും വളരെയെളുപ്പം മനസ്സിലാക്കാവുന്നതാണ്. അതിനാലാവണം ആഭരണങ്ങൾ വലിച്ചെറിയുന്നതിലൂടെ ഒരാൾ സ്വയം സ്വാതന്ത്ര്യപ്രഖ്യാപനം നടത്തുകയാണെന്ന് വിലയിരുത്തപ്പെടുന്നത്.

സുകന്യ തന്റെ സ്വപ്നം ആൽമരത്തോട് വിവരിച്ചപ്പോൾ, ആൽമരം പറഞ്ഞു:

ഇപ്പോൾ എനിക്ക് എല്ലാം മനസ്സിലാകുന്നു. നമ്മുടെ സൂക്ഷ്മതലങ്ങളിൽ ചിലയിടങ്ങളിലെങ്കിലും ഹിംസയുടെ വാസനകൾ ഇപ്പോഴും കരടുകെട്ടിയിരിക്കണം. പ്രകൃതി നിന്റെ അമ്മയ്ക്കൊരുക്കിയ ശുദ്ധീകരണമായിരുന്നു നന്ദിനി. അവൾക്കും നിന്റെ അമ്മയെ പരിപൂർണ്ണമായി വിമുക്തയാക്കാൻ കഴിഞ്ഞില്ല. യന്ത്രത്തിന്റെ പ്രലോഭനം സുമംഗലയെ എവിടെയോ ബന്ധിച്ചിരിയ്ക്കുന്നു. അങ്ങനെയാണ് അവൾ പിടിയ്ക്കപ്പെട്ടത്, കൂടെ നിന്റെ അച്ഛനും നന്ദിനിയും.

മറ്റൊരിടത്ത് വിജയൻ ഇങ്ങനെ എഴുതുന്നു:

സ്വർണ്ണം എവിടെയും ആഭരണമല്ല, അകത്താകട്ടെ പുറത്താകട്ടെ. പുറത്തണിയുമ്പോഴും വാസ്തവത്തിൽ അതിന്റെ സ്ഥാനം ബാലിശമായ വിഭ്രമത്തിന്റെ ജഠരത്തിനകത്താണ്. സ്വർണ്ണമണിയുന്നതുപോലെത്തന്നെ ഒരു കാലത്ത് മനുഷ്യൻ ശാസ്ത്രത്തിന്റെ ഉപകരണങ്ങളണിഞ്ഞു, ബാഹ്യമായ എന്തൊക്കെയോ ഉപഭോഗവസ്തുക്കളണിഞ്ഞു. എന്നാൽ എല്ലാംതന്നെ ദുരാശയുടെ ഗോപ്യമായ ജഠരത്തിനകത്ത്.

രുചിഭേദങ്ങൾ തേടി ഒടുവിൽ വിലക്കപ്പെട്ട കനി പറിച്ചുതിന്ന ആദമിന്റെയും ഹവ്വയുടെയും ആദിപാപത്തിലൂടെ ഉൽപത്തി പുസ്തകം പകർന്നുനൽകുന്ന പാഠം മനുഷ്യനെ അടിമപ്പെടുത്തുന്ന പ്രലോഭനങ്ങളെക്കുറിച്ചുള്ളതുതന്നെയാണ്. വിലക്കപ്പെട്ടതെന്തും അനുഭവിച്ചറിയുക എന്ന ഉൾപ്രേരണ മനുഷ്യസഹജമാണെന്ന പാഠഭേദവും നാമതിൽ വായിച്ചെടുക്കേണ്ടതുണ്ട്.

> ദൈവമായ കർത്താവ് ആദമിനോട് കല്പിച്ചു:
>
> തോട്ടത്തിലെ എല്ലാ വൃക്ഷങ്ങളുടെയും ഫലം ഭക്ഷിച്ചുകൊള്ളുക. എന്നാൽ, നന്മതിന്മകളെക്കുറിച്ചുള്ള അറിവിന്റെ വൃക്ഷത്തിലെ ഫലം നീ തിന്നരുത്; തിന്നുന്ന ദിവസം നീ മരിക്കും.
>
> – (ഉൽപത്തി 2:17)

എന്നാൽ സർപ്പരൂപത്തിലെത്തിയ പ്രലോഭനത്തിന് വഴങ്ങിയാണ് ഹവ്വ വിലക്കപ്പെട്ട കനി തിന്നത്.

> ആ വൃക്ഷത്തിന്റെ പഴം ആസ്വാദ്യവും കണ്ണിന് കൗതുക കരവും, അറിവേകാൻ കഴിയുമെന്നതിനാൽ അഭികാമ്യവും ആണെന്നുകണ്ട് അവൾ അതു പറിച്ചുതിന്നു. ഭർത്താവിനും കൊടുത്തു; അവനും തിന്നു. – (ഉൽപത്തി 3:6)

പ്രലോഭനത്തിന് ആദ്യം കീഴ്പ്പെട്ടത് ഹവ്വയാണെന്നും പിന്നീട് ഹവ്വ ആദമിനെ തെറ്റ് ചെയ്യാൻ പ്രേരിപ്പിക്കുകയായിരുന്നെന്നും ഉൽപത്തി പുസ്തകം പറയുന്നു. സ്ത്രീയെ പ്രലോഭനത്തിന്റെ ആദ്യ ഇരയായി ഉൽപത്തിപുസ്ത്കം പങ്കുവെയ്ക്കുന്ന പുരുഷകേന്ദ്രീകൃത കാഴ്ചപ്പാടിന്റെ ഒരു മറുവായനകൂടി ഇതിനൊപ്പം ചേർത്തുവെയ്ക്കേണ്ടതുണ്ട്. പ്രലോഭനം ആദ്യം ബന്ധിക്കുന്നത് സുമംഗലയെയാണെന്നും അവളിലൂടെയാണ് മൃത്യുഞ്ജയൻ പിടിയ്ക്കപ്പെട്ടതെന്നും എഴുതുന്നതിലൂടെ വിജയൻ പിൻപറ്റുന്നതും ഇതേ പുരുഷകേന്ദ്രീകൃത കാഴ്ചപ്പാടുതന്നെയാണ്. അതേസമയം, സുമംഗലയുടേയും മൃത്യുഞ്ജയന്റെയും മോചനത്തിനായി സുകന്യ എന്ന പെൺകുട്ടിയെ അവതരിപ്പിക്കുന്നതിലൂടെ അത്തരമൊരു ആരോപണത്തിൽനിന്ന് രക്ഷപ്പെടാൻ വിജയൻ ശ്രമിക്കുന്നുമുണ്ട്.

മാതാവിന്റെ കരവലയത്തിൽനിന്നും മുക്തനാകുന്ന കുട്ടി വരാന്ത/മുറ്റം എന്ന പരിധിക്കപ്പുറം തന്റെ സഞ്ചാരപഥം കണ്ടെത്താൻ ശ്രമിക്കാറുണ്ട്. പക്ഷേ, മാതാപിതാക്കൾ തനിക്കുചുറ്റും വരച്ചിടുന്ന നിരീക്ഷണത്തിന്റെ/സുരക്ഷിതത്വത്തിന്റെ ലക്ഷ്മണരേഖ ഭേദിച്ച് മുന്നേറാൻ പലപ്പോഴും അവന്/അവൾക്ക് കഴിയാറില്ല. എന്നാൽ വളർച്ചയുടെ പടവുകൾ കയറുന്നതോടൊപ്പം ഈ ലക്ഷ്മണരേഖ ഭേദിച്ച് മുന്നോട്ടുള്ള യാത്രയ്ക്കായി അവൻ/അവൾ കരുത്താർജ്ജിച്ചുകൊണ്ടിരിക്കും. പിന്നീട് അവൻ/അവൾ ഗൃഹാന്തരീക്ഷത്തിനുപുറത്തുള്ള വഴിയരികിൽ വന്നു നിൽക്കുന്നു. തന്റെ മുന്നിൽ നീണ്ടുകിടക്കുന്ന വഴി അവനെ/അവളെ വിസ്മയിപ്പിക്കുകയും ഒപ്പം കൊതിപ്പിക്കുകയും ചെയ്യുന്നു. വഴിയിലേക്കിറങ്ങുന്നതിന് മുമ്പെത്തുന്ന ഒരു പിൻവിളി അവനെ/അവളെ സ്വഗൃഹത്തിലേക്കുതന്നെ മടക്കിക്കൊണ്ടുപോകുന്നു. പുതുകാഴ്ചകളിൽ ഭ്രമിച്ച്, വഴിയിൽ ഒരു കാലെടുത്തുവെച്ച് തിരിഞ്ഞോടുന്ന അവൻ/അവൾ പിന്നീടെപ്പോഴോ ആ വഴിയിലെത്തന്നെ സഞ്ചാരിയായി മാറുന്നു. ഒരു പിൻവിളിയുടെ ശബ്ദോർജ്ജത്തിനപ്പുറത്തേക്ക് അവൻ/അവൾ നടന്നകലുന്നു.

മനുഷ്യന്റെ ജിജ്ഞാസ അവന്റെ പ്രജ്ഞയിൽനിന്ന് പുറത്തുകടക്കുന്നത് പ്രതീകരൂപത്തിലൂടെ ഗുരു, ഭരണാധിപന്മാർക്ക് കാണിച്ചുകൊടുത്തു. അക്ഷമനായ കുട്ടിയുടെ രൂപം കുട്ടി അസംഖ്യം കളിപ്പാട്ടങ്ങളുടെ പുറകെ മുട്ടുകുത്തി നടന്നു, നിരന്തരം നടന്നു, ഉദയവും അസ്തമയവും കാണാതെ, കാറ്റും മഴയും സുഗന്ധങ്ങളും കായ്കനികളുടെ

പക്വമാധുര്യവും അറിയാതെ. കുട്ടി തിരിഞ്ഞുനോക്കി. ഗർഭപാത്രവും മാതൃശരീരവും അപ്രാപ്യമായ ദൂരത്തിൽ നഷ്ടപ്പെട്ടു കിടക്കുന്നു.

ഇരുളടഞ്ഞ ഗുഹാവാസം വെടിഞ്ഞ് നവ്യാനുഭവങ്ങളുടെ തെളിമയാർന്ന വിശാലതയിലേക്ക് ആദിമമനുഷ്യനെ പ്രലോഭിപ്പിച്ചത് പ്രകൃതിയുടെ വിസ്മയങ്ങൾതന്നെയാണ്. ഇതൊരു തീർത്ഥയാത്രയാണ്; പ്രകൃതിയുടെ ആത്മാവ് തേടി ആദിമമനുഷ്യൻ നടത്തിയ തീർത്ഥയാത്ര. (ആൽമരച്ചുവട്ടിൽ അഭയംതേടിയ ബുദ്ധനും തന്റെ യാത്രയിൽ ആൽമരം അഭയമാകുന്ന സുകന്യയും നടത്തിയത് ഇതേ തീർത്ഥയാത്രതന്നെയാണ്.) തന്റെ ജൈവപുരോഗതിയുടെ വിളനിലങ്ങൾതേടി അത്തരമൊരു യാത്ര മനുഷ്യരാശിക്ക് അനിവാര്യമായിരുന്നു. അല്ലായിരുന്നുവെങ്കിൽ മനുഷ്യമനസ്സും സസ്യത്തിന്റെ മനസ്സുപോലെ ഒരു സ്ഥാവരബോധമായി മാറുമായിരുന്നു.

പക്ഷേ, ഈ യാത്രയിൽ എത്രതന്നെ പുരോഗതി കൈവരിച്ചാലും അനാഥത്വം മനുഷ്യനെ വേട്ടയാടിക്കൊണ്ടിരിക്കും. സ്വാസ്ഥ്യം നഷ്ടപ്പെട്ടാൽ പിന്നെ യാത്ര തികച്ചും യാന്ത്രികമായി പരിണമിക്കും. യാന്ത്രികതയുടെ പെരുമഴ തനിക്കുചുറ്റും ഒരു പ്രളയമായി വളരുമ്പോൾ, തന്റെ അന്തർദാഹം ശമിപ്പിക്കാനാവാതെ അവൻ പരവശനാകും.

യാത്രയ്ക്കിടെ ദാഹിച്ചുതളർന്ന സുകന്യയ്ക്ക്തലചായ്ക്കാൻ ആൽമരം തന്റെ വേർചുരുളുകൾകൊണ്ട് മെത്തയൊരുക്കി ആ മെത്തയിൽ സുകന്യയും അവൾക്കുമുകളിൽ പടർന്നുനിന്ന ആൽമരവും ഉറക്കമായി. ഉറക്കത്തിൽ ഒരു സ്വപ്നത്തിലേക്ക് ആൽമരം യാത്രയാകുന്നു. ആൽമരം എത്തിച്ചേർന്നത് പ്രജ്ഞയുടെ ആനന്ദദായികളായ ഉറവിടങ്ങളിലാണ്. ആ സ്വപ്നഭൂമിയിൽ വേരിറക്കുന്ന ആൽമരത്തിന്റെ ആത്മസംതൃപ്തിയെ വിജയൻ വരച്ചിടുന്നത് ഇങ്ങനെയാണ്:

അതീവമൃദുലമായ ആ മണ്ണിലേക്ക് ആൽമരം വേരിറക്കി. മൺതരികൾ സുഗന്ധിയായ പ്രാണവായുവും നീർക്കിനിവുകളുടെ മധുവും വേർത്തുമ്പുകൾക്ക് നേദിച്ചു. ആ സംതൃപ്തി അനുഭവിയ്ക്കവെ, സ്വപ്നത്തിനപ്പുറത്ത് താൻ വിട്ടുവന്ന സുകന്യയെ ആൽമരം ഓർത്തു. ആ ഓർമ്മയിൽ തന്റെ കൂട്ടുകാരിക്ക് ദാഹം മാറ്റാൻ ഒന്നുമില്ലെന്ന് സഹതപിക്കുന്ന ആൽമരത്തോട് തന്റെ ചുറ്റും പടർന്ന സൗമ്യനീലിമയിൽനിന്ന് ഒരു ശബ്ദം മറുപടി പറയുന്നു: മനുഷ്യപ്രജ്ഞ അതിന്റെ കൂടപ്പിറപ്പായ സസ്യപ്രജ്ഞയിൽനിന്നകന്ന് ഒട്ടധികം അഹങ്കരിച്ചു. സ്വപ്നത്തിന്റെ സ്വാസ്ഥ്യം ഉപേക്ഷിച്ച് തരിശിന്റെ കൗശലങ്ങൾതേടി അത് അലഞ്ഞു. തീരാദാഹം ആ പുതിയ നേട്ടങ്ങളുടെ ശാപമാണ്. സ്വപ്നാന്ത്യത്തിൽ ഘടകരൂപിയായ തീർത്ഥവുമായി ആൽമരം സുകന്യയെ വിളിച്ചുണർത്തുന്നു. തീർത്ഥം കുടിച്ച സുകന്യയോട് ദാഹം തീർന്നോ എന്ന് ആൽമരം ചോദിക്കുമ്പോൾ അവൾ പറയുന്ന മറുപടിയും നാം ഇതിനോട് ചേർത്തുവായിക്കേണ്ടതുണ്ട്.

“ആശ്വാസം തോന്നുന്നു. എന്റെ സ്വപ്നത്തിൽ അപാരമായ ഒരു ദാഹത്തിൽ ഞാൻ ഉഴലുകയായിരുന്നു. പ്രളയജലത്തിനുമീതെ, ഒരുതുള്ളിപോലും കുടിയ്ക്കാനാവാതെ. അതിന്റെ ഓർമ്മ ഇപ്പോഴും എന്നെ പീഡിപ്പിക്കുന്നു.

മനുഷ്യമനസ്സിന്റെ സംഘർഷഭരിതമായ ദ്വന്ദ്വഭാവങ്ങളുടെ നേർക്കാഴ്ചയ്ക്ക് സാക്ഷിയാകാൻ വേണ്ടിയാണ് സുകന്യയുമായി ആൽമരം യാത്രയാവുന്നത്. തന്റെ ആദിമവാസസ്ഥലിയായ വനാന്തരങ്ങളിൽനിന്നും മനുഷ്യൻ പുറത്തുകടന്നത് ചിന്തയുടെ ചിറകിലേന്തിയായിരുന്നു. വേഗത, കരുത്ത് തുടങ്ങി എല്ലാ ശാരീരിക സവിശേഷതകളിലും മറ്റനേകം ജീവികളേക്കാൾ ഏറെ പിറകിലായിരുന്ന മനുഷ്യൻ തന്റെ ചിന്താശേഷി പ്രയോജനപ്പെടുത്തിയാണ് ഇതര ജീവികളുടെമേൽ തന്റെ ആധിപത്യം സ്ഥാപിച്ചത്. ആയുധങ്ങൾ തന്നെയാവണം മനുഷ്യചിന്തയുടെ ആദ്യ ഉത്പന്നം. പ്രാകൃത ജനസമൂഹം ഉപയോഗിച്ചിരുന്ന ആയുധങ്ങളുടെ പ്രത്യേകതകൾ വിലയിരുത്തിയാണ് അവരുടെ ബൗദ്ധിക നിലവാരങ്ങളെക്കുറിച്ച നരവംശശാസ്ത്രജ്ഞർ നിരീക്ഷണങ്ങൾ നടത്തുന്നത്. മനുഷ്യന്റെ ആദിമ ആയുധങ്ങളൊക്കെയും പ്രകൃതിദത്തമായിരുന്നു. തന്റെ ആയുധങ്ങളുടെ അപൂർണ്ണത തിരിച്ചറിഞ്ഞ മനുഷ്യൻ, അത് പരിഹരിക്കാനുള്ള ശ്രമങ്ങൾ ആരംഭിച്ചു. ക്രമേണ ആയുധങ്ങൾ പരിഷ്കരിക്കപ്പെടുകയോ, കൃത്രിമമായി നിർമ്മിക്കപ്പെടുകയോ ചെയ്തു. ഇവിടെയാണ് സ്വാഭാവികതയിൽനിന്നും കൃത്രിമത്വത്തിലേക്കുള്ള ആദ്യ പരിണാമം നാം ദർശിക്കുന്നത്. അതിജീവനത്തിനായി ഉപയോഗിക്കപ്പെട്ട ആയുധങ്ങൾ ആധിപത്യം നേടാനായി ഉപയോഗിക്കാൻ തുടങ്ങിയ കാലം തൊട്ടാണ് മനുഷ്യവർഗ്ഗം വലിയൊരു പ്രതിസന്ധിയെ നേരിട്ടത്. പിന്നീടുള്ള മനുഷ്യചരിതം രചിക്കപ്പെട്ടത് ആയുധഭാഷയിലാണ്.

സ്വയം രക്ഷയ്ക്കും ഭക്ഷണത്തിനും വേണ്ടി നിർമ്മിക്കപ്പെട്ട ആദിമ ആയുധങ്ങളിൽനിന്നുമാണ്, തന്റെ ജീവിതപരിസരങ്ങളെ കൂടുതൽ മെച്ചപ്പെടുത്താനുള്ള യന്ത്രനിർമ്മിതിക്ക് മനുഷ്യൻ തുടക്കംകുറിക്കുന്നത്. യന്ത്ര നിർമ്മിതിയിലൂടെ മനുഷ്യൻ തന്റെ ജന്മവാസനകളിൽ/പ്രകൃതി ചേതനയിൽനിന്ന് കൂടുതൽ അകലുകയും യാന്ത്രികതയുടെ തടവറയ്ക്കുള്ളിലെ ഒരു തടവുപുള്ളിയായി മാറുകയും ചെയ്തു. ഭൗതിക സാഹചര്യങ്ങളെ കൂടുതൽ അനുകൂലമാക്കി തന്റെ ജീവിതനിലവാരം ഉയർത്താനാണ് മനുഷ്യൻ യന്ത്രനിർമ്മിതിക്ക് തുടക്കംകുറിച്ചതെങ്കിലും സ്വന്തം സൃഷ്ടിയുടെതന്നെ അടിമയായി അവൻ മാറുകയായിരുന്നു. ഈ അടിമത്തത്തിൽനിന്നും മോചനം നേടാനുള്ള ശ്രമമായിരുന്നു മനുഷ്യമനസ്സുകളിൽ നടന്ന നിരന്തര സംഘർഷം. ഈ സംഘർഷത്തിന്റെ ഫലമായാണ് മനുഷ്യമനസ്സ് രണ്ടായിപ്പിളർന്നത്. അതിന്റെ തുടർച്ചയിൽ, പ്രകൃതി കനിഞ്ഞരുളിയ സമഭാവനയുടെ വിശാലതയിൽ മനുഷ്യരിൽ ഒരു വിഭാഗം ഒരു നവലോക സൃഷ്ടിയ്ക്കായുള്ള ശ്രമം ആരംഭിച്ചതോടെ ഭൂഗോളം രണ്ടായിപ്പിളർന്നു - ഉത്തരാർദ്ധ ഗോളമായും ദക്ഷിണാർദ്ധ ഗോളമായും.

......ഭൂഗോളത്തിന്റെ ഉത്തരാർദ്ധത്തിൽ ശാത്രജ്ഞന്മാർ അത്യത്ഭുതങ്ങളായ കണ്ടുപിടിത്തങ്ങൾ നിറവേറ്റി. ധാതുക്കളേയും ഊർജ്ജങ്ങളേയും മെരുക്കി നാനാരൂപത്തിലുള്ള ഉപകരണങ്ങൾ സൃഷ്ടിച്ചു. ഈ ഉപകരണങ്ങൾ ഉത്തരാർദ്ധത്തിന്റെ പരിഷ്കൃതിയായി, ഈ പരിഷ്കൃതി അതിന്റെ അസ്തിത്വത്തിനും പോഷണത്തിനും വേണ്ട രാഷ്ട്രമീമാംസയെ സൃഷ്ടിച്ചു. മനുഷ്യൻ തൊഴിൽശാലകളിൽ രാപ്പകൽ പണിയെടുത്ത് കൂടുതൽ കൂടുതൽ ഉപകരണങ്ങളുടെ ഉടമയാകാൻ വെമ്പി. എങ്ങും ഈ ശ്രമത്തിന്റെ അസംതൃപ്തി, ശ്രമത്തിന്റെ അന്ത്യത്തിൽ ഉപകരണങ്ങൾ സ്വന്തമാക്കിയതിന്റെ സുഖക്ഷീണം, അക്ഷമനിദ്ര, വീണ്ടും ശ്രമത്തിന്റെ ആവർത്തനം. എന്നാൽ ഭൂഗോളത്തിന്റെ ദക്ഷിണാർദ്ധത്തിൽ മനുഷ്യർ ഈ ശ്രമത്തിൽ പങ്കുചേർന്നില്ല, അപൂർവ്വം അവസരങ്ങളിൽ ഉപകരണസമൃദ്ധികണ്ട് വിസ്മയിച്ചെങ്കിലും.

പാശ്ചാത്യവും പൗരസ്ത്യവുമായി ലോകം വിഭജിക്കപ്പെട്ടിട്ടുണ്ട് എന്നത് ഒരു യാഥാർത്ഥ്യമാണ്. സമ്പന്നമായൊരു ഗതകാലമില്ലാതിരുന്ന പാശ്ചാത്യ ജനത തൊഴിൽശാലകളിൽ പണിയെടുത്ത് കൂടുതൽ കൂടുതൽ ഉപകരണങ്ങൾക്ക് ഉടമകളാവുകയും പിന്നീട് സർവ്വ ലോകത്തിന്റെയും ഉടമകളാവാൻ വെമ്പുകയും ചെയ്തു. തങ്ങളുടെ സാംസ്കാരിക പാരമ്പര്യങ്ങളെ പിൻപറ്റുന്ന പൗരസ്ത്യ ജനതയെ കീഴ്പ്പെടുത്താൻ, അവരുടെ സാംസ്കാരിക ബോധത്തെ തകർക്കേണ്ടത് അനിവാര്യമാണെന്ന് തിരിച്ചറിഞ്ഞതുകൊണ്ടാണ് പാശ്ചാത്യർ പൗരസ്ത്യ ജനതയെ അപരിഷ്കൃതർ എന്ന് വിളിച്ച് അധിക്ഷേപിച്ചത്. അധിനിവേശ കിരാതങ്ങൾക്കും വിമോചന പോരാട്ടങ്ങൾക്കുമാണ് പിന്നീട് കാലം സാക്ഷിയായത്. എന്നാൽ വലിയൊരു വിഭാഗം ജനമനസ്സുകളെ പാശ്ചാത്യവത്കരിക്കാനുള്ള വമ്പിച്ചൊരു സാദ്ധ്യത നിലനിർത്തിക്കൊണ്ടാണ് പൗരസ്ത്യ ദേശങ്ങളിൽനിന്ന് അവർ പിൻമാറിയത്. ഈ സാദ്ധ്യത ഒരു യാഥാർത്ഥ്യമായി മാറുകയും, കൂടുതൽക്കൂടുതൽ ആളുകളിൽ അതിനുള്ള പ്രവണത വർദ്ധിച്ചുവരികയും ചെയ്യുന്ന വർത്തമാനകാലത്ത് പാശ്ചാത്യവും പൗരസ്ത്യവും എന്ന ഭൂമിശാസ്ത്രപരമായ വിഭജനം അപ്രസക്തമാണ്. അതുകൊണ്ടുതന്നെ ഭൂഗോളം രണ്ടായി പിളർന്നത് മനുഷ്യർക്കിടയിൽത്തന്നെയാവണം.

പിളർപ്പിന്റെ ഭയാനകമായ ഓർമ്മകളിൽനിന്നും ദക്ഷിണാർദ്ധ ഗോളം തന്റെ ശമനതാളം വീണ്ടെടുത്തെങ്കിലും ഉത്തരാർദ്ധഗോളം കത്തിയെരിയുകയാണ്. തന്റെ ചടുലനീക്കങ്ങളിലൂടെ ദക്ഷിണാർദ്ധ ഗോളത്തെ കീഴ്പ്പെടുത്താൻ ഉത്തരാർദ്ധഗോളം ശ്രമം തുടർന്നു കൊണ്ടേയിരിക്കുന്നു; കീഴ്പ്പെടാതിരിക്കാൻ ദക്ഷിണാർദ്ധഗോളവും. യുക്തിചിന്തയുടെ ആരംഭംമുതൽ മനുഷ്യമനസ്സുകളിൽ ഇത്തരമൊരു സംഘർഷം അഭംഗുരം തുടർന്നുകൊണ്ടേയിരിക്കുന്നു. ഈ സംഘർഷത്തിലെ ജയപരാജയങ്ങളാണ് മനുഷ്യജീവിതത്തിന്റെ പിന്നീടുള്ള സഞ്ചാരപഥങ്ങളെയൊക്കെയും നിയന്ത്രിക്കുന്നത്.

മഹായന്ത്രത്തിന്റെ ആഗ്രഹങ്ങൾക്ക് പൂർണ്ണമായി കീഴടങ്ങാതെ മൃത്യുഞ്ജയനും സുമംഗലയ്ക്കും ചെറുത്തുനിൽക്കാൻ കഴിയുന്നത് ദക്ഷിണാർദ്ധഗോളത്തിൽ ജീവിച്ചതിന്റെ ഓർമ്മകളുടെ പിൻബലത്തിലാണ്. ഓർമ്മകൾ ചിലപ്പോൾ ഏറ്റവും നല്ല പ്രതിരോധമാകാറുണ്ട്.

മനുഷ്യസൃഷ്ടിയായ യന്ത്രങ്ങൾ വാഴുന്ന ഉത്തരാർദ്ധഗോളം ആസുരത നിറഞ്ഞതാണ്. ആ അർദ്ധഗോളത്തെ നിയന്ത്രിക്കുന്നത് മനുഷ്യചേതനയുടെ ആർദ്രതയല്ല മറിച്ച്, അസ്വസ്ഥതുടെ കനൽച്ചൂടാണ്. ദക്ഷിണാർദ്ധഗോളമാകട്ടെ ആത്മശാന്തിയുടെ വീണ്ടെടുപ്പിലാണ് നിലനിൽക്കുന്നത്. ദക്ഷിണാർദ്ധഗോളത്തിന്റെ പ്രതിനിധിയായാണ് വിജയൻ ആൽമരത്തെ അവതരിപ്പിക്കുന്നത്. ഗതകാല സ്മരണകളുടെ ആഴങ്ങളിൽ വേരിറക്കിയ ആൽമരമാണ് ഉത്തരാർദ്ധഗോളത്തിന്റെ ആക്രമണത്തിൽനിന്നും ദക്ഷിണാർദ്ധഗോളത്തെ രക്ഷിച്ചുനിർത്തുന്നത്. മഹായന്ത്രം ആൽമരത്തോട് ഇങ്ങനെ പറയുന്നുണ്ട്:

നീ ചെയ്ത ദ്രോഹങ്ങൾ എന്തെന്ന് എനിയ്ക്കറിയാം. നിന്റെ അർദ്ധഗോളത്തെ ഉദ്ധരിക്കാനായി ഞാൻ എന്റെ കിങ്കരയന്ത്രങ്ങളെ അതിന്മേലിറക്കുവാൻ പലവുരു ശ്രമിച്ചു. അപ്പോഴത്രയും നിന്റെ നീരാവികൾ കൊണ്ട് അവരെ നീ അന്ധരാക്കി തിരിച്ചയച്ചു.

രക്ഷിതാക്കളെ തേടിയുള്ള യാത്രയിൽ നേരിടേണ്ടിവന്ന എല്ലാ പരീക്ഷണഘട്ടങ്ങളിലും ആൽമരം സുകന്യയ്ക്ക് അഭയമാകുന്നുമുണ്ട്. മനസ്സിനെ യാന്ത്രികതയിലേക്ക് പരിവർത്തനം ചെയ്യാതെ പിടിച്ചു നിർത്തുന്നത് അല്ലെങ്കിൽ, യാന്ത്രികതയിൽനിന്നുമുള്ള ഒരു പിൻമടക്കം സാദ്ധ്യമാക്കുന്നത് വേരറ്റുപോകാതെ മനസ്സിൽ നാം നട്ടുവളർത്തിയ ഈ ആൽമരംതന്നെയാണ്.

ശാരീരകമോ മാനസികമോ ആയ ഒരു കീഴ്പ്പെടലിന് അബോധപരമായെങ്കിലും ആഗ്രഹിക്കുകയും പിന്നീട് സ്വയംതീർത്ത തടവറയ്ക്കുള്ളിലിരുന്നുകൊണ്ട് ഒരു രക്ഷകന്റെ വരവിനായി സ്വപ്നം കാണുകയോ പ്രാർത്ഥിക്കുകയോ ചെയ്യുന്ന ഏക ജീവി മനുഷ്യനാണ്. പക്ഷികളും മൃഗങ്ങളും ഇരകളാക്കപ്പെടുമ്പോൾ മനുഷ്യൻ സ്വയം ഒരു ഇരയായി മാറുകയാണ് ചെയ്യുന്നത്. വേട്ടക്കാരനും ഇരയും ഒരേ പ്രഭവത്തിൽനിന്നും പിറവികൊള്ളുകയും അത് ആത്മസംഘർഷങ്ങളിലേക്ക് നയിക്കുകയും ചെയ്യുന്നത് മനുഷ്യനിൽ മാത്രമാണ്.

The devil was dragging me one way, God the other and between the two of them they split me down the middle (Zorba the Greek - Nikos Kazantzakis) മനുഷ്യൻ അനുഭവിക്കേണ്ടിവന്ന ഈ സ്വത്വ പ്രതിസന്ധിയിൽനിന്നാണ് എല്ലാ തത്വദർശനങ്ങളും പ്രകാശിതമായത്. കൂട്ടിലകപ്പെട്ടുപോകുന്ന പക്ഷിമൃഗാദികൾ ജന്മസിദ്ധമായ കരുത്തു പയോഗിച്ച് മോചനം നേടാൻ നിർബന്ധിക്കപ്പെടുമ്പോൾ മനുഷ്യൻ സ്വയമാർജ്ജിതകരുത്തിൽ വിശ്വാസമർപ്പിക്കാതെ ഒരു വിമോചകനെ സ്വപ്നം കാണുകയാണ്. ഒരു ജനത ഒന്നടങ്കം ഇത്തരമൊരു സ്വപ്നം

പങ്കുവെയ്ക്കുന്ന സാമൂഹിക പശ്ചാത്തലത്തിൽ നിന്നാണ് അവതാര ങ്ങളും പ്രവാചകന്മാരും ജന്മമെടുക്കുന്നത്. മനുഷ്യവർഗത്തിന്റെ വിമോചനത്തെക്കുറിച്ചായിരുന്നു അവരുടെ പ്രബോധനങ്ങളൊക്കെയും. നന്മചെയ്യുന്നവർക്ക് സ്വർഗം വാഗ്ദാനം ചെയ്യപ്പെട്ടപ്പോൾ, തിന്മ ചെയ്യുന്നവരെ നരകം കാത്തിരിക്കുന്നതായി അവർ മനുഷ്യരാശിയെ ഓർമ്മപ്പെടുത്തിക്കൊണ്ടിരുന്നു. പക്ഷേ, നരകത്തിലെ കടുത്ത ശിക്ഷ കളെക്കുറിച്ചുള്ള ബോധം മനുഷ്യനെ വല്ലാതെ അസ്വസ്ഥനാക്കിയില്ല എന്നുവേണം കരുതാൻ. (മതവിശ്വാസികൾ കൂടുതലുള്ള ലോകത്ത് തിന്മകൾ വർദ്ധിച്ചുവരുന്നത് എന്തുകൊണ്ടാണ് എന്ന ചോദ്യത്തിന് ഉത്തരം തേടുമ്പോൾ നമുക്ക് എത്തിച്ചേരാവുന്ന ഒരു നിഗമനം ഇതാ ണെന്ന് കരുതേണ്ടിയിരിക്കുന്നു.) അതേ സമയം, മനുഷ്യനെ എന്നും ആകർഷിച്ചുപോന്നത് സ്വർഗത്തിലെ ക്ലേശരഹിത ജീവിതംതന്നെയാണ്. സ്വർഗം തടവറയിൽനിന്നുള്ള ആത്യന്തിക മോചനവും ദൈവം ഏറ്റവും വലിയ വിമോചകനുമായി മാറുകയാണിവിടെ. ഒരു വിമോചകനെ ക്കുറിച്ചുള്ള സ്വപ്നം പലപ്പോഴും വിജയനും പങ്കുവെയ്ക്കുന്നുണ്ട്:

ഈ സംവദനം അറിയാതെ തടവുകാർ അരമനയിൽ കഴിഞ്ഞുകൂടി, തങ്ങളുടെ പാരതന്ത്ര്യം അവസാനിപ്പിയ്ക്കുവാൻ നന്മയുടെ ശക്തികൾ ഇടപെടും എന്ന പ്രത്യാശയിൽ കാത്തിരുന്നു.

മൃത്യുഞ്ജയൻ സുമംഗലയോട് പറയുന്നു:

ധീരയാകൂ, സുമംഗലേ. പ്രവചനം സ്മരിക്കുക. നമ്മുടെ അർദ്ധ ഗോളത്തെ, ഒരു പക്ഷേ, രണ്ടർദ്ധഗോളങ്ങളേയും ഉദ്ധരിയ്ക്കാൻ അവൻ സംഭവിക്കും.

മോചനത്തിന്റെ സന്ദേശവുമായി സസ്യങ്ങളുടെ അർദ്ധ ഗോള ത്തിൽനിന്ന് ഒരു മഹാവൃക്ഷം ഇവിടെ പറന്നെത്തുമെന്ന് ഒരാദിമ പ്രവചനം ഞങ്ങളോട് പറഞ്ഞിട്ടുണ്ട്. അത് അങ്ങാണോ?

എനിയ്ക്കറിഞ്ഞുകൂടാ, സഹോദരങ്ങളേ.

മിന്നാമിനുങ്ങുകൾ ആൽമരത്തെ പലവട്ടം ചുറ്റിപ്പറന്നു.

പ്രവചനം നമ്മെ രക്ഷിക്കട്ടെ. ആൽമരം അവരോട് പറഞ്ഞു.

തന്റെ ആദിമ വനത്തിലേക്ക്/ഗർഭപാത്രത്തിന്റെ സുരക്ഷിതത്വ ത്തിലേക്കുള്ള ഒരു പിൻമടക്കം എല്ലാ മനുഷ്യനും സ്വപ്നംകാണുന്നുണ്ട്. ഒരു വിമോചന സ്വപ്നം. (പ്രപഞ്ചോൽപത്തിയെക്കുറിച്ചും, മനുഷ്യ പരിണാമത്തെക്കുറിച്ചുമുള്ള കൂടുതൽ വിശ്വസനീയമായ തെളിവുകൾ സയൻസ് മുന്നോട്ടുവെയ്ക്കുമ്പോഴും, മനുഷ്യൻ മതവിശ്വാസത്തിലേക്ക്/ ദൈവവിശ്വാസത്തിലേക്ക് കൂടുതലായി ആകർഷിക്കപ്പെടാനുള്ള ഒരു കാരണം ഇത്തരമൊരു വിമോചന സ്വപ്നം തന്നെയാവണം.)

ഉത്തരാർദ്ധഗോളത്തിലെത്തുന്ന ആൽമരത്തെ എരിച്ച് ചാമ്പലാ ക്കാനായി കലിതുള്ളിനിൽക്കുന്ന മഹായന്ത്രത്തിനോട് തങ്ങൾ വന്നത് ശത്രുക്കളായല്ല, തീർത്ഥാടകരായാണ് എന്ന് ആൽമരം പറയുമ്പോൾ,

കലിയുടെ യുക്തിഭംഗത്തിൽനിന്ന് ദൗർബല്യത്തിന്റെ യുക്തിലാഘവത്തിലേക്ക് മഹായന്ത്രം ചാഞ്ചാടി.

കലിയും തുടർന്ന് വിഷാദവും പ്രാകൃതനായ തന്റെ പിതാവിന്റെ ദൗർബല്യങ്ങൾ മാത്രമാണെന്ന് തിരിച്ചറിയുന്ന മഹായന്ത്രം അവസാന യുദ്ധത്തിനായുള്ള പടയൊരുക്കത്തിനായി, ആൽമരത്തെയും സുകന്യയേയും വിട്ട് പറന്നകലുന്നു. പിന്നീട്, തന്റെ ദുർഗത്തിലേക്ക് മടങ്ങിയ മഹായന്ത്രം പറന്നിറങ്ങിയത് അമ്പരപ്പിക്കുന്ന മറ്റൊരു കാഴ്ചയിലേക്കാണ്.

അവിടെ മുറ്റത്തെ മണ്ണിൽ കണ്ടകാഴ്ചയിൽ മഹായന്ത്രം അമ്പരന്നു. അമ്പരപ്പിൽ അതിന്റെ പളുങ്ക്കണ്ണ് വീണ്ടും വിടർന്നു. മണ്ണിൽ സുതാര്യമായ ഒരു കവചഗോപുരം, ഗോപുരത്തിന്റെ സംരക്ഷണത്തിൽ ആലിംഗനബദ്ധരായിനിന്ന ആൽമരവും സുകന്യയും! ഗോപുരത്തെച്ചുറ്റി ഒഴുകിക്കടന്ന സമൃദ്ധപ്രസാദിയായ ഒരു കാട്ടാറ്. മഹായന്ത്രം പളുങ്ക് കണ്ണുകൊണ്ട് അതത്രയും ഇമതല്ലാതെ നോക്കി.

നൂറ്റാണ്ടുകളായി മഴ പെയ്യാതിരുന്ന ഉത്തരാർദ്ധഗോളത്തിൽ പൊടുന്നനെ പ്രത്യക്ഷപ്പെട്ട കാട്ടാറ് കണ്ടുനിൽക്കേ, മഹായന്ത്രം പ്രകൃതിചേതനയുടെ ആർദ്രതീരമണഞ്ഞു. വ്യോമരഥ്യകളിൽനിന്നും മണ്ണിന്റെ നനവിലേക്കിറങ്ങിയ മഹായന്ത്രം അതിന്റെ ഊർജ്ജ പ്രസരങ്ങൾ തണുത്തൂറി മറ്റൊരു സ്വരൂപമായി, മുട്ടുകുത്തുന്ന ഒരു കുഞ്ഞിന്റെ.

ജീവോൽപത്തിക്ക് കാരണമായ ജലസമൃദ്ധി, മനുഷ്യപരിണാമത്തിന്റെ മറ്റൊരു അനിവാര്യതക്കുകൂടി സാക്ഷ്യംവഹിക്കുന്നു. ഇതൊരു പിൻമടക്കമാണ്. കൃത്രിമ ചേതനയിൽനിന്നും പ്രകൃതിചേതനയിലേയ്ക്കുള്ള പിൻമടക്കം; എല്ലാ അർത്ഥത്തിലും.

ആത്മാന്വേഷണത്തിന്റെ ജനിതകധാര

കുഞ്ഞിക്കണ്ണൻ വാണിമേൽ

വിജയന്റെ ദർശനം ഭാഷയിലും ആഖ്യാനകലയിലും പ്രപഞ്ചവീക്ഷണത്തിലും നിറസാന്നിധ്യമായപ്പോൾ അതുവരെയും മലയാളി കാണാത്ത, അനുഭവിക്കാത്ത ഒരു വാസ്തവികത തൊട്ടറിയുകയായിരുന്നു. മനസ്സിന്റെ അകത്തളവും വിചാരധാരയുടെ സാധ്യതകളും ആഴത്തിൽ അനുഭവിപ്പിക്കുന്ന വിവരണകലയിലൂടെ, ഭാഷയുടെ സംഗീതധ്വനിയിലൂടെ പ്രകൃതിബോധത്തിന്റെ ഹൃദയസ്പർശത്തിലൂടെ അന്വേഷണത്തിന്റെ വിഷമസന്ധികളെ അടയാളപ്പെടുത്തുകയായിരുന്നു വിജയൻ.

വാക്കുകളെ കാന്തികസ്പർശത്തിൽ ചേർത്തുവെച്ച നാട്ടെഴുത്തുകളും പ്രത്യയശാസ്ത്രബോധനങ്ങളും മലയാളിയുടെ വായനാലോകത്ത് വേറിട്ടൊരിടം ഒ.വി.വിജയന് നീക്കിവെക്കുകയായിരുന്നു. മലയാള സാഹിത്യം വായിച്ചെടുക്കാൻ വിട്ടുപോയ കണ്ണികളെ വിജയൻ തന്റെ ഈടുറ്റ കൃതികളിലൂടെ പ്രത്യക്ഷപ്പെടുത്തി. ജൈവപരമ്പരയുടെ കൂടിച്ചേരലും വേർപിരിയലും തന്റെ അതീതഭാവനയിലൂടെ നോക്കിക്കാണുകയായിരുന്നു ഒ.വി.വിജയൻ. ചിന്തയുടെയും പ്രയോഗത്തിന്റെയും പൂത്തും തളിർത്തും കൊഴിഞ്ഞും പോകുന്ന ഒളിവിടങ്ങളിലൂടെ വിജയനെപോലെ അന്വേഷിച്ചലഞ്ഞ എഴുത്തുകാരൻ മലയാളത്തിലധികമില്ല. അതുതന്നെയാണ് വിജയന്റെ ആദ്യപുസ്തകം- 'ഖസാക്കിന്റെ ഇതിഹാസം' മലയാളിക്ക് ജീവിതക്കാഴ്ചയുടെ വേറിട്ടൊരു ദാർശനിക ദർപ്പണമായി മാറിയത്. കാലത്തിന്റെ സ്പർശമേറ്റ് കടന്നുപോകുമ്പോഴും വിജയന്റെ ഹൃദയത്തുടിപ്പാർന്ന കഥാപാത്രങ്ങൾ വായനാലോകത്ത് വിരാജിക്കുന്നു.

എഴുത്തിന്റെയും എഴുത്തുകാരന്റെയും ജൈവധാരയെ ചൊല്ലിയുള്ള ആരായൽ മലയാളത്തിൽ ഒ.വി.വിജയനോളം അടയാളപ്പെടുത്തിയ മറ്റൊരാളില്ല. ജന്മാന്തരങ്ങളുടെ ഇളംവെയിലേക്ക് കാഴ്ചകളെ നീട്ടിയെടുക്കാൻ വിജയൻ കാണിച്ച ഉത്കണ്ഠ എഴുത്തിലും വരയിലും കാത്തുസൂക്ഷിച്ചു. ജൈവഘടനയ്ക്കും അതിന് ജന്മം കൊടുത്ത ജ്ഞാനഭാഷണത്തിന്റെയും ചരിത്രപരമായ സാധ്യത കളമൊരുക്കിയ സാഹചര്യത്തിലേക്ക്, അനുഭവത്തിന്റെ അതിരുകളിലേക്ക് കണ്ണയയ്ക്കുകയായിരുന്നു വിജയൻ.

അസ്തിത്വ ദർശനത്തിന്റെയും പ്രത്യയശാസ്ത്രമോഹഭംഗത്തിന്റെയും കഥ പറഞ്ഞവരുടെ നിരയിൽ ഈ കഥപറച്ചിലുകാരൻ വേറിട്ടുനിൽക്കുന്നു.

വാൽക്കണ്ണിൽ നിന്ന് ഒഴുകിയ കണ്ണുനീർ ചെവിയോരങ്ങളിലൂടെ വാർന്നിറങ്ങി. ഇംടവലം തിരിഞ്ഞപ്പോൾ അത് കവിളുകളെ തുടച്ചുമാറ്റി. രമ വീണ്ടും ചോദിച്ചു 'ഈ യാത്ര എങ്ങോട്ടാണ്?'

– 'നീ ഈ ചോദ്യം ആദ്യമായി ചോദിച്ചത് എപ്പോഴാണ് ഓർമയുണ്ടോ?'

'ഓർക്കുന്നു നാരാണേട്ടാ...'

'ഇത് ഒരു മഹായാത്രയുടെ കഥയാണ്. നോക്കൂ ഭീമങ്ങളായ ഈ പാദമുദ്രകൾ ഇന്നും തുടരുന്ന പദയാത്ര'

വിജയൻ 'പ്രവാചകന്റെ വഴി'യിൽ ജീവിതത്തിന്റെ അകംപൊരുളിലേക്ക് മനസ്സ് കൂർപ്പിക്കുന്നു. തനിക്കു ചുറ്റുമുള്ള ലോകം തെരയാൻ സ്വന്തം ഹൃദയത്തിലേക്ക് തീർത്ഥാടനം നടത്തുന്ന എഴുത്തുകാരന്റെ സജീവ സാന്നിധ്യം. അനുഭവവും ഭാവനയും തൊട്ടുരുമ്മിയുള്ള സർഗതലത്തിന്റെ സ്പർശം. 'ജഗൽപ്രഭോ ഞാൻ അവിടുന്നു തന്ന മരുപ്പറമ്പിൽ പണി ചെയ്തുകൊള്ളാം' – എന്നുള്ള വിജയന്റെ അർത്ഥഗർഭമായ ആത്മഗതം; ജീവിതാവബോധന രഹസ്യങ്ങൾ തേടിച്ചെല്ലാനുള്ള എഴുത്തുകാരന്റെ അഭിലാഷവും തയ്യാറെടുപ്പുമാണ്. ചരിത്രാതീതകാലത്തിൽ നിന്നും ചരിത്രത്തിലേക്കുള്ള പ്രവേശം കുറിക്കുകയായിരുന്നു ഖസാക്കിന്റെ ഇതിഹാസത്തിൽ. മഹാകാവ്യങ്ങളിൽ പതിഞ്ഞുകിടന്നിരുന്ന ദുരന്തങ്ങൾ കാലം കടന്ന് വർത്തമാനങ്ങൾ സ്ഥാനം പിടിച്ചതിന്റെ വരമൊഴിയായിരുന്നു വിജയന്റെ എഴുത്തും വരകളും ഓർമപ്പെടുത്തുന്നത്. ദിനോസറുകളിൽ നിന്നും രവിയിലേക്കുള്ള ജീവിതയാത്രയുടെ അപാരത അടയാളപ്പെടുത്തുകയാണ് 'ഇതിഹാസത്തിൽ.'കാലവും ജീവിതവും പ്രത്യയശാസ്ത്രവും അറിവും ചരിത്രവും അങ്ങനെ ഒട്ടേറെ സൂചകങ്ങളിലൂടെയാണ് വിജയന്റെ സർഗരേഖ വികസിക്കുന്നത്. അസ്തിത്വ ദുഃഖത്തിന്റെ തീക്ഷ്ണത വരച്ചിട്ട 'ഖസാക്കിന്റെ ഇതിഹാസം'. പാരിസ്ഥിതികതയുടെ ആത്മകാമന എഴുതിച്ചേർത്ത മധുരം ഗായതി, ചരിത്രത്തിന്റെ പ്രതിസന്ധികൾ കണ്ടെടുക്കുന്ന തലമുറകൾ വിജയന്റെ നോവൽ ജീവിതത്തിന്റെ, കർമ്മവേദിയുടെ ക്രാന്തദർശിത്വത്തിന്റെ കാതലാണ്.

ബാഹ്യയാഥാർത്ഥ്യങ്ങളുടെ ഉത്കണ്ഠകളിൽ നിന്നും ഹൃദയഭേദകമായ അഭിമുഖീകരണത്തിൽ നിന്നും ഭയന്നൊഴിഞ്ഞ് ഉൾവേരുകളിലേക്ക് മടങ്ങിവരുന്ന കുഞ്ഞുണ്ണിയുടെ ചിത്രം 'ഗുരുസാഗര'ത്തിന് വിജയൻ എഴുതിച്ചേർത്തിട്ടുണ്ട്.' തെളിഞ്ഞും മങ്ങിയും നിന്ന ആ ആലസ്യം എത്രനേരം നിന്നെന്ന് കുഞ്ഞുണ്ണി അറിഞ്ഞില്ല. കനിവിലും ദുഃഖത്തിലും പാപത്തിലും ബന്ധിതരായ തലമുറകളിലൂടെ കെട്ടുപാടുകളുടെ കൈകാലുകളിൽ ക്ഷീണം കനത്തുനിന്നു. ആ ക്ഷീണത്തിൽ

എവിടെയോ അർപ്പണത്തിന്റെ ആദിസ്മൃതി, വിഷ്ണവേ, പ്രഭ വിഷ്ണവേ ആ സ്മൃതിയിൽ ക്ഷീണം നീങ്ങുന്നു.' വിസ്ഫോടനത്തിന്റെ വിവേക പത്രികയായ ബംഗാൾ കുഞ്ഞുണ്ണിയുടെ ഹൃദയപഥത്തിൽ നിന്നടർന്നു വീഴുമ്പോഴും സ്മൃതിമാല്യം കൊഴിഞ്ഞ കേരള ചരിത്രം കുഞ്ഞുണ്ണിയെ കാത്തുനിൽക്കുന്നതും ഓർക്കുക. മനുഷ്യന്റെ അനന്തവും അഗാധവുമായ അന്വേഷണത്തിന്റെയും ശീർഷാസനഗരിമകൾ വിജയന്റെ കാഴ്ചപ്പാടുകളിൽ സ്പർശച്ചുപോകുന്നത്. ഗുരുസാഗരത്തിന്റെ കഥാകാരനിൽ തങ്ങിനില്പുണ്ട്.

പ്രവാചകന്റെ വഴിയുടെ മുഖ്യധാര വംശ സ്വത്വത്തെ സംബന്ധിച്ചുള്ള നിതാന്ത അന്വേഷണമാണ്. വശം, ദേശം, വർഗസമരം എന്നീ ഘടകങ്ങളിലൂടെ ജീവിതത്തിന്റെ സ്ഥായിഭാവങ്ങളെപ്പറ്റിയുള്ള ഉത്കണ്ഠകളും ആരായലുകളുമാണ് നോവലിൽ അവതരിപ്പിക്കുന്നത്. പത്രപ്രവർത്തകനായ നാരായണനാണ് കേന്ദ്രകഥാപാത്രം. അയാൾക്കു ചുറ്റിലും ഏതാണ്ട് അതേവൃത്തത്തിൽ സഞ്ചരിക്കുന്നവരാണ് രമയും സുജാൻ സിംഗും സുന്ദറും ജോസഫും മുനീംജിയുമെല്ലാം. ഓരോ വസ്തുവിലും അതിന്റെ വംശം, ദേശം, രാഷ്ട്രീയം, ഭൂമിശാസ്ത്രം എന്നിവയെല്ലാം നാരായണൻ അന്വേഷിക്കുകയും തിരിച്ചറികയുമാണ്. ഈ തിരിച്ചറിവ് തന്നെയാണ് നാരായണനേയും മറ്റുള്ളവരേയും മുന്നോട്ടു നയിക്കുന്നത്. ആര്യ-ദ്രാവിഡ, നാഗരികതകളും സംഘർഷങ്ങളും ജാതിയും ഉപജാതിയും വംശങ്ങളുമെല്ലാം നമ്മുടെ തന്നെ ഭാഗമായി നിലനിൽക്കുന്നതായി വിജയൻ പ്രവാചകന്റെ വഴിയിൽ സൂചിപ്പിക്കുന്നു. നോവലിൽ ഒരിടത്ത് നാരായണൻ രമയോട് പറയുന്നു:'നിന്റെ പുഴ ഒരു സൂഫിയാണ്. ഇതു കേൾക്കുമ്പോൾ രമയുടെ പ്രതികരണത്തിൽ അറിഞ്ഞതും അറിയാത്തതുമായ മറ്റൊരു യാത്രാപഥം തെളിയുന്നു.' ഞങ്ങളെല്ലാവരും തന്നെ ഓർത്തുനോക്കിയാൽ സൂഫികളായിരുന്നു. സൂഫിയായ ഒരാളുടെ പിറകെ അയാളുടെ പുഴയും സൂഫിയായി വന്നു.' ഇങ്ങനെ തലമുറകൾ കടന്നു വരുന്ന വംശീയതയുടെ രേഖകൾ അവ തരിപ്പിക്കുന്നു.

ഖസാക്കിലെ രവി, ഗുരുസാഗരത്തിലെ കുഞ്ഞുണ്ണി, മധുരംഗായതിയിലെ ആൽമരം, പ്രവാചകനിലെ നാരായണൻ ഇവർ വഹിക്കുന്ന ചോദ്യങ്ങൾക്ക് സമാനതകളുണ്ട്. ഉത്തരമില്ലാത്ത ചോദ്യങ്ങളാണ് ഈ നോവൽ നായകരെ മുന്നോട്ടുനയിക്കുന്നത്. രാഷ്ട്രവും ഗോത്രവും പരിണാമ യാത്രക്കിടയിൽ വേർപിരിഞ്ഞു സംസ്കാരങ്ങൾ പിറവിയെടുക്കുകയും മറിഞ്ഞുപോകുകയും ചെയ്തു.ഏതൊക്കെയോ വഴികൾ, അവയുടെതായ പങ്കു വഹിക്കുന്നു. ബുദ്ധനെപ്പറ്റി, പ്രവചനങ്ങളെക്കുറിച്ച് നിരവധി ചോദ്യങ്ങൾ ഉന്നയിക്കുന്നു. ചോദ്യങ്ങൾകൊണ്ട ്നാരായണൻ സ്വയം മുറിവേൽക്കുന്നു. അറിവിന്റെ പഴങ്ങൾ ഓർമയിലേക്ക് ചേർത്തുപിടിക്കുന്നു. നിഷ്കളങ്കമായ മനസ്സുമായുള്ള യാത്ര തന്നെയാണ് ജീവിതരഹസ്യമെന്ന് നോവലിസ്റ്റ് ധ്വനിപ്പിക്കുന്നു. ഇലകളെപോലും നോവിക്കാതെ ഭക്ഷിക്കുന്നു പ്രവാചകൻ. കൗപീനധാരിയായ അയാൾ ഇല തിന്ന് പ്രാണൻ നില

നിർത്തുകയാണ്. പ്രവചനങ്ങളുടെ അന്തിമശ്ലോകങ്ങളിൽ വേവലാതികൾക്കിടയിൽ കേൾക്കാതെ പോകുന്ന വർത്തമാനകാലം. ഭാരതത്തിന്റെ പരാജയരഹസ്യം നാരായണനിൽ ശക്തമായി നിഴലിക്കുമ്പോഴും രമയ്ക്ക് അത് തിരിച്ചറിയാൻ കഴിയുന്നില്ല. മുനിംജിയെപോലെ നാരായണേട്ടനും ബാല്യകാലസ്മരണകളുടെ മരണങ്ങൾക്കിടയിൽ എന്തോ പരതുകയാണെന്ന് രമ മനസ്സിലാക്കുന്നു.

പ്രപഞ്ച വസ്തുതകളുടെ തിയോളജി കൊണ്ട് പുതിയ പാരമ്പര്യധാര രൂപപ്പെടുത്താൻ ശ്രമിക്കുകയാണ് വിജയൻ. അതുകൊണ്ടാവണം കഥാനായകൻ നാരായണൻ അവതാരങ്ങളുടെ പൊരുളറിയാൻ സാധിക്കാതെ അറിവില്ലായ്മയുടെ ആനന്ദത്തിൽ ലയിച്ചുപോകുന്നത്.' തീവണ്ടിയുടെ കലമ്പൽ രണ്ടക്ഷരങ്ങളിലേക്ക് ചുരുങ്ങി. അത് ബ്രഹ്മപത്മത്തിൽ സൗമ്യമായി അലതല്ലിയ ആദിസമുദ്രത്തിന്റെ വചനമായി... തപ, തപ, തപ...' മനുഷ്യചിന്തയെ കുഴക്കുന്ന ജീവിതത്തെ സംബന്ധിക്കുന്ന ഇത്തരം നിരവധി സന്ദർഭങ്ങൾ 'പ്രവാചകന്റെ വഴി'യിലുണ്ട്.

ജൈവവും യോഗാത്മകവുമായ ഒരു വിസ്മൃതിയിലേക്ക് ഇറങ്ങിനിൽക്കാൻ ഒ.വി.വിജയന്റെ ഭാവന എപ്പോഴും ഇടം തേടുന്നുണ്ട്.' തലമുറ'കളിൽ സ്വരഭേദത്തിന്റെ അനുഭൂതിയിൽ ഊന്നി ജീവന്റെ ഉന്മത്തനൃത്തം വീക്ഷിക്കുന്നതിങ്ങനെ ' റോസ്മേരി, ആരാണീ ജീവന്റെ ആഴത്തിൽ നിന്ന് വരുന്ന ഈ സ്വരമാധുരി, കാതോർക്കുക, ഞാൻ കാതോർക്കുന്നു'. ആഖ്യാനത്തിന്റെ വിവിധകോണുകളിൽ കാരുണ്യത്തിന്റെ നീരുറവ വറ്റാതെ കാത്തുപോരുകയാണ് വിജയനിലെ എഴുത്തുകാരൻ.

പ്രവാചകരും ഭരണാധികാരികളും നീതിപീഠങ്ങളും തുണയില്ലാത്ത മനുഷ്യരെക്കുറിച്ചുള്ള ഒടുങ്ങാത്ത സന്ദേഹങ്ങളും വിജയന്റെ ജൈവധാരയിലുണ്ട്. ബഹുവിതാനങ്ങളിൽ ചെന്നുതൊടുന്ന തന്റെ ആരായലുകളെ വിജയൻ വിലയിരുത്തുന്നതിങ്ങനെ:'എനിക്ക് യാതൊരു ആത്മീയ പരിവേഷവുമില്ല. ജീവിതദുഃഖങ്ങൾ മറ്റാരേയും പോലെ അനുഭവിക്കുന്ന ഒരു ശരാശരി മനുഷ്യൻ മാത്രമാണ് ഞാൻ. ജനനവും മരണവും അവയ്ക്കിടയിലുള്ള കർമ്മത്തിന്റെ നിമിഷങ്ങളും. ഇത്രയുമേയുള്ളൂ നമ്മുടെ എല്ലാവരുടെയും അവതാരങ്ങളിൽ. അതിനെ നിന്ദിച്ചുകൂടാ. അമിതമായ നിർണായകത്വം അനുവദിച്ചു കൊടുക്കുകയുമരുത്.'(എഴുത്തിന്റെ അകപ്പൊരുൾ- ഗോപീനാരായണൻ, മാതൃഭൂമി ആഴ്ചപ്പതിപ്പ്).

മനുഷ്യൻ നേരിടുന്ന എല്ലാ പ്രശ്നങ്ങളോടും ആശയങ്ങളോടും വിജയന്റെ കഥാപാത്രങ്ങൾക്ക് അവസാനിക്കാത്ത ആത്മീയ മനോഭാവമാണുള്ളത്. അവന്റെ വഴികളും ഇങ്ങനെ ആത്മീയതയുമായി ചേർന്നു നിൽക്കുന്നു. പക്ഷേ, ഇത് മതപരമായ ആത്മീയ കാഴ്ചപ്പാടല്ല, ദർശനത്തിലൂടെ രൂപപ്പെടുന്ന ആത്മീയസ്പർശമാണ്. ' ആ മുറ്റം പാതയായി. മങ്കരയ്ക്കു തിരിച്ചു പോകുന്നു. പാതകൾ അങ്ങനെ സഞ്ചരിച്ചു. മറ്റൊരു വഴിത്താര നാരായണനെ ഏറ്റുവാങ്ങാൻ അകലെ കാത്തുകിടക്കുന്നു.'

എന്നാണ് വിജയൻ 'പ്രവാചകന്റെ വഴി'യിൽ എഴുതിയത്. മങ്കരയ്ക്കുള്ള പാത പരിചിതമാണ്. നാരായണനെ കാത്തുകിടക്കുന്ന പാത ഭാവിയുടേതാണ്. ചരിത്രത്തിലേക്ക് ഉപാധികളില്ലാതെ വന്നുനിറയുന്ന അറിവുകളാണ്. അത് പലപ്പോഴും യാഥാർത്ഥ്യത്തിലേക്ക് വ്യാപിക്കുന്നുണ്ട്. ഇങ്ങനെ വ്യത്യസ്ത ലോകങ്ങളെ തൊടുന്ന രേഖകളാണ് പ്രവാചകന്റെ വഴി. അറിഞ്ഞതിനേക്കാൾ, അറിയാനുള്ളതിലേക്കുള്ള മഹായാനം. ഒരർത്ഥത്തിൽ മനസ്സിന്റെ വർണ്ണരാജിയാണ് വിജയൻ ആവിഷ്കരിക്കുന്നത്. സ്വത്വ സംഘർഷങ്ങളുടെ ഭൂമിക പ്രമേയവൽകരിക്കരിച്ചെഴുതിയ നോവലെന്ന് പ്രവാചകന്റെ വഴി വിശേഷിപ്പിക്കാം.

കഥാപാത്രങ്ങളായ നാരായണൻ, രമ, സുജൻസിംഗ്, സത്വന്ത്, മുനീംജി, ഗംഗാപ്രസാദ്, സുന്ദർ, ജോസഫ് ...എല്ലാവരും ജനിമൃതികൾക്കിടയിൽ പ്രകൃതിയിൽ അതിരുകളില്ലാതെ കിടക്കുന്നു. മറ്റൊന്നിലേക്ക് പടർന്നു, വളർന്നു പോകുന്നവർ. അതാണ് മനുഷ്യന്റെയും രോഗത്തിന്റെ ഇഴചേർപ്പിനെക്കുറിച്ച് വിജയൻ എഴുതിയത്:' ഓരോ മനുഷ്യന്റെയും ഓരോ രോഗത്തിന്റെയും ചേർച്ചയെപ്പറ്റി വാസ്തവത്തിൽ നമുക്ക് ഒന്നുമറിഞ്ഞുകൂടാ...' പുണ്യാത്മാക്കളെ പ്രകൃതി കൈപിടിച്ചു നടത്തുന്നു. മനുഷ്യനേയും പ്രകൃതിയേയും ആന്തരികാനുഭവമാക്കി എഴുതുകയാണ് കഥാകാരൻ. ഒരു പുഴ മാത്രമേയുള്ളൂ, പ്രവാചകന്റെ വെളിച്ചം. അതിൽ നാം പ്രതിഫലിക്കുന്നു. ഇങ്ങനെ ഓരോ കഥാപാത്രങ്ങളിലും, പ്രവാചകൻ വീണ്ടും സംഭവിക്കുന്നു. അത് ആദിസമുദ്രത്തിൽ വചനമായി മാറുന്നു. ഭാരതീയരുടെ പ്രാഗ്ദർശനത്തിന്റെ പുതിയ ഉള്ളടക്കമായി, ചിത്രകംബളമായി മാറുയാണ് 'പ്രവാചകന്റെ വഴി.' മനുഷ്യനിൽ നിന്ന് അവന്റെ പൊരുളിനെ മാത്രം വേർതിരിക്കാൻ കഴിയില്ലെന്ന ദർശനമാണ് വിജയൻ ഈ നോവലിലൂടെ സാക്ഷാത്കരിക്കുന്നത്.

വിഷാദികളുടെ തലമുറകൾ ഉന്മാദികളുടെയും

ഗംഗാധരൻ അയനിക്കാട്

ഭാവനയ്ക്കൊപ്പം തന്റെ കുടുംബത്തിന്റെ കഥകൂടി സമന്വയിപ്പിക്കുന്ന 'തലമുറകൾ' എന്ന നോവലിൽ മഹത്തായൊരു സംസ്കൃതിയുടെ പാരമ്പര്യം തങ്ങളുടെ വംശപരമ്പരയിൽ കണ്ടെത്താൻ കഴിയാത്തതിനാൽ അപൂർണ്ണതാബോധമനുഭവിക്കുകയും ആയതിനെ അതിജീവിക്കുവാൻ അതിസാഹസങ്ങളിൽ ഏർപ്പെടുകയും ചെയ്യുന്ന ഒരു ഈഴവകുടുംബത്തിന്റെ ജീവിതവഴികളെ ആവിഷ്കരിക്കുകയാണ് ഒ.വി. വിജയൻ. ഭക്ഷണം, വസ്ത്രം, പാർപ്പിടം എന്നിവ മാത്രം കൊണ്ട് തൃപ്തിപ്പെടുന്നതല്ല മനുഷ്യജീവിതം. അവയുടെ ലഭ്യതകൊണ്ടു മാത്രം സംതൃപ്തി നേടുന്നുവെങ്കിൽ മൃഗങ്ങൾ നമ്മിൽ നിന്നും വ്യത്യസ്തരാകുന്നത് വസ്ത്രത്തിന്റെ അഭാവത്താൽ മാത്രമായിരിക്കും. ആത്മാവിന്റേയും മനസ്സിന്റേയും വേറിട്ട അന്തർധാരകളാണ് വാസ്തവത്തിൽ മറ്റു ജീവജാലങ്ങളിൽ നിന്ന് നമ്മെ വ്യത്യസ്തരാക്കി മാറ്റുന്നത്. അനശ്വരത, മധുരാനുഭൂതികൾ, സാമൂഹികസ്വീകാര്യത എന്നിവയ്ക്ക് വേണ്ടിയുള്ള അടങ്ങാത്ത തൃഷ്ണയാണ് മനുഷ്യജീവിതത്തിന്റെ അന്തർധാരയായി പ്രവർത്തിക്കുന്നത് എന്ന് കാണാം. അധികാരം, സമ്പത്ത്, കുടുംബമഹിമ, കരുത്ത്, സൗന്ദര്യം, ജ്ഞാനം തുടങ്ങിയവ സാമൂഹികസ്വീകാര്യതയുടെ അടിസ്ഥാന ഘടകങ്ങളായി വർത്തിക്കുന്നവയിൽ ചിലതാണ്. ഇവയിൽ ഏതെങ്കിലും ഒരു ഘടകത്തിന്റെ അഭാവം ഒരുതരം അപൂർണ്ണതാബോധം മിക്കവരിലും ഉളവാക്കുന്നു. എടുത്തുപറയാൻ മാത്രമുള്ള ആഢ്യമായൊരു പാരമ്പര്യം തങ്ങളുടെ കുടുംബത്തിനില്ല എന്ന തിരിച്ചറിവാണ് മറ്റെല്ലാ സമൃദ്ധികൾക്കിടയിലും പൊന്മുടിക്കാരിൽ വിശേഷിച്ചും, ചാമിയാരപ്പനിൽ നിഗൂഢമായൊരു വിഷാദമായി നിറഞ്ഞു നിൽക്കുന്നത്.

പുരാതനമായ ഈഴവ കുടുംബമാണ് പൊൻമുടി. കണ്ടെടുക്കപ്പെട്ട രേഖകളുടെ അടിസ്ഥാനത്തിൽ പൂർവ്വികനായ രാമിയോളം നീളുന്ന ഒരു ചരിത്രവുമുണ്ടതിന്. പ്രാചീനമായ ഒരു ലിപിയിൽ ചെമ്പുതകിടിൽ എഴുതപ്പെട്ടതു പ്രകാരം രാമിയും അനുജന്മാരും ചേർന്ന് നാടുവാഴിയിൽ നിന്നും

വില കൊടുത്തു വാങ്ങിയ സ്ഥലത്താണ് പൊൻമുടിത്തറവാടുള്ളത്. പില്ക്കാലത്ത് പൊൻമുടിക്കാർ ഭൂജന്മിമാരായി.

'പൊന്മുടി പ്രദേശത്തിൽ പണ്ട് ഉണ്ടായിരുന്നു എന്ന് പറയപ്പെടുന്ന നായർ തറവാടുകൾ, ക്ഷയിച്ച തറവാടുകൾ, എങ്ങനെ പൊന്മുടിയിലെ ചെത്തുകാരുടെ പിടിയിൽ അകപ്പെട്ടു എന്ന്. വിത്തം കൊടുത്തും ഭയപ്പെടുത്തിയും മൂഢമർത്യരെ സ്വാധീനമാക്കിയ കഴിഞ്ഞ കാലങ്ങളിലെ ഭൂനീരിന്റെ കഥ. നായന്മാരുടെ സ്വത്തുക്കൾ അത്രയും പനകയറ്റക്കാരന്റെ സ്വത്തായി മാറി. ഒരു ജാതിയുടെ കെട്ടുകഥ മറ്റൊരു ജാതിയുടെ കെട്ടുകഥയെ വെല്ലുവിളിച്ച് ആ ജാതിക്കുമേൽ പതാക പറപ്പിക്കുകയോ തോറ്റുമണ്ണടിയുകയോ ചെയ്തു. ഇത് വ്യതിയാനമില്ലാത്ത കഥാപരമ്പരയായിരുന്നു. പൊന്മുടിക്ക് നിലമെല്ലാം നായന്മാരിൽനിന്ന് കിട്ടി. നായന്മാർക്കോ? എന്നോ തിരോഭവിച്ചുപോയ മറ്റേതോ ഒരു സമുദായത്തിൽ നിന്ന്. അവർക്കോ, പിന്നെയും അസംഖ്യം തലമുറകളിലൂടെ ആദിവിസ്മൃതികളിൽ ലയനം തേടിയ സമുദായങ്ങൾ രാഘവമേനോന്റെ ഫലിതങ്ങൾക്കുള്ളിൽ നൊമ്പരംകൊണ്ടു'. (പേജ് 91-92)

കാലാന്തരങ്ങളിൽ തറവാട് വടക്കേപ്പുറന്മാർ, പടിഞ്ഞാപ്പുറൻമാർ, കിഴക്കേ പുറന്മാർ, തെക്കേപുറന്മാർ എന്നിങ്ങനെ ദിക്കുകൾക്കനുസരിച്ച് നാലായിപ്പിരിഞ്ഞു. പില്ക്കാലത്തവ 11 ശാഖകളായിപിരിഞ്ഞു. നിലങ്ങളും കളപ്പുരകളും പശുക്കളും സ്ത്രീകളും വിദ്യാസമ്പന്നരായ ആളുകളും പൊന്മുടിയിൽ ധാരാളമുണ്ടായിരുന്നു. നിഗൂഢമാർഗ്ഗങ്ങളിലൂടെ എത്തിച്ചേർന്ന ഭൂസ്വത്തുക്കളും സമ്പത്തിന്റെ ധാർഷ്ട്യത്താലുള്ള ചില തമോമയ പ്രവൃത്തികളും മാത്രമാണ് തങ്ങളുടെ സാമൂഹികാംഗീകാരങ്ങളുടെ അടിത്തറയെന്നും സാത്വികതയും കുലീനതയും ചേർന്ന യാതൊന്നും പിന്നിട്ട തലമുറകളുടെ പ്രവൃത്തിപഥങ്ങളിലില്ലെന്നുള്ളത് ഒരു അധമബോധമായി എന്നും പൊന്മുടിയുടെ പുരുഷപ്രജകളുടെ ഉള്ളിലുറഞ്ഞിരുന്നു.

'നാലുകെട്ടിന്റെ തട്ടകത്ത് പൊന്മുടിത്തറവാടിന്റെ പ്രാചീനരഹസ്യങ്ങൾ അടയിരുന്നു. ചെത്തുകാരന്റെയും വാറ്റുകാരന്റെയും പണിയായുധങ്ങൾ അവ ദീർഘസ്മൃതികളുടെ ഇരുമ്പുപുതപ്പുകൾക്കിടയിൽ ഉറങ്ങി. (തലമുറകൾ, പതിനഞ്ചാം പതിപ്പ്, പേജ് 11).

പ്രാചീന രഹസ്യങ്ങൾ സ്വത്ത് സ്വരുക്കൂട്ടിയ അധമമായ പിടിച്ചുപറിക്കലുകളുടെ കഥ പറയുന്നു. ചെത്തിയും ചാരായം വാറ്റിയും മാത്രമല്ല തസ്കരവൃത്തിയിലൂടെയും നേടിയെടുത്തതാണ് പൊന്മുടിയുടെ സമ്പത്ത്. അന്യരുടെ സമ്പത്തിനെ ബലാൽ പിടിച്ചെടുക്കുകയോ മോഷ്ടിക്കുകയോ ചെയ്തിരുന്ന ചിലരുമായും പൊന്മുടിക്കാർ വിവാഹബന്ധങ്ങളിലേർപ്പെട്ടിരുന്നു. മലയോരവാസികളായ കാണിപ്പാടൻമാരുമായുള്ള ബന്ധം അത്തരത്തിൽപെട്ട ഒന്നാണ്. പ്രാകൃതമായ പിടിച്ചുപറികളിലേർപ്പെട്ട ഈ ബന്ധുക്കൾ പൊന്മുടിക്കാരെ തങ്ങളേക്കാൾ ഉൽക്കൃഷ്ടരായിക്കണ്ടതേയില്ല. ഭൂസ്വത്തുള്ള നായർകുടുംബങ്ങളെ കടക്കെണിയിൽ

പ്പെടുത്തിയും ഭൂനീരുകുടിപ്പിച്ചും നേടിയ പൊന്മുടിയുടെ സമ്പത്തിന് തങ്ങളുടെ മോഷണമുതലിനെക്കാളും മൂല്യമുള്ളതായി ഈ തസ്കരബന്ധുക്കൾക്ക് തോന്നിയില്ല. പതനത്തിലൂടെ വിസ്മൃതിയിലേക്ക് പോയ ജന്മിവർഗ്ഗങ്ങളിലൂടെ കൈമറിഞ്ഞ് ഒടുവിൽ നായന്മാരിലെത്തിച്ചേർന്ന ഭൂസ്വത്തുക്കൾ ചെത്തുകാരുടെ കുടുംബ (പൊൻമുടി) ത്തിന്റേതാവുകയും അവരെ ഭൂജന്മിമാരാക്കുകയും ചെയ്തുവെങ്കിലും നമ്പൂതിരിമാർക്കും നായന്മാർക്കുമുള്ള ജാത്യാധിപത്യം ഇപ്പോഴും തങ്ങളെ തണ്ടാംതരം പൗരന്മാരാക്കുന്നുവെന്ന തോന്നൽ ജന്മിത്വത്തിന്റെ സകലവിധമായ സമൃദ്ധിയിൽ കഴിയുമ്പോഴും പൊന്മുടിക്കാരെ വിഷാദത്തിന്റെയും ഉന്മാദത്തിന്റെയും ഏകാന്തതയിലേക്ക് നയിക്കുന്നു. മാത്രമല്ല പിതാമഹിയായ സുമതി മുത്തശ്ശിയടക്കമുള്ള സ്ത്രീകൾ കൂടി 'ഈഴുവപ്പാടി'ന്റെ അപമാനം പേറേണ്ടി വന്നവരാണ്.

ജാത്യാധിപത്യം കൊണ്ട് തങ്ങളെ മുറിവേല്പിച്ചവരെ പൊൻമുടിക്കാർ പരുക്കൻ രീതിയിൽ തന്നെയാണ് ആദ്യകാലങ്ങളിൽ നേരിട്ടതെന്ന് പില്ക്കാല തലമുറകൾ മനസ്സിലാക്കുന്നുണ്ട്. ഈഴുവതീണ്ടാപ്പാടിന്റെ ഫലമായി പിതാമഹി, സുമതി അപമാനിതയായപ്പോൾ അതിന് കാരണക്കാരനായ വലിയ നായരെ തന്റെ കാര്യസ്ഥനായ ചെറുമൻ, തക്കനാകനെക്കൊണ്ട് കൊല്ലിക്കുകയായിരുന്നു, സുമതിയുടെ പിതാവായ പൊൻമുടി പങ്ങേലപ്പൻ.

ജാതിയുടെ പേരിൽ തങ്ങളെ അപമാനിച്ചവരോട് പ്രതികാരമനോഭാവത്തോടെ പ്രതികരിച്ച പൊൻമുടിക്കാരണവന്മാർ പിന്നെയുമുണ്ട്. ഭിക്ഷവാങ്ങാൻ വേണ്ടി തറവാട്ടിലെത്തിയ മുണ്ടച്ചിയമ്മിയാരോട് പൊൻമുടിക്കാരണവർ തങ്ങൾക്ക് എന്താണൊരു കുറവ് എന്നു ചോദിച്ചപ്പോൾ ലഭിച്ച മറുപടി 'നിനക്ക് എന്തിന്റെ കുറവാണെടാ അപ്പു?' എന്ന മറുചോദ്യമായിരുന്നു. ആ മറുപടിയിൽത്തന്നെ കാരണവരുടെ ചോദ്യത്തിനുള്ള ഉത്തരമുള്ളതായി പൊൻമുടിക്കാരണവർക്ക് തോന്നി. ഭിക്ഷ തേടി വന്നവൾ ജാതിയുടെ ഊറ്റം കൊണ്ടുമാത്രം ജന്മിയായ തന്റെ പേര് വിളിച്ചിരിക്കുന്നു! ദരിദ്രയായ മുണ്ടച്ചിയമ്മിയാരെ ധനം കൊണ്ട് വശീകരിച്ച് അവരുടെ മകളായ ശിവകാമിയെ തന്റെ വെപ്പാട്ടിയാക്കിമാറ്റി അപ്പുക്കാരണവർ. തനിക്ക് വഴങ്ങാത്ത ഗായത്രിമന്ത്രം അറിയാവുന്ന ശിവകാമിയെക്കൊണ്ട് പുലർകാലത്തിൽ അത് ചൊല്ലിക്കുകയും തൽസമയത്ത് അവളെ ബലമായി പ്രാപിച്ച് അവളുടെ ഗായത്രിയുടെ ബ്രാഹ്മണ്യത്തെ നിന്ദയാൽ കീഴ്പ്പെടുത്തിയ അപ്പുക്കാരണവർക്ക് ഇരുണ്ട സംതൃപ്തിയുണ്ടാകുന്നു.

ജാത്യാധിപത്യത്തെ ഇല്ലായ്മ ചെയ്ത്, സവർണസമൂഹത്തിന് തുല്യമായ സാമൂഹികാംഗീകാരം സാധ്യമാക്കുന്നതിനായി പൊൻമുടിയുടെ തലമുറകൾ പലരീതിയിലും ശ്രമിച്ചിരുന്നുവെങ്കിലും അവയൊന്നുംതന്നെ സാഫല്യത്തിലെത്തിയില്ല. ബ്രാഹ്മണരുടെയും നായന്മാരുടെയും ജാത്യാധിപത്യത്തെ ഇല്ലായ്മ ചെയ്യാനും അവർണന്റെ അധമബോധത്തെ

അതിജീവിക്കുവാനും ഏറ്റവും കൂടുതൽ ശ്രമങ്ങൾ നടത്തിയവരിലൊരാൾ പൊൻമുടിക്കാരണവരായ ചാമിയാരപ്പനായിരുന്നു.

സ്വാതന്ത്ര്യത്തിനും സമത്വത്തിനും വേണ്ടിയുള്ള ഇന്ത്യൻ നാഷണൽ കോൺഗ്രസിന്റെ ആഹ്വാനത്തിൽ ചാമിയാരപ്പൻ ആകൃഷ്ടനായത് ജാത്യാധിപത്യമില്ലാത്ത ഒരു സമൂഹത്തെ സ്വപ്നം കണ്ടതുകൊണ്ടായിരുന്നു. ആ പ്രവർത്തനത്തിൽ നിന്നു ലഭിച്ച ഊർജ്ജത്തിലാണ് കല്പാത്തി സത്യഗ്രഹത്തിന് ചാമിയാരപ്പൻ ഇറങ്ങിപ്പുറപ്പെട്ടത്. ബ്രാഹ്മണരുടെ അഗ്രഹാരങ്ങൾ നിറഞ്ഞ കല്പാത്തിത്തെരുവിൽ ചാമിയാരപ്പൻ നടത്തിയ സത്യഗ്രഹം ഈഴുവതീണ്ടാപ്പാട് ഉണർത്തിയ അധമബോധത്തെ അതിജീവിക്കുവാൻ വേണ്ടിയുള്ളതായിരുന്നു. ചാമിയാരപ്പന്റെ സത്യഗ്രഹം സാത്വികരായ ബ്രാഹ്മണരുടെ ഉള്ളിലെ ഹിംസാത്മകതയെ വെളിപ്പെടുത്തുന്ന ഒന്നായി മാറി. അവരുടെ കൊടിയ മർദ്ദനം കൊണ്ടാണ് ചാമിയാരപ്പൻ ബോധരഹിതനാവുന്നതും സത്യഗ്രഹത്തിന്റെ തുടക്കവും ഒടുക്കവും തമ്മിലുള്ള ദൈർഘ്യം കുറച്ചതും! കല്പാത്തിയിൽ വെച്ചാണ് തന്റെ ജാതിയെ ഉപേക്ഷിച്ച് സ്വയം ജ്ഞാനസ്നാനം ചെയ്ത് ചാമിയാരപ്പൻ തിയഡോർ ആയത്. ജാത്യാധിപത്യത്തെ അതിജീവിക്കാനുള്ള മറ്റൊരു സാഹസികത മാത്രമായിരുന്നു അത്. ദേശപ്രമുഖനും ജന്മിയുമായ ഒരാളെ തങ്ങളുടെ കൂട്ടത്തിൽ ചേർക്കാൻ ക്രിസ്ത്യൻ മിഷനറിമാർ അന്യോന്യം മൽസരിച്ചു. തെക്കു നിന്നുള്ള കത്തോലിക്കാ സഭയുടെ ആൾക്കാരും വടക്കുനിന്നുള്ള ബാസൽ മിഷൻകാരും ചാമിയാരപ്പനെ തങ്ങളുടെ കൂടെ കൂട്ടാൻ ശ്രമിച്ചു. എണ്ണത്തിൽ കുറവുള്ളവരെങ്കിലും പെന്തകോസ്തുകാരും വെറുതെയിരുന്നില്ല. എന്നാൽ മറ്റൊരു മതത്തോടു തോന്നിയ ആഭിമുഖ്യമല്ല, മറിച്ച് സ്വന്തം ജാതി ഉണർത്തുന്ന അധമബോധത്തിൽ നിന്നും ഉള്ള മോചനം മാത്രം ലക്ഷ്യമാക്കിയിരുന്ന ചാമിയാരപ്പൻ ആരോടും ആഭിമുഖ്യം കാണിച്ചില്ല.

പില്ക്കാലത്തും ക്രിസ്ത്യാനികൾ അദ്ദേഹത്തെ തേതോർ (തിയഡോർ) എന്ന് വിളിച്ചെങ്കിലും അദ്ദേഹം ആ പേരു തന്നെ മറന്നതായി തോന്നുന്നു. താനൊരു യുക്തിവാദിയാണെന്നും അവകാശപ്പെടുന്നുണ്ട് ചാമിയാരപ്പൻ. അബലരും അവർണ്ണരുമായവർ നാൾക്കുനാൾ കഷ്ടതകളിൽനിന്നും കഷ്ടതകളിലേക്ക് നീങ്ങുമ്പോൾ ദൈവത്തിന്റെ അസ്തിത്വത്തെക്കുറിച്ചുള്ള ഒരു സാധാരണക്കാരന്റെ സംശയം മാത്രമാണതെന്ന് ചാമിയാരപ്പന് തന്നെ ബോധ്യമുണ്ട്. വ്യവഹാരത്തിൽ തോറ്റ് സ്വത്തുക്കൾ നഷ്ടപ്പെട്ട് ആത്മഹത്യയ്ക്ക് മുതിർന്നപ്പോൾ തടയപ്പെട്ടപ്പോഴും, ജപ്തി ചെയ്യപ്പെട്ട തറവാടിന്റെ രേഖകൾ യാതൊരു ഉപാധിയും കൂടാതെ സാംബശിവയ്യർ എന്ന ബാങ്കർ തിരിച്ചു നൽകിയപ്പോഴും ഒക്കെ ദൈവത്തിന്റെ അദൃശ്യമായ കരങ്ങളുടെ സാന്നിധ്യം അയാൾ അറിയുന്നുണ്ട്. ചാമിയാരപ്പന്റെ യുക്തിവാദം ഒരു മനുഷ്യസ്നേഹിയുടെ ദൈവത്തോടുള്ള പ്രതിഷേധം മാത്രമാണ്, യുവത്വത്തിന്റെ ഊർജ്ജക്കരുത്തുള്ള പ്രതിരോധം. അപ്പോഴും ഒരു സന്ദേഹി അദ്ദേഹത്തിലുണ്ടായിരുന്നു. ആത്മീയമായൊരു നനവ് ചാമിയാരപ്പന്റെ ഉള്ളിൽ എക്കാലത്തും

നിറഞ്ഞുനിൽക്കുന്നതായി അനുഭവപ്പെടുന്നതു കൊണ്ടുതന്നെ അദ്ദേഹം ഒരിക്കലും യുക്തിവാദിയായിരുന്നില്ല എന്ന് കാണാം. ആർക്കുംതന്നെ കഷ്ടപ്പാടുകൾ ഇല്ലാത്ത, സമത്വസുന്ദരമായ ഒരു ജീവിതത്തെ ചാമിയാരപ്പൻ സ്വപ്നം കണ്ടിരുന്നു. അതുകൊണ്ടുതന്നെ ഒരു കാലത്ത് മാനസിക രോഗികളെ ചികിൽസിക്കുകയും പില്ക്കാലത്ത് മനോരോഗികളുടെ കുടുംബമാവുകയും ചെയ്ത ഏണിമാടംമനയിലെ അംഗമായ വാസുദേവൻ നമ്പൂതിരി 'റഷ്യ വരും' എന്ന് പറഞ്ഞപ്പോൾ ചാമിയാരപ്പൻ അത് വിശ്വസിച്ചു. അതുകൊണ്ടാണ് 'കമ്യൂണിസം' എന്ന സമഷ്ടിവാദവുമായി റഷ്യ വരും എന്നയാൾ പ്രതീക്ഷിച്ചത്. റഷ്യ വരണമെന്ന് ആഗ്രഹിച്ചു. കമ്മ്യൂണിസ്റ്റായി പ്രവർത്തിച്ചു. എന്നാൽ കമ്മ്യൂണിസം എന്ന ആശയം പ്രായോഗിക തലത്തിൽ വിജയിക്കില്ലെന്നും അധികാരമോഹികൾക്ക് അതെത്തിപ്പിടിക്കാനുള്ള ഒരു ഉപാധിമാത്രമായി കമ്മ്യൂണിസം മാറുന്നുവെന്നും ചാമിയാരപ്പൻ മനസ്സിലാക്കി. പാപ്പമ്മരുടെ പിഞ്ചുകുഞ്ഞിന്റെയും ഹംഗറിയിലെ ഇംറെ നാജിന്റെയും കൊലപാതകങ്ങൾ കമ്മ്യൂണിസത്തിലുള്ള ചാമിയാരപ്പന്റെ വിശ്വാസം ഇല്ലായ്മ ചെയ്തു. പില്ക്കാലത്ത് 'ചൈന വരണം, ചൈന വരണം' എന്ന ആഹ്വാനങ്ങൾ ഉയർന്നപ്പോൾ അതിന്റെ അനുരണനം ചാമിയാരപ്പനിൽ വേണ്ടപോലെ ഉണ്ടായില്ല.

ജാതിപരമായ അവർണബോധത്തെ അതിജീവിക്കാനുള്ള ശ്രമങ്ങളായിരുന്നു ചാമിയാരപ്പന്റെയും മറ്റു പൊന്മുടി അംഗങ്ങളുടെയും പ്രവർത്തനങ്ങളിലെല്ലാം മുഴച്ചു നിന്നത് എന്ന് കാണാം. ജാതിഹീനതയുടെ അധമബോധം അവരുടെ സ്വത്വത്തെ എന്നും അസ്വസ്ഥതപ്പെടുത്തിയിരുന്നു. അതിൽ നിന്നുള്ള അതിജീവനം അവർ സദാ കാംക്ഷിച്ചിരുന്നു. എന്നാൽ ചാമിയാരപ്പന്റെ പേരക്കുട്ടിയായ ചന്ദ്രന്റേയും ട്യൂട്ടൺ സുന്ദരി റോസ്മേരിയുടേയും പുത്രൻ തിയഡോർ വേൽ വാഗ്നർ ജാതിമതങ്ങളെ അതിജീവിച്ച ആളായി മടങ്ങിയെത്തിയപ്പോഴേക്കും അതു കാണാനുള്ള സൗഭാഗ്യം പൊന്മുടി തറവാടിന്റെ ഒരംഗത്തിനും ഉണ്ടായില്ല എന്നത് വിധിയുടെ രസകരമായ വിളയാട്ടങ്ങളുടെ ഭാഗമായി വേണം കാണാൻ.

ഭാഗം രണ്ട്

ചെറുകഥ

വിജയന്റെ ആത്മീയത

ഡോ. എ.എം. ഉണ്ണികൃഷ്ണൻ

ഭൗതികവും ആത്മീയവുമായ വിരുദ്ധദ്വന്ദ്വത്തിന്റെ അസ്വസ്ഥതകളാണ് ഒ.വി. വിജയന്റെ സർഗ്ഗാത്മകതയുടെ നിയാമകചോദന. ഭിന്നമുഖങ്ങളുള്ള വിപരീതജോടിയായിട്ടാണ് മിക്കപ്പോഴും അതു പ്രത്യക്ഷപ്പെടുന്നത്. ലൗകികവും ലൗകികാതീതവുമായ വിരുദ്ധപ്രേരണകൾ ഒന്നുപോലെ പ്രബലമാണ് ഈ എഴുത്തുകാരനിൽ. എന്നാൽ ലൗകികത്തെ മറികടക്കാനുള്ള ഉത്കടപ്രേരണ പില്ക്കാലത്ത് ക്രമികമായി വികസിച്ചുവരുന്നതു കാണാം. സാത്വികതയിലേക്കുള്ള ഈ ഉന്നമനം വെളിപ്പെടുത്തുന്ന രചനകൾ തന്നെയാണ് വിജയന്റെ ആത്മീയതയുടെ ജ്ഞാനമുദ്രകൾ. നോവലുമായി ബന്ധപ്പെടുത്തിയാണ് വിജയന്റെ ആത്മീയതയിലൂന്നിയ സംവാദങ്ങളാധികവും മലയാളത്തിലുണ്ടായത്; വിശേഷിച്ചും ഗുരുസാഗരത്തെ അടിസ്ഥാനമാക്കി. എന്നാൽ ഇക്കാര്യത്തിലും വിജയന്റെ യഥാർത്ഥനിലയുടെ പൊരുളറിയാൻ അദ്ദേഹത്തിന്റെ കഥകളെത്തന്നെയാണ് അവലംബിക്കേണ്ടത്.

അടിയന്തരാവസ്ഥ സൃഷ്ടിച്ച വൈയക്തികമായ അസ്വസ്ഥതയെ അതിജീവിക്കുവാൻ വിജയൻ നടത്തിയ സാഹിത്യരചനകളിൽ ശ്രദ്ധേയമായി ഗണിക്കപ്പെടുന്നതാണ് അരിമ്പാറ എന്ന കഥ. അത്തരം കാര്യങ്ങളിലേക്കു വീണ്ടും കടക്കുവാൻ ഇവിടെ ഉദ്ദേശിക്കുന്നില്ല. എന്നാൽ അവയ്ക്കെല്ലാമുപരിയായി നിലകൊള്ളുന്നതും വേണ്ടവണ്ണം നാം ഉൾക്കൊള്ളാതെപോയതുമായ ഒരു ഭാവതലം ഈ കഥയിലുള്ളതു ചൂണ്ടിക്കാണിക്കേണ്ടിയിരിക്കുന്നു. ഭാരതത്തിന്റെ ആദ്ധ്യാത്മികചിന്ത പ്രസരിപ്പിക്കുന്ന ഉജ്ജ്വലപ്രകാശത്തിന്റെ ഉറവകളാണ് 'അരിമ്പാറ'യുടെ കാലാതിവർത്തിയായ മൂല്യത്തിന് ആധാരമായി വർത്തിക്കുന്നത്. വിജയന്റെ പല കഥകളിലുംനിന്നു വ്യത്യസ്തമായ ഒരു അഗാധഘടന ഈ കഥയ്ക്കു സംഭാവന ചെയ്യുന്നത് ഇതാണ്. വ്യക്തിയിലെ തമോഗുണാധിക്യം അയാളുടെ സത്തയെ കീഴ്പ്പെടുത്തുന്നതിന്റെ സ്വാഭാവിക ദുരന്തമാണ് അരിമ്പാറ യിൽ അന്തർവർത്തിയായിരിക്കുന്ന ദാർശനിക യാഥാർത്ഥ്യം. കൃഷ്ണനുണ്ണിയുടെ കീഴ്ച്ചുണ്ടിനടിയിൽ പ്രത്യക്ഷപ്പെടുന്ന ചെറിയ അരിമ്പാറ വളർന്നു വലുതായി നിലം പറ്റി നടക്കുന്ന പന്നിയുടെ

അധമദുഃഖത്തിലേക്ക് അയാളെ തള്ളിയിടുകയും വെറും ഒരു കീടമാക്കി ത്തീർക്കുകയും ചെയ്യുന്ന അനുഭവപരമ്പര ഇക്കാര്യം വ്യക്തമാക്കുന്നു. ജനി, മൃതി, പുനർജ്ജനി മുതലായവയെക്കുറിച്ചുള്ള ഔപനിഷദിക സങ്കല്പനത്തിന്റെ ദീപ്തിയാലത്രേ വിജയൻ ഇതു സാധിക്കുന്നത്. എട്ടു കാലി വീണ്ടും കടൽത്തീരത്ത് എന്നീ കഥകളിലും ഇതേ ദാർശനികത യുടെ പ്രത്യാനയിക്കൽ നിർവഹിക്കപ്പെടുന്നുണ്ട്. അതിനാൽ കൊളോ ണിയൽ അധിനിവേശത്തിന്റെ അനുഭവവിവക്ഷകൾ (കെ.പി. അപ്പൻ) പോലെ കാലാന്തര പാരായണസാധ്യതകളായി മാറുന്ന ഭൗതികതല ങ്ങളെക്കാൾ ചിരസ്ഥായിയായ ഒരു ആശയമേഖലയിൽത്തന്നെയാണ് അരിമ്പാറയുടെ ആത്യന്തികമായ അർത്ഥം ദർശിക്കേണ്ടത്. ഈ യാഥാർത്ഥ്യം ഗ്രഹിക്കുന്നതിന് ആഖ്യാനത്തിന്റെ ഫ്ളാഷ്ബാക്ക് സാങ്കേതത്തിനുള്ളിലേക്ക് വായനക്കാരൻ പ്രവേശിക്കേണ്ടതുണ്ട്. വിജ യൻ അതിവിദഗ്ധമായി നിഗൂഹനം ചെയ്തിരിക്കുന്ന ഏതാനും പദ സൂചനകളിൽക്കൂടിയാണ് വികസിച്ചുവരുന്ന രൂപാന്തരരൂപകത്തിൽ നിന്ന് കഥയുടെ അന്തർമണ്ഡലത്തിലേക്കു കടക്കേണ്ടത്. നൂലിഴപോലെ കൈയും കാലും സൂചിമുനപോലെ കണ്ണുകളുമുള്ള പുഴുവായി കഥാ നായകൻ പരിണമിക്കുന്ന ഇവിടത്തെ അനുഭവമാണ് അവയിൽ പ്രധാനം. കാഫ്കയുടെ ഗ്രിഗർ സാംസ എന്ന കഥാപാത്രത്തിന്റെ അനുഭവ ത്തിൽനിന്നും തുലോം വ്യത്യസ്തമാണിത്. ഓർമ്മകൾ കെട്ടടങ്ങുന്ന ജന്മാന്തരത്തിലും അവശേഷിക്കുന്ന ഒരോർമയുടെ കലാവിഷ്കാരമായ എട്ടുകാലിയിലെ വാങ്മയസൂചകവും (Signifier) ഇതിനു സമാനമായി സൂചിതത്തിലേക്കുള്ള പ്രവേശനം സാധ്യമാകുന്നു.

'എട്ടുകാലി' എന്ന കഥയുടെ അന്തർലോകം തുറന്നുകിട്ടുന്നതിന് അതിന്റെ ശീർഷകകവാടത്തിൽത്തന്നെ മുട്ടിവിളിക്കേണ്ടിയിരിക്കുന്നു. നര ജന്മത്തിലെ ക്രൂരവും ധർമ്മവിരുദ്ധമായ ലൈംഗികാസക്തി മനുഷ്യനെ എട്ടുകാലിയുടെ ഹീനജന്മത്തിലേക്കു നിപതിക്കാൻ ഇടയാക്കുന്നുവെന്ന ആർഷസങ്കല്പനമാണ് ഈ കഥയിലെ ആത്മീയതയാകുന്നത്. വാസനാ ജന്യമായ അധമപ്രേരണകൾ വരുത്തിത്തീർക്കുന്ന കൊടിയയാതന കളിൽനിന്നു മുക്തി നേടാനുള്ള വാഞ്ഛ ഇതിന്റെ രചനാപരമായ പ്രേരണയായി വർത്തിച്ചു എന്ന് ഊഹിക്കുന്നതിൽ തെറ്റില്ല.

കഥയുടെ വർത്തമാനകാലം നായകന്റെ ഭൂതകാലസ്മരണകളായി ആഖ്യാനം ചെയ്യപ്പെടുന്നു. കഥാനായകന്റെ ഓർമ്മകളിലൂടെ ജീവിക്കുന്ന അയാളുടെ ലൈംഗികപങ്കാളിയായ മധ്യവയസ്കയിൽ എട്ടുകാലിയുടെ ഭാവമത്രേ അധ്യാരോപം ചെയ്യപ്പെട്ടിരിക്കുന്നത്. എന്നാൽ സ്വന്തം വർത്ത മാനകാല യാഥാർത്ഥ്യത്തിൽ അയാൾ എട്ടുകാലിയുടെ നികൃഷ്ടജന്മ ത്തിലൂടെ തന്റെ കർമ്മപഥം താണ്ടുകയാണ്. അയാളിലെ വികൃതമായ രതികാമനകളുടെ ക്രൂരസംതൃപ്തികൾക്കു പങ്കാളിത്തം വഹിച്ച സ്ത്രീ നെയ്തൊരുക്കിയ ആദിപാപത്തിന്റെ ചിലന്തിവലയിൽ അയാൾ കുരുങ്ങിക്കിടക്കുന്നതാണ് ഇതിനു കാരണം. യഥാർത്ഥത്തിൽ അയാൾ

പോഷിപ്പിച്ചു വലുതാക്കിയ സ്വന്തം വാസനകൾ തന്നെയാണ് അയാളുടെ വിധിയായിത്തീരുന്നത്. ലൗകികവ്യാഖ്യാനങ്ങൾക്കപ്പുറം കർമ്മഭാവങ്ങൾക്കൊക്കെയും പ്രേരണയായി വർത്തിക്കുന്നത് മനുഷ്യനിലെ വാസനകളാണെന്ന വേദാന്തദർശനമാണ് ഈ കഥ ആവിഷ്കരിക്കുന്ന ആത്മീയത. ഒരർത്ഥത്തിൽ ഈ ദർശനത്തിന്റെ കലാവിഷ്കാരം മാത്രം ലക്ഷ്യമാക്കി എഴുതപ്പെട്ടതായിപ്പോലും 'എട്ടുകാലി'യെ വിശേഷിപ്പിക്കാൻ ധൈര്യപ്പെടാവുന്നതാണ്. അതിനാൽ തീക്ഷ്ണമായ സ്ത്രീപുരുഷബന്ധമായി, ഈ കഥയിലെ രതിവൈകൃതത്തെ കാണുന്ന നിരൂപകദൃഷ്ടി (അശാന്തിയുടെ അവതാരിക: കെ.പി. അപ്പൻ) കാണേണ്ടതു കണ്ടുവോ എന്ന സന്ദേഹം നിലനിൽക്കുന്നു.

അന്യരുടെ ലൈംഗികത ആസ്വദിക്കൽ (voyeurism), ഹിംസാത്മക രീതി മുതലായതെല്ലാം 'എട്ടുകാലി'യിലുണ്ടെന്ന നിരൂപകമതത്തോടു വിയോജിക്കുന്നില്ല. എങ്കിലും അമ്മയുടെ പ്രായമുള്ള സ്ത്രീയുമൊത്തു നടത്തുന്ന രതിവൈകൃതങ്ങൾ, ആ സ്ത്രീയോടൊപ്പം അവരുടെ മകളുമായും ഒരേസമയം സംഭോഗത്തിലേർപ്പെടുക, അമ്മയുടെ മുന്നിൽവെച്ച് മകനെ സ്വവർഗ്ഗരതിക്കു വിധേയനാക്കുക, മകൻ കാൺകെ അമ്മയുമായി ലൈംഗികബന്ധം പുലർത്തുക, ഭർത്താവിനെക്കൊണ്ടു ഭാര്യയെ നഗ്നയാക്കിക്കുക, അതു കണ്ടാസ്വദിക്കാൻ അവരുടെ മകളേയും കൂട്ടിക്കൊണ്ടുവരുക എന്നിവ കൂടാതെ സ്വന്തം ഇളയമ്മയുമായുള്ള ലൈംഗികവേഴ്ചയിലും നിരൂപകൻ കണ്ട തീക്ഷ്ണമായ സ്ത്രീപുരുഷബന്ധം തന്നെയാണോ പ്രകടമാകുന്നത് എന്ന കാര്യം ഉപരിചിന്തയർഹിക്കുന്നു. ഒരു പേക്കിനാവിൽ ചിലപ്പോൾ ചിലർക്ക് ഇത്തരം ആഗ്രഹങ്ങൾ സാധ്യമായിത്തീർന്നേക്കാം. എന്നാൽ ആ അനുഭവങ്ങളുടെ ആത്യന്തികപരിണതിയോർത്തുള്ള നടുക്കം സൃഷ്ടിക്കുന്ന ഉദ്വേഗമാണ് രചനാവേളയിൽ കഥാകൃത്തിനെ ഭരിച്ചത് എന്നാണു മനസ്സിലാക്കാൻ കഴിയുക.

ഈ യാഥാർത്ഥ്യം ഗ്രഹിക്കുന്നതിന് എന്തുകൊണ്ടോ മലയാളത്തിലെ നിരൂപകർക്ക് ഇതുവരെ സാധിക്കാതെപോയി. ഒരുപക്ഷേ സാഹിത്യസമാലോചനകളിൽ ആദ്ധ്യാത്മികതയുടെ വെളിച്ചം യുക്തപ്രകരണങ്ങളിൽപോലും ഉപയോഗപ്പെടുത്തുവാൻ നിരൂപകനു ധീരത പകരാതിരിക്കുന്നതിനു നിമിത്തമായ ഏതോ ചില ആശയാന്ധകാരങ്ങൾ നമ്മുടെ നിരൂപണത്തെ മൂടിക്കളഞ്ഞതാകാം ഇതിനു കാരണം. പോരെങ്കിൽ പാശ്ചാത്യതയുടെ വഴികളും വഴക്കങ്ങളും മാത്രമാണല്ലോ സർഗ്ഗാത്മകസാഹിത്യത്തിലും നിരൂപണത്തിലും ഇന്നും ആധിപത്യം പുലർത്തുന്നത്. മലയാളഭാഷയും സാഹിത്യവും മലയാളികളുടെ ജീവിതത്തിലും ചിന്തയിലുംനിന്ന് അന്യമാകാൻ ഒരു പ്രധാന കാരണം ഇതാണ്. മാപ്പർഹിക്കാത്ത ഈ അനീതി ഒരു ചരിത്രദുരന്തമായി അവശേഷിക്കുകതന്നെ ചെയ്യും.

ജീവിതത്തിന്റെ ഉത്സവത്തിമിർപ്പുകളിലും മരണമെന്ന മഹാസമസ്യ സൃഷ്ടിക്കുന്ന ഉത്കണ്ഠകൾ ഗംഭീരചിത്തരായ എഴുത്തുകാരെ

വിട്ടൊഴിയാറില്ല. തത്ഫലമായി അവർ തങ്ങളുടെ സന്ദേഹങ്ങൾക്ക് ആദ്ധ്യാത്മികതയുടെ അതീതവിതാനങ്ങളിൽ സാധൂകരണം തേടി തങ്ങളെ ബാധിച്ച ചിത്തവിക്ഷോഭങ്ങളെ ഉപശമിപ്പിക്കാൻ ശ്രമിക്കുന്നു. വിജയനിൽ ഈ അന്വേഷണം പൂർണ്ണമായും ഭാരതീയ മഹർഷിമാർ ആവിഷ്കരിച്ച സാക്ഷാത്കാരത്തിന്റെ മാർഗ്ഗത്തിലേക്കാണ് ഉറ്റുനോക്കുന്നത്. ഇവിടെ പരാമൃഷ്ടമായ കഥകൾ കൂടാതെ 'ആൽമരം' 'ഉപനിഷത്ത്' (അശാന്തി) 'കടൽതീരത്ത്' 'രേണുക' 'തിരിച്ചുപോക്ക്' 'രണ്ടു മരണങ്ങൾ' 'സംഗമം' 'ചെറുപ്രാണികൾ' 'വീണ്ടും കടൽത്തീരത്ത്' (കടൽത്തീരത്ത്) 'കാറ്റു പറഞ്ഞ കഥ' 'കല്പടവുകൾ' 'വിമാനത്താവളം' (കാറ്റു പറഞ്ഞ കഥ) 'ഇടിമിന്നലിന്റെ നീളം' (കുറെ കഥാബീജങ്ങൾ) എന്നിവയും വിജയന്റെ ആത്മീയാഭിമുഖ്യം വിവിധ നിലകളിൽ ആവിഷ്കരിക്കുന്നവയാണ്. ഇവയിലൊക്കെത്തന്നെയും മരണത്തിന്റെ അനുഭവം വലിയ ഒരു ജ്ഞാനസാന്നിധ്യമായി വർത്തിക്കുകയും ചെയ്യുന്നു. ഒരർത്ഥത്തിൽ, മരണം എന്ന അനിവാര്യതയെ ഏറ്റവും സൗമ്യമായി സ്വീകരിക്കുന്നതിനു മനസ്സിനെ സജ്ജമാക്കിത്തീർക്കുന്നതാണല്ലോ ആത്മീയത ആവിഷ്കരിക്കുന്ന മാർഗ്ഗങ്ങളൊക്കെയും.

മനുഷ്യനെയും ഒരിക്കലും ശമിക്കാത്ത ഭോഗാസക്തി നിഷ്ഠുരമായ ആവർത്തനങ്ങൾക്കൊടുവിൽ അതിന്റെ അർത്ഥമില്ലായ്മ മനസ്സിലാക്കുന്നതും, വിരക്തിയുടെ പൊരുളറിഞ്ഞ് മനഃപരിപാകം നേടുന്നതുമായ യഥാർത്ഥ്യത്തിന്റെ അനുഭൂതി പകർന്നുതരുന്നു ആൽമരം. ഈ അനുഭൂതി സ്വന്തമാക്കുന്ന വ്യക്തിയിൽനിന്ന് ശാന്തി എന്ന ആശീർവാദമല്ലാതെ മറ്റൊന്നും പുറപ്പെടുകയില്ല. മദമത്സരാദികളുടെ ഉപശാന്തി കൈവരിക്കാനാകുന്നതോടെ ഭേദചിന്തപോലും ഇല്ലാതാകുന്നു. രാഗദ്വേഷങ്ങൾ നടമാടിയ വാസഗേഹം കത്തിച്ചാമ്പലാകുന്നിടത്ത് ബോധിവൃക്ഷമായ ആൽമരം മുളച്ചുവരുന്നത് ഈ യാഥാർത്ഥ്യത്തിന്റെ പ്രതീകകല്പനയാണ്.

വിജയന്റെ കൃതികളിൽ ആവർത്തിച്ചുവരുന്നതാണ് പിതാപുത്രദ്വന്ദ്വം. നിസ്വനും നിരക്ഷരനുമായ വെള്ളായിയപ്പന്റെ കഥയായ 'കടൽത്തീരത്തി'ൽ ഈ പാരസ്പര്യത്തിന്റെ ആർജ്ജവവും സ്വാഭാവികതയും ദാർഢ്യവും കഥയ്ക്ക് വിശ്വാസ്യതയ്ക്കൊപ്പം വൈകാരികാഘാതത്തിന്റെ ആക്കവും പ്രദാനം ചെയ്യുന്നു. ആത്മാക്കളെത്തമ്മിൽ ലൗകികത്തിൽ ബന്ധിക്കുന്ന രക്തബന്ധത്തിന്റെ അദൃശ്യശക്തിയാണ് ഈ കഥയിൽ ആത്മീയതയിലേക്കുള്ള ചവിട്ടുപടി. ജീവിതത്തിന്റെ നിസ്സാരതയിൽ മനുഷ്യജീവന് യാതൊരു വിലയുമില്ലാതായിതീരുന്ന വർത്തമാനകാല ഭൗതികദുരന്തമാകുന്നു ഈ കഥയെ അനുഭൂതിസമ്പന്നമാക്കുന്ന ആർദ്രതലം. എന്നാൽ ജന്മത്തിനു കാരണക്കാരനായ അച്ഛൻ ജയിലധികാരികളിൽനിന്ന് ഒരു പേറ്റിച്ചിയെപ്പോലെ സ്വന്തം മകന്റെ ശവശരീരത്തെ ഏറ്റുവാങ്ങുന്നതും തന്റെ വഴിച്ചോറ് കാക്കകൾക്കു തിന്നാൻ കൊടുക്കുന്നതും അത് അച്ഛൻ മകന്നർപ്പിക്കുന്ന ബലിയായി പരിണമിക്കുന്നതുമായ

അത്യസാധാരണാനുഭവങ്ങൾ ഇതിന്റെ ഭാവഗൗരവം വർദ്ധിപ്പിക്കുന്നു. മറ്റൊന്നിനും നിവൃത്തിയില്ലാത്ത ആ വൃദ്ധപിതാവ് അവസാനം അനുഷ്ഠിക്കുന്ന കർമ്മം അർത്ഥവത്തായ ഒരു ആചരണമായി (സ്നേഹശ്രാദ്ധമായി)ത്തീരുകയും അതുവഴി മരിച്ചുപോയ മകനും ജീവിച്ചിരിക്കുന്ന അച്ഛനും ആത്മശാന്തിയടയുകയും ചെയ്യുന്നു. അങ്ങനെ ആ പിതാപുത്രദ്വന്ദ്വം കർമ്മത്തിന്റെ കടൽ കടക്കുകയാണ്. കടൽക്കരയിൽവെച്ച് പരമപ്രധാനമായ അന്ത്യരംഗത്തിന്റെ നിർവ്വഹണം സാധ്യമാകുന്നതുകൊണ്ടു മാത്രമല്ല 'കടൽത്തീരത്ത്' എന്ന കഥയിലും ജന്മകർമ്മങ്ങളുടെ അരങ്ങ് എന്ന നിലയിൽ വിജയൻ അറിഞ്ഞുകൊണ്ടു സൃഷ്ടിക്കുന്ന അർത്ഥതലത്തിൽകൂടിയാണ് സംസാരസാഗരമെന്ന പൗരാണികരൂപകത്തിന്റെ ഭാവപ്രതീതി സംജാതമാകുന്നത്. വിശ്വാസത്തെയും ജീവിതപ്രത്യക്ഷത്തെയും ഇങ്ങനെ പരസ്പരം ബന്ധിപ്പിക്കുകവഴി ദാർശനികഭദ്രമായ ഈ കഥ ഭാവുകചിത്തത്തെ ഉത്കൃഷ്ടമായ ശമാവസ്ഥയിൽ കൊണ്ടെത്തിക്കുന്നു.

വിജയന്റെ പ്രജ്ഞയിൽ ചിരവാസമുറപ്പിച്ചിരിക്കുന്ന പിതാപുത്രദ്വന്ദ്വം ഉപനിഷദ്ഗാംഭീര്യം സ്ഫുരിപ്പിച്ചുകൊണ്ട് കടന്നുവരുന്ന 'ഉപനിഷത്ത്' എന്ന കഥ ഈ ചർച്ചയിൽ പ്രമുഖസ്ഥാനം നേടുന്നു. കഥയുടെ രൂപവും ഭാവവും ഉൾപ്പെടെ സകലതും ഭാരതീയതയുടെ ഭാവൗന്നത്യത്താലും ദീപ്രശോഭയാലും വേറിട്ടുനിൽക്കാൻ സഹായകമാണ് ഈ രചന. ഋഷിപ്രോക്തമായ ഭാരതീയദർശനസത്തയെ ചെറുകഥയുടെ ഗാത്രത്തിൽ ലയിപ്പിക്കുന്ന ആഖ്യാനധർമ്മമാണ് ഉപനിഷത്ത് നിറവേറ്റുന്നത്. കർമ്മക്ഷേത്രമായ ശരീരംകൊണ്ട് ധർമ്മത്തിന് അഴിവു തട്ടാത്തവിധം സ്വന്തം നിയോഗം പൂർത്തീകരിച്ച് നിവൃത്തിമാർഗ്ഗത്തിലൂടെ സാക്ഷാത്കാരം കൈവരിക്കുന്ന ജീവിതധന്യത ഈ കഥയിലെ അച്ഛൻ മകന്റെ മുന്നിൽ ആവിഷ്കരിക്കുന്നു. ഉപജീവനാർത്ഥം സ്വീകരിക്കപ്പെടുന്ന ഏതൊരു മാർഗ്ഗവും പരമപദം പ്രാപിക്കുന്നതിനു തടസ്സമല്ലതന്നെ. എന്തു പ്രവൃത്തി ചെയ്യുമ്പോഴും ലക്ഷ്യബോധം കൈവെടിയരുതെന്നുമാത്രം. ജന്മജന്മാന്തരസഞ്ചാരത്തിനിടയിൽ ജീവാത്മാക്കൾ അനുഭവങ്ങളുടെ പൊരുൾ മകൻ ഗ്രഹിക്കുന്നതായി മകൻ ആ ആവർത്തനം കണ്ടു; അനന്തമായ യാത്രയിൽ കയറിയും ഇറങ്ങിയുംപോയ പടവുകളും വാതിലുകളും എന്ന വാക്കുകൾ വെളിപ്പെടുത്തുന്നു. സത്യസാക്ഷാത്കാരത്തിന് സർവ്വോത്തമമാർഗ്ഗമായി ഭാരതീയദർശനം ആവിഷ്കരിച്ചിട്ടുള്ളത് ഗാർഹസ്ഥ്യത്തെയാണ്. അറിയുവാനായി യമനും നചികേതസ്സും നടത്തുന്ന സംവാദമടങ്ങുന്ന ഒരേയൊരു ഗ്രന്ഥമേയുള്ളൂ. (കഠോപനിഷത്ത്) എന്ന് മകനെ പഠിപ്പിച്ച അച്ഛൻ മകന് ഉപദേശിച്ചുകൊടുക്കുന്നത് ഗാർഹസ്ഥ്യത്തിന്റെ മാർഗ്ഗം തന്നെയാണ്. ഇതാണ് ഭാരതീയദർശനത്തിന്റെ മഹനീയത. ജീവിതത്തിൽ ഒന്നിനെയും നിഷേധിക്കാതെ, ഒന്നിൽനിന്നും ഒളിച്ചോടാതെ സ്വധർമ്മത്തിൽ ഉറച്ചുനിന്നുകൊണ്ട്, പൗരുഷത്താൽ വിധിയെ അനുകൂലമാക്കി മാറ്റുവാൻ അത് ഉദ്ബോധിപ്പിക്കുന്നു. ഈ സന്ദേശ

മുൾക്കൊള്ളുന്ന ചിരന്തനശോഭയുടെ വശ്യതയാണ് വിജയനെ ഈ കഥ യെഴുതാൻ പ്രേരിപ്പിച്ചത്.

ചില നിരൂപകർക്കു പക്ഷേ ഈ സത്യം ഉൾക്കൊള്ളാൻ കഴിയാതെ വന്നിട്ടുണ്ട്. അങ്ങനെയാണ് സംവാദസാധ്യതകളെ പൂർണ്ണമായും അടച്ചു കളയുന്ന ഒരു യുക്തിയും അതിനു സഹായകമായ ഒരു ഭാഷ ണവും മാത്രമുള്ളതായി ഉപനിഷത്ത് ഭർത്സിക്കപ്പെടുന്നത് (രവീന്ദ്രൻ 1999:138). ഇവിടെ നിരൂപകന് ഏകാവലംബമായിരിക്കുന്ന യുക്തിയുടെ ആപേക്ഷികത മനസ്സിലാക്കുമ്പോൾ ഈ വിമർശനത്തിന്റെ അസ്തിവാരം തന്നെ തകർന്നുവീഴുന്നതു കാണാം. വ്യക്തി, കാലം, സാഹചര്യം മുത ലായവയ്ക്കനുസൃതമായി മാറിമാറിവരുന്നതാണു യുക്തി. ഇതറിയുവാൻ ശാസ്ത്രത്തിന്റെ ചരിത്രം മാത്രം മറിച്ചുനോക്കിയാൽ മതി. എത്രയെത്ര സത്യങ്ങൾ ശാസ്ത്രത്തിൽപോലും അസത്യങ്ങളായി മാറിയിരിക്കുന്നു! ഒരു ബുദ്ധിമാന്റെ യുക്തി അയാളെക്കാൾ ബുദ്ധിയുള്ള മറ്റൊരാളുടെ യുക്തികൊണ്ട് എപ്പോഴും നിരസിക്കപ്പെട്ടുപോകും. (ബാലകൃഷ്ണൻ നായർ 1997:190) എന്ന യാഥാർത്ഥ്യവും ഗ്രഹിക്കാൻ കഴിയണം. ഇക്കാര്യം മനസ്സിലാക്കുന്നതാണ് യഥാർത്ഥയുക്തി. ഇതറിയാൻ കഴിയുന്നതോടെ യുക്ത്യാതീതമായതിന്റെ ബോധം ഉദിക്കുകയും ചെയ്യും. അതു ഗ്രഹി ക്കാനും ആ യുക്തിബോധം തന്നെ വേണം. അതുണ്ടാകുമ്പോൾ ഉപ നിഷത്ത് എന്ന കഥ രചിച്ച ഒ.വി. വിജയൻ യുക്തിചിന്ത വെടിഞ്ഞത് അപരാധമായിക്കരുതുന്ന നിരൂപകന്റെ ആരോപണം സഹാനുഭൂതി യോടെ കാണാൻ കഴിയും വായനക്കാരന്.

'ഉപനിഷത്ത്' സംവാദസാധ്യതയും ഭാഷണശേഷിയും അടച്ചുകള യുന്ന രചനയാണെന്ന ആക്ഷേപവും ഇതേ അടിസ്ഥാനത്തിൽത്തന്നെ പരിഗണിക്കാവുന്നതാണ്. ഇന്ദ്രിയങ്ങളുടെ പഞ്ജരത്തിനുള്ളിൽ ഒതുങ്ങി നില്ക്കുന്ന ബോധത്തിന് ഇന്ദ്രിയാതീതവും അനുഭവവേദ്യവുമായ ശുദ്ധ ബോധവുമായി സംവാദം നടത്തണമെന്ന് ആഗ്രഹിക്കാൻപോലും കെല്പുണ്ടാവുകയില്ല. നിലനില്പ് ബോധതലത്തിൽ മാത്രമായിത്തീർന്ന വർക്ക് കർമ്മജ്ഞാനേന്ദ്രിയങ്ങളുടെ സഹായം കൂടാതെ സംവാദത്തിലും സംഭാഷണത്തിലും ഏർപ്പെടാൻ സാധിക്കുമെന്നതിന് ഉദാഹരണങ്ങൾ എത്ര വേണമെങ്കിലുമുണ്ട് ഇന്നാട്ടിൽ. എന്നാൽ ലൗകികതയുടെ ഇന്ദ്രിയ ഘർഷണം മാത്രമാണ് പരമയാഥാർത്ഥ്യമെന്ന വിശ്വാസമുറച്ചാൽപ്പിന്നെ അപ്പുറമുള്ളതിന്റെ അറിവ് ഉൾക്കൊള്ളാനുകയില്ല തന്നെ.

കഠോപനിഷത്തിൽ യമനും നചികേതസ്സും തമ്മിൽ നടക്കുന്ന സംവാദത്തിന്റെ പരിമിതിയെക്കുറിച്ചുള്ള ആരോപണത്തിന്റെ അടി സ്ഥാനം നിരൂപകന്റെ കേവലപരിമിതിയാണ്. മരണം, മരണാനന്തരം ജീവന്റെ നില, ആത്മാവ്, അതിന്റെ നില എന്നിവയാണ് കഠോപനിഷ ത്തിൽ സംവാദവിധേയമാകുന്നത്. ആഴത്തിൽ ചിന്തിക്കുന്ന ആരുടെയും മുഖ്യമായ ഉത്കണ്ഠകൾ മരണവും അതിനെ വെല്ലാനാവുമോ എന്ന സന്ദേഹവുമായി ബന്ധപ്പെട്ടവയായിരിക്കും ഇതൊന്നും കണക്കിലെടു ക്കാതെ ഉന്നയിക്കപ്പെടുന്ന ആരോപണങ്ങൾക്ക് എന്ത് ഉപപത്തി?

വിജയന്റെ ഋഷിസഹജമായ ആദ്ധ്യാത്മികചിന്തയുടെ ഔന്നത്യ മാകെ പ്രതിഫലിപ്പിക്കുന്ന കഥയാണ് 'രേണുക'. 'കാറ്റു പറഞ്ഞ കഥ' എന്ന പുസ്തകത്തിലെ ഈ രചന ലോകം, കാലം മുതലായ ലൗകിക വേർതിരിവുകൾക്കപ്പുറം നില്ക്കുന്ന ഒരു സനാതനസത്യത്തിന്റെ സുന്ദര മായ ആവിഷ്കാരമാണ്. മർത്ത്യജീവിതത്തിലെ ഒരിക്കലും അവസാനി ക്കാത്ത ഒരു ആന്തരികസംഘർഷത്തിന്റെ തുടർന്നാടകമാണ് ഈ കഥ യുടെ ഇതിവൃത്തം. ആ നാടകത്തിൽ എന്നും തോല്ക്കുന്നവളാണു സ്ത്രീ. അവളാണു രേണുക. അവൾ ജമദഗ്നി മഹർഷിയുടെ പത്നിയും പരശുരാമന്റെ അമ്മയുമായ ആ പഴയ രേണുക തന്നെ. എക്കാലത്തെയും സ്ത്രീമനസ്സിലെ അടങ്ങാത്ത പ്രലോഭനത്തെയാണ് രേണുക പ്രതിനി ധാനം ചെയ്യുന്നത്. ഇതല്ലാതെ രേണുക എന്ന പേരിൽ ഒരു കഥാപാത്രം ഈ കഥയിലില്ല. സ്ത്രീചിത്തത്തിനു സഹജമായ ചാപല്യത്തിൽനിന്നു പിറവിയെടുക്കുന്ന കാമനയുടെ പ്രതീകമാണ് ഇതിലെ രേണുക. സ്വാനു ഭവത്തിൽ അതൃപ്തി, അന്യമായതിനോട് ആസക്തി, മോഹിച്ചതൊക്കെ സ്വന്തമാക്കാനുള്ള അഭിലാഷം, പ്രലോഭനത്തിനു വഴങ്ങാനുള്ള സന്ന ദ്ധത, പ്രലോഭനത്തെ അതിജീവിക്കാൻ കഴിവില്ലായ്മ തുടങ്ങിയവയാണ് ഈ കാമനയുടെ ഉത്സവചോദനകൾ. തലമുറകളിലൂടെ പുനർജനിക്കുന്ന ഈ സ്ത്രൈണഭാവത്തെ ജയിക്കുവാനായി ഭാരതീയദർശനം ആവി ഷ്കരിച്ചിട്ടുള്ള ധീരമായ പൗരുഷം കൈവരിക്കുന്ന ഉജ്ജ്വലവിജയ ത്തിന്റെ മഹിതമുഹൂർത്തമത്രേ വിജയൻ ഇതിൽ വിദഗ്ധമായി ചിത്രീ കരിക്കുന്നത്.

ഋഷിയായ അച്ഛൻ തപസ്സനുഷ്ഠിക്കുന്ന ഗുഹയുടെ കവാടത്തിൽ കാഴ്ചകൾ കണ്ടിരുന്ന സുരഭി എന്ന സുന്ദരിയായ പെൺകുട്ടി സന്ധ്യയ്ക്ക് അകലെനിന്നു പാഞ്ഞുവരുന്ന കാറ്റിനെപ്പറ്റി അച്ഛനോടു പറയുന്നു. കാറ്റിന്റെ ഗർവ്വിഷ്ഠമായ വരവുകണ്ട് അധീരയായ അവൾ തന്റെ ചന്ദനനിറത്തിലും തിളക്കമുള്ളതാണ് അതിന്റെ നിറമെന്നു കണ്ട് അപകൃഷ്ടഭാഗം പൂണ്ടു. അച്ഛന്റെ അരുമശിഷ്യനും തന്റെ പ്രതിശ്രുത വരനുമായ കൃഷ്ണൻ എന്ന ബ്രാഹ്മചാരിക്ക് ഇതിൽ ഏതു നിറത്തോ ടാവും ആഭിമുഖ്യമെന്നോർത്ത് അവൾ ഉത്കണ്ഠപ്പെട്ടു. അപ്പോഴേക്കും ഗുഹയ്ക്കകത്തുനിന്ന് ജ്ഞാനിയായ അച്ഛന്റെ മുന്നറിയിപ്പെത്തി; മകളുടെ മനസ്സു പതറാതിരിക്കട്ടെ എന്ന്. പക്ഷെ, അച്ഛന്റെ വാക്കനു സരിക്കുവാൻ അവൾക്കാവുന്നില്ല. ഊതിവരുന്ന കാറ്റിൽ പറന്നുവന്നു നിറയുന്ന നിഷിദ്ധപരാഗങ്ങളിൽ അവൾ വല്ലാതെ ആകൃഷ്ടയായിക്കഴി ഞ്ഞിരുന്നു. അച്ഛന്റെ സ്വരം സൗമ്യമായ ആവലാതിയായി അവൾക്കരി കിൽ വീണ്ടുമെത്തി: മകളെ, കാറ്റിനെ സൂക്ഷിക്കണം. അത് പ്രലോഭ നമാണ്. പക്ഷേ, സ്ത്രീയിലെ ഗൂഢമോഹം ജന്മസിദ്ധമായ കൗശല ത്തോടെ ആ മുന്നറിയിപ്പും അവഗണിച്ചു.

ഗുഹയ്ക്കുള്ളിൽ ധ്യാനനിരതനായ പുരന്ദരനെ ഭയം തീണ്ടി. ഇതു പോലെ ഒരു സന്ധ്യയിൽത്തന്നെയായിരുന്നു തന്റെ പ്രിയപത്നിയായ

ശർമ്മിഷ്ഠ മരിച്ചതെന്ന് അദ്ദേഹത്തിന് ഓർക്കാതിരിക്കാൻ കഴിഞ്ഞില്ല. ഗുഹാമുഖത്തെ പാറക്കെട്ടിൽ ചക്രവാളത്തിലേക്കു കണ്ണുംനട്ടിരിക്കുക യായിരുന്നു ശർമ്മിഷ്ഠ. ഊതിവരുന്ന കാറ്റിലേക്കു നോക്കുവാൻ അവൾക്കും കൊതിയായിരുന്നു. കാറ്റിന്റെ വർണ്ണപ്പൊലിമ കണ്ടു രസി ക്കാൻ വെമ്പിയ ഭാര്യയ്ക്ക് ഋഷിയായ പുരന്ദരൻ മുന്നറിയിപ്പു കൊടു ത്തിരുന്നു. പ്രലോഭനത്തിന്റെ വശ്യതയാണ് ഈ കാറ്റെന്നും, ഗർവ്വിന്റെ സൃഷ്ടിയാണ് അതെന്നും മറ്റും.

ജ്ഞാനത്തിന്റെ സൗമ്യതയ്ക്കു നേരെ മുഖം തിരിച്ചുകളയുന്ന സ്ത്രീ ചാപല്യത്തെ മഹർഷി പിന്നെയും ഉദ്ബോധിപ്പിച്ചു. രസാസ്വാദന ത്തിന് രാസമാലിന്യത്തിന്റെ ആവശ്യമില്ല. ഏതു രസത്തിലുംനിന്നു കിട്ടുന്ന സുഖം അവനവന്റെ ഉള്ളിൽത്തന്നെയാണുള്ളത്. അതു നേടു വാൻ ആരും പുറത്തെങ്ങും അലയേണ്ട ആവശ്യമില്ല. അത്തരം പ്രവൃത്തി കളൊക്കെയും വ്യർത്ഥം എന്നു മാത്രം അറിയാൻ കഴിയണം. എന്നിട്ട് തന്റെ ഉള്ളിലേക്കു നോക്കിയാൽ മതിയാകും: യഥാർത്ഥ സുഖം താനേ അനുഭവപ്പെട്ടുകൊള്ളും. ഗുഹയ്ക്കുള്ളിലെ തപസ്സ് ശാശ്വതസുഖം അനു ഭവിക്കാനുള്ള ഈ ഉൾവലിയലാണ്. വിഷയങ്ങളിൽനിന്ന്, ഇന്ദ്രിയ ങ്ങളിൽനിന്ന്, മനസ്സിൽനിന്ന്, ബുദ്ധിയിൽനിന്ന് ബോധത്തിലേക്കുള്ള തീർത്ഥാടനമാണത്. അതിൽനിന്നു ലഭ്യമാകുന്ന പരമസുഖത്തിനു മുന്നിൽ ശർമ്മിഷ്ഠ അവിഹിതത്തിന്റെ വിഷപ്രലോഭനവുമായെത്തിയ മൂന്നു സത്വങ്ങളാൽ നയിക്കപ്പെടുന്നതുകണ്ട് ധ്യാനസ്ഥനായ പുരന്ദരന്റെ ഉൾത്തടം ദുഃഖത്താൽ നിറഞ്ഞു. സത്വങ്ങളുടെ രതിക്രീഡാപ്രദർശന ത്തിൽ മുഴുകിനിന്ന ശർമ്മിഷ്ഠയിൽ രേണുകയെയാണ് മഹർഷി ദർശി ച്ചത്.

പതിനാറാമത്തെ വയസ്സിൽ കാമത്താൽ ജ്വലിച്ചുനിന്ന തന്റെ നഗ്ന മായ ഉടലിനെ സ്പർശിക്കുവാനുള്ള വശ്യമായ ക്ഷണം കൃഷ്ണൻ നിര സിച്ചു കളഞ്ഞത് സുരഭിയുടെ ഉള്ളിൽ മായാതെ കിടന്നിരുന്നു. ആ വിപ്രലംഭത്തിന്റെ ഓർമ്മയിലാണ് അച്ഛന്റെ ഉപദേശം ലംഘിച്ച് നിഷിദ്ധ മായ പ്രതീക്ഷയുമായി, പാഞ്ഞടുക്കുന്ന രാസപടലത്തിലേക്കുറ്റുനോക്കി അവൾ പാറക്കെട്ടിൽനിന്നത്. അപ്പോൾ മുന്നേപ്പോലെ ശാസ്ത്രത്തി ന്റെയും രാസപദാർത്ഥത്തിന്റെയും ദുർഗ്ഗത്തിൽനിന്ന് ഒരു പെൺസത്വ ത്തോടുകൂടി രണ്ട് ആൺസത്വങ്ങൾ അവളുടെ അരികിലേക്ക് ചുവടു വെച്ചുവന്നു. തുടർന്ന് ശർമ്മിഷ്ഠയുടെ അനുഭവങ്ങൾ കൂടുതൽ തീവ്രത യോടെ ആവർത്തിക്കുകയായി. ഒടുവിൽ സ്വത്വം നഷ്ടപ്പെട്ട സുരഭി തന്റെ പഴയ തനിമയ്ക്കുവേണ്ടി യാചിച്ചുവെങ്കിലും അവൾക്ക് അതു വീണ്ടു കിട്ടുന്നില്ല. എന്നുമാത്രമല്ല, വിലക്കപ്പെട്ടതിനുവേണ്ടി സ്വത്വം കളഞ്ഞു കുളിച്ച മനുഷ്യബുദ്ധിക്ക് പതനമല്ലാതെ മുക്തിമാർഗ്ഗം തെളിഞ്ഞുകിട്ടു ന്നുമില്ല. അങ്ങനെ ശാപമോക്ഷമില്ലാത്ത രേണുകയായി അലമുറയിട്ടു കൊണ്ട് നികൃഷ്ടജന്മത്തിലേക്കുള്ള പ്രയാണം ആരംഭിക്കുകയായി സുരഭി. രേണുകയുടെ വിധി ഏറ്റെടുക്കാനുള്ള ശർമ്മിഷ്ഠയുടെയും

സുരഭിയുടെയും കർമ്മത്തിന്റെ ഈ നിശ്ചയങ്ങളെ മുൻനിർത്തിയാണ് വിജയൻ കഥയ്ക്ക് രേണുക എന്നു നാമകരണം ചെയ്തത്.

ധ്യാനം വിട്ടുണർന്ന് ഗൃഹാകവാടം തുറന്ന് പാറക്കെട്ടിൽ വന്നുനിന്ന ഗുരുവിന്റെ മുന്നിൽ വിനീതനായ ശിഷ്യൻ പ്രാർത്ഥനാനിരതനായി നില്ക്കുന്നു. "മകനേ, എന്തുവരമാണു നീ കാംക്ഷിക്കുന്നത്?" - ശിഷ്യന്റെ ഉൾത്താളുകൾ വായിച്ചറിഞ്ഞ ഗുരുവിന്റെ ചോദ്യം ഇതായിരുന്നു. "നിത്യ ബ്രഹ്മചര്യം." ശിഷ്യൻ പുഞ്ചിരിയോടെ പെട്ടെന്ന് ഉത്തരം കൊടുത്തു. അത് ബ്രഹ്മചാരിയുടെ അന്തിമപരീക്ഷയുടെ വിജയമുഹൂർത്തമായിരുന്നു. സംപ്രീതനായ ഗുരു ശിഷ്യനിൽ അനുഗ്രഹങ്ങൾ ചൊരിഞ്ഞ് ഗുഹയ്ക്കു ള്ളിലേക്കു മടങ്ങി സത്യസാക്ഷാത്കാരത്തിന്റെ ആഴങ്ങളിൽ മുഴുകി. ശിഷ്യനാകട്ടെ, പരാജയത്തിന്റെയും ദുഃഖത്തിന്റെയും ലോകം കൈയേ ല്ക്കാതെ പരമശാന്തിയുടെ അനന്തവിശാലതയിൽ സ്വധർമ്മം അനു ഷ്ഠിച്ചു. ഇന്ദ്രിയങ്ങളുടെ പ്രലോഭനങ്ങളെ കീഴടക്കുവാനുള്ള പൗരുഷ ത്തിന്റെ കഠിനപരീക്ഷണങ്ങളെ വെന്ന ശിഷ്യനും ഗുരുവിനെപ്പോലെ ഒന്നിലും ദുഃഖിച്ചില്ല. ജീവിതലക്ഷ്യം ആരായുന്ന സത്യാന്വേഷി ശരീര മാകുന്ന വാഹനത്തെ എപ്രകാരം ഉപയോഗിക്കണമെന്ന് മനോഹരമായ ഒരു രഥരൂപകത്തിലൂടെ കഠോപനിഷത്ത് വ്യക്തമാക്കുന്നുണ്ട്.

"ആത്മാനം രഥിനം വിദ്ധി
ശരീരം രഥമേവ തു
ബുദ്ധിം തു സാരഥിം വിദ്ധി
മനഃ പ്രഗ്രഹമേവ ച"

(മൂന്നാം മന്ത്രം മൂന്നാം വല്ലി)

ഇതിന്റെ ആശയം ഇങ്ങനെയാണ്: ആത്മാവാണ് രഥത്തിലെ സഞ്ചാരി. ശരീരമാണു രഥം. ബുദ്ധിയത്രേ സാരഥി. ഇന്ദ്രിയങ്ങളാകുന്നു കുതിരകൾ. പുറമെ കാണുന്ന വിഷയങ്ങളാണു രഥമാർഗ്ഗം. മനസ്സു കടി ഞ്ഞാൺ. ഈ ബോദ്ധ്യമില്ലാത്തവർക്കു പതനം സുനിശ്ചിതം.

തങ്ങളുടെ കൺമുന്നിൽ പുരന്ദരൻ ആവിഷ്കരിച്ച പരമപുരുഷാർത്ഥ സാക്ഷാത്കാരത്തിന്റെ ആനന്ദം വെടിഞ്ഞ് സ്വധർമ്മത്തിൽനിന്നു വഴുതി പ്പോയ ശർമ്മിഷ്ഠയും സുരഭിയും സ്വന്തം വിധി സ്വയം വരിക്കുകയായി രുന്നു. ഏതൊരാളും വാസനാനുസൃതമായ കർമ്മങ്ങളിലൂടെ സ്വയമേവ ആർജ്ജിക്കുന്നതത്രേ അയാളുടെ വിധി. ഈ ദർശനമാണ് വിജയൻ കഥ യിൽ സന്നിവേശിപ്പിച്ചിരിക്കുന്നത്. ഇതിന്റെ വ്യാപ്തി ദേശകാലങ്ങൾക്ക് അതീതമാണ്. ആവർത്തനത്തിൽ ആളും അരങ്ങും മാറാം എന്നേയുള്ളൂ. ശർമ്മിഷ്ഠയുടെയും സുരഭിയുടെയും കാര്യത്തിൽ ഇതുതന്നെയാണു കാണാൻ കഴിയുന്നത്.

സത്വങ്ങളുടെ യാഥാർത്ഥ്യവും മേല്പറഞ്ഞതുതന്നെ. ശാസ്ത്രത്തി ന്റെയും ഭൗതികതയുടെയും സുഖത്തിനുവേണ്ടിയുള്ള പരക്കംപാച്ചിലിൽ ആത്മാവു നഷ്ടപ്പെട്ട മനുഷ്യനിൽ രൂപമെടുക്കുന്ന ആസുരഭാവങ്ങളാണു

സത്വങ്ങൾ. ആത്മബോധമില്ലാതാകുമ്പോൾ സത്വമാകുന്നു. ആധുനിക മനുഷ്യന്റെ പ്രതിരൂപമാണിത്. സ്വത്വബോധം നശിക്കുമ്പോൾ എന്തു പേക്കൂത്തുമാകാം എന്നതിനുള്ള ആഭിമുഖ്യമത്രേ മനുഷ്യന്റെ യഥാർത്ഥ ശത്രു. ആ ശത്രുവിനെ തുരത്താനുള്ള പൗരുഷത്തിന്റെ ആയുധമാണു ബ്രഹ്മചര്യം. പുരുഷന്റെ സകലേന്ദ്രിയങ്ങളെയും ഒരേസമയം ഒന്നുപോലെ ആകർഷിക്കുന്ന പ്രലോഭനമാണു സ്ത്രീ. അഞ്ചു വിഷയങ്ങളും ഒത്തുകളിയായി മനുഷ്യനെ ആകർഷിച്ചു നശിപ്പിക്കുകയാണ് വനിത ചെയ്യുന്നത്. ശ്രീനാരായണതീർത്ഥപാദർ 2000:94) ഇന്ദ്രിയദാഹങ്ങളുടെ ഏകലക്ഷ്യവും സ്ത്രീതന്നെ. നിത്യബ്രഹ്മചര്യം വരിച്ചതിലൂടെ കൃഷ്ണൻ തന്റെ മുന്നിലുണ്ടായിരുന്ന ആ പ്രലോഭനങ്ങളുടെയെല്ലാം വൈതരണികളെ സാഹസികമായി തരണം ചെയ്യുകയായിരുന്നു.

വിജയന്റെ പ്രധാനപ്പെട്ട ചെറുകഥകൾ ഓരോന്നായെടുത്തു വിശകലനം ചെയ്യുമ്പോൾ അമ്പരപ്പിക്കുന്ന വൈവിധ്യം അവയിൽ അടങ്ങിയിരിക്കുന്നുവെന്ന് കാണാനാകും. ആ കഥകളിൽ ദർശിക്കാൻ കഴിയുന്ന സുപ്രധാന പരിണാമം സമൂഹപശ്ചാത്തലമുള്ള മനുഷ്യന്റെ ജീവിത സംഘർഷങ്ങളിൽനിന്ന് സംഘർഷരഹിതവും സ്വച്ഛസുന്ദരവുമായ അന്തർമുഖതയിലേക്കുള്ള സൂക്ഷ്മമായ വികാസമാണ്. ഈ പുരോഗതി പ്രശ്നസങ്കുലവും ശോകപൂരിതവുമായ ഭൗതികലോകാനുഭവങ്ങളിൽനിന്നും ശാശ്വതസുഖസന്ദായകമായ ആത്മീയതയിലേക്കുള്ള പ്രയാണം തന്നെയാണ്. കാലത്തിന്റെ നേർവരയിലൂടെയുള്ള ഒരു അനുക്രമവികാസമല്ലിത്. മറിച്ച് സ്വന്തം പ്രജ്ഞയെ അതീതത്വത്തിന്റെ നിർവികല്പത്തിലേക്ക് ബോധപൂർവ്വം കൈപിടിച്ചു നടത്തുന്ന വ്യക്തിസത്ത, ചര്യ, ക്രിയ എന്നീ മാർഗ്ഗങ്ങളിൽക്കൂടി പൂർത്തിയാക്കുന്ന അദൃശ്യപ്രയാണമാണ്. സ്വന്തം സർഗ്ഗാരംഭത്തിൽനിന്ന് ഗുണപ്രധാനമായ ഒരു നിലയിൽ എത്തിനില്ക്കുന്ന വിജയന്റെ വ്യക്തിത്വത്തിന്റെ പരിണാമരേഖയാണിത്. ആത്മീയതാപ്രവണമായ വിജയൻ കഥകളെല്ലാം പരതിയാലേ ഈ സത്യം പിടികിട്ടൂ. അല്ലാതെ, ഓരോ കഥമാത്രമെടുത്തു നോക്കിയാൽ ഈ നില കാണാൻ കഴിയുകയില്ല. ആത്മീയതയുടെ ആവിഷ്കാരത്തിനു സ്വീകാര്യമായിത്തീർന്ന പ്രമേയം, ഭാഷ, പ്രകരണം, സങ്കേതം മുതലായവയുടെ നിർദ്ധാരണം വിജയന്റെ ആത്മീയനിലവാരം കുറെക്കൂടി വസ്തുനിഷ്ഠമായി വ്യക്തമാക്കുന്നതാണ്.

ഭൗതികവും ആത്മീയവുമായ വിരുദ്ധഭാവങ്ങളുടെ ഒടുങ്ങാത്ത സംഘട്ടനത്തിന്റെ വേദിയാണ് വിജയന്റെ അന്തരംഗമെന്ന് അദ്ദേഹം രചിച്ച പ്രധാന കഥകൾ വ്യക്തമാക്കുന്നുണ്ട്. തന്റെ സർഗ്ഗാത്മകജീവിതത്തിന്റെ ആരംഭം തൊട്ടേ നിലനിന്നുപോരുന്ന ഈ സംഘർഷം വിജയന്റെ ചേതനയെ ഒരിക്കലും വിട്ടൊഴിഞ്ഞിട്ടില്ല എന്നതാണു യാഥാർത്ഥ്യം. ഇക്കാര്യമറിയാതെയാണ് ചിലർ വിജയന്റെ പ്രതിഭയിൽ തകരാറുകൾ കാണുന്നത്. പ്രതിഭ കുറഞ്ഞ ചില എഴുത്തുകാരുടെ ആക്രോശങ്ങളും സഹിഷ്ണുതയില്ലാത്ത ചില പ്രത്യയശാസ്ത്രവിദഗ്ധന്മാർ പുറപ്പെടുവിക്കുന്ന

ഖണ്ഡനാഭിപ്രായങ്ങളും അവരുടെതന്നെ ആന്തരികവൈകല്യങ്ങളുടെ ബഹിർഗമനങ്ങളാണെന്നതത്രേ വസ്തുത. പുരോഗമനകലാസാഹിത്യ സംഘം തിരുവനന്തപുരം ജില്ലാകമ്മറ്റി പ്രസിദ്ധീകരിച്ച സൗന്ദര്യത്തിന്റെ അർത്ഥസംഹിത & മുട്ടത്തുവർക്കി മുതൽ ആനന്ദ് വരെ പോലുള്ള രചനകളിലെ വൈകല്യങ്ങൾ ഇപ്പറഞ്ഞതിനു നല്ല തെളിവാണ്.

ആത്മീയതയിലാണ് വിജയന്റെ പ്രതിഭ ഏറ്റവും ഒടുവിലായി നങ്കൂരമിട്ടിരിക്കുന്നത് എന്നു പറയുമ്പോൾപോലും സന്ദേഹങ്ങളുടെ ഊരാക്കുടുക്കുകളിൽനിന്നു തലയൂരാൻ അദ്ദേഹത്തിന്റെ ചേതനയ്ക്ക് ആയിട്ടില്ലെന്ന് വിജയൻ അവസാനം എഴുതിയ കഥകൾ തന്നെ സാക്ഷ്യപ്പെടുത്തുന്നു. സന്ദേഹങ്ങൾ തുടരുന്നതാണോ സന്ദേഹങ്ങൾ ഒടുങ്ങുന്നതാണോ ശരിയായ ആത്മീയത എന്നതാണ് ഇവിടത്തെ പ്രശ്നം. വിജയന്റെ ആത്മീയതയെക്കുറിച്ച് കൂടുതൽ അന്വേഷിക്കുവാൻ ഇത് അവസരം ഒരുക്കുന്നു.

വിജയന്റെ കഥോപനിഷത്ത്

കെ.പി. ശശിധരൻ

ഒ.വി. വിജയന്റെ കഥകളുടെ വർഷമേഘം പൂർവ്വകാലത്തിന്റെ ധ്രുവ പ്രദേശങ്ങളിലെവിടെയൊ രൂപപ്പെടുകയും മലയാളിയുടെ വർത്തമാന കാല മനസ്സിലേക്ക് പെയ്തിറങ്ങുകയും ചെയ്യുന്നു. ഈ വർഷപാത ത്തിന്റെ താളക്രമത്തിൽ അനാഥവും വിഷാദസമൃദ്ധവുമായ മനുഷ്യ ജീവിതവും പാപപുണ്യങ്ങളെക്കുറിച്ചുള്ള സന്ദേഹവും പ്രകൃതിയും വികൃതിയും ആസക്തിയും വിരക്തിയും സമാധാനത്തിനുവേണ്ടിയുള്ള യുദ്ധവും കർമ്മബന്ധത്തിന്റെ കാണാപ്പുറങ്ങളും അധികാരത്തിന്റെ അശ്ലീ ലവും ത്യാഗത്തിന്റെയും കാരുണ്യത്തിന്റേയും സാത്വികവിശുദ്ധിയും ആത്മീയതയുടെ ഈശ്വരസ്പർശവും ധർമ്മാർത്ഥ കാമമോക്ഷങ്ങളും അർത്ഥപൂർണ്ണമായി വാർന്നുവീണത് നാം കാണുകയുണ്ടായി. രചനയുടെ ഈ ഉപനിഷദ് ദീപ്തിയിൽ മലയാള കഥാസാഹിത്യവും അതിന്റെ ഭാഷയും ആധുനികമായി മാറിയത്, പുതുപരിവേഷമാർജ്ജിച്ചത് വിമർശ കന്മാരെ വല്ലാതെ കുഴക്കി. സാഹിത്യം ആധുനികമാകണമെങ്കിൽ ഭൂത കാലനിഷേധവും നിന്ദയും അതിന്റെ അടിയാധാരമായിരിക്കണം എന്ന വർത്തമാനകാല സങ്കല്പത്തെയാണ് വിജയൻ ചോദ്യം ചെയ്തത്. നിർഭയത്വവും സ്വാതന്ത്ര്യബോധവും മൂലം അദ്ദേഹം കക്ഷികളിലും പക്ഷങ്ങളിലും അടയിരുന്ന നിരൂപകന്മാർക്ക് അനഭിമതനായി. ഒറ്റപ്പെട്ട വനുമായി.

പിതൃസ്പന്ദനം

ഒരെഴുത്തുകാരൻ എന്ന നിലയിൽ വിജയന്റെ രചനകളിൽ തെളി യുന്ന പിതൃപക്ഷ ബഹുമാനം നമ്മുടെ വെറുംവായനയ്ക്ക് വഴങ്ങി എന്നു വരില്ല. അതീന്ദ്രിയവും ഭ്രമാത്മകവുമായ മാനങ്ങളിലൂടെ രാസപരിണാമം സംഭവിച്ച് ആശയസാന്ദ്രമാകുന്ന അദ്ദേഹത്തിന്റെ ആത്മാന്വേഷണ ഭാഷ ണത്തോട് സ്വന്തം സംവേദനക്ഷമതയെ ശ്രുതിചേർത്ത് വയ്ക്കാൻ ആദ്യമേ വായനക്കാരൻ തയ്യാറാവണം. പിതൃസ്പർശത്തിന്റെ അലിവും ആഴവുമുള്ള വിജയൻ എന്ന വിസ്മയത്തെ ഉൾക്കൊള്ളാനുള്ള എളുപ്പ വഴി അതാണ്. സ്വന്തം അച്ഛനോട് ചെയ്തുപോയ അപരാധങ്ങളുടെ

ഉണങ്ങാത്ത മുറിവുകൾ വിജയന്റെ നോവലുകളിലും കഥകളിലും വേഷംമാറിവരുന്നുണ്ടെങ്കിലും അത്തരം സ്വകാര്യതകൾ കലയുടെ സാമാന്യവൽക്കരണത്തിലൂടെ സമ്പന്നമാകുന്നതായിട്ടാണ് നമുക്കനുഭവപ്പെടുക. പിതൃ പിതാമഹന്മാരും ഗുരുകാരണവന്മാരും ബ്രഹ്മാവും വിശ്വകർമ്മാവും ദൈവങ്ങളും തമ്പുരാക്കളും മാത്രമല്ല, വിശ്വാസികൾക്കുമുമ്പിൽ സ്വയം വിഡ്ഢിവേഷം കെട്ടുന്ന വേട്ടക്കരവോൻ എന്ന കേരളത്തിന്റെ സ്വന്തം ഈശ്വരൻ വരെ ഈ താതതരംഗിണിയിൽ അണിനിരക്കുന്നു. തന്റെ ഭയ ദൗർബല്യങ്ങളേയും വിഹ്വലതകളേയും സന്ദേഹങ്ങളേയും പ്രാർത്ഥനകളേയും ഉപാധികൂടാതെ ചെവിക്കൊള്ളുന്ന ഒരു രക്ഷാപുരുഷനാണ് ഈ സങ്കല്പം. പ്രായേണ പാശ്ചാത്യമായ ആശയങ്ങളുടേയോ സങ്കേതങ്ങളുടെയോ കടബാധ്യതയില്ലാതെ ഉപനിഷത്തിന്റെയും ഇതിഹാസത്തിന്റെയും സനാതന മാർഗ്ഗത്തിലൂടെ അദ്ദേഹം സഞ്ചരിച്ചപ്പോൾ ആശിസ്സും ആർദ്രതയും ശമനവും വചനവും ജൈവ നൈരന്തര്യവും ശ്രാദ്ധവിശുദ്ധിയും പാപഭാരവും പശ്ചാത്താപവും ഖേദഭേദവും പിതൃവഴികളിൽ കാല്പാടുകളായി നിറഞ്ഞു.

ഈ പറഞ്ഞ പിതൃഗമനത്തിന് ഒരു അനുബന്ധം കൂടി വിജയന്റെ നോവലുകളിലും കഥകളിലുമുണ്ട്. അത് സ്വന്തം പുത്രനിലേക്ക് തുറക്കുന്ന വഴിയാണ്. മകനെക്കുറിച്ച് പറയുന്ന ഒരു സന്ദർഭത്തിൽ 'പിതാവിന്റേയും പുത്രന്റേയും സ്നേഹം എന്നെ സംബന്ധിച്ചിടത്തോളം സംഘട്ടനങ്ങളും നിരാസങ്ങളും നിറഞ്ഞതാണ്' (കടൽത്തീരത്ത്-ലേഖനം) എന്ന് അദ്ദേഹം രേഖപ്പെടുത്തിയിട്ടുണ്ട്. മകനെക്കുറിച്ച് വ്യക്തിപരമായ ചുരുക്കം ചില പരാമർശങ്ങളേ വിജയന്റെ ലേഖനങ്ങളിലുള്ളുവെങ്കിലും പറഞ്ഞതിലുമേറെ കാര്യങ്ങൾ അദ്ദേഹം മൗനത്തിനു വിട്ടുകൊടുത്തതായി കരുതണം. വംശവൃക്ഷത്തിന്റെ വേരും നേരും ജീവധാരയുടെ മണ്ണൊലിപ്പിൽ ശിഥിലമാകുന്നതിന്റെ വേദനകൾ അദ്ദേഹത്തെ അലട്ടിയിരുന്നുവോ? വിജയന്റെ കൃതികൾ വായിക്കുന്നവരും പഠിക്കുന്നവരും ഈ സമസ്യകൂടി പൂരിപ്പിക്കുന്നത് നന്നായിരിക്കും. 'ഗുരുസാഗര'മെഴുതിയ ആളിന്റെ ചിതാഭസ്മം കോടതി മുഖേന ഹരിദ്വാര തീർത്ഥത്തിലെത്തിയത് വിസ്മരിക്കാനാവില്ലല്ലോ.

മൃതി സമൃദ്ധി

ഖസാക്കിന്റെ ഇതിഹാസം തൊട്ടുള്ള വിജയന്റെ മിക്ക കൃതികളും മൃതിസമൃദ്ധമാണ്. ജീവിതാഭിരതിയെ മൃത്യുപക്ഷത്ത് നിർത്തി വിസ്തരിക്കുന്ന കഥയുടെ ഈ സൗന്ദര്യശാസ്ത്രം മന്ത്രശുദ്ധിവരുത്തിയ യാത്രയയപ്പായും നിറവേറലിന്റെ വിഭൂതിയായും മരണത്തെ പരിഗണിക്കുന്നു. പരീക്ഷിത്തിന്റെയും നചികേതസ്സിന്റെയും വഴിയേ പോകുന്ന കഥാകൃത്ത്, മരണമില്ലാത്ത മൃത്യുവിന്റെ മുമ്പിൽ കീഴടങ്ങുകയല്ല, മറിച്ച് വിനയം കൊണ്ടും സാത്വികമായ സഹനംകൊണ്ടും അതിനെ സ്വാനുഭവമാക്കി മാറ്റുകയാണ് ചെയ്യുന്നത്. 'കോമ്പിപ്പൂശാരിയുടെ വാതിൽ' എന്ന കഥയിലെ ചില വരികൾ- കാവിലെ ദേവിയുടെ 'ജന്മത്തിന്റെ വാതിലുകൾ

അടയ്ക്കുമ്പോഴും തുറക്കുമ്പോഴും തുല്യപ്രസാദം...' പറമ്പിലെ ചവിട്ടു വഴിയിലെത്തിയപ്പോൾ കരിമൂർഖൻ കാത്തുനിൽക്കുന്നു....'

'ഒരർച്ചനയിലെന്നപോലെ പാമ്പ് പടമൊതുക്കി തലകുനിച്ചു. കാവിൽ നിന്നിറങ്ങുമ്പോൾ പതിവില്ലാതെ താൻ കാലുകഴുകിയതിന്റെ അർത്ഥം അപ്പോഴാണ് കോമ്പിപ്പൂശാരിക്ക് മനസ്സിലായത്. അവൻ കടിക്കുമ്പോൾ കാല്പടത്തിൽ ചളിയരുത്. അവൻ ദേവിയുടെ നാഗമാണ്. അവന്റെ ചുണ്ടുകളിൽ ചളിപുരണ്ടുകൂടാ.' സ്പർധ തീണ്ടാത്ത ജനിമൃതികളുടെ ഈ ആശ്ലേഷത്തിന് ഒരു മറുവശംകൂടിയുണ്ട്.

വിധിക്കുക, വധിക്കുക

നിയമസംഹിതകൾക്ക്, ഒരു മനുഷ്യജീവനെ മരണദണ്ഡനയ്ക്കു വിട്ടു കൊടുക്കാൻ നൈതികമായി അവകാശമുണ്ടോ എന്ന ചോദ്യം ഇപ്പോൾ കൂടുതൽ ഉച്ചത്തിൽ മുഴങ്ങിക്കേൾക്കുന്നുണ്ടല്ലോ. കുറ്റവാളിയെ ശിക്ഷി ക്കുന്നത് അയാൾ ഉപയോഗിച്ച അതേ ആയുധം കൊണ്ടാണ് എന്നുവരു ന്നത് നൈതികതയുടെ ദൗർബല്യത്തെയാണ് സൂചിപ്പിക്കുന്നത്. സർക്കാ രിന്റെയോ രാഷ്ട്രീയ പ്രസ്ഥാനത്തിന്റെയോ മതത്തിന്റെയോ താത്പര്യ പ്രകാരം കോടതിവിധിക്കുന്ന നിയമാനുസൃതമായ കൊലപാതകമായി വധശിക്ഷ പരിണമിക്കുന്നത് മനുഷ്യത്വത്തിന്റെ കാഴ്ചപ്പാടിലൂടെ മാത്രമേ ഒരു യഥാർത്ഥ കലാകാരന് അവതരിപ്പിക്കാനാവൂ. അതുകൊണ്ടാണ് നിയമജ്ഞരെക്കാൾ കൂടുതൽ കലാകാരന്മാർ വധശിക്ഷയെ എതിർക്കു ന്നത്. അഹിംസയുടെ സാഹിത്യശിക്ഷാ നിയമമാണ് അവർക്ക് അവ ലംബം. ഒരു നിമിഷത്തെ സാഹസത്തിന്, അറിവുകേടിന് സ്വന്തം ജീവൻ പിഴയായി നൽകേണ്ടി വരുന്നവർക്കും നിരാലംബർക്കും കാരുണ്യത്തിന്റെ ഈ സർഗ്ഗപീഠം എന്നും കൂട്ടിനുണ്ടായിരുന്നു. മാത്രവുമല്ല ജൈവധാര യുടെ കണ്ണി അറ്റുപോകുന്നത് പ്രകൃതിയുടെ ആഹ്വാനമനുസരിച്ചാണെന്ന് വാദിച്ച് സമർത്ഥിക്കാനും പ്രയാസമുണ്ട്.

നീതിയുടെ മുമ്പിൽ അന്ധാളിച്ചും ഖേദിച്ചും യാചിച്ചും നിൽക്കുന്ന സാധാരണ മനുഷ്യന്റെ ചിത്രം അതുകൊണ്ടാണ് വിജയൻ എഴുതി ത്തുടങ്ങിയത്. ആ വഴിയിൽനിന്ന് പിന്നീടൊരിക്കലും അദ്ദേഹം വ്യതി ചലിച്ചില്ല. 'ധർമ്മപുരാണ'ത്തിലെ താഴ്വരയുടെ അപസ്വരം എന്ന അദ്ധ്യായം തന്നെ ഏറ്റവും നല്ല ഉദാഹരണം. പത്തുവയസ്സുള്ള ജരൽക്കാരു എന്ന ബാലനെ ചാരവൃത്തി നടത്തി എന്നതിന്റെ പേരിൽ വധശിക്ഷയ്ക്കു വിധിക്കുന്നതിന്റെ ദയനീയ ദൃശ്യങ്ങളാണ് അതിലുള്ളത്.

'ജരൽക്കാരു പതുക്കെ നടന്നകന്നു. അവന്റെ കണ്ണുകളിൽ അവന്റെ പ്രായത്തിന്റെ നിസ്സഹായതയും നിർദ്ദോഷിത്തവും. കവിളിൽ കണ്ണുനീര്. അവന്റെ കളിച്ചങ്ങാതികളെ നോക്കി നിശ്ശബ്ദനായി ജീവനുവേണ്ടി യാചിച്ചു.'

'നീതിമണ്ഡപത്തിന്റെ പ്രവേശനദ്വാരത്തിൽ ജരൽക്കാരുവിന്റെ അമ്മയും അച്ഛനും അനുജത്തിയും ഏട്ടന്മാരും നിന്നു. അവരെ കണ്ടതും

ജരൽക്കാരുവിന്റെ ശിക്ഷണം തകർന്നു. പൊലീസുഭടന്മാരുടെ ശാസനം അവഗണിച്ച് അവൻ നിലവിളിച്ചു'

'അമ്മേ, അച്ഛാ! എന്നെ കൊല്ലാൻ സമ്മതിക്കരുത്'

ഇവിടെ വരച്ചുവെച്ച ദൃശ്യത്തിന്റെ കുറെക്കൂടി വലിയ കാൻവാസാണ് വിജയന്റെ കടൽത്തീരത്ത് എന്ന കഥ. 'അപ്പാ എന്നെ തൂക്കിക്കൊല്ലാൻ സമ്മതിക്കരുതേ' എന്ന കുഞ്ഞുണ്ണിയുടെ വിലാപം ആ കഥയിലും ഒരു വ്യത്യാസവുമില്ലാതെ മുഴങ്ങികേൾക്കും. വാസ്തവത്തിൽ 'കടൽത്തീരത്ത്' എന്ന കഥ എഴുതാതിരിക്കാൻ വിജയന് കഴിയുമായിരുന്നില്ല. 'കോമ്പിപ്പൂശാരിയുടെ വാതിൽ' എന്ന കഥയിൽ 'കടൽത്തീരത്തി'ലെ കഥാപാത്രങ്ങൾ അതേ പേരിൽ പ്രത്യക്ഷപ്പെടുന്നുണ്ട്. 'വീണ്ടും കടൽത്തീരത്ത്' എന്ന മറ്റൊരു കഥയും വിജയൻ എഴുതി. അലൻ പേറ്റൻ രചിച്ച 'ക്രൈ മൈ ബിലവഡ് കൺട്രി' എന്ന നോവലിന്റെ ആശയാനുകരണമാണ് 'കടൽത്തീരത്തി'ലും എന്ന ആരോപണം ഉണ്ടായിരുന്നു. അതിന് മറുപടിയെഴുതി വിജയൻ പ്രസ്തുത ലേഖനത്തിന് 'കടൽത്തീരത്ത്' തലവാചകം തന്നെ കൊടുത്തു. കഥാകാരന് ശീർഷകം അത്രമേൽ പ്രിയംകരമാകാൻ തക്കതായ കാരണമുണ്ടാകും.

പിതൃസ്പന്ദനത്തിൽ നിന്നും നിസ്സഹായന്റെ ആക്രമണത്തിൽ നിന്നുമാണ് വിജയന്റെ ഈ കഥ രൂപാന്തരംകൊണ്ടത് എന്ന വസ്തുത 'പ്ലേജിയറിസം' ആരോപിക്കുന്നവർ സൗകര്യപൂർവ്വം വിസ്മരിച്ചു. 'കടൽത്തീരത്ത്' കളവുമുതലാണെങ്കിൽ വിജയന്റെ മറ്റെല്ലാ കൃതികളും കോടതി കയറേണ്ടിവരും.

വരികളും വഴികളും

തന്റെ വായനയെക്കുറിച്ചും മനനത്തെക്കുറിച്ചും രചനാശൈലിയെക്കുറിച്ചും ഒരഭിമുഖ സംഭാഷണത്തിൽ വിജയൻ പറയുന്നത് നോക്കുക 'സാഹിത്യത്തിലായാലും തത്ത്വചിന്തയിലായാലും ക്ലാസിക്കുകൾ അധികം ഞാൻ വായിച്ചിട്ടില്ല. ഇനി വായിക്കാനാവുമെന്നും തോന്നുന്നില്ല. പക്ഷേ വായിച്ചതെന്തും അതിസാന്ദ്രമായി ഞാൻ സ്വാംശീകരിച്ചിട്ടുണ്ട്. അനുഭവിച്ചിട്ടുണ്ട്... ആ പുസ്തകങ്ങളിൽ നിന്ന് ചിലപ്പോൾ ചില വാചകങ്ങൾ, ഖണ്ഡികകൾ, സന്ദർഭങ്ങൾ ഹൃദയത്തിൽ തറയ്ക്കും. അവിടെ കിടന്ന് ബീജസങ്കലനം ചെയ്തുകൊണ്ടിരിക്കും. വർഷങ്ങളും അനുഭവങ്ങളും കടന്നുപോരുമ്പോൾ ഓർമ്മകളിൽ വൈകാരികത ബാക്കിയാവുന്ന ഈ അവക്ഷിപ്തങ്ങൾ പലതായി രൂപംകൊള്ളുന്നു. വായനയുടെ ഇത്തരം അവശേഷിപ്പാണ് എന്റെ മുതൽക്കൂട്ട്. പിന്നെ എന്നെ സ്വാധീനിച്ചു എന്നു പറയുന്നത് മതഗ്രന്ഥങ്ങളാണ്. ഉപനിഷത്ത്, ഗീത തുടങ്ങിയവ. അതും ഞാൻ പഠിച്ചിട്ടില്ല. ഓർമ്മിക്കുന്നത് ഏതാനും വരികളോ ശ്ലോകങ്ങളോ മാത്രം. പക്ഷേ അവയുമായി ഞാൻ തീവ്രമായി പ്രതികരിച്ചിട്ടുണ്ട്. അവ എന്റെ മനസ്സിനെ സദാ മഥിച്ചുകൊണ്ടിരിക്കുന്നു' (മതം മാർക്സിസം, വ്യാജവിപ്ലവം)

സ്റ്റേറ്റ്സ്മാൻ പത്രത്തിൽ വന്ന ഒരു വാർത്തയാണ് കടൽത്തീരത്ത് എന്ന കഥയ്ക്ക് കാരണമായിത്തീർന്നത് എന്ന് വിജയൻ വെളിപ്പെടുത്തുന്നുണ്ട്. (കടൽത്തീരത്ത്-ലേഖനം) മലേഷ്യയ്ക്കു സമീപമുള്ള ഒരു ചെറിയ രാജ്യത്തിൽ ആസ്ട്രേലിയക്കാരനോ ന്യൂസിലണ്ടുകാരനോ ആയ ഒരു യുവാവ്, മയക്കുമരുന്ന് കൈവശം വെച്ചു എന്ന കാരണത്താൽ വധശിക്ഷയ്ക്ക് വിധിക്കപ്പെട്ടു. ശിക്ഷ നടപ്പിലാക്കുന്നതിന്റെ തലേന്ന് അവന്റെ അച്ഛനമ്മമാർ ജയിലിൽ അവസാനത്തെ കൂടിക്കാഴ്ചയ്ക്ക് എത്തി. മകനെ കണ്ട് മടങ്ങുമ്പോൾ പത്രക്കാർ ചോദിച്ചു, നിങ്ങളുടെ കുട്ടി എങ്ങനെയുണ്ട്? അവർ മറുപടി പറഞ്ഞത് 'ഹി ഈസ് ഡിസ്ട്രാക്ട്ഡ്' എന്നായിരുന്നു. മരണത്തെ കാത്തിരിക്കുന്ന ഒരു യുവാവിന്റെ ബുദ്ധികാലുഷ്യം ആർക്കും മനസ്സിലാവും. കലുഷവും സങ്കലവും ഭ്രമാത്മകവുമായ ആ മനസ്സിനെ പദധ്യാനത്തിലൂടെ മറ്റൊരു കാലാവസ്ഥയിലേക്ക് വിജയൻ ആവാഹിച്ചെടുത്തു.

അനന്തയാത്ര

പാലക്കാട്ടുനിന്ന് കണ്ണൂർ കടൽക്കരവരെയുള്ള ദൂരം ഏതാണ്ട് നാല്പതുമണിക്കൂറുകൊണ്ട് സഞ്ചരിച്ചുതീർക്കുന്ന വെള്ളായിയപ്പൻ. ജന്മാന്തര ബന്ധങ്ങളുടെയും പിതൃ പുത്ര പാരസ്പര്യത്തിന്റെയും ദൈവപഥത്തിലൂടെ യാത്രചെയ്യുന്ന നിരാലംബനും നിസ്സഹായനുമായ മനുഷ്യന്റെ പ്രതിരൂപമായി മാറുന്നതാണ് കടൽത്തീരത്ത് എന്ന കഥയുടെ പ്രമേയം. ശബ്ദാർത്ഥങ്ങളെക്കൊണ്ട് വെളിപ്പെടുത്താൻ കഴിയാത്ത അറിവിന്റെയും നിറവിന്റെയും മൗനത്തിന്റെയും ജന്മസിദ്ധിയുടെയും ഭാവതലങ്ങളിലൂടെ അനാദിയും അനന്തവുമായി ഈ കഥ വികസിക്കുന്നു.

പാടവും നെടുവരമ്പും പിന്നിട്ട് ആരുടെയൊക്കെയോ ദുഃഖസഞ്ചാരങ്ങളുടെ തഴമ്പായ ചവിട്ടടിപ്പാതയിലൂടെയാണ് വെള്ളായിയപ്പന്റെ വിഷാദയാത്ര മുന്നോട്ടു നീങ്ങുന്നത്. സ്ഥലകാലങ്ങളുടെ ചാക്രികവും സമൃദ്ധവുമായ സൂചനകൾ കഥയിലുടനീളം കാണാം. പാടം, പറമ്പ്, വെട്ടുവഴി, പുഴ, മേട്, വഴിവിളക്കുകൾ, പുഴൽമണത്തിട്ട, മരങ്ങൾ, കടൽത്തീരം, അസ്തമയസന്ധ്യ, രാത്രി, പുലരി, ചുടുവെയിൽ തുടങ്ങിയവ മനുഷ്യാത്മാക്കളുടെ അനന്തയാത്രയെ ധ്വനിപ്പിക്കും. ഈ യാത്രയുടെ പൂർവ്വാംഗങ്ങൾ ദുഃഖസഞ്ചാരങ്ങളുടെ തഴമ്പിലൂടെ വ്യക്തമായി. എത്രയോ വെള്ളായിയപ്പന്മാർ ഇപ്പറഞ്ഞ വഴിയിലൂടെ ചവിട്ടിക്കടന്നുപോയിട്ടുണ്ട്. വരാനിരിക്കുന്നവരുടെ കണ്ണീർപ്പാടുകൾക്കായി അത് കാത്തിരിക്കുന്നതുപോലെ തോന്നും. ഭാര്യയുടെ കണ്ണീരിൽ വെന്ത വഴിച്ചോറും പാലക്കാട് മുതൽ കണ്ണൂർ വരെ യാത്രചെയ്യാനുള്ള ലക്ഷ്യസ്ഥാനം കൃത്യമായി അടയാളപ്പെടുത്തിയ നിയമാനുസൃതമായ ഒരു റെയിൽവെ ടിക്കറ്റുമായാണ് വെള്ളായിയപ്പൻ യാത്ര ചെയ്യുന്നത്. അതിനുമപ്പുറത്തേക്ക് പോകാൻ വിചാരിച്ചാൽപോലും അയാൾക്കാവില്ല. തീവണ്ടിയാപ്പീസിലെ ഗുമസ്തൻ ചീട്ടെടുത്ത് അച്ചുകുത്തി ജനാലയിലൂടെ പുറത്തേക്കിട്ടപ്പോൾ യാത്രയിൽ

ഒരുഘട്ടം തുടങ്ങിയതുപോലെ അയാൾക്കുതോന്നി. ജനന മരണങ്ങളുടെ മഹാപ്രസ്ഥാനത്തിലെ ഒരു ഘട്ടം.

ചവിട്ടടിപ്പാതയിൽനിന്ന് വെട്ടുവഴിയിലേക്ക് നടന്നു നീങ്ങിയാൽ പുഴയായി. പുഴവെള്ളത്തിന്റെ ഇളം ചൂടേറ്റപ്പോൾ കുളിയുടെ ഓർമ്മ വെള്ളായിയപ്പനെ തളർത്തി. കുളി പകരുന്ന ഉന്മേഷത്തിന്റെ എതിർപക്ഷത്ത് വെള്ളായിയപ്പൻ അകപ്പെട്ടുപോകാൻ എന്താണ് കാരണം? പുഴയിൽ അച്ഛന്റെ ശവത്തെ കുളിപ്പിച്ചതും മകനെ കുട്ടിക്കാലത്ത് കുളത്തിൽ കുളിപ്പിച്ചതും അയാൾ ഓർത്തു. "കാൽവണ്ണയെ തഴുകികൊണ്ട് പരൽമീനുകളെ പേറിക്കൊണ്ട്" ഒഴുകുന്ന ജനിമൃതിയുടെ ശോകവാഹിനിയിൽ പിതൃക്കളുടെ സാന്നിദ്ധ്യമായിരിക്കണം വെള്ളായിയപ്പനെ തളർത്തിയത്. ബലിക്കാക്കകളെപ്പോലെ പരൽമീനുകളും പിതൃപ്രതീകങ്ങളുമാണ്. പുഴയുടെ പുത്രശോകവുമായി ഓർമ്മയുടെ വഴിയിൽ അപ്പുറത്തെ മേടു കയറുവോളം വെള്ളായിയപ്പൻ കരഞ്ഞു. വംശധാരയുടെ നൈരന്തര്യത്തെ, ഇളംചൂടുള്ള കണ്ണീർപ്പുഴയെ കുറുകെ മുറിച്ചുകൊണ്ടാണ് അയാൾ സഞ്ചരിക്കുന്നത്. വംശസ്മൃതിയുടെ ഇരുവശങ്ങളിൽനിന്നും ഇരുട്ടു പടർന്നു കയറുന്നത് വെള്ളായിയപ്പന് അനുഭവപ്പെട്ടു.

പ്രത്യക്ഷത്തിൽ വിരുദ്ധമെന്ന് തോന്നുമെങ്കിലും അസ്തമയമെന്ന ബിംബത്തിൽ ഏകീഭവിക്കുന്ന രണ്ട് ചിത്രങ്ങൾ ഈ സന്ദർഭത്തിൽ വിജയൻ എഴുതിവെച്ചിട്ടുണ്ട്. മുണ്ടകപ്പാടത്തിന്റെ വരമ്പത്ത് തന്റെ ചെറുവിരൽ പിടിച്ചുകൊണ്ട് അസ്തമയത്തിന്റെ പക്ഷികളെ നോക്കി അദ്ഭുതപ്പെട്ട മകനെയും അസ്തമയത്തിന്റെ പാടത്തേക്ക് ഇറങ്ങി നടക്കുന്ന സ്വന്തം അച്ഛനെയും വെള്ളായിയപ്പൻ സ്മരിക്കുന്ന ചിത്രങ്ങളാണവ. ജീവിതത്തിന്റെ ഉദയരാശിയിൽ നിലയുറപ്പിച്ച് അസ്തമയത്തിന്റെ പക്ഷികളെ നോക്കി വിസ്മയിച്ച സ്വന്തം മകനെക്കുറിച്ചുള്ള വെള്ളായിയപ്പന്റെ ഓർമ്മയ്ക്ക് അകലെ താണുതുടങ്ങിയ സൂര്യനേക്കാൾ കവിഞ്ഞ ദുരന്തപൂർണ്ണമായ അർത്ഥമുണ്ട്.

ഇരുട്ടും നിഴലും യാത്രയുടെ വേഗവും വർദ്ധിക്കുന്ന ഘട്ടമാണ് അടുത്തത്. മുമ്പ് ഒരിക്കൽ മാത്രം തീവണ്ടിയാത്ര നടത്തിയത് വെള്ളായിയപ്പൻ ഓർക്കുന്നു. പകൽവെളിച്ചത്തിലുള്ള ആ യാത്രയിൽ വണ്ടിയുടെ ഗതിവേഗത്തിലും പുറംകാഴ്ചകൾക്ക് മങ്ങലേറ്റിരുന്നില്ല. ഇപ്പോൾ കണ്ണൂരിലേക്ക് കുതിക്കുന്നത് രാത്രിവണ്ടിയാണ്. മങ്ങിയ ചിത്രങ്ങൾ പതിച്ച ചുവരുകളുള്ള ഒരു തുരങ്കത്തിലൂടെ വണ്ടിയോടുന്നതായിട്ടാണ് കഥാകൃത്ത് ചിത്രീകരിച്ചിരിക്കുന്നത്. ഇരുട്ടും വേഗവും കാഴ്ചയെ ശിഥിലമാക്കുമ്പോൾ മൗനത്തിന്റെ ഉൾക്കാഴ്ച മനസ്സിന്റെ നിയന്ത്രണമേറ്റെടുക്കുന്നത് സ്വാഭാവികമാണല്ലോ.

മുനിയുടെ മൗനം

'കടൽത്തീരത്ത്' എന്ന കഥയുടെ ശില്പഘടന നിയന്ത്രിക്കുന്ന നിർണ്ണായകമായ ഘടകം ഈ മൗനഭാഷണംതന്നെയാണ്. പരിചിതരും അപരിചിതരുമായ ഏതാനും ആളുകളുമായി വെള്ളായിയപ്പൻ ഒന്നോ

രണ്ടോ വാക്കുകൾകൊണ്ട് അവസാനിപ്പിക്കുന്ന സംഭാഷണലേശങ്ങൾ മാറ്റിനിർത്തിയാൽ കഥാ ഘടനയുടെ ഊടും പാവും മൗനനിബന്ധിതമാണ്. ഇത്തരം സന്ദർഭങ്ങളിൽ കഴുകി അരിച്ച് ശുദ്ധിവരുത്തിയ സംഭാഷണശൈലിയിലാണ് വിജയന് താത്പര്യം. പാഴുതറയിൽ തനിക്ക് പരിചയമുള്ള കുട്ട്യസ്സൻ മാപ്പിളയെയും നീലിമണ്ണാത്തിയെയും കണ്ടുമുട്ടുമ്പോൾ വെള്ളായിയപ്പന്റെ ഭാഷ സൂത്രസദൃശ്യമായ സംബോധനകളിൽ ഒതുങ്ങും. മൗനഭാഷണത്തിന് വാതായനം തുറന്നുകൊടുക്കുന്ന അല്പാക്ഷരങ്ങളിൽ നിറയുന്നത് സാന്ത്വനത്തിന്റെ ദീർഘവും സമ്പന്നവുമായ അർത്ഥപരമ്പരകളാണ്. ഇവിടെ ഭാഷ ഈശ്വരസ്പർശമുള്ള ചിന്തകളിലേക്ക് വികസിക്കും. അപരിചിതന്മാരുമായി സംസാരിക്കുമ്പോഴാകട്ടെ വാക്യഘടന പാടേ മാറുന്നു. തന്നേ, ഓ, വേണ്ട, വെറുതെ, ആവോ, പിടിയില്ല തുടങ്ങിയ സന്ദേഹവും നിഷേധവും അർത്ഥശൂന്യമായ സമ്മതവും സ്ഫുരിക്കുന്ന പദങ്ങളാണ് ഇവിടെ കാണപ്പെടുക. പരിഹാസത്തിന്റെ മുറിവുകളും പരുഷവും നിർവ്വികാരവുമായ മറുപടികളും അപരിചിതലോകത്തിന്റെ സംഭാവനകളായി വെള്ളായിയപ്പൻ സ്വീകരിക്കുന്നു. മകനെ പാർപ്പിച്ച ജയിലിലേക്കുള്ള വഴി ചോദിച്ചപ്പോൾ 'കട്ടാൽ മതി' എന്ന് പറഞ്ഞു കൊടുക്കുന്നവരുടെ മുമ്പിലെത്തുമ്പോഴേക്കും വെള്ളായിയപ്പന് ശ്വാസംമുട്ടി.

കഥാകൃത്ത്, മൗനത്തിന്റെ ലാവണ്യമാർഗ്ഗം അവലംബിച്ചതിന് യുക്തിസഹമായ ഉത്തരം കണ്ടെത്താൻ ഏറെ പ്രയാസപ്പെടേണ്ടതില്ല. ദിനസരിക്കുറിപ്പുകളിൽ ആരെങ്കിലും കളവെഴുതിവെക്കാറുണ്ടോ? അതേപോലെ ആത്മവഞ്ചനയേയും കാപട്യത്തേയും മൗനം നിരസിക്കുന്നു. അഭിസംക്രമണരൂപമാർജ്ജിക്കുമ്പോൾ മാത്രമാണ് ഭാഷ വസ്തുതയിൽനിന്ന് വ്യതിചലിക്കുന്നത്.

അത് നീ തന്നെ

പ്രാദേശികച്ചുവ തീണ്ടാത്ത, ആർഭാടവും സാത്വികവും പ്രസാദാത്മകവുമായ ശൈലിയായാണ് ഈ കഥയിലെ മൗനഭാഷണം വാർന്നു വീഴുന്നത്. പാറാവുകാരൻ തടവറയുടെ അഴിവാതിൽ തുറന്ന് വെള്ളായിയപ്പനെ അകത്തു പ്രവേശിപ്പിച്ചപ്പോൾ ശ്രവണത്തിനുമപ്പുറത്തുള്ള ഒരു ഉച്ചസ്ഥായിയിൽ കുഞ്ഞുണ്ണി നിലവിളിച്ചു. വെള്ളായിയപ്പന്റെ പിതൃമനസ്സിനു മാത്രം കേൾക്കാവുന്നതും ജയിലറകളെ ഭേദിക്കുന്നതുമായിരുന്നു ആ ആക്രന്ദനം. ദുഃഖത്തിൽ മൗനത്തിൽ അച്ഛനും മകനും അറിവുകൾ കൈമാറി. നിനക്കു മരണമില്ല; നീ നിന്റെ പുത്രനിലൂടെ ജീവിക്കുന്നു എന്ന ഉപനിഷദ് വാക്യമനുസരിച്ച് കൊലപാതകിയായ കുഞ്ഞുണ്ണി സാത്വികനായ വെള്ളായിയപ്പൻതന്നെ. വെള്ളായിയപ്പൻ എന്ന പേരിലെ ശ്വേതവിശുദ്ധി യാദൃച്ഛികമല്ല. ജയിലധികാരികളോട് അയാൾ പറയുന്നത് 'എന്റെ കുട്ടി ഇവിടെ ഉണ്ട്' എന്നാണ്. മകനേ നീ കൊലനടത്തിയോ എന്ന് അവിശ്വാസത്തോടെ അയാളുടെ മനസ്സ് ചോദിക്കുന്നതും അതേ കാരണം കൊണ്ടുതന്നെ.

കുഞ്ഞുണ്ണിക്ക് തന്റെ മുന്നിൽ നിൽക്കുന്നത് ദരിദ്രനും വൃദ്ധനും നിസ്സഹായനുമായ അച്ഛനല്ല. കുട്ടികൾക്ക് അച്ഛൻ സർവ്വശക്തനാണ്, ഈശ്വരനാണ്, ഗുരുവാണ്. 'അപ്പാ എന്നെ തൂക്കിക്കൊല്ലാൻ സമ്മതിക്കരുതേ' എന്ന മകന്റെ മൗനരോദനം കൊലപാതകിയുടേതല്ല. വെള്ളായിയപ്പൻ താൻ പണ്ട് കുളത്തിൽ കുളിപ്പിച്ച കൊച്ചുകുട്ടിയെ കണ്ടെത്തുന്നു. നിയമം തൂക്കിക്കൊല്ലുന്നത് ആ കൊച്ചുകുട്ടിയെ ആണ്.

വെള്ളായിയപ്പൻ, കുഞ്ഞുണ്ണി എന്നീ പേരുകളിലൂടെ ഭൂമിയിലെ ആദ്യത്തെ അപ്പന്റെയും ഉണ്ണിയുടെയും കർമ്മബന്ധങ്ങളടക്കം എത്രയോ പരമ്പരകളുടെ ചരിത്രമാണ് സൂചിതമാകുന്നത്. വംശപരമ്പരകളുടെ റെയിൽപ്പാത എവിടെയും അവസാനിക്കുന്നില്ല. പൂർണ്ണവിരാമം, അവസാനിക്കുന്നു എന്ന തോന്നൽ മാത്രമാണ് സൃഷ്ടിക്കുന്നത്. കണ്ണൂർ സെൻട്രൽ ജയിലിൽ തൂക്കുമരത്തിന്റെ നിഴലിൽ കഴിയുന്ന കുഞ്ഞുണ്ണിയെ കാണാനാണ് വെള്ളായിയപ്പൻ പുറപ്പെടുന്നത്. യാത്ര പുറപ്പെടുമ്പോഴുള്ള കൂട്ടനിലവിളിയും വഴിയിൽ കണ്ടുമുട്ടുന്നവരോട് ഒറ്റവാക്കിൽ ഒതുക്കുന്ന മറുപടിയും അയാളുടെ വിടപറയലിനെ ധ്വനിപ്പിക്കുന്നു. വഴിയിൽ കുട്ട്യസ്സൻ മാപ്പിളയെ കണ്ടുമുട്ടുമ്പോൾ അയാൾക്ക് താൻ കൊടുത്തുതീർക്കാനുള്ള പതിനഞ്ച് ഉറുപ്പികയും നാലണയും ഒരിക്കലും വീട്ടാൻ കഴിയില്ലെന്ന ചിന്തയും ശ്രദ്ധേയമാണ്. ഋണമുക്തമായ പരലോകയാത്ര എന്ന പഴയ സങ്കല്പം നിറവേറ്റാൻ കഴിയാതെ വരുന്നതിലുള്ള ഒരു സാധുമനുഷ്യന്റെ വ്യാകുലത. അലക്കിയ വസ്ത്രവുമായി (മാറ്റ്) വരുന്ന നീലിമണ്ണാത്തിയും മരണത്തിന്റെ വ്യസനം അയാൾക്ക് കൈമാറുന്നു.

മൃതിപഥങ്ങളിലൂടെയാണ് വെള്ളായിയപ്പൻ നീങ്ങുന്നത്. മുന്നറിവിൽ യാത്രയിലുടനീളം 'എന്റെ ഉള്ളുപൊട്ടുന്നു', 'പ്രാണൻ പറിയുന്നു', 'വെള്ളായിയപ്പൻ കരഞ്ഞു', 'അപരിചിതന്റെ സംഭാഷണം ഒരു കൊലക്കയറിനെപ്പോലെ വെള്ളായിയപ്പന്റെ കഴുത്തിൽ ചുറ്റിമുറുകി', 'അപരിചിതന്റെ താത്പര്യരഹിതമായ സംഭാഷണം എണ്ണമറ്റ കൊലക്കയറുകളായി', 'അപരിചിതരുടെ സ്വരങ്ങൾ കഴുത്തിനുചുറ്റും പിരിഞ്ഞുമുറുകി', 'ശ്വാസം മുട്ടി', 'വിദ്വേഷവും പകയും നിന്ദയുമില്ലാത്ത കുരുക്കുകൾ', 'അവസാനത്തെ തിരിഞ്ഞുനോട്ടത്തിന്റെ ശ്രദ്ധാഞ്ജലി' തുടങ്ങിയ സൂചനകളിൽ മകന്റെ കൊലക്കയർ സ്വയം ഏറ്റുവാങ്ങുന്ന അച്ഛന്റെ ചിത്രമാണ് തെളിഞ്ഞുവരുന്നത്. പുത്രനിലൂടെ ജീവിക്കാമെങ്കിൽ, പുത്രനിലൂടെ മരിക്കാനും ഏറെ പഴുതുകളുണ്ട്.

അപരിചിതന്മാർ

വെള്ളായിയപ്പന്റെ ഈ യാത്രയിൽ 'അപരിചിതത്വം' എന്ന ചിട്ടപ്പെടുത്തി വച്ച പദത്തിന്റെ അർത്ഥപൂർണ്ണമായ ആവർത്തനം നമ്മുടെ വായനയെ പരീക്ഷിക്കാതിരിക്കില്ല. കഥയുടെ ആത്മാവിലേക്ക് ആ പ്രയോഗം നമ്മെ ക്ഷണിച്ചുകൊണ്ടുപോകുന്നു. പാഴുതറയിലെ അമ്പതിൽച്ചില്വാനം കുടികളിലുള്ളവർക്ക് ചോദ്യങ്ങളുടെ ആവശ്യമില്ല.

അറിയായ്കയിൽ നിന്നാണല്ലോ ചോദ്യം ഉത്ഭവിക്കുന്നത്. അറിയുന്നതുകൊണ്ട് ഉത്തരത്തിന്റെ ആവശ്യവുമില്ല. വഴിയിൽവച്ച് കണ്ടുമുട്ടുന്ന കുട്ട്യസ്സൻ മാപ്പിളയോടും നീലി മണ്ണാത്തിയോടുമുള്ള വെള്ളായിയപ്പന്റെ ഭാഷണം നാട്ടുവഴക്കമനുസരിച്ചുള്ള വെറും സംബോധനയിലൊതുങ്ങുന്നു.

'വെള്ളായിയേ' മാപ്പിള പറഞ്ഞു

'മരയ്ക്കാരെ' വെള്ളായിയപ്പൻ പ്രതിവചിച്ചു.

'വെള്ളായിച്ചോ' അവൾ പറഞ്ഞു.

'നീലിയേ' വെള്ളായിയപ്പൻ പറഞ്ഞു.

വ്യാഖ്യാനമാവശ്യമില്ലാത്ത സൂത്രവാക്യങ്ങളാണ് ഇവ. ഈ സംബോധനകൾക്കിടയിൽ അറിവിന്റെ ശ്രീകോവിൽ മലർക്കെ തുറന്നിട്ടിരിക്കുന്നു. എന്നാൽ സ്വന്തം മണ്ണിൽനിന്ന് അകലുംതോറും അപരിചിതത്വം വെള്ളായിയപ്പനെ ഗ്രസിക്കുന്നതായി തോന്നും. 'പാഴുതറയുടെ നെടുവരമ്പു കടന്നാൽ ലോകം മുഴുവൻ അപരിചിതരാണ്' എന്ന് അയാളുടെ മനസ്സ് പറയുന്നു. തീവണ്ടിയാപ്പീസിലെ ബഞ്ചിൽ തന്റെ അരികത്തിരുന്ന കാരണവർ മുതൽ വണ്ടിക്കകത്തുള്ളവരും ജയിലധികൃതരും അപരിചതരുടെ ഈ പട്ടികയിൽപ്പെടും. അവരുടെ ശബ്ദവും ചലനവും വെള്ളായിയപ്പന്റെ ഗ്രഹണ ശക്തിക്കുമപ്പുറത്തായിരുന്നു.

അച്ഛനും മകനും തമ്മിലുള്ള അവസാനത്തെ കാഴ്ചയിൽ ഇതിഹാസ നിർമ്മിതിക്കുവേണ്ട അനന്തമായ മൗനസാധ്യതകൾ വിജയൻ കരുതി വെച്ചിട്ടുണ്ട്. വായനക്കാർക്ക് പൂരിപ്പിക്കാനുള്ള ഇടങ്ങളാണ് അവ. വെയിലിന്റെ ചൂടറിയാത്ത ജയിലിന്റെ തണുത്ത ഇടനാഴികളിലൂടെ നടന്ന് ഇരുമ്പഴികൾക്കു പിന്നിൽ നിൽക്കുന്ന മകനെ വെള്ളായിയപ്പൻ കാണുന്നു. 'അച്ഛനും മകനും നേരോടുനേരായി തെല്ലിടനേരം നിന്നു. പിന്നെ വെള്ളായിയപ്പൻ മകനെ കെട്ടിപ്പിടിച്ചു. അച്ഛനും മകനും അന്യോന്യം കരഞ്ഞുവിളിച്ചു. ഈ വിളിക്കപ്പുറം വെള്ളായിയപ്പന്റെ മനസ്സിലുള്ളത് കുഞ്ഞുണ്ണിക്കും. കുഞ്ഞുണ്ണിയുടെ മനസ്സിലുള്ളത് വെള്ളായിയപ്പനും മനസ്സിലാക്കാൻ ഭാഷയുടെ ആവശ്യമുണ്ടായിരുന്നില്ല. 'നേരോടു നേരായി' ഇരുവരും നിൽക്കുമ്പോൾ പ്രത്യേകിച്ചും.

കുഞ്ഞുണ്ണി ആദ്യമായി തടവറയിൽ വച്ച് അച്ഛനെ കണ്ടുമുട്ടുന്ന ദൃശ്യം വിജയൻ ഇപ്രകാരമാണ് ചിത്രീകരിക്കുന്നത്. 'അപരിചിതനെപ്പോലെ കുഞ്ഞുണ്ണി വെള്ളായിയപ്പനെ നോക്കി' ഹ്രസ്വവും അന്തിമവുമായ കാഴ്ചയ്ക്കുശേഷം പുറത്തുകടന്ന വെള്ളായിയപ്പനെ യാത്രയയ്ക്കുമ്പോഴും 'നീങ്ങുന്ന തീവണ്ടി മുറിയിൽനിന്ന് പുറത്തേക്ക് നോക്കുംപോലെ, ഇരുമ്പഴിയിലൂടെ പുറത്തേക്കു നോക്കിക്കൊണ്ട് അപരിചിതനായി കുഞ്ഞുണ്ണി നിന്നു' എന്നാണ് പറയുന്നത്. നേരത്തെ സൂചിപ്പിച്ച അപരിചിതരുടെ ഗണത്തിലേക്ക് കുഞ്ഞുണ്ണിയും കൂടുമാറിയോ? അതല്ല ഭ്രമസങ്കുലമായ അയാളുടെ മനസ്സ് തിരിച്ചറിവിന്റെ വിവേകത്തിന്റെ വഴി മറന്നുപോയതാണോ? വെള്ളായിയപ്പൻ 'നീ കൊലപാതകം നടത്തിയോ' എന്ന്

ആത്മനിവേദനം നടത്തുമ്പോൾ 'എനിക്കോർമ്മയില്ല' എന്ന മറുപടിയാണ് ലഭിക്കുന്നത്. ഓർമ്മയിൽ നിൽക്കാത്ത, ഓർക്കാൻ വയ്യാത്ത, ഓർത്തു കൊണ്ട് ചെയ്യാത്ത ഒരു കൃത്യം. 'അപ്പൻ എന്റെ വേദന ഓർമ്മിക്കുമോ' എന്ന ചോദ്യം മകന്റെ പക്ഷത്തുനിന്നും വരുന്നതായി വെള്ളായിയപ്പന് തോന്നുന്നു. ഓർമ്മയും ശ്രദ്ധയും ശ്രാദ്ധമായി മാറുന്ന അവസ്ഥ.

കടൽ ദൈവമനസ്സാണ്

മണ്ണിട്ട് മൂടുന്നതിനു മുമ്പ് വെള്ളായിയപ്പൻ മൃതശരീരത്തിന്റെ നെറ്റിയിൽ കൈവെച്ച് അനുഗ്രഹിക്കുന്നു. സ്വാഭാവികമായും കഥ ഇവിടെ അവസാനിക്കേണ്ടതായിരുന്നു. വീണ്ടും മുന്നോട്ട് കടൽത്തീരം വരെ അയാളുടെ യാത്ര നീളുന്നു. നാവികന്റെ ലക്ഷ്യം കടലല്ല, കരയാണ്. കര പറ്റുക എന്നതിന് ജീവിതവിജയമോ ലക്ഷ്യസ്ഥാനമോ കൈവരിക്കുക എന്നാണല്ലോ അർത്ഥം. മകനിലൂടെ കരപൂർണ്ണമായും നഷ്ടപ്പെട്ട വെള്ളായിയപ്പൻ കടൽ പറ്റുകയാണ്. അയാൾ ആദ്യമായി കടൽ കാണുകയാണ് എന്ന പരാമർശവും ശ്രദ്ധേയമാണ്. ജൈവപരമ്പരയുടെ വരിമുറിയുകയും വഴിപിരിയുകയും ചെയ്യുമ്പോൾ ആത്മപിണ്ഡത്തിന്റെ ബലിപീഠം ആശ്രയസ്ഥാനമാകും. 'കടൽ ദൈവമനസ്സാണ്' എന്ന് ഒരിടത്ത് വിജയൻ പറയുന്നുണ്ട്. പ്രളയരാശിയിൽ കാലിന്റെ പെരുവിരൽ നുകർന്നുകൊണ്ട് ആലിലയിൽ ശയിക്കുന്ന കൃഷ്ണന്റെ ചിത്രം വിജയനെ കണക്കറ്റ് ആകർഷിച്ചിരുന്നു.

കോടച്ചിയുടെ കണ്ണീര് വീണ് കുതിർന്ന പൊതിച്ചോറുമായാണല്ലോ, വെള്ളായിയപ്പൻ യാത്ര പുറപ്പെടുന്നത്. വഴിയിൽ ഈ ഭക്ഷണത്തിന്റെ ഓർമ്മവരുമ്പോഴെല്ലാം വെള്ളായിയപ്പൻ മകനെ ഓർക്കുന്നുണ്ട്. 'മകനേ ഈ പൊതിച്ചോറ് നിന്റെ അമ്മ എനിക്കുവേണ്ടി പൊതിഞ്ഞതാണ്... ഇനി നിനക്കു തരാൻ എന്റെ കയ്യിൽ ഇതുമാത്രമേയുള്ളൂ' എന്ന് അയാൾ വിലപിക്കുന്നു. 'പാറകൾ' എന്ന കഥയിൽ ഒരിടത്ത് ഗർഭപാത്രത്തിന്റെ കണ്ണുനീരിനെക്കുറിച്ച് വിജയൻ പറയുന്നത് ഇവിടെയും യോജിക്കും. ചോറൂണും ബലിക്രിയയും സമ്മേളിക്കുന്ന അനുഷ്ഠാനത്തിന്റെ സ്വഭാവം കഥാന്ത്യത്തിൽ പ്രകടമാണ്. ഉണ്ണിക്ക് ആദ്യമായി അന്നമൂട്ടിയതിന്റെ രുചിയറിഞ്ഞ അതേ കൈകൾ, പുത്രന്റെ ആത്മശാന്തിക്കായി മുകളിലേക്കുയരുമ്പോൾ തന്റെ പാഥേയം മകന്റെ പരലോകയാത്രയ്ക്കുള്ള വഴിച്ചോറാകുമ്പോൾ, ആകാശഗർഭത്തിലെ ബലികാക്കകൾ അത് സ്വീകരിക്കാനെത്തി. പിതൃക്കൾക്ക് അന്നമൂട്ടുമ്പോൾ അതിൽ അല്പം തൈര്കൂടി ചേർക്കുന്ന പതിവുണ്ടല്ലോ. പൊതിയഴിക്കാതെ പുളിച്ചുപോയ വഴിച്ചോറാണ് വെള്ളായിയപ്പൻ കടൽത്തീരത്ത് സമർപ്പിക്കുന്നത്. മകന്റെ ചിതാഭസ്മവുമായി കടൽക്കരയിൽ നിൽക്കുന്ന അച്ഛൻ, 'സംഭവങ്ങളില്ലാത്ത കാലത്തിലേക്ക്' അവനെ തിരിച്ചേല്പിക്കുന്നതിന്റെ വർണ്ണന തീയ്യതികൾ എന്ന കഥയിൽ കാണാം. കഠോപനിഷത്തിലെ നചികേതസ്സ് മൃത്യുപാശത്തിലാണ് കയറിപ്പിടിച്ചതെങ്കിൽ കടൽത്തീരത്ത് എന്ന കഥോപനിഷത്തും ഏറെക്കുറെ അതേമാർഗ്ഗമാണ് അവലംബിക്കുന്നത്.

പാഴായിപ്പോയവർ

സാമൂഹികദൃഷ്ടിയിലൂടെ ഈ കഥയ്ക്ക് ഒരു അവലോകനം സാദ്ധ്യമാണോ? തീർച്ചയായും അതിനു വേണ്ടതായ ഒട്ടേറെ സാമഗ്രികൾ ഈ കഥയിൽ ഉൾക്കൊള്ളിച്ചിട്ടുണ്ട്. പാഴുതറയിൽ നിന്നുമാരംഭിക്കുന്ന വെള്ളായിയപ്പന്റെ യാത്രയിൽ തീവണ്ടി കയറാൻ പണമുണ്ടായിരുന്നുവെങ്കിൽ തറയിലുള്ള മുഴുവൻ ആളുകളും അയാളുടെ കൂടെ പുറപ്പെടുമായിരുന്നു എന്ന പ്രസ്താവന അർത്ഥഗർഭമാണ്. ഒരു ജനവിഭാഗത്തിന്റെ ജീവിത നിലവാരം അതിലൂടെ വ്യക്തമായി. തനിക്ക് കയറാൻ ഒരിടം പരതി നടക്കവെ തീവണ്ടിയിലെ ഒന്നാംക്ലാസ് പെട്ടിയിൽനിന്നും ആരക്ഷണം ചെയ്ത പെട്ടിയിൽ നിന്നും അയാൾ തഴയപ്പെട്ടു. 'അപ്പുറത്ത്' 'അപ്പുറത്ത്' എന്ന ആവർത്തിച്ച പ്രയോഗമാണ് ഇവിടെ കേൾക്കുക. ഒടുവിൽ മറ്റൊരു പെട്ടിയിൽ നിൽക്കാൻ മാത്രമുള്ള ഒരിടം ലഭിക്കുന്നു. കണ്ണൂരിലെ തീവണ്ടിയാപ്പീസിന്റെ മുറ്റത്ത് കൂട്ടംകൂടി നിന്ന കുതിരവണ്ടിക്കാർ സവാരി വേണോ എന്ന് വെള്ളായിയപ്പനോട് ചോദിക്കുന്നതുപോലുമില്ല. അവസാനത്തെ കൂടിക്കാഴ്ച നടത്തുന്നതിനും ശവം ഏറ്റുവാങ്ങുന്നതിനുമുള്ള സർക്കാരിന്റെ അറിയിപ്പുപോലും അയാളെ കുഴക്കുന്നു. 'എയ്ക്കിപിടിയില്ല' വെള്ളായിയപ്പൻ പറഞ്ഞു. 'കടലാശില് എന്താണ് എഷ്തിക്കെട്ക്കണത്, ആവോ?' വക്കീലും വാദവുമില്ലാത്ത, ശവദാഹത്തിന് വകയില്ലാത്ത ദരിദ്രന്റെ ദയനീയമായ കീഴടങ്ങൽ. നിയമത്തിന് വേണ്ടത് മകന്റെ ജീവനാണ്. അച്ഛൻ ശവംകൊണ്ട് തൃപ്തിപ്പെട്ടുകൊള്ളണം.

'ഒരു പേറ്റിച്ചിയെപ്പോലെ തന്റെ മകന്റെ ദേഹത്തെ വെള്ളായിയപ്പൻ പാറാവുകാരിൽ നിന്ന് ഏറ്റുവാങ്ങി'

'കാരണവർക്കു താല്പര്യമുള്ളതുപോലെ ശവം സംസ്ക്കരിക്കാം'

'വേണ്ട എനിക്ക് താല്പര്യമില്ല'

'ശവത്തിന്റെ ചുമതല നിങ്ങൾ ഏല്ക്കുന്നില്ലേ?'

'യജമാനന്മാരേ എന്റെ കയ്യിൽ പണമില്ല'

തോട്ടികൾ ശവം ഉന്തുവണ്ടിയിലിട്ട് പട്ടണത്തിനു പുറത്തുള്ള വെളിനിലങ്ങളിൽ കുഴികുത്തി മൂടി. നിയമപാലകർ ഒരു കൊലപാതകിയുടെ ശരീരം അടക്കംചെയ്തപ്പോൾ, പേറ്റിച്ചിയുടെ കയ്യിൽനിന്ന് ഏറ്റുവാങ്ങിയ ശിശുവിനെയാണ് വെളിനിലങ്ങളിൽ 'സംഭവങ്ങളില്ലാത്ത കാലത്തിലേക്ക് വെള്ളായിയപ്പൻ യാത്രയാക്കുന്നത്.'

ഒറ്റയ്ക്ക് നിൽക്കുന്ന വിളക്കുമരം

വിജു നായരങ്ങാടി

ഒ.വി.വിജയൻ ജീവിതത്തെ എഴുതിയതുപോലെ ആധുനികരിൽ ജീവിതത്തെ എഴുതിയവരില്ല. ജീവിതത്തിൽനിന്ന് വിജയൻ ആർജ്ജിച്ചെടുത്തവയും നിരീക്ഷിച്ചറിഞ്ഞവയും അനുഭവിച്ചെത്തിച്ചവയും എഴുത്തുമുഹൂർത്തങ്ങളിൽ വിജയന് കാവൽനായ്ക്കളെപ്പോലെ കൂടെ നിന്നു. ആധുനികരുടെ മുന്നിൽ വൈവിദ്ധ്യപൂർണ്ണമായ ജീവിതങ്ങൾ ഉണ്ടായിരുന്നില്ലെന്നു മാത്രമല്ല, ഒരേ ജീവിതത്തെ ആവർത്തിക്കാനുള്ള നൂറു കാരണങ്ങൾ അവർക്കു മുന്നിൽ നിരന്നിരുന്നു എന്നതും വാസ്തവമാണ്. അതുകൊണ്ടുതന്നെ ഓരോരോ എഴുത്തുകാരും ഒന്നുകിൽ തങ്ങൾ ഉള്ളറിഞ്ഞ് ജനിച്ചുജീവിച്ച മണ്ണിലേക്ക് പേർത്തും പേർത്തും വന്നു. അല്ലെങ്കിൽ, അവരവർ മനോവിചാരങ്ങളിൽ രൂപപ്പെടുത്തിയെടുത്ത തങ്ങളുടെ ഭൂപ്രദേശങ്ങളിലേക്ക് ആവർത്തിച്ചു തിരിച്ചെത്തി. വിജയനാവട്ടെ, താൻ രൂപപ്പെടുത്തിയെടുത്ത ഭൂപ്രദേശത്തെ ഉള്ളിൽ ഉപേക്ഷിക്കുകയും താൻ അറിഞ്ഞ മണ്ണിലൂടെ അതിന്റെ ദാർശനിക ഭാവത്തെ ഉള്ളിൽ അലിയിച്ചു ചേർത്തു ജീവിക്കുകയും ചെയ്തു. എഴുത്തിൽ ആ ഭാവനാമിശ്രിത ഭൂമി ആവർത്തന വിരസമല്ലാതെ കടന്നുവന്നു. അങ്ങനെ വരുന്ന സ്ഥലം അവിടെ വരുന്ന ആൾ ഒരേസമയം അന്ധനും അകലങ്ങൾ കാണുന്നവനും ആയി. വിജയന്റെ രചനാലോകത്തിന് അത്തരത്തിൽ ഒന്നിൽ നിന്നു അഭിന്നമാകാത്ത ഒരു ദാർശനിക സൂത്രബന്ധമുണ്ട്. രാഷ്ട്രീയദർശനങ്ങളിലേക്കും ജീവിതദർശനങ്ങളിലേക്കും ഒരുപോലെ പ്രാദേശികതയുടെ നേർത്ത വരമ്പിൽ നിന്നുകൊണ്ട് ദേശീയതയുടെയും അന്തർദേശീയതയുടെയും കാണാപ്പുറങ്ങളിലേക്ക് പറന്നുകയറാനുള്ള എഴുത്തിന്റെ ശേഷി വിജയനിൽനിന്ന് ഒരു കാലത്തും പടിയിറങ്ങിപ്പോകാതിരുന്നതിന്റെ കാരണവും വേറൊന്നല്ല. 'കാറ്റ് പറഞ്ഞ കഥ' വിജയന്റെ കഥകളിൽ ഇങ്ങനെ ഒരാനന്ദമാകുന്നതിന്റെ കാരണവും മറ്റൊന്നല്ല. എഴുത്തിന്റെ ഏറ്റവും സർഗാത്മക പ്രതിസന്ധി നേരിട്ട ഒരവസരത്തിൽ അനുഭവിച്ച ദാർശനികാനന്ദത്തെ വിജയൻ ഏറ്റവും സർഗാത്മകമായി ആവിഷ്കരിച്ചപ്പോഴാണ് 'കാറ്റ് പറഞ്ഞ കഥ' ഉണ്ടായത്. വിജയൻകഥകളിലെ ഹൈ ലവൽ വാട്ടർ മാർക്ക് ആണ് 'കാറ്റ് പറഞ്ഞ കഥ';

ആഖ്യാനത്തിൽ, പ്രമേയത്തിന്റെ സജീവതയിൽ, വിജയന്റെ തീക്ഷ്ണ മധുരമായ ഭാഷാപ്രയോഗത്തിൽ, കഥയുടെ ചൊൽവടിവുകളിൽ മുഴുവനും.

കഥയിൽ ആഖ്യാനത്തോടുള്ള വിജയന്റെ സമീപനത്തെ ഒരിത്തിരി മാറിനിന്ന് കാണാൻ നമ്മുടെ വായന തയ്യാറാകുമ്പോഴാണ് അദ്ഭുതങ്ങൾ സംഭവിക്കുന്നത്. ആഖ്യാനകേന്ദ്രത്തെ പ്രമേയത്തിന്റെ ഏതെങ്കിലുമൊരു കോണിൽ വളരെ ഭദ്രമായി നിർത്തിക്കൊണ്ട് പറഞ്ഞടുപ്പിക്കുന്ന മുകുന്ദന്റെയോ കാക്കനാടന്റെയോ സേതുവിന്റെയോ ആഖ്യാനമാതൃകകളിൽനിന്ന് ഭിന്നമായി ആഖ്യാനത്തിന് ഒരു നിയതകേന്ദ്രമില്ലാതെതന്നെ ആഖ്യാനത്തെ ഒരു കേന്ദ്രിതാനുഭവമാക്കുക എന്ന അപൂർവ്വതന്ത്രമാണ് വിജയൻ തന്റെ കഥകളിൽ എന്നും ഉപയോഗിച്ചിട്ടുള്ളത്. വിജയന്റെ വിഖ്യാതകഥകളെല്ലാം ആഖ്യാനതലത്തിൽ ഈ രീതിയിലാണ് പ്രവർത്തിച്ചത്. ഇത് സൂക്ഷ്മമായി നോക്കുമ്പോൾ മാത്രം തുറക്കുന്ന സത്യമാണ്. ഈ ബോധത്തോടെ വിജയൻകഥകളെ സമീപിക്കുന്ന ഏതൊരാളുടെ മുന്നിലും 'കാറ്റ് പറഞ്ഞ കഥ'യുടെ ആഖ്യാനം വിസ്മയമായിത്തീരും.

'കാറ്റ് പറഞ്ഞ കഥ'യിലേക്ക് നീളുന്ന വിജയന്റെ കഥാസംസ്കാരത്തിന്റെ സ്പർശിനികൾ ഒരുപക്ഷേ 'പാറകൾ' എന്ന ആദ്യകാല കഥയിൽത്തന്നെ ഉണ്ട്. രൂപകങ്ങളിലൂടെ സംസാരിക്കാൻ വിജയനിലെ കഥാകാരന് എന്നും ഇഷ്ടമായിരുന്നു. ആധുനികത ചൂടിച്ചുകൊടുത്ത കഥനത്തിന്റെ അന്യവൽക്കരണ കിരീടം വിജയന്റെ തലയിൽ കയറാതിരുന്നതിന്റെ പ്രധാന കാരണം ഈ രൂപകങ്ങളുടെ ഇടപെടലായിരുന്നു. മൃഗാംഗമോഹനനും തൻവാനും രൂപകങ്ങളുടെ വിളനിലമായി 'പാറകൾ' എന്ന കഥയുടെ കേന്ദ്രത്തിൽ നിന്നു. ആഗോള ജൈവസത്ത ജീവനത്തിനു വേണ്ടി പൊരുതുന്നതിന്റെ സൂക്ഷ്മചൈതന്യം ആ കഥ അന്നേ ആവാഹിച്ചുവച്ചു. "ആര് ഉയിരു വെടിഞ്ഞാലാണ് നാളെയൊരു പുല്ലു പൂക്കുക" എന്ന ചോദ്യം വിജയന്റെ സാഹിത്യത്തിൽ എന്നും അനാഥമായ ഒരു നിലവിളി പോലെ തേങ്ങിനടക്കുന്നതിന്റെ ആരംഭവും 'പാറകൾ' എന്ന കഥയിലാണ് ആരംഭിച്ചത്. ഒരുപക്ഷേ 'ഖസാക്ക്' വിജയനെ ആവേശിച്ചപോലെ മറ്റൊന്നും ഒരു കാലത്തും വിജയനെ ആവേശിച്ചിട്ടുണ്ടായിരുന്നില്ല. എന്നാൽ, ഖസാക്കിൽ വിജയന് ഒരിക്കലും ഇടപെട്ടിട്ടില്ലാത്ത സമൂഹമനുഷ്യൻ നേരിടാൻ പോകുന്ന ആധുനികതയുടെ വെല്ലുവിളി അതിന്റെ മനുഷ്യവിരുദ്ധത മാനവികതാവിരുദ്ധ ഇടപെടലുകൾ എന്നിവയെ വിജയൻകഥകളിലേക്കാണ് കൊണ്ടുവന്നുനിർത്തിയത്. എൺപതുകളുടെ മദ്ധ്യത്തിനുശേഷമാണ് വിജയൻ 'കോമ്പിപ്പൂശാരിയുടെ വാതിൽ' എഴുതുന്നത്. രൂപകങ്ങളിൽനിന്നു വിജയൻ വിടുതൽ നേടുന്നതും നേരിട്ട് കഥ ജീവിതസംവാദമാകുന്നതും 'കോമ്പിപ്പൂശാരിയുടെ വാതിൽ' എന്ന കഥയിലൂടെയാണ്. ജീവിതത്തെ മുഖാമുഖം നിർത്തിയുള്ള സംവാദങ്ങളോട് കഥകളിൽ വിജയൻ വലിയ താൽപര്യം

കാണിച്ചില്ല. അത്തരം സംവാദങ്ങൾക്ക് വിജയന് നോവലിന്റെ വലിയ കാൻവാസ് വേണമായിരുന്നു. 'തലമുറകൾ' എഴുത്തുമ്പോൾ വിജയനിൽ പ്രവർത്തിച്ച ഈ സംവാദ ഊർജ്ജത്തിന്റെ രാഷ്ട്രീയമാണ് 'തലമുറക'ളെ വലിയ ചർച്ചകൾക്കു വിധേയമായില്ലെങ്കിലും വിജയന്റെ നോവലുകളിൽ പ്രധാനപ്പെട്ട ഒന്നാക്കി മാറ്റിയത്.

വിജയനെഴുതിയ എന്റെ പ്രിയകഥയെ വിചാരണയ്ക്കെടുക്കുമ്പോൾ 'കാറ്റ് പറഞ്ഞ കഥ' എന്നും മുന്നിൽവരുന്നു. മനുഷ്യബന്ധങ്ങളെക്കുറിച്ച് ആധുനികരുടെ കഥാകാലത്ത് വിജയനോളം വേവലാതിപ്പെട്ടവർ ഇല്ല. മനുഷ്യനെ സമൂഹത്തിന്റെ വാതിലിൽ നിർത്തി മാത്രമേ വിജയൻ കണ്ടിട്ടുള്ളൂ. ആ സമൂഹത്തെക്കുറിച്ചും അതിന്റെ പരിണാമങ്ങളെക്കുറിച്ചും വിപരിണാമങ്ങളെക്കുറിച്ചുമെല്ലാം തർക്കങ്ങളും സംവാദവിവാദങ്ങളുമെല്ലാം സാദ്ധ്യമാണ്. എന്നിരുന്നാലും നിസ്സംഗമായി ഒരിക്കലും വിജയൻ മനുഷ്യാവസ്ഥയെ ചൂണ്ടി സംസാരിച്ചിട്ടില്ല. തന്റെ തൊട്ടുമുമ്പ് എം.ടി. ചെയ്തതുപോലെ നിസ്സംഗതയോടെ മനുഷ്യജീവിതത്തെ നേർക്കുനേർ നിന്നു കാണാനുള്ള ഒരു കണ്ണ് വിജയൻ നഷ്ടപ്പെടുത്തിയിട്ടാണ് 'യുദ്ധത്തിന്റെ ആരംഭം' എഴുതുന്നത് എന്നുപോലും തോന്നിയിട്ടുണ്ട്. ആ തോന്നൽ പിന്നീട് ശക്തമാകുന്നിടത്താണ് 'അമ്മയും മക്കളും', 'മങ്കര' പോലുള്ള കഥകളും 'കടൽത്തീര'ത്തും വരുന്നത്.

മനുഷ്യനിലേക്കുള്ള കാരുണ്യപൂർവ്വമുള്ള ഒരു യാത്ര വിജയൻ എഴുത്തിലൂടെ നടത്തി എന്നത് വിജയന്റെ രചനാലോകത്തെക്കുറിച്ചുള്ള ഏറ്റവും ആദ്യകാല നിരീക്ഷണങ്ങളിൽ ഒന്നാണ്. എന്നാൽ അത്തരമൊരു യാത്രയിൽ സാധാരണ ഗതിയിൽ ഒരാൾ കൈവശം സൂക്ഷിക്കുന്ന യാത്രാസാമഗ്രികളൊന്നുംതന്നെ വിജയൻ കൈയിൽ കരുതിയിരുന്നില്ല. ദശാബ്ദങ്ങളോളം വിജയൻ ഡൽഹിയിൽ സ്ഥിരവാസിയായിരുന്നു. ചാണക്യപുരിയിലെ സത്യമാർഗിൽ ഡി 1/90 ഫ്ളാറ്റിൽ താമസിക്കുകയും നാട് ഒരു സങ്കല്പസത്യത്തിന്റെ നിലയിൽ ഓർമ്മകളിൽ മാത്രം ഒതുങ്ങുകയും ചെയ്യുന്ന അവസ്ഥ. പക്ഷേ, ആ ഫ്ളാറ്റിലെ സ്വീകരണമുറിക്കുള്ളിലിരുന്നുകൊണ്ട് വിജയന്റെ സ്പർശിനികൾ നീണ്ടുവരികയും അവ പാലക്കാടൻചുരം താണ്ടി കോയമ്പത്തൂർ റോഡിലൂടെ കഞ്ചിക്കോട്ടെത്തുകയും ചെയ്തു. പാലക്കാടിന്റെ മണ്ണിനു മാത്രം അവകാശപ്പെടാവുന്ന ഒരു പ്രപഞ്ച പ്രാചീനതയുണ്ട്. ഏതൊരു യാത്രികന്റെയും ഉള്ളിലേക്ക് ആഞ്ഞുകയറിപ്പോകുന്ന ഒന്നാണത്. വിജയനെപ്പോലെ ഒരെഴുത്തുകാരനെ എന്നും സ്പർശിച്ചത് പാലക്കാടൻ മണ്ണിന്റെ ഈ പ്രാചീനതയാണ്. അതിന്റെ ഉർവ്വരതയുമാണ്. നഗരം ആ കഥാലോകത്തെ തീണ്ടാൻ ഒരിക്കലും വിജയൻ അനുവദിച്ചില്ല. നഗരത്തെ വല്ലപ്പോഴും ചെന്ന് കയറാനും, ആഞ്ഞുമടുക്കുമ്പോൾ ഇറങ്ങിപ്പോരാനുമുള്ള ഇടത്താവളങ്ങളാക്കുകയും ഗോത്രപ്രാചീനതയുടെ വഴിയമ്പലങ്ങളെ ഉള്ളിന്റെ നനവ് വറ്റാത്ത ഉറവിടങ്ങളായി കാത്തുപോരികയും ചെയ്തു. ആ ഉറവയുടെ ആർദ്രത പൊടിഞ്ഞുവന്നപ്പോൾ ഉയിർക്കൊണ്ട ശില്പമാണ് 'കാറ്റ് പറഞ്ഞ കഥ' – ഗുരുസാഗരത്തിന്റെ പ്രാക്തന ബിന്ദു.

മനുഷ്യബന്ധങ്ങളെ തീരാത്ത മമതയോടെയും ആത്യന്തികമായ ആധികളോടെയും വിജയൻ നിരീക്ഷിച്ചു പോന്നു. ആർക്കും എപ്പോൾ വേണമെങ്കിലും വെച്ചൊഴിഞ്ഞുപോരാവുന്ന ബന്ധങ്ങളേ ഈ മണ്ണിൽ പരസ്പരം ഉള്ളൂ എന്ന് പറഞ്ഞുറപ്പിച്ച കാലത്തിന്റെ സാഹിത്യത്തിൽ നിന്ന് ഭിന്നമായി രക്തബന്ധങ്ങളും ചോരയേക്കാൾ കട്ടിയുള്ള ബന്ധങ്ങളും വിജയന്റെ കൃതികളിൽ നിറഞ്ഞു. മനുഷ്യബന്ധങ്ങൾ പ്രാചീനമായ ഏതോ സ്ഥലികളിൽനിന്ന് ഉയിർത്തുവരുന്നവയാണെന്നും അവ കേവലങ്ങളല്ലാത്ത കർമ്മബന്ധങ്ങളാൽ പരസ്പരം കെട്ടുപിണഞ്ഞവയാണെന്നും അക്കാലത്തെ സാഹിത്യത്തിൽ ഇടപെട്ടു വിജയൻ തിരുത്തിപ്പറഞ്ഞുകൊണ്ടിരുന്നു. വലത്ത് നിൽക്കുന്ന പോത്തിന് മാത്രം അടികൊള്ളുന്നത് അതിന് അവിടെത്തന്നെ വന്നേ പറ്റൂ എന്ന കർമ്മബന്ധബോധത്തിന്റെ യുക്തി, നമ്മുടെ സാഹിത്യം രുചിച്ചറിഞ്ഞതും ഇവിടെയായിരുന്നു. നേരത്തേ സൂചിപ്പിച്ചതുപോലെ ഡൽഹിയിലെ ഫ്ളാറ്റിൽ ദശാബ്ദങ്ങളോളം താമസിക്കുമ്പോഴും ഒരൊറ്റ ഞൊടികൊണ്ട് പറന്നിറങ്ങിവരാനും നേർക്കാഴ്ചയിലേക്ക് കണ്ടെടുക്കാനും അങ്ങനെ കണ്ടെടുത്തവയെ വാക്കിൽ ആവാഹിക്കാനും വിജയനു കഴിയുമായിരുന്നു. അത് ഒരേ നിമിഷത്തിൽ നാട്ടിലേക്കും, പാലം വിമാനത്താവളത്തിലേക്കും തൂതയിലേക്കും മങ്കരയിലേക്കും പാഴുതറയിലേക്കും കഞ്ചിക്കോട്ടേക്കും വിജയന് സാദ്ധ്യമായിരുന്നു. മനുഷ്യൻ തൂതയിലെ തെളിവെള്ളത്തിൽ തിളങ്ങുന്ന പരൽമീനുകളെപ്പോലെ മിന്നിത്തിളങ്ങുകയും പ്രത്യയശാസ്ത്രഭാരങ്ങളേതുമില്ലാതെ ശുദ്ധരിൽ ശുദ്ധരായിരിക്കുകയും ചെയ്യുന്ന ഒരു ജൈവ ആവാസവ്യവസ്ഥയാണത്. അവിടേക്ക് എത്തുകയാണ്, ആദിമമായ ആ ഒരു ചൈതന്യബിന്ദുവിലേക്ക് എത്തുകയാണ് ആത്യന്തികമായി മനുഷ്യൻ ഇച്ഛിക്കേണ്ടതെന്ന അടിസ്ഥാന പ്രമാണബോധമാണ് വിജയനെ എഴുത്തിൽ ഭരിച്ചത്. ആ പ്രമാണബോധംതന്നെയാണ് വിജയനെ പ്രത്യശാസ്ത്ര ചർച്ചകൾക്കിടയിൽ വിഭിന്നനാക്കി നിർത്തിയത്. എം.ഗോവിന്ദനെപ്പോലെ ഒരാൾ മരിച്ചടർന്നുപോയപ്പോൾ "ഇരുപത്തിയഞ്ച് വർഷം മുന്നിലേക്ക് ജീവിച്ചുപോയി അയാൾ" എന്ന് വിജയനെക്കൊണ്ട് എഴുതിപ്പിച്ചതും അതാണ്. കമ്യൂണിസത്തിന്റെ പ്രത്യയശാസ്ത്ര സങ്കല്പങ്ങളിൽ വിള്ളലുകൾ വീണുതുടങ്ങിയപ്പോൾ, ഗ്രാംഷിയുടെ 'ജയിൽ കുറിപ്പുകൾ' മലയാളത്തിലാകുന്നതിനും മുമ്പ്, റസ്സലിന്റെ 'പവർ?' തൊട്ടു ഫൂക്കോയുടെ 'ഡിസിപ്ലിൻ ആന്റ് പണിഷ്' മലയാളി വായിച്ചെത്തിക്കുന്നതിനും മുമ്പ് വിജയൻ മരുഭൂമിയിൽ വിളിച്ചു പറയുന്നവന്റെ ശബ്ദം കടംകൊണ്ടു. ആ കടംകൊണ്ടതിന്റെ നുകപ്പാട് 'കാറ്റ് പറഞ്ഞ കഥ'യിലുണ്ട്. ആദിമഗ്രാമീണ കമ്യൂണിസ്റ്റ് സങ്കല്പത്തിലെ സ്വച്ഛശുദ്ധമായ വായുവിന്റെ പ്രസരമാണ് ആ കഥയിലെ ചുരമിറങ്ങി വരുന്ന കാറ്റ്.

ഈ കാറ്റിൽ ഉപനിഷത്ത് മണക്കുന്നുണ്ട്. ആദിത്യനെ ബ്രഹ്മത്തെപ്പോലെ ഉപാസിക്കണം എന്ന ഛാന്ദോഗ്യോപനിഷദ് ദർശനമാണ് ഇത്. പാശ്ചാത്യവും പൗരസ്ത്യവുമായ ദർശനങ്ങളുടെ ആകത്തുകയെ

വിജയൻ ആദ്യം ഉപയോഗിച്ചത് കഥകളിലാണ്. ഒടുവിലും കഥകളിൽ ആ മാർഗംതന്നെ സ്വീകരിച്ചു. പ്രകൃതിയെ ഉപനിഷദ് ദർശനങ്ങളുടെ വ്യാപ്തിയിലേക്ക് വിന്യസിക്കാൻ ആധുനികതയുടെ കഥാലോകത്തിനു കഴിഞ്ഞത് വിജയന്റെ നിരന്തരസാന്നിധ്യംകൊണ്ട് മാത്രമായിരുന്നു. വിജയൻ കണ്ട പ്രകൃതി, അനുഭവിച്ചറിഞ്ഞ പ്രകൃതി ഈശാവാസ്യവും ഛാന്ദോഗ്യവും ബൃഹദാരണ്യകവും നിറഞ്ഞുനിൽക്കുന്ന പ്രകൃതിയാണ്. ശോകത്തിന്റെ അതിരില്ലാത്ത നിലവിളിയും അനുതാപത്തിന്റെ അതിശീതളമായ ചിറകുവിരിക്കലുമാണ് ഈ ദർശനസംഹിതയുടെ പൊരുൾ. അത് വിന്യസിക്കാനുള്ള പാത്രങ്ങൾ ഒരുക്കിവെക്കുകയാണ് സത്യത്തിൽ വിജയൻ തന്റെ രചനകളിൽ നടത്തിപ്പോന്നത്. 'കാറ്റു പറഞ്ഞ കഥ'യിലെ തെയ്യുണ്ണി, അച്ഛൻ, അമ്മ, ദേവകി, ഏട്ടത്തിയമ്മ, ഏട്ടൻ തുടങ്ങിയവരിൽ വിജയൻ അവസ്ഥയ്ക്കനുസരിച്ച് നിറച്ചുവയ്ക്കുന്ന മനുഷ്യപാരമ്പര്യത്തിന്റെ ചില ഉറവുകളുണ്ട്. ആ ഉറവുകളിൽനിന്ന് എന്ത് എപ്പോൾ പുറത്തേക്ക് ഊർന്നിറങ്ങണം എന്ന ഒരു കണക്ക് വിജയന്റെ ഉള്ളിൽ ഉണ്ടായിരുന്നു. അതുകൊണ്ടുതന്നെ ആ കണക്കിനനുസരിച്ചു മാത്രം അവർ ചലനങ്ങളിലൂടെ തങ്ങളെ വെളിപ്പെടുത്തി. ആ വെളിപ്പെടലിൽ അവർ മനുഷ്യകുലം മുഴുവനും പേറുന്ന വലിയ വലിയ സങ്കടങ്ങളുടെ പ്രതിനിധികളായി.

തെയ്യുണ്ണിയിൽ നിറഞ്ഞുനിൽക്കുന്നത് അപാരമായ കാരുണ്യമാണ്. എന്തിനോടും ഏതിനോടും ഉള്ള കരുതൽ തന്നെ കാരുണ്യമായി കൊണ്ടു നടന്ന ഏട്ടൻ എന്ന കഥാപാത്രത്തെ തിരിച്ചറിയുന്ന മുഹൂർത്തം തൊട്ടു തെയ്യുണ്ണിയിൽ പ്രവർത്തിക്കുന്ന കാരുണ്യത്തിന്റെ ക്രമപ്രവൃദ്ധമായ വളർച്ചയെ വിജയൻ പരിചരിക്കുന്ന രീതി സത്യത്തിൽ 'ഗുരുസാഗര' ത്തിലെ കുഞ്ഞുണ്ണിയെ പരിചരിക്കുന്നതിന്റെ റിഹേഴ്സൽ ആണ്. 'കാറ്റ് പറഞ്ഞ കഥ'യിൽ തുടിക്കുന്ന വിജയന്റെ കാരുണ്യം നിറഞ്ഞ എഴുത്ത് പക്ഷേ പൂത്തുലഞ്ഞത് 'ഗുരുസാഗര'ത്തിൽത്തന്നെയായിരുന്നു. ആർക്കും ഏതു നിസ്സാരപ്രാണനും ഗുരുവാകാനാവുമെന്ന കേവല പ്രപഞ്ചസത്യം വിജയൻ നിർമ്മമനായി പറഞ്ഞുവെക്കുന്ന ആ കൃതിയിൽനിന്ന് വേറിട്ട് 'കാറ്റ് പറഞ്ഞ കഥ'യെ വായിക്കാൻ സാദ്ധ്യമല്ല തന്നെ.

നിസ്സഹായതയാണ് മനുഷ്യൻ നേരിടുന്ന ഏറ്റവും വലിയ പരീക്ഷണം. തനിക്കു വേണ്ടപ്പെട്ട ഒരാൾ അയാളുടെ പ്രവൃത്തിയിലൂടെ നമ്മളെ നിസ്സഹായനാക്കുമ്പോൾ നമുക്ക് ഒന്നുകിൽ അയാളെ ഉപേക്ഷിച്ചു പോകുകയോ, അതല്ലെങ്കിൽ അയാളുടെ പ്രവൃത്തിയെ നിസ്സഹായമായി നോക്കിനിൽക്കുകയോ ചെയ്യേണ്ടിവരും. നമ്മളെ നിസ്സഹായമാക്കുന്ന നമ്മുടെതന്നെ പ്രാണന്റെ അത്തരം പ്രവൃത്തികൾ നമ്മുടെ ശരികളെ യപേക്ഷിച്ച് നോക്കുമ്പോൾ കൂടുതൽ വലിയ ശരികളാണെന്ന തിരിച്ചറിവുകൂടി ഉണ്ടായാൽ ആ നിസ്സഹായതയുടെ ആഴം കൂടും. രണ്ടായാലും ആത്മസങ്കടമോ ധർമ്മസങ്കടമോ തന്നെ ഫലം. അത്തരമൊരു നിൽപിൽ അതിന്റെ അവസാന പടവിൽ ഉണ്ടാകുന്ന ഒരു ഉൾവെളിച്ചമുണ്ട്. ആ

വെളിച്ചത്തെ വിലമതിക്കുന്ന ഒരാൾക്കും പിന്നെ പിന്തിരിഞ്ഞുപോകുക സാദ്ധ്യമല്ല. തെയ്യുണ്ണി ചിരകാലം ആത്മാവിൽ അന്തിയുറങ്ങിയ ഏട്ടന്റെ വീട്ടിൽ ഏട്ടനില്ലാത്ത രാത്രിയിൽ അന്തിയുറങ്ങുന്നു. കുഞ്ഞുണ്ണി ചിര കാലസുഹൃത്തിൽനിന്ന് ദീക്ഷ സ്വീകരിക്കുന്നു എന്ന വ്യത്യാസം മാത്രം. രണ്ടിടത്തും സമൂർത്തങ്ങളാകു ന്ന പ്രകൃതിയുടെ ശതകോടി ദല ങ്ങളുണ്ട്. കാറ്റിന്റെ, പ്രാണസഞ്ചാരത്തിന്റെ പ്രകമ്പന നിനാദം കൂട്ടി നുണ്ട്. ഒന്ന് പാണ്ടി തമിഴിന്റെ ചുരം കടന്നുവരുന്ന കാറ്റാണെങ്കിൽ മറ്റൊന്ന് ഗംഗ തീണ്ടിവരുന്ന കാറ്റാകുന്നു. രണ്ടിടത്തും മനുഷ്യകുലം നേരിടുന്ന ചെറുതല്ലാത്ത ആത്മവ്യഥകളുടെ ചൂട് ബാക്കിയുണ്ടായിരുന്നു. രണ്ടിന്റെയും ആന്തരശ്രുതി ഒന്നുതന്നെയാകുന്നു.

വിജയനെ വലിയ എഴുത്തുകാരനാക്കുന്നതും ഈ ആത്മവ്യഥ കളുടെ കണക്കെടുക്കാൻ നടന്ന മനസ്സായതിനാലാണ്. അദ്ദേഹത്തിന് എന്നും കാറ്റുകളാണ് തുണ നിന്നത്, കഥ പറയാൻ. നൂറായിരം തുമ്പി ച്ചിറകുകളിൽ ഒരേ ഞൊടിയിൽ പറന്നിറങ്ങിവന്നിരിക്കുന്ന കാറ്റുകൾ. നൂറായിരം ഇലത്തുമ്പുകളിൽ വന്നിരുന്നു ഊർജ്ജമായി മാറിയ കാറ്റു കൾ, പ്രാണമരുത്തുകൾ.

എട്ടുകാലിയിലെ അശാന്തിപർവം

എൻ. രാധാകൃഷ്ണൻ നായർ

'**ഖ**സാക്കിന്റെ ഇതിഹാസം' പിറന്നുവീണതോടെ മലയാളി വായനക്കാരൻ അനുഭവിച്ച ഭാവപരിണാമത്തിന് പിൻചരിത്രം ചൂണ്ടിക്കാണിക്കാൻ ഏറെയൊന്നുമുണ്ടായിരുന്നില്ലല്ലോ. "ഭാഷയുടെ സ്ഥിരമായ വഴികൾ" ഈ നോവലിസ്റ്റ് ഉപേക്ഷിച്ചു എന്ന് കെപി.അപ്പൻ ഈ നോവലിനെ ചൂണ്ടിപ്പറയുന്നുണ്ട്. ഭൗതികാതിതത്വത്തെക്കുറിച്ചുള്ള ഒരുതരം ബോധം നമ്മിൽ ഉണർത്തുന്ന വൈകാരികത ആവിഷ്കരിക്കേണ്ടിവന്നപ്പോൾ, ശബ്ദത്തെ ഉടച്ച് അകത്തു കടക്കേണ്ടിവന്നു എന്നും ആ ഭാഷയെ അപ്പൻ നീതീകരിക്കുന്നു. 1969-നു ശേഷം വന്ന എഴുത്തുകാരെല്ലാം ലക്ഷ്യമിട്ടത് 'വിജയനാകുക' എന്നതായിരുന്നു എന്ന് തിരിഞ്ഞുനോക്കിയാൽ ഇന്ന് കുറേക്കൂടി വ്യക്തമാകും. മലയാള നോവലിന്റെ കാലചരിത്രം 'ഖസാക്കി'നപ്പുറവും ഇപ്പുറവും എന്നുവരെ സ്ഥാനപ്പെടുത്തിയ വിമർശകർ നമുക്കുണ്ട്. മറിച്ച്, വിജയന്റെ ഭാഷയെ "ആത്മീയതയുടെ ജടിലഭാഷണം" എന്ന് നിർവ്വചിച്ച് തിരസ്കരിക്കാനുള്ള ബൗദ്ധികമായ ശ്രമങ്ങളുണ്ടായത് ആരാധനയുടെ കുത്തൊഴുക്കിൽ അദൃശ്യമായിപ്പോവുകയും ചെയ്തു. "അമൂർത്തവും അവ്യക്തവുമായവയോടുള്ള പ്രതിപത്തിയാണ് ഈ ജടിലഭാഷയുടെ സവിശേഷത" എന്ന് വാൾട്ടർ ബെൻയമിനെ ഉദ്ധരിച്ച് ഡോ.ടികെ.രാമചന്ദ്രൻ സമർത്ഥിക്കുന്നുണ്ട് (*ഒരു മിഥ്യയുടെ ഭാവി*: ഡോ. ടികെരാമചന്ദ്രൻ, റൂട്സ് പ്രസിദ്ധീകരണം, 2002. പുറം 50.) "മായികവും മന്ത്രോച്ചാരണതുല്യവുമായ ഒരുതരം ഭാഷയുടെ വിനിയോഗം എല്ലാറ്റിലും വ്യാപിക്കുന്ന വ്യവഹാരരീതിയായിത്തീരുന്നു" എന്ന് അദ്ദേഹം തുടരുന്നു. ഇത്തരം ഭാഷയിൽ ഭാഷയുടെ സാമൂഹികമായ വേരുകൾ വിച്ഛേദിക്കപ്പെടുകയാണ് ചെയ്യുന്നത് എന്നുകൂടി പറഞ്ഞുവയ്ക്കുന്നുണ്ടിവിടെ. 'കടൽത്തീരത്ത്' എന്ന സമാഹാരത്തിലെ 'തിരിച്ചുപോക്ക്' എന്ന കഥയിലുൾപ്പടെ നിറഞ്ഞുകവിയുന്ന ഈയൊരു 'അതിഭാഷ'യുടെ തുടക്കം 'ഖസാക്കിന്റെ ഇതിഹാസ'ത്തോടെ മലയാളി ലഹരിയായി ഉൾക്കൊള്ളുകയും ചെയ്തു. ഇന്നും അത് അതേ തീവ്രതയോടെ ഉൾച്ചേർക്കുന്ന ആസ്വാദകരെയും എഴുത്തുകാരെയും കണ്ടെത്താനും കഴിയും.

ഇത്തരമൊരു മായികലഹരിയിലേക്കാണ് 1985-ൽ 'അശാന്തി' എന്ന ലഘുഗ്രന്ഥത്തിലൂടെ 'എട്ടുകാലി' എന്ന കഥ പിറന്നുപതിക്കുന്നത്. വിജയന്റെ ഇതിഹാസം മന്ദ്രസ്ഥായിയിൽ പടർത്തി ശമഹിമത്തിലേക്ക്, സത്തതിരിച്ചറിയാത്തവർപോലും (അവരായിരുന്നു ഏറിയ പങ്കും എന്നത് മറ്റൊരു കാര്യം) അബോധപൂർവ്വം ആവാഹിക്കപ്പെട്ടപ്പോൾ ആ ധാരാപ്രവാഹത്തിനെതിരെ ഉയർന്നുവന്ന തീക്ഷ്ണസ്വരങ്ങൾക്ക് തീപിടിക്കാതെപോയതിൽ അദ്ഭുതമില്ല. അത്രയ്ക്കു മോഹമുഗ്ദ്ധമായിരുന്നു ഇതിഹാസത്തിന്റെ മുഴക്കം. ആ വ്യാമോഹമഞ്ഞിനുള്ളിൽ അടക്കം ചെയ്തിരുന്ന സത്തയെ അസ്പഷ്ടമാക്കുംവിധമായിരുന്നു ഭാഷയിലും ഭാവത്തിലും ലയിച്ചുകലങ്ങിയ ആ ഭാഷണശൈലി. അതുകൊണ്ടാവാം, വിജയന്റെ പല രചനകളിലും എന്നല്ല പറയേണ്ടത്, പ്രമുഖമായവയിലെല്ലാം നിറഞ്ഞുനിന്ന കാമത്തെ വേണ്ടവിധത്തിൽ കാണാതെപോയത്. കെ.പി.അപ്പൻപോലും അതിനെ 'ധർമ്മവിരുദ്ധമായ കാമം' എന്ന് വ്യവഹരിക്കുന്നതാണ് കണ്ടത്. "ധർമ്മവിരുദ്ധമായ കാമത്തിന്റെ പ്രാകൃത സ്തോത്രമാണ് *എട്ടുകാലി*" എന്ന അപ്പന്റെ നിർവ്വചനം (*അശാന്തി*: ഒ.വി. വിജയൻ - അവതാരിക. എസ്.പി.സി.എസ്, 1985, പുറം 12) ഉൽപാദിപ്പിക്കുന്ന ചോദ്യങ്ങൾ, ലൈംഗികതയെക്കുറിച്ചുള്ള സന്ദേഹങ്ങൾ സങ്കീർണ്ണമാക്കി മാറ്റുക മാത്രമാണ് ചെയ്യുക. എന്താണ് ധർമ്മാനുസാരിയായ കാമം എന്നതു മാത്രമല്ല, ധർമ്മം എന്നാൽ എന്ത്, കാമത്തെ ധർമ്മവുമായി ബന്ധിക്കുന്നത് വിച്ഛേദിക്കുന്നതും എവിടെ? ആര്? എന്നിങ്ങനെ സ്ഥലകാലഭാവാനുസാരിയായ ചോദ്യങ്ങൾകൂടി അതിന് ഹേതുവായിത്തീരുകയും ചെയ്യുന്നുണ്ട്. "ഇത് വിജയന്റെ ഏറ്റവും പ്രധാനപ്പെട്ട കഥകളിൽ ഒന്നാണ് എന്ന് ആരും പറയുകയില്ല" എന്നുകൂടി അപ്പൻ അവിടെ പ്രവചിക്കുന്നതും ഒരുപക്ഷേ *ഇതിഹാസ*വും, *കടൽത്തീര*ത്തും, *ഒരു യുദ്ധത്തിന്റെ ആരംഭ*വുമൊക്കെ പ്രസരിപ്പിച്ച മായികപ്രഭയിലാവാം.

മുപ്പതു വർഷത്തിനുശേഷം, എല്ലാം ഒട്ടൊന്ന് അടങ്ങിയ ഇക്കാലത്ത് *എട്ടുകാലി*യിലേക്ക് നാമെത്തുന്നത്, അപ്പൻ തന്നെ പറഞ്ഞുറപ്പിച്ച 'നിരാനന്ദത്തിന്റെ ചിരി'യോടെയാകുമ്പോൾ, അത് വിജയന്റെ രചനകളുടെ ഭ്രൂണം തേടിയുള്ള പുറപ്പാടായി മാറുന്നു. കാമത്തെ ധർമ്മാധർമ്മങ്ങളുടെ കൂടിനുള്ളിൽ തളച്ചിടാനാകാത്ത ജൈവചേതനയായി പരിചരിക്കുന്ന ഇടങ്ങളായി വിജയന്റെ രചനാതലങ്ങളെ കണ്ടെത്താനാകും, *ഖസാക്കിൽ* വരെ. അതിനുള്ള വഴി *എട്ടുകാലി* എന്ന കഥ തുറന്നുതരുന്നു എന്നതാണ് ഇതിന്റെ പ്രസക്തി. വിഷയാസക്തി യോഗാനുഭൂതിയിൽ വിലയിക്കുന്നു എന്ന സമവാക്യം ദർശനങ്ങൾക്ക് അന്യമല്ലല്ലോ, പറയുന്ന വാക്കുകൾ വ്യത്യസ്തമാണ് എന്നിരിക്കിലും. ദേഹാതീതമെന്ന അവസ്ഥയിലേക്കുള്ള യാനത്തിനുപോലും ദേഹം ആവശ്യമാണ് എന്നിരിക്കെ കാമത്തെ സാത്വികമെന്നും താമസമെന്നും വിഭജിക്കുന്നതിന്റെ അയുക്തികത ശങ്കരാചാര്യർ സ്വകൃതികളിലൂടെ ഉറപ്പിച്ചുവച്ചാണ് തെളിയിച്ചത്- *ത്രിപുരസുന്ദര്യാഷ്ടക*ത്തിലെ ആറാംശ്ലോകം ഉൽപാദിപ്പിക്കുന്നത് ജുഗുപ്സയോ ബീഭത്സമോ ആണോ?

സ്മരേത് പ്രഥമപുഷ്പിണിം രുധിരബിന്ദുനിലാംബരാം
ഗൃഹിതമധുപാത്രികാം, മദവിഘൂർണ്ണനേത്രാഞ്ചലാം
ഘനസ്തനഭരോന്നതാം, ഗളിതചൂളികാംശ്യാമളാം,
ത്രിലോചന കുടുംബിനിം, ത്രിപുരസുന്ദരിമാശ്രയേ.

ഖസാക്കിൽ രവി പെട്ടി തുറന്ന് ഒരുക്കിവെച്ച് സാധനങ്ങളുടെ കൂട്ടത്തിൽ ഒന്ന് പ്രിൻസ് തിരുവങ്കുളത്തിന്റെ പുസ്തകമായിരുന്നു എന്ന കാര്യം അക്കാലത്തെ കൗമാരയൗവനങ്ങൾ പ്രത്യേകം ശ്രദ്ധിക്കാതിരിക്കില്ല. അന്തേവാസിനിയായ സ്വാമിനിയുടെ കാവിക്കച്ചയും ചുറ്റിയാണ് രവി നന്നേ പ്രഭാതത്തിൽ ഇറങ്ങിയതുതന്നെ. പത്തോളം കൊല്ലങ്ങൾക്കു മുൻപ് ഊട്ടിയിലെ വീട്ടിൽ, അകലെ മഞ്ഞപ്പുൽത്തട്ടുകളിലേക്ക് നോക്കിയ കിടപ്പറയിൽവെച്ച് ചിറ്റമ്മയെ അറിഞ്ഞതും രവി ഓർമ്മിക്കുന്നു.

"എന്നാലും നൊമ്മടെ ധർമ്മധർമ്മാദികളില്ലേ- നിങ്ങള് ആ മാപ്ലച്ച്യേബടെ പാർപ്പിച്ചത് ശരിയായില്ല" എന്ന ശിവരാമൻ നായരുടെ പരാമർശം ഒരു വെറും അഭിപ്രായപ്രകടനമെന്ന നിലയിലല്ല നോവലിൽ ചിലമ്പുന്നത്. കുപ്പുവച്ചനും രവിയും കേശിയും സന്ധിക്കുന്ന സവിശേഷ സന്ദർഭത്തെക്കൂടി *എട്ടുകാലി*യിലേക്ക് മാറ്റിവച്ച് ചിന്തിച്ചാലാണ് അതൊരു തുടർച്ചയായി വായിക്കാനാവുക. *എട്ടുകാലി* എന്ന പരികല്പന ശരീരബന്ധിയായ രതികാമനകൾ മറികടന്ന് വളരുന്നു. "യാഥാർത്ഥ്യത്തിന്റെയും മിഥ്യയുടെയും അപാരതകളിൽനിന്ന് ഓടിയകലുന്ന" അഭയകേന്ദ്രമായി വളർത്തുന്നതിന്റെ കൃത്യതയായി അത് വായിക്കാനാകും. 'ഖസാക്കി'ലെ ദൈവപ്പുരയെപ്പറ്റി ചിന്തിച്ചാലാണ് ഇത് ഏറെ പ്രസക്തമാകുക എന്നു തോന്നുന്നു. "വീണ്ടും കണ്ണു തെളിഞ്ഞപ്പോൾ നല്ലമ്മയുടെ തുടകൾ വാരിപ്പിടിച്ചുകൊണ്ട് പൂശാരി ഇരിക്കുകയാണ്. മൂർദ്ധാവിൽനിന്നൊഴുകിയ ചോര അയാളുടെ മാറിലും ചുമലിലും കട്ടകെട്ടിത്തുടങ്ങിയിരുന്നു." സ്ത്രൈണതയെ പൂർണ്ണതയായി വികസിപ്പിച്ച് അതിലേക്കലിയുന്ന അപൂർണ്ണ ബിന്ദുക്കൾ മാത്രമായി അസ്തിത്വം തേടുന്ന പുരുഷജന്മങ്ങളുടെ പാപചിന്തകളും വൃത്തികളും ഇവിടെ അർത്ഥരഹിതങ്ങളായി മാറുന്നു. കുഞ്ഞാമിനയുടെ ഉർവ്വരതയുടെ പ്രഥമ നിണബിന്ദു 'കാല്പടത്തിൽ സിന്ദൂരക്കുറിപോലെ' പതിക്കുന്നതും, കൈപ്പടത്തിലെ ചോരയുടെ പുതുമഴത്തുള്ളികളും, ഒരുപക്ഷേ മറ്റൊരു മലയാളനോവലിലും ഇത്തരമൊരു ഭാവഗരിമയിൽ കണ്ടെത്താനാവില്ല. *എട്ടുകാലി*യിലേക്ക് എത്തുന്നതിനുള്ള ശരിയായ സർഗ്ഗാത്മക വഴി ഇതാണെന്നു തോന്നുന്നു.

രണ്ട്

'ഖസാക്കിന്റെ ഇതിഹാസ'ത്തിനുള്ളിൽനിന്നാണ് കഥയിലേക്ക് എട്ടുകാലി എത്തുന്നത്. ഞാറ്റുപുര തൂത്തു വെടുപ്പാക്കുന്നതിനിടയിൽ കണ്ടെത്തുന്ന ചിലന്തികളിൽ അത്ഭുതം കൂറുന്ന കുഞ്ഞാമിനയെ നമുക്കവിടെ കാണാം. എട്ടുകാലികളുടെ 'ദുശ്ചരിതങ്ങൾ' വിവരിക്കുന്ന രവി

അതവസാനിപ്പിക്കുന്നത്, 'എട്ടുകാലിപ്പെണ്ണുങ്ങൾ ഇണകളെ കൊന്നു തിന്നുക പതിവാണ്' എന്നാണല്ലോ. കുഞ്ഞാമിന കൂട്ടിച്ചേർക്കുന്നുണ്ട്: 'നമ്മളൊക്കെ എട്ടുകാലിയാകും. നാൻ ഇബ്ടെ ചൊകിരി പറ്റി ന്ക്കുമ്പോ മേഷ്ഷ് വന്ന്ങ്ങാണ്ട് എന്നെ തല്ലിക്കൊല്ല്ലും.' ഇതേ പൂർവ്വജന്മസ്മരണ മറ്റൊരിടത്തും കാണാം: "അച്ഛൻ പുനർജ്ജനിക്കുമോ?....അല്ലെങ്കിൽ ഒരെട്ടുകാലിയായി ജനിച്ചെങ്കിലോ? പൂർവ്വജന്മസ്മരണയുള്ള ഒരു വിഷച്ചിലന്തി- ചെരുപ്പിന്റെ അടിയേറ്റ് അത് ചുമരിൽ ചതഞ്ഞുപറ്റി. ജന്മാന്തരങ്ങളുടെ കൃതജ്ഞതകൾ ഉണരുകയായി. ചോരയും പൂടയും പറ്റിപ്പിടിച്ചുനിന്ന പാടിനു മുന്നിൽ രവി നിന്നു. അയാൾ സ്വയം പറഞ്ഞു, എന്തൊരു ശ്രാദ്ധം!"

"ലൈംഗികത എട്ടുകാലിയിൽ അതിന്റെ സാത്വികരൂപത്തിലല്ല താമസരൂപത്തിലാണ് പ്രത്യക്ഷപ്പെടുന്നത്" എന്ന കെ.പി. അപ്പന്റെ സാക്ഷ്യം നിഷേധിച്ചുകൊണ്ട് ആ ബിംബകല്പനയുടെ ഉൽപത്തിതന്നെയെന്ന് ഓർമ്മിക്കാതിരിക്കാനാവില്ല. 'ഭീഷണസ്വഭാവമുള്ള രതിമഞ്ജരി'യെന്ന് ഈ കഥയിലെ രതിയെ വിശേഷിപ്പിക്കാനും കഥാരംഭം വിസമ്മതിക്കുന്നു. "അവസാനത്തെ ഭോഗത്തിന്റെ ഓർമ്മയുണ്ട്. ജന്മാന്തരത്തിലും ഒരോർമ്മയെങ്കിലും അവശേഷിച്ചല്ലോ" (*അശാന്തി*- എട്ടുകാലി. പുറം 15. എസ്.പി.സി.എസ്, 1985). ഭൗതികതലത്തിൽ ആഘോഷിക്കപ്പെടുന്ന ഒരു രതിമഞ്ജരിയുടെ സമാകർഷകമായ വർണ്ണനകൾ അലങ്കാരമിടുന്ന ആഖ്യാനമല്ലല്ലോ തുടർന്ന് നാം വായിക്കുന്നത്. അയാളേക്കാൾ രണ്ടു വയസ്സുമാത്രം ഇളപ്പമുള്ള മകന്റെ അമ്മയാണ് അയാൾക്കു കീഴെയോ മുകളിലോ കിടന്ന് അയാളെ കീഴ്പ്പെടുത്തുന്നത്. അയാൾക്കു മുൻപേ നടക്കുന്നത്, നയിക്കുന്നത് അവളാണ്. അവളിലേക്ക് അയാൾ എത്തിപ്പെടുന്നത് 'അവൾ' എന്ന സർവ്വനാമത്തിലൂടെ മാത്രമല്ല. എല്ലാമറിയുന്ന ജ്ഞാനിയായ ഭർത്താവ്, അമ്മയ്ക്കു പാലില്ലാഞ്ഞ് കുറേക്കാലം മുലപ്പാൽ കുടിച്ച പേറ്റിച്ചി, കന്യകയായ മകൾ, കവിളിൽ നുണക്കുഴിയുള്ള ചെറുക്കൻ, എല്ലാം അതിലേക്കുള്ള പ്രയാണ വഴികളായി അയാൾ വീണ്ടെടുക്കുന്നു. ഖസാക്കിലെ ചിറ്റമ്മ ഇവിടെ അമ്മയുടെ അനുജത്തിയായി എത്തുന്നതും നമുക്കു കാണാം. ഭോഗവും പുതുമഴയും തുടക്കത്തിൽത്തന്നെ തീർത്തു വയ്ക്കുന്ന വല്ലാത്ത ഒരു യോഗാത്മകത ഈ കഥയുടെ ചലനശക്തിയായി നിറഞ്ഞുനിൽക്കുന്നു. ഭയം, "പാപത്തിന്റെയും പാപത്തിന്റെ വിലയുടെയും, ആ കൂലിയുടെ വെള്ളിപ്പണം വിതറിയെറിഞ്ഞ് മാനം മൂടിവരുന്ന മേഘത്തിന്റെയും പരീക്ഷണമായി" അയാൾ സദാ അനുഭവിച്ചു. പാപത്തിന്റെ കൂലി മരണമാണ് എന്ന അറിവിന്റെ ശാപം, ഒടുക്കംവരെ പിൻതുടർന്ന് വേട്ടയാടപ്പെട്ട്, അവസാനത്തെ ഭോഗത്തിന്റെ ഓർമ്മയായി അവശേഷിക്കുമ്പോഴും അയാൾ കേട്ടത് പിറകെ വിശന്നുവരുന്ന പെണ്ണെട്ടുകാലിയുടെ വിപൽസ്വരമാണ്. "മുകളിൽ അനന്തമായ ആകാശം, വെള്ളിമേഘങ്ങൾ അതിലൂടെ നീങ്ങിക്കടന്നു." ചിതറിത്തെറിക്കുന്ന ആലിപ്പഴത്തിന്റെയും ഉയരത്തിൽ മുരണ്ട ഇടിയുടെയും ശാപപ്രവചനം അയാളെ ചകിതനാക്കിയ

ആദ്യദിനങ്ങളിൽ ജിജ്ഞാസയായ ഇളയമ്മ ചോദിച്ച ചോദ്യത്തിന്റെ മറുപടി പറയാനുള്ള അറിവ് അന്നയാൾക്കില്ലായിരുന്നു. അത് ഭയത്തിന്റെ രഹസ്യപരീക്ഷണമായി കാണാനുള്ള അനുഭവംപോലും ഉണ്ടായിട്ടില്ലല്ലോ.

നാല്പത്തിരണ്ടു വയസ്സുള്ള അവൾക്ക് അയാളുടെ അമ്മയുടെ പ്രായമാണ്. അതയാൾ ചോദിച്ച് പറയിക്കുന്നത് ആവർത്തനത്തിന്റെ കൗതുകമായി അവളും കാണുന്നു. ഇതു മാത്രമല്ല, നിത്യവും ആവർത്തിക്കുന്ന ചില ചോദ്യങ്ങളാണ് അവളെ ഉണർത്തുന്നതും. പരമ്പരാഗത സല്ലാപങ്ങളിൽനിന്ന് വ്യത്യസ്തമായ ഈ ആവർത്തന ഭാഷണങ്ങൾ, ഉരുവിടുന്ന മന്ത്രോച്ചാരണംപോലെ മുഴക്കമുള്ളവയാണ്. അയാളുടെ ചോദ്യത്തിന്റെ മധ്യത്തിൽതന്നെ അവൾ ഉത്തരത്തിലേക്ക് എത്തിക്കഴിയും – നിത്യാഭ്യാസത്തിന്റെ വഴക്കത്തിൽ അതൊരു സുഗമവൃത്തിയായി അവരത് അനുഷ്ഠിക്കുന്നു. മകന് ഇരുപത്തിനാലായി വയസ്സെന്നും, മകനും ഭാര്യയും ഒരുമിക്കുന്ന കാഴ്ച, പതിനെട്ടുകാരിയായ മകളും പതിനഞ്ചുകാരനായ ഇളയമകനും ചാക്കുമറയുടെ പഴുതിലൂടെ കാണാറുണ്ട് എന്നും, അവൾ ആവർത്തിച്ചേ മതിയാകൂ. നാണത്തേക്കാൾ അലിവുള്ള സമൃദ്ധമായ സ്ത്രൈണതയുടെ രൂപമായി അവൾ മാറുന്നത്, അവളും അതു നോക്കിയിട്ടുണ്ട് എന്നു പറയുമ്പോഴാണ്. സാമാന്യ വ്യവഹാരത്തിൽ വൈകൃതമെന്നോ, അസ്വാഭാവികമെന്നോ പറഞ്ഞുതള്ളാവുന്ന ഇത്തരം അനുഭവങ്ങൾ, സർവ്വസാധാരണമായി ആവിഷ്കാരങ്ങളിൽനിന്ന് അകന്നുനിൽക്കുമ്പോൾ, മനുഷ്യചേതനയ്ക്ക് അവ അന്യമല്ലാത്തവയാണ്. ആലിപ്പഴത്തിന്റെ ചിതറൽ എന്ന് വളരെ സൂക്ഷ്മമായി തുടക്കത്തിന്റെ പുതുമഴയുമായി ചേർത്തു പരാമർശിച്ച രൂപകത്തെ സ്ഖലനവുമായി ബന്ധിച്ചാണ് അടുത്ത ഖണ്ഡികയിൽ വിജയൻ വളർത്തിയെടുക്കുന്നത്. "അവളുടെ ശിവതാണ്ഡവത്തിൽ വലിഞ്ഞു തെളിഞ്ഞ കരിന്തൊലിയുടെ തെളിമയിൽ കുമിഴായി മിനുത്തുനിന്ന ചന്തി" എന്ന പ്രയോഗം വെറുമൊരു രതിസങ്കീർത്തനമായി വായിച്ചുപോകാൻ കഴിയില്ല. പ്രത്യേകിച്ച് എത്രവേണമെങ്കിലും അങ്ങനെ (ഉയർന്നു) നിൽക്കാം, പിന്നെ വേണ്ടപ്പോൾ ഒഴുകി ശമിക്കാം... പിന്നെ സ്ഖലനം വീണു തെറിക്കുന്ന ആലിപ്പഴങ്ങൾ" ഇവയെ 'ശിവതാണ്ഡവത്തിന്റെ ശ്രുതിഭേദങ്ങൾ' എന്നുകൂടി വിവക്ഷിക്കുന്നത് ശ്രദ്ധിക്കുക- സൃഷ്ടിസ്ഥിതിലയങ്ങളുടെ പ്രചണ്ഡതാളവും നൃത്തവുമായി ഇവിടം മുതൽ ഈ കഥ ബന്ധം തേടുന്നു. സ്ഥിതമായ സ്ഥിതിഗതികൾക്ക് അതീതമായ മറ്റൊരു മണ്ഡലത്തിലാണ് സ്ത്രീ എന്ന സങ്കല്പത്തെ ഇവിടെ പരിവർത്തിപ്പിക്കുന്നത്. അവളാണ്, അവളിലെ ഉർവ്വരതയാണ് സമസ്ത വിപര്യയങ്ങൾക്കും ഹേതു: ശക്തിയില്ലാത്ത ശിവൻ നിസ്തേജനാകുന്നതുപോലെ അവൾ എല്ലാം നിയന്ത്രിക്കുന്നു. "അങ്ങനെ കിടന്നോളൂ", അവൾ പറയും "(എല്ലാം) ഞാനായിക്കൊള്ളാം. മുകളിൽ ഉലയൂതി വയ്ക്കുന്ന കറുത്ത മേഘം, ദൈവമേ, അവളിൽനിന്ന് സ്വയം വലിച്ചു പുറത്തെടുത്ത് പുറത്തെ ആലംബമില്ലാത്ത തരിശിലൂടെ ഓടണം."

അവൾക്ക് അയാളുടെ അമ്മയുടെ വയസ്സാണ് എന്ന കേൾവി, അതും അയാളുടെ വാക്കുകളിൽ നിന്നാകുമ്പോൾ തന്റെ ചുങ്ങിയ മുല അതിന്റെ കട മുതൽ തവിട്ടുകണ്ണുവരെ ചുരത്തിയത് അയാളെ പേറ്റിച്ചിയുടെ ഓർമ്മയിലാണ് തള്ളിയിട്ടത്. ആ കഥയിൽ, തനിക്കടിയിൽ കിടന്ന മദ്ധ്യവയസ്കയുടെ കരിഞ്ഞ മുലകളെ അയാൾ കടിച്ചു. "അമ്മയും വാടകപ്പശുവുമായ ഒരു പെണ്ണിന്റെ ഓർമ്മ അയാളുടെ വായ നിറഞ്ഞു" എന്ന ബോധപൂർവ്വമായ വിവരണത്തിൽ ശരീരബദ്ധമായ കാമനിർവ്വഹണത്തിന്റെ ശാസ്ത്രവിധികൾ അട്ടിമറിഞ്ഞു വീഴുന്നു. "അയാൾ മുലക്കണ്ണു ചവച്ചു; അവൾ ചിരിച്ചു" എന്നെത്തുമ്പോഴേക്ക് ആ തിരസ്കാരം പൂർണ്ണമാകുന്നു. ആ ചിരി അവളുടെ ഭർത്താവിന്റെ, ജ്ഞാനിയായ ഭർത്താവിന്റെ ചിരിയാണ്. അവളുടെ ശിവതാണ്ഡവത്തിന്റെ ഏറ്റുപറച്ചിലിന്റെ വിപരീത സുഖത്തിലാണ് അതു പൊട്ടിച്ചിരിയായി, ജ്ഞാനിയുടെ സ്ഖലനമായി മാറുന്നത്. അമ്മയും വാടകപ്പശുവുമായ പേറ്റിച്ചിയുടെ ഓർമ്മ, എല്ലാ ഭൗതികബന്ധങ്ങളെയും നിർവീര്യമാക്കി ഒരു സ്ഖലനത്തിന്റെ ചിരിയായി ('നിരാനന്ദത്തിന്റെ ചിരി'യെന്ന് കെ.പി.അപ്പൻ ഖസാക്കിനെപ്പറ്റിയാണ് പറയുന്നത്) ആലിപ്പഴം പെയ്യുന്നത് അസാധാരണമായ ഒരു നടുക്കത്തിൽ നമുക്ക് വായിക്കാം. അവളുടെ കെട്ടിയവനായ കിഴവൻ പോലും മതിപ്പുളവാക്കുന്ന ഒരു ബിംബമായി അയാളുടെ മുന്നിൽ നിൽക്കുന്ന "സ്വവർഗ്ഗസംഭോഗത്തിന് വിധേയനാകുന്നവന്, മുതിർന്ന പുരുഷന്മാരോടു തോന്നുന്നപോലെ" എന്ന വിചിത്രമായ വിശേഷണത്തിലൂടെ എല്ലാ കാല്പനിക രതിഭാവനകളെയും മറികടന്നാണ് ശക്തിയും അറിവും തികഞ്ഞ അത്തരമൊരു ജ്ഞാനിയിലേക്ക്, അവൾ എന്ന സ്ത്രൈണതയിലൂടെ എത്തിച്ചേരുന്നത്.

നഗ്നയായ മകൾക്കുമേൽ, ചൂടിക്കട്ടിലിൽ, അമർത്തിക്കിടക്കവേ, അതു നോക്കി അതേ കട്ടിലിൽ ഓരംചേർന്നു കിടക്കുന്ന അമ്മ, സ്വന്തം മകളെ 'തികഞ്ഞ പെണ്ണ്' എന്നതിലപ്പുറം കാണുന്നില്ല. "നിങ്ങൾക്ക് കന്യകമാരെ ഇഷ്ടമല്ലായിരുന്നല്ലോ" എന്ന നിർവികാരമായ സന്ദേഹത്തിൽ, അരികെക്കിടക്കുന്ന അമ്മ എന്ന 'അവൾ'ക്ക് അതൊരു ആകസ്മികതയായിരുന്നു. മുകളിൽ ചുവന്ന് നീലിച്ച വലിയൊരു മിന്നലിന്റെ തീവ്രമായ ഭയത്തിൽ അയാൾ പെണ്ണിന്റെ കവചം ഭേദിക്കുന്നതിനും അവൾ സാക്ഷി. ചൂടുള്ള ആ മുറിവിൽ അമ്പരന്നുപോയ അയാൾ; അവർക്കു നേരെ ചരിഞ്ഞുകിടന്ന് ചിരിക്കുന്ന അമ്മ. ഈ വൈരുദ്ധ്യത്തിന്റെ ചിരിയിലാണ് അയാളിൽ ആലിപ്പഴമുതിരുന്നത്. ആ ദീർഘസ്ഖലനത്തിന്റെ സുഖത്തിൽ, അയാൾ സ്വപ്നത്തിലെത്തിച്ചേരുന്നത് അമ്മയുടെ അനുജത്തിയിലാണ്. "നടരാജതാണ്ഡവത്തിൽ പൊന്നുപോലെ" തെളിഞ്ഞ കുമിഴ് അയാൾക്കു കാഴ്ചവയ്ക്കുന്ന ഇളയമ്മ.

ശ്രാദ്ധത്തിന്റെ നൈവേദ്യം ചോദിച്ചുവാങ്ങുന്ന ("എന്നെ ആരോ കുത്തിക്കൊന്നു; എനിക്ക് ഒരഞ്ചുറുപ്പിക കടം തരുമോ, എനിക്കാഗ്രഹമുള്ള ഒരു പലഹാരം വാങ്ങിത്തിന്നാനാണ്") അമ്മാവനിലേക്ക്, പിതൃസ്വരങ്ങളിലേക്കാണ് പൊടുന്നനവേ അയാളുടെ സ്വപ്നം വഴുതിവീഴുന്നത്.

ഉണർച്ചയും ഉറക്കവും വ്യത്യസ്തമല്ലാത്ത ഈയൊരു മണ്ഡലത്തിൽ ഒരുപകരണംപോലെ ചരിക്കുന്ന പുരുഷനായി, കാരണമായിത്തീരുന്ന അയാളെ ആവരണം ചെയ്യുന്ന 'അവളെ', കാര്യപ്രരൂപത്തെ നമുക്കിവിടെ വ്യക്തമായി വായിച്ചെടുക്കാം. "അവൾ അയാളെ വരിഞ്ഞുമുറുക്കി കെട്ടിപ്പിടിച്ച് ഉമ്മവച്ചു. ചുണ്ടിൽ കടിച്ച് മുറിവുവരുത്തി ചോരയീമ്പിക്കുടിച്ചു. ഇളം ചോരയാണ്. അവളുടെ മകന്റെ ചെറുപ്പമാണ് അയാൾക്ക്." (*അശാന്തി* - പുറം 27) "അയാളെ പാപിയെന്നു വിളിച്ചു. ഗർഭപാത്രത്തിന്മേൽ അയാളെ അമർത്തിപ്പിടിച്ച് താലോലിച്ച്, താരാട്ടുപാടി, സ്ഖലനമുണ്ടാകുമ്പോൾ മകനെന്നു വിളിച്ചു." ഇത്തരമൊരു ദർശനത്തെ വികലമെന്നോ, ധർമ്മവിരുദ്ധമായ കാമത്തിന്റെ പ്രാകൃത സ്തോത്രമെന്നോ കണ്ടെത്താനാവില്ല. സ്ത്രീയെന്ന പദത്തിന്റെ അന്തർഹീനാർത്ഥങ്ങളെ വിശാലവും ഉദാത്തവുമായി കണ്ടെത്താനുള്ള ദിശാസൂചകമായിത്തന്നെയാണ് ഇത് നിൽക്കുന്നത്.

അവസാനത്തെ ഭോഗത്തിന്റെ മാത്രം ഓർമ്മയെ ചേതനയിൽ നിലനിർത്തി ജന്മാന്തരത്തിലേക്കുള്ള മഹാപ്രയാണത്തിലും അവളെ പിന്തുടരാതിരിക്കാൻ അയാൾക്കാവില്ല. "അവന്റെ, (ചെറുക്കന്റെ) നുണക്കുഴികൾക്കും, അവളുടെ ചന്തിയുടെ കുമിഴിനും വേണ്ടി നീണ്ട അവസാനമില്ലാത്ത സ്ഖലനം" അത് നീണ്ട, അവസാനമില്ലാത്ത നിരത്തായും, അസ്തമയമില്ലാത്ത സന്ധ്യയായും മാറുന്ന മറ്റൊരു രൂപകത്തിലേക്കാണ് സൂക്ഷ്മരൂപം പ്രാപിക്കുന്നത്: "എട്ടുകാലികൾക്കിടയിലൂടെ, എട്ടുകാലിവലകൾക്കിടയിലൂടെ, കയ്യിൽ ചെറുക്കന്റെ ശവവുമായി മുന്നിലവൾ. തലകാർന്നുപോയ ആണെട്ടുകാലികൾ, പെണ്ണെട്ടുകാലികൾക്കുമേൽ ഉയരുകയും താഴുകയും സ്ഖലിക്കുകയും ചെയ്യുന്നതിനിടയിലൂടെ അവൾ കടന്നുപോകുന്നു. ജന്മാന്തരത്തിലേക്കുള്ള യാത്രയിൽ, ചുറ്റും ഊറിനിറയുന്ന മജ്ജകളിൽ കാലുമടക്കി അയാൾ കണ്ണുകളടച്ചു."

മൂന്ന്

'എട്ടുകാലി' എന്ന ചെറുകഥയുടെ അവസാന ഭാഗത്തെത്തിക്കഴിയുമ്പോഴാണ് 'അവസാനത്തെ ഭോഗത്തിന്റെ ഓർമ്മ' എന്ന തുടക്കത്തിലേക്ക് നമുക്ക് വീണ്ടും തിരിഞ്ഞുനോക്കേണ്ടിവരുന്നത്. "ജന്മാന്തരത്തിലും ഒരോർമ്മയെങ്കിലും അവശേഷിച്ചല്ലോ" എന്നാണ് തുടക്കത്തിൽ നാം വായനയിലേക്ക് കടക്കുന്നത്. വല്ലാത്ത ഒരു നടുക്കത്തിലാണ് "എട്ടുകാലുകളും വിടർത്തി മൺതരികളിൽ തപ്പിത്തപ്പി" നടക്കുന്ന എട്ടുകാലിയായി അയാളെ നാം തിരിച്ചറിയുന്നത്. "പിറകെ വിശന്നുവരുന്ന പെണ്ണെട്ടുകാലിയുടെ വിപൽസ്വരം" ആ അദമ്യമായ വിശപ്പിൽനിന്ന്, കാമത്തിൽനിന്ന്, അതിന്റെ പ്രഭവമൂലമായ രതിയിൽനിന്ന് അയാൾക്ക് മോചനമില്ല. സർവ്വഭക്ഷകനായ മഹാകാലത്തെ ഇങ്ങനെയും നമുക്ക് കണ്ടെത്താം. നേരിയ പിഞ്ഞാണത്തിന്റെ ചുമരുകൾ അതിർത്തിയിടുന്ന, കുമിഴുപോലുള്ള ആ കവചത്തിൽനിന്ന് രക്ഷപ്പെടാനാകില്ല. ഇതുവരെ ലൈംഗികപരമായി വായിച്ച കുമിഴ് എന്ന വാക്ക്, പൊടുന്നനവെ ഒരു

കവചപര്യായമായി മാറിപ്പോകുന്നത് ശ്രദ്ധിക്കുക: "മുകളിൽ അനന്തമായ ആകാശം. വെള്ളിമേഘങ്ങൾ അതിലൂടെ നീങ്ങിക്കിടന്നു."

ഇത്തരമൊരു കഥ മലയാളത്തിൽ നാം ഇതിനു മുൻപ് വായിച്ചിരിക്കാനിടയില്ല. രത്യാഘോഷങ്ങളുടെ കഥകൾ അന്നും ഇന്നും സുലഭമാണ് എന്ന കാര്യമല്ല ഇവിടെ സൂചിതം. ഒ.വി.വിജയന്റെ രതിവിചാരത്തെ അത്ര ലളിതമായി നിർദ്ധാരണം ചെയ്യാനാവില്ല എന്ന് വ്യക്തമാക്കുന്ന ഈ കഥ, എന്തുകൊണ്ടോ ഏറെ ചർച്ചചെയ്യപ്പെടുകയും ചെയ്തില്ല. ഖസാക്കിലെത്തുന്ന രവിയുടെ പുസ്തകങ്ങളിലൊന്ന് പ്രിൻസ് (അനുജൻ?) തിരുവങ്കുളത്തിന്റേതായിരുന്നു എന്ന് അറിയുക. ഒരു കാലത്ത് മലയാളി ഒളിച്ചുവായിച്ച പുസ്തകം ഇന്ന് സാധാരണ വായനയ്ക്ക് തടസ്സമല്ല. മല യാളി അശ്ലീല എഴുത്തുകാരനെന്ന് തള്ളിക്കളഞ്ഞ പമ്മൻ 'ഭ്രാന്തി'ന്റെ ആദ്യഭാഗത്ത് എഴുതുന്നു: "ആ പൂജയിൽ എന്റെ ശരീരത്തിന് പങ്കില്ല. മനസ്സിന്റെ മാത്രം ഉപാസനയാണത് എന്ന്. എന്റെ ശരീരം ആ കർമ്മങ്ങളിൽ പങ്കാളിയാകുന്നുവോ, ആ നിമിഷം മുതൽ അത് പൂജയല്ലാതാകുന്നു. അത് മാംസത്തിന്റെ സർവ്വസാധാരണമായ ഒരു പ്രാകൃത പ്രവർത്തനമായി മാറുന്നു." വിജയന്റെ ഈ അസാധാരണ കഥയുമായി ഒരിക്കലും ചേർത്തുവയ്ക്കാനാവാത്ത ആ നോവലിൽ അറിയാതെയാവാം, വന്നുപോയ ഈ ദർശനം സ്ത്രൈണതയെ സംബന്ധിച്ച്, പമ്മൻ പുലർത്തിയിരുന്ന മറ്റൊരു വഴിയിലേക്ക് വിരൽചൂണ്ടുന്നുണ്ട്.

എല്ലാം ഏറ്റുവാങ്ങുന്ന സ്ത്രീ ഒരുപക്ഷേ ആധുനിക സ്ത്രീവിമോചനപ്രസ്ഥാനത്തിന് അഹിതയായേക്കാം, അസ്വീകാര്യയായേക്കാം. അങ്ങനെയാകേണ്ടതുമാണ്. പക്ഷേ ചരാചരങ്ങളുടെ നിലനിൽപിന്റെ അടിസ്ഥാനമായ ഉർവ്വരത മണ്ണിലല്ലാതെ മറ്റെവിടെയാണ് ഉരുവം കൊള്ളുക? ബൃഹദാരണ്യകോപനിഷത്തിനെ വർത്തമാനകാല വായനയ്ക്കും പഠനത്തിനും വിധേയമാക്കിയാൽ, അഭേദകല്പനയായ അർദ്ധനാരീശ്വരനിലേക്ക് എത്തിച്ചേരാൻ വിഷമമുണ്ടാകില്ല. വിജയന്റെ 'അശാന്തി'യിലെ അവസാന കഥയുടെ പേര് 'ഉപനിഷത്ത്' എന്നാണല്ലോ. അതിൽ മലകയറുന്ന അച്ഛനെയും മകനെയും കാണാം. "ഉണ്ണി, ആ നിഴലിലേക്കു നോക്കൂ", അച്ഛൻ പറഞ്ഞു. മകൻ അങ്ങോട്ടുനോക്കി. അവിടെ മന്ദാരത്തിന്റെ നിഴലിൽ, ഉടുപുടവയില്ലാതെ നിന്നവളുടെ നേരെ അച്ഛൻ കൈചൂണ്ടി. "ഉണ്ണി, അതു കാണുക. നിന്റെ പുരുഷാർത്ഥം." "ദുർഗ്ഗ", മകൻ പറഞ്ഞു. "അതെ, നീ അവൾക്കുവേണ്ടി കാത്തിരിക്കുക", അച്ഛൻ പറഞ്ഞു (*അശാന്തി* - പുറം 59). എല്ലാം ഏറ്റുവാങ്ങുന്ന ദുർഗ്ഗയെ പൂജിച്ചുണർത്തി "ഈ മന്ത്രം ജപിച്ചുകൊണ്ട് ആലിംഗനം ചെയ്യുക. ഞാൻ പ്രാണനാണ്, നീ വാക്കാണ്. വാക്കു നീയാണ്, പ്രാണൻ ഞാനാണ്. സാമം ഞാൻ, ഋക്കു നീ. സ്വർഗ്ഗം ഞാൻ, ഭൂമി നീ. വരൂ നമുക്കൊരുമിക്കാം. ഒരുമിച്ചു ബീജത്തെ ധരിക്കാം" (*ബൃഹദാരണ്യകോപനിഷത്ത്*, അദ്ധ്യായം 6, നാലാം ബ്രാഹ്മണം മന്ത്രം 20). നിശ്ചയമായും,

ഈയൊരു മന്ത്രവും തുടർന്നുവരുന്ന മന്ത്രങ്ങളും വിജയന്റെ അന്തർനേത്രങ്ങളിൽ ജ്വലിച്ചിരുന്നതായും 'എട്ടുകാലി'യെ ഉപനിഷത്തിലേക്ക് വളർത്തുന്നതിൽ പ്രകാശം ചൊരിഞ്ഞിരുന്നതായും ഞാൻ കരുതുന്നു. "ശാന്തവും ഗംഭീരവുമായ ഒരു കാറ്റുവീശിക്കടന്നു. മലമുടിയിലും കുറിഞ്ഞികളിലും അതു വീശി. അതിന്റെ ഗൂഢധ്വനി അച്ഛനും മകനും ചെകിടോർത്തു: ഓം." ഈ ആദിമസ്വരത്തിൽ സ്വരങ്ങളുടെ പുനരാവർത്തനം അവസാനിക്കുന്നു. സ്വരങ്ങൾ ലയിച്ച് സ്വതന്ത്രങ്ങളായിത്തീരുന്നു. എല്ലാ സ്വരങ്ങളും ഒരു നാദത്തിൽ ലയിച്ച് ശമിച്ച് സ്വതന്ത്രമാകുന്ന ഉൽകൃഷ്ടദർശനം പുലർത്തുന്ന വിജയന്റെ 'എട്ടുകാലി' എന്ന കഥാവായന, അതുകൊണ്ടുതന്നെ ലളിതമായ ഒരു പ്രക്രിയയാകുന്നില്ല.

ഏറെ ചെറിയ പുസ്തകമായ 'അശാന്തി'യിലെ ആറു കഥകളിൽ മറ്റൊരു കഥയാണ് 'തീട്ടം'. 1985 ആഗസ്റ്റിൽ പ്രസിദ്ധീകൃതമാകുന്ന ധർമ്മപുരാണത്തിലെ രാഷ്ട്രീയചിന്തകൾ ഈ ചെറിയ കഥയിൽ വലിച്ചുമുറുക്കിക്കെട്ടിയിരിക്കുന്നതായി കാണാം. വിജയന്റെ കഥകളുടെ പഠനത്തിൽ വ്യത്യസ്ത രീതികൾ സ്വയം ഉരുത്തിരിയാൻ നിമിത്തമാകുന്ന ഈ ചെറിയ സമാഹാരം പുതിയ വായനയും പുതിയ പഠനവും ആവശ്യപ്പെടുന്നുണ്ട്.

ആധുനികതയിലെ ആഭ്യന്തര കലാപം

ഡോ. ദിനേശൻ കരിപ്പള്ളി

കഥയുടെ തേനിൽ ആക്ഷേപഹാസ്യത്തിന്റെ വയമ്പ് ചാലിച്ചു ചേർത്താണ് ഒ.വി. വിജയൻ പലപ്പോഴും എഴുതിയത്. വിജയനിലെ കഥാകാരനിൽ, കാർട്ടൂണിസ്റ്റ് ആധിപത്യം ചെലുത്തിയ സന്ദർഭങ്ങളിലാവണം, ഫലിതത്തിന്റെയും പരിഹാസത്തിന്റെയും അലുക്കുകൾ അണിഞ്ഞ കഥകളുടെ പിറവി.

കാർട്ടൂണിസ്റ്റ്, രാഷ്ട്രീയ നിരീക്ഷകൻ എന്നീ സ്വത്വമുദ്രകൾ, ജീവിതാനുഭവങ്ങളെയും അനുഭൂതികളെയും വൈകാരികമായി മാത്രം സമീപിക്കുകയെന്ന എഴുത്തുകാരുടെ പരിമിതിയെ ഭേദിക്കാൻ വിജയന് തുണയായി. അതുകൊണ്ടാണ് വിജയന്റെ കല, ആവിഷ്കാരത്തിന്റെ സാമ്പ്രദായിക തുരുത്തുകൾക്കുമപ്പുറം രാഷ്ട്രീയം, ചരിത്രം, ആക്ഷേപഹാസ്യം, തത്ത്വചിന്ത, നിർവേദം തുടങ്ങിയ വിശാലഭൂമികകളിലേക്ക് ചിറക് വിടർത്തിയത്.

നിത്യജീവിതത്തിന്റെ കോമാളിത്തത്തിലേക്ക് നോക്കിയുള്ള അടക്കിപ്പിടിച്ച ചിരി- പലപ്പോഴും തുറന്ന ചിരി തന്നെ. അദ്ദേഹത്തിന്റെ ആദ്യകാല രചനകളിൽ സമൃദ്ധമായുണ്ട്. കാലംപോകെ ഇത് ദാർശനികമായ മന്ദഹാസത്തിലേക്ക് സംക്രമിച്ചതിനും ആ രചനകൾ സാക്ഷി.

ആധുനികതയുടെ അപ്പോസ്തലരിൽ അഗ്രഗണ്യനായ ഒ.വി. വിജയൻ, താൻ കൂടി സർഗശ്വാസം നല്കി ഉയർപ്പേകിയ ആധുനികതാപ്രസ്ഥാനത്തിനു നേർക്ക് കഥയുടെ യന്ത്രത്തോക്കെടുത്ത് ഒരുൾച്ചിരിയോടെ നിറയൊഴിക്കുകയാണ്, *തിരിച്ചുവരവ്* എന്ന കഥയിലൂടെ സമൂഹത്തെ വിചാരണ ചെയ്യുന്ന പരിഹാസത്തിന്റെ കണ്ണുകൾ, തന്നിലേക്കു കൂടി നിർദ്ദയം നീട്ടാൻ വിജയന് സാധിച്ചുവെന്നത് നിസ്സാരകാര്യമല്ല.

അദ്ദേഹത്തിന്റെ ആക്ഷേപഹാസ്യ പ്രധാനമായ ഒട്ടേറെ കഥകളിൽ ഒന്നുമാത്രമായ *'തിരിച്ചുവരവ്'* മികച്ച ഒരു രചനയാണെന്ന് പറയുക വയ്യ. അറുപതുകളിൽ തുടങ്ങി എൺപതുകളുടെ അന്ത്യംവരെ സർഗാത്മകമായ ഇരമ്പത്തോടെ ജ്വലിച്ചുനിന്ന ഒരു സാഹിത്യപ്രസ്ഥാനത്തിന്, അതിന്റെ വക്താക്കളിൽ പ്രധാനി തന്നെ നിശിത പരിഹാസത്തിന്റെ അക്ഷരശയ്യയൊരുക്കുന്നുവെന്നതാണ് ഈ കഥയുടെ പ്രാധാന്യം; പ്രസക്തി.

ഡാനിഷ് ചിന്തകനും എഴുത്തുകാരനുമായ സോറൻ കീർകെഗോർ അടിത്തറ പാകി, ഫ്രഞ്ച് ചിന്തകനും എഴുത്തുകാരനുമായ ജീൻപോൾ സാർത്ര് രൂപപ്പെടുത്തി, പ്രചാരമേകിയ അസ്തിത്വവാദ (Existentialism) ത്തിന്റെ പിൻബലത്തിൽ പാശ്ചാത്യനാടുകളിൽ അരങ്ങേറിയ ആധുനികത, കാലം കുറച്ചുകഴിഞ്ഞാണ് കേരളക്കരയിൽ വീശിയെത്തിയത്- 1960 കളുടെ തുടക്കത്തിൽ.

വൈകിയാണ് എത്തിയതെങ്കിലും ആധുനികത ഒരു മന്ദമാരുത പ്രസ്ഥാനമായിരുന്നില്ല. രണ്ട് പതിറ്റാണ്ടോളം നീണ്ട സർഗാത്മകതയുടെ ആ പ്രചണ്ഡതാണ്ഡവത്തിൽ യാഥാസ്ഥിതിക സൗധങ്ങൾ പലതും ആടിയുലഞ്ഞു. നടപ്പുദീനമായിരുന്ന ജീർണഭാവുകത്വം വെല്ലുവിളിക്കപ്പെട്ടു. എഴുത്തിന്റെയും വായനയുടെയും ഒട്ടനേകം തീക്ഷ്ണ സന്ദർഭങ്ങളൊരുക്കി, അക്കാലം. ആധുനികതയും അതിന്റെ പേരിൽ അരങ്ങേറിയ വ്യാജവും അല്ലാത്തതുമായ ആരവങ്ങളും മലയാള സാഹിത്യലോകത്ത് മുമ്പെങ്ങുമില്ലാത്ത ഉത്സവമേളമൊരുക്കി. ആധുനികതയ്ക്ക് സങ്കീർത്തനം രചിക്കാൻ ശേഷിയുറ്റ ഒരുപിടി നിരൂപകരും നിയോഗംപോലെ പ്രത്യക്ഷരായി.

തൊണ്ണൂറുകൾ എത്തുമ്പോഴേക്കും ആധുനികത മലയാളത്തിൽ ഹംസഗാനം പാടി. 'എന്താണ് ആധുനികത?' എന്ന പേരിൽ ആധുനികത സാഹിത്യത്തിന് ഭാഷ്യം ചമച്ച, ആധുനികതയുടെ വക്താക്കളിൽ പ്രധാനിതന്നെ 'ആധുനികത ഇന്നെവിടെ? എന്ന് കൈരളിയോട് വിളിച്ചു ചോദിച്ചു. സർഗോത്സവത്തിന്റെ കൊടിയിറക്കം കഴിഞ്ഞ് രണ്ടരപതിറ്റാണ്ടിനിപ്പുറം, തിരിഞ്ഞുനോക്കുമ്പോൾ- നേട്ടങ്ങളേക്കാൾ കോട്ടങ്ങളാണ് അത് അവശേഷിപ്പിച്ചതെന്ന് മുൻവിധിയിലൂടെ നുകം വെയ്ക്കാത്ത മനസ്സുകൾക്ക് ബോധ്യം വരികതന്നെ ചെയ്യും.

വിദേശങ്ങളിൽനിന്ന് ഇറക്കുമതി ചെയ്ത ദർശനങ്ങളുടെ പൊയ്ക്കാലുകളിലായിരുന്നു, മലയാളത്തിൽ ആധുനികതയുടെ സഞ്ചാരമേറെയും. ഭൗതികമായോ, മാനസികമായോ മലയാളി അനുഭവിച്ചറിയാത്ത അസ്തിത്വവ്യഥയും അന്യവൽക്കരണവുമൊക്കെ രചനകൾക്ക് കൃത്രിമ നിറക്കൂട്ട് പകർന്നു.

ജീവിതത്തിന്റെ പച്ചമണ്ണിൽ കാലുറയ്ക്കാതെ വൈദേശിക ആശയാദർശങ്ങളുടെ തീക്ഷ്ണവർണ്ണച്ചിറകുകളിലേറി, തങ്ങളുടെ തലയ്ക്ക് മുകളിലൂടെ പറന്ന ആധുനിക രചനകൾ വിവേകശാലികളായ വായനക്കാരിൽ ചെടിപ്പുളവാക്കി. അവർ പതിയെ അവയെ കൈവെടിഞ്ഞു. (ഇതിൽ നിന്നൊക്കെ ബോധപൂർവ്വം അകൽച്ച പാലിച്ച്, വ്യത്യസ്തമായ രചനകളിലൂടെ ശ്രദ്ധേയരായ ഒരുപറ്റം എഴുത്തുകാരും അവരുടെ അനശ്വര രചനകളും അക്കാലത്തിന്റെ സൗഭാഗ്യ മുദ്രകളായുണ്ട് എന്ന കാര്യം മറക്കാനാവില്ല.) 'ആധുനികത' യുടെ പേരിൽ വാഴ്ത്തപ്പെട്ട രചനകളിൽ ചിലതെങ്കിലും ഇന്ന് വായിക്കുമ്പോൾ അർത്ഥരഹിതമായ ഫലിതോക്തികൾ പോലെ തോന്നിച്ചെങ്കിൽ അദ്ഭുതമില്ല.

അപ്പോഴും ഒരു യാഥാർത്ഥ്യം അവശേഷിക്കുന്നു: ആധുനിക എഴുത്തുകാരിൽ ഭൂരിഭാഗവും പ്രതിഭാശാലികളായിരുന്നു. ആധുനികതയുടെ സവിശേഷ കാലയളവിനുമുമ്പും പിമ്പും അവരുടേതായി വന്ന

രചനകളിൽ നിഴലിക്കുന്ന അനശ്വരതയുടെ കൈയൊപ്പ്, ആധുനികകാല രചനകളിൽ പലതിലുമില്ലെന്ന നിരാശാജനകമായ വസ്തുത കാണാതിരുന്നുകൂടാ.

“മോഹഭംഗം, അന്യവൽക്കരണം ഇത്യാദി കാരണങ്ങളാൽ ഞങ്ങളുടെയൊക്കെ കഥാപാത്രങ്ങളിൽ മിക്കവരും കഴിഞ്ഞ ദശകത്തിൽ വീടുവിട്ടിറങ്ങി പ്രയാണികളായത് നിങ്ങൾക്കറിയാമല്ലോ. ഈയിടെയായി ഈ സ്ഥിതിവിശേഷം പാടേ മാറി. ഇനി കഥ വായിയ്ക്കുക”. എന്ന ആത്മപരിഹാസം നിറഞ്ഞ ആമുഖ വാചകങ്ങളോടെയാണ് വിജയൻ ‘തിരിച്ചുവരവി’ലേക്ക് തുടങ്ങുന്നത്.

അതിപ്രശസ്തമായ തന്റെ ‘ഖസാക്കി’ന്റെ പാരഡി രൂപത്തിലാണ് കഥാരംഭം:

“അവിടെ കാറുനിറുത്തിയപ്പോൾ ആ സ്ഥലം ഖസാക്കിലെ രവിക്ക് അപരിചിതമായി തോന്നിയില്ല. വരുംവരായ്കളുടെ ഓർമകളിലെവിടെയോ അതെല്ലാം കണ്ടുകണ്ടു ഹൃദിസ്ഥമായതായിരുന്നു. വെട്ടിയിട്ട തടികൾ, ഓടി നടക്കുന്ന കൺട്രാക്ടർമാർ. എല്ലാമതുതന്നെ...”

‘അസുരവിത്തി’ലെ അബ്ദുള്ളയായ ഗോവിന്ദൻ കുട്ടിയാണ് രവിക്കൊപ്പം കാറിൽ. കാർ ഓടിക്കുന്നതാവട്ടെ, വി.കെ.എന്നിന്റെ വിശ്രുതനായ പയ്യനും. ഗോവിന്ദൻകുട്ടിയും പയ്യനുമൊന്നും സാമ്പ്രദായിക ആധുനികതയുടെ സൃഷ്ടികളല്ലെങ്കിലും വിജയൻ ഇക്കഥയിൽ അവരെയും തന്റെ രവിക്കൊപ്പം കഥാപാത്രങ്ങളാക്കി മാറ്റുന്നു.

‘ഉഷ്ണമേഖല’യിലെ ശിവൻ, ‘ആൾക്കൂട്ട’ത്തിലെ സുനിൽ, ‘ഡൽഹി’യിലെ അരവിന്ദൻ തുടങ്ങിയ ആധുനിക കഥാപാത്രങ്ങളും കാറിലുണ്ട്. അക്കാദമി സെക്രട്ടറി പവനൻ, കുഞ്ഞപ്പ പട്ടാന്നൂർ തുടങ്ങിയവരും കഥാപാത്രങ്ങളായി പ്രത്യക്ഷപ്പെടുന്നു. രവി ഉൾപ്പെടെയുള്ള ആധുനിക കഥാപാത്രങ്ങൾ സഞ്ചരിക്കുന്ന കാറിനെ സിമന്റ് ചാക്കുകൾ നിറച്ച ലോറി പിന്തുടരുന്നു.

ലക്ഷ്യമറ്റ ‘പ്രയാണ’ങ്ങൾ നിർത്തി, സോദ്ദേശ്യകഥാപാത്രങ്ങളായി ‘തിരിച്ചുവരുന്ന’ ആധുനികരെ പുനരധിവസിപ്പിക്കാൻ അക്കാദമി നല്കുന്ന പത്തുസെന്റ് പ്ലോട്ട് സന്ദർശിക്കലാണ് യാത്രസംഘത്തിന്റെ ലക്ഷ്യം.

പ്ലോട്ടിനരികെ കാത്തുനിന്ന അക്കാദമി കാര്യദർശി പവനൻ പറയുന്നു:

“നീയൊക്കെ പ്രയാണം നിറുത്തി വീടുവെയ്ക്കണം.” തുടർന്ന് അദ്ദേഹം രവിയ്ക്ക് അക്കാദമിയുടെ ചെക്ക് കൈമാറുന്നു.

“വീടു വികൃതമാക്കാൻ മറക്കരുത്” പവനൻ പറഞ്ഞു:

“ഹൗസിങ് ബോർഡിനും അക്കാദമിയ്ക്കും അത് നിർബന്ധമാ..” തനിക്കുകൂടി മുഖ്യപങ്കാളിത്തമുള്ള ആധുനികതാ പ്രസ്ഥാനത്തിന്റെ വിലക്ഷണതകളെ ഒരു കാർട്ടൂണിസ്റ്റിനു മാത്രം സാധ്യമാവുന്ന വക്രിച്ച ചിരിയോടെ വിചാരണയ്ക്ക് വിധേയമാക്കുകയാണിവിടെ വിജയനിലെ കഥാകാരൻ.

ആത്മപരിഹാസം കലർന്ന വിചാരണ വീണ്ടും:

“അക്കാദമീടെ ഗ്രാന്റ്,” പവനൻ പറഞ്ഞു: “നീയൊക്കെ ഇനീം മോഹ

ഭംഗംന്നോ മരണംന്നോ പറയാനാ ഭാവംച്ചാൽ ഈ ഗ്രാന്റ് ഇപ്പം തന്നെ പിൻവലിയ്ക്കും."

"ഇല്ലേ!" എല്ലാവരും ചേർന്നു പറഞ്ഞു.

അപ്പോഴാണ് ഒരാൾ സൈക്കിൾ ചവിട്ടി വരുന്നത് അവർ കണ്ടത്: കുഞ്ഞപ്പ പട്ടാന്നൂരിന്റെ ഒരു സോദ്ദേശ്യ കഥാപാത്രം.

തന്റെ കാര്യമെന്തായെന്ന് ചോദിക്കുന്ന അയാളോട് "നിനക്ക് ലക്ഷം വീടിൽ ഒന്നുമതി" എന്നായിരുന്നു അവരുടെ മറുപടി.

താനായിരുന്നു ഏറ്റവും ആദ്യത്തെ സോദ്ദേശ്യ കഥാപാത്രമെന്നും തനിക്കൊരിക്കലും മോഹഭംഗം ഉണ്ടായിട്ടില്ലെന്നും അയാൾ വിതുമ്പലോടെ പറയുമ്പോൾ, "എന്നാൽ ഇപ്പോ ഉണ്ടാവട്ടെ" എന്നായി രവി. 'ലക്ഷം വീടിനെന്താ മോശം' എന്ന ചോദ്യമുയർത്തി പവനൻ അയാളെ പറഞ്ഞുവിടുന്നു.

ആധുനിക കഥാപാത്രങ്ങൾക്കൊപ്പം 'സോദ്ദേശ്യ കഥാപാത്ര'ത്തെ കൂടി സൃഷ്ടിക്കുക വഴി പുരോഗമന കലാസാഹിത്യപ്രസ്ഥാനങ്ങൾക്കു നേരെയും വിജയൻ ആക്ഷേപഹാസ്യത്തിന്റെ അമ്പെയ്യുകയാണ്.

ആധുനികതയുടെ അരാജക പ്രവണതകൾക്കെതിരെ ഇ.എം.എസ്, എൻ.ഇ. ബാലറാം, തായാട്ട് ശങ്കരൻ, പി. ഗോവിന്ദപിള്ള തുടങ്ങിയ ഇടതുപക്ഷ ചിന്തകർ അക്കാലത്ത് നടത്തിയ ആശയപരമായ ചെറുത്തുനില്പുകൾ കൂടി ഓർക്കുമ്പോഴാണ് വിജയന്റെ ചിരിയമ്പ് ലക്ഷ്യവേദിയാവുന്നത്.

ലോറിയിൽനിന്ന് സിമന്റ് ചാക്കുകൾ ഇറക്കാൻ തുടങ്ങി. ആത്മോപാലംഭം നിറഞ്ഞ കഥാന്ത്യം നോക്കുക:

വിരസമായ ആഖ്യാനശൈലി അവലംബിച്ചുകൊണ്ട് രവി പറഞ്ഞു: "നമ്മുടെ പ്രയാണങ്ങളെ ഉപേക്ഷിച്ച് സിമന്റുലോറിയുമായി നാം ഇവിടെ വന്നിരിക്കുന്നു. നാം വീടുവെച്ച് സോദ്ദേശ്യപാത്രങ്ങളായി ഇവിടെ താമസിക്കും. നാം തിരിച്ചുവന്നിരിയ്ക്കുന്നു."

പവനൻ അക്കാദമിയുടെ പേരിൽ പുഞ്ചിരിച്ചു.

ആധുനികതയുടെ ഗോത്രത്തിൽനിന്ന് അതിന്റെ മൂപ്പൻ തന്നെ നടത്തുന്ന ആക്ഷേപഹാസ്യവും ആത്മോപാലംഭവും സമന്വയിപ്പിച്ച സർഗവിചാരണയാണ് ഇക്കഥ. കേവലമൊരു (ആധുനിക) എഴുത്തുകാരന് അസാധ്യമായ, കാർട്ടൂണിസ്റ്റും ദാർശനികനുമായ ഒരു ഒ.വി. വിജയനു മാത്രം സാധ്യമായ അപൂർവ്വ സർഗവിചാരണ.

ആധുനികതയുടെ സഹജ ദൗർബല്യങ്ങളിലേക്കു വിരൽചൂണ്ടി, അതിലുൾപ്പെട്ട പ്രതിഭാശാലിയായ എഴുത്തുകാരൻ നടത്തിയ ആക്ഷേപഹാസ്യ പ്രധാനമായ ആഭ്യന്തരകലാപവുമാണിത്.

ഇപ്പോൾ മലയാള സാഹിത്യത്തിൽ മൊട്ടിട്ടുവരുന്നുവെന്ന് വ്യാഖ്യാനിക്കപ്പെടുന്ന 'ഫിക്ഷനൽ റിയലിസ'ത്തിന്റെ സാധ്യതകൾ പ്രവാചകദൃഷ്ടിയോടെ പതിറ്റാണ്ടുകൾക്കു മുമ്പേ വിജയൻ പരീക്ഷിച്ചുവെന്നതിന് ഉത്തമോദാഹരണവുമാണ്, 'തിരിച്ചുവരവ്'.

അക്ഷരങ്ങളിൽ ഒ.വി. വിജയൻ കോറിവരച്ച പരിഹാസഭരിതമായ ഒരു കാർട്ടൂൺ സ്ട്രിപ്പായും 'തിരിച്ചുവരവി'നെ വായിക്കാം.

കാമത്തിലൂടെ മോക്ഷത്തിലേക്ക്: അരിമ്പാറയുടെ സഞ്ചാരപഥങ്ങൾ

പി. അരുൺ മോഹൻ

ഓരോ വായനയേയും സവിശേഷമായി സ്വാധീനിക്കുന്ന അടിസ്ഥാന ഘടകങ്ങളിലൊന്നാണ് കാലഘട്ടം. ഓരോ കൃതിയുടെയും നിർമ്മിതി കാലത്ത് സംവഹിച്ച ബോധ്യങ്ങൾ പിൽക്കാല സംവാദങ്ങളിൽ നില യുറപ്പിക്കണമെന്നില്ല. ശക്തമായ സാമൂഹിക പ്രതിനിധാനങ്ങളുടെ ഇട മാണ് മലയാള ചെറുകഥാസാഹിത്യം. ആധുനികതയുടെ സ്വാധീനത കൾ നിലനിന്നിരുന്നപ്പോൾ അക്കാലത്തെ സാഹിത്യം വൈയക്തികതയെ ഉയർത്തിപ്പിടിച്ചുകൊണ്ടുള്ള സ്വത്വാന്വേഷണങ്ങളുടെ പ്രഭവ കേന്ദ്ര ങ്ങളായും വർത്തിച്ചു. വ്യത്യസ്തതയ്ക്കുവേണ്ടി എന്നതിലുപരി ആവി ഷ്കാര സ്വാതന്ത്ര്യത്തിനുവേണ്ടി അവ സമൂഹത്തെയും അതിന്റെ മൂല്യ ബോധങ്ങളെയും നിരന്തരം വെല്ലുവിളിക്കാൻ തയ്യാറായി. അത്തരം ചരിത്രബോധ്യങ്ങളുടെ പശ്ചാത്തലത്തിലാണ് ഒ.വി. വിജയന്റെ കൃതി കളെ മുൻനിർത്തിയുള്ള വിചിന്തനങ്ങൾ പ്രസക്തമാകുന്നത്.

അടിയന്തരാവസ്ഥയ്ക്ക് തൊട്ടുമുമ്പ് പ്രസിദ്ധീകരിക്കപ്പെട്ട ഒ.വി. വിജ യന്റെ ചെറുകഥയാണ് 'അരിമ്പാറ'. പുരാവൃത്തപരമായ സവിശേഷത കൾ ഈ കഥയെ വ്യതിരിക്തമാക്കുന്നു. തന്നിൽ അസാധാരണ വലിപ്പ ത്തിൽ വളർന്നുകൊണ്ടിരുന്ന അരിമ്പാറയിൽ സാമൂഹിക ജീവിത പരി സരങ്ങളിൽ നിന്നും അന്യവത്കരിക്കപ്പെട്ട് ഫാന്റസിയിൽ അഭിരമിക്കുന്ന കൃഷ്ണനുണ്ണി, കാഴ്ചയിൽ അറപ്പുളവാക്കുന്നതും പകരാവുന്നതുമായ അരിമ്പാറയെയും അത് വളരുന്ന തന്റെ ഭർത്താവിന്റെ ദേഹത്തെയും വെറുത്ത് അലോപ്പതി ഡോക്ടറായ ഏച്ചുമേനവനോടൊപ്പം നാടുവിടുന്ന സുമ, ഇവരുടെ മകനായ (കൃഷ്ണനുണ്ണിയുടെയും സുമയുടെയും മകൻ) ഉണ്ണി, കീഴാളനായ ചാത്തൻ, ചാത്തന്റെ പെങ്ങളും കൃഷ്ണനുണ്ണിയാൽ ഭോഗിക്കപ്പെട്ട് അരിമ്പാറയാൽ ബലാത്സംഗവിധേയയായി കൊല്ലപ്പെട്ട നാണി, ആനയായിത്തീർന്ന അരിമ്പാറ എന്നിവരെല്ലാം ചേർന്നതാണ് കഥാപാത്രഘടന.

കേരളത്തിന്റെ സവിശേഷ പശ്ചാത്തലത്തിൽ സവർണ്ണതയിലൂന്നിയ പാരമ്പര്യത്തിലാണ് കൃഷ്ണനുണ്ണിയുടെ വ്യക്തിബോധവും ജീവിത

ചര്യകളും ഒരുക്കപ്പെട്ടിട്ടുള്ളത്. കുടുംബാസൂത്രണ മുദ്രാവാക്യമായി ഉയർത്തപ്പെട്ട 'നാമൊന്ന് നമുക്കൊന്ന്' എന്ന തലത്തിൽ നിലകൊള്ളുന്ന ന്യൂക്ലിയർ ഘടനയാണ് കൃഷ്ണനുണ്ണിയും സുമയും ഉണ്ണിയുമടങ്ങുന്ന കുടുംബത്തിനുള്ളത്. താരതമ്യേന സമാധാനപരമായിരുന്നു ആ കുടുംബത്തിന്റെ ജീവിതം. കൃഷ്ണനുണ്ണിയുടെ കീഴ്ച്ചുണ്ടിനടിയിൽ ചെറുമറുകുപോലെ വളർന്നുവന്ന ഒരരിമ്പാറയാണ് അയാളുടെ കുടുംബജീവിത പരിസരങ്ങളെ ശിഥിലികരിച്ചത്. പ്രത്യക്ഷത്തിൽ അനുഭവിക്കാവുന്നതും, ചൂണ്ടിക്കാണിക്കാവുന്നതുമായ രീതിയിൽ രൂപവും വളർച്ചയുമുള്ള ഒരു സ്വതന്ത്ര ജീവിയിലേക്കുള്ള പരിണാമിയാണ് കൃഷ്ണനുണ്ണിയുടെ മുഖത്തെ അരിമ്പാറ. അതിന്റെ വളർച്ചയുടെ ഏഴ് ഘട്ടങ്ങൾ കഥാകൃത്ത് അവതരിപ്പിക്കുന്നുണ്ട്. കീഴ്ചുണ്ടിനടിയിലെ രൂപാന്തരങ്ങളെ വലിപ്പത്തിന്റെ അടിസ്ഥാനത്തിൽ ഇങ്ങനെ വർഗ്ഗീകരിക്കാം. 1. മറുക്, 2. നെല്ലിക്ക, 3. തക്കാളി, 4. ചെറുനാളികേരം, 5. വെള്ളരി, 6. കടലാമ, 7. ആന.

അധികാരത്തിന്റെ പ്രതിനിധാനമായി ഈ അരിമ്പാറ വിലയിരുത്തപ്പെട്ടിട്ടുണ്ട്. "വേണ്ട രീതിയിൽ പ്രതിരോധിക്കാതെ കിരാതമെന്നോ ഭീഷണമെന്നോ വിശേഷിപ്പിക്കാവുന്ന രീതിയിൽ വളർന്ന അധികാര രൂപമാണ് അരിമ്പാറ." (ഡോ. ഷീബ. എം., കുര്യൻ: 2005) ഏതു തരം അധികാരത്തെയാണ് അരിമ്പാറ പ്രതിനിധാനം ചെയ്യുന്നത് എന്ന ചോദ്യം ഈ അവസരത്തിൽ പ്രസക്തമാണ്. സവർണ്ണ ലൈംഗികതയുടെ വളർച്ചയുടെയും ഇടർച്ചകളുടെയും പടവുകളിലെ അധികാരമാണ് അരിമ്പാറ കൈകാര്യം ചെയ്യുന്നതെന്ന് സാമാന്യമായി മനസ്സിലാക്കാം. പിതൃകേന്ദ്രിത സാമൂഹിക വ്യവസ്ഥകൾക്ക് പ്രകടസ്വാധീനമുള്ള ഇന്ത്യയ്ക്കകത്ത് പുരുഷലിംഗാധികാരത്തിന്റെ പ്രകട സ്വത്വമായി അരിമ്പാറ മാറുന്നു. അത് ചരിത്രത്തിൽനിന്നും സംവഹിച്ച പാരമ്പര്യോർജ്ജത്തിന്റെ പിൻബലത്തോടെ വർത്തമാനത്തെ അന്യവത്ക്കരിക്കുകയും നിയന്ത്രിക്കുകയും ചെയ്യുന്ന പുരാവൃത്തമായി പരിണമിക്കുന്നു.

വ്യക്തിശരീരത്തിൽ ഏറെ ഇടങ്ങളുണ്ടായിട്ടും അസ്വസ്ഥമായ ഒരു യാഥാർത്ഥ്യമായി മറച്ചുവെക്കാനാകാത്ത വിധം കൃഷ്ണനുണ്ണിയുടെ മുഖത്ത്, കീഴ്ച്ചുണ്ടിനടിയിലാണ് അരിമ്പാറ വളർന്നത്. വളർച്ചയുടെ വിവിധ ഘട്ടങ്ങളിൽ അരിമ്പാറയ്ക്കെതിരെ ആദ്യമായി പ്രതിഷേധിച്ചത് സുമയാണ്. ആധുനിക ചികിത്സാസംവിധാനങ്ങളുടെയും ഡോക്ടറായ ഏച്ചുമേനവന്റെയും സഹായത്താൽ അരിമ്പാറയെ അരിഞ്ഞുകളയാം എന്നാണ് അവരുടെ വാദം. കൃഷ്ണനുണ്ണി ഭൂതകാലവ്യഥകളിലേക്കും ഓർമ്മകളിലേക്കും സഞ്ചരിച്ച് പാരമ്പര്യ വിധിപ്രകാരം പച്ചമരുന്നുകൾ പുരട്ടിയും കഷായം കുടിച്ചും അരിമ്പാറയെ പ്രതിരോധിക്കാം എന്ന നിഗമനത്തിലാണ് എത്തിച്ചേരുന്നത്. എന്നാൽ അയാളുടെ ശ്രമങ്ങളെല്ലാം പരാജയപ്പെടുകയും സംബന്ധപ്രിയനും വീരനുമായിരുന്ന അമ്മാവൻ ക്ഷൗരത്തിനുപയോഗിച്ചിരുന്ന കത്തിയാൽ അരിമ്പാറയെ മുറിച്ചെറിയാൻ ശ്രമിച്ച് മൂന്നു മാസത്തോളം അബോധാവസ്ഥയിലെത്തുകയും ചെയ്തു.

ഈയവസ്ഥയെ അധികാരത്തിന്റെ ഭേദാനുഭവങ്ങളിലുൾപ്പെടുത്തി വിശകലനം ചെയ്യാം. തന്നിൽ വളർന്ന അസ്വസ്ഥതയെ തനിക്കന്യമായ അനുചിതായുധത്താൽ ചെറുക്കാൻ ശ്രമിക്കുമ്പോൾ വ്യക്തിസ്വയം അന്യവത്കരണത്തിന് വിധേയമാകുന്നു. ചിന്താശൂന്യവും ഓർമ്മകളില്ലാത്തതുമായ വർത്തമാനജീവിതത്തിന്റെ ചതുപ്പാണ് ഇവിടെ കൃഷ്ണനുണ്ണിക്ക് ലഭ്യമാകുന്നത്. അയാൾ മറ്റൊന്നിന്റെ തുടർച്ചയാണെന്ന് സ്വയം വിലയിരുത്തുന്നെങ്കിലും അന്യവത്കരണത്തിന്റെ ഒരനുഭവമാണ് ജീവിതം മുഴുവൻ ഇനി ബാക്കിയാകുന്നതെന്നും തിരിച്ചറിയപ്പെടുന്നു.

സവർണ്ണ ലൈംഗിക പ്രത്യയശാസ്ത്രത്തിന്റെ ചിഹ്നമായി അരിമ്പാറ വിലയിരുത്തപ്പെടുമ്പോഴും 'സവർണ്ണത' എന്ന വ്യവഹാരത്തിന്റെ സാധ്യത പരിശോധിക്കപ്പെടേണ്ടതാണ്. ഇര, വേട്ടക്കാരൻ എന്ന ധ്വനി സവർണ്ണതയും ഉൾക്കൊള്ളുന്നുണ്ട്. പലപ്പോഴും വേട്ടയുടെ അഥവാ ഹിംസയുടെ പന്തിയിൽ സാമാന്യമായി സവർണ്ണത വിലയിരുത്തപ്പെടുന്നുണ്ടെങ്കിലും ഇരയുടെ ദൈന്യവും അതിനകത്തുണ്ടെന്ന് തിരിച്ചറിയേണ്ടിയിരിക്കുന്നു. അത്തരം സാഹചര്യത്തിൽ സാമാന്യമായല്ല സവിശേഷമായാണ് ഈ സംജ്ഞ വ്യവഹരിക്കപ്പെടേണ്ടത്. അരിമ്പാറയെന്ന കഥയ്ക്കകത്തെ യാഥാസ്ഥിതികത്വം, ആധുനിക ജീവിതാവബോധം എന്നീ ഘടകങ്ങളെ വേർതിരിക്കുന്ന ഏകകം ചികിത്സയെ സംബന്ധിക്കുന്ന കാഴ്ചപ്പാടുകളാണ്. സ്വന്തം ജീവിതം തന്നെ ബലിയായിത്തീരുമ്പോഴും പാരമ്പര്യത്തിൽ ഉറച്ചുവിശ്വസിക്കുന്ന കൃഷ്ണനുണ്ണി യാഥാസ്ഥിതികനായിത്തീരുന്നു. ഇംഗ്ലീഷ് വിദ്യാഭ്യാസമുള്ള അലോപ്പതി ഡോക്ടറായ ഏച്ചുമേനവന് അരിമ്പാറ മുറിച്ചു കളഞ്ഞ് രോഗം ഭേദമാക്കാനുള്ള ഇച്ഛാശക്തിയുണ്ട്. അതിനാൽ അയാൾ പാരമ്പര്യത്തിന്റെ എതിർഭാഗത്താണ്. ഈ ബോധ്യങ്ങളിൽ നിലനിൽപ്പിന്റെ രാഷ്ട്രീയം പിന്തുടർന്ന് കൃഷ്ണനുണ്ണിയുടെ ഭാര്യ ഏച്ചുമേനവനോടൊപ്പം ഒളിച്ചോടുന്നു. വേദനിപ്പിക്കാതെത്തന്നെ രോഗത്തെ മുറിച്ചുകളഞ്ഞ് രോഗിയെ ആരോഗ്യവാനാക്കാം എന്ന ഡോക്ടറുടെ യുക്തി ആധുനികതയുടേതാണ്. അതിന് വിധേയരാകാത്തവരുടെ അവസ്ഥയാണ് കൃഷ്ണനുണ്ണിയുടെ ഏകാകിജീവിതം വെളിപ്പെടുത്തുന്നത്. അളവുകവിഞ്ഞ ഭൂതകാലഭ്രമമാണ് കൃഷ്ണനുണ്ണിയിലെ യാഥാസ്ഥിതികന്റെ ജീവിതചര്യകളെ നിയന്ത്രിക്കുന്നത്.

സ്ത്രീ-പുരുഷ ബന്ധത്തിന്റെ സൗന്ദര്യാത്മകവും പ്രായോഗികവുമായ ഇടപെടലുകളെ നിർണ്ണയിക്കുന്നതിൽ സുപ്രധാന ഘടകങ്ങളിലൊന്ന് ലൈംഗികതയാണ്. ദാമ്പത്യത്തിലാണ് ഇത് ഇന്ത്യൻ സാഹചര്യത്തിൽ സുപ്രധാനമായിത്തീരുന്നത്. അരിമ്പാറയാൽ അസ്വസ്ഥമാക്കപ്പെട്ട് രോഗിയും കുറ്റവാളിയുമായിത്തീർന്ന കൃഷ്ണനുണ്ണിയുടെ ലൈംഗിക ജീവിതത്തെ ഈ ഘട്ടത്തിൽ അരിമ്പാറയ്ക്ക് മുമ്പ്, അരിമ്പാറയ്ക്ക് ശേഷം എന്നിങ്ങനെ വേർതിരിക്കാം. വളരെ ആരോഗ്യകരമായ ലൈംഗികജീവിതമാണ് കൃഷ്ണനുണ്ണിയും സുമയും അരിമ്പാറയ്ക്ക് മുമ്പ് നയിച്ചിരുന്നത്. അരിമ്പാറയുടെ കടന്നുവരവോടെ അത്

പടരുമോ എന്ന ഭയം സുമയിൽ അസ്വസ്ഥത ഉണർത്തുന്നു. സുമയുടെ ലൈംഗിക ജീവിതവും ഇതോടൊപ്പം അസ്വസ്ഥമാകുന്നു. കൃഷ്ണനുണ്ണിയിലാകട്ടെ ആസക്തിയുടെയും അനുഭൂതിയുടെയും കാമനകൾ പ്രബലമാകുകയാണ് ചെയ്യുന്നത്. അയാൾ ഇക്കാര്യം വിലയിരുത്തുന്നുമുണ്ട്. അറപ്പുളവാക്കുന്ന അരിമ്പാറയുടെ സാന്നിധ്യത്തിൽ ചടങ്ങായിത്തീർന്ന ലൈംഗികാനുഭവത്തിൽ നിന്നുകൂടിയാണ് സുമ രക്ഷ തേടി യാത്രയാകുന്നത്. ഇതോടെ കൃഷ്ണനുണ്ണിയുടെ വ്യക്തിജീവിതം കൂടുതൽ അസ്വസ്ഥവും ഏകാന്തവുമായിത്തീർന്നു.

അരിമ്പാറയ്ക്ക് ശേഷമുള്ള കൃഷ്ണനുണ്ണിയുടെ ലൈംഗികജീവിതത്തിൽ സുമയ്ക്കുശേഷം പങ്കാളിയാകുന്നത് നാണിയാണ്. കൃഷ്ണനുണ്ണിയെ പരിചരിക്കാൻ സുമ ഏർപ്പാടാക്കിയ ദലിത് യുവാവായ ചാത്തന്റെ സഹോദരിയാണ് നാണി. സുമയുടെ അഭാവത്തിൽ നാണിയുടെ പ്രസക്തി ലിംഗപ്രതിനിധാനത്തിന്റേതാണ്. അരിമ്പാറ സൃഷ്ടിച്ച അധമബോധവും ഏകാന്തതയും നാണിയിലേക്ക് ലൈംഗികമായി മെരുങ്ങാൻ കൃഷ്ണനുണ്ണിയെ പ്രാപ്തമാക്കുന്നു. ചലവും ചോരയും വമിക്കുന്ന അരിമ്പാറ ലിംഗമായി പരിണമിച്ച് നാണിയെ മരണത്തിലേക്ക് നയിക്കുന്നതുവരെ ആ ബന്ധം തുടർന്നു. അയാൾ സ്വയം വിലയിരുത്തുന്നത് നാണിയെ ബലാത്സംഗം ചെയ്തുകൊന്നത് അരിമ്പാറയാണെന്നാണ്. അരിമ്പാറയുടെ ലിംഗം ശുക്ലസ്ഖലനം നടത്തുന്നതും ഉദ്ധരിക്കുന്നതുമെല്ലാം തന്റെ ലിംഗത്തോടൊപ്പമാണെന്ന തിരിച്ചറിവും കൃഷ്ണനുണ്ണിക്കുണ്ടാകുന്നു. ഇതൊരബോധ പ്രേരകമായി വർത്തിച്ചതിന്റെ അനന്തരഫലമായിരുന്നു നാണിയുടെ മരണം. നീണ്ട അബോധങ്ങളിലേക്കും ചലനമില്ലാത്ത ദിനരാത്രങ്ങളിലേക്കും വലിച്ചെറിയപ്പെട്ട കൃഷ്ണനുണ്ണി ഇതോടെ അരിമ്പാറയുടെ ലിംഗപ്രതിനിധാനമായി പരിണമിക്കുന്നു. നാണിയുടെ പുഴുവരിച്ചും നീലിച്ചും നാറുന്ന ശരീരത്തെ ഭോഗിക്കാൻ ഈ പശ്ചാത്തലം അരിമ്പാറയുടെ അഥവാ കൃഷ്ണനുണ്ണിയുടെ ലിംഗത്തെ പ്രാപ്തമാക്കുന്നു. ദുഷിച്ച അധികാരബോധങ്ങളുടെ അടിസ്ഥാനതലങ്ങളിൽ നിന്നുയിർത്ത നിർമാനവികതയുടെ പ്രതിനിധാനമാണിവിടെ കൃഷ്ണനുണ്ണിയും അയാളിൽ സമാനതകളില്ലാതെ വളരുന്ന അരിമ്പാറയും. സംഭവ്യതയുടെ സാധ്യതകളെ എഴുത്തുകാർ സർഗ്ഗാത്മകമായി വെല്ലുവിളിയ്ക്കുന്നതിന്റെ നേർസാക്ഷ്യമായിത്തീരുന്നു ഈ ഘട്ടത്തിലെ വിജയന്റെ ഇടപെടൽ. സങ്കീർണ്ണമായ ഭോഗങ്ങളിലൂടെ അബോധങ്ങളിലേക്കാണ്ടുപോയ അധികാര പ്രമത്തത തന്നെയാണിവിടെ ചോദ്യം ചെയ്യപ്പെടുന്നത്.

അരിമ്പാറയും കൃഷ്ണനുണ്ണിയും ഒരേ നാണയത്തിന്റെ ഇരുവശങ്ങൾ തന്നെ. എന്നാൽ അരിമ്പാറ വ്യക്തിയിലെ പാരമ്പര്യത്തിന്റെ അവശിഷ്ടമായി വളരുകയും പരിണമിച്ച് പൂർണ്ണത നേടുകയും ചെയ്യുന്നു. അതിലേക്കുള്ള യാത്ര വിഹ്വലതകൾ നിറഞ്ഞതാണ്. തന്റെതന്നെ ലിംഗപ്രതിനിധാനമായിത്തുടരുന്ന അരിമ്പാറയെ ഗത്യന്തരമില്ലാതെ മുറിച്ചെറിയുന്ന, അതിന് ഗാഢമായി ശ്രമിക്കുന്ന കൃഷ്ണനുണ്ണി തന്നിൽനിന്നു

തന്നെ അന്യവത്കരിക്കപ്പെടുന്നതോടെ കഥയും പൂർണ്ണത നേടുന്നു. കൃഷ്ണനുണ്ണിക്കുണ്ടായ അന്യവത്കരണത്തിന്റെ വൈയക്തികത ഗാഢവും ദൃഢവുമാണ്. പടിപടിയായി സമൂഹം മുൻനിർത്തുന്ന വിവിധ മേഖലകളിൽനിന്നും ഒറ്റപ്പെടുന്ന കൃഷ്ണനുണ്ണി അതിലേക്കു തന്നെ നയിച്ച അരിമ്പാറയിൽ നിന്നും കൂടി ഒറ്റപ്പെടുകയും വെറും കാഴ്ചക്കാര നായിത്തീരുകയും ചെയ്യുന്നു. ആനയായിത്തീർന്ന അരിമ്പാറ ആരാധ്യ മായിത്തീർന്ന് എഴുന്നള്ളിക്കപ്പെടുമ്പോൾ വലിപ്പമേറിയ ലോകത്ത് വലിപ്പ ക്കുറവോടെ കൃഷ്ണനുണ്ണി അവശേഷിക്കുന്നു. അതുതന്നെയാണ് അയാളുടെ മോക്ഷവും. അരിമ്പാറയൂർന്നിറങ്ങിയ സഞ്ചാരപഥങ്ങളിൽ നിന്നും ഒറ്റപ്പെട്ട് അരികുവത്ക്കരിക്കപ്പെട്ട മോക്ഷം.

കഥാത്മകതയുടെ അടിവേരുകൾ

ബെന്നി ഡൊമിനിക്

സമാനതയില്ലാത്ത ഒരു ഭാഷ സൃഷ്ടിച്ചുകൊണ്ട് മലയാളിയെ വിസ്മയിപ്പിച്ച ഒവിവിജയൻ കടന്നുപോയിട്ട് പത്തുവർഷങ്ങൾ തികയുകയാണ്. 2015 മാർച്ച് 30ന് ആണ് അദ്ദേഹം അന്തരിച്ചത്. വിജയൻ ഒരു എഴുത്തുകാരൻ എന്നതിലുപരി ഒരു ദാർശനികൻ കൂടിയാണ്. ഉള്ളിൽ നിറഞ്ഞു വിളങ്ങുന്ന ഒരു ദർശനത്തിന്റെ (vision) വെളിപ്പെടലായിരുന്നു വിജയന്റെ സാഹിത്യമത്രയും. ദാർശനികത എന്നത് എരിഞ്ഞു കത്തുന്ന അന്വേഷണങ്ങളുടെ അടുപ്പിൽ ജീവിതത്തെ പാകപ്പെടുത്തലാണ്. അത് ആളിക്കത്തുന്ന അടുപ്പല്ല. ജീവകങ്ങളൊന്നും നഷ്ടപ്പെടാതെ ക്രമബദ്ധമായ പാകപ്പെടൽതന്നെയാണ് അത്. കാഴ്ചകളൊന്നും ഒരു ദാർശനികനിൽ അലസമാവുന്നില്ല; അയാളുടെ വാക്കുകൾ മാറ്റി പ്രതിഷ്ഠിക്കാനാവുകയുമില്ല. അയാൾ എഴുതുന്നതും സംസാരിക്കുന്നതും അയാളുടെ ദർശനത്തിന്റെ ഭാഗമായി വരുന്നതാണ്. അക്കാരണത്താൽ, ദാർശനികനായ എഴുത്തുകാരന്റെ വാക്കിനു പകരം നിഘണ്ടുവിൽ അന്വേഷിക്കേണ്ടതില്ല. പകരം വയ്ക്കാനാവാത്ത വാക്കും പരാവർത്തനം ചെയ്യാനാവാത്ത അനുഭവവും പ്രസരിപ്പിച്ചുകൊണ്ട് അത്തരം പ്രതിഭകൾ നിലകൊള്ളുന്നു. "നാനൃഷി കവിഃ" (ഋഷിയല്ലാത്തവൻ കവിയല്ല) എന്നു പണ്ടുള്ളവർ പറഞ്ഞത് ഇതുകൊണ്ടാണ്.

വിജയന്റെ ഭാഷ ദർശനംതന്നെയായിരുന്നു; ദർശനം ഭാഷയായും മാറി. വേറെങ്ങും കാണാനിടയില്ലാത്തവിധം സവിശേഷമായ പ്രയോഗങ്ങൾ, ബിംബകല്പനകൾ നാം വിജയൻ സാഹിത്യത്തിൽ വായിച്ചു. വിജയന്റെ ദാർശനികതയിൽ ഭൗതികവും അതിഭൗതികവുമായ സമസ്യകൾ നിറഞ്ഞുനിന്നു. ആത്മീയത എന്നത് വിജയനിൽ അതിന്റെ കേവലമായ അർത്ഥത്തിനുള്ളിൽ ഒതുങ്ങാത്തത് അതുകൊണ്ടാണ്. വിജയൻ വാക്കുകളെ ആവാഹിച്ചു വരുത്തുകയായിരുന്നു. വെളിപാടുസദൃശമായ വാക്കുകൾ ഉരുവംകൊള്ളുന്നത് അങ്ങനെയാണ്. വിജയന്റെ ദാർശനികത സാധാരണ അർത്ഥത്തിലുള്ള ഒന്നായിരുന്നില്ല. പ്രവചനാതീതമായ എന്തോ ഒന്ന് അതിലുണ്ടായിരുന്നു. ധ്യാനസ്ഥിതന്റെ കാരുണ്യവും നാറാണത്തുഭ്രാന്തന്റെ നിർമ്മമതയും രൂക്ഷപരിഹാസത്തിന്റെ

ആക്രമണോത്സുകതയും അതിലുണ്ടായിരുന്നു. ലൈംഗികതയെന്നു കേൾക്കുമ്പോൾ വിറളിപിടിക്കുന്നവർക്ക് വിജയൻ അസാരം അസ്കൃത യുളവാക്കുന്നുണ്ട്. ഇതിലൊന്നും ആശ്ചര്യപ്പെടേണ്ടതില്ല. പ്രതിഭയുടെ വഴികൾ ഏതൊക്കെയെന്ന് ആർക്കും നിശ്ചയിക്കുക വയ്യല്ലോ. വിജയന്റെ നോവലുകൾ ചർച്ച ചെയ്യപ്പെട്ടതുപോലത്രയും കഥകൾക്ക് പഠനം വന്നിട്ടില്ല. അവിടവിടെയുള്ള ആനുഷംഗികമായ പരാമർശങ്ങളോ, കഥ കളുടെ സമാഹാരത്തിന് എഴുതിച്ചേർത്തിട്ടുള്ള അവതാരികകളിൽ വന്നിട്ടുള്ള നിരീക്ഷണങ്ങളോ മാത്രമേ ശ്രദ്ധയിൽപ്പെട്ടിട്ടുള്ളൂ. കഥ പറ യുന്ന രീതിയിലും വിഷയം സ്വീകരിക്കുന്നതിലും വരുത്തിയിട്ടുള്ള മൗലിക മായ മാറ്റംകൊണ്ട് വിജയന്റെ കഥാലോകം സവിശേഷശ്രദ്ധയർഹിക്കു ന്നുണ്ട്. ആ കഥകളൊക്കെത്തന്നെയും വീണ്ടും വീണ്ടും വായിച്ച് ധ്യാന ത്തിൽ മുഴുകേണ്ട പ്രാധാന്യം അവയ്ക്കുണ്ട്.

വിജയന്റെ ഏറ്റവും മികച്ച കഥകളിലൊന്നായ 'എണ്ണ'യുടെ പുനർ വായനയാണ് ഇവിടെ നടത്തുന്നത്. മുൻപു നാം സൂചിപ്പിച്ച അതിഭൗ തികതയും ദാർശനികതയുമൊന്നും ഇല്ലാത്ത, എന്നാൽ ലോകക്രമ ങ്ങളെയും മനുഷ്യാവസ്ഥയെയും സംബന്ധിച്ച് പ്രവചനസ്വഭാവമാർന്ന ചില ഉൾക്കാഴ്ചകൾ നൽകിക്കൊണ്ട് 'എണ്ണ' ഇക്കാലത്തും മികച്ച ഒരു വായനാനുഭവമായി മാറുന്നുണ്ട്. വിശദമായ പഠനങ്ങളൊന്നും ഇക്കഥ യെക്കുറിച്ച് ഉണ്ടായിട്ടില്ല. ലൈംഗികതയുടെ പ്രതീകമായാണ് 'എണ്ണ'യെ കെപിഅപ്പൻ വായിച്ചെടുത്തതെന്ന് ഓർക്കുന്നു. ലൈംഗികത കഥയുടെ പ്രധാന ഊർജ്ജകേന്ദ്രമായി നിലനിൽക്കുമ്പോഴും അതിന്റെ പ്രമേയ കേന്ദ്രം ലൈംഗികതയല്ല. കേവല ലൈംഗികതയിലൊതുക്കാവുന്നതിന് അപ്പുറത്ത് അർത്ഥതലങ്ങളാവാഹിച്ച് നിൽക്കുന്നു ഇക്കഥ. രാഷ്ട്രവ്യവ ഹാരത്തിന്റെയും അധികാരത്തിന്റെയും പാഠങ്ങൾ ഈ കഥയിൽ വായി ച്ചെടുക്കുന്നുണ്ട് ആഷാമേനോൻ. വിപണനത്തിന്റെ അനൃതങ്ങൾ - അതിന്റെ ചില അടയാളങ്ങൾ ആഷാമേനോന്റെ വിമർശകബുദ്ധിയിൽ ഒരു നിഴൽപോലെ പതിഞ്ഞുപോകുന്നുണ്ട്. എന്നാൽ ഈ വിമർശക രാരും ഇത്തരമൊരു ഒന്നാംകിട കഥയെ വിശദമായി പഠിക്കാത്തതെന്തേ എന്ന് ഇവിടെ അദ്ഭുതപ്പെടുന്നു. ലൈംഗികതയും അധികാരവും കഥ യുടെ പ്രമേയഘടനയെ നിയന്ത്രിച്ചുകൊണ്ടിരിക്കുമ്പോഴും അതിനെ അതിവർത്തിക്കുന്ന മറ്റൊരു തലത്തിലേക്ക് കഥയുടെ വളർച്ച എന്തേ കാണാതെ പോയത്? ഏറെ ചർച്ചചെയ്യപ്പെട്ട 'അരിമ്പാറ'യേക്കാൾ ഏതു നിലയ്ക്കും മികച്ച കഥ 'എണ്ണ'യാണ് എന്ന് തോന്നിയിട്ടുണ്ട്. അതിന്റെ രാഷ്ട്രീയ-സമ്പദ്ശാസ്ത്ര വിവക്ഷകൾകൊണ്ട് കാഫ്കയുടെ 'മെറ്റമോർ ഫോസിസ്' എന്ന കഥയ്ക്കുശേഷം മാത്രമേ 'അരിമ്പാറ' എന്ന കഥയു ണ്ടാവുകയുള്ളൂ എന്നത് അതിന്റെ ഒരു പരിമിതിയല്ല. എന്നാൽ, മറ്റെ വിടെയൊക്കെയോയുള്ള നിരപ്പുകേടുകൾകൊണ്ട് അതിന്റെ ദൗർബല്യം ആവർത്തിച്ചുള്ള വായനയിൽ അനുഭവപ്പെടാതിരിക്കുകയില്ല. വിവിധ ങ്ങളായ അർത്ഥോൽപാദന സാധ്യതകളടങ്ങിയ ഒരു പ്രമേയഘടനയും രചനാപരമായ സൗകുമാര്യവുംകൊണ്ട് വിജയൻകഥകളിൽ 'എണ്ണ' വേറിട്ടുനിൽക്കുന്നു.

കടവും മേടിച്ച് വീട്ടിലേക്കു മടങ്ങുമ്പോൾ പഴനിമല, അയ്യൻചെട്ടിയാരുടെ ഉദാരതയെക്കുറിച്ചാണ് ചിന്തിച്ചത്. വിളക്കുവെച്ചു കഴിഞ്ഞാൽപ്പോലും വായ്പയ്ക്കുവേണ്ടി അയ്യൻചെട്ടിയാരെ ശല്യപ്പെടുത്താൻ പേടിക്കേണ്ടതില്ല. ചെട്ടിയാര് സവർണ്ണ ഹിന്ദുക്കളായ ജന്മിമാരെപ്പോലെയായിരുന്നില്ല. കുടിയാന്മാരായ ഈഴവരുടെ കുടിയായ്മ നഷ്ടപ്പെടുത്തുന്ന പതിവില്ലായിരുന്നു ചെട്ടിയാർക്ക്. കടം കൊടുക്കുന്നതിനും അത് വിത മുതൽ കൊയ്ത്തുവരെ നീളുന്നതിനും ചെട്ടിയാർക്കു വിരോധമില്ല. പക്ഷേ, കടക്കാരായ പെണ്ണുങ്ങൾ കൂറ് കാണിക്കണമെന്നു മാത്രം. അയ്യൻ ചെട്ടിയാരും ചാലാച്ചിചെട്ടിച്ചിയാരും ഒരു ഗ്രാമത്തെയാകമാനം മായം ചേർത്ത എണ്ണ വിറ്റുകൊണ്ട് അനാരോഗ്യത്തിലേക്ക് തള്ളിവിടുന്നു. അവിടത്തെ കുട്ടികൾക്ക് വളരെ ചെറുപ്പത്തിലേ തളർവാതം പിടിപെടുന്നു. നിശ്ചിതാനുപാതത്തിൽ മായം ചേർത്ത എണ്ണ ഉപയോഗിക്കുന്നതാണു കാരണമെന്ന് ചിലർക്കെങ്കിലും സംശയമുണ്ടായിട്ടുണ്ട്. പഴണിമലയുടെ പതിനഞ്ചു വയസ്സുള്ള കുഞ്ചുവേലന് വാതമാണ്. കാലുകൾതന്നെ തളർന്നുപോയിട്ട് ഏഴുദിവസമായി. കൊട്ടേക്കാടുനിന്ന് പാലക്കാട്ടേക്ക് ചവിട്ടുവണ്ടിയിൽ പോവുന്ന ഒരു ഗ്രാമസേവകൻ കുട്ടിയെ പാലക്കാട്ടെ അപ്പോത്തിക്കിരിയെയോ ആറുകല്ലകലമുള്ള നാട്ടുവൈദ്യനെയോ കാണിക്കണമെന്നു നിർദ്ദേശിച്ചെങ്കിലും പഴണിമലയ്ക്ക് രോഗത്തിന്റെ ഗൗരവം മനസ്സിലായില്ല. ഇരുപത്തൊന്നാം ദിനം കുട്ടി മരിച്ചു.

ഇവിടെ അയ്യൻചെട്ടിയാരുടെ മാനസികാവസ്ഥ പെട്ടെന്ന് പിടിതരുന്നതല്ല. അയാളുടെ നന്മയെ ആർക്കും സംശയമില്ല. അയാളുടെ ഉദാരതയാണ് എല്ലാവർക്കും പറയാനുള്ളത്. 'ഉദാരത' എന്ന വാക്കിന് നാം വിചാരിച്ചതിനേക്കാൾ വലിയ അർത്ഥമുണ്ടെന്ന് ഒടുവിൽ നമുക്ക് പിടികിട്ടും. ചെട്ടിയാൻ എന്ന പദത്തിന്റെ അർത്ഥം കച്ചവടക്കാരൻ എന്നാണ്. ഈ കഥയിലെ നായക കഥാപാത്രം ചെട്ടിയാരായത് യാദൃച്ഛികമല്ല. ചെട്ടിത്തെരു, ചെട്ടിമിടുക്ക് എന്നീ വാക്കുകൾ യഥാക്രമം, കച്ചവടസ്ഥലം, കച്ചവടക്കാരന്റെ സാമർത്ഥ്യം എന്നിങ്ങനെയാണ്. അയ്യൻ ചെട്ടിയാരുടെ പ്രവർത്തനമേഖലയെ വളരെ സൂക്ഷ്മതയോടെ പിന്തുടർന്നാൽ നമുക്ക് ഒരു കാര്യം വ്യക്തമാവും. വെറുമൊരു ചെറുകിട കച്ചവടക്കാരൻ എന്നതിനപ്പുറത്തേക്ക് നീളുന്ന അർത്ഥവിവക്ഷകൾ കഥയിൽ നിക്ഷിപ്തമായിട്ടുണ്ടെന്നു കാണാൻ പ്രയാസമില്ല. എമ്പാടും പടർന്നുകയറി ആധിപത്യമുറപ്പിക്കുന്ന, സർവ്വതിനെയും സഹായിക്കുകയെന്ന നാട്യത്തിൽ വരുതിയിലാക്കുകയും ചോരയൂറ്റിയെടുക്കുകയും ചെയ്യുന്ന സർവ്വശക്തിയുമാർജ്ജിച്ചുനിൽക്കുന്ന ആ വൻവിപണിസംസ്കാരത്തിന്റെ പൂർവ്വമാതൃകകളിലൊന്നായി അയ്യൻ ചെട്ടിയാരും ചാലാച്ചിചെട്ടിച്ചിയാരും നിലകൊള്ളുന്നു. പില്ക്കാലത്ത് ലോകമാസകലമുള്ള ജനതയെ മോഹിപ്പിച്ചും വശീകരിച്ചും വളരെ വിദഗ്ദ്ധമായി കൗശലപൂർവ്വം കെണിയിൽപ്പെടുത്തിയും നവ ഉദാരവൽക്കരണത്തിന്റെയും കമ്പോളവൽക്കരണത്തിന്റെയും വിപുലശൃംഖലകൾ തന്നെ നിർമ്മിക്കുകയും ചെയ്തു. മുന്നോട്ടുപോവുന്ന ഒരു നവലോകക്രമത്തിന്റെ ഊർജ്ജിതമായ വരവിനെ വിജയൻ ദീർഘദർശനം ചെയ്യുകയായിരുന്നു ഈ കഥയിൽ എന്നു വേണം

കരുതാൻ. രണ്ടാം ലോകയുദ്ധത്തിന്റെ ആസുരതയെ കാഫ്കയെപ്പോലുള്ളവർ ഒട്ടൊക്കെ ദീർഘദർശനം ചെയ്തിരുന്നുവല്ലോ. റഷ്യൻ വിപ്ലവത്തിനു മുൻപ് ഉരുണ്ടുകൂടിയ അസ്വസ്ഥതകളെ ദസ്തയെവ്സ്കിയെപ്പോലുള്ളവരും (*ഭൂതാവിഷ്ടർ* എന്ന കൃതിയിൽ) വളരെ കൃത്യമായി മുൻകൂട്ടി കണ്ടിരുന്നു.

വിഷം മുറ്റിയ ഏതോ രാസപദാർത്ഥവും വെളിച്ചെണ്ണയും കൂട്ടിച്ചേർത്ത് ചെട്ടിയാർ വിപണനം ചെയ്തു. പതിനഞ്ചു വയസ്സുപോലും തികയാത്ത കുഞ്ഞുങ്ങളെ തളർത്തിയിടുകയും മരിക്കാനിടവരാത്ത അവസ്ഥയിൽ തുടരാൻ അനുവദിക്കുകയും ചെയ്യുന്ന ക്രൂരതയാണ് ചെട്ടിയാരും ചാലാച്ചി ചെട്ടിച്ചിയാരും ചെയ്തുവന്നിരുന്നത്. മരുന്നിനു പോലും മനഃസാക്ഷിയില്ലാത്ത ഒരു വിപണനസംസ്കാരത്തിന്റെ പ്രതിനിധിയാണ് അയാളെന്ന് ഇനിയാർക്കെങ്കിലും സന്ദേഹമുണ്ടാകുമോ? ഭക്ഷ്യമാഫിയയും മരുന്നുമാഫിയയും ഒക്കെ അതിന്റെ വേരുകളാഴ്ത്തുന്നതിന് എത്രയോ മുൻപാണ് വിജയൻ ഈ കഥയെഴുതിയത് എന്ന് ഓർക്കുക.

മുൻപു പറഞ്ഞ ഈ വിപണനസംസ്കാരത്തിന്റെ പടിപടിയായുള്ളതും ആസൂത്രിതവുമായ വളർച്ചയാണ് ഇന്ന് നവകമ്പോളവ്യവസ്ഥയായി രൂപംകൊണ്ടിട്ടുള്ളത്. കണ്ണിൽച്ചോരയില്ലാത്ത ഈ കച്ചവടത്തിന്റെ മറ്റൊരു രൂപമാണ് ഇന്നു ലോകത്ത് അഭിവൃദ്ധിപ്രാപിച്ചുകൊണ്ടിരിക്കുന്ന സൗന്ദര്യസംവർധക വ്യവസായം (Cosmetics Industry). ഗർഭപാത്രത്തിലുള്ള മൂന്നുമാസം മുതൽ പ്രായമുള്ള ഭ്രൂണത്തെ പിഴുതെടുത്ത് അരച്ചു കുഴമ്പാക്കിയ മിശ്രിതം പുത്തൻ ലോകത്തിന്റെ സൗന്ദര്യസങ്കല്പങ്ങൾക്ക് വേറിട്ട മാനങ്ങൾ നിർമ്മിച്ചുകൊണ്ടിരിക്കുകയാണ്! ചരിത്രത്തിൽ പുരോഗതിയില്ലെന്നു പറയാനായില്ല. ചാലാച്ചിച്ചെട്ടിച്ചിയാരിൽനിന്നും അയ്യൻചെട്ടിയാരിൽനിന്നും നാം എത്ര മുന്നോട്ടുപോയി? കോസ്മെറ്റിക് മാഫിയയുടെ വലയിൽ വീണിട്ടുള്ള ആധുനിക ഗൈനക്കോളജിസ്റ്റുകൾ വ്യാവസായികമായ ആവശ്യത്തിനു വേണ്ടി നിർബന്ധിത ഭ്രൂണഹത്യയ്ക്കു പ്രേരിപ്പിക്കുന്നു എന്നറിയുമ്പോൾ നാം ഞെട്ടേണ്ടതില്ല. 'എണ്ണ' എന്ന കഥയിലൂടെ വിഷണറി ആയ വിജയൻ ഈ കൊടുംപാപമാർന്ന വിപണനകാലത്തെ പ്രവചിക്കുകയായിരുന്നു.

കൂനൻ പങ്ങേലൻ എന്നൊരു കഥാപാത്രം ഈ കഥയിലുണ്ട്. അയാളെ പ്രത്യേകമായി ശ്രദ്ധിക്കേണ്ടതുണ്ട്. ഒത്തിരി കാര്യങ്ങൾ അയാളിൽ ഏകത്ര വന്നുചേരുന്നുണ്ട്. ഒരേ സമയം അയാൾ ഈ കച്ചവടത്തിന്റെ കൂട്ടിക്കൊടുപ്പുകാരനും, ദുഷിച്ചുപോയ ആ വ്യവസ്ഥ വച്ചുനീട്ടുന്ന കാഴ്ചയുടെ എച്ചിലുകൾ ആർത്തിയോടെ നക്കുന്നവനുമാണ്. കൂനൻ പങ്ങേലന് പണിയൊന്നുമുണ്ടായിരുന്നില്ല. ഇടയ്ക്കിടയ്ക്ക് പാലക്കാട്ട് പോവുകയും വലിയങ്ങാടിയിലും സുൽത്താൻപേട്ടയിലുമൊക്കെ വ്യാപാരം നടക്കുന്നത് അശ്ലീലമായൊരു താൽപര്യത്തോടെ കണ്ടുമടങ്ങുകയുമായിരുന്നു അയാളുടെ വിനോദം. ഇവിടെ എന്തുകൊണ്ടാണ് വിജയൻ "അശ്ലീലമായൊരു താൽപര്യം" എന്നു പ്രയോഗിച്ചിട്ടുള്ളതെന്ന് ചിന്തിക്കുക രസാവഹമാണ്. ആ വാക്ക് അങ്ങനെ

ഉദാസീനമായി വായിച്ചുപോകേണ്ടതാണോ? അതോ അതിൽ കാര്യമായി എന്തെങ്കിലും ഉണ്ടോ? വിജയനെപ്പോലെ ഒരാൾ വാക്കുകൾ പ്രയോഗിക്കുന്നത് വളരെ കാര്യമായ കാഴ്ചപ്പാടിന്റെയടിസ്ഥാനത്തിലാണ് എന്ന് നമുക്കറിയാം. ഈ കഥയെഴുതുമ്പോൾ വളരെ പ്രത്യക്ഷമായിട്ടില്ലാത്തതും എന്നാൽ ഇന്നു പ്രബലമായിട്ടുള്ളതുമായ ഈ കാഴ്ചയുടെ രതി-ഉപഭോഗാസക്തി- വാങ്ങാനായില്ലെങ്കിലും വാങ്ങിക്കുന്നതു കണ്ട് രതിനിർവൃതിയടയുന്ന കാലത്തിലേക്ക് ഒരു ചൂണ്ടുപലകയായി ഈ പങ്ങേലനെ കാണാവുന്നതാണ്. ഏറെക്കാലമായില്ലല്ലോ, മലയാളി ലുലുമാളിലേക്ക് ഒന്നും വാങ്ങാനല്ലാതെ, മറ്റുള്ളവർ വാങ്ങുന്നതും വില്ക്കുന്നതും പിന്നെ നിരത്തിവച്ചിരിക്കുന്ന സാമാനങ്ങൾ കണ്ട് സായുജ്യമടഞ്ഞ് തിരികെപ്പോരുന്ന ഒരു പ്രതിഭാസത്തിന് തുടക്കമിട്ടിട്ട്! ഈ പങ്ങേലന്റെ കെട്ടിയവൾ തങ്കമ്മ ദുർബലശരീരനായ അയാളെവിട്ട് കുതിരവണ്ടിക്കാരൻ രാവുത്തന്റെ കൂടെ ഓടിപ്പോവുകയാണുണ്ടായത്. കൂനന്റെ കൈതോലപ്പായയിൽ പതിവ്രതയായി കിടന്നു കഴിച്ച അഞ്ചുകൊല്ലവും അവളുടെ കുളി തെറ്റിയിരുന്നില്ല. കൂനന് കാണുന്നതിന്റെ സുഖമേ അനുഭവിക്കാനാവൂ. യഥാർത്ഥ അനുഭവമില്ല. പുതിയ കാലത്തിന്റെ സമർത്ഥമായ പ്രതിരൂപം!

കൂനന് പനിപിടിച്ചു. ചാലാച്ചിച്ചെട്ടിച്ചിയാർ മരുന്നുമായി അവന്റെ കൂരയിലെത്തി. ഇനി വിജയന്റെ ഭാഷ വായിക്കൂ: “ചാലാച്ചിച്ചെട്ടിച്ചിയാർ മടിസ്സഞ്ചി തുറന്ന് പദാർത്ഥമെടുത്ത് ഒരു നുള്ളടർത്തി ചെറിയൊരു വെങ്കലച്ചെപ്പിലിട്ട് പൊടിച്ചുവെച്ചു. പിന്നെ ചുമലിൽനിന്ന് ചേലമാറ്റി അവർ റൗക്കയുടെ കെട്ടഴിച്ചു. കരിങ്കണ്ണുള്ള കൊങ്ങൻ മുലകൾ പുറത്തേക്ക് ചാടുന്നത് കൂനൻ നോക്കി... ഇടവിടാതെ നാട്ടുവർത്തമാനം പറഞ്ഞുകൊണ്ട് ചാലാച്ചിച്ചെട്ടിച്ചിയാർ സാവധാനത്തിൽ മുലകൾ ചുരത്തിപ്പിഴിഞ്ഞ് വെങ്കലച്ചെപ്പിലേക്ക് പാലു ചാടിച്ച് മരുന്നുപൊടി പാലിൽ ചാലിച്ചു. അപ്പടിയേ പട്ത്ത്ക്കോ, കൂനനേ, ചെട്ടിച്ചിയാർ പറഞ്ഞു. സർവ്വാംഗം തരിച്ചു കിടന്ന കൂനന് മുകളിൽ ചാഞ്ഞുകൊണ്ട് അവർ അയാളുടെ നെറ്റിയിൽ മരുന്നു പരത്താൻ തുടങ്ങി. ഭാരിച്ച പരിചകളെപ്പോലെ മുലത്തടങ്ങൾ കൂനനു മേൽ തൂങ്ങിനിന്നു. പറ്റിട്ട് കഴിഞ്ഞ് ചെട്ടിച്ചിയാർ വീണ്ടും നിവർന്നു. ഒന്നുകൂടി ഞെളിഞ്ഞിരുന്ന് കൊണ്ട സൂചികൾ വലിച്ചെടുത്തു ചുണ്ടുകൾക്കിടയിൽ വശ്യതയോടെ കടിച്ചുപിടിച്ച് ചെട്ടിച്ചിയാർ മുടിക്കെട്ടഴിച്ച് ഉലർത്തിക്കെട്ടി. ചെട്ടിച്ചിയാരുടെ കൊങ്ങൻമുലകളിൽ നങ്കൂരമിട്ട കണ്ണുകളുമായി അവശനായ കൂനൻ കിടന്നു.”

ഇവിടെ ‘ഭാരിച്ച പരിചകളെപ്പോലുള്ള മുലകൾ’ എന്ന അതിമനോഹരമായ ഒരു ഉപമ വിജയൻ പ്രയോഗിക്കുന്നു. ഉപമ പ്രയോഗിക്കുന്നതിൽ നമ്മുടെ കവികളൊന്നും വിജയന്റെ ഒപ്പം വരില്ല എന്നാണ് എന്റെ പക്ഷം. ‘പരീക്ഷ’ എന്ന കഥയിൽ നടപ്പുദീനക്കാലത്ത് പാലക്കാട്ടങ്ങാടിയെ വിറപ്പിച്ച അനന്തൻപിള്ളയെക്കുറിച്ച് വിജയൻ എഴുതുകയാണ്. അനന്തൻപിള്ളയ്ക്കു എൺപതു വയസ്സായി. അനന്തൻപിള്ളയുടെ ആസ്ഥാനമെവിടെയെന്ന് ആർക്കുമറിയില്ല. ഇനിയാണ് ഉപമ. “ബ്രഹ്മരക്ഷസ്സുകളുടെ തേരോട്ടം കണ്ടവരെപോലെ അനന്തൻപിള്ളയെ നേരിൽ കണ്ടവരും അപൂർവ്വം ചിലരേയുള്ളൂ ഇന്ന്.” ആ കഥ വായിക്കുന്നവർക്ക്

ഈ ഉപമയുടെ സൗന്ദര്യശക്തികൾ എത്രയുണ്ടെന്ന് അനുഭവിക്കാൻ കഴിയും. തിരികെ വരാം. 'പോർമുലകൾ' എന്നൊക്കെയുള്ള പഴയ പ്രയോഗങ്ങളെ വിജയൻ ഇവിടെ റദ്ദുചെയ്യുകയാണ്. ചാലാച്ചിച്ചെട്ടിച്ചിയാരുടെ മുലപ്രദർശനവും വശ്യഭാവവും ഒന്നും യഥാർത്ഥത്തിൽ രതിയുമായി ബന്ധമുള്ളതല്ല. ബിസിനസ്സിന് പ്രതിബന്ധമാകുന്ന എന്തിനെയും തടയാൻ കെല്പുള്ള പരിചകൾ തന്നെയായിരുന്നു ചാലാച്ചിച്ചെട്ടിച്ചിയാരുടെ മുലകൾ. കാഴ്ചകൾ തുരുതുരാ നൽകി കോരിത്തരിപ്പിച്ച് മയക്കിയെടുത്തുകൊണ്ടാണ് ആധുനിക മാർക്കറ്റിങ് രംഗം കൊഴുക്കുന്നത് എന്നതുകൂടി ഇവിടെ ഓർമ്മിക്കാം. കാഴ്ചകൾ കണ്ടു തരിച്ചുകിടക്കുന്ന കൂനനെപ്പോലെയുള്ളവരെ അതു വേണ്ടുവോളം കാണിച്ചു കൊടുക്കുന്ന ചാലാച്ചിച്ചെട്ടിച്ചിയാർക്ക് ഒരു പുതിയ മാനം കൈവരുന്നില്ലേ? ഉദാരമായ കാഴ്ചകളുടെ അകമ്പടിയോടെ കാഴ്ചക്കാരനെ തരിപ്പിച്ച് കൊതിപ്പിച്ചുകൊണ്ടാണ് പുത്തൻ കമ്പോള/ഉദാരവൽക്കരണശക്തികൾ രംഗം പിടിച്ചെടുക്കുന്നതെന്ന് കാണാതെ പൊയ്ക്കൂടാ. കൂനനെ കൊതിപ്പിച്ചതിനു ശേഷം ചെട്ടിച്ചിയാരുടെ ചോദ്യങ്ങളിൽ രതി അശേഷമില്ല.

"എ്ണ്ണയെങ്കെ?", ചെട്ടിച്ചിയാർ ചോദിച്ചു

"താഴ്വാരത്തി", ദീനസ്വരത്തിൽത്തന്നെ കൂനൻ പറഞ്ഞു.

"എ്ത്തരെ?"

"എ്ട്ടെടങ്ങാഷി", കൂനൻ പറഞ്ഞു.

അതു കേട്ടതിനു ശേഷമേ അവർ മുലകളെ അവയുടെ കൂട്ടിലേക്ക് മയത്തിൽ തെളിച്ചു കയറ്റുന്നുള്ളൂ എന്നതു ശ്രദ്ധിക്കുക. താഴ്വാരത്തിൽ ചെന്ന് എണ്ണയെടുത്ത് അമ്മയും മകളും തിരികെപ്പോയി. വീട്ടിലെത്തിയപ്പോൾ ചെട്ടിയാര് കൂനന്റെ പനി എങ്ങനെയെന്നല്ല ചോദിച്ചത്, എ്ത്തിനെ? എന്നാണ്. എണ്ണ എത്രയുണ്ട് എന്ന്. രണ്ടാമതു മാത്രം പനി എപ്പ്ടിയിരിക്ക് എന്നു ചോദിക്കുന്നതിന്റെ ഇക്കോണമി ആലോചനക്ക് വിടാവുന്നതാണ്.

അപ്പോഴാണ് വേലുണ്ണി എന്ന പാട്ടക്കൃഷിക്കാരൻ പീടികയിൽ വന്നത്. മകൻ രാജന് സുഖമില്ല. അവൻ നല്ല ചന്തമുള്ള പതിനഞ്ചു തികഞ്ഞ കുട്ടിയാണ്. അവന് കാലിന് ബലക്ഷയം. പിറ്റേന്നത്തെ ആഴ്ച എട്ടു കുട്ടികൾ കൂടി കാലു കുഴഞ്ഞു കിടപ്പായി. രോഗം പിന്നെയും പടർന്നു. അവധി കഴിഞ്ഞ് കൊട്ടേക്കാട്ടേക്ക് മടങ്ങിയ ഗ്രാമസേവകൻ വീണ്ടും അതുവഴി വന്നപ്പോൾ സംഗതികൾ ആകെ കുഴഞ്ഞിരുന്നു. അയാൾക്ക് കാര്യങ്ങളുടെ കിടപ്പ് മനസ്സിലായി. ചെട്ടിയാര് വിറ്റ എണ്ണേല് കലർപ്പ് ഉണ്ടെന്ന വിവരം അയാൾ മനസ്സിലാക്കി. രോഗത്തിന്റെ ഉറവിടം അവിടെയാണ്.

ഗ്രാമസേവകൻ തിണ്ണയിലിരുന്ന് മുറുക്കി ചുവപ്പിക്കുന്നതിനിടയിൽ കുട്ടിയപ്പുവിന്റെ പെണ്ണിന്റെ വിശ്വാസം പിടിച്ചുപറ്റി. കുട്ടിയപ്പുവിന്റെ പെണ്ണ് തുടർച്ചയായി മുടി ചിക്കറുക്കുകയാണ്. അയാൾ ചോദിച്ചു:

"എന്താ മുടീല്?"

"ഇന്നാള് എ്ണ്ണ തേച്ച് കുളിച്ചതാടന്നൂ. എ്ന്തോ പൂതല് പ്ടിച്ച പോലി രിക്ക്ണൂ."

"എന്നേ തേച്ചു കുളിച്ചേ?"

"നെനവില്ല. ഒര്പാട് തെവസവായി."

"കുളിച്ച അന്നു തൊടങ്ങീതാ?"

"ഓ."

"എണ്ണേല് എന്തെങ്കില്ം കലർപ്പ്ണ്ടേർന്നോ?"

"അയ്യോ നമ്മണ്ടെ ചെട്ടിയാറ്ന്റെ എ്ണ്ണയാണൂ."

"പിന്നെന്താ മുടീല്?"

"എ്ന്തോപ്പാ. പ്ശ്പിശ്ന്ന് ഒട്ട്ണൂ. കഷ്കീട്ടും കഷ്കീട്ടും പോണില്ല. ഡപ്പറ് പോലെ!"

എണ്ണയിൽ വല്ല വിഷോം കലർന്നിട്ടുണ്ടോയെന്ന് ഗ്രാമസേവകൻ ചോദിച്ചപ്പോൾ കുപ്പായിയച്ചൻ പറഞ്ഞു:

"ഞിങ്ങ അദ്മാത്തിരം പറയാമ്പഷ്തല്ല."

വൈകുന്നേരത്താണ് ഗ്രാമസേവകൻ അയ്യൻ ചെട്ടിയാരുടെ പീടികയിൽ ചെന്നത്. "ചെട്ട്യാര് ആട്ടണതല്ലേ ഈ എണ്ണ്യ്യാക്കീം?"

"എന്നാ ബിശേസം?"

"ഈ വെളിച്ചെണ്ണ ശകലം കുപ്പിയിലാക്കിത്തരൂ. ഒരു ഉറുപ്യക്ക്."

അകത്തു സൂക്ഷിച്ച എണ്ണ എടുത്തുവരാൻ ചെട്ട്യാർ ചാലാച്ചിയോട് നിർദ്ദേശിച്ചപ്പോൾ ഗ്രാമസേവകൻ വിലക്കി. ചൂണ്ടിക്കാണിച്ചുകൊണ്ട് പറഞ്ഞു, "ഈ പീപ്പയിലെ എണ്ണ വേണം."

"ചാലാച്ച്യേ", ചെട്ടിയാർക്ക് ധൃതിയായി.

"അന്ത ഒശത്തി (മുന്തിയ) വെ്ളിച്ചെണ്ണ ഒരെടങ്ങായി എ്ട്ത്താണ് ഒരു തപ്പില്. നമ്മാണ്ടെ കൊട്ടക്കാട്ടെ ആപ്പീസറാക്ക്മേ, അത്ക്ക് കാസൊന്നും വേണ്ട."

തുത്തനാകത്തപ്പിൽ ഒരിടങ്ങഴി വെളിച്ചെണ്ണയുമായി ചാലാച്ചി ച്ചെട്ടിച്ചിയാർ വന്നപ്പോൾ ഗ്രാമസേവകൻ പറഞ്ഞു, "അതല്ല ഇത് വേണം." ചെട്ടിയാർ കുറ്റം സമ്മതിച്ചു.

"അപത്തം പറ്റിയതാണൂ."

ഗ്രാമസേവകൻ എണ്ണക്കുറ്റിയുടെ നേർക്ക് കൈനീട്ടിയതും ചാലാച്ചി ച്ചെട്ടിച്ചിയാർ ആ കൈയിൽ കടന്നുപിടിച്ചതും ഒരുമിച്ചായിരുന്നു. പതമുള്ള ആ കൈപ്പടം തന്റെ മണിക്കണ്ടത്തിനു മുകളിൽത്തന്നെ വിശ്രമിക്കുന്നതായും പിന്നെ തന്റെ തൊലിപ്പുറത്ത് മേലും കീഴും ഉരസുന്നതായും അയാൾക്ക് തോന്നി.

അപ്പോൾ അങ്ങനെയാണ് കാര്യങ്ങളുടെ പോക്ക്.

ഗ്രാമത്തിലെ കുട്ടികളെല്ലാവരും കിടപ്പിലാണ്. കുട്ടികളെ മാത്രമേ രോഗം ബാധിച്ചിരുന്നുള്ളൂ. വളഞ്ഞു മെലിഞ്ഞും നശിക്കുന്ന കൈകാലുകളുടെ വലിയൊരു ചുള്ളിക്കാടായി കുട്ടികൾ കിടന്നു. ആശ നശിച്ച ആ ചുള്ളിക്കാട്ടിൽ യുക്തി നശിച്ച മുതിർന്ന മനുഷ്യർ ലക്ഷ്യമില്ലാതെ ചുറ്റിത്തിരിഞ്ഞ് വൃഥാ ദുഃഖിച്ചു. ചാലാച്ചി ചെട്ടിച്ച്യാര് പുതിയൊരു തൈലമുണ്ടാക്കി. രോഗമില്ലാത്ത മുതിർന്നവരോടും രോഗം ബാധിച്ച കുട്ടികളോടും അതു പുരട്ടാൻ ചെട്ടിയാർ ഉപദേശിച്ചു. ആദ്യം രോഗമുണ്ടാക്കുക. പിന്നെ മരുന്ന് വിറ്റഴിക്കുക. (മരുന്നു മാഫിയ വരുന്ന വഴിയേ!) കുടികളിൽ കേറിയിറങ്ങി മരുന്നു പുരട്ടാത്തവരെ കൂനൻ ശാസിച്ചു. പുരട്ടിയവരോട് കൂനൻ അന്വേഷിച്ചു:

“പേതം തോന്ന്ണ്ണ്ടോ?”

“ആവോ”, സംശയിച്ചവരോട് കൂനൻ പറഞ്ഞു, “ച്ചെച്ചെ!”

“ഞിങ്ങ ഇങ്ങനെ മര്ന്ന് തേച്ചാ പിന്നെ പലിയേക്കാന്നും? വിസുവാസം വേണം.”

(അതെ, വിസുവാസം അതല്ലേ എല്ലാം?) ചെട്ടിയാരുടെ വ്യാജ വിപണനത്തെക്കുറിച്ച് അന്വേഷിക്കാനെത്തിയ ജില്ലാ ബോർഡ് ശിപായിയും ആരോഗ്യവകുപ്പിലെ ഒരുദ്യോഗസ്ഥനും ചാലാച്ചിച്ചെട്ടിയാരത്തിയുടെയും അവരുടെ മകളുടെയും കിടപ്പറയിലെത്തുന്നു. ആരോഗ്യവകുപ്പുകാരൻ അയ്യൻ ചെട്ടിയാരുടെ മകളോട് ചോദിച്ചു. ‘എന്താ ആ മണം?’

കസ്തൂരിയുടെ മണം, ചാലാച്ചിച്ചെട്ടിച്ച്യാർ പറഞ്ഞു. ജില്ലാ ബോർഡ് ശിപായി ആ മുലകൾക്കിടയിലെ ചൂടുള്ള വിടവിൽ മുഖമമർത്തി. പച്ചപ്പുഴുകിന്റെയോ ചീഞ്ഞ ജമന്തിപ്പൂക്കളുടെയോ അഴുകിയ മണം അവിടെ തങ്ങിനിന്നിരുന്നു. ചാലാച്ചിച്ചെട്ടിച്ചിയാരുടെ കക്ഷത്തിലും ഭീമാകാരങ്ങളായ ചന്തികൾക്കിടയിലും ജില്ലാ ബോർഡു ശിപായി കസ്തൂരിയുടെ മണത്തിന്റെ ഭേദങ്ങളെത്തേടി. അപ്പോൾ അകലെവിടെ നിന്നോ വലിയൊരുൾക്കാറ്റ് വീണ്ടുമുയർന്നു. കസ്തൂരിയുടെ മണത്തിനു മുകളിൽ കാറ്റിലെ മണം പടർന്നുപൊങ്ങി. ജില്ലാ ബോർഡ് ശിപായിയുടെ ഘനം താങ്ങി വിയർത്തു കിടന്ന ചാലാച്ചിചെട്ടിച്ചിയാരാകട്ടെ ആ മണം അറിഞ്ഞില്ല. എന്നാൽ ജില്ലാ ബോർഡ് ശിപായി മൂക്കു ചുരത്തി. അയാൾ കിടിലംകൊണ്ടു. കാറ്റു കടലായി. കാറ്റിലെ മണം ഇരമ്പി. അദൃശ്യമായ അതിന്റെ ജട വിരിച്ചിട്ട് മേഘമായ അതിന്റെ നെഞ്ചത്ത് കലുഷതയോടെ അതു വീണ്ടും വീണ്ടും തല്ലി.

ഇവിടെ ലൈംഗികത രതിയുടെ ധർമ്മത്തിൽനിന്നും അടർത്തിമാറ്റിയിരിക്കുന്നു. രതിയുടെ ഉദാത്തതയിൽനിന്നും തലകുത്തിവീണ് അധമമായ വാസനകളുടെ വിപണനമായിത്തീരുന്നു ഇവിടെ ലൈംഗികത. കല്യാണസൗഗന്ധികങ്ങൾ വിടരുന്ന ഉദ്യാനമല്ല; അഴുകുന്ന ജഡങ്ങളുടെ കെട്ട മണമാണ് ആ ലൈംഗികതയിൽ നിന്നുയരുന്നത് എന്നത് യാദൃച്ഛികമല്ല. കെട്ട മണത്തിന്റെ കെട്ടഴിച്ചുവിട്ടുകൊണ്ട് ജീർണ്ണതയ്ക്കെതിരെയുള്ള കനത്ത പ്രഹരമായി വിജയന്റെ ഭാഷ ഇവിടെ കാറ്റിന്റെ

രുദ്രനടനമാടുന്നു. ഭീമാകാരമായി പടർന്നു പന്തലിക്കുന്ന കന്മഷത്തെ മലിനഭാഷയുടെ ആഭിചാരക്രിയകൊണ്ട് ഉച്ചാടനം ചെയ്യുക എന്ന സാംസ്കാരിക ധർമ്മമാണ് വിജയൻ ഇവിടെ അനുഷ്ഠിക്കുന്നത്.

കാറ്റിന്റെ തരംഗലീലകൾ

അതീവ ഭാവസാന്ദ്രമായ മുഹൂർത്തങ്ങളിൽ, വിജയൻ കഥകളിൽ കാറ്റ് ഒരു സജീവമായ സാന്നിധ്യമായി മാറുന്നുണ്ട്. കഥാസന്ദർഭങ്ങളിൽ നവമായ ഒരു ഭാവുകത്വത്തിന്റെ അടയാളങ്ങൾ നിക്ഷേപിച്ചുകൊണ്ടാണ് ഈ കാറ്റ് എന്ന പ്രതിഭാസം കടന്നുവരുന്നത്. കാറ്റിന്റെ കടലിരമ്പ മായും സംഹാരരുദ്രനായും കാരുണ്യമൂർത്തിയായും ജീവകോശങ്ങളി ലേക്ക് അനുതാപപൂർവ്വം ഘനസാന്ദ്രമായി ആഴ്ന്നിറങ്ങിയും ജന്മങ്ങൾ ക്കകലെനിന്നും തേടിയെത്തുന്ന സാന്ത്വനമായും ഈ കാറ്റിന്റെ തരംഗ ലീലകൾ വിജയൻ കഥകളിൽ നിറയുന്നുണ്ട്. 'എണ്ണ' എന്ന കഥയിലും ഈ പ്രാപഞ്ചിക പ്രതിഭാസത്തിന്റെ വിളയാട്ടം കാണാം. ആ മണം - എവിടെ നിന്നോ ആ മണം വന്നു. ഉദരാർബ്ബുദത്തിന്റെ വേദനപോലെ അതു കാറ്റിൽ ഉയരുകയും ശമിക്കുകയും ചെയ്തു. കഥയുടെ അന്ത്യ ഭാഗത്ത് അവിശുദ്ധമായ രതിയുടെ മൂർദ്ധന്യത്തിൽ ജില്ലാ ബോർഡ് ശി പായിയുടെ മൂക്ക് ചുരത്തി. കസ്തൂരിഗന്ധം കാറ്റിൽ പടർന്നു. അയാൾ കിടിലംകൊണ്ടു. കാറ്റ് കടലായി.

"തസ്കരനെ വാല്മീകിയാക്കിയ ഏട്ടന്റെ കരുണ ആ കാറ്റിൽ നിറഞ്ഞു." (കാറ്റു പറഞ്ഞ കഥ).

"ഈ തറവാടിന്റെ സാന്ദ്രസ്ഥലികളിൽ നിന്റെ പിതൃക്കൾ നിനക്കായി കാത്തിരിക്കും.... കാറ്റുയർന്നു. കരിയിലയനങ്ങി." (അരിമ്പാറ)

"പനമ്പട്ടകളിൽ കിഴക്കൻ കാറ്റിൽ ദേവി വീണ്ടും സംസാരിച്ചു..... പനങ്കാറ്റിൽ നക്ഷത്രങ്ങൾ പതിച്ച വാതിൽ ക്ഷീണിതനായ ഉപാസകനു വേണ്ടി തുറന്നു." (കോമ്പിപ്പൂശാരിയുടെ വാതിൽ)

ചുരുക്കത്തിൽ, ഭാഷയുടെ ചാരുതകൊണ്ടും ദർശനത്തിന്റെ മഹിമ കൊണ്ടും കാലികമായി പൊലിക്കുന്ന അർത്ഥവ്യാപ്തികൊണ്ടും, രാഷ്ട്ര വ്യവഹാരത്തിന്റെയും അധികാരത്തിന്റെയും നവ ഉദാരവൽകൃത കമ്പോളവ്യവസ്ഥയുടെയും ഫിലോസഫിയെ അതിന്റെ പിറവിക്കു മുൻപുതന്നെ അയ്യൻ ചെട്ടിയാരിലൂടെയും ചാലാച്ചിച്ചെട്ടിച്ചിയാരിലൂടെ യും തിരിച്ചറിയുകയും നിശിതമായ വിചാരണയ്ക്കു വിധേയമാക്കു കയും ചെയ്യുന്ന അദ്ഭുതകർമ്മം 'എണ്ണ' കഥയിലൂടെ വിജയൻ അനു ഷ്ഠിക്കുന്നു. വിജയന്റെ ഏറ്റവും മികച്ച കഥയും ഇതുതന്നെയെന്ന് കരു തുന്നു. ഒട്ടേറെ സാംസ്കാരിക വിവക്ഷകൾകൊണ്ട് സമ്പന്നമായ ഇക്കഥ മലയാളകഥാശാഖയുടെ വഴിത്താരകളിൽ ഒരു നാഴികക്കല്ലാണ്. പോയകാലത്തിന്റെയും വരുംകാലത്തിന്റെയും സമസ്യകളെ നേരിടാ നുള്ള ത്രാണി ഈ കഥയ്ക്കു അവകാശപ്പെടാവുന്നതാണ്.

കഥയിലെ കാലദർശനം

റഹ്മാൻ കിടങ്ങയം

ഒ.വി. വിജയൻ കഥകൾ ദർശനങ്ങളുടെ മഹാസഞ്ചയങ്ങളാണെന്നു പറയാറുണ്ട്. ദീർഘമായ ഒരു കാലസങ്കല്പബോധം അത് ശരീരത്തിലും ആത്മാവിലും പേറുന്നതു കാണാം. അതുകൊണ്ടായിരിക്കാം ഒട്ടൊരു കൗതുകത്തോടും അതിലേറെ അമ്പരപ്പോടും നമ്മളിപ്പോഴും അവ വായിച്ചു പോവുന്നത്. കാലമേറെ കഴിഞ്ഞിട്ടും, പുതിയ കാലത്തും ഭാഷയിലും പ്രമേയത്തിലുമൊന്നും അതിനു തുരുമ്പുപിടിക്കുന്നില്ല എന്നത് ചെറിയ കാര്യമല്ലല്ലോ. തന്നെയുമല്ല, പുതിയ കാലത്തിന്റെ ചേരുവകളോടൊത്തു പാകപ്പെടുത്തിയെടുക്കാവുന്ന ഒരു വഴക്കം അതിനു സ്വമേധയാ ഉണ്ടുതാനും. വിജയന്റെ സമകാലികരിൽ കൂടുതൽ പേർക്കൊന്നും അവകാശപ്പെടാൻ പറ്റാത്തവിധം സുതാര്യമാണ് ഈ വഴക്കം എന്നതും പ്രധാനമാണ്.

ഇവിടെ പറയാനുദ്ദേശിക്കുന്നത് 'ഭ്രൂണം' എന്ന കഥയെ കുറിച്ചാണ്. അപക്വമായ കൈകളിൽ അധികാരം വന്നുചേരുമ്പോൾ രാഷ്ട്രത്തിനാകമാനം വന്നുചേരാനിടയുള്ള ദുരന്തത്തിലേക്കും അരക്ഷിതാവസ്ഥയിലേക്കും വിരൽ ചൂണ്ടുന്ന ഈ കഥ നിരൂപകരുടെയിടയിൽ ഏറെയൊന്നും പഠിക്കപ്പെട്ടിട്ടില്ല എന്നു തോന്നുന്നു. 'കടൽത്തീരത്ത്' പോലുള്ള അതിശക്തമായ കഥകളുടെ അസാമാന്യപ്രഭയിൽ ഒരുപക്ഷേ നിറം മങ്ങിപ്പോയ കഥയാവാം ഇത്. പക്ഷേ ഈ കഥ പങ്കുവെക്കുന്ന ദാർശനിക തലങ്ങളെ വിലയിരുത്തുമ്പോൾ ആ അരികുചേർക്കലിന്റെ നിസ്സംഗതയെ അത്ര നിസ്സാരമായി പരിഗണിക്കാവുന്നതല്ല. അധികാരങ്ങളുടെ ഉരുക്കുമുഷ്ടിയാൽ തകർന്നടിയുന്ന ജനാധിപത്യത്തിന്റെയും സ്വാതന്ത്ര്യത്തിന്റെയും നിലവിളി എണ്ണ, പരീക്ഷ, അരിമ്പാറ തുടങ്ങിയ കഥകളിൽ വിജയൻ നന്നായി പകർത്തിവെച്ചിട്ടുണ്ട്. അടിയന്തരാവസ്ഥയുടെ മുഖം അതിന്റെ എല്ലാ ഭീകരതയോടും പരിഹാസ്യതയോടും നമ്മളതിൽ കണ്ടതാണ്. അടിയന്തരാവസ്ഥയെ കുറിച്ചു തന്നെ എഴുതപ്പെട്ടതും എന്നാൽ കാലം തെറ്റിപ്പിറന്നതുമായ കുട്ടിയായിട്ടാണ് 'ഭ്രൂണം' എന്ന കഥയെ വിജയൻ സ്വയം അടയാളപ്പെടുത്തിയത്.

കരിങ്കൽ ചുവരുകളും വീട്ടിയിൽ നിർമ്മിച്ച വാതിലുകളും വെങ്കലത്താഴിക അടവുമുള്ള പ്രാചീനമായ നാലുകെട്ടിൽ പാർക്കുന്ന

ഗ്രാമത്തിന്റെ അധിപതിയും സുന്ദരിയും വിധവയുമായ കെട്ടിലമ്മയ്ക്ക് ഗർഭമുണ്ടാവുന്നു. അത് ദിവ്യഗർഭമാണെന്ന് നാട്ടുകാർ ആദ്യം സംശയിക്കുകയും പിന്നെ ഉറപ്പിക്കുകയും ചെയ്യുന്നു. അമ്പലത്തിലെ ശാന്തിക്കാരായ ബ്രഹ്മദത്തൻ നമ്പൂതിരിയേയും ഗ്രഹദേവൻമാരുടെ ഉപാസകനായ രൈരുപ്പണിക്കരേയും അങ്ങനെ ചിന്തിപ്പിക്കാൻ പ്രേരിപ്പിക്കുന്നത് ആയിടെ അവർ ദർശിച്ച ഭയാനകമായ ചില ശകുനങ്ങളാണ്. അവരുടെ തോന്നലുകൾ സത്യമാണെന്ന് സ്ഥാപിച്ചെടുക്കാനാണ് ഗ്രാമത്തിലെ ധനിക കൃഷിക്കാരുടെ മക്കൾ ശ്രമിച്ചത്. മോഹനനാണ് അവരുടെ നേതാവ്. അയാളുടെ ഭീഷണിക്കുമുമ്പിൽ കവടി നിരത്തി പ്രശ്നം വെക്കുന്ന രൈരുപ്പണിക്കർ ഗ്രഹദേവൻമാരുടെ മൗനത്തിൽ നിസ്സഹായനാവുകയാണ്. പക്ഷേ ചെറുപ്പക്കാർ ജ്യോതിഷിയുടെ മേൽ കുനിഞ്ഞുനിന്ന് അത് ദിവ്യഗർഭം തന്നെയെന്ന് പറയിപ്പിക്കുന്നു. അതവരുടെ ആവശ്യമായിരിക്കുന്നു. കാലാകാലങ്ങളിലായി അവരനുഭവിച്ചു വന്നിരുന്ന ഫ്യൂഡൽ വ്യവസ്ഥയുടെ അപചയത്തെ അതിലംഘിക്കാനും അതിലൂടെ കിട്ടിയിരുന്ന സുഖാനുഭവങ്ങളെ സംരക്ഷിച്ചു നിർത്താനും അവർക്കൊരു തുരുപ്പുശീട്ടു വേണമായിരുന്നു. അതിനായി, അധികാരം കൈയാളിയിരുന്ന കുടുംബത്തിൽനിന്നു തന്നെ അവർക്കൊരു നേതാവു വേണമായിരുന്നു. കുട്ടിയുടെ പിതൃത്വം പോലും അവിടെ അവർക്കൊരു പ്രശ്നമാവുന്നില്ല. ഈ 'ഗർഭധാരണം മഹിമോടെ നിമിത്താ, അതിനെ സ്വാഗതം ചെയ്തേ പറ്റൂ' എന്നാണ് മോഹനന്റെ ആജ്ഞ. അതിനയാൾക്കുള്ള ന്യായം 'നാലുകെട്ടിലെ പരമ്പര എക്കാലോം നമ്മളെ ഭരിച്ചോരാ... കെട്ടിലമ്മേടെ ഈ സന്താനം നമ്മളെ നയിക്കും' എന്നാണ്

മൂന്നുമാസം നാലുകെട്ടിന്റെ ഇരുട്ടിൽ ഭ്രൂണം വളർന്നു. ഒരു നാൾ പുലർച്ചയ്ക്ക് കന്നും കലപ്പയുമായി പാടത്തേക്കു തിരിക്കുന്ന കൃഷിക്കാർ പനങ്കാട്ടിനു മുകളിൽ, ഒരൂക്കൻചുഴിയിൽ മത്സ്യങ്ങളെപ്പോലെ കഴുകൻമാർ തുഴഞ്ഞു ചുറ്റുന്നതു കാണുന്നു. പനങ്കാട്ടിലേക്കു ചെന്നപ്പോൾ അവിടെ രാമൻ മാരാർ ചത്തു കിടക്കുന്നു. കഴുത്തു ഞെരിച്ചതിന്റെ പാടുകൾ, നെഞ്ചിൽ ചെറിയൊരു മുറിവ്, ചോരയത്രയും വാർന്നുപോയിരിക്കുന്നു. ശവം കിടന്നിടത്തുനിന്ന് അവിടവിടെ ചോരയിറ്റിയ ഒരു മെഴുകുതാര കണ്ട് കൃഷിക്കാർ അതിനെ പിൻപറ്റി നടന്നപ്പോൾ എത്തിച്ചേർന്നത് നാലുകെട്ടിന്റെ പടിപ്പുരയിലാണ്. അകത്തുനിന്ന് വേട്ടനായ്ക്കളുടെ ഓരിയിടൽകേട്ട് ഇതു ദുർദേവതകളുടെ വിളയാട്ടമാണെന്നു പറഞ്ഞ് അവർ പിൻവാങ്ങുന്നു. എന്നാൽ, പരേതന്റെ അനുജൻ ചാത്തുമാരാർക്കു സ്വസ്ഥനാവാൻ കഴിയുന്നില്ല. പിറ്റേന്നു രാത്രിയിൽ നന്നായി മദ്യപിച്ചു ധൈര്യം വരുത്തി അയാൾ പനങ്കാട്ടിൽ ഒളിച്ചിരിക്കുകയാണ്. അങ്ങനെയിരിക്കുമ്പോൾ ചാത്തുമാരാരാണ് ഗ്രാമത്തിലാദ്യമായി ആ കാഴ്ച കാണുന്നത്. പാതിരാക്ക് രാപ്പക്ഷികളുടെ വിപൽസ്വരത്തിനൊപ്പം മൃദുവായ ഒരു പളുങ്കുഗോളം പനങ്കാട്ടിലേക്ക് ഉരുണ്ടടുക്കുന്നു! കെട്ടിലമ്മയുടെ ഭ്രൂണമായിരുന്നു അത്. ഭ്രൂണത്തിന്റെ ആക്രമണത്തിനു വിധേയനായ

ചാത്തുമാരാർ ചോര വാർന്നു പോയതിന്റെ ബലഹീനതയുമായി പിറ്റേന്നു രാവിലെയാണ് വീടണയുന്നത്.

അതൊരു തുടക്കം മാത്രമായിരുന്നു. പിന്നീട് ഗ്രാമത്തിൽ മനുഷ്യരും വളർത്തു മൃഗങ്ങളും തുടർച്ചയായി ഭ്രൂണത്തിന്റെ ആക്രമണത്തിനു വിധേയമായി. നാളുകൾ ചെല്ലുന്തോറും മെഴുകുതാരകൾ എല്ലായിടത്തും തെളിഞ്ഞു തുടങ്ങി. ഇട്ടിലിലും ചവിട്ടടിപ്പാതയിലും വരമ്പിലുമെല്ലാം മെഴുകുതാരകൾ! അവയ്ക്കൊപ്പം വേട്ടനായ്ക്കളുടെ കാലടിപ്പാടുകളും കൂടി കണ്ടതോടെ ജനങ്ങൾ അവയുള്ള വഴിയിൽ നിന്ന് ഭയന്നുമാറി നടന്നു. അതിന്റെ രൂക്ഷഗന്ധം തിരിച്ചറിഞ്ഞ ഗ്രാമത്തിലെ പേറ്റിച്ചിയാണ് അത് ഗർഭപാത്രത്തിന്റെ ഒലിപ്പാണെന്ന് സ്ഥിരീകരിക്കുന്നത്.

ഗ്രാമത്തിൽ ഗ്രഹദേവൻമാർക്ക് മൗനമായപ്പോൾ നമ്പൂതിരിയും പണിക്കരും അയൽഗ്രാമത്തിലെ കാവിൽപോയി പ്രശ്നം വെച്ചുനോക്കുകയാണ്. കെട്ടിലമ്മയുടെ ഭ്രൂണമാണ് അക്രമങ്ങൾ ചെയ്യുന്നതെന്നും കൂടെയുള്ള വേട്ടനായ്ക്കൾ കാർന്നോന്മാരുടെ പ്രേതങ്ങളാണെന്നും രാശിചക്രം പറഞ്ഞുകൊടുത്തു. ബ്രഹ്മദത്തൻ നമ്പൂതിരിപ്പാട് ഈ പ്രകൃതിവിരുദ്ധ കളിയാട്ടത്തെ ഏറെ ഭയന്നു. അദ്ദേഹം ഉപാസനാമൂർത്തിയായ ദുർഗ്ഗാദേവിയെ പ്രാർത്ഥിച്ചുകൊണ്ടേയിരുന്നു. എന്നിട്ടും നാട്ടിൽ അക്രമവും അനീതിയും നടമാടി. മോഹനന്റെ നേതൃത്വത്തിലുള്ള ധനിക കൃഷിക്കാരുടെ മക്കൾ ഭ്രൂണത്തെ ഉപാസനാമൂർത്തിയാക്കി. തങ്ങൾ ചെയ്യുന്ന അക്രമങ്ങളെല്ലാം ഭ്രൂണത്തിന്റെ ഹിതമനുസരിച്ചാണെന്ന് അവർ വിളംബരമിറക്കി. കർഷകരുടെ ഭവനങ്ങളിൽ അവരുടെ തേർവാഴ്ച നടന്നു. പ്രായഭേദമില്ലാതെ കർഷക പെണ്ണുങ്ങളുടെ മേൽ അധിനിവേശം നടത്തി. 'ഭ്രൂണം നമ്മുടെ രാജൻ' എന്നു മുദ്രാവാക്യം വിളിച്ചുകൊണ്ട് ഗ്രാമത്തിന്റെ സ്ഥാപനങ്ങളത്രയും അവർ പിടിച്ചെടുത്തു. ഗ്രാമപഞ്ചായത്തിലെ വയോധികരായ സാമാജികരെ തല്ലിയോടിച്ച് പഞ്ചായത്തു മന്ദിരത്തിന്റെ ചുമരിൽ രണ്ട് എണ്ണച്ചായചിത്രങ്ങൾ സ്ഥാപിച്ചു. ഒന്ന്, സുന്ദരിയും സമൃദ്ധ ഗർഭയുമായ കെട്ടിലമ്മയുടെ നഗ്നചിത്രം. മറ്റേത്, പളുങ്കുകണ്ണുകളും നീരാളിക്കൈകളുമുള്ള അർദ്ധസുതാര്യമായ ഒരു ചളിയുരുളയുടെ ചിത്രവും. കെട്ടിലമ്മയുടെ ചിത്രത്തിനുമുമ്പിൽ നിന്നുകൊണ്ട് ചെറുപ്പക്കാർ തങ്ങളുടെ കാമത്തിന്റെ കടിഞ്ഞാണഴിച്ചുവിട്ടു. ഭ്രൂണത്തിന്റെ ചിത്രത്തിനുമുമ്പിൽ ഭ്രൂണമന്ത്രങ്ങളുരുവിട്ട് ധ്യാനിച്ചു. ഈ കാമവും ധ്യാനവും ഒരു മനോരോഗത്തിന്റെ തരംഗങ്ങളെപ്പോലെ അലച്ചുപടർന്ന് ഗ്രാമത്തെ ഗ്രസിച്ചു കൊണ്ടിരുന്നു.

രാത്രിമാത്രം പുറത്തിറങ്ങിയിരുന്ന ഭ്രൂണം കൂടുതൽ ശക്തനായി പകലിനേയും വരുതിയിൽ വെച്ചതോടെ ഗ്രാമം മുഴുവൻ ഭ്രൂണമന്ത്രങ്ങളാൽ മുഖരിതമായി. ഗ്രാമത്തിന്റെ തെരുവുകളിൽ പ്രത്യക്ഷപ്പെട്ട അതിന് മോഹനന്റെ നേതൃത്വത്തിൽ ധനിക കർഷകരുടെ ചെറുപ്പക്കാരായ മക്കൾ അകമ്പടിയായി. ഗ്രാമത്തിൽ കാലാകാലങ്ങളിലായി നിലനിന്ന പാരമ്പര്യ നന്മകളെയും സദാചാര സങ്കല്പങ്ങളെയും നിരോധിച്ചു. പകരം ഭ്രൂണത്തിനു മുദ്രാവാക്യം വിളിക്കാൻ പഠിച്ചാൽ മതിയെന്നായി. പ്രസവം

നിരോധിച്ചു. പകരം ഭ്രൂണങ്ങളെ ഓരോന്നിനെയും ഗർഭപാത്രത്തിൽ നിന്നു സ്വതന്ത്രമാക്കി. അവ ചളിയുരുളകളായി ഗ്രാമത്തിലെങ്ങും അലഞ്ഞുനടന്നു. അവയുടെ തൊലി സ്രവിപ്പിച്ച മഞ്ഞയും നീലയും കലർന്ന ഹീനരസായനങ്ങൾ ഗ്രാമത്തിലെ പാതകളിലെങ്ങും നിറഞ്ഞു.

എന്നും രാവിലെ ചുവന്ന മഞ്ചലിലേറി ഭ്രൂണം ചന്തസ്ഥലത്തുവരും. അതിന്റെ പിറകേ അർദ്ധസുതാര്യമായ കൊഴുപ്പുണ്ടകളായി ഭ്രൂണപ്പട. അവയ്ക്കും പിറകെ മുദ്രാവാക്യങ്ങളുമായി യുവസേന. അവർ ഗ്രാമ ത്തിന്റെ പ്രത്യയശാസ്ത്രങ്ങളെ തിരുത്തിയെഴുതാൻ തുടങ്ങി. സ്വയം വഴങ്ങാത്തവരെ ഭീഷണികൊണ്ടു വരുതിയിലാക്കി. എന്നിട്ടും വഴങ്ങാ ത്തവരെ ആഭിചാരം കൊണ്ടുമയക്കി. രണ്ടേ രണ്ടുപേർ മാത്രം ഒറ്റപ്പെട്ടു നിന്നു. ആ സാത്വികരായ വൃദ്ധൻമാർ, ബ്രഹ്മദത്തൻ നമ്പൂതിരിപ്പാടും രൈരുപ്പണിക്കരും, വേദമന്ത്രങ്ങൾകൊണ്ടും ഉപാസനാദികൾകൊണ്ടും ആപത്തുകളെ ചെറുത്തു നിൽക്കുകയായിരുന്നു. നിരന്തരമായ പ്രാർത്ഥനകൊണ്ടും ഉപാസനകൊണ്ടും സിദ്ധിച്ച കരുത്തോടെ പുതിയ അവതാരത്തോട് എതിരിടാൻ ചെന്ന ആ അർച്ചകനും ഗണകനും മുമ്പിൽ അവസാനം ഭ്രൂണപ്പട തോൽക്കുക തന്നെ ചെയ്തു. ഒരു കൃഷിത്തൊഴി ലാളിയുടെ കുടിലിൽ നഗ്നയായിക്കിടക്കുന്ന കൊല്ലപ്പെട്ട പെണ്ണിന്റെ തുട കളിലിരിക്കുന്ന ഭ്രൂണത്തോട് തന്റെ ഘനസ്വരത്തിൽ നമ്പൂതിരി ചോദി ക്കുന്നു. 'അവതാരമേ... ഈ കാട്ട്യേത് ശരിയായോ?' ആ ചോദ്യം കേട്ട് ഭ്രൂണം ചൂളി. അതിന്റെ വായിൽനിന്ന് അസ്പഷ്ടമായ ശാപസ്വരങ്ങൾ ഉയർന്നു. 'പിറക്കാത്ത കുഞ്ഞേ... നീയൊരു നേതാവല്ല... ദുർബലമായ ഭ്രൂണാ..' എന്ന നമ്പൂതിരിയുടെ വാക്കുകളിൽ ഭ്രൂണത്തിന്റെ സകല അഹന്തയും തകരുകയാണ്. ഭ്രൂണം കരഞ്ഞു. 'മകനേ... നിന്റെ അമ്മ യുടെ ഗർഭപാത്രത്തിലേക്കു മടങ്ങൂ...' എന്ന പുരോഹിതന്റെ ആഹ്വാന ത്തിൽ ഉണർന്നെണീറ്റ് ഭ്രൂണം പടിക്കലേക്കിഴഞ്ഞു. അതോടെ ഇച്ഛാ ശക്തി നഷ്ടപ്പെട്ട കൊച്ചുഭ്രൂണങ്ങൾ ഇരുന്നു കരഞ്ഞു. യുവസൈനി കർ ഗർഭസ്ഥ ശിശുക്കളെപ്പോലെ നിസ്സഹായരായി ചുരുണ്ടിരുന്നു. കാല ചക്രത്തിന് അതിന്റെ പൊഴിഞ്ഞുപോയ ആണി തിരിച്ചുകിട്ടി.

അപൂർവ്വവും അസാധാരണവുമായ ആഖ്യാന ചാരുതയുള്ള കഥ യാണ് ഭ്രൂണം. ഒരു യക്ഷിക്കഥ വായിക്കുന്ന ഉത്സുകതയോടെ വായിച്ചു പോവാൻ കഴിയുന്ന ഒന്ന്. വിജയനുമാത്രം സാധ്യമാവുന്ന മെറ്റഫറു കളുടെ ഏറ്റവും മനോഹരമായ കോറിയിടലുകൾ ഈ കഥയിൽ കാണാം. വായിച്ചാലും വായിച്ചാലും മതിയാവാത്ത ഒരു രസനീയത അതി നുണ്ട്.' കഥ ആരംഭിക്കുന്ന ഭാഗം തന്നെ നോക്കൂ..

'നാലുകെട്ടിനകത്ത് അട്ടിയിട്ടു കിടന്ന ഇരുട്ടിന്റെ പ്രാചീനമായ കുളിരായിരുന്നു. മുകളിൽ, പഴുത്തു പൊട്ടാനിരിക്കുന്ന കുരുപോലെ, വെങ്കലത്താഴികക്കുടം. അതിനും മുകളിൽ, ചരിത്രാതീത യുഗത്തിലെ വൻചിലന്തികളെപ്പോലെ കമാനം കുത്തിയ നൂലുകൾ' ഭ്രൂണത്തിന്റെ പ്രതാപം അസ്തമിക്കുന്നതോടെ ഈ പ്രൗഢിക്കു പോറലേൽക്കുന്നതും കഥയിലുണ്ട്. 'ഏഴാം ദിവസം നാലുകെട്ടിനുമുകളിൽ മേഘങ്ങൾ

കറുത്തിരുണ്ടു. താഴികക്കുടത്തിൽ ഇടിവാളുവീണു. കമാനം കുത്തിയ നൂലുകൾ, ചരിത്രാതീതകാല ചിലന്തികൾ, തീപിടിച്ചു. കത്തിയെരിഞ്ഞ അവയുടെ നീരുകൾ പുകച്ചുഴികളായി ചൂളം വിളിച്ചു.'

മറ്റൊരിടത്തു ഭ്രൂണത്തിന്റെ വരവിന്റെ നിമിത്തങ്ങളെ കഥ ഇങ്ങനെ അടയാളപ്പെടുത്തുന്നു. 'ആകാശത്തിൽ നക്ഷത്രങ്ങളുടെ നിമിത്തങ്ങൾ ആളിത്തെളിഞ്ഞു. എന്നാൽ ഗ്രാമത്തിന് അവയെ കാണാൻ കഴിഞ്ഞില്ല. അവയ്ക്കിടയിൽ ഒരു മറ, ഭീമമായ ഒരു ഗർഭപാത്രത്തിന്റെ തൊകിലാട'. എന്നാൽ ഭ്രൂണത്തിന്റെ മരണവും ഭ്രൂണപ്പടയുടെ നാശവും കഴിഞ്ഞ് ഗ്രാമം അതിന്റെ കാലചക്രത്തിലേക്ക് തിരിച്ചെത്തിയനേരം രൈരുപ്പണിക്കരുടെ പ്രശ്നപ്പലകയിൽ തെളിഞ്ഞത് 'തൊകിൽക്കുടയുടെ മേലാപ്പ്, ഗർഭകോശത്തിന്റെ പൈശാചം, വിണ്ടുകീറി ആകാശത്തിലലിഞ്ഞൊടുങ്ങി' എന്നാണ് വിജയനെഴുതുന്നത്. കെട്ടിലമ്മയുടെ ഗർഭധാരണ നിമിത്തങ്ങളെ രേഖപ്പെടുത്തുമ്പോൾ ഒരിടത്ത് 'നിന്നുപോയ ആർത്തവത്തെപ്പോലെ അമ്പലക്കുളത്തിന്റെ നീരുറവ് പൊടുന്നനെ വറ്റി' എന്നാണ് പ്രയോഗിച്ചിരിക്കുന്നത്.

അധികാരവും പ്രത്യയശാസ്ത്രങ്ങളും ഒരു പുലരിയിൽ പെട്ടെന്നുദിക്കേണ്ടതല്ലെന്നും അതിനു മൂക്കാനും പരുവമാകാനുള്ള കാലവും സാഹചര്യവും വേണ്ടിവരുമെന്നും അല്ലാത്തപക്ഷം അതു പക്വതയില്ലാത്ത പ്രവർത്തനങ്ങളുടെ ആവേശത്തിമിർപ്പിലേക്കു മൂക്കും കുത്തിവീണ് അപകടങ്ങൾ ക്ഷണിച്ചു വരുത്തുമെന്നും 'ഭ്രൂണം' എന്ന കഥ നമ്മളോടു പറയുന്നുണ്ട്. പാരമ്പര്യങ്ങളുടെ അറിവും ആത്മബലവും കൊണ്ട് ക്ഷമാപൂർവ്വം നേരിട്ടാണ് അത്തരം ഭീഷണികളെ മറികടക്കേണ്ടതെന്ന ഗുണപാഠവും ഈ കഥയിലുണ്ട്. ഭരണത്തിലെ വികൃതമായ കുടുംബാധിപത്യത്തെ പ്രതീകവൽക്കരിക്കുകയാണ് ഇതിലെ നാലുകെട്ടും കെട്ടിലമ്മയും ഭ്രൂണവും അവരെ നെഞ്ചേറ്റുന്ന യുവസൈനികരുമെല്ലാം. ഫ്യൂഡൽ വ്യവസ്ഥയുടെയും മതാധിപത്യത്തിന്റെയും ജാതിമേൽക്കോയ്മയുടെയുമൊക്കെ അടിത്തറകൾക്കു കാലം പ്രഹരമേല്പിക്കുമ്പോൾ അതിന്റെയെല്ലാം വീണ്ടെടുപ്പിനായി പൊതുവെ ദുർബലമായ സമൂഹങ്ങൾക്കു മേൽ അത്തരം സ്ഥാപനങ്ങൾ ഉണ്ടാക്കിയെടുക്കുന്ന അതിജീവനതന്ത്രങ്ങളാണ് ഭ്രൂണങ്ങൾ. കാലദേശങ്ങൾക്കപ്പുറത്തേക്കു നീളുന്ന സാധ്യത ഈ കഥയ്ക്കുണ്ടെന്നു പറയുന്നത് അതുകൊണ്ടാണ്. ഏതുകാലത്തോടും സംസാരിക്കാനുള്ള ഒരു ത്രാണി അതിന്റെ ദർശനമാണ്. 'ശരീരത്തിനെയും മനസ്സിനെയും കാലത്തിലേക്കു തുറന്നിട്ടാൽ ഏതു മനുഷ്യനുമുണ്ടാകാവുന്ന അറിവുകൾ മാത്രമാണ് എന്റെ ദർശനങ്ങൾ എന്ന് ഒ.വി. വിജയൻ മുമ്പേ പറഞ്ഞിട്ടുണ്ടല്ലോ.

ഭാഗം മൂന്ന്

ജനറൽ

നിഷേധിയായ സംന്യാസി

സച്ചിദാനന്ദൻ

ധർമപുരാണത്തിലൊരിടത്ത് ദേശസ്നേഹം നമ്മിൽ നിന്നാവശ്യപ്പെടുന്നത് കുട്ടികളുടെ കൊലപാതകമാണെന്ന തിരിച്ചറിവ് സിദ്ധാർത്ഥനെ ശ്വാസം മുട്ടിക്കുന്നുണ്ട്. മനുഷ്യന്റെയോ മൃഗത്തിന്റെയോ അല്ലാത്ത, ഇണയുടെയോ സന്തതിയുടെയോ അല്ലാത്ത ഒരു ശബ്ദം ഓർമയുടെ ഇരുണ്ട താഴ്‌വാരങ്ങളിലൂടെ നൂറ്റാണ്ടുകളിറങ്ങി വന്ന് അവനെ അലട്ടുന്നുണ്ട്. ചരിത്രത്തിന്റെ നപുംസകസ്വരമാണത്. വിജയന്റെ സർഗപ്രവർത്തനങ്ങൾക്കെല്ലാം മുകളിൽ നാൾതോറും കൂടുതൽ കൂടുതൽ അയുക്തികമാംവിധം ഹിംസാത്മകമാവുന്ന ഒരു ലോകത്തെച്ചൊല്ലിയുള്ള ഗംഭീരമായൊരുദ്വിഗ്നത കറുത്ത നിഴൽ വീഴ്ത്തുന്നുണ്ട്. വിപ്ലവങ്ങൾ ശീർഷാസനത്തിൽ നിൽക്കുന്ന, ദൈവത്തിന്റെയും മതത്തിന്റെയും ദേശത്തിന്റെയും വംശത്തിന്റെയും ഭാഷയുടെയും പേരിൽ നിയുക്തികമായ, കോമാളിത്തമോ ദുരന്തമോ എന്ന് തിരിച്ചറിയാനാകാത്ത, സംഘർഷങ്ങളും യുദ്ധങ്ങളും അരങ്ങേറുന്ന പോറ്റിയ മണ്ണ് ചാവുനിലമാവുമ്പോൾ അത് വിട്ടോടേണ്ടിവരുന്ന അഭയാർത്ഥികളുടെ അനന്തപ്രവാഹങ്ങൾ നിറഞ്ഞ, രക്തപങ്കിലമായ ഒരു യുഗത്തിന് സാക്ഷ്യം വഹിക്കേണ്ടിവരുന്ന ബുദ്ധിജീവിയുടെ ഉഗ്രവ്യഥയാണത്. ബലിക്കല്ലിൽ വാളിനുകീഴിൽ തല വെച്ചുകിടക്കുന്ന കുട്ടികൾക്കുവേണ്ടി കരയണമോ മനുഷ്യചരിത്രത്തിന്റെ നാറാണത്തുമലയിൽനിന്ന് അത് സൃഷ്ടിച്ച വീരപുരുഷന്മാരുടെ ദൗർബല്യം കണ്ടു ചിരിക്കണമോ എന്ന് അദ്ദേഹത്തിനൊരിക്കലും തീർച്ചപ്പെടുത്താനായില്ല. വിജയന് ആശ്വാസങ്ങളില്ലായിരുന്നെന്ന് പറഞ്ഞുകൂടാ. മാർക്സിലും ഗാന്ധിയിലും അദ്ദേഹം വിശ്വസിച്ചു. കാരുണ്യത്തിലൂടെയുള്ള പരിവർത്തനത്തിൽ വിശ്വസിച്ചു. ആണ്ടുകൾ ചെന്നപ്പോൾ ഏറ്റവും ഏകാകിയായ മനസ്സിനെപ്പോലും പ്രോജ്ജ്വലിപ്പിക്കുന്ന നാമശൂന്യമായ പ്രപഞ്ചസത്തയിൽപ്പോലും വിശ്വസിച്ചു. പക്ഷേ, ഈ വിശ്വാസങ്ങൾ അദ്ദേഹത്തിന്റെ വിഷാദനിർഭരമായ ഉത്കണ്ഠ വർധിപ്പിച്ചതേയുള്ളൂ: മരണാനന്തരമുള്ള കോമാളിജീവിതങ്ങളിൽ പ്രതിഫലിച്ച മാർക്സിന്റെയും ഗാന്ധിയുടെയും വിചിത്രവിധിയെക്കുറിച്ച്, സ്വയം സൃഷ്ടിച്ച മിഥ്യകൾക്കായി അന്യോന്യം പോരടിക്കുന്ന പാവം മാനവഹൃദയങ്ങളെക്കുറിച്ച്, മതഭ്രാന്തരുടെ കൈയിൽ വിദ്വേഷത്തിന്റെയും

ഹിംസയുടെയും ആയുധമായി മാറുന്ന കരുണാർഹമായ ദൈവത്തെക്കുറിച്ച്, ഈ ദ്വന്ദ്വാവബോധത്തിൽ നിന്നുളവായതാണ് വിജയന്റെ നിർമ്മമവും വ്യാസതുല്യവുമായ ചിരി.

മാർക്സും സരമാഗോയും മലയാളിയുടെ നിത്യാഹാരമാകുന്നതിനും ഏറെ മുമ്പാണ് വിജയൻ 'ഖസാക്കിന്റെ ഇതിഹാസ'ത്തിലൂടെ തന്റെ വായനക്കാരെ ഇന്ദ്രജാലംകൊണ്ടു വശീകരിച്ചത്. അതിന്റെ രീതിയെ മാജിക് റിയലിസമെന്ന് ചിലർ പേരിട്ടത് പില്ക്കാഴ്ച മാത്രമായിരുന്നു. വിശേഷിച്ചും മൂലകൃതി പ്രസിദ്ധീകരിച്ച് രണ്ടു പതിറ്റാണ്ടുകൾ കഴിഞ്ഞു മാത്രം പ്രകാശിപ്പിച്ച ഇംഗ്ലീഷ് പരിഭാഷയുടെ വായനക്കാർ. ആ ഇടവേളയിലാണല്ലോ ലാറ്റിനമേരിക്കൻ മാന്ത്രികർ ഇന്ത്യൻ സഹൃദയരെ വശപ്പെടുത്തിയത്. ഈ അസംബന്ധത്തിന്റെ മറുവശമായിരുന്നു ഏകാധ്യാപകവിദ്യാലയമുള്ളതുകൊണ്ട് വിജയൻ വായിക്കാത്ത ബംഗർവാടിയെന്ന മറാഠി നോവലിന്റെ അനുകരണമാണ് 'ഖസാക്കെ'ന്ന ചില അസൂയാലുക്കളുടെ വൃഥാവാദം. അതിന് മലയാളികൾ മറുപടി കൊടുത്തത് വാദിക്ക് നിത്യവിസ്മൃതിയും പ്രതിക്ക് അനശ്വരതയും വിധിച്ചുകൊണ്ടാണ്. മുപ്പതിലേറെ പതിപ്പുകളിലൂടെ മുണ്ടശ്ശേരി 'മധുരനാരങ്ങ പോലെ വിറ്റുതീരുന്ന'തായി വിശേഷിപ്പിച്ച ചങ്ങമ്പുഴയുടെ 'രമണനെ' അനുസ്മരിപ്പിച്ച് 'ബംഗർവാടിയുടെ അനുകരണ'ത്തെ മലയാളത്തിലെ ബെസ്റ്റ് സെല്ലറാക്കിക്കൊണ്ട്!

'ഖസാക്കിന്റെ ഇതിഹാസം' പരമ്പരയായി പ്രസിദ്ധീകരിച്ചുപോന്ന മാതൃഭൂമിയുടെ ഓരോ ലക്കത്തിനുമായി കാത്തിരിക്കാറുള്ളത് എനിക്കോർമ്മയുണ്ട്. ആ വാഗ്‌വിസ്മയങ്ങൾക്കായി, രവിയും അപ്പുക്കിളിയും മുങ്ങാങ്കോഴിയും മൈമുനയും അള്ളാപ്പിച്ചയും നൈജാമലിയും കുട്ടാടൻ പൂശാരിയും ജീവിക്കുന്ന സയ്ദ്മിയാൻ ഷെയ്ഖിന്റെ ചത്ത കുതിരയുടെ കുളമ്പടികൾ പനങ്കാറ്റിൽ മുഴങ്ങുന്ന ആ സമാന്തരലോകത്തിന്റെ രതി-വിരതികൾ നിറഞ്ഞ ബദൽജീവിതത്തിനായി എന്റെ തലമുറ ഓരോ ആഴ്ചയും തരിച്ചു കാത്തിരുന്നു. കൂമൻകാവിൽ ബസ്സിറങ്ങുന്നതു മുതൽ സർപ്പത്തിന്റെ വൽസലദംശനമേറ്റ് ഖസാക്കിന്റെ ഇളംപുല്ലിലെ മഴയിൽ വീണ്ടും ബസ്സു കാത്തുകിടക്കുംവരെയുള്ള രവിയുടെ പാപ-പ്രായശ്ചിത്തങ്ങളുടെയും ഭക്തി-മുക്തികളുടെയും ഇതിഹാസം ഇന്ന് ശരാശരി വായനക്കാരന് മനഃപാഠമാണ്. മലയാളത്തിന്റെ ആഖ്യാനശൈലിയെ അട്ടിമറിച്ച ആ വാചകങ്ങളുൾപ്പെടെ, മൂന്ന് യുദ്ധങ്ങളുടെ കഥാകാരനിൽനിന്ന് പ്രതീക്ഷിക്കാവുന്നതായിരുന്നില്ല ആ അദ്ഭുതം.

നോവലിനെയും ജീവിതത്തെയും കുറിച്ചുള്ള സ്ഥിതസങ്കല്പങ്ങളെ അത് പിടിച്ചുകുലുക്കി. യുവപഠിതാക്കളെ അത് ഹരംകൊള്ളിച്ചു. യാഥാസ്ഥിതികർക്കും ഭാവുകത്വത്തെ സംബന്ധിച്ചിടത്തോളം യാഥാസ്ഥിതികരായിരുന്ന 'പുരോഗമന'കാരികൾക്കും അതു ദഹിപ്പിക്കാനായില്ല. അയുക്തികത, നിരാശതാവാദം, ലൈംഗിക അരാജകത്വം: കുറ്റപ്പട്ടിക ദീർഘമായിരുന്നു. എല്ലാ ആധുനികകൃതികളെക്കുറിച്ചും അന്നുണ്ടായിരുന്ന പതിവ് ആരോപണവുമുണ്ടായിരുന്നു: ദുർഗ്രഹത! പക്ഷേ, ദുർഗ്രഹമായ ആധുനികകൃതികൾ സുഗ്രഹമായ ഇതരകൃതികളെക്കാൾ

കൂടുതലായി ആളുകൾ വാങ്ങുകയും വായിക്കുകയും ചെയ്യുന്നത് സ്വയം പീഡനസുഖത്തിനാണോ എന്ന് അന്നും ഇന്നും എനിക്ക് വ്യക്തമല്ല. വിവേകികളേതായാലും അതൊരു ക്ലാസിക്കാണെന്ന്, അത് മലയാള നോവലിൽ സി.വി.ക്കും ബഷീറിനും ശേഷം ഒരു നവയുഗം ഉദ്ഘാടനം ചെയ്യുന്നുവെന്ന് അതിവേഗം തിരിച്ചറിഞ്ഞു.

പാലക്കാടൻ ഗ്രാമജീവിതത്തെക്കുറിച്ചുള്ള ഒരു നാച്ചുറലിസ്റ്റ് ആഖ്യാനം മാത്രമായി അവസാനിക്കാമായിരുന്ന ഒരു കൃതിയെയാണ് വിജയന്റെ ഭാവനയും ഭാഷയും മിത്തിന്റെ തലത്തിലേക്കുയർത്തിപ്പൊലിച്ചത്. ഐതിഹ്യവും യാഥാർഥ്യവും അതിരുകളില്ലാതെ പരസ്പരം അലിഞ്ഞു ചേരുന്ന അതിന്റെ നെയ്ത്ത്, അതിന്റെ കാവ്യാത്മക തീക്ഷ്ണത, കറുത്ത ഫലിതം, രതിയും വൈരാഗ്യവും, പാപവും പ്രായശ്ചിത്തവും, വാസനയും സംസ്കാരവും, കാമാതുരതയും, അസ്തിത്വ വിഷാദവും, പ്രാകൃതവും ഉദാത്തവും, ദൈനംദിനത്തിന്റെ പാരുഷ്യവും, വേദാന്തത്തിന്റെ നിർലേപതയും, സാമൂഹികവും വൈയക്തികവും, സ്വാഭാവികതയും സർറിയലിസവും ഒന്നിനൊന്നു തൊട്ടിരിക്കുന്ന അതിന്റെ ഭാവമണ്ഡലം, സ്ഥല കാലങ്ങളിൽ യഥേഷ്ടം സഞ്ചരിക്കുന്ന അതിന്റെ ആഖ്യാനഘടന, എല്ലാറ്റിലുമുപരി ഭാഷയെ ഒരു വാദ്യവൃന്ദം പോലെ ഉപയോഗിച്ചുകൊണ്ട് ഭാഷണഭേദങ്ങളിലൂടെയും ശൈലീഭിന്നതകളിലൂടെയും മൗലികപദസംയുക്തങ്ങളിലൂടെയും ഒരു പുതുപുത്തൻ ആഖ്യാനഭാഷ രൂപവൽക്കരിക്കുന്ന കഥനസമ്പ്രദായം. ഇവയെല്ലാം ചേർന്ന് സൃഷ്ടിച്ചതായിരുന്നു 'ഖസാക്കിന്റെ ഇതിഹാസ'ത്തിന്റെ സമഗ്രാഘാതം. വിഷാദികളും സംശയഗ്രസ്തരുമായിരുന്ന ഒരു തലമുറയുടെ മുഴുവൻ ജന്മനാടിന്റെ പേരായിരുന്നു ഖസാക്ക്. അവർ ആ കൃതിയുടെ പുനർവായനകളിലൂടെ പലകുറി രവിയായി ജനിച്ച് മൃതിയുടെ നീല ലഹരിയിൽ ഈറൻ മണ്ണിൽ മുഖമുയർത്തി. എവിടെനിന്നാണ് വിജയൻ ഈ മന്ത്രവാദമഭ്യസിച്ചതെന്ന് തീർച്ച കൊള്ളുക വയ്യ.

ബൃഹത്കഥയും കഥാസരിത്സാഗരവും ബൃഹത്കഥാമഞ്ജരിയും പഞ്ചതന്ത്രവും ജാതകകഥകളും വിക്രമാദിത്യൻ കഥകളുമുൾക്കൊള്ളുന്ന ഇന്ത്യയുടെ വിസ്മയകരമായ വാമൊഴിക്കഥാപാരമ്പര്യത്തിൽ നിന്നോ? മാനുഷികവും മനുഷ്യാതീതവുമായ കഥാപാത്രങ്ങളും സംഭവങ്ങളും സന്ദർഭങ്ങളും നിറഞ്ഞ പുരാണങ്ങളിൽനിന്നോ, ഒരു ചരിത്രഘട്ടത്തിലെ മനുഷ്യചിന്തയുടെ അധിത്യകകളായ ഉപനിഷത്തുകളിൽനിന്നോ, ചരിത്രസന്ദർഭങ്ങളെ വിധിയുടെ മഹാനാടകത്തിനു കരുക്കളാക്കി ഒരു ഭാഷയിൽ പലഭാഷ സൃഷ്ടിച്ച സി.വി.യിൽ നിന്നോ, നർമനിർഭരമായ നിസ്സംഗനിരീക്ഷണങ്ങൾകൊണ്ട് ഗ്രാമത്തിൽനിന്ന് പെറുക്കിയെടുത്ത കഥാപാത്രങ്ങളെ ഐതിഹ്യങ്ങളാക്കി മാറ്റിയ ബഷീറിൽ നിന്നോ, സ്വിഫ്റ്റും മാർക്ട്വൈനും മുതൽ ജോയ്സും ഡി.എച്ച്. ലോറൻസും ഫോക്ക്നറും ഓർവെല്ലും ലോറൻസ് ഡ്യൂറെയും വരെയുള്ള പാശ്ചാത്യനോവൽ പാരമ്പര്യത്തിൽ നിന്നോ? ഖസാക്കിന്റെ ചൈതന്യത്തിനു പിന്നിൽ ഈ ഊർജസംഭരണികളെല്ലാം പ്രവർത്തിച്ചിരിക്കാം. ഇന്നത്തെ ഏത് വലിയ മലയാളി എഴുത്തുകാരനും/കാരിക്കുമുണ്ടല്ലോ

കേരളീയവും ഭാരതീയവും അന്തർദേശീയവുമായ മൂന്ന് പൈതൃകങ്ങൾ. പ്രധാന കാര്യം അവയിൽ നിന്ന് അയാൾ/അവൾ എന്ത് സൃഷ്ടിക്കുന്നു എന്നതാണ്. വിജയൻ ആരെയും അനുകരിക്കാതെ എല്ലാറ്റിന്റെയും ആത്മാവുൾക്കൊണ്ടു. ഖസാക്കിലേക്ക് ടിക്കറ്റ് ചോദിച്ചുവന്ന അസ്തിത്വ വിഷാദിയായ ചെറുപ്പക്കാരനെക്കുറിച്ചൊരു കഥയുണ്ട്. അയാൾക്ക് ആ സ്ഥലം യഥാർഥമായിരുന്നു. പിന്നീട് ആ ചെറുപ്പക്കാരന് സ്റ്റേഷൻ മാസ്റ്റർ തസ്രാക്കെന്ന പാലക്കാടൻ ഗ്രാമത്തിലേക്ക് ടിക്കറ്റ് കൊടുത്തു എന്ന താകാം കഥയുടെ രണ്ടാം ഭാഗം. എന്റെ ആഗ്രഹം ഒരിക്കലും തസ്രാക്ക് സന്ദർശിക്കാനിടവരല്ലേ എന്നാണ്. അവിടത്തെ യഥാർഥമായ പനകളിൽ മിയാൻ ഷെയ്ഖിന്റെ കുതിരക്കുളമ്പടികളില്ല. അവിടത്തെ യഥാർത്ഥ അപ്പുക്കിളിക്ക് ആ വിദ്യയെക്കുറിച്ചൊന്നുമറിയില്ല. അവിടെ ഞങ്ങളുടെ രവി താമസിക്കുന്നുമില്ല. രാമന്റെ ജന്മസ്ഥലം അയോധ്യയിലും കൃഷ്ണ ന്റേത് മഥുരയിലും അന്വേഷിച്ചുപോകുന്ന ചെറുബുദ്ധികൾക്കേ അത്തരം തീർഥാടനങ്ങൾ ആവശ്യമുള്ളൂ. എനിക്ക് എന്റെ 'ജ്വാല'യുടെ ഖസാക്കു പതിപ്പിൽ എം. വി. ദേവൻ വരച്ച രവിയും അള്ളാപ്പിച്ചയും മൈമുനയും മുങ്ങാങ്കോഴിയും അപ്പുക്കിളിയും നൈജാമലിയും മതി.

മേതിൽ രാധാകൃഷ്ണനും കോവിലനും കെ.പി. നിർമൽകുമാറും എൻ. എസ്. മാധവനും ഖസാക്കിനോട് പ്രതികരിച്ച ആ ലക്കം കിട്ടിയ പ്പോഴാണല്ലോ ഞാൻ അന്നോളം നേരിട്ട് കണ്ടിട്ടില്ലാതിരുന്ന വിജയൻ വികാരാധീനനായി 'overwhelmed' എന്ന് എനിക്ക് കമ്പിയടിച്ചത്! 'നോബൽ പ്രൈസിനേക്കാൾ വലിയ സമ്മാനം എന്ന് അതേക്കുറിച്ച് പിന്നീടെഴുതിയത് വിജയനോ നിർമൽകുമാറോ എന്നോർമയില്ല. കുറേ ക്കഴിഞ്ഞ് ഞാൻ തീവ്രവാദികളുടെ അനുഭാവിയാണെന്ന് കേട്ടപ്പോൾ "കവിയും മൃദുഭാഷിയുമായ സച്ചിദാനന്ദനെപ്പോലും ഒരു പോൾ പോട്ടാ ക്കാൻ കമ്യൂണിസത്തിന് കഴിഞ്ഞുകൂടെന്നില്ലെന്ന് വിജയൻ ഒരു ഇംഗ്ലീഷ് ലേഖനത്തിൽ-ഹിന്ദുവിൽ എന്നോർമ-എഴുതിയപ്പോൾ എന്റെ മുറി നിറയെ തലയോടുകൾ അട്ടിയിട്ടിരിക്കുന്നത് സങ്കല്പിച്ച് ഞാൻ പൊട്ടി ച്ചിരിക്കുക മാത്രമല്ല ചെയ്തത്. കമ്യൂണിസ്റ്റ് പ്രയോഗത്തിനകത്തെ ഫാഷിസത്തെക്കുറിച്ച് സ്റ്റാലിൻ, പോൾപോട്ട്, ചൗഷസ്ക്യൂ, എൻവർ ഓജാ, കുറെയൊക്കെ ലെനിനും മാവോയുംപോലും, പിന്നെ ഈയിടെ ലിബറലുകളാൽ തോൽപ്പിക്കപ്പെട്ട നമ്മുടെ സ്വന്തം ചെറുസ്റ്റാലിന്മാർ- കൂടുതൽ ജാഗരൂകനാവുക കൂടിയാണ്. പിന്നെ ഞാൻ ആ പൊട്ടിച്ചിരി ചിരിച്ചത് വിജയന്റെ നമ്പൂതിരി കാർട്ടൂൺ കഥാപാത്രം മാർക്സിസ്റ്റ് ലെനി നിസ്റ്റ് പാർട്ടിയിലെ രണ്ട് ലൈൻ സമരക്കാലത്ത് "ലിൻപിയാവോ ചെർപ്പ ശ്ശേരീലോ?" എന്ന് ചോദിച്ചപ്പോഴാണ്. ചൈനീസ് ചെയർമാൻ നമ്മുടെ ചെയർമാനായിരുന്നല്ലോ!

വിജയൻ പക്ഷേ, ഖസാക്കിൽ തളഞ്ഞുകിടന്നില്ല. പിന്നെ പതിനഞ്ചു വർഷം കഴിഞ്ഞുമാത്രം പുസ്തകരൂപത്തിൽ വന്ന, പുസ്തകത്തിനും പത്തുവർഷം മുമ്പേ പരമ്പരയായി പ്രസിദ്ധീകരിക്കാൻ തയാറായ ധർമ പുരാണം മറ്റൊരുതരം വായനയാണാവശ്യപ്പെട്ടത്. 1975ൽ മലയാളനാടിൽ പ്രസിദ്ധീകരിക്കുമെന്ന് പരസ്യം ചെയ്യപ്പെട്ടിരുന്ന ധർമപുരാണം 77 ലാണ്

പ്രസിദ്ധീകരിച്ചു തുടങ്ങിയത്. 75 ജൂൺ 25ന് പ്രഖ്യാപിക്കപ്പെട്ട അടിയന്തരാവസ്ഥ ഇടപെട്ടതുകൊണ്ട്. “ചരിത്രം നമ്മെ കടത്തിവെട്ടി” എന്ന് അന്ന് വിജയനെഴുതിയത് ഞാനോർക്കുന്നു. അടിയന്തരാവസ്ഥക്കാലത്തെ സംവാദങ്ങളിലൂടെയാണ് വിജയനുമായി-അതിലേറെ ആനന്ദുമായും-ഞാൻ കൂടുതലടുക്കുന്നത്. ഞാൻ സ്വന്തം രാഷ്ട്രീയസമീപനങ്ങളെ വിചാരണ ചെയ്ത കാലവുമായിരുന്നു അത്. അടിസ്ഥാന ജനാധിപത്യ സ്വാതന്ത്ര്യങ്ങളുടെ യഥാർത്ഥമൂല്യം തിരിച്ചറിഞ്ഞ, സമഗ്രാധിപത്യരൂപത്തിലുള്ള കമ്യൂണിസത്തോടുള്ള വിയോജിപ്പ് വർധിച്ച, ഗ്രാംഷിയുടെയും റോസാ ലക്സംബർഗിന്റെയും ചിന്തകൾക്ക് ലെനിന്റേതിനെക്കാൾ എത്ര ചെറുപ്പമായിരുന്നുവെന്ന് കണ്ടെത്തിയ കാലം. അടിയന്തരാവസ്ഥക്കാലത്ത് തീർത്തും ഉറക്കം നഷ്ടപ്പെട്ടവരായിരുന്നു, മറ്റനേകമാളുകളെപ്പോലെ, ഞങ്ങൾ. പരിധികൾക്കകത്തുനിന്ന് കാർട്ടൂൺ രചന സാധ്യമല്ലെന്ന് പ്രസ്താവിച്ച് വിജയൻ സ്റ്റേറ്റ്സ്മാനിൽ കാർട്ടൂൺവര നിർത്തി. പക്ഷേ, കലാകൗമുദിയിലെ “ഇത്തിരി നേരമ്പോക്ക് ഇത്തിരി ദർശനം” എന്ന രേഖാചിത്ര പരമ്പരയിലൂടെ അദ്ദേഹം അടിയന്തരാവസ്ഥയെ നിശിതമായി വിമർശിച്ചു. ‘എണ്ണ’ യും ‘അരിമ്പാറ’ യും പോലുള്ള പ്രതീകാത്മക കഥകളിലൂടെ ആ രാഷ്ട്രീയത്തിന്റെ ഭീകരത തുറന്നുകാട്ടി. സമയത്ത് പുറത്തുവന്നിരുന്നുവെങ്കിൽ താക്കീതും പ്രവചനവുമാകുമായിരുന്ന ‘ധർമപുരാണം’ ഇപ്പോൾ ഒരു കുറ്റവിചാരണ പോലെ തോന്നി. ഒരേകാധിപതിയുടെ ശരത്കാലത്തെ ധർമദർശനത്തിന്റെ വിശിഷ്ട ഭാഷയും വിസർജ്യ വിജ്ഞാനീയത്തിന്റെ പരുഷശൈലിയും ഇടകലർത്തിയുപയോഗിച്ച് ‘ധർമപുരാണം’ ഇതിഹാസമാക്കി. രാഷ്ട്രീയ ആക്ഷേപഹാസ്യം ഇതിനെക്കാൾ തീവ്രമായി മുമ്പ് മലയാളത്തിലാരും എഴുതിയിട്ടില്ല. വി.കെ. എന്നിനു മാത്രമാണ് ആ മഹാസിദ്ധി ഉണ്ടായിരുന്നത്. എന്നാൽ ധർമപുരാണത്തിലെ സമാന്തരാഖ്യാനം അതിന്റെ സ്വഭാവം വ്യത്യസ്തമാക്കുന്നു.

ഇംഗ്ലീഷിൽ വിജയന്റെ തന്നെ പരിഭാഷയിൽ ‘ധർമപുരാണം’ പുറത്തു വന്നപ്പോൾ ഖുഷ്വന്ത് സിംഗ് പറഞ്ഞു. “പെട്ടെന്ന് വായിച്ച് മറക്കാവുന്ന തരം നോവലല്ല ഇത്. ഡേവിഡ് സെൽബേൺ പ്രതികരിച്ചു. “അപകടകരമായ സാധനം, അസ്ഥിയോളം ആഴത്തിൽ മുറിവേല്പിക്കുന്നത്.” ‘ധർമപുരാണ’ മെഴുതുന്ന പ്രവൃത്തിയെ വിജയൻ സ്വയം വിശേഷിപ്പിച്ചത് താൻ ആവർത്തിക്കാനാഗ്രഹിക്കാത്ത ഒരു ‘വിമലീകരണ’മായിരുന്നു അതെന്നാണ്. ‘ഖസാക്കി’നുനേരെ നെറ്റി ചുളിച്ചവർ ധർമപുരാണത്തെയും വെറുതെ വിട്ടില്ല. സാഹിത്യകാര്യങ്ങളിൽ എന്നും ആദ്യം വിഡ്ഢിത്തം പറയുന്നതിൽ ജാഗ്രത പ്രകടിപ്പിച്ചിട്ടുള്ള നമ്മുടെ ഇടതുപക്ഷനേതാക്കൾ ‘ധർമപുരാണ’ത്തിൽ ‘സാമ്രാജ്യത്വ നിലപാടാ’ണ് കണ്ടുപിടിച്ചത്. (ഹൊ, എം. ഗോവിന്ദൻ മുതൽ അരുന്ധതീ റോയ് വരെ എത്ര ‘സാമ്രാജ്യത്വചാരന്മാരെ’യാണ് ഇടതുപൊലീസ് പൊക്കിയത്!)

‘ധർമപുരാണ’ത്തിനുശേഷമുള്ള കാലത്ത് വിജയന്റെ ആശ്രമസന്ദർശനങ്ങൾ വർധിച്ചു എന്നാണ് കേട്ടിട്ടുള്ളത്. സ്വതവേ അരക്ഷിതത്വ

ബോധവും പലതരം ഭീതികളും വേട്ടയാടിയിരുന്ന വിജയന് ശാന്തിഗിരിയിൽ ആശ്വാസം ലഭിച്ചിട്ടുണ്ടാകാം. മറ്റനേകം സഹലേഖകരെപ്പോലെ ഞാനും വിജയന്റെ സംശയകാലത്തെ വിശ്വാസകാലത്തെക്കാൾ ഓമനിക്കുന്നയാളാണ്. വിജയൻ മരിച്ചയുടൻ പോത്തൻകോട്ടാശ്രമമാണ് വിജയനെ വിജയനാക്കി മാറ്റിയതെന്ന മട്ടിൽ-അവിടെ ശരണം പ്രാപിച്ചാൽ ഏത് പോത്തും വിജയനാകുമെന്ന മട്ടിൽ- ഹിന്ദുവിൽ പരസ്യം പോലൊരു ലേഖനം കണ്ടപ്പോൾ ഞങ്ങളിൽ പലർക്കും വിഷമം തോന്നി. അസത്യം ആർക്കും ശാന്തി നല്കാനിടയില്ലല്ലോ. വിജയൻ തന്റെ ഏറ്റവും നല്ല കഥകളും നോവലുകളും കാർട്ടൂണുകളും രചിച്ചത് നിരന്തരമായ ആ ആശ്രമസമ്പർക്കത്തിന് മുമ്പാണെന്ന് കരുതുന്ന എന്നെപ്പോലുള്ളവർക്ക് വിജയന് ലഭിച്ച ശാന്തിയിൽ ധൈഷണികമായ ഒരു മരവിപ്പുകൂടി ഉണ്ടായിരുന്നില്ലേ എന്ന സംശയമുണ്ടായാൽ അദ്ഭുതമില്ല. അതേസമയം 'ഗുരുസാഗരം', 'മധുരം ഗായതി', 'പ്രവാചകന്റെ വഴി', 'തലമുറകൾ' എന്നീ കൃതികളെയും അക്കാലത്തെഴുതിയ കഥകളെയും ആത്മീയതയുടെ മുദ്രകുത്തി വലിച്ചെറിയുന്നതിനോടും എനിക്ക് യോജിക്കാനാകുന്നില്ല.

ദസ്തയെവ്സ്കിയെയും കസൻദ്സാക്കീസിനെയും പൗലോ കോലോയെയും ഖലീൽ ജിബ്രാനെയും എലിയറ്റിനെയും ബ്ലെയ്ക്കിനെയും പോലെ എത്രയോ എഴുത്തുകാരിൽ പ്രകടമായ ആത്മീയതയുണ്ട്. തന്നെയുമല്ല ഈ കൃതികൾ ഒരു വശത്ത് വിജയൻ സൃഷ്ടിച്ച ഭാഷയെയും രൂപപരമായ അദ്ദേഹത്തിന്റെ അന്വേഷണത്വരയെയും മുന്നോട്ടുകൊണ്ടുപോവുകയും ദേശീയവും അന്തർദേശീയവുമായ ചരിത്രത്തിലെ അനവധി മുഹൂർത്തങ്ങൾക്ക്-ബംഗ്ലാദേശ് യുദ്ധം, ഡൽഹിയിലെ സിഖുകാരുടെ കൂട്ടക്കൊല, ഇമ്റേനാഗിയെപ്പോലെ സോവിയറ്റ് വ്യവസ്ഥാവിമതരുടെ കൊലപാതകം, ജർമനിയിലെ യഹൂദ വംശഹത്യ തുടങ്ങി എത്രയോ- സാക്ഷ്യം വഹിക്കുകയും ഹിംസയ്ക്കും സമഗ്രാധിപത്യത്തിനുമെതിരെ പക്ഷം പിടിക്കുകയും ചെയ്യുന്നുണ്ട്. വൈരം മറന്ന് ഒന്നിച്ചു ജീവിക്കുകയല്ലാതെ നമുക്ക് വഴിയില്ലെന്ന് ആവർത്തിക്കുന്നുണ്ട്. പരിസ്ഥിതി വിനാശത്തിനെതിരെ പ്രകൃതിയുടെയും മനുഷ്യന്റെയും ഭാഗത്തുനിന്ന് കുതറുന്നുണ്ട്.

വിജയന്റെ കൊണ്ടാടപ്പെടുന്ന, കൊണ്ടാടപ്പെടേണ്ട മാസ്റ്റർപീസ്, 'ഖസാക്കിന്റെ ഇതിഹാസം' തന്നെ. എന്നാൽ ഭാഷയിലെ ശരാശരി നോവലുകളിൽ നിന്നെത്രയോ ഉയരത്തിലാണ് വിജയന്റെ മറ്റോരോ നോവലും. 'വിജയന്റെ കഥകൾ', 'അശാന്തി', 'ഒരു നീണ്ട രാത്രിയുടെ ഓർമ്മയ്ക്കായി', 'കാറ്റു പറഞ്ഞ കഥ', 'കടൽത്തീരത്ത്', 'ബാലബോധിനി' എന്നിങ്ങനെ സമാഹരിക്കപ്പെട്ട വിജയന്റെ കഥകളാകട്ടെ ചെറുകഥയുടെ ഒട്ടനവധി സാധ്യതകളുടെ കലാപരമായ സാക്ഷ്യങ്ങളാണ്. 'ചെമ്മീനും', 'ഇരിങ്ങാലക്കുട'യും പോലുള്ള കാർട്ടൂൺ കഥകൾ മുതൽ പാറകൾപോലുള്ള ദാർശനികരചനകളും 'കടൽത്തീരത്ത്' പോലുള്ള ഉദ്വിഗ്നഗാഥകളും 'എണ്ണ' പോലുള്ള രാഷ്ട്രീയ അലിഗറികളും അക്കൂട്ടത്തിലുണ്ട്. സ്വയം ഇംഗ്ലീഷിലേക്ക് പരിഭാഷ ചെയ്ത രണ്ട്

കഥാസമാഹാരങ്ങളും മൂന്ന് നോവലുകളും എഴുത്തുകാരനായ വിജയനെ ഇന്ത്യൻ വായനാസമൂഹത്തിന് പരിചയപ്പെടുത്താൻ സഹായിച്ചു. ചില പ്പോഴെങ്കിലും അന്തർദേശീയ ശ്രദ്ധ ചെലുത്താനും കാരണമായി. ആ പരിഭാഷകളിലദ്ദേഹമുപയോഗിച്ച സ്വാതന്ത്ര്യങ്ങളെ എൻ.എസ്. മാധവൻ ന്യായമായി വിമർശിച്ചിട്ടുണ്ട്. അവ പരിഭാഷകളെക്കാൾ പുനർരചന കളാണ്; വരുംവർഷങ്ങളിൽ പുതിയ പരിഭാഷകളുണ്ടാകാം.

കാർട്ടൂണിസ്റ്റെന്ന നിലയിൽ വിജയന് ലോകകാർട്ടൂൺ മേഖലയിൽ അദ്വിതീയമായ സ്ഥാനമുണ്ട്. മിതവും ശക്തവുമായ വരകൾ, കാഴ്ച ക്കാരനെ രസിപ്പിക്കുകയും തലയാട്ടിക്കുകയും ചെയ്യുന്നതിന് പകരം പ്രകോപിപ്പിക്കുകയും സംവാദത്തിന് ക്ഷണിക്കുകയും ചെയ്യുന്ന സമീ പനം, ദേശീയവും അന്തർദേശീയവുമായ രാഷ്ട്രീയപരിണതികളെക്കു റിച്ചുള്ള സൂക്ഷ്മജ്ഞാനം, കുറിക്കുകൊള്ളുന്ന വാക്കുകൾ, സാധാരണ കാർട്ടൂണിസ്റ്റിൽ നിന്ന് പ്രതീക്ഷിക്കാത്ത പ്രപഞ്ചവിവേകം, വലതു പക്ഷവും ഇടതുപക്ഷവുമായുള്ള നിരന്തരമായ സംവാദ-സംഘർഷങ്ങൾ ഇതെല്ലാം അവയെ ലോകരാഷ്ട്രീയത്തിലുള്ള ഒരു ദാർശനികന്റെ ഇട പെടലുകളാക്കി ഉയർത്തി. ഇന്ത്യക്കകത്തും പുറത്തുമുള്ള ഇംഗ്ലീഷ് പ്രസിദ്ധീകരണങ്ങൾക്കായി ദേശീയവും സാർവദേശീയവുമായ സന്ദർഭ ങ്ങൾ കൈകാര്യം ചെയ്യുമ്പോഴും മലയാളിയുമായി നിരന്തരമായ ഒരു സംവാദം അദ്ദേഹം നിലനിറുത്തി. തനിക്ക് അനുഭാവമുണ്ടായിരുന്ന ഇടതു പക്ഷത്തെ വിശേഷിച്ചൊരു ജാഗ്രതയോടെ പരിഹസിച്ചു.

'ഇന്ദ്രപ്രസ്ഥ' മുൾപ്പെടെയുള്ള വിജയന്റെ കോളങ്ങൾ-എട്ടൊമ്പത് സമാഹാരങ്ങളിൽ ശേഖരിക്കപ്പെട്ടവ-വിജയന്റെ ജനാധിപത്യജാഗ്രതയുടെ സാക്ഷ്യങ്ങളാണ്. തന്റെ കവിതാമയമായ ഭാഷ രാഷ്ട്രീയക്കോമാളി കളെക്കുറിച്ചെഴുതാൻ ദുരുപയോഗപ്പെടുത്തുകയല്ലേ എന്ന് തോന്നിച്ച സന്ദർഭങ്ങളുണ്ട്. വീക്ഷണങ്ങളോട് വിയോജിച്ച സന്ദർഭങ്ങളുണ്ട്. പക്ഷേ, വർഗീയവാദത്തിന് വിജയൻ ഒരിക്കലും കീഴ്പ്പെട്ടില്ല-ഹിംസാവാദത്തിനും സമഗ്രാധിപത്യത്തിനുമെന്നപോലെ തന്നെ. ഹിംസയുടെ എല്ലാ രൂപ ങ്ങൾക്കുമെതിരായ പ്രതിരോധം കൈ തളരും വരെ വിജയൻ തുടർന്നു. ഗാന്ധി വിഭാവനം ചെയ്ത പോലുള്ള ഒരാത്മീയ രാഷ്ട്രീയം അവ്യക്ത മായെങ്കിലും വിജയൻ സങ്കല്പിച്ചിരിക്കാം, ചിലപ്പോഴദ്ദേഹത്തിൽ ഇടർച്ച കളായി തോന്നിച്ചത് ഈ അവ്യക്തതകളായിരുന്നുവെന്ന് കരുതാനാണ് എനിക്കിഷ്ടം. അപ്പോഴും ഹൈന്ദവനും അതിഹൈന്ദവനും തമ്മിലുള്ള അന്തരം അദ്ദേഹത്തിനറിയാമായിരുന്നു. തന്റെ പ്രത്യക്ഷമായ പ്രശാന്തത ക്കടിയിലദ്ദേഹം അമർത്തിവെച്ച സംശയങ്ങളും ചോദ്യങ്ങളുമാണോ രോഗമായി വന്ന് വിജയനെ പതുക്കെപ്പതുക്കെ തളർത്തിക്കളഞ്ഞത്? അറിയില്ല; അറിയുകയുമില്ല. ഇപ്പോഴദ്ദേഹം 'പത്മാസന'ത്തിലാണല്ലോ.

മീനും കപ്പലും

ഇ.പി. രാജഗോപാലൻ

ഒ.വി. വിജയൻ എന്ന ജീവിതം മലയാളികൾക്ക് ഒരൊറ്റ ബിംബമായി അനുഭവപ്പെടാനിടയില്ല. 'ഒരു യുദ്ധത്തിന്റെ ആരംഭം' എന്ന നാട്ടുചരിത്ര കഥ ചൂഷണതന്ത്രങ്ങളുടെ കഥയായി എഴുതിയ ഒരു വിജയനുണ്ട്. വിസ്മയിപ്പിക്കുന്ന ഭാഷാപ്രയോഗം വഴി വേറൊരു സൗന്ദര്യം അവതരിപ്പിച്ചുകൊണ്ടിരിക്കുന്ന 'ഖസാക്കിന്റെ ഇതിഹാസം' എഴുതിയയാൾ വേറൊരു ബിംബമാണ്. 'ധർമ്മപുരാണ'ത്തിൽ വിധ്വംസകനായ അധികാരാപ്രഗഥനം സാധിച്ചയാൾ; അടിയന്തരാവസ്ഥ എന്ന രണ്ടു കൊല്ലം നീണ്ട രാത്രിയുടെ ഓർമ്മയ്ക്കായി കഥകളെഴുതിയ പ്രതിരോധപ്രവർത്തകൻ; വൈകാരികത മാത്രമല്ല ധൈഷണികതയും വേണം സാഹിത്യത്തിനെന്ന തീർപ്പ് സർഗാത്മകമായി നടപ്പിലാക്കിയ എഴുത്തുകാരൻ; ഇന്ത്യൻ ഭാവനയുടെ സമഗ്രതയിലും സമകാലികതയിലും തികച്ചും വിശ്വസിച്ച ഒരു ദേശീയ പ്രതിഭ; സോവിയറ്റ് കമ്മ്യൂണിസ്റ്റ് പാർട്ടിയുടെ പ്രവർ ത്തനങ്ങളെയും അതിന്റെ ദേശീയാനുകരണങ്ങളെയും തുടരെ വിമർശിച്ച രാഷ്ട്രീയചിന്തകൻ; ഇ.എം.എസ്സിന്റെ സംവാദാത്മകതയുടെ ദിശ സഗൗരവം തിരിച്ചറിഞ്ഞ മലയാളി; കാർട്ടൂൺ, സർഗാത്മക സാഹിത്യം, രാഷ്ട്രീയാപഗ്രഥനം, ആത്മലേഖനം എന്ന വിഭാഗീകരണത്തെ ഏതാണ്ട് മുഴുവനായും തിരസ്കരിച്ച ധിഷണശാലി. ഒ.വി. വിജയന്റെ ജീവചരിത്രം വൈവിധ്യ-വൈരുദ്ധ്യങ്ങളുടെ കൂടാണ്. ആധ്യാത്മികതയുടെ വാക്കുകളിലും അനുഭവങ്ങളിലും തീർന്ന അവസാനത്തെ രണ്ടു പതിറ്റാണ്ടുകാലത്തെ ബദൽജന്മം കൂടിയാവുമ്പോൾ ഈ ചരിത്രം കൂടുതൽ കെട്ടുപിണഞ്ഞ ഒന്നാവുകയാണ്. അക്കാദമികമായ ന്യൂനീകരണ പ്രവചനങ്ങൾക്ക് കീഴ്പ്പെടുത്താനാവാത്ത കലാജീവിതമായിരുന്നു വിജയന്റേത് എന്നതാണ് ആ എഴുത്തുകാരന്റെ വലിയ വിജയം. പല പ്രത്യയശാസ്ത്രകളങ്ങളിലും നില്ക്കുന്ന മലയാളികൾക്ക് വിജയനിൽ തങ്ങളുടെ മുഖങ്ങൾ കാണാൻ കഴിഞ്ഞിട്ടുണ്ട്. വിജയനെക്കുറിച്ച് പ്രശംസയായും വിമർശനമായും ഇങ്ങനെ പറയാം.

'ഒരു യുദ്ധത്തിന്റെ ആരംഭം' വിജയൻ പിന്നീട് പലപ്പോഴും സഫലമായി ഏറ്റെടുത്ത അധികാരപഠനത്തിന്റെ ആദ്യമാതൃകയാണ്. ഒരു

ഗ്രാമത്തിന്റെ ജീവചരിത്രം അധികാരപഠനത്തിന്റെ ആദ്യമാതൃകയാണ്. ഒരു ഗ്രാമത്തിന്റെ ജീവചരിത്രം വർഗ്ഗകഥയായി കാണിക്കുകയെന്നത് പുരോഗമന സാഹിത്യ പ്രസ്ഥാനം അവതരിപ്പിച്ച ഘടനയാണ്. ഫ്യൂഡലിസത്തിൽനിന്ന് മുതലാളിത്തത്തിലേക്ക് ധനാധികാരം പരിണമിക്കുമ്പോൾ അദ്ധ്വാനത്തിലും സാമൂഹികബന്ധങ്ങളുടെ ചൂഷണക്രമത്തിലും വന്നുഭവിക്കുന്ന മാറ്റങ്ങളുടെ രേഖയായിട്ടാണ് ഈ കഥ തുടക്കംതൊട്ടേ വായിച്ചുവരുന്നത്. വിജയൻതന്നെ 'അതിസൗന്ദര്യം' എന്നു വിളിച്ച കലാപരമായ പൂർണ്ണതാവാദം (perfectionism) ഇതിലെ തൊഴിലാളിപ്രമേയത്തെ ബാധിക്കുന്ന തരത്തിലുമാണ്. ഒരേസമയം ഈ കഥയുടെ തുടർച്ചയും നിഷേധവുമാണ് 'ഖസാക്കിന്റെ ഇതിഹാസം'. ഫ്യൂഡലിസം സ്ഥിരരാശിയായിട്ടാണ് സ്ഥലത്തെ കണ്ടത്. മുതലാളിത്തവും അതിനോട് പ്രതികരിച്ചുണ്ടായ തൊഴിലാളിവർഗ്ഗ സംസ്കാരവും അദ്ധ്വാനത്തിന്റെ നിയമങ്ങളാൽ മാറുന്നതാണ് സ്ഥലം എന്ന സങ്കല്പം അവതരിപ്പിക്കുന്നത്. 'ഒരു യുദ്ധത്തിന്റെ ആരംഭം' വ്യക്തമാക്കുന്നതും ഈയൊരു കാര്യമാണ്. 'ഖസാക്കിൽ' പക്ഷേ, സ്ഥലം വീണ്ടും സ്ഥിരരാശി തന്നെയാകുന്നു. 'ഉദിക്കാത്ത അസ്തമിക്കാത്ത സന്ധ്യ കണക്കെയൊന്ന്'. 1969-ൽ ആധുനിക കേരളത്തിൽ, ഇങ്ങനെയൊരു സ്ഥലമില്ല - മാറുന്ന, ഇളകുന്ന സ്ഥലങ്ങളാണ് ഇവിടെയും രൂപപ്പെട്ടുകൊണ്ടിരുന്നത്. മുതലാളിത്തത്തിലെ ഇളക്കമാണത്. ഇതിനോടുള്ള വൈയക്തിക പ്രതിഷേധം കണക്കെയാണ് 'ഖസാക്ക്' എന്ന ഇടം വിജയൻ തുന്നിയുണ്ടാക്കുന്നത്. സർക്കാർ വിദ്യാലയം, രാഷ്ട്രീയകക്ഷികൾ എന്നിവയൊക്കെ അവിടെയുണ്ടെങ്കിലും അവയ്ക്ക് കാലത്തിന്റെ ഈ അചഞ്ചലസ്ഥലിയെ സ്പർശിക്കാനാവുന്നില്ല. നോവലിലെ ബഹുസ്വരത ഇളകുന്ന സമൂഹത്തിന്റെ ഭാഷാപരമായ പ്രതിനിധാനമാണ്. എന്നാൽ ഇതിനോട് പിണങ്ങുന്ന നിലയിലാണ് അവിടത്തെ കെട്ടിക്കിടക്കുന്ന കാലം. നവനാഗരികതയുടെ നൃശംസതകളോടുള്ള പ്രതികരണമായിട്ടാണ് വിജയൻ 'ഖസാക്ക്' പണിയുന്നതെങ്കിലും അത് ആത്യന്തികമായി ആ പ്രവൃത്തിയിൽ വിജയിക്കാതിരിക്കുന്നത്, അതിന്റെ ഭാഷാമാന്ത്രികതയ്ക്ക് മുഴുവനായും വഴങ്ങാത്ത വായനക്കാർക്കെല്ലാം ബോധ്യമായിട്ടുണ്ടാവാം. മുതലാളിത്തക്രമത്തിലെ വിദ്യാഭ്യാസം, കുടുംബജീവിതം, തുടർപഠനം എന്നീ അനുഭവങ്ങളുമായാണ് രവി വരുന്നത്. താൻ പാപിയാണെന്നയാൾക്ക് തോന്നുന്നു. പാപം എന്ന ഈ മാനസികാനുഭവത്തെ ധനതത്വശാസ്ത്രത്തിലേക്ക് വിവർത്തനം ചെയ്താൽ മുതലാളിത്തം എന്നു കിട്ടും. ഇതിൽനിന്നുള്ള മുക്തിക്കായിട്ടാണ് ശുദ്ധസ്ഥലി എന്ന് തോന്നുന്ന ഒരിടത്തേക്ക്, ഖസാക്കിലേക്ക്, അയാൾ വരുന്നത്. പക്ഷേ, അദ്ധ്വാനത്തിലും, സാഹോദര്യത്തിലും സമരസന്നദ്ധതയിലും വേരുള്ള മനുഷ്യബന്ധങ്ങളല്ല, അയാൾ അവിടെയും പണിയുന്നത്. പാപത്തിന്റെ ആത്മകഥ തുടരുകയാണ്. അപ്പുക്കിളി പ്രകൃതിയുടെ ആദിമസാരള്യത്തിന്റെ കിളിയാണ്- ഇമ്മട്ടൊരു പ്രകൃതിയും അവിടെയുണ്ട്. അവയോട് രവിക്ക് ചേരാൻ പറ്റുന്നുണ്ടെങ്കിലും സമകാലികമായ ജീവിതസമസ്യകൾക്ക്

അവയിലല്ല ഉത്തരമുള്ളത്. സ്വയം മാറാൻ രവി തയ്യാറല്ല എന്നതാണ് വാസ്തവം. അയാൾ പാപത്തിന്റെ അധിനിവേശത്തിൽ തുടരുകയാണ്. അതിന്റെ പരകോടിയാണ് ആത്മഹത്യ- പാപത്തിന്റെ യൂറോപ്യൻ പ്രതീകത്തിന്റെ ദംശനം.

മുതലാളിത്തത്തിലും അതിന്റെ ഭരണകൂട രൂപങ്ങളിലും കഴിയുന്ന യാൾക്ക് ഫലപ്രദമായ തെരഞ്ഞെടുപ്പ് (option) ഇല്ല എന്നാണ് 'ഖസാക്ക്' പറയുന്നതെങ്കിൽ 'ധർമ്മപുരാണ'ത്തിൽ ഒരു ബദൽനയം കണ്ടെത്തിയ എഴുത്തുകാരനാണ് ഉള്ളത്. അതിലെ അസാമ്പ്രദായികവും ആഘാത ജനകവുമായ അധികാര വിമർശനം പാപമാണ് വിധി എന്ന ഗത്യന്തരമി ല്ലായ്മയുടെ തത്ത്വശാസ്ത്രത്തിന് തികച്ചുമെതിരാണ്. 'ഖസാക്കി'ലേ ക്കാൾ ബഹുസ്വരതയുടെ സാന്നിധ്യം ന്യായീകരിക്കാവുന്നത് ഈ രണ്ടാം നോവലിലാണ്. അധികാരത്തിന്റെ ഏകസ്വരതയ്ക്കെതിരെയുള്ള ജനാ ധിപത്യവിശ്വാസത്തിന്റെ പ്രയോഗമാണ് അതിലെ ബഹുസ്വരത. 'ഖസാ ക്കി'ലെ സൗന്ദര്യം നിർമ്മാണ കൗശലത്തിന്റെ മൗലികമാതൃകയാ ണെങ്കിൽ ഇതിലെ സൗന്ദര്യവൈചിത്ര്യം രാഷ്ട്രീയവത്കൃതമായ പ്രയോഗമാണ്. സർഗാത്മകമായ ഹിംസയുടെ വേദിയാണ് 'ധർമ്മ പുരാണം.' ആ നോവലിൽ തുടർന്നുവന്ന അടിയന്തരാവസ്ഥകാലത്തിന്റെ പ്രത്യക്ഷാനുഭവങ്ങൾ കൂടിയായതോടെ, കൃത്യമായി വിലയിരുത്തപ്പെട്ടു. 'അരിമ്പാറ' പോലുള്ള അടിയന്തരാവസ്ഥക്കഥകൾ ഈ വിലയിരുത്ത ലിനെ പിന്തുണയ്ക്കുന്ന തെളിവുകളുമാണ്.

മുതലാളിത്തത്തിന്റെ വിമർശനമായി, എതിർപക്ഷമായി നില്ക്കുന്ന കമ്യൂണിസത്തിന്റെ സമകാലികാനുഭവങ്ങളിൽ വിജയന് വിശ്വാസം നഷ്ട പ്പെട്ടിരുന്നു. ''സോവിയറ്റ് ടാങ്കുകൾ ഹംഗറിയിലേക്കുരുണ്ട് പ്രാഗ്വസ ന്തത്തെ മെതിച്ചുകളഞ്ഞു'' വെന്ന നിരീക്ഷണം വിജയനിൽ ഒരു പ്രബല ചിഹ്നമായി (motif) ഏറെക്കാലം നിലനിൽക്കുകയുണ്ടായി. ലോകവൈരു ദ്ധ്യങ്ങളിൽ സാമൂഹികയാഥാർത്ഥ്യങ്ങളെ വായിച്ചെടുക്കുന്ന തന്റെ കാർട്ടൂൺ ഭാവനയ്ക്കൊന്നും ഈ വിജയനെ പ്രീണിപ്പിച്ചുനിർത്താനാ യില്ല. ചരിത്രത്തിന്റെതന്നെ ഹാസ്യചിത്രണം വിജയൻ ചെറുകഥകളി ലൂടെയും കാർട്ടൂണിലൂടെയും ഏറ്റെടുത്തുവെങ്കിലും അതിന്റെ സാമൂ ഹികബലത്തിൽ സ്വയം വിശ്വസിക്കാത്ത നിലയുണ്ടായി. ഇങ്ങനെ യൊരാൾക്ക് ആദ്ധ്യാത്മികത മാത്രമാവും അഭയമായിക്കിട്ടുക. മാർക്സി സത്തിന് തന്നെ അഗാധമായ ആത്മീയധ്വനികളുണ്ടെന്നും കലാനിർമ്മാ ണത്തിന് മാർക്സ് 'സ്പിരിച്വൽ പ്രൊഡക്ഷൻ' എന്നാണ് പേരിട്ടതെന്നും മറ്റുമുള്ള പ്രാഥമികാശയങ്ങൾ വിജയനെ പ്രീണിപ്പിച്ചില്ല.

പ്രകൃതി, കാരുണ്യം, സ്നേഹം, സ്വാതന്ത്ര്യം എന്നിവയുടെ കേവല രൂപങ്ങളെയാണ്, വിശദവും സ്വാംശീകൃതവുമായ ചരിത്രജ്ഞാനമുണ്ടാ യിട്ടും രവിയുടെ തുടർരൂപങ്ങൾ ആശ്രയിക്കുന്നത്. ശുദ്ധാനുഭവങ്ങളുടെ ചികിത്സയാണ് മുതലാളിത്ത നാഗരികതയുടെ രോഗങ്ങൾക്ക് വിജയൻ കുറിച്ചു കൊടുത്തത് 'മധുരം ഗായതി'യിലെ പരിസ്ഥിതിവാദം ചരിത്ര

ബാഹ്യമായ ഒന്നായി മാറുന്നത് ഇങ്ങനെയാണ്. ഒരാശ്രമം ഒരു micro-climate ആണ്. അവിടെ മാത്രമാണ് ജീവിതം എന്നുകണ്ടാൽ അശാന്തികളൊക്കെ ഒഴിഞ്ഞുപോകും. ആശ്രമം പ്രവർത്തിക്കാനുള്ള പണം എവിടെ നിന്നുണ്ടാകുന്നു എന്ന ചോദ്യം ചോദിക്കാൻ തുടങ്ങിയാൽ മതി ഒരു microclimate ലേക്ക് യഥാർത്ഥലോകത്തിന്റെ വ്യാപ്തിയിൽനിന്ന് വർഗ്ഗസംഘർഷങ്ങളുടെ താപം കടന്നുവരും. രണ്ടു നൂറ്റാണ്ടെങ്കിലുമായി ഇന്ത്യയിലെ ആത്മീയസ്ഥാപനങ്ങൾ രാഷ്ട്രീയാവസ്ഥകളുമായി ഏതെങ്കിലും തരത്തിൽ സംവാദസന്നദ്ധമായിരുന്നു എന്ന കാര്യവും താത്കാലികമായെങ്കിലും മറക്കാനാണ് വിജയൻ ആഗ്രഹിച്ചുപോന്നത്. എന്നാൽ നോവൽപോലെ ഒരു ബഹുസ്വരമാധ്യമം ആശ്രമത്തിന്റെ പ്രത്യയശാസ്ത്രത്തിനകത്ത് സാധ്യമല്ല. ജീവിതത്തിന്റെ ചിട്ടയില്ലായ്മയിലുള്ള ശ്രദ്ധകൊണ്ടേ ബൂർഷ്വാ നാഗരികതയുടെ മാധ്യമമായ നോവൽ ഉണ്ടാക്കാനാവൂ. അതിനാൽ നോവലിനായി വിജയൻ സാമൂഹികചരിത്രത്തിലേക്ക് വന്നു. 'തലമുറകൾ' എഴുതി- അതിന്റെ ആത്യന്തികമായ ഊന്നലുകൾ സമർപ്പിക്കാനായി ആദ്ധ്യാത്മികതയിലേക്ക് മടങ്ങിപ്പോവുകയും ചെയ്തു. നിരായുധീകരണം പോലുള്ള രാഷ്ട്രീയ പ്രമേയങ്ങളിൽ ഇടപെടുമ്പോഴും ഈ ശുദ്ധാനുഭവവാദം വിജയൻ കൈവിട്ടില്ല. നന്മകൾ ഏതെങ്കിലും പ്രസ്ഥാനത്തിന് കൈമാറി ചരിത്രത്തിലേക്കു പിൻവാങ്ങുകയാണ് മാർക്സിസത്തിന് കരണീയമായ കാര്യമെന്ന് എഴുതിയപ്പോഴും വിജയൻ ഗൗരവതരമായ രാഷ്ട്രീയ വിമർശനം മുന്നോട്ടുവെക്കുകയല്ല, തന്റെ മൗലികതാപ്രേമത്തിനു തെളിവു നല്കുകയാണ് ചെയ്തത്. മുതലാളിത്തത്തിന്റെ ക്രൗര്യങ്ങൾക്ക് മാർക്സിസം മറുപടിയാകുന്നില്ല എന്ന തോന്നലിൽനിന്നാണ് വിജയൻ ഇത്തരം ഭാവനാത്മക പ്രഖ്യാപനങ്ങളിലേക്കു വരുന്നത്. ഇത് കൊണ്ടാടിയത് ഇവിടത്തെ വലതുപക്ഷമാണെന്ന കാര്യം വേറെ. മലയാളത്തിലെ സാഹിത്യനിരൂപണം വിജയനോടെടുത്ത സമീപനങ്ങൾ നോക്കിയാലും ഇക്കാര്യം ബോധ്യപ്പെടും. കേവല സൗന്ദര്യവാദികൾ വിജയന്റെ ശൈലിയെ ഒറ്റയ്ക്കെടുത്ത് വാഴ്ത്തി. ആത്മീയതയുടെ കലാനുഭവങ്ങൾ തേടിയവരെയും വിജയൻ തൃപ്തരാക്കി. വലതു പക്ഷക്കാർക്കു വേണ്ടത് വിജയൻ കൊടുത്തു. വിജയന്റെ ഭാഷയുടെയും പ്രമേയത്തിന്റെയും ഗതിവിഗതികളെ വിപുലമായി അറിയാൻ ഇവർക്കൊന്നുമല്ല കഴിഞ്ഞത്. തങ്ങളുടെ ഇച്ഛകൾ വിജയനിൽ വായിക്കുക മാത്രമാണ് ഇവർ ചെയ്തത്. മറിച്ച് വിജയന്റെ യാത്രകളെ പ്രശ്നവത്കരിച്ച വായനകളാണ് ഈ എഴുത്തുകാരനെ ശരിക്കുമറിഞ്ഞവ. എൻ.എസ്. മാധവന്റെ ഖസാക്കിലെ സമ്പദ്വ്യവസ്ഥ, സച്ചിദാനന്ദന്റെ 'പാറകൾ' - ചില അടിക്കുറിപ്പുകൾ, ഇ.വി. രാമകൃഷ്ണന്റെ അക്ഷരവും ആധുനികതയും, വി.സി. ശ്രീജന്റെ അദൃശ്യരേഖകൾ, കെ. എം. നരേന്ദ്രന്റെ പാമ്പും വെള്ളവും പി. പവിത്രന്റെയും സുനിൽ പി. ഇളയിടത്തിന്റെയും ദീർഘപഠനങ്ങൾ തുടങ്ങി വളരെക്കുറച്ചെഴുത്തുകളിലേ ഈ സമീപനമുള്ളൂ. മറ്റ് നിരൂപണപഠനങ്ങളെല്ലാം ഭാഷാശൈലിയിലടക്കം ഏകതാനത പുലർത്തുന്നവയാണ്.

ഒരു ഉദാരമാനവികതാവാദിയുടെ ഉണർവുകളും ഉറക്കങ്ങളുമായിട്ടാണ് വിജയന്റെ സാഹിത്യം നില്ക്കുന്നതെന്ന് പറയാനാണ് ഇതുവരേക്കും ശ്രമിച്ചത്. ഉദാരമാനവികതാവാദികൾ സാഹിത്യത്തിൽ ധാരാളം ഉണ്ട്. എന്നാൽ അവർ നേടാത്ത സ്വീകാര്യത വിജയന്റെ നേടി. ഇത് യാദൃച്ഛികമേയല്ല. ബഹുസ്വരത എന്ന കലായാഥാർത്ഥ്യത്തെ ഏറ്റവും സമർത്ഥമായി സാധിച്ച മലയാളിയെഴുത്തുകാരൻ വിജയനാണ്. വർഗ്ഗപരമായ കലർപ്പാണ്, വാസ്തവത്തിൽ ബഹുസ്വരതയായി വിജയന്റെ സാഹിത്യത്തിൽ ഇടംനേടുന്നത്. വ്യതിയാനങ്ങളിൽ ആനന്ദിക്കുന്ന മധ്യവർഗ്ഗ ജീവിതത്തിന് വേണ്ടതൊക്കെ വിജയനിലുണ്ട്. വിപ്ലവം തൊട്ട് മോക്ഷംവരെ, ശാന്തിതൊട്ട് പാപംവരെ. ദാർശനികമായ ആധികാരികതയുടെ സ്വരംകൂടി ഈ ആഖ്യാനവൃന്ദത്തിനുണ്ടെന്ന് വന്നപ്പോൾ വിജയൻ ഗരിമയാർന്ന സാഹിത്യവ്യക്തിത്വം നേടുകയായിരുന്നു. ഒരു മധ്യവർഗ്ഗേതര സമുദായം വിജയനെ ഇങ്ങനെ അനുഗ്രഹിക്കുമെന്ന് തോന്നുന്നില്ല. മലയാളഭാഷയുടെ സാധ്യതകളെ വികസിപ്പിച്ചയാളെന്ന നിലയിലും അമിതാധികാരത്തിന്റെ സന്ദർഭങ്ങളെ സഗൗരവം തിരിച്ചറിഞ്ഞയാളെന്ന നിലയിലും വിജയൻ ഭാവിയിലും മാനിക്കപ്പെടും. പക്ഷേ, ഒരു ദളിതൻ, സ്ത്രീ സ്വത്വബലത്തോടെ 'ഖസാക്കിന്റെ' വായിക്കുമ്പോൾ എന്താണ് സംഭവിക്കുക? പുരോഗമന സാഹിത്യവും അടിസ്ഥാന വർഗ്ഗത്തിന്റെ ഫോക്‌ലോറും ആവിഷ്കരിച്ച അടിസ്ഥാന മനുഷ്യരുടെ ശീലിലാണ് 'കടൽത്തീരത്ത്' പോലൊരു രചന ശ്രദ്ധേയമായിത്തീരുന്നത്. പക്ഷേ, ഈ കഥ ചെന്നുചേരുന്നത് മതാത്മകതയിലാണ് ഇത്തരം വൈരുദ്ധ്യങ്ങൾ ഉണ്ട്. ഈ വൈരുദ്ധ്യങ്ങൾ കേരളീയ ജീവിതത്തിന്റെ ഇന്നത്തെ വാസ്തവങ്ങളാണെന്നതുകൊണ്ടാണ് വിജയൻ വ്യാപകമായ ശ്രദ്ധ നേടിയത്.

ഖസാക്കിന്റെ ചിത്രഭൂപടം

ഡോ. ഉമർ തറമേൽ

സ്ഥലം വെറും ഒരു ഭൂപ്രകൃതിയല്ല. ഒരു പ്രത്യേക ഭൂപ്രദേശത്ത് ജീവിക്കുന്ന മനുഷ്യർക്കിടയിലെ കൂട്ടായ്മയിലൂടെ രൂപപ്പെട്ടുവരുന്ന സംസ്കാരവും കൂടിച്ചേർന്നതാണ് അത്. പ്രകൃതി പ്രതിഭാസങ്ങളും, വിശ്വാസങ്ങളും അതിജീവന വിദ്യയും എല്ലാം ചേർന്ന് നിർമ്മിക്കുന്ന ഒരു ചരിത്ര രൂപവൽക്കരണത്തിലൂടെയാണ് ഒരു ദേശ സംജ്ഞ തന്നെ ഉണ്ടായിത്തീരുന്നത്. അതൊരു കലാസൃഷ്ടിയിലൂടെ പുനർജനിക്കുന്നുവെങ്കിൽ കൂടുതൽ ജീവസുറ്റത് ആകുമത്. ഉദാത്തീകരിക്കപ്പെടുന്ന സത്യവും ചരിത്രവുമായി മാറുന്നു അത്. ഒ.വി. വിജയൻ, 'ഖസാക്കിന്റെ ഇതിഹാസ' ത്തിലൂടെ അവതരിപ്പിക്കുന്ന തസ്റാക്ക് എന്ന പാലക്കാടൻ ഗ്രാമം ഓരോ മലയാളിയുടെയും മനോമണ്ഡലത്തിൽ സത്യത്തിന്റെയോ ചരിത്രത്തിന്റെയോ ഒരു ഉദാത്തരൂപമായി ജീവിക്കുന്നത് അങ്ങനെയാണ്.

കാൽ നൂറ്റാണ്ട് മുമ്പെഴുതിയ ഖസാക്കിന്റെ ഇതിഹാസത്തിലെ ഗ്രാമം തേടിച്ചെല്ലുന്ന ഒരു കലാകാരന്/വായനക്കാരന് അതിന്റെ ഫോസിൽ മാത്രമായിരിക്കും അവിടെ കാണാൻ കഴിയുക. വിജയന്റെ 'ലജന്ററി ഗ്രാമ'ത്തിനുമേൽ മറ്റൊരു ലജന്ററി ഗ്രാമസങ്കല്പംകൊണ്ട് ആ ഫോസിലിന് അപൂർവ്വ സുന്ദരമായ ഒരു അനുരൂപീകരണം ഉണ്ടാക്കിയെടുക്കുകയെന്നത് ക്ഷിപ്രസാധ്യമല്ല. വിക്ടർ ജോർജ്ജിന്റെ ഖസാക്ക് ഫോട്ടോകൾ ഓർമ്മിപ്പിക്കുന്നത് മറ്റൊന്നല്ല.

ഗാർസിയ മാർകിസിന്റെ 'ഏകാന്തതയുടെ നൂറുവർഷ'ങ്ങളിലെ മക്കൻദോ നഗരത്തെ ഡോക്യുമെന്റ് ചെയ്യാനെത്തിയ ഡൻ വെൽഡൻ എന്ന കലാകാരനെ കുഴക്കിയിരുന്ന പ്രശ്നങ്ങളെ ഓർക്കുന്നത് സാന്ദർഭികമായിരിക്കുമെന്ന് തോന്നുന്നു. മാർകിസ് തന്റെ ബാല്യകാലം ചെലവിട്ട അരാക്കറ്റക്ക എന്ന ഗ്രാമമാണ് എന്നും, കലാകാരന്റെ തന്നെ സാങ്കല്പക ഗ്രാമമാണതെന്നുമുള്ള ആശങ്കാകുലമായ പ്രശ്നങ്ങൾ സംവിധായകനെ അലട്ടുകയുണ്ടായി. യഥാർത്ഥത്തിൽ ഇത്തരം അർത്ഥശങ്കകളാണ് 'മൈ മെക്കൻദോ' എന്ന ഡോക്യുമെന്ററിയെ ജീവസുറ്റ ഒരു കലാസൃഷ്ടിയാക്കി മാറ്റിയത്.

ഖസാക്കിനെ (തസ്റാക്കിനെ) ഛായാഗ്രഹണം ചെയ്യുന്നതിന്റെ മുന്നോടിയായി ഏറെക്കാലം നോവലിലെ സ്ഥലത്തെ മനസ്സിലേറ്റി നടന്ന ഒരു കലാകാരനാണല്ലോ വിക്ടർ ജോർജ്ജ്. വിജയൻ അനുഭൂതമാക്കിയ എന്നാൽ ശാസ്ത്രസാങ്കേതിക ജീവിത മുന്നേറ്റത്തിലൂടെ രൂപാന്തരം വന്ന പുതിയ തസ്റാക്കിനെ അവഗണിച്ചുകൊണ്ട് പുതിയ കലാകാരന് ആ സ്ഥലം ചിത്രീകരിക്കുക അസാധ്യം. അതുകൊണ്ടുതന്നെ വിജയൻ നൽകുന്ന ഖസാക്കിന്റെ ഫോസിലിനെ ഉടച്ചുവാർക്കാതെ വയ്യ. ഇതിനു വേണ്ട ഒരു പാഠ(Text)മായിരിക്കാം പലരാലും സൂചിപ്പിക്കപ്പെട്ട വരകളും കുറിപ്പുകളും നിറഞ്ഞ വിക്ടറിന്റെ പ്രിയപ്പെട്ട 'ഖസാക്ക് പുസ്തകം.'

ചിത്രകാരനും കാർട്ടൂണിസ്റ്റും കൂടിയായ വിജയന്റെ ദൃശ്യചിത്രീകരണ വ്യഗ്രത ഖസാക്കിന്റെ വ്യവഹാര സാധ്യതയെ ഉദ്ദീപിപ്പിക്കുന്ന ഘടകമാണ്. ദേശ/സ്ഥല ചരിത്രത്തിന് ഊടും പാവും നൽകുന്നതിൽ വിജയനിലെ ചിത്രകാരന് അനന്യമായ പങ്കുണ്ട്. പുരാവൃത്തങ്ങളും ഐതിഹ്യങ്ങളും രാഷ്ട്രീയ സങ്കല്പനങ്ങളും കൊണ്ടുനിറഞ്ഞ ഖസാക്കിന്റെ ഭൂമിക തസ്റാക്കിന്റെ സ്ഥലപ്രകൃതിയുടെ ഒരു ഉദാത്തീകൃത ഘടന (Super Structure) യായിരിക്കും. ഏകാന്ത പ്രകൃതികളായ കരിമ്പനകൾ, ഖസാക്കിലെ വെളുത്ത മഴകൾ, രാജാവിന്റെ പള്ളിയും അതിനുള്ളിലെ ക്ലാവു പിടിച്ച ഇരുട്ടും, ചെതലിമലയും, മിയാൻ ഷെയ്ഖ് തമ്പുരാന്റെ കലവറയും, അവിടത്തെ കുളത്തിലെ പെൺപൂതങ്ങൾ, പതിനായിരം കൊല്ലക്കാലം രാവിരാവി പണിതതെന്ന് വിശ്വസിക്കപ്പെടുന്ന പള്ളി മിനാരങ്ങൾ, പൂതങ്ങൾ പാർക്കുന്ന അറബിക്കുളം, സർപ്പശിലകൾ, കുട്ടാടൻ പൂശാരിയുടെ ദൈവപ്പുരയും കോമ്പുരയും, പോതിയുടെ പുളിഞ്ചോട്, അപ്പുക്കിളി തുമ്പികളെ പിടിക്കുന്ന തോട്, മാധവൻ നായരുടെ തയ്യൽക്കട, അലിയാരുടെ ചായക്കട, അവിടത്തെ കടലമുറുക്ക്... അങ്ങനെ ഖസാക്കിന്റെ ചരിത്രത്തെ/ദേശത്തെ/സംസ്കാരത്തെ നിർമ്മിക്കുന്ന അനന്തസൂചകങ്ങളുടെ നിറയിടമാണ് ഖസാക്കിന്റെ ഇതിഹാസം. വിക്ടറിനെപ്പോലുള്ള സർഗ്ഗധനനായ ഒരു ഫോട്ടോഗ്രാഫർക്ക് കല നിർമ്മിക്കാൻ പോന്ന ഒരു ഭൂതത്താൻ കോട്ട മുഴുവനും ഇവിടെയുണ്ടല്ലോ. പറഞ്ഞിട്ടെന്തു കാര്യം? ഇപ്പറഞ്ഞതിന്റെ ഫോസിലുകൾ തസറാക്കിൽ എത്ര ബാക്കിയുണ്ട്? പ്രധാന പാഠത്തിൽ ഒരട്ടിമറി നടത്താതെ ഇതൊക്കെ എങ്ങനെ ചിത്രീകരിക്കും?

വിക്ടറിന്റെ ആംഗിളുകളെ ശ്രദ്ധേയമാക്കുന്ന കലയുടെ ഒറ്റപ്പെട്ട ചില ഗുണങ്ങൾ തിരിച്ചറിയേണ്ടതുണ്ട്. വാർത്താ ചിത്രങ്ങൾ നെയ്തെടുക്കുമ്പോൾപ്പോലും വിക്ടറിന്റേതായ സവിശേഷ മൊണ്ടാഷ് കൊണ്ട് ചിത്രങ്ങൾക്കും ഒരു കോമ്പോസിഷൻ രൂപപ്പെട്ടുവരുന്നത് കാണാം. സാധാരണ മൊണ്ടാഷ് സങ്കല്പങ്ങളെ തകർക്കുന്ന ഒന്നാണത്. രണ്ട് ദൃശ്യങ്ങളിലെ കാതലായ (Main stream) രണ്ട് ഘടകങ്ങളെയല്ല വിക്ടർ തന്റെ ചിത്രങ്ങളിൽ കോമ്പോസിഷന് വിധേയമാക്കുന്നത് എന്ന് കാണാം. മറിച്ച് ദൃശ്യത്തിലെ/സംഭവത്തിലെ അപ്രധാന പിന്നാമ്പുറങ്ങളെയാണ്

എന്നതത്രെ ശ്രദ്ധേയം. വിക്ടർ ആൽബത്തിലെ പ്രസിദ്ധ ചിത്രങ്ങളിലെല്ലാം പൊതുസവിശേഷതയായി ബോധ്യപ്പെടുന്നത് ഇതാണ്. (ഫംഗ്ഷണൽ ഫോട്ടോഗ്രാഫിയോട് വിപ്രതിപത്തിയുള്ളയാളായിരുന്നുവെന്നും കാട്ടിൽ ചെല്ലുമ്പോൾ അപൂർവ്വ പ്രാണികളെ കാണാനുള്ള കഴിവ് വിക്ടറിന് കൂടുതലായിരുന്നുവെന്നുമുള്ള സുഹൃത്തുക്കളുടെ നിരീക്ഷണങ്ങൾ മേൽസൂചിപ്പിച്ച വേറിട്ട കലാവിരുതിനെ ഒന്നുകൂടി അടിവരയിടുകയാണെന്നു തോന്നുന്നു). മൊണ്ടാഷിനെക്കുറിച്ചോ കോമ്പോസിഷനെക്കുറിച്ചോ ജന്യമായ ആലോചനയില്ലായ്മ നമ്മുടെ വാർത്താചിത്രങ്ങളെ എത്രമേൽ ഊഷരവും കലാദരിദ്രവുമാക്കിയിട്ടുണ്ടെന്നും കൂടി ഓർമ്മിക്കുന്നത് നന്ന്.

വിക്ടറിന്റെ വാർത്താചിത്രങ്ങൾപോലും, സാധാരണ വാർത്താചിത്രങ്ങൾ സൃഷ്ടിക്കുന്ന ഫംഗ്ഷണൽ ഫോട്ടോഗ്രാഫിയുടെയും അമചർ ഫോട്ടോഗ്രാഫിയുടെയും നടുമധ്യത്തിൽ സവിശേഷമായ ഒരു സ്ഥാനമുള്ളതാണ് എന്ന് കാണാവുന്നതാണ്. സാധാരണ കാണാറുള്ള വാർത്താചിത്രങ്ങളിൽ പലതും വാർത്തയുടെ ഏകകൊടി വീക്ഷണത്തിലധിഷ്ഠിതമാണ്. വാർത്തയെ ചരിത്രബാഹ്യമാക്കാനാണ് ഈ ദൃശ്യങ്ങൾ ശ്രമിച്ചുകൊണ്ടിരിക്കുന്നത്. ഈ പ്രവണതയ്ക്കെതിരെ ശക്തമായ ഒരു നിലപാട് വിക്ടറിന്റെ വാർത്താചിത്രങ്ങളിൽ പോലുമുണ്ട്. ദൃശ്യത്തിൽ മുൻഗണന നേടുന്ന പിന്നാമ്പുറ പ്രകൃതി വാർത്തയുടെ ചരിത്രത്തെക്കൂടി അനാവരണം ചെയ്യുന്നത് കാണാം. നിസ്വരുടെ/നിസ്വതയുടെ ദൃശ്യത്തെ കേവലം പകർത്തി വെക്കുന്നുവെന്നല്ല ഇപ്പറഞ്ഞതിന് അർത്ഥം. തിരഞ്ഞെടുക്കുന്ന ആംഗിളിനാണ് പ്രാധാന്യം. ഒരു ദൃശ്യത്തിന്റെ കേന്ദ്രത്തിൽ പതിയേണ്ടത് (അല്ലെങ്കിൽ ചിത്രത്തിന്റെ കണ്ണ്) എന്തെന്ന് തീരുമാനിക്കുന്നതിനെയാണല്ലോ വീക്ഷണകോണം എന്നു പറയുക. വിക്ടറിന്റെ നല്ല ചിത്രങ്ങൾ ഏതെടുത്ത് പരിശോധിച്ചാലും സാധാരണ ഛായാഗ്രഹകർ കാണുന്ന ദൃശ്യശകലങ്ങൾക്കപ്പുറം അവഗണിക്കപ്പെടുന്ന പിൻപുറ ശകലങ്ങൾ കേന്ദ്രസ്ഥാനത്ത് പതിയുന്നു. ചരിത്രസമ്മിശ്രമാക്കി വാർത്തകൾക്ക് പിറകിലെ ഓർമ്മയെ സജീവമാക്കുന്നു. 'ചന്തിക്കു മുറിവുള്ള അനാഥബാലൻ പൊലീസുകാരന്റെ കൈപിടിച്ച് നടന്നുപോകുന്ന ഫോട്ടോ' ഓർമ്മിക്കുക. യഥാർത്ഥത്തിൽ പോലീസുകാരനും കുട്ടിയും തമ്മിലുള്ള യാദൃച്ഛിക ബന്ധത്തിന്റെ വൈകാരിക കൗതുകത്തേക്കാളുപരി എതിരെ നടന്നുവരുന്ന സനാഥരായ അമ്മയും കുഞ്ഞും എന്ന ദൃശ്യത്തെ മൊണ്ടാഷ്‌വൽക്കരിക്കുന്നതിലൂടെയാണ് ഈ ചിത്രത്തിന്റെ പ്രാധാന്യം. ചരിത്രത്തിൽ എപ്പോഴും ഇടമുള്ള/വാർത്താവിപണി എപ്പോഴും പരിഗണിക്കുകയും ചിലപ്പോഴൊക്കെ ആഘോഷിക്കുകയും ചെയ്യുന്ന സനാഥദൃശ്യം മങ്ങിയ (Fade) കോണിലാണ് എന്നതത്രെ ആദ്യ ദൃശ്യത്തിനെ കൂടുതൽ കരുത്തോടെ കുടിയിരുത്താൻ പ്രയോജകീഭവിക്കുന്നത്. ചരിത്രത്തെ/ഓർമ്മയെ ഒതുക്കി മറ്റൊന്നിനെ സ്ഥാപിക്കാൻ വ്യഗ്രപ്പെടുന്ന മാധ്യമയാഥാർത്ഥ്യത്തെ തിരിച്ചറിയലാണിത്. കിണറ്റിൽ കുടുങ്ങിയ ആന, പെരിയാർ

തീരത്തെ വാവുബലി, കുടിയിറക്കം, രക്തവും മാംസവും, ഗ്യാലറിയിലിരുന്ന് മക്കളെ പ്രോത്സാഹിപ്പിക്കുന്ന അമ്മ, ഇടിയുന്ന കിണർ, സിറ്റി ഓഫ് ജോയ്... എന്നിങ്ങനെ ഏതുചിത്രമെടുത്താലും കഠിനമായ ഭൂതകാല യാഥാർത്ഥ്യവും വർത്തമാന ദുരന്തവും തമ്മിലേറ്റുമുട്ടുന്ന ചരിത്രപ്രകൃതി ദർശനീയമാണ്. സാധാരണ വാർത്താഫോട്ടോഗ്രാഫിയിൽ പ്രാധാന്യം നേടാറുള്ള വസ്തു/കഥാപാത്രമുഖം വിക്ടറിന്റെ ചിത്രങ്ങളിൽ പിൻനിരയിലേക്ക് തള്ളപ്പെടുകയും അതിനെ നിർമ്മിക്കുന്ന മറ്റു വസ്തുക്കൾക്ക് പ്രാമുഖ്യം കൈവരികയും ചെയ്യുന്നു. വാവുബലിയിലെ മനുഷ്യരല്ല, പിന്നാമ്പുറ വസ്തുക്കളാണ് ആംഗിളിൽ പ്രഥമ പരിഗണനീയമായിത്തീരുന്നത്. ആനയല്ല, തുമ്പിക്കൈയും എക്സകവേറ്ററിന്റെ ബീഭൽസകോരികയും തമ്മിലുള്ള മുഖാമുഖത്തിലാണ് കിണറ്റിൽ വീണ ആനയുടെ ദൃശ്യം അസാധാരണമായിത്തീരുന്നത്. അനിതാസൂദിന്റെ അമ്മയുടെ മുഖത്തേക്കാളുപരി അവരുടെ വൻപേശികളാണ് ചുറ്റുമുള്ള നിർവ്വികാര മുഖങ്ങൾക്കിടയിൽ ചിത്രപരിസ്ഥിതിയായി കേന്ദ്രസ്ഥാനത്ത് പതിയുന്നത്. 'സിറ്റി ഓഫ് ജോയ്' യിലെ വൃദ്ധയാചകിക്ക് മുഖമേയില്ല. ഇടിയുന്ന കിണറ്റിലെ പാരിസ്ഥിതിക ദുരന്തത്തെ അർത്ഥപൂർണ്ണമാക്കുന്നത് ഒരറ്റത്ത് പതിഞ്ഞ തിരിഞ്ഞുനടക്കുന്ന ഒരു അമ്മയുടെയും കുഞ്ഞിന്റെയും അവ്യക്തദൃശ്യമത്രെ. മൊണ്ടാഷിൽ ചരിത്രം നിഗൂഢവൽക്കരിച്ചുവെച്ച സവിശേഷമായ ഒരർത്ഥസാധ്യതയെയാണ് വിക്ടർ തന്റെ കോമ്പോസിഷനുകളിലൂടെ പുറത്തെടുക്കുന്നത്.

തസ്റാക്കും മഴയും

സാഹസികതയുടെയും ദുരന്തത്തിന്റെയും കാര്യത്തിലും അത് നിർമ്മിച്ച ആംഗിളുകളുടെ സമാസക്തിയുടെ കാര്യത്തിലും പ്രസിദ്ധ ഫോട്ടോഗ്രാഫറായ റോബർട്ട് കാപയോട് വിക്ടർ ജോർജ്ജിനെ താരതമ്യം ചെയ്ത് കാണുന്നുണ്ട്. എന്നാൽ ഇരുവരുടെയും ജീവിത സന്ദർഭങ്ങൾ ഏറെ വ്യത്യസ്തവുമാണ്. 1954ൽ വിയറ്റ്നാം യുദ്ധം പകർത്തവെ കുഴി ബോംബ് പൊട്ടി മരിച്ച കാപയും, കോട്ടയത്ത് വെണ്ണിയാനി മലകളിൽ പേമാരിയിൽ ഉരുൾപൊട്ടൽ ക്യാമറക്കണ്ണിന് പാകമാക്കിക്കൊണ്ടിരിക്കെ ദുരന്തത്തിനിരയായ വിക്ടറും സാഹസികതയുടെ രണ്ടറ്റങ്ങളിൽ യോജിക്കുന്ന കാര്യമേതാണ്? വിക്ടറിന്റെ അന്ത്യം സംഭവിച്ചതിന് ശേഷം തന്റെ നിക്കോൺ ക്യാമറയിൽ നിന്നും കിട്ടിയ ഉരുൾപൊട്ടൽ ചിത്രം മഴയുടെ നിത്യകാമുകനാക്കി (മഴദൈവം) മാറ്റുന്നതിൽ മാധ്യമങ്ങളെയേറെ സഹായിച്ചിട്ടുണ്ട്. മഴയെ പശ്ചാത്തലമാക്കി വിക്ടർ ചെയ്ത ഫോട്ടോകളിൽ സുപ്രധാനമായ പലതിലും ഒരു കാര്യത്തെ നമുക്ക് നിഷേധിക്കേണ്ടതായി വരും-'മഴ'യുടെ നിതാന്ത (Mystic-യോഗ) സൗന്ദര്യത്തെയല്ല അദ്ദേഹം പ്രധാനമായും ഫോക്കസ് ചെയ്യുന്നത്; മറിച്ച് ഓരോ ദേശത്തിന്റെയും മഴകളിൽ അവിടത്തെ മനുഷ്യഗന്ധിയായ ജീവിതാനുഭവത്തെയാണ്. യുദ്ധചിത്രങ്ങളിൽ ടെക്നോളജിയുടെ ഭീകരതയ്ക്ക് പകരം മനുഷ്യ ദൈന്യതയുടെ കാരുണ്യാംശമുള്ള നിത്യ ചിത്രങ്ങൾ

ഒപ്പിയെടുത്ത കാപയോട് വിക്ടറിനുള്ള യഥാർത്ഥ സാദൃശ്യം ഇതാണ്. വിക്ടറിന്റെ ഗംഭീരമായ ചിത്രങ്ങളെ പിന്നിലാക്കി മഴചിത്രങ്ങൾ വിപണി മൂല്യം നേടുന്നതിന്റെ വിപണി പ്രത്യയശാസ്ത്രത്തെ അതിനാൽ തന്നെ കരുതലോടെ മാത്രമേ വീക്ഷിക്കാവൂ. മഴയുടെ അനശ്വരമായ മുഖം വിക്ടർ ചിത്രങ്ങളിലില്ല എന്നല്ല അതിനർത്ഥം 'പ്രിയ വിക്ടർ, നീ ഇത്ര മാത്രം മഴയെ സ്നേഹിച്ചിരുന്നുവെന്ന് എനിക്കറിയില്ലായിരുന്നു. ഒരു മികച്ച ഫോട്ടോഗ്രാഫർ എന്ന നിലയിലാണ് നിന്നെക്കുറിച്ച് എന്റെ മനസ്സിലുള്ള ചിത്രം' എന്ന് തന്റെയടുത്ത ഫോട്ടോഗ്രാഫർ സുഹൃത്തിന്റെ (ഫോട്ടോ വൈഡ്-വിക്ടർ ജോർജ്ജ് പ്രത്യേക പതിപ്പ്) രേഖപ്പെടുത്തൽ ശ്രദ്ധേയമായിത്തീരുന്നത് ഇത്തരുണത്തിലാണ്, മാത്രവുമല്ല 'മഴചിത്രങ്ങൾ'ക്കുള്ള ഉത്തരാധുനിക വിപണി മൂല്യത്തെക്കുറിച്ച് തന്നെയും കുടുംബത്തെയും ഏറെ സ്നേഹിച്ചിരുന്ന ഒരു സുഹൃത്തിനോട് അദ്ദേഹം സൂചിപ്പിച്ചിട്ടുമുണ്ട്. വിക്ടറിന്റെ മഴചിത്രങ്ങൾപോലും ജീവിതഗന്ധിയാണെന്ന് സൂചിപ്പിച്ചുവല്ലോ. പല സുപ്രധാന മഴചിത്രങ്ങളിലും മനുഷ്യനെ (രെ) ഫോക്കസിലും മഴയെ ഔട്ട് ഓഫ് ഫോക്കസിലും ചിത്രീകരിച്ചിരിക്കുന്നത് കാണാം. ചരിത്രത്തിൽ തെളിയാത്ത മനുഷ്യരേയും ദേശങ്ങളേയും മഴ എന്ന പ്രതിഭാസം ഉപയോഗിച്ച് പ്രത്യേക ഇടം സ്ഥാപിച്ച് നൽകുന്നതിലായിരുന്നു വിക്ടറിന്റെ താൽപര്യമെന്ന് തോന്നുന്നു. മഴ ഒരനുഭവമായി (വ്യത്യസ്തമായ) മാറാത്ത ഏത് ദേശമുണ്ട്? കടുത്ത യാഥാർത്ഥ്യങ്ങളിൽ നിന്നുകൊണ്ടുള്ളതാണ് ഇത്തരം ചിത്രങ്ങളിലധികവും എന്ന് അടിവരയിടേണ്ടതുണ്ട്. കുടകൊണ്ട് മഴയെ ആസ്വദിച്ചാനന്ദിക്കുന്ന മാധ്യമവൽക്കൃത സമൂഹത്തിന് നേരെ ഈ ഫോട്ടോഗ്രാഫുകൾ ഓരോന്നും തമാശകലർന്ന ഓർമ്മക്കുറിപ്പുകളായി മാറുന്നുണ്ടോ?

കലാകാരന്റെ സ്വത്വത്തെ വൈയക്തികാനുഭവം മറികടക്കുന്ന ചില മുഹൂർത്തങ്ങൾ വിക്ടറിന്റെ മഴ ചിത്രങ്ങളിലുണ്ട്. എന്നാൽ അവ മഴ ചിത്രങ്ങളല്ല, മേഘചിത്രങ്ങളാണ്. മിഥുനം, കർക്കിടകം മാസങ്ങളിൽ കേരളത്തിൽ പലപ്പോഴും പകൽ ഇരുണ്ടുപോകുന്ന സന്ദർഭങ്ങൾ ഏറെയുണ്ട്. കരിമേഘ നിബ്യതമായ ആകാശത്തിനും ഇരുണ്ട ഭൂമിക്കുമിടയിൽ ഒരു വെള്ളിയരഞ്ഞാണരേഖ മാത്രം ബാക്കിയാവുന്ന ചില ചുറ്റുപാടുകളിൽ വിക്ടറിലെ പ്രകൃതി കാമുകന് കലയെ മറികടക്കുന്ന സന്ദർഭങ്ങൾ അനശ്വരമായ സമയപ്രവാഹ സങ്കല്പത്തെ അടയാളപ്പെടുത്താൻ വിക്ടർ പലപ്പോഴും തുനിഞ്ഞത് മഴയുടെ വെൺമ ചിത്രീകരിച്ചുകൊണ്ടല്ല, ഈ കരിമേഘാനുഭവം പകർത്തിക്കൊണ്ടാണ്. ഇത്തരം ചിത്രങ്ങളെ കൂട്ടിക്കുഴച്ചുണ്ടാക്കിയ ഒന്നാണ് 'കാലചക്രം' (Wheel of Time) എന്ന ചിത്രമെന്ന് തോന്നിപ്പോയിട്ടുണ്ട്. ഏഷ്യാഡ് ഗ്രാമത്തിലേക്ക് പ്രവേശിക്കുന്ന നീളം കൂടിയ അത്‌ലറ്റിന്റെ തകർപ്പൻ ചിത്രം പകർത്തിയപ്പോഴും അതിന് വ്യതിരേകഗുണം (Contrast) കൂട്ടുന്നത് ആകാശമേഘങ്ങളാണ് എന്ന് വിക്ടർ ബോധപൂർവ്വം കല്പിച്ചുവെച്ചിട്ടുണ്ട്. (?). മഴയെക്കാൾ മേഘങ്ങൾകൊണ്ടാണ് വിക്ടർ ചിത്രങ്ങളുടെ Contrast നവീകരിക്കപ്പെടുന്നത്.

ഖസാക്കിന്റെ ദേശവായനയിൽ നോവലിലെ വെണ്മഴകൾക്ക് അത്യ ഗാധ പ്രസക്തിയുണ്ട്. ഖസാക്കിനെക്കുറിച്ച് വിക്ടർ ജോർജ്ജിന്റെ ഫോട്ടോപദ്ധതി അതിന്റെ പ്രാരംഭദശയിൽ വെച്ചുതന്നെ തകർന്നുപോയി. വളരെക്കുറച്ച് ചിത്രങ്ങൾ മാത്രമേ ഇതിനെക്കുറിച്ചുള്ളത് വിക്ടറിന് നൽകാനായുള്ളൂ. നോവലിലെ ചെതലിമലയും പുരാവൃത്തജന്യമായ അതിന്റെ പ്രകൃതിയും ജലതടങ്ങളും എന്ന് മാത്രമല്ല മുങ്ങാംകോഴി മകളെ ഉറക്കാൻ പാടുമായിരുന്ന പാട്ടിലെ (തലമൂത്ത മീനേ-എന്റെ ചെറ മ്മീനേ-എന്റെ കുട്ടിമകള്ക്കൊരു-മണികൊണ്ടുവായോ) സ്ഫടികച്ചോല യിലെ ചൂട്ടൻ മീനുകളെപ്പോലും വിക്ടർ തന്റെ ഛായാഗ്രഹണ സങ്കല്പ ത്തിലേക്ക് ആവാഹിച്ചിരുന്നിരിക്കാം. അധ്യയന യാത്രയിൽ. ചെതലിമല കയറുമ്പോൾ മങ്കുസ്ഥാൻ പാടിയ ബദ്രീങ്ങളുടെ പടപ്പാട്ടിലൂടെ സംജാത മാകുന്ന സംസ്കാര സംഘർഷത്തിന്റെ കറുത്ത മണ്ണിനെ എങ്ങനെയാ യിരിക്കാം ഫോസിലുകളിൽ നിന്ന് ഒരു ഫോട്ടോഗ്രാഫർ ജീവൻ കൊടു ക്കുക? എന്നാൽ അടിവരയിട്ട പ്രിയപ്പെട്ട ഖസാക്ക് പുസ്തകത്തിൽ മൈമൂ നയുടെ കൈത്തണ്ടകളിൽ രവി ദർശിക്കുന്ന നേർത്ത നീല ഞരമ്പു കളെന്നപോലെ എല്ലാം പതിഞ്ഞ് വിശ്രമിക്കുന്നുണ്ടായിരിക്കാം.

മഴയിൽ കുതിർന്ന് നിൽക്കുന്ന തസ്റാക്ക് ഗ്രാമത്തിന്റെ ചില ചിത്ര ങ്ങൾ നമ്മുടെ മുമ്പിലുണ്ട്. കൂമൻകാവ് മുതൽ ചില ഊടുവഴി പ്രദേശ ങ്ങൾ വരെയുള്ളവ. ഈ മഴച്ചിത്രങ്ങളിലും നടേ പറഞ്ഞ പ്രത്യേകത കൾ കാണാം. പ്രധാനവും അപ്രധാനവുമായ രണ്ട് തരം ദൃശ്യഘടന സമന്വയിക്കുന്നത്; അല്പം മാത്രം ദൃശ്യമായ (Out of Focus)ത് പ്രധാന ദൃശ്യ (Focus)ത്തെ വ്യാഖ്യാനിക്കുന്ന രീതി. ഖസാക്കിലെ പ്രണയാനുഭ വത്തിന്റെ മൂർത്തഭാവം പകർത്തുന്ന 'കെട്ടുപിണഞ്ഞ് പേടുകളുടെ ചിത്രം' രവിയുടെ രത്യനുഭവ പടയോട്ടങ്ങളെ, യോഗികവും ഭൗതികവു മായ അതിന്റെ അനുഭവങ്ങളെ നന്നായി ധ്വനിപ്പിക്കുന്നു. വിക്ടർ ആൽബ ത്തിലെ തന്നെ ഒരനശ്വര സൃഷ്ടിയായിരിക്കുമിത്. ഖസാക്കിലെ മഴകളെ ക്കുറിച്ച് വാചാലനായിരുന്ന വിക്ടർ കരിമ്പനകൾക്ക് കാറ്റുപിടിക്കുന്നത് പകർത്തുമ്പോൾ അതിന് അപാരമായ ശൈവശക്തി സിദ്ധിക്കുന്നത് എന്തുകൊണ്ട്? കരിമേഘ മുഖരിതമായ ആകാശത്തിൽ നിന്ന് ഇറങ്ങി വരുന്ന കാറ്റ് കരിമ്പനക്കൂട്ടങ്ങളിൽ ഭൂതത്തെ പോലെ ഇരമ്പുമ്പോഴുണ്ടാ കുന്ന ദേശ/വംശാനുഭവം കലാകാരകനെ മറിച്ചിടുന്ന വൈയക്തികാനു ഭൂതിയായി മാറുന്നുണ്ടോ എന്നത് ആലോചനാമൃതമാണ്. കറുപ്പിലും വെളുപ്പിലും തെളിയുന്ന ഛായാഗ്രഹണ കലയിൽ വെൺമയ്ക്കുമേൽ ആധിപത്യം നേടാൻ ശ്രമിക്കുന്ന 'ഇരുൾച്ച'യെ അനായാസം കണ്ടു പിടിക്കാം. അരികിലേക്ക് മാറ്റിനിർത്തിയിരിക്കുന്ന ഒരു യാഥാർത്ഥ്യത്തെ വിക്ടർ ജോർജ്ജ് എന്ന കലാകാരൻ മെല്ലെ ഉയർത്തിക്കൊണ്ടുവരു മ്പോൾ ചരിത്രത്തിനിടയിൽ തടവിലാക്കപ്പെട്ട ഒരു കൂട്ടം ഓർമ്മകളുടെ പങ്കപ്പാടുകളെ തിരിച്ചറിയാനാവുന്നു.

അന്വേഷിപ്പിൻ, കണ്ടെത്തില്ല

ഡോ. വി. സുകുമാരൻ

എന്നെ അപകടകരാംവിധം ആകർഷിക്കുകയും കലശലായി അമ്പര പ്പിക്കുകയും പലപ്പോഴും വല്ലാതെ നിരാശപ്പെടുത്തുകയും ചെയ്ത എഴു ത്തുകാരനായിടുന്നു ഊട്ടുപുലാക്കൽ വേലുക്കുട്ടി വിജയൻ എന്ന വിളയൻചാത്തന്നൂർക്കാരൻ. 1950-കളുടെ നടുക്കെപ്പോഴോ തുടങ്ങിയ വിജയൻ കമ്പം വളരെക്കാലം നിലനിന്നു. ആദ്യകാലങ്ങളിൽ എന്നെ അടിമപ്പെടുത്തിയത് ഈ ഏകാന്ത സഞ്ചാരി വല്ലപ്പോഴുമെഴുതിയിരുന്ന വേറിട്ട ചെറുകഥകളായിരുന്നു. പ്രമേയത്തിന്റെ അസാധാരണത; ആഖ്യാനശൈലിയുടെ വിലോഭനീയത: ഇതൊക്കെയാവണം ഈ അകന്നുമാറിനടന്നിരുന്ന എഴുത്തുകാരനിലേക്ക് എന്നെ അടുപ്പിച്ചത്. പോരാത്തതിന് പുള്ളിയൊരു പാർട്ടി അനുഭാവിയാണെന്ന കുശുകുശുപ്പും കേട്ടിരുന്നു. അതോടെ ബഹുമാനവും വർധിച്ചു.

ഒ.വി. വിജയനെ നേരിൽ കണ്ടത് 1958 ലായിരുന്നു. മംഗലാപുരത്ത് ജസ്യൂട്ട് പാതിരിമാർ നടത്തുന്ന സെന്റ് അലോഷ്യസ് കോളേജിൽ ബിഎക്ക് അഭ്യസിക്കുന്ന കാലം. ഒരുച്ചയ്ക്ക് കൈയിലൊരു ചെറിയ കറുത്ത സ്യൂട്ട് കേസുമായി ഒ.വി. വിജയൻ കുന്നുകയറി കോളേജിൽ വന്നത് ഒരു ഇന്റർവ്യൂവിന് ഹാജരാകാനായിരുന്നു. ഇംഗ്ലീഷ് ലക്ചറ റുടെ പോസ്റ്റിന്. മദ്രാസ് പ്രസിഡൻസി കോളേജിൽ ലിറ്ററേച്ചർ എം. എക്ക് അദ്ദേഹത്തിന്റെ സഹപാഠിയായിരുന്ന ഒരു രാമമൂർത്തി അക്കാലത്ത് സെന്റ് അലോഷ്യസിലെ ഇംഗ്ലീഷ് ഡിപ്പാർട്ട്മെന്റിൽ ജോലി ചെയ്തിരുന്നു. മൂർത്തിമാഷിന്റെ പ്രേരണയിലാവണം വിജയൻ മംഗലാ പുരത്തു വന്നത്. അന്ന് ഞങ്ങളുടെ പ്രൊഫസറായിരുന്ന സി.ആർ. കേരള വർമ്മ (വിക്രമൻ) അദ്ദേഹത്തിന് സ്വാഗതമരുളി. കോളേജ് മലയാള സമാജം സെക്രട്ടറിയായിരുന്ന എന്നെ പരിചയപ്പെടുത്തുകയും ചെയ്തു. വിജയൻ മാഷ് കാര്യമായൊന്നും ഉരിയാടിയില്ല.

ഇന്റർവ്യൂവിനു മൈസൂരിൽനിന്നും തമിഴ്നാട്ടിൽനിന്നുമൊക്കെയായി അഞ്ചാറ് യോഗ്യന്മാർ ഉണ്ടായിരുന്നു. എല്ലാവരുടെ കൈയിലും തടിച്ച ഫയൽ കണ്ടു. നമ്മുടെ നാട്ടുകാരന്റെ കൈയിൽ ഒരു നീണ്ട ലക്കോട്ടെ ഉണ്ടായിരുന്നുള്ളൂ.

മുഖാമുഖമൊക്കെ ചടങ്ങുപോലെ നടന്നു. പ്രസിഡൻസി കോളേജ് ഉത്പന്നമായ ഒ.വി.യെ തഴയുകയാണുണ്ടായത്. പറഞ്ഞുകേട്ട കാരണം അദ്ദേഹത്തിന് എം.എക്ക് സെക്കൻഡ് ക്ലാസ് ഇല്ല എന്നതായിരുന്നു. വിജയനൊരു ചുകപ്പനാണെന്ന് അച്ചന്മാരോട് വല്ലവരും പറഞ്ഞുകൊടുത്തിരിക്കുമെന്നാണ് വർമ്മസാറ് പറഞ്ഞത്. വിശേഷിച്ചൊരു ഭാവഭേദവുമില്ലാതെ അദ്ദേഹം കുന്നിറങ്ങി. റെയിൽവെ സ്റ്റേഷൻവരെ ഞങ്ങൾ പ്രിയപ്പെട്ട എഴുത്തുകാരനെ അകമ്പടി സേവിച്ചു. 'Thank You' എന്നുമാത്രം പറഞ്ഞ് അദ്ദേഹം വണ്ടികയറുകയും ചെയ്തു.

വർഷങ്ങൾക്കുശേഷമാണ് പിന്നെ ഞാൻ ഒ.വി. വിജയനെ ഇന്ദ്രപ്രസ്ഥത്തിൽ വെച്ചു കാണുന്നത്. കൃത്യമായി പറഞ്ഞാൽ ബഹദൂർഷാ സഫർമാർഗിലെ ഒരു കോഫിഷാപ്പിൽവെച്ച്. ചുറ്റും ചില പത്രപ്പരുന്തുകളുണ്ട്. ഞാനടുത്തുചെന്ന് പരിചയം പുതുക്കാൻ തുനിഞ്ഞില്ല. അപ്പോഴേക്കും അദ്ദേഹം അതിവിഖ്യാതനായി മാറിയിരുന്നു. എന്നെ ഓർക്കാൻ വിശേഷിച്ചൊരു കാര്യവുമില്ലാത്തതിനാൽ 'എന്നെ ഓർക്കുന്നില്ലേ?' എന്നുചോദിച്ച് അടുത്തുകൂടുന്നത് ഉചിതക്കേടാണെന്നു തോന്നി.

മാതൃഭൂമി ആഴ്ചപ്പതിപ്പിൽ ഇരുപത്തഞ്ചോ ഇരുപത്താറോ ലക്കങ്ങളിലായി വിജയൻ പറഞ്ഞ *ഖസാക്കിന്റെ ഇതിഹാസം* തീറ്റ റപ്പായിയുടെ ആർത്തിയോടെ വെട്ടിവിഴുങ്ങിയിരുന്ന അനേകരിൽ ഒരാളായിരുന്നു ഞാനും. അതെഴുതുന്നതിനു കുറച്ചുമുമ്പ് മറ്റൊരുഗ്രൻ പാലക്കാടൻ കഥ-കുട്ടാടൻ പൂശാരിയുടെ നീണ്ട കഥ. അദ്ദേഹം ചന്തമായി പറഞ്ഞിരുന്നു.

ഖസാക്കിന്റെ ഇതിഹാസം പുസ്തകമാക്കിയത് 1969 ൽ 'കറന്റ് തോമസ്' എന്നു പരക്കെ അറിയപ്പെട്ടിരുന്ന സഹൃദയാഗ്രേസരനായ ഒരു പ്രസാധകനായിരുന്നു. മുണ്ടശ്ശേരി മാഷിന്റെ മകൻ. അതോടൊപ്പമാണ് എം.ടിയുടെ 'കാല'വും കാക്കനാടന്റെ 'ഉഷ്ണമേഖല'യും തോമസ് പുറത്തിറക്കിയത്. വിജയന്റെ കന്നിനോവൽ അതിന്റെ മാനുസ്ക്രിപ്റ്റ് രൂപത്തിൽ വായിക്കാനുള്ള അവസരം പ്രസാധകനുമായുള്ള അടുത്ത ചങ്ങാത്തംമൂലം എനിക്ക് കൈവന്നു. 1956ൽത്തന്നെ ഈ നോവലിനെക്കുറിച്ച് കാര്യമായി ചിന്തിച്ചു തുടങ്ങിയിരുന്നുവെന്ന് ഒ.വി. വിജയൻ എവിടെയോ എഴുതിയത് ഓർക്കുന്നു. ഇതിലെ ഒരധ്യായം 1958 ഒക്ടോബറിൽ മാതൃഭൂമി ആഴ്ചപ്പതിപ്പിൽ അച്ചടിച്ചുവന്ന കാര്യവും ഗ്രന്ഥകാരൻ പറഞ്ഞിട്ടുണ്ട്.

കാല്പനികതയിൽ മുങ്ങിത്തോർത്തിയ ഒരു കൗമാരം; വിപ്ലവതീക്ഷ്ണമായ ഒരു താരുണ്യം. ഇവ രണ്ടും ഒ.വി. വിജയനുണ്ടായിരുന്നു. വിജയന് മാത്രമല്ല 1930-കളിൽ പിറന്ന പല എഴുത്തുകാർക്കും. രോഷാകുലമായ, സ്വയം നിർവചിക്കാനാവാതെ വിമ്മിട്ടപ്പെടുന്ന, ഒരു പാവം യുവത അക്കാലങ്ങളിൽ അർഥങ്ങളന്വേഷിച്ച്, സത്രങ്ങളന്വേഷിച്ച് അലഞ്ഞിരുന്നു. ഒരുപാട് വൈകാരിക ശീലായ്മകൾ അന്നത്തെ യൗവനങ്ങളെ അലട്ടിയിരുന്നു. തൂങ്ങിമരിക്കൻ മരക്കൊമ്പ് തേടിനടക്കുന്ന

ചെറുപ്പക്കാർ "The young men in search of bought to hang themselves" എന്ന W.H. Auden ന്റെ വരികൾ അവർക്ക് ചേരും.

യൂണിയൻ ജാക്ക് കൊടിയിറങ്ങുന്നതിനു പതിനേഴുകൊല്ലം മുമ്പാണ് ഊട്ടുപുലാക്കൽ വേലുക്കുട്ടി എന്ന എം.എസ്.പി കമാൻഡന്റിന്റെ മകനായി പത്തുമാസം തികയാൻ കാത്തുനിൽക്കാതെ വിജയൻ ജനിച്ചത്. എം.എസ്.പി എന്നാൽ (Malabar Special Police). മാപ്പിള ലഹള (Mapila rebellion) എന്നു വെള്ളമൂപ്പൻ പേരിട്ട ഏറനാടൻ കർഷകകലാപം 1921–ലാണ് നടന്നത്. അത് ഖിലാഫത്ത് പ്രസ്ഥാനത്തിന്റെ ഭാഗവുമായിരുന്നു. ഏറെ പണിപ്പെട്ടാണ് ഭരണവർഗം ഈ കലാപം അമർച്ചചെയ്തത്. ഗൂർഖ പട്ടാളത്തെ മലപ്പുറത്ത് ഇറക്കേണ്ടിവന്നു. സാദാ പോലീസിന് ഇത്തരം അടിയന്തരാവസ്ഥകളെ നേരിടാൻ ശൗര്യവും വീര്യവും പോര എന്ന് ഭരണാധികാരികൾക്കു ബോധ്യമായി. ഒരു പാരാ മിലിറ്ററി പോലീസ് സംവിധാനം അത്യാവശ്യമാണെന്ന് തോന്നി. അങ്ങനെയാണ് എം. എസ്.പി രൂപമെടുത്തത്. മലപ്പുറത്തായിരുന്നു ആസ്ഥാനം. അടിച്ചമർത്താൻ വേണ്ടി പ്രത്യേക പരിശീലനം നല്കി വളർത്തിയ അർധ സൈനിക സംവിധാനമായിരുന്നു അത്. 1948 ൽ മലബാറിൽ നടന്ന കമ്മ്യൂണിസ്റ്റ് വേട്ടയിൽ മുഖ്യവേഷം എം.എസ്.പിക്കായിരുന്നു. സി.ആർ.പി വന്നതോടെ എം.എസ്.പിയുടെ പെരുമ പെട്ടെന്ന് താഴ്ന്നു ദർപ്പമടങ്ങി.

ഏഴാം മാസത്തിൽ ഭൂമി ദർശനം ചെയ്തതുകൊണ്ടാവാം വിജയനു ബാലാരിഷ്ടകൾ വളരെയുണ്ടായി. ആ ദുർബലശരീരനെ അതീവ ശ്രദ്ധയോടെയാണ് വേണ്ടപ്പെട്ടവർ വളർത്തിയത്. പന്ത്രണ്ടുവയസ്സിലാണ് ഔപചാരിക വിദ്യാഭ്യാസം ആരംഭിക്കുന്നത്. അതുവരെ പഠിത്തം വീട്ടിൽ തന്നെ ആയിരുന്നു. കോട്ടക്കൽ രാജാസ് ഹൈസ്കൂളിൽ സിക്സ്ത്ത് ഫോമിലാണ് ചേർന്നത്. അച്ഛന് മാറ്റമായപ്പോൾ വിജയന് സ്കൂൾ മാറേണ്ടിവന്നു. കൊടുവായൂർ ഹൈസ്കൂളിലാണ് തുടർന്നു പഠിച്ചത്. കോളേജ് വിദ്യാഭ്യാസം പാലക്കാട് വിക്ടോറിയ കോളേജിലായിരുന്നു. വിജയന്റെ ചില ആദ്യകാല കഥകളിൽ ഈ കോളേജും അതിനെ ചുറ്റിപ്പറ്റിയുള്ള ഓർമകളും കടന്നുവരുന്നുണ്ട്. എം.എക്കു ചേർന്നത് മദിരാശിയിലെ (ചെന്നൈ) പുകൾപൊങ്ങിയ പ്രസിഡൻസി കോളേജിലായിരുന്നു. വിഷയം ഇംഗ്ലീഷ് സാഹിത്യം.

ഡിഗ്രിയുമായി പുറത്തു കടന്നപ്പോൾ ഒരു തൊഴിലിന്റെ അത്യാവശ്യമുണ്ടായി. സ്വന്തം കാലിൽ നിൽക്കണമല്ലോ. അക്കാലത്ത് ലിറ്ററേച്ചർ എം.എക്കാർക്ക് തുറന്നു കിട്ടുന്ന ഒരു വാതിലേ ഉണ്ടായിരുന്നുള്ളൂ: വാധ്യാർപണി. ഏതെങ്കിലും കോളേജിൽ മാസം 125 ക ശമ്പളത്തിൽ ലക്ചററായിച്ചേർന്നാൽ - പെണ്ണും പിടക്കോഴിയുമില്ലെങ്കിൽ കഷ്ടിമുഷ്ടിയായിക്കഴിയാം. നിത്യവൃത്തി നടന്നുപോകും. മാസത്തിലൊരിക്കൽ ഒരു മസാലദോശ കഴിക്കാനും പറ്റും. അത്രതന്നെ.

വിജയൻ കയറിക്കൂടിയത് കോഴിക്കോട്ടെ മലബാർ ക്രിസ്ത്യൻ കോളേജിലായിരുന്നു. അന്നൊക്കെ മാനേജ്മെന്റിന് മാഷെ എപ്പോൾ

വേണമെങ്കിലും പിരിച്ചുവിടാം. കോടതിയിൽപ്പോയിട്ടൊന്നും കാര്യമില്ല. നല്ലൊരു ഇംഗ്ലീഷ്മാഷെന്നു പേരെടുത്തിട്ടും വിജയനെ കൊല്ലാവസാനം പിരിച്ചുവിടുകയാണുണ്ടായത്. ജോലി തേടി അദ്ദേഹം പല കോളേജ് വാതിലുകളിലും മുട്ടി. അക്കൂട്ടത്തിലാണ് മംഗലാപുരത്തുമെത്തിയതെന്നു തോന്നുന്നു.

തന്റെ താവളം/ ലാവണം മാധ്യമപ്രവർത്തനവും കാർട്ടൂൺ വരയുമാണെന്ന് അദ്ദേഹം തിരിച്ചറിഞ്ഞതോടെ കാറൊഴിഞ്ഞു; വഴി തെളിഞ്ഞു. ചരിത്രം ഉറങ്ങുകയും ചില നേരങ്ങളിൽ ഞെട്ടിയുണരുകയും ചെയ്യുന്ന ഇന്ദ്രപ്രസ്ഥത്തിൽ വേലുക്കുട്ടി വിജയന് ഇഷ്ടംപോലെ വരയ്ക്കാൻ Shankers Weekly പേജ് നീട്ടി. 1963 ൽ അദ്ദേഹം 'Patriot'ന്റെ ആസ്ഥാന കാർട്ടൂണിസ്റ്റായി. 'The Statesman', 'The Hindu'എന്നീ പ്രമുഖദിനപത്രങ്ങളിലും വിജയന്റെ സവിശേഷമായ കാർട്ടൂണുകൾ ഇടംപിടിച്ചു. രാഷ്ട്രീയ കാർട്ടൂണിന് അദ്ദേഹം പുതിയ ഭാവം സമ്മാനിച്ചു. ലോകപ്രശസ്തമായ 'Far Eastern Economic Review' യിലും 'The Newyork Times' ലും വിജയൻ പതിവായി വരച്ചു. സ്വല്പമൊരു ഫിലോസഫിയും രാഷ്ട്രീയ നിരീക്ഷണവും സാമൂഹികവിമർശവും ചേരും തോതിൽ കലർത്തിയ കാർട്ടൂണുകളാണ് ഈ കലാകാരൻ അനായാസം കോറിയിട്ടത്.

ആറ് നോവലുകൾ, പത്തിൽപ്പരം കഥാസമാഹാരങ്ങൾ, എട്ടൊമ്പത് പ്രബന്ധ സമ്പുടങ്ങൾ: ഇത്രയുമാണ് വിജയൻ സാഹിത്യസർവസ്വം. ഖസാക്കിന്റെ ഇതിഹാസത്തിനുശേഷം അദ്ദേഹമെഴുതിയ നോവലുകളാണ് *ധർമപുരാണ*വും (The Saga of Dharmapuri) ഗുരുസാഗരവും (The Infinity of Grace) 'മധുരം ഗായതിയും', പ്രവാചകന്റെ വഴിയും (The Path of the Prophet) തലമുറകളും (Generations). 'തലമുറകൾ' വിജയന്റെ ഹംസഗീതമാകുന്നു Swan Song.

പുരസ്കാരങ്ങൾ വാരിക്കൂട്ടിയത് 'ഗുരുസാഗര'മാണ്: കേന്ദ്രസാഹിത്യ അക്കാദമി അവാർഡ്, കേരള സാഹിത്യ അക്കാദമി അവാർഡ്, വയലാർ അവാർഡ്. ഒ.വി. വിജയന്റെ ഏറ്റവും മികച്ച സൃഷ്ടി അതാണെന്ന് തറപ്പിച്ചുപറയുന്നവരുണ്ട്. ആ കോറസ്സിൽ ഞാൻ പങ്കുചേരുന്നില്ല. *ഖസാക്കിന്റെ ഇതിഹാസ*വും 'ധർമ്മപുരാണ'വും മിക്ക ചെറുകഥകളും ഇംഗ്ലീഷിലേക്കു മൊഴിമാറ്റിയത് ഗ്രന്ഥകാരൻ തന്നെയായിരുന്നു. മൂലരചനകളുടെ പ്രത്യേക പരിമളം ഇംഗ്ലീഷാക്കുമ്പോൾ നഷ്ടപ്പെടുന്നു എന്ന ആവലാതി എനിക്കുണ്ട്. വിജയൻ തന്നെ വിവർത്തനകർമ്മം ഏറ്റെടുത്തിട്ടുപോലും.

ജ്ഞാനപീഠം കേറാനുള്ള കേമത്തം മറ്റാരേക്കാളും ഒ.വി. വിജയനുണ്ടായിരുന്നില്ലേ എന്ന ചോദ്യം ഞാൻ പല കോണുകളിൽ നിന്നും കേട്ടിട്ടുണ്ട്. പല പ്രസക്തചോദ്യങ്ങളെപ്പോലെ അതും വായുവിൽ ലയിക്കുന്നു.

ബൈബിൾ പുരുഷായുസ്സായി പറയുന്നത് എഴുപത് വയസ്സാണ്. Three Score and Ten. (ഒരു സ്കോർ 20.20x3=60+10=70). ഒ.വി. വിജയൻ

എഴുപത്തഞ്ചാം വയസിലാണ് മരിച്ചത്. രണ്ടു പതിറ്റാണ്ടോളം അദ്ദേഹം Parkinson Disease എന്ന വിറവാതത്തിന്റെ പിടിയിലായിരുന്നു. ഈ അസുഖം അദ്ദേഹത്തിന്റെ ചിന്തയേയും എഴുത്തിനേയും സാരമായി ബാധിച്ചു. അവസാനകാലം ഹൈദ്രബാദിലായിരുന്നു. ഭാര്യ തെരേസ വിജയൻ 2004 ൽ മരിച്ചു.

മലയാള നോവൽ സാഹിത്യത്തെ ഖസാക്കിനു മുമ്പും ഖസാക്കിനും പിമ്പും എന്നു വരമ്പിട്ടു വേർതിരിക്കാവുന്ന വിധം നിർണായകമായിരുന്നു വിജയന്റെ ഉദ്ഘാടന നോവൽ. അത് വായനക്കാരന്റെ രുചിയെ കല്ലു വഴിച്ചിട്ടകളിൽനിന്നു മോചിപ്പിച്ച് മറ്റൊരു വഴിക്കു തിരിച്ചുവിട്ടു എന്ന വിമർശക പ്രസ്താവത്തിനു തീർച്ചയായും ഭിന്നാഭിപ്രായക്കുറിപ്പുകൾ ഉണ്ടാവും. ഉണ്ടാവണംതാനും. ഖസാക്കിന്റെ ഇതിഹാസം ഒരു നാഴിക ക്കല്ലുതന്നെയാണ്. അത് ഒരു ആവറേജ് അപ്പുണ്ണിക്കഥയല്ല. *ഖസാക്കിന്റെ ഇതിഹാസം* മലയാളത്തിലെ എല്ലാ പൊയ്ക്കാലുകൾക്കും വളരെ മുകളി ലാണെന്നതും സത്യമാണ്. അതിൽ അസ്തിത്വാന്വേഷണവും (Existen-tialism) മാജിക് റിയലിസവും കർമസിദ്ധാന്തവുമൊക്കെ ഇഴ പിരിക്കാ നാവാത്തവിധം കെട്ടുപിണഞ്ഞു കിടക്കുന്നുണ്ടെന്നും അത്തരമൊരനു ഭവം മലയാള വായനയിൽ അതിനു മുമ്പുണ്ടായിട്ടില്ലെന്നും പറയുന്നതി നോടും പൊരുത്തപ്പെടാതിരിക്കേണ്ട കാര്യമില്ല. പക്ഷേ അതിപ്രശംസ/ അതിപ്രസ്താവം അതിനോടാണ് വിയോജിപ്പ്. അത് അരോചകമാകുന്നു. അപഹാസ്യമാവുന്നു. *ഖസാക്കിന്റെ ഇതിഹാസം* ലോകസാഹിത്യ ത്തിൽത്തന്നെ ഒരു മഹാസംഭവമാണെന്നും മറ്റുമുള്ള വിവരക്കേട് പരസ്യ മായി വിളമ്പാതിരിക്കാൻ അല്പം മനസ്സിരുത്തുന്നതല്ലേ ഭംഗി?

ഖസാക്ക് എന്ന തസ്രാക്കിലുള്ള ശിവരാമൻ മൂത്താരുടെ ഞാറ്റുപുര യിൽ മലബാർ ഡിസ്ട്രിക്റ്റ് ബോർഡ് ഒരു ഏകാധ്യാപക വിദ്യാലയം ആരംഭിക്കാൻ തീരുമാനിക്കുന്നു. അവിടെ കുഞ്ഞാമിനയ്ക്കും കൊച്ചു സുഹ്റയ്ക്കും കരുവുവിനും ഉണ്ണിപ്പാതിക്കും അക്ഷരം ചൊല്ലിക്കൊടു ക്കാൻ എത്തിയത്, പ്രിൻസ്റ്റൺ യൂണിവേഴ്സിറ്റി വച്ചുനീട്ടിയ ഒരു റിസർച്ച് സ്കോർളർഷിപ്പ് വേണ്ടെന്നുവച്ചുകൊണ്ട് വീടുവിട്ടിറങ്ങിയ രവി എന്ന ചെറുപ്പക്കാരനായിരുന്നു. അയാൾ ഒരവധൂതനെപോലെ, ഒരു ഹുതാത്മാ വിനെപ്പോലെ, ഒരു പാതി മുറിഞ്ഞ പാട്ടുപോലെ, ചെതലി മലമ്പള്ള യിൽ തലവെച്ചുറങ്ങുന്ന ഖസാക്കിൽ കടന്നുവന്നത് ഒരാശ്ചര്യചിഹ്നം മാതി രിയാണ്. മനുഷ്യനും പ്രേതവും ജിന്നും ഗോത്രപ്പഴമയും ഒരേ കോലാ യിൽ പരസ്പരവിശ്വാസത്തോടെ കിടന്നുറങ്ങുന്ന ഗ്രാമം. അതാണ് ഖസാക്ക്. ആ ഗ്രാമം രവിയെ പൂർണമായും ഗ്രസിക്കുന്നു; രവി ഗ്രാമ ത്തേയും.

ഒരു എക്സിസ്റ്റൻഷ്യലിസ്റ്റ് നായകന്റെ സാമുദ്രികകാലക്ഷണ ങ്ങളിൽ മിക്കതും രവി എന്ന അഭയാർത്ഥിയുടെ മുഖത്ത് നിപുണ നേത്ര ങ്ങൾക്ക് കാണാം. അയാൾ അഗാധമായ ഒരു കുറ്റബോധത്തിന്റെ വേട്ട മൃഗമാകുന്നു. തന്റെ രണ്ടാനമ്മയുമായി ലൈംഗികവേഴ്ചയുണ്ടായതിന്റെ

പാപബോധം എങ്ങോട്ടെന്നില്ലാത്ത ഒരു നീണ്ട യാത്രക്ക് അയാളെ നിർബന്ധിക്കുന്നു. അതിനെ വേണമെങ്കിൽ തീർഥയാത്രയെന്നു വിളിക്കാം. തന്നിൽനിന്നുതന്നെയുള്ള വിഫലമായ ഒളിച്ചോട്ടമെന്നും പറയാം. ഒരു ശോഭനമായ അക്കാദമിക് ജീവിതം മാത്രമല്ല രവി ഉപേക്ഷിക്കുന്നത്. പദ്മ എന്ന തന്റെ പ്രിയപ്പെട്ടവളെയും അയാൾ ഒഴിവാക്കുന്നു.

ഖസാക്ക് വെറുമൊരു പാലക്കാടൻ നാട്ടിൻപുറമല്ല; അതൊരു അദ്ഭുത പ്രപഞ്ചമാണ്. നിഗൂഢസത്യങ്ങളും സൃഷ്ടിരഹസ്യങ്ങളും ഉള്ളിലൊതുക്കുന്ന ഒരു മാന്ത്രികദ്വീപ് (enchanted island). ഞാറ്റുപുരയുടെ ജന്മി ശിവരാമൻ നായരും തുന്നക്കാരൻ മാധവൻനായരും കുപ്പുവച്ചൻ എന്ന ചെത്തുകാരനും ഖാലിയാരും മൊഞ്ചത്തിയായ മൈമൂനയും സ്വന്തമായ ഒരു തൊട്ടിൽ തേടുന്ന അപ്പുക്കിളിയും ജിന്നുകളും പ്രേതാത്മകളും കുടിപാർക്കുന്ന ചെതലിമലയും അനുഷ്ഠാനപരമായ കപട ആത്മീയതയുടെ ചില്ലറ വ്യാപാരിയായ കുട്ടാടൻ പൂശാരിയും പായലും പൂതങ്ങളും നിറഞ്ഞ പള്ളിക്കുളവും വാറ്റു ചാരായത്തിന്റെ വീര്യത്തിൽ മയങ്ങുന്ന കുപ്പുവച്ചനും മദാലസയായ മരുമകൾ കേശിയും ഇടിഞ്ഞു പൊളിഞ്ഞ പന്ത്രണ്ടു പള്ളികളും അള്ളാപ്പിച്ച മൊല്ലയുമൊക്കെച്ചേർന്നു ചമയ്ക്കുന്ന വിതാനങ്ങളുണ്ടല്ലോ, വാസ്തവത്തിന്റെ, ഭ്രമാത്മകതയുടെ, യുക്തിയുടെ, അയുക്തിയുടെ, സംഭോഗരതിയുടെ, ആർത്തിയുടെ, ഉഷ്ണത്തിന്റെ, ഉന്മാദത്തിന്റെ അവസ്ഥകൾ അതീന്ദ്രിയാനുഭൂതികളുടെ അലൗകിക തലങ്ങൾ: അവയിൽ ചോരകിനിയുന്ന തിരുമുറിവുകളും പേറി, മരീചികകൾ തേടി, അശ്വത്ഥാമാവിനെപ്പോലെ അലയുന്ന രവി എന്ന ക്വസ്റ്റർ- അന്വേഷകൻ- സമ്പൂർണമായും വിലയിക്കുന്നു. അതൊരു ജ്ഞാനസ്നാനവും പുനർജനി നൂഴലും ആത്മാഹുതിയുമാവുന്നു.

Magic realism (Magical realism എന്ന പാഠഭേദം) ഇത്ര കുശലമായി, വിലോഭനീയമായി വിന്യസിക്കപ്പെട്ടിട്ടുള്ള മറ്റൊരു മലയാള കൃതി എന്റെ വായനയിൽ വന്നിട്ടില്ല. ജ്വരതപ്തമായ കല്പനയുടെ ഭ്രാന്തസഞ്ചാരമായി മാജിക് റിയലിസത്തെ വ്യാഖ്യാനിക്കുന്നവർ വിജയനെഴുതിയ ഭഗ്നേതിഹാസം ഒരു തവണകൂടി വായിക്കണമെന്നാണ് എന്റെ നിവേദനം.

സ്ഥലകാലഭേദങ്ങളുടെ ഇടവരമ്പുകൾ തകർക്കുക എന്നത് മാജിക്കൽ റിയലിസത്തിന്റെ മുഖ്യകർമമാണ്. ഓർമകളുടെയും അനുഭവങ്ങളുടെയും കാലങ്ങളുടെയും ഇടനാഴികളെ ബന്ധിപ്പിക്കാൻ അസാമാന്യമായ സർഗവൈഭവം വേണം; കൈവഴക്കവും. ഇത് എല്ലാ എഴുത്തുകാർക്കും ഉണ്ടാകാറില്ല. ഒരു കവിമനസ്സും ആവശ്യമായിവരും. ഗബ്രിയേൽ ഗാർഷ്യ മാർക്വേസിനും കാർപന്റിയർക്കും സൽമാൻ റുഷ്ദിക്കും ഈ സിദ്ധികളൊക്കെയുണ്ടായിരുന്നു. ഒ.വി. വിജയൻ അവരുടെ ക്ലാസിലാണ്.

കാമുകിയായ പദ്മ താൻ ഒളിച്ചോടിയ ലോകത്തിലേക്ക് കവിയെ വീണ്ടും വിളിക്കുമ്പോൾ തനിക്ക് അഭയമരുളിയ ഖസാക്കിന്റെ ഗർഭപാത്രം

തുരന്നു പുറത്തുവരാൻ രവി തീരുമാനിച്ചുവോ? ഖസാക്ക്, തന്നെ മുലയൂട്ടുകയും കോരിത്തരിപ്പിക്കുകയും ഭോഗനിർവൃതികളിലേക്കു നടത്തുകയും ജ്ഞാനോദയത്തിന്റെ ആൽത്തറകൾ കാട്ടിത്തരികയും ചെയ്ത ഖസാക്ക്. അനാദിയായ കാലത്തെ കരിമ്പനയിൽ തളച്ചിടുന്ന ആ ചെറിയ ഗ്രാമത്തിൽനിന്ന് ഏതു സൂത്രവാതിലിലൂടെയാണ് അന്വേഷകൻ പുറത്തു കടക്കുക? അയാൾ തോൾസഞ്ചിയുമായി കൂമൻകാവിലെ ബസ് സ്റ്റോപ്പിലേക്കു നടന്നു. തിമിർത്തുപെയ്ത പുതുമഴയിൽ മണ്ണും കുതിർന്നു കിടന്നു. ബസ്സുവരാൻ ഇനിയും സമയമുണ്ട്. ഇളകിക്കിടക്കുന്ന ചളിക്കട്ടകളിൽ കാൽവിരലുകൾകൊണ്ട് പരതി രവി കാത്തുനിന്നു. മൺകട്ടികൾക്കിടയിൽനിന്ന് ചന്തമുള്ള ഒരു കുട്ടിപ്പാമ്പ് പതുക്കെ തലനീട്ടി. രവിക്കു കൗതുകം തോന്നി. വാത്സല്യവും. അതിനു കീരിപ്പല്ലമർത്താൻ പാകത്തിനു അയാൾ കാൽ വച്ചുകൊടുത്തു.

മഴ പെയ്യുകയായിരുന്നു. ആനന്ദമൂർച്ഛയിൽ രവി കിടന്നു. അയാളുടെ ചുണ്ടിൽ ഒരു ചെറുചിരി പരന്നു. ദേഹത്തുവീഴുന്നത് കാലാതീതമായ വർഷമാണ്. അന്വേഷകന്റെ രോമകൂപങ്ങളിലൂടെ പുൽനാമ്പുകൾ നീണ്ടു. രവി ശാന്തനായി ബസ്സു കാത്തുകിടന്നു.

രവി എന്ന Protogonist (കേന്ദ്ര കഥാപുരുഷൻ) എന്തോ അന്വേഷിച്ച് എങ്ങോട്ടോ ഓടുന്ന എഴുത്തുകാരൻ തന്നെയോ എന്നു പല നിരൂപകന്മാരും സന്ദേഹിക്കുകയുണ്ടായി. പക്ഷേ ഈ Identification താദാത്മ്യം - ആവശ്യമാണെന്ന അഭിപ്രായം എനിക്കില്ല. നോവലിലെ ആത്മകഥാംശങ്ങളെ അതിസൂക്ഷ്മതയോടെ വേണം അപഗ്രഥിക്കാൻ.

1950 കളിൽ ഒ.വി. വിജയന് കേരളത്തിന്റെ രാഷ്ട്രീയ സാമൂഹിക-സാംസ്കാരിക മണ്ഡലങ്ങളെ ആഴത്തിൽ സ്വാധീനിക്കുകയും തലയിലെ കെട്ടഴിക്കാതെ നിവർന്നുനിന്നു ജോലിക്കു കൂലി ചോദിക്കാൻ തൊഴിലാളിയെ പ്രാപ്തനാക്കുകയും ചെയ്ത വിപ്ലവപ്രസ്ഥാനത്തോട്, അതിനു ദിശാബോധം നല്കിയ പടത്തലവന്മാരോട്, അളവറ്റ ബഹുമാനമായിരുന്നു. പാലക്കാടൻ ഗ്രാമങ്ങളിലെ 'അച്ചിയോർക്കും ഉണ്ണിയോർക്കും' അനുസരണക്കേടിന്റെ സുവിശേഷമെത്തിച്ചു കൊടുത്ത സഖാക്കളെ 'യുദ്ധങ്ങ'ളിൽ അദ്ദേഹം അഭിവാദ്യം ചെയ്യുന്നുണ്ട്. പിന്നീടാണ് വിജയൻ ചെങ്കൊടിയുടെ നിഴലിൽ നിന്നുനീങ്ങി സഞ്ചരിക്കാൻ തുടങ്ങിയത്. അസ്പഷ്ടമായ ഒരു എസ്കേപ്പിസ്റ്റ് ആത്മീയവാദത്തിന്റെ മൃഗതൃഷ്ണകളിലേക്കായി ഈ എഴുത്തുകാരന്റെ പിൽക്കാലയാത്ര. വഴിതെറ്റിയ സത്യാന്വേഷണം അദ്ദേഹത്തെ ആശ്രമവാടങ്ങളിലെത്തിച്ചു.

'ഖസാക്കിന്റെ ഇതിഹാസ'ത്തെക്കുറിച്ച് ആലോചിച്ചിരുന്ന കാലത്ത് രവിയെ ഒരു urban revolutionary ആയി (നഗരവാസിയായ വിപ്ലവകാരി) അവതരിപ്പിക്കണമെന്നായിരുന്നു തന്റെ മനോഗതമെന്നു ഒ.വി. വിജയൻ 'The Legends of Kasak' എന്ന പെൻഗ്വിൻ പുസ്തകത്തിന്റെ Author's Note ൽ പറയുന്നുണ്ട്. നോവൽ രൂപംകൊണ്ടപ്പോൾ കഥാനായകന്റെ വേഷം ഒരു ആത്മീയ യാത്രികന്റേത്, ഒരു അവധൂതന്റേത് (Spiritual

Wanderer) ആയി മാറി. വിപ്ലവദർശനങ്ങളിൽനിന്നുള്ള അകൽച്ച, മോചന പ്രസ്ഥാനത്തിൽ നിന്നുള്ള മാറി നടത്തം - അതിനെ disenchantment (വ്യാമോഹമുക്തി) എന്നാണ് വിജയൻ വിശേഷിപ്പിക്കുന്നത് - എഴുത്തുകാരന്റെ കാഴ്ചപ്പാടിനെയും ചിന്താശൈലിയേയും ഭാഷയെത്തന്നെയും ബാധിക്കുകയുണ്ടായി.

ഓരോ എഴുത്തുകാരനെന്ന പോലെ ഓരോ പുസ്തകത്തിനുമുണ്ട് രാഷ്ട്രീയവും പ്രത്യയശാസ്ത്രവും. സൂക്ഷ്മവായനയിൽ അതു കണ്ടെത്താൻ പറ്റും. 'ഖസാക്കിന്റെ ഇതിഹാസം' ഉദാത്തമെന്നുവരെ പറയാവുന്ന സാഹിത്യസൃഷ്ടി തന്നെ. പക്ഷേ അതിന്റെ പ്രത്യയശാസ്ത്രം പ്രതിലോമപരമാണ്. അത് സംഘംചേരലുകളെയും തൊഴിലാളിസമരത്തെയും അടിയാളന്റെ മോചനസ്വപ്നങ്ങളെയും മഞ്ഞക്കണ്ണടയിലൂടെയാണ് കാണുന്നത്. നാട്ടിൻപുറത്തെ സഖാക്കളെക്കുറിച്ചുള്ള ഗ്രന്ഥകാരന്റെ സംസാരത്തിൽ പൊങ്ങിനിൽക്കുന്നത് പുച്ഛമാണ്. പുച്ഛം നർമമല്ല. നിഷ്കന്മഷമല്ല.

അപ്പുക്കിളിയെ തൊട്ടുതലോടാതെ നമുക്ക് ഖസാക്കിൽ നിന്നു പുറത്തുകടക്കാനാവില്ല. "എനിക്ക് ഒരു തൊത്തികെത്തിത്താട മാധവേട്ടോ" എന്നു ആവശ്യപ്പെടുന്ന അർധമനുഷ്യനും അർധപതംഗവുമായ മന്ദബുദ്ധി. ഇംഗ്ലീഷ് തർജമയിൽ cretus എന്ന വാക്കാണ് വിജയൻ ഉപയോഗിക്കുന്നത്. അവൻ പ്രകൃതിയുടെ പൊട്ടിച്ചിരിയാണ്, രോദനമാണ്, അസ്പഷ്ടഭാഷയാണ്. തുന്നക്കാരൻ മാധവൻനായർക്കു മാത്രമേ അപ്പുക്കിളിയെ മനസ്സിലാവുന്നുള്ളൂ. അയാൾ അവനെ വാൽസല്യത്തോടെ ഖഗമേ എന്നു വിളിക്കുന്നു. അതാണ് ശരി. അപ്പുക്കിളിക്ക് നമ്മുടെ വ്യാകരണമൊന്നും ബാധകമല്ല.

പന്ത്രണ്ടുകൊല്ലം കൊണ്ടു പൂർത്തിയായ നോവൽ എന്ന സവിശേഷതയും ഖസാക്കിന്റെ ഇതിഹാസത്തിനുള്ളതാണ്. ഇതിലെ ചില സംഭവങ്ങൾ, ചില കഥാപാത്രങ്ങൾ ചില ആദ്യകാല വിജയൻ കഥകളിൽ മുഖം കാട്ടിയിട്ടുണ്ട്. അപ്പുക്കിളി 1958 ൽ എഴുതിയ ഒരു കഥക്ക് വിഷയമായിരുന്നുവെന്നത് പഴമക്കാർ ഓർക്കുന്നുണ്ടാവും. ഒരു ഹാസ്യചിത്രകാരനായ വിജയന്റെ കണ്ണുകൾ ആദ്യം ഉടക്കിനിൽക്കുന്നത് 'the absurd' ൽ (അസംബന്ധത്തിൽ/ അസംഗതമായതിൽ) ആയിരിക്കും. ആ അസംബന്ധസർഗവാസനയുടെ സന്താനമാകുന്നു അപ്പുക്കിളി. കാലിബനും (Caliban) വായില്ലാക്കുന്നിലപ്പനും കുട്ടിച്ചാത്തനുമൊക്കെ ആ സൃഷ്ടിക്കുപയോഗിച്ച കളിമണ്ണിൽ കലർന്നുകിടപ്പുണ്ടെന്നു ഞാൻ കരുതുന്നു.

തന്റെ മാസ്റ്റർപീസായി മാറിയ ഈ നോവലിന്റെ ആംഗലവത്കരണം ഒ.വി. വിജയൻ തന്നെയാണ് നിർവഹിച്ചത്. വാസ്തവത്തിൽ അദ്ദേഹം ഖസാക്ക് പുരാണം ഇംഗ്ലീഷിൽ പറഞ്ഞു എന്നതാണ് ശരി. ഒരു മൂലകൃതിയുടെ സൗന്ദര്യം 'The Legends of Kasak' നു കൈവന്നിട്ടുണ്ട്. ഇതിഹാസവും Legends ഉം ചേർത്തുവെച്ച് ഞാൻ വായിക്കുകയുണ്ടായി. കൂടുതൽ മാർക്ക് ഞാൻ കൊടുക്കുക മലയാള കൃതിക്കു തന്നെയാണ്.

വിവർത്തനം എന്ന് പ്രസാധകൻ പറയുന്നുണ്ടെങ്കിലും 'Legends of Kasak' ഒരു സ്വതന്ത്ര നോവലാണെന്നു വായനക്കാരന് തീർച്ചയായും തോന്നാം.

മലയാള നോവലിനെ ഖസാക്കിനു മുമ്പും ഖസാക്കിനു ശേഷവുമെന്ന് വേർതിരിക്കാമെന്നാണല്ലോ പല മഹാശയന്മാരും പറയുന്നത്. അതേപോലെ വിജയൻ സാഹിത്യത്തെയും പകുത്തുവെയ്ക്കാൻ പറ്റും. അശാന്തവും വിഷാദമഗ്നവുമായ ഒരു മനസ്സിന്റെ തണ്ണീരും തണലുമന്വേഷിച്ചുള്ള അലച്ചിൽ എന്ന് ഖസാക്കിന്റെ ഇതിഹാസത്തെ ഒറ്റവാചകത്തിൽ ഒതുക്കാമെങ്കിൽ അതിന്റെ അസ്തിത്വ നൊമ്പരത്തിന്റെ Existential Angst ന്റെ ആലാപനമായി വിവരിക്കാമെങ്കിൽ 'ഗുരുസാഗര'ത്തെ എങ്ങനെ നിർണയിക്കും? അത് പരിശോധിക്കേണ്ട സംഗതിയാണ്. 1987 ലാണ് 'ഗുരുസാഗരം' വെളിച്ചത്തുവന്നത്. അപ്പോഴേക്കും ഖസാക്കിനു പതിനെട്ട് തികഞ്ഞിരുന്നു.

ഇതും ഒരു തീർത്ഥാടനം തന്നെ. സർവ്വന്തര്യാമിയായൊരു സദ്ഗുരു സങ്കല്പമാണ് ഈ കൃതിയുടെ ആധാരശിലയെന്നു പറയാം. 'ഗുരുസാഗരം' ശാന്തിഗിരി ആശ്രമത്തിലെ കരുണാകരഗുരുവിനുള്ള ആദരാഞ്ജലിയോ, സമ്പൂർണ സമർപ്പണമോ ആണ്. ഗുരു എവിടെയും എപ്പോഴുമുണ്ട്. തൂണിലും തുരുമ്പിലും. തിരുവനന്തപുരത്തിനടുത്തുള്ള പോത്തൻകോടിലെ ആശ്രമത്തിൽവെച്ചു കരുണാകര ഗുരുവിനെ നേരിൽ കണ്ടശേഷം തന്നിലൊരാത്മീയ പരിവർത്തനമുണ്ടായെന്നു ഗ്രന്ഥകാരൻ പറഞ്ഞിട്ടുണ്ട്. അത് വലിയ മാറ്റമായിരുന്നു. എഴുത്തുകാരനെ അന്നോളം അലട്ടിക്കൊണ്ടിരുന്ന സന്ദേഹങ്ങൾക്കും വിഹ്വലതകൾക്കും സമാധാനമായി.

ഈ നോവലിലെ മുഖ്യ കഥാപാത്രമായ കുഞ്ഞുണ്ണി ഒരു മാധ്യമപ്രവർത്തകനാണ്. ദില്ലിയിലാണ് ജോലി. 1971 ൽ നടന്ന ഇന്തോ- പാക് യുദ്ധം റിപ്പോർട്ട് ചെയ്യാൻ യുദ്ധമുഖത്തേക്കുപോകുന്ന കുഞ്ഞുണ്ണി അതിതീക്ഷ്ണമായ അനുഭവങ്ങളിലൂടെ കടന്നുപോകുന്നു. ഒരുപാട് ആത്മസംഘർഷങ്ങളെ അയാൾക്ക് അഭിമുഖീകരിക്കേണ്ടിവരുന്നു. കുഞ്ഞുണ്ണി ഈ അഗ്നിപരീക്ഷകളെ അതിജീവിക്കുന്നത് പ്രകാശം ചൊരിയുന്ന ഗുരുകാരുണ്യം കൊണ്ടാണ്. അഹന്തയെ കീഴ്പ്പെടുത്തുമ്പോഴാണ് ശാന്തി കൈ വരുന്നതെന്നു കുഞ്ഞുണ്ണി മനസ്സിലാക്കുന്നു.

171 പേജ് വരുന്ന ഈ പുസ്തകം മൂന്നു പ്രമാണമായ പുരസ്കാരങ്ങൾക്ക് അർഹമായ കാര്യം നേരത്തെ പറഞ്ഞു. ഇംഗ്ലീഷ് തർജമയിൽ 'ഗുരുസാഗരം' 'The Infinity of Grace' ആയി.

'ഖസാക്കി'ന്റെ കനം 'ഗുരുസാഗര'ത്തിനില്ല എന്നു പറയാൻ എനിക്ക് ഒരു മടിയുമില്ല. പുനർജനി നൂണുവന്ന്, ഗുരുസാക്ഷാൽ പരബ്രഹ്മം എന്ന തിരിച്ചറിവോടെ, ആശ്രമം തുറന്നിട്ട മോക്ഷകവാടത്തിൽ അഞ്ജലീബദ്ധനായി നിൽക്കുന്ന എഴുത്തുകാരന്റെ ചിത്രം എനിക്ക് ചേതോഹരമായി തോന്നിയില്ല.

1975- ലാണ് 'ധർമപുരാണം' (The Saga of Dharmapuri) പണി തീർന്ന് പ്രസ്സിൽക്കയറാൻ തയ്യാറായത്. അപ്പോഴേക്കും അടിയന്തരാവസ്ഥ വന്നു. പത്രങ്ങളുടെയും പുസ്തകങ്ങളുടെയുംമേൽ ചങ്ങല വീണു. വിജയന് അടിയന്തരാവസ്ഥ അവസാനിക്കുംവരെ പ്രസിദ്ധീകരണം മാറ്റിവെക്കേണ്ടതായും വന്നു.

ഒ.വി. വിജയന്റെ എഴുത്തുയാത്രയിലെ ഒരു നാഴികക്കല്ലുതന്നെയാണ് ആളുകളെ അമ്പരപ്പിച്ച ഈ പുസ്തകം. നാറ്റം തൂറ്റുന്ന അധികാര രാഷ്ട്രീയത്തിന്റെ ആഭാസങ്ങളാണ് വിജയൻ വരച്ചുകാട്ടുന്നത്. ഇത് ഒരു Scatological Novel എന്നു മുദ്രകുത്തപ്പെട്ടിട്ടുണ്ട്. എന്നുവെച്ചാൽ വിസർജനങ്ങളെ വർണിക്കുന്ന നോവൽ. ആ വിശേഷണം തെറ്റാണെന്നു പറയാൻ വയ്യ. അറപ്പ്, വെറുപ്പ്, ജുഗുപ്സ എന്നീ നിഷേധ വികാരങ്ങളെ വായനക്കാരിൽ ഉണർത്താൻ തന്നെയാണ് നോവലിസ്റ്റ് ശ്രമിക്കുന്നത്. സുഖിപ്പിക്കാനല്ല, മലവും മലശോധനയുമൊക്കെ വിസ്തരിക്കുന്നത്. repussion- ഒരു വികർഷണം, സൃഷ്ടിക്കാൻ വേണ്ടിയാണ് വിജയന്റെ ഇതിവൃത്തത്തിന് അദ്ദേഹം ഉപയോഗിക്കുന്ന ദുർവാസനയുള്ള ഭാഷ തന്നെയാണ്. തീർത്തും അനുയോജ്യം. നമ്മുടെ മിഡിൽക്ലാസ് തൊട്ടാവാടി സഭ്യസങ്കല്പങ്ങളെ ഉടച്ചുവാർക്കാനായില്ലെങ്കിലും പിടിച്ചുകുലുക്കാനെങ്കിലും കഴിയുമോ എന്ന് പരീക്ഷിക്കാൻ വിജയൻ ഉദ്ദേശിച്ചിട്ടുണ്ടാവാം.

ബഷീറിന്റെ 'ശബ്ദങ്ങൾ' തുറന്നുനോക്കാതെ തന്നെ അത് കൊടുങ്ങല്ലൂർ ഭരണിപ്പാട്ടിനു സമശീർഷമായ ഒരു തെറിപ്പുസ്തകമാണെന്ന് പറഞ്ഞു നടന്നവരുടെ നാടാണ് നമ്മുടേത്. 'ധർമപുരാണ'ത്തെ വേണ്ടവണ്ണം ഉൾക്കൊള്ളാൻ പലരുടെയും മനസ്സ് ഇനിയും പാകപ്പെട്ടിട്ടില്ല. പാതവക്കിലെ ഒരു പബ്ലിക് ടോയ്‌ലറ്റിന്റെ സവിശേഷ ഗന്ധമാണ് ഈ വിജയൻ നോവൽ ഉല്പാദിപ്പിക്കുന്നതെന്നു ധരിച്ചുവശായവർ ഇന്നുമുണ്ട്. ഇത് നമ്മുടെ അലംഭാവങ്ങളെ, കീഴ്‌വഴങ്ങലുകളെ, മൗനങ്ങളെ ആഴത്തിൽ മുറിവേല്പിക്കുന്ന ഓജസ്സുറ്റ പൊളിറ്റിക്കൽ സറ്റയർ - രാഷ്ട്രീയാക്ഷേപ ഹാസ്യകൃതി - ആണെന്ന വാസ്തവം വിസ്മരിക്കരുത്.

ധർമ്മപുരി എന്ന രാജ്യം; അവിടെ ശാന്തിഗ്രാമം എന്ന തലസ്ഥാന നഗരി; പ്രജാപതി എന്ന രാജാവ്. പ്രജാപതി അഴിമതിയിലും അതിക്രമത്തിലും നീരാട്ടുനടത്തുന്ന അധികാരിയാണ്. പൗരസമൂഹത്തിന്റെ പ്രതികരണശേഷി നഷ്ടപ്പെട്ടിരിക്കുന്നു. അവർ ആട്ടും തുപ്പും സഹിച്ച് നാവടക്കി അടിമകളായിക്കഴിയുന്നു. അവരെ ഉണർത്താനും സംഘം ചേർക്കുവാനുമാണ് സിദ്ധാർത്ഥന്റെ അധ്വാനം. ഗോസായി അമ്മാവൻ രാഷ്ട്രപിതാവാണ്, മൂപ്പർ പ്രജാപതിയുടെ കല്ലറയിൽ. ഇത് 1970-75 കാലത്തെ ആർഷഭൂമിയുടെ കഥയാണെന്ന് മനസ്സിലാക്കാൻ വ്യാഖ്യാനങ്ങളുടെ ആവശ്യമില്ല. പടത്തലവനായെത്തുന്ന പരാശരൻ ആരെന്നും പെട്ടെന്നു തിരിച്ചറിയാം.

ഒ.വി. വിജയൻ കഥയെഴുത്തിലും ഒരു കാർട്ടൂണിസ്റ്റാണ്. അദ്ദേഹത്തിന്റെ പല കഥകളും മനസ്സിൽ ഓടിയെത്തുന്നു; കഥാപാത്രങ്ങളും. 'ഇരിഞ്ഞാലക്കുട'യും മറ്റും മുഴുപ്പുറ്റ കഥാശില്പങ്ങളത്രെ. മറ്റൊന്ന് കണ്ണൂർ സെൻട്രൽ ജയിലിൽ തൂക്കിക്കൊല്ലാൻ വിധിക്കപ്പെട്ട മകനെ കാണാൻ തലേന്നു കാലത്ത് പൊതിച്ചോറുമായി പുറപ്പെടുന്ന ഒരു പാവം അച്ഛന്റെ കഥയാണ്.

വിജയന്റെ ചെറുകഥകൾ അദ്ദേഹത്തിന്റെ നോവലുകളെ ശില്പ ചാതുരിയിൽ അതിശയിക്കുന്നില്ലേ എന്നു ഞാൻ സന്ദേഹിക്കുന്നു. കറുത്ത നർമവും അതിസൂക്ഷ്മ ഹാസ്യവും കാരുണ്യവും അദ്ദേഹത്തിന്റെ ആഖ്യാനങ്ങളെ വേർതിരിക്കുന്നു. വേദാന്തം വിളമ്പുന്ന വിജയനെക്കാൾ, തകർപ്പൻ തമാശ ഒട്ടും ചിരിക്കാതെ പറയുന്ന വിജയനെയാണ് എനിക്കിഷ്ടം.

തസ്രാക്കല്ല ഖസാക്ക്
ആനന്ദ് സച്ചിൻ

"*Those who are redeemed from history are not vanished from time, as history is a pattern and time is moments.*" - T.S Elliot

"*And if out of this turning-within, out of this immersion in your own world, poems come, then you will not think of asking anyone whether they are good or not. Nor will you try to interest magazines in these works: for you will see them as your dear natural possession, a piece of your life, a voice from it. A work of art is good if it has arisen out of necessity. That is the only way one can judge it.*"

"*For the creator must be a world for himself and must find everything in himself and in Nature, to whom his whole life is devoted.*" -Rilke, *Letters To A Young Poet*

"*I am rather fatalist; but I do know that I have a horror of passion- because I have experienced it, with all its degradation*"

-Baudelaire, *from The Letter To Apollonie Sabatier*

ഒരായിരം ചോദ്യങ്ങൾകൊണ്ട് ചരിത്രത്തിലേക്ക് (അവനവന്റെ ചരിത്രം, ഈഴവചരിത്രം, അവഗണിക്കപ്പെട്ടവന്റെ, അധഃകൃതന്റെ ചരിത്രം) ചൂട്ടു മിന്നിച്ചുകൊണ്ടാണ് 'തലമുറകൾ' എന്റെ വായനാമണ്ഡലത്തിലെക്ക് കുടിയേറിയത്. ചൂട്ടിൽ മിന്നുന്ന ചോദ്യങ്ങൾ തീയാണ്, അവനവന്റെ ഉൽപത്തിയിലേക്കുള്ള വെളിച്ചം പതനത്തിലേക്കു കൂടിയാ ണ് വീശുന്ന തെന്ന് കഥാകാരൻ പറയുന്നു.

ചന്ദ്രനാണ് 'തലമുറക'ളിലെ ആഖ്യാതാവ്. ബീജിങ്ങിലെ, ആയുധ ക്കച്ചവടക്കാരനായ ചന്ദ്രൻ തന്റെ കാമുകിയോട് തന്റെ ചരിത്രം, 'പൂർവീകം' പറയുകയാണ്. ഒന്നാമധ്യായം തുടങ്ങുന്നത് ചന്ദ്രന്റെ കുട്ടി ക്കാലത്ത് പൊന്മുടിത്തറവാട്ടിലെ മുറ്റത്തിരുന്നുകൊണ്ട്... ചന്ദ്രൻ ചോദി ക്കുകയാണ്, ഉത്തരങ്ങൾ കണ്ടെത്തുന്നത് ചാമിയാരപ്പൻ, ചന്ദ്രന്റെ

മുത്തച്ഛൻ. കഥയിലെ അന്വേഷി ഒരർഥത്തിൽ ഈ മുത്തച്ഛനാണ്. മുത്തച്ഛൻ ചന്ദ്രന്റെ ഓർമതന്നെയാണ്. ചന്ദ്രന്റെ സ്മൃതിധാരയിലേക്ക് (collective memory-) ചന്ദ്രൻ പറഞ്ഞയയ്ക്കുന്ന ചന്ദ്രന്റെ 'ആത്മമിത്രം' (alter ego). അങ്ങനെ വായിക്കുമ്പോഴാണ് ചന്ദ്രനെ മുഖ്യകഥാപാത്രമായി സങ്കല്പിക്കുന്നതിൽ കഥാകാരൻ ചെയ്ത ഇന്ദ്രജാലം നമുക്ക് വെളിവാകുന്നത്.

കഥ നാല് തലമുറകൾ പിറകിൽനിന്നും വർത്തമാനകാലത്തിൽ എത്തുമ്പോഴേക്കും, കാലം ഒരു സർപ്പിളലേഖത്തിലൂടെ (spiral graph) കറങ്ങിക്കറങ്ങി ഭൂതകാലത്തിലൂടെയും ഭൂതകാലത്തിന്റെ ഭൂതകാലത്തിലൂടെയും കടന്നു വർത്തമാനകാലത്തിലെത്തി വീണ്ടും ആവർത്തിക്കുന്ന ഒരു വളയത്തിലേക്ക് വീഴുകയും പിന്നീട് ഓർമയുടെ തുരുമ്പിലേക്ക് (rupture of memory) മറയുന്നതായും കാണാം. ഈ കാഴ്ച പൂർണമാവണമെങ്കിൽ, വിജയനിൽ ഉത്തരാധുനികതയുടെ വേരോട്ടം പടർന്നു കേറുന്നത് മനസ്സിലാക്കണമെങ്കിൽ, ഇവിടെനിന്നും വീണ്ടും തലമുറകളിലെ ഒന്നാം അദ്ധ്യായത്തിലേക്ക് പോണം.

"അന്ന് പാതിരയ്ക്ക്, പടിഞ്ഞാറ്റയ്കകത്ത്, ഉറക്കം ഞെട്ടി ചന്ദ്രൻ കിടക്കയിൽ ഉണർന്നുകിടന്നു. പുറത്ത് തൊകിൽചിറകുകളുടെ താളവാദ്യവുമായി കടവാതിൽപ്പടകൾ പാതിര മുറിച്ചുനീന്തി. അവർ എങ്ങോട്ട് പറക്കുകയാണ്? പിറവി തേടുന്ന ജീവന്മാരാണ് അവരെന്ന് ചന്ദ്രന് തോന്നി. മുത്തശ്ശി തൊട്ടടുത്ത് കിടന്നുറങ്ങുന്നു, വിളിച്ചുണർത്തിയാലോ? വേണ്ട, ഈ പരേതന്മാർ ഭാഗ്യവാന്മാർ, അവർ നിലാവിലൂടെ പറക്കുകയാണല്ലോ; രാമിയും തമ്പിമാരുമാകട്ടെ, അവർ കൊണ്ട നിലങ്ങളുടെ അതിരിൽ നന്നങ്ങാടിയുടെ ഇരുട്ടിൽ തടവുകാരായി കഴിയുന്നു. ഉറക്കം അന്വേഷണത്തെ മയക്കി."- *തലമുറകൾ*

രാമിയുടെയും പിന്മുറക്കാരുടെയും ചരിത്രകഥനത്തിനു മുമ്പ് ഇങ്ങനെയൊരു മയക്കം, അതിനു മുന്നേ സ്വപ്നമെന്നോണം കടവാതിലുകളുടെ, പിറവി തേടുന്ന പരേതരുടെ പ്രയാണം, എഴുത്തുകാരന്റെ തമാശയല്ല. പിന്നെയോ? ഈ ചരിത്രകഥനത്തിൽ സ്വപ്നത്തെ, ഭാവന കലർന്ന ഓർമയെ (corrupted memories), യാഥാർത്ഥ്യത്തെ, ഇവ മൂന്നിനെയും ഇഴപിരിച്ചെടുക്കേണ്ടതില്ലെന്ന് പറയാതെ പറയുകയാണ് കഥാകാരൻ. ഓർമയും യാഥാർത്ഥ്യവും ഭാവനയും ചരിത്രത്തിൽ വേർതിരിച്ചറിയാനാവാത്തവിധം കലർന്നു കിടക്കുന്നു എന്ന ഉത്തരാധുനിക കണ്ടെത്തലിന്റെ സാഹിത്യഭാഷ്യം. ഈ ഘടനാപരമായ നിലപാടിനകത്ത് കഥാകാരൻ ഒളിപ്പിച്ചുവെച്ച അന്വേഷണം എന്തായിരുന്നു എന്നതാണ് എന്റെ അന്വേഷണം. ആ അന്വേഷണത്തിൽ ഉത്തരാധുനികോന്മുഖമായ എഴുത്തുകാരന്റെ ഭാഷയെ മനസ്സിലാക്കുന്നതിന്റെ ഔചിത്യം വഴിയെ പറയാം.

അന്വേഷണം പുരാതനമാണ്. തന്റെ സ്വന്തം വേരുകളിലേക്ക് നോക്കുമ്പോൾ കാൽപനികമായ ഒരു രതിമൂർച്ഛയ്ക്കു പകരം ദുഃസ്വപ്നങ്ങൾ നിറഞ്ഞ ഒരു കാളരാത്രിയെയാണ് എഴുത്തുകാരൻ വരച്ചുകാണിക്കുന്നത്.

“മഹാകവി ജോൺ മിൽറ്റന്റെ ‘പറുദീസാ പതന’ത്തിൽനിന്നുമുള്ള ഒരു ബിംബകല്പന ചാമിയാരപ്പനെ അസ്ഥാളിപ്പിച്ചു. പാപവും മരണവും, മരണം അമ്മയും പാപം സന്തതിയും, മരണവും പാപവും നിഷിദ്ധ മിഥുനങ്ങൾ, സന്തതിയും പുനഃസന്തതിയും; അലതല്ലുന്ന പ്രാചീനസ മുദ്രങ്ങൾക്കുമേൽ അലയുന്ന പ്രജാപതിയുടെ ത്രാസം എന്തായിരുന്നു, സരസ്വതിയുടെ സൃഷ്ടിക്കു ശേഷം ബ്രഹ്മാവിന്റെ പ്രകമ്പനം എന്തായി രുന്നു?

തന്റെ വിക്ഷോഭത്തിൽ ചാമിയാരപ്പൻ തലകുത്തിനിൽക്കുന്ന ഒരു ആൽമരത്തെ സങ്കല്പിച്ചു. ഇലകൾ മണ്ണിൽ ചിതറി കരിവാളിച്ച് ഒടു ങ്ങുന്നു. വേരുകൾ ആകാശത്തേക്ക് അവസാനമില്ലാതെ നീളുന്നു. ഇ പ്പോൾ അവ സൗരമണ്ഡലങ്ങളെ പിന്നിട്ട് ഭ്രാന്തമായി കയറിപ്പിടിക്കുക യാണ്, തങ്ങളുടെതന്നെ ഉൽപത്തിയറിയാൻ, അന്തിമ സമാധിയറിയാൻ. സൗരമണ്ഡലങ്ങൾക്ക് മുകളിൽ സൃഷ്ടിയുടെ ഇരുട്ട്, അപാരമായ ജൈവ മേഘം, മേഘരൂപിയുടെ മതിഭ്രമം. അപ്പോൾ അറിയുന്നു, തലതിരിഞ്ഞ ഈ ബോധിവൃക്ഷം തനിച്ചല്ല, പ്രപഞ്ചത്തിലത്രയും വേദനിക്കുന്ന ഓരോ ജീവിയും തലകുത്തി നിന്നുകൊണ്ട് പിറപ്പിന്റെ വ്യർഥത അനുഭവിക്കുക യാണ്, തലമുറകളുടെ നിഷ്ഫലത. ഭ്രാന്തിന്റെ സങ്കീർണ്ണമായ ചങ്ങല. പൊന്മുടിയുടെ ഇരുട്ടിലൂടെ പലായനംചെയ്ത അഭയാർത്ഥികൾ, ശപ്ത ശരീരികൾ, സോഫോക്ലിസിന്റെ വചനസരിത്തിലൂടെ അറിഞ്ഞിട്ടും അറിയാത്തപോലെ വിഷത്തിന്റെ അവസാന തുള്ളിയും നുകരാൻ കൊതി ച്ചവർ, മണ്ണിൽ തലകുത്തി നിന്നുകൂടാ. ഈ അന്വേഷണം ഉപേക്ഷി ക്കണം...” (*തലമുറകൾ*)

സിസിഫസിന്റെ നിരർത്ഥകമായ പ്രയത്നത്തിൽ കമ്യൂ കണ്ടെത്തിയ നിഷ്ഫലതയുടെ രഹസ്യം തന്നെയാണ് വിജയൻ തലമുറകളുടെ നിഷ്ഫ ലതയെക്കുറിച്ചു പറയുമ്പോൾ വെളിവാകുന്നത്. അസ്തിത്വവാദം വിജ യനെ എത്രത്തോളം സ്വാധീനിച്ചിരിക്കുന്നു എന്ന് ഓർത്തുപോകുകയാണ്. ഈ സ്വാധീനംതന്നെയാണ് വിജയന്റെ കഥാപാത്രങ്ങൾക്ക് മലയാള സാഹിത്യത്തിലെ മറ്റു കഥാപാത്രങ്ങളെക്കാളും ആഴവും തീക്ഷ്ണതയും കൊടുക്കുന്നത്.

സ്വന്തം ഭൂതകാലത്തിലൂടെയുള്ള അവരുടെ അന്വേഷണങ്ങൾ അവനവന്റെതന്നെ ജീർണതയാണ് (The past is hence essentially his rupture.) അവനവന്റെ നാശത്തിലേക്ക് മാത്രമായ ഈ മാരകമായ അന്വേഷണം പക്ഷേ അസ്തിത്വപരമായ ഒരു രതിമൂർച്ഛതന്നെയാണ് നൽകുന്നത്, അതിലേക്കായിത്തന്നെയാണ് ഇവിടെ ഈഡിപ്പസിനെ ഉദ്ധരിച്ചിരിക്കുന്നത്. എന്നാൽ ഈഡിപ്പൽ ആയ ഈ അന്വേഷണത്തെ പാപബോധത്തിന്റെ, കുറച്ചുകൂടി ക്രിസ്തീയമായ ഒരു പശ്ചാത്താപത്തി ന്റെ ചില്ലിലൂടെയാണ് ‘സ്നേഹത്തിന്റെ കൂട്ടിലിട്ടു വളർത്തിയ അച്ഛന്റെ’ (‘തലമുറകൾ’ ഇങ്ങനെ വിശേഷിപ്പിച്ചുകൊണ്ടാണ് സ്വന്തം അച്ഛനു വിജയൻ സമർപ്പിച്ചിരിക്കുന്നത്) മകൻ നോക്കിക്കാണുന്നത്.

പാപവും മരണവും തമ്മിലുള്ള ഈ അനിഷേധ്യമായ, അവിഹിത ബന്ധം, *തലമുറകൾ* എന്ന നോവലിലെ ഒരു കേന്ദ്രബിന്ദു എന്നതിലുപരി, എഴുത്തുകാരന്റെതന്നെ ആന്തരിക പ്രക്ഷുബ്ധതയുടെ പ്രതിഫലനമാണ് എന്നു വേണം മനസ്സിലാക്കാൻ. 'തലമുറക'ളിൽ തെളിഞ്ഞു കാണുന്ന ഈ അന്വേഷണത്തിന്റെ തന്നെ മറുപുറമാണ് ഇരുപത്തിയെട്ടോളം വർഷങ്ങൾക്കു പിറകിലേക്ക് തിരിഞ്ഞു നോക്കുമ്പോൾ *ഖസാക്കിന്റെ ഇതിഹാസ*ത്തിലും കാണുന്നത്. *തലമുറക*ളിൽ കൃത്യമായ ഒരു അസ്തിത്വവാദപരമായ ഘടന ഈ അന്വേഷണത്തിന് (പാപബോധത്തിനു) കൈവന്നിരിക്കുന്നുവെങ്കിൽ, *ഖസാക്കിൽ* കുറച്ചുകൂടി ബോദലേറിയൻ ആസ്വാദനത്തിന്റെ സ്വാധീനം അതിനെ (ആ അന്വേഷണത്തെ, പാപബോധത്തിനെ) എഴുത്തുകാരന്റെ അസ്തത്വതിൽനിന്നും പിടിച്ചകറ്റുന്നു.

തലമുറകൾ വിജയന്റെ ഭൗമധാരണയെ (mental land scape) ചരിത്രവുമായി, സാമൂഹിക പശ്ചാത്തലങ്ങൾക്ക് വഴങ്ങിക്കൊടുത്തുകൊണ്ടുള്ള ഒരു ഭൂമിശാസ്ത്ര കല്പനയായി വരയ്ക്കുന്നുവെങ്കിൽ, ഖസാക്കിൽ അതിനു കുറേക്കൂടി അമൂർത്തതയിലേക്കുള്ള ചായ്‌വാണുള്ളത്. *ഖസാക്ക്* ചരിത്രത്തിനു (objective history) പുറത്തു നിൽക്കുന്ന, സമൂഹത്തിന്റെ കാലഗണനയ്ക്ക് അതീതമായ ഒഴുക്കറ്റ ഒരു കാലത്തിലാണ്, തളംകെട്ടിക്കിടക്കുന്ന കാലത്തിലാണ്. ഇത്തരത്തിലുള്ള, ഒരു അസ്തിത്വവാദപരമായ, ഉത്തരാധുനികാവബോധത്തോടെയുള്ള ഒരു വായനയുടെ അഭാവം വിജയനെ വായിക്കുമ്പോൾ പൊതുവെ നമുക്കുണ്ടായിരുന്നതായി തോന്നിയിട്ടുണ്ട്. മലയാള സാഹിത്യ നിരൂപണത്തിൽത്തന്നെ സ്വയംകൃതമായ ഒരു വൃത്തത്തിനകത്തുകൂടി മാത്രം നോക്കിക്കാണാനുള്ള പ്രവണതയുടെ ബാക്കിപത്രമായാണ് ഇതിനെ എനിക്ക് മനസിലാക്കാൻ കഴിയുന്നത്.

ഇവിടെയാണ് ഒ.വി. വിജയനെപോലെ ഒരു സ്വപ്നജീവിയുടെ സൃഷ്ടികളെ കൂടുതൽ ആഴത്തിൽ വായിക്കേണ്ടതിന്റെ, അന്വേഷണാത്മകമായ പുനർവായനയുടെ, പ്രസക്തി ഉദിക്കുന്നത്. പുതിയ വായനകൾ കൃതികളിലൂടെ എഴുത്തുകാരന്റെ പ്രചോദനങ്ങളിലേക്ക്, എഴുത്തിനാസ്പദമായ മാനസിക ഭൗമമണ്ഡലത്തിലേക്കുകൂടി കടന്നുചെല്ലണം. എഴുത്തുകാരനിൽനിന്നും വിഭിന്നമല്ലാതെ കൃതികളെ മനസ്സിലാക്കാനുള്ള പ്രത്യവലോകന വായനകൾ (retrospective readings) ആവാം ഇവ. ഉത്തരാധുനികതയിലൂടെ മരിച്ചുപോയ സ്രഷ്ടാവിനെ അയാളുടെ കൃതികളിലൂടെ, അയാളുടെ അസ്തിത്വത്തിലൂടെ, അയാളുടെ അവശിഷ്ടങ്ങളിലൂടെ, അയാൾ വരച്ചുകാണിച്ച അയാളുടെ ലോകത്ത് പുനഃസൃഷ്ടിക്കാനുള്ള കലാപരത പുതിയ വായനകൾക്ക് വേണം.

ഇതുവരെ ശീലിച്ച വായനകളിൽനിന്നെല്ലാം പുറത്തുകടന്ന്, പുതിയ കാലത്തിന്റെ പുതിയ കണ്ണുകളിലൂടെ ചരിത്രാവശിഷ്ടങ്ങളെ പഠിക്കുന്ന അന്വേഷണകുതുകിയാവണം പുതിയ വായനക്കാരൻ. പുതിയ കാലം

എന്നത് ഇരുപതാം നൂറ്റാണ്ടിനു ശേഷം വന്ന ഇരുപത്തൊന്നാം നൂറ്റാണ്ടല്ല, വ്യാവസായിക വിപ്ലവത്തിനു ശേഷം വന്ന വികസിത സമൂഹത്തിന്റെ കാലവുമല്ല. കാലദേശാന്തരങ്ങളെ അതിജീവിക്കാൻ കെല്പുള്ള, യാഥാർഥ്യത്തോടൊപ്പം ഓർമകളെയും ഭാവനകളെയും സ്വപ്നങ്ങളെയും ഒരുമിച്ചിരുത്താൻ കഴിയുന്ന, അനന്തമായ കാലത്തിൽ കറങ്ങിത്തിരിഞ്ഞു വരുന്ന, ഭൂതകാലത്തെയും ഭാവികാലത്തെയും ആവാഹിച്ച് അകത്താക്കുന്ന അച്ചടക്കമില്ലാത്ത വർത്തമാനകാലത്തെ സ്വീകരിക്കുന്നതാണ് ഈ പുതിയ കാലം.

ഈ പുതിയ വായനയിൽ വിജയന്റെ കലാപരതയിലെ പരിഷ്കൃതി മനസ്സിലാകുന്നു. ഈ നാൾവരെയും പരിചിതമായ ആശയസംഹിതകളിലൂടെ മാത്രം പുതിയതിനെ നോക്കിക്കണ്ട് ശീലിച്ചതാണ് മലയാളി ബുദ്ധിജീവിമണ്ഡലത്തിന്റെ വലിയ പാളിച്ചകളിലൊന്ന്. പുരോഗമനം എന്ന ആശയത്തിന് മേൽ പതിച്ച മാർക്സിയൻ ദൃഷ്ടിദോഷവും ഒരു പരിധിവരെ ഈ പാളിച്ചയ്ക്ക് വഴിയൊരുക്കി.

മലയാളി അക്കാദമിക്കുകളുടെ ഒരു അപജയം എന്നു പറയാൻ കഴിയില്ലെങ്കിലും, പുതിയ വായനകളെ ഒരു പരിധിവരെ ചെറുത്തുനിന്നത് ഈ മാർക്സിയൻ തീർപ്പ് (Marxian fixation)- ആണ്. മാർക്സിയൻ തീർപ്പ് എന്ന് പറയുന്നത്, വർഗ്ഗം എന്ന വിജ്ഞാനതലത്തിൽനിന്നുകൊണ്ട് രൂപീകൃതമാകുന്ന ഏത് അന്വേഷണങ്ങളും കാഴ്ചപ്പാടുകളുമാണ്. ഈ തലത്തിൽനിന്നും പുറത്തു കടക്കാൻ കഴിയാതെ വരുമ്പോളാണ് നമ്മൾ അറിയാതെതന്നെ നമ്മുടെ കാഴ്ചപ്പാടുകൾ പരിമിതമാകുന്നത്. മാർക്സിയൻ തീർപ്പിനെ അതിജീവിച്ച് വർഗ്ഗം എന്ന വിജ്ഞാനതലത്തിന് അതീതമാകുമ്പോൾ മാത്രമാണ് നിലപാടുകൾ ആത്മനിഷ്ഠതലത്തിലുള്ള അനേകമായ സാദ്ധ്യതകളെ അറിയുന്നത്. വർഗ്ഗം എന്ന വിജ്ഞാനതലത്തിൽ എപ്പോഴും ആഗോളപരതയെയാണ് ആശ്രയിക്കുക. ഉദാഹരണത്തിന്, സ്ത്രീയും പുരുഷനും സമത്വം അർഹിക്കുന്നു. ഈ ധാരണ തത്ത്വത്തിലാണ് ഉള്ളത്. ആശയങ്ങളുടെ തലത്തിൽനിന്നുമാണ് ഈ പ്രസ്താവന നമ്മുടെ ബോധമണ്ഡലവുമായി സംവദിക്കുന്നത്. ആശയവിനിമയത്തിനായി (ആശയശേഖരണത്തിനും) ഈ ആഗോളപരത സഹായകമാവുന്നുവെങ്കിലും, ആശയങ്ങളുടെ ലോകത്തിനു പുറത്ത് ഇതിനു നിലനില്പില്ല. യഥാർത്ഥത്തിൽ സ്ത്രീഎന്നതോ പുരുഷൻ എന്നതോ ആയ ഒരു സങ്കല്പത്തിനു നിലനില്പില്ല. നമ്മൾ ഇന്ദ്രിയങ്ങൾകൊണ്ട് അറിഞ്ഞ അനേകം പുരുഷന്മാരെയും സ്ത്രീകളെയും സംബന്ധിച്ച അറിവിലൂടെയാണ് ഈ സങ്കല്പം ബോധമണ്ഡലത്തിൽ നിലനിൽക്കുന്നത്. വസ്തുനിഷ്ഠമായ സങ്കല്പങ്ങളുടെ നിലനിൽപിനാവശ്യമായ ഈ വ്യക്തികേന്ദ്രീകൃതമായ അറിവിന്റെ തലങ്ങൾ വ്യക്തിനിഷ്ഠ വിജ്ഞാനതന്തുക്കളെ കേന്ദ്രീകരിച്ചാണ് നിലനില്ക്കുന്നത്. വികാരങ്ങളുടെ തലത്തിനും ഈ വ്യക്തികേന്ദ്രീകൃതമായ വിജ്ഞാനതലംതന്നെയാണ് ആധാരം. ഇത് ആത്മനിഷ്ഠതയുടെ തലമാണ്.

ഇതിനെയാണ് മാർക്സിയൻ സ്ഥിരീകരണത്തിനു പകരം പുതിയ വായന ആശ്രയിക്കുന്നത്.

വർഗ്ഗവിജ്ഞാനതലത്തിൽനിന്നു പുറത്തിറങ്ങി, മാർക്സിയൻ തീർപ്പിനെ അതിജീവിച്ചുള്ള ആത്മനിഷ്ഠ ധാരണയുടെ അഭാവമാണ് മലയാളിപണ്ഡിതരുടെ (വിജയനെ വായിക്കുന്നതിലെങ്കിലും) പരിമിതിയായി ചൂണ്ടിക്കാണിക്കാനുള്ളതെന്ന് നേരത്തേ പറഞ്ഞല്ലോ, ആ പരിമിതികളിലേക്കുള്ള ഒരു പ്രധാന ചൂണ്ടുപലകയാണ് തസ്രാക്ക് എന്ന ഒരു 'പാവം' പാലക്കാടൻ ഗ്രാമത്തെ കാല്പനികവൽക്കരിക്കാനുള്ള ശ്രമങ്ങളത്രയും. ഖസാക്കിനു തസ്രാക്കിന്റെ ഛായയാണ് എന്ന് കഥാകാരൻ തന്നെ സമ്മതിച്ച സാഹചര്യത്തിൽ തസ്രാക്കല്ല ഖസാക്കെന്നു പറയുന്നതിന്റെ ഉത്തരവാദിത്വം ഞാൻ മനസ്സിലാക്കുന്നു. തസ്രാക്ക് ആണ് ഖസാക്കിനു ആസ്പദമായത് എന്ന് വിജയൻ പറയുമ്പോൾ പുതിയ വായനയിൽ മനസ്സിലാക്കുന്നത് ഖസാക്ക് എന്ന രൂപകത്തിനു തസ്രാക്ക് എന്ന ഭൗതികഭൂഭാഗം കാരണമായി എന്നാണ്. തസ്രാക്ക് പ്രചോദനമായിരുന്നു. പ്രചോദനം മാത്രമായിരുന്നു.

പുതിയ വായന ആത്മനിഷ്ഠമാണ്; ആസ്വാദനവും. അതുകൊണ്ടു തന്നെ ഇത് ഒരു ആസ്വാദനം എന്നതിലുപരി വിജയന്റെ സൗന്ദര്യശാസ്ത്രത്തിനു മേൽ അവകാശപ്പെടുന്ന അവസാന വാക്കൊന്നുമല്ല. വൈരുദ്ധ്യാത്മകവും പരസ്പരപൂരകവുമായ അനേകം വായനകളുടെ സാധ്യതകൾ തുറന്നിടുന്നതുതന്നെയാണ് പുതിയ വായനയുടെ രീതി. അതുകൊണ്ടു തന്നെ പുതിയ വായന 'വായനകൾ' ആണ്. ആ ബഹുസ്വരത തന്നെയാണ് പുതിയ വായന ലക്ഷ്യമാക്കുന്നത്. വിജയനെ സംബന്ധിച്ചിടത്തോളം കൂടുന്ന വായനകൾ ഓരോന്നും ഒരു വജ്രത്തിന്റെ വശങ്ങൾ കണക്കെ വിജയന് മാറ്റുകൂട്ടുകയേയുള്ളൂ. വായനയെ എണ്ണത്തിലും സാധ്യതകളിലും പരിമിതപ്പെടുത്തുന്നതു മാത്രമാണ് ഒരു കലാകാരനോടുള്ള അവഗണന. ഇത്തരത്തിൽ ആലോചിച്ചാൽ തമസ്കരണം ആവോളം അനുഭവിച്ചവ കൂടിയാണ് വിജയന്റെ കൃതികൾ.

തസ്രാക്ക് ഒരു സൗന്ദര്യപ്രഹേളിക ആയിരുന്നു. ആ മഹത്വവും ഭംഗിയും ആ പ്രദേശത്തിനുണ്ട് എന്നതിലും തർക്കമില്ല. പക്ഷേ, ഒരു രൂപകത്തേക്കാൾ പ്രാധാന്യം ആ രൂപകത്തിനു കാരണമായതിനുണ്ടാവണം എന്നു വാശി പിടിക്കാമോ? തസ്രാക്ക് എന്ന ആ പ്രചോദനത്തെ ആഘോഷിക്കുന്നവർ ഖസാക്ക് എന്ന രൂപകത്തെക്കുറിച്ച് സൗകര്യപൂർവ്വം മറന്നുപോകുന്നു എന്നതാണ് സങ്കടകരം. ഇതാണ് മലയാളി പണ്ഡിതന്മാരുടെ പരിമിതിയായി ചൂണ്ടിക്കാണിക്കാൻ ആഗ്രഹിക്കുന്നതും. മലയാളത്തിന്റെ ഒരു പ്രശസ്ത കവി (പേര് പറയുന്നില്ല) കള്ള് കുടിച്ച് പൂസായി തസ്രാക്കിലൂടെ, കൈയിൽ നീലഞരമ്പോടിയ മൈമൂനയെ അന്വേഷിച്ചു ബഹളമുണ്ടാക്കിയത് ഓർത്തുപോകുകയാണ്.

തലമുറകൾ എന്ന കൃതി അർത്ഥങ്ങളുടെ (കാലത്തിന്റെയും) എണ്ണമറ്റ തലങ്ങൾ സൃഷ്ടിക്കുകയാണ്. മുങ്ങാങ്കോഴിക്കു മുന്നിൽ തുറന്ന

വില്ലീസുജാലകങ്ങളെപോലെ, ബോധത്തിന്റെ അപരിചിത മണ്ഡലങ്ങളിലൂടെ ചന്ദ്രൻ, ചാമിയാരപ്പനിലൂടെ നടന്ന്, പൂർണ തകർച്ചയിലെത്തിയ സ്വന്തം അസ്തിത്വത്തെ കണ്ടെത്തുന്നു. ആ അന്വേഷണത്തിൽ, കാലവും യാഥാർത്ഥ്യവും വ്യവസ്ഥാപിതമായ നിർവചനങ്ങൾക്കു പിടികൊടുക്കാതെ, പരസ്പരം കെട്ടുപിണഞ്ഞുകിടക്കുന്ന പരസഹസ്രം സർപ്പങ്ങൾ കണക്കെ കണ്ടെത്തപ്പെടുന്നു. ആ കണ്ടെത്തലുകളിൽ നിസ്സാരത്വവും അർത്ഥശൂന്യതയും ജീർണതയും സമ്മേളിക്കുന്നു. മഹത്തായ ഒരു ഭൂതകാലം അന്വേഷിച്ചു ഗൃഹാതുരത്വത്തിന്റെ പരകോടിയിലെത്താനും, സ്വയം ദൈവത്തിന്റെ ബീജമാണെന്ന് തിരിച്ചറിയാനും കൊതിക്കുന്നവർക്ക് വിജയൻ നിരാശയാണ് സമ്മാനിക്കുന്നത്. ഈ കാഴ്ചപ്പാടാകട്ടെ, കൃതിയെക്കാളുപരി കഥാകാരന്റേതാണ് എന്ന് തിരിച്ചറിയുന്നിടത്താണ് വിജയന്റെ കൃതികളിലൂടെ വിജയനെ മനസ്സിലാക്കാനും, അങ്ങനെ മനസ്സിലാക്കിയ വിജയനിലൂടെ വിജയന്റെ കൃതികളെ പുനരന്വേഷിക്കാനും പുതിയ വായന ശ്രമിക്കുന്നത്.

തസ്രാക്കിനെ ഒരു രൂപകത്തിന്റെ പ്രചോദനമാണെന്ന് മനസ്സിലാക്കി, ഖസാക്കിനെ തസ്രാക്കിനതീതമായ ഒരു രൂപകമായി കാണുകയാണ് പുതിയ വായന. വിജയന്റെ സൗന്ദര്യശാസ്ത്രത്തെ അസ്തിത്വവാദപരമായി കൂടി മനസ്സിലാക്കുകയാണ് ഇവിടെ.

ഒ.വി. വിജയൻ വളരെ സൂക്ഷ്മധാരണയോടെ ഭൂഭാഗങ്ങളെ ആവിഷ്കരിക്കുന്ന ഒരു സ്രഷ്ടാവാണ്. അദ്ദേഹത്തിന്റെ കഥാപാത്രങ്ങൾ അവരേക്കാൾ പരിഷ്കൃതമായ ഒരു ഭൂമികയുമായി ബന്ധിപ്പിക്കപ്പെട്ടുകിടക്കുന്നു. കഥയുടെ ഭൂമിശാസ്ത്രം തന്നെ ഒരു കഥാപാത്രമാകുന്ന മഹേന്ദ്രജാലം കണ്ട് അദ്ഭുതപ്പെട്ടത് 'ഖസാക്കിന്റെ ഇതിഹാസ'ത്തിലാണ്. രവിയെ സംബന്ധിച്ചിടത്തോളം, ഖസാക്ക് ഒരു വഴിയമ്പലമാണ്. അലഞ്ഞുതിരിഞ്ഞ്, കഴിഞ്ഞകാലത്തിൽനിന്നും ഒളിച്ചോടിയെത്തിയ ഒരു ഇടത്താവളം. എന്നാൽ, പുതിയ വായനയെ സംബന്ധിച്ചിടത്തോളം ഖസാക്ക് രവിയിൽനിന്നും വിഭിന്നമല്ല. ചിറ്റമ്മയോടുള്ള പ്രണയവും അച്ഛനോടുള്ള കുറ്റബോധവും കലർന്ന് കലുഷിതമാക്കപ്പെട്ട ബോദ്‌ലേറിയൻ ബോധത്തിന്റെ ചരിത്രത്തിൽനിന്നും, വ്യവസ്ഥാപിതമായ കാലത്തിൽനിന്നും ഓടിയൊളിക്കാനുള്ള ഒരു അതിയാഥാർത്ഥ്യ ഭൂഭാഗം (surreal landscape).

രവിയുടെ പലായനത്തിനും ബോദ്‌ലെയറുടെ ജീവിതത്തിനും അസാമാന്യമായ സാദൃശ്യമുണ്ട്. അമ്മയോടുള്ള ഈഡിപ്പൽ അഭിനിവേശവും അച്ഛനോടുള്ള അടങ്ങാത്ത ഭക്തിയും വൈരുദ്ധ്യത്തിലകപ്പെട്ട് കുറ്റബോധം ഉണർത്തുന്ന കലുഷിതമായ മനസ്സാണ് രവിയുടെ ഒളിച്ചോട്ടങ്ങൾക്ക് നിദാനം. സംഘർഷഭരിതമായ ജീവിതകാലം മുഴുവൻ ഈ ദ്വന്ദ്വം ബോദ്‌ലെയറുടെ ജീവിതത്തിലും നിഴലിച്ചുകാണാം, അമ്മയോടുള്ള പ്രണയവും അച്ഛനോടുള്ള ഭക്തിയും. അപ്രാപ്യമായ (സാമൂഹിക വ്യവസ്ഥിതികളാലും) ഒന്നിനോടുള്ള അടങ്ങാത്ത ആഗ്രഹവും,

തന്മൂലം സംഭവിക്കുന്ന ദ്വന്ദ്വവും സ്വയം ആവാഹിക്കുന്ന ജീർണതയും തന്നെയാണ് ബോദ്‌ലെയറുടെ പ്രണയസങ്കല്പങ്ങളെ ഇത്ര കലുഷമാക്കുന്നത്. റിൽക്കേയാവട്ടെ, ഒരു സ്ത്രീയോടുള്ള പ്രണയത്തിൽ അമ്മയോടുള്ള പ്രണയം ഉള്ളടങ്ങിയതായി പറയുന്നു. മതത്തിന്റെ സാന്മാർഗിക ചട്ടക്കൂടുകൾക്കതീതമായി രതിയെ മനസ്സിലാക്കുന്ന സമൂഹത്തിൽ അദ്ദേഹം പ്രതീക്ഷയർപ്പിക്കുകയും ചെയ്യുന്നു. ഏകാന്തതയിൽ ഉയരുന്ന ചോദ്യങ്ങളുമായി, ജീവിതം തരുന്ന വേദനകളുമായി ജീവിക്കാൻ അദ്ദേഹം ആഹ്വാനം ചെയ്യുന്നു. ചൂണ്ടുപലകകൾ പോലെ, ഖസാക്കിലെത്തുന്ന രവി റിൽക്കേയുടെയും ബോദ്‌ലെയറുടെയും പുസ്തകങ്ങൾ തന്റെ മുറിയിലെ റാക്കിൽ വെയ്ക്കുന്നുവെന്നു വിജയൻ എഴുതുന്നു. ഇനിയൊരു സത്യം പറയട്ടെ, പ്രിൻസ് തിരുവങ്കുളം ആരാണെന്ന് എനിക്ക് ഒരു അറിവുമില്ല!

റിൽക്കേയെയും ബോദ്‌ലെയറിനെയും കൂട്ടിക്കുഴച്ച് ഖസാക്കിലേക്ക് എടുത്തെറിയുന്നതെന്തിനെന്നു ചോദ്യങ്ങളുണ്ടായേക്കാം. ഈ സാദൃശ്യങ്ങൾ തികച്ചും ആകസ്മികങ്ങളുമായേക്കാം. ഇരുപതിലധികം അധ്യായങ്ങൾ ഉള്ള, തികച്ചും തനതായ, പാലക്കാട്ടുകാർ സ്വന്തമെന്നു കൊട്ടിഘോഷിക്കുന്ന ഒരു പുസ്തകത്തിൽ, എവിടെയോ ഒരിക്കൽ മാത്രം പരാമർശിക്കപ്പെട്ട ഈ പേരുകൾ യാദൃച്ഛികമായി സംഭവിച്ചതാണെന്നേ എഴുത്തുകാരൻപോലും സമ്മതിക്കുകയുള്ളൂ എന്നും നിങ്ങൾ പറഞ്ഞേക്കാം. എങ്കിൽ ഒന്ന് ആദ്യമേ പറയട്ടെ, ഖസാക്കും പാലക്കാടുമായി അതിലെ കഥാപാത്രങ്ങളുടെ സംസാരശൈലിയിൽ കവിഞ്ഞ് ഒരു ബന്ധവുമില്ല! പാലക്കാടിലെ കാറ്റിനും അൾജീരിയയിലെ കാറ്റിനും തമ്മിൽ ആശയപരമായി വലിയ വ്യത്യാസങ്ങളുമില്ല. വിജയൻ നിലനിന്നിരുന്ന കാലഘട്ടത്തെ കുലുക്കിമറിച്ച ദർശനങ്ങളുടെയും ആശയസംഹിതകളുടെയും പ്രതിഫലനങ്ങൾ ഖസാക്കിൽ വ്യക്തമായും ഉണ്ട്. ('വിജയൻ നിലനിന്നിരുന്ന കാലഘട്ടം' എന്നു പറയുമ്പോൾ, കേരളത്തിനകത്ത് മാറ്റൊലികൊണ്ട കമ്യൂണിസ്റ്റ് കാലഘട്ടമല്ല, മറിച്ച്, ആഗോളതലത്തിൽ സാഹിത്യത്തിലും കലയിലും വീശിയടിച്ച അസ്തിത്വവാദത്തിന്റെയും ഉത്തരാധുനികതയുടെയും കാലഘട്ടംതന്നെയാണ്) ഇത്തരത്തിൽ ഇത് വായിക്കാനുള്ള പഴുതുകൾ വിജയൻ മനഃപൂർവ്വം തുറന്നിട്ടതാണെന്നു വേണം കരുതാൻ. ഖസാക്കിന്റെ ഈ ആത്മനിഷ്ഠസ്വഭാവംകൊണ്ടുതന്നെയാണ്, പുറംലോകത്തു നടക്കുന്ന സംഭവവികാസങ്ങൾ, തൊഴിലാളിസമരങ്ങളും രാഷ്ട്രീയവുമെല്ലാം കൂമൻകാവിൽവച്ചുതന്നെ തീരുന്നത്. അതു കടന്നാൽ, സെയ്യിദ് മിയാൻ ഷെയ്ക്കിന്റെ ലോകമാണ്, ചെതലിമല വരെയും. അതും കടന്നാൽപ്പിന്നെ ലോകാരംഭം മാത്രം. ഖസാക്കിനു സ്വന്തം ചരിത്രമുണ്ട്; ഇതിഹാസവും വിശ്വാസങ്ങളും. പള്ളി പുതുക്കിപ്പണിയാൻ ഋഷിദൈവാദികളോട് ചോദിക്കുന്ന പോതിയും, ചടച്ച പാണ്ടൻകുതിരപ്പുറത്ത് സഞ്ചരിക്കുന്ന ഷെയ്ക്ക് തങ്ങളുമൊക്കെ ഖസാക്കിന്റെ മാത്രമാണ്.

ഖസാക്ക് അതിയാഥാർത്ഥ്യമാണ്, അമൂർത്തമാണ്. ഖസാക്ക് രവിയുടെ ബോധതലഭൂമികയാണ്. രതിയും (ക്രിസ്തീയമായ കാഴ്ചയിൽ 'പാപം') മരണവും (പാപബോധം) സംഘർഷഭരിതമാക്കിയ രവിയുടെ മനസ്സുപോലെതന്നെ വരണ്ടതും ഒട്ടും മിനുസപ്പെടാത്തതുമാണ് ഖസാക്ക്. പ്രാകൃതമാണ് ഖസാക്കിന്റെ നിയമങ്ങൾ. പാപത്തിനും മരണത്തിനും വിധിക്കാൻ കഴിയാത്ത പ്രണയത്തിന്റെ സൂഫിപ്രതീകങ്ങൾ തകർന്നിടിഞ്ഞിരിക്കുന്നത് കാണാം, ഖസാക്കിലുടനീളം. വീണ്ടെടുപ്പിന് ഒട്ടും സാധ്യതയില്ലാത്ത, പാപബോധത്തിന്റെ അവസാനത്തെ ഒളിത്താവളമാണ് ഖസാക്ക്. അതിന്റെ കാലം പന്ത്രണ്ട് പള്ളികൾക്കിടയിൽ തളംകെട്ടിക്കിടക്കുന്നു. ഒഴുക്കില്ലാത്ത കാലം.

ഖസാക്ക് ഒരു വഴിയമ്പലമാണ്. ചരിത്രത്തിൽനിന്നും രക്ഷപ്പെട്ടു വരുന്നവരുടെ ഒളിത്താവളം. ചരിത്രത്തിൽ സ്ഥാനമില്ലാത്തവരുടെ അവസാനത്തെ അഭയസ്ഥാനം. ഹുവാൻ റൂൾഫോയുടെ *പെഡ്രോ പരാമോ*വിലെ മരിച്ചവരുടെ നാടായ കൊമാലയെപ്പോലെ, ആരോ മറന്നുവച്ചതുപോലെ ഖസാക്കും ഖസാക്കുകാരും പന്ത്രണ്ട് പള്ളികൾക്കിടയിൽ തളംകെട്ടിനിൽക്കുന്ന കാലത്തോടൊപ്പം കെട്ടിനിന്നു ജീർണ്ണിച്ചു. അള്ളാപ്പിച്ച മൊല്ലാക്കയും അപ്പുക്കിളിയും കുപ്പുവച്ചനുമൊക്കെ ഈ ജീർണ്ണതയുടെ ഭാഗങ്ങളായി.

ഖസാക്ക് ഭൂപടത്തിലുള്ള ഒരിടമല്ല. ഓർമകളുടെ മരുഭൂമിയിൽ, ഭയവും സങ്കല്പവും ഇഴപിരിച്ചുണ്ടാക്കിയ ഒരു മരീചികയാണ്. ഈ കാലവും ദേശവും രവിയുടേതു മാത്രമായിരുന്നു. പുറംലോകത്തുനിന്നും ആകെ കടന്നു വന്നത് പദ്മയാണ്. പൂർവജീവിതത്തിൽനിന്നുമുള്ള ആ വരവിൽ തകർന്നുപോയത് രവിയുടെ ചീട്ടുകൊട്ടാരമാണ്. സ്വന്തം ഓർമയുടെ (യാഥാർത്ഥ്യവും സങ്കല്പവും ഇടകലർന്ന ഓർമ.) ചിത്രങ്ങളാൽ പടുത്തുയർത്തിയ ഒളിത്താവളം പൂർവജീവിതത്തിലെ ഒരു ബിന്ദുവിന്റെ സാന്നിധ്യത്തോടുകൂടി മലിനമാവുകയാണ്. ഇനി അവിടെനിന്നും പോയേ പറ്റൂ. രതിയുടെയും പശ്ചാത്താപത്തിന്റെയും പലായനത്തിന്റെയും ഓർമകൾക്കപ്പുറമുള്ള രവിയുടെ ആ യാത്ര തുടങ്ങുന്നത് മരണമെന്ന പടിവാതിൽ കടന്നാണ്. അവിടെയും യാത്ര പറയാൻ അച്ഛൻ മാത്രമേയുള്ളൂ. ("സായാഹ്നയാത്രകളുടെ അച്ഛാ......") ഒരു ദുർമൂർത്തിയുടെ സാന്നിദ്ധ്യംപോലെ അച്ഛന്റെ ഓർമ (പാപബോധത്തിന്റെയും) അവസാന നിമിഷംവരെയും രവിയെ പിൻതുടരുന്നു.

'ഖസാക്കിന്റെ ഇതിഹാസ'വും 'തലമുറക'ളും പരസ്പരപൂരകങ്ങളാണെന്നു വേണം പറയാൻ. ഒരേ വിഷയത്തിന്മേലുള്ള പരസ്പരപൂരകങ്ങളായ രണ്ടു നിലപാടുകൾ. ഈഡിപ്പൽ ആയ ഒരു സമസ്യയുടെ രണ്ടു തലങ്ങൾ.

'തലമുറക'ളും 'ഖസാക്കിന്റെ ഇതിഹാസ'വും ഒരു നാണയത്തിന്റെ രണ്ടു വശങ്ങളാണ്, രണ്ടു വിരുദ്ധധ്രുവങ്ങളിലേക്കു ഉത്തരമന്വേഷിച്ചു പോയ ഒരേ ചോദ്യങ്ങൾ.

ഈഡിപ്പൽ ആയ ഒരു പാപബോധത്തിൽനിന്നും പലായനം ചെയ്ത്, ജീർണ്ണതയിലേക്ക് കൂപ്പുകുത്തുന്ന, തളം കെട്ടിക്കിടക്കുന്ന കാലത്തിന്റെ അമൂർത്തമായ ഒരു അതിയാഥാർത്ഥ്യ ഭൂമികയാണ് ഖസാക്കെങ്കിൽ, തലമുറകൾ ആ പാപബോധത്തിന്റെ വേരുകളിലേക്ക് അന്വേഷിച്ചിറങ്ങി, ആ അന്വേഷണത്തിന്റെ തീക്ഷ്ണതയിലാണ് ജീർണ്ണിച്ച് ഇല്ലാതാകുന്നത്. ഈ നാശോന്മുഖമായ അന്വേഷണത്തിൽ വ്യവസ്ഥാപിതമായ, ചരിത്ര പരമായ കാലഗണനയെയും, ഭൗമസങ്കല്പത്തെയും അരാജകമായ ഒരു ചൂഷണത്തിന് വിധേയമാക്കിയാണെങ്കിലും ആശ്രയിക്കുന്നുണ്ട്. ഈഡിപ്പൽ ആയ ആ പശ്ചാത്താപത്തെ കൂടുതൽ ആഴത്തിൽ മനസ്സി ലാക്കാനും പക്വമതിയായ ഒരു നിലപാടുകൊണ്ട് ഓരോ മനുഷ്യന്റെയും ആത്മനിഷ്ഠ ബോധമണ്ഡലത്തിലേക്ക് കൂടുതൽ ഇറങ്ങിച്ചെല്ലാനും 'തല മുറകൾ'ക്ക് കഴിയുന്നുണ്ട്. ഖസാക്കിൽനിന്നും പൊന്മുടിയിലേക്ക് കഥാ കാരൻ നടന്ന ദൂരങ്ങൾ സമ്മാനിച്ച പ്രായവും, അതിൽ പൊതിഞ്ഞ അനുഭവങ്ങളും പുരാതനമായ ആ ചോദ്യത്തെ നൂതനമായ ആശയ ക്കുഴപ്പങ്ങളിൽ പൊതിഞ്ഞുകൊണ്ട് ഉൾക്കൊള്ളാൻ കഥാകാരനെ പ്രാപ്തമാക്കിയെന്നു വായിക്കാം. അതെന്തുതന്നെയായിരുന്നാലും, ഇക്കാലമത്രയും ഉള്ളിൽ കൊണ്ടുനടന്ന ഒരു ചോദ്യമായി ഈ ഈഡിപ്പൽ പാപബോധം വിജയനെ വായിക്കുമ്പോൾ ഓർമയുടെ മണ്ഡലത്തിലേക്ക് ചെറുത്തുനിൽക്കാനാവാത്ത ഒരു വെളിപാടുപോലെ ഇറങ്ങിവരുന്നു.

ഭാഗം നാല്

ലേഖനം

ചിന്തയുടെ ബലിഷ്ഠഗോപുരങ്ങൾ

ശ്രീശൈലം ഉണ്ണിക്കൃഷ്ണൻ

അധികാരത്തിന്റെ നൃശംസതകൾക്കും അശ്ലീലഭാവനകൾക്കുമെതിരെ, ഉയർന്ന ചരിത്രബോധത്തിന്റെയും ജനാധിപത്യ ചിന്തയുടെയും തീപ്പന്തങ്ങളെറിയുക എന്നതാണ് ഒ.വി. വിജയന്റെ ലേഖനങ്ങൾ നിർവഹിച്ച ധർമം. ആക്ഷേപഹാസ്യത്തിന്റെയും വിളഞ്ഞ നർമത്തിന്റെയും തിളക്കം നിറഞ്ഞ വാകൃങ്ങൾ കൊരുത്ത് കൊരുത്ത് വിജയൻ നിർമ്മിച്ചെടുത്ത അനനുകരണീയമായ ഭാഷ ഈ ലേഖനങ്ങൾക്ക് എന്തെന്നില്ലാത്ത വായനാക്ഷമത പകർന്നേകി. പ്രതിപാദ്യവിഷയത്തിന് അതുവരെ ഉണ്ടാവാതിരുന്ന ചിന്തയുടെ പുതിയതലം വിജയന്റെ അനുഗൃഹീത തൂലികയ്ക്ക് അനായാസമായി ചൂണ്ടിക്കാട്ടാനായി. മലയാളിയുടെ ചിന്താപാരമ്പര്യത്തെ തന്നെ പലവട്ടം പ്രകോപിപ്പിക്കുവാനും വിജയൻ തന്റെ ലേഖനങ്ങളിലൂടെ പരിശ്രമിച്ചു. ചരിത്രവും രാഷ്ട്രീയവും പത്രധർമവും തത്ത്വചിന്തയും വിദ്യാഭ്യാസവും ദേശീയവാദവും എന്നുവേണ്ട മനുഷ്യനെ സംബന്ധിക്കുന്ന എന്തും ആ പ്രതിഭാശാലിക്ക് ലേഖനവിഷയങ്ങളായി. ഉപരിപ്ലവമായി ഈ വിഷയങ്ങളെ എടുത്തിട്ടലക്കുന്ന 'ചിന്തക'ന്മാരുടെ എതിർധ്രുവത്തിൽ നിലയുറപ്പിച്ചുവെന്നതാണ് ഒ.വി. വിജയന്റെ ലേഖനകലയെ ഇന്നും പ്രസക്തമാക്കി നിർത്തുന്നത്.

ദൈനംദിന പത്രപംക്തിക്കപ്പുറം പോകാത്ത അതീവദുർബലമായ രാഷ്ട്രീയ ചിന്തയാണ് മലയാളിയുടെ സ്വാതന്ത്ര്യാനന്തര ധൈഷണിക ജീവിതത്തിലുള്ളത് എന്ന നഗ്നസത്യത്തെ തുറന്നുകാട്ടിക്കൊണ്ടാണ് പി. കെ. രാജശേഖരൻ വിജയന്റെ ലേഖനങ്ങൾക്കെഴുതിയ അവതാരിക ആരംഭിക്കുന്നത്. ഒരർത്ഥത്തിൽ ഒ.വി. വിജയന്റെ ലേഖനങ്ങൾ ശ്രമിച്ചത് ഈ വിടവിനെ നികത്താനായിരുന്നുവെന്ന് ഇന്ന് നാം തിരിച്ചറിയുന്നു. എം. ഗോവിന്ദനെപോലൊരു സ്വതന്ത്ര ചിന്തകനെപോലും അർഹിക്കുന്ന പ്രാധാന്യത്തോടെ വിലയിരുത്തുവാനും ആദരിക്കുവാനും മടികാട്ടിയ മലയാളിയുടെ സങ്കുചിതധാരണയെ അതിവർത്തിക്കുവാൻ വിജയനെപോലൊരു ജീനിയസിന് മാത്രമേ സാധിക്കുമായിരുന്നുള്ളൂ. കക്ഷിരാഷ്ട്രീയത്തിന്റെയും മതസാമുദായിക താത്പര്യങ്ങളുടെയും തടവറയിൽ പെറ്റുവീണവിടെ തന്നെ ചത്തു മലയ്ക്കുന്ന ഇത്തിരിവട്ടക്കാഴ്ചകളെ ചിന്താ

ലോകത്തെ വിപ്ലവകരമായ തരംഗങ്ങളെന്നൊക്കെ വിശേഷിപ്പിക്കുന്ന ഹിമാലയൻ അബദ്ധങ്ങളുടെ അർത്ഥശൂന്യതയെന്താണെന്ന് വിജയന്റെ ലേഖനങ്ങൾ വായിച്ചപ്പോഴാണ് മലയാളി തിരിച്ചറിഞ്ഞു തുടങ്ങിയത്. ഇ.എം.എസ്സിന്റെ, എങ്ങനെയും വ്യാഖ്യാനിക്കാനിടം നൽകുന്ന ലേഖന ങ്ങളുടെ പരിമിതി തിരിച്ചറിയണമെങ്കിൽ ഒ.വി. വിജയന്റെ കമ്മ്യൂണിസ്റ്റ് ചിന്തയോട് സംവദിക്കുന്ന ലേഖനങ്ങൾ വായിച്ചാൽ മതിയാവുമെന്ന നില യിലേക്കുവരെ ഈ തിരിച്ചറിവിന് മുന്നോട്ടുപോകാനാവും. വസന്ത ത്തിന്റെ ഇടിമുഴക്കം സ്വപ്നം കണ്ട് ഞെട്ടിയുണർന്നപ്പോൾ ചില നക്സ ലൈറ്റ് ബുദ്ധിജീവികൾ പുലമ്പിയ വഴിതെറ്റിയ ചിന്തകളെ ഗഹനബോധ ത്തിന്റെ വെളിപാടുകളായി ചിത്രീകരിച്ചവർക്കും ഈ ലേഖനങ്ങൾ ഒരു വീണ്ടുവിചാരത്തിന് പ്രേരണയേകുമെന്നുറപ്പാണ്. ഒരേസമയം ലോക ത്തെയും ഇന്ത്യയെയും കേരളത്തെയും ആഴത്തിൽ നോക്കിക്കാണാനും സ്വതന്ത്രചിന്തയുടെ വെളിച്ചത്തിലപഗ്രഥിക്കുവാനും കലാകാരനായ ഈ ചിന്തകന് സാധിച്ചതിന്റെ സത്ഫലങ്ങളാണ് വിജയന്റെ ലേഖനങ്ങൾ.

ഭാരതം നിർണ്ണായകമായ ഒരു ചരിത്രസന്ധിയിലൂടെ കടന്നുപോകുന്ന വേളയിലാണ് കാലത്തിന്റെ റഡാറുകളെന്ന് വിശേഷിപ്പിക്കാവുന്ന ലേഖന ങ്ങളെഴുതുവാൻ വിജയനാരംഭിച്ചത്. 1975 ജൂൺ 25 മുതൽ 1977 മാർച്ച് 21 വരെ നീണ്ടുനിന്ന അടിയന്തരാവസ്ഥ അതിന്റെ എല്ലാവിധ ഭയാനക തകളോടെയും രാഷ്ട്രമനസ്സിനെ പിടിച്ചുകുലുക്കിയതിന്റെ അമ്പരപ്പ് പാടേ പിൻവലിയാതിരുന്ന കാലഘട്ടത്തിലാണ് വിജയന്റെ രാഷ്ട്രീയ ലേഖനങ്ങൾ പ്രത്യക്ഷപ്പെട്ടു തുടങ്ങിയത്. അടിയന്തരാവസ്ഥ നടപ്പിലാ ക്കിയ ഏകാധിപത്യ ചിന്തയുടെ കടയ്ക്കൽ നിരക്ഷരഭാരതം വിവേക ബുദ്ധിയോടെ കത്തിവെച്ചതിന്റെ ഫലമെന്നോണം രൂപപ്പെട്ട ജനതാ സർക്കാരിന്റെ ഭരണം ഒരസംബന്ധ നാടകമായി ചുരുങ്ങിപ്പോയ കാല ഘട്ടത്തിലാണ്, കൃത്യമായി പറഞ്ഞാൽ വിജയന്റെ രാഷ്ട്രീയവിമർശന പ്രധാനമായ ലേഖനങ്ങൾ പുറത്തുവന്നുതുടങ്ങിയത്. ആ കരാളാവസ്ഥ യുടെ താപം കൃത്യമായി ഒപ്പിയെടുത്തവതരിപ്പിക്കാൻ മറ്റേത് രാഷ്ട്രീയ നിരീക്ഷകനേക്കാൾ വിജയന് സാധിച്ചുവെന്ന് അക്കാലത്തെഴുതിയ ലേഖനങ്ങൾ പുനർവായനക്ക് വിധേയമാക്കുമ്പോൾ ഇന്ന് നാം മനസ്സി ലാക്കുന്നു. പി.കെ. രാജശേഖരൻ കിറുകൃത്യമായി ചൂണ്ടിക്കാട്ടിയതു പോലെ 'അടിയന്തരാവസ്ഥക്കാലത്ത് സെൻസർഷിപ്പിന്റെ ഉപരിപ്ലവ ബുദ്ധിയെ കബളിപ്പിച്ചുകൊണ്ട് കലാകൗമുദി വാരികയിൽ തുടർച്ചയായി വരച്ചിരുന്ന 'ഇത്തിരി നേരമ്പോക്ക് ഇത്തിരി ദർശനം' എന്ന കാർട്ടൂൺ പരമ്പരയുടെ ലാക്ഷണികസ്വഭാവം വെടിഞ്ഞുകൊണ്ടുള്ള തുടർച്ചകളായി രുന്നു ആ ലേഖനങ്ങൾ'. അടിയന്തരാവസ്ഥയ്ക്ക് മുമ്പിൽ സാഷ്ടാംഗം പ്രണമിച്ചും വാഴ്ത്തുപാട്ടുകൾ രചിച്ചും നട്ടെല്ലൂരി ഊന്നുവടിയാക്കി നില കൊണ്ട സാംസ്കാരിക നായകന്മാർക്ക് ഇനിയൊരു നൂറുജന്മം കഴി ഞ്ഞാലും അന്ന് വിജയൻ പ്രകടിപ്പിച്ച ധീരതയുടെ ഉൾപ്പൊരുൾ തിരിച്ച റിയാൻ കഴിയില്ല.

1979-ൽ 'മലയാളനാട്' വാരികയിൽ 'ഇന്ദ്രപ്രസ്ഥം' എന്ന പംക്തി വിജയൻ കൈകാര്യം ചെയ്യാനാരംഭിച്ചു. 1981 വരെ ആ പംക്തി സമർത്ഥമായി കൈകാര്യം ചെയ്തു. ഇന്ദ്രപ്രസ്ഥം എന്ന പേരിൽ 1985 മെയ് മാസത്തിൽ പന്തളം പുസ്തക പ്രസാധകസംഘം വിജയന്റെ ആദ്യലേഖന സമാഹാരം പ്രസിദ്ധപ്പെടുത്തി. "ആനുകാലിക സംഭവങ്ങളെക്കുറിച്ച് വാരാന്തബദ്ധപ്പാടിന്റെ ശൈലിയിൽ പടച്ചുവിട്ട ഈ ലേഖനങ്ങൾ വിലക്ഷണമായി തോന്നുന്നുണ്ടെങ്കിൽ വായനക്കാർ ക്ഷമിക്കണം" എന്നു വിനയത്തോടെ വിജയൻ ഇന്ദ്രപ്രസ്ഥത്തിന്റെ ആമുഖത്തിൽ എഴുതിയിട്ടുണ്ട്. 1988 ജൂണിൽ കറന്റ് ബുക്സ് 'സന്ദേഹിയുടെ സംവാദം' എന്ന ലേഖനസമാഹാരം പ്രസിദ്ധപ്പെടുത്തുകയുണ്ടായി. മാതൃഭൂമി ആഴ്ചപ്പതിപ്പിലും ഇന്ത്യാടുഡെ മലയാളത്തിലും വിജയൻ ഇന്ദ്രപ്രസ്ഥം എന്ന പേരിൽ തന്നെ കോളമെഴുതിയിരുന്നു. ആനുകാലിക പത്രപംക്തിയിലെ ലേഖനങ്ങൾ പൊതുവെ അല്പായുസ്സുക്കളായി ഒടുങ്ങാറാണ് പതിവ്. എന്നാൽ വിജയന്റെ നിരീക്ഷണപാടവവും ഉന്നതമായ ഭാഷാശൈലിയും ആ ദുർവിധിയിൽനിന്ന് ഈ ലേഖനങ്ങളെ രക്ഷിച്ചെടുത്തു. 1975 മുതൽ 2005 വരെ നീണ്ടുനിന്ന മുപ്പത് വർഷങ്ങളിലെ ഇന്ത്യൻ രാഷ്ട്രീയ ജീവിതത്തിന്റെ അകവും പുറവും കൃത്യമായി പ്രതിഫലിക്കുന്നുണ്ട് വിജയന്റെ ലേഖനങ്ങളിൽ. അതിൽ മൂടിവെക്കപ്പെട്ട യാഥാർത്ഥ്യങ്ങളുടെ അനാവരണമുണ്ട്. തുറന്നുകാട്ടപ്പെട്ട യാഥാർത്ഥ്യങ്ങളിലെ അശ്ലീലങ്ങളുണ്ട്. നിശിതബുദ്ധിയായ ഒരു പംക്തികാരന്റെ സാമൂഹികനിരീക്ഷണത്തിന്റെ ഉജ്ജ്വലരേഖകളാണ് വിജയന്റെ ലേഖനങ്ങൾ.

മലീമസമായ നമ്മുടെ സാംസ്കാരിക പരിസരത്തെയും രാഷ്ട്രീയ കാലാവസ്ഥയെയും കീറിമുറിച്ച് വിമർശിക്കുന്നതിൽ വിജയൻ പ്രകടിപ്പിച്ച ആർജ്ജവവും പാകശാലിത്വവും സമാനതകളില്ലാത്തതാണ്. അഴിമതിയും നയപരമായ പാളിച്ചകളും ഏകാധിപത്യവാസനയും വർഗീയ ചിന്താഗതിയും സാമുദായികപ്രീണനവും താത്കാലിക ലക്ഷ്യചിന്തയും വ്യാജപ്രചാരണവും സ്വജനപക്ഷപാതവും എന്നുവേണ്ട സകലതിന്മകളും വിജയന്റെ ക്രോസ്‌വിസ്താരത്തിൽ ചോദ്യം ചെയ്യപ്പെടുന്നുണ്ട്. നമ്മുടെ രാഷ്ട്രീയ നേതാക്കന്മാർ പലരും ഈ ലേഖനങ്ങളിൽ പ്രത്യക്ഷപ്പെടുന്നുണ്ട്. മഹാത്മാഗാന്ധിയും ജയപ്രകാശ് നാരായണനും ജവഹർലാൽ നെഹ്റുവും ലാൽബഹാദൂർശാസ്ത്രിയും മൊറാർജിദേശായിയും ഇന്ദിരാഗാന്ധിയും ജോർജ്ജ് ഫെർണാണ്ടസും രാജീവ് ഗാന്ധിയും സഞ്ജയ് ഗാന്ധിയും അടൽ ബിഹാരി വാജ്പേയിയും സോണിയാഗാന്ധിയും എൽ.കെ. അദ്വാനിയും ഇ.എം.എസും എ.കെ.ജിയും, ഇ.കെ. നായനാരും എ.കെ.ആന്റണിയും ഷെയ്ക് അബ്ദുള്ളയും സി.അച്യുതമേനോനും അടക്കം എത്രയെത്ര രാഷ്ട്രീയക്കാരാണ് ഈ ലേഖനങ്ങളിൽ മിന്നിത്തെളിയുന്നത്. മാർക്സും മാവോയും ലെനിനും സ്റ്റാലിനും കാസ്ട്രോയും ദെങ്സിയാവോ പിങ്ങും ക്രൂഷ്ചേവും അടക്കം ലോകപ്രശസ്തരായവരുടെ നിരയും ഇതേ പ്രാധാന്യത്തോടെ വിജയന്റെ ലേഖനങ്ങളിൽ പരാമർശിക്കപ്പെടുന്നുണ്ട്. വിജയന്റെ പരന്ന വായനയുടെയും

ഉന്നതമായ താർക്കികബുദ്ധിയുടെയും ഉചിതസമ്മേളനമാണ് അദ്ദേഹത്തിന്റെ മൗലികതയിൽ സ്ഫുടം ചെയ്തെടുത്ത ലേഖനങ്ങൾ.

ധർമവ്യസനിയായ ഒരു ചിന്തകൻ വിജയനിൽ ഉണർവോടെ നില കൊണ്ടിരുന്നുവെന്നതിന്റെ പ്രത്യക്ഷതെളിവുകളെന്ന നിലയിലും വിജയന്റെ ലേഖനങ്ങളെ നോക്കിക്കാണാനാവും. ലോകം ധാർമികമായി ഒരു മഹാപ്രതിസന്ധിയെയാണ് അഭിമുഖീകരിക്കുന്നതെന്ന് തന്റെ ലേഖനങ്ങളിലൂടെ സൂക്ഷ്മമായി ഓർമ്മപ്പെടുത്താനാണ് എക്കാലവും വിജയൻ ശ്രമിച്ചുവന്നത്. ബാഹ്യമായ പരിഷ്കാരങ്ങൾ കൊണ്ട് മറച്ചുവെയ്ക്കാൻ സാധിക്കാത്ത ആന്തരജീർണത നമ്മുടെ സാംസ്കാരിക ബോധത്തിൽ പിടിമുറുക്കിയതായി അദ്ദേഹം തിരിച്ചറിഞ്ഞിരുന്നു. ആപത്കരമായ ഈ അവസ്ഥയെക്കുറിച്ച് പേർത്തും പേർത്തും ആശങ്കപ്പെട്ടിരുന്നു വിജയനിലെ മാനവികതാവാദി. ഈ ആശങ്കകളുടെ എഴുത്തുരൂപത്തിലുള്ള ആവിഷ്കാരമായിരുന്നു അദ്ദേഹത്തിന്റെ ലേഖനങ്ങൾ. ഇന്ത്യയും കേരളവും കടന്നുപോന്ന ഒരു കാലഘട്ടത്തിന്റെ ആന്തരവൈവിദ്ധ്യങ്ങളെ കൃത്യമായി അപനിർമ്മിക്കുവാനും തന്റേതായ നിഗമനങ്ങളിലെത്തിച്ചേരുവാനും വിജയനെന്നും ശ്രമിച്ചിരുന്നു. ധ്വന്യാത്മകതയുടെ വരപ്രസാദം ലഭിച്ച ഭാഷയുടെ കാന്തിമത്തായ സാന്നിധ്യം കൊണ്ടാണ് വിജയന്റെ നോവലുകളും ചെറുകഥകളും സഹൃദയരെ ആകർഷിച്ചതെങ്കിൽ ഉശിരും ഉണർവുമുള്ള ഭാഷയാണ് ലേഖനങ്ങൾക്ക് ചൊടി പകരുന്നത്. വിജയന്റെ ശൈലീഭേദങ്ങളെക്കുറിച്ച് പഠിക്കുന്നവർ നിശ്ചയമായും ഈ വ്യതിയാനത്തിന്റെ സാംഗത്യം അപഗ്രഥിക്കേണ്ടതുണ്ട്. ഈ രണ്ടു ഭാഷാഘടനയെയും ഒരുപോലെ നിർണയിക്കുന്നത് വിജയനിലൂറിക്കൂടിയ ധാർമികജാഗരൂകതയാണെന്ന് ആഴത്തിൽ പരിശോധിച്ചാൽ വ്യക്തമാവും.

നെഹ്റു കുടുംബത്തിന്റെ വംശാധിപത്യ വാസനയുടെ നെറികേടുകൾക്കെതിരെയും ഹിന്ദുത്വ രാഷ്ട്രീയത്തിന്റെ ആക്രാത്മകമായ പരീക്ഷണങ്ങൾക്കെതിരെയും ഇസ്ലാമിക തീവ്രവാദത്തിന്റെ ഹിംസാത്മക നിലപാടുകൾക്കെതിരെയും സാമ്രാജ്യത്വത്തിന്റെ അധിനിവേശയുക്തികൾക്കെതിരെയും ഒരേസമയം എതിർപ്പു പ്രകടിപ്പിച്ചുവെന്നതിലാണ് വിജയന്റെ ലേഖനങ്ങൾ ആദരവർഹിക്കുന്നത്. നമ്മുടെ ജനാധിപത്യവ്യവസ്ഥയെ കാർന്നുതിന്നുന്ന അനീതിക്കെതിരായ ധർമസമരങ്ങളേറ്റെടുക്കുവാനും ആ ലേഖനങ്ങൾക്ക് സാധിച്ചു. ഇന്ദ്രപ്രസ്ഥം (1985), സന്ദേഹിയുടെ സംവാദം (1988), ഘോഷയാത്രയിൽ തനിയെ (1987), ഒരു സിന്ദൂരപ്പൊട്ടിന്റെ ഓർമ (1987), കുറിപ്പുകൾ (1988), വർഗ സമരം സ്വത്വം (1988), ഹൈന്ദവനും അതിഹൈന്ദവനും (1998), അന്ധനും അകലങ്ങൾ കാണുന്നവനും (2001) എന്നീ ലേഖനസമരങ്ങൾ ഈ ധാർമിക പ്രവർത്തനത്തിന്റെ ആഴവും വ്യാപ്തിയും വ്യക്തമാക്കുന്നുണ്ട്. പൗരാവകാശത്തെക്കുറിച്ചുള്ള വിചാരങ്ങളാൽ സമൃദ്ധമാണ് മിക്ക ലേഖനങ്ങളും. ആധുനികമായ ലോകബോധം പങ്കിടവേ തന്നെ ആധുനികതയുടെ സൂക്ഷ്മ വിമർശനങ്ങൾക്കും അദ്ദേഹം ഇടം കണ്ടെത്തിയതായി ഈ ലേഖനങ്ങൾ

സാക്ഷ്യപ്പെടുത്തുന്നുണ്ട്. പലപ്പോഴും വിജയന്റെ കലാജീവിതവുമായി കൂട്ടിക്കുഴച്ചാണ് മലയാളി അദ്ദേഹത്തിന്റെ ദാർശനികവിചാരത്തെയും ലോകവീക്ഷണത്തെയും കുറിച്ചുള്ള നിഗമനങ്ങളിലേക്ക് ചെന്നു ചാടിയിരുന്നത്. ഹൈന്ദവപുനരുത്ഥാനത്തിന്റെ ധ്വനിപാഠങ്ങളെന്ന നിലയിൽ വിജയന്റെ ദാർശനിക സമീപനത്തെ ന്യൂനീകരിച്ചു കാണുന്നത് എത്ര അപഹാസ്യമാണെന്ന് നാം തിരിച്ചറിയുന്നത് ഈ ലേഖനങ്ങൾ വായിക്കുമ്പോഴാണ്.

ഹിന്ദുത്വരാഷ്ട്രീയത്തെയും അതിന്റെ സങ്കല്പനങ്ങളെയും വിമർശനാത്മകമായി ചോദ്യംചെയ്യുന്നതിൽ ഒരുകാലത്തും വിജയൻ വിമുഖത കാട്ടിയിരുന്നില്ല. അദ്ദേഹത്തിന്റെ ലേഖനങ്ങൾ ഇതിന് നേർതെളിവുകളാണ്. ഹൈന്ദവഫാസിസ്റ്റായി ചിലർ ചാപ്പകുത്തിയ വിജയനെഴുതിയത് ശ്രദ്ധിക്കുക: "ഇന്ത്യ ആര്യാവർത്തമല്ല, നിരവധി പരിണാമതലങ്ങളുള്ള ഒരു ഉപഭൂഖണ്ഡമാണ്. ഹിന്ദുമതം ഒരു മതവുമല്ല. ശൈവവൈഷ്ണവ തന്ത്രാദിശാഖോപശാഖകളുള്ള ഒരു സാംസ്കാരിക സ്ഥിതിവിശേഷമാണ്. പോരെങ്കിൽ അതിനകത്തെ ഗോത്രങ്ങളും ജാതികളും അതിനെ പിന്നെയും സങ്കീർണമാക്കുന്നു. അതുകൊണ്ട് ഖൊമേനി മാതൃകയിൽ ഒരു ഹൈന്ദവ ഫണ്ടമെന്റലിസം സംവിധാനം ചെയ്യാൻ മുതിരുന്നത് മഹാവിപത്തുകൾക്ക് വഴിവെയ്ക്കും. മുളവടികൾ മാറ്റിവെച്ച്, ആധുനിക രാഷ്ട്രീയ സങ്കേതങ്ങളുമായി സ്വയംസേവകൻ പ്രതികരിക്കുന്നത് നന്നായിരിക്കും. അപ്പോൾ മാത്രമേ അവന്റെ അച്ചടക്കവും ത്യാഗസന്നദ്ധതയും അർത്ഥവത്താകുകയുള്ളൂ" (നമ്മുടെ ഹൈന്ദവത എന്ന ലേഖനത്തിൽനിന്ന്). "ഇന്ദ്രപ്രസ്ഥത്തിൽ കാഷായം ധരിച്ച സന്ന്യാസിമാരെ കാണാൻ ഞാൻ ഇഷ്ടപ്പെടുന്നു. എന്നാൽ നമ്മുടെ രാഷ്ട്രീയ കൊടിമരത്തിൽ കാവിക്കൊടി കയറ്റിക്കാണാൻ ഞാൻ ഇഷ്ടപ്പെടുന്നില്ല, അതു നടക്കുന്ന ഭാരതം എന്റെ ജന്മദേശവുമായിരിക്കില്ല" (വചനസദസ്സുകൾ എന്ന ലേഖനത്തിൽനിന്ന്). എന്നാൽ ഈ വിജയനെ തമസ്കരിക്കാനാണ് മുഖ്യധാരാ ഇടതുപക്ഷം എന്നും ശ്രമിച്ചുവന്നത്. അവർക്ക് വിജയൻ ഹിന്ദുത്വ ദർശനത്തിന്റെ വക്താവുമാത്രമായിരുന്നു. ഭാരതീയ ദർശനത്തിന്റെ അനന്തസ്ഥലികളിൽ തീർത്ഥാടനം നടത്തിയ കലാകാരൻ തന്നെയാണ് വിജയനെന്നതിൽ തർക്കമില്ല. എന്നാൽ വിജയന്റെ മനസ്സിലുള്ള ഭാരതീയത പാരസ്പര്യത്തിന്റെയും സഹവർത്തിത്വത്തിന്റെയും ഉദാരദർശനമായിരുന്നു.

കമ്മ്യൂണിസത്തിന്റെ ഭാവിയെക്കുറിച്ച് വിജയന് തീരെ പ്രതീക്ഷയുണ്ടായിരുന്നില്ലെന്നും അദ്ദേഹത്തിന്റെ ലേഖനങ്ങൾ വ്യക്തമാക്കുന്നുണ്ട്. തന്റെ വിയോജിപ്പുകൾ മാന്യമായി അദ്ദേഹം രേഖപ്പെടുത്തിയിട്ടുണ്ട്. മാറിയ ലോകത്തെ വിശകലനം ചെയ്യുന്നതിൽ മാർക്സിസം പരാജയപ്പെട്ടുവെന്ന സത്യം തുറന്നു പ്രഖ്യാപിക്കുവാൻ വിജയൻ ലേഖനങ്ങളെ ഉപാധിയാക്കി മാറ്റി. കമ്മ്യൂണിസത്തോട് രാഗദ്വേഷബന്ധമാണ് വിജയൻ പുലർത്തിയിരുന്നത്. "എവിടെയാണ് വിപ്ലവം നടന്നത്? സിംബലുകളുടെ ബാഹ്യതലത്തിൽ, മാർക്സിസത്തിന്റെ ബാഹ്യതലത്തിൽ,

എവിടെയും വിപ്ലവം നടന്നില്ല. എന്നാൽ മനുഷ്യവികാരങ്ങളുടെ അമൂർത്തതയിൽ, ധാർമികതയിൽ, മാർക്സിസത്തിന്റെ ഉൾത്തലങ്ങളിൽ വിപ്ലവം സദാ കൊടുമ്പിരിക്കൊള്ളുന്നു. അപാരമായ ഈ ഊർജ്ജത്തിൽനിന്ന് വിപ്ലവകാരി മുഖംതിരിക്കുന്നതെന്തുകൊണ്ട്?" (ഒരു സിന്ദൂരപ്പൊട്ടിന്റെ ഓർമ്മ എന്ന ലേഖനത്തിൽനിന്ന്). സംവാദത്തിന്റെ ക്ഷണപത്രങ്ങളായ ഇത്തരം ലേഖനങ്ങളോട് ഭാവാത്മകമായി പ്രതികരിക്കുന്നതിനു പകരം വിജയനെ കമ്മ്യൂണിസ്റ്റ് വിരുദ്ധനായി ചിത്രീകരിക്കുവാനാണ് മാർക്സിസ്റ്റ് സൈദ്ധാന്തികർ തിടുക്കം കാട്ടിയത്. കമ്മ്യൂണിസത്തിന്റെ മനുഷ്യത്വവിരുദ്ധതക്കെതിരെ കലഹിക്കുവാനും തന്റെ ലേഖനങ്ങളിലൂടെ വിജയൻ ശ്രമിച്ചിട്ടുണ്ട്. മയങ്ങിക്കിടന്നവരെ ചൊടിപ്പിച്ചുണർത്തുന്നവയായിരുന്നു വിജയന്റെ കമ്മ്യൂണിസ്റ്റ് സംബന്ധിയായ ലേഖനങ്ങൾ പലതും. ബുദ്ധിപരമായ കാപട്യം പുലർത്തിയ ഇടതുപക്ഷ ചിന്തകന്മാരെ കണക്കിന് പരിഹസിച്ചിരുന്നു വിജയൻ. മാർക്സിസത്തെ 'താളിയോല' എന്നു വിശേഷിപ്പിച്ചതിൽ ഈ പരിഹാസം പ്രകടമാണ്. "ആരാണ് കമ്മ്യൂണിസ്റ്റുകാർ, ശുദ്ധമാർക്സിസത്തിന്റെ പ്രവാചകർ? അഫ്ഗാനിസ്ഥാനും ചെക്കോസ്ലോവാക്യയും ആക്രമിച്ച് പിടിച്ചടക്കിയ ബ്രെഷ്നെവൊ! ബീഥോവന്റെ സംഗീതവും ഷെയ്ക്സ്പിയറിന്റെ നാടകങ്ങളും നിഷിദ്ധങ്ങളെന്ന് വിധിച്ച, ഒരു ആണവായുധം ആശാസ്യമെന്ന് നടിച്ച മാവോ സേതുങ്ങോ? മാവോയുടെ ചിന്തകളെ ഗ്രന്ഥശാലയുടെ തട്ടുകളിലേക്ക് തുരുത്തിയോടിച്ച ശേഷവും സോവിയറ്റ് യൂണിയനുമായി അന്തിമസംഗരത്തിന് മുതിരുന്ന ദെങ്ങും ഹുവായുമോ? ചൈനീസ് ന്യൂനപക്ഷ ജനതയെ, പെണ്ണുങ്ങളെയും കുട്ടികളെയും മഹാസമുദ്രങ്ങളുടെ പടർപ്പിലേക്ക് നിഷ്കാസനം ചെയ്ത വിയറ്റ്നാം നേതാക്കളോ? അതോ സ്വന്തം നാട്ടുകാരിൽ പകുതിപ്പേരെയും തച്ചുകൊന്നൊടുക്കിയ പോൾ പോട്ടോ?" (നഷ്ടപ്പെടാവുന്ന അവസരങ്ങൾ എന്ന ലേഖനത്തിൽനിന്ന്). വിജയന്റെ ഈ ചോദ്യങ്ങൾക്ക് ഇന്നും ഉത്തരം കിട്ടിയിട്ടില്ല. മാർക്സിസം വെളിച്ചത്തിന് പ്രവേശനം നിഷേധിച്ച ഒരു മതമായി ചുരുങ്ങിയെന്ന പച്ചപ്പരമാർത്ഥം ക്രാന്തദർശിത്വത്തോടെ തന്റെ ലേഖനങ്ങളിൽ വിജയൻ കുറിച്ചുവെക്കുകയാണുണ്ടായത്.

കോൺഗ്രസിനെ ഹൈജാക്ക് ചെയ്തവരെ തുറന്നുകാട്ടാനും അഴിമതിക്കഥകളുടെ പിന്നാമ്പുറങ്ങളിലേക്ക് സത്യത്തിന്റെ ടോർച്ചടിച്ചു കാട്ടാനും വിജയനെന്നും ഉത്സാഹം കാട്ടിയിരുന്നു. "നമ്മെ വാദകോലാഹലങ്ങളിൽ അകപ്പെടുത്താതെ, നമ്മുടെ സ്വാസ്ഥ്യം കെടുക്കാതെ, ഏതാനും സംഭവങ്ങൾ ഇവിടെ നടന്നിരിക്കുന്നു. സോണിയാഗാന്ധി സോണിയാജിയായി. എന്നാൽ ആർക്കോ അതുപോരെന്നുതോന്നി. ആർക്കാണ് അതു തോന്നിയത്? നമ്മുടെ പോപ്പുലിസ്റ്റ് രാഷ്ട്രീയത്തിന്റെ സംഘാടകർക്ക്, അല്ലാതെ മറ്റാർക്ക്? അങ്ങനെ ആ അവതാരവും ഉപേക്ഷിച്ച് ജനമധ്യത്തിലുള്ള തെരുവിൽ അമർത്തിച്ചവിട്ടി, ശബ്ദമുയർത്തി, വേണ്ടത്ര 'ഹിസ്തീരിയ' കലർത്തി സോണിയ മിസ്സിസ്സ് ഗാന്ധിയായി. മിസിസ്സ് ഗാന്ധി" (അനുകരണത്തിന്റെ അനുകരണം എന്ന ലേഖനത്തിൽ

നിന്ന്). ഈ ലേഖനം ഇന്നെടുത്ത് വായിക്കുമ്പോൾ ഇതിലെ പൊരുളുകൾ കൂടുതൽ സ്പഷ്ടമാകുന്നത് കാണാം. മാർക്സിസം കാലാനുസൃതമായി നവീകരിക്കപ്പെടാത്തതിലെ ആശങ്കകളും കോൺഗ്രസ് രാഷ്ട്രീയത്തിലെന്നും കുത്സിതമാർഗ്ഗങ്ങളിലൂടെ പിടിമുറുക്കുന്ന നെഹ്റു കുടുംബത്തിന്റെ വംശാധിപത്യ പ്രവണതയിലുള്ള അന്ധവിശ്വാസവും മതത്തിന്റെ പരിവേഷത്തിനുള്ളിൽ പതുങ്ങിയിരിക്കുന്ന വർഗീയരാഷ്ട്രീയത്തിന്റെ ആപത്കരമായ പരിണാമത്തിലുള്ള ഭീതിയും ഈ ലേഖനങ്ങളിൽ നിരന്തരമായി പ്രത്യക്ഷപ്പെടുന്നത് കാണാം. തത്ത്വചിന്താപരമായും ദാർശനികമായും ചരിത്രപരമായും ഈയവസ്ഥയെ പിന്തുടർന്നപഗ്രഥിക്കുവാനാണ് വിജയനിലെ ലേഖകനെന്നും ശ്രമിച്ചുവന്നിരുന്നത്. അപ്രിയ സത്യങ്ങളാണവയിൽ നിറഞ്ഞു നിന്നിരുന്നത്. എന്നാൽ അവ നമ്മുടെ സാമൂഹികബോധത്തിന് ഹിതകരമായ ഒരു പുതിയ കാഴ്ച പകർന്നു നൽകുകയുണ്ടായി. സംവാദത്തെയും ജനാധിപത്യപരമായ കൂട്ടിച്ചേർക്കലുകളെയും സ്വാഗതം ചെയ്യാൻ ഔത്സുക്യം കാട്ടിയ ലേഖനങ്ങളായിരുന്നു അവയെല്ലാംതന്നെ.

ഒ.വി. വിജയന്റെ ലേഖനങ്ങൾ നമുക്ക് കാലം സമ്മാനിച്ച ചൂണ്ടുപലകകളാണ്. ചരിത്രത്തിന്റെ പുനരാവർത്തനം പ്രഹസനരൂപത്തിലാവാതിരിക്കാൻ ഈ ചൂണ്ടുപലകകൾ നമ്മെ സഹായിക്കും. ഏകാധിപത്യത്തിന്റെയും ഫാസിസത്തിന്റെയും ജീർണത സ്വപ്നം കാണുന്നവർക്ക് നിശ്ചയമായും ഈ ലേഖനങ്ങൾ പ്രത്യാശയുടെ വഴി കാണിച്ചുകൊടുക്കും. മലയാളിയുടെ മധ്യവർത്തി മനോഭാവത്തിലെ പൊള്ളത്തരങ്ങളെ വലിച്ചെടുത്ത് പുറത്തിടുന്ന ഈ ലേഖനങ്ങൾ നമ്മുടെ രാഷ്ട്രീയ പംക്തികാരന്മാർക്ക് വിലപ്പെട്ട പാഠരേഖകളാണ്. സൈദ്ധാന്തിക കൃത്യതയോടെയും ചരിത്രബോധത്തോടെയും നിർഭയത്വത്തിന്റെ കൊടിക്കൂറ പാറിച്ചുകൊണ്ട് എഴുതപ്പെടുന്ന ലേഖനങ്ങൾ കാലത്തെ അതിവർത്തിക്കുമെന്ന യാഥാർത്ഥ്യത്തിന് അടിവരയിടുന്നു ഒ.വി. വിജയന്റെ ലേഖനങ്ങൾ.

ഭാഗം അഞ്ച്

കാർട്ടൂൺ

ദീർഘവ്യസനങ്ങളുടെ സാത്വികഹിംസ

കെ.സി. സുധീർ ബാബു

വരയും വാക്കും കലർന്ന ഒരു വിചിത്ര സംസർഗത്തിന്റെ ഉന്മാദപരമ്പരയാണ് കാർട്ടൂണുകൾ. സ്വാഭാവികമായും ചിരിയുടെ ഉന്മാദവും ചിന്തയുടെ വിഷാദവും പിൻപറ്റുകയെന്ന ദീർഘവ്യസനങ്ങളുമായി പിറന്ന കീടജന്മങ്ങൾ. പക്ഷേ, ഈ കീടജന്മങ്ങൾ അധികാരത്തിന്റെ സുഖാസക്തികളെ ശല്യം ചെയ്യുന്ന പ്രതിലോമകാരികളും ഒളിപ്പോരാളികളുമായി രൂപാന്തരപ്പെടുന്നു. അവ സൃഷ്ടിക്കുന്ന പ്രതിരോധങ്ങളിൽ വിഷം പുരണ്ട പുച്ഛവും പ്രകാശമുറ്റ ഇത്തിരി ദർശനവും അമർന്നിരിക്കുന്നുണ്ട്. ഒ.വി. വിജയന്റെ കാർട്ടൂണുകൾ ഒളിപ്പോരാളിയുടെ കൈയിൽനിന്ന് വിട്ടുപോന്ന ആയുധം പോലെയാകുന്നത് അതുകൊണ്ടാണ്.

ചരിത്രത്തിന്റെ മാലിന്യങ്ങളിലാണ് വിജയന്റെ കാർട്ടൂണുകൾ ചുവടുറപ്പിച്ചിരിക്കുന്നത്. നമ്മുടെ സംസ്കാരത്തിന്റെയും അധികാര രാഷ്ട്രീയത്തിന്റെയും വ്യഥകളിലും മലിനപരിസരങ്ങളിലും വിജയനിലെ കാർട്ടൂണിസ്റ്റ് ഉന്മേഷവാനാകുന്നു. അശ്ലീലം നിറഞ്ഞ ആഴമില്ലാത്ത ചിരി സൃഷ്ടിക്കുക എന്ന കുലാചാരമല്ല സ്വയം ഭ്രഷ്ടനായ ഈ കാർട്ടൂണിസ്റ്റ് അനുഷ്ഠിച്ചത്. സാമൂഹികയാഥാർത്ഥ്യത്തിന്റെ വിഷമ ജ്വരങ്ങളുണ്ടാക്കുന്ന ദൈന്യശബ്ദങ്ങളാണ്, കറുത്തശബ്ദങ്ങളാണ് കറുത്ത ഫലിതമായി കാർട്ടൂണുകളിൽ മുഴങ്ങിയത്. ഭാരതത്തിൽ മറ്റൊരു കാർട്ടൂണിസ്റ്റിനും സാധിച്ചിട്ടില്ലാത്ത ദർശന തീക്ഷ്ണതയോടെ നമ്മുടെ 'ഉദര രാഷ്ട്രീയ'ത്തിന്റെ പ്രാകൃത മനസ്സിലേക്ക് നോക്കി കറുത്ത നിറത്തിൽ ചിരിക്കാൻ വിജയന് മാത്രമേ കഴിഞ്ഞുള്ളൂ.

മിഥ്യകളെ നശിപ്പിക്കുക എന്നതാണ് കാർട്ടൂണിസ്റ്റിന്റെ മുഖ്യ ധർമ്മമെന്ന് വിജയൻ എഴുതിയിട്ടുണ്ട്. അറുപതുകളോടെ ആരംഭിക്കുന്ന ഈ സാത്വികഹിംസ അടിയന്തരാവസ്ഥയിൽ കൂടുതൽ തെഴുത്ത് നിന്നത് സ്വാഭാവികംമാത്രം. എന്നാൽ അതിന്റെ ചരിത്രപരമായ പശ്ചാത്തലം ഒന്ന് പരിശോധിക്കേണ്ടതുണ്ട്. ദീർഘതമസ്സായിരുന്ന കൊളോണിയലിസത്തിന്റെ അനന്തരാവകാശികളായി ജീവിച്ചു തുടങ്ങിയ എല്ലാ മൂന്നാംലോകരാഷ്ട്രങ്ങളിലെയും പ്രതിഭകൾ ഇത്തരമൊരു സ്വത്വ പ്രതിസന്ധിയുമായി മുഖാമുഖം നിന്നിട്ടുണ്ട്. എഴുത്തിലും വരയിലും

പ്രതിഫലിക്കുന്ന മൂന്നാംലോക രാഷ്ട്രങ്ങളുടെ നിഷ്ഫല സാഹോദര്യം അധിനിവേശാനന്തര ആഫ്രിക്കയുടെയും ഭാരതത്തിന്റെയും നോവലിസ്റ്റുകൾ പങ്കുവെക്കുന്നത് ആഫ്രിക്കൻ നോവലിസ്റ്റായ വോ സോയിങ്കയുടെ പ്രസിദ്ധമായ നോവൽ - വ്യാഖ്യാതാക്കൾ (Interpreters) അധിനിവേശാനന്തര നൈജീരിയയിലെ ബുദ്ധിജീവികളുടെ കഥ പറയുന്നു. 1956-ൽ പ്രത്യക്ഷപ്പെട്ട ഈ നോവൽ സമകാലിക നൈജീരിയയുടെ ഒരു പക്ഷേ, എല്ലാ മൂന്നാംലോക രാഷ്ട്രങ്ങളുടെയും - രാഷ്ട്രീയവും സാമൂഹികവുമായ അശ്ലീല ബാന്ധവങ്ങളെ ജുഗുപ്സാവഹമായ വിസർജ്യ ഭാഷയിൽ (Excremental Langauge) ആവിഷ്കരിക്കുകയാണ് ചെയ്യുന്നത്. അടിയന്തരാവസ്ഥയ്ക്ക് മുമ്പേ രചിക്കപ്പെടുകയും അതിനുശേഷം പ്രത്യക്ഷപ്പെടുകയും ചെയ്ത വിജയന്റെ *ധർമപുരാണം* എന്ന നോവലും അധിനിവേശാനന്തര ഭാരതത്തിലെ അശ്ലീല ബാന്ധവങ്ങളെ വിസർജ്യ ഭാഷയിൽ പകർത്തിവെക്കുന്നു. ഇങ്ങനെ മൂന്നാംലോക രാഷ്ട്രങ്ങളുടെ നിഷ്ഫല സാഹോദര്യം പങ്കുവെക്കുന്ന വിജയനും സോയിങ്കയും അധിനിവേശാനന്തര സമൂഹങ്ങളുടെ വ്യഥയും നൈരാശ്യവും രോഷവും രചനയുടെ ഊർജമാക്കുന്നു.

ഇതേ ഊർജം തന്നെയാണ് വിജയന്റെ കാർട്ടൂണുകളിലും പ്രസരിക്കുന്നത്. പുതുക്കുടികൾ ഉപേക്ഷിച്ചുപോയ കുടിയേറിപ്പാർപ്പ് സംഘങ്ങളുടെ തിരുശേഷിപ്പുകൾ സംസ്കരിക്കാതെ, ആ ജഡജീർണതയിൽ പുളയ്ക്കാനാണ് പിന്നീട് വന്ന രാഷ്ട്രീയ- സാംസ്കാരിക വേതാളങ്ങൾ ഒരുമ്പെട്ടത്. ആസുരങ്ങളും അനാവശ്യങ്ങളുമായ ധാരാളം മിഥ്യകൾ സൃഷ്ടിച്ചുകൊണ്ട് അധികാര രാഷ്ട്രീയത്തിന്റെ സുഖാസക്തികളിൽ മുഴുകിയ ഭരണവർഗത്തിന്റെ ഒരു നിര തന്നെയുണ്ടായി. ഇടതുപക്ഷമെന്നോ വലതുപക്ഷമെന്നോ ഭേദമില്ലാതെ ഈ ആസക്തി സർവന്തര്യാമിയായി. ഇതിനെതിരെ ചെറുത്തുനില്പിന്റെ ചാവേർസംഘങ്ങളെ സൃഷ്ടിക്കുക എന്നത് കലാകാരന്റെ കടമയും ബാധ്യതയുമായിത്തീർന്നു. അങ്ങനെയാണ് 'സൃഷ്ടിപരവും വിനീതവുമായ അനാദരവോടെ' വിജയൻ കാർട്ടൂണിലൂടെ സാത്വികമായ ഹിംസക്ക് ഇറങ്ങിപ്പുറപ്പെട്ടത്.

*ശങ്കേഴ്സ് വീക്കിലി*യിലോ മറ്റ് പത്രദലങ്ങളിലോ പ്രത്യക്ഷപ്പെട്ടുകൊണ്ടിരുന്ന കാർട്ടൂണുകളുടെ നിരങ്കുശമായ ചിരിയായിരുന്നില്ല വിജയന്റേത്. പ്രധാനമന്ത്രിയായിരുന്ന പണ്ഡിറ്റ് നെഹ്റുവിനെ മൃദുവായി അപഹസിക്കുന്ന തമാശകൾക്കപ്പുറം പോകാനുള്ള മനക്കരുത്തൊന്നും അന്നത്തെ കാർട്ടൂണിസ്റ്റുകൾക്കുണ്ടായിരുന്നില്ല. ഉപരിതലത്തിലുള്ള ചെറുതാഡനങ്ങളല്ലാത്ത പ്രശ്നത്തിന്റെ ആഴങ്ങളിലേക്ക് ചെല്ലുന്ന കാഴ്ചശക്തിയും അവർക്കുണ്ടായിരുന്നില്ല. എന്നാൽ, വിജയന്റെ വരകൾക്കും വരികൾക്കുമിടയിൽ ആയിരം ആവർത്തിച്ച വീര്യത്തോടെ സ്ഫോടനാത്മകമായ സൗന്ദര്യം കുടിവെച്ചിരുന്നു. ആ വിസ്ഫോടന സൗന്ദര്യത്തിലാണ് വിജയന്റെ ചിരിയുടെ സവിശേഷത അന്വേഷിക്കേണ്ടത്. ആഴത്തിൽ മുറിവേറ്റവന്റെ ക്രോധം പതിയിരിക്കുന്ന കറുത്ത ചിരിയാണത്. ദാർശനികന്റെ വ്യഥനിറഞ്ഞ ഉൾക്കാഴ്ചയുടെ ചിരി. ഇത്തരം

കാർട്ടൂണുകൾ സൃഷ്ടിക്കുന്ന കറുത്ത ചിരിയുടെ ആഴമറിയാതെയാണ് എം.കെ. മേനോൻ (വിലാസിനി) *ഖസാക്കിന്റെ ഇതിഹാസ*ത്തെക്കുറിച്ചുള്ള ചർച്ചയിൽ പങ്കെടുത്തുകൊണ്ട്, *ഖസാക്ക്* ഒരു പരിഹാസകൃതിയാണ്, സ്ട്രിപ് കാർട്ടൂൺ നോവൽ എന്ന് പറഞ്ഞത്. *ഖസാക്കിന്റെ ഇതിഹാസം* ഭാവത്തിലുമതേ, രൂപത്തിലുമതേ, ഒരു കാർട്ടൂൺ നോവലാണ്. കാർട്ടൂണുകൾക്ക് അത്രയൊക്കെ മതി. എന്ന് മേനോൻ എഴുതുമ്പോൾ നോവലിനെയും കാർട്ടൂണിനെയും മനസ്സിലാക്കുന്ന കാര്യത്തിൽ അദ്ദേഹം പരാജയപ്പെടുകയാണ്.

കാർട്ടൂണിന്റെ സംഹാരരുദ്രമായ പ്രഹരശേഷി വിജയൻ ഏറ്റവും സൂക്ഷ്മമായി പ്രകടിപ്പിച്ചത് രാഷ്ട്രീയ കാർട്ടൂണുകളിലായിരുന്നു. ഇന്ദിരയുടെ സ്വേച്ഛാധിപത്യത്തിനും അടിയന്തരാവസ്ഥയ്ക്കും എതിരെയുള്ള കാർട്ടൂണുകൾ ഇക്കാര്യത്തിൽ അനുഭവസാക്ഷ്യം പറയും. അടിയന്തരാവസ്ഥയ്ക്ക് ശേഷം ചിക്കമംഗലൂരിൽനിന്ന് തഞ്ചാവൂരിൽ മത്സരിക്കാനെത്തിയ ഗർവിഷ്ഠയായ ഇന്ദിരയോട് സനാതനമായ പുച്ഛത്തോടെ ഒരു സാധാരണക്കാരൻ പറയുകയാണ്, ‘ഇത്തിരീം കൂടി തെക്കോട്ട് നീങ്ങിയാൽ രാമേശ്വരമായി. മത്സരിക്കാനല്ല, പാപശമനത്തിന്’. പുണ്യപാപങ്ങളുടെ ഒരു കണക്കെടുപ്പിൽ എത്ര തീർഥങ്ങളിൽ മുങ്ങിയാലും വിമലീകരിക്കപ്പെടാത്ത ക്രൂരതകളുടെയും പാപങ്ങളുടെയും സഞ്ചയിക അടിയന്തരാവസ്ഥകൊണ്ട് മാത്രം ഇന്ദിര നേടിയിട്ടുണ്ട്. അവരുടെ രാജ്യഭാരകാലത്ത് സൃഷ്ടിച്ചുവെച്ച ദേശീയതയുടെയും ദേശരക്ഷയുടെയും വിദേശഹസ്തങ്ങളുടെയും മിഥ്യകൾ, അവയുടെ ജീർണതയും കാപട്യവും കാർട്ടൂണുകൾക്ക് നല്ല മേച്ചിൽപുറങ്ങളായിരുന്നു. അതിലെ ചിരി കൂടുതൽ കറുക്കുകയും ചെയ്തു.

രാജീവ്ഗാന്ധിയുടെ രണ്ടവസ്ഥാനന്തരങ്ങളെ ചിത്രീകരിക്കുന്ന ഒരു കാർട്ടൂൺ ഓർമയിൽ വരുന്നു. ഒരു രണ്ടാംകിട വിമാനത്തിലെ പൈലറ്റായ രാജീവ് ഭാവി പ്രധാനമന്ത്രിയെന്ന നിലയിൽ യാത്രക്കാരോട് സംസാരിക്കുന്നതാണ് ആദ്യത്തേത്. രണ്ടാമത്തെ ചിത്രത്തിൽ ഭാരതത്തിൽ രാഷ്ട്രീയ യാഥാർത്ഥ്യത്തിന്റെ കാളവണ്ടിയിലാണ് രാജീവ്. അതിന്റെ അമരത്തിരുന്നുകൊണ്ട് അദ്ദേഹം ഒരു പൈലറ്റിന്റെ ഭാഷയിൽ സംസാരിക്കുന്നു. കൊളോണിയൽ ഭാരതത്തിലെ ദേശീയ പ്രസ്ഥാനങ്ങൾ ഉണർത്തിവിട്ട പ്രതീക്ഷകളെ തകിടംമറിച്ചു കൊണ്ടായിരുന്നു അധിനിവേശാനന്തര ഭാരതത്തിലെ രാഷ്ട്രീയ നേതൃത്വവും സാംസ്കാരിക നേതൃത്വവും സ്വന്തം വികൃതമുഖങ്ങൾ ഉയർത്തിയത്. ഇതിനെതിരെയുള്ള വിനീതമായ വിയോജിപ്പികൾ ഉദാത്തമായ കലാപമായി കാർട്ടൂണുകളുടെ വേഷപ്രച്ഛന്നതയിൽ പ്രത്യക്ഷപ്പെട്ടു.

കമ്യൂണിസ്റ്റുകാരന്റെ മനുഷ്യത്വമില്ലായ്മ ആഗോള പ്രതിസന്ധിയായി പരിണമിച്ചപ്പോഴും വിജയൻ ഉറക്കമില്ലാതെ അതിനെതിരെ പൊരുതി. രണ്ട് ചിലന്തികൾ സാംസാരിക്കുന്ന ഒരു കാർട്ടൂൺ പെട്ടെന്ന് ഓർമയിൽ വരുന്നു. അവർ കേരളത്തിലെ ചിലന്തികളാണെന്നതിന് വേണ്ടത്ര സൂചനയുണ്ട്.

"വെളുത്ത ചിലന്തി കറുത്ത ചിലന്തിയോട് പറയുകയാണ്. "ഇപ്പോഴും താങ്കൾ വലയുടെ പ്രത്യയശാസ്ത്രത്തിൽ വിശ്വസിക്കുന്നുണ്ടോ?" കറുത്ത ചിലന്തിയുടെ മറുപടി, "സംശയിക്കാനുണ്ടോ? സോവിയറ്റ് ചിലന്തികൾ അതിന് തക്ക മറുപടി പറഞ്ഞതും അറിഞ്ഞില്ലേ?" വെളുത്ത ചിലന്തിയുടെ ചോദ്യം. "സ്പെയിനിലെയും ഇറ്റലിയിലെയും ഫ്രാൻസിലെയും ചിലന്തികൾ വല അന്തിമസത്യമല്ലെന്ന് പറഞ്ഞത് അറിഞ്ഞില്ലേ?" ഒരു ഈച്ച വരുന്നത് ശ്രദ്ധയിൽപ്പെട്ടപ്പോൾ രണ്ടുപേരും "അതാ ഒരു പ്രാണി". അവർ അതിനെ പിടിച്ചു തിന്നുകൊണ്ട് "തൽക്കാലം പ്രത്യയശാസ്ത്രങ്ങൾ അവിടെ നിൽക്കട്ടെ. നമുക്ക് തിന്നാം". ഇരയെടുപ്പ് കഴിഞ്ഞ് വെളുത്ത ചിലന്തി, "സോവിയറ്റ് യൂനിയനിലെയും പടിഞ്ഞാറൻ യൂറോപ്പിലെയും ചിലന്തികൾക്കും ഇത്രയൊക്കെയേ വേണ്ടൂ എന്ന് തോന്നുന്നു". കറുത്ത ചിലന്തിയുടെ മറുപടി. "ഞാനിത്തിരി അമിതമായി ഭക്ഷിച്ചുപോയി. ഞാനൊന്നുറങ്ങട്ടെ". ഇരതേടലിന്റെ പ്രത്യയശാസ്ത്രമായി കമ്യൂണിസം അധഃപതിച്ചതിലുള്ള രോഷം വിജയൻ മറയില്ലാതെ പ്രകടിപ്പിച്ചിട്ടുണ്ട്. അതിന് പകരമായി കമ്യൂണിസത്തിന്റെ തേറ്റ വിജയനുനേരെയും നീണ്ടുചെല്ലുകയുണ്ടായി എന്നത് ചരിത്രസത്യം.

പ്രധാനമന്ത്രി ഇന്ദിരയും മുഖ്യമന്ത്രിമാരായ ജ്യോതിബസുവും നായനാരും ചേർന്ന ഒരു കാർട്ടൂൺ. സോവിയറ്റ് യൂനിയൻ അഫ്ഗാനിസ്ഥാനെ കീഴടക്കിയതിലുള്ള വൈരുധ്യാത്മക ഭൗതികവാദം മാർക്സിസ്റ്റുകാർ വൈകാരികമായ എതിർപ്പില്ലാതെ ആഘോഷിക്കുന്ന കാലമായിരുന്നു അത്. അവർക്ക് ആകെയുള്ള എതിർപ്പ് കേന്ദ്രം കേരളത്തെയും പശ്ചിമബംഗാളിനെയും പീഡിപ്പിക്കുന്നു എന്നതായിരുന്നു. കാർട്ടൂണിൽ കേന്ദ്രാധികാരത്തിന്റെ ടാങ്കിലിരുന്നുകൊണ്ട് ഇന്ദിര രണ്ട് മാർക്സിസ്റ്റ് മുഖ്യമന്ത്രിമാരെയും ക്ഷണിക്കുന്നു. "വരൂ സഖാക്കളേ, നമുക്ക് സോവിയറ്റ് യൂനിയനും അഫ്ഗാനിസ്ഥാനും കളിക്കാം". ഈ കളിയിൽ പ്രത്യയശാസ്ത്രത്തിനോ മനുഷ്യത്വത്തിനോ സ്ഥാനമില്ല. അധികാരത്തിന്റെ ഗർവവും അശ്ലീലവും മാത്രം.

എന്നാൽ, വിജയനിൽ ആവേശിക്കുകയും നിരന്തരം പീഡിപ്പിച്ചുകൊണ്ടിരിക്കുകയും ചെയ്ത ഭാരതീയ ദർശനങ്ങളിലുള്ള സന്ദേഹം ആവർത്തിച്ച് കാർട്ടൂണുകളിൽ പ്രത്യക്ഷപ്പെടുന്നുണ്ട്. ശ്രീകൃഷ്ണനെയും *ഭഗവത്ഗീത*യെയും ഒരു സംശയാലുവിന്റെ ഇരട്ട മനസ്സോടെ നോക്കിക്കാണുന്നു വിജയൻ. ശ്രീകൃഷ്ണനും ഗോപികമാരും കബന്ധങ്ങളും ഗീതയും പ്രത്യക്ഷപ്പെടുന്ന ഒരു കാർട്ടൂൺ ഓർമ വരുന്നു. കാളിയന്റെ കീഴേ ഓടക്കുഴലൂതിയിരിക്കുന്ന കൃഷ്ണന്റെ ചിത്രം. ഒരു മയിൽപ്പീലി, ഓരോടക്കുഴൽ, ഒരു പാമ്പ്, ഒരു പറ്റം പശുക്കൾ, ഇത്തിരി വെണ്ണ, കുറെ ഗോപികമാരുടെ തടമുലകൾ, ഒരു മഹാഭാരതയുദ്ധം, ഒരു *ഗീത*. ഇത്രയും വരകൾക്കും വരികൾക്കും ശേഷം വിഷാദവാനായ കൃഷ്ണൻ പറയുന്നു, "കൊളോണിയലിസം ഈ നാടിനെ നശിപ്പിക്കുന്നതിന് മുമ്പ് ഇത്രയൊക്കെ മതിയായിരുന്നു ഒരു ശരാശരി ഇടത്തരക്കാരന് സുഖമായി ജീവിക്കാൻ".

സമാനമായ മറ്റൊരു കാർട്ടൂണിൽ തോക്ക് താഴെയിട്ട് നിൽക്കുന്ന പടയാളി അർജുനന്റെ വേഷക്കാരനാണ്. അയാൾ പറയുന്നു. "എനിക്ക് എന്റെ സഹോദരനെ കൊല്ലാൻ വയ്യ, എന്റെ കൈയും കാലും വിറ കൊള്ളുന്നു. ദൈവമേ നീ എന്നെ ഇതിൽനിന്ന് ഒഴിവാക്കുക. ഞാൻ പട്ടാളത്തിൽനിന്ന് രാജിവെച്ച് നാട്ടിലേക്ക് തിരിച്ച് ചെന്ന് വല്ല കൃഷിയോ മറ്റോ ചെയ്ത് ജീവിക്കട്ടെ. പക്ഷേ, എന്നിലേക്കിറങ്ങിവന്ന് നീ എന്നെ തടഞ്ഞു. മധുരശ്ലോകങ്ങളിലൂടെ നീ എന്നെ ഉപദേശിച്ചു. ഭ്രമിപ്പിച്ചു. വെടി വെക്കാനും കൊല്ലാനും നീ എന്നെ ഉപദേശിച്ചു. "കർമണ്യേവാധികാര സ്തേ.. ഞാൻ വെടിവെച്ചു, കൊന്നു കശാപ്പു ചെയ്തു. കബന്ധങ്ങൾ, കബന്ധങ്ങൾ! ഗാന്ധാരി വിലാപം. എന്നിട്ട് നീ അതൊക്കെ കൊത്തി ക്കീറിതിന്ന് വിരുന്നുണ്ടു. യുഗങ്ങൾ തോറും നീ സംഭവിക്കുന്നു. "യദാ യദാഹി... ഓ, ഒന്നുമല്ല, നിനക്കു വിശക്കുമ്പോൾ നീ വരുന്നു. അത്ര മാത്രം." ഇതിൽ കൃഷ്ണനെ പ്രതിനിധാനം ചെയ്യുന്നത് ഒരു കഴുകന്റെ ചിത്രമാണ്. ദർശനങ്ങളുടെ വിഫലതയും യുദ്ധത്തിന്റെ കെടുതികളും ശരീരത്തിന്റെ ശമിക്കാത്ത ആസക്തികളും വിജയനെ വീണ്ടും വീണ്ടും സന്ദേഹിയാക്കുന്നതിന്റെ വിവശമായ ഇരുണ്ട ഫലിതമാണ് ഇതിൽ പ്രത്യ ക്ഷപ്പെടുന്നത്. *ഭാരതപര്യടന*ത്തിലെ അർജുനവിഷാദയോഗം എന്ന ലേഖനത്തിൽ കുട്ടികൃഷ്ണമാരാർ അവതരിപ്പിക്കുന്ന സന്ദേഹാലുവും വിഷാദവാനുമായ അർജുനനെപ്പോലെയാണ് വിജയൻ നിൽക്കുന്നത്. കഠിനമായ ജീവിതയാഥാർത്ഥ്യങ്ങൾ തൊലിയുരിഞ്ഞ് പച്ചപ്രാണനോടെ മുന്നിൽനിന്ന് വിലപിക്കുമ്പോൾ, പഠിച്ചുവെച്ച സകല ജീവിതവേദാന്ത ദർശനങ്ങളും പരാജയപ്പെടുന്ന ദുരന്തമുഹൂർത്തമാണത്. അപ്പോൾ എല്ലാം മറന്ന് വിജയൻ കൂടുതൽ കറുത്ത ചിരി മുഴക്കുന്നു.

വിജയന്റെ കാർട്ടൂണിലെ വരയും വാക്കും സൃഷ്ടിക്കുന്ന 'വ്യാവ ഹാരികഭാഷ' അനന്തമായ അർഥവിതാനങ്ങൾ സമ്മാനിക്കുന്നതാണ്. വിശദമായ പഠനം അർഹിക്കുന്നവയും. അത്തരം ഒരു വിശകലനത്തി ലൂടെയും കാർട്ടൂണുകളിൽ വിജയൻ ഉള്ളടക്കം ചെയ്തിരിക്കുന്ന 'ഇത്തിരിദർശന'ത്തെ അഴിച്ചെടുക്കാൻ സാധിക്കുക. ലളിതമായ വരകളു പയോഗിച്ച് ഒരു ദാർശനിക വിളംബരം സാധ്യമാണെന്ന് വിജയൻ വിശ്വ സിക്കുന്നു. ആ ചിത്രങ്ങൾ 'ലാഘവത്തിനടിയിൽ ഘനിമ' തേടുന്നവ യാണ്. എന്നാൽ, ചിത്രകാരനും ചിന്തകനും അറിയാതെ പോകുന്ന ഒരു ദുരന്തപ്രതിസന്ധി 'ഇത്തിരി ദർശന'ത്തെ കീഴ്പ്പെടുത്തുന്നുണ്ട്. വിജ യൻ കൊളോണിയലിസത്തിന്റെ ഉത്പന്നമാണ്. വിജയന്റെ പരിസരങ്ങൾ കൊളോണിയലിസത്തിന്റെ പരിസരങ്ങളാണ്. ആന്റീകൊളോണിയലിസ ത്തിന്റെ പ്രതിഷേധങ്ങളാണ് വിജയൻ വിഷാദങ്ങൾ. നിയോ കൊളോണി യൽ സന്ദേഹങ്ങളാണ് വിജയന്റെ സന്ദേഹങ്ങൾ. അതുകൊണ്ട് വിജ യന്റെ ദാർശനിക വിളംബരം വരകൾക്കും വരികൾക്കുമിടയിൽനിന്ന് വായിച്ചെടുക്കാൻ ശ്രമിക്കുന്ന ഒരാൾ വിജയൻ അകപ്പെട്ട് കിടക്കുന്ന വിഷമ സന്ധികൾ കണ്ട് അമ്പരന്നു പോയേക്കും.

ഭാഗം ആറ്

അഭിമുഖം

വിജയന്റെ വരമൊഴികൾ

എം.എൻ. കാരശ്ശേരി

ഒ.വി. വിജയൻ ഇപ്പോൾ സംസാരിക്കുന്നില്ല. എഴുതും, വരയ്ക്കും. അത്രയേയുള്ളൂ. രോഗവും പ്രായവും ചേർന്ന് വിജയനിൽനിന്നു വാമൊഴി ചോർത്തിക്കളഞ്ഞിരിക്കുന്നു. ഇപ്പോൾ അദ്ദേഹം വെറുമൊരു വരമൊഴിക്കാരനാണ്!

ഈ വർത്തമാനം ഞാൻ അറിഞ്ഞത് അദ്ദേഹത്തിന്റെ രോഗസ്ഥിതിയെപ്പറ്റി അനിയത്തി ഒ.വി. ഉഷയുമായി ഫോണിൽ സംസാരിച്ചപ്പോഴാണ്.

ഞാൻ പറഞ്ഞു:

എനിക്കൊന്നു കണ്ടാൽ മതി.

അങ്ങനെ സംസാരദുഃഖത്തിൽനിന്നു കരകയറിയ വിജയനെ കാണാൻ ഞാൻ ചെന്നു. ഭാര്യ തെരേസ, അനിയത്തി ഉഷ എന്നിവരോടൊപ്പം ചികിത്സയും വിശ്രമവുമായി അദ്ദേഹം കോട്ടയത്തുണ്ട്. മകൻ മധു വർഷങ്ങളായി അമേരിക്കയിലാണ്. ഇപ്പോൾ സഹായത്തിനു രാജൻ എന്നു പേരായി ഒരു ചെറുപ്പക്കാരനുണ്ട്. എന്തെങ്കിലും തിന്നാനും കുടിക്കാനും പരസഹായം വേണം. പത്രം വായിച്ചുകേൾക്കുന്നു. കടലാസും പേനയും എഴുത്തുപലകമേൽ വെച്ചു മുന്നിലെത്തിച്ചുകൊടുത്താൽ, ഏതോ പൂർവ്വജന്മസ്മൃതിയുടെ ഊറ്റം കൊണ്ടെന്നപോലെ എഴുതുന്നു; വരയ്ക്കുന്നു. പക്ഷേ, അവയിൽ വാർദ്ധക്യവും രോഗവും ഒട്ടുമില്ല. തീർത്തും സമകാലികം. നല്ല ഓർമ്മ. പതിവു പരിഹാസങ്ങൾക്കും നിരീക്ഷണങ്ങൾക്കും ദാർശനികവ്യഥകൾക്കും അവയിൽ ഒരു കുറവുമില്ല. പോയിപ്പോയി, വിജയൻ ഒരു മനസ്സു മാത്രമായിത്തീർന്നപോലെ.

ഞാൻ കയറിച്ചെല്ലുമ്പോൾ അദ്ദേഹം രാവിലെ കഞ്ഞി കുടിക്കാനൊരുങ്ങുകയാണ്. ആൾ ഒന്നുകൂടി മെലിഞ്ഞിട്ടുണ്ട്. ദേഹത്തിന്റെ നിറം ഒന്നു തെളിഞ്ഞിരിക്കുന്നു. വർഷങ്ങളായി കൂടെത്തന്നെയുള്ള ചങ്ങാതി, പാർക്കിൻസണിസം, ശരിക്കും പിടിമുറുക്കിക്കഴിഞ്ഞു. വടി കുത്തിപ്പിടിച്ചാലും നടക്കാനും ഇരിക്കാനും താങ്ങുവേണം.

ഇപ്പോഴും തിളക്കം നഷ്ടപ്പെട്ടിട്ടില്ലാത്ത നോട്ടത്തിന്റെ ദാർശനികച്ഛവിയിലും കഴുത്തിന്റെ ഇരുപുറങ്ങളിലുമായി തൂങ്ങിയാടുന്ന തലമുടി

യുരുളകളുടെ കുസൃതിയിലും നരകയറിയ താടിരോമങ്ങൾക്കിടയിലൂടെ ഏതോ കള്ളത്തരം കാണിക്കുംപോലെ തെളിഞ്ഞുവരുന്ന പുഞ്ചിരിയുടെ വാത്സല്യത്തിലുമായി പഴയ വിജയൻ നിന്നു. ഞാൻ രണ്ടു കൈയും കൂട്ടി അദ്ദേഹത്തിന്റെ വലങ്കൈ ഗ്രഹിച്ചു. വിളർത്തു നീണ്ട ആ വിരലുകളിലേക്കു ഉറ്റുനോക്കി ഞാൻ നിന്നു. 'ഖസാക്കിന്റെ ഇതിഹാസം' എഴുതിയ വിരലുകൾ... മൗനം ഞങ്ങൾക്കിടയിൽ ഏതോ അദൃശ്യസാന്നിധ്യമായി. വീതിയേറിയ കട്ടിച്ചില്ലുകളുടെ തടവിൽ അവ്യക്ത സങ്കീർണ്ണമായ ഭാവങ്ങളുടെ ആർദ്രതയുമായി നിശ്ചലം നിന്നുപോയോ എന്നു തോന്നുമാറ് ഈ തീക്ഷ്ണനയനങ്ങൾ.

കാരശ്ശേരി ഏട്ടന്റെ കൂടെ ശകലം കഞ്ഞി കുടിച്ചോളൂ. ഉഷ ക്ഷണിച്ചു.

കഞ്ഞിയും ചമ്മന്തിയും. ഭാര്യ തെരേസ വിജയന് കോരിക്കൊടുക്കുകയാണ്.

കുട്ടിക്കാലത്ത് എന്റെ നാട്ടിൽ കല്യാണക്കത്തിൽ കണ്ടിരുന്ന വാക്യം ഓർമ്മിച്ചു ഞാൻ പറഞ്ഞു: കഞ്ഞികുടിയും അന്നുതന്നെ.

-മലബാറിന്റെ ചില ഭാഗങ്ങളിൽ രാത്രിയിൽ വരന്റെ വീട്ടിൽ നടക്കുന്ന സദ്യയുടെ പേരാണ് കഞ്ഞികുടി . അതു മനസ്സിലായിട്ടോ എന്തോ, വിജയൻ പുഞ്ചിരിച്ചു.

ഉഷ വിശേഷങ്ങൾ പറഞ്ഞുകൊണ്ടിരുന്നു: ഏട്ടൻ പോത്തൻകോട് ആശ്രമത്തിലായിരുന്നു. അവിടെ പരമസുഖമാണ്. ഏട്ടന്റെ പാകം നോക്കാൻ ധാരാളം പേരുണ്ട്. ഗുരുവിന് ഏട്ടനെ വലിയ കാര്യമായിരുന്നതുകൊണ്ട് ആശ്രമവാസികൾക്ക് ഏട്ടൻ അവിടെയുള്ളത് ഒരാഘോഷം പോലെയായിരുന്നു. പറഞ്ഞിട്ടെന്താ, പെട്ടെന്ന് പോന്നുകളഞ്ഞു...

കാര്യമെന്താ എന്ന ഭാവത്തിൽ ഞാൻ വിജയനെ നോക്കി. അദ്ദേഹം വ്യാഖ്യാനിക്കാനാകാത്ത ഏതോ ഭാവത്തിൽ പിന്നെയും പുഞ്ചിരിച്ചു. ഉഷ എന്റെ പാത്രത്തിൽ ലേശം കക്കയിറച്ചി വിളമ്പിയപ്പോൾ അതു തനിക്കും വേണമെന്നായി, വിജയൻ. അനിയത്തി നിരുത്സാഹപ്പെടുത്തിയത് മൂപ്പർ കൂട്ടാക്കിയില്ല.

ക്രിസ്തുവിന്റെ ചിത്രത്തിന്റെ പശ്ചാത്തലത്തിൽ നിലവിളക്കു തൂങ്ങിക്കിടക്കുന്ന ഉമ്മറക്കോലായിൽ വന്നിരുന്ന വിജയനെപ്പോലെ ഞാനും മൗനത്തിലേക്കു വീണു. ദൽഹിയിൽ ചാണക്യപുരിയിലെ വീട്ടിലും കോഴിക്കോട്ടെ ഹോട്ടൽമുറിയിലും കാലിക്കറ്റ് സർവകലാശാലയിലെ ഗസ്റ്റ് ഹൗസിലുമെല്ലാം ഇരുന്നു പല വർഷങ്ങളായി വിജയനുമായി നടത്തിയ സുദീർഘമായ സംഭാഷണങ്ങളുടെ സജീവമായ ഓർമ്മ ആ മൗനത്തിനു മരുന്നായി. തർക്കങ്ങളാണേറെയും... പിന്നെ, തമാശകൾ.. രാഷ്ട്രീയം...

മൗനത്തിന്റെ കടലാസിൽ വിജയൻ കോറി: കാരശ്ശേരി സംസാരിക്കൂ, ഞാൻ കേട്ടോളാം.

എനിക്ക് ആശ്വാസമായി. മൂപ്പർ ശ്രദ്ധിച്ചു കേൾക്കുന്നുണ്ട്. ഇന്നു പറയാറുള്ളതുപോലെ, പ്രതികരിക്കുന്നുണ്ട്. എന്താ ഒന്നു ചോദിക്കുക എന്ന

ആധിയുമായി ഞാൻ നോക്കിയിരിക്കെ, അദ്ദേഹം വരച്ചുതുടങ്ങി. അന്നേരം, പത്തുപതിന്നാലു കൊല്ലം മുൻപ് ഞങ്ങളുടെ കാലിക്കറ്റ് സർവ കലാശാലാ ക്യാംപസിലെ ഒരു സദസ്സിൽ നില്ക്കുന്ന വിജയന്റെ രൂപം ഓർമ്മയിൽ തെളിഞ്ഞു.

രോഗത്തിന്റെ ആരംഭദശ. സ്വന്തമായി എഴുതുവാൻ വിഷമം. വീട്ടിൽ ഒരു ചെറുപ്പക്കാരനെ ഇരുത്തി കേട്ടെഴുത്ത് കൊടുക്കുന്ന കാല മാണ്.

പ്രസംഗിക്കാൻ എഴുന്നേറ്റുനിന്ന ഉടനെ അദ്ദേഹം പറഞ്ഞു: എനിക്ക് പ്രസംഗിക്കാൻ വയ്യ. അറിഞ്ഞുകൂടാ. ഇഷ്ടമില്ല. നിങ്ങളെന്തെങ്കിലും ചോദിച്ചാൽ മറുപടി പറയാൻ നോക്കാം.

ആദ്യത്തെ ചോദ്യം വന്നു:

അദ്ധ്വാനിക്കുന്ന ജനവിഭാഗത്തിന്റെ ശത്രുവായ നിങ്ങളുടെ എഴു ത്തിന്റെ പിന്നിലുള്ളത് അമേരിക്കൻ കൈകളല്ലേ?

സുഹൃത്തേ, എന്റെ എഴുത്തിനു പിന്നിൽ അമേരിക്കയുടേതു പോയിട്ട് എന്റെ കൈകൾപോലുമില്ല!

ആ മറുപടിയുടെ മധുരം നുണഞ്ഞുകൊണ്ട് സ്വന്തം കൈകൊണ്ട് അദ്ദേഹം വരയുന്നതും നോക്കി ഞാൻ ഇരുന്നു. വര മൊഴിതന്നെ.

പിന്നെ, ഞാൻ ചോദിച്ചു:

ഈ മൗനത്തെപ്പറ്റി എന്താണ് വിചാരിക്കുന്നത്? ശരിക്കും മുനി യായോ?

അദ്ദേഹം എഴുതി:

തല നിറയെ തർക്കങ്ങൾ. ശബ്ദത്തിന്റെ പ്രളയം.

മൗനവ്രതം എന്നേക്കു തീരും? - എന്നായി ഞാൻ

ഈ അവസ്ഥ അധികനാൾ തുടരുകയില്ലെന്നു കരുതുന്നു. മരുന്നു കൾ കൂട്ടിക്കഴിച്ചിട്ടാണ് ഇങ്ങനെ പറ്റിയത്. അലോപ്പതി ഡോക്ടർക്കു രോഗി മരിച്ചാലും പേറ്റന്റ് മെഡിസിൻ ജീവിക്കണം.

ഞാൻ ചോദിച്ചു:

പേഷ്യന്റിനെക്കാൾ വലുതല്ലേ, പേറ്റന്റ്?

ആ കണ്ണുകളിൽ കുസൃതിച്ചിരി.

ഇപ്പോഴത്തെ അഫ്ഗാൻ യുദ്ധത്തെപ്പറ്റിയുള്ള വിജയന്റെ ലേഖന ങ്ങൾ ഓർത്തുകൊണ്ട് ഞാൻ ചോദിച്ചു:

യുദ്ധത്തെപ്പറ്റി എന്താണു തോന്നുന്നത്?

ഭയം.

ഈ യുദ്ധത്തിന്റെ ധാർമ്മികവശം എങ്ങനെയാണു നാം തിരിച്ചറി യുക? ഇതിൽ ഒരു പക്ഷംപിടിക്കുക പ്രയാസമല്ലേ?

ശത്രുവും മിത്രവുമില്ലാത്ത അന്ധമായ യുദ്ധമാണിത്. ഈ യുദ്ധം വർഗീയ ധ്രുവീകരണത്തിന് ഇടയാക്കും.

എവിടത്തെ കാര്യമാണു പറയുന്നത്? ഇവിടെയോ, വിദേശത്തോ?

ഇവിടെത്തന്നെ.

ഈ യുദ്ധത്തിൽ ആരു ജയിച്ചാലും അപകടം എന്നൊരു സാധ്യത യില്ലേ?

ആകാംക്ഷയോടെ എന്റെ മുഖത്തേക്ക് ഉറ്റുനോക്കിയിട്ട് അദ്ദേഹം ഒരു ചോദ്യം എഴുതി:

എങ്ങനെ?

അമേരിക്ക ജയിച്ചാൽ സാമ്രാജ്യത്വമാണു ജയിക്കുക. താലിബാൻ ജയിച്ചാൽ മതഭീകരവാദമാണ് രണ്ടിലും അപകടമില്ലേ?

ഉണ്ട്.

അപ്പോൾ എന്തു നിലപാടെടുക്കും? ഈ യുദ്ധത്തിന് അനവധി ദശക ങ്ങളുടെ പശ്ചാത്തലമില്ലേ? ആ പശ്ചാത്തലം സങ്കീർണ്ണമല്ലേ?

ഇപ്പോഴത്തെ സംഘർഷം എടുത്ത് അതിൽനിന്നു തുടങ്ങുക. അമേ രിക്കയിലെ വ്യാപാരകേന്ദ്രം ബോംബുവെച്ചു തകർത്തവർ ശിക്ഷിക്ക പ്പെടണം.

ശരിതന്നെ. ആ കാര്യത്തിൽ ഉസാമാ ബിൻ ലാദനാണ് കുറ്റവാളി എന്നു തന്നെയിരിക്കട്ടെ. പക്ഷേ, ഇപ്പോൾ അതിനുള്ള ശിക്ഷ ഏറ്റുവാങ്ങു ന്നത് ഒരു കൂട്ടം നിരപരാധികളാണ്. ഉസാമാ എന്നു കേട്ടിട്ടുപോലു മില്ലാത്ത നിരക്ഷരരും ദരിദ്രരുമായ അഫ്ഗാനികളാണ് അധികവും കൊല്ല പ്പെടുന്നത്. അപ്പോഴോ?

നമ്മുടെ നാട്ടിൽ ആരെങ്കിലും താജ്മഹൽ തകർത്താൽ...

വ്യാപാരകേന്ദ്രം തകർത്തതു വലിയ അക്രമം തന്നെ. സംശയമില്ല. പക്ഷേ, ഇപ്പോഴത്തെ പരിഹാരം സൂഫിക്കഥയിലെ ന്യായാധിപന്റെ പരി ഹാരമാണ്.

എന്താണ് ആ കഥ? എന്ന ഭാവത്തിൽ വിജയൻ എന്നെ നോക്കി.

കേട്ട കഥയായിരിക്കും. എന്നാലും ഞാൻ പറയാം. അത്ര നേരം നിങ്ങൾക്കു വിശ്രമമായല്ലോ. ഒരു കള്ളൻ രാത്രി കക്കാൻ പുറപ്പെട്ടു. അയാൾ അന്ന് ഒരു പീടിക തുരന്നു കക്കാനാണ് നിശ്ചയിച്ചത്. പാതി രായ്ക്ക് കള്ളൻ പീടികയുടെ ചുമർ തുരന്നുതുടങ്ങി. സംഗതിവശാൽ, അടച്ച പീടികയ്ക്കകത്ത് ഉടമസ്ഥൻ ഇരിപ്പുണ്ടായിരുന്നു. കള്ളന്റെ പരി പാടി മനസ്സിലാക്കി അയാൾ അനങ്ങാതെ, മിണ്ടാതെ, കുത്തിയിരുന്നു. ചുമരിൽ ഒരു ദ്വാരം ആയിക്കഴിഞ്ഞപ്പോൾ കള്ളൻ അകത്തേക്ക് എത്തി നോക്കി. ഈ തക്കംനോക്കി ഉടമസ്ഥൻ കൈയിൽ കരുതിയിരുന്ന ഇരുമ്പു കോലുകൊണ്ട് കള്ളന്റെ കണ്ണിന് ഒരു കുത്തുകൊടുത്തു. അയാൾ നില വിളിച്ചുകൊണ്ടോടി. കള്ളന്റെ കണ്ണു പൊട്ടിപ്പോയിരുന്നു. അയാൾ പിറ്റേന്ന് കോടതിയിലെത്തി. കേസ് വിസ്തരിച്ച ന്യായാധിപൻ പറഞ്ഞു: കള്ളന്റെ കണ്ണു കുത്തിപ്പൊട്ടിക്കാൻ പീടികക്കാരന് അധികാരമില്ല. അതി നാൽ ഉടനെ പീടികക്കാരന്റെ ഒരു കണ്ണ് കുത്തിപ്പൊട്ടിക്കണം. താൻ

കച്ചവടക്കാരനാണെന്നും അളവും തൂക്കവും പാലിക്കാൻ രണ്ടു കണ്ണിന്റെ അത്യാവശ്യമുണ്ടെന്നും പീടികക്കാരൻ ബോധിപ്പിച്ചു. ന്യായാധിപൻ അതു ശരിവെച്ച് അയാളെ വെറുതെ വിട്ടു. പ്രശ്നം ബാക്കിയാണ്: കള്ളന്റെ കണ്ണുപൊട്ടിയതിന് സമാധാനം ഉണ്ടാക്കണം. പീടികക്കാരൻ പറഞ്ഞതു ന്യായം. നീതി നടക്കണം എന്നു നിർബന്ധമുള്ള ന്യായാധിപൻ ഒടുക്കം നിർദ്ദേശം കൊടുത്തു: രണ്ടു കണ്ണ് ഉള്ളവനും രണ്ടുകൊണ്ടും അത്യാവശ്യം ഇല്ലാത്തവനുമായ വല്ലവനെയും കണ്ടുപിടിച്ച് ഒരു കണ്ണ് കുത്തിപ്പൊട്ടിക്കുക. പോലീസുകാർ നാടെങ്ങും തെണ്ടിയലഞ്ഞ് ഒരു അമ്പെയ്ത്തുകാരനെ കണ്ടുപിടിച്ചു. അയാൾക്ക് കണ്ണു രണ്ടും ഉണ്ടെങ്കിലും ലാക്ക് നോക്കാൻ ഒന്നേ ഉപയോഗിക്കുന്നുള്ളൂ. അവർ അമ്പെയ്ത്തുകാരന്റെ ഒരു കണ്ണ് കുത്തിപ്പൊട്ടിച്ചു.

വിജയൻ വിടർന്നു ചിരിച്ചു.

ഞാൻ കൂട്ടിച്ചേർത്തു:

നമ്മുടെ ഗോവർദ്ധന്റേതുപോലൊരു കഥ.

വിജയൻ മറുപടി എഴുതി:

ശരിതന്നെ. സൈന്യത്തിന്റെ യുക്തി അതാണ്; അമ്മട്ടിലാണ്. ഗോവയെ മോചിപ്പിക്കാൻ എത്തിയ സൈന്യം ഗോവക്കാരികളെ കൂട്ടത്തോടെ ബലാത്സംഗം ചെയ്തു.

ആലോചിക്കുന്തോറും അസംബന്ധമായിത്തീരുന്ന യുദ്ധമല്ലേ ഇത്?

അതേ. ധർമ്മപുരാണത്തിലെ യുദ്ധംപോലെ. അസംബന്ധം എന്നതു ശരിയാണ്.

പരസ്പരസഹായ സഹകരണയുദ്ധത്തെപ്പറ്റിയും ധർമപുരാണത്തിൽ പറയുന്നുണ്ടല്ലോ.

ശരി.

ഒരു പരിഹാരവുമില്ലാത്ത ഏതോ സമസ്യയിൽപെട്ടു പോയിരിക്കുകയാണോ, നാം?

മതമൗലികവാദത്തെ നാം നേരിടുകതന്നെ വേണം. വാക്കുകൊണ്ട് എന്നപോലെ കായികമായും.

ഇന്നത്തെ രീതിയിലുള്ള ഈ നേരിടൽ മറ്റൊരു ഭീകരവാദമാവില്ലേ?

അത് ഒഴിവാക്കാൻ പറ്റില്ല.

അതിലും അക്രമം വരുന്നില്ലേ?

നമുക്ക് മറ്റെന്താണു ചെയ്യാൻ കഴിയുക? എല്ലാവരും ഭയത്തിന്റെ പിടിയിലാണ്. ലിബറൽ പൊസിഷൻ എടുത്താൽ മാത്രമേ സംഘർഷത്തിന് അയവുവരൂ.

അപ്പോഴേക്ക് 'ഏട്ടൻ ക്ഷീണിച്ചുവോ?' എന്ന ചോദ്യവുമായി ഉഷയെത്തി. ക്ഷീണിക്കുമ്പോൾ നമുക്കൊരു ഇടവേളയാവാം എന്ന് വിജയൻ എഴുതിക്കാണിച്ചു.

ഞാൻ ശകലമൊന്നു വഴിമാറി:

നോം ചോംസ്കിയുടെ നിലപാടുകളെപ്പറ്റി എന്തു തോന്നുന്നു?

ചോംസ്കി എന്താണു പറയുന്നത്?

അമേരിക്കയുടെ സ്റ്റെയ്റ്റ് ടെററിസം ആദ്യം നിർത്തണം എന്നാണദ്ദേഹം മുഖ്യമായും പറയുന്നത്.

ഈ നിലപാട് ഏറ്റവും താഴേക്ക് ചെല്ലണം. ചൂഷണം ആരംഭിക്കുന്ന കൊച്ചു മുറുക്കാൻകടവരെ ആണ്ടു ചെല്ലണം.

ഞാൻ പഴയ പ്രശ്നങ്ങളിലേക്കു തിരിച്ചുപോയി.

ഇന്നത്തെ സംഘർഷങ്ങൾക്ക് പ്രധാന കാരണം ഇസ്രയേലിന്റെ പിറവിയുമായി ബന്ധപ്പെട്ട അന്യായങ്ങളല്ലേ?

ഇസ്രയേലിന്റെ ദുരന്തം ഈ കാലഘട്ടത്തിൽ നാം കൊടുത്തു തീർക്കേണ്ട ഒരു കടമാണ്.

പലസ്തീനികളുടെ അവകാശത്തിന്റെ പ്രശ്നവും പ്രധാനമല്ലേ?

വിഭജനം പ്രശ്നങ്ങൾ പരിഹരിച്ചിട്ടുണ്ടോ? ഇന്ത്യാവിഭജനം പരിഹാരമായോ? ജനതയുടെ കൈമാറ്റം മാത്രമാണു നടന്നത്. അറബ് ദേശീയത യഹൂദരായ അഗതികളുടെ കഷ്ടം തിരിച്ചറിയണമായിരുന്നു.

ഇത്തരം ദുരിതങ്ങൾ കാലം ചെല്ലുന്തോറും കൂടിവരികയാണല്ലോ.

കുറെ നേരത്തേക്കു വിജയൻ അനങ്ങിയില്ല. അദ്ദേഹത്തിന്റെ ചുണ്ടുകൾക്കു ചുറ്റും ഒരു മുറുക്കം രൂപംകൊള്ളുന്നതും ആ കണ്ണുകളിൽ ആർദ്രത പടരുന്നതും എനിക്കു കാണാം. പിന്നെ സാവകാശം അദ്ദേഹം കുറിച്ചു.

ദുഃഖിക്കാൻ വിധിക്കപ്പെട്ട നമ്മൾ.

എന്തൊരു ജീവിതാ നൊമ്പടെയൊക്കെ ജീവിതം, ദുഃഖിക്കാൻ പിറന്നോരാ.. എന്ന് ഖസാക്കിലെ തേങ്ങൽ. ഞാൻ ചോദ്യങ്ങളിലേക്കു മടങ്ങി:

ഒരു പരിഹാരമാർഗ്ഗവും ഇല്ലെന്നാണോ?

എന്റെ ഒരമ്മാവൻ ഇസ്ലാം സ്വീകരിച്ച് യൂറോപ്പിൽ അഗതിയായി അലഞ്ഞു. ഒരു ജൂതപ്പെൺകുട്ടിയെ വേട്ടു. ഗാസ് ചേംബറിൽ കലാശിച്ചു. ഞാൻ ആർക്കുവേണ്ടി ദുഃഖിക്കണം?

എന്താണു പറയുക? വിദൂരതയിലെവിടെയോ നോക്കി വിജയൻ അനങ്ങാതിരിപ്പാണ്. വീണ്ടും ചുണ്ടിനു താഴെ ആ മുറുക്കം. താടിരോമങ്ങളിലൂടെ ഒരു വിറ പായുന്നതുപോലെ. കണ്ണുകൾ നനഞ്ഞു.

എന്നെ ഹിന്ദു ഫാസിസ്റ്റ് എന്നു വിളിക്കുന്നു എന്ന് എഴുതിയതും വിജയൻ തേങ്ങിപ്പോയി. ദുർബലമായ ആ ശരീരം വിറയ്ക്കുന്നുണ്ടോ? അദ്ദേഹം പ്രയാസപ്പെട്ട് കണ്ണടയൂരി കണ്ണുതുടച്ചു. മൂപ്പർ സ്വയം നിയന്ത്രിക്കാൻ പണിപ്പെടുകയാണ്.

എനിക്കു വാക്കു മുട്ടി. വളരെ അപ്രതീക്ഷിതമായ ഒരു തിരിവിൽ ഞാൻ ചെന്നെത്തിയതുപോലെ. അന്തരീക്ഷത്തിനു ലാഘവം കൊടുക്കുന്ന

വല്ലതുമൊന്ന് നാവിൽ വന്നു കിട്ടാതെ ഞാൻ കഷ്ടപ്പെട്ടു. പിന്നെ ഞാൻ പറഞ്ഞു.

ഈ ആരോപണം കേട്ടപ്പോൾ ചിലരൊക്കെ മതം മാറി: മാധവിക്കുട്ടി ഇസ്ലാം മതത്തിലേക്കും ബാലചന്ദ്രൻ ചുള്ളിക്കാട് ബുദ്ധമതത്തി ലേക്കും.

കക്ഷി വീണ്ടും ഗൗരവത്തിൽ.

മതം ഉണ്ടെങ്കിലേ മാറാൻ പറ്റൂ.

ഈ വിഷയത്തിൽനിന്നു കഴിയുംവേഗം പുറത്തു കടക്കുകയാണ് അദ്ദേഹത്തിന്റെ സ്വസ്ഥതയ്ക്കു നല്ലതെന്നു കരുതി ഞാൻ അഫ്ഗാനി സ്ഥാനിൽത്തന്നെ തിരിച്ചെത്തി.

ഉസാമാ ബിൻ ലാദൻ വിമോചന നായകനാണെന്നും ഏഷ്യയിലെ ചെഗുവേരയാണെന്നും പറയുന്നുവരുണ്ട്. അതേപറ്റി എന്തു തോന്നുന്നു?

അങ്ങനെ പറയുന്നതു ഭ്രാന്താണ്. ചേഗുവേര ബൊളീവിയയിലെ ലാദനായിരുന്നുവോ?

ഞാൻ വീണ്ടും മതഭീകരവാദത്തിലേക്കു വരട്ടെ. എന്താണതിനു മറുപടി?

ഭീകരവാദത്തിനു മറുപടിയോ? അതിൽ സായാഹ്നസല്ലാപങ്ങൾക്കിട മില്ല.

അപ്പോൾ, അതിനെതിരെ യുദ്ധം മാത്രമേ ഉള്ളൂ എന്നോ?

അതേ പ്രായോഗികമായുള്ളൂ.

അതു മറ്റൊരു തരം ഭീകരവാദം എന്നല്ലേ ആവൂ. ഭീകരവാദത്തിനെ തിരിൽ എന്നു പറഞ്ഞ് അമേരിക്ക ഇന്നു ചെയ്യുന്നതെല്ലാം ഭീകരവാദം മാത്രമല്ലേ?

അങ്ങനെ പറഞ്ഞാൽ, രണ്ടാം ലോകമഹായുദ്ധത്തിന്റെ താർക്കികാ ടിസ്ഥാനം തന്നെ തകർന്നിരിക്കും.

ഗാന്ധിജിയുടെ വഴികൾ ഇന്നും പ്രസക്തമല്ലേ?

പ്രസക്തമാണ്. അഹിംസ കാലഹരണപ്പെടുന്നില്ല. ഗാന്ധിജിയും പ്രതിരോധയുദ്ധത്തിന് എതിരല്ലായിരുന്നു.

എങ്കിലും, ഇന്ന് അമേരിക്ക ചെയ്യുന്ന മനുഷ്യത്വവിരുദ്ധമായ പ്രവർത്തനങ്ങൾ...?

ഭാരതത്തിന്റെ പല പ്രവർത്തനമുഖങ്ങളും ഇങ്ങനെ വിശദീകരിക്ക പ്പെടാം. അതു പ്രായോഗികബുദ്ധിയാണ്. ചരിത്രത്തിൽ പ്രതികാരമില്ല. അവിടെ നാം ജീവിക്കുന്ന വർത്തമാനകാലം മാത്രമേയുള്ളൂ. ചരിത്ര ത്തിൽ ആവർത്തനം സാധ്യമല്ല.

ക്ഷീണിച്ചതോ, മടുത്തതോ. പെട്ടെന്നു വിജയൻ കടലാസ്സിൽ കുറിച്ചു. ഈ വിവാദം ഇവിടെ അവസാനിക്കുന്നു!

ഞാൻ വിഷയം മാറ്റി. പത്മാസനം എന്ന പേരിൽ മൂപ്പർ നോവലെഴുതുന്നു എന്നു കേട്ടതിന്റെ ഓർമ്മവെച്ചു. ചോദിച്ചു:

പുതിയ നോവൽ എവിടംവരെയായി?

ഒരു മറുചോദ്യമാണ് വന്നത്.

ആദ്യമേ പറഞ്ഞാൽ പ്രസാധകനു രസിക്കുമോ?

അദ്ദേഹം മറ്റൊരു കാര്യം അന്വേഷിച്ചു: തലമുറകൾ ശ്രദ്ധിച്ചു വായിച്ചുവോ?

വായിച്ചു എന്നു പറഞ്ഞപ്പോൾ 'എന്തു തോന്നി?' എന്ന ഭാവത്തിൽ എന്നെ നോക്കി.

പല ഭാഗവും എനിക്കു രസിച്ചു. ചില ഭാഗങ്ങൾ രസിച്ചില്ല എന്ന മറുപടി അദ്ദേഹത്തെ വേദനിപ്പിച്ചുവോ? മനുഷ്യന് നുണ പറയാൻ പറ്റില്ലല്ലോ.

പിന്നെ, ഞാൻ ഒരു ഖസാക്ക് പക്ഷപാതിയാണ് എന്ന കാര്യം അദ്ദേഹത്തിനറിയാമല്ലോ എന്നു സ്വയം ആശ്വസിച്ചു.

ഇവിടത്തെ താമസത്തെപ്പറ്റി എന്തു തോന്നുന്നു? എന്ന എന്റെ അന്വേഷണത്തിന് പ്രതിവചനം: ദില്ലിയിൽ അര നൂറ്റാണ്ട് അഭിനയം. ഇപ്പോൾ കോട്ടയം – രംഗം 2.

ഡയലോഗ് നിർത്തി ഞാൻ മോണോലോഗിലേക്കു തിരിഞ്ഞു – മതത്തെപ്പറ്റിയും ഭക്തിയെപ്പറ്റിയുമൊക്കെ എന്റെ ചില ആത്മഗതങ്ങൾ. ക്ഷമാപൂർവ്വം കേട്ടിരുന്നിട്ട് ഒടുവിൽ വിജയൻ എഴുതി:

ദൈവത്തെ (പടച്ചോനെ)മക്കാറാക്കാൻ ഭക്തിയിൽ ഇടം വേണം, യഥാർത്ഥ ഭക്തന്.

പിന്നെ കൂട്ടിച്ചേർത്തു: എന്റെ ഭഗവത്സന്നിധിയിൽ എന്ന കഥ ഓർമ്മയില്ലേ?

ഇനിയും അദ്ദേഹത്തെ കഷ്ടപ്പെടുത്തേണ്ട എന്നുവെച്ച് ഞാൻ വർത്തമാനം നിർത്തി. അല്ലെങ്കിൽ ഞാനെന്തു ചോദിക്കാനാണ്? ഈ മനുഷ്യന്റെയുള്ളിൽ ചോദ്യങ്ങൾക്കു വല്ല ക്ഷാമവുമുണ്ടോ?

യാത്ര പറഞ്ഞിറങ്ങുമ്പോൾ മുൻപു പലപ്പോഴും വിജയൻ എന്നോടു പറഞ്ഞിട്ടുള്ള അഭിവാദനവചനം ഇത്തവണ ഞാൻ അങ്ങോട്ടു പറഞ്ഞു:

ഖുദാ ഹാഫിസ്.

നേർത്ത പുഞ്ചിരിയുടെ അകമ്പടിയോടെ ആ വലംകൈ പതുക്കെ ഉയരുന്നു.

അധ്യാപനം മൗനിയുടെ കർമ്മമല്ല

ഡോ. അസീസ് തരുവണ

ഒരു സായാഹ്ന സന്ദർശന വേളയിലാണ് അപ്പൻ മാഷ് (കെ.പി.അപ്പൻ) ആ സന്തോഷ വാർത്ത അറിയിച്ചത്: ഒ.വി.വിജയൻ സെക്കന്ദരാബാദിൽ നിന്ന് കോട്ടയത്തേക്ക് താമസത്തിനായി വരുന്നു. ഒപ്പം, മുമ്പ് ഏതാനും തവണ അപ്പൻ മാഷെ തേടി വിജയൻ വന്ന ഓർമ്മകൾ. വീട്ടിൽ വന്നാൽ മൗനിയായി ഇരിക്കുന്ന വിജയന്റെ ചിത്രം അദ്ദേഹം ഓർത്തെടുത്തു. ഫോൺ ചെയ്യുമ്പോൾ പതിഞ്ഞ സ്വരത്തിൽ വിജയൻ സംസാരിക്കുന്ന രീതിയും വാക്കുകൾക്കിടയിൽ സൂക്ഷിക്കുന്ന മഹാമൗനവും മറ്റും അപ്പൻ മാഷ് മനോഹരമായി പറഞ്ഞു തന്നു.

കോളേജ് മാഗസിനിലേക്ക് വിജയനെ അഭിമുഖം ചെയ്യാനുള്ള ആഗ്രഹം പറഞ്ഞപ്പോൾ മാഷ് ചോദിച്ചു: നിങ്ങൾക്കതിനുള്ള ധൈര്യ മുണ്ടോ? ഏറെയൊന്നും ആലോചിക്കാതെ ഉണ്ടെന്നു പറഞ്ഞപ്പോൾ മാഷ് ചില പരിമിതികളും പ്രശ്നങ്ങളും സ്നേഹപൂർവ്വം പങ്കുവെച്ചു. ഒന്ന്, വിജയൻ നിങ്ങൾ ഉദ്ദേശിക്കും പോലെ വാചാലനാകുന്ന ആളല്ല. രണ്ട്, അസുഖബാധിതനായാണ് അദ്ദേഹത്തിന്റെ വരവ്. അതിനാൽ ഒരു കോളേജ് മാഗസിന് വേണ്ടി അദ്ദേഹം അഭിമുഖം അനുവദിക്കുമോ എന്ന കാര്യത്തിൽ സംശയമുണ്ട്. ഇപ്പറഞ്ഞ കാരണങ്ങൾ കേട്ട് പിൻവാങ്ങുന്ന ലക്ഷണമൊന്നും ഞങ്ങൾ കാണിച്ചില്ല. വിജയന്റെ സാഹിത്യത്തേ ക്കാൾ പഠനകാലവും അധ്യാപക ജീവിതവുമാണ് ഒരു ബി.എഡ് കോളേജ് മാഗസിനിലേക്ക് എന്ന നിലയിൽ ഞങ്ങൾക്കറിയേണ്ടത് എന്ന് പറഞ്ഞപ്പോൾ അപ്പൻ മാഷ് ഒ.വി. വിജയനുമായി ഫോൺ വഴി ബന്ധ പ്പെട്ട് അനുമതി വാങ്ങിത്തരാമെന്നേറ്റു. വാസ്തവത്തിൽ ഞങ്ങളുടെ പിടി വാശിക്കു മുമ്പിൽ അപ്പൻ മാഷ് സ്നേഹപൂർവ്വം കീഴടങ്ങുകയായി രുന്നു.

അപ്പൻ മാഷ് പറഞ്ഞപോലെ, ഒ.വി.വിജയൻ താമസിക്കുന്ന വീടു തേടി കൊല്ലത്തുനിന്നും കോട്ടയത്തേക്ക് തീവണ്ടി കയറി. വീട്ടിലെത്തു ന്നതിനു മുമ്പ് പലരോടും വഴി ചോദിച്ചു. ഒ.വി.വിജയൻ താമസിക്കുന്ന

വീട്ടിലേക്കുള്ള ഇടവഴിയിൽ വെച്ചു കണ്ടുമുട്ടിയ നാട്ടുമ്പുറത്തുകാരനോട് ചോദിച്ചു:

“വിജയന്റെ വീടെവിടെയാ?”

അയാൾ തെല്ലിട ആലോചിച്ച് അല്പം ദൂരെയുള്ള ഒരു വീടു പറഞ്ഞു തന്നു. വീണ്ടും തിരിച്ചു നടന്നു. പറഞ്ഞുതന്ന വീട്ടിലെത്തിയപ്പോൾ ഒരു കാര്യം ബോധ്യമായി: വീടു വിജയന്റേതുതന്നെ. പക്ഷെ ഒരു കെട്ടുപണിക്കാരൻ വിജയന്റെ വീട്. വെറും വിജയൻ എന്നു പറഞ്ഞ ഞങ്ങൾക്കായിരുന്നു തെറ്റു പറ്റിയത്. വീണ്ടും പഴയ വഴിയിലൂടെ നടന്ന് ഒ.വി.വിജയന്റെ വീട്ടിലെത്തി. വിജയൻ വിശ്രമത്തിലായിരുന്നു. കെ.പി അപ്പൻ പറഞ്ഞ ബി.എഡ് കോളേജ് വിദ്യാർത്ഥികൾ വന്നതായി പറഞ്ഞറിയിച്ചപ്പോൾ അദ്ദേഹം പുറത്തേക്ക് വന്നു. ഞാനദ്ദേഹത്തിന്റെ കരങ്ങൾ ഗ്രഹിച്ചു. ഖസാക്കും ഗുരുസാഗരവും എഴുതിയ കൈകൾ. ഒരു തുണിപോലെ മൃദുലം. ഒന്നും ചോദിക്കുവാനാകാത്ത അവസ്ഥ. വിജയൻ അഗാധമായ മൗനത്തിലും.

ഒടുവിൽ ഒരു സമാധിയിൽ നിന്നുണർന്ന പോലെ അദ്ദേഹം ചോദിച്ചു: “ഏതാണ് കോളേജ്?”

“എഫ്. എം.ടി കോളേജ്, പള്ളിമുക്ക്, കൊല്ലം”. ഞാൻ പറഞ്ഞു. എഫ്. എം.ടി കോളേജ്? വിജയൻ

“ഫാത്തിമാ മെമ്മോറിയൽ ട്രെയ്നിംഗ് കോളേജ്. അപ്പൻ മാഷിന്റെ വീടിന്റെ അടുത്താണ് കോളേജ്.” ഞാൻ പറഞ്ഞു.

ഏതു വിഷയമാണ് പഠിക്കുന്നതെന്ന് അദ്ദേഹം ചോദിച്ചു. മലയാളം എന്നുത്തരം പറഞ്ഞപ്പോൾ സന്തോഷപൂർവ്വം തലയാട്ടി.

“താങ്കൾ അധ്യാപകനായിരുന്നു എന്ന് വായിച്ചിട്ടുണ്ട്. അക്കാലത്തെ ഓർമ്മകൾ പങ്കുവെക്കാമോ.”

“വിക്ടോറിയ കോളേജിലും മധുരാ കോളേജിലും മലബാർ ക്രിസ്ത്യൻ കോളേജിലുമൊക്കെ അധ്യാപകനായിട്ടുണ്ട്. വിക്ടോറിയാ കോളേജിൽ കോമ്പോസിഷൻ ബുക്ക് നോക്കി ഒപ്പിടുകപോലുള്ള ജോലികളായിരുന്നു. മധുരയിൽ കണക്ക് അധ്യാപകനായ ശങ്കരനാരായണൻ നടത്തിയ പാരലൽ കോളേജിൽ അധ്യാപകനായിട്ടുണ്ട്. അദ്ദേഹം കമ്യൂണിസ്റ്റായിരുന്നു. മധുരാ കോളേജിൽ അപേക്ഷ ക്ഷണിച്ചപ്പോൾ ഞാൻ അപേക്ഷിച്ചു. എനിക്ക് ആ ജോലി കിട്ടി.

ക്ലാസിൽ നൂറിലേറെ കുട്ടികളുണ്ടായിരുന്നു. ചിലപ്പോൾ രണ്ടു ക്ലാസുകൾ ഒന്നിച്ചു നടത്തും. അപ്പോൾ 240 ഓളം കുട്ടികൾ. എന്റെ ശബ്ദം വളരെ പതിഞ്ഞതായിരുന്നു. കുട്ടികളെ മുഴുവൻ അത് കേൾപ്പിക്കുവാൻ എനിക്ക് കഴിഞ്ഞിരുന്നില്ല. കുട്ടികൾ എന്നെക്കാൾ ശബ്ദത്തിൽ ക്ലാസിൽ സംസാരിച്ചു. ഒരു ദിവസം സഹികെട്ട് ഞാൻ പറഞ്ഞു:

ഇഷ്ടമില്ലെങ്കിൽ പൊയ്ക്കോളൂ, കുട്ടികളെ . ഉടൻ തന്നെ അതു സംഭവിച്ചു. ക്ലാസിൽ ഞാൻ മാത്രം.

ആദ്യക്ലാസിൽ ഞാൻ എല്ലാവരോടും പേരു ചോദിച്ചു. പിൻ ബെഞ്ചിലെ ഒരു കുട്ടിയുടെ ഉത്തരം: വീരപാണ്ഡ്യ കട്ടബൊമ്മൻ. എല്ലാ വരും ചിരിച്ചു. എനിക്ക് ചിരിക്കുവാൻ കഴിഞ്ഞില്ല. ചരിത്രത്തിന്റെ അവ ഗണന എന്നെ അത് മനസ്സിലാക്കി തന്നിരുന്നില്ല.

പിന്നീട് കോഴിക്കോട് മലബാർ കൃസ്ത്യൻ കോളേജിൽ കുറച്ചു കാലം ജോലി ചെയ്തു. അനുഭവങ്ങളുടെ ഒരു പുതിയ ലോകം. അധ്യാപക ജോലി സജീവമായി. കുട്ടികൾ ഏറെ സ്നേഹമുള്ളവരായി രുന്നു. ബാങ്ക് റോഡിലുള്ള കശ്മീകണ്ടി പവിത്രന്റെ വാടകവീട്ടിലായി രുന്നു താമസം. അക്കാലത്ത് അമ്മയും അച്ഛനും എന്നോടൊപ്പം വന്നു താമസിച്ചു.

കോഴിക്കോട് ഒരു സാഹിതീബന്ധം എനിക്ക് നേടിത്തന്നു. തിക്കോ ടിയൻ, ഉറൂബ്, കടവനാട്ട് കുട്ടികൃഷ്ണൻ ഇവരൊക്കെ കൂട്ടായ്മയിലെ മുതിർന്നവരായിരുന്നു. ഞാനൊരു സഹൃദയന്റെ റോളിലും.

അക്കാലത്ത് ഞാൻ മുടി നീട്ടി വളർത്തിയിരുന്നില്ല. പത്തു പതിന ഞ്ചുദിവസം കഴിയുമ്പോൾ മുടി വെട്ടിക്കുമായിരുന്നു. കേളന്റെ ക്ഷൗര ക്കടയിൽ വെച്ചായിരുന്നു മുടിവെട്ട്. മുടിവെട്ടുമ്പോൾ അദ്ദേഹം പലതും സംസാരിച്ചു. കത്രികയുടെ ശബ്ദത്തിൽ ഞാനതു കേട്ടു. കേളൻ ജ്ഞാനിയായിരുന്നു; ഗുരുവും.

മലബാർ കൃസ്ത്യൻ കോളേജിലെ ജോലി നഷ്ടപ്പെട്ടപ്പോൾ എന്നെക്കാൾ ദുഃഖിച്ചത് അമ്മയാണ്. അക്കാലത്താണ് ഞാൻ ഖാസി യാരെ പരിചയപ്പെട്ടത്. മന്ത്രശക്തിയുള്ള ആളായിരുന്നു ഖാസിയാർ. മന്ത്രശക്തിക്ക് കലാശാല വഴങ്ങുമോ എന്നൊരു പരീക്ഷണം നടത്തി നോക്കി. ഖാസിയാർ എനിക്കൊരു നൂല് മന്ത്രിച്ചുതന്നു. ജനലക്ഷ ങ്ങളുടെ കണ്ണുകെട്ടി ഖസാക്കിൽ പറന്നെത്തിയ ഷെയ്ക്ക് തഞ്ചാവൂ രിലെ കലാശാലയിൽ എനിക്ക് ഇംഗ്ലീഷ് അധ്യാപകന്റെ ജോലി വാങ്ങി തന്നു."

"-തഞ്ചാവൂർ കോളേജിലെ വല്ല ഓർമ്മകളും..."

"ഒരു ഫ്യൂഡൽ കുടുംബം നടത്തിയിരുന്ന കോളേജ്. ഗ്രാമപ്രദേശ ത്തായിരുന്നു സ്ഥാപനം. വൈകുന്നേരങ്ങളിൽ ഞാൻ ഏകാകിയായി അലയും. നെൽപ്പരപ്പുകൾ, ചെമ്മൺപാതകൾ ഇവ നോക്കിയിരിക്കും. രണ്ടു പോംവഴികൾ മാത്രമേ കാണാൻ ഉണ്ടായിരുന്നുള്ളു. ഒന്ന്, കമ്യൂ ണിസത്തിന്റെ വിപ്ലവസാന്ത്വനം. രണ്ട്, ജീർണ്ണിച്ച ഫ്യൂഡൽ സംസ്കൃതി യിലേക്ക് വഴുതിവീണ് ജീവിതസ്ഥിരത.

"പഠിച്ചതും പഠിപ്പിച്ചതും ഇംഗ്ലീഷ് ആയിരുന്നുവെന്ന് സൂചിപ്പിച്ചു വല്ലോ. എന്നിട്ടും രചനകൾ എങ്ങനെ മലയാളത്തിലായി? ഇംഗ്ലീഷിലേക്കെത്തിയ വഴികൾ?"

എന്റെ കുട്ടിക്കാലത്ത് ഇംഗ്ലീഷ് പഠിപ്പിക്കുക എന്നത് രക്ഷിതാക്കൾക്ക് ഒരു ഭ്രാന്തായിരുന്നു. ഇംഗ്ലീഷിനോട് അമിത ഭക്തി. അതുകൊണ്ട് ഞാനും ഇംഗ്ലീഷ് പഠിച്ചു. ഇംഗ്ലീഷ് വിദ്യാഭ്യാസമുള്ളതുകൊണ്ട് ഞങ്ങൾ തമ്മിൽ പോലും ഈഴവരുടെ കൊച്ചു ഭാഷ സംസാരിച്ചില്ല. എം.എയ്ക്ക് പഠിക്കുമ്പോൾ ഇംഗ്ലീഷിൽ എഴുതുവാൻ ഒരു ശ്രമം നടത്തി നോക്കി. '*ഫാദർ ഗോൺസാൽവസ്*' എന്നൊരു ശീർഷകത്തിൽ. എന്തുകൊണ്ടോ തടഞ്ഞു നിന്നു പോയി. അവ്യക്തമായ ഒരസ്വാസ്ഥ്യം. അന്യന്റെ ഭാഷ. അന്യന്റെ അനുഭവം. അന്നു രാത്രി തീരുമാനമെടുത്തു; മലയാളത്തിൽ എഴുതാൻ. അങ്ങനെയാണ്, *പറയൂ ഫാദർ ഗോൺസാൽവസ്* എന്ന കഥയെഴുതിയത്. പിന്നീട് ഞാൻ ഇംഗ്ലീഷിലേക്ക് തിരിഞ്ഞുനോക്കിയിട്ടില്ല.

"പഠനകാലത്തെ ഗുരുനാഥൻമാരെക്കുറിച്ചുള്ള ഓർമ്മകൾ."

അച്ഛൻ പട്ടാളത്തിലായിരുന്നു. അച്ഛൻ അരിയക്കാട്ടെ ക്യാമ്പിലേക്ക് രണ്ടാം തവണ പോകുമ്പോൾ എനിക്ക് ആറോ, ഏഴോ വയസ്സാണ്. കുന്നിൻ ചുവട്ടിലെ ഗ്രാമത്തിലെ മാപ്പിള സ്കൂളാണ് ഏറ്റവും അടുത്ത പള്ളിക്കൂടം. പേരു ചേർത്തു എന്നല്ലാതെ ഹാജറു കൊടുത്തതായി ഓർമ്മയില്ല. ആ ദൂരം മഹായാത്രയായി തോന്നിയതിനാലാകണം അച്ഛനും അമ്മയും എനിക്ക് ഗുരുവിനെ തേടി. നാരായണൻ മാഷ്.

മാഷ് വീട്ടിൽ വന്നാൽ അച്ഛനും അമ്മയും സുഖവിവരാന്വേഷണത്തിനപ്പുറം കാര്യമായൊന്നും സംസാരിച്ചിരുന്നില്ല. മുത്തശ്ശി ഏറെ സംസാരിക്കും.

പഴനുറുക്കും ഉപ്പേരിയും വിളമ്പിക്കൊടുത്ത് മുത്തശ്ശി പറയും: ദാ, മാഷേ ന്റെ കുട്ട്യേ നല്ലോണം പഠിപ്പിക്കണം. ഡാ, കഞ്ഞോ, ബ്ടെ വാ മാഷ്ടെ കാല് തൊട്ട് നമസ്കരിക്ക്.

ഇന്റർമിഡിയറ്റ് പാസായിട്ടുണ്ട് നാരായണൻ മാഷ്. കുന്നിൻപുറത്തെ രോഗികൾ വരാത്ത ആശുപത്രി മുറിയിലായിരുന്നു അദ്ദേഹത്തിന്റെ താമസം. വീട്ടിൽ നിന്ന് ഊണും പഠിപ്പിക്കലും. അച്ഛൻ കഥ ബുക്കുകൾ വാങ്ങിത്തരും. മഞ്ചേരിയിൽ നിന്നാണ് അവ വാങ്ങിയിരുന്നത് എന്നാണ് ഓർമ്മ. അതോടെ എന്റെ സാക്ഷരതയ്ക്ക് ചൂടുപിടിച്ചു. കോഴിച്ചെന ക്യാമ്പിൽ വെച്ചാണ് ഇംഗ്ലീഷും കണക്കും പഠിപ്പിക്കുന്നത്. കോഴിച്ചെനയ്ക്കടുത്ത കോവിലകം വക രാജാസ് ഹൈസ്കൂളിലായിരുന്നു പഠനം. അച്ഛന്റെ റിക്ഷാവണ്ടിയിൽ ക്യാമ്പിലെ സ്വീപ്പർമാരാണ് എന്നെ കൊണ്ടുപോവുക."

“അധ്യാപനകാലത്തെ അനുഭവങ്ങൾ കഥാനിർമ്മിതിക്കും കഥാ പാത്രസൃഷ്ടിക്കും സഹായകമായിട്ടുണ്ടോ?”

“തീർച്ചയായും. മലബാർ കൃസ്ത്യൻ കോളേജ് ജോലിക്കാലത്ത് പരിചയപ്പെട്ട ക്ഷൗരക്കടയിലെ കേളനുമായുള്ള ബന്ധത്തിൽനിന്നാണ് ഖസാക്കിലെ മാധവൻ നായർ പിറവികൊണ്ടത്. മാധവൻ നായർ സത്യാന്വേഷിയായിരുന്നു. മാധവൻനായരുടെ ഫലിതം വീണുകിട്ടിയത് മാനാഞ്ചിറ മുക്കിൽനിന്നാണ്.”

“താങ്കൾ എഴുത്തുകാരൻ എന്നതിലുപരി ഒരു കാർട്ടൂണിസ്റ്റ് കൂടിയാണല്ലോ. കാർട്ടൂണിലേക്ക് എത്തിപ്പെട്ടതെങ്ങനെയാണ്.”

(നീണ്ട മൗനം) “മുത്തശ്ശി നിരക്ഷരയായിരുന്നു. എന്നാൽ ജ്ഞാനിയും. കാലങ്ങൾക്കപ്പുറം നോക്കി സംസാരിക്കും. അച്ഛനോടൊപ്പം പട്ടാള ക്യാമ്പിൽ കഴിയുന്ന കാലത്ത് ക്യാമ്പിലേക്ക് വിറക് എത്തിച്ചിരുന്നത് കമ്മുക്കാക്കയായിരുന്നു. മുത്തശ്ശി അയാളോട് വർത്തമാനം പറഞ്ഞ് തിണ്ണയിൽ ചാരിയിരിക്കും. കത്തിയൂരിയെടുത്ത് പഴുത്തടക്ക വെട്ടുമ്പോൾ കമ്മുക്കാക്ക എന്റെ കാലുകളിലേക്ക് നോക്കി ഒരിക്കൽ ചോദിച്ചു: “ഇതെങ്ങനെ പെഴയ്ക്കും. കൈയും കാലും കണ്ടില്ലേ.ഇതിന് ആരാ ഉദ്യോഗം കൊടുക്കാ.”

ഞാനപ്പോൾ തിണ്ണയിൽ നിറയെ ചിത്രങ്ങൾ വരയ്ക്കുകയായിരുന്നു. നാലു കൊമ്പുള്ള ഐരാവതങ്ങൾ. അവയിലേക്ക് വിരൽ ചൂണ്ടി മുത്തശ്ശി പറഞ്ഞു: നീ നോക്കിക്കോ കമ്മോ, ഇവൻ ചിത്രം വരച്ച് വയറ് പെഴച്ചോളും. ഗുരുപ്രസാദത്തിന്റെ പരമപ്രസാദം.

കാർട്ടൂൺ വരയുമായി ബന്ധപ്പെട്ട മറക്കാനാവാത്ത വല്ല ഓർമ്മയും.

ഒരു വിചിത്രമായ അനുഭവം പറയാം. അമേരിക്കൻ ബഹിരാകാശ സഞ്ചാരികളെയും കൊണ്ട് അപ്പോളോ ചന്ദ്രനിലേക്ക് പുറപ്പെട്ടപ്പോൾ ഞാൻ ഹോങ്കോങ്ങിലെ *ഫാർ ഈസ്റ്റേൺ എകണോമിക് റിവ്യുവിൽ* ആ വാർത്തയെ ആസ്പദമാക്കി ഒരു കാർട്ടൂൺ വരച്ചു. *ലെമൊണ്ട* എന്ന ഫ്രഞ്ച് പത്രത്തിന്റെ കാർട്ടൂണിസ്റ്റും അതേ കാർട്ടൂൺ തന്നെ വരച്ചു. ചിത്രവും സങ്കല്പവും എല്ലാം ഒന്ന്. ഏതാനും വാരങ്ങൾക്ക് ശേഷം ഒരിന്ത്യൻ പത്രാധിപർ ഇങ്ങനെ പറഞ്ഞു:

സുഹൃത്തേ താങ്കൾ കോപ്പിയടിച്ചിരിക്കുന്നല്ലോ

ഞാൻ പറഞ്ഞു: താങ്കൾ ഇപ്പോൾ സംസാരിക്കുന്നത് ഒരു ഇന്ത്യൻ പത്രാധിപർക്ക് ചേർന്ന രീതിയിൽ തന്നെ.

അതെന്താണ് പത്രാധിപർ ചോദിച്ചു.

അല്ല, നാട്ടുനടപ്പ് ഓർമ്മയിൽ വന്നതുകൊണ്ട് പറഞ്ഞെന്നേയുള്ളൂ. വെള്ളക്കാരൻ എന്നെ കോപ്പിയടിച്ചു എന്ന് ഒരിന്ത്യൻ പത്രാധിപർക്ക് പറയാൻ പറ്റില്ലല്ലോ. ഞാൻ പറഞ്ഞു.

മനസ്സിലായില്ല.

ഞാൻ ചിത്രം വരച്ച് ഇവിടെനിന്നും ഹോങ്കോങ്ങിലേയ്ക്ക് അയച്ചതാണ്. എയർ പാക്കറ്റ് ചെന്ന് ചേരാൻ രണ്ടുമൂന്ന് ദിവസമെടുക്കും. അതുകൊണ്ട് ബഹിരാകാശകപ്പൽ പുറപ്പെട്ടപ്പോഴാണ് ഞാനത് വരച്ചത്. കപ്പൽ ഇറങ്ങിയ ശേഷമാണ് *ലെമൊണ്ടി*ന്റെ കാർട്ടൂണിസ്റ്റ് അയാളുടെ കാർട്ടൂൺ വരച്ചത്. ആരും ആരെയും മോഷ്ടിച്ചതല്ല. ഡീകോളണൈസേഷന്റെ പ്രശ്നം മാത്രമാണ്. ഞാൻ അയാളോട് പറഞ്ഞു.

നിർത്തി നിർത്തിയുള്ള സംസാരം അവസാനിപ്പിച്ച് വിജയൻ മൗനത്തിലാണ്ടു.

(ചെരാത് 2000, എഫ് എം.ടി കോളേജ് മാഗസിൻ)

www.ingramcontent.com/pod-product-compliance
Lightning Source LLC
LaVergne TN
LVHW100625051026
849519LV00001B/110